ചോളമഹാവീരർ

അമീഷ്, 1974-ൽ ജനിച്ച, ഇന്ത്യയിൽ താമസിക്കുന്ന, അവാർഡ് ജേതാവായ ഒരു ബെസ്റ്റ്-സെല്ലർ എഴുത്തുകാരനാണ്. ഒരു ബ്രോഡ്കാസ്റ്റർ, വീഡിയോ ഗെയിമിംഗ് കമ്പനിയുടെ സഹസ്ഥാപകൻ, ചലച്ചിത്ര നിർമ്മാതാവ്, മുൻ ഇന്ത്യൻ നയതന്ത്രജ്ഞൻ എന്നീ നിലകളിലും അദ്ദേഹം പ്രശസ്തനാണ്.

അദ്ദേഹത്തിന്റെ പുസ്തകങ്ങൾ 80 ലക്ഷത്തിലധികം കോപ്പികൾ വിറ്റഴിക്കപ്പെടുകയും, 21 ഭാഷകളിലേക്ക് വിവർത്തനം ചെയ്യപ്പെടുകയും ചെയ്തിട്ടുണ്ട്. അദ്ദേഹത്തിന്റെ ശിവത്രയ പരമ്പര, ഇന്ത്യൻ പ്രസിദ്ധീകരണ ചരിത്രത്തിലെ ഏറ്റവും വേഗത്തിൽ വിറ്റഴിക്കപ്പെടുന്ന പുസ്തക പരമ്പരയും, രാമചന്ദ്ര പരമ്പര ഏറ്റവും വേഗത്തിൽ വിറ്റഴിക്കപ്പെടുന്ന രണ്ടാമത്തെ പുസ്തക പരമ്പരയുമാണ്. മധ്യകാല ഇന്ത്യൻ ചരിത്രത്തെ അടിസ്ഥാനമാക്കിയുള്ള അദ്ദേഹത്തിന്റെ ഭാരതീയ ചരിത്രഗാഥകൾ എന്ന പരമ്പരയിലെ പുസ്തകങ്ങളും ബ്ലോക്ക്ബസ്റ്റർ ബെസ്റ്റ് സെല്ലറുകളാണ്.

വർഷങ്ങളായി നിരവധി പ്രശംസ നേടിയ പല ഇന്ത്യൻ നിർമ്മിത ഡോക്യുമെന്ററികൾക്കും നേതൃത്വം നൽകിയിട്ടുള്ള അമീഷ്, അഭിഖ്യാതനായ ഒരു പോഡ്കാസ്റ്ററുമാണ്. പ്രശസ്തമായ ബി-സ്കൂൾ, ഐഐഎം കൽക്കട്ടയിൽ നിന്ന് ബിരുദം നേടിയ അമീഷ്, മുംബൈയിലെ സെന്റ് സേവ്യേഴ്സ് കോളേജിൽ നിന്ന് ഗണിതശാസ്ത്രത്തിൽ ബിഎസ്സിയും നേടിയി ട്ടുണ്ട്.

നിങ്ങൾക്ക് ഇവിടെ അമിഷുമായി ബന്ധപ്പെടാം:

AF653118

www.facebook.com/authoramish
www.instagram.com/authoramish
www.twitter.com/authoramish

അമീഷിന്റെ മറ്റു പുസ്തകങ്ങൾ

ശിവത്രയം

ഇന്ത്യൻ പ്രസാധന ചരിത്രത്തിൽ ഏറ്റവും വേഗം വിൽക്കപ്പെടുന്ന പുസ്തക പരമ്പര

മെലൂഹയിലെ ചിരഞ്ജീവികൾ (ശിവത്രയത്തിന്റെ ആദ്യ ഭാഗം)

നാഗന്മാരുടെ രഹസ്യം (ശിവത്രയത്തിന്റെ രണ്ടാം ഭാഗം)

വായുപുത്രന്മാരുടെ ശപഥം (ശിവത്രയത്തിന്റെ മൂന്നാം ഭാഗം)

രാമചന്ദ്ര പരമ്പര

ഇന്ത്യൻ പ്രസാധന ചരിത്രത്തിൽ രണ്ടാമതായി ഏറ്റവും വേഗം വിൽക്കപ്പെടുന്ന പുസ്തക പരമ്പര

രാമൻ: ഇക്ഷ്വാകു വംശത്തിന്റെ ഇളമുറക്കാരൻ
(പരമ്പരയിലെ ഒന്നാം പുസ്തകം)

സീത: മിഥിലയിലെ വീരനായിക (പരമ്പരയിലെ രണ്ടാം പുസ്തകം)

രാവണൻ: ആര്യാവർത്തത്തിന്റെ ശത്രു
(പരമ്പരയിലെ മൂന്നാമത്തെ പുസ്തകം)

ലങ്കായുദ്ധം (പരമ്പരയിലെ നാലാമത്തെ പുസ്തകം)

ഭാരതീയ ചരിത്രഗാഥകൾ

സുഹേൽദേവ്: ഇന്ത്യയെ രക്ഷിച്ച രാജാവിന്റെ ഇതിഹാസം

ചോളമഹാവീരർ: സോമനാഥരുടെ പ്രതികാരവാഞ്ഛ

'[അമീഷിന്റെ] എഴുത്തുകൾ ഇന്ത്യയുടെ സമ്പന്നമായ ചരിത്രത്തെയും സംസ്കാരത്തെയും കുറിച്ച് അറിയാനുള്ള അടങ്ങാത്ത കൗതുകം വായനക്കാരിൽ നിറയ്ക്കുന്നു.'

—നരേന്ദ്ര മോദി
(ബഹുമാനപ്പെട്ട ഇന്ത്യൻ പ്രധാനമന്ത്രി)

'യുവാക്കളുടെ ജിജ്ഞാസയെ തൃപ്തിപ്പെടുത്തുന്നതിനോടൊപ്പം, പുരാതനമായ മൂല്യങ്ങളെ അവർക്ക് പരിചയപ്പെടുത്താനും {അമീഷിന്റെ} എഴുത്തുകൾക്ക് സാധിക്കുന്നു...'

—ശ്രീ ശ്രീ രവിശങ്കർ
(ആത്മീയ ഗുരു, ആർട്ട് ഓഫ് ലിവിംഗ് ഫൗണ്ടേഷൻ സ്ഥാപകൻ)

'{അമീഷിന്റെ എഴുത്ത്} വായനക്കാരെ പിടിച്ചിരുത്തുന്നതും, ആകർഷിക്കുന്നതും, അറിവ് പകരുന്നതുമാണ്.'

—അമിതാഭ് ബച്ചൻ
(നടൻ)

'ഇന്ത്യയുടെ ഏറ്റവും മികച്ച കഥാകാരന്മാരിൽ ഒരാളാണ് അമീഷ്. അദ്ദേഹത്തിന്റെ ഭാവനാസമ്പന്നവും സൃഷ്ടിപരവുമായ രചനകൾ, അടുത്ത പേജിലേക്ക് മറിക്കാൻ നമ്മളെ നിർബന്ധിതരാക്കും.'

—ലോർഡ് ജെഫ്രി ആർച്ചർ
(ലോകത്തിൽ ഏറ്റവും കൂടുതൽ പുസ്തകങ്ങൾ വിറ്റഴിക്കപ്പെടുന്ന എഴുത്തുകാരിലൊരാൾ)

'{അമീഷിന്റെ എഴുത്ത്} ചരിത്രവും പുരാണവും ചേർന്ന ഒരു മികച്ച മിശ്രിതമാണ്... വായന തുടങ്ങിയാൽ താഴെ വെക്കാൻ തോന്നില്ല.'

—ബിബിസി

‘ആഴത്തിലുള്ള ചിന്തകൾ നിറഞ്ഞതാണ് അമീഷിന്റെ രചനകൾ. മറ്റേതൊരു എഴുത്തുകാരനെക്കാളും അദ്ദേഹം നവ്യ ഇന്ത്യയെ പ്രതിനിധീകരിക്കുന്നു.’

—വീർ സംഘ്‌വി

(മുതിർന്ന പത്രപ്രവർത്തകൻ, കോളമിസ്റ്റ്)

‘പുരാതന ഇതിഹാസങ്ങളെ ഇന്നത്തെ കാലഘട്ടത്തിന് പ്രസക്തമാക്കിക്കൊണ്ട്, ഇന്ത്യ ലോകത്തിന് നൽകിയ അസാധാരണമായ ഒരു സമ്മാനമാണ് {അമീഷ്}. മഹത്തായ ഒരു സേവനമാണ് അദ്ദേഹം ചെയ്തിരിക്കുന്നത്.’

—ദീപക് ചോപ്ര

(ലോകപ്രശസ്ത ആത്മീയ ഗുരു, ഏറ്റവും കൂടുതൽ വിറ്റഴിക്കപ്പെടുന്ന ഗ്രന്ഥകർത്താവ്)

‘{അമീഷ്} അദ്ദേഹത്തിന്റെ തലമുറയിലെ ഏറ്റവും തനിമയുള്ള ചിന്തകരിൽ ഒരാളാണ്.’

—അർണബ് ഗോസ്വാമി

(മുതിർന്ന പത്രപ്രവർത്തകൻ, എം.ഡി, റിപ്പബ്ലിക് ടിവി)

‘സൂക്ഷ്മമായ നിരീക്ഷണപാടവവും വായനക്കാരെ ആകർഷിക്കുന്ന ആഖ്യാനശൈലിയും അമീഷിനുണ്ട്.’

—ഡോ. ശശി തരൂർ

(പാർലമെന്റ് അംഗം, എഴുത്തുകാരൻ)

‘അസാധാരണവും മൗലികവും ആകർഷകവുമായ ചരിത്രവീക്ഷണത്തോടുകൂടിയ, ആഴത്തിൽ ചിന്തിക്കുന്ന ഒരു മനസ്സാണ് {അമീഷിന്റേത്}.’

—ശേഖർ ഗുപ്ത

(മുതിർന്ന പത്രപ്രവർത്തകൻ, കോളമിസ്റ്റ്)

‘പുതിയ ഇന്ത്യയെ മനസ്സിലാക്കാൻ, നിങ്ങൾ അമീഷിനെ വായിക്കണം.’

—സ്വപൻ ദാസ്ഗുപ്ത

(പാർലമെന്റ് അംഗം, മുതിർന്ന പത്രപ്രവർത്തകൻ)

‘ലിംഗഭേദം, ജാതി, മറ്റ് വിവേചനങ്ങൾ എന്നിവയെക്കുറിച്ചുള്ള ഉദാരവും പുരോഗമനപരവുമായ ഒരു പ്രത്യയശാസ്ത്രം അമീഷിന്റെ എല്ലാ പുസ്തകങ്ങളിലൂടെയും ഒഴുകുന്നു... ആഴത്തിലുള്ള ഗവേഷണത്തിന്റെയും ചിന്തയുടെയും പിൻബലമുള്ള അദ്ദേഹത്തിന്റെ പുസ്തകങ്ങൾക്ക് തത്ത്വചിന്താപരമായ ആഴമുണ്ട്. അങ്ങനെയുള്ള ഒരേയൊരു ഇന്ത്യൻ ബെസ്റ്റ് സെല്ലർ എഴുത്തുകാരനാണ് അദ്ദേഹം.’

—സന്ദീപൻ ദേബ്

(മുതിർന്ന പത്രപ്രവർത്തകൻ, എഴുത്തുകാരൻ)

‘അമീഷിന്റെ സ്വാധീനം അദ്ദേഹത്തിന്റെ പുസ്തകങ്ങൾക്കപ്പുറമാണ്, അദ്ദേഹത്തിന്റെ പുസ്തകങ്ങൾ സാഹിത്യത്തിനപ്പുറമാണ്, അദ്ദേഹത്തിന്റെ സാഹിത്യം തത്ത്വചിന്തയിൽ ആഴത്തിൽ വേരൂന്നിയതാണ്, ആ തത്ത്വചിന്തയുടെ അടിസ്ഥാനം ഭക്തിയാണ്, ആ ഭക്തിയാണ് അദ്ദേഹത്തിന്റെ ഭാരതത്തോടുള്ള സ്നേഹത്തിന് ഊർജ്ജം പകരുന്നത്.’

—ഗൗതം ചിക്കർമെയ്ൻ

(മുതിർന്ന പത്രപ്രവർത്തകൻ, എഴുത്തുകാരൻ)

‘അമീഷ് ഒരു സാഹിത്യ വിസ്മയമാണ്.’

—(അന്തരിച്ച) അനിൽ ധാർക്കർ

(മുതിർന്ന പത്രപ്രവർത്തകൻ, എഴുത്തുകാരൻ)

ഭാരതീയ ചരിത്രഗാധകൾ

ചോളമഹാവീരർ

സോമനാഥരുടെ പ്രതികാരവാഞ്ഛ

അമീഷ്

&

ഇമ്മോർട്ടൽ റൈറ്റേഴ്സ് സെൻറർ

ഈ പുസ്തകത്തിനായി നിയോഗിക്കപ്പെട്ട എഴുത്തുകാർ:

റാം ശിവശങ്കരൻ, ഭാവന റോയ്

ekadā

ekadā

First published in English as *The Chola Tigers* in 2025 by HarperCollins *Publishers* India

Published in Malayalam as *Cholamahaveerar* in 2026 by Ekadā, an imprint of Westland Books, a division of Nasadiya Technologies Private Limited

No. 269/2B, First Floor, 'Irai Arul', Vimalraj Street, Nethaji Nagar, Alapakkam Main Road, Maduravoyal, Chennai 600095

ISBN: 9789371978255

10 9 8 7 6 5 4 3 2 1

Typeset by Jojy Philip

Printed at Thomson Press India Private Limited

ഇതൊരു ചരിത്രാഖ്യായികകൃതിയാണ്. യഥാർത്ഥ ചരിത്ര-പുരുഷന്മാരെയും സ്ഥലങ്ങളെയും സംഭവങ്ങളെയും ഇത് ആധാരമാക്കുന്നുണ്ടെങ്കിലും, കഥാപാത്രങ്ങളും സംഭാഷണങ്ങളും പ്രേരണകളും കഥയുടെ വളർച്ചയും കഥപറച്ചിലിൻ്റെ ഭാഗമായുള്ള ഭാവനാസൃഷ്ടികളാണ്. യുദ്ധം, അക്രമം (ലൈംഗികാതിക്രമം ഉൾപ്പെടെ), മതം, സംസ്കാരം, രാഷ്ട്രീയം തുടങ്ങിയ വിഷയങ്ങളിലുള്ള ചിത്രീകരണങ്ങൾ നാടകീയമായ ആവിഷ്കാരങ്ങൾ മാത്രമാണ്. അവയൊന്നും ഗ്രന്ഥകർത്താവിൻ്റെയോ പ്രസാധകരുടെയോ ബന്ധപ്പെട്ട വ്യക്തികളുടെയോ കാഴ്ചപ്പാടുകളെയോ അഭിപ്രായങ്ങളെയോ പ്രതിനിധീകരിക്കുന്നില്ല.

മതഗ്രന്ഥങ്ങളെക്കുറിച്ചോ, സിദ്ധാന്തങ്ങളെക്കുറിച്ചോ, സാമൂഹിക ആചാരങ്ങളെക്കുറിച്ചോ ഉള്ള പരാമർശങ്ങൾ ആഖ്യാനപൂർണ്ണതക്കായി മാത്രം ഉൾക്കൊള്ളിച്ചിട്ടുള്ളതാണ്. അവയുടെ ആധികാരികതയെയോ കൃത്യതയെയോ അത്തരം ആശയങ്ങളോടുള്ള പിന്തുണയെയോ ഇത് സൂചിപ്പിക്കുന്നില്ല. കഥാപാത്രങ്ങൾ ഉപയോഗിക്കുന്ന സംജ്ഞകൾ അവരുടെ ചരിത്രപരമായ പശ്ചാത്തലത്തിൽ അവതരിപ്പിച്ചിരിക്കുന്നവയാണ്. ഏതെങ്കിലും ഒരു വിഭാഗത്തോട് വിദ്വേഷമോ മുൻവിധിയോ ശത്രുതയോ പ്രോത്സാഹിപ്പിക്കുന്നതായി അവയെ വ്യാഖ്യാനിക്കരുത്.

ഏതെങ്കിലും വ്യക്തിയുടെയോ സമൂഹത്തിൻ്റെയോ മതത്തിൻ്റെയോ വികാരങ്ങളെ വ്രണപ്പെടുത്താൻ ഈ പുസ്തകം ഉദ്ദേശിക്കുന്നില്ല. ചരിത്രത്തിൻ്റെ ഒരു സർഗ്ഗാത്മകമായ പുനരാ-വിഷ്കാരമായി ഈ പുസ്തകം വായിക്കപ്പെടേണ്ടതാണ്; അല്ലാതെ, സമകാലികമോ ചരിത്രപരമോ സാമൂഹികമോ മതപരമോ ആയ വിഷയങ്ങളെക്കുറിച്ചുള്ള വസ്തുതാപരമായ വിവരണമോ വ്യാഖ്യാനമോ ആയി ഇതിനെ കണക്കാക്കരുത്.

ഓം നമഃശിവായ

പ്രപഞ്ചം ശിവഭഗവാനു മുമ്പിൽ കുമ്പിടുന്നു
ഞാൻ ശിവഭഗവാനു മുമ്പിൽ കുമ്പിടുന്നു
കണ്ടനുക്ക് അരോഹര, മുരുകനുക്ക് അരോഹര
ശിവപുത്രൻ, വീരനായ മുരുകൻ, കാർത്തികേയന് സ്തുതി

പ്രഭോ, ഞങ്ങളെ ധർമ്മത്തിലേക്ക് നയിച്ചാലും.

എന്റെ സഹോദരങ്ങൾക്ക്,
ഭാവന ചേച്ചിക്കും അനീഷ് ചേട്ടനും ആശിഷിനും
മാർഗ്ഗം ദുർഘടമായേക്കാം,
ജീവിതം കഠിനമായേക്കാം,
പക്ഷേ, പ്രപഞ്ചമൊന്നായ് ശ്രമിച്ചാലും
നമ്മെ വേർപിരിക്കാനാവില്ല...
ഞെരുക്കം വജ്രങ്ങളെ സൃഷ്ടിക്കുന്നുവെങ്കിൽ
നമ്മുടെ സ്നേഹം ഇതിനകം വജ്രമായിരിക്കണം.
നമ്മളൊരുമിച്ച് ഒരുപാട് പ്രതിസന്ധികൾ കടന്നുവന്നു,
വിധി നമ്മെ പലകുറി പരീക്ഷിച്ചു,
ഒരുമിക്കുമ്പോൾ നമ്മൾ കൂടുതൽ ശക്തരാണ്.
എനിക്ക് നിങ്ങളെ ഒരുപാട് ഇഷ്ടമാണ്.
(ഡോൺ വില്യംസിന്റെ 'പ്രഷർ മേക്ക്സ് ഡയമണ്ട്സ്''
എന്ന മനോഹരഗാനത്തെ ഇങ്ങനെ വികലമാക്കിയതിന്
അദ്ദേഹത്തോട് ക്ഷമ ചോദിക്കുന്നു)

കൃതജ്ഞത

ജീവിച്ചിരുന്ന കാലത്ത് എനിക്ക് വഴികാട്ടികളാവുകയും, ഇന്ന് പിതൃലോകത്തിരുന്ന് പ്രചോദനമായി തുടരുകയും ചെയ്യുന്നവർക്ക്. പരേതരായ വിനയ് കുമാർ ത്രിപാഠി, ഹിമാൻഷു റോയ്, ഡോ. മനോജ് വ്യാസ്.

എന്റെ ഏറ്റവും വലിയ അഭിമാനം, എന്റെ പരമമായ ആനന്ദം, എന്റെ ഏറ്റവും പ്രിയപ്പെട്ട സൃഷ്ടി, എന്റെ മകൻ നീൽ.

എന്റെ ഭാര്യ ശിവാനി. ഞാൻ മുങ്ങിത്താഴുമ്പോൾ എന്നെ കൈപിടിച്ചു കയറ്റിയവൾ. ഇന്ന് ഞാൻ ഉയരങ്ങളിലേക്ക് പറക്കുന്നുവെങ്കിൽ, എന്റെ ചിറകുകൾക്ക് കീഴെയുള്ള കാറ്റ് അവളാണ്.

ഈ പുസ്തകത്തിന്റെ രചനയിൽ റൈറ്റേഴ്സ് സെൻററിന്റെ ഭാഗമായി എന്നോടൊപ്പം പ്രവർത്തിച്ച അതിപ്രഗത്ഭനായ എഴുത്തുകാരൻ റാം ശിവശങ്കരനും, ജ്ഞാനിയായ എഴുത്തുകാരിയും (എന്റെ ജ്യേഷ്ഠസഹോദരിയും) ആയ ഭാവന റോയിക്കും. പ്രാരംഭഘട്ട തിരുത്തലുകൾക്ക് സഹായിച്ച ശിഖയ്ക്കും. എന്തൊരു യാത്രയായിരുന്നു അത്. *വീരവേൽ. വെടിവേൽ.*

എന്റെ സഹോദരങ്ങളായ അനീഷ്, ആശിഷ്, നാത്തൂന്മാരായ മീത, ഡോണെറ്റ എന്നിവർക്ക്, അവരുടെ നിരന്തരമായ പിന്തുണയ്ക്കും ഉപദേശങ്ങൾക്കും.

എന്റെ കുടുംബത്തിലെ മറ്റെല്ലാവർക്കും: ഉഷ, ശാരദ, സുരേന്ദ്ര, പംഘുരി, സിദ്ധാർത്ഥ്. അവരുടെ അചഞ്ചലമായ വിശ്വാസത്തിനും സ്നേഹത്തിനും. ഞങ്ങളുടെ വലിയ കുടുംബത്തിന്റെ ഭാവിയായ

അടുത്ത തലമുറയ്ക്ക്–മിതാൻഷ്, മാൻവി, നികിത, ഡാനിയൽ, വരുൺ, എയ്ഡൻ, കിയ, യഷ്, അനിക, ആഷ്ന–അവരുടെ തലമുറ വളർന്നു പന്തലിക്കട്ടെ!

നീലിന്റെ അമ്മ പ്രീതിക്കും, അവരുടെ കുടുംബാംഗങ്ങളായ ഷെർനാസ്, സ്മിത, അനുജ്, റുത എന്നിവർക്കും. അവരുടെ നിരന്തരമായ പിന്തുണയ്ക്ക്.

ഹാർപ്പർ കോളിൻസിലെ പ്രസാധകസംഘത്തിന്. എന്റെ പ്രസാധക പൗലോമി; നന്ദിനി, ശബ്നം, നവീൻ, അമേയ എന്നിവർക്കും ആകൃതിയുടെ നേതൃത്വത്തിലുള്ള മുഴുവൻ മാർക്കറ്റിങ് ടീമിനും; വികാസ്, ഗോകുൽ, ശ്രേയ എന്നിവർക്കും, രാഹുലിന്റെ നേതൃത്വത്തിലുള്ള മുഴുവൻ സെയിൽസ് ടീമിനും; കോപ്പി എഡിറ്റർ രചിത, പ്രൂഫ് റീഡർ പലോമ, എഡിറ്റർ സ്വാതി എന്നിവർക്കും; കാരെൻ, സെറീന, ഡാരൻ, സിനെഡ് എന്നിവരടങ്ങുന്ന ഹാർപ്പർ360 സംഘത്തിനും; ഹാർപ്പർ കോളിൻസ് ഇന്ത്യയുടെ സിഇഒ ആയ മിടുക്കനായ അനന്തിന്റെ നേതൃത്വത്തിൽ, ഹാർപ്പർ കോളിൻസ് യുകെ, അയർലൻഡ്, ഇന്ത്യ, ഓസ്ട്രേലിയ എന്നിവയുടെ സിഇഒ ചാർളി റെഡ്മെയ്നിന്റെ മാർഗ്ഗനിർദ്ദേശത്തിൽ, ഹാർപ്പർ കോളിൻസ് പബ്ലിക്കേഷൻസിന്റെ പ്രസിഡന്റും ഗ്ലോബൽ സിഇഒയുമായ ബ്രയാൻ മറെയുടെ പ്രേരണയിൽ പ്രവർത്തിക്കുന്ന എല്ലാവർക്കും. എന്റെ പുസ്തകങ്ങളെ ലോകമെമ്പാടും എത്തിക്കുന്ന അവരുമായുള്ള പങ്കാളിത്തം കൂടുതൽ കൂടുതൽ ശക്തമായിക്കൊണ്ടിരിക്കുന്നു.

പ്രതിലിപിയിലെ സംഘത്തിന്. വെസ്റ്റ്ലാൻഡിന്റെ ബിസിനസ്സ് മേധാവി ആയ ഗൗതം, എഡിറ്റർ കാർത്തിക, മീനാക്ഷി, വിധി, കൂടാതെ ഈ പുസ്തകത്തിന്റെ ഇന്ത്യൻ പ്രാദേശിക ഭാഷാ പതിപ്പുകൾ പുറത്തിറക്കുന്ന മുഴുവൻ സംഘത്തിനും. ഗൗതം കഴിഞ്ഞ ഒന്നര പതിറ്റാണ്ടായി എന്റെ സുഹൃത്താണ്, മാത്രമല്ല പ്രസാധകരംഗത്തെ ഏറ്റവും നല്ല മനുഷ്യരിൽ ഒരാളുമാണ്.

അമൻ, വിജയ് ഭായ്, പത്മ, സ്മൃതി, മെഹുൽ, കൃഷൻ, ജാഷ്, പ്രേരണ, ഗൗരി, ഖുഷി, ധനാജി, മിതാലി, അനീഷ, ശുഭാംഗി എന്നിവർക്കും എന്റെ ഓഫീസിലെ മറ്റു സഹപ്രവർത്തകർക്കും. അവർ ബിസിനസ്സ് കാര്യങ്ങൾ ശ്രദ്ധിക്കുന്നതുകൊണ്ടാണ് എനിക്ക് എഴുതാനായി ഇത്രയധികം സമയം ലഭിക്കുന്നത്. ഇപ്പോൾ

ലണ്ടനിലേക്ക് മാറിയ എന്റെ മുൻ സഹപ്രവർത്തകൻ ശൗര്യയെയും ഞാൻ ഓർക്കാൻ ആഗ്രഹിക്കുന്നു.

ഹേമൽ, നേഹ, വിനിത്, ഹർഷ്, ലിയോനാർഡ്, കെവിൻ, ശുഭം, വിശ്രുതി, അനുഷ്ക, മസീറ, പിന്നെ ഒക്ടോബസ് സംഘം. പുസ്തകത്തിന്റെ അതിഗംഭീരമായ കവർ ഡിസൈൻ ചെയ്തത് അവരാണ്. എല്ലാ ഡിജിറ്റൽ പ്രവർത്തനങ്ങൾക്കും ചുക്കാൻ പിടിക്കുന്നതും അവർ തന്നെ.

മാർക്കറ്റിങ്ങ്, ബിസിനസ്സ്, നിയമ ഉപദേശങ്ങളിലൂടെ എന്റെ ജോലിയെ പിന്തുണയ്ക്കുന്നതിന് സന്ദീപ്, കാലേബ്, ഇഷ, മനീഷ് ഭായ്, ഡൊമിനിക്, നേഹ, മേഘ്ന, ദിശ, ജയേഷ് എന്നിവർക്കും അവരുടെ ടീമുകൾക്കും.

എന്റെ പുസ്തകങ്ങളുടെ ആവേശഭരിതനായ ഒരു വായനക്കാരനായിരുന്ന ആദിത്യ, ഇപ്പോഴവൻ എന്റെ സുഹൃത്തും പുസ്തകത്തിലെ വസ്തുതാ പരിശോധകനുമായി മാറിയിരിക്കുന്നു.

ഈ പുസ്തകത്തിന്റെ ചില ഭാഗങ്ങൾ ഞാൻ എഴുതിയത് കോയമ്പത്തൂരിലെ ഈശ ആശ്രമത്തിൽ വെച്ചാണ്. ഞാനും എന്റെ സഹോദരിയും ഭാര്യയും അവിടെ താമസിച്ചപ്പോൾ നൽകിയ ദയയ്ക്കും പിന്തുണയ്ക്കും ദിവ്യാജിക്കും ശ്വേതാജിക്കും എന്റെ നന്ദി.

എല്ലാത്തിലുമുപരി, വായനക്കാരായ നിങ്ങൾക്ക്. ഈ പുസ്തകം വരാൻ അൽപ്പം വൈകിയെന്നെനിക്കറിയാം; എന്റെ കഴിഞ്ഞ കഥാപുസ്തകത്തിനു ശേഷം ഏകദേശം മൂന്നു വർഷങ്ങൾ. എന്റെ ഖേദം അറിയിക്കുന്നു. എങ്കിലും, എന്റെ ഭാഗം ന്യായീകരിക്കാനായി പറയട്ടെ, നിങ്ങൾക്കായി ഡോക്യുമെന്ററികളും പോഡ്കാസ്റ്റുകളും, അതോടൊപ്പം 'ദി ഏജ് ഓഫ് ഭാരത്' എന്ന ഒരു ഹൈ-എൻഡ് വീഡിയോ ഗെയിമും ഒരുക്കുന്ന തിരക്കിലായിരുന്നു ഞാനും. അവയെല്ലാം നിങ്ങളും ആസ്വദിച്ചുവെന്ന് ഞാൻ കരുതുന്നു. എന്റെ അടുത്ത കഥാപുസ്തകം ഇതിലും വേഗത്തിൽ നിങ്ങളിലേക്ക് എത്തിക്കാമെന്ന് ഞാൻ വാക്ക് തരുന്നു. നിങ്ങളുടെയെല്ലാം നിരന്തരമായ സ്നേഹവും, മനസ്സിലാക്കലും, പ്രോത്സാഹനവുമാണ് എന്നെ മുന്നോട്ട് നയിക്കുന്നത്. നിങ്ങൾക്ക് എന്റെ ഹൃദയം നിറഞ്ഞ നന്ദി. ഭഗവാൻ ശിവൻ നിങ്ങളെ ഏവരെയും അനുഗ്രഹിക്കട്ടെ.

ഉത്തരം യത് സമുദ്രസ്യ, ഹിമാദ്രേശ്ചൈവ ദക്ഷിണം,
വർഷം തദ് ഭാരതം നാമ, ഭാരതീ യത്ര സന്തതി

സമുദ്രത്തിന് വടക്കും, ഹിമാലയത്തിന് തെക്കുമായി സ്ഥിതി
ചെയ്യുന്ന രാഷ്ട്രമാണ് ഭാരതം,
അവിടെ ഭരതന്റെ പിൻഗാമികൾ വസിക്കുന്നു
—വിഷ്ണു പുരാണത്തിൽ നിന്ന്

പുരാതന കാലത്ത് ഇന്ത്യ എന്നൊരു രാജ്യം ഉണ്ടായിരുന്നില്ലെന്നും ബ്രിട്ടീഷ് ഭരണം ആണ് ഇന്ത്യ എന്ന രാഷ്ട്രം സൃഷ്ടിച്ചതെന്നും ചിലർ പറയുന്നു.

തെറ്റ്.

ഇന്ത്യ, അഥവാ ഭാരതം, സൃഷ്ടിച്ചത് നമ്മുടെ പൂർവ്വികരാണ്.

മനുഷ്യ സംസ്കാരത്തിന്റെ ഉദയം മുതൽ നാം ഇവിടെയുണ്ട്.

വെങ്കലയുഗത്തിന് മുൻപുള്ള മറ്റെല്ലാ സംസ്കാരങ്ങളും മണ്ണടിഞ്ഞുപോയി.

പക്ഷേ നമ്മൾ ഇപ്പോഴും നിലനിൽക്കുന്നു. തലയുയർത്തി നിൽക്കുന്നു.

അവസാനത്തെ മനുഷ്യൻ ജീവിച്ചിരിക്കുന്നതുവരെ നമ്മളും ഉണ്ടാവുകയും ചെയ്യും.

കാരണം നമ്മുടെ മാതൃഭൂമി സനാതനമാണ്. അവൾ അനശ്വരയാണ്.

അവൾ ജീവിക്കുന്നത് അവളുടെ മക്കളായ നമ്മുടെ ആത്മാവിലാണ്.

നമ്മളിൽ ഒരാളെങ്കിലും ജീവിച്ചിരിപ്പുണ്ടെങ്കിൽ, അവളും ജീവിക്കുന്നു.

ഭാരതം. ഒരിക്കലും. മരിക്കില്ല.

ആമുഖം

സോമനാഥിലെ അവസാനത്തെ ചെറുത്തുനിൽപ്പ്

സോമനാഥ്, ഇന്ത്യ, 1025 സി.ഈയുടെ അവസാനം

അറബിക്കടലിന്റെ വെട്ടിത്തിളങ്ങുന്ന ചക്രവാളത്തിനപ്പുറത്തേക്ക് സൂര്യൻ ഊർന്നിറങ്ങി. സന്ധ്യ രാത്രിക്കു വഴിമാറി, മേഘങ്ങളൊഴിഞ്ഞ ആകാശം ചുവപ്പും കാവിയും നീലയും കലർന്ന വർണ്ണങ്ങളിൽ ജ്വലിച്ചുനിന്നു. അലയടിക്കുന്ന തിരമാലകൾ സ്നേഹത്തോടെ തീരത്തേക്ക് ഇഴഞ്ഞുകയറി മണൽത്തരികളെ മൃദുവായി പുണർന്നു. ശാന്തനിർമ്മലമായ ജലം, വേദനിക്കുന്ന കരയെ സാന്ത്വനിപ്പിക്കാൻ ശ്രമിക്കുകയാണെന്ന് തോന്നും. പലയിടത്തും മണലിന് അസാധാരണമായ ചുവപ്പുനിറമായിരുന്നു. ആ മണ്ണ് രക്തം വാർക്കുകയാണെന്ന പോലെ. വെള്ളം ആ ചുവപ്പിനെ കഴുകിക്കളയാൻ ശ്രമിച്ചു. പക്ഷേ ആ ഭീകരദൃശ്യത്തിൽ നിന്ന് പിൻവാങ്ങുന്നതുപോലെ അത് പിൻവലിഞ്ഞു. എന്നിട്ടും തളരാതെ, വേദനിക്കുന്ന കാമുകനെ ഉപേക്ഷിക്കാൻ മടിക്കുന്ന കാമുകിയെപ്പോലെ, കടൽ വീണ്ടും വീണ്ടും കരയിലേക്ക് മടങ്ങിവന്നു, ആ രക്തക്കറ മായ്ച്ചുകളയാൻ ശ്രമിച്ചുകൊണ്ട്. മുറിവുണക്കുന്നതിലെ ആദ്യപടി അത് കഴുകി വൃത്തിയാക്കലാണല്ലോ. എന്നാൽ കടൽ എത്ര ശ്രമിച്ചിട്ടും ആ ചുവപ്പുനിറം മാഞ്ഞില്ല. അവിടെയത്രയേറെ രക്തം വീണിരിക്കുന്നു. എണ്ണിയാലൊടുങ്ങാത്തത്ര മൃതദേഹങ്ങൾ.

മരണതുല്യമായ ആ നിശ്ശബ്ദതയെ കീറിമുറിച്ചുകൊണ്ട് ഒരു അലർച്ച ഉയർന്നു. ഒരു തുർക്കി സൈനികൻ മുന്നോട്ട് വിരൽചൂണ്ടി അലറി, 'നിൽക്കവിടെ... കള്ളൻ!'

തുർക്കികൾ. വലിയ കണ്ണുകളും ഇരുണ്ട തവിട്ടുനിറവുമുള്ള ഇന്ത്യക്കാരിൽ നിന്ന് കാഴ്ചയിലും ശരീരപ്രകൃതിയിലും വളരെ വ്യത്യസ്തരായിരുന്നു അവർ. ഏതൊരു വിദഗ്ധന്റെയും വിശകലനത്തിൽ, ഇന്ത്യക്കാർ തുർക്കികളെ പരാജയപ്പെടുത്തേണ്ടതായിരുന്നു. കൂടുതൽ ഉയരവും ആരോഗ്യവും മെച്ചപ്പെട്ട പോഷകാഹാരവും മികച്ച ആയുധങ്ങളുമുള്ളവരായിരുന്നു ഇന്ത്യക്കാർ. തുർക്കികളാകട്ടെ, വെളുത്ത നിറവും, ഉയരം കുറഞ്ഞ്, മെലിഞ്ഞ ശരീരപ്രകൃതമുള്ളവരുമായിരുന്നു. ലോകം കണ്ടിട്ടുള്ളതിലെ ഏറ്റവും ക്രൂരരായ കൊലയാളികളാകാൻ അവർക്ക് കഴിയുമെന്ന് കാഴ്ചയിൽ തോന്നുകയേയില്ല. എന്നാൽ കാഴ്ചകൾ പലപ്പോഴും നമ്മെ കബളിപ്പിച്ചേക്കാം.

തുർക്കികൾ. ഇന്ത്യക്കാർക്ക് അവരെ കാണാൻ ഉരുണ്ട മുഖവും ഇടുങ്ങിയ കണ്ണുകളുമായി ചൈനക്കാരെപ്പോലെ തോന്നി. പക്ഷെ അവർ ചൈനയിൽ നിന്നുള്ളവരായിരുന്നില്ല; അതിനും വടക്കുനിന്നുള്ളവരായിരുന്നു. മദ്ധ്യേഷ്യയിലെ വിശാലമായ പുൽമേട്ടുകളിൽ നിന്നുള്ള ഈ ക്രൂരന്മാരായ ആക്രമണകാരികളെ ചൈനക്കാർക്കുപോലും ഭയമായിരുന്നു. മുൻപ് അവരുടെ ബന്ധുഗോത്രമായ മംഗോളിയരുടെ അടിമ-സൈനികരായിരുന്നു ഇവർ, എന്നാൽ ഇപ്പോൾ അവർ സ്വന്തം നിലയിൽ ലോകം കീഴടക്കാൻ പോന്നവരായി മാറിയിരിക്കുന്നു.

തുർക്കികൾ. തങ്ങളുടെ പാതയിൽ സന്ധിക്കുന്നവരെയെല്ലാം കൂട്ടക്കൊല ചെയ്യുന്നതിൽ പേരുകേട്ട ഉഗ്രന്മാരായ ആക്രമണകാരികൾ. കൊള്ളയും ബലാത്സംഗവും, തലയോട്ടികൾ കൊണ്ട് കുമ്പാരങ്ങൾ തീർക്കലും. സ്വന്തം കിരാതത്വത്തിൽ ആനന്ദം കണ്ടെത്തുന്നവർ.

"നിൽക്കടാ, നാറി!" മറ്റൊരു തുർക്കി സൈനികൻ ആക്രോശിച്ചു.

രണ്ട് തുർക്കികളാണുണ്ടായിരുന്നത്, അതിലൊരാൾ ഒരു കള്ളനായിരുന്നു. ഒരു പുരോഹിതന്റെ വേഷം ധരിച്ച ഇന്ത്യക്കാരനെയാണ് അവർ ഓടിച്ചിരുന്നത്. ക്ഷൗരം ചെയ്ത തല.

ഉച്ചിയിൽ കെട്ടിവെച്ച ഒരു കുടുമ. മെലിഞ്ഞുണങ്ങിയ ശരീരം. ഇരുണ്ട നിറം. കാവി മുണ്ടായിരുന്നു വേഷം. ദുഃഖം നിറഞ്ഞ അയാളുടെ മുഖത്തുകൂടി കണ്ണുനീർ ധാരധാരയായി ഒഴുകുന്നുണ്ടായിരുന്നു. രക്തം പുരണ്ട ആ മണൽത്തീരത്ത്, ചിതറിക്കിടന്ന മൃതദേഹങ്ങളുടെ തടസ്സങ്ങൾക്കിടയിലൂടെ അയാൾ ഓടുകയായിരുന്നു. അവിടെ നടന്ന യുദ്ധത്തിൽ വീരമൃത്യു വരിച്ച ഇന്ത്യൻ സൈനികരുടെ മൃതദേഹങ്ങളായിരുന്നു അവ.

ഓടുമ്പോൾ ബ്രാഹ്മണൻ തന്റെ കൈകളിൽ എന്തോ ഒന്ന് മുറുകെ പിടിച്ചിരുന്നു. കാവി നിറത്തിലുള്ള തുണിയിൽ മുറുക്കിപ്പൊതിഞ്ഞ, വിലമതിക്കാനാവാത്ത എന്തോ ഒന്ന്.

'നിൽക്കാൻ!' തുർക്കി സൈനികരിൽ ഒരാൾ വീണ്ടും അലറി. 'നിൽക്കെടാ, തന്തയില്ലാത്തവനേ!'

'ബെക്കറിസ്!' ഉയരം കുറഞ്ഞ തുർക്കി കിതച്ചുകൊണ്ട് തന്റെ സഹസൈനികനോട് വിളിച്ചുപറഞ്ഞു. 'ബെക്കറിസ്... മതി... ഇനി ഓടാൻ വയ്യ... മതി... കത്തി!'

ബെക്കറിസ് പെട്ടെന്ന് നിന്നു, എന്നിട്ട് വേഗത്തിൽ തന്റെ കത്തിയൂരി. തുർക്കികൾ അമ്പും വില്ലും ഉപയോഗിക്കുന്നതിലും കത്തി പ്രയോഗത്തിലും അതിവിദഗ്ധരായിരുന്നു. ഒരു നിമിഷം മാത്രം അവൻ നിന്നു, ഒരു കണ്ണ് ചിമ്മി, കൈ പിന്നോട്ട് വീശി ആ കത്തി വലിച്ചെറിഞ്ഞു. എല്ലാം ഒരു നിമിഷം കൊണ്ട് കഴിഞ്ഞു.

അരമുള്ള ആ കത്തി വായുവിൽ ചീറിപ്പാഞ്ഞ് ആ ബ്രാഹ്മണന്റെ പുറത്ത് ക്രൂരമായി ആഞ്ഞുവന്നു തറച്ചു. ദൂരെ നിന്നുള്ള ഏറായിരുന്നിട്ടുപോലും അതിന്റെ ആഘാതം അത്രയ്ക്ക് ഭീകരമായിരുന്നു. വേദനകൊണ്ട് അലറിവിളിച്ചുകൊണ്ട് ആ പുരോഹിതൻ പുറകിലേക്ക് വളഞ്ഞുപോയി. മെലിഞ്ഞ ശരീരമായിരുന്നിട്ടും അദ്ദേഹം വീണില്ല എന്നത് പ്രശംസനീയമായിരുന്നു. അതിലേറെ പ്രശംസനീയം, അദ്ദേഹത്തിന്റെ കയ്യിലിരുന്ന അമൂല്യമായ ആ വസ്തു താഴെ വീണില്ല എന്നതായിരുന്നു.

അസഹനീയമായ വേദനയിലും അദ്ദേഹം മന്ത്രിക്കുന്നുണ്ടായിരുന്നു, 'ഗണേശാ... ഗണേശാ...'

അദ്ദേഹം മുന്നോട്ട് കാലിടറി നീങ്ങി, വേഗത കാര്യമായി കുറഞ്ഞിരുന്നു. തുർക്കികൾ വേഗത്തിൽ അടുത്തുകൊണ്ടിരുന്നു.

അപ്പോഴാണ് കടൽത്തീരത്ത് കമിഴ്ന്ന കിടന്നിരുന്ന ഒരു ഇന്ത്യൻ സൈനികന്റെ മൃതദേഹത്തിൽ തട്ടി അദ്ദേഹം വീണത്. കയ്യിലിരുന്ന വസ്തു നെഞ്ചോട് ചേർത്തുപിടിച്ച്, തന്റെ ശരീരം കൊണ്ട് അതിനെ മറച്ചുകൊണ്ട് അദ്ദേഹം മുഖമടിച്ചാണ് വീണത്.

അവസാനം തുർക്കികൾ ഓടിയെത്തി. ബെക്കറിസിന്റെ കൂട്ടുകാരൻ വല്ലാതെ കിതയ്ക്കുന്നുണ്ടായിരുന്നു. 'നാശം!'

ബെക്കറിസ് മുരണ്ടു, 'വൃത്തികെട്ട ഇന്ത്യൻ പട്ടീ! നീയെന്റെ കൂട്ടുകാരനെ ക്ഷീണിപ്പിച്ചു കളഞ്ഞല്ലോ!'

ആ ബ്രാഹ്മണൻ ഉറക്കെ കരയുകയായിരുന്നു. നിസ്സഹായനായി, കണ്ണുകൾ ഭയം കൊണ്ട് പുറത്തേക്ക് തള്ളി. അയാൾ എഴുന്നേൽക്കാൻ ഒരു ശ്രമം നടത്തി. 'ദയവായി... ദയവായി എന്നെ പോകാൻ അനുവദിക്കൂ. ദയവായി!'

ബെക്കറിസ് കുനിഞ്ഞ് ആ ബ്രാഹ്മണന്റെ പുറത്തുനിന്ന് കത്തി പതുക്കെ വലിച്ചൂരി, ഊരുന്നതിനൊപ്പം അതൊന്ന് തിരിക്കുകയും ചെയ്തു. അരമുള്ള ഭാഗം കൂടുതൽ പേശികളെയും മാംസത്തെയും കീറിമുറിച്ചു. ചോര കുതിച്ചുചാടി. പുരോഹിതൻ വേദനയോടെ നിലവിളിച്ചു. സഹിക്കാനാവാത്ത വേദന വരുമ്പോൾ ഏതൊരു മനുഷ്യനെയും പോലെ, അദ്ദേഹവും തന്റെ അമ്മയെ വിളിച്ചു കരഞ്ഞു.

'അമ്മേ... അമ്മേ...'

അപ്പോഴേക്കും ശ്വാസം വീണ്ടെടുത്ത തുർക്കി കുള്ളൻ ചിരിച്ചു. 'നിന്റെ അമ്മയെ വിളിക്കേണ്ട ഇന്ത്യക്കാരാ... ബെക്കറിസിന്റെ കൊതി എത്ര ഭയങ്കരമാണെന്ന് നിനക്കറിയില്ല! അവൻ ഒരു കടുവയാണ്! നിന്റെ അമ്മയുടെ ആത്മാവിനെപ്പോലും അവൻ വെറുതെ വിടില്ല!'

ബെക്കറിസ് കൂട്ടുകാരന്റെ ചിരിയിൽ പങ്കുചേർന്നു. 'എന്തായാലും, ഇത്രയും കഷ്ടപ്പെട്ടതിന് നമുക്കെന്താ കിട്ടിയതെന്ന് നോക്കാം...'

ബെക്കറിസ് ആ ബ്രാഹ്മണനെ ചവിട്ടി മലർത്തിക്കിടത്തി. നനഞ്ഞ മണ്ണ് അദ്ദേഹത്തിന്റെ മുഖത്ത് പറ്റിപ്പിടിച്ചിരുന്നു. കഠിനമായ വേദനയിലും, കയ്യിൽ പിടിച്ചിരിക്കുന്നതെന്തോ അത് വിട്ടുകൊടുക്കാൻ ആ ഇന്ത്യക്കാരൻ കൂട്ടാക്കിയില്ല. അദ്ദേഹത്തിന്റെ ചോര പുരണ്ട് നിറം മാറിയ കാവിത്തുണിയിൽ അത് അപ്പോഴും

മുറുകെ പൊതിഞ്ഞിരുന്നു. അദ്ദേഹം ശക്തിയായി തലയാട്ടി. 'ഇല്ല... ഇല്ല...'

കുള്ളനായ തുർക്കി അത്യാഗ്രഹത്തോടെ പുഞ്ചിരിച്ചു. 'ഈ അവിശ്വാസി ഇപ്പോഴും ഇത് തരാൻ മടിക്കുന്നുണ്ടെങ്കിൽ ഇതിന് ആയിരക്കണക്കിന് സ്വർണ്ണനാണയങ്ങളുടെ വില കാണും.'

ബെക്കറിസ് ആ പുരോഹിതനെ നോക്കി പരിഹസിച്ചു. 'വിഡ്ഢിയായ നായേ... ഇത് *മാൽ-എ-ഗനീമത്ത്* ആണ്. അവകാശപ്രകാരം ഇത് ഞങ്ങളുടേതാണ്. ഇത് ഞങ്ങൾക്ക് താ, ഞങ്ങൾ നിന്നോട് കരുണ കാണിക്കാം. നിനക്കൊരു എളുപ്പമരണം തരാം. ഇങ്ങോട്ട് താ.'

തുർക്കികൾ പിന്തുടരുന്ന ഇസ്ലാമിന്റെ വ്യാഖ്യാനമനുസരിച്ച് *മാൽ-എ-ഗനീമത്ത്* എന്നാൽ യുദ്ധമുതൽ എന്നാണ് അർത്ഥം. ഇസ്ലാമിക ഭരണാധികാരി ഭരിക്കാത്തതും ഇസ്ലാമിക ശരിയത്ത് നിയമങ്ങൾ പാലിക്കാത്തതുമായ ലോകത്തിന്റെ ഏത് ഭാഗത്തും, അതായത് *യുദ്ധത്തിന്റെ ഭവനത്തിൽ* ഈ തത്വം പ്രത്യേകമായി ബാധകമായിരുന്നു. യുദ്ധമുതൽ അനുസരിച്ച്, അവിശ്വാസികളുടെ സ്വർണ്ണം, ഭൂമി, വിലപിടിപ്പുള്ള വസ്തുക്കൾ, എന്തിന് ഭാര്യമാരെയും കുട്ടികളെയും വരെ അടിമകളായി കൈവശപ്പെടുത്താൻ അവരുടെ മതം തുർക്കികളെ അനുവദിച്ചിരുന്നു.

ആദ്യകാല മുസ്ലിങ്ങളായ പല അറബികളടക്കം നിരവധി മുസ്ലിങ്ങൾ ഈ വ്യാഖ്യാനത്തോട് വിയോജിച്ചിരുന്നു എന്ന് പറയപ്പെടുന്നു.

എന്തായാലും, തുർക്കികൾ അക്കാലത്ത് പല അറബികളെയും ആക്രമിക്കുകയും കൂട്ടക്കൊല ചെയ്യുകയും അവരിൽ നിന്ന് കൊള്ളയടിക്കുകയും ചെയ്തിരുന്നു.

കുള്ളൻ തിരിഞ്ഞ് ദൂരെ കാണുന്ന ക്ഷേത്രസമുച്ചയത്തിലേക്ക് നോക്കി. 'ബെക്കറിസ്, അവർ ചെറിയ അമ്പലങ്ങൾ കത്തിക്കാൻ തുടങ്ങിയിരിക്കുന്നു. നമ്മൾ വേഗം തിരിച്ചുപോകണം. അവിടെ ഇതിലും കൂടുതൽ സ്വർണ്ണമുണ്ടാകും...'

ബെക്കറിസ് തന്റെ വാളൂരി കുനിഞ്ഞു. 'അത് വിടെടാ ഇന്ത്യക്കാരാ!' അവൻ അലറി. 'ഇല്ലെങ്കിൽ ഞാൻ നിന്റെ കൈ വെട്ടിയെടുക്കും!'

ആ ബ്രാഹ്മണൻ തുണിയിൽ പൊതിഞ്ഞ ആ വസ്തു കൂടുതൽ മുറുകെപ്പിടിച്ചു. 'ഇല്ല... ദയവായി... വേണ്ട... ഗണേശാ... ഗണേശാ...'

'ആരാണീ ഗണേശൻ?!' തുർക്കി കള്ളൻ അലറി.

ബെക്കറിസിന് മതിയായിരുന്നു. അവൻ വാൾ തലയ്ക്കു മുകളിൽ ഉയർത്തിപ്പിടിച്ചു. വിചിത്രമെന്നു പറയട്ടെ, ആ പുരോഹിതൻ മുന്നോട്ടാഞ്ഞ് ആ വസ്തുവിനെ തന്റെ ഇരുകൈകളാലും പൂർണ്ണമായി പൊതിഞ്ഞു, സ്വന്തം ശരീരം കൊണ്ട് അതിനെ സംരക്ഷിച്ചു.

ബെക്കറിസിന്റെ അത്യാഗ്രഹം നിറഞ്ഞ കണ്ണുകൾ വിടർന്നു. *ഇത് ശരിക്കും വിലപിടിപ്പുള്ളതായിരിക്കണം!*

ആ തുർക്കി തന്റെ വാൾ ആഞ്ഞുവീശി, പുരോഹിതന്റെ ഇടതുകൈയിൽ, കൈമുട്ടിന് തൊട്ടുതാഴെയായി, അതിക്രൂരമായി വെട്ടി. മാംസവും എല്ലും തുളച്ച് ആ വെട്ട് കയറി. വളഞ്ഞ വാളിന്റെ ആഘാതം അത്ര ശക്തമായിരുന്നതുകൊണ്ട് അത് ഇടതുകൈയുടെ താഴെയുണ്ടായിരുന്ന വലതുകൈയുടെ പകുതിയോളം തുളച്ചുകയറി. അവിടെ, എല്ലിനുള്ളിൽ, വാളിന്റെ മുന കുടുങ്ങിപ്പോയി.

അറ്റുപോയ കൈകളിൽ നിന്ന് ചോര കുത്തിയൊലിച്ചപ്പോൾ ആ പുരോഹിതൻ ഭയാനകമായ വേദനയിൽ അലറിവിളിച്ചു.

'നാശം!' കുടുങ്ങിപ്പോയ വാൾ വലിച്ചൂരാൻ ശ്രമിച്ചുകൊണ്ട് ബെക്കറിസ് അലറി. അവൻ പുരോഹിതന്റെ വലതുകൈയിൽ നിന്ന് അത് പിടിച്ചുപറിച്ചു. ഒടുവിൽ, ആ വസ്തു സ്വതന്ത്രമായി. കള്ളനായ തുർക്കി ഉടൻ അതെടുത്ത്, ചോര പുരണ്ട കാവിത്തുണി ആർത്തിയോടെ തുറന്നു. 'ഇതെന്ത് കോപ്പാണ്?'

ബോധം മറയാറായ ഇന്ത്യൻ പുരോഹിതൻ ദയനീയമായി യാചിച്ചു, 'ദയവായി... ഉപദ്രവിക്കരുത്... ബാലഗണേശനെ... ഉപദ്രവിക്കരുത്... ബാലഗണേശനെ...'

ബെക്കറിസ് ആ വിഗ്രഹത്തിലേക്ക് തുറിച്ചുനോക്കി. 'ഇതൊരു കല്ല് മാത്രമാണല്ലോ!' അവൻ അടക്കാനാവാത്ത ദേഷ്യത്തിൽ ഗർജ്ജിച്ചു.

അതൊരു കല്ലിൽ തീർത്ത ഗണേശ വിഗ്രഹമായിരുന്നു, അതും ബാലരൂപത്തിലുള്ളത്. ചെറിയ കുട്ടികളുടേതുപോലുള്ള കൈകാലുകൾ. തടിച്ച ശരീരം. തുമ്പിക്കൈയുള്ള തലയ്ക്കും നല്ല പുഷ്ടിയുണ്ടായിരുന്നു. ഒരു കൊമ്പ് നീണ്ടതും മറ്റേത്

ഒടിഞ്ഞതുമായിരുന്നു. ഏറ്റവും ഹൃദയഹാരിയായ കാര്യം, ആ മുഖത്തെ നിഷ്കളങ്കമായ ഒരു കുട്ടിച്ചിരിയായിരുന്നു.

പക്ഷേ മറ്റ് പല ഹൈന്ദവ മൂർത്തികളിൽ നിന്നും വ്യത്യസ്തമായി, ഈ വിഗ്രഹത്തിൽ സ്വർണ്ണം പൂശിയിരുന്നില്ല. വജ്രക്കല്ലുകൾ പതിച്ചിരുന്നില്ല. വിലയേറിയ കല്ലൊന്നും ഉണ്ടായിരുന്നില്ല.

തുർക്കികളെ സംബന്ധിച്ചിടത്തോളം ആ വിഗ്രഹം വിലയില്ലാത്തതായിരുന്നു.

എന്നാൽ ആ ഇന്ത്യക്കാരനെ സംബന്ധിച്ചിടത്തോളം ആ മൂർത്തി അമൂല്യമായിരുന്നു. മരണത്തിന്റെ വക്കിലായിരുന്നിട്ടും ആ പുരോഹിതൻ ആവർത്തിച്ചുകൊണ്ടിരുന്നു, 'ഉപദ്രവിക്കരുത്... ബാലഗണേശനെ... ദയവായി... വേണ്ട...'

കുള്ളൻ കലിപൂണ്ട് ദൂരെ കാണുന്ന ക്ഷേത്രസമുച്ചയത്തിലേക്ക് നോക്കി. 'ഇതിനായിരുന്നുവോ നമ്മൾ അവിടുത്തെ കൊള്ളമുഴുവൻ നഷ്ടപ്പെടുത്തിയത്?'

അവൻ ഭ്രാന്തമായ ആവേശത്തിൽ അലറിക്കൊണ്ട് ആ വിഗ്രഹം നിലത്തേക്കെറിഞ്ഞു. കടലിൽ നിന്നുള്ള തിരമാലകൾ അവന്റെ കാലുകൾക്ക് ചുറ്റും ശക്തിയോടെ അടിച്ചുകയറി.

അതേസമയം, ബെക്കറിസ് തന്റെ കത്തിയൂരി ആ ബ്രാഹ്മണനുനേരെ ആഞ്ഞുവെട്ടി, ഒരൊറ്റ നിഷ്കരുണമായ പ്രഹരത്തിൽ അയാളുടെ ഹൃദയം തുളച്ച് തൽക്ഷണം കൊലപ്പെടുത്തി.

കുള്ളനായ തുർക്കി ക്ഷേത്രസമുച്ചയം ലക്ഷ്യമാക്കി ഓടി. "വേഗം, ബെക്കറിസ്!"

ബെക്കറിസ് തന്റെ കൂട്ടുകാരന്റെ പിന്നാലെ പാഞ്ഞു.

ആ ഇന്ത്യക്കാരൻ മരിച്ചുവീണു, പക്ഷേ അവന്റെ വെട്ടിമാറ്റപ്പെട്ട കൈകളിൽനിന്ന് ചോരയൊലിക്കുന്നത് നിന്നിരുന്നില്ല. കരുണയുള്ള കടൽത്തിരകൾ മുന്നോട്ട് നീങ്ങി, ബാലഗണേശന്റെ മൂർത്തിയെ ആ ബ്രാഹ്മണന്റെ അടുത്തേക്ക് തള്ളിനീക്കി. ആ കുട്ടിദൈവത്തിന്റെ വിഗ്രഹം, വേദനിച്ച ആത്മാവിനെ ആശ്വസിപ്പിക്കാനെന്നോണം പുരോഹിതനെ ആശ്ലേഷിക്കുന്നതുപോലെ തോന്നി.

രാത്രി ഏറെ വൈകിയിരുന്നു. ആയിരക്കണക്കിന് വർഷങ്ങളുടെ ചരിത്രവും സംസ്കാരവും ഉള്ളിൽ പേറുന്ന ക്ഷേത്രസമുച്ചയത്തിന്റെ തകർന്ന ചുറ്റുമതിലിനു പുറത്ത് ആയിരക്കണക്കിന് ആളുകൾ നിന്നു. ഉള്ളിൽ ആളിപ്പടരുന്ന തീജ്വാലകൾ എല്ലാം വിഴുങ്ങിക്കൊണ്ടിരുന്നു. നിസ്സഹായരായ ജനക്കൂട്ടത്തെ ഒന്നടങ്കം വളഞ്ഞിട്ടുണ്ടായിരുന്നു. സമ്പത്തിനും പ്രൗഢിക്കും പേരുകേട്ട ഒരു നഗരത്തിനുമേൽ നടന്ന ക്രൂരമായ സംഹാരതാണ്ഡവത്തിന്റെ പരിസമാപ്തിയായിരുന്നു അത്.

ഒരു ക്ഷേത്രം. ആ മഹാനഗരത്തിന്റെ അതേ പേരുള്ള ഒരു ക്ഷേത്രം.

സോമനാഥ്. ചന്ദ്രദേവന്റെ നാഥൻ. ദേവന്മാരിലെല്ലാം വെച്ച് ഏറ്റവും വലിയവനായ മഹാദേവന്റെ എണ്ണമറ്റ നാമങ്ങളിലൊന്ന്. *ദേവന്മാരുടെ ദേവൻ.*

എന്നിട്ടും, ആ വിശുദ്ധ നഗരത്തിന്റെ ഐതിഹ്യങ്ങൾക്കും സ്മാരകങ്ങൾക്കും എത്ര പ്രൗഢിയുണ്ടായിരുന്നിട്ടും, പുരാണങ്ങളിലെ അമരന്മാരായ വീരന്മാരിൽ നിന്ന് ഒരു സഹായവും വന്നില്ല. ചന്ദ്രദേവനായ സോമൻ, മുകളിലെ ആകാശത്തുനിന്ന് ഭയപ്പെടുത്തുന്ന ശാന്തതയോടെ താഴേക്ക് നോക്കി. അനുഗ്രഹദാതാവായ, ദേവന്മാരുടെ ദേവനായ ശിവൻ, ക്ഷേത്രത്തിലെ പുകയിലും പൊടിയിലും മറഞ്ഞിരുന്നു—തന്റെ ഭവനത്തിനും ജനങ്ങൾക്കും നേരെയുണ്ടായ ആക്രമണത്തിൽ നിന്ന് വിട്ടുനിൽക്കുന്നതുപോലെ.

മഹാദേവൻ തന്റെ ഭക്തരെ പരീക്ഷിക്കുകയായിരുന്നോ? എല്ലാവരും ഒരേ ചിന്തയിലായിരുന്നു... *ഭഗവാനേ, ഞങ്ങൾ എന്ത് തെറ്റാണ് ചെയ്തത്? എന്തിനാണ് അങ്ങ് ഞങ്ങളെ ഉപേക്ഷിക്കുന്നത്? ഈ കാടന്മാരെ വിജയിക്കാൻ അങ്ങ് എന്തിന് അനുവദിച്ചു?*

ഏകദേശം രണ്ടായിരം തുർക്കി യോദ്ധാക്കൾ തീർത്ത മനുഷ്യച്ചങ്ങല ആ ജനക്കൂട്ടത്തെ തടഞ്ഞുനിർത്തി. അന്നേദിവസം യുദ്ധം നടന്ന സ്ഥലത്തിന്റെ മറുവശത്ത്, ക്ഷേത്രത്തോട് ചേർന്നുള്ള കടൽത്തീരത്താണ് അവർ തടിച്ചുകൂടിയിരുന്നത്. ഈ ഭാഗം നഗരത്തോട് അടുത്തായതിനാൽ മതിലിന് ഉയരം കുറവായിരുന്നു. അതുകൊണ്ട്, കടൽത്തീരത്ത് തടിച്ചുകൂടിയ ഇന്ത്യക്കാർക്ക് വിഷലിപ്തരായ തുർക്കികൾ ക്ഷേത്രസമുച്ചയത്തിൽ നടത്തുന്ന വിനാശകരമായ താണ്ഡവത്തിന്റെ ഭൂരിഭാഗവും കാണാമായിരുന്നു.

ആൾക്കൂട്ടത്തിന്റെ അറ്റത്തായി വ്യാപാരിയായ സോമേശ്വർ നിന്നു, അദ്ദേഹത്തിന്റെ കണ്ണുകൾ മണൽത്തരികളിൽ തറഞ്ഞുനിന്നു. തടിച്ച, കഷണ്ടി കയറിയ, വെളുത്ത സോമേശ്വറിന്റെ മുഖത്ത് നരച്ച താടിയും സാധാരണയായി ദയയും സൗമ്യതയും നിറഞ്ഞ കണ്ണുകളുമായിരുന്നു. എന്നാൽ ഇപ്പോൾ ആ കണ്ണുകളിൽ വേദനയും നിരാശയും മാത്രം. അദ്ദേഹം വിറച്ചു. നഗരത്തിലെ ഏറ്റവും ധനികനും പ്രമുഖനുമായ വ്യാപാരി—യഥാർത്ഥത്തിൽ, ലോകത്തിലെ തന്നെ ഏറ്റവും വലിയ ധനികരിൽ ഒരാൾ—അറുപത്തിനാല് വയസ്സുകാരനായ അദ്ദേഹം തന്റെ ജീവിതം മുഴുവൻ ഭഗവാന്റെ നിഴലിലാണ് കഴിച്ചുകൂട്ടിയത്. മഹാദേവന്റെ ശ്രീകോവിലിൽ വെച്ച് ഭഗവാന്റെ പേരാണ് അദ്ദേഹത്തിന് നൽകിയത്. എട്ടാമത്തെ വയസ്സിൽ സോമനാഥ ക്ഷേത്രത്തിൽ വെച്ചാണ് അദ്ദേഹം പൂണൂൽ ധരിച്ചത്. പതിനഞ്ചാമത്തെ വയസ്സിൽ, ക്ഷേത്രത്തിന്റെ ഖജനാവിലേക്ക് ഭൂമിയും പണവും സമർപ്പിച്ച ശേഷം അദ്ദേഹം അച്ഛന്റെ വ്യാപാരത്തിന്റെ ചുക്കാൻ പിടിച്ചു. അതിനുശേഷം, അടുത്തും ദൂരെയുമുള്ള സ്ഥലങ്ങളിലേക്കുള്ള ഓരോ യാത്രയും ആരംഭിച്ചത് സോമനാഥ ക്ഷേത്രത്തിലെ പ്രാർത്ഥനയോടെയായിരുന്നു. തന്റെ അഭാവത്തിൽ കുടുംബത്തെ ഭഗവാനെ ഏൽപ്പിച്ചായിരുന്നു ഓരോ യാത്രയും.

ഭഗവാന്റെ സാന്നിധ്യത്തിലാണ് സോമേശ്വറിന്റെ സമ്പത്ത് വളർന്നത്. അദ്ദേഹം ജീവിച്ചതും ശ്വസിച്ചതും ഭഗവാനു-വേണ്ടിയായിരുന്നു. അദ്ദേഹത്തിന്റെ പേര് ഭഗവാന്റേതായിരുന്നു.

ഇന്നിപ്പോൾ, തന്റെ നഗരത്തിന്റെ പ്രതിരോധനിരകൾ ഒന്നൊന്നായി ഒരു നിഷ്ഠൂരനായ ശത്രുവിന് മുന്നിൽ വീഴുന്നത് അദ്ദേഹം കണ്ടുനിന്നു. ആ ആക്രമണം അദ്ദേഹത്തിന്റെ ഭാവനകൾക്കപ്പുറവും മനസ്സിനെ സ്തംഭിപ്പിക്കുന്നതുമായിരുന്നു. ദൈവികനായ ആ നാഥനിലുള്ള അദ്ദേഹത്തിന്റെ വിശ്വാസം ഉലഞ്ഞുപോയി.

മഹാദേവൻ എന്നെ പരീക്ഷിക്കുകയാണ്. ഭഗവാൻ നമ്മളെ എല്ലാവരെയും പരീക്ഷിക്കുന്നു. ഈ ഭയാനകമായ കാലത്തിന്റെ അരിപ്പയിലൂടെ കടത്തിവിട്ട്, കപടവിശ്വാസികളിൽ നിന്നും അവസരവാദികളിൽ നിന്നും ഉറച്ച ഭക്തരെ വേർതിരിച്ചെടുക്കാൻ അവിടുന്ന് ആഗ്രഹിക്കുന്നു. ഞാൻ ഉറച്ചുനിൽക്കണം. ഞാൻ

സത്യസന്ധനായിരിക്കണം. ഞാൻ വിശ്വസ്തനായിരിക്കണം, കാരണം ഏഴുലോകങ്ങളിലും മഹാദേവന്റെ, ദേവന്മാരുടെ ദേവന്റെ ശക്തിക്ക് തുല്യമായ മറ്റൊരു ശക്തിയുമില്ല.

എന്നിട്ടും, ഗസ്നിയിൽ നിന്നുള്ള ആ വിദേശ ആക്രമണകാരി, ആ രാക്ഷസൻ, ആ തുർക്കി മൃഗം വിജയിച്ചിരിക്കുന്നു.

സുൽത്താൻ യാമിൻ-ഉദ്-ദൗള അബുൽ-കാസിം മഹ്മൂദ് ഇബ്ൻ സെബുക്തേഗിൻ. ഗസ്നിയിലെ മഹ്മൂദ് അഥവാ മഹ്മൂദ് ഗസ്നി എന്ന പേരിലാണ് അയാൾ കൂടുതൽ അറിയപ്പെട്ടിരുന്നത്.

വിശാലമായ ക്ഷേത്രസമുച്ചയത്തിന്റെ നടുവിലുള്ള പ്രധാന ക്ഷേത്രത്തിലേക്ക് തുർക്കികൾ ഇരച്ചുകയറിയിട്ട് എത്ര സമയമായെന്ന് സോമേശ്വറിന് ഓർമ്മയില്ലായിരുന്നു. തുർക്കികളുടെ ക്രൂരതയെ ചെറുക്കാനുള്ള അവസാന ശ്രമമെന്ന നിലയിൽ, ഇന്ത്യൻ പ്രതിരോധസേനയുടെ അവസാന സൈനിക വിഭാഗം രണ്ട് നിരകളായി നിലയുറപ്പിച്ചിരുന്നു. ഒരു സംഘം പ്രധാന ക്ഷേത്രത്തിലേക്കുള്ള ചെറിയ കവാടത്തിലും, മറ്റേ സംഘം ക്ഷേത്രത്തിലെ പുരോഹിതന്മാരോടൊപ്പം ശ്രീകോവിലിന്റെ കൂറ്റൻ വാതിലുകൾക്ക് പിന്നിലും.

പ്രധാന ക്ഷേത്രത്തിൽ അവസാനമായി പൊരുതിനിന്ന ധീരരായ സൈനികരിൽ സോമേശ്വറിന്റെ ഇളയ മകൻ ധ്രുവും ഉണ്ടായിരുന്നു. ശ്രാവസ്തിയിലെ ധീരനായ യോദ്ധാവ്, രാജകുമാരൻ മല്ലദേവിന്റെ നേതൃത്വത്തിലാണ് അവൻ അകത്തേക്ക് പോയത്. ധ്രുവ് ഒരു വലിയ പടയാളിയായിരുന്നില്ല. നഗരത്തിലെ പ്രതിരോധ സേനയിലെ ഒരു ഇടത്തരം ഉദ്യോഗസ്ഥൻ മാത്രമായിരുന്നു അവൻ, അതിൽ ഭൂരിഭാഗവും സന്നദ്ധപ്രവർത്തകരായിരുന്നു. ഒരു സൈനികന്റെ വേഷത്തിൽ സോമനാഥനെ സേവിക്കുമെന്ന് അവൻ പ്രതിജ്ഞയെടുത്തിരുന്നു.

സോമേശ്വറിന് തന്റെ മകനെ അറിയാമായിരുന്നു. അവന്റെ ശരാശരി പോരാട്ട വൈദഗ്ധ്യവും, ഇടത്തരം ഉയരവും, മെലിഞ്ഞുണങ്ങിയ ശരീരവും അദ്ദേഹത്തിന് അറിയാമായിരുന്നു. എന്നാൽ ഈ പരിമിതികളെ മറികടക്കുന്നതായിരുന്നു അവന്റെ വലിയ ഹൃദയവും ശിവനോടുള്ള ഭയാനകമായ കൂറും. തന്റെ മകൻ മരണം വരെ അഭിമാനത്തോടെ പോരാടുമെന്ന് അദ്ദേഹത്തിന്

അറിയാമായിരുന്നു. എന്നാൽ ആ സമയം വന്നോ എന്ന് അദ്ദേഹത്തിന് ഉറപ്പില്ലായിരുന്നു.

നീറിപ്പുകയുന്ന ഓരോ നിമിഷവും ഇഴഞ്ഞുനീങ്ങുന്നതുപോലെ സമയം കടന്നുപോയി.

സുൽത്താന്റെ പ്രധാനമന്ത്രിയായ ഖ്വാജ ഹസ്സന്റെ പക്കൽ കൊടുത്തയച്ച നിർദ്ദേശത്തിന് മറുപടിക്കായി സോമേശ്വറും നഗരത്തിലെ വ്യാപാര സംഘങ്ങളിൽ നിന്നുള്ള മറ്റ് പ്രതിനിധികളും കാത്തിരുന്നു. ഖ്വാജ ഒരു പേർഷ്യക്കാരനായിരുന്നു, മദ്ധ്യേഷ്യയിൽ നിന്നുള്ള തുർക്കി കൂട്ടങ്ങളെക്കാൾ കൂടുതൽ സംസ്കാരമുള്ള ഒരു വർഗ്ഗം. കവിതയോടും ജ്ഞാനത്തോടും പ്രായോഗികമായ വ്യാപാര തീരുമാനങ്ങളോടും കൂടുതൽ താൽപ്പര്യമുള്ളവർ.

സോമേശ്വറിന്റെ സന്ദേശം ലളിതവും ഗസ്നിക്ക് വളരെ ലാഭകരവുമാകുമായിരുന്നു: *ഞങ്ങൾ മരിക്കുകയോ നശിപ്പിക്കപ്പെടുകയോ ചെയ്താൽ അതുകൊണ്ട് ഗസ്നിയിലെ ഭരണാധികാരിയായ സുൽത്താൻ മഹ്മൂദിന് ഒരു പ്രയോജനവും ഉണ്ടാകില്ല. ക്ഷേത്രത്തിലെ പവിത്രമായ മൂർത്തി, ശിവലിംഗം, അശുദ്ധമാക്കപ്പെട്ടാൽ, ഞങ്ങൾ മരിച്ചതായി കണക്കാക്കാം. ഞങ്ങളുടെ ഭഗവാനാണ് ഞങ്ങളുടെ ആത്മാവിനെയും ജീവനെയും ഉൾക്കൊള്ളുന്ന പാത്രം. ക്ഷേത്രത്തെ വെറുതെ വിടുക. ലിംഗത്തെ വെറുതെ വിടുക. ലിംഗത്തെ സംരക്ഷിക്കുന്നവരെയും വെറുതെ വിടുക, പകരം ഞാൻ, സോമേശ്വർ, സുൽത്താന് ഈ നഗരത്തിൽ നിന്ന് അർഹമായ കപ്പവും വരുമാനവും വർഷാവർഷം ലഭിക്കുമെന്ന് ഉറപ്പുനൽകുന്നു. അദ്ദേഹത്തിനും അദ്ദേഹത്തിന്റെ പിൻതലമുറയ്ക്കും. എന്നെന്നേക്കുമായി.*

ഖ്വാജ ഹസ്സന്റെ മുത്തുപോലുള്ള കണ്ണുകളിൽ അത്യാഗ്രഹം മിന്നിമറഞ്ഞു. സോമനാഥിലെ തകർന്ന വ്യാപാരികൾക്ക് അത് പ്രതീക്ഷ നൽകി.

'ഞാൻ അകത്തുപോയി നിങ്ങൾക്കുവേണ്ടി സുൽത്താനുമായി സംസാരിക്കാം,' തടിച്ചുവെളുത്ത പേർഷ്യക്കാരൻ സോമേശ്വറിനോടും ഉത്കണ്ഠാകുലരായ പ്രതിനിധികളോടും പറഞ്ഞു. പിന്നീട്, ഗസ്നവിദ് സൈനികർ വഴിമാറിക്കൊടുത്തപ്പോൾ, തന്റെ ഭാരിച്ച ശരീരത്തിന് ആവുന്നത്ര വേഗത്തിൽ അയാൾ പാഞ്ഞുപോയി. ക്ഷേത്രത്തിന്റെ

പ്രധാന വാതിലുകളിലൂടെ അയാൾ അപ്രത്യക്ഷനാകുന്നത് അവർ കണ്ടു.

വേദനാജനകമായ കുറെ സമയത്തിനു ശേഷവും, അവർക്ക് ഒരു മറുപടിയും ലഭിച്ചിരുന്നില്ല...

തന്റെ ദുർബലമായ വാരിയെല്ലുകളുടെ തടവറ ഭേദിച്ച് ഹൃദയം പുറത്തുചാടാൻ തയ്യാറെടുക്കുന്നതുപോലെ സോമേശ്വറിന് തോന്നി. ഈ അവസാനത്തെ യാചന മഹാദേവന്റെ അഭിമാനം രക്ഷിക്കുമോ? തന്റെ ശരീരത്തിന്റെയും ആത്മാവിന്റെയും ഒരു ഭാഗമായ മകൻ മറ്റൊരു പ്രഭാതം കാണാൻ ജീവിച്ചിരിക്കുമോ? ഗസ്നിയിലെ മഹ്മൂദ് കനിയുമോ?

ഖ്വാജ ഹസ്സന്റെ ചടുലമായ ചുവടുകളിൽ എത്രയൊക്കെ ശുഭാപ്തിവിശ്വാസം ഉണ്ടായിരുന്നിട്ടും, ക്ഷേത്രത്തിനുള്ളിൽ നിന്ന് ഉയർന്നുകേട്ടത് ആവർത്തിച്ചുള്ള ക്രൂരമായ ഒരു മുഴക്കം മാത്രമായിരുന്നു. ഒരു ഭീമാകാരമായ ക്ഷേത്രമണി പാറയിൽ ആവർത്തിച്ച് ഇടിക്കുന്നതുപോലുള്ള ശബ്ദം. ഇടിമുഴക്കം പോലെ താളാത്മകമായി അത് മുഴങ്ങി, അതിനൊരു തണുത്ത ലോഹധ്വനിയുണ്ടായിരുന്നു.

ഠം.

ഠം.

ഠം... ഠം... ഠം...

വീണ്ടും. വീണ്ടും. വീണ്ടും.

വാതിൽ അടഞ്ഞുകിടന്നു. മഹ്മൂദിന്റെ കൂട്ടങ്ങളുടെ ഭ്രാന്തനായ സൈന്യാധിപൻ അബു കാസിം, അയ്യായിരം പേരടങ്ങുന്ന ഒരു സൈനിക വിഭാഗവുമായി ക്ഷേത്രപരിസരം പുറത്തുനിന്ന് സുരക്ഷിതമാക്കി. ആ കാടന്മാർ പിടിക്കപ്പെട്ട നഗരത്തിലെ പ്രതിരോധ സേനാംഗങ്ങളെ വെച്ച് കളിക്കുകയായിരുന്നു; അംഗഭംഗം വരുത്തുകയും, വിനോദത്തിനെന്നപോലെ അലക്ഷ്യമായി കൊല്ലുകയും ചെയ്തു. ഏറ്റവും കരുത്തരായവരെ, അവർ കാലിട്ടടിച്ച് കരയുമ്പോഴും, ഗസ്നവിദ് അടിമകളായി സേവിക്കാൻ വലിച്ചിഴച്ചുകൊണ്ടുപോയി. അല്ലെങ്കിൽ അടിമകളായി വിൽക്കാൻ.

അന്നേദിവസം നേരത്തെ തന്നെ നഗരം അബു കാസിമിന്റെ ക്രൂരതയുടെ ആഘാതം ഏറ്റുവാങ്ങിയിരുന്നു. സ്ത്രീകളും,

ആൺകുട്ടികളും പെൺകുട്ടികളും അടങ്ങുന്ന കുട്ടികളും ബലാത്സംഗം ചെയ്യപ്പെട്ടു. പുരുഷന്മാരുടെ തലവെട്ടി, അവരുടെ തലയോട്ടികൾ കൊണ്ട് കൂമ്പാരങ്ങൾ ഉണ്ടാക്കി. കന്നുകാലികളെ കൊന്നൊടുക്കി. കിണറുകളിൽ വിഷം കലക്കി. ഈ കുറ്റകൃത്യങ്ങൾക്കെല്ലാം അകമ്പടിയായി ഭയാനകമായ ഒരു മുരൾച്ചയുണ്ടായിരുന്നു: അവിശ്വാസി. അവിശ്വാസി.

ഠം!

ഠം!

ഠം!

വ്യക്തമായും, ക്ഷേത്രത്തിനുള്ളിൽ എന്തോ തകർക്കപ്പെടുകയായിരുന്നു. സോമേശ്വറിന്റെ കവിളിലൂടെ ഒരു തുള്ളി കണ്ണുനീർ ഒഴുകിയിറങ്ങി. അത് ഒന്നുമാത്രമേ ആകാൻ തരമുള്ളൂ. നഗരത്തിലെ വിഗ്രഹാരാധകരുടെ മതവിശ്വാസങ്ങളെയും ആചാരങ്ങളെയും അപമാനിക്കാൻ തുർക്കി സൈന്യം വലിയ പ്രയത്നം നടത്തിയിരുന്നു. സത്യം പറഞ്ഞാൽ, അവരുടെ ഈ കാടത്തത്തിൽ നിന്ന് അവർക്ക് തീവ്രമായ സംതൃപ്തി ലഭിച്ചിരുന്നു. ദേവീദേവന്മാരുടെ ചെറിയ ക്ഷേത്രങ്ങളും മഹാദേവന് സമർപ്പിച്ച പ്രധാന ക്ഷേത്രവുമുള്ള സോമനാഥ ക്ഷേത്രസമുച്ചയത്തിന്റെ നിലനിൽപ്പ് തന്നെ അവരെ പ്രകോപിപ്പിക്കുന്നതായി തോന്നി. ഹൈന്ദവർ അവരെ പ്രകോപിപ്പിക്കാൻ ഒന്നും ചെയ്യേണ്ടതില്ലായിരുന്നു. വിഗ്രഹാരാധകർ എന്ന നിലയിലുള്ള അവരുടെ നിലനിൽപ്പ് തന്നെ മഹ്മൂദിനും അവരുടെ ഇസ്ലാമിന്റെ തുർക്കി വ്യാഖ്യാനത്തിനും അരോചകമായിരുന്നു.

സോമനാഥിലെ പ്രശസ്തമായ, അന്തരീക്ഷത്തിൽ നിൽക്കുന്ന ശിവലിംഗ മൂർത്തി തകർക്കുന്നത് ഇന്ത്യയിലെ സ്വേച്ഛാധിപത്യപരമായ തുർക്കി പടയോട്ടത്തിന്റെ പാരമ്യമായിരിക്കും.

നിശ്ശബ്ദതയിൽ പതിഞ്ഞിരുന്ന ഭീതിയെ തുളച്ചുകീറി, ആ ഇരുമ്പിൻറെ ശബ്ദം ഭയാനകമായ ആവർത്തനത്തോടെ മുഴങ്ങി.

!ക്ലാക് !ക്ലാക് !ക്ലാക്

ആ ഭീകരദിനത്തിലെ സംഭവങ്ങൾ മനസ്സിലേക്കു പ്രളയമായി ഒഴുകിയെത്തിയപ്പോൾ, സോമേശ്വർ കരഞ്ഞുപോയി. താൻ

കേൾക്കുന്നതെന്തെന്ന് അവനറിഞ്ഞിരുന്നു—എത്ര പ്രതീക്ഷകൾ ഉണ്ടായിരുന്നാലും. മിഥ്യാഭ്രമത്തിന്റെ ആശ്വാസം പോലും അവന്റെ മനസ്സ് അനുവദിച്ചില്ല. പിന്നെ, കരയാതെ മറ്റെന്ത് ചെയ്യാനാവും? അവർ അവന്റെ ഭാര്യയെ കൊന്നു, മക്കളെ, മരുമക്കളെ... അവന്റെ കൊച്ചുമക്കളെ. അയ്യോ, അവന്റെ കൊച്ചുമക്കളെ. എല്ലാം ഒരേ ദിവസത്തിൽ. ഇനി, ശിവന്റെ തന്നെ ഗർഭഗൃഹത്തിൽ, അവന്റെ അവസാനമായി ശേഷിക്കുന്ന മകനെയും അവൻ നഷ്ടപ്പെടും.

പെട്ടെന്ന്, ആ ഇരുമ്പുതട്ടലുകളുടെ ശബ്ദം നിലച്ചു. അപ്പോൾ തന്നെ, അബൂ ഖാസിമിന്റെ മുഴങ്ങുന്ന ശബ്ദം സുൽത്താന്റെ വരവ് പ്രഖ്യാപിച്ചു.

ആ പിശാച്.

ഗസ്നിയിലെ മഹ്മൂദ്.

പ്രായവും കണ്ണീരും ചേർന്ന് മങ്ങിപ്പോയ കാഴ്ചയോടെ, കത്തി നിൽക്കുന്ന കണ്ണുകൾകൊണ്ട് സോമേശ്വർ നോക്കി. മഹ്മൂദ് ക്ഷേത്രസമുച്ചയത്തിൽ നിന്ന് പുറത്തേക്ക് നീങ്ങി; പിന്നിൽ ചേർന്ന് അവന്റെ കാവൽക്കാരും അനുചരസംഘവും. ഭാരതത്തിലെ നിർഭാഗ്യരായ ജനങ്ങളുടെ കണ്ണുകൾക്ക് അവൻ വികൃതനും അസഹ്യനുമായിരുന്നു. സാധാരണ സ്നേഹസ്വഭാവമുള്ള സോമേശ്വറിന്റെ ഉള്ളിൽ രോഷത്തിന്റെ ഒരു തരംഗം ഉയർന്നു.

'സോമേശ്വർ ഭായ്,' അവന്റെ സുഹൃത്തും വ്യാപാരപങ്കാളിയുമായ ഇഖ്ബാൽ പിറുപിറുത്തുകൊണ്ട് പറഞ്ഞു. സോമേശ്വർ അവനൊരു സഹോദരനെ പോലെയായിരുന്നു. 'അവൻ നേരെ നമ്മുടെ അടുക്കലേക്ക് വരുന്നു. നമ്മെയെല്ലാവരെയും അവൻ കൊല്ലും!'

ഹൃദയം ഭീതിയോടെ കുതിച്ചുയരുന്നത് സോമേശ്വർ അനുഭവിച്ചു. തന്റെ ജീവിതത്തിലെ ഏറ്റവും ഭീകരമായ ദിനത്തിന്റെ സംവിധായകൻ—ആ ഭയങ്കര പിശാച്—ഭീഷണിയോടെ അവന്റെ അടുക്കലേക്ക് നീങ്ങി. ഒരുവശത്ത് ഉത്കണ്ഠയോടെ ഖ്വാജ ഹസ്സൻ; മറുവശത്ത്, ഉയരമുള്ള, ക്ഷൗരം ചെയ്ത മുഖവും ശക്തമായ പേശിയുള്ള കൈകളുമുള്ള ഒരു യുവാവ്. സുൽത്താന്റെ പിന്നാലെ അവനും ക്ഷേത്രത്തിൽ പ്രവേശിച്ചിരുന്നു.

'ഓം നമഃ ശിവായ, ഓം നമഃ ശിവായ, ഓം നമഃ ശിവായ,' സോമേശ്വർ ആവർത്തിച്ചു മന്ത്രിച്ചു. അത് ഒരു പുരാതന ഹിന്ദു

മന്ത്രമായിരുന്നു—സകല ബ്രഹ്മാണ്ഡവും താനും, ഭക്തനായ അവൻ, ശിവനോട് നമിക്കുന്നുവെന്ന അർത്ഥം. തുർകി രാജാവ് അടുത്തുവരുമ്പോൾ, ആ വ്യാപാരി വിറയോടെ ഉമിനീർ വിഴുങ്ങി മന്ദമായി പറഞ്ഞു, 'എന്നെ രക്ഷിക്കേണമേ, പ്രഭോ.'

ആ പിശാച് വ്യാപാരികളുടെ കൂട്ടത്തിനരികിലേക്ക് ഭീഷണിയോടെ നടന്നു.

ഗസ്നിയിലെ മഹ്മൂദ്. സാധാരണ തുർകിക്കാരെ അപേക്ഷിച്ച് അപൂർവ്വമായി ഉയരമുള്ളവൻ. ചുറ്റും തിരക്കേറിയ അനുചരസംഘത്തെക്കാൾ ഉയർന്ന് നിന്ന അവൻ—ചിലർ ജ്വലിക്കുന്ന പന്തങ്ങൾ ഉയർത്തിപ്പിടിച്ചു, മറ്റുള്ളവർ രക്തം തുവുന്ന ആയുധങ്ങൾ വീശി. യാത്രകളിൽ സോമേശ്വർ അവയെ തിരിച്ചറിയാൻ പഠിച്ചിരുന്നു: ജാംബിയകൾ, കട്ടാറുകൾ, പെഷ്ക്കാബ്സുകൾ...

മഹ്മൂദ് കരടായ ഗർജ്ജനത്തോടെ പറഞ്ഞു, 'തന്റെ കപടദൈവത്തെ രക്ഷിക്കാനായി എനിക്ക് പണം വാഗ്ദാനം ചെയ്തത് ആരാണ്? മുന്നോട്ട് വരൂ!'

സോമേശ്വർ പ്രതികരിക്കുന്നതിന് മുൻപ് തന്നെ, തടിച്ച ഖ്വാജ ഹസ്സൻ പറഞ്ഞു, 'ഇവൻ, പ്രഭുവേ!'

അയാൾ സോമേശ്വറിന്റെ മുഖത്തേക്ക് വിരൽ ചൂണ്ടി കുത്തി. 'ഈ കാഫിർ. ചെറിയ സമ്പത്തിനുവേണ്ടി നീ നിന്റെ വിശ്വാസവും മാനവും വിറ്റഴിക്കാൻ ശ്രമിച്ചു. തന്റെ പൗരാണിക ദൈവത്തിന്റെ അഭിമാനത്തിന് പകരം വെറും പൊന്നു മാത്രം! ഹാ!'

മഹ്മൂദിന്റെ ദുഷ്ടനോട്ടം സോമേശ്വറിനെ തുളച്ചുകയറി. അവൻ ഭീതിയിൽ ചുരുങ്ങിപ്പോയി. സുൽത്താൻ വിരലുകൾ ഉയർത്തി; ഉടൻ തന്നെ രണ്ട് കാവൽക്കാർ വ്യാപാരിയുടെ കൈകളിൽ പിടിച്ചു.

'കരുണ!' സോമേശ്വർ നിലവിളിച്ചു. 'കരുണ, പ്രഭുവേ! എന്നെ രക്ഷിക്കണമേ! നിങ്ങളുടെ മാനത്തെ ത്യജിക്കണമെന്ന് ഞാൻ ഉദ്ദേശിച്ചില്ല! ഞാൻ തേടിയത് നിങ്ങളുടെ ദയ മാത്രമാണ്!'

കാവൽക്കാർ അവന്റെ ചുമലുകളിൽ ശക്തിയായി അമർത്തി. സോമേശ്വറിന്റെ സന്ധികൾ തളർന്നു. അവൻ മുട്ടുകുത്തി വീണു.

'കരുണ,' ഭീതിയിൽ കുനിപ്പോയ സോമേശ്വർ അപേക്ഷിച്ചു. 'കരുണ, പ്രഭുവേ!'

മഹ്മൂദ് അവന്റെ അരികിലെ യുവാവിനെ നോക്കി ഒരു ഭീകരമായ ഹൈനയെപ്പോലെ ചിരിച്ചു. 'കണ്ടോ, മഖ്സൂദ്?! കണ്ടോ?! ആട് കരയുന്നത് പോലെയില്ലേ!'

തടിച്ച ശരീരവും പേശിയാർന്ന കൈകളും ഉണ്ടായിരുന്ന ആ യുവാവ് ഒരു ശബ്ദവും ഉണ്ടാക്കിയില്ല. എന്നാൽ അവന്റെ കാപ്പിവർണ്ണ കണ്ണുകളിൽ ദുഷ്ടമായ ഒരു തിളക്കം പടർന്നു; ചുണ്ടുകളുടെ വശങ്ങൾ പരിഹാസത്തോടെ ചലിച്ചു. സലാർ മഖ്സൂദ്. ഗസ്നിയിലെ മഹ്മൂദിന്റെ പ്രിയപ്പെട്ട അനന്തരവൻ. കാരുണ്യത്തിന്റെയും സ്നേഹത്തിന്റെയും ഒരു അംശവുമില്ലാത്ത, മൃഗസമാനമായ ആവിഷ്കാരത്തിന്റെ കാര്യത്തിൽ അവൻ തന്റെ അമ്മാവനെപ്പോലെ തന്നെയായിരുന്നു.

അവസരവാദിയായ ഖ്വാജ ഹസ്സൻ തന്റെ ഭയം മറയ്ക്കാൻ ഉച്ചത്തിൽ ചിരിച്ചു. കാരണം, ഈ വാഗ്ദാനവുമായി സുൽത്താന്റെ അടുക്കൽ പോയത് അവനായിരുന്നു—പക്ഷേ അതൊന്നും സുഖകരമായി സ്വീകരിക്കപ്പെട്ടിരുന്നില്ല. അവൻ കൈയ്യടിച്ച് സന്തോഷത്തോടെ നിലവിളിച്ച് നിർഭാഗ്യവാനായ ഇന്ത്യൻ വ്യാപാരിയെ അപമാനിച്ചു; ഒടുവിൽ യജമാനന്റെ കഠിനമായ നോട്ടം അവനെ മൗനിപ്പിച്ചു.

'ഇതാണ് നിന്റെ രാജ്യത്തിന്റെ വിധി,' മഹ്മൂദ് മുരണ്ടു. 'നിന്റെ കപടദൈവത്തിന്റെ. നിന്റെ സ്ത്രീകളുടെ.'

അവൻ ഇടത് കൈ ആകാശത്തേക്ക് ഉയർത്തി. 'നിന്റെ കുട്ടികളുടെ...'

അവൻ അല്പം കുനിഞ്ഞ് സോമേശ്വറിന്റെ വലത് കവിളിൽ ശക്തിയായി അടിച്ചു. പിന്നെ ഇടത്. പിന്നെയും വലത്...

'നിന്റെ സൈനികരുടെ. നിന്റെ മക്കളുടെ. നിന്റെ രാജാക്കന്മാരുടെ. നിനക്ക് പ്രിയപ്പെട്ട എല്ലാറ്റിന്റെയും, നായകളേ!'

മഹ്മൂദ് ഇപ്പോൾ കളിയെന്ന പോലെ സോമേശ്വറിന്റെ ഇരുകവിളുകളിലും അടിച്ചുകൊണ്ടിരുന്നു. വയോധികന്റെ ചുണ്ടുകളുടെ കോണുകളിൽ രക്തബിന്ദുക്കൾ തെളിഞ്ഞു. മഹ്മൂദ് അവന്റെ കണ്ണുകളിലേക്ക് നോക്കി. 'എന്നോട് വ്യാപാരം ചെയ്യാൻ നീ എങ്ങനെ ധൈര്യപ്പെട്ടു?' അവൻ ചുണ്ടോടിച്ചുപറഞ്ഞു. 'പരാജിതർ വ്യാപാരം ചെയ്യില്ല. അവർ അപേക്ഷിക്കും. എനിക്ക് അവകാശപ്പെട്ടത് ഞാൻ എടുക്കും—നിനക്ക് സമ്മതമാണെങ്കിലും ഇല്ലെങ്കിലും. ഞാൻ നിന്റെ വിഗ്രഹങ്ങൾ തകർക്കും. നിന്റെ മക്കളെ

എന്റെ അടിമകളാക്കും. നിന്റെ പുത്രിമാരെയും ഭാര്യമാരെയും ഗസ്നിയിലെ വേശ്യാലയങ്ങൾ നിറയ്ക്കാൻ കൊണ്ടുപോകും.'

ദുർബലനായ വയോധികൻ മുട്ടുകുത്തി തളർന്ന് കിടന്നു. കരഞ്ഞുകൊണ്ട്. മഹ്മൂദ് അവന്റെ കഴുത്ത് ഒരു ഇരുമ്പുകെട്ടുപോലെ പിടിച്ചു—ബലിയാടുപോലെ. അവൻ വൃദ്ധന്റെ താടി പിന്നോട്ട് തള്ളുകയും തന്റെ നീളമുള്ള നഖം കൊണ്ട് അതിന്മേൽ വരയ്ക്കുകയും ചെയ്തു.

'കരുണയ്ക്ക് അപേക്ഷിക്കൂ,' മഹ്മൂദ് പാമ്പുപോലെ ചീറ്റി. 'നിന്റെ ജീവൻ രക്ഷിക്കണമെന്ന് എന്നോട് അപേക്ഷിക്കൂ.' ഒരു ഭീകരന്റെ സന്തോഷത്തോടെ അവൻ പരിഹസിച്ച് മൃദുവായി, പാട്ടുപോലെയുള്ള സ്വരത്തിൽ പറഞ്ഞു, 'ഒരുപക്ഷേ ഞാൻ ചെയ്യും. നമ്മുടെ ദൈവം—ഏകസത്യദൈവം—ശത്രു കീഴടങ്ങുമ്പോൾ ദയയും കരുണയും കാണിക്കണമെന്ന് നമ്മോട് പറയുന്നു. ഇന്നിവിടെ നീ എന്റെ മുന്നിൽ കീഴടങ്ങുന്നുണ്ടോ?'

സോമേശ്വർ സുൽത്താനെ നോക്കാൻ ശ്രമിച്ചു, പക്ഷേ അവന്റെ കണ്ണുകൾ ഉള്ളിലേക്ക് മറിഞ്ഞു. അവൻ ഞരങ്ങി.

'കേൾക്കാനാവുന്നില്ല,' മഹ്മൂദ് ചെവിയിൽ കൈവെച്ച് പരിഹസിച്ചു. 'നീ കീഴടങ്ങുന്നുണ്ടോ?'

'ഞാൻ കീഴടങ്ങുന്നു.'

മഹ്മൂദ് പിടിവിട്ടു; സോമേശ്വർ പിന്നിലേക്ക് വീണു. അധിനായകൻ പുഞ്ചിരിച്ചു. 'നിങ്ങൾ വിഗ്രഹാരാധകർ പുരുഷന്മാരല്ല. നിങ്ങൾ നപുംസകർ. ഞങ്ങൾ—പുരുഷാർത്ഥമുള്ള മൊമിനുകൾ—വേട്ടയാടാൻ ജനിച്ചവർ.'

പിന്നെ സുൽത്താൻ കൈകൾ മിശിഹായെ പോലെ ആകാശത്തേക്ക് വിരിച്ചു. 'എന്നാൽ ഞാൻ നിനക്ക് കരുണ വാഗ്ദാനം ചെയ്തിരുന്നു; ഞാൻ വാക്ക് പാലിക്കുന്ന മനുഷ്യനാണ്. നിന്റെ ദയനീയമായ ജീവൻ ഞാൻ രക്ഷിക്കും. വിടപറയുന്ന ഒരു സമ്മാനവും ഞാൻ നിനക്ക് നൽകും. നിന്റെ പാഴായ കൈകളിൽ അത് ജീവിതം മുഴുവൻ ചേർത്തുപിടിച്ചുകൊള്ളൂ, വൃത്തികെട്ട കാഫിറേ. എന്റെ കരുണയും... ഏകസത്യദൈവമായ അല്ലാഹുവിന്റെ കരുണയും... നിന്നെ എക്കാലവും ഓർമ്മിപ്പിക്കട്ടെ.'

സോമേശ്വർ ആശങ്കയോടെ മേലോട്ട് നോക്കി. മഹ്മൂദ് വലതുകൈ വീശി, ചാക്കുകൾ തൂക്കിയ രണ്ട് ബലിഷ്ഠരായ പുരുഷന്മാരെ വിളിച്ചു. അവർ ഓടിയെത്തി യജമാനന്റെ മുന്നിൽ നിന്നു. മഹ്മൂദ് അവരിൽ ഒരാളോട് വിരലുകൾ ഞൊടിച്ചു. അവൻ ഉടൻ ചാക്ക് നിലത്തിട്ട്, കൈ അകത്താക്കി, പൊട്ടിയ കല്ലുപോലെയുള്ള ചില തുണ്ടുകൾ പിടിച്ചെടുത്തു. താഴെകുനിഞ്ഞ് വണങ്ങി, അവ മഹ്മൂദിന് നൽകി.

സോമേശ്വർ താഴേക്ക് നോക്കി. ആ തുണ്ടുകൾ എന്താണെന്ന് അവനറിഞ്ഞിരുന്നു. കാന്തക്കല്ലും ലോഹവും ചേർന്നത്—മാന്ത്രിക ശാസ്ത്രത്തിന്റെയും അത്യന്തം തീക്ഷ്ണമായ ഭക്തിയുടെയും ഫലമായ ഒരു സൃഷ്ടി. ഹിന്ദുക്കൾക്ക് സ്വന്തം ജീവനെക്കാൾ വിലപ്പെട്ടിരുന്ന ഒരൊറ്റ സമ്പൂർണ്ണതയുടെ തകർന്ന അവശിഷ്ടങ്ങൾ. ഭൂമി പിളർന്ന് തുറന്ന് തന്നെ വിഴുങ്ങിയാൽ മതിയെന്ന ആഗ്രഹം അവനുയർന്നു—ഈ കാഴ്ച കാണേണ്ടിവരാതിരിക്കാനായി. എന്നാൽ അവൻ അവിടെ തന്നെ നിന്നു. ചലനശേഷിയറ്റവനായി.

ഗസ്നിയിലെ സുൽത്താൻ, അല്പസമയം മുൻപേ തന്നെ തകർത്ത ശിവലിംഗത്തിന്റെ ഒരു പൊട്ടിയ ഭാഗം സൈനികനിൽ നിന്ന് കൈപ്പറ്റി.

'ഇത് നിനക്കായി വൃത്തിയാക്കാം,' മഹ്മൂദ് പരിഹാസത്തോടെ പറഞ്ഞു. അവൻ ദ്വേഷത്തോടെ ആ ചെറിയ കല്ലു കഷണത്തിന്മേൽ തുപ്പി. തന്റെ കൈയുടുപ്പിൽ അത് തുടച്ച്, കപടമായ തൃപ്തിയോടെ നോക്കി. പിന്നെ സുൽത്താൻ ആ കല്ലുതുണ്ട് നിലത്തേക്ക് എറിഞ്ഞു. അത് സോമേശ്വറിന്റെ അരികിൽ വീണു.

സോമേശ്വറിനെ ചുറ്റിയ ദുഃഖഭരിതമായ ജനക്കൂട്ടം നെടുവീർപ്പിട്ടു. എന്നാൽ ശബ്ദമെടുക്കാൻ ഭയന്ന് അവർ മൗനം പാലിച്ചു.

'ഇത് വീട്ടിലേക്ക് കൊണ്ടുപോയി പൂജിച്ചോളൂ,' മഹ്മൂദ് ചിരിച്ചു. 'അല്ലെങ്കിൽ ഇവിടെ തന്നെ, ലക്ഷക്കണക്കിന് ആളുകൾ ആയിരക്കണക്കിന് വർഷങ്ങൾ അത് ചവിട്ടട്ടെ. എന്താണ് വ്യത്യാസം? ഇത് വെറും ഒരു കല്ലല്ലേ!' അവൻ ഉച്ചത്തിൽ അലറി ചിരിച്ചു. 'എന്തായാലും, നിന്റെ വിലയേറിയ വിഗ്രഹത്തിന്റെ ശേഷിക്കുന്ന തുണ്ടുകളുടെ വിധി ഇതുതന്നെയാണ്. ഞാൻ അവയെ ഗസ്നിയിലേക്ക് കൊണ്ടുപോകും. ലോകം ഇതുവരെ കണ്ട ഏറ്റവും വലിയ പള്ളി ഞാൻ അവിടെ പണിതിട്ടുണ്ട്. എന്റെ പള്ളിയുടെ

പടികൾക്ക് കീഴിൽ നിന്റെ മരിച്ച കപട ദൈവത്തെ ഞാൻ അടക്കം ചെയ്യും. ഏകസത്യവിശ്വാസമായ ഇസ്ലാമിന്റെ അനുയായികൾ അവനെ ചവിട്ടിമെതിക്കും.' മഹ്മൂദിന്റെ ശബ്ദം ഗർജ്ജനമായി ഉയർന്നു. 'ന്യായവിധിദിനം വരെയും അതുതന്നെയായിരിക്കും!'

സുൽത്താൻ തന്റെ അനന്തരവനിലേക്ക് തിരിഞ്ഞു. 'മഖ്സൂദ്, മുഴുവൻ ക്ഷേത്രസമുച്ചയവും കത്തിച്ചുകളയൂ. അകത്തുള്ള മരിച്ച കാഫിറുകളെയും. ഇവർ ഇവരുടെ മരിച്ചവരെ കത്തിക്കുന്നില്ലേ? ഇന്ന് ഇവർ തങ്ങളുടെ നിസ്സാര ദൈവങ്ങളോടും ദേവിമാരോടും കൂടി കത്തട്ടെ.'

സലാർ മഖ്സൂദ് വേഗത്തിൽ നടന്ന് അകലുമ്പോൾ, മഹ്മൂദ് സോമേശ്വറിനു നേരെ അവസാനമായി ഒരു അവഹേളിക്കുന്ന നോട്ടം എറിഞ്ഞു, അവനെ ഒരു ചവിട്ടുകൊണ്ട് തള്ളിയിട്ട്, മറുവശത്തേക്ക് നീങ്ങി. അവന്റെ കാവൽക്കാർ നിഴലുകൾപോലെ പിന്നിൽ ചേർന്നു നടന്നു.

കടൽത്തീരത്ത് സോമേശ്വറിനെ ചുറ്റിയിരുന്ന ജനക്കൂട്ടം അവിടെ ഉറച്ചുനിന്നു. ദുഃഖഭാരിതർ. മടിച്ചവർ. ആശ്വാസപ്പെടണമോ, അതോ തുർക്കികളിൽ നിന്ന് വീണ്ടും ക്രൂരത പ്രതീക്ഷിക്കണമോ എന്നറിയാതെ. ഒടുവിൽ അവർ അകലുന്നത് കണ്ടപ്പോൾ, ചിലർ പിരിഞ്ഞുപോകാൻ തുടങ്ങി; മറ്റുചിലർ സംശയത്തോടെ പിന്തുടർന്നു. എന്നാൽ സോമേശ്വർ മുട്ടുകുത്തിയ നിലയിൽ തന്നെ നിന്നു. സോമനാഥിലെ ശിവലിംഗത്തിന്റെ വിലയേറിയ തകർന്ന കഷണം അവൻ സ്നേഹത്തോടെ എടുത്ത് നെഞ്ചോടു ചേർത്തുപിടിച്ചു. ശിവലിംഗം തകർന്നിരുന്നാലും, അതിന്റെ ആ ചെറുതുണ്ടിൽ നിന്നു പോലും അവന് ശക്തി ലഭിച്ചു. കണ്ണീർ ഒഴുകുന്നത് നിലച്ചു. അവന്റെ ഹൃദയം വേദനയ്ക്കപ്പുറത്ത് പൊള്ളിപ്പോയിരുന്നു. അവൻ കണ്ണുകൾ അടച്ചു, വീണ്ടും വീണ്ടും മന്ത്രിച്ചു...

'ഓം നമഃ ശിവായ... ഓം നമഃ ശിവായ...'

ഇഖ്ബാൽ അവന്റെ അരികിൽ നിലത്ത് കുനിഞ്ഞിരുന്നു. അവൻ സുഹൃത്തിന്റെ ചുമലിൽ കൈവെച്ചു.

'കുറച്ച് കാലത്തേക്കെങ്കിലും ഇവിടെ നിന്ന് മാറിനിൽക്കാം, സോമേശ്വർ ഭായ്,' അവൻ സൗമ്യമായി നിർദ്ദേശിച്ചു. 'ഈ നാട് മുറിവുകളിൽ നിന്ന് സുഖം പ്രാപിക്കുന്നതുവരെ. എന്റെ ജന്മഭൂമിയായ

ബംഗാളിലേക്ക് എന്നോടൊപ്പം വരൂ. അവിടം ആ ക്രൂരന്റെ കൈവശം ഇതുവരെ വന്നുഭവിച്ചിട്ടില്ല. അവിടെ ഞങ്ങൾ ഇന്ത്യൻ ഇസ്ലാം ആചരിക്കുന്നു.'

'ഇവിടെ ഈ അധമരായ തുർക്കികൾ ചെയ്യുന്നതു-പോലെയൊന്നുമല്ല അത്. അവിടെ ഞങ്ങൾ അല്ലാഹുവിനെയും മാതാ ദുർഗയെയും ഒരുപോലെ ആരാധിക്കുന്നു. എന്റെ കൂടെ വീട്ടിലേക്ക് വരൂ. ബംഗാളിൽ നമുക്ക് വിശ്രമിക്കുകയും മുറിവുകൾ സുഖപ്പെടുത്തുകയും ചെയ്യാം.'

സോമേശ്വർ സൗമ്യമായി സുഹൃത്തിന്റെ കൈ മാറ്റി.

'എന്റെ കുടുംബം ഇവിടെ മരിച്ചിരിക്കാം. പക്ഷേ എന്റെ സമ്പത്തും സ്വത്തുക്കളും നിന്റെ ദേശം ഉൾപ്പെടെ പല നാടുകളിലായി വ്യാപിച്ചിരിക്കുന്നു.' അസഹ്യമായ വേദന നേരിടുമ്പോൾ ഹൃദയം സ്വയം ശാന്തമാകുന്നതുപോലെ, സോമേശ്വറിന്റെ ശബ്ദം ശാന്തവും ഉറച്ചതുമായിരുന്നു. 'ആ ശപിക്കപ്പെട്ട സുൽത്താനെപ്പോലെ തന്നെ എനിക്കും ധനം ഉണ്ട്. അതെല്ലാം ഞാൻ ഒരു ലക്ഷ്യത്തിനും ഒരു ലക്ഷ്യത്തിനുമാത്രം ഉപയോഗിക്കും. നാം വിശ്രമിക്കില്ല, ഇഖ്ബാൽ. നാം പ്രതികാരം നേടും. ഈ കാട്ടാളന്മാർ ധർമ്മത്തിന്റെ കോപം അനുഭവിക്കും. ഭാരത മാതാവിന്റെ ക്രോധം. നമ്മുടെ മഹാദേവന്റെ അഭിമാനം നാം വീണ്ടെടുക്കും.'

ഇഖ്ബാൽ മൗനം പാലിച്ചു. ചെയ്യാൻ ഒന്നുമില്ലെന്ന വിശ്വാസത്തോടെ, സൗമ്യമായ സഹാനുഭൂതിയോടെ അവൻ തന്റെ സുഹൃത്തിനെ നോക്കി. തുർക്കികൾ ക്രൂരന്മാരായ യോദ്ധാ-ക്കളായിരുന്നു; സംസ്കൃതമായ ലോകത്തിന്റെ വലിയൊരു ഭാഗം അവർ കീഴടക്കിയിരുന്നു. മൂല്യങ്ങളും നൈതികതയും പാലിക്കുന്നവർക്ക് പലപ്പോഴും കാട്ടാളന്മാരോട് എങ്ങനെ പോരാടണമെന്ന് അറിയില്ല.

'നീ എന്റെ കൂടെയുണ്ടോ, ഇഖ്ബാൽ?'

'സോമേശ്വർ ഭായ്...' ഇഖ്ബാലിന്റെ ശബ്ദം തകർന്നു. 'നാം ഇതിനകം മതിയാവുന്നത്ര കണ്ടില്ലേ? ലോകം ഇതുവരെ കണ്ടിട്ടില്ലാത്ത വിധം ഭീകരരായ പിശാചുകളാണ് ഇവർ. നാം വ്യാപാരികളാണ്. ഒരു ഡസൻ ഇന്ത്യൻ രാജ്യങ്ങളിൽ നിന്നുള്ള അമ്പതിനായിരം പരിചയസമ്പന്ന യോദ്ധാക്കൾക്കും

തടയാൻ കഴിയാത്ത ഈ ക്രൂര സുൽത്താനെതിരെ നമുക്ക് എന്ത് സാധ്യതയുണ്ട്?'

സോമേശ്വർ എഴുന്നേറ്റു. ആ കല്ലിന്റെ തുണ്ടു തന്റെ വസ്ത്രത്തിൽ തുടച്ചു. ആദരത്തോടെ അത് തന്റെ നെറ്റിയിലേക്കുയർത്തി, പിന്നെ സ്നേഹത്തോടെ ചുംബിച്ചു.

'നാം ശിവന്റെ ദൂതപ്രാവുകളാകും, ഇഖ്ബാൽ,' അവൻ പറഞ്ഞു. 'ശത്രുവിന്റെ ഹൃദയത്തെയാണു നാം പ്രഹരിക്കേണ്ടത്. നാം ദൂരദൂരങ്ങളിലേക്ക് സഞ്ചരിച്ചിട്ടുണ്ട്; ഗസ്നിയിലേക്കുതന്നെ പോരാട്ടം കൊണ്ടുപോകാൻ മനസ്സും ശക്തിയും ഉള്ള ഒരാളെ എനിക്കറിയാം.' ഗസ്നിയുള്ള വടക്കുപടിഞ്ഞാറോട്ട് സോമേശ്വർ ചൂണ്ടിക്കാട്ടി. 'വടക്കുപടിഞ്ഞാറിൽ നിന്നുള്ള ഈ ഭീകരന് ഉത്തരം തെക്കിലാണ്– ശിവന്റെ മഹാനായ ഒരു ഭക്തൻ ജീവിക്കുന്നിടത്ത്. വരൂ. ഒട്ടേറെ ചെയ്യാൻ ബാക്കി ഉണ്ട്.'

ഇഖ്ബാൽ സുഹൃത്തിന്റെ പിന്നാലെ നടന്നു. പ്രതികാരം സാധ്യമാണെന്ന് അവൻ വിശ്വസിച്ചിരുന്നില്ല. സംസ്കൃതമായ നിയമങ്ങൾ പാലിക്കുന്ന ആർക്കും ഈ ക്രൂരരും നിഷ്ഠുരരുമായ തുർക്കികളെ തോൽപ്പിക്കാനാവില്ലെന്നാണ് അവന്റെ ധാരണ. എങ്കിലും ഇഖ്ബാൽ നല്ല മനുഷ്യനായിരുന്നു. നല്ലൊരു മുസ്ലീമും. ഒരു നല്ല മുസ്ലീം ഒരിക്കലും സുഹൃത്തിനെ ഉപേക്ഷിച്ച് പോകാൻ സാധിക്കില്ല.

അദ്ധ്യായം 1

രക്തം ചിന്തിയ സ്വർണ്ണം

ഗംഗൈകൊണ്ട ചോളപുരം, ചോള സാമ്രാജ്യത്തിന്റെ തലസ്ഥാനം, ദക്ഷിണേന്ത്യ

1029 സി ഇ (സോമനാഥ് ക്ഷേത്രത്തിനുമേലുള്ള ആക്രമണത്തിന് ഏകദേശം നാല് വർഷങ്ങൾക്ക് ശേഷം)

നരസിംഹൻ ഗൗണ്ടർ മലന്നു കിടക്കുകയാണ്. തന്റെ ഇടതു കൈകൊണ്ട് ഭാര്യയെ ചുറ്റിപ്പിടിച്ചുകൊണ്ട്. അവൾ തന്റെ ശിരസ്സ് അദ്ദേഹത്തിന്റെ വിശാലമായ തോളിൽ ചാരി ഒരു വശത്തേക്ക് ചുരുണ്ടുകിടന്നു. അവരുടെ വിരലുകൾ കൂട്ടിപ്പിണഞ്ഞ് അദ്ദേഹത്തിന്റെ ഹൃദയത്തിനുമേൽ വിശ്രമിച്ചു. അവൻ തന്റെ വലതു കൈ അവളുടെ അഴകൊത്ത ഇടുപ്പിനുമേൽ ഓടിച്ചു. ഹരിണി തൃപ്തയായ ഒരു പേർഷ്യൻ പൂച്ചയെപ്പോലെ കുറുകി, മെല്ലെ നിവർന്ന് അവന്റെ അടുത്തേക്ക് ചേർന്നു കിടന്നു.

നഗര കാവൽസേനയുടെ പുതുതായി നിയമിതനായ സൈന്യാധിപൻ, അവരുടെ കിടപ്പുമുറിയുടെ വലതുവശത്തുള്ള മരത്തിന്റെ ജാലകത്തിലൂടെ പാതി അടഞ്ഞ കണ്ണുകളോടെ പുറത്തേക്ക് നോക്കി. അടുത്തിടെ നിർമ്മിച്ച നഗരം, മൃദുവായ പ്രഭാത സൂര്യപ്രകാശത്തിൽ തിളങ്ങുന്നതും, വിശാലമായ തെരുവുകളിൽ ഇപ്പോഴും കത്തിക്കൊണ്ടിരിക്കുന്ന നിരവധി പന്തങ്ങളും വിളക്കുമാടങ്ങളും അദ്ദേഹം കണ്ടു.

ഗംഗൈകൊണ്ട ചോളപുരം. ഭൂമിയിലെ ഏറ്റവും മഹത്തായ നഗരം. തമിഴരുടെ രത്നം. ഇന്ത്യയുടെ അഭിമാനം.

ഗംഗൈകൊണ്ട ചോളപുരം. ഗംഗൈകൊണ്ടാൻ, അഥവാ പുണ്യഗംഗയുടെ ജലം ദക്ഷിണേന്ത്യയിലേക്ക് കൊണ്ടുവന്നവൻ, എന്ന് അറിയപ്പെടുന്ന പരാക്രമശാലിയായ ചോള ചക്രവർത്തി നിർമ്മിച്ച മഹത്തായ പുതിയ തലസ്ഥാന നഗരം. ഇന്ത്യ മുതൽ തെക്കുകിഴക്കൻ ഏഷ്യ വരെ വ്യാപിച്ചുകിടക്കുന്ന തന്റെ വിശാലമായ സാമ്രാജ്യത്തിന്മേൽ ഭൂമിയിലെ ഏറ്റവും ശക്തനായ മനുഷ്യൻ ഭരണം നടത്തുന്ന നഗരം.

രാജേന്ദ്ര ചോളൻ.

ഐതിഹാസികനായ രാജരാജ ചോളന്റെ പുത്രൻ. യുവാവായ രാജേന്ദ്രൻ തന്റെ പൂർവ്വികർ ദീർഘകാലം ഭരിച്ചിരുന്ന തഞ്ചാവൂരിൽ നിന്ന് അധികാരകേന്ദ്രം ഗംഗൈകൊണ്ട ചോളപുരത്തിലേക്ക് മാറ്റിയിരുന്നു. സൂക്ഷ്മമായ ആസൂത്രണവും ദീർഘവീക്ഷണവും കൊണ്ട് നിർമ്മിച്ച പുതിയ നഗരത്തിൽ വിശാലമായ പ്രധാന പാതകളും ഉപമാർഗ്ഗങ്ങളും വൃത്തിയുള്ള നിരയിൽ ക്രമീകരിച്ചിരുന്നു. തിരക്കുള്ള കാൽനടയാത്രക്കാർക്കായി വൃക്ഷനിരകളുള്ള നടപ്പാതകളും ഉണ്ടായിരുന്നു. സൗന്ദര്യവും കാര്യക്ഷമതയും മനസ്സിൽ വെച്ചുകൊണ്ടാണ് കെട്ടിടങ്ങൾ ക്രമീകരിച്ചിരുന്നത്. ഉദ്യോഗസ്ഥരുടെ കാര്യാലയങ്ങൾ, വസതികളിൽ നിന്നും വിനോദത്തിനായി പണിയിച്ചിരുന്ന ചത്വരങ്ങളിൽ നിന്നും ഏറെ അകലെയായിരുന്നു. രാജാവിന്റെ മഹത്തായ കൊട്ടാരം വടക്കേ അറ്റത്ത് ഗാംഭീര്യത്തിൽ ഉയർന്നുനിന്നു. അതേസമയം നഗരമധ്യത്തിൽ മഹാദേവനായ ശിവന്റെ ബഹുമാനാർത്ഥം പ്രതിഷ്ഠിച്ച ബൃഹദീശ്വരയുടെ മഹത്തായ ക്ഷേത്രം ഉണ്ടായിരുന്നു.

വീരമായ ചോള സാമ്രാജ്യം ഇന്ത്യയുടെ ഭാവനയിൽ ആധിപത്യം പുലർത്തി. അതിന്റെ ശക്തിയും മഹത്വവും നാഗരികലോകത്തിന്റെ ഭൂരിഭാഗത്തിനും മേൽ സ്വാധീനം ചെലുത്തി.

നരസിംഹന്റെ ചിന്തകൾ തെരുവുകളിൽ പരിശോധന നടത്തുന്ന തന്റെ സേനാ അംഗങ്ങളിലേക്ക് തിരിഞ്ഞു. സഹായത്തിനുള്ള നിലവിളികളോ ഏതെങ്കിലും ചെറിയ കുറ്റകൃത്യങ്ങളോ നടക്കുമ്പോൾ കൃത്യമായി പ്രതികരിക്കാൻ അവരുടെ കാതുകളെ പരിശീലിപ്പിച്ചിരുന്നു. അവർ വാളുകളും കുന്തങ്ങളും പന്തങ്ങളും വഹിച്ചിരുന്നു. നരസിംഹൻ അടുത്തിടെ അവർക്ക് ഇന്ത്യയുടെ കിഴക്കൻ ഭാഗത്തുള്ള കാമരൂപിൽ നിന്ന് ഇറക്കുമതി ചെയ്ത അഹോം

കോടാലികത്തികൾ നൽകിയിരുന്നു. അതിന്റെ ഒരു വശത്ത് ഒറ്റ മൂർച്ചയുള്ള അൽപ്പം വളഞ്ഞ അഗ്രത്തോടെയുള്ള നാവും, നാവിനെ പിടിയുമായി ബന്ധിപ്പിക്കുന്ന ഒരു ആനത്തല അലങ്കാരവും, പിടിയുടെ അറ്റത്ത് വൃത്തിയായി മറച്ചുവച്ച ഒരു കഠാരയും ഉണ്ടായിരുന്നു. വലിയതോതിൽ സുരക്ഷിതമായ ഒരു നഗരത്തിന്റെ തെരുവുകളിൽ പരിശോധന നടത്തുന്ന കാവൽസേനകളുള്ള ആയുധമെന്ന നിലയിൽ ഇത് അധികമാണെന്ന് ചിലർ പറയും. എന്നാൽ, നഗരത്തിലെ കാവൽ മേധാവിയുടെ പ്രധാന കടമ തന്റെ പൗരന്മാർ സുരക്ഷിതരാണെന്ന് തോന്നിപ്പിക്കുകയായിരുന്നു. നാഗരിക സമൂഹത്തിൽ, ഒരു ഭരണകൂടത്തിന് മാത്രമേ ആയുധമെടുക്കാനുള്ള അവകാശമുള്ളൂ എന്നായിരുന്നു നരസിംഹന്റെ വിശ്വാസം. തന്റെ കാവലിൽ ഒരു കലാപമോ ക്രമരഹിതമായ അക്രമമോ നരസിംഹൻ സഹിക്കില്ല. അതിരാവിലത്തെ വെളിച്ചത്തിൽ ചീവീടുകൾ അവയുടെ ഒരേതാളത്തിലുള്ള ഒച്ചയിൽ പാടി, കടന്നുപോകുന്ന കാവൽക്കാരുടെ കാലടികളുടെ ക്രമരഹിതമായ ശബ്ദങ്ങളെ മുക്കിക്കളഞ്ഞു. രാജകീയ ചോള ഗൃഹത്തിന്റെ കൊട്ടാരത്തിൽ നിന്ന് കുറച്ച് തെരുവുകൾ അകലെയായിരുന്നു നരസിംഹന്റെ ആ ഇടത്തരം വലുപ്പത്തിലുള്ള വീട്. രണ്ട് കാവൽക്കാർ കടന്നുപോകുമ്പോൾ, അവരുടെ പന്തങ്ങളിൽ നിന്നുള്ള വെളിച്ചം ജനാലയുടെ അഴികളിലൂടെ അരിച്ചിറങ്ങി ആ ദമ്പതികളുടെ മുറി പ്രകാശിപ്പിച്ചു. മുപ്പത്തിയെട്ടുകാരനായ കാവൽസേനാ മേധാവിയുടെ ശക്തമായ നഗ്നമായ നെഞ്ചിൽ നിഴലുകൾ നൃത്തം ചെയ്തു. ഭാര്യ ഒന്നിളകി അദ്ദേഹത്തിന്റെ വലത് തോളിൽ കൈ വച്ചു. അദ്ദേഹം അവളെ നോക്കി. ഇരുനിറത്തിൽ, മെലിഞ്ഞ ഒരു സുന്ദരി. അവൾ നീളമുള്ള പാവാടയും ചേരുന്ന ബ്ലൗസും ധരിച്ചിരുന്നു. ഒരു മങ്ങിയ നീല അംഗവസ്ത്രം അവളുടെ ശരീരത്തിലും തോളുകളിലും അയഞ്ഞു കിടന്നിരുന്നു. നീണ്ട കൺപോളകളും, ബദാം ആകൃതിയിലുള്ള വലിയ കണ്ണുകളും, കൂനകളോ വളവുകളോ ഇല്ലാത്ത അതിശയകരമാംവിധം നേരായ പാലത്തോടുകൂടിയ അവളുടെ മൂക്കും ചേർന്ന് ആ മുഖത്തിന് ആകർഷണീയത പകർന്നു. അവളുടെ ഇരുണ്ട്, ചുരുണ്ട്, തിളങ്ങുന്ന മുടി കഴുത്തിന്റെ പിൻഭാഗത്ത് പാതി അഴിഞ്ഞ രീതിയിൽ കെട്ടിയിരുന്നു. ശ്വസിക്കുമ്പോൾ അവളുടെ മാറിടം മൃദുവായ

താളത്തിൽ ഉയരുകയും താഴുകയും ചെയ്തു. ഭാരതീയ സ്ത്രീത്വത്തിന്റെ ഏറ്റവും ഉദാത്തമായ രൂപത്തിൽ, മനോഹരവും ഗംഭീരവുമായ ഒരു അടയാളപ്പെടുത്തലായിരുന്നു നരസിംഹന്റെ ഭാര്യ ഹരിണി.

മറുവശത്ത്, അവളുടെ ഭർത്താവിന്റെ ശരീരഘടന പുരുഷ വീര്യത്തിന്റെ മൂർത്തീഭാവമായിരുന്നു. ആറടിയിൽ കൂടുതൽ ഉയരമുള്ള അദ്ദേഹത്തിന്റെ വെളുത്ത നിറം ഭാര്യയുടെ കറുത്ത് സുന്ദരമായ ചർമ്മത്തെ പൂരകമാക്കി. അദ്ദേഹത്തിന്റെ വൃത്തിയായി വെട്ടിയ താടി മുഖത്തിന്റെ വശത്തുകൂടി ഒഴുകി മുകളിലെ ചുണ്ടിനെ അലങ്കരിച്ച മീശയുമായി ലയിച്ചു. താടിയിലും കഴുത്തിലും വൃത്തിയായി വടിച്ച് നിർത്തിയ നരസിംഹന്റെ വഞ്ചിയുടെ ആകൃതിയിലുള്ള താടി അദ്ദേഹത്തിന്റെ സുന്ദരമായ, സിംഹതുല്യമായ മുഖത്ത് കവിളുകളെ ആലിംഗനം ചെയ്തു. അദ്ദേഹത്തിന്റെ ശക്തമായ കാലുകൾ ധോത്തിയുടെ മടക്കുകളാൽ മൂടപ്പെട്ടിരുന്നു. ഹരിണി ഒരു ഉന്നതജാതിക്കാരിയായിരുന്നു, അതേസമയം നരസിംഹൻ ഗ്രാമീണ കർഷക വംശത്തിൽ നിന്നുള്ളയാളും. പലരും നിലനിൽക്കില്ലെന്ന് കരുതിയിരുന്ന ഒരു ബന്ധം. പക്ഷേ അത് നിലനിന്നു. ചിലപ്പോൾ, സ്വഭാവവും വർഗ്ഗ വ്യത്യാസങ്ങളും ഹൃദയങ്ങളെ കൂടുതൽ അടുപ്പിക്കുന്നു. സ്നേഹമുള്ള ഹൃദയം അതിനെ ബാധിക്കുന്ന അസുഖങ്ങളെ സുഖപ്പെടുത്തിയേക്കില്ല, പക്ഷേ അത് അധികം പ്രശ്നങ്ങൾ ഉണ്ടാക്കാത്ത തരത്തിൽ അതിനെ ആഴത്തിൽ കുഴിച്ചിടാൻ കഴിയും.

സൂര്യൻ ഉടൻ തന്നെ ഗാംഭീര്യത്തോടെ തന്റെ വരവ് അറിയിക്കുമെന്നതിനാൽ നരസിംഹൻ ഉറക്കത്തിനുള്ള തന്റെ ദുർബലമായ ശ്രമങ്ങൾ ഉപേക്ഷിച്ചു. അദ്ദേഹം നാഴികകൾ ആയി ഉണർന്നുകിടക്കുകയായിരുന്നു പക്ഷെ തന്റെ ഭാര്യയുടെ ഉറക്കത്തെ ശല്യപ്പെടുത്താതിരിക്കാൻ പൂർണ്ണമായ നിശ്ചലതയിൽ കിടക്കയിൽ കിടന്നു. ഒടുവിൽ കൈകാലുകളിൽ മരവിപ്പ് അനുഭവപ്പെട്ടു.

ശ്രദ്ധാപൂർവ്വം, വളരെ സാവധാനം, നീണ്ട കറുത്ത നൂലിൽ കഴുത്തിൽ നിന്ന് തൂങ്ങിക്കിടക്കുന്ന സ്വർണ്ണ വളയാകൃതിയിലുള്ള പതക്കം തൊട്ടു. അത് സ്പർശിച്ച ഉടനെ തന്നിലൂടെ ഒരു തീ ജ്വാല കടന്നുപോകുന്നതായി തോന്നി.

അദ്ദേഹം മൃദുവായി ഞരങ്ങി.

മഹാദേവ... കരുണ കാണിക്കൂ...

ആ യോദ്ധാവിന്റെ കണ്ണുകൾ ചെറുതായി നനഞ്ഞു. അദ്ദേഹം മെല്ലെ ഭാര്യയുടെ കൈ തന്റെ നെഞ്ചിൽ നിന്ന് മാറ്റി അവളെ തിരിച്ചു കിടത്തി, അവളുടെ തല മെല്ലെ ഉയർത്തി തന്റെ ഇടത് കൈ എടുത്തു. എന്നിട്ട് വലിയ കിടക്കയിൽ നിന്ന് പതിയെ, ഹരിണിയെ ശല്യപ്പെടുത്താതെ എഴുന്നേറ്റിരുന്നു.

അതിനുശേഷം അദ്ദേഹം തിരിഞ്ഞ് തണുത്ത കളിമൺ തറയിൽ കാലുകൾ വച്ചു. ചുമലിൽ ഒരു ഷാൾ ചുറ്റുന്നതിനുമുമ്പ് ഭാര്യയെ സ്നേഹത്തോടെ ഒന്ന് നോക്കി, അദ്ദേഹം കിടപ്പുമുറിയിൽ നിന്ന് പുറത്തിറങ്ങി ഒരു വശത്ത് തൂണുകളുള്ള നടപ്പാതയിലൂടെ മുറ്റത്തേക്ക് നടന്നു. അതിന്റെ മറുവശത്ത് പ്രധാന വാതിലിലേക്ക് നയിക്കുന്ന മറ്റൊരുപാതഉണ്ടായിരുന്നു.വഴിയിൽഅദ്ദേഹംഒരുമുറിയുടെഅടുത്ത് നിന്ന് അകത്തേക്ക് നോക്കി. അദ്ദേഹത്തിന്റെ കുട്ടികൾ. ഒമ്പത് വയസ്സുകാരൻ കൈകാലുകൾ വിരിച്ച് കിടക്കുന്നു. അവന്റെ പുതപ്പ് തറയിൽ കിടന്നിരുന്നു. ആറ് വയസ്സുകാരൻ തന്റെ പുതപ്പിനുള്ളിൽ മൂടിപുതച്ചാണ് കിടന്നിരുന്നത്. നരസിംഹൻ അകത്തേക്ക് കടന്ന് നിശബ്ദമായി മൂത്ത കുട്ടിയെ പുതപ്പിച്ചു. വാതിൽ അടച്ചുകൊണ്ട് അദ്ദേഹം വീണ്ടും സ്വർണ്ണ വളയം സ്പർശിച്ചു, പൊള്ളലേറ്റതുപോലെ ഉടനെ കൈ പിൻവലിച്ചു. വളയം നെഞ്ചിൽ തൊടുമ്പോൾ അത് അയാളെ ബുദ്ധിമുട്ടിച്ചില്ല, പക്ഷേ കൈയിൽ പിടിക്കാൻ കഴിഞ്ഞില്ല. അത് എല്ലാ ഓർമ്മകളും തിരികെ കൊണ്ടുവന്നു. നരസിംഹൻ തല കുലുക്കി തുറന്ന നടുമുറ്റത്തിലൂടെ നടന്നു. പിന്നെ പുറത്തിടുന്ന ചെരുപ്പ് ധരിച്ച് തേക്ക് മരത്തിന്റെ പ്രവേശന കവാടത്തിലെ കനത്ത ഓടാമ്പലുകൾ മെല്ലെ നീക്കി പുറത്തിറങ്ങി, വീടിന്റെ വാതിൽ ശ്രദ്ധയോടെ അടച്ചു തെരുവിലേക്ക് ഇറങ്ങി. കാവൽക്കാർ വിവേകത്തോടെ അദ്ദേഹത്തെ അഭിവാദ്യം ചെയ്തു. ഒപ്പം തങ്ങളെ ജാഗ്രതയിൽ നിർത്തിയതിന് ആകാശത്തിലെ നക്ഷത്രങ്ങളോട് അവർ നിശബ്ദമായി നന്ദി പറഞ്ഞു. കീഴുദ്യോഗസ്ഥരുടെ കർത്തവ്യവിമുഖതയിലുള്ള പുതിയ മേധാവിയുടെ കോപം കഠിനമായിരുന്നു. ഭയങ്കരനായ മുൻ സൈന്യാധിപതി എന്ന അദ്ദേഹത്തിന്റെ പ്രശസ്തി ദൂരെ ദിക്കുകൾ വരെ എത്തിയിരുന്നു. എങ്കിലും ഇപ്പോഴത്തെ ഇടപെടലുകളും ഏതാണ്ട് ജൈനഭിക്ഷുക്കളെ

ഓർമ്മിപ്പിക്കുന്ന തരത്തിലുള്ള അക്രമവിരുദ്ധതയും, യോദ്ധാവ് എന്ന രീതിയിലുള്ള അദ്ദേഹത്തിന്റെ പ്രശസ്തിയുമായി വളരെ അധികം വൈരുദ്ധ്യത്തിലായിരുന്നു. നരസിംഹൻ ദീർഘമായി ശ്വസിച്ച് തന്റെ അയൽപക്കത്തെ വീടുകളായ ഇരുണ്ട രൂപങ്ങളെ നോക്കി. തുറന്ന ജനാലകളും മുറുകെ അടച്ച വാതിലുകളും നിലാവിൽ കാണാം. അതിനും അപ്പുറം, ദൂരെ ഉയർന്നുനിന്നത് മഹാനായ ചക്രവർത്തി ഉറങ്ങുന്ന മഹത്തായ കൊട്ടാരമായിരുന്നു. നരസിംഹൻ അത് ഉറ്റുനോക്കി.

നരസിംഹൻ രാജേന്ദ്ര ചോളനാൽ സ്നേഹിക്കപ്പെടുകയും ബഹുമാനിക്കപ്പെടുകയും ചെയ്തിരുന്നു. ശ്രീവിജയ സാമ്രാജ്യ-ത്തിനെതിരായ മഹത്തായ നാവിക വിജയങ്ങളിൽ അദ്ദേഹം ചക്രവർത്തിയുടെ വലംകൈയായിരുന്നു. ഇപ്പോൾ ചോള ആധിപത്യം തെക്കുകിഴക്കൻ ഏഷ്യയിൽ ആഴത്തിൽ വ്യാപിച്ചിരുന്നു. ദക്ഷിണ, കിഴക്കൻ ഇന്ത്യയിൽ നിലവിലുണ്ടായിരുന്ന നിയന്ത്രണത്തോടൊപ്പം, കിഴക്കൻ കടൽ രാജേന്ദ്ര ചോളന്റെ നിയന്ത്രണത്തിലായിരുന്നു. ഇത് നരസിംഹന്റെ മഹത്വത്തിന്റെ നിമിഷമാവേണ്ടതായിരുന്നു. വിജയത്തിന്റെ നിമിഷങ്ങൾ. അദ്ദേഹം എപ്പോഴും ആഗ്രഹിച്ചത് ഒരു മഹാനായ യോദ്ധാവാകാനാണ്. തന്റെ ദേശത്തെ, തന്റെ ജനങ്ങളെ, തന്റെ രാജാവിനെ, സംരക്ഷിക്കാനും സേവിക്കാനും പോരാടുന്ന ഒരു യോദ്ധാവ്.

അദ്ദേഹത്തിന് ഇപ്പോൾ അറിയാമായിരുന്നു, ഇപ്പോൾ മനസ്സിലാക്കിയിരുന്നു.

അമ്മയായിരുന്നു ശരി... എല്ലായിപ്പോഴും പോലെ...

അദ്ദേഹം അമ്മയുടെ വാക്കുകൾ ഓർത്തു. ജീവിതത്തിലെ ഏറ്റവും വലിയ ശാപങ്ങളിൽ ഒന്ന് ആഗ്രഹിച്ചത് നിഷേധിക്കപ്പെടുക എന്നതാണ്. എന്നാൽ അതിലും വലിയ ശാപം ആഗ്രഹിക്കുന്നത് യഥാർത്ഥത്തിൽ ലഭിക്കുക എന്നതാണ്.

അദ്ദേഹം തന്റെ നെഞ്ചിൽ വിശ്രമിക്കുന്ന പതക്കത്തിലേക്ക് വീണ്ടും നോക്കി കണ്ണുകൾ അടച്ച് മന്ത്രിച്ചു,

മഹാദേവ... മഹാദേവ... എന്നെ സഹായിക്കൂ...

നരസിംഹൻ ഏതാനും ആഴ്ചകൾക്ക് മുമ്പ് ചക്രവർത്തിയുടെ ഏറ്റവും വിശ്വസ്ത സേനാപതി എന്ന സ്ഥാനം ഉപേക്ഷിച്ചിരുന്നു.

ദക്ഷിണ കർണാടകയിലെ തന്റെ വിശാലമായ ഗ്രാമീണ കൃഷിയിടത്തിലേക്ക് മടങ്ങാനുള്ള ആഗ്രഹം അദ്ദേഹം പ്രകടിപ്പിച്ചിരുന്നു. കാവേരി നദി യുവത്വത്തോടെയും വേഗത്തിലും ആഴത്തിലും ഒഴുകുന്ന ഒരു മനോഹരമായ പ്രദേശം. അവിടെ അദ്ദേഹം തന്റെ പൂർവികരെപ്പോലെ കൃഷിയിൽ ഏർപ്പെടും. വീട്ടിലെ സഹോദരന്മാരെപ്പോലെ നെല്ല് വിതയ്ക്കുകയും കൊയ്യുകയും ചെയ്യും.

എന്നാൽ ചക്രവർത്തി, തന്റെ സുഹൃത്തും വിശ്വസ്തനുമായ അദ്ദേഹത്തെ പോകാൻ അനുവദിച്ചില്ല. പൂർണ്ണമല്ലാത്ത ഒരു വിസമ്മതം. തന്റെ ഏറ്റവും വിശ്വസ്തനായ സേനാപതിയെ ചോളസിംഹാസനത്തോടുള്ള സേവനത്തിൽ നിന്നും അങ്ങനെയങ്ങ് ഒഴിവാക്കാൻ അദ്ദേഹം തയ്യാറായിരുന്നില്ല. പകരം ചോളപുരത്തെ കാവൽസേനയുടെ മുഖ്യനായി തുടരാനാണ് ചക്രവർത്തി സേനാപതിയോട് ആവശ്യപ്പെട്ടത്. ചക്രവർത്തിയെ നേരിൽ സമീപിക്കാവുന്നത്ര വളരെ ഉയർന്ന ഒരു പദവി. കുറ്റകൃത്യങ്ങൾ പൊതുവേ കുറവുള്ള നഗരത്തിൽ, അത് താരതമ്യേന എളുപ്പമുള്ള ജോലിയായിട്ടാണ് കണക്കാക്കിയിരുന്നത്. അത് കൂടാതെ രക്തരൂക്ഷിതമായ കുറ്റകൃത്യങ്ങൾ അവിടെ കേട്ടുകേൾവി പോലുമില്ലായിരുന്നു.

നരസിംഹൻ ഒടുവിൽ സമ്മതം അറിയിച്ചിരുന്നു. രാജേന്ദ്ര ചോളന്റെ ആവശ്യങ്ങൾ അങ്ങനെയങ്ങ് നിരസിക്കാൻ ആർക്കുമാവില്ലല്ലോ.

തന്റെ വിരിഞ്ഞ തോളിൽ ഒരു നേർത്ത കൈ വന്നു പതിഞ്ഞപ്പോൾ അദ്ദേഹം ആദ്യം ചെറുതായൊന്ന് ഞെട്ടി. പിന്നെ പുഞ്ചിരിച്ചു. തന്റെ ഭാര്യക്ക് മറ്റാരേക്കാളും തന്നെ മനസ്സിലാവുമെന്ന് അദ്ദേഹത്തിന് ബോധ്യമുണ്ടായിരുന്നു. കുറച്ചുനേരം തനിച്ചിരിക്കാനായി അവൾ തന്നെ മുറിയിൽ നിന്ന് പോകാൻ അനുവദിച്ചതായിരിക്കണം. വീടിനോട് ചേർന്നുള്ള, കൊട്ടാരം കാണുന്ന ഈ തെരുവിൽ താൻ ഉണ്ടാകുമെന്നും അവൾക്കറിയുമായിരുന്നിരിക്കണം.

'സിംഹാ?' അവൾ മാത്രം വിളിക്കുന്ന ആ പേര് ചൊല്ലി, തന്റെ തേൻപോലുള്ള ശബ്ദത്തിൽ ഹരിണി അദ്ദേഹത്തെ തഴുകി ഉണർത്തി. അവൾ കയ്യിൽ മൃദുവായി പിടിച്ചതും അദ്ദേഹം സ്വയമറിയാതെ കൈ വളച്ച്, പതിമൂന്ന് വർഷമായി തന്റെ ആശ്രയവും ഉറ്റസുഹൃത്തുമായ

ഹരിണിയെ നോക്കി. അവളുടെ ആഴമേറിയ ആ കണ്ണുകളിൽ പൗരുഷത്തിന്റെ കൊടുമുടിയിൽ നിൽക്കുന്ന ഏതൊരാണും തന്റെ ഇണയിൽ നിന്നും ഏറ്റവും കൂടുതൽ കൊതിക്കുന്ന ഒന്ന് തെളിഞ്ഞു, ശാന്തി.

നരസിംഹന്റെ കൊടുങ്കാറ്റിലെ അഭയമായിരുന്നു അവൾ. ജീവിതമെന്ന മരുഭൂമിയിലെ പച്ചത്തുരുത്തും. ഒപ്പം എല്ലാ നല്ല പങ്കാളികളെയും പോലെ, തന്റെ പുരുഷനെ അലട്ടുന്നതെന്താണെന്ന് തിരിച്ചറിയാനുള്ള അപാരമായ കഴിവും അവൾക്കുണ്ടായിരുന്നു.

'പ്രിയനേ,' ഒരു മന്ത്രണം പോലെ അവൾ തുടർന്നു. 'ശിവഭഗവാനെ ഓർത്തെങ്കിലും അതൊന്ന് മനസ്സിൽ നിന്ന് കളയൂ. ഞാനിന്നുവരെ നിങ്ങളോട് ചോദിച്ചിട്ടില്ല, എന്താണ് ഇതിന്റെ പിന്നിലെന്ന്...' ഹരിണി ആ വളയപ്പതക്കത്തിലേക്ക് നോക്കി. 'മതി... ഇനിയിത് മതി... ഇത് തായ് കാവേരിയിൽ ഒഴുക്കിക്കളയൂ. ദയവുചെയ്ത് ഉപേക്ഷിക്കൂ...' നരസിംഹൻ നിശബ്ദതയിൽ ആണ്ടു. ആ പതക്കത്തിൽ എന്തോ ആഭിചാരം ചെയ്തിട്ടുണ്ടെന്നാണ് ഹരിണി വിശ്വസിച്ചിരുന്നത്. ഏതോ ഒരു ദുരാത്മാവിനെ അതിൽ ആവാഹിച്ചിരിക്കണം. ഒരു വൃദ്ധ ശാപം പോലെ. നീതിമാനായ തന്റെ ഭർത്താവിനെ ശ്വാസം മുട്ടിക്കുന്ന, തീരാവേദനയുടെ ഒരു ഗർത്തം പോലെ.

ഇത്തരം സന്ദർഭങ്ങളിൽ സ്ഥിരം ചെയ്യാറുള്ളതുപോലെ, നരസിംഹൻ വിഷയം മാറ്റി. 'നമുക്ക് വീട്ടിലേക്ക് പോകാം, പ്രിയേ.'

ഹരിണിയും നരസിംഹനും വീട്ടിൽ തിരിച്ചെത്തിയപ്പോഴേക്കും വീട്ടുജോലിക്കാർ അവരുടെ പ്രഭാതചര്യകളിലേക്ക് കടന്നിരുന്നു. മക്കൾ അപ്പോഴേക്കും ഉണർന്ന്, കുളി കഴിഞ്ഞ്, യോഗയിൽ മുഴുകിയിരുന്നു. നല്ലൊരു അമ്മയായ ഹരിണിക്ക്, ആ പ്രായത്തിലുള്ള ആൺകുട്ടികളോട് അമ്മമാർക്കുണ്ടാകേണ്ടതുപോലെ, അവരുടെ ദിനചര്യകളുടെ കാര്യത്തിൽ ചിട്ടയും കാർക്കശ്യവും ഉണ്ടായിരുന്നു.

ഒരു ഭൃത്യൻ രണ്ട് കോപ്പ മോരുമായി അവരുടെ മുറിയിലേക്ക് വന്നതും, ഹരിണി ഒന്നെടുത്ത് നരസിംഹന് നൽകി, മറ്റൊന്ന് എടുത്ത് ചുണ്ടോട് ചേർത്തു.

'എനിക്ക് നിന്നെ ഒത്തിരി ഇഷ്ടമാണ്.' മോര് കുടിക്കുന്നതിനിടയിൽ നരസിംഹൻ പറഞ്ഞു.

'എനിക്കറിയാം.' ഒരു കള്ളച്ചിരിയോടെ പറഞ്ഞുകൊണ്ട് ഹരിണി മോര് കുടിക്കാൻ തുടങ്ങി.

നരസിംഹന്റെ പുഞ്ചിരി കണ്ടതും ഹരിണി മടിച്ച് മടിച്ച് മുഖവുരയിലേക്കെത്തി. 'എനിക്കൊരു കാര്യം ചോദിക്കാനുണ്ടായിരുന്നു...'

നരസിംഹൻ പുഞ്ചിരിച്ചു. 'തീർച്ചയായും പ്രിയേ, ചോദിക്കൂ...'

'വിജയന്റെ കാര്യം എന്താകും?'

കഴിഞ്ഞ കുറേ വർഷങ്ങളായി ചോളപുരത്തെ നഗരകാവൽസേനയുടെ തലവൻ വിജയനായിരുന്നു. എല്ലാവരുടെയും അഭിപ്രായത്തിൽ അദ്ദേഹം ആ ജോലി ഭംഗിയായി നിർവഹിക്കുകയും ചെയ്തിരുന്നു. ഇപ്പോഴിതാ, ഒരു തെറ്റും ചെയ്യാതെ, വിജയൻ പദവിയിൽ താഴേക്ക് മാറ്റപ്പെടുകയും നരസിംഹന്റെ കീഴിൽ ജോലി ചെയ്യേണ്ടി വരികയും ചെയ്തിരിക്കുന്നു. അതും ചക്രവർത്തിക്ക് തന്റെ പ്രിയപ്പെട്ട സേനാപതി നഗരം വിട്ടുപോകുന്നത് തടയണമായിരുന്നു എന്ന ഒരൊറ്റ കാരണത്താൽ.

'എന്നെ ഈ സ്ഥാനത്ത് നിയമിച്ചിട്ട് ഒരാഴ്ചയല്ലേ ആയുള്ളൂ, ഹരിണീ,' നരസിംഹൻ അവളെ ഓർമ്മിപ്പിച്ചു. 'വിജയൻ ഒരു നല്ല മനുഷ്യനാണ്. അദ്ദേഹം മികച്ചൊരു വില്ലാളിയാണ്. ഇപ്പോൾ ഈ ജോലിയിൽ ഒരു മുൻപരിചയവുമില്ലാത്ത എന്റെ കീഴിൽ സേവനമനുഷ്ഠിക്കേണ്ടി വന്നിരിക്കുന്നു. അദ്ദേഹത്തിന് അപമാനിതനായി തോന്നാൻ എല്ലാ കാരണങ്ങളുമുണ്ട്.'

'നിങ്ങൾ വെറുമൊരു സാധാരണക്കാരനല്ല, ചോളസൈന്യത്തിലെ ഏറ്റവും വലിയ സേനാപതികളിൽ ഒരാളാണ്.'

'കാവൽജോലിയെപ്പറ്റി എനിക്കെന്തറിയാം? ഞാൻ വിജയനെ കാര്യങ്ങൾ പറഞ്ഞു മനസ്സിലാക്കിക്കൊള്ളാം. നീ വിഷമിക്കേണ്ട. പക്ഷേ അദ്ദേഹം പാണ്ഡ്യ ദേശക്കാരനാണെന്നുള്ളത് കാര്യങ്ങൾ കൂടുതൽ സങ്കീർണ്ണമാക്കുന്നു.'

പുണ്യനദിയായ കാവേരിയുടെ തീരത്താണ് ചോള ഹൃദയഭൂമി. തെക്ക് മാറി, പുണ്യനദിയായ വൈഗൈയുടെ തീരത്ത്, വീരയോദ്ധാക്കളുടെ മറ്റൊരു പരമ്പരയായ പാണ്ഡ്യരും. ചോള-

പാണ്ഡ്യ ശത്രുതയ്ക്ക് നൂറ്റാണ്ടുകളുടെ പഴക്കമുണ്ടായിരുന്നു. ഒരുകാലത്ത് പാണ്ഡ്യർ ഭരിക്കുകയും ചോളർ അവരുടെ കുടിയാന്മാരായി കഴിയുകയും ചെയ്തിരുന്നു. എന്നാൽ കഴിഞ്ഞ നൂറ്റാണ്ടിൽ സ്ഥിതിഗതികൾ മാറിമറിഞ്ഞു. പാണ്ഡ്യർ ഇപ്പോൾ ചോള പ്രഭുക്കന്മാരുടെ കീഴിലുള്ള പ്രജകളാണ്. പാണ്ഡ്യ രാജവംശത്തെ സേവിച്ചിരുന്ന പല പ്രമുഖ പ്രഭുക്കന്മാർക്കും ഉയർന്ന സ്ഥാനങ്ങൾ നൽകി ചോളന്മാർ അവരെ വശത്താക്കി. പക്ഷേ അപ്പോഴും ആ ഗതകാല ശത്രുതയുടെ ചില മുറിപ്പാടുകൾ അവശേഷിച്ചു.

'വിജയന് അദ്ദേഹത്തിന്റെ പഴയ ജോലി തിരികെ ലഭിക്കുന്നതും, നമ്മൾ ചോളപുരം വിട്ട് നമ്മുടെ തോട്ടത്തിലേക്ക് തിരികെ പോകുന്നതുമാണ് എനിക്കിഷ്ടം. എന്നിട്ടവിടെ സമാധാനമായി ജീവിക്കണം... കൃഷിയും കന്നുകാലി വളർത്തലുമൊക്കെയായി... പിന്നെ ഇനിയും കുറച്ച് കുട്ടികളൊക്കെയായി...' നരസിംഹൻ ഉറക്കെ സ്വപ്നം കണ്ടു.

'അതെനിക്കിഷ്ടമാകും. പ്രത്യേകിച്ച് കൂടുതൽ കുട്ടികളെ ഉണ്ടാക്കുന്ന കാര്യം!' പറഞ്ഞുതീർന്നതും ഇരുവരും അമർത്തി ചിരിച്ചു.

'പക്ഷേ,' നരസിംഹൻ തുടർന്നു, 'ചക്രവർത്തിയുടെ അനുവാദമില്ലാതെ എനിക്ക് പോകാനാവില്ല... എന്തായാലും ഞാൻ വീണ്ടും ശ്രമിക്കും. പോകാൻ അനുവദിക്കണമെന്ന് ഞാൻ അദ്ദേഹത്തോട് യാചിക്കും.'

തന്റെ ഉള്ളിലെ വിഷമം മുഖത്ത് പ്രതിഫലിക്കുന്നില്ലെന്ന് ഉറപ്പുവരുത്തിക്കൊണ്ട് ഹരിണി ഭർത്താവിനെ നോക്കി.

അദ്ദേഹം ചോളസൈന്യത്തിനുവേണ്ടി പത്ത് പടകൾ നയിച്ചിട്ടുണ്ട്. അവർക്കായി ചരിത്രവിജയങ്ങൾ നേടിയിട്ടുണ്ട്. എന്നാൽ നാലുവർഷത്തിലേറെ നീണ്ടുനിന്ന തെക്കുകിഴക്കൻ ഏഷ്യ പിടിച്ചടക്കാനുള്ള യുദ്ധമായിരുന്നു ഏറ്റവും കഠിനം. അദ്ദേഹം തിരിച്ചുവന്നത് ആകെ മാറിയ ഒരു മനുഷ്യനായിട്ടായിരുന്നു. പല രീതികളിൽ തകർന്ന നിലയിൽ.

എന്റെ സിംഹത്തെ ഞാൻ ചോളസൈന്യത്തിന് നൽകി. ചക്രവർത്തിക്ക് നൽകി. അവരെന്റെ പുരുഷനോട് എന്താണ് ചെയ്തത്?

നരസിംഹൻ ഭാര്യയുടെ കൈയ്യിൽ പിടിച്ചു. 'നീ വിഷമിക്കേണ്ട... എല്ലാത്തിനും ഒടുവിൽ എനിക്ക് നീയും നിനക്ക് ഞാനും. അത് മാത്രം ഓർത്താൽ മതി.'

ഹരിണി കരയാൻ തുടങ്ങി. അവൾ മുന്നോട്ട് ചെന്ന് ഭർത്താവിനെ മുറുകെ പുണർന്നു.

നരസിംഹൻ വീട്ടിലെ തന്റെ സ്വന്തം കാര്യാലയത്തിലിരുന്ന് അന്നത്തെ രേഖകളും തോൽച്ചുരുളുകളും പരിശോധിക്കുകയായിരുന്നു. വിരസമായ ഈ ജോലി അതിരാവിലെ തന്നെ തീർത്ത ശേഷം കാവൽസേനാ ആസ്ഥാനത്തേക്ക് പോകാനായിരുന്നു അദ്ദേഹത്തിനിഷ്ടം. ചോള സൈന്യവും കാവൽ സേനയും തമ്മിൽ എന്തെങ്കിലും ഒരു സാമ്യമുണ്ടെങ്കിൽ, അത് എഴുത്ത് പണികളോടുള്ള അടങ്ങാത്ത ഭ്രമമായിരുന്നു.

'സിംഹാ!' ഹരിണി ഉച്ചത്തിൽ വിളിച്ചു. 'ഞാനിവിടെയുണ്ട്.' നരസിംഹൻ മറുപടി നൽകി.

ഹരിണി ഒരു വെള്ളിത്തളികയുമായി അകത്തേക്ക് വന്നു. 'ഞാൻ ക്ഷേത്രത്തിൽ പോയിരുന്നു...'

നരസിംഹൻ എഴുന്നേറ്റ് നിന്ന്, പാദരക്ഷകൾ അഴിച്ചുവെച്ച്, ആദരവോടെ കൈകൾ കൂപ്പി, ഭാര്യയ്ക്ക് എളുപ്പത്തിൽ തൊടാനായി തല കുനിച്ചുകൊടുത്തു. ഹരിണി തളികയിലുണ്ടായിരുന്ന മൺപാത്രത്തിലെ ഭസ്മത്തിൽ തന്റെ വിരലുകൾ തൊട്ട് അദ്ദേഹത്തിന്റെ നെറ്റിയിൽ വൃത്തിയായി ഒരു ത്രിപുണ്ഡ്ര തിലകം വരച്ചു. മഹാദേവനായ ശിവഭഗവാനെ ആരാധിക്കുന്ന ശൈവ ഹിന്ദുക്കൾ അണിയുന്ന മൂന്ന് ഭസ്മരേഖകൾ. വിരലുകളിൽ ബാക്കിവന്ന ഭസ്മം അവൾ തന്റെ കഴുത്തിലും അംഗവസ്ത്രത്തിന്റെ അരികിലും തുടച്ചു.

'ഇനി പൊയ്ക്കോളൂ,' അവൾ സ്നേഹത്തോടെ പറഞ്ഞു. 'ജോലിക്ക് പോകൂ. രേഖകൾ നോക്കി കഴിഞ്ഞെങ്കിൽ...'

'ഏതാണ്ട് കഴിഞ്ഞു.'

'പിന്നെ, വിജയൻ ക്ഷേത്രത്തിലുണ്ടായിരുന്നു. ഇന്ന് ആ ഭാഗത്തെ സുരക്ഷാ മേൽനോട്ടം അദ്ദേഹം നേരിട്ട് വഹിക്കുകയാണെന്ന് തോന്നി.'

നരസിംഹൻ തലയാട്ടി. ഈ വാർത്ത തന്റെ ഭർത്താവിന് അപ്രതീക്ഷിതമായിരുന്നോ അല്ലയോ എന്ന് ഹരിണിക്ക് മനസ്സിലാക്കാൻ കഴിഞ്ഞില്ല.

നരസിംഹൻ ബൃഹദീശ്വര ക്ഷേത്രത്തിൽ എത്തിയപ്പോഴേക്കും രാവിലെ കഴിഞ്ഞ് ഉച്ചയോടടുത്തിരുന്നു.

വെളുത്ത മുണ്ടും അരയിൽ ഒരു കുങ്കുമനിറത്തിലുള്ള അരപ്പട്ടയും ആയിരുന്നു അദ്ദേഹത്തിന്റെ വേഷം. വലത് തോളിൽ ഒരു വെളുത്ത അംഗവസ്ത്രം ചുറ്റി അതിന്റെ അറ്റം കൈത്തണ്ടയിൽ ചുറ്റിയിരുന്നു. തലയിൽ നീളമുള്ള ചുവന്ന തുണികൊണ്ട് ഒരു തലപ്പാവും ഇരുകാതുകളിലും ലളിതമായ കടുക്കനുകളും ഇടത് തോളിൽ നിന്ന് ഒരു പൂണൂലും ശരീരത്തിന് കുറുകെ തൂങ്ങിക്കിടന്നു. വലിയ പേശികളും ഉയരവും, ഒപ്പം ലളിതമായ എന്നാൽ ഒതുങ്ങിയ വസ്ത്രധാരണവും, അദ്ദേഹത്തിന് ഗംഭീരവും അതേസമയം ഘോരവുമായ ഒരു രൂപം നൽകി.

നഗരവീഥികൾ തിരക്കിൽ ഇരമ്പുന്ന സമയം ആയിരുന്നു അത്. പഴങ്ങളും പച്ചക്കറികളും വിൽക്കുന്നവർ വഴിയോര കടകളിൽ പുതിയ സാധനങ്ങൾ നിരത്തിവെച്ചിരിക്കുന്നു. വിലപേശുന്നവർ സ്ഥലത്തിനായി തിക്കിത്തിരക്കുന്നു. പള്ളിക്കൂടത്തിൽ നിന്ന് ഉച്ചഭക്ഷണത്തിനായി വീട്ടിലേക്ക് മടങ്ങുന്ന ആൺകുട്ടികളും പെൺകുട്ടികളും കടന്നുപോകുന്നു. ചിലർ ഉത്സാഹത്തോടെയും, മറ്റുചിലർ ഉച്ചകഴിഞ്ഞ് ബാക്കിയുള്ള പാഠങ്ങൾ ഓർത്തുള്ള ക്ഷീണത്തോടെയും നിരാശയുടെയും.

ക്ഷേത്രത്തിന്റെ പടിക്കൽ എത്തിയപ്പോൾ നരസിംഹൻ അടുത്തുള്ള ഒരു തട്ടിൽ തന്റെ പാദരക്ഷകൾ ഊരിവെച്ച് ഗോപുരവാതിൽ കടന്ന് അകത്തേക്ക് പ്രവേശിച്ചു. ക്ഷേത്ര-സമുച്ചയത്തിലേക്കുള്ള പ്രൗഢഗംഭീരമായ പ്രവേശനകവാടം

കൂടിയായ ആ കൂറ്റൻ ഗോപുരത്തിന്റെ ആദ്യത്തെ കൽപ്പടിയിൽ അയാൾ തൊട്ട് നെറുകയിൽ വെച്ച് വണങ്ങി.

'എന്റെ ബൃഹദീശ്വര ഭഗവാനേ,' അയാൾ തന്റെ മഹാദേവനായ ശിവനോട് മന്ത്രിച്ചു. 'പ്രപഞ്ചനാഥാ, ഞാനിതാ വന്നിരിക്കുന്നു. അവിടുത്തെ കാരുണ്യം എന്നിൽ ചൊരിയേണമേ.'

ഭക്തരുടെ തിരക്ക് താരതമ്യേന കുറവായിരുന്നു. ആൾക്കൂട്ടത്തിനിടയിലൂടെ നരസിംഹന്റെ കണ്ണുകൾ അങ്ങ് ദൂരെയായി പുറംതിരിഞ്ഞ് നിൽക്കുന്ന കാവൽ പോലീസ് ചുമതലയിലുള്ള ഒരു ഉദ്യോഗസ്ഥനിൽ പതിഞ്ഞു. വിജയൻ.

അമ്പുകൾ നിറഞ്ഞ ആവനാഴി അയാളുടെ മുറുക്കമുള്ള, ബലിഷ്ഠമായ പുറത്ത് തൂങ്ങിക്കിടന്നു. വലതുകൈയിൽ ഒരു വളഞ്ഞ വില്ലും തൂക്കിയിട്ടിരുന്നു. മഞ്ഞ ധോത്തിയും നേർത്ത തുകൽ കവചവുമണിഞ്ഞ കാവൽസേനാ ഉദ്യോഗസ്ഥർ ക്ഷേത്രമുറ്റത്ത് അയാൾക്ക് ചുറ്റിനുമുണ്ട്. അവരുടെയെല്ലാം അരയിൽ സൈനികർ ഉപയോഗിക്കുന്ന പോർക്കത്തികൾ തൂങ്ങിക്കിടന്നു. വിജയൻ അവർക്ക് നിർദ്ദേശങ്ങൾ നൽകുന്ന തിരക്കിലായിരുന്നു.

നരസിംഹൻ ഒരു സൗഹൃദഭാവം മുഖത്തണിഞ്ഞ് ആ സംഘത്തിന് നേരെ നടന്നു. ആവേശത്തോടെ സംസാരിച്ചുകൊണ്ടിരുന്നവർ തങ്ങളുടെ പുതിയ മേധാവി അടുത്തേക്ക് വരുന്നത് കണ്ട് സുഖകരമല്ലാത്ത ഒരു നിശ്ശബ്ദതയിലേക്ക് വഴുതിവീണു. തിരിഞ്ഞപ്പോൾ വിജയന്റെ മുഖത്ത് കൃത്രിമമായൊരു ഔപചാരികത കൊണ്ട് മറയ്ക്കുന്നതിന് തൊട്ടുമുൻപുള്ള വിരോധഭാവം നരസിംഹൻ തിരിച്ചറിഞ്ഞു.

'നമസ്കാരം, പ്രഭോ.' അത്ര ഉത്സാഹമില്ലാത്ത സ്വരത്തിൽ, സേനാരീതിയിൽ അഭിവാദ്യം നൽകിക്കൊണ്ട് വിജയൻ പറഞ്ഞു. അയാൾ എല്ലാം കൃത്യമായി തന്നെ ചെയ്തു. അഭിവാദ്യം, ശരീരഭാഷ, എന്തിന് മുഖത്തെ ചെറുപുഞ്ചിരി പോലും. എല്ലാത്തിലും മര്യാദയും കൃത്യതയും തെളിഞ്ഞുനിന്നു. പക്ഷെ ആ സല്യൂട്ടിൽ ആർജ്ജവത്തിന്റെ അഭാവം നിഴലിച്ചിരുന്നു.

ഒരു കീഴുദ്യോഗസ്ഥൻ പുറമേയ്ക്ക് എല്ലാം ശരിയായി ചെയ്യുമ്പോഴും, അനാദരവ് ബാക്കിയുണ്ടെങ്കിൽ അത് മനസ്സിലാക്കാൻ നല്ല

നേതാക്കൾക്ക് എപ്പോഴും കഴിയും. പക്ഷേ നരസിംഹൻ അത് കണ്ടില്ലെന്ന് നടിച്ചു.

'നമസ്കാരം, വിജയൻ.' അയാൾ മാന്യമായി തലയാട്ടിക്കൊണ്ട് പ്രത്യഭിവാദ്യം ചെയ്തു.

വിജയൻ ഒരു ആംഗ്യത്തിലൂടെ തന്റെ ആളുകളെ പിരിച്ചുവിട്ടു. നരസിംഹനെക്കാൾ നാല് ഇഞ്ച് ഉയരം കുറവായിരുന്നെങ്കിലും, ചോളപുരത്തെ കാവൽസേനയുടെ രണ്ടാംസ്ഥാനക്കാരനായ, സുന്ദരനും കറുത്ത നിറമുള്ളവനുമായ ആ മനുഷ്യന്റെ വടിച്ചുമിനുക്കിയ മുഖത്ത് പകപ്പിന്റെ ഒരു കണിക പോലുമുണ്ടായിരുന്നില്ല. മറിച്ച്, അതിലൊരു നിസ്സംഗമായ ധിക്കാരഭാവം നിഴലിച്ചു.

'അങ്ങ് എന്താണ് ഇവിടെ? ഈ ദിവസം അങ്ങ് ശിവഭഗവാനെ തൊഴാൻ വരുന്ന പതിവില്ലല്ലോ.' വില്ലിന്റെ ഞാൺ മുറുക്കിക്കൊണ്ട് ശാന്തമായ സ്വരത്തിൽ വിജയൻ ചോദിച്ചു. 'നിങ്ങളില്ലാതെയും ഇവിടെ കാര്യങ്ങൾ നടക്കും' എന്ന മനോഭാവം ഇത്തവണ അത്ര നിശബ്ദമായിരുന്നില്ല.

'നരസിംഹൻ...' നരസിംഹൻ പറഞ്ഞു. 'നമ്മൾ മാത്രമുള്ളപ്പോൾ, മറ്റാരും ചുറ്റുമില്ലാത്തപ്പോൾ എന്നെ നരസിംഹൻ എന്ന് വിളിച്ചോളൂ.'

'വേണ്ട,' വിജയൻ ചെറുതായി തലയാട്ടിക്കൊണ്ട് പറഞ്ഞു. 'ഞാൻ അങ്ങയെ അങ്ങ് എന്ന് തന്നെ വിളിച്ചോളാം. ഞാനെന്താണ് ചെയ്യേണ്ടത്... അങ്ങുന്നേ?'

'എനിക്ക് സേനയെക്കൊണ്ട് ചിലത്...' നരസിംഹൻ പെട്ടെന്ന് സംസാരം നിർത്തി. ആ യോദ്ധാവിലെ സഹജാവബോധം അരുതാത്തൊരു സാമീപ്യം തിരിച്ചറിഞ്ഞു. പേശികൾ വലിഞ്ഞുമുറുകി. ഏത് നിമിഷവും ചാടിവീഴാൻ തയ്യാറെടുത്തു. കണ്ണുകൾ താനേ വിടർന്നു. ചുരുണ്ടുകൂടിയിരിക്കുന്ന ഒരു പുള്ളിപ്പുലി ഭീഷണിക്ക് നേരെ ഒറ്റ നിമിഷം കൊണ്ട് പ്രതികരിക്കും പോലെ, വെട്ടിത്തിരിഞ്ഞ് കൈ സുഗമമായി അരയിലേക്ക് നീങ്ങി ഒരു പോർക്കത്തി വലിച്ചെടുത്തു. എല്ലാം കണ്ണ് ചിമ്മിത്തുറക്കുന്ന വേഗത്തിൽ.

നരസിംഹന്റെ പോർക്കത്തി പാഞ്ഞത് തന്റെ പിന്നിൽ പരിഭ്രമിച്ച് നിന്ന ഒരു വൃദ്ധന്റെ കഴുത്തിനു നേരെയായിരുന്നു.

'അയ്യാ!' വിജയൻ പരിഭ്രാന്തനായി ഉറക്കെ വിളിച്ചു. ആഘാതാനന്തര മാനസികനിലയിൽ, സൈനികർ അബദ്ധത്തിൽ ആളുകളെ അപായപ്പെടുത്തുന്നതിനെപ്പറ്റി വിജയൻ കേട്ടിട്ടുണ്ട്.

തടിച്ച ശരീരവും കഷണ്ടി കയറിയ തലയും നരച്ച താടിയുമുള്ള ആ മനുഷ്യൻ കീഴടങ്ങാൻ എന്നോണം ഇരുകൈകളും ഉയർത്തിയിരുന്നു. അദ്ദേഹത്തിന്റെ അരികിൽ നിന്നിരുന്ന അതേ പ്രായത്തിലുള്ള മറ്റൊരാളും അതുപോലെ കൈകളുയർത്തി.

'അങ്ങ് ഒന്ന് സമാധാനപ്പെടൂ.' വിജയൻ പറഞ്ഞു. 'അവർ ഉപദ്രവിക്കുമെന്ന് തോന്നുന്നില്ല.'

'ഞങ്ങൾ ഉറപ്പായും ഒരു ഉപദ്രവത്തിനും പോന്നവരല്ല, മഹാപ്രഭോ,' ആ തടിച്ച മനുഷ്യൻ ശുദ്ധമായ തമിഴിൽ, പക്ഷേ ചോളദേശത്തിന് അപരിചിതമായ ഒരു ഉച്ചാരണത്തിൽ പറഞ്ഞു.

'ക്ഷമിക്കണം...' നരസിംഹൻ തന്റെ കത്തി പിന്നോട്ട് വലിച്ചുകൊണ്ട് മാപ്പ് ചോദിച്ചു. 'എന്നോട് ക്ഷമിക്കണം...'

'അയ്യോ, ഞങ്ങളാണ് ക്ഷമ ചോദിക്കേണ്ടത്, പ്രഭോ.' ആ വൃദ്ധൻ പറഞ്ഞു. 'ഞങ്ങൾ അങ്ങയെ ശല്യപ്പെടുത്താൻ ഉദ്ദേശിച്ചിരുന്നില്ല.'

'പെട്ടെന്നിങ്ങനെ ആരുടേയും പിന്നിൽ വന്നു നിൽക്കരുത്.'

'ഞാൻ... ഞാൻ അങ്ങയെ വിളിക്കാൻ ശ്രമിച്ചിരുന്നു...' അയാൾ പശ്ചാത്താപത്തോടെ കൈകൾ കൂപ്പി നമസ്തേ പറഞ്ഞു. 'പക്ഷേ അങ്ങ് കേട്ടുകാണില്ല. അതുകൊണ്ട് ഞാൻ അടുത്തുവന്ന് സംസാരിക്കാമെന്ന് കരുതി. ഇതെന്തായാലും ഒരു ക്ഷേത്രമല്ലേ, നമ്മളെല്ലാം ശിവഭക്തരുമാണല്ലോ.'

'അതെ, നമ്മളെല്ലാം ശിവഭക്തരാണ്,' നരസിംഹൻ സ്വയം ശാന്തനാകാൻ ഒരു ദീർഘശ്വാസമെടുത്ത് പറഞ്ഞു. 'ഓം നമഃ ശിവായ.'

മറ്റുള്ളവരെല്ലാം ആ മന്ത്രം ഏറ്റുചൊല്ലി. ഓം നമഃ ശിവായ.

'നിങ്ങൾ ഇവിടത്തുകാരനല്ലല്ലോ.' നരസിംഹൻ പറഞ്ഞു. അദ്ദേഹത്തിന്റെ ഹൃദയവും മനസ്സും ഇപ്പോൾ ശാന്തമായിരുന്നു. 'നിങ്ങളുടെ സംസാരരീതി എനിക്ക് പിടികിട്ടുന്നില്ല.'

'അത് 'ഇവിടം' എന്ന് അങ്ങ് ഉദ്ദേശിക്കുന്നത് എന്താണെന്നതിനെ ആശ്രയിച്ചിരിക്കും, പ്രഭോ.' ആ മനുഷ്യൻ പറഞ്ഞു.

നരസിംഹൻ മെല്ലെ ചിരിച്ചു. വിജയനും.

'എന്റെ ഉച്ചാരണം ഗുജറാത്തിയായിരിക്കാം പ്രഭോ. പക്ഷേ എന്റെ വാക്കുകൾ തമിഴാണ്...' ആ മനുഷ്യൻ തുടർന്നു. 'എന്റെ 'ഇവിടം' ഭാരതമാതാവും.'

'കൊള്ളാം...' നരസിംഹൻ ചിരിച്ചുകൊണ്ട് തുടർന്നു. 'പക്ഷേ സത്യം പറഞ്ഞാൽ, ഞാനിതുവരെ ഒരു ഗുജറാത്തി ഉച്ചാരണത്തിൽ തമിഴ് കേട്ടിട്ടില്ല. അത് കേൾക്കാൻ... ഒരു പ്രത്യേകതയുണ്ട്...'

ആ വൃദ്ധൻ പ്രസന്നനായി ചിരിച്ചു.

'എന്താണ് വേണ്ടത്, അണ്ണാ?' നരസിംഹൻ ആ വൃദ്ധനെ തമിഴിൽ ജ്യേഷ്ഠസഹോദരൻ എന്ന അർത്ഥത്തിൽ അഭിസംബോധന ചെയ്തു. 'ഞാനെങ്ങനെയാണ് നിങ്ങളെ സഹായിക്കേണ്ടത്?'

'ഞങ്ങൾക്ക് ചക്രവർത്തി രാജേന്ദ്ര ചോളന്റെ മഹാനായ സേനാപതിയായ ധീരയോദ്ധാവ് നരസിംഹനോട് സംസാരിക്കണം.'

'അത് ഭാഗ്യമായി. ഞാൻ തന്നെയാണ് നരസിംഹൻ. പക്ഷേ ഞാനിപ്പോൾ സേനാപതിയല്ല, ഇവിടുത്തെ കാവൽസേനയുടെ മേധാവിയാണ്. എന്തായിരുന്നു കാര്യം?'

'എന്റെ പേര് സോമേശ്വർ.' ആ വൃദ്ധൻ പറഞ്ഞു. 'നമ്മുടെ രാജ്യത്തിന്റെ പടിഞ്ഞാറൻ തീരത്തുനിന്നുള്ള ഒരു വ്യാപാരിയാണ്. ഒരുകാലത്ത് പ്രൗഢമായിരുന്ന സോമനാഥ് നഗരത്തിൽ നിന്ന്.'

നരസിംഹന്റെ മുഖം വാടി, ഹൃദയം വിങ്ങി. ആ കണ്ണുകൾ പെട്ടെന്ന് നിറഞ്ഞു. ഒപ്പം വിജയന്റെയും. അവരുടെ പ്രതികരണം കണ്ട്, ആ ഭയാനകമായ ദിവസം വീണ്ടുമോർത്ത് സോമേശ്വറും ഇഖ്ബാലും കണ്ണീരണിഞ്ഞു.

'സോമേശ്വർജി, നിങ്ങളുടെ വേദന എനിക്ക് മനസ്സിലാവും.' നരസിംഹൻ പറഞ്ഞു. 'സോമനാഥർ... അവിടുത്തെ മഹാ-ക്ഷേത്രത്തിന് നേരെയുണ്ടായ ആക്രമണം...' നരസിംഹൻ ആദരസൂചകമായി തമിഴിലെ 'അർ' ചേർക്കാൻ ശ്രദ്ധിച്ചു. 'ഏതാനും ആഴ്ചകൾക്ക് മുൻപ് ഞാനും ചക്രവർത്തിയും മടങ്ങിയെത്തിയപ്പോൾ എന്റെ ഭാര്യ ആദ്യം പറഞ്ഞ കാര്യം ഇതാണ്... ചക്രവർത്തിക്കും ഇതിനെപറ്റി ബോധ്യമുണ്ട്. ഞങ്ങൾക്ക്... പുനർനിർമാണത്തിൽ സഹായിക്കണമെന്നുണ്ട്... പിന്നെ...'

'അത് ഞങ്ങൾ പുനർനിർമ്മിക്കും, പ്രഭോ.' സോമേശ്വർ വികാരവായ്പോടെ പറഞ്ഞു. 'അത് ഞങ്ങളെപ്പോലുള്ള വ്യാപാരികൾക്കും പുരോഹിതർക്കും സാധാരണക്കാർക്കും ചെയ്യാവുന്ന കാര്യമാണ്... പുനർനിർമ്മാണം യോദ്ധാക്കളുടെ ജോലിയല്ല... അവരുടെ ധർമ്മം മറ്റൊന്നാണ്.'

നരസിംഹൻ നിശ്ശബ്ദനായിരുന്നു.

സോമേശ്വറിന്റെ കണ്ണുകളിൽ നിന്ന് കണ്ണുനീർ ഒഴുകി. അദ്ദേഹത്തിന്റെ പ്രായവും തകർന്ന ഹൃദയവും അനുവദിക്കുന്നത്ര ശക്തിയിൽ തടിച്ച മുഷ്ടികൾ മുറുകി. ധാർമ്മിക രോഷത്താൽ ആ ശരീരം ചെറുതായി വിറച്ചു. 'അവർ... ആ ചെകുത്താൻ മഹ്മൂദും അവന്റെ സൈന്യവും... അവർ ചെയ്ത പാപങ്ങൾക്ക് കണക്ക് പറയണം... നമ്മുടെ യോദ്ധാക്കൾ അവരെ ധാർമ്മിക നീതിയുടെ പാഠം പഠിപ്പിക്കണം...'

'കഴിഞ്ഞ നാല് വർഷമായി ഇന്ത്യയിലെ മറ്റ് രാജ്യങ്ങൾ എന്ത് ചെയ്യുകയായിരുന്നു? മഹ്മൂദിനെ തടയാൻ നിങ്ങളുടെ ഉത്തരേന്ത്യൻ രാജാക്കന്മാർ എന്ത് ചെയ്തു?'

'പടിഞ്ഞാറൻ, ഉത്തരേന്ത്യൻ രാജാക്കന്മാർക്ക് തെക്കുള്ള-വരെക്കാൾ ധൈര്യം ഒട്ടും കുറവല്ല, പ്രഭോ. അവർ വീറോടെ പോരാടി. ധീരമായിത്തന്നെ പൊരുതി. പക്ഷെ തെറ്റ് അവർ വെവ്വേറെയായി പോരാടി എന്നതാണ്. പതിനായിരക്കണക്കിന് ധീരരായ ഇന്ത്യൻ സൈനികരും രാജാക്കന്മാരും മഹ്മൂദിനോട് പോരാടി മരിച്ചിട്ടുണ്ട്. അവർക്ക് വീരമൃത്യു ലഭിച്ചു, പക്ഷേ വിജയം ലഭിച്ചില്ല. എന്തുകൊണ്ട്? നമ്മുടെ സ്ഥിരം വിഷയം തന്നെ, പ്രഭോ. ആഭ്യന്തര പ്രശ്നങ്ങൾ. ഉത്തരേന്ത്യയിൽ ഒരു ഐക്യമുള്ള സാമ്രാജ്യം ഇല്ലാത്തതുകൊണ്ട്, ഗസ്നിക്കെതിരെ ഒരു പൊതുതന്ത്രം മെനയാൻ വിവിധ കൂട്ടങ്ങളെ ഒരുമിപ്പിക്കുക എന്നത് അസാധ്യമാണ്. എനിക്കതറിയാം, കാരണം ഇടക്കാലത്തായി അവരെ ഒന്നിപ്പിക്കാൻ ഞങ്ങൾ പരമാവധി ശ്രമിച്ചതാണ്. അവർ വീരോചിതമായി പോരാടി, പക്ഷേ ഒത്തൊരുമ ഉണ്ടായില്ല. തുർക്കികൾക്കെതിരെ അത് പോരായിരുന്നു. ഇന്ത്യയിലെ ഏറ്റവും വലിയ ചക്രവർത്തി, രാജ്യത്തെ മറ്റെല്ലാ രാജാക്കന്മാരുടെയും സാമ്രാജ്യങ്ങൾ ചേർത്തുവെച്ചാലും അതിലും വലിയ സാമ്രാജ്യമുള്ള രാജേന്ദ്ര ചോളൻ, ഈ പ്രതികാരത്തിനായുള്ള

പോരാട്ടത്തെ നയിക്കണം എന്നാണ് ഞങ്ങളുടെ ആഗ്രഹം... പക്ഷേ അദ്ദേഹത്തെ കഴിഞ്ഞ കുറച്ച് വർഷങ്ങളായി തെക്കുകിഴക്കൻ ഏഷ്യയിൽ കാണാൻ ഇല്ലായിരുന്നല്ലോ. തിരിച്ചെത്തിയെന്ന് കേട്ട നിമിഷം, ഞാനും എന്റെ സുഹൃത്ത് ഇഖ്ബാലും അദ്ദേഹത്തിന്റെ സഹായം തേടി ഇവിടേക്ക് പാഞ്ഞെത്തുകയായിരുന്നു.'

ചക്രവർത്തിയുടെ പദ്ധതികളെക്കുറിച്ച് നരസിംഹന് അറിയാമായിരുന്നു. ആ പദ്ധതികൾ നന്നായി നടപ്പിലാക്കാൻ അതിലും സമയമെടുക്കുമെന്നും അദ്ദേഹത്തിനറിയാമായിരുന്നു. എന്നാൽ ഈ ഗുജറാത്തി വൃദ്ധനെ എത്രത്തോളം വിശ്വസിക്കാമെന്ന് അദ്ദേഹത്തിന് നിശ്ചയമില്ലായിരുന്നു. 'നിങ്ങളൊരു വ്യാപാരിയാണ്, സോമേശ്വർ... ഇതെല്ലാം ചോള ചക്രവർത്തിക്ക് വിട്ടേക്കൂ. അദ്ദേഹം വലിയൊരു ശിവഭക്തനാണ്... ഒരുപക്ഷേ ഈ നാട്ടിലെ ഏറ്റവും വലിയ മഹാദേവ ഭക്തൻ... ഞങ്ങൾ...'

'സംസാരത്തിനിടയിൽ തടസ്സപ്പെടുത്തിയതിന് ക്ഷമിക്കണം, മഹാനായ നരസിംഹൻ,' സോമേശ്വർ പറഞ്ഞു. 'പക്ഷേ ലങ്കയിലേക്ക് പാലം പണിയാൻ ശ്രീരാമന് പോലും അണ്ണാറക്കണ്ണന്മാരുടെ സഹായം വേണ്ടിവന്നു. ഒരു അണ്ണാറക്കണ്ണന് ചെയ്യാൻ കഴിയുന്നത് അതിനുമാത്രമേ കഴിയൂ.'

രാമായണത്തിലെ ഈ ഐതിഹ്യം അറിയാത്ത ഭാരതീയർ ആരും ഉണ്ടാവില്ല. ശ്രീരാമനും അദ്ദേഹത്തിന്റെ വാനരസേനയും കടലിനക്കരെയുള്ള ലങ്കയിലെത്തി അസുര-രാജാവായ രാവണനെ പരാജയപ്പെടുത്തുന്നതിനായി പാലം നിർമ്മിക്കുന്ന സമയം. അക്കാലത്ത്, ഒരു അണ്ണാറക്കണ്ണൻ ആ സേതുബന്ധനത്തിൽ സഹായിക്കാൻ മുന്നോട്ട് വന്നു. 'ഈ കുഞ്ഞൻ അണ്ണാറക്കണ്ണനെക്കൊണ്ട് എന്തുചെയ്യാനാകും' എന്ന് മറ്റുള്ളവർ പരിഹസിച്ച് ചിരിച്ചു. എന്നാൽ ശ്രീരാമൻ പതിവുപോലെ, ആ കുഞ്ഞൻ ജീവിയുടെ കഴിവിന്റെ കുറവിനപ്പുറം അതിന്റെ ഹൃദയത്തിലെ ധൈര്യമാണ് കണ്ടത്. അദ്ദേഹം ആ സഹായം സന്തോഷത്തോടെ സ്വീകരിച്ചു.

നരസിംഹൻ നിശ്ശബ്ദനായിരുന്നു.

'ഞാൻ അവിടെയുണ്ടായിരുന്നു...' സോമേശ്വർ കരച്ചിലടക്കാനാ-വാതെ പറഞ്ഞു.

നരസിംഹൻ ഒന്ന് ഞെട്ടി നിവർന്നിരുന്നു. അദ്ദേഹം വിജയനെ പാളി നോക്കി, വിജയനും അതേ ഞെട്ടലിലായിരുന്നു. പിന്നെ വീണ്ടും സോമേശ്വറിനെത്തന്നെ നോക്കി. സോമനാഥ് ക്ഷേത്രത്തിന്റെ തകർച്ചയ്ക്ക് സാക്ഷ്യം വഹിച്ച എല്ലാ ഭാരതീയരെയും ഗസ്നിയിലെ മഹ്മൂദ് കൊന്നൊടുക്കി എന്നായിരുന്നു അവർ ധരിച്ചിരുന്നത്.

'ഞങ്ങൾ രണ്ടുപേരും അവിടെയുണ്ടായിരുന്നു,' സോമേശ്വറിന്റെ സുഹൃത്തായ ഇഖ്ബാൽ ആദ്യമായി സംസാരിച്ചു. അദ്ദേഹത്തിന്റെ സംസാരത്തിൽ ബംഗാളി ചുവ വ്യക്തമായിരുന്നു.

'എനിക്ക് നിങ്ങളെ ഒരു കാര്യം കാണിക്കാനുണ്ട്...' പറഞ്ഞുകൊണ്ട് സോമേശ്വർ ഇഖ്ബാലിന് നേരെ തിരിഞ്ഞു. തന്റെ തോളിൽ തൂക്കിയിരുന്ന സഞ്ചിയിൽ നിന്നും മിനുക്കിയെടുത്ത ഒരു കറുത്ത കല്ലിന്റെ കഷണം ഇഖ്ബാൽ ശ്രദ്ധാപൂർവ്വം പുറത്തെടുത്ത് വളരെ ആദരവോടെ ആ ഗുജറാത്തി വ്യാപാരിക്ക് കൈമാറി.

ഒരു പിഞ്ചുകുഞ്ഞിനെയെന്നപോലെ സോമേശ്വർ ആ കല്ല് തന്റെ വലതുകൈവെള്ളയിൽ ചേർത്തുപിടിച്ചു. പുണ്യമായതെന്തോ പിടിക്കുന്നത് പോലെ, അദ്ദേഹത്തിന്റെ ഇടതുകൈ വലതുകൈക്ക് താഴെ താങ്ങായി പിടിച്ചിരുന്നു.

നരസിംഹന്റെ മുഷ്ടികൾ മുറുകി, പല്ലുകൾ ഞെരിഞ്ഞു. ഒരേസമയം കോപവും ദുഃഖവും അദ്ദേഹത്തിന്റെ ഉള്ളിൽ ആളിക്കത്തി. വിജയൻ നിറഞ്ഞ കണ്ണുകളെ വക വെക്കാതെ ഒന്ന് മുന്നോട്ട് നിന്നു. ആ കല്ല് എന്തിന്റെ ഭാഗമായിരുന്നുവെന്ന് ആ രണ്ട് തമിഴ് പോരാളികൾക്കും മനസ്സിലായിരുന്നു.

'ഇത്... നാലുവർഷം മുൻപ് ഗസ്നിയിലെ മഹ്മൂദ് തകർത്ത സോമനാഥ് ശിവലിംഗത്തിന്റെ ഒരു കഷ്ണമാണ്.' സോമേശ്വറിന്റെ ശബ്ദം വിറച്ചു.

വിജയൻ വിറയ്ക്കുന്ന കൈകളോടെ ആ കല്ലിൽ തൊട്ടു.

ദുഃഖത്താൽ സോമേശ്വർ വിറയ്ക്കുന്നുണ്ടായിരുന്നു. 'ആ... ആ മഹ്മൂദ്... പുണ്യ ശിവലിംഗത്തിന്റെ ബാക്കി കഷ്ണങ്ങൾ കൂടെ കൊണ്ടുപോയിരിക്കുന്നു... ഗസ്നിയിലെ പ്രധാന പള്ളിയുടെ പടികൾക്കടിയിൽ ആ വിഗ്രഹഭാഗങ്ങൾ കുഴിച്ചിട്ടുമെന്നാണ് അവൻ അലറി പറഞ്ഞത്. അതുവഴി വിശ്വാസികൾ എന്ന് സ്വയം

വിളിക്കുന്നവർക്ക് ദിവസവും അഞ്ചുനേരം നമ്മുടെ ഭഗവാന്റെ നെഞ്ചിൽ ചവിട്ടി നടക്കാമല്ലോ...'

'ആ നരാധമനെ നമ്മൾ ജീവനോടെ കത്തിക്കും...' വിജയൻ പല്ലിറുമ്മി.

സോമേശ്വർ തുടർന്നു, 'പ്രഭുക്കന്മാരേ, കഴിഞ്ഞ കുറച്ച ദിവസങ്ങളായി ഞങ്ങൾ ചക്രവർത്തിയെ കാണാൻ ശ്രമിക്കുകയാണ്. എന്നാൽ കൊട്ടാരത്തിലെ കാവൽക്കാർ ഓരോ തവണയും ഞങ്ങളെ മടക്കി അയച്ചു. മഹാനായ ചോള ചക്രവർത്തിയെ ശല്യപ്പെടുത്താൻ പാടില്ലെന്ന് അവർ പറയുന്നു. അപ്പോഴാണ് മഹാനായ സേനാപതി നരസിംഹനെ കണ്ടെത്താൻ ഞങ്ങൾക്ക് ഉപദേശം കിട്ടിയത്... ചക്രവർത്തിയുടെ അടുത്ത് സ്വാധീനമുള്ളയാളാണ് അദ്ദേഹമെന്നും, മഹാദേവന്റെയും ഭാരതമാതാവിന്റെയും അഭിമാനത്തിനുവേണ്ടി അദ്ദേഹം പോരാടുമെന്നും ഞങ്ങളറിഞ്ഞു.'

'സോമേശ്വർജി, ഞാൻ താങ്കൾക്ക് രാജേന്ദ്ര ചോള ചക്രവർത്തിയെ കാണാൻ അവസരമുണ്ടാക്കിത്തരാം,' ആകെ ഉലഞ്ഞുപോയ നരസിംഹൻ മന്ത്രിച്ചു.

ഇഖ്ബാൽ ഒരു വലിയ നിലവിളിയോടെ നരസിംഹന്റെ കാൽക്കൽ വീണു. നരസിംഹൻ അദ്ദേഹത്തെ പിടിച്ചെഴുന്നേൽപ്പിച്ച് ആലിംഗനം ചെയ്തു. വിജയൻ മുന്നോട്ട് ചെന്ന് സോമേശ്വറിന്റെ തോളിൽ കൈവെച്ചു. ആ ഗുജറാത്തി വ്യാപാരിയാകട്ടെ, കയ്യിലെ കല്ലിൻ കഷ്ണം നെഞ്ചോട് ചേർത്ത് പൊട്ടിക്കരയുകയായിരുന്നു.

സോമേശ്വറിന് അറിയാമായിരുന്നു. അദ്ദേഹത്തിന്റെ ആത്മാവിന് തീർച്ചയായിരുന്നു. രാജേന്ദ്ര ചോളനുമായി ഒരു കൂടിക്കാഴ്ച മാത്രം മതി. പിന്നെ തന്നിലൂടെ സംസാരിക്കുന്നത് മഹാദേവ ഭഗവാന്റെ മുറിവേറ്റ, കോപാകുലമായ ഹൃദയമായിരിക്കും. ആ ഹൃദയം മഹാനായ ധർമ്മയോദ്ധാവിനെ തന്റെ കടമ ഓർമ്മിപ്പിക്കും. നിഷേധിക്കാനാവാത്ത ഒരു കടമ. കാരണം ധർമ്മം അത് അനുശാസിക്കുന്നു. ചരിത്രം അത് അനുശാസിക്കുന്നു. പിതൃലോകത്തുള്ള നമ്മുടെ പൂർവ്വികർ അതനുശാസിക്കുന്നു. കാരണം, പൗരുഷത്തിന്റെ ഏറ്റവും ശുദ്ധമായ ചോദന നീതിക്ക് വേണ്ടിയുള്ള പ്രതികാരമാണ്. ആ പ്രതികാരത്തിൽ തുല്യതയുടെ പുനഃസ്ഥാപനമുണ്ട്. ആ പ്രതികാരം ധർമ്മം ആണ്.

അദ്ധ്യായം 2

ചങ്ങലക്കിട്ട സഹോദരൻ

ഗ്രസ്ഗാൻ, അഫ്ഗാനിസ്ഥാൻ

വാതിൽക്കൽ ഒരു നിഴൽ രൂപം അടുത്തുവരുന്നത് ഇസ്മായിൽ അറിഞ്ഞു.

അല്ലാഹുവേ, ദയവുണ്ടാകണേ...

അയാൾ അസ്വസ്ഥതയോടെ ശ്വാസമെടുത്ത്, വിരലുകൾ കോർത്തുപിടിച്ച്, കണ്ണുകൾ പാതിയടച്ചു. ആപത്ത് കണ്ടില്ലെങ്കിൽ അത് ഇല്ലാതാകുമെന്ന ഒരു കുട്ടിയുടെ നിഷ്കളങ്കമായ പ്രതീക്ഷയോടെ.

അപ്പോൾ അയാൾ അത് കണ്ടു. ചുമരിനോട് ചേർന്ന് ഒരു നിഴൽ രൂപം. അടുത്തുവരുന്ന ആ മനുഷ്യന്റെ കൂർത്ത താടയിൽ നിന്ന് താഴേക്ക് ഒതുക്കമില്ലാതെ വളർന്നുകിടക്കുന്ന നരച്ച താടി.

ഇസ്മായിൽ ആശ്വാസത്തോടെ നെടുവീർപ്പിട്ടു. അയാളുടെ മുഖത്ത് ആശ്വാസം പ്രകടമായിരുന്നു.

മെലിഞ്ഞുണങ്ങിയ ഒരു വൃദ്ധൻ അദ്ദേഹത്തിൻറെ മുറിയിലേക്ക് പ്രവേശിച്ചു.

'താലിബ്, നിങ്ങൾ അയാളെ കൃത്യസമയത്ത് തടഞ്ഞില്ലേ?' തിടുക്കത്തിൽ മുന്നോട്ട് ചെന്ന് തന്റെ വിശ്വസ്ത സേവകൻ താലിബിനോട് ഇസ്മായിൽ ചോദിച്ചു.

വൃദ്ധൻ താലിബിന്റെ പരുന്തിന്റേതുപോലുള്ള മുഖഭാവം ചെറുതായി കോടി. അയാൾ തന്റെ കൂനുള്ള പുറം അല്പം നിവർത്തി, കൈകൾ പിന്നിൽ കെട്ടി. മുഖത്ത് ഗൗരവഭാവം നിറഞ്ഞിരുന്നു. അദ്ദേഹത്തിന്റെ ചെറിയ കറുത്ത കണ്ണുകൾ നിർവികാരമായി

ഇസ്മായിലിനെ നോക്കി. അസ്വസ്ഥനായ യജമാനന്റെ ശാന്തനായ സേവകൻ. പക്ഷേ അയാൾ മറുപടി നൽകുന്നതിന് മുൻപ് യജമാനൻ തുടർന്നു.

'ആരെങ്കിലും അനുവാദമില്ലാതെ ഈ കോട്ടയിൽ നിന്ന് പുറത്തുപോകുന്നത് പോലും സുൽത്താന്റെ ആളുകൾ കണ്ടാൽ, അത് നമ്മുടെയെല്ലാം മരണത്തിന് കാരണമാകും. അയാൾ കൊണ്ടുനടക്കുന്നത് എന്താണെന്ന് നിങ്ങൾക്കറിയാമല്ലോ...' ഇസ്മായിൽ അങ്ങേയറ്റം അസ്വസ്ഥനായിരുന്നു. അയാൾ ധരിച്ചിരുന്ന കട്ടിയുള്ള, വിലയേറിയ രോമക്കുപ്പായം അയാൾക്ക് കൂടുതൽ തടി തോന്നിച്ചു. ഒരു ശരാശരി തുർക്കിക്കാരനേക്കാൾ ഉയരമുണ്ടായിരുന്നു ഇസ്മായിലിന്. ഏകദേശം ആറടി. പക്ഷേ മെലിഞ്ഞ് എല്ലുന്തിയ ശരീരപ്രകൃതക്കാരനായിരുന്ന അയാളുടെ കണ്ണുകളിൽ എപ്പോഴും ഒരു അസ്വസ്ഥത നിഴലിച്ചിരുന്നു. പുറത്തെ തണുപ്പിലും അയാൾ വിയർത്തൊലിച്ചു.

'കൃത്യസമയത്ത് തന്നെ അവനെ എനിക്ക് കിട്ടി, പ്രഭോ,' തന്റെ യജമാനനെ ശാന്തനാക്കാനായി ചെറുതായൊന്ന് പുഞ്ചിരിച്ചുകൊണ്ട് താലിബ് ഉറപ്പുനൽകി. 'കുതിരാലയത്തിനടുത്തു വെച്ച്. താങ്കളുടെ പുതിയ നിർദ്ദേശങ്ങൾ അവന് ലഭിച്ചിട്ടുണ്ട്.'

'അവനിപ്പോൾ എവിടെയാണ്?' പദ്ധതികളിലെ പെട്ടെന്നുണ്ടായ മാറ്റത്തിൽ അസ്വസ്ഥനായി ഇസ്മായിൽ വീണ്ടും ചോദിച്ചു. 'ആ കത്തെവിടെ? ഒരു കാരണവശാലും എന്റെ വട്ട് സഹോദരന്റെ കയ്യിൽ അത് കിട്ടരുത്. എങ്കിലും അത് അയയ്ക്കാൻ തന്നെയാണ് ഞാൻ ഉദ്ദേശിക്കുന്നത്. ഓർമ്മ വേണം, നമ്മുടെ സമയക്രമത്തിൽ മാത്രമേ മാറ്റം വന്നിട്ടുള്ളൂ. മറ്റൊന്നും മാറിയിട്ടില്ല. സുൽത്താൻ ഇത്ര പെട്ടെന്ന് തിരികെ വരുമെന്നും ഞാൻ പ്രതീക്ഷിച്ചില്ല.'

ഗസ്നിയിലെ സുൽത്താൻ മഹ്മൂദിന്റെ സഹോദരനായ ഇസ്മായിൽ, തന്റെ മനസ്സും അതോടൊപ്പം നിർദ്ദേശങ്ങളും അടിക്കടി മാറ്റുന്ന സ്വഭാവക്കാരനാണ്. ഇത് അദ്ദേഹത്തിനുവേണ്ടി ജോലി ചെയ്യുന്നവർക്ക് വലിയ ബുദ്ധിമുട്ടാണ്. എന്നാൽ താലിബ് അത് കൈകാര്യം ചെയ്യാൻ പഠിച്ചിരുന്നു.

'ദൂതനായ താങ്കളുടെ പ്രധാന പാചകക്കാരൻ തിരികെ അടുക്കളയിലേക്ക് പോയിട്ടുണ്ട്.' താലിബ് പറഞ്ഞു. 'ആ

കത്ത് കലവറയിൽ എവിടെയെങ്കിലും സുരക്ഷിതമായി ഒളിപ്പിച്ചിട്ടുണ്ടാകുമെന്ന് എനിക്കുറപ്പാണ്. റഷീദ് സമർത്ഥനാണ്. താങ്കൾ ഒന്നിനെക്കുറിച്ചും വിഷമിക്കേണ്ടതില്ല, പ്രഭോ.'

ഇസ്മായിൽ അഴികളുള്ള ജനലിനടുത്തേക്ക് നടന്നു. കഴിഞ്ഞ മുപ്പത് വർഷമായി തന്റെ തടവറയായി മാറിയ, ഒറ്റപ്പെട്ട ഗുസ്ഗാൻ കോട്ടയിലേക്ക് വളഞ്ഞുകയറിവരുന്ന തെക്കൻ പാതയിലേക്ക് അയാൾ എത്തിനോക്കി.

ഒരു വലിയ പൊടിപടലം കോട്ടയെ ലക്ഷ്യമാക്കി നീങ്ങുന്നുണ്ടായിരുന്നു. ഗസ്നിയിലെ മഹ്മൂദ്. ഒപ്പം അദ്ദേഹത്തിന്റെ രാജകീയ അകമ്പടിയും.

ഇസ്മായിൽ ഉള്ളിൽ കറുത്ത പിത്തം തികട്ടിവരുന്നത് അറിഞ്ഞു. അയാൾ കയ്പ്പ് കടിച്ചിറക്കി ചിരിച്ചു.

'വിഷമിക്കാൻ ഒന്നുമില്ല, അല്ലേ?' ഇസ്മായിൽ നീരസത്തോടെ ചോദിച്ചു. 'അതിനെക്കുറിച്ചെന്താ പറയാനുള്ളത്?' അകലെനിന്ന് തന്റെ നേർക്കടുക്കുന്ന ജ്യേഷ്ഠൻ മഹ്മൂദിന്റെ ദിശയിലേക്ക് അയാൾ വിരൽചൂണ്ടി. 'ആ കള്ളൻ മഹ്മൂദിനെപ്പറ്റി നമ്മൾ പേടിക്കേണ്ട കാര്യമില്ലെന്ന്, അല്ലേ? ഒരു യുഗം മുൻപ് ഞാൻ ഭരണാധികാരിയായപ്പോഴും പേടിക്കേണ്ടെന്ന് എന്നോട് പറഞ്ഞിരുന്നു! അതുകൊണ്ട് എന്ത് പ്രയോജനമുണ്ടായി? ആ കാട്ടാളൻ മഹ്മൂദിനെ കാണുമ്പോഴെല്ലാം എനിക്ക് നരകയാതനയല്ലാതെ മറ്റൊന്നും കിട്ടിയിട്ടില്ല!'

മൂന്ന് പതിറ്റാണ്ട് മുൻപ് ഗസ്നിയുടെ ഭരണാധികാരി സ്ഥാനത്തുനിന്ന് തന്നെ പുറത്താക്കി ഗുസ്ഗാൻ കോട്ടയിൽ വീട്ടുതടങ്കലിലാക്കിയ ജ്യേഷ്ഠൻ മഹ്മൂദിന്റെ മുഖത്തേക്ക് എന്നപോലെ ഇസ്മായിൽ ജനലഴികൾക്കിടയിലൂടെ പുറത്തേക്ക് നീട്ടിതുപ്പി. എന്നാൽ ഇസ്മായിലിന്റെ കഴിവും ആത്മവിശ്വാസവും വിധിയും എല്ലാം പരിഹാസ്യമായപ്പോൾ, അയാൾക്ക് ശരിക്കൊന്ന് തുപ്പാൻ പോലും കഴിഞ്ഞില്ല. തുപ്പലിന്റെ കുറച്ചുഭാഗം അഴികളിൽ തട്ടിത്തെറിച്ച് അയാളുടെ വിലകൂടിയ രോമക്കുപ്പായത്തിൽ വീണു. ഇസ്മായിൽ അലറിവിളിച്ചുകൊണ്ട് തന്റെ കുപ്പായം തുടച്ചു വൃത്തിയാക്കാൻ തുടങ്ങി. അയാളുടെ കണ്ണുകൾ നിറഞ്ഞു.

താലിബ് അനങ്ങാതെ നിശ്ശബ്ദനായി നിന്നു. ഇസ്മായിലിന് പരിഭ്രാന്തിയുണ്ടാകുമ്പോൾ പ്രതികരിക്കാതിരിക്കുന്നതാണ് നല്ലതെന്ന് അവനറിയാമായിരുന്നു.

'മുപ്പത് വർഷം, സ്നേഹിതാ,' ഇസ്മായിൽ അമർഷത്തോടെ തുടർന്നു. 'ദൈവം കൈവിട്ട ഈ കോട്ടയിൽ, ആർക്കും വേണ്ടാത്തിടത്ത് ഞാൻ മുപ്പത് വർഷം ചിലവഴിച്ചു. ആ സമയമത്രയും എന്നെ അപഹരിച്ചവൻ എന്റെ സിംഹാസനത്തിലിരുന്ന് എന്റെ സമ്പത്ത് ആസ്വദിക്കുന്നു, എന്റെ പെണ്ണുങ്ങളെ കീഴടക്കി ആസ്വദിക്കുന്നു!'

തലകുനിച്ച് നിശ്ശബ്ദനായി നിന്ന താലിബ് തന്റെ ഉപദേശം കടിച്ചിറക്കി. *ഇതല്ല സമയം.*

'ക്രൂരൻ!' അവസാന വാക്ക് തുപ്പിക്കൊണ്ട് ഇസ്മായിൽ പറഞ്ഞു. അപ്പോഴേക്കും അയാൾ കിതയ്ക്കാൻ തുടങ്ങിയിരുന്നു. ആ രോഷപ്രകടനത്തിൽ അയാൾ തളർന്നിരുന്നു. മേശയ്ക്കരികിലേക്ക് നടന്നുചെന്ന് ഒരു പാത്രം വെള്ളമെടുത്ത് അയാൾ ഒറ്റയടിക്ക് കുടിച്ചുതീർത്തു. കൈത്തലം കൊണ്ട് വായ തുടച്ച ശേഷം അയാൾ തന്റെ വിശ്വസ്തനായ ഭൃത്യൻ താലിബിനെ നോക്കി. 'പക്ഷേ ആ നീചൻ ഇങ്ങോട്ട് വരുന്നത് ഒരുതരത്തിൽ നന്നായി... അവൻ നേടിയ വിജയങ്ങൾ എന്റെ മുന്നിൽ കാണിച്ച ഗർവ്വ് നടിക്കാനാണെങ്കിൽ പോലും. പ്രത്യേകിച്ച് കഴിഞ്ഞ രണ്ട് വരവുകൾ... അവ ഒടുവിൽ എനിക്ക് ആ മൃഗത്തിന്റെ ദൗർബല്യങ്ങൾ കാണിച്ചുതന്നു. മുതലെടുക്കാൻ കഴിയുന്ന ദൗർബല്യങ്ങൾ.'

'തീർച്ചയായും, പ്രഭോ.' പുഞ്ചിരിയോടെ താലിബ് പറഞ്ഞു. *ഇതാണ് തനിക്ക് സംസാരിക്കാനുള്ള സമയം.*

'നിനക്കറിയാമല്ലോ, ആ തീക്കളിയുടെ ആശയം അവന്റെ തലയിൽ കയറ്റിയത് തന്നെ ഞാനാണ്...' ഇസ്മായിൽ ഒരു നിമിഷം നിർത്തി, ഭിത്തിയിലെ ചെമ്പ് കണ്ണാടിയിൽ നോക്കി തന്റെ സ്വന്തം ബുദ്ധിസാമർത്ഥ്യത്തിൽ അഭിമാനം കൊണ്ടു. മൃഗതുല്യനായ ആ സഹോദരനേക്കാൾ എത്രയോ സമർത്ഥനാണ് താൻ. ജനലിലൂടെ പുറത്ത് ചുറ്റിയടിക്കുന്ന പൊടിപടലങ്ങളിലേക്ക് നോക്കി അയാൾ പറഞ്ഞു. 'ആ ചൂണ്ടയിൽ കൊത്തിയെന്ന് പറയാനാവും അവൻ വരുന്നതെന്ന് ഞാൻ പ്രതീക്ഷിക്കുന്നു.'

താലിബ് തലയാട്ടി. 'അവൻ ചൂണ്ടയിൽ കൊത്തിയിരിക്കാമെന്ന് എനിക്കും തോന്നുന്നുണ്ട്.'

'വരൂ,' തന്റെ മുറിയുടെ വാതിലിനടുത്തേക്ക് നടന്നുകൊണ്ട് ഇസ്മായിൽ തിടുക്കം കൂട്ടി. 'കാവൽക്കാരെയും സംഗീതജ്ഞരെയും ഒരുക്കി നിർത്തൂ. മഹ്മൂദ് എത്താറായി. അവൻ വരുമ്പോൾ നമ്മളെല്ലാവരും കോട്ടവാതിൽക്കൽ ഉണ്ടാകണം. അല്ലെങ്കിൽ നമ്മുടെ അസാന്നിധ്യം ഒരു കാരണമാക്കി അവൻ നമ്മളെയെല്ലാം വധിച്ചുകളയും.'

ഗസ്നവിഡ് സുൽത്താൻ മഹ്മൂദ്, രാജസദസ്സായി ഉപയോഗിച്ചിരുന്ന വിശാലമായ, വൃത്താകൃതിയിലുള്ള കൽത്തളത്തിന്റെ നടുവിലായി ഇരുന്നു. അദ്ദേഹത്തിന്റെ ഭാര്യ കൗസരി ജഹാൻ സമീപത്തുണ്ടായിരുന്നു. രാജസദസ്സിന്റെ ഭിത്തിയിൽ നിരനിരയായി പന്തങ്ങൾ തൂക്കിയിരുന്നു. അവയുടെ നാളങ്ങൾ ആ മുറിക്ക് ആവശ്യമായ വെളിച്ചവും അല്പം ചൂടും നൽകി. മുറിയുടെ വടക്കേ അറ്റത്തുള്ള അടുപ്പിൽ തീ ആളിക്കത്തുന്നുണ്ടായിരുന്നു, അത് തണുപ്പിന് കാര്യമായ ആശ്വാസം നൽകി. അസ്ഥി തുളയ്ക്കുന്ന തണുത്ത രാത്രിയിലെ കാറ്റിനെ തളക്കാൻ ജനലുകൾ അടച്ച് കട്ടിയുള്ള ശീലകൾ ഇട്ടിരുന്നു. എന്നിട്ടും തണുത്ത കാറ്റ് അകത്തേക്ക് അൽപ്പാൽപ്പമായി അരിച്ചെത്തുന്നുണ്ടായിരുന്നു. അഫ്ഗാനിസ്ഥാനിൽ കൊടുംശൈത്യകാലമായിരുന്നു അത്. ഭക്ഷണവും വീഞ്ഞും നിറഞ്ഞ മേശക്ക് ചുറ്റും സുൽത്താന്റെ സഞ്ചരിക്കുന്ന സദസ്സിലെ അംഗങ്ങളായ പ്രഭുക്കന്മാരും രാജകുടുംബാംഗങ്ങളും കൂടിയിരുന്നു.

ഒരു തുർക്കിക്കാരനെ അപേക്ഷിച്ച് ആറടി ഉയരമുള്ള മഹ്മൂദ് നല്ല പൊക്കമുള്ളവനായിരുന്നു. മുഖച്ഛായയിൽ അനുജൻ ഇസ്മായിലിനോട് സാമ്യമുണ്ടായിരുന്ന അയാൾക്ക് വെളുത്ത തൊലിയും ചെറിയ കണ്ണുകളുമായിരുന്നു. എന്നാൽ യുദ്ധത്തിലേറ്റ മുറിപ്പാടുകൾ, പ്രത്യേകിച്ച് വലത് കവിളിലൂടെ തുടങ്ങി രൂപം മാറിയ മൂക്കിന്റെ പാലം വരെ നീണ്ടുകിടക്കുന്ന ആ വലിയ വട്ട, അദ്ദേഹത്തിന്

ബീഭത്സമായ ഒരു ഭാവം നൽകി. ആ ഭാവം തന്റെ എതിരാളികളെ ഭയപ്പെടുത്തുന്നതിനാൽ അയാൾക്ക് അത് ഇഷ്ടമായിരുന്നു. കരുത്തുറ്റ തോളുകളും വിരിഞ്ഞ നെഞ്ചുമായി തടിച്ച ശരീരപ്രകൃതമുള്ള മഹ്മൂദ്, ഭരണനിപുണനായ തന്റെ അനുജനിൽ നിന്ന് വ്യത്യസ്തനായി യുദ്ധം ചെയ്യാനായി തന്നെ ഉണ്ടാക്കപ്പെട്ടവനാണ്.

അദ്ദേഹത്തിന്റെ രാജ്ഞിയായ കൗസരി ജഹാൻ ഭർത്താവിനരികിൽ അഭിമാനത്തോടെ ഇരുന്നു. രാജകീയമായ അകലവും ഉറക്കം കെടുത്തുന്ന സൗന്ദര്യവും. അഞ്ചടി ഒൻപതിഞ്ച് ഉയരമുള്ള മെലിഞ്ഞ ശരീരം. നേർത്തതും മനോഹരവുമായ കൈകാലുകൾ. വെളുത്ത് തുടുത്ത കവിളുകളും മൂർച്ചയേറിയ മുഖഭാവങ്ങളും. ഭാവസാന്ദ്രമായ നീലകലർന്ന പച്ചനിറമുള്ള കണ്ണുകൾ. അവരുടെ നീണ്ട് സുന്ദരമായ കഴുത്ത് മാത്രം മതി ആ അഴക് അറിയാൻ. അവർ തുർക്കിക്കാരിയല്ലെന്ന് വ്യക്തമായിരുന്നു. അവരുടെ രൂപഭാവങ്ങൾ അവർ രാജ്യത്തിൻറെ കിരീടമായ കശ്മീരിൽ നിന്നാണെന്ന് വിളിച്ചുപറഞ്ഞു.

അമ്പത്തൊമ്പതുകാരനായ മഹ്മൂദിന് കൗസരിയേക്കാൾ അഞ്ച് വയസ്സ് മാത്രമേ പ്രായക്കൂടുതലുണ്ടായിരുന്നുള്ളൂ. എന്നാൽ രാജ്ഞിക്ക് അദ്ദേഹത്തേക്കാൾ പതിറ്റാണ്ടുകളുടെ ചെറുപ്പം തോന്നിക്കുന്നുണ്ട്. ചിലർ പറയാറുണ്ട്, നിങ്ങളുടെ ഇരുപതാം വയസ്സിലെ സൗന്ദര്യം മാതാപിതാക്കൾ നൽകുന്ന പാരമ്പര്യത്തിന്റെ ഫലമാണ്, എന്നാൽ അമ്പതാം വയസ്സിലെ രൂപം നിങ്ങൾ ജീവിച്ച ജീവിതത്തിന്റെ പ്രതിഫലനമാണ് എന്ന്. എന്നാൽ മറ്റുചിലർ പറയുന്നത്, ഏത് പ്രായത്തിലും നിങ്ങളുടെ രൂപം എത്രമാത്രം ചമയങ്ങൾ ഉപയോഗിക്കുന്നു, നിങ്ങളുടെ വൈദ്യൻ എന്ത് ആഭിചാരമാണ് പ്രയോഗിക്കുന്നത് എന്നതിനെയൊക്കെ ആശ്രയിച്ചിരിക്കും എന്നാണ്. കൗസരി ഒരു മന്ത്രവാദിനിയാണെന്ന് പലരും കരുതിയിരുന്നു. പക്ഷെ ആരും അത് ഉറക്കെ പറഞ്ഞിരുന്നില്ല. അതിന്റെ കാരണങ്ങൾ വ്യക്തമാണല്ലോ.

മഹ്മൂദിന്റെ തീരെ മറച്ചുവെക്കാത്ത ഉഭയലൈംഗിക പ്രവണതകൾക്കിടയിൽ പോലും രാജ്ഞിക്ക് അദ്ദേഹത്തിൽ വലിയ സ്വാധീനമുണ്ടെന്ന് പരക്കെ വിശ്വസിക്കപ്പെട്ടു. കൗസരി ജഹാൻ ഇല്ലായിരുന്നെങ്കിൽ, മഹ്മൂദ് ഈ സമയത്തിനകം പൂർണ്ണമായും

പുരുഷ കാമുകന്മാരെ മാത്രം സ്വീകരിക്കുമായിരുന്നു എന്ന് പലരും അടക്കം പറഞ്ഞു. അവരുടെ ശരീരത്തിന്റെ കാന്തികശക്തിക്കും തീക്ഷ്ണമായ ബുദ്ധിക്കും ഒപ്പം സദാ ആകർഷിക്കുന്നതും എന്നാൽ ഒരിക്കലും പിടികൊടുക്കാത്തതുമായ ആ വശ്യതക്കും മുന്നിൽ അദ്ദേഹം അടിമയായിരുന്നു. അവർ മഹ്മൂദിനോട് അങ്ങേയറ്റം വിശ്വസ്തയായിരുന്നു എന്ന കാര്യത്തിലും ആർക്കും സംശയമുണ്ടായിരുന്നില്ല.

യുദ്ധമില്ലാത്ത കാലത്ത് അംഗരക്ഷക സേനയുടെ തലവനായി നിയമിക്കപ്പെട്ടിരുന്ന മഹ്മൂദിന്റെ വിശ്വസ്ത സേനാപതി അബു ഖാസിം, ഇരുവശത്തും പത്ത് അംഗരക്ഷകരുമായി തന്റെ യജമാനന്റെ നിഴലിൽ നിന്നു. സുൽത്താനടക്കം അവിടെയുണ്ടായിരുന്ന എല്ലാവരേക്കാളും ഉയരം ഖാസിമിനുണ്ടായിരുന്നു. നിർവികാരമായ കണ്ണുകളിലെ ഇരുണ്ട ശൂന്യതയ്ക്ക് അയാളുടെ പരുക്കൻ മുഖം മാറ്റുകൂട്ടി. കാവലിരിക്കുന്ന ഒരു ഭീകരരൂപിയെപ്പോലെ അയാൾ വികാരരഹിതനായി നിന്നു. അയാളുടെ ഇമവെട്ടാത്ത കണ്ണുകൾ അല്പം ദൂരെയിരുന്ന ഇസ്മായിലിനുമേൽ തറച്ചിരുന്നു. മഹ്മൂദിന്റെ രാജകീയ സംഘത്തോടൊപ്പം വന്ന പ്രഭുക്കന്മാരിൽ ചിലർ സദസ്സിന് ചുറ്റുമിട്ടിരുന്ന മേശകൾക്ക് സമീപം ഇരുന്നു.

ഭക്ഷണത്തിന്റെ ചുമതലയുള്ള അഞ്ച് പേർ, മഹ്മൂദിനും ഭാര്യക്കും വിളമ്പുന്നതിന് മുൻപ് മേശയുടെ ചുറ്റിനും നിന്ന് ഭക്ഷണം സൂക്ഷ്മമായി പരിശോധിക്കുകയായിരുന്നു. വിഷം കലർന്നിട്ടുണ്ടോ എന്ന് നോക്കുകയായിരുന്നു അവർ. കൗസരി ആരെയും വിശ്വസിച്ചിരുന്നില്ല.

പ്രധാന പാചകക്കാരനായ റഷീദ് അല്പം അകലെയായി വിനയത്തോടെ, എന്നാൽ തന്റെ പാചകകലയിലുള്ള കഴിവിൽ അഭിമാനം കൊണ്ട് നിന്നു.

പരിശോധനകൾ കഴിഞ്ഞതും വിരുന്ന് തുടങ്ങി. മുപ്പത്തഞ്ച് വയസ്സിൽ കൂടാത്ത, അണിഞ്ഞൊരുങ്ങിയ, അസാധാരണമായ സ്ത്രൈണ സൗന്ദര്യമുള്ള ഒരു ചെറുപ്പക്കാരൻ മഹ്മൂദിന് ഭക്ഷണം വിളമ്പി. ഉയർന്ന കവിൾത്തടങ്ങളും വെളുത്ത് വിളറി ഒളിവീശുന്ന ചർമ്മവും ഒരു നർത്തകന്റെ മെയ്‌വഴക്കമുള്ള മെലിഞ്ഞ ശരീരവുമായിരുന്നു അവന്റേത്. മിനുസമുള്ള, തിളങ്ങുന്ന ചർമ്മം

കൊണ്ട് പൊതിഞ്ഞ നീണ്ട വിരലുകൾ. ആഡംബര വസ്ത്രധാരണം ഒരു പ്രഭുവാണെന്ന് തോന്നിപ്പിച്ചെങ്കിലും അവൻ സുൽത്താനെ സേവിച്ചത് ഒരു അടിമയുടെ താഴ്മയോടെയായിരുന്നു.

'എനിക്കീ മാംസം ഇഷ്ടപ്പെട്ടു, അയാസ്,' ആട്ടിൻകുട്ടിയുടെ കാലിന്റെ പകുതിയും കടിച്ചെടുത്തുകൊണ്ട് മഹ്മൂദ് പറഞ്ഞു. 'എനിക്ക് ഇനിയും വേണം. ഇനിയും!' അദ്ദേഹം ഭ്രാന്തമായ ആവേശത്തോടെ അലറി.

'അങ്ങേക്ക് ഭക്ഷണം ഇഷ്ടപ്പെട്ടതിൽ സന്തോഷമുണ്ട് പ്രഭോ.' മറ്റൊരാൾക്കാണ് ആ പ്രശംസ കിട്ടിയതെന്നതിലുള്ള ദേഷ്യം മറച്ചുവെച്ച് ഇസ്മായിൽ വിനയത്തോടെ പറഞ്ഞു. 'റഷീദ് ഒരു മികച്ച പാചകക്കാരനാണ്.'

'ശരിക്കും ഇസ്മായിൽ!' മഹ്മൂദ് ചിരിച്ചു. 'നിന്റെ കുശിനിക്കാരന്റെ പേര് നിനക്കറിയാമോ?' ഇപ്പലിന്റെയും മാംസക്കഷണങ്ങളുടെയും ചെറിയ തുള്ളികൾ അദ്ദേഹത്തിന്റെ വായിൽ നിന്ന് തെറിച്ചു. ചിലത് അദ്ദേഹത്തിന്റെ നേർത്ത, കൂർത്ത താടിയിൽ പറ്റിപ്പിടിച്ചു. 'കൗസരീ, നിന്നെ സേവിക്കുന്ന ഈ പെണ്ണുങ്ങളുടെ പേരുകൾ നിനക്കറിയാമോ?' അദ്ദേഹം അവരുടെ അരികിൽ നിന്ന പെൺകുട്ടികളിലേക്ക് വിരൽ ചൂണ്ടി ചോദിച്ചു.

മറുപടിയായി രാജ്ഞി മൂക്കൊന്നുയർത്തി തെല്ലൊരു ഗർവോടെ ചിരിച്ച ശേഷം ഇസ്മായിലിനെ നോക്കി. 'ഇല്ലല്ലോ...ഇല്ല.' കൗസരി ജഹാന്റെ കിളിനാദം കശ്മീരിലെ ദാൽ തടാകത്തിലെ പ്രൗഢിയുള്ള ഹിമാലയൻ ബുൾബുൾ പക്ഷികളുടെ ഗാംഭീര്യമുള്ള കരച്ചിൽ പോലെയായിരുന്നു.

ഇസ്മായിലിന്റെ ദുർബലമായ പിറുപിറുക്കലുകളും ജ്യേഷ്ഠന്റെ അപമാനിക്കുന്ന തമാശകളുമായി അത്താഴസമയം കടന്നുപോയി. താമസിയാതെ മഹ്മൂദ് തന്നോട് തന്നെ സംസാരിക്കാൻ തുടങ്ങി, ഗസ്നിയിലെ കൂടുതൽ സ്വാദിഷ്ടമായ മാംസത്തെക്കുറിച്ചും തലസ്ഥാനത്തെ അതിസുഖകരമായ കാലാവസ്ഥയെക്കുറിച്ചും അദ്ദേഹം വികാരം കൊണ്ടു. ഇസ്മായിൽ ഗതികേടിൽ ചുവന്ന്, അന്ത്യം അടുത്തെന്ന് അറിയാവുന്ന ഒരു ആട്ടിൻകുട്ടിയെപ്പോലെ നിശ്ശബ്ദതയിൽ ആണ്ടു.

പെട്ടെന്ന് സുൽത്താൻ വിഷയം മാറ്റി. മരണക്കിടക്കയിൽ വെച്ച് പിതാവ് ഇസ്മായിലിനെ ഗസ്നിയുടെ അമീർ ആയി നിയമിച്ചതിന് മാസങ്ങൾക്കുള്ളിൽ താൻ അവനെ പരാജയപ്പെടുത്തിയെന്ന് ഉറക്കെ അട്ടഹസിച്ചു. മഹ്മൂദ് ഇസ്മായിലിനെ താനൊരു ദയാലു ആണെന്ന് ഓർമ്മിപ്പിച്ചു. വേണമെങ്കിൽ അവനെ തൊലിയുരിഞ്ഞ്, തലവെട്ടി, ജഡം ഗസ്നിയുടെ കവാടത്തിൽ തൂക്കിയിടാമായിരുന്നു. താൻ ഇസ്മായിലിന്റെ അനുയായികളെ ചെയ്തതുപോലെ. പക്ഷെ പകരം, ഗുസ്ഗാനിലെ ഈ ആഡംബര കോട്ടയിൽ ജീവിക്കാൻ ഇസ്മായിലിനെ അനുവദിച്ചു.

'ഞാൻ ദയാലുവല്ലേ, സഹോദരാ?' വീഞ്ഞുകൊണ്ട് ലക്കുകെട്ട് മുന്നോട്ടാഞ്ഞ്, കണ്ണുകളിൽ ക്രൗര്യവും പരിഹാസവും നിറച്ച് മഹ്മൂദ് ചോദിച്ചു.

'തീർച്ചയായും അതെ, മഹാനായ രാജാവേ!' ഒരു നിമിഷം വൈകിയാൽ പോലും അത് തെറ്റിദ്ധരിക്കപ്പെടുമെന്ന് ഭയന്ന് ഇസ്മായിൽ ഉടൻതന്നെ മറുപടി പറഞ്ഞു.

'നമ്മൾ തുർക്കികൾക്കിടയിലെ ഒരു പതിവല്ലേ അധികാരമേൽക്കുന്ന ഭരണാധികാരി, കുടുംബത്തിലെ എതിരാളികളായ എല്ലാ പുരുഷന്മാരെയും കൊന്നൊടുക്കുന്നത്? സിംഹങ്ങൾ ഒരു കൂട്ടത്തെ കീഴടക്കുമ്പോൾ ചെയ്യുന്നതുപോലെ? എനിക്കത് നിന്നോട് ചെയ്യാമായിരുന്നു. ഞാൻ ചെയ്തോ?'

'ഇല്ല, സഹോദരാ, താങ്കൾ അതു ചെയ്തില്ല,' ഇസ്മായിലിന്റെ ദുർബലമായ ശബ്ദം കൂടുതൽ നേർത്തതായി തോന്നി. ഈ സംഭാഷണം എങ്ങോട്ടാണ് പോകുന്നതെന്നറിയാതെ ഹൃദയത്തിൽ ഭയം പിടിമുറുക്കി. 'അങ്ങയുടെ ദയ അതുല്യമാണ്. ന്യായവിധി ദിവസം വരെ അങ്ങയെ പുകഴ്ത്തി കീർത്തനങ്ങൾ പാടപ്പെടും.'

'എനിക്ക് നിന്നെ ഒരടിമയാക്കാമായിരുന്നു. നമ്മുടെ പിതാവ് ഒരുകാലത്ത് അനുഭവിച്ച അതേ വിധിയിലേക്ക് നിന്നെ തിരിച്ചയക്കാമായിരുന്നു.'

മഹ്മൂദിന്റെയും ഇസ്മായിലിന്റെയും പിതാവായ സെബുക്തെഗിൻ ഒരുകാലത്ത് ഒരടിമയായിരുന്നു. അറബികൾ, മംഗോളിയർ, പേർഷ്യക്കാർ, എന്നിങ്ങനെ കൂടുതൽ ശക്തരായ വംശങ്ങൾക്ക് വേണ്ടി പല തുർക്കിക് ഗോത്രങ്ങളും അടിമ സൈനികരായി

സേവനമനുഷ്ഠിച്ചിരുന്നു. എന്നാൽ കാലക്രമേണ അവരിൽ പലരും തങ്ങളുടെ ധീരതയും വീറും കൊണ്ട് സ്വന്തമായി സ്വതന്ത്ര രാജ്യങ്ങൾ സ്ഥാപിച്ചു. അതുകൊണ്ടാണ് ലോകമെമ്പാടും ആദ്യത്തെ തുർക്കിക് രാജവംശങ്ങൾ അടിമ രാജവംശങ്ങൾ എന്ന് അറിയപ്പെട്ടിരുന്നത്.

'അങ്ങ് അതു ചെയ്യില്ല, പ്രഭോ,' ഇസ്മായിൽ നേർത്ത സ്വരത്തിൽ പറഞ്ഞു. 'എന്നോടുള്ള അങ്ങയുടെ സ്നേഹത്തിന് അതിരുകളില്ല.'

അപ്പോഴേക്കും മിക്കവാറും എല്ലാവരും ഭക്ഷണം കഴിക്കുന്നത് നിർത്തിയിരുന്നു. ഈ സംഭാഷണം എങ്ങോട്ടാണ് പോകുന്നതെന്ന് ആർക്കും അറിയില്ലായിരുന്നു. പക്ഷേ അത് സാധാരണ നിലയിലായിരുന്നില്ലെന്ന് വ്യക്തം. ചെറിയ കിറുക്കുള്ള മഹ്മൂദിന്റെ നിലവാരത്തിൽ പോലും.

സുൽത്താൻ അബു ഖാസിമിന്റെ നേരെ തിരിഞ്ഞ് തലയാട്ടി.

'എല്ലാവരും പുറത്തുപോകൂ,' അബു ഖാസിം തന്റെ ഗാംഭീര്യമുള്ളതും എന്നാൽ ഭയപ്പെടുത്തുന്നതുമായ ശബ്ദത്തിൽ അറിയിച്ചു.

രാജപരിവാരത്തിലെ പ്രഭുക്കന്മാരും സേവകരും എല്ലാവരും ഉടൻ തന്നെ ഭക്ഷണം മതിയാക്കി പുറത്തേക്കുള്ള വഴിയിലേക്ക് പാഞ്ഞു. മഹ്മൂദിന്റെ ഉത്തരവ് തിടുക്കത്തോടെ നടപ്പിലാക്കാൻ അവർ ധൃതി കൂട്ടി. അവരെയെല്ലാം അത്ഭുതപ്പെടുത്തിക്കൊണ്ട്, അംഗരക്ഷകരോടൊപ്പം അബു ഖാസിമും വാതിലിനടുത്തേക്ക് നീങ്ങി.

ഇസ്മായിലും എന്തുചെയ്യണമെന്നറിയാതെ എഴുന്നേറ്റു.

'ഇസ്മായിൽ. ഇരിക്ക്.' മഹ്മൂദ് കൽപ്പിച്ചു.

ഇസ്മായിൽ ഒരു കസേരയിലേക്ക് തളർന്നിരുന്നു. തനിക്ക് ഇപ്പോൾ ബന്ധമുള്ള ഒരേയൊരു കൂട്ടം ആളുകളുടെ, തന്റെ സേവകരുടെ, സാമീപ്യം നഷ്ടപ്പെട്ടിരിക്കുന്നു. വയറ്റിൽ ഭയം ഒരു ഭാരമായി വന്നടിയുന്നതുപോലെ. തൊണ്ടയിൽ എന്തോ കുടുങ്ങിയതുപോലെ. അയാളുടെ കൈകൾ വിയർത്ത് തണുത്തു.

അവനറിഞ്ഞുവോ? അവനെങ്ങനെ അറിയും? അല്ലാഹുവേ, കരുണ കാണിക്കേണമേ.

ഇസ്മായിൽ പരിഭ്രാന്തനായി ചുറ്റും നോക്കി. മഹ്മൂദിനെ കൂടാതെ ഇപ്പോൾ ദർബാർ ഹാളിൽ മറ്റ് രണ്ടുപേർ മാത്രമേ ഉണ്ടായിരുന്നുള്ളൂ. റാണി കൗസരി ജഹാനും, അടുത്തിടെ ലാഹോറിലെ രാജാവായി

നിയമിതനായ മാലിക് അയാസും. മാലിക് ആണ് വൈകുന്നേരം മുഴുവൻ മഹ്മൂദിനെ പ്രീണിപ്പിച്ചുകൊണ്ടിരുന്ന ആ സുന്ദരനായ പുരുഷൻ. ഒരു ഗവർണർ മാത്രമായിരുന്നെങ്കിലും, പ്രത്യേകമായി രാജാവ് എന്ന മഹത്തായ പദവി കൂടി അദ്ദേഹത്തിന് കല്പിച്ച് നൽകിയിരുന്നു. അതിന്റെ കൃത്യമായ കാരണവും എല്ലാവർക്കും അറിയാമായിരുന്നു.

റാണിയും മാലിക്കും യാതൊരു ഭാവഭേദവുമില്ലാതെ ഇസ്മായിലിനെ നോക്കുകയായിരുന്നു. എത്ര ശ്രമിച്ചിട്ടും അവരുടെ മനസ്സ് വായിക്കാൻ ഇസ്മായിലിന് കഴിഞ്ഞില്ല. അയാൾ കൂടുതൽ പരിഭ്രാന്തനായി.

'എന്താണ് അങ്ങയുടെ മനസ്സിൽ, പ്രഭോ?' ഇസ്മായിൽ വിനയത്തോടെ ചോദിച്ചു.

എന്തോ ഒന്ന് പുനഃപരിശോധിക്കുന്നതുപോലെ മഹ്മൂദ് കൗസരിയെയും അയാസിനെയും നോക്കി. എന്നിട്ട് ആ കണ്ണുകൾ പേടിച്ചുവിറച്ചിരിക്കുന്ന ഇസ്മായിലിന് നേരെ തിരിഞ്ഞു.

'എന്റെ സഹോദരാ,' അത്ഭുതപ്പെടുത്തുന്ന തരത്തിൽ ദയയുള്ള സ്വരത്തിൽ മഹ്മൂദ് സംസാരിച്ചുതുടങ്ങി. ഉപയോഗിച്ച് ശീലമില്ലാത്ത സ്വരമായതിനാൽ അതിലൊരു നാടകീയത ബാക്കിനിന്നു. 'ഇത്രയും വർഷം നിന്റെ അവസ്ഥ എന്തായിരുന്നുവെന്ന് എനിക്ക് ഊഹിക്കാൻ മാത്രമേ കഴിയൂ. വിജനമായ ഈ സ്ഥലത്ത്, ഉപേക്ഷിക്കപ്പെട്ട ഈ കോട്ടയിൽ...'

ഇസ്മായിലിന്റെ മനസ്സ് അതിവേഗം പാഞ്ഞു. *എന്നെ കൊല്ലാൻ പോവുകയാണ്. എങ്ങനെയായിരിക്കും അത് സംഭവിക്കുക? വിഷം തന്നോ? അതോ തലവെട്ടിയോ?*

'...ഇതൊരു സുഖകരമായ ഇടം ആണെങ്കിലും...' മഹ്മൂദിന്റെ ശബ്ദം ഏതാണ്ട് ഒരേ താളത്തിൽ തുടർന്നു. 'വലിയ, മനോഹരമായ ഒരു കോട്ട... എന്നുകരുതി ഞാനിവിടെ കഴിയുമായിരുന്നു എന്നല്ല...'

ജീവനോടെ തോലുരിയാതിരുന്നാൽ മതി. അല്ലാഹുവേ, വേദനയില്ലാത്ത മരണം നൽകേണമേ. ഞാൻ അങ്ങയോട് യാചിക്കുകയാണ്.

'പക്ഷേ എന്റെ സഹോദരാ, ഞാൻ എല്ലാം മാറ്റാൻ വന്നിരിക്കുകയാണ്... പ്രായശ്ചിത്തമായ്...'

മഹ്മൂദിന്റെ വാക്കുകൾ കേട്ട് ഇസ്മായിൽ ഞെട്ടി ചിന്തകളിൽ നിന്നുണർന്നു. *പ്രായശ്ചിത്തമോ?*

'എനിക്ക് ഏറ്റവും പ്രിയപ്പെട്ടവരുടെ ഉപദേശത്തിന് വിരുദ്ധമായി...' മഹ്മൂദ് ഭാര്യയെ വേഗത്തിൽ നോക്കി. അവൾ ചുണ്ടുകൾ കൂട്ടിപ്പിടിച്ചു. 'നമ്മുടെ തുർക്കിക് പാരമ്പര്യത്തിന് വിരുദ്ധമായി...' മഹ്മൂദ് ഇപ്പോൾ ഇസ്മായിലിന്റെ കണ്ണുകളിലേക്ക് തുറിച്ച് നോക്കുകയായിരുന്നു. 'ഞാൻ നിന്നെ മോചിപ്പിക്കുകയാണ്, ഇസ്മായിൽ.'

ഇസ്മായിലിന് തന്റെ കാതുകളെ വിശ്വസിക്കാൻ കഴിഞ്ഞില്ല. *എന്ത്?!*

'ഞാൻ നിന്നെ വീട്ടിലേക്ക് കൊണ്ടുപോവുകയാണ്, എന്റെ സഹോദരാ.' മഹ്മൂദ് പറഞ്ഞു. 'ഗസ്നിയിലേക്ക്. എനിക്ക് ചില പദ്ധതികളുണ്ട്. അവ നടപ്പിലാക്കുന്നതിൽ നീ എന്നെ പിന്തുണയ്ക്കണമെന്നാണ് എന്റെ ആഗ്രഹം. നീ എന്റെ കൂടെ നിൽക്കണം.'

'എന്റെ പ്രഭോ?' അളവറ്റ അത്ഭുതത്തോടെ ഇസ്മായിൽ നേർത്ത ശബ്ദത്തിൽ ചോദിച്ചു.

മഹ്മൂദ് ഇസ്മായിലിനെ തുറിച്ച് നോക്കികൊണ്ട് പറഞ്ഞു, 'നീ ഗസ്നിയിലെ ഗവർണറും ജമാ മസ്ജിദിലെ ഗ്രാൻഡ് മുഫ്തിയുമായിരിക്കും, ഇസ്മായിൽ. അതെങ്ങനെയുണ്ട്?'

ഗസ്നിയിലെ ഗവർണർക്ക് തലസ്ഥാന നഗരത്തിലെ രാജകീയമല്ലാത്ത എല്ലാ സർക്കാർ വകുപ്പുകളുടെയും ചുമതലയുണ്ടായിരിക്കും. അത് സുൽത്താനോട് നേരിട്ട് വിനിമയം നടത്തേണ്ട ഉയർന്ന സ്ഥാനമാണ്. അതിലും ആശ്ചര്യം ഗസ്നിയിലെ പ്രധാന പള്ളിയായ ജമാ മസ്ജിദിലെ ഗ്രാൻഡ് മുഫ്തി എന്ന സ്ഥാനമായിരുന്നു. ഇതൊരു പൗരോഹിത്യ പദവിയായിരുന്നു. ഈ രണ്ട് സ്ഥാനങ്ങളിലേക്കും നിയമിക്കപ്പെടുന്നത് ഇസ്മായിലിന് ലൗകികവും മതപരവുമായ അധികാരം നൽകി. അതൊരു അപൂർവ്വതയായിരുന്നു.

ആ വാർത്ത ഒരു ഇടിമിന്നൽ പോലെയാണ് ഇസ്മായിൽ കേട്ടത്. ഗുസ്ഗാനിൽ പതിറ്റാണ്ടുകൾ ചെലവഴിച്ചതിന് ശേഷം, തന്റെ സഹോദരൻ ജീവിച്ചിരിക്കുമ്പോൾ സ്വാതന്ത്ര്യത്തിന്റെ വായു ശ്വസിക്കാനാകുമെന്ന എല്ലാ പ്രതീക്ഷയും നശിച്ചിരുന്നു. പക്ഷേ

ഇത്? ഗസ്നിയിലെ ഗവർണറോ? ജമാ മസ്ജിദിലെ ഗ്രാൻഡ് മുഫ്തിയോ? സ്വന്തം കാതുകളെ അവന് വിശ്വാസം വന്നില്ല. 'എനിക്ക്... എനിക്ക് മനസ്സിലായില്ല, പ്രഭോ,' ചുണ്ടുകളുടെ കോണിൽ ഒരു പരിഭ്രമച്ചിരിയുടെയും വിറയലിന്റെയും അകമ്പടിയിൽ ഇസ്മായിൽ പറഞ്ഞു.

'എന്റെ കൂടെ വന്ന് ജോലി ചെയ്യാനാണ് പറയുന്നത്, വിഡ്ഢീ!' മഹ്മൂദിന്റെ ശബ്ദം പരുക്കനായി. 'നമ്മുടെ പിതാവിന്റെ ചെറിയ രാജ്യം ഞാൻ ഭൂമിയിലെ ഏറ്റവും വലുതും സമ്പന്നവുമായ സാമ്രാജ്യങ്ങളിലൊന്നാക്കി മാറ്റി. അഫ്ഗാനിസ്ഥാൻ, ബലൂചിസ്ഥാൻ, പഞ്ചാബ്, എന്നിവയെല്ലാം എന്റെ നിയന്ത്രണത്തിലാക്കി. ഇറാനിന്റെയും, കസാഖ്, ഉസ്ബെക്ക്, താജിക്, തുർക്ക്മെൻ പ്രദേശങ്ങളുടെയും ഭൂരിഭാഗവും എന്റെ കൈകളിലാണ്. ഇനി, എനിക്കിത് അടുത്ത തലത്തിലേക്ക് കൊണ്ടുപോകണം. എന്നോടുള്ള കടമ നീ നിറവേറ്റണം. ചെയ്യുമോ, ഇല്ലയോ?'

'ഞാൻ അങ്ങേയറ്റം കടപ്പെട്ടിരിക്കുന്നു, പ്രഭോ,' ഇസ്മായിൽ വിനയത്തോടെ പറഞ്ഞു. അയാൾക്ക് ശ്വാസംമുട്ടുന്നുണ്ടായിരുന്നു. തന്റെ വിധിയിൽ വന്ന മാറ്റം ഇപ്പോഴും വിശ്വാസം ആയിട്ടില്ല. 'ഞാൻ നന്ദിയുള്ളവനാണ്... നമ്മുടെ വംശത്തിനും കുടുംബത്തിനും വേണ്ടി അങ്ങ് ചെയ്ത എല്ലാത്തിനും നന്ദിയുണ്ട്. ഞാൻ അങ്ങയോട് എന്നും വിശ്വസ്തനായിരിക്കും. ആവശ്യപ്പെടുന്നതെന്തും ചെയ്യും. ഞാൻ അങ്ങയെ നിരാശപ്പെടുത്തില്ല.'

കണ്ടില്ലേ, ഞാൻ പറഞ്ഞതുപോലെ തന്നെ, എന്ന ഭാവത്തിൽ മഹ്മൂദ് കൗസരിയെയും അയാസിനെയും നോക്കി.

'പക്ഷേ...' ഇസ്മായിൽ നേരിയ പരിഭ്രമത്തിൽ ചോദിച്ചു. 'ജമാ മസ്ജിദിലെ ഇപ്പോഴത്തെ ഗ്രാൻഡ് മുഫ്തിയുടെ കാര്യമോ?'

'മരിച്ചു.'

'മരിച്ചെന്നോ?'

'മരിച്ചു. വളരെ ദൗർഭാഗ്യകരമായി പോയി. ബാങ്ക് വിളി കഴിഞ്ഞ് മടങ്ങിവരുമ്പോൾ അദ്ദേഹം മിനാരത്തിന്റെ പടികളിൽ നിന്ന് താഴെ വീണു.'

ഇസ്മായിൽ ഞെട്ടൽ മാറി കൂടുതൽ വ്യക്തമായി ചിന്തിക്കാൻ കഴിയുന്ന അവസ്ഥയിലേക്ക് എത്തിയിരുന്നു. പുഞ്ചിരിക്കുകയോ

മനസ്സിലൂടെ ഓടുന്ന ചിന്തകൾ പുറത്തുപറയുകയോ ചെയ്യാതിരിക്കാൻ മാത്രം ബോധവും വന്നിരുന്നു. *'പടികളിൽ നിന്ന് വീണു.' അതെയതെ. എത്ര സൗകര്യപ്രദം.*

'പക്ഷേ ഈ അപകടത്തിന് മുമ്പുതന്നെ, നിന്റെ ആശയം ഞാൻ അദ്ദേഹത്തോട് സംസാരിച്ചിരുന്നു... അല്ല നമ്മുടെ ആശയം.'

എന്തിനെക്കുറിച്ചാണ് മഹ്മൂദ് സംസാരിക്കുന്നതെന്ന് ഇസ്മായിലിന് കൃത്യമായി അറിയാമായിരുന്നു. *നമ്മുടെ ആശയം! അവൻ ചൂണ്ടയിൽ കൊത്തിയിട്ടുണ്ട്!*

'പക്ഷേ...'

'പക്ഷേ?' ഇസ്മായിൽ ചോദിച്ചു.

'അദ്ദേഹം വിശുദ്ധ ഖുർആൻ കഴിഞ്ഞുള്ള നമ്മുടെ മതഗ്രന്ഥമായ ഹദീസുകൾ ഉദ്ധരിക്കാൻ തുടങ്ങി... അദ്ദേഹത്തിന്റെ അഭിപ്രായത്തിൽ...' ഇതു പറയുമ്പോൾ മഹ്മൂദിന്റെ മുഖം വെറുപ്പുകൊണ്ട് ചുളിഞ്ഞു, '...അതൊരു അറബിയായിരിക്കണം... ഒരു തുർക്കിക്കാരനാകാൻ പാടില്ല... തീർച്ചയായും അദ്ദേഹത്തിന് തെറ്റുപറ്റി. അദ്ദേഹത്തിന് എങ്ങനെയാണ് തെറ്റുപറ്റിയതെന്ന് തെളിയിക്കാൻ എനിക്ക് കഴിഞ്ഞില്ല.'

ഇസ്മായിൽശ്വാസമടക്കിപ്പിടിച്ചു.അപ്പോഴാണ്അയാൾക്ക്കാര്യം പിടികിട്ടിയത്. *ഇപ്പോഴെനിക്കറിയാം അവനെന്നെ എന്തിനാണ് ആവശ്യമെന്ന്. കഴിഞ്ഞ മുപ്പത് വർഷമായി വിശുദ്ധ ഖുർആനും പല ഹദീസുകളും വായിച്ചാണ് ഞാൻ സമയം ചിലവഴിച്ചതെന്ന് അവനറിയാം. വിശുദ്ധ ഖുർആൻ ഹൃദിസ്ഥമാക്കിയവരിൽ ഒരാൾ ആയ ഞാൻ ഒരു ഹാഫിസാണ്. അതുകൊണ്ടാണ് അവൻ എന്നെ ഗ്രാൻഡ് മുഫ്തിയാക്കാൻ ആഗ്രഹിക്കുന്നത്, അങ്ങനെ അവനാഗ്രഹിക്കുന്ന കാര്യങ്ങൾ ചെയ്യുന്നതിനുള്ള മതപരമായ ന്യായീകരണം കണ്ടെത്താൻ എനിക്ക് കഴിയും.*

ഇസ്മായിൽ ഗൗരവത്തോടെ പറഞ്ഞു, 'പരേതനായ ഗ്രാൻഡ് മുഫ്തി ഒരു അറബിയായിരുന്നു എന്ന കാര്യം അവഗണിക്കാൻ കഴിയില്ല... ഒരുപക്ഷേ അത് അദ്ദേഹത്തിന്റെ അഭിപ്രായത്തെ സ്വാധീനിച്ചിരിക്കാം. ഇസ്ലാമിന് വേണ്ടി നമ്മൾ തുർക്കികൾ എത്രമാത്രം കാര്യങ്ങൾ ചെയ്തിട്ടുണ്ടെന്ന് അദ്ദേഹത്തിന് എങ്ങനെ മനസ്സിലാക്കാനാകും...'

പൂർണ്ണമായ യോജിപ്പ് സൂചിപ്പിച്ചുകൊണ്ട് മഹ്മൂദ് കൈ ഉയർത്തി ഇസ്മായിലിന് നേരെ ചൂണ്ടി. എന്നിട്ട് അദ്ദേഹം കൗസരിയെയും അയാസിനെയും നോക്കി.

'അപ്പോൾ, നീ എന്തു പറയുന്നു?' മഹ്മൂദ് ഇസ്മായിലിനോട് ചോദിച്ചു.

'അങ്ങയെ പിന്തുണയ്ക്കാതിരിക്കുന്നത് രാജ്യദ്രോഹമാകും,' ഇസ്മായിൽ ഗൗരവത്തോടെ പറഞ്ഞു. 'മാത്രമല്ല, അങ്ങയെ പിന്തുണയ്ക്കുന്നത് നമ്മുടെ കുടുംബത്തിന്റെയും വംശത്തിന്റെയും താല്പര്യങ്ങൾക്ക് ഗുണകരമാവുകയും ചെയ്യും.'

ആവേശഭരിതനായ തന്റെ ഭർത്താവിനെ കൗസരി ജഹാൻ നോക്കിക്കണ്ടു. അവർ തന്റെ വിയോജിപ്പ് ഉള്ളിലൊതുക്കി. കാര്യങ്ങളെല്ലാം കൈവിട്ടുപോവുകയായിരുന്നു. അവർക്ക് ഇസ്മായിലിനെ ഒരിക്കലും ഇഷ്ടമായിരുന്നില്ല. അയാളൊരു അതിബുദ്ധിമാനായിരുന്നു. വെറും ബുദ്ധിയല്ല, ഒരു കുബുദ്ധി.

രാജകീയ ചേഷ്ടകൾ ഇഷ്ടപ്പെട്ടിരുന്ന മഹ്മൂദ്, ഇസ്മായിലിന് നേരെ തന്റെ കൈകൾ നീട്ടി. 'എന്റെ കൈകളിൽ പിടിക്കു, സഹോദരാ.'

ഇസ്മായിൽ മുന്നോട്ട് കുതിച്ചു. അയാൾ അത് ചെയ്തതിന്റെ വേഗത കണ്ട് സംശയാലുവായ മാലിക് അയാസ് പോലും തന്റെ കസേരയിൽ നിന്ന് പെട്ടെന്ന് എഴുന്നേറ്റുപോയി. ഒരു സംരക്ഷകനെപ്പോലെ അവന്റെ കൈ സുൽത്താൻ മഹ്മൂദിന്റെ നേർക്ക് നീണ്ടു. ഇസ്മായിൽ ഒരു കാൽമുട്ടിൽ ഇരുന്നുകൊണ്ട് തന്റെ ജ്യേഷ്ഠന്റെ ഇരുകൈകളും കൂട്ടിപ്പിടിച്ച്, കണ്ണുകളിൽ കണ്ണുനീരുമായി മുകളിലേക്ക് നോക്കി.

'മറ്റൊരു പ്രശ്നമുണ്ട്, ഇസ്മായിൽ,' മഹ്മൂദ് പറഞ്ഞു. 'അത് നീ പരിഹരിക്കേണ്ട ഒന്നാണ്.'

'എന്തും ചെയ്യാം, മഹാരാജൻ!' ഇസ്മായിലിന്റെ ശബ്ദത്തിൽ അമിതമായ ആവേശം നിറഞ്ഞിരുന്നു.

മഹ്മൂദ് തുടർന്നു, 'നിനക്കറിയാമല്ലോ, ഞാൻ ഗസ്നിയിൽ ഒരു വലിയ പള്ളി പണിതിരുന്നു. ജമാ മസ്ജിദ്. ഇസ്‌ലാം സാമ്രാജ്യത്തിലെ തന്നെ ഏറ്റവും ഗംഭീരമായ പള്ളി. ഇസ്ലാമിന്റെയും നമ്മുടെ ഏകനായ സത്യദൈവത്തിന്റെയും ശക്തി വിളിച്ചോതുന്ന ഒന്ന്. കാഫിറുകളുടെ നാട്ടിൽ നിന്ന് ഞാൻ ചില അവശേഷിപ്പുകൾ കൊണ്ടുവന്നു. അവിശ്വാസികളുടെ

ദൈവങ്ങളുടെ തകർന്ന കഷണങ്ങൾ. സത്യവിശ്വാസികൾ ദിവസവും അഞ്ചുനേരം ചവിട്ടിക്കടന്നുപോകാനായി പള്ളിയുടെ മുൻവശത്തെ പടികൾക്കടിയിൽ ഞാനവയെ കുഴിച്ചിട്ടു. അത് അതിഗംഭീരമായിരുന്നു, ഇസ്മായിൽ. ഗംഭീരം! ഒരു യോദ്ധാവ് എന്ന നിലയിലുള്ള എന്റെ പ്രശസ്തിക്ക് ഇതിലും വലിയൊരു സാക്ഷ്യപത്രം വേറെയില്ല! കാഫിറുകളെ നശിപ്പിക്കുന്നവൻ! പക്ഷേ പിന്നെ...' മഹ്മൂദ് ഒന്നു നിർത്തി. അയാൾ ഒരു ദീർഘനിശ്വാസമെടുത്ത് ഒരുതരം അബോധത്തിലേക്ക് വഴുതിവീണു.

മുറിയിൽ നിശ്ശബ്ദത തളംകെട്ടി. വായുവിന് മഞ്ഞുകട്ടയുടെ തണുപ്പ് അനുഭവപ്പെട്ടു.

'പ്രഭോ?' ഇസ്മായിൽ മന്ത്രിച്ചു.

'ഭൂകമ്പം ഉണ്ടായി,' സുൽത്താൻ മറുപടി പറഞ്ഞു.

'ഭൂകമ്പമോ?'

'അതെ. മൂന്നുവർഷം മുൻപ്.'

ഇസ്മായിൽ തന്റെ ഞെട്ടൽ മറച്ചുവെച്ചു. *മൂന്നു വർഷമോ? എന്നിട്ട് ഞാനിതൊന്നും അറിഞ്ഞില്ലേ? ഞാനീ ലോകത്തൊന്നും അല്ലേ?*

മഹ്മൂദ് തുടർന്നു, 'അത് നഗരത്തിന്റെ വലിയൊരു ഭാഗം തകർത്തു. ജമാ മസ്ജിദ് ഉൾപ്പെടെ. ഞാൻ വലിയൊരു പുനർനിർമ്മാണത്തിന് ഉത്തരവിട്ടിരുന്നു. ഒരുപാട് ജോലികൾ തീർന്നു. പക്ഷേ പൂർണ്ണമായിട്ടില്ല. നിനക്കറിയാമല്ലോ ആ പന്നികളായ ഹിന്ദു അടിമകൾ എത്ര മടിയന്മാരാണെന്ന്... പരേതനായ ഗ്രാൻഡ് മുഫ്തി ഒരു ചെറുവിരൽ പോലും അനക്കിയില്ല. ഒരു സഹകരണവുമില്ല. എന്റെ വലിയ നീക്കം നടപ്പാക്കണമെങ്കിൽ, ജമാ മസ്ജിദ് എത്രയും പെട്ടെന്ന് പുനർനിർമ്മിക്കണമെന്ന് നിനക്ക് അറിയാമല്ലോ. ആ വിഡ്ഢി സ്വകാര്യമായി എന്നോട് പറഞ്ഞത്, ആ ഭൂകമ്പത്തിന് കാരണം ബുദ്ധൻ ആണെന്നാണ്. "ദൈവങ്ങളുടെ ശാപം" എന്നാണ് അയാൾ പേടിച്ച് പറഞ്ഞത്! കല്ലുകൾക്ക് ശപിക്കാൻ കഴിയുമോ? പറ...കഴിയുമോ?'

ഇത് ശുദ്ധ അസംബന്ധമാണ്!' രാജാവിനെക്കാൾ വലിയ രാജഭക്തിയോടെ ഇസ്മായിൽ പൊട്ടിത്തെറിച്ചു. 'പരേതനായ ഗ്രാൻഡ് മുഫ്തി ഒരു വിഡ്ഢിയായിരുന്നു... അതിനേക്കാളുപരി, ഒരു

മതപരിത്യാഗി, വിശ്വാസവഞ്ചകൻ! അങ്ങനൊരാൾക്ക് ഒരൊറ്റ ശിക്ഷയേയുള്ളൂ, മരണം!'

ചില ഇസ്ലാമിക ഹദീസുകൾ അനുസരിച്ച് സ്വവർഗ്ഗരതിക്കും മരണശിക്ഷ നൽകാമെന്ന കാര്യം വിശദീകരിക്കാൻ ഇസ്മായിൽ മെനക്കെട്ടില്ല. മഹ്മൂദിന് വധശിക്ഷ നൽകാൻ ആര് തയ്യാറാകാൻ!

'അതുതന്നെ!' മഹ്മൂദ് അമർഷത്തോടെ മൂളി.

'പരേതനായ ഗ്രാൻഡ് മുഫ്തി അദ്ദേഹത്തിന്റെ പഴയ മതം ഹൃദയത്തിൽ സൂക്ഷിച്ചിരുന്നുവെന്ന് എനിക്ക് പണ്ടേ സംശയം ഉണ്ടായിരുന്നു.' ഇസ്മായിൽ തുടർന്നു. 'അദ്ദേഹത്തിന്റെ മാതാപിതാക്കൾ രണ്ടുപേരും ബുദ്ധമതവിശ്വാസികളായിരുന്നുവെന്ന് അങ്ങേയ്ക്ക് അറിയാമല്ലോ. എന്റെ ഓർമ്മ ശരിയാണെങ്കിൽ, അദ്ദേഹം വളരെ വൈകിയാണ് ഇസ്ലാം മതം സ്വീകരിച്ചത്. അതും കൗമാരം കഴിഞ്ഞതിന് ശേഷം. പക്ഷെ നമ്മുടെ നിയമങ്ങൾ വളരെ വ്യക്തമാണ്. ആർക്കും ഇസ്ലാം മതം സ്വീകരിക്കാം, സത്യത്തിൽ അതിനെ പ്രോത്സാഹിപ്പിക്കുകയേയുള്ളൂ. എന്നാൽ ഇസ്ലാം ഉപേക്ഷിച്ച് പോകാൻ പാടില്ല. അതിനുള്ള ശിക്ഷ മരണമാണ്. ഒരിക്കൽ മതം മാറിയാൽ, പിന്നെ മറ്റൊരു മതത്തെയും ബഹുമാനിക്കാനോ ബുദ്ധനെപ്പോലുള്ള മറ്റൊരു ദൈവത്തെ അംഗീകരിക്കാനോ പാടില്ല. അത് മതപരിത്യാഗമാണ്.'

തുർക്കികളിൽ ഭൂരിഭാഗവും ഒരുകാലത്ത് ബുദ്ധമത-വിശ്വാസികളായിരുന്നു. അവരുടെ ഇസ്ലാം മതത്തിലേക്കുള്ള പരിവർത്തനം താരതമ്യേന പുതിയതായിരുന്നു. സത്യത്തിൽ, മഹ്മൂദിന്റെയും ഇസ്മായിലിന്റെയും പിതാവായ സെബുക്തെഗിൻ പോലും കുട്ടിക്കാലത്ത് ഒരു ബുദ്ധമതവിശ്വാസിയായിരുന്നു. തങ്ങൾ ഉപേക്ഷിച്ചുപോന്ന മതമായ ബുദ്ധമതത്തോടും ബുദ്ധമതവിശ്വാസികളോടും മിക്ക തുർക്കികളും ഇത്രയധികം ആക്രമണോത്സുകത കാണിക്കുന്നതിന്റെ ഒരു കാരണവും ഇതായിരുന്നു. തങ്ങളുടെ പുതിയ മതമായ ഇസ്ലാമിനോടുള്ള കൂറ് തെളിയിക്കാനുള്ള ഏറ്റവും എളുപ്പവഴിയായിരുന്നു അത്.

'പക്ഷേ ഒരു അറബ് ഗ്രാൻഡ് മുഫ്തിയെ മതപരിത്യാഗിയായി ആരോപിച്ചാൽ ആര് വിശ്വസിക്കാനാണ്?' മഹ്മൂദ് ചോദിച്ചു.

'കാരണം എന്നോട് സ്വകാര്യമായി മാത്രമേ ഇത് പറഞ്ഞിരുന്നുള്ളൂ. പരസ്യമായി അയാൾ ഒരു നല്ല മുസ്ലീമായി അഭിനയിച്ചു.'

മിക്ക ഇസ്ലാമിക സാമ്രാജ്യങ്ങളിലും, ഭരണാധികാരികളെപ്പോലെ തന്നെ ശക്തരായാണ് പുരോഹിതന്മാരെയും പൊതുജനങ്ങൾ കണ്ടിരുന്നത്. അതിനാൽ ഒരു രാജാവിന് മതപണ്ഡിതനെ പരസ്യമായി എതിർക്കുന്നത് എളുപ്പമായിരുന്നില്ല. പ്രത്യേകിച്ചും ആ മതപണ്ഡിതൻ തന്റെ വാദം തെളിയിക്കാൻ ഏതെങ്കിലും മതഗ്രന്ഥങ്ങൾ ഉദ്ധരിക്കുകയാണെങ്കിൽ.

'എന്തായാലും അയാൾ കോണിപ്പടിയിൽ നിന്ന് വീണ് മരിച്ചത് നന്നായി.' ഇസ്മായിൽ പറഞ്ഞു.

'അതെ. അത് അല്ലാഹുവിന്റെ ശിക്ഷയായിരുന്നു.'

'സത്യം. അല്ലാഹുവിന്റെ ശിക്ഷ. അല്ലാഹു എല്ലാം അറിയുന്നവനും കരുണാമയനുമാണ്.'

'അപ്പോൾ നമുക്ക് അങ്ങോട്ടും ഇങ്ങോട്ടും മനസ്സിലാകുന്നുണ്ട്.' മഹ്മൂദ് എഴുന്നേറ്റുകൊണ്ട് പറഞ്ഞു. ഒപ്പം കൗസരിയും അയാസും എഴുന്നേറ്റു. കൂടിക്കാഴ്ച അവസാനിച്ചിരുന്നു.

പുതിയൊരു ഊർജ്ജം ലഭിച്ചതുപോലെ ഇസ്മായിൽ ചാടിയെഴുന്നേറ്റു. ഒടുവിൽ തന്നിലൂടെ ആവേശം ഒഴുകുന്നു. 'അതെ, മഹാരാജൻ. അതോ, ഭാവിയിലെ ഖലീഫ എന്നാണോ.'

'ഖലീഫ' എന്ന അറബി വാക്കിന്റെ അർത്ഥം പ്രതിനിധി അഥവാ പിൻഗാമി എന്നാണ്. ഖലീഫമാർ പ്രവാചകന്റെ പ്രതിനിധികളാണെന്നും, അവർ രാഷ്ട്രീയ-മത നേതാക്കളായി ഇസ്ലാമിക ലോകം മുഴുവൻ ഭരിക്കുന്നു എന്നുമാണ് വിശ്വാസം.

രാഷ്ട്രത്തിന്റെ ശക്തിയും മതത്തിന്റെ അധികാരവും ആ ഒരൊറ്റ പദവിയിൽ ഒത്തുചേർന്നിരുന്നു. ഏതൊരു മുസ്ലീം രാജാവിനും എത്തിച്ചേരാൻ കഴിയുന്ന ഏറ്റവും ഉയർന്ന സ്ഥാനമായിരുന്നു ഖലീഫ. ഇസ്ലാമിന്റെ ഉദയം മുതൽ ഖലീഫമാർ എപ്പോഴും അറബികളായിരുന്നു. എന്നാൽ അറബികളുടെ ശക്തി ക്ഷയിച്ചിരിക്കുന്നു. തുർക്കികളാണ് ഇപ്പോഴത്തെ ഏറ്റവും ശക്തരായ ഇസ്ലാമിക സമൂഹം. അതിനാൽ ഒരു തുർക്കി, കൃത്യമായി പറഞ്ഞാൽ താൻ തന്നെ, ഖലീഫയാകേണ്ട സമയമായെന്ന് മഹ്മൂദ് തീരുമാനിച്ചിരുന്നു. ബാഗ്ദാദിലെ അബ്ബാസിദ് ഖലീഫ ഒരു അറബിയാണെങ്കിലും, ദുർബലനാണെന്നതും പേർഷ്യൻ

ബൂയിദ് രാജവംശത്തിന്റെ നിയന്ത്രണത്തിലാണെന്നതും ആ ദൗത്യം എളുപ്പമാക്കുന്നുണ്ട്.

മഹ്മൂദ് പുഞ്ചിരിച്ചു. 'നല്ലത്. നമുക്ക് പരസ്പരം നന്നായി മനസ്സിലാക്കാനാകുന്നുണ്ട്.'

ഇസ്മായിൽ കുനിഞ്ഞു വണങ്ങി. *എനിക്ക് നിന്നെ മനസ്സിലാകും. പക്ഷേ വിഡ്ഢീ, നിനക്കെന്നെ മനസ്സിലാകില്ല. യുദ്ധക്കളം, അത് നിന്റെ തട്ടകമാണ്. പക്ഷേ ഇത്... ഇത് ബുദ്ധിയുടെയും മതത്തിന്റെയും ലോകമാണ്... ഇത് എന്റേതാണ്. എന്റെ ജന്മാവകാശം എനിക്ക് തന്നെ ലഭിച്ചിരിക്കും.*

അദ്ധ്യായം 3

പ്രതികാരാഹ്വാനം

ഗംഗൈകൊണ്ട ചോളപുരം

സോമേശ്വരനും ഇഖ്ബാലും നരസിംഹനെ കണ്ടിട്ട് രണ്ടാഴ്ച പിന്നിട്ടിരുന്നു. ചോളപുരം കാവൽസേനാ മേധാവി ആ വ്യാപാരികളെ വീട്ടിലെ അതിഥികളായി കൊണ്ടുവന്നു. ഹരിണി ആ വയോധികരെ അതീവ ദയയോടെ സ്വീകരിച്ചു. ഭാരതീയ രീതി അനുസരിച്ച്, അതിഥി ദേവോ ഭവ എന്നാണല്ലോ. എന്നാൽ സോമനാഥിൽ വെച്ച് ആ രണ്ട് വ്യാപാരികളും അനുഭവിച്ചതും കണ്ടതുമായ ദുരിതങ്ങളിൽ അവർക്ക് സഹതാപത്തിലും ഉപരി സഹാനുഭൂതി തോന്നിയിരുന്നു. അതിലെല്ലാമുപരി, അവരുടെ ലക്ഷ്യത്തോട് അവൾ ചേർന്നിരുന്നു. കാരണം ശിവഭഗവാനേറ്റ അപമാനം ആ മനസ്സിലും പ്രതികാരാഗ്നി ആളിക്കത്തിക്കുന്നുണ്ടായിരുന്നു.

ആ വ്യാപാരികളുടെ സാന്നിദ്ധ്യം നരസിംഹന് ഒരു പുതിയ ലക്ഷ്യബോധം തന്നെ നൽകിയിരുന്നു. അദ്ദേഹത്തിന്റെ ഉറക്കം മെച്ചപ്പെട്ടിട്ടുണ്ടെന്ന് ഹരിണി ശ്രദ്ധിച്ചിരുന്നു. ഞെട്ടലില്ലാതെ ആ വളയപ്പതക്കത്തിൽ തൊടാൻ അദ്ദേഹത്തിന് കഴിഞ്ഞിരുന്നു. പുരുഷന്മാരെ മനസ്സിലാക്കാൻ എളുപ്പമാണ്. അവർ സ്ത്രീകളെപ്പോലെ വലിയ വൈകാരികമായ ആത്മപരിശോധനകൾക്ക് മുതിരാറില്ല. മിക്ക പുരുഷന്മാർക്കും മാനസികാഘാതങ്ങളെ നേരിടാനുള്ള ഏറ്റവും നല്ല മാർഗ്ഗം അതിനെക്കുറിച്ച് സംസാരിക്കാതിരിക്കുക എന്നതാണ്. പകരം, അവർ അതിലുമൊക്കെ വലിയ മറ്റൊന്നിനായി

അവരെത്തന്നെ മാറ്റിവെക്കും. ഇവിടെ ശിവഭഗവാനേക്കാൾ വലുതായി മറ്റെന്താണുള്ളത്?

ഒപ്പം വിജയനും നരസിംഹനും ഇടയിലുള്ള ബന്ധവും ഏറെ മെച്ചപ്പെട്ടിരിക്കുന്നു. അവരുടെ മുന്നിലുള്ള പുതിയ ലക്ഷ്യവുമായി താരതമ്യം ചെയ്യുമ്പോൾ ജോലിയിലെ അസ്വാരസ്യം ഒന്നുമല്ലല്ലോ. ക്ഷേത്രത്തിൽ വെച്ച് ആ രണ്ട് വൃദ്ധന്മാരെ കണ്ടുമുട്ടിയ ദിവസം മുതൽ വിജയൻ വൈകുന്നേരങ്ങളിൽ നരസിംഹനെ സന്ദർശിക്കാൻ തുടങ്ങിയിരുന്നു. തുടക്കത്തിൽ സോമനാഥിൽ നിന്നുള്ളവരെ കാണാൻ മാത്രമാണ് അദ്ദേഹം വന്നിരുന്നതെന്ന് വ്യക്തമായിരുന്നു. എന്നാൽ പിന്നീട് ഔദ്യോഗിക കാര്യങ്ങളിലും അദ്ദേഹം നരസിംഹന്റെ ഉപദേശം തേടാൻ തുടങ്ങി.

പരിചയസമ്പന്നരായ ചോള യോദ്ധാക്കൾ എന്ന നിലയിൽ, നരസിംഹനും വിജയനും ചക്രവർത്തിയെ സമീപിക്കുന്നതിന് മുൻപ് തന്നെ ആ വ്യാപാരികളെക്കുറിച്ച് അന്വേഷിച്ചറിഞ്ഞിരുന്നു. തന്നെ ഒരു സുഹൃത്തിനെപ്പോലെ കാണുന്ന രാജാവ്, മറ്റൊന്നും ആലോചിക്കാതെ കൂടിക്കാഴ്ചയ്ക്ക് അനുമതി നൽകുമെന്ന് നരസിംഹൻ പ്രതീക്ഷിച്ചിരുന്നു. അദ്ദേഹത്തിന് നിരാശനാകേണ്ടി വന്നില്ല. തൊട്ടടുത്ത ദിവസം തന്നെ അവർക്ക് സമയം അനുവദിച്ച് കിട്ടി. അറിയിപ്പുമായ് ചോള രാജവംശത്തിന്റെ രാജമുദ്ര പതിഞ്ഞ ഒരു തോൽച്ചുരുൾ എത്തിച്ചേർന്നു. ശത്രുവിനെ കടിച്ചു കീറാനായി തയ്യാറെടുത്ത് നിൽക്കുന്ന, മൂർച്ചയേറിയ കറുത്ത കണ്ണുകളോട് കൂടിയ ഒരു സ്വർണ്ണക്കടുവയായിരുന്നു ആ രാജമുദ്ര.

ഇനി അവർ ഒരു സ്വകാര്യ കൂടിക്കാഴ്ചയ്ക്കായി തയ്യാറെടുക്കണം. ഭൂമിയിലെ ഏറ്റവും ശക്തനായ മനുഷ്യനുമായി. രാജേന്ദ്ര ചോളനുമായി.

'താങ്കൾ അയച്ച കത്തിൽ... സോമനാഥിൽ നടന്ന കാര്യങ്ങളെക്കുറിച്ച് പറഞ്ഞതെല്ലാം സൂചിപ്പിച്ചിരുന്നോ, മഹാനായ നരസിംഹൻ?' സോമേശ്വർ തന്റെ ചോദ്യത്തിലൂടെ ആ അസ്വസ്ഥമായ നിശ്ശബ്ദതയെ ഭേദിച്ചു.

ചക്രവർത്തിയുടെ കൊട്ടാരത്തിലെ പന്തങ്ങൾ വെളിച്ചം വീശുന്ന കരിങ്കൽ ഇടനാഴിയിലൂടെ നരസിംഹൻ സോമേശ്വറിനെയും ഇഖ്ബാലിനെയും മുന്നോട്ട് നയിക്കുകയായിരുന്നു. സൂര്യാസ്തമയം കഴിഞ്ഞിട്ടേയുണ്ടായിരുന്നുള്ളൂ. മാഞ്ഞുപോകുന്ന സൂര്യരശ്മി പന്തങ്ങളുടെ പ്രകാശവുമായി ഇടകലർന്നു. ആ ഗുഹ പോലുള്ള ഇടനാഴിയിലൂടെ അവർ നടക്കുമ്പോൾ നാല് അംഗരക്ഷകർ അവർക്ക് അകമ്പടി സേവിച്ചു.

'അന്ന് സംഭവിച്ച എല്ലാ കാര്യങ്ങളും ഞാൻ വിശദമായിത്തന്നെ അറിയിച്ചിട്ടുണ്ട്, സോമേശ്വർ,' നരസിംഹൻ ഉറപ്പുനൽകി. 'ചക്രവർത്തി എല്ലാ പ്രധാനപ്പെട്ട വിവരങ്ങളും സ്വയം വായിക്കുന്ന സ്വഭാവക്കാരനാണ്. മഹാനായ രാജേന്ദ്ര ചോളന്റെ ഒരു സുവർണ്ണ നിയമമാണത്. അദ്ദേഹം നിങ്ങളെ കാണാൻ സമ്മതിച്ചിട്ടുണ്ടെങ്കിൽ, ആ കൂടിക്കാഴ്ചയ്ക്ക് അദ്ദേഹം നല്ലവണ്ണം തയ്യാറെടുത്തിരിക്കും. അദ്ദേഹം സമയം പാഴാക്കാറില്ല. അദ്ദേഹത്തോട് എന്താണ് പറയേണ്ടതെന്ന് ചിന്തിച്ചുവെച്ചോളൂ.'

രണ്ട് അംഗരക്ഷകർ മുന്നിലും രണ്ടുപേർ പിന്നിലുമായി, അവർ ഒറ്റവരിയായി വളഞ്ഞുപുളഞ്ഞു പോകുന്ന പടിക്കെട്ടുകൾ കയറി.

സോമേശ്വർ ചുറ്റും കണ്ണോടിച്ചു. പുറത്തുനിന്ന് നോക്കുമ്പോൾ ചോള കൊട്ടാരം വളരെ വലുതും അലങ്കാരപ്പണികളാൽ സമ്പന്നവും ഗംഭീരവുമായിരുന്നു. കരിങ്കല്ലിൽ തീർത്ത അടിസ്ഥാനത്തിൽ ചെങ്കല്ലും തടിയും കൊണ്ട് മോടിപിടിപ്പിച്ചിരുന്നു. കരിങ്കല്ലിന്റെ കറുപ്പും ചെങ്കല്ലിന്റെ ഇളംചുവപ്പും തടിയിൽ ചാർത്തിയ പലതരം ചായങ്ങളും ചേർന്ന്, ഒരു യക്ഷിക്കഥയിൽ നിന്ന് ഇറങ്ങിവന്നതുപോലെ അതിഗംഭീരമായ രാജമന്ദിരം ആയിരുന്നു അത്. ദക്ഷിണേന്ത്യയിലെ പ്രധാന ക്ഷേത്രങ്ങൾ, കൊട്ടാരങ്ങൾ, സർവ്വകലാശാലകൾ, എന്നിവയെപ്പോലെ ഈ കൊട്ടാരവും ഋഷിമാരുടെയും അപ്സരസ്സുകളുടെയും ദേവീദേവന്മാരുടെയും സങ്കീർണ്ണമായ കൊത്തുപണികളും ശില്പങ്ങളും കൊണ്ട് നിറഞ്ഞിരുന്നു. അവയെല്ലാം പല നിറങ്ങളിൽ ചായം പൂശി ആർഭാടപൂർവ്വം അലങ്കരിച്ചിരുന്നു. ശരാശരി ദക്ഷിണേന്ത്യക്കാർ വസ്ത്രധാരണത്തിൽ വളരെ ലളിതർ ആണെങ്കിലും, വാസ്തുവിദ്യയുടെ കാര്യത്തിൽ അതീവ ആർഭാടം കാണിച്ചിരുന്നു.

എന്നാൽ കൊട്ടാരത്തിനകത്ത് പുറമേ കണ്ട ആഡംബരമൊന്നും സോമേശ്വറിന് കാണാൻ കഴിഞ്ഞില്ല. അവർ ഇടുങ്ങിയ ഇടനാഴികളിലൂടെയും ലളിതമായ അറകൾക്ക് അരികിലൂടെയുമാണ് നടന്നത്.

'ഇത് ചക്രവർത്തിയുടെ സ്വകാര്യ ജീവനക്കാർക്കും സന്ദർശ-കർക്കും വേണ്ടിയുള്ള വഴിയാണോ, ബഹുമാന്യനായ നരസിംഹൻ?' സോമേശ്വർ ചോദിച്ചു. 'പുറമേ കാണുന്ന പ്രൗഢിയൊന്നും അകത്തില്ലല്ലോ. വിദേശ നയതന്ത്രജ്ഞരെപ്പോലുള്ള ഔദ്യോഗിക സന്ദർശകർക്കായി കൊട്ടാരത്തിൽ അതിഗംഭീരമായ മറ്റു ഭാഗങ്ങളുണ്ടാകുമെന്ന് എനിക്കുറപ്പാണ്.'

നരസിംഹൻ തലയാട്ടിക്കൊണ്ട് നടത്തം തുടർന്നു.

'ഒരുപക്ഷേ രാജാവ് കൊട്ടാരത്തിലെ ഈ ഭാഗങ്ങളായിരിക്കാം കൂടുതൽ ഉപയോഗിക്കുന്നത്,' സോമേശ്വർ പറഞ്ഞു. പരിഭ്രമം അദ്ദേഹത്തെ കൂടുതൽ സംസാരിക്കാൻ പ്രേരിപ്പിച്ചു. 'ഒരുപക്ഷേ ഈ വാസ്തുശൈലി സുരക്ഷാ കാരണങ്ങൾ കൊണ്ടാവാം.'

നരസിംഹൻ മറുപടിയൊന്നും പറയാതെ നടത്തം തുടർന്നു.

മൂവരും ഇപ്പോൾ മറ്റൊരു ഇടനാഴിയിലേക്ക് പ്രവേശിച്ചു. അതിന്റെ മധ്യഭാഗം ഇടുങ്ങിയതും രണ്ടറ്റവും വീതിയേറിയതുമായിരുന്നു. കേരളത്തിലെ തുകൽവാദ്യമായ ഒരു വലിയ തിമിലയുടെ ഉള്ളിലേക്ക് കടന്നതുപോലെയാണ് ഇഖ്ബാലിന് തോന്നിയത്. ഇടനാഴിയുടെ ഇരുവശത്തും കാവൽക്കാർ നിലയുറപ്പിച്ചിരുന്നു, എന്നാൽ വലിയ കാവൽക്കൂട്ടം മധ്യത്തിലെ ഇടുങ്ങിയ ഭാഗത്തായിരുന്നു. അതൊരു സ്വാഭാവിക പ്രതിരോധ മാർഗ്ഗമായിരുന്നു. മികച്ചൊരു സുരക്ഷാ ക്രമീകരണം. ആ ഇടനാഴി അവസാനിച്ചത് ഉയരമുള്ള ഒരു വാതിൽക്കലാണ്. അതിന്റെ ഇരുവശത്തും ഭീമാകാരന്മാരായ രണ്ട് കാവൽക്കാർ നിലയുറപ്പിച്ചിരുന്നു. ഇതുവരെ അവരെ അനുഗമിച്ച അംഗരക്ഷകർ ഇരുട്ടിൽ മറഞ്ഞു.

കാവൽക്കാർ നരസിംഹനെ കൃത്യതയോടെ വന്ദിച്ചു. ആ വലിയ മനുഷ്യൻ തന്റെ വലതുകൈ നെഞ്ചിൽ വെച്ച് അവരെ തിരിച്ചും വന്ദിച്ചു. അദ്ദേഹം ഒരു ദീർഘനിശ്വാസമെടുത്ത്, തന്റെ കൂടെ പരിഭ്രമിച്ചുനിൽക്കുന്നവരെ നോക്കിക്കൊണ്ട് പറഞ്ഞു.

'ഇതാണ് സ്ഥലം, സോമേശ്വർ, ഇഖ്ബാൽ. നിങ്ങളുടെ സമയം ദാ തുടങ്ങുന്നു.'

സോമേശ്വറും ഇഖ്ബാലും പരിഭ്രമത്തോടെ ഉമിനീരിറക്കി. മുന്നോട്ട് നടക്കുമ്പോൾ അവരുടെ കാലുകൾ വിറയ്ക്കുന്നുണ്ടായിരുന്നു.

ഇടതുവശത്തെ കാവൽക്കാരൻ ആ ഭീമാകാരമായ വാതിൽ തുറന്നു. മൂന്നുപേരും ചക്രവർത്തിയുടെ സ്വകാര്യ കൂടിക്കാഴ്ച്ചാമുറിയിലേക്ക് പ്രവേശിച്ചു. ആദ്യം നരസിംഹൻ, പിന്നെ സോമേശ്വർ, ഒടുവിൽ ഇഖ്ബാൽ.

ആ വലിയ മുറിയുടെ അങ്ങേയറ്റത്ത്, വടക്കുഭാഗത്തായി ഒരാൾ ഇരിക്കുന്നുണ്ടായിരുന്നു.

ഒരേയൊരു മനുഷ്യൻ.

മറ്റാരുമില്ല.

വാഗ്ദാനം ചെയ്തതുപോലെ അതൊരു സ്വകാര്യ കൂടിക്കാഴ്ചയായിരുന്നു.

ആ രണ്ട് വ്യാപാരികളുടെയും നട്ടെല്ലിലൂടെ ഒരു വൈദ്യുത പ്രവാഹം പാഞ്ഞു. കുണ്ഡലിനി ദേവി ഉണർന്നതുപോലെ. പ്രതാപശാലിയായ ചോള ചക്രവർത്തി രാജേന്ദ്രനെയും അദ്ദേഹത്തിന്റെ പിതാവായ പരേതനായ രാജരാജ ചക്രവർത്തിയെയും കുറിച്ച് രാജ്യത്തുടനീളം എല്ലാവരും കേട്ടിരുന്നു. അവരുടെ ഭരണനേട്ടങ്ങൾ ജീവിക്കുന്ന ഇതിഹാസങ്ങളായിരുന്നു. അവരുടെ പേരുകൾ തന്നെ അവരുടെ സ്ഥാനത്തെ വിളിച്ചോതുന്നവയും. രാജരാജൻ എന്നാൽ രാജാക്കന്മാരുടെ രാജാവ് എന്നും രാജേന്ദ്ര എന്നാൽ രാജാക്കന്മാരുടെ പ്രഭു എന്നുമാണ് അർഥം. മുറിയിലേക്ക് കയറുമ്പോൾ അവർ കണ്ണഞ്ചിപ്പിക്കുന്ന ഒരു ദൈവിക രൂപത്തെയാണ് പ്രതീക്ഷിച്ചത്. അവർ വാതിൽക്കൽ തന്നെ സ്തംഭിച്ചു നിന്നുപോയി.

മുന്നിലായി അവർ കണ്ടത് അവരെപ്പോലെ തന്നെയുള്ള രക്തവും മാംസവുമുള്ള ഒരു മനുഷ്യനെയാണ്. ഒരു അർദ്ധദേവനെ കാണുന്നതിനേക്കാൾ തീവ്രമായിരുന്നു ആ അനുഭവം. കാരണം അദ്ദേഹം അവരിലൊരാളായിരുന്നു. അവരെപ്പോലെ തന്നെ. ഒരു ഭാരതീയൻ.

എന്നാൽ അതേസമയം, അദ്ദേഹം അതിലുമെത്രയോ മഹാൻ ആയിരുന്നു. അസാമാന്യമായ അധികാരവും അതേസമയം

കാപട്യമില്ലാത്ത വിനയവും പ്രസരിപ്പിക്കുന്ന ഒരു മനുഷ്യൻ. പരസ്പരവിരുദ്ധവും എന്നാൽ അവിശ്വസനീയമാംവിധം ആകർഷ-കവുമായ ഗുണങ്ങളുടെ ഒരു സങ്കലനം.

ധർമ്മത്തിന്റെ പ്രതിരൂപമായ ഒരു മനുഷ്യൻ.

സാക്ഷാൽ ഗംഗൈകൊണ്ടൻ.

രാജേന്ദ്ര ചോളൻ.

ഇരുണ്ട നിറം, പിരിച്ചുവെച്ച മീശ, ഏകദേശം ആറടി ഉയരം. കട്ടിയുള്ള പുരികക്കൊടികൾക്ക് താഴെ, കറുത്ത രത്നങ്ങളിൽ തീക്കനലുകൾ പതിപ്പിച്ചതുപോലെ തിളങ്ങുന്ന കണ്ണുകൾ. വിദഗ്ധനായ ഒരു വില്ലാളിയുടെ കരുത്തുറ്റ തോളുകളും പുറവും, ഒരു വാൾപ്പയറ്റുകാരന്റെ സൂക്ഷ്മവും വേഗതയേറിയതുമായ ചലനങ്ങൾക്ക് പാകമായ ഒതുങ്ങിയ അരക്കെട്ടും ശക്തമായ കാലുകളും ചേർന്ന അസാധാരണമായ ശരീരഘടനയായിരുന്നു അദ്ദേഹത്തിന്റേത്. അമ്പത്തിയൊൻപതാം വയസ്സിലും ഇത്രയും കായികക്ഷമത നിലനിർത്തുന്നത് അവിശ്വസനീയമായ അച്ചടക്കത്തെയാണ് കാണിക്കുന്നത്. ഒരു യോദ്ധാവിന്റെ അഭിമാനമായ, യുദ്ധത്തിൽ പറ്റിയ നിരവധി മുറിപ്പാടുകൾ അദ്ദേഹത്തിന്റെ ശരീരത്തിലുണ്ടായിരുന്നു. അതിലൊന്ന്, അദ്ദേഹത്തിന്റെ വയറ്റിൽ ആഴത്തിലുള്ള ഒരു മുറിപ്പാടായിരുന്നു. അതിന്റെ വശങ്ങളിൽ നേർത്ത തുന്നലിന്റെ പാടുകൾ കാണാമായിരുന്നു. ഒരുപക്ഷേ അടുത്തകാലത്ത് നടന്ന ഏതെങ്കിലും യുദ്ധത്തിൽ കുത്തേറ്റതാവാം, ആ മുറിവ് ഉണങ്ങിവരുന്നതേയുണ്ടായിരുന്നുള്ളൂ. പ്രായം കൊണ്ട് അല്പം നേർത്ത, ചുരുണ്ട കറുത്ത മുടിയിഴകൾ ഭംഗിയായി തോളുകളിലേക്ക് ചീകിവെച്ചിരുന്നു. അദ്ദേഹത്തിന്റെ വശ്യമായ കണ്ണുകളിൽ ദയയും സൂക്ഷ്മബുദ്ധിയും ഒരുപോലെ പ്രകടമായിരുന്നു.

ഒരു പൂണൂൽ അദ്ദേഹത്തിന്റെ ഇടത് തോളിൽ നിന്ന് ശരീരത്തിന്റെ വലതുവശത്തേക്ക് നീണ്ടുകിടന്നു. വലത് തോളിലിട്ടിരുന്ന ചുവന്ന അംഗവസ്ത്രം അദ്ദേഹത്തിന്റെ കരുത്തുറ്റ നെഞ്ചിലൂടെയും പുറകിലൂടെയും കടന്നുപോയി. വെള്ള ധോത്തിക്ക് മുകളിൽ ചുറ്റിയ അരപ്പട്ട സൂചികൾ കൊണ്ട് ഉറപ്പിച്ചിരുന്നു. കറുത്ത ചരടിൽ കോർത്ത, ആനക്കൊമ്പും സ്വർണ്ണപ്പിടിയുമുള്ള ഒരു കടുവാപല്ലും അദ്ദേഹത്തിന്റെ നെഞ്ചിൽ തൂങ്ങിക്കിടന്നു. കാതുകളിൽ

തിളങ്ങുന്ന വജ്രക്കമ്മലുകൾ ഒഴിച്ചാൽ, പ്രതാപിയായ ആ ചോളൻ മറ്റ് ആഭരണങ്ങളൊന്നും ധരിച്ചിരുന്നില്ല. അദ്ദേഹത്തിന്റെ തലയിൽ കിരീടമുണ്ടായിരുന്നില്ല.

രാജേന്ദ്ര ചോളൻ വിനയത്തോടെ തലയാട്ടി കൈകൾ കൂപ്പി അഭിവാദ്യം ചെയ്തു. 'വണക്കം.' കേൾക്കുന്ന ഏതൊരാളുടെയും ആത്മാവിൽ പ്രതിധ്വനിക്കുന്ന ഗംഭീരമായ ശബ്ദത്തിൽ അദ്ദേഹം പറഞ്ഞു.

'പ്രഭോ,' നരസിംഹൻ ദൂരെനിന്ന് ഉച്ചത്തിൽ വിളിച്ച്, നെഞ്ചിലിടിച്ച്, കാലുകൾ ചേർത്ത് വെച്ച്, തലകുനിച്ചു. 'അങ്ങയെ കാണാൻ അനുവദിച്ചതിൽ ഏറെ നന്ദിയുണ്ട്. അങ്ങ്... വിശ്രമിക്കുന്ന ഈ വേളയിൽ ഒരു സ്വകാര്യ കൂടിക്കാഴ്ച ആവശ്യപ്പെട്ട് ബുദ്ധിമുട്ടിച്ചതിന് ഞാൻ ആത്മാർത്ഥമായി ക്ഷമ ചോദിക്കുന്നു.'

സോമേശ്വറും ഇഖ്ബാലും നിശ്ശബ്ദരായി നിന്നു. അവർ മയങ്ങിപ്പോയിരുന്നു. നിന്നയിടത്തുതന്നെ നിലച്ച്. ചലനമില്ലാതെ. ശബ്ദമില്ലാതെ. നടന്നുകയറിയ ആ അറയുടെ ഒട്ടും ആർഭാടമില്ലാത്ത, എന്നാൽ അഭിരുചിയുള്ള ചാരുത അവർ ശ്രദ്ധിച്ചതേയില്ല. ഭിത്തികളിൽ മനോഹരമായ കുറച്ച് കൊത്തുപണികളും ചിത്രങ്ങളും മാത്രം. അറയുടെ ഇരുവശങ്ങളിലുമായി ഉറപ്പിച്ച പന്തങ്ങൾ വെളിച്ചവും ചൂടും പകർന്നു. കിഴക്കും പടിഞ്ഞാറുമുള്ള ഭിത്തികളിലെ വലിയ ജനലുകൾ ഇരുവശത്തുമുള്ള പച്ചപ്പുനിറഞ്ഞ പൂന്തോട്ടങ്ങളിലേക്ക് തുറന്നു. കടലിൽ നിന്നുള്ള ഈർപ്പമുള്ള സന്ധ്യാകാറ്റിൽ പൂക്കളുടെ നേർത്ത സുഗന്ധവും പക്ഷികളുടെ ഹൃദയഹാരിയായ ചിലപ്പും അവിടേക്ക് ഒഴുകിയെത്തി.

അറയുടെ അങ്ങേയറ്റത്ത്, രാജേന്ദ്ര ചോളൻ ഇരിക്കുന്നതിന് പിന്നിലായി, ഭിത്തി മുഴുവൻ നിറഞ്ഞുനിൽക്കുന്ന ഒരു കൂറ്റൻ ചിത്രമുണ്ടായിരുന്നു. അതിൽ, നടുവിലായി ദക്ഷിണാമൂർത്തി ഭാവത്തിലുള്ള ശിവഭഗവാൻ. അതായത് 'തെക്കോട്ട് മുഖം തിരിഞ്ഞിരിക്കുന്ന ഭഗവാൻ'. ശിവഭഗവാന്റെ ഇടത്തും വലത്തുമായി രണ്ടു പുരുഷന്മാർ മഹാദേവനെ നോക്കി മുട്ടുകുത്തി, കൈകൾ കൂപ്പി, തലകുനിച്ച്, സേവകരെപ്പോലെ ഇരിക്കുന്നുണ്ടായിരുന്നു. ആ പുരുഷന്മാരുടെ ചിത്രങ്ങൾ അതിശയകരമാംവിധം ജീവസ്സുറ്റതും ഒറ്റനോട്ടത്തിൽ തിരിച്ചറിയാവുന്നതുമായിരുന്നു. ശിവഭഗവാന്റെ

വലതുവശത്ത് പരേതനായ രാജരാജ ചോളനും, ഇടതുവശത്ത് അദ്ദേഹത്തിന്റെ പുത്രനും ഇപ്പോഴത്തെ ചക്രവർത്തിയുമായ രാജേന്ദ്ര ചോളനുമായിരുന്നു.

ഇങ്ങനെയായിരുന്നു പ്രബലരായ ചോളന്മാർ സ്വയം കണ്ടിരുന്നത്. രാജരാജ ചോളനും രാജേന്ദ്ര ചോളനും. തങ്ങളുടെ ലൗകികമായ എല്ലാ ശക്തിക്കും പ്രൗഢിക്കും ഗാംഭീര്യത്തിനും അധികാരത്തിനും മേധാവിത്വത്തിനും അപ്പുറം, തങ്ങളുടെ ഏറ്റവും സ്വകാര്യമായ അറയിൽ, അവർ ശിവഭഗവാന്റെ വെറും സേവകർ മാത്രമായി സ്വയം കണക്കാക്കി.

അതിശയിപ്പിക്കുന്ന ശക്തിയും ഒപ്പം നാട്യങ്ങളില്ലാത്ത വിനയവും. അതൊരു അപൂർവ്വ സംയോഗമായിരുന്നു.

'വരൂ, ഇരിക്കൂ.' രാജേന്ദ്ര ചോളൻ ദയയോടെ പറഞ്ഞു.

എന്നാൽ സോമേശ്വറും ഇഖ്ബാലും കൊള്ളിമീൻ കണ്ട് സ്തബ്ധരായി നിൽക്കുന്ന മാനുകളെപ്പോലെ അദ്ദേഹത്തെത്തന്നെ നോക്കിനിന്നു. തന്നെ ആദ്യമായി കാണുന്ന സാധാരണക്കാരിൽ പലപ്പോഴും താൻ ഇങ്ങനെയൊരു സ്വാധീനം ചെലുത്താറുണ്ടെന്ന് രാജേന്ദ്ര ചോളന് അറിയാമായിരുന്നു. പതിവുപോലെ അത്തരം സന്ദർഭങ്ങളിൽ അദ്ദേഹത്തിന്റെ സഹാനുഭൂതിയും ദയയും പ്രകടമായി. അദ്ദേഹം നരസിംഹനെ നോക്കി തലയാട്ടി.

ചോളപുരം കാവൽസേനയുടെ മേധാവി, പരിഭ്രമത്തിൽ നിന്നുള്ള മരവിപ്പ് മാറ്റാനായി സോമേശ്വറിനെ പതിയെ തട്ടി. അവർ മൂവരും അറയുടെ അങ്ങേയറ്റത്തേക്ക് നടന്നു. രാജേന്ദ്ര ചോളന് മുന്നിലായി മൂന്ന് കസേരകൾ നിരത്തിയിട്ടിരുന്നു.

നരസിംഹൻ കസേരകൾക്കരികിലെത്തി ഒരു കാൽമുട്ടിൽ നിന്ന് വീണ്ടും തലകുനിച്ചു.

'ഇരിക്കൂ, നരസിംഹൻ,' രാജേന്ദ്ര ചോളൻ പറഞ്ഞു. 'ഇരിക്കൂ.'

സോമേശ്വരനും ഇഖ്ബാലും മുട്ടുകുത്തി നിലത്ത് നെറ്റിമുട്ടിച്ച് വണങ്ങി, കൈകൾ മുന്നിൽ വെച്ച് ചക്രവർത്തിക്ക് മുന്നിൽ പൂർണ്ണമായി നമസ്കരിച്ചു. രാജേന്ദ്ര ചോളൻ നരസിംഹനെ നോക്കി അവരെ ഇരുത്താൻ ആംഗ്യം കാണിച്ചു. അദ്ദേഹം അപ്രകാരം ചെയ്തു.

കസേരകളിൽ ഇരുന്നിട്ടും സോമേശ്വറും ഇഖ്ബാലും കടുത്ത പരിഭ്രമത്തിലായിരുന്നു. ഇരുവരും കൈകൾ കൂപ്പി നമസ്തേ പറഞ്ഞു.

തങ്ങൾക്ക് ലഭിക്കാവുന്ന ഏറ്റവും മികച്ച അവസരമാണിതെന്ന് അവർക്കറിയാമായിരുന്നു. നാല് വർഷമായി അവർ ഈ നിമിഷത്തിനായി കാത്തിരിക്കുകയായിരുന്നു. അത് നശിപ്പിക്കാൻ അവർ ആഗ്രഹിച്ചില്ല.

രാജേന്ദ്ര ചോളൻ ഒരിക്കൽ കൂടി വിനയത്തോടെ സംസാരിച്ചു. 'എനിക്കറിയാം. നരസിംഹൻ എല്ലാ വിവരങ്ങളും എനിക്ക് എഴുതിയിരുന്നു. നിങ്ങൾ കണ്ടതും അനുഭവിച്ചതുമായ കാര്യങ്ങൾ...' ചക്രവർത്തി ഒന്നു നിർത്തി ശ്വാസമെടുത്ത് എന്തോ വിലയിരുത്തുന്നതുപോലെ തോന്നി. 'എനിക്ക് താങ്കൾക്ക് വേണ്ടി എന്തുചെയ്യാൻ കഴിയും, ശ്രേഷ്ഠനായ സോമേശ്വർ? എന്താണ് താങ്കൾക്ക് വേണ്ടത്?'

രാജേന്ദ്ര ചോളൻ എന്താണ് ചെയ്യുന്നതെന്ന് നരസിംഹന് മനസ്സിലായി. അദ്ദേഹം സോമേശ്വറിനെയും ഇഖ്ബാലിനെയും അളക്കുകയായിരുന്നു. അദ്ദേഹം അവരെ വിശ്വസിക്കാമോ എന്ന് പരിശോധിക്കുകയാണ്. സ്വയം തെളിയിച്ചിട്ടുള്ള എല്ലാ നേതാക്കൾക്കുമുള്ള പ്രധാന കഴിവാണ് മറ്റുള്ളവരെ വേഗത്തിൽ വിലയിരുത്താനുള്ള ശേഷി. പ്രഗത്ഭരായ നേതാക്കൾ ഒരുപാട് പേരെ കാണുന്നു. അവർക്ക് ഒരുപാട് കാര്യങ്ങൾ ചെയ്യാനുണ്ട്. സാധാരണ മനുഷ്യരെപ്പോലെ മറ്റൊരാളുടെ ഉദ്ദേശ്യശുദ്ധി മനസ്സിലാക്കാൻ വർഷങ്ങളെടുക്കാൻ അവർക്ക് സമയമില്ല. അത്തരം നേതാക്കൾക്ക് സാധാരണയായി സൂക്ഷ്മമായ ഒരുൾബോധം ഉണ്ടായിരിക്കും. അത് മറ്റുള്ളവരെ കാണുമ്പോൾ അവരോട് പറയും വിശ്വസിക്കണോ വേണ്ടയോ എന്ന്. ഈ ഉൾബോധമാണ് അവരുടെ വിജയത്തിലെ ഒരു പ്രധാന ഘടകം.

'ചക്രവർത്തി...' സോമേശ്വർ പറഞ്ഞു. ഈ നിമിഷത്തിനുവേണ്ടി അദ്ദേഹം ഒരു പ്രസംഗം തയ്യാറാക്കിയിരുന്നു. പലതവണ പരിശീലിച്ചതുമാണ്. പക്ഷെ അതെല്ലാം മറന്നുപോയിരുന്നു. ആ നിമിഷം തന്റെ മനസ്സിൽ അലയടിക്കുന്ന വികാരങ്ങൾക്കെല്ലാമപ്പുറം, സോമേശ്വർ ബുദ്ധിമാനും അനുഭവസമ്പന്നനുമായ ഒരു വ്യാപാരിയായിരുന്നു. ഇന്ത്യയിലെ, ഒരുപക്ഷെ ലോകത്തിലെത്തന്നെ, ഏറ്റവും വിജയിച്ച വ്യാപാരികളിൽ ഒരാൾ. മിക്ക നല്ല വ്യാപാരികളെയും പോലെ, അദ്ദേഹത്തിന് അന്തരാർത്ഥം

മനസ്സിലാക്കാൻ കഴിഞ്ഞിരുന്നു. ശക്തരായ മനുഷ്യരെ കാണുമ്പോൾ, തയ്യാറാക്കിയ ഒരു പ്രസംഗം കാണാപ്പാഠം ചൊല്ലുന്നതിനേക്കാൾ, സാഹചര്യം വിലയിരുത്തി സംസാരിക്കുന്നതാണ് ഉചിതം.

'ഞാൻ...' സോമേശ്വർ നിർത്തി രാജേന്ദ്ര ചോളന് പിന്നിലെ ചിത്രത്തിലേക്ക്, ശിവഭഗവാനിലേക്കും അദ്ദേഹത്തെ വണങ്ങിനിൽക്കുന്ന രണ്ട് ചോള ചക്രവർത്തിമാരിലേക്കും ഒന്ന് നോക്കി. 'എന്താണ് പദ്ധതിയെന്ന് എനിക്ക് ഊഹിക്കാൻ കഴിയും, പ്രഭോ. കാരണം ശിവഭഗവാനോടുള്ള താങ്കളുടെ ഭക്തിയെക്കുറിച്ച് ജീവിച്ചിരിക്കുന്ന ഒരാളും സംശയിക്കില്ല. പിന്നെ... താങ്കളുടെ കൈവശമില്ലാത്തതായി എനിക്ക് തരാൻ കഴിയുന്നതായി ഒന്നുമില്ല. യോദ്ധാക്കളോ വിഭവങ്ങളോ. എന്നാൽ മഹാനായ ചക്രവർത്തീ, ഞാൻ നാല് വർഷമായി ശത്രുവിനെക്കുറിച്ച് പഠിക്കുകയും പദ്ധതിയിടുകയുമാണ്. അത്ര ചെറുതല്ലാത്ത എന്റെ മുഴുവൻ സമ്പത്തും ഈയൊരു കാര്യത്തിനുവേണ്ടി മാത്രം ഞാൻ നീക്കിവെച്ചിരിക്കുന്നു. എനിക്ക് എന്റെ കുടുംബത്തെയും നഗരത്തെയും എന്റെ ആത്മാവായിരുന്ന ക്ഷേത്രത്തെയും നഷ്ടപ്പെട്ടു. ഏത് ക്ഷേത്രത്തിന്റെ പേരിലാണോ ഞാൻ അറിയപ്പെട്ടത്, അതെനിക്ക് നഷ്ടമായി. ഈ ദൗത്യമല്ലാതെ എനിക്കിപ്പോൾ മറ്റൊന്നുമില്ല. ദയവായി, ഈ കാലഘട്ടത്തിലെ രാവണനെ വേട്ടയാടുന്നതിൽ ഒരു അണ്ണാറക്കണ്ണനാകാൻ എന്നെ അനുവദിച്ചാലും.'

ശ്രീരാമനോട് യുദ്ധം ചെയ്ത പ്രതിനായകനായ രാവണനെപ്പോലെയാണ് മഹ്മൂദ് എന്ന് സോമേശ്വർ ആത്മാർത്ഥമായി വിശ്വസിച്ചു. എന്നാൽ ഇതിനോടകം എല്ലാം വായിച്ച് മനസ്സിലാക്കിയിട്ടുള്ള രാജേന്ദ്ര ചോളന് ഈ ദൗത്യം രാമായണ മാതൃകയിൽ അല്ല എന്നറിയാമായിരുന്നു. രാവണന്, അയാളുടെ എല്ലാ തെറ്റുകൾക്കും ക്രൂരതകൾക്കും ഇടയിലും, ധർമ്മത്തിന്റെ അതിർവരമ്പുകളുണ്ടായിരുന്നു. മഹ്മൂദ് രാവണനെക്കാൾ ഭീകരനായിരുന്നു. തികഞ്ഞ കാടൻ. അത്തരം ശത്രുക്കളോട് പോരാടുമ്പോൾ ഭാരതീയ ഗ്രന്ഥങ്ങൾ വ്യക്തമായി പറയുന്നു, *ശഠേ ശാഠ്യം സമാചരേത്; ദുഷ്ടന്മാരോട് അതിലും ദുഷ്ടതയോടെ പെരുമാറണം.*

എന്നാൽ രാജേന്ദ്ര ചോളൻ ശ്രദ്ധിച്ചത് അതായിരുന്നില്ല. സോമേശ്വർ വളരെ സൂക്ഷ്മമായി നൽകിയ പ്രധാന സന്ദേശം അദ്ദേഹം തിരിച്ചറിഞ്ഞിരുന്നു.

അയാൾ നാല് വർഷമായി ശത്രുവിനെക്കുറിച്ച് പഠിക്കുകയാണ്. അത് അമൂല്യമാണ്.

രാജേന്ദ്ര സോമേശ്വറിന്റെ മുഖത്തേക്കും കണ്ണുകളിലേക്കും ആഴത്തിൽ നോക്കി. പിന്നെ അദ്ദേഹം ഇഖ്ബാലിലേക്ക് തിരിഞ്ഞു. ഇഖ്ബാൽ കഴുത്തിൽ ഒരു കറുത്ത ചരടിൽ കോർത്ത് ധരിച്ചിരുന്ന പതക്കം അദ്ദേഹം കണ്ടു. അറബി ലിപിയിൽ 7 8 6 എന്ന് ആ പതക്കത്തിൽ കൊത്തിയിരുന്നു. 'പരമകാരുണികനും കരുണാനിധിയുമായ അല്ലാഹുവിന്റെ നാമത്തിൽ' എന്ന വാക്യത്തെയാണ് അത് പ്രതീകാത്മകമായി സൂചിപ്പിച്ചിരുന്നത്. ആ വാക്യത്തിലെ അക്ഷരങ്ങളുടെ സംഖ്യാമൂല്യം കൂട്ടിയാൽ 7 8 6 കിട്ടും. പല ഭാരതീയ മുസ്ലീങ്ങളും ഇതേ പതക്കം ധരിക്കാറുണ്ടെന്ന് രാജേന്ദ്ര ചോളന് അറിയാമായിരുന്നു. പക്ഷെ അപ്പോഴാണ് അദ്ദേഹം ഇഖ്ബാലിന്റെ നെറ്റി ശ്രദ്ധിച്ചത്. സോമേശ്വറിന്റെ നെറ്റിയിലുള്ളതുപോലെ, അദ്ദേഹത്തിന്റെ നെറ്റിയിലും ചാരനിറത്തിലുള്ള ഭസ്മം കൊണ്ട് വരച്ച മൂന്ന് കുറികൾ ഉണ്ടായിരുന്നു.

ആ രണ്ട് വ്യാപാരികളും അന്ന് രാവിലെ ബൃഹദീശ്വര ക്ഷേത്രത്തിൽ ശിവഭഗവാനോട് പ്രാർത്ഥിക്കാൻ പോയിരുന്നു എന്ന് വ്യക്തമായിരുന്നു.

രാജേന്ദ്രയുടെ ഉൾപ്രേരണ ഉണർന്നു. അദ്ദേഹം നരസിംഹന് നേരെ തിരിഞ്ഞ് ലളിതവും വ്യക്തവുമായി പറഞ്ഞു, 'അവരെ കൊണ്ടുവരൂ.'

'അതുപോലെ, പ്രഭോ.' ആ രണ്ട് വ്യാപാരികളെയും എവിടെ, എപ്പോൾ കൊണ്ടുപോകണമെന്ന് നരസിംഹന് അറിയാമായിരുന്നു. രാജേന്ദ്ര തീരുമാനമെടുത്തിരുന്നു. സോമേശ്വരനും ഇഖ്ബാലും ഈ ദൗത്യത്തിന്റെ ഭാഗമാകാൻ പോകുന്നു.

ധാർമ്മികമായ പ്രതികാരം. പൗരുഷത്തിന്റെ ഏറ്റവും ശ്രേഷ്ഠമായ പ്രേരണ.

'നന്ദി, പ്രഭോ,' രണ്ട് വ്യാപാരികളും ഒരേ സ്വരത്തിൽ പറഞ്ഞു. രാജേന്ദ്ര ചോളന്റെ നിഗൂഢമായ ആജ്ഞയുടെ അർത്ഥം അവരും മനസ്സിലാക്കിയിരുന്നു.

സോമേശ്വർ ഇഖ്ബാലിന് നേരെ തിരിഞ്ഞു. ഇഖ്ബാൽ തന്റെ തോളിൽ തൂക്കിയിട്ടിരുന്ന സഞ്ചിയിൽ നിന്ന് വളരെ ശ്രദ്ധയോടെയും ബഹുമാനത്തോടെയും ഒരു വസ്തു പുറത്തെടുത്തു. സോമേശ്വർ മുന്നോട്ടാഞ്ഞ് തന്റെ സുഹൃത്തിന്റെ കയ്യിൽ നിന്ന് ആ ചെറിയ കറുത്ത കല്ല് വാങ്ങി.

ആ വസ്തു എന്തായിരിക്കുമെന്ന് രാജേന്ദ്ര പെട്ടെന്ന് ഊഹിച്ചു. ഒരുറപ്പിനായി അദ്ദേഹം നരസിംഹനെ നോക്കി. തന്റെ മുൻ സേനാപതിയുടെ കണ്ണുകളിലെ വികാരം കണ്ടപ്പോൾ തന്റെ ഊഹം ശരിയാണെന്ന് ചക്രവർത്തിക്ക് മനസ്സിലായി. അദ്ദേഹം തൽക്ഷണം തന്റെ പാദരക്ഷകൾ ഊരിമാറ്റി എഴുന്നേറ്റുനിന്നു. അദ്ദേഹം എഴുന്നേൽക്കുന്നത് കണ്ട് ആ മൂന്നുപേരും എഴുന്നേറ്റു. നിറഞ്ഞ കണ്ണുകളോടെ രാജേന്ദ്ര ചോളൻ സോമേശ്വറിന്റെ അടുത്തേക്ക് നടന്നു.

ശക്തനായ ആ ചക്രവർത്തിയുടെ മുഖത്തെ ദുരിതവും ദുഃഖവും സോമേശ്വർ കണ്ടു. അയാൾ തല താഴ്ത്തി, കൈകൾ കൂപ്പിയുയർത്തി, തകർന്ന സോമനാഥ ശിവലിംഗത്തിന്റെ കഷണം ചക്രവർത്തിക്ക് കൈമാറി. രാജേന്ദ്ര ആ തിരുശേഷിപ്പ് മൃദുവായി എടുത്ത് നെഞ്ചോട് ചേർത്തു. പിന്നെ ഇരു കൈകളാലും നെറ്റിയിലേക്ക് ഉയർത്തി, ദീർഘനേരം അവിടെ വെച്ചു.

തന്റെ ഔദ്യോഗിക പദവിയിൽ രാജേന്ദ്ര സ്വയം നൽകിയ പേരുകളിലൊന്ന് 'ശിവചരണ ശേഖര' എന്നായിരുന്നു. ശിവന്റെ പാദങ്ങളെ കിരീടമായി അണിയുന്നവൻ' എന്നായിരുന്നു അതിന്റെ അർഥം.

ചക്രവർത്തി ആ കല്ലിൽ വളരെ മുറുകെ പിടിച്ചിരുന്നതിനാൽ അദ്ദേഹത്തിന്റെ കൈമുട്ടുകൾ വിളറിവെളുത്തിരുന്നു. *എന്നോട് ക്ഷമിക്കൂ, ഭഗവാനേ. ഈ ധ്വംസനം നടന്നപ്പോൾ തടയാൻ കഴിയാതെ പോയതിന് എന്നോട് ക്ഷമിക്കൂ.*

രാജേന്ദ്ര എപ്പോഴും പൊതുസ്ഥലങ്ങളിൽ തന്റെ വികാരങ്ങളെ അതിശയകരമായി നിയന്ത്രിച്ചിരുന്നു. മറ്റുള്ളവരുടെ മുന്നിൽ വെച്ച് അദ്ദേഹത്തിന്റെ കണ്ണുനീരിന് പുറത്തുവരാൻ ധൈര്യമുണ്ടാകാറില്ല. എന്നാൽ ഇത് ആ കരുത്തുറ്റ ചോളഹൃദയത്തിനുപോലും താങ്ങാനാവാത്തതായിരുന്നു. ചക്രവർത്തി കണ്ണുകളടച്ചപ്പോൾ,

അദ്ദേഹത്തിന്റെ കവിളിലൂടെ ഒരു കണ്ണുനീർ ചാലൊഴുകി. അഗാധവും വേദന നിറഞ്ഞതുമായ ദുഃഖത്താൽ ആ ശരീരം വിറകൊണ്ടു. രാജേന്ദ്രചോളന്റെ ഇടത് ചെന്നിയിലെ ഒരു ഞരമ്പ് ശക്തിയായി തുടിച്ചു.

അദ്ദേഹം ശക്തിയായി നിശ്വസിച്ചു, മനസ്സിൽ മെല്ലെ പ്രാർത്ഥന ഉരുവിട്ടുകൊണ്ട്.

ക്ഷമിക്കണേ ഭഗവാനേ. എന്നോട് ക്ഷമിക്കേണമേ.

തകർന്ന കല്ലിലൂടെ സ്വയം വെളിവായ, വിശാലഹൃദയനായ ശിവഭഗവാന് മാത്രമേ ഈ കൊടിയ ദുഃഖത്തിന്റെ സമയത്ത് സഹായിക്കാൻ കഴിയുമായിരുന്നുള്ളൂ. അദ്ദേഹം തന്റെ ദുഃഖിതനായ ഭക്തനെ സാന്ത്വനിപ്പിച്ചു.

ദുഃഖം ശമിച്ചതോടെ, അടങ്ങാത്ത രോഷം രാജേന്ദ്രന്റെ ഹൃദയത്തിൽ ആളിക്കത്തി. ഒരു സാധാരണ മരണം പോരാ. അത് ക്രൂരമായിരിക്കണം. കഠിനമായിരിക്കണം.

'ഒരിക്കലും മറക്കരുത്, ഒരിക്കലും പൊറുക്കരുത്.' ആ മുറിയിലേക്ക് കടന്നുവന്നതിന് ശേഷം ആദ്യമായി സംസാരിച്ചുകൊണ്ട് ഇഖ്ബാൽ തന്റെ മാതൃഭാഷയായ ബംഗാളിയിൽ പറഞ്ഞു. സംക്ഷിപ്തവും ശക്തവുമായ വാക്കുകൾ.

'ഒരിക്കലും മറക്കരുത്, ഒരിക്കലും പൊറുക്കരുത്.' സോമേശ്വർ തമിഴിൽ പറഞ്ഞുകൊണ്ട് കൈകൾ കൂപ്പി.

രാജേന്ദ്ര ആ രണ്ട് വ്യാപാരികളെയും നോക്കി. *നമ്മൾ മറക്കില്ല. നമ്മൾ പൊറുക്കുകയുമില്ല.*

'സോമനാഥിന് വേണ്ടി പ്രതികാരം നടന്നിരിക്കും. ഭാരതമാതാവിന് വേണ്ടി പ്രതികാരം നടന്നിരിക്കും.'

ധാർമ്മികമായ പ്രതികാരം. പൗരുഷത്തിന്റെ ഏറ്റവും ശക്തമായ പ്രേരണ.

അദ്ധ്യായം 4

തിരികെ ഭവനത്തിൽ

അഫ്ഗാനിസ്ഥാനിലെ ഗസ്നിയുടെ അതിർത്തികൾ

'അങ്ങ് ഒടുവിൽ വീട്ടിലെത്തിയിരിക്കുന്നു, പ്രഭോ.' താലിബ് തന്റെ യജമാനനെ നോക്കി. അദ്ദേഹത്തിന്റെ പരുക്കൻ മുഖം അതിയായ സന്തോഷത്താൽ ചുളിവീണിരുന്നു. കാറ്റ് വീണ്ടും ശക്തി പ്രാപിച്ചപ്പോൾ, കൂർത്ത താടിയിൽ നിന്ന് താഴേക്ക് ഒഴുകിക്കിടന്ന ചാരനിറത്തിലുള്ള താടിരോമങ്ങൾ കാറ്റിൽ പാറിപ്പറന്നു.

ഗസ്നിയിലെ തരിശായ തെളിഞ്ഞ ഭൂമിക അവരുടെ തളർന്ന കണ്ണുകൾക്ക് മുന്നിൽ പരന്നുകിടന്നു.

'മുപ്പത് വർഷം... ഈ നിമിഷം മുപ്പത് വർഷമായി ഞാൻ സ്വപ്നം കാണുകയായിരുന്നു, താലിബ്.' ഇസ്മായിൽ മറുപടി പറഞ്ഞു. തന്റെ പ്രിയപ്പെട്ട മാതൃഭൂമിയിലേക്ക് നോക്കിയ അദ്ദേഹത്തിന്റെ കണ്ണുകൾ കണ്ണുനീരിനാൽ തിളങ്ങുന്നു.

ചെളിയും കല്ലും നിറഞ്ഞ പാതയിലെ അവസാനത്തെ വളവിൽ, പാറകൾ നിറഞ്ഞ ഒരിടത്താണ് ആ രണ്ടുപേരും നിന്നിരുന്നത്. സന്ധ്യാവെളിച്ചം, ദൂരെ അവ്യക്തമായി കാണുന്ന കോട്ടമതിലുകൾക്ക് ഒരു ശവകുടീരത്തിന്റെ പ്രതീതി നൽകി. ദാസന്മാരും മെലിഞ്ഞുണങ്ങിയ കാവൽക്കാരുമടങ്ങുന്ന അവരുടെ ചെറിയ യാത്രാസംഘം ആ ഇടുങ്ങിയ പാതയിൽ അവർക്ക് പിന്നിലായി നിന്നിരുന്നു. ഭീമൻ ഹിന്ദു കുഷിന്റെ മഞ്ഞുമലകൾ കാരണം അവർ നേരിട്ടുള്ള കാഴ്ചയിൽ നിന്ന് മറഞ്ഞിരുന്നു.

ശിക്ഷിക്കപ്പെട്ട ഒരുപറ്റം സ്ത്രീപുരുഷന്മാരായിരുന്നു അത്. അവർ തങ്ങളുടെ യജമാനനോടൊപ്പം ജീവിച്ച്, അദ്ദേഹത്തോടൊപ്പം വാർദ്ധക്യത്തിലെത്തി, അദ്ദേഹത്തോടൊപ്പം ദുഃഖിക്കുകയും ഗൂഢാലോചന നടത്തുകയും ചെയ്തു. ഗ്സ്ഗാനിലെ ഓരോ പുരുഷനും സ്ത്രീയും കുട്ടിയും തങ്ങളുടെ ഈ ഒറ്റപ്പെടലിന് കാരണക്കാരനായ മനുഷ്യനോട് വ്യക്തിപരമായ ശത്രുത മനസ്സിൽ സൂക്ഷിക്കുകയും വളർത്തുകയും ആളിക്കത്തിക്കുകയും ചെയ്തിരുന്നു. അയാളാണ് തങ്ങളുടെ യജമാനന്റെ സഹോദരനും, തങ്ങളുടെ അധികാരവും പദവികളും തട്ടിയ ഗസ്നിയിലെ മഹ്മൂദ്.

ഇസ്മായിൽ തന്റെ കുതിരയെ തിരിച്ച് അഞ്ഞൂറ് കോവർകഴുതകളും കുതിരകളും കാളവണ്ടികളും അടങ്ങുന്ന യാത്രാസംഘത്തെ നോക്കി. തളർന്നു വീഴാറായ സ്ത്രീകളും പുരുഷന്മാരും. എല്ലാവരും അതിവേഗത്തിൽ യാത്ര ചെയ്യണമെന്ന് അദ്ദേഹം നിർബന്ധം പിടിച്ചിരുന്നു.

'ഇനി നമുക്ക് വിശ്രമിക്കാം, താലിബ്. വെളുക്കും വരെ കാത്തിരിക്കാം.'

ആശ്വാസത്താൽ താലിബിന്റെ തോളുകൾ താണു. അയാളുടെ കൂനുള്ള മുതുക് ഒന്നുകൂടി വളഞ്ഞു. മേഘങ്ങൾ പുതിയ മഞ്ഞുകണങ്ങൾ പൊഴിച്ചു തുടങ്ങിയിരുന്നു. തലസ്ഥാന നഗരിയിൽ നിന്ന് അവരെ വേർതിരിക്കുന്ന വലിയ തണുത്തുറഞ്ഞ തടാകമായ ദഷ്തെ നാവൂർ അവർക്ക് ഇനിയും മുറിച്ചുകടക്കേണ്ടതുണ്ട്. അയാൾ തന്റെ രോമക്കുപ്പായത്തിന്റെ കഴുത്ത് ചെവിക്ക് മുകളിലേക്ക് വലിച്ചുകയറ്റി, യാത്ര നിർത്താനുള്ള ആംഗ്യം കാണിച്ചുകൊണ്ട് കയ്യുറയിട്ട ഒരു കൈ ഉയർത്തി. യാത്രാസംഘം താമസിയാതെ പിരിഞ്ഞുതുടങ്ങി. കുതിരപ്പടയാളികൾ താഴെയിറങ്ങി മലയുടെ ഇടതുവശത്തുള്ള തുറന്ന സ്ഥലത്ത് തമ്പടിച്ചു. തളർന്നവശരായ മുതിർന്നവർക്ക് ചുറ്റും തളരാത്ത കുട്ടികൾ ഓടിക്കളിക്കുന്നതിനിടയിൽ പലയിടത്തായി തീകത്തിച്ചു.

ഇസ്മായിൽ കുതിരപ്പുറത്ത് നിന്നിറങ്ങി, മരവിച്ച താടിയെല്ലുകൾ കൂട്ടിയിടിക്കുന്നത് തടയാൻ പല്ലുകൾ ഞെരിച്ചു. കുപ്പായക്കൈയുടെ വിടവുകളിലൂടെ മരവിച്ചുപോകുന്ന തണുത്ത കാറ്റ് ഉള്ളിലേക്ക്

അരിച്ചുകയറി. അദ്ദേഹം മരവിച്ച വിരലുകൾ കൊണ്ട് കൈയുടെ അറ്റങ്ങൾ മുറുകെ പിടിച്ചു.

പുതുതായി നിയമിതനായ ഗസ്നിയിലെ ഗവർണറും ഗ്രാൻഡ് മുഫ്തിയുമായ അദ്ദേഹം ഒരു താഴ്ന്ന പാറക്കെട്ടിലേക്ക് നടന്നുനീങ്ങി. എല്ലാ പ്രതിബന്ധങ്ങളെയും അതിജീവിച്ച് വീണ്ടും തന്റെ അധികാരകേന്ദ്രമായി മാറിയ ആ നഗരത്തിൽ അദ്ദേഹത്തിന്റെ നോട്ടം തറഞ്ഞുനിന്നു. ഇരുട്ടിൽ തിളങ്ങുന്ന വജ്രങ്ങൾ പോലെ, ദൂരെ മഞ്ഞിനിടയിൽ ദഷ്തെ നാവൂർ തിളങ്ങി. ദൂരെ ഗസ്നവിഡ് സുൽത്താന്റെ തലസ്ഥാനത്തുനിന്നും മിന്നിത്തിളങ്ങുന്ന വെളിച്ചത്തിന്റെ തുണ്ടുകളിൽ അദ്ദേഹം തന്റെ ശ്രദ്ധ കേന്ദ്രീകരിച്ചു.

'എന്തു ഭംഗി.' താലിബ് പിറുപിറുത്തു.

'ഭംഗിയേക്കാളൊക്കെ അപ്പുറം.' ഇസ്മായിൽ തന്റെ സ്വാതന്ത്ര്യം ആസ്വദിച്ചുകൊണ്ട് പുഞ്ചിരിച്ചു. 'അത് അവർണ്ണനീയമാണ്. ഓർമ്മകൾ, താലിബ്. ഓർമ്മകൾ. എന്നോ മറഞ്ഞുപോയ മനുഷ്യരുടെയും സംഭവങ്ങളുടെയും. എന്റെ മാതാപിതാക്കൾ, എന്റെ ബാല്യം, എന്റെ സിംഹാസനാരോഹണം... എന്തെല്ലാം ആകുമായിരുന്ന ഞാൻ... ആ മഹ്മൂദ് കാരണം...'

'പ്രഭോ, അത് ഉടൻ തന്നെ വീണ്ടും അങ്ങയുടേതാകും.' താലിബ് പറഞ്ഞു. തന്റെ യജമാനനെ വിജയഭാവത്തിൽ നോക്കി. തനിക്ക് ഇനിയും ലഭിക്കാത്ത അധികാരത്തിന്റെ ലഹരി അയാൾ നുണയുകയായിരുന്നു. 'സുൽത്താനെ സ്വാധീനിക്കുന്നതിൽ അങ്ങ് അസാമാന്യമായ കഴിവാണ് കാണിച്ചത്. ബാക്കി കാര്യങ്ങൾ അദ്ദേഹത്തിന്റെ അത്യാഗ്രഹം ചെയ്തുകൊള്ളും. ഇതുവരെ, ഗസ്നിയിൽ നിന്ന് ബാഗ്ദാദിലേക്കുള്ള ഔദ്യോഗിക കത്തുകളിൽ മഹ്മൂദ് കൊന്ന കാഫിറുകളുടെയും തകർത്ത വിഗ്രഹങ്ങളുടെയും വാർത്തകൾ മാത്രമേ ഉണ്ടായിരുന്നുള്ളൂ. അത്തരം വാർത്തകളിൽ അവർക്ക് സന്തോഷം തോന്നിയിട്ടുണ്ടാകാം. എന്നാൽ ഇപ്പോൾ, മഹ്മൂദ് അവരെയും തേടിയാണ് വരുന്നതെന്ന് കേൾക്കുമ്പോൾ...' താലിബ് പൊട്ടിച്ചിരിക്കാൻ തുടങ്ങി.

അബ്ബാസിദ് ഖിലാഫത്തിന്റെ തലസ്ഥാനം ബാഗ്ദാദ് ആയിരുന്നു. എന്നാൽ അബ്ബാസിദുകളുടെ പഴയ ശക്തി ക്ഷയിച്ചിരുന്നു. ഷിയാ മുസ്ലീങ്ങളായ ബുയിദ് എന്ന ശക്തമായ പേർഷ്യൻ രാജവംശത്തിന്റെ

നിയന്ത്രണത്തിലായിരുന്നു അവർ. മറുവശത്ത് തുർക്കിക് ഗസ്നവിഡുകളും അറബ് അബ്ബാസിദുകളും സുന്നി മുസ്ലീങ്ങളായിരുന്നു. പരക്കെ അറിയപ്പെട്ടുന്നതുപോലെ മിക്ക ഷിയാ, സുന്നി രാജവംശങ്ങളും പരസ്പരം വെറുക്കുകയും അന്യോന്യം മതവഞ്ചകർ എന്ന് വിളിക്കുകയും ചെയ്തിരുന്നു.

'മഹ്മൂദ് അവരെ തേടി വരുന്നത് അവർ ഷിയാക്കൾ ആയതുകൊണ്ടാണെന്ന് ബുയിദുകൾ കരുതണം.' ഇസ്മായിൽ പറഞ്ഞു. 'അബ്ബാസിദുകളെ മാറ്റി ഖലീഫയാകാനാണ് മഹ്മൂദ് ആഗ്രഹിക്കുന്നതെന്ന് അബ്ബാസിദുകളും കരുതണം.'

'അപ്പോൾ അവർ തീർച്ചയായും ആക്രമിക്കും... സുൽത്താനെ മാറ്റി ആ സ്ഥാനത്ത് പ്രതിഷ്ഠിക്കാൻ അവർക്ക് ഏറ്റവും യോജിച്ച സഖ്യകക്ഷി അങ്ങായിരിക്കും, പ്രഭോ. അധികം വൈകാതെ നമ്മുടെ പ്രിയപ്പെട്ട മാതൃഭൂമി മോചിപ്പിക്കപ്പെട്ടും ആ...'

ഇസ്മായിൽ തന്റെ ദാസനെ നോക്കി, കൗതുകത്തോടെ ചോദിച്ചു. 'ആ ആരിൽ നിന്ന്, താലിബ്? നിന്റെ ധാർമ്മികമായ രോഷം അടക്കിവെക്കേണ്ട!'

താലിബിന് ഉള്ളിൽ സന്തോഷം തോന്നി. തന്റെ യജമാനന്റെ എപ്പോഴുമുള്ള പരിഭ്രമം അപ്രത്യക്ഷമായത് അയാൾ ശ്രദ്ധിച്ചിരുന്നു. മുപ്പതു വർഷത്തെ പീഡനങ്ങൾ പെട്ടെന്ന് മറന്നുകൊണ്ട് അദ്ദേഹം ആത്മവിശ്വാസവും നിശ്ചയദാർഢ്യവും കാണിക്കുന്നു. യജമാനന്റെ വിശ്വാസവും ആശ്രയവും തുടർന്നും ആഗ്രഹിച്ചുകൊണ്ട് അയാൾ ആ തമാശയിൽ പങ്കുചേർന്നു. 'ആ... വൃത്തികെട്ട ജന്തുവിൽ നിന്ന്...' ഉള്ളിൽ തോന്നിയതിനേക്കാൾ തീവ്രമായ കോപം താലിബിന്റെ മുഖത്ത് പ്രതിഫലിച്ചു. 'അങ്ങ് എത്ര നല്ലൊരു രാജാവാകുമായിരുന്നു. പ്രഭോ, ഗസ്നിക്കും ഇസ്ലാമിനും ഒരു മഹാനായ പുത്രനെയാണ് ഇത്രയും കാലം നഷ്ടമായത്. എന്നാൽ ഇപ്പോൾ, കാലത്തിന്റെ ക്രൂരമായ ഒഴുക്ക് തിരിഞ്ഞ് വരും. സിംഹാസനത്തിൽ അങ്ങയുടെ യഥാർത്ഥ സ്ഥാനം നേടുന്നത് ഈ ലോകത്തിനാകെ നല്ലതാണ്.'

'അതെ! നമ്മൾ അമീർ, മുഫ്തി എന്നീ സ്ഥാനപ്പേരുകളിൽ ഒതുങ്ങിനിൽക്കില്ല...' ഇസ്മായിൽ പറഞ്ഞു. 'തന്നെ ഖലീഫയായി പ്രഖ്യാപിക്കുന്ന ഒരു പാവ പുരോഹിതനെയാണ് മഹ്മൂദിന് വേണ്ടത്. പക്ഷേ അധികം വൈകാതെ ആ പാവ ചരടുകൾ മുറിച്ച് ഉടമസ്ഥനെ

അവനർഹിക്കുന്ന, പേരില്ലാത്ത കുഴിമാടത്തിലേക്ക് അയയ്ക്കുകയും ചെയ്യും!'

'തീർച്ചയായും, പ്രഭോ.'

ഇസ്മായിൽ തണുത്തുറഞ്ഞ നദിയിലേക്ക് ഉറ്റുനോക്കി. 'പക്ഷേ നമ്മൾ ശ്രദ്ധയോടെയും പതുക്കെയും നീങ്ങണം. ഇക്കഴിഞ്ഞ മൂന്ന് പതിറ്റാണ്ടുകളിൽ പല സഖ്യങ്ങളും മാറിയിട്ടുണ്ടാകും. ആദ്യം നമ്മൾ ഗസ്നിയിലെ പ്രഭുക്കന്മാരുടെയും പുരോഹിതന്മാരുടെയും പിന്തുണ നേടണം. മഹ്മൂദ് തുടങ്ങിവെച്ച ഈ ഖലീഫാ നാടകം കൊണ്ട് അത് എളുപ്പത്തിൽ സാധിക്കും. ക്ഷമ. കുറച്ചുകൂടി ക്ഷമ മാത്രം മതി.'

തണുപ്പകറ്റാൻ കൈകൾ തിരുമ്മിക്കൊണ്ട് താലിബ് പുഞ്ചിരിയോടെ തലയാട്ടി. കഴിഞ്ഞ ഏതാനും ആഴ്ചകൾക്കുള്ളിൽ തന്റെ യജമാനൻ ശരിക്കും കരുത്തനായിരിക്കുന്നു.

'വീഞ്ഞ് വേണോ, പ്രഭോ?' വിറയാർന്ന ഒരു സ്ത്രീ ശബ്ദം അവർക്ക് പിന്നിൽ നിന്ന് ഒഴുകിയെത്തി.

അവർ തിരിഞ്ഞുനോക്കി.

മെലിഞ്ഞ്, ചെറിയ എല്ലുകളുള്ള ഒരു ദാസി ഒരു കയ്യിൽ വീഞ്ഞ് നിറച്ച ചെറിയ ചെമ്മരിയാട്ടിൻ തോൽ സഞ്ചിയും മറുകയ്യിൽ രണ്ട് മൺ കോപ്പകളുമായി നിൽക്കുന്നുണ്ടായിരുന്നു.

'കൃത്യസമയത്ത് തന്നെ.' ഇസ്മായിൽ കൈകൾ കൊട്ടിക്കൊണ്ട് പറഞ്ഞു. 'നന്ദി, രേഷ്മ. താലിബിന് കൊടുത്തേക്ക്. എന്നിട്ട് അത്താഴം തയ്യാറാകുമ്പോൾ ഞങ്ങളെ അറിയിക്കണം.'

ആ സ്ത്രീ തലകുനിച്ച്, സഞ്ചിയും കോപ്പകളും താലിബിന് കൈമാറി. താലിബ് അവളെ നോക്കി ചെറുതായൊന്ന് പുഞ്ചിരിച്ചു. തന്റെ ചെവികളെയും മുഖത്തിന്റെ പകുതിയും മറച്ചിരുന്ന നേർത്ത ഷാൾ കടിച്ചുപിടിച്ചുകൊണ്ട് അവൾ തിടുക്കത്തിൽ അവിടെ നിന്നും പോയി. അവൾ പോകുന്നത് ഇസ്മായിൽ നോക്കിനിന്നു.

'പ്രഭോ, അവൾ ഇതുപോലെ നമ്മളെ ഒളിഞ്ഞു കേൾക്കുന്നില്ല എന്ന് ഉറപ്പാക്കണം.' താലിബ് പറഞ്ഞു. 'അവൾ എത്രത്തോളം കേട്ടു എന്നെനിക്കറിയില്ല.'

'വിഡ്ഢിത്തം പറയാതെ, താലിബ്,' ഇസ്മായിൽ പറഞ്ഞു. 'ജനിച്ച അന്ന് മുതൽ എന്നും തലയ്ക്ക് അടി കിട്ടിക്കൊണ്ടിരിക്കുന്ന ഒരു മന്ദബുദ്ധിക്കുട്ടിയുടെ തലച്ചോറേ അവൾക്കുള്ളൂ. നമ്മുടെ സംഭാഷണം

പോയിട്ട്, ഇന്നലെ എന്ത് വസ്ത്രമാണ് ധരിച്ചതെന്ന് പോലും അവൾക്ക് ഓർമ്മയുണ്ടാകില്ല.'

താലിബ് തലതാഴ്ത്തി നിശബ്ദനായി. *നന്നായി. അയാൾക്ക് സംശയം ഒന്നുമില്ല.*

'പക്ഷേ അവളുടെ കാര്യം പറഞ്ഞപ്പോഴാണ് ഓർത്തത്. ഗസ്നിയിലേക്ക് മടങ്ങുന്നതിന് മറ്റൊരു ഗുണം കൂടിയുണ്ട്.' കൗശലം നിറഞ്ഞ പുഞ്ചിരിയോടെ ഇസ്മായിൽ പറഞ്ഞു. 'ഇനി സുഖത്തിനുവേണ്ടി വെറും എല്ലും തോലും ആയവരെ ആശ്രയിക്കേണ്ടതില്ലല്ലോ. എനിക്ക് കിടക്ക പങ്കിടുന്ന സ്ത്രീകളിൽ കുറച്ച് കൊഴുപ്പും തടിമിടുക്കുമൊക്കെ വേണം. നഷ്ടപ്പെട്ട യൗവ്വനം നമുക്കിരുവർക്കും ഇനി വീണ്ടെടുക്കാം!'

'തീർച്ചയായും!' താലിബ് പുഞ്ചിരിച്ചു. അയാൾ തോൽസഞ്ചിയുടെ അടപ്പ് തുറന്ന് രണ്ട് കോപ്പകളിലേക്കും വീഞ്ഞ് പകർന്നു.

'അത്താഴം തയ്യാറാണ് പ്രഭോ!' ഒരു നിഴൽ പോലെ, വീണ്ടും ആരുമറിയാതെ രേഷ്മ അവരുടെ അടുത്തേക്ക് നടന്നെത്തി. 'ദയവായി വരണം. ഭക്ഷണവും വീഞ്ഞും അങ്ങയുടെ കൂടാരത്തിൽ എത്തിച്ചിട്ടുണ്ട്.'

ഇസ്മായിൽ തലയാട്ടി. ആ സ്ത്രീയെ പറഞ്ഞയച്ച ശേഷം രണ്ടുപേരും പൂർണ്ണസജ്ജമായ പാളയത്തിലേക്ക് നടന്നു.

'നമുക്ക് കഴിക്കാം, കുടിക്കാം, ഉറങ്ങാം. എന്നിട്ട് അനിവാര്യമായ എന്റെ ഉയർച്ചയിലേക്ക് എഴുന്നേൽക്കും, താലിബ്.'

'ആ സ്വേച്ഛാധിപതിയുടെ വീഴ്ചയിലേക്കും, പ്രഭോ.'

അദ്ധ്യായം 5

രണ്ട് ചക്രവർത്തിമാരും അവരുടെ ഈശ്വരനും

ഗംഗൈകൊണ്ട ചോളപുരം

സോമേശ്വറിനും ഇഖ്ബാലിനും തന്റെ ഒപ്പമെത്താനായി നരസിംഹൻ വേഗത കുറച്ചു. അദ്ദേഹം ആളിക്കത്തുന്ന പന്തം ഉയർത്തിപ്പിടിച്ചു. പ്രഭാതത്തിന് ഇനി അധികം സമയമില്ല. പൗർണ്ണമി രാത്രിയുടെ നിലാവിൽ ചോളപുരം എന്ന സുന്ദരനഗരം ശാന്തമായി തിളങ്ങിനിന്നു. പക്ഷേ പന്തങ്ങളിൽ നിന്നുള്ള വെളിച്ചം മുന്നോട്ട് നീങ്ങാൻ സഹായകമായിരുന്നു.

പൂർവ്വികർ ബ്രഹ്മമുഹൂർത്തം എന്ന് വിശേഷിപ്പിച്ചിരുന്ന രാത്രിയിലെ സമയമായിരുന്നു അത്. സൂര്യോദയത്തിന് മുൻപുള്ള, രാത്രിയുടെ അവസാന യാമം. ഈ സമയത്ത് പീനിയൽ ഗ്രന്ഥി സജീവമാകുന്നതിനാൽ സർഗ്ഗാത്മകതയ്ക്ക് ഏറ്റവും ഉചിതമായ സമയമാണിതെന്ന് വിശ്വസിക്കപ്പെട്ടുപോന്നു. ഏറ്റവും മികച്ച ചിന്തകളും കണ്ടുപിടുത്തങ്ങളും ഈ സമയത്ത് സാധ്യമാകുമെന്നും ഒരു വിശ്വാസമുണ്ടായിരുന്നു. പ്രായമായ വ്യാപാരികൾക്ക് ഉണരാൻ സമയമായിട്ടില്ലായിരുന്നു. പക്ഷേ മുന്നിലുള്ള ദൗത്യത്തിന്റെ പ്രാധാന്യം ഉറക്കം വെടിയാൻ അവരെ പ്രേരിപ്പിച്ചിരുന്നു.

രാജകൊട്ടാരത്തിൽ വെച്ച് രാജേന്ദ്ര ചോളനുമായി അവർ കൂടിക്കാഴ്ച നടത്തിയിട്ട് അഞ്ച് ദിവസങ്ങൾ കഴിഞ്ഞിരുന്നു. സോമേശ്വർ ഈ പുലരിക്കായി ആകാംക്ഷയോടെ കാത്തിരിക്കുകയായിരുന്നു.

ഗസ്നിയിലെ മഹ്മൂദിനെതിരായ ആക്രമണം ആസൂത്രണം ചെയ്യുന്നതിനായി രാജേന്ദ്ര ചോളൻ തന്റെ പ്രധാന ഉപദേശകരുടെ യോഗം വിളിച്ചുകൂട്ടിയിരിക്കുന്ന ബൃഹദീശ്വര ക്ഷേത്രത്തിലേക്ക് അവർ നിശ്ശബ്ദരായി നടന്നു.

സോമേശ്വർ അവസാനത്തെ വളവ് തിരിഞ്ഞപ്പോൾ, ക്ഷേത്രത്തിന്റെ പടുകൂറ്റൻ നിഴൽരൂപം പെട്ടെന്ന് പൂർണ്ണമായി ദൃഷ്ടിയിൽപ്പെട്ടു. അതിഗംഭീരമായ പ്രൗഢിയോടെ അത് തലയുയർത്തി നിന്നു. അതിന്റെ ചാരുത തെളിഞ്ഞ നിലാവിൽ കൂടുതൽ മനോഹരമായി തോന്നി.

അതിമനോഹരമായ ഒരു രൂപരേഖയനുസരിച്ചാണ് ബൃഹദീശ്വര ക്ഷേത്രസമുച്ചയം നിർമ്മിച്ചിരുന്നത്. പൂർണ്ണമായ ജ്യാമിതീയ ചേർച്ച വിളിച്ചോതുന്ന, ഒന്നിനോടൊന്ന് ചേർത്തുവെച്ച രണ്ട് സമചതുരങ്ങൾ ചേർന്നതായിരുന്നു അതിന്റെ അങ്കണം. ഈ അങ്കണത്തിലേക്ക് പ്രവേശിക്കാൻ നിരവധി കവാടങ്ങളുണ്ടായിരുന്നു. അവയോരോന്നിനും മകുടം ചാർത്തിക്കൊണ്ട് കൊത്തുപണികളാൽ അലങ്കരിച്ച ഗോപുരങ്ങളും. സമുച്ചയത്തിനുള്ളിൽ വിവിധ ഉപദേവാലയങ്ങൾ. അവയിൽ മിക്കതും കിഴക്ക്-പടിഞ്ഞാറ് ദിശയിലായിരുന്നു. വൈഷ്ണവ പാരമ്പര്യത്തിലെ ശ്രീരാമൻ, കൃഷ്ണഭഗവാൻ എന്നിവർക്കും, ശൈവ പാരമ്പര്യത്തിലെ ഗണപതി ഭഗവാൻ, കാർത്തികേയ ഭഗവാൻ എന്നിവർക്കും, ശക്തി ദേവിയുടെ വിവിധ രൂപങ്ങൾക്കും സമർപ്പിച്ചവയായിരുന്നു ഈ ഉപദേവാലയങ്ങൾ.

എന്നാൽ സമുച്ചയത്തിന്റെ ഹൃദയഭാഗത്തുള്ള പ്രധാന ക്ഷേത്രം ശിവഭഗവാനായിരുന്നു സമർപ്പിച്ചിരുന്നത്. ഇരുപതിനായിരം ചതുരശ്ര മീറ്റർ വിസ്തീർണ്ണമുള്ള തറക്ക് മുകളിൽ തലയുയർത്തി നിൽക്കുന്ന ബൃഹത്തായ ക്ഷേത്രം. ആ ഭീമൻ തറയുടെ പ്രവേശനകവാടത്തിൽ, തന്റെ യജമാനനായ ശിവഭഗവാൻ കുടികൊള്ളുന്ന ശ്രീകോവിലിലേക്ക് ഭക്തിയോടെ നോക്കിയിരിക്കുന്ന നന്ദി ഭഗവാന്റെ വലിയൊരു പ്രതിമ. പ്രധാന ക്ഷേത്രഘടനയിൽ നന്ദി ഭഗവാന്റെ മൂർത്തിയോടടുത്തായി ഒരു മഹാമണ്ഡപം. മറുതലയ്ക്കലായി ശ്രീകോവിൽ. തൂണുകളുള്ള വലിയ

ഹാളിനെയും ശ്രീകോവിലിനെയും തമ്മിൽ ബന്ധിപ്പിക്കുന്ന ഒരു അർദ്ധമണ്ഡപം അഥവാ ഭാഗികമായ നടുത്തളം.

ആറടി ഉയരമുള്ള, ശിലയിൽ കൊത്തിയെടുത്ത, അതിശയകരമാംവിധം ജീവൻ തുടിക്കുന്ന രണ്ട് ദ്വാരപാലകർ ശ്രീകോവിലിന് കാവൽ നിന്നു. ശ്രീകോവിലിനുള്ളിൽ ശിവലിംഗ രൂപത്തിലായിരുന്നു ശിവഭഗവാൻ. ആ ഭീമാകാരമായ വിഗ്രഹം വളരെ ഉയരത്തിലായിരുന്നു. ശിവലിംഗം പതിമൂന്നടി ഉയരത്തിൽ തലയുയർത്തി നിൽക്കുമ്പോൾ, അതിന്റെ അടിഭാഗത്തുള്ള യോനിയുടെ ചുറ്റളവ് അറുപതടിയോളം വരുമായിരുന്നു.

ശ്രീകോവിലിന് മുകളിലുള്ള ശിഖരം, കാണുന്നവരിൽ വിസ്മയം ജനിപ്പിക്കുന്ന രീതിയിൽ നൂറ്റിയെൺപത് അടി ഉയർന്നുനിന്നു. ലോകത്തിലെ ഏറ്റവും ഉയരമുള്ള ശിഖരങ്ങളിൽ ഒന്നായിരുന്നെങ്കിലും, പഴയ ചോള തലസ്ഥാനമായ തഞ്ചാവൂരിലെ ശിവക്ഷേത്രത്തെക്കാൾ പത്തടി ഉയരം കുറവായിരുന്നു ഇതിന്. ആ ക്ഷേത്രം നിർമ്മിച്ചത് രാജേന്ദ്ര ചോളന്റെ പരേതനായ പിതാവ് രാജരാജനായിരുന്നു. തന്റെ പിതാവിന്റെ മഹത്തായ സൃഷ്ടിയെ മറികടക്കാൻ ആഗ്രഹിക്കാത്തതുകൊണ്ട്, വിനയപൂർവ്വം രാജേന്ദ്ര ഉയരം അല്പം കുറയ്ക്കുകയായിരുന്നു. ക്ഷേത്രശിഖരം ഒൻപത് നിലകളായി ഉയർന്നുപോയെങ്കിലും, അതിന്റെ രൂപരേഖ അതിലോലമായി അകത്തേക്ക് വളഞ്ഞതുമായിരുന്നു. ഇത് അസാധാരണവും എന്നാൽ ആകർഷകവുമായ ഒരു രൂപം നൽകി. ശിഖരത്തിന് മുകളിൽ സ്വർണ്ണം പൂശിയ പരമ്പരാഗതമായ കലശവും, ആകാശത്തേക്ക് തുറന്ന രീതിയിൽ കൊത്തിയെടുത്ത ഒരു താമരമൊട്ടും ഉണ്ടായിരുന്നു.

പൗരുഷം തുളുമ്പുന്ന ജ്യാമിതീയ രൂപങ്ങളുടെയും സ്ത്രീസഹജമായ മനോഹരമായ വളവുകളുള്ള ഗോപുരങ്ങളുടെയും അവിശ്വസനീയമായ ഒരു സംയോജനമായിരുന്നു ആ ക്ഷേത്രം. അത് മഹാദേവന്റെ യഥാർത്ഥ പ്രതീകമായിരുന്നു, കാരണം അദ്ദേഹം അർദ്ധനാരീശ്വരനായ, പകുതി പുരുഷനും പകുതി സ്ത്രീയുമായ ഭഗവാനായും ആരാധിക്കപ്പെട്ടിരുന്നു.

ശിവഭഗവാന് സമർപ്പിക്കപ്പെട്ട ആ നിർമ്മാണ വിസ്മയം ഒരിക്കൽ കൂടി കണ്ടപ്പോൾ സോമേശ്വറിന്റെ തൊണ്ടയിടറി. കാരണം അത്

പശ്ചിമ സമുദ്രതീരത്തെ മനോഹരമായ സോമനാഥ ക്ഷേത്രത്തെ ഓർമ്മിപ്പിച്ചു.

ദേവാധിദേവനായ മഹാദേവന്റെ വാസസ്ഥലത്ത് ഈ ദൗത്യത്തിനായി നാം കൂടിച്ചേരുന്നത് എത്ര ഉചിതമാണ്.

ക്ഷേത്രസമുച്ചയത്തിന്റെ പ്രധാന പ്രവേശന കവാടത്തിലെ ഗോപുരത്തിനരികെ നൂറോളം രാജകീയ സൈനികർ കാവൽ നിന്നിരുന്നു. അപ്പോഴും ഉറങ്ങിക്കിടന്നിരുന്ന നഗരത്തിലെ വിജനമായ തെരുവുകൾക്ക് അവർ കാവലായി. ക്ഷേത്ര-സമുച്ചയത്തിന്റെ ഉയർന്ന മതിലുകൾക്ക് മുകളിലുള്ള നടപ്പാതയിലും ചുറ്റുമതിലിലുടനീളവും കാവൽക്കാരും നിലയുറപ്പിച്ചിരുന്നു.

സൈനികർ തങ്ങളുടെ മുൻ സേനാപതിയായ നരസിംഹനെ വന്ദിച്ച് അദ്ദേഹത്തെയും കൂടെയുള്ള വ്യാപാരികളെയും കടന്നുപോകാൻ അനുവദിച്ചു. പക്ഷേ ഒരു ശരീര പരിശോധനയ്ക്ക് ശേഷം മാത്രം. നിയമങ്ങൾ പാലിക്കപ്പെടേണ്ടതാണ്, അത് മുൻ സേനാപതിമാർക്കായാലും ബാധകമാണ്. എല്ലാത്തിനുമുപരി, ഇത് ചോള ഭരണകൂടമാണ്.

ഉള്ളിൽ കടന്നയുടൻ മൂവരും പാദരക്ഷകൾ സൂക്ഷിക്കുന്നിടത്തേക്ക് നടന്നു. തന്റെ ചെരിപ്പുകൾ അഴിക്കാൻ കുനിഞ്ഞപ്പോൾ നരസിംഹന് തോളിൽ ഒരു കൈ സ്പർശിച്ചത് അറിഞ്ഞു.

'ചക്രവർത്തി എത്തിയിട്ടുണ്ട്.' വിജയൻ തന്റെ മേധാവിയെ അറിയിച്ചു.

'ഞാനും അതാണ് പ്രതീക്ഷിച്ചത്,' നരസിംഹൻ പുഞ്ചിരിച്ചു. 'രാവിലെയുള്ള എന്റെ ക്ഷേത്രദർശനം സുഗമം ആക്കാൻ ആണ് ഈ കരുതലും കാവലുമെന്ന് ഞാനും കരുതിയില്ല.'

യോഗത്തിന് മുമ്പ് മഹാദേവനോട് പ്രാർത്ഥിക്കാനായി ചക്രവർത്തി നേരത്തെ എത്താൻ പദ്ധതിയുണ്ടെന്ന് ഉദ്യോഗസ്ഥർ നരസിംഹനെ അറിയിച്ചിരുന്നു. അതിനാൽ, വിജയൻ അത് അറിയിച്ചപ്പോൾ അദ്ദേഹത്തിന് അത്ഭുതം തോന്നിയില്ല.

വിജയൻ തുടർന്നു. 'പക്ഷേ അദ്ദേഹം എന്നെ കണ്ടു.' സഹ മേധാവിക്ക് തന്റെ ആവേശം അടക്കാനായില്ല. 'ചക്രവർത്തി എന്റെ മുന്നിലൂടെയാണ് കടന്നുപോയത്. എന്നെ കണ്ട് അദ്ദേഹം തലയാട്ടി. ഒന്ന് തലകുനിക്കാൻ പോലും കഴിയാതെ ഞാൻ സ്തബ്ധനായിപ്പോയി.'

നരസിംഹൻ അവന്റെ തോളിൽ തട്ടി പുഞ്ചിരിച്ചു. സാമ്രാജ്യത്തിലെ ഭൂരിഭാഗം പ്രജകളും ഏതാണ്ട് ദൈവമായി കണ്ടിരുന്ന ചക്രവർത്തിയുടെ സംസാരപരിധിക്കുള്ളിൽ വരുന്നത് ഒരു അപൂർവ്വ ബഹുമതിയായിരുന്നു. 'വാ പോകാം.'

വിജയൻ കൂടി ചേർന്നതോടെ നാല് പേരായ സംഘം, ക്ഷേത്രസമുച്ചയത്തിന്റെ വളപ്പിലൂടെ പ്രധാന ക്ഷേത്രത്തിലേക്ക് നയിക്കുന്ന ഉൾവാതിലിനെ ലക്ഷ്യമാക്കി നടന്നു.

'നിൽക്കൂ.' ഉൾവശത്തേക്കുള്ള പ്രവേശനകവാടം രാജകീയ അംഗരക്ഷകർ തടഞ്ഞിരുന്നു. അവരുടെ കുന്തങ്ങൾ പരസ്പരം വിലങ്ങനെ പിടിച്ചിരുന്നു. അവരുടെ തലവനായ കണ്ണൻ, നരസിംഹനെ കണ്ടമാത്രയിൽ തിരിച്ചറിഞ്ഞ് അദ്ദേഹത്തിനടുത്തേക്ക് നടന്നു. അദ്ദേഹത്തിന് പിന്നിലായി ഒരു ഡസനോളം സൈനികർ കുന്തങ്ങൾ വിലങ്ങനെ പിടിച്ച് കാവൽ നിന്നു.

'സുപ്രഭാതം, സേനാപതി' കണ്ണൻ പറഞ്ഞു.

'ഞാനിപ്പോൾ കാവൽസേനയുടെ മേധാവിയാണ്.' നരസിംഹൻ തിരുത്തി.

'അങ്ങ് ഞങ്ങൾക്ക് എപ്പോഴും ഞങ്ങളുടെ സേനാപതി തന്നെയാണ്.' കണ്ണൻ പുഞ്ചിരിച്ചുകൊണ്ട് തലകുനിച്ചു. 'താങ്കൾക്ക് ഒരുപക്ഷേ എന്നെ ഓർമ്മയുണ്ടാവില്ല. ഞാൻ കണ്ണൻ, ചോള രാജകീയ അംഗരക്ഷകരുടെ സൈന്യാധിപൻ ആണ്. ഒരിക്കൽ താങ്കൾ എന്റെ ജീവൻ രക്ഷിച്ചിട്ടുണ്ട്.'

'ശരിക്കും?' നരസിംഹൻ അത്ഭുതപ്പെട്ടു.

'താങ്കൾ ഒരുപാട് പേരുടെ ജീവൻ രക്ഷിച്ചിട്ടുണ്ട്, അങ്ങുന്നേ. ഞാൻ താങ്കളെ കൂടുതൽ വൈകിപ്പിക്കുന്നില്ല. ചക്രവർത്തി അങ്ങയെ കാത്തിരിക്കുകയാണെന്ന് എനിക്കറിയാം. രേഖകൾ തന്നാലും.'

നരസിംഹൻ പുഞ്ചിരിച്ചു. തന്നോടുള്ള ആരാധനയ്ക്കിടയിലും, ആ ചോള ഉദ്യോഗസ്ഥൻ നിയമങ്ങൾ ലംഘിക്കില്ല. നിയമങ്ങൾ പാലിച്ചേ മതിയാവൂ. അത് നരസിംഹതുല്യം പേരുകേട്ട ഒരു മേധാവിക്ക് വേണ്ടിയാണെങ്കിൽ പോലും.

നരസിംഹൻ തന്റെ അംഗവസ്ത്രത്തിന്റെ മടക്കിൽ നിന്നും ചക്രവർത്തിയുടെ മുദ്രയുള്ള ഔദ്യോഗിക വിളംബരച്ചുരുൾ പുറത്തെടുത്തു. കണ്ണൻ ആ ചുരുൾ പെട്ടെന്ന് പരിശോധിച്ചു.

എല്ലാം കൃത്യമാണ്, നരസിംഹനും കൂട്ടാളികൾക്കും പ്രവേശിക്കാൻ അനുവാദമുണ്ട്. തൃപ്തനായ അയാൾ ആ രേഖ നരസിംഹന് തിരികെ നൽകി. മുഷ്ടിചുരുട്ടി നെഞ്ചിലിടിച്ച് സൈനികർക്ക് മാത്രമായുള്ള ഔദ്യോഗിക അഭിവാദ്യം നൽകി, ആദരവോടെ തല താഴ്ത്തി, മാറിനിന്ന് വഴിയൊരുക്കി.

മുൻനിര പോരാട്ട സേനയുടെ മനോഹരമായ താളലയത്തോടെ ചോള സൈനികർ തങ്ങളുടെ കുന്തങ്ങൾ മാറ്റി വഴിയിലൊതുങ്ങി നിന്നു. അവർ രാജേന്ദ്ര ചോളന്റെ പ്രത്യേക അംഗരക്ഷകരായിരുന്നു.

നരസിംഹൻ ആ സൈനിക അഭിവാദ്യം സ്വീകരിച്ചുകൊണ്ട് മുഷ്ടിചുരുട്ടി നെഞ്ചിലിടിക്കുകയും ചെറുതായി തലകുനിക്കുകയും ചെയ്തു. ഒരു സൈന്യാധിപൻ, അല്ലെങ്കിൽ ഒരു മുൻ സൈന്യാധിപൻ ചെയ്യേണ്ട മുറ പോലെ.

ഒപ്പം കൂട്ടാളികളായ സോമേശ്വറും ഇഖ്ബാലും അദ്ദേഹത്തെ അനുഗമിച്ചു. ഗോപുരത്തിന്റെ ഇടനാഴിയിലേക്ക് കാലെടുത്തുവെച്ചതും ഒരു ചിന്ത അദ്ദേഹത്തിന്റെ മനസ്സിൽ മിന്നി. അദ്ദേഹം തിരിഞ്ഞുനോക്കി. വിജയൻ കവാടത്തിന്റെ മറുവശത്ത് അവരെത്തന്നെ നോക്കിനിൽക്കുകയായിരുന്നു.

'നീയും കൂടെ വാ, വിജയാ' പെട്ടെന്നുള്ള തീരുമാനത്തിൽ നരസിംഹൻ പറഞ്ഞു.

വിജയൻ ഒരു നിമിഷം അമ്പരന്നുപോയി, അതേസമയം അദ്ദേഹത്തിന്റെ ഉള്ളിൽ ആവേശം അലതല്ലി. കാരണം സോമേശ്വറും ഇഖ്ബാലും നരസിംഹനെ അനുഗമിക്കുന്നത് കണ്ടപ്പോൾ, ചക്രവർത്തിയുമായി എന്ത് ചർച്ച ചെയ്യാനാണ് പോകുന്നതെന്ന് അയാൾക്ക് ഊഹിക്കാമായിരുന്നു. അയാൾ പെട്ടെന്ന് കണ്ണനെ നോക്കി. അയാളാകട്ടെ വിജയനെ തടയാൻ ഒരു ശ്രമവും നടത്തിയില്ല. വിജയൻ വേഗത്തിൽ കവാടം കടന്ന് തന്റെ തലവനോട് നന്ദിസൂചകമായി തലയാട്ടി.

ആ നാൽവർ സംഘം അതിവേഗം മുന്നോട്ട് നടന്നു. വലതുവശത്തുള്ള വൃത്താകൃതിയിലുള്ള പാതയിലെ തിരക്ക് അവരുടെ ശ്രദ്ധയെ ആകർഷിച്ചു. ചോള സാമ്രാജ്യത്തിന്റെ പ്രധാനമന്ത്രിയായ കതിരവൻ എത്തിച്ചേർന്നിരിക്കുന്നു. കരിവീട്ടി പോലെ ഇരുണ്ട നിറമുള്ള അദ്ദേഹത്തിന് നല്ലൊരു എടുപ്പ് നൽകിക്കൊണ്ട്,

പാൽവെള്ള നിറത്തിലുള്ള പട്ടു ധോത്തിയും അംഗവസ്ത്രവും അണിഞ്ഞ്, പ്രായാധിക്യത്തിലും അതിശയകരമാംവിധം വേഗതയോടെയായിരുന്നു കതിരവന്റെ നടത്തം. ഭംഗിയായി വെട്ടിയൊതുക്കിയ വെള്ളത്താടിയും, മെഴുകുപുരട്ടി വെച്ച വെള്ള മീശയിൽ വിട്ടുമാറാതെ നിന്ന ഒന്നോ രണ്ടോ കറുത്ത രോമങ്ങളും, ആ മെലിഞ്ഞുനീണ്ട രൂപത്തിന് കൂടുതൽ പ്രഭ നൽകി. കതിരവന്റെ ഇരുവശങ്ങളിലുമുള്ള കാവൽക്കാർ അദ്ദേഹത്തോടൊപ്പം എത്താൻ ശ്രമിച്ചുകൊണ്ട് പകുതി ഓട്ടത്തിലും പകുതി മാർച്ച് ചെയ്തുമായിരുന്നു നീങ്ങിയത്.

ചോളവംശത്തിലെ ഏറ്റവും വിശ്വസ്തനായ ഉദ്യോഗസ്ഥനായിരുന്നു കതിരവൻ. അദ്ദേഹം ചക്രവർത്തി രാജേന്ദ്രയുടെ പിതാവായ മഹാനായ രാജരാജ ചോളനെയും സേവിച്ചിട്ടുണ്ട്. ഇപ്പോൾ പ്രധാനമന്ത്രി എന്നതിലുപരി, കിരീടാവകാശിയായ രാജാധിരാജ ചോള രാജകുമാരന്റെ ഉപദേശകൻ കൂടിയാണ് അദ്ദേഹം.

ചക്രവർത്തിയുടെ ദീർഘമായ നാവിക പടയോട്ടങ്ങളിൽ സാമ്രാജ്യത്തിന്റെ കടിഞ്ഞാൺ പിടിച്ചത് അദ്ദേഹമായിരുന്നു. ചോളസഭയുടെ ശബ്ദമായിരുന്നു അദ്ദേഹം.

കേമനായ ആ സൈന്യാധിപനെ കണ്ട കതിരവൻ, ഇടത്തേക്ക് തിരിഞ്ഞ് അദ്ദേഹത്തിനടുത്തേക്ക് നീങ്ങി.

'വന്ദ്യനായ പ്രധാനമന്ത്രി കതിരവൻ.' നരസിംഹൻ കൈകൾ കൂപ്പി ആത്മാർത്ഥമായ ആദരവോടെ തലകുനിച്ചു. വിജയനും രണ്ട് വ്യാപാരികളും അദ്ദേഹത്തെ അനുകരിച്ചു.

'നമുക്ക് മുന്നോട്ട് പോകാം. ചക്രവർത്തി നമ്മളെ കാത്തിരിക്കുന്നു.' കതിരവൻ പറഞ്ഞു. അദ്ദേഹത്തിന്റെ നേർത്ത, പ്രായംചെന്ന ശബ്ദത്തിന് ആ മഹനീയ പ്രഭാവലയത്തെ ഒട്ടും കുറയ്ക്കാൻ കഴിഞ്ഞില്ല. കതിരവൻ നടന്നുതുടങ്ങിയപ്പോൾ മറ്റുള്ളവർ അദ്ദേഹത്തോടൊപ്പം വേഗത നിലനിർത്തി. പൂർണമായി കഴിഞ്ഞില്ലെങ്കിലും, അതിനായി ശ്രമിച്ചു.

'അങ്ങ് ഇപ്പോൾ ചേര ദേശത്തുനിന്ന് മടങ്ങിയെത്തിയതല്ലേയുള്ളൂ, പ്രധാനമന്ത്രി. ക്ഷീണിതനായിരിക്കുമല്ലോ.' നരസിംഹൻ പറഞ്ഞു.

'ദുഷ്ടന്മാർക്ക് വിശ്രമമില്ല എന്നല്ലേ പറയാറ്, സുഹൃത്തേ.' കതിരവന്റെ കണ്ണുകളിൽ കുസൃതി മിന്നി. പ്രധാനമന്ത്രി തന്റെ

നർമ്മബോധത്തിനും സ്വയം പരിഹസിക്കുന്ന ശൈലിക്കും പേരുകേട്ടവനായിരുന്നു. എന്നാൽ ആ വരണ്ട ഫലിതത്തിന് പിന്നിൽ, സാമ്രാജ്യത്തിന്റെ താല്പര്യങ്ങളോട് അചഞ്ചലമായ കൂറുള്ള, തന്ത്രശാലിയും ദയയില്ലാത്തതുമായ ഒരു മനസ്സുണ്ടായിരുന്നു. 'നരസിംഹൻ, കാര്യമായി പറയുകയാണെങ്കിൽ... എന്റെ ഹൃദയം ചക്രവർത്തിക്കൊപ്പമാണ്... മഹാദേവനോടുള്ള എന്റെ ഭക്തി നിങ്ങൾക്കറിയാമല്ലോ... പക്ഷേ എനിക്ക് ചോളവംശത്തിന്റെ താല്പര്യങ്ങൾ കൂടി നോക്കിയേ പറ്റൂ. നമ്മുടെ സൈന്യത്തിന് പർവ്വത യുദ്ധത്തിൽ പരിശീലനം ലഭിച്ചിട്ടില്ല. നിങ്ങൾക്കതറിയാം. കാരണം എത്രയൊക്കെ ന്യായമായതാണെങ്കിലും, സാമ്രാജ്യത്തെ ദോഷമായി ബാധിക്കുന്ന ഒരു പൂർണ്ണ യുദ്ധത്തിന് എനിക്ക് സമ്മതമല്ല. മറ്റെന്തെങ്കിലും വഴി കണ്ടെത്തണം.'

കൂടിക്കാഴ്ചയ്ക്ക് മുൻപ് കതിരവൻ തന്റെ മുന്നിൽ യാദൃശ്ചികമായി വന്നതല്ലെന്ന് നരസിംഹൻ തിരിച്ചറിഞ്ഞു തുടങ്ങിയിരുന്നു. ചക്രവർത്തിയെക്കുറിച്ച് മാത്രമല്ലാതെ, ചോള സാമ്രാജ്യത്തെക്കുറിച്ച് കൂടി അദ്ദേഹം സൂക്ഷ്മമായി പരാമർശിച്ചതും നരസിംഹന്റെ ശ്രദ്ധയിൽപ്പെടാതിരുന്നില്ല.

കതിരവന്റെ അംഗീകാരം കൂടി ലഭിക്കുന്ന ഒരു പദ്ധതി രൂപീകരിക്കേണ്ടി വരും. മാത്രമല്ല, പർവ്വത യുദ്ധത്തിന്റെ കാര്യത്തിൽ പ്രധാനമന്ത്രി പറഞ്ഞത് ശരിയുമായിരുന്നു, കാരണം ഗസ്നിയുടെ സങ്കേതം തണുത്തുറഞ്ഞ ഹിന്ദു കുഷ് പർവതനിരകളിലാണ്. ചോള സൈന്യത്തിന് പരിശീലനം ലഭിച്ചിരുന്നത് നാവിക-സമതല യുദ്ധമുറകളിലായിരുന്നു.

ആ പ്രഭുവിന്റെ വേഗതയേറിയ നടത്തത്തിനൊപ്പം എത്താൻ പാടുപെടുമ്പോഴും, സോമേശ്വർ പ്രധാനമന്ത്രിയുടെ വാക്കുകൾ ശ്രദ്ധിക്കുന്നുണ്ടായിരുന്നു. അതുകേട്ട് അദ്ദേഹത്തിന്റെ പ്രതീക്ഷകൾക്ക് മങ്ങലേറ്റു. തന്റെ ഈ ജീവിതകാലത്ത് പ്രതികാരത്തിനായുള്ള ആഗ്രഹം സഫലമാകുമോ എന്ന് അദ്ദേഹം സംശയിച്ചു. *എന്നെങ്കിലും അത് നടക്കുമോ?*

കതിരവനും നരസിംഹനും സോമേശ്വറും ഇഖ്ബാലും വിജയനും പ്രധാന ക്ഷേത്രത്തിലെ മഹാമണ്ഡപത്തിൽ ഇരിപ്പുറപ്പിച്ചിരുന്നു. അവർക്ക് മുന്നിൽ അർദ്ധമണ്ഡപവും, അതിനപ്പുറം ശ്രീകോവിലുമായിരുന്നു. ക്ഷേത്രത്തിന്റെ അസാധാരണമായ വാസ്തുവിദ്യയും നിർമ്മാണവും കാരണം, ഇത്രയും ദൂരെനിന്നുപോലും ശ്രീകോവിലിലെ ശിവലിംഗം അവർക്ക് നേരെ കാണാമായിരുന്നു. ശിവലിംഗത്തോട് പ്രാർത്ഥിക്കുന്ന രാജേന്ദ്ര ചോളനെ അവർ പിന്നിൽ നിന്നും കണ്ടു. രാജേന്ദ്ര ചോളന്റെ അരികിൽ, സഹോദരനെപ്പോലെ മറ്റൊരാളും ഇരിപ്പുണ്ടായിരുന്നു. ദൂരം കാരണം പിന്നിൽ നിന്നും ആളെ തിരിച്ചറിയാൻ നരസിംഹന് കഴിഞ്ഞില്ല. രാജകീയ പുരോഹിതന്മാർ ചക്രവർത്തിയുടെയും സുഹൃത്തിന്റെയും ഇരുവശത്തുമായി നിന്നിരുന്നു.

'ചക്രവർത്തി വിളിക്കുന്നതുവരെ നമുക്കിവിടെ കാത്തിരിക്കാം.' പ്രധാനമന്ത്രി പറഞ്ഞു.

'തീർച്ചയായും, മഹാനായ കതിരവൻ.' നരസിംഹൻ പറഞ്ഞു.

കതിരവൻ ആ രണ്ട് വ്യാപാരികളെയും നോക്കി.

'ഞാനിവരെ പരിചയപ്പെടുത്താം, പ്രധാനമന്ത്രി.' നരസിംഹൻ പറഞ്ഞു. 'ഇത് സോമേശ്വരർ, സോമനാഥിൽ നിന്നുള്ള ഗുജറാത്തി വ്യാപാരി. അത് ഇഖ്ബാലർ, ഇന്ത്യയുടെ കിഴക്ക് നിന്നുള്ള ബംഗാളി വ്യാപാരി. അവർ...'

'അതെ, എന്നെ അറിയിച്ചിരുന്നു,' കതിരവൻ പറഞ്ഞു. 'ആ ഭയാനകമായ ദിവസം അവർ സോമനാഥിൽ ഉണ്ടായിരുന്നല്ലേ.' പ്രധാനമന്ത്രി സോമേശ്വറിനെ നോക്കി. 'മാന്യനായ സോമേശ്വരർ, താങ്കൾ ഒരുപക്ഷേ എന്റെ വാക്കുകൾ കേട്ടിരിക്കാം. അതിൽ ഞാൻ ഖേദിക്കുന്നു. ഭീകരനായ മഹ്മൂദിനോട് എനിക്കും പ്രതികാരം വേണം. പക്ഷേ... പ്രതികാരം എന്നത് കോപാകുലവും അക്ഷമവുമായ മനസ്സോടെ ചെയ്യേണ്ട ഒന്നല്ല. അത് നടപ്പാക്കേണ്ടത് ശാന്തവും നിർവികാരവുമായ മനസ്സോടെയുള്ള സൂക്ഷ്മമായ കണക്കുകൂട്ടലുകളിലൂടെയാണ്. നമ്മുടെ പ്രതികാരം നമ്മൾ ചെയ്യും, പക്ഷേ നമ്മൾ തിരഞ്ഞെടുക്കുന്ന സമയത്തും സ്ഥലത്തും വെച്ച്. കൃത്യത തികഞ്ഞതായിരിക്കണം എന്ന് മാത്രമല്ല, തന്ത്രവും കുറ്റമറ്റതായിരിക്കണം.'

പ്രധാനമന്ത്രി തന്റെ വാക്കുകൾ നേരത്തെ കേൾപ്പിക്കാൻ തന്നെയാണ് ആഗ്രഹിച്ചതെന്ന് മനസ്സിലാക്കാനുള്ള ലോകപരിചയം സോമേശ്വറിനുണ്ടായിരുന്നു. അദ്ദേഹം പറഞ്ഞതിന്റെ പൊരുളും അയാൾക്ക് മനസ്സിലായി. താൻ എന്ത് മറുപടിയാണ് നൽകേണ്ടതെന്നും അയാൾക്ക് അറിയാമായിരുന്നു. 'അങ്ങ് പറഞ്ഞത് ശരിയാണ്, മഹാനായ പ്രധാനമന്ത്രി. ചൂടുള്ളപ്പോൾ അടിക്കണം എന്നാണ് ഞങ്ങൾ ഗുജറാത്തിൽ പറയാറ്. ചുരുക്കിപ്പറഞ്ഞാൽ, ശരിയായ സമയത്ത് കാര്യങ്ങൾ ചെയ്യുന്നതാണ് ഏറ്റവും നല്ലത്. എന്നാൽ അതിലും പ്രധാനമായി, അടിക്കുന്ന സമയത്ത് ഇരുമ്പ് ഉരുകിയിരിക്കണം എന്നല്ല, അടിക്കുന്ന ചുറ്റിക തണുത്തതും ഉറപ്പുള്ളതുമായിരിക്കണം എന്ന് കൂടിയാണ് നമ്മൾ ഓർക്കേണ്ടത്.'

കതിരവൻ പുഞ്ചിരിച്ചു. *ഈ ഗുജറാത്തി മിടുക്കൻ തന്നെ.*

സോമേശ്വർ തുടർന്നു. തന്റെ പ്രധാന സന്ദേശം നൽകാനുള്ള ശരിയായ സമയമായിരുന്നു അത്. 'ഗസ്നിയിൽ ഞങ്ങൾക്ക് വിശ്വസ്തനായ ഒരു വ്യക്തിയുണ്ട്, പ്രഭോ. വളരെ ഉയർന്ന സ്ഥാനത്തുള്ള ഒരാൾ. കൂടാതെ, ആ ഭാഗത്ത് അനുകൂലമായ ചില പുതിയ സംഭവവികാസങ്ങൾ ഞങ്ങൾ അടുത്തിടെ കണ്ടെത്തിയിട്ടുണ്ട്.'

കൂടുതൽ വിവരങ്ങൾക്കായി കതിരവൻ കാതോർത്തു. സോമേശ്വർ കൂടുതലൊന്നും പറയാതിരുന്നപ്പോൾ അദ്ദേഹം കൂടുതൽ വിശാലമായി പുഞ്ചിരിച്ചു. ബുദ്ധിയിൽ തന്റേതിന് കിടപിടിക്കുന്നവരുമായി സംസാരിക്കുന്നതിനേക്കാൾ പ്രധാനമന്ത്രിക്ക് ഇഷ്ടമുള്ള മറ്റൊന്നുമുണ്ടായിരുന്നില്ല. എന്തുകൊണ്ടാണ് സോമേശ്വർ കൂടുതൽ വെളിപ്പെടുത്താൻ കാത്തുനിൽക്കുന്നതെന്ന് അദ്ദേഹത്തിന് അറിയാമായിരുന്നു. 'നമുക്ക് ചക്രവർത്തിക്കായി കാത്തിരിക്കാം.'

കതിരവൻ വിജയനെ നോക്കി പുഞ്ചിരിച്ചു.

'പ്രധാനമന്ത്രി, ഇത് വിജയൻ.' നരസിംഹൻ പറഞ്ഞു. 'എന്നെ പോകാൻ അനുവദിക്കുകയാണെങ്കിൽ, എന്റെ പദവി കൈമാറാൻ ഉദ്ദേശിക്കുന്നയാൾ ആണ് ഇദ്ദേഹം.'

വിജയൻ എന്തുചെയ്യണമെന്നറിയാതെ ഒന്നു സംശയിച്ച്, വീണ്ടും തലകുനിച്ചു. 'ഇവിടെ വരുന്നതിന് മുൻപ് പാണ്ഡ്യ ദേശത്ത് വർഷങ്ങളോളം യുദ്ധരംഗത്ത് സ്തുത്യർഹമായ സേവനം

അനുഷ്ഠിച്ചിട്ടുണ്ട് ഇദ്ദേഹം.' നരസിംഹൻ വിശദീകരിച്ചു. 'നമ്മുടെ പദ്ധതികൾ മെനയുന്നതിൽ അദ്ദേഹത്തിന്റെ വിലയേറിയ ഉപദേശങ്ങൾ സഹായകമാകുമെന്ന് ഞാൻ കരുതി.'

നരസിംഹന്റെ നല്ല വാക്കുകൾക്ക് നന്ദിയുള്ളവനായി വിജയൻ ഒന്നും മിണ്ടാതെ നിന്നു.

'എനിക്കദ്ദേഹത്തെ അറിയാം, സേനാപതി.' കതിരവൻ നരസിംഹനോട് പറഞ്ഞു. 'ചക്രവർത്തിയും താങ്കളും ശ്രീവിജയ കീഴടക്കാൻ പോയ സമയത്ത് ഇദ്ദേഹത്തെ മേധാവിയായി നിയമിച്ചത് ഞാനാണെന്ന കാര്യം താങ്കൾ മറക്കുന്നു. അദ്ദേഹം ഒരു നല്ല മനുഷ്യനാണ്.'

'പ്രഭോ.' വിജയൻ കൈകൾ കൂപ്പി നമസ്തേ പറഞ്ഞ് ആദരവോടെ തലകുനിച്ചു.

രാജേന്ദ്ര ചോളൻ അവരെ കാണാൻ തയ്യാറായിരുന്നു.

രാജകീയ അംഗരക്ഷകർ ആ അഞ്ചുപേർക്ക് ചുറ്റുമായി നിന്ന്, ചക്രവർത്തിയുടെ അടുത്തേക്ക് അവരെ ആനയിച്ചു. അവർ അഞ്ചുപേരെയും പ്രധാന ക്ഷേത്രത്തിലെ മഹാമണ്ഡപത്തിൽ നിന്ന്, കൂടിക്കാഴ്ച നിശ്ചയിച്ചിരുന്ന അർദ്ധമണ്ഡപത്തിലേക്ക് നയിച്ചു. കരയിലേക്ക് ആഞ്ഞടിക്കുന്ന കടൽത്തിരകളുടെ ശബ്ദം അർദ്ധമണ്ഡപത്തിലേക്ക് എത്തുന്ന രീതിയിലായിരുന്നു കഴിവുറ്റ വാസ്തുശില്പികളും വിദഗ്ധരും അതിന്റെ ഘടന ചെയ്തിരുന്നത്. എന്നാൽ, അതിലും വലുപ്പമേറിയ മഹാമണ്ഡപത്തിൽ ആ ശബ്ദം കേൾക്കുമായിരുന്നില്ല. ഒരുപക്ഷേ, ശ്രീകോവിലിലെ ശിവഭഗവാനെ ആരാധിക്കാൻ അകത്തേക്ക് പോകുന്നതിന് മുൻപ് ഭക്തർ കടലിന്റെ ശബ്ദം കേൾക്കണമെന്ന് അവർ ആഗ്രഹിച്ചിരിക്കാം.

ആ കടലിരമ്പം സോമേശ്വറിന്റെ കണ്ണുകളെ ഈറനണിയിച്ചു. ഭീകരമായ ആ ദിവസത്തെക്കുറിച്ചുള്ള ഓർമ്മകളാണ് ആ ശബ്ദം അയാളിൽ ഉണർത്തിയത്.

അന്ന് വൈകുന്നേരം, മഹ്മൂദ് സോമനാഥ ക്ഷേത്രം ചുട്ടെരിച്ചപ്പോൾ, രോഷം എരിയുന്ന വേദനയോടെ തീരത്ത് ആഞ്ഞടിക്കുന്ന കടലിന്റെ

ശബ്ദം മാത്രമായിരുന്നു അയാൾ കേട്ടത്. സോമേശ്വർ തലയൊന്ന് കുടഞ്ഞ്, ശ്രദ്ധ ഇവിടേക്ക് കേന്ദ്രീകരിച്ചു.

അതേ കടലിന്റെ ശബ്ദം നരസിംഹന്റെ കണ്ണുകളിലും കണ്ണുനീർ നിറച്ചു. താൻ കണ്ട കാര്യങ്ങൾ ഓർത്തല്ല, മറിച്ച് താൻ ചെയ്ത പ്രവൃത്തികൾ ഓർത്തായിരുന്നു അത്. ആർത്തലയ്ക്കുന്ന തിരമാലകൾ, രക്തം കലർന്ന് കട്ടിയായ കടൽപ്പത, വെള്ളത്തിൽ പൊങ്ങിക്കിടക്കുന്ന വീർത്ത ജീവനറ്റ ശരീരങ്ങൾ, അറ്റുപോയ കൈകാലുകൾ, വേദനയുടെയും ദുരിതത്തിന്റെയും ഭീകരമായ അലർച്ചകൾ...

പിന്നെ ആ ഒരൊറ്റ ശബ്ദം. അദ്ദേഹത്തിന്റെ ആത്മാവിൽ മുറിപ്പാടുണ്ടാക്കിയ ആ ശബ്ദം. *ഈ വിജയം അത്രയ്ക്കും വിലപ്പെട്ട-തായിരിക്കും എന്ന് ഞാൻ കരുതുന്നു.*

നരസിംഹൻ തന്റെ കഴുത്തിൽ കിടന്ന സ്വർണ്ണ പതക്കത്തിൽ മുറുകെപ്പിടിച്ചു. കുറ്റബോധത്തിന്റെയും മനോവേദനയുടെയും തീനാളങ്ങൾ സ്വന്തം ചർമ്മത്തെ പൊള്ളിക്കുന്നപോലെ..

ഈ വിജയം അത്രയ്ക്കും വിലപ്പെട്ടതായിരിക്കും എന്ന് ഞാൻ കരുതുന്നു, കാരണം നിന്റെ ആത്മാവ് ശപിക്കപ്പെട്ടിരിക്കുന്നു.

ആ ശബ്ദം ഉച്ചത്തിലായി. പിന്നെയും ഉച്ചത്തിൽ.

പെട്ടെന്ന്, ഒരു മിന്നായം പോലെ ആ ദർശനവും ശബ്ദവും മാഞ്ഞുപോയി. നരസിംഹൻ ചുറ്റും നോക്കി. ആരും അത് ശ്രദ്ധിച്ചിരുന്നില്ല. അദ്ദേഹം ആരുമറിയാതെ നെറ്റിയിൽ പൊടിഞ്ഞ വിയർപ്പുതുള്ളി തുടച്ചുമാറ്റി, പതക്കത്തിലെ പിടിവിട്ടു.

അവസാനം അവർ ഒരിടത്ത് നിന്നു. ആനയിച്ചുവന്ന അംഗരക്ഷകർ പിരിഞ്ഞുപോയി. ആ ഹാളിന്റെ ഇടത്തും വലത്തും വശങ്ങളിലുള്ള തൂണുകൾക്കരികിൽ ചക്രവർത്തിയുടെ വിശിഷ്ട അംഗരക്ഷകർ നിലയുറപ്പിച്ചിരുന്നു. അവർ ചലനമറ്റ് പ്രതിമകളെപ്പോലെ നിന്നു. അവരുടെ കൈകൾ ഉറയിലിട്ട വാളുകളുടെ പിടികളിലും, പരിചകൾ തോളുകളിലും തൂങ്ങിക്കിടന്നു. ഇടത്തും വലത്തും വശങ്ങളിൽ, രണ്ട് തൂണുകളെ തമ്മിൽ ബന്ധിപ്പിക്കുന്ന ഒരു ഭിത്തിയുണ്ടായിരുന്നു. ആ ഭിത്തിയിൽ മനോഹരമായ ഒരു ശിൽപം കൊത്തിവെച്ചിരുന്നു. ശിവഭഗവാൻ നേരിട്ട് രാജേന്ദ്ര ചോളനെ പട്ടാഭിഷേകം നടത്തുന്നതിന്റെ അതിമനോഹരമായ ഒരു

ശിൽപം. അവിടുത്തെ പത്നിയായ പാർവതി ദേവി ഇടതുവശത്തും, കൈലാസ പർവ്വതത്തിലെ പാറകൊണ്ടുള്ള സിംഹാസനത്തിൽ മഹാദേവനും. യുവത്വമുള്ള ചോളൻ അദ്ദേഹത്തിന് മുന്നിൽ മുട്ടുകുത്തി നിൽക്കുന്നു. ശിവഭഗവാൻ ലളിതമായ തടികൊണ്ടുള്ള ഒരു കിരീടം യുവരാജേന്ദ്രന്റെ ഭംഗിയായി ചീകിയൊതുക്കിയ മുടിക്ക് മുകളിൽ പിടിച്ചിരിക്കുന്നു. ഗംഗൈകൊണ്ടന് തന്റെ സ്ഥാനത്ത് നിന്ന് ഭൗമിക ലോകം ഭരിക്കാനുള്ള അവകാശം നൽകുകയായിരുന്നു അവിടുന്ന്. പരന്ന കൽപ്പലകയിൽ കൊത്തിയെടുത്ത ആ രൂപങ്ങൾ ഭിത്തിയുടെ ഉള്ളിലേക്ക് ചേർത്തുവെച്ചിരിക്കുന്നു. ഇത് ആ കലാസൃഷ്ടിയെ കൂടുതൽ ശക്തമാക്കി. അത് കാലത്തെ അതിജീവിച്ച് ചക്രവർത്തിയുടെ ഭരണത്തിനുള്ള അവകാശം ശിവഭഗവാന്റെ അനുഗ്രഹത്തിൽ നിന്ന് ലഭിച്ചതാണെന്ന് സൂചിപ്പിക്കുന്നു. പ്രധാന ക്ഷേത്ര സമുച്ചയത്തിന്റെ പുറത്തുള്ള വടക്കേ ഭിത്തിയിലെ വലിയ രൂപത്തിന്റെ ഒരു പകർപ്പായിരുന്നു ഇത്.

ആ ശിൽപത്തിന് താഴെ, വരുന്നവർക്ക് പുറംതിരിഞ്ഞു നിൽക്കുകയായിരുന്നു രാജേന്ദ്ര ചോളൻ. അദ്ദേഹത്തിന്റെ സുഹൃത്ത് വലതുവശത്തും നിന്നു. അവർ പരസ്പരം പതിഞ്ഞ സ്വരത്തിൽ സംസാരിക്കുകയായിരുന്നു.

വന്നവർ തങ്ങളുടെ ചക്രവർത്തിയുടെ അടുത്തേക്ക് നടന്നുചെന്ന് നിശ്ശബ്ദരായി അദ്ദേഹത്തിന് പിന്നിൽ നിന്നു. കതിരവൻ അല്പം മുന്നോട്ട് വന്ന് ചക്രവർത്തിയുടെ കാതിൽ മെല്ലെ മന്ത്രിച്ചു, 'അങ്ങുന്നേ, എല്ലാവരും എത്തിയിട്ടുണ്ട്.'

രാജേന്ദ്ര ചോളൻ തിരിഞ്ഞു. അദ്ദേഹത്തിന്റെ സുഹൃത്തും മധ്യ ഇന്ത്യയിലെ മാൾവയുടെ ചക്രവർത്തിയുമായ ഭോജദേവ് പർമറും തിരിഞ്ഞു.

ഭാരതത്തിലുടനീളം പണ്ഡിതനായ രാജാവ് എന്നറിയപ്പെട്ടിരുന്ന ഭോജദേവ് പർമർ, രാജേന്ദ്ര ചോളന്റെ പ്രിയ സുഹൃത്തും സഖ്യകക്ഷിയുമായിരുന്നു. കിഴക്കൻ രാജസ്ഥാൻ, മധ്യപ്രദേശ്, ഛത്തീസ്ഗഡ്, വടക്കൻ മഹാരാഷ്ട്രയുടെ ചെറിയ ഭാഗങ്ങൾ, എന്നിവയുൾപ്പെടെ മധ്യ ഇന്ത്യയുടെ ഭൂരിഭാഗം പ്രദേശങ്ങളും അദ്ദേഹമാണ് ഭരിച്ചിരുന്നത്. വടക്കൻ ഡെക്കാനിലെ ചാലൂക്യരെയും ബംഗാളിലെ പാലന്മാരെയും പരാജയപ്പെടുത്താൻ രാജേന്ദ്രയും

അദ്ദേഹവും ഒരു സഖ്യം രൂപീകരിച്ചിരുന്നു. ഭാരതത്തിന്റെ ഭൂമിശാസ്ത്രപരമായ കിടപ്പനുസരിച്ച് ചോളന്മാരുടെ വടക്കായി തൊട്ടടുത്ത അയൽക്കാരായിരുന്നു ചാലൂക്യർ. പർമർമാരാകട്ടെ, ചാലൂക്യരുടെ തൊട്ടടുത്ത വടക്കൻ അയൽക്കാരും. പർമർമാരുടെ കിഴക്കുഭാഗത്തായിരുന്നു പാലന്മാരുടെ രാജ്യം.

പുരാതന ഭാരതീയ പണ്ഡിതനായ ചാണക്യൻ പറഞ്ഞിട്ടുള്ളത്, വികസിച്ചുകൊണ്ടിരിക്കുന്ന ഒരു സാമ്രാജ്യത്തിന്, അതിന്റെ തൊട്ടടുത്ത അയൽക്കാരൻ എപ്പോഴും ഒരു ശത്രുവായിരിക്കും എന്നും, ആ ശത്രുവിന്റെ അയൽക്കാരൻ ഒരു സഖ്യകക്ഷിയാകാൻ സാധ്യതയുണ്ടെന്നുമാണ്.

അതുകൊണ്ട് തങ്ങളുടെ തൊട്ടടുത്ത അയൽക്കാരായ ചാലൂക്യരെ ഒരുമിച്ച് ആക്രമിക്കാൻ ചോളന്മാരും പർമർമാരും സഖ്യകക്ഷികളാകുന്നത് യുക്തിസഹമായിരുന്നു. ഭോജദേവിന് ഏകദേശം രാജേന്ദ്രന്റെ അതേ പ്രായമായിരുന്നു എന്നതും ഭോജദേവിന്റെ അതീന്ദ്രിയമായ കവിതകളെയും നാടകങ്ങളെയും ദക്ഷിണേന്ത്യൻ ചക്രവർത്തി ആത്മാർത്ഥമായി ആരാധിച്ചിരുന്നു എന്നതും അവരുടെ സൗഹൃദബന്ധം കൂടുതൽ ദൃഢമാക്കി. തെക്കുകിഴക്കൻ ഏഷ്യ കീഴടക്കാനുള്ള യാത്രയിലും ഭോജദേവ് രാജേന്ദ്രനെ അനുഗമിച്ചിരുന്നു. മാൾവയുടെ ചക്രവർത്തി ആദ്യം നരസിംഹനെ നോക്കി തലയാട്ടി. ശ്രീവിജയയിലേക്കുള്ള കടൽയാത്രയിൽ വെച്ച് അവർ മുമ്പ് കണ്ടിട്ടുള്ളതുകൊണ്ട് നരസിംഹൻ ആദരവോടെ തലകുനിച്ചു.

'വണക്കം.' രാജേന്ദ്ര ചോളൻ അവരെ അഭിവാദ്യം ചെയ്തു.

'നമസ്തേ.' ഭോജദേവ് പർമർ പറഞ്ഞു.

അവിടെയുണ്ടായിരുന്നവരെല്ലാം രണ്ട് ചക്രവർത്തിമാരെയും ആദരവോടെ വണങ്ങി.

'ഞാൻ എന്റെ സുഹൃത്ത് ഭോജയോട് പറഞ്ഞതുപോലെ... ഈ ശില്പം ഞാൻ പണികഴിപ്പിച്ചത്...' രാജേന്ദ്ര ഭിത്തിക്ക് നേരെ ആംഗ്യം കാണിച്ച് പറഞ്ഞു, '...ഞാനും എന്റെ ജനങ്ങളും എപ്പോഴും കൈലാസനാഥന്റെ, ഭോജയുടെ ആളുകൾ കൈലാഷ് എന്ന് വിളിക്കുന്ന പർവ്വതത്തിന്റെ നാഥന്റെ, സേവകനായിരിക്കുമെന്ന് എന്നെ സദാ ഓർമ്മിപ്പിക്കാനാണ്. ഇതുവരെയുള്ള എന്റെ എല്ലാ

നേട്ടങ്ങളും, ഞാൻ കീഴടക്കിയ രാജ്യങ്ങളും, ഞാൻ അടിച്ചമർത്തിയ ധിക്കാരികളും, ഞാൻ ശേഖരിച്ച സമ്പത്തും, ഞാൻ പണിത നഗരവും, എല്ലാം എന്റെ അഹങ്കാരത്തെയും ആത്മത്തെയും തൃപ്തിപ്പെടുത്താൻ വേണ്ടി മാത്രമായിരുന്നു. ക്ഷേത്രങ്ങളുടെയും ധർമ്മസ്ഥാപനങ്ങളുടെയും ഒരു നിർമ്മാതാവെന്ന നിലയിൽ മാത്രമേ എനിക്ക് എന്റെ നാഥനെ സേവിക്കാൻ അവസരം ലഭിച്ചിരുന്നുള്ളൂ. ഇപ്പോൾ മാത്രമാണ് എനിക്ക്... അല്ല, നമുക്കെല്ലാവർക്കും... യോദ്ധാക്കളെന്ന നിലയിൽ ശിവഭഗവാനെ നേരിട്ട് സേവിക്കാൻ ഒരവസരം ലഭിച്ചിരിക്കുന്നത്.'

രാജേന്ദ്ര ഭോജദേവിനെ നോക്കി.

'എന്റെ സുഹൃത്ത് രാജേന്ദ്ര, ഞാനും അങ്ങയോട് യോജിക്കുന്നു.' ഭോജദേവ് പറഞ്ഞു. 'ഞാൻ രാജ്യങ്ങൾ കീഴടക്കി, പുതിയ തലസ്ഥാനം പണിതു, ഒരു സംസ്കൃത സർവ്വകലാശാല സ്ഥാപിച്ചു, അണക്കെട്ടുകളും ജലസേചന കനാലുകളും നിർമ്മിച്ചു... അങ്ങയെപ്പോലെത്തന്നെ, ഇതെല്ലാം രാജാക്കന്മാരെന്ന നിലയിൽ ഞങ്ങളുടെ ജോലിയാണെന്ന് എനിക്കറിയാം. അത് ജനങ്ങളോടുള്ള നമ്മുടെ കടമയാണ്. എന്നാൽ ഇപ്പോൾ, ഇത് നമ്മുടെ നാഥനോടും, നമ്മുടെ ദൈവമായ മഹാദേവനോടുമുള്ള നമ്മുടെ കടമയാണ്. ശിവഭഗവാന്റെ സഹഭക്തരെന്ന നിലയിൽ നമുക്കൊരു ദൗത്യം ലഭിച്ചിരിക്കുന്നു.'

അവിടെയുണ്ടായിരുന്നവർ ചക്രവർത്തിമാരെ നോക്കി ശ്രദ്ധയോടെ കേട്ടു.

'നമ്മൾ സോമനാഥർക്ക് വേണ്ടി പ്രതികാരം ചെയ്യും.' രാജേന്ദ്ര ചോളൻ പറഞ്ഞു. അദ്ദേഹത്തിന്റെ ശബ്ദം ശാന്തമായിരുന്നെങ്കിലും കണ്ണുകളിൽ അഗ്നി ജ്വലിച്ചു. ബഹുമാനസൂചകമായി തമിഴ് 'അർ' എന്ന് അദ്ദേഹം കൂട്ടിച്ചേർത്തു. പ്രധാനമന്ത്രി കതിരവനെ ഒന്നുനോക്കിയിട്ട് രാജേന്ദ്ര തുടർന്നു, 'ഗസ്നിയിൽ നിന്നുള്ള ആ കാട്ടാളനായ മഹ്മൂദിനെ എന്തുകൊണ്ട് ആക്രമിക്കരുത് എന്നതിനെക്കുറിച്ചുള്ള ന്യായവാദങ്ങളൊന്നും എനിക്ക് കേൾക്കണ്ട. അതെങ്ങനെ ചെയ്യണം എന്ന് മാത്രം നിങ്ങളിൽ നിന്ന് കേട്ടാൽ മതി.'

'ഉവ്വ്, മഹാരാജൻ.' കതിരവന്റെ മറുപടി പെട്ടെന്നായിരുന്നു.

'നമുക്കിരിക്കാം.'

പടയാളികൾ വേഗത്തിൽ വന്ന് നിലത്ത് ഇരിക്കാനുള്ള വിരികൾ നിവർത്തി. രാജേന്ദ്ര ചോളനും, ഭോജദേവ് പർമറും, മറ്റ് അഞ്ചുപേരും ഇരുന്നു. ശ്രീകോവിലിലെ ശിവലിംഗത്തിന് പുറംതിരിഞ്ഞ് ഇരിക്കാതിരിക്കാൻ അവരെല്ലാം ശ്രദ്ധിച്ചു.

'ഒന്നാമതായി, എത്ര സൈനികരെ നമുക്ക് ഒരുമിച്ചുകൂട്ടാനാകും, അതും എത്ര സമയം കൊണ്ട്?' രാജേന്ദ്ര കാര്യമാത്രപ്രസക്തമായി തുടങ്ങി. 'രണ്ടാമതായി, നമ്മൾ എങ്ങനെ ഗസ്നവിഡ് തലസ്ഥാനത്തെത്തും? കാരണം നമ്മൾ ഏത് വഴി തിരഞ്ഞെടുത്താലും വഴിയിൽ നിരവധി രാജ്യങ്ങളുണ്ടാകും. നമ്മൾ അവരുടെ രാജ്യങ്ങൾ കീഴടക്കുമോ എന്ന് ഭയന്ന് അവർ നമ്മുടെ സൈന്യത്തെ കടന്നുപോകാൻ അനുവദിച്ചേക്കില്ല.'

'അങ്ങയുടെ ആദ്യത്തെ ചോദ്യത്തിന് മറുപടിയായി, നമ്മുടെ സ്ഥിരം സൈന്യത്തിൽ അൻപതിനായിരം മുതൽ അറുപതിനായിരം വരെ സൈനികരുണ്ട്, പ്രഭോ.' കതിരവൻ പറഞ്ഞു. 'അയ്യായിരം രാജകീയ അംഗരക്ഷകർ ഉൾപ്പെടെ. മറ്റ് ദേശങ്ങളിലേക്കും അങ്ങയുടെ സാമന്ത രാജ്യങ്ങളിലേക്കും ഒരു വിളംബരം പുറപ്പെടുവിച്ചാൽ ഒരുപക്ഷേ നമുക്ക് ആ സംഖ്യ ഇരട്ടിയാക്കാൻ കഴിഞ്ഞേക്കും, പക്ഷേ ആ സൈന്യം എത്തിച്ചേരാൻ മാസങ്ങളെടുക്കും. പിന്നെ, തീർച്ചയായും, മാൾവയെക്കുറിച്ച് എനിക്കറിയാവുന്നതനുസരിച്ച്, അങ്ങയുടെ ഉത്തമസുഹൃത്തും സഖ്യകക്ഷിയുമായ ചക്രവർത്തി ഭോജദേവ് പർമർക്ക് മറ്റൊരു അൻപതിനായിരം സൈനികരെ കൊണ്ടുവരാൻ സാധിക്കും.'

രാജേന്ദ്ര ചോളനിലേക്ക് തിരിയും മുൻപ് ഭോജദേവ് പർമർ കതിരവനെ നോക്കി മന്ദഹസിച്ചു. 'താങ്കൾക്ക് എന്തുകൊണ്ടാണ് പ്രധാനമന്ത്രിയെ ഇത്ര ഇഷ്ടമെന്ന് എനിക്കിപ്പോൾ മനസ്സിലായി. അദ്ദേഹത്തിന്റെ രഹസ്യാന്വേഷണ വിഭാഗം വളരെ മികച്ചതാണ്. എന്റെ മാൾവ സൈന്യത്തിന്റെ ശക്തിയെക്കുറിച്ചുള്ള അദ്ദേഹത്തിന്റെ വിലയിരുത്തലും കൃത്യമാണ്.'

രാജേന്ദ്ര ചോളനും പുഞ്ചിരിച്ചു. 'എനിക്കദ്ദേഹത്തെ അറിയാവുന്നതുവെച്ച് ഞാൻ പറയട്ടെ, ഇതിന്റെ പിന്നാലെ ഒരു "പക്ഷേ" വരുന്നുണ്ട്...'

കതിരവൻ ചെറുതായി ചിരിച്ചു. 'അതൊരു പ്രധാനപ്പെട്ട "പക്ഷേ" തന്നെയാണ്, അങ്ങുന്നേ... നമുക്ക് വലിയൊരു സൈന്യത്തെ ഒരുമിച്ചുകൂട്ടാൻ സാധിക്കും, പക്ഷേ നമ്മുടെ സൈന്യം നാല് വർഷം നീണ്ടുനിന്ന ഒരു ക്രൂരമായ യുദ്ധം കഴിഞ്ഞ് തിരിച്ചെത്തിയതേയുള്ളൂ എന്ന കാര്യം ഓർക്കണം. മാൾവയിലെ സൈന്യത്തിലെ പലരുടെയും അവസ്ഥയും ഇതുതന്നെയാണ്. സൈനികർ തളർന്നിരിക്കുന്നു. പുതിയ ആളുകളെ ചേർക്കുകയും അവർക്ക് പരിശീലനം നൽകുകയും വേണം. അതിന് സമയമെടുക്കും. എന്റെ കണക്കുകൂട്ടൽ പ്രകാരം, ഒരുങ്ങി പുറപ്പെടാൻ കുറഞ്ഞത് ഒരു വർഷമെങ്കിലും എടുക്കും. പിന്നെ, ഗസ്നിയിലെ ഉയർന്ന പർവതനിരകൾ വരെ ഇത്രയും വലിയൊരു സൈന്യത്തിനുള്ള ഭക്ഷണവും മറ്റ് സാധനങ്ങളും എത്തിക്കാനുള്ള വിതരണ ശൃംഖല ഒരുക്കുക എന്നത് വലിയൊരു വെല്ലുവിളിയായിരിക്കും. അതും നാം കണ്ടെത്തേണ്ടതുണ്ട്. പക്ഷേ, പ്രഭോ, ഞാൻ നിയമനത്തെയും സാമഗ്രി വിതരണത്തെയും കുറിച്ച് മാത്രമാണ് സംസാരിക്കുന്നത്. സൈനിക തന്ത്രങ്ങളും അടവുകളും എന്നെക്കാൾ നന്നായി മനസ്സിലാക്കുന്നത് ധീരനായ നരസിംഹനാണ്.'

രാജേന്ദ്ര നരസിംഹന്റെ നേരെ തിരിഞ്ഞു.

'പ്രധാനമന്ത്രി പറഞ്ഞതിനോട് ഞാൻ യോജിക്കുന്നു, പ്രഭോ.' നരസിംഹൻ പറഞ്ഞു. 'സാമന്തന്മാരെ ഉൾപ്പെടെ നമ്മുടെ മുഴുവൻ സൈന്യത്തെയും സജ്ജമാക്കാൻ സമയമെടുക്കും. പക്ഷേ അതല്ല യഥാർത്ഥ പ്രശ്നം... നമ്മുടെ സൈന്യത്തെ മുഴുവൻ ഗസ്നിയിൽ എത്തിക്കുക എന്നുള്ളതാണ് യഥാർത്ഥ പ്രശ്നം.'

'അതെ,' കതിരവൻ സമ്മതിച്ചു. 'നേരെയുള്ള വഴികളെല്ലാം അടഞ്ഞുകിടക്കുകയാണ്.'

നരസിംഹൻ തുടർന്നു, 'പടിഞ്ഞാറൻ മാർഗ്ഗം തിരഞ്ഞെടുത്താൽ, കർണാടക, മഹാരാഷ്ട്ര, തെലങ്കാന എന്നിവയുൾപ്പെട്ട ചാലൂക്യ രാജ്യവും, തുടർന്ന് ഗുജറാത്തിലെ സോലങ്കി രാജ്യവും കടന്നുപോകേണ്ടി വരും. നമ്മെ പരാജയപ്പെടുത്താൻ മാത്രം ശക്തി അവർക്കില്ലായിരിക്കാം, പക്ഷേ നമ്മുടെ സൈന്യത്തെ ദുർബലപ്പെടുത്താനും നിരവധി സൈനികരെ കൊല്ലാനും അവർക്ക് സാധിക്കും. ഗസ്നിയിൽ എത്തും മുൻപേ നമ്മുടെ ശക്തി

ചോർന്നുപോകും. ചക്രവർത്തി ഭോജദേവിനും തന്റെ സൈന്യത്തെ അപ്പുറമെത്തിക്കാൻ സോലങ്കി രാജ്യത്തോട് യുദ്ധം ചെയ്യേണ്ടി വരും...'

'രണ്ട് ചക്രവർത്തിമാരും ഈ രാജ്യങ്ങളുമായി മുൻപ് യുദ്ധം ചെയ്തിട്ടുള്ളതാണ്.' കതിരവൻ പറഞ്ഞു. 'അതുകൊണ്ട്, ഗസ്നിയിലേക്ക് കടന്നുപോകാൻ അനുവദിക്കണം എന്ന് നമ്മൾ ചാലൂക്യരോടും സോലങ്കികളോടും പറഞ്ഞാൽ പോലും അവർ നമ്മളെ വിശ്വസിക്കില്ല. അവരെ കീഴടക്കാൻ വന്നതാണെന്നേ അവർ കരുതൂ.'

വിജയൻ ഇടയ്ക്ക് കയറി പറഞ്ഞു, 'ഇനി നമ്മൾ സോലങ്കികളെ മറികടന്നാൽത്തന്നെ, താർ മരുഭൂമിയെ നേരിടേണ്ടി വരും. അവിടെയെത്തുമ്പോൾ ഇത്രയും വലിയൊരു സൈന്യത്തിനുള്ള സാധനസാമഗ്രികൾ എത്തിക്കുന്നത് വലിയ ബുദ്ധിമുട്ടാകും. അതായത്, സിന്ധിൽ എത്തും മുൻപേ തന്നെ നമ്മൾ വലയും. ഗസ്നവിഡ് സാമ്രാജ്യത്തിന്റെ ഹൃദയഭാഗത്തെക്കുറിച്ച് പിന്നെ പറയുകയേ വേണ്ട. തടസ്സങ്ങൾ വളരെയധികമാണ്.'

'സമ്മതിച്ചു,' രാജേന്ദ്ര പറഞ്ഞു. 'പശ്ചിമദിക്കിലൂടെയുള്ള മാർഗ്ഗം അത്ര നല്ലതല്ല.'

താൻ വിലപ്പെട്ട അറിവ് പങ്കുവെച്ചല്ലോ എന്ന ഭാവത്തിൽ വിജയൻ ചെറുതായൊന്ന് നെഞ്ചുവിരിച്ചു.

'മറ്റെന്താണ് വഴികൾ?' ഭോജദേവ് ചോദിച്ചു.

'നാവിക മാർഗ്ഗം എങ്ങനെയുണ്ടാകും?' ഇഖ്ബാൽ ചോദിച്ചു.

'ഇത്രയും വലിയൊരു സൈന്യത്തെ കപ്പലുകളിൽ കൊണ്ടുപോകാനാവില്ല... സാമഗ്രി വിതരണ പ്രശ്നങ്ങളുണ്ട്, അതിലും പ്രധാനമായി, ഏകോപനത്തിന്റെ പ്രശ്നങ്ങളുണ്ട്.' നാവിക യുദ്ധങ്ങളിൽ വലിയ അനുഭവസമ്പത്തുള്ള നരസിംഹൻ പറഞ്ഞു. 'കടലിൽ, ഒരുപാട് കപ്പലുകൾക്കിടയിൽ ആശയവിനിമയം നടത്തുന്നത് വളരെ പ്രയാസമാണ്. സൈന്യത്തിന്റെ ഓരോ ഭാഗവും വ്യത്യസ്ത സമയങ്ങളിലായിരിക്കും കരയ്ക്കിറങ്ങുക. അതും ശത്രുരാജ്യമായ ഗ്വാദറിലെ ഗസ്നവിഡ് മണ്ണിൽ. ശത്രുക്കൾക്ക് അവരെ ചെറിയ സംഘങ്ങളായി തിരിച്ച് എളുപ്പത്തിൽ ഇല്ലാതാക്കാൻ കഴിയും. ഓർക്കുക, ഗസ്നിയുമായുള്ള യുദ്ധം പ്രധാനമായും ഒരു

കരയുദ്ധമായിരിക്കും. തെക്കുകിഴക്കൻ ഏഷ്യയിൽ നമ്മൾ നടത്തിയ യുദ്ധങ്ങൾ പോലെയല്ല, അവ അടിസ്ഥാനപരമായി കടലിലായിരുന്നു.'

രാജേന്ദ്ര ചോളൻ തന്റെ അസ്വസ്ഥത മറച്ചുവെക്കാതെ പറഞ്ഞു, 'നിങ്ങളെല്ലാവരും പ്രശ്നങ്ങൾ നിരത്തുകയാണ്. എനിക്ക് പരിഹാരങ്ങൾ തരൂ!'

രാജേന്ദ്ര ചോളൻ എന്താണ് ചെയ്യുന്നതെന്ന് കതിരവന് അറിയാമായിരുന്നു. ചക്രവർത്തിയുടെ പദ്ധതി എന്തായിരിക്കുമെന്നും അദ്ദേഹത്തിന് ഊഹമുണ്ടായിരുന്നു. എന്നാൽ മറ്റുള്ളവരെക്കൂടി തന്റെ പദ്ധതികളിൽ പങ്കാളികളാക്കാൻ വേണ്ടി നടത്തുന്ന ചർച്ചകളിലായിരുന്നു അദ്ദേഹം വിശ്വസിച്ചിരുന്നത്. അന്തിമ തീരുമാനം അവരവരുടേത് തന്നെയാണെന്ന് അവർ വിശ്വസിക്കാൻ തുടങ്ങും. തെറ്റായ വഴികളെല്ലാം ആദ്യം ചർച്ചയ്ക്ക് വരട്ടെ, എല്ലാവരും ചേർന്ന് അവയെ തള്ളിക്കളയട്ടെ. അപ്പോൾ ഏറ്റവും യുക്തിസഹമായ മാർഗ്ഗം തനിയെ തെളിഞ്ഞുവരും. ആ യുക്തിസഹമായ നീക്കം ഒരാളിൽ നിന്ന് തന്നെ വരണമെന്ന് രാജേന്ദ്ര പ്രതീക്ഷിക്കുന്നു.

ചക്രവർത്തി സോമേശ്വറിനെ നോക്കി.

'മഹാരാജൻ,' സോമേശ്വർ ആദ്യമായി സംസാരിച്ചുതുടങ്ങി. 'ഞാനൊരു സൈനിക തന്ത്രജ്ഞനല്ല. പക്ഷേ കഴിഞ്ഞ നാല് വർഷമായി ഞാനീ ആക്രമണത്തെക്കുറിച്ച് ചിന്തിക്കുകയും ആസൂത്രണം ചെയ്യുകയുമായിരുന്നു... ഒരു നിർദ്ദേശം വെക്കാൻ എന്നെ അനുവദിക്കുകയാണെങ്കിൽ, ഈ ആക്രമണത്തിന് വേണ്ടത് ഒരു പടയാളിയുടെ വാളല്ല, മറിച്ച് ഒരു ശസ്ത്രക്രിയാ വിദഗ്ധന്റെ ശസ്ത്രക്രിയാ കത്തിയാണ്.'

രാജേന്ദ്ര ഒരു ഭാവഭേദവുമില്ലാതെ സോമേശ്വറിനെത്തന്നെ നോക്കിയിരുന്നു. എന്നാൽ നരസിംഹൻ ഞെട്ടിപ്പോയി.

'നിങ്ങൾ ഒളിപ്പോരാളികളെ അയക്കാനാണോ നിർദ്ദേശിക്കുന്നത്?' നരസിംഹൻ ചോദിച്ചു. 'അത് യുദ്ധ തത്വങ്ങൾക്ക് എതിരാണ്. നമ്മൾ ആണുങ്ങളെപ്പോലെയാണ് പോരാടുന്നത്. നമ്മളോട് നേർക്കുനേർ നിന്ന് ന്യായമായി പോരാടാൻ എല്ലാ അവസരവുമുള്ള ശത്രു സൈനികർക്കെതിരെയാണ് നമ്മൾ തുറന്ന യുദ്ധം ചെയ്യുന്നത്. എന്നിട്ട് അവരെ പരാജയപ്പെടുത്തുക. രക്തവും

വിയർപ്പും ധൈര്യവും കൊണ്ട് അങ്ങനെ നേടുന്ന വിജയത്തിനാണ് മാന്യതയുള്ളത്. ഭീരുക്കളെപ്പോലെ ഒളിച്ചിരുന്ന്, ഉറങ്ങിക്കിടക്കുന്ന ശത്രുവിന്റെ കഴുത്തറക്കുന്നതിൽ ഒരു മാന്യതയുമില്ല.'

ഒരു സ്ഥിരീകരണത്തിനായി നരസിംഹൻ രാജേന്ദ്ര ചോളനെ നോക്കി. എന്നാൽ ചക്രവർത്തി ഒന്നും പറഞ്ഞില്ല.

'വീര നരസിംഹൻ,' സോമേശ്വർ പറഞ്ഞു, 'താങ്കൾ ആചാര്യ ചാണക്യന്റെ എഴുത്തുകൾ വായിച്ചിട്ടുണ്ടോ?'

ചാണക്യന്റെ കൃതികളുൾപ്പെടെ ഭാരതത്തിലെ പുരാതന ഗ്രന്ഥങ്ങൾ പലതും പഠിച്ചിട്ടുള്ള പണ്ഡിതനായ ഭരണാധികാരി ഭോജദേവ് പർമർ ചെറുതായൊന്ന് ചിരിച്ചു.

ഇന്ത്യൻ ഉപഭൂഖണ്ഡത്തിലുടനീളം എക്കാലത്തെയും മികച്ച രാഷ്ട്രീയ, സാമ്പത്തിക, ഭരണ, യുദ്ധ, സാമൂഹിക സൈദ്ധാന്തികരിൽ ഒരാളായാണ് ചാണക്യൻ കണക്കാക്കപ്പെട്ടിരുന്നത്. എല്ലാവരും അദ്ദേഹത്തെക്കുറിച്ച് കേട്ടിരുന്നു. കാരണം രാജേന്ദ്ര ചോളന്റെയും ഭോജദേവ് പർമറിന്റെയും കാലഘട്ടത്തിന് ഏകദേശം ആയിരത്തി നാനൂറ് വർഷങ്ങൾക്ക് മുൻപ്, ഭാരത ചരിത്രത്തിലെയും ലോകചരിത്രത്തിലെ തന്നെയും ഏറ്റവും വലിയ സാമ്രാജ്യങ്ങളിലൊന്നായ മൗര്യന്മാർക്ക് ജന്മം നൽകുകയും വഴികാട്ടുകയും ചെയ്തത് ചാണക്യനായിരുന്നു.

'തീർച്ചയായും, ആചാര്യ ചാണക്യൻ ആരാണെന്ന് എനിക്കറിയാം.' നരസിംഹൻ മറുപടി നൽകി.

'അങ്ങ് അദ്ദേഹത്തിന്റെ പുസ്തകങ്ങൾ വായിച്ചിട്ടുണ്ടോ, ബഹുമാനപ്പെട്ട നരസിംഹൻ?' സോമേശ്വർ ചോദിച്ചു.

നരസിംഹൻ നിശ്ശബ്ദനായി. ഖേദകരമെന്നു പറയട്ടെ, ഭൂരിഭാഗം ഭാരതീയരും ചാണക്യനെക്കുറിച്ച് കേട്ടിട്ടുണ്ടെങ്കിലും, അദ്ദേഹത്തെ വായിച്ചവർ വളരെ ചുരുക്കമായിരുന്നു.

'ആചാര്യ ചാണക്യൻ പറഞ്ഞിട്ടുള്ള കാര്യങ്ങളിലൊന്ന് ഇതാണ്,' സോമേശ്വർ തുടർന്നു, 'തുറന്ന യുദ്ധം ഏറ്റവും മാന്യമായ വഴിയാണെങ്കിലും, അത് എപ്പോഴും അവസാനത്തെ വഴിയായിരിക്കണം. കാരണം തുറന്ന യുദ്ധത്തിന്റെ ഫലം പ്രവചനാതീതമാണ്. വിജയമോ പരാജയമോ ഒരിക്കലും ഉറപ്പിക്കാനാവില്ല. മാത്രമല്ല, പലപ്പോഴും തുറന്ന യുദ്ധത്തിൽ,

നിനക്കാത്ത നാശനഷ്ടങ്ങൾ ഉണ്ടാകും. നിരപരാധികൾക്ക് മുറിവേൽക്കും, അല്ലേ?'

നരസിംഹൻ ഒരു നിമിഷം നിശ്ചലനായി. *ഈ വിജയം അത്ര വിലപ്പെട്ടതായിരിക്കണേ എന്ന് ഞാൻ ആശിച്ചുപോകുന്നു.*

രാജേന്ദ്ര തന്റെ സുഹൃത്തായ നരസിംഹനെ നോക്കി. പക്ഷേ ഒന്നും പറയാതിരിക്കാനുള്ള മാന്യത അദ്ദേഹം കാണിച്ചു. നരസിംഹൻ കഴുത്തിൽ തൂങ്ങിക്കിടന്ന വളയപ്പതക്കത്തിൽ പിടിക്കാതിരിക്കാൻ ആത്മനിയന്ത്രണം പാലിച്ച് ചെറുതായി തലയാട്ടി.

'അപ്പോൾ തുറന്ന യുദ്ധത്തിന് ശ്രമിക്കും മുൻപുള്ള വഴികൾ ഏതൊക്കെയാണ്?' സോമേശ്വർ തുടർന്നു. 'ആചാര്യ ചാണക്യന്റെ അഭിപ്രായത്തിൽ, അവ സാം, ദാം, ദണ്ഡ്, ഭേദ് എന്നിവയാണ്. നയതന്ത്രചർച്ച, കൈക്കൂലി, ശിക്ഷ, ശത്രുനിരയിൽ ഭിന്നിപ്പുണ്ടാക്കൽ. ഇവിടെ സാം കൊണ്ട് പ്രയോജനമില്ല, കാരണം മഹ്മൂദ് ഒരു കാട്ടാളനായതുകൊണ്ട് അവന് നയതന്ത്രം മനസ്സിലാവില്ല. അന്ന് സോമനാഥിനെ രക്ഷിക്കാൻ ഞാൻ ദാം പ്രയോഗിച്ചുനോക്കി, പക്ഷേ മഹ്മൂദ് അത് നിരസിച്ചു. വിഗ്രഹങ്ങളെ തകർക്കാനും അവിശ്വാസികളെ കൊല്ലാനുമാണ് അവന്റെ വിശുദ്ധ ഗ്രന്ഥങ്ങൾ പറയുന്നതെന്ന് അവൻ എന്നോട് പറഞ്ഞു. അതുകൊണ്ട് ഇനി ബാക്കിയുള്ളത് ദണ്ഡും ഭേദവുമാണ്. അയാളെ വധിക്കുക. പക്ഷേ അത് ഗസ്നികളുള്ളിൽ ഒരു ആഭ്യന്തരയുദ്ധത്തിന് തിരികൊളുത്തുന്ന രീതിയിലായിരിക്കണം. ആ പേപ്പട്ടികൾ പരസ്പരം കടിച്ചു കീറട്ടെ, അപ്പോൾ നമ്മളെ ആക്രമിക്കാൻ അവർക്ക് സമയം കിട്ടില്ല.'

രാജേന്ദ്ര ചോളൻ താല്പര്യത്തോടെ മുന്നോട്ടാഞ്ഞു.

'ഇനി മാന്യതയുടെ കാര്യമെടുത്താൽ,' സോമേശ്വർ തുടർന്നു. അദ്ദേഹം നോക്കിയത് രാജേന്ദ്ര ചോളനെയും ഭോജദേവ് പർമറെയുമാണെങ്കിലും, ആ വാക്കുകൾ നരസിംഹന് വേണ്ടിയുള്ളതാണെന്ന് വ്യക്തമായിരുന്നു. 'ഒരു പടയാളിക്ക് ധൈര്യമുണ്ട്, സംശയമില്ല. പക്ഷേ, യുദ്ധക്കളത്തിൽ അവൻ കൂട്ടുകാരാൽ ചുറ്റപ്പെട്ടിരിക്കും. വിജയിച്ചാൽ അവന് പാരിതോഷികങ്ങൾ ലഭിക്കുമെന്നും, മരിച്ചാൽ അവന്റെ ധീരതയെക്കുറിച്ച് പാട്ടുകൾ പാടുമെന്നും അവനറിയാം. എന്നാൽ ഒരു ഒളിപ്പോരാളിയുടെയോ ചാരന്റെയോ കാര്യമോ? ശത്രുരാജ്യത്ത്

അവൻ ഒറ്റയ്ക്കാണ്. പിടിക്കപ്പെട്ട് കൊല്ലപ്പെട്ടാൽ, സ്വന്തം രാജാവിന് പോലും അവനെ അംഗീകരിക്കാൻ കഴിയില്ലെന്ന് അവനറിയാം. ഇനി വിജയിച്ചാൽത്തന്നെ, അവനെ പരസ്യമായി പ്രശംസിക്കാനോ ഒരു പതക്കം നൽകാനോ കഴിയില്ലെന്നും അവനറിയാം. കാരണം അത് ആ കൊലപാതകത്തിന്റെ ഉദ്ദേശ്യശുദ്ധിയെത്തന്നെ ഇല്ലാതാക്കും. പിന്നെന്തിന് വേണ്ടിയാണ് ഒരു ഗൂഢഘാതകനോ ചാരനോ അത് ചെയ്യുന്നത്? ഒരേയൊരു കാരണം. യുദ്ധമര്യാദകൾക്കും മുകളിലുള്ള ഒരു കാരണം.'

ആ ഗുജറാത്തി വ്യാപാരിയെ കണ്ട് കതിരവൻ അത്ഭുതപ്പെട്ടുപോയി.

സോമേശ്വർ തുടർന്നു, 'ആ കാരണം രാജ്യസ്നേഹമാണ്. നമ്മുടെ മാതൃഭൂമിയോടുള്ള സ്നേഹം. അതുമാത്രമാണ് ഒരു രാജ്യത്തെ ചാരന്മാരും പോരാളികളും അവർ ചെയ്യുന്ന കാര്യങ്ങൾ ചെയ്യുന്നതിനുള്ള ഒരേയൊരു കാരണം... അത് മാന്യതയെക്കുറിച്ച് മാത്രമല്ല. അവരുടെ പ്രവൃത്തികൾ ധർമ്മത്തിനും അധർമ്മത്തിനും ഇടയിലുള്ള നൂൽപ്പാലത്തിലൂടെയാണ് സഞ്ചരിക്കുന്നതെന്ന് അവർക്കറിയാം. അവർ ചെയ്യുന്ന ജോലിയുടെ ഫലമായി സ്വന്തം ആത്മാവിനെത്തന്നെ ശപിക്കേണ്ടി വരുമെന്നും അവർക്കറിയാം. തങ്ങളുടെ പ്രവൃത്തിക്ക് ഒരിക്കലും പരസ്യമായി നന്ദി ലഭിക്കില്ലെന്ന് അവർക്കറിയാം. അതിന് ഒരു അംഗീകാരം പോലും ലഭിക്കില്ലെന്നും അവർക്കറിയാം. എന്നിട്ടും അവർ മുന്നോട്ട് പോയി അത് ചെയ്യുന്നു. എന്തിന്? അവരുടെ ദൈവങ്ങൾക്കും, ജനങ്ങൾക്കും, മാതൃഭൂമിക്കും വേണ്ടി. ചാരന്മാരും ഒളിപ്പോരാളികളും, സൈനികരെക്കാൾ കൂടുതലല്ലെങ്കിൽ പോലും, അവരോളം തന്നെ മാന്യരായ യോദ്ധാക്കളാണെന്ന് ഞാൻ വിശ്വസിക്കുന്നു.'

ചുറ്റും നിശ്ശബ്ദത തളംകെട്ടി.

'അതുപോലെ പ്രധാനപ്പെട്ട മറ്റൊരു കാര്യമുണ്ട്,' സോമേശ്വർ തുടർന്നു, 'തുറന്ന യുദ്ധങ്ങളിൽ സർവ്വസാധാരണമായ പാർശ്വഫലമായുണ്ടാകുന്ന നാശനഷ്ടങ്ങൾ, ഗൂഢഹത്യകളിൽ വളരെ വിരളമാണ്. ഒരു ശസ്ത്രക്രിയാ വിദഗ്ദ്ധന്റെ കത്തി അനാവശ്യമായി മാംസം മുറിച്ചുമാറ്റാറില്ല.'

ഈ അവസാനത്തെ ഭാഗം നരസിംഹനെ വല്ലാതെ ഉലച്ചുകളഞ്ഞു. ശരിക്കും ഉലച്ചു.

'എന്താണ് സോമേശ്വർ, നിങ്ങളുടെ ആശയം?' രാജേന്ദ്ര ചോദിച്ചു. 'ഒളിഹത്യയുടെ കാര്യം എനിക്ക് മനസ്സിലായി. അത് നമുക്ക് ആസൂത്രണം ചെയ്യാം. പക്ഷെ ഗസ്നവിഡുകൾക്കിടയിൽ ഭിന്നത, അതായത് ഭിന്നിപ്പും കലഹവും ഉണ്ടാക്കുന്നത്... അതെങ്ങനെ നമ്മൾ ചെയ്യും?'

'പ്രഭോ, മഹ്മൂദിനെ വെറുതെ കൊന്നതുകൊണ്ട് മാത്രം കാര്യമുണ്ടാവില്ല,' സോമേശ്വർ പറഞ്ഞു. 'തുർക്കികളിൽ ബഹുഭൂരിപക്ഷവും അവരുടെ മതത്തിന്റെ തീവ്രമായ ഒരു കാഴ്ചപ്പാടാണ് പിന്തുടരുന്നത്. ലോകം ഇന്നുവരെ കണ്ടിട്ടുള്ളതിൽ വെച്ച് ഏറ്റവും വലിയ കൊലയാളികളാണ് ആ മനുഷ്യർ. അവർക്ക് ഖേദമോ കുറ്റബോധമോ മടിയോ ഇല്ല. സങ്കൽപ്പിക്കാൻ പോലും കഴിയാത്ത കാടത്തം. പീഡിപ്പിക്കാനും കൊല്ലാനുമുള്ള മൃഗങ്ങളെപ്പോലെയാണ് അവരുടെ കൂട്ടത്തിലില്ലാത്തവരെയെല്ലാം അവർ കാണുന്നത്. നമ്മളുമായി ഇടപെഴകുമ്പോൾ അവർക്ക് യാതൊരുവിധ മാന്യതയുമില്ല... "അൽ തഖിയ" എന്ന വളരെ സൂക്ഷ്മമായ ഒരു ആശയത്തെ അവർ വളച്ചൊടിക്കുകയും ദുർവ്യാഖ്യാനം ചെയ്യുകയും ചെയ്തിട്ടുണ്ട്. സ്വന്തം നില ദുർബലമായിരിക്കുമ്പോൾ അവിശ്വാസികളോട് നുണ പറയാനും അവരെ തെറ്റിദ്ധരിപ്പിക്കാനും അവരുടെ മതം അനുവദിക്കുന്നുണ്ടെന്നാണ് അവർ പറയുന്നത്. അതുകൊണ്ട്, അവരുമായുള്ള ഒരു സമാധാന ഉടമ്പടിക്ക് ഒരു വിലയുമില്ല. കാരണം, അവർ ദുർബലരായിരിക്കുന്നിടത്തോളം കാലമേ അതിന് നിലനിൽപ്പുള്ളൂ. എപ്പോൾ അവർ ശക്തരാകുന്നോ, അപ്പോൾ ആ സമാധാന ഉടമ്പടി അവർ തെറ്റിക്കും, അത് അവരുടെ ദൈവത്തിന്റെ നാമത്തിൽ സത്യം ചെയ്തതാണെങ്കിൽ പോലും. ഒരു കൂട്ടം പേപ്പട്ടികളെപ്പോലെയാണ് അവർ. അവരുമായി ഒരു സ്ഥിരമായ സമാധാനം സാധ്യമല്ല. അവരുമായി നിരന്തരം യുദ്ധം ചെയ്തുകൊണ്ടേയിരിക്കണം.'

ഒരു മുസ്ലിമിന്റെ സാന്നിധ്യത്തിൽ അത്തരം സംസാരം കേട്ട് രാജേന്ദ്രനും ഭോജദേവിനും അസ്വസ്ഥത തോന്നി. ഇരുവരും ഇഖ്ബാലിനെ നോക്കി.

'അങ്ങുന്നേ, എന്റെ സുഹൃത്ത് സോമേശ്വർ സഹോദരൻ പറഞ്ഞത് ശരിയാണ്,' ഇഖ്ബാൽ പറഞ്ഞു. 'ഈ തുർക്കികൾ എന്റെ മതത്തെ അവിശ്വസനീയമാംവിധം വളച്ചൊടിച്ചിരിക്കുന്നു. ഞാൻ പിന്തുടരുന്നത് ഇന്ത്യൻ ഇസ്‌ലാം ആണ്. തുർക്കികൾ പിന്തുടരുന്നതിൽ നിന്ന് തികച്ചും വ്യത്യസ്തമായ ഒരു കാഴ്ചപ്പാടാണത്. എന്റെ ഇസ്‌ലാം എന്നെ പഠിപ്പിക്കുന്നത് വളരെ വ്യത്യസ്തമായ ചില പാഠങ്ങളാണ്. വിശുദ്ധ ഖുർആനിലെ 109-ാം അധ്യായം, 6-ാം സൂക്തത്തിൽ പറയുന്നു, "ലകും ദീനുകും വ ലിയ ദീൻ". നിങ്ങൾക്ക് നിങ്ങളുടെ മതം, എനിക്ക് എന്റെ മതം എന്നാണ് അതിന്റെ അർത്ഥം. മാത്രമല്ല, ഞങ്ങളെപ്പോലുള്ള ഇന്ത്യൻ മുസ്ലിങ്ങൾക്ക്, ഞങ്ങളുടെ വാക്കാണ് എല്ലാം. ഞങ്ങൾ ഒരിക്കലും വാക്ക് തെറ്റിക്കുകയില്ല, കാരണം അല്ലാഹു ഞങ്ങളെ വീക്ഷിക്കുന്നുണ്ടെന്നും, ഞങ്ങൾ അധാർമ്മികമായി പെരുമാറിയാൽ ന്യായവിധി ദിവസം അവൻ ഞങ്ങളെ ശിക്ഷിക്കുമെന്നും ഞങ്ങൾ കരുതുന്നു. തുർക്കികൾ ഇസ്‌ലാം എന്ന മഹത്തായ മതത്തെ അവരുടെ കീഴടക്കലിനും കാടത്തത്തിനും ഒരു ഉപകരണമായി മാത്രമാണ് ഉപയോഗിക്കുന്നത്. അല്ലാഹുവിന്റെ നാമത്തിൽ ചെയ്യുന്ന വാഗ്ദാനങ്ങൾക്കുപോലും അവർക്ക് ഒരു വിലയുമില്ല. അവർ ഇസ്‌ലാമിന് തന്നെ ഒരു നാണക്കേടാണ്. അവർ ശരിക്കും പേപ്പട്ടികളെപ്പോലെയാണ്.'

'ഇഖ്ബാൽ, തുർക്കികളോടുള്ള നിങ്ങളുടെ വേദനയും ദേഷ്യവും എനിക്ക് മനസ്സിലാകും.' രാജേന്ദ്ര ചോളൻ പറഞ്ഞു. 'വ്യാപാരികളിലൂടെയാണ് ഇസ്‌ലാം ഞങ്ങളുടെ ചേര ദേശങ്ങളിൽ എത്തിയത്. അത് ഞങ്ങളുടെ നാടിന് സമാധാനപരവും ക്രിയാത്മകവുമായ ഒരു മുതൽക്കൂട്ട് കൂടിയായിരുന്നു. ചേര മുസ്ലിങ്ങൾ ഞങ്ങളുടെ പാരമ്പര്യങ്ങളെ മാനിക്കുന്നു, ഞങ്ങൾ അവരുടേതും. അങ്ങനെയാണ് അത് വേണ്ടതും. ഈ തുർക്കികൾ അവരുടെ കാടത്തം കൊണ്ട് ഇസ്‌ലാം എന്ന മഹത്തായ മതത്തെ അപമാനിക്കുകയാണ്.'

'അപ്പോൾ നമ്മൾ എന്തുചെയ്യും, സോമേശ്വർ?' കതിരവൻ ചോദിച്ചു.

'പേപ്പട്ടികളെ നേരിടാനുള്ള ഏറ്റവും നല്ല മാർഗ്ഗം അവയെക്കൊണ്ട് പരസ്പരം പോരടിപ്പിക്കുക എന്നതാണ്. എന്നിട്ട് അവയെ ആ പോരാട്ടത്തിൽ തന്നെ തളച്ചിടുക.'

'അതെങ്ങനെ നമ്മൾ ചെയ്യും?'

'ഭാഗ്യവശാൽ, അറബികളും പേർഷ്യക്കാരും തുർക്കികളെ പേപ്പട്ടികളായി തന്നെയാണ് കാണുന്നത്.'

'പക്ഷേ അവരും മുസ്ലിങ്ങളല്ലേ?'

'അതെ, അറബികളാണ് ആദ്യകാല മുസ്ലിങ്ങൾ. പക്ഷേ അവർ കൂടുതൽ സംസ്കാരമുള്ള ഒരു കൂട്ടരാണ്. അവർക്ക് ശാസ്ത്രത്തിലും സംഗീതത്തിലും സാഹിത്യത്തിലും മറ്റ് സാംസ്കാരികമായ കാര്യങ്ങളിലുമാണ് താൽപ്പര്യം.'

'ഇതിന് മഹ്മൂദുമായി എന്തു ബന്ധം?'

'ഖിലാഫത്ത്.'

'ഖിലാഫത്തോ?'

'പല ഇന്ത്യക്കാരും ഖിലാഫത്ത് എന്ന വാക്ക് കേട്ടിട്ടുണ്ട്. അതിന്റെ അർത്ഥം വിരോധം എന്നാണെന്നാണ് അവർ കരുതുന്നത്. യഥാർത്ഥത്തിൽ, അത് ഖിലാഫത്ത് എന്നതിന്റെ ഒരു വ്യാഖ്യാനം മാത്രമാണ്. സാങ്കേതികമായി, ഖലീഫയാണ് മുഴുവൻ ഇസ്‌ലാം ലോകത്തിന്റെയും തലവൻ. എല്ലാ ഇസ്‌ലാമിക രാജ്യങ്ങളിലും പുരോഹിതന്മാരും രാജകുടുംബവും വെവ്വേറെയാണ്. ഇസ്‌ലാമിൽ രണ്ടും ശക്തമായതിനാൽ അവർക്കിടയിൽ എപ്പോഴും ഒരു പിരിമുറുക്കം നിലനിൽക്കും. എന്നാൽ ഖലീഫ വ്യത്യസ്തനാണ്. കാരണം അദ്ദേഹത്തിന് രാജകീയവും പൗരോഹിത്യപരവുമായ അധികാരങ്ങളുണ്ട്. ഒരേ സമയം ജീവിച്ചിരിക്കുന്ന ഒരു ഖലീഫ മാത്രമേ മുഴുവൻ ഇസ്‌ലാമിക ലോകത്തും ഉണ്ടാകാൻ പാടുള്ളൂ. അതാണ് നിയമം.'

'നിങ്ങൾ ഇതിൽ വിശ്വസിക്കുന്നുണ്ടോ?' ഭോജദേവ് ഇഖ്ബാലിനോട് ചോദിച്ചു.

ഇഖ്ബാൽ ഉടൻ മറുപടി നൽകി, 'നമ്മുടെ ഭാഗത്ത്, പ്രവാചകൻ മുഹമ്മദ് നബിക്ക് ശേഷം വന്ന നാല് ഖലീഫമാരെ മാത്രമേ ഞങ്ങൾ അംഗീകരിക്കുന്നുള്ളൂ. ഖലീഫ അബൂബക്കർ, ഖലീഫ ഉമർ, ഖലീഫ ഉസ്മാൻ, ഖലീഫ അലി എന്നിവരാണവർ. ഞങ്ങൾ മറ്റാരെയും

പിന്തുടരുന്നില്ല. ഞങ്ങളുടെ വിശ്വാസമനുസരിച്ച്, ഇപ്പോൾ ജീവിക്കുന്ന ആർക്കും ഒരു ഖലീഫയാകാൻ കഴിയില്ല.'

'പക്ഷെ ഇതെങ്ങനെയാണ് നമുക്കൊരു അവസരം ആകുന്നത്?' രാജേന്ദ്ര സോമേശ്വറിനോട് ചോദിച്ചു.

'ഇസ്‌ലാമിന്റെ ഉദയം മുതൽ, ഖലീഫ എപ്പോഴും ഒരു അറബിയായിരുന്നു. ഇപ്പോഴത്തെ ഖലീഫ ഒരു അബ്ബാസിദ് ഖലീഫയാണ്. ചോള സാമ്രാജ്യം അദ്ദേഹവുമായും വ്യാപാരം നടത്തുന്നുണ്ട്. അദ്ദേഹം തന്റെ പൂർവ്വികരെക്കാൾ ഏറെ ദുർബലനാണ്. പേർഷ്യൻ ബുയിദ് രാജവംശമാണ് ഫലത്തിൽ അദ്ദേഹത്തെ നിയന്ത്രിക്കുന്നത്.'

'അതുകൊണ്ട്?'

'മഹ്മൂദ് സ്വയം ഖലീഫയായി പ്രഖ്യാപിക്കാൻ ആഗ്രഹിക്കുന്നുണ്ട്.

രാജേന്ദ്ര ചോളൻ നിവർന്നിരുന്നു. ഒടുവിൽ കാര്യങ്ങൾ കൂട്ടിയിണക്കി മനസ്സിലാക്കി. 'ഗസ്നിയിൽ പുരോഹിതന്മാരും രാജകുടുംബാംഗങ്ങളും തമ്മിൽ പോരാടുന്നു. അറബ് സഖ്യകക്ഷികളോടൊപ്പം പേർഷ്യക്കാർ തുർക്കികൾക്കെതിരെയും പോരാടുന്നു. ഇതെല്ലാം മഹ്മൂദിന്റെ അന്ത്യത്തോടെ ആരംഭിക്കുന്നു.'

'അതെ, അതാണ് പദ്ധതി. എല്ലാം വിചാരിച്ചതുപോലെ നടന്നാൽ, ഗസ്നവിഡ് തുർക്കികൾക്കെതിരെ അറബികളുടെ കൂടെ സെൽജൂക്ക് തുർക്കികളെപ്പോലും നമുക്ക് കിട്ടിയേക്കാം. അതുവഴി ആഭ്യന്തരയുദ്ധം പെട്ടെന്നൊന്നും അവസാനിക്കുകയില്ല.'

'മഹ്മൂദ് ഖലീഫയാകാൻ പദ്ധതിയിടുന്നു എന്ന് നിങ്ങൾക്കുറപ്പുണ്ടോ?'

സോമേശ്വർ ഇഖ്ബാലിന്റെ നേരെ തിരിഞ്ഞു. ഇഖ്ബാൽ തന്റെ സഞ്ചിയിൽ നിന്നും ഒരു ചുരുൾ പുറത്തെടുത്തു. സോമേശ്വർ കുനിഞ്ഞ് അത് രാജേന്ദ്ര ചോളന് സമർപ്പിച്ചു. അതോടൊപ്പം ഒരു രേഖ കൂടി നൽകിക്കൊണ്ട് അദ്ദേഹം പറഞ്ഞു, 'മഹാരാജൻ, സന്ദേശം ഒരു രഹസ്യഭാഷയിലാണ്. അത് വായിച്ചെടുക്കാൻ ഈ രഹസ്യ രേഖ കൂടി ആവശ്യമാണ്.'

രാജേന്ദ്ര ചോളൻ ആ ചുരുളും താക്കോൽ രേഖയും കതിരവന് കൈമാറി.

കതിരവൻ ഒരു ബഹുഭാഷാ പണ്ഡിതനും വിവിധ ലിപികളിൽ പ്രാവീണ്യമുള്ളവനുമായിരുന്നു. രഹസ്യഭാഷാ വിവർത്തനങ്ങളിലും അദ്ദേഹത്തിന് പ്രാവീണ്യമുണ്ടായിരുന്നു. എന്നാൽ രഹസ്യ രേഖ കൂടി ഉള്ളതുകൊണ്ട് കാര്യങ്ങൾ എളുപ്പമായി. ഭാഗ്യവശാൽ, അത് ഒരു ചെറിയ സന്ദേശവുമായിരുന്നു.

കതിരവൻ ആ ചെറിയ സന്ദേശം നിമിഷനേരം കൊണ്ട് വായിച്ചെടുത്തു.

'മഹ്മൂദ് ഖലീഫയാകാൻ ആഗ്രഹിക്കുന്നു. ഇതാണ് അവസരം.'

'മ്ം,' ഭോജദേവ് പർമർ മൂളി.

'എനിക്ക് ഈ മുദ്ര അറിയാം,' കതിരവൻ തുടർന്നു. 'ഇത് ഗസ്നവിഡ് രാജമുദ്രയാണ്. പക്ഷെ മറ്റേത് എനിക്കറിയില്ല.'

'അത്,' സോമേശ്വർ വിശദീകരിച്ചു, 'ഗസ്നിയിലെ ജുമാ മസ്ജിദിലെ മുഖ്യ മുഫ്തിയുടെ മുദ്രയാണ്.'

എല്ലാവരും നിശബ്ദരായി സ്തംഭിച്ചുപോയി. ഈ ഗൂഢാലോചന അധികാര ശ്രേണിയുടെ ഉന്നതി വരെ എത്തിയിരിക്കുന്നു. രാജകുടുംബത്തിലെ ആരോ ഒരാളും മുഖ്യ മുഫ്തിയും ഈ ഗൂഢാലോചനയിൽ പങ്കാളികളാണ്.

സോമേശ്വർ ഇത് അസാധാരണമാംവിധം നന്നായി ആസൂത്രണം ചെയ്തിട്ടുണ്ട്.

'മ്ം. ഇത്...കൊള്ളാം.' രാജേന്ദ്ര ചോളൻ ഭോജദേവിനെ നോക്കി, അദ്ദേഹം തലയാട്ടി. ചക്രവർത്തി തനിക്ക് മുന്നിലിരിക്കുന്ന അഞ്ചുപേരുടെ നേരെ തിരിഞ്ഞു. 'ഞങ്ങൾക്ക് ഇതിനെക്കുറിച്ച് ആലോചിക്കാൻ ഒരാഴ്ച സമയം തരൂ.' ചോള ചക്രവർത്തി യോഗം പിരിച്ചുവിട്ടുകൊണ്ട് പറഞ്ഞു.

സോമേശ്വർ തലയാട്ടി താഴ്ന്ന് വണങ്ങി. മറ്റുവഴികളിലൂടെ ഈ വിവരങ്ങളെല്ലാം ഉറപ്പുവരുത്താൻ രാജേന്ദ്ര ചോളനും ഭോജദേവ് പർമറും ആഗ്രഹിക്കുന്നുണ്ടെന്ന് സോമേശ്വറിന് മനസ്സിലായി. അത് സ്വാഭാവികമാണ്.

അദ്ധ്യായം 6

ഒരു ഭാര്യയുടെ ഉപദേശം

ഗസ്നി

ഗസ്നിയിലെ റാണിയായ കൗസരി ജഹാൻ, മഹ്മൂദിന്റെ ശീതകാല കൊട്ടാരത്തിലെ ഇടനാഴികളിലൂടെ ഒഴുകിനീങ്ങി. തോഴിമാരും ഷണ്ഡരായ അംഗരക്ഷകരും അവരെ വലയം ചെയ്തിരുന്നു. നേർത്തതും നീണ്ടതുമായ വിരലുകൾ പരന്ന വയറിനുമുകളിൽ അവർ കോർത്തുപിടിച്ചിരുന്നു. പേർഷ്യൻ മാർബിൾ പാകിയ നിലത്ത് അവരുടെ നേർത്ത ഇളംനീല ഗൗൺ ഉരസിനീങ്ങി. കഷ്ടിച്ച് കാണാവുന്ന ഒരു നേരിയ സ്വർണ്ണമാലയിൽ കോർത്ത വലിയ ബസ്ര മുത്തുകൾ അവരുടെ മെലിഞ്ഞ കഴുത്തിന് അഴകായി. സമൃദ്ധമായ ചെമ്പൻ മുടിയിഴകൾ കാതുകളെ മറച്ചിരുന്നു. റാണി ധൃതിയിൽ നടക്കുമ്പോൾ അവരുടെ മുഖത്ത് ഗൗരവമേറിയ ഭാവം നിഴലിച്ചിരുന്നു. കോർത്തുപിടിച്ച കൈകൾ വേർപെടുത്തി, ഒരു കൈകൊണ്ട് കഴുത്തിലെ മുത്തുമാലയിൽ അവർ മുറുകെപ്പിടിച്ചു. ദേഷ്യത്തിൽ അത് പൊട്ടിച്ചെറിഞ്ഞ്, അലബാസ്റ്റർ തറയിലൂടെ ആ മുത്തുകൾ ചിതറിക്കാൻ ആഗ്രഹിക്കുന്നതുപോലെ. ഒരുപക്ഷേ, ഇത്രയേറെ ത്യജിച്ചു നേടിയതെല്ലാം നഷ്ടപ്പെടുമോ എന്ന ഭയമായിരിക്കാം അതിനുപിന്നിൽ. പക്ഷെ ആ മുത്തുകൾ അവരുടെ അതിമനോഹരമായ കഴുത്തിൽത്തന്നെ അവശേഷിച്ചു.

ശീതസൂര്യൻ പർവതങ്ങൾക്ക് പിന്നിൽ മറഞ്ഞിരുന്നു. അസ്വസ്ഥമായ ഒരു പ്രഭാതവും തളർത്തുന്ന ഒരു പകലുമായിരുന്നു അത്. നാടുകടത്തപ്പെട്ട ഇസ്മായിൽ തിരിച്ചെത്തി, ഗസ്നിയിലെ

ഗവർണറായും ജമാ മസ്ജിദിലെ ഗ്രാൻഡ് മുഫ്തിയായും ഔദ്യോഗികമായി സ്ഥാനമേറ്റിരുന്നു. ഉച്ചയ്ക്ക് നിശ്ചയിച്ച സമയമായപ്പോഴേക്കും ദർബാർ ഹാൾ നിറഞ്ഞിരുന്നു. ഗസ്നവിഡ് സുൽത്താനേറ്റിന്റെ വിവിധ ഭാഗങ്ങളിൽ നിന്നുള്ള പ്രമുഖർ ആ മസ്ജിദ് സമുച്ചയത്തിൽ ഒത്തുകൂടി. അന്ന് രാവിലെ വലിച്ച കാണ്ഡഹാർ കറുപ്പിന്റെ ലഹരിയിലായിരുന്ന മഹ്മൂദ്, പതിവുപോലെ ആർഭാടത്തിലും ഗർവിലുമാണ് സദസ്സിനെ അഭിസംബോധന ചെയ്തത്.

വൈകുന്നേരമായപ്പോഴേക്കും അവിടത്തെ ബഹളങ്ങൾ റാണിക്ക് അസഹനീയമായി തോന്നി. സുൽത്താൻ ആരുമറിയാതെ കൊട്ടാരത്തിലേക്ക് മടങ്ങിയിരുന്നു. എന്നാൽ റാണിയുടെ കണ്ണിൽ ആ ഒളിച്ചോട്ടം പെടാതിരുന്നില്ല. തന്റെ ഭർത്താവ് കാമുകനായ മാലിക് അയാസിനൊപ്പം ഒഴിഞ്ഞുമാറുന്നത്, ഒരു മീൻകൊത്തി അനങ്ങാതെ ചെറിയ മീനിനെ ഉന്നം വെക്കുന്നതുപോലെ അവർ നോക്കിനിന്നു. അതേസമയം, ഇസ്മായിൽ പ്രഭുക്കന്മാർക്കിടയിൽ ഇടപഴകിയും പഴയ ബന്ധങ്ങളും സൗഹൃദങ്ങളും പുതുക്കിയും അവിടെ ചുറ്റിനടന്നു.

കൗസരി ഒരു മണിക്കൂർ കൂടി ആ ദർബാറിൽ ഒന്നും മിണ്ടാതെയിരുന്നു. അടക്കിവെച്ച ക്രോധം അവരുടെ സിരകളിലൂടെ ഒഴുകി. അവർ ഒരു പ്രതിമയെപ്പോലെ നിശ്ചലയായി.

വിഡ്ഢി!

റാണി തന്റെ ഭർത്താവിന്റെ ശയ്യാഗൃഹത്തിന്റെ കവാടത്തിലെത്തി. അത് ഇപ്പോൾ അവരുടേതായിരുന്നില്ല. വാതിൽ തുറന്നുകിടന്നിരുന്നു. പക്ഷേ തിരശീലകൾ വലിച്ചിട്ടിരുന്നു. മഹ്മൂദിന്റെയും അയാളുടെ കാമുകന്റെയും നേർത്ത ശബ്ദത്തിലുള്ള സംസാരവും അടക്കിപ്പിടിച്ച ചിരിയും കൗസരി ജഹാൻ കേട്ടു.

വാതിലിൽ നിന്ന് പത്തടി ദൂരെവെച്ച് തന്റെ പരിവാരങ്ങളോട് നിൽക്കാൻ അവർ ആജ്ഞാപിച്ചു. അവർ അതേപടി നിന്നു. വിനയത്തോടെ. അപായലക്ഷണങ്ങൾ ഒന്നുമില്ലാതെ. എന്നാൽ, ഏത് നീക്കത്തിനും തയ്യാറായി.

കാവൽക്കാർ നൽകിയ അഭിവാദ്യം അവർ അവഗണിച്ചു. അവരിലൊരാൾ ധൈര്യം സംഭരിച്ച്, തന്റെ കുന്തം മുന്നോട്ട് ചരിച്ച്

കൗസരിയുടെ വഴി തടഞ്ഞു. റാണി അവിടെത്തന്നെ നിന്നു. സാങ്കേതികമായി ഇപ്പോഴും തന്റേതുകൂടിയായ ശയ്യാഗൃഹത്തിലേക്ക് കടക്കുന്നത് തടയാൻ ധൈര്യം കാണിച്ച ആ മനുഷ്യനെ അവർ തല ചെരിച്ച് സാവധാനം നോക്കി.

'വഴിയിൽ നിന്ന് മാറ് മൂഢാ.' കൗസരി പതിഞ്ഞ സ്വരത്തിൽ ശ്വാസമടക്കി പറഞ്ഞു.

ആ കാവൽക്കാരന്റെ രക്തം തണുത്തുറഞ്ഞു, രോമങ്ങൾ എഴുന്നുനിന്നു.

'ഇപ്പോൾത്തന്നെ! നിന്റെ മുഖം എന്റെ ഓർമ്മയിൽ പതിയുംമുൻപ്.'

റാണിയുടെ ക്രൂരമായ ഖ്യാതിയെക്കുറിച്ച് അറിയാമായിരുന്ന ആ ഹതഭാഗ്യനായ കാവൽക്കാരൻ, തന്റെ സുൽത്താനും രാജ്ഞിക്കും ഇടയിൽ, ചെകുത്താനും കടലിനും നടുവിൽപ്പെട്ടതുപോലെ നിന്നു. ഒരു നിമിഷം കൊണ്ട്, ആരുടെ പക്ഷം ചേരണമെന്ന് അയാൾ തീരുമാനിച്ചുറച്ച് അവിടെത്തന്നെ നിന്നു. രക്ഷപ്പെടാനുള്ള വഴികൾക്കായി അയാളുടെ മനസ്സ് വെമ്പൽകൊണ്ടു.

മുറിക്കുള്ളിലെ ശബ്ദങ്ങൾ നിലച്ചിരുന്നു. മഹ്മൂദും അയാസും തങ്ങളുടെ സാന്നിധ്യം അറിഞ്ഞുവെന്ന് റാണിക്ക് ഉറപ്പായിരുന്നു.

'ക്ഷമിക്കണം, മഹാറാണീ,' ആ കാവൽക്കാരൻ ക്ഷമാപണം നടത്തി. 'ദയവുചെയ്ത് ക്ഷമിക്കണം. ഞാൻ മഹാനായ സുൽത്താന്റെ നേരിട്ടുള്ള കല്പന അനുസരിക്കുകയാണ്. ആരെയും അകത്തേക്ക് കടത്തിവിടരുതെന്ന് എനിക്ക് നിർദ്ദേശമുണ്ട്. അദ്ദേഹം ലാഹോറിലെ രാജാവുമായി അടിയന്തിരമായ ചില രാജ്യകാര്യങ്ങൾ ചർച്ച ചെയ്യുകയാണ്.'

തന്റെ സഹപ്രവർത്തകൻ ആ വെല്ലുവിളി ഏറ്റെടുത്തതിൽ ആശ്വാസം പൂണ്ട മറ്റേ കാവൽക്കാരൻ തലകുലുക്കി അതിനെ ശരിവെച്ചു. റാണിയുടെ ഓർമ്മയിൽ തന്റെ മുഖം പതിയാൻ അയാൾക്ക് ഒട്ടും ആഗ്രഹമുണ്ടായിരുന്നില്ല. തന്നെ എതിർക്കുന്നവരെ ഈച്ചകളെ ഞെരിക്കുന്നതുപോലെ അവർ ഇല്ലാതാക്കുമെന്ന് പരക്കെ അറിയാമായിരുന്നു.

കൗസരി ജഹാന്റെ ചുണ്ടുകളിൽ ഒരു വഷളൻ ചിരി വിടർന്നു, അത് അവരുടെ വശ്യമനോഹരമായ മുഖത്തെ വിരൂപമാക്കി.

'അടിയന്തിരമാണെന്ന് എനിക്കുറപ്പുണ്ട്. രഹസ്യവുമാണ്.' അവർ പറഞ്ഞു. 'ഞാനിപ്പോൾ അകത്തേക്ക് പോവുകയാണ്. നിന്റെ കുന്തം നേരെ പിടിക്ക്, വിഡ്ഢീ. നിനക്ക് നിന്റെ കുടുംബത്തെക്കുറിച്ച് ഓർമ്മയുണ്ടെങ്കിൽ, ഗസ്നിയിലെ റാണിയെ കടന്നുപോകാൻ അനുവദിക്കും. ഇല്ലെങ്കിൽ, ഞാൻ നിന്റെ ഈ കുന്തത്തിൽ സ്വയം ഉരസും. എന്റെ രക്തം പൊടിയും... അപ്പോൾ നിനക്ക് എന്ത് സംഭവിക്കുമെന്ന് ഊഹിക്കാമോ?'

കൗസരി തന്റെ പരിവാരങ്ങളെ തിരിഞ്ഞുനോക്കി. 'ഹക്കീം?' അവർ പതിയെ വിളിച്ചു.

'തയ്യാറാണ്, തമ്പുരാട്ടി,' കാഴ്ച്ചയിൽ ആഫ്രിക്കൻ വംശജനെന്ന് വ്യക്തമായിരുന്ന ആ വലിയ ഷണ്ഡൻ മറുപടി നൽകി. അയാൾ തന്റെ വാളിന്റെ പിടിയിൽ കൈവെച്ചുകൊണ്ട് ഭയന്നുവിറച്ച കാവൽക്കാരന്റെ കണ്ണുകളിലേക്ക് നോക്കി ഒരു വലിയ ചുവട് മുന്നോട്ട് വെച്ചു. ആറടിയിലധികം ഉയരമുള്ള, ഭീമാകാരന്മാരായ എട്ട് ഷണ്ഡന്മാർ ഹക്കീമിന് പിന്നിൽ അണിനിരന്നു. ചിലരുടെ കയ്യിൽ വാളുകളും മറ്റുള്ളവരുടെ കയ്യിൽ ഡമാസ്കസ് ഉരുക്കിൽ തീർത്ത കനം കുറഞ്ഞ കഠാരകളുമായിരുന്നു.

സുൽത്താന്റെ കാവൽക്കാർ പ്രതിമകളെപ്പോലെ നിന്നു. പിന്നോട്ട് മാറിയില്ല, മുന്നോട്ട് വന്നതുമില്ല. ഭയം അവരുടെ പേശികളെയും മനസ്സിനെയും ഒരുപോലെ മരവിപ്പിച്ചിരുന്നു. ഹക്കീമും ഷണ്ഡന്മാരും ഒരു ചുവടുകൂടി മുന്നോട്ട് വെച്ച് കാത്തുനിന്നു.

'ദയവുണ്ടാകണം, തമ്പുരാട്ടി.' ധീരനായ ആ കാവൽക്കാരൻ യാചിച്ചു. അയാൾ മുട്ടുകുത്തി, പക്ഷേ കുന്തം അതേ സ്ഥാനത്ത് പിടിച്ചു. അയാളുടെ കൂട്ടുകാരനും അവനെ അനുകരിച്ചു. 'അങ്ങയുടെ വരവ് സുൽത്താനെ അറിയിക്കാൻ എന്നെ അനുവദിച്ചാലും. അങ്ങയുടെ കല്പന അനുസരിക്കാതിരുന്നാൽ എന്റെ ജീവൻ അപകടത്തിലാകുമെന്ന് എനിക്കറിയാം. എന്നാൽ സുൽത്താന്റെ കല്പനയും എനിക്ക് ലംഘിക്കാനാവില്ല.'

'അതിന്റെ ആവശ്യമില്ല,' വെണ്ണപോലെ മധുരമായ ഒരു പുരുഷശബ്ദം ഇടപെട്ടു. ആ ശബ്ദത്തിന്റെ ഉടമ പതുങ്ങിവരുന്ന ഒരു പൂച്ചയെപ്പോലെ സുൽത്താന്റെ ശയ്യാഗൃഹത്തിൽ നിന്ന് പുറത്തുവന്നു.

മാലിക് അയാസ്.

മഹ്മൂദിന്റെ കൊട്ടാരത്തിലെ ഏറ്റവും സ്വാധീനമുള്ള ശബ്ദങ്ങളിലൊന്നായിരുന്നു അയാൾ. തന്റെ കടുത്ത എതിരാളിയായ കൗസരി ജഹാന് തൊട്ടുപിന്നിൽ. ചില സമയങ്ങളിൽ, അയാളുടെ സ്വാധീനം റാണിയുടേതിനെയും മറികടക്കുമായിരുന്നു.

മെലിഞ്ഞുനീണ്ട ശരീരമുള്ള അയാളുടെ വെളുത്ത ചർമ്മം രത്നം പോലെ തിളങ്ങി. നേർത്ത ചുണ്ടുകൾ ചെറുതായി വിടർന്ന്, പാൽവെള്ള നിറത്തിലുള്ള, കുറ്റമറ്റ നിരയൊത്ത പല്ലുകൾ ദൃശ്യമായി. ആ ചെറുപ്പക്കാരൻ കടുംചുവപ്പ് നിറത്തിലുള്ള വെൽവെറ്റ് മേലങ്കി ധരിച്ചിരുന്നു. തുർക്കി രൂപഭാവങ്ങളില്ലെങ്കിലും അയാളെ കണ്ടാൽ ഒരു തുർക്കി പ്രഭുവാണെന്നേ തോന്നൂ. അതീന്ദ്രിയമായ സുവർണ്ണ-തവിട്ടുനിറത്തിലുള്ള ചുരുണ്ട മുടിയും, മെലിഞ്ഞ് മൂർച്ചയേറിയ മുഖഭാവങ്ങളും, തവിട്ടുപച്ച കണ്ണുകളും കാഴ്ചക്കാരെ മയക്കുന്നതായിരുന്നു. സൗന്ദര്യത്തിന്റെ കാര്യത്തിൽ, ജോർജിയയിൽ നിന്നുള്ള പഴയ അടിമയായ മാലിക് അയാസ്, അതിസുന്ദരിയായ കൗസരി ജഹാനോട് തന്നെയാണ് മത്സരിക്കുന്നതെന്ന് പലരും കരുതി. മഹ്മൂദ് അവനിൽ അത്രയധികം അനുരക്തനായതിൽ അതിശയിക്കാനില്ലായിരുന്നു.

അയാസ് തന്റെ തുവൽ ശിരോവസ്ത്രം ഒരു പ്രത്യേക ഭംഗിയോടെ ഊരിമാറ്റി റാണിയെ കുനിഞ്ഞ് വണങ്ങി.

കൗസരി ജഹാൻ തന്റെ വലിയ കണ്ണുകൾ കൂർപ്പിച്ച്, വിഷം ചീറ്റുന്ന നോട്ടം ഭർത്താവിന്റെ കാമുകന്റെ മേൽ ഉറപ്പിച്ചു.

ആ കാമദേവൻ ഒരു പരിഹാസച്ചിരിയോടെ ആ നോട്ടം തിരികെ നൽകി. പക്ഷേ, അവർക്കിടയിൽ അദൃശ്യമായ വാളുകൾ ഉയർന്നുനിന്നു. അയാസും കൗസരിയും പരസ്പരം തുറിച്ചുനോക്കി. തങ്ങളുടെ ശക്തിയുടെ ഉറവിടമായ സിംഹരാജാവിന് വേണ്ടി കലഹിക്കുന്ന, അസൂയപൂണ്ട രണ്ട് പെൺസിംഹങ്ങൾക്കിടയിൽ ഒരു കൊടിയ പോരാട്ടം നടക്കാൻ പോവുകയാണെന്ന് തോന്നിപ്പിക്കുന്ന നിമിഷം.

എന്നാൽ ഇത്തവണ പിന്നോട്ട് മാറിയത് അയാസായിരുന്നു. 'അകത്തേക്ക് പൊയ്ക്കോളൂ, രാജ്ഞീ,' ഒരു നേർത്ത പുച്ഛത്തോടെ അയാൾ പറഞ്ഞു. 'ഇന്നത്തേക്കുള്ള എന്റെ ജോലി ഇവിടെ കഴിഞ്ഞു.'

കൗസരിജഹാൻമറുപടിപറയാൻമിനക്കെട്ടില്ല.മാലിക്അയാസ് പോയപ്പോൾ, അവർ തിരിഞ്ഞ് തന്റെ ഷണ്ഡരായ അംഗരക്ഷകരോട് വിശ്രമിക്കാൻ പറഞ്ഞശേഷം, ഉത്തരധ്രുവത്തിലെ തണുത്തുറഞ്ഞ കാറ്റ് ആവി പറക്കുന്ന വേനലിനെ അണയ്ക്കാൻ പായുന്നതുപോലെ ആ ശയ്യാഗൃഹത്തിലേക്ക് നടന്നു കയറി.

ആ മുറി വളരെ വലുതായിരുന്നു. എങ്കിലും ഊഷ്മളവും സുഖകരവുമായ ഒരന്തരീക്ഷം. നടുവിൽ ഒരു വലിയ കട്ടിലുണ്ടായിരുന്നു. അതിന്റെ ചുളുങ്ങിയ വിരിപ്പിൽ വിയർപ്പിന്റെ നനവുണ്ടായിരുന്നു. മുറിയുടെ വലതുവശത്ത്, കട്ടിലിന് അഭിമുഖമായി തറയിൽ മൃദുവായ മെത്തകൾ നിരത്തിയിരുന്നു. രണ്ട് മെത്തകൾക്കിടയിൽ, രത്നം പതിച്ച, പുകയില നിറച്ച് തയ്യാറാക്കിയ പുകവലിക്കാനുള്ള കുഴലുകൾ വെച്ചിരുന്നു. മുറിയുടെ ഇടതുവശത്ത്, തടിയും അലബാസ്റ്ററും കൊണ്ട് നിർമ്മിച്ച അതിമനോഹരമായ ഒരു വട്ടമേശ ഒറ്റയ്ക്ക് തിളങ്ങിനിന്നു. അതിൽ ഉപയോഗിച്ച കോപ്പകൾക്ക് നടുവിലായി ഒരു കളിമൺ ഭരണിയിൽ വീഞ്ഞ് വെച്ചിരുന്നു. മുറിയുടെ നാല് കോണുകളിലുമുള്ള കൽപീഠങ്ങളിൽ ലോഹ എണ്ണവിളക്കുകളിൽ രണ്ടെണ്ണം അണഞ്ഞിരുന്നു. മുറിയിലെ ശ്വാസംമുട്ടിക്കുന്ന അന്തരീക്ഷത്തിൽ നിന്ന് അല്പം ആശ്വാസം ലഭിക്കാനായി ഒരു വലിയ ജനൽ നേരിയതായി തുറന്നിട്ടിരിക്കുന്നു. പക്ഷേ അതുകൊണ്ടും വലിയ പ്രയോജനമില്ല.

മുഖത്തൊരു വഷളൻ ചിരിയുമായി മഹ്മൂദ് മുറിയുടെ നടുവിൽ രോമം കൊണ്ടുണ്ടാക്കിയ രാക്കുപ്പായം അണിഞ്ഞ് നിൽക്കുന്നു. തന്റെ തലയിലെ, തൊപ്പി വെച്ചതുപോലെയുള്ള കഷണ്ടി ഭാഗം, അഴുക്ക് നിറഞ്ഞ നീണ്ട നഖങ്ങൾ കൊണ്ട് അയാൾ ചൊറിഞ്ഞു. നീല നിറത്തിലുള്ള വെൽവെറ്റ് മെത്തയിൽ ഇരിക്കാനായി സുൽത്താൻ തന്റെ ഭാര്യയെ ക്ഷണിച്ചു. അയാളുടെ ആ ഉന്മേഷഭാവത്തിൽ ലജ്ജയുടെ ഒരു കണിക പോലുമുണ്ടായിരുന്നില്ല. അതിനുപകരം, അവളെ കണ്ടതിൽ അയാൾക്ക് അതിയായ സന്തോഷം തോന്നിച്ചു.

എന്നാൽ റാണി നിന്നയിടത്തുനിന്നും അനങ്ങിയില്ല.

'കൗസരി!' മഹ്മൂദ് സന്തോഷത്തോടെ നീട്ടിവിളിച്ചു. അയാൾ തന്റെ ഇരുകൈകളും വിടർത്തി. വലതുകൈയ്യിലൊരു വീഞ്ഞുകോപ്പയുണ്ടായിരുന്നു. മുന്നോട്ട് വേച്ചുവീഴാൻ പോയപ്പോൾ

കുറച്ച് വീഞ്ഞ് നിലത്ത് തുവിപ്പോയി. 'ഏറ്റവും പ്രിയപ്പെട്ട സ്നേഹിത... എന്റെ ഏറ്റവും വിശ്വസ്തയായ ഉപദേശക... എന്റെ ഭാര്യ.'

റാണി അപ്പോഴും ഭാവഭേദമില്ലാതെ, തണുത്തുറഞ്ഞ് നിന്നു. എങ്കിലും, അവർ തന്റെ പെരുമാറ്റത്തിലെ മര്യാദ കൈവിട്ടില്ല.

'പ്രഭോ.' അവർ രാജസദസ്സിലെ ആചാരപ്രകാരം കുനിഞ്ഞ് അഭിവാദ്യം ചെയ്തു.

വിരൂപമായ ആ വെള്ളി കോപ്പയിൽ നിന്നും ഒരു കവിൾ വീഞ്ഞ് കുടിച്ചുകൊണ്ട് മഹ്മൂദ് അവളുടെ അടുത്തേക്ക് നടന്നു. ഒരിക്കൽ ആരെയോ തലയ്ക്കടിച്ച് കൊല്ലാനായി ഉപയോഗിച്ചതായിരുന്നു ആ കോപ്പ. ആരെയാണ് അന്ന് കൊന്നതെന്ന് അയാൾക്ക് ഓർമ്മയുണ്ടായിരുന്നില്ല. അതുകൊണ്ടുതന്നെ അത് അയാളുടെ പ്രിയപ്പെട്ട കോപ്പകളിൽ ഒന്നായിരുന്നു.

'ആഘോഷങ്ങളിൽ നിന്നും ഞാൻ പെട്ടെന്ന് പോന്നതിൽ നീ എന്നോട് ക്ഷമിച്ചിട്ടുണ്ടാകുമെന്ന് എനിക്കുറപ്പുണ്ട്, എന്റെ രാജ്ഞീ,' അവളിൽ നിന്ന് വെറും രണ്ടിഞ്ച് ദൂരെ നിന്നുകൊണ്ട്, ആടിയുലഞ്ഞ് അയാൾ കുഴഞ്ഞ സ്വരത്തിൽ പറഞ്ഞു. വാതിൽക്കലേക്ക് വിരൽ ചൂണ്ടി അയാൾ തുടർന്നു, 'അയാസ്... മാലിക് അയാസ്... ഞങ്ങൾക്ക് ചില പ്രധാനപ്പെട്ട കാര്യങ്ങൾ ചർച്ച ചെയ്യാനുണ്ടായിരുന്നു.'

അയാളുടെ ശ്വാസത്തിന് ദുർഗന്ധമുണ്ടായിരുന്നു. കൗസരി ഒട്ടും പിന്നോട്ട് മാറിയില്ല. പകരം, ഒരുതരം ആശ്വാസം നൽകുന്നതുപോലെ അവൾ തന്റെ ഭർത്താവിന്റെ ഉയർത്തിപ്പിടിച്ച കൈത്തണ്ടയിൽ മൃദുവായി പിടിച്ചു. മഹ്മൂദ് ഒരടി പിന്നോട്ട് വെച്ചു. ലഹരിയുടെ പിടിയിലമർന്ന അയാളുടെ ശരീരം അവൾ തല മുതൽ പാദം വരെ കണ്ണോടിച്ചു. അയാളുടെ ശരീരത്തിൽ നിന്നും വ്യഭിചാരത്തിന്റെ ഗന്ധം വമിക്കുന്നതായും തിരിച്ചറിഞ്ഞു. അയാളുടെ താടി കെട്ടുപിണഞ്ഞ്, തുവിപ്പോയ വീഞ്ഞിൽ കുതിർന്നിരുന്നു. തലയിൽ അവശേഷിച്ച കുറച്ച് മുടിയിഴകൾ എഴുന്നുനിന്ന് അയാൾക്കൊരു കോമാളിയുടെ രൂപം നൽകി.

റാണി തന്റെ വിരലുകൾ അയാളുടെ നനഞ്ഞ താടിയിലൂടെ ഓടിച്ച്, അതിലെ കെട്ടുകൾ ശ്രദ്ധയോടെ വേർപെടുത്തി. തൊണ്ടയിലേക്ക് തികട്ടിവന്ന കയ്പുനീര് അവൾ പുറത്തുകാണിക്കാതെ വിഴുങ്ങി.

എനിക്ക് ചെയ്യേണ്ടി വരുന്ന കാര്യങ്ങൾ...

'അങ്ങ് എന്നോട് ഒരു വിശദീകരണവും തരേണ്ടതില്ല, പ്രഭോ.' മഹ്മൂദിന്റെ മേലങ്കിയുടെ അരപ്പട്ട മുറുക്കിക്കൊണ്ടും, തണുപ്പേൽക്കാതിരിക്കാൻ അതിന്റെ കഴുത്ത് ശരിയാക്കിക്കൊണ്ടും അവൾ മന്ത്രിച്ചു. 'അങ്ങ് എന്റെ യജമാനനും പ്രഭുവുമാണ്. അങ്ങയുടെ വാക്ക് നിയമമാണ്, അങ്ങയുടെ പ്രവൃത്തികൾ ചോദ്യം ചെയ്യപ്പെടാനാവാത്തതും.'

സന്തോഷംവന്ന ഒരു കുട്ടിയെപ്പോലെ മഹ്മൂദ് പല്ലിളിച്ചു. അയാൾ അവളുടെ കവിളിൽ തൊട്ട്, ചൂണ്ടുവിരൽ അവളുടെ മേൽച്ചുണ്ടിന് മുകളിലൂടെ ഓടിച്ചു. 'നീയില്ലാതെ ഞാനെന്തു ചെയ്യുമെന്ന് എനിക്കറിയില്ല, കൗസരി.' അവന്റെ മദ്യലഹരിയിലുള്ള ശബ്ദം നേർത്ത് നേർത്ത് വന്നു. 'നീയെപ്പോഴും എന്നെ പൂർണ സമർപ്പണത്തോടെ പരിപാലിച്ചിട്ടുണ്ട്.'

'സാമ്രാജ്യത്തെ പരിപാലിക്കുന്ന ആളെ നോക്കാൻ ആരെങ്കിലും വേണ്ടേ?' തന്റെ നീലകലർന്ന പച്ചക്കണ്ണുകളാൽ ഒരു അമ്മയുടെ വാത്സല്യം നിറഞ്ഞ നോട്ടം അയാളിലേക്ക് പായിച്ചുകൊണ്ട് റാണി മറുപടി പറഞ്ഞു. 'പ്രഭോ, ഞാൻ എപ്പോഴും എന്റെ മനസ്സിലുള്ളത് അങ്ങയോട് തുറന്നുപറഞ്ഞിട്ടുണ്ട്. എന്റെ യുക്തിക്കനുസരിച്ച് അങ്ങയെ ഉപദേശിക്കാനുള്ള സ്വാതന്ത്ര്യം അങ്ങ് എനിക്ക് നൽകിയിട്ടുമുണ്ട്.'

മഹ്മൂദിന്റെ മുഖഭാവം കോപത്തിലേക്ക് വഴിമാറി. ഈ സ്ത്രീയുടെ മുന്നിലൊഴികെ, അയാൾ തന്റെ സാമ്രാജ്യത്തിന്റെയും വിധിയുടെയും ചോദ്യം ചെയ്യാനാവാത്ത അധിപനായിരുന്നു. തന്റെ ഭാര്യ. തന്റെ റാണി. ശിക്ഷയെ ഭയക്കാതെ തന്നെ സ്വാധീനിക്കാൻ കഴിവുള്ള ഒരേയൊരു വ്യക്തിയാണ് തന്റെ മുന്നിൽ നിൽക്കുന്നത്. മറ്റുള്ളവർ പറയാൻ വിറയ്ക്കുന്ന കാര്യങ്ങൾ അവൾ പറയും.

മന്ത്രവാദിനി. ദുർമന്ത്രവാദിനി.

അവളിൽ അയാൾ അനുരക്തനായിരുന്നു. അവളെ ആദ്യമായി കണ്ട നിമിഷം മുതൽ ഇന്നുവരെ ആ മയക്കത്തിലാണ്.

അവരുടെ അർദ്ധരാത്രിയിലെ പ്രഭാഷണങ്ങളോടുള്ള തന്റെ അതൃപ്തി മഹ്മൂദ് പലതവണ പ്രകടിപ്പിച്ചിട്ടുണ്ട്. എന്നാൽ അവളെ അതിൽനിന്നും പിന്തിരിപ്പിക്കാനാവില്ലെന്ന് അവന് നന്നായി അറിയാമായിരുന്നു.

'ഇന്ന് നമുക്കിരുവർക്കും വളരെ ദൈർഘ്യമേറിയ ഒരു ദിവസമായിരുന്നു, കൗസരി.' അവൻ ഞരങ്ങി. 'എന്റെ സഹോദരന്റെ ചടങ്ങുകൾ എന്നെ വല്ലാതെ ക്ഷീണിപ്പിച്ചിട്ടുണ്ട്. നീയും തളർന്നിട്ടുണ്ടാവും. അതൊന്നും വകവെക്കാതെ നീയിപ്പോൾ ഇവിടെ വന്നിട്ടുണ്ടെങ്കിൽ, ഇത് വളരെ പ്രധാനപ്പെട്ട കാര്യമായിരിക്കണം. അതുകൊണ്ട് പറയൂ, എന്റെ പ്രിയേ. ഞാൻ നിനക്കെന്തു സഹായമാണ് ചെയ്യേണ്ടത്?'

വേദന നിറഞ്ഞ ഒരുതരം വൈമനസ്യം മുഖത്ത് കൃത്രിമമായി വരുത്തിക്കൊണ്ട് റാണി തറയിലേക്ക് ദൃഷ്ടി താഴ്ത്തി. ഒരു ചരടുപാവയെന്നപോലെ സുൽത്താൻ അതിനോട് പ്രതികരിച്ചു. അയാൾ തന്റെ കൈ അവളുടെ താടിയിൽ വെച്ച് മെല്ലെ മുഖമുയർത്തി. അവളുടെ കണ്ണുകളിലേക്ക് വാത്സല്യത്തോടെ നോക്കിക്കൊണ്ട് അയാൾ തന്റെ ഇടതൂർന്ന പുരികങ്ങൾ ഉയർത്തി. കൗസരി ജഹാൻ ചെറുതായി തലയൊന്ന് വെട്ടിച്ച് ആ കൈ തട്ടിമാറ്റി, പരാജയപ്പെട്ടവളെപ്പോലെ തിരിഞ്ഞുനടക്കാനൊരുങ്ങി.

മഹ്മൂദ് പെട്ടെന്ന് ആ മൂകാഭിനയം അവസാനിപ്പിച്ചു. അവൻ റാണിയുടെ കൈത്തണ്ടയിൽ പിടിച്ച് അവളെ പിന്നോട്ട് വലിച്ചു. അവൾ അവന്റെ നെഞ്ചിലിടിച്ച് ഞെട്ടലോടെ മഹ്മൂദിനെ തുറിച്ചുനോക്കി.

'പറയൂ, നിന്റെ വരവിന്റെ ഉദ്ദേശ്യമെന്താണ്,' അവളുടെ കൈത്തണ്ടയിലെ പിടി മുറുക്കിക്കൊണ്ട് അവൻ മുരണ്ടു. റാണിയുടെ കണ്ണുകളിൽ ഭയം നിറഞ്ഞു. വാക്കുകളിൽ തന്നോട് സൗമ്യത കാണിക്കുമ്പോഴും മഹ്മൂദ് ഒരു വേട്ടമൃഗമാണെന്ന് അവൾക്ക് നന്നായി അറിയാമായിരുന്നു. സ്നേഹനിധിയായ ഭർത്താവിൽ നിന്നും ക്രൂരമായ മർദ്ദനങ്ങൾ പലതവണയേറ്റുവാങ്ങിയ അവൾക്ക് അതൊരിക്കലും മറക്കാനാവില്ലായിരുന്നു.

'ആരും എന്നോട് പുറംതിരിഞ്ഞുനിൽക്കരുത്. അതൊരിക്കലും മറക്കരുത്.' കാമവും രോഷവും കലർന്ന ഒരു വിചിത്രമായ തിളക്കത്തോടെ അവളെ നോക്കിക്കൊണ്ട് മഹ്മൂദ് ആക്രോശിച്ചു. 'നീയിപ്പോൾ ഇവിടെയില്ലേ? ഇനി എന്നോട് സംസാരിക്ക്.'

'പുതിയ കാര്യമൊന്നും അല്ല,' അങ്ങേയറ്റത്തെ ധാർഷ്ട്യം എന്ന് വിശേഷിപ്പിക്കാവുന്ന ഒന്നുകൊണ്ട് അവൾ തന്റെ സഹജമായ

ഭയത്തെ നേരിട്ടു. അവൾ കൈതിരിച്ച് അവന്റെ പിടി അയയ്ക്കാൻ ശ്രമിച്ചു. അവളുടെ ധൈര്യത്തിൽ കൗതുകം തോന്നിയ അവൻ കൈവിട്ടു.

'ഞാൻ തല്ലാൻ തുടങ്ങുന്നതിന് മുൻപ് സംസാരിക്ക്!'

'ഞാൻ അങ്ങേക്ക് ഇതിനെപ്പറ്റി മുന്നറിയിപ്പ് തന്നതാണ്. ഇപ്പോഴിതാ അത് സംഭവിച്ചിരിക്കുന്നു, അങ്ങയുടെ സഹോദരന്റെ വരവ്. അത് നമുക്ക് ദോഷം ചെയ്യും, മഹ്മൂദ്. നമുക്കെല്ലാവർക്കും. എനിക്കും അങ്ങയുടെ മക്കൾക്കും അനന്തരാവകാശികൾക്കും അങ്ങേയ്ക്കും.' കൗസരി മൂർച്ചയോടെ പറഞ്ഞു. 'ഒരു നിമിഷത്തെ തോന്നലിൽ അങ്ങ് അവനെ ഗസ്നിയിലെ ഗവർണറും ഗ്രാൻഡ് മുഫ്തിയും ആക്കുന്നതിന് മുൻപ്, ഇസ്മായിൽ നാടുകടത്തപ്പെട്ട ഒരു രാജ്യദ്രോഹിയായിരുന്നു എന്ന കാര്യം മറക്കരുത്. ആ ഗുസ്ഗാൻ നരകത്തിൽ കിടന്ന് നശിക്കാൻ അവനെ വിടണമായിരുന്നു, അല്ലാതെ ആഡംബരത്തോടെയും ആഘോഷത്തോടെയും തലസ്ഥാനത്തേക്ക് തിരികെ കൊണ്ടുവരികയല്ലായിരുന്നു വേണ്ടത്.'

ദേഷ്യം കൊണ്ട് മഹ്മൂദ് വിറച്ചു. അവൻ വീഞ്ഞുകോപ്പ താഴേക്കെറിഞ്ഞു. അത് നീല വെൽവെറ്റ് മെത്തയിൽ ചെന്ന് വീണു. ആ മനോഹരമായ ആന്ദ്ര വെൽവെറ്റ് തുണിയിൽ വീഞ്ഞ് പരക്കുന്നത് കൗസരി നോക്കിനിന്നു. തന്റെ ചുറ്റുപാടുകൾ വൃത്തിയും വെടിപ്പുമുള്ളതായി സൂക്ഷിക്കാനുള്ള അടങ്ങാത്ത ആഗ്രഹം അവൾ പാടുപെട്ട് നിയന്ത്രിച്ചു. സുൽത്താൻ തന്റെ കൈയുടെ പുറംകൊണ്ട് വായ് തുടച്ച് റാണിയെ തുറിച്ചുനോക്കി.

'അത് എന്റെ തീരുമാനമായിരുന്നു, കൗസരി.' ലഹരിയെ അതിജീവിച്ച് വ്യക്തമായി സംസാരിക്കാൻ പാടുപെട്ടുകൊണ്ട് അവൻ അവളെ ഓർമ്മിപ്പിച്ചു. 'നമ്മളിത് സംസാരിച്ചതാണ്. മുൻപ് എന്തുതന്നെ സംഭവിച്ചിട്ടുണ്ടെങ്കിലും, അവൻ എന്റെ സഹോദരനാണ്. എന്റെ രക്തമാണ്. എനിക്ക് വേണ്ടത് ചോദ്യം ചെയ്യാതെ അനുസരിക്കുന്ന ഒരു മുഫ്തിയെയാണ്. ശരിക്കും പറഞ്ഞാൽ ഒരു പാവയെ. ഇസ്മായിൽ എന്നെ ഖലീഫയായി പ്രഖ്യാപിക്കും. അവൻ ഇപ്പോൾ എന്നോട് കടപ്പെട്ടിരിക്കുന്നു. എന്നെ ചതിക്കാൻ അവനൊരുപാട് ഭയവുമാണ്.'

കൗസരി ഒന്നും മിണ്ടാതെ, തുറന്ന വിളക്ക് സ്ഥാപിച്ചിരുന്ന കൽപീഠത്തിനടുത്തേക്ക് നടന്നു. മഹ്മൂദ് അവളെ പിന്തുടർന്നു.

'പ്രഭോ,' തീനാളങ്ങൾക്ക് മുകളിൽ കൈകൾ ചൂടാക്കിക്കൊണ്ട് വേദന നിറഞ്ഞ മുഖം അവനിലേക്ക് തിരിച്ച് അവൾ പറഞ്ഞു. 'അങ്ങയുടെ ശുഭാപ്തിവിശ്വാസം പങ്കുവെക്കാൻ എനിക്ക് കഴിയാത്തതിൽ ക്ഷമിക്കണം. എന്റെ ഈ അസ്വസ്ഥത, സംശയരോഗിയെങ്കിലും വിശ്വസ്തയായ ഒരു സ്ത്രീയുടെ ആശങ്കകളായി അങ്ങേക്ക് വേണമെങ്കിൽ കാണാം. എന്നെ അതിനനുവദിക്കൂ. അങ്ങില്ലാതെ ഞാനൊന്നുമല്ലെന്ന് അങ്ങേയ്ക്കറിയാമല്ലോ.'

മഹ്മൂദ് തന്നിൽത്തന്നെ മുഴുകി കൈകൾ തീയുടെ അടുത്തേക്ക് കൊണ്ടുവന്നു. അവൻ കൗസരിയുടെ കൈകൾ തട്ടിമാറ്റി. റാണി പിന്നോട്ട് വലിഞ്ഞ്, മഹ്മൂദിനായി ആ ചൂട് വിട്ടുകൊടുത്തു.

'ഞാൻ നിന്നെ എപ്പോഴെങ്കിലും അനുവദിക്കാതിരുന്നിട്ടുണ്ടോ, എന്റെ പ്രിയേ?' അവൻ തിരിഞ്ഞ് നാണത്തോടെ തന്റെ ഭാര്യയോട് ചോദിച്ചു. അവൻ അവളുടെ മുടി ഒരുമിച്ചുകൂട്ടി, തന്റെ വിരൽ അവളുടെ കഴുത്തിന് പിന്നിലൂടെയും താഴെ നടുവിലേക്കും ഓടിച്ചു. 'ഇന്നൊരു ക്ഷീണം പിടിച്ച ദിവസമായിരുന്നു, പക്ഷേ രാത്രി ചെറുപ്പമാണ്. ഈ വിഡ്ഢി സംഭാഷണം നിർത്തി നമുക്ക് കുറച്ച് ആസ്വദിക്കാം. ഞാനത് കൊതിക്കുകയായിരുന്നു!'

മഹ്മൂദ് കൗസരിയെ തിരിച്ചുനിർത്തി, അവളെ കൈകൾകൊണ്ട് ചുറ്റിവരിഞ്ഞ് അവളുടെ പുറകിലേക്ക് അമർന്നു. കൗസരിയും തിരിച്ച് അമർന്നു. കാരണം അയാൾക്ക് അങ്ങനെയാണ് ഇഷ്ടമെന്ന് അവൾക്കറിയാമായിരുന്നു. അയാളുടെ അക്രമാസക്തമായ അടങ്ങാത്ത ലൈംഗികാസക്തിക്ക് പൂർണ്ണമായി കീഴടങ്ങുന്നതിന് മുൻപ് തനിക്ക് വളരെ കുറച്ച് നിമിഷങ്ങൾ മാത്രമേ ബാക്കിയുള്ളൂ എന്ന് അവൾ കണക്കുകൂട്ടി.

'നമ്മളിത് ചർച്ച ചെയ്തതാണെന്ന് എനിക്കറിയാം, എന്റെ പ്രിയനേ,' അവന്റെ കൈകൾക്ക് മുകളിൽ തന്റെ കൈകൾ വെച്ച് വിരലുകൾ കോർത്തുകൊണ്ട് കൗസരി പറഞ്ഞു. 'പക്ഷേ ഈ ഖലീഫ പദവി നമുക്ക് ഒരു ഗുണവും ചെയ്യില്ലെന്ന് എനിക്ക് ഉറപ്പാണ്. ആ സർപ്പമായ ഇസ്മായിൽ അങ്ങയോട് എന്തുതന്നെ പറഞ്ഞിട്ടുണ്ടെങ്കിലും അങ്ങ് അതിൽ നിന്നും വിട്ടുനിൽക്കണം.

അവന്റെ തലതിരിഞ്ഞ ഭാവനയാണ് അവൻ അങ്ങയുടെ തലയിൽ കയറ്റിവെച്ചിരിക്കുന്നത്.'

അവളുടെ ധിക്കാരം കേട്ട് സ്തബ്ധനായ മഹ്മൂദ് നെറ്റിചുളിച്ച് പിന്നോട്ട് മാറി. കൗസരിയുടെ വാക്കുകൾ അയാളുടെ ഉള്ളിൽ കൊണ്ട് സുൽത്താന്റെ അഹംഭാവത്തിന് മുറിവേറ്റു.

'ഞാൻ ഖലീഫയാകാൻ യോഗ്യനല്ലെന്ന് നിനക്ക് തോന്നാൻ കാരണമെന്താണ്?' മുറിവേറ്റ അഹംഭാവത്തോടെയും രോഷത്തോടെയും അവൻ ചോദിച്ചു. 'വിശ്വാസത്തിന്റെ ഒരു നല്ല അനുയായിയെപ്പോലെ, ഇന്ത്യക്കെതിരെ വർഷാവർഷം ജിഹാദ് നടത്തുമെന്ന് ഞാൻ വ്യക്തമായി പ്രഖ്യാപിച്ചു. വിശ്വാസത്തിന്റെ ഒരു നല്ല അനുയായിയെപ്പോലെ, ഞാൻ അവിശ്വാസികളുടെ നഗരങ്ങൾ പലതവണ കൊള്ളയടിക്കുകയും നശിപ്പിക്കുകയും ചെയ്തു. ഏകനായ സത്യദൈവത്തിന്റെ എണ്ണമറ്റ വിജയങ്ങളുടെ അടയാളങ്ങളായി പ്രദർശിപ്പിക്കാൻ, അവരുടെ നാട്ടിൽ നിന്നും കണക്കില്ലാത്ത സമ്പത്തും അവിശ്വാസികളുടെ ദൈവങ്ങളുടെ തിരുശേഷിപ്പുകളും ഞാൻ കൊണ്ടുവന്നു. അതും വിശ്വാസത്തിന്റെ ഒരു നല്ല അനുയായിയെപ്പോലെ. ഏകനായ സത്യദൈവത്തിനുള്ള ആദരസൂചകമായി ഞാൻ മഹത്തായ ജമാ മസ്ജിദ് പോലും നിർമ്മിച്ചു. ഇതെല്ലാം ഞാൻ ചെയ്തത് വിശ്വാസത്തിന്റെ ഒരു അനുയായി എന്ന നിലയിലാണ്. എന്റെ വീരകൃത്യങ്ങൾ ബാഗ്ദാദിലെ ഖിലാഫത്തിൽ പതിവായി പ്രഖ്യാപിക്കപ്പെടുന്നുണ്ട്. മാത്രമല്ല, ഞാൻ അവർക്കയക്കുന്ന പണം ഉറപ്പായും അവർക്കിഷ്ടമാണ്. പിന്നെന്തുകൊണ്ടാണ് കൗസരി, ഈ ലോകത്ത് അല്ലാഹുവിന്റെ പ്രധാന സേവകനാകാൻ ഞാൻ യോഗ്യനല്ലാത്തത്? എന്തുകൊണ്ട് എനിക്ക് ഖലീഫയായിക്കൂടാ?'

'പ്രഭോ, ഇത് വിശ്വാസത്തിന്റെ നല്ലൊരു അനുയായി ആകുന്നതിനെക്കുറിച്ചല്ല. താങ്കൾ നമ്മുടെ മതത്തിലെ ജീവിച്ചിരിക്കുന്ന ഏറ്റവും വലിയ ഭക്തനാണെന്നതിൽ ഒരു സംശയവുമില്ല. അങ്ങ് അതിന് നൽകിയ സേവനങ്ങൾ അതുല്യമാണ്. ഇപ്പോൾ ഖലീഫയെന്ന് സ്വയം വിശേഷിപ്പിക്കുന്ന ആൾക്കുപോലും അങ്ങയുടെ ഏഴയലത്ത് എത്താനാവില്ല.'

ആ വാക്കുകൾക്കൊന്നും അയാളെ തണുപ്പിക്കാനായില്ല. മഹ്മൂദിന്റെ മുഖം കോടി.

'എങ്കിലും,' കൗസരി പതറാതെ തുടർന്നു, അവളുടെ സംസാരത്തിലെ ദൃഢത ഇപ്പോൾ ഒരു ദൃഢയായ ആരാധികയുടെ അപേക്ഷയ്ക്ക് വഴിമാറിയിരുന്നു. 'അറബിയല്ലാത്ത ഒരാൾക്ക് ഇത്രയും അപകടകരവും വിവാദപരവുമായ ഒരു പദവി വേണോ? അബ്ബാസിദ് ഖിലാഫത്തിന്റെ പിന്തുണയോടെയാണ് അങ്ങ് സുൽത്താനായത്. കാഫിറുകളുടെ നാട്ടിലേക്ക് ദാർ അൽ-ഇസ്ലാം വ്യാപിപ്പിക്കുമെന്ന് താങ്കൾ അവർക്ക് വാക്ക് നൽകിയിരുന്നു. ആ നീചനോട്, അങ്ങയുടെ സഹോദരനോട്, യുദ്ധം ചെയ്തപ്പോൾ സഹായിക്കാൻ ഖലീഫയും ബുയിദുകളും സ്വന്തം സൈന്യത്തെ അയച്ചു. താങ്കളുടെ ഏറ്റവും വലിയ സഖ്യകക്ഷിക്കെതിരെ താങ്കളെ തിരിച്ചുവിടുക മാത്രമാണ് ഇസ്മായിൽ ചെയ്യുന്നതെന്ന് എന്തുകൊണ്ടാണ് അങ്ങ് കാണാത്തത്?'

'രാജ്ഞീ, തന്റെ ആശങ്ക ഞാൻ മനസ്സിലാക്കുന്നു. പക്ഷെ ബുയിദുകളും അബ്ബാസിദുകളും എന്നെ സഹായിക്കുമ്പോൾ ഞാൻ ദുർബലനായിരുന്നു. ഇന്നങ്ങനെയല്ല. ഞാൻ അവരെക്കാൾ എത്രയോ ശക്തനാണ്. യാഥാർത്ഥ്യത്തിനനുസരിച്ച് പദവികളും മാറണം. ഇതൊരു നല്ല ആശയമാണെന്ന് അയാസിനുപോലും തോന്നുന്നുണ്ട്. ഇസ്‌ലാം ലോകത്ത് എന്റെ പാരമ്പര്യം എന്നെന്നേക്കുമായി ഇത് ഉറപ്പിക്കും.'

കൗസരി കണ്ണുകളുയർത്തി. 'രാജാവേ, അയാസിനെക്കൊണ്ട് പ്രയോജനങ്ങളുണ്ടെന്ന് എനിക്കറിയാം. എനിക്കതിൽ അസൂയയുമില്ല. പക്ഷേ, അയാൾ ഒരു മുഖസ്തുതിക്കാരനാണ്. ഇരിക്കാൻ പറഞ്ഞാൽ, ഒരു കസേര പോലും തിരയാതെ നിന്നയിടത്ത് തന്നെയിരിക്കുന്ന സ്വഭാവക്കാരൻ!'

'കൗസരി, നീ വെറുതെ ഓരോന്ന് ചിന്തിച്ചുകൂട്ടുകയാണ്. ഇതിലൊരു അപകടവും ഞാൻ കാണുന്നില്ല. ഇസ്മായിലിന്റെ കാര്യത്തിലും അങ്ങനെതന്നെ. എന്നെപ്പോലെ അയാളുമൊരു വയസ്സനാണ്. അയാളുടെ മോഹങ്ങൾക്ക് ചിറകുനൽകാൻ ഒരു അവകാശി പോലുമില്ല. പിന്നെന്തിന് അയാൾ എനിക്കെതിരെ ഗൂഢാലോചന നടത്തണം?'

'രാജാവേ... ദയവായി കേൾക്കൂ...'

'ഇത് അള്ളാഹ്ഹ എനിക്കായി നിശ്ചയിച്ച വിധിയാണ്. എനിക്കതറിയാം. എനിക്കത് അറിയാൻ കഴിയുന്നുണ്ട്.'

'ശരി, അങ്ങ് തീരുമാനിച്ചുറച്ചെങ്കിൽ പിന്നെ ഞാനൊന്നും പറയുന്നില്ല പ്രഭോ.' അവൾ സമ്മതിച്ചു. 'നമ്മുടെ കുടുംബത്തിന്റെ സുരക്ഷയുടെ കാര്യത്തിൽ എനിക്കൊരു ഉറപ്പ് വേണം. നമ്മുടെ തൊടിയിൽ ഒരു പാമ്പുണ്ടെന്ന് ഞാൻ വിശ്വസിക്കുന്നു. അതിന്റെ പേര് ഇസ്മായിൽ എന്നാണ്. അങ്ങയെയും അങ്ങയുടെ മക്കളെയും സ്വന്തം മക്കളെപ്പോലെ സ്നേഹിക്കുന്ന ഈ ഭാര്യക്ക്, അയാളുടെ ഉദ്ദേശശുദ്ധി തെളിയിച്ചുതരൂ.'

'തീർച്ചയായും!' മഹ്മൂദ് ചിരിച്ചുകൊണ്ട് അവളെ അരക്കെട്ടിലൂടെ കയ്യിട്ട് തന്നിലേക്ക് വലിച്ചടുപ്പിച്ചു. കൗസരിക്ക് കുട്ടികളുണ്ടാകില്ലെന്ന് അവനറിയാമായിരുന്നു. നിർഭാഗ്യവശാൽ തനിക്ക് കൊല്ലേണ്ടിവന്ന ആദ്യ ഭാര്യയിലെ ഇരട്ട പുത്രന്മാരെ അവൾ സ്നേഹിക്കുകയും പരിപാലിക്കുകയും ചെയ്യുന്നതിൽ അവന് സന്തോഷമുണ്ടായിരുന്നു. 'അപ്പോൾ പറയൂ... നമ്മളെങ്ങനെ ഇസ്മായിലിന്റെ യഥാർത്ഥ ഉദ്ദേശ്യം മനസ്സിലാക്കും? നമ്മളെങ്ങനെ അയാളെ പരീക്ഷിക്കും?'

കൗസരി നാണത്തോടെ പുഞ്ചിരിച്ചുകൊണ്ട് അവനിലേക്ക് ചാഞ്ഞു. 'ജമാ മസ്ജിദ് അതിന്റെ പഴയ പ്രതാപത്തിലേക്ക് തിരികെക്കൊണ്ടുവരാൻ അയാൾക്ക് ആറുമാസം സമയം കൊടുത്താലോ?' അവൾ മഹ്മൂദിന്റെ ചുളിവുവീണ കവിളിലൂടെ വിരലോടിച്ചു.

'ആറുമാസമോ!' മഹ്മൂദ് അത്ഭുതപ്പെട്ടുകൊണ്ട് അവളുടെ കഴുത്തിലേക്ക് മുഖം പൂഴ്ത്തി. ചെമ്പിച്ച പട്ട് പോലെയുള്ള അവളുടെ ഇടതൂർന്ന മുടിയിഴകൾ അവനെ മൂടി. അവളുടെ റോസാപ്പൂവിന്റെ സുഗന്ധം ശ്വസിച്ചുകൊണ്ട് അവൻ അവളെ ശക്തിയായി കടിച്ചു. അവൾ ചെറുതായൊന്ന് പുളഞ്ഞു. 'ആറുമാസം അസാധ്യമാണ്. ആ മഹാ ഭൂകമ്പത്തിൽ തകർന്നുവീണ ഒരു ഭീമാകാരമായ കെട്ടിടമാണത്, നിനക്കറിയാമല്ലോ. മൂന്നുവർഷമായിട്ടും നമുക്കത് പുനർനിർമ്മിക്കാൻ കഴിഞ്ഞിട്ടില്ല. പാവം ഇസ്മായിൽ ആറുമാസം കൊണ്ട് അതെങ്ങനെ ചെയ്യുമെന്നാണ് നീ പ്രതീക്ഷിക്കുന്നത്?'

'പ്രഭോ,' രാജ്ഞി അവനിൽ നിന്ന് കളിയായി അകന്നുമാറി, വശീകരിക്കുന്ന നീലകലർന്ന പച്ച കണ്ണുകളോടെ മഹ്മൂദിനെ നോക്കി പതിയെ പറഞ്ഞു. 'സിംഹാസനത്തോടും വിശ്വാസത്തോടുമുള്ള കൂറ് തെളിയിക്കാൻ ഒരാൾക്ക് ആറുമാസം ധാരാളമാണ്.'

'മസ്ജിദിനെ അതിന്റെ പഴയ പ്രതാപത്തിലേക്ക് കൊണ്ടുവരാൻ അങ്ങയുടെ മേൽനോട്ടത്തിൽ ഇതിനകം ഒരുപാട് കാര്യങ്ങൾ ചെയ്തിട്ടുണ്ട്. മാത്രമല്ല, തലസ്ഥാന നഗരിയിലെ ഏറ്റവും വലിയ മസ്ജിദ് പൂർണ്ണതയിൽ കുറഞ്ഞ ഒന്നായിരിക്കുമ്പോൾ അങ്ങേക്ക് സ്വയം ഖലീഫയായി പ്രഖ്യാപിക്കാൻ കഴിയുമോ?'

'എന്റെ സഹോദരൻ പരമാവധി ശ്രമിച്ചിട്ടും ഈ ലക്ഷ്യം നേടാൻ കഴിഞ്ഞില്ലെങ്കിലോ?' മഹ്മൂദ് ചോദിച്ചുകൊണ്ട് അവളുടെ നേർത്ത വസ്ത്രത്തിന്റെ പിന്നിലെ കെട്ടഴിക്കാൻ തുടങ്ങി. അവൾ അത് എളുപ്പമാക്കിക്കൊണ്ട് പതിയെ തിരിഞ്ഞുനിന്നു.

മഹ്മൂദ് വീണ്ടും തന്റെ പിന്നിലേക്ക് അമരുന്നത് അറിഞ്ഞുകൊണ്ട് കൗസരി ജഹാൻ പറഞ്ഞു, 'ഈ ദൗത്യം കൃത്യസമയത്ത് പൂർത്തിയാക്കിയില്ലെങ്കിൽ, പ്രഭോ, അങ്ങയോടുള്ള തന്റെ പ്രതിബദ്ധത തെളിയിക്കുന്നതിൽ അയാൾ പരാജയപ്പെട്ടു എന്നാണർത്ഥം. ശരിയായ ശ്രദ്ധയും വിഭവങ്ങളുമുണ്ടെങ്കിൽ ആറുമാസത്തിനുള്ളിൽ അങ്ങയുടെ സഹോദരന് ഈ ജോലി പൂർത്തിയാക്കാൻ കഴിയേണ്ടതാണ്. ജമാ മസ്ജിദ് പുനർനിർമ്മിക്കാനുള്ള അങ്ങയുടെ ശ്രമങ്ങളെ തുരങ്കം വെച്ചത് മുൻ മുഫ്തിയായിരുന്നു. ഇസ്മായിൽ അതിനേക്കാൾ മെച്ചപ്പെട്ടിരിക്കണം. തന്നെ സ്നേഹിക്കുന്നവരോട് അസാധ്യമായ കാര്യങ്ങൾ ആവശ്യപ്പെടാൻ സുൽത്താന് എല്ലാ അവകാശവുമുണ്ട്. അവർ അത് നിറവേറ്റുകയും വേണം. പ്രഭോ, അങ്ങ് എന്നോട് ആവശ്യപ്പെട്ടതെന്തും ഞാൻ നിറവേറ്റിത്തന്നിട്ടില്ലേ?'

'മ്മ്.' കൗസരിയുടെ വസ്ത്രങ്ങൾ അഴിച്ചുമാറ്റുന്നതിനിടയിലും മഹ്മൂദിന് അത് സമ്മതിക്കേണ്ടിവന്നു.

'എനിക്ക് അത് സാധിക്കുമെങ്കിൽ, അങ്ങയുടെ സഹോദരൻ ഇസ്മായിലിനും അത് സാധിക്കണം. അയാൾ പരാജയപ്പെട്ടാൽ, പ്രത്യേകിച്ച് അങ്ങ് ഖലീഫയാകുമ്പോൾ, അങ്ങേക്ക് ഉപകാരപ്പെടാനുള്ള കഴിവോ ഉദ്ദേശ്യമോ ഇസ്മായിലിനില്ലെന്ന്

ഉറപ്പിക്കാം. അങ്ങേക്ക് മുന്നറിയിപ്പ് നൽകേണ്ടത്... ഉപദേശം നൽകേണ്ടത്... ഗസ്നിയിലെ മഹാനായ മഹ്മൂദ് ഇബ്ൻ സെബുക്തെഗിന്റെ ഭാര്യയെന്ന നിലയിൽ എന്റെ കടമയാണ്.'

ഗംഗൈകൊണ്ട ചോളപുരം

എന്താണ് പ്രതീക്ഷിക്കേണ്ടതെന്ന് ഒരു പിടിയുമില്ലാത്തതുകൊണ്ട് ഇഖ്ബാൽ നിർവികാരനായി ഇരുന്നു. നരസിംഹനും കതിരവനും ശാന്തരായി, വിശ്രമഭാവത്തിൽ എതിർവശത്തിരുന്നു. ഇനി എന്ത് സംഭവിക്കുമെന്ന് അവർക്കറിയാമെന്നപോലെ. അവർക്ക് അവരുടെ ചക്രവർത്തിയെ അറിയാമായിരുന്നു. സോമേശ്വറും ശാന്തനായിരുന്നു. ഒരു കൂടിക്കാഴ്ച്ചയ്ക്കായി തന്നെ തിരികെ വിളിച്ചിട്ടുണ്ടെങ്കിൽ, താൻ നൽകിയ വിവരങ്ങൾ രണ്ടുതവണ പരിശോധിച്ച് പൂർണ്ണമായി ഉറപ്പുവരുത്തിയിട്ടുണ്ടാകുമെന്ന് തന്റെ ലോകപരിചയം ആ ഗുജറാത്തി വ്യാപാരിക്ക് പറഞ്ഞുകൊടുത്തിരുന്നു. എന്നാൽ രാജേന്ദ്ര ചോളനും ഭോജദേവ് പർമറും എങ്ങനെ മുന്നോട്ട് പോകാനാണ് താൽപ്പര്യപ്പെടുന്നതെന്ന് ഉറപ്പില്ലായിരുന്നു. കാരണം, ഇപ്പോൾ അവരുടെ വീട്ടിൽ താമസിക്കുന്നതുകൊണ്ട് സുഹൃത്തായി മാറിയ കാവൽസേനാമേധാവി നരസിംഹൻ, എന്താണ് പ്രതീക്ഷിക്കേണ്ടതെന്ന് വിട്ടുപറയുന്നതിൽ മൗനം പാലിച്ചിരുന്നു. വിജയൻ തന്റെ കസേരയിൽ അല്പം പിന്നോട്ട് വലിഞ്ഞിരുന്നു. ഗംഭീരമായ ആ സദസ്സിലേക്ക് തന്നെ വീണ്ടും ക്ഷണിച്ചതിൽ അയാൾക്ക് അതിശയമുള്ളതുപോലെ തോന്നി. അതും രാജകൊട്ടാരത്തിലെ രാജേന്ദ്ര ചോളന്റെ സ്വകാര്യ അറയിലേക്ക്. ഇതിനുമുൻപ് അയാൾ രാജകൊട്ടാരത്തിന്റെ സ്വകാര്യ ഭാഗങ്ങളിൽ പ്രവേശിച്ചിട്ടേയില്ല.

ബൃഹദീശ്വര ക്ഷേത്രത്തിൽ വെച്ചുള്ള ആ കൂടിക്കാഴ്ച കഴിഞ്ഞ് ഒരാഴ്ച പിന്നിട്ടിരുന്നു. രാജേന്ദ്ര ചോളനും ഭോജദേവ് പർമറും അവർക്ക് സ്ഥിരീകരിക്കേണ്ടിയിരുന്ന കാര്യങ്ങളെല്ലാം ഉറപ്പുവരുത്തി. ലോകത്തിലെ ഏറ്റവും മികച്ച ചാരസംവിധാനത്തിന്റെ പിന്തുണ രാജേന്ദ്രനുണ്ടായിരുന്നു. ഒരാഴ്ചത്തെ പ്രയത്നം അവർക്ക്

ധാരാളമായിരുന്നു. ഭോജദേവിന്റെ രഹസ്യാന്വേഷണ വിഭാഗത്തിന്റെ കണ്ണുകളും ഗസ്നവിഡ് സാമ്രാജ്യത്തിന്റെ ഉള്ളറകളിലേക്ക് ആഴ്ന്നിറങ്ങിയിരുന്നു.

താമസിയാതെ, കാവൽക്കാരൻ ചക്രവർത്തിമാരുടെ വരവറിയിച്ചു.

'ഇരിക്കൂ, ഇരിക്കൂ.' രാജേന്ദ്ര തന്റെ സിംഹാസനത്തിൽ ഇരുന്നുകൊണ്ട് പറഞ്ഞു.

രാജേന്ദ്രന്റെ അടുത്തായി അതേ വലിപ്പത്തിലുള്ള രണ്ടാമതൊരു സിംഹാസനം ഭോജദേവ് പർമറിനായി ഒരുക്കിയിരുന്നു. തന്റെ സുഹൃത്തുക്കളെ എങ്ങനെ ബഹുമാനിക്കണമെന്ന് മഹാനായ ആ ചോളരാജാവിന് നന്നായി അറിയാമായിരുന്നു.

ഏഴംഗസംഘം ഇരിപ്പുറപ്പിച്ചപ്പോൾ ചക്രവർത്തിമാരുടെ അംഗരക്ഷകർ മുറിയുടെ അങ്ങേയറ്റത്തേക്ക് മാറിനിന്നു. കേൾക്കാവുന്ന ദൂരത്തിനപ്പുറം. എന്നാൽ കൺവെട്ടത്തുതന്നെ.

രാജേന്ദ്ര തന്റെ സുഹൃത്തായ ഭോജദേവിനെ നോക്കി. എന്നിട്ട് തനിക്ക് മുന്നിലിരിക്കുന്നവരിലേക്ക് ദൃഷ്ടി പായിച്ചു. നരസിംഹന്റെ മേൽ ഒരു നിമിഷം കൂടുതൽ ആ കണ്ണുകൾ തങ്ങി. അദ്ദേഹം പെട്ടെന്ന് സംസാരിച്ചുതുടങ്ങി. 'അപ്പോൾ, നമ്മൾ ചെയ്യാൻ പോകുന്നത് ഇതാണ്...'

എല്ലാവരും മുന്നോട്ടാഞ്ഞു.

'നമ്മൾ ഗസ്നിയുടെ ഹൃദയഭാഗത്തേക്ക് ഒരു ഘാതകസംഘത്തെ അയക്കും. ഈ ദൗത്യത്തിനായി ചോള രാജകീയ അംഗരക്ഷകരിൽ നിന്ന് എന്റെ ഏറ്റവും മികച്ച നാൽപ്പത് പടയാളികളെ ഞാൻ നിയമിക്കും. ചക്രവർത്തി ഭോജദേവ്, ഇവിടെയുള്ള അദ്ദേഹത്തിന്റെ സ്വന്തം അംഗരക്ഷക സേനയിൽ നിന്ന് പത്തുപേരെയും നൽകും. ഈ ദൗത്യസേന, കണ്ടെത്തപ്പെടാതെ രക്ഷപ്പെടാൻ മാത്രം ചെറുതും ഒരു പരമ്പരാഗത സൈന്യത്തിന് എളുപ്പത്തിൽ പിന്തുടരാൻ കഴിയാത്തതുമായിരിക്കും. എന്നാൽ സർവ്വപിന്തുണയും എല്ലാ സഹായങ്ങളുമുള്ള മാരകശേഷിയുള്ള ഒരു സേനയായിരിക്കും അത്. ആവശ്യമെങ്കിൽ, സാമാന്യം വലിയ ഒരു കൊട്ടാരം ആക്രമിക്കാനും ശത്രുവിന്റെ ഹൃദയത്തിലേക്ക് ഒരു കഠാര കുത്തിയിറക്കാനും അവർക്ക് കഴിയും.'

പ്രധാനമന്ത്രി കതിരവൻ ഉൾപ്പെടെ എല്ലാവരും സമ്മതഭാവത്തിൽ തലയാട്ടി. കാരണം ഈ പദ്ധതി സാമ്രാജ്യത്തിന്റെ ദീർഘകാല താൽപ്പര്യങ്ങൾക്ക് ദോഷം വരുത്താതെ ലക്ഷ്യം നേടാൻ സഹായിക്കുമായിരുന്നു. എന്നാൽ ഫലപ്രദമാകണമെങ്കിൽ ആ സംഘത്തിനൊരു നേതാവ് വേണം. ആരായിരിക്കും ആ സംഘത്തിന്റെ നേതാവ്? ചക്രവർത്തിയുടെ പക്കൽ അതിനുത്തരമുണ്ടായിരുന്നു.

'ഇന്നലെ എനിക്കൊരു അഭ്യർത്ഥന ലഭിച്ചു, അത് നിറവേറ്റുന്നതിൽ എനിക്ക് സന്തോഷമുണ്ട്.' രാജേന്ദ്ര പറഞ്ഞു. അദ്ദേഹം നരസിംഹന്റെ നേരെ തിരിഞ്ഞ് തുടർന്നു, 'കാവൽസേനാമേധാവി നരസിംഹൻ ഈ സംഘത്തെ നയിക്കാൻ സന്നദ്ധത അറിയിച്ചിരിക്കുന്നു. അദ്ദേഹത്തിന്റെ അഭ്യർത്ഥന മാനിക്കുന്നതിൽ എനിക്ക് സന്തോഷമുണ്ട്.' ചക്രവർത്തി അഭിമാനത്തോടെ, ഏതാണ്ട് പിതൃതുല്യമായ ഒരു പുഞ്ചിരിയോടെ നരസിംഹനെ നോക്കി. അതിലൂടെ പറയാതെ പറഞ്ഞ സന്ദേശം വ്യക്തമായിരുന്നു: *എന്റെ ഏറ്റവും മഹാനായ യോദ്ധാവ് തിരിച്ചുവന്നിരിക്കുന്നു.*

സോമേശ്വറിന് ശരിക്കും അത്ഭുതം തോന്നി. അദ്ദേഹം നരസിംഹനെ നോക്കി.

ഒരു വിശദീകരണം ആവശ്യമാണെന്ന് നരസിംഹന് തോന്നി. അദ്ദേഹം ആ വ്യാപാരിയെ നോക്കി. 'നിങ്ങൾ പറഞ്ഞത് ശരിയായിരുന്നു, സോമേശ്വരർ. ഗൂഢഹത്യകൾക്ക് സാധാരണയായി ഉണ്ടാകുന്ന നാശനഷ്ടങ്ങൾ കുറവായിരിക്കും. കൂടാതെ ഒരു തികഞ്ഞ പിശാചിനെ ഇല്ലാതാക്കുന്നതിന്...' നരസിംഹൻ സംസാരം തുടരുന്നതിന് മുൻപ് ആ വളയപ്പതക്കം കയ്യിലെടുത്തു. '...ഒരുപക്ഷേ അയാൾ മറ്റുള്ളവരെ ചെയ്തതുപോലെ അയാളെയും പീഡിപ്പിക്കുന്നത് ആ ആത്മാവിനെ ശുദ്ധീകരിക്കുമായിരിക്കും.'

സോമേശ്വർ പുഞ്ചിരിച്ചുകൊണ്ട് മുന്നോട്ടാഞ്ഞ് സ്നേഹിതന്റെ കൈകളിൽ പിടിച്ചു.

രാജേന്ദ്ര സോമേശ്വറിനും ഇഖ്ബാലിനും നേരെ തിരിഞ്ഞു. 'ദയവായി നിങ്ങളുടെ കൈവശമുള്ള എല്ലാ വിവരങ്ങളും രഹസ്യാന്വേഷണ രേഖകളും നരസിംഹനും എന്റെ ആളുകളുമായി പങ്കുവെക്കുക. ഇവിടെനിന്ന് അങ്ങോട്ട് കാര്യങ്ങൾ ഞങ്ങൾ

നോക്കിക്കൊള്ളാം. ഗസ്നിയിലെ ആ കശാപ്പുകാരനെ ഞങ്ങൾ ഇല്ലാതാക്കിയിരിക്കും.'

സോമേശ്വറിന്റെ മുഖം വാടി. അദ്ദേഹത്തിന് വേദനിച്ചതുപോലെ തോന്നി. 'ഈ ദൗത്യത്തിൽ ഞങ്ങളെയും കൂടെ കൂട്ടണം, മഹാരാജൻ. ദയവായി ഈ അവസരം ഞങ്ങളിൽ നിന്ന് തട്ടിമാറ്റരുത്.'

ഗുജറാത്തി വ്യാപാരിയിൽ നിന്ന് ഇത്തരമൊരു പ്രതികരണം പ്രതീക്ഷിച്ചിരുന്ന ഭോജദേവ് പർമർ ഇടപെട്ടു. 'ഞങ്ങളെ തെറ്റിദ്ധരിക്കരുത്, സോമേശ്വർ. നിങ്ങളും ഇഖ്ബാലും പ്രായമായവരാണ്. ചക്രവർത്തി രാജേന്ദ്രനും ഞാനും നിങ്ങളുടെ ധൈര്യത്തെ ബഹുമാനിക്കുന്നു. പക്ഷേ നിങ്ങൾ യോദ്ധാക്കളല്ല. ഇത് അപകടം പിടിച്ച ഒരു ദൗത്യമായിരിക്കും. പലരും ഒരുപക്ഷേ ജീവനോടെ തിരിച്ചുവരില്ല. നരസിംഹന് ചില സമയങ്ങളിൽ കഠിനമായ തീരുമാനങ്ങൾ എടുക്കേണ്ടിവരും, ചിലപ്പോൾ മറ്റു വഴികളില്ലാതെ ചിലരെ വഴിയിൽ ഉപേക്ഷിക്കേണ്ടി പോലും വന്നേക്കാം.'

സോമേശ്വർ ഏതാണ്ട് തൽക്ഷണം പ്രതികരിച്ചു, അദ്ദേഹത്തിന്റെ ശബ്ദം ഉച്ചത്തിൽ മുഴങ്ങി. മനസ്സ് സ്ഫടികം പോലെ വ്യക്തമായിരുന്നു. 'ഞാൻ, സോമേശ്വർ, നിങ്ങളെ എല്ലാവരെയും ശിവഭഗവാനെയും സാക്ഷിയാക്കി സൈന്യാധിപൻ നരസിംഹന് അനുവാദം നൽകുന്നു. ഈ ദൗത്യത്തിന്റെ വിജയത്തിന് ഞാൻ ഒരു ഭീഷണിയാകുകയാണെങ്കിൽ, ഈ യാത്രയുടെ ഏതവസരത്തിലും എന്നെ മരണത്തിന് വിട്ടുകൊടുക്കാൻ അദ്ദേഹത്തിന് അധികാരമുണ്ട്. നൂറു വയസ്സുവരെ തൃപ്തിയില്ലാത്ത ഒരു ജീവിതം ഇവിടെ ജീവിച്ചുതീർക്കുന്നതിനേക്കാൾ എനിക്കിഷ്ടം ഈ യാത്രയിൽ മരിക്കുന്നതാണ്. കാരണം, ദശാബ്ദങ്ങളോളം നീളുന്ന സുഖജീവിതത്തേക്കാൾ വിലപ്പെട്ടതാണ് ശിവഭഗവാനുള്ള ഒരു ദിവസത്തെ സേവനം പോലും.'

ഇഖ്ബാലും തലയാട്ടി തന്റെ സമ്മതം അറിയിച്ചു. സോമേശ്വർ വികാരപരമായ മറുപടിയാണ് നൽകിയതെങ്കിൽ, ഇഖ്ബാൽ യുക്തിസഹമായി സംസാരിച്ചു. 'പ്രഭുക്കന്മാരേ, ആ അന്യദേശത്ത് വഴികാട്ടികളായും ദ്വിഭാഷികളായും ഞങ്ങൾ ഉപകാരപ്പെടും. അവിടെ കച്ചവടം ചെയ്തിട്ടുള്ളതുകൊണ്ട് ഞങ്ങൾക്ക് അവരുടെ

പ്രാദേശിക ഭാഷകൾ നന്നായി അറിയാം. കൂടാതെ അവരുടെ ആചാരങ്ങളെയും ശീലങ്ങളെയും കുറിച്ച് ഞങ്ങൾക്ക് സാമാന്യം നല്ല ധാരണയുമുണ്ട്. അതുമാത്രമല്ല, അവിടുത്തെ ഒരു രഹസ്യ വിമത സംഘവുമായി ഞങ്ങൾ ബന്ധം പുലർത്തുന്നുണ്ട്. അവർക്ക് ഞങ്ങളെ വിശ്വാസമാണ്. ഞങ്ങൾ വലിയ സഹായമാകുമെന്ന് ഉറപ്പാണ്.'

രാജേന്ദ്ര ചോളന്റെയും ഭോജദേവ് പർമറിന്റെയും കണ്ണുകൾ ചെറുതായി നനഞ്ഞു. മഹാരഥന്മാരായ ചക്രവർത്തിമാരും വീരയോദ്ധാക്കളുമായിരുന്ന അവർ യോദ്ധാക്കളിൽ നിന്ന് ശൗര്യം പ്രതീക്ഷിച്ചിരുന്നു. എന്നാൽ പ്രായമായ വ്യാപാരികളിൽ ഇത്തരമൊരു ധൈര്യം കാണുന്നത് ഒരു പുതിയ കാര്യമായിരുന്നു. തടിച്ച, സസ്യാഹാരിയായ, അഹിംസാവാദിയായ, ഈ പ്രായംചെന്ന ഗുജറാത്തി വ്യാപാരിയും അദ്ദേഹത്തിന്റെ ഭക്തിയും, അദ്ദേഹത്തിന്റെ സുഹൃത്തായ മെലിഞ്ഞ്, നരച്ച മുടിയിഴകളുള്ള, തന്റെ സ്വന്തം ജനത ആരാണെന്ന് ഹൃദയത്തിൽ കൃത്യമായി അറിയുകയും അവരെ ആത്മാർത്ഥമായി സ്നേഹിക്കുകയും ചെയ്യുന്ന ആ ബംഗാളി മുസ്ലീമും.

രാജേന്ദ്ര സമ്മതഭാവത്തിൽ തലയാട്ടി. 'ശരി. സോമേശ്വർ, നിങ്ങൾക്കും ഇഖ്ബാലിനും പോകാം.'

പ്രധാനമന്ത്രി നരസിംഹന് നേരെ തിരിഞ്ഞു. 'നിങ്ങൾ നിങ്ങളുടെ ആളുകളെ തിരഞ്ഞെടുക്കാൻ തുടങ്ങിയോ, സേനാപതി? എനിക്ക് താങ്കളെ വീണ്ടും 'സേനാപതി' എന്ന് വിളിക്കാമെന്ന് കരുതുന്നു?'

'തീർച്ചയായും.' നരസിംഹൻ ഒരു പുഞ്ചിരിയോടെ പറഞ്ഞു. 'കുറച്ച് ദിവസങ്ങൾക്കുള്ളിൽ ഞാൻ ഒരു പട്ടിക തയ്യാറാക്കാം, പ്രഭോ. പിന്നെ, വിജയന് അദ്ദേഹം ഏറ്റവും അർഹിക്കുന്ന ആ പദവി തിരികെ ലഭിക്കും. ഗംഗൈകൊണ്ട ചോളപുരത്തിന്റെ കാവൽസേനാമേധാവി. പണ്ടത്തെപ്പോലെ താൽക്കാലിക മേധാവി മാത്രമല്ല, പൂർണ്ണാർത്ഥത്തിൽ നിയമിതനായ മേധാവി.'

എന്തിനാണ് തന്നെ ഇന്ന് ഇവിടേക്ക് ക്ഷണിച്ചതെന്ന് വിജയന് ഒടുവിൽ മനസ്സിലായി. അയാൾ ഭിത്തിയിലെ ചിത്രത്തിലേക്ക് ഒരു നിമിഷം നോക്കി. മഹാദേവന്റെ പാദത്തിനരികെ രാജരാജനും രാജേന്ദ്രനും ഇരിക്കുന്ന ചിത്രം. എന്തിനാണ് തന്നെ വിളിച്ചതെന്ന് അയാൾ അറിഞ്ഞു.

എന്നാൽ തന്റെ വിളി അതല്ലെന്ന് അവൻ പെട്ടെന്ന് തിരിച്ചറിഞ്ഞു. 'സേനാധിപാ, പ്രഭോ,' അവൻ നരസിംഹനോട് പറഞ്ഞു. 'എനിക്ക് ആ പദവി വേണ്ട.'

'എന്ത്?' നരസിംഹൻ ഞെട്ടിപ്പോയി. ആ മുറിയിലുണ്ടായിരുന്ന മറ്റുള്ളവരും ഞെട്ടി. നഗരസേനയുടെ മേധാവിയാകുക എന്നതാണ് വിജയന്റെ ആഗ്രഹമെന്നാണ് അവരെല്ലാം കരുതിയിരുന്നത്.

'എനിക്കും നിങ്ങളുടെ കൂടെ വരണം. ഗസ്നിയിലേക്ക്.'

രാജേന്ദ്ര ഇടപെട്ടു. 'അതിന്റെ ആവശ്യമില്ല, വിജയൻ.'

'അങ്ങയോട് വിയോജിക്കുന്നതിൽ ഒരായിരം ക്ഷമ, മഹാരാജൻ. എന്റെ ആവശ്യമില്ലെന്ന് എനിക്കറിയാം. പക്ഷേ എനിക്കിത് ചെയ്തേ മതിയാകൂ.' വിജയൻ ചെറുതായി വിറയ്ക്കുന്ന ശബ്ദത്തിൽ പറഞ്ഞു. 'സോമേശ്വരർ കൃത്യമായി പറഞ്ഞതുപോലെ, ഈ ദൗത്യത്തിൽ മരിക്കാനാണ് എനിക്കിഷ്ടം, അല്ലാതെ നൂറു വയസ്സുവരെ പൂർണ്ണതയില്ലാത്ത ഒരു ജീവിതം ഇവിടെ ജീവിക്കാനല്ല. എല്ലാ ബഹുമാനത്തോടും കൂടി പറയട്ടെ, പ്രഭോ, ഇപ്പോൾ ഈ മണ്ണിൽ ചോളർ പ്രബലശക്തിയായിരിക്കാം, പക്ഷേ പാണ്ഡ്യ ദേശത്തെ, മധുരയിലെ, മക്കൾ മാത്രമാണ് ശക്തി ദേവിയുടെ, സാക്ഷാൽ മീനാക്ഷി ദേവിയുടെ മുലപ്പാൽ കുടിച്ച് വളർന്നത്... ഞങ്ങൾ അവരുടെ മക്കളാണ്. അവരുടെ ഭർത്താവും ഞങ്ങളുടെ പിതാവുമായ ശിവഭഗവാൻ അപമാനിക്കപ്പെട്ടിരിക്കുന്നു. അമ്മയുടെ ധാർമ്മികമായ പ്രതികാരത്തിനുള്ള വിളി പുത്രന്മാർ കേൾക്കാതിരിക്കാനാവില്ല.'

ചക്രവർത്തി ധീരനായ വിജയനെത്തന്നെ നോക്കി നിന്നു. വികാരങ്ങൾ അദ്ദേഹത്തിന്റെ വാക്കുകളെ തടസ്സപ്പെടുത്തി. തന്റെ അച്ഛൻ ഒരിക്കൽ തന്നോട് പറഞ്ഞ ഒരു കാര്യം അദ്ദേഹം മനസ്സിലാക്കി. ഒരു രാഷ്ട്രത്തിന്, അതിന്റെ നിലനിൽപ്പിന്, കാട്ടാളന്മാർ അതിനെ കടിച്ചു കീറി വെട്ടിനുറുക്കി കൊല്ലാതിരിക്കാൻ എല്ലായ്പ്പോഴും ആവശ്യമുള്ളത് ഒരേയൊരു കാര്യമാണ്. അതിന്റെ കാവലിന് മരിക്കാൻ വരെ തയ്യാറുള്ള ജനങ്ങൾ. ഭാരതത്തിൽ അത്തരം മനുഷ്യർക്ക് ഒരിക്കലും ഒരു കുറവുമുണ്ടായിട്ടില്ല. ഭാരതമാതാവിനോടുള്ള ഭക്തി ഒന്നുകൊണ്ടുമാത്രം അവർ തങ്ങളുടെ കുടുംബങ്ങളെ ദാരിദ്ര്യത്തിലും, ശരീരത്തെ കൊടിയ വേദനയിലും, ആത്മാക്കളെ മുറിവേറ്റ അവസ്ഥയിലും ഉപേക്ഷിച്ചുപോകുന്നു.

അവർക്ക് ശക്തരാകാൻ വേണ്ടിയിരുന്നത് പ്രതിബദ്ധതയും നിസ്വാർത്ഥതയുമുള്ള ഒരു നേതൃത്വം മാത്രമായിരുന്നു.

'ധീരനായ വിജയൻ, എനിക്ക് ലഭിച്ചിട്ടുള്ള അധികാരങ്ങൾ ഉപയോഗിച്ച് ഞാൻ, രാജേന്ദ്ര ചോളൻ, നിങ്ങളെ ഉടനടി ചോള സൈന്യത്തിലെ മേധാവി പദവിയിലേക്ക് ഉയർത്തുന്നു.'

വിജയൻ സ്തബ്ധനായി. അവൻ എഴുന്നേറ്റ് ചക്രവർത്തിയുടെ അടുത്തേക്ക് ചെന്ന്, ഒരു കാൽമുട്ടിൽ നിന്ന്, തല കുനിച്ചു.

'എഴുന്നേൽക്കൂ, മേധാവി വിജയൻ.'

വിജയൻ വീണ്ടും തലകുനിച്ച് തന്റെ കസേരയിൽ ഇരുന്നു.

'ജീവഹാനി ഉണ്ടാകാൻ ഇടയുണ്ടെന്ന് എനിക്കറിയാം.' ചക്രവർത്തി തുടർന്നു. 'നിങ്ങളാരും മരണത്തെ ഭയപ്പെടുന്നില്ലെന്നും എനിക്കറിയാം. എന്നാൽ എല്ലാവരും തങ്ങളുടെ കുടുംബങ്ങളെക്കുറിച്ച് ആശങ്കാകുലരാണ്. നിങ്ങളോടൊപ്പം വരുന്ന അമ്പത് സൈനികരുടെ കുടുംബങ്ങൾക്കായി ഞാൻ അഞ്ച് ഗ്രാമങ്ങളിൽ നിന്നുള്ള വരുമാനം നീക്കിവെക്കുന്നു. അവർ ജീവനോടെയോ അല്ലാതെയോ മടങ്ങിയാലും, ചോള സാമ്രാജ്യം അവരുടെ കുടുംബങ്ങളെ പരിപാലിക്കും. എന്നെന്നേക്കുമായി. മേധാവി വിജയൻ, നിങ്ങൾക്കും നിങ്ങളുടെ കുടുംബത്തിനുമായി ഒരു മുഴുവൻ ഗ്രാമത്തിന്റെ വരുമാനം ഞാൻ നീക്കിവെക്കുന്നു. സൈന്യാധിപൻ നരസിംഹൻ, അങ്ങേയ്ക്കും കുടുംബത്തിനുമായി അഞ്ച് ഗ്രാമങ്ങളുടെ വരുമാനം ഞാൻ നീക്കിവെക്കുന്നു. ചോളവംശം ഭരിക്കുന്ന കാലത്തോളം ചോളന്മാർ നിങ്ങളെയും നിങ്ങളുടെ കുടുംബങ്ങളെയും പരിപാലിക്കും.'

രാജേന്ദ്ര ചോളൻ ആ വൃദ്ധന്മാർക്ക് നേരെ തിരിഞ്ഞു. 'സോമേശ്വർ, ഇഖ്ബാൽ, പല ഗ്രാമങ്ങളുടെ വിലയേക്കാൾ കൂടുതൽ സമ്പന്നരാണ് നിങ്ങൾ. നിങ്ങൾക്ക് ധനം ഒരു വിഷയമാകില്ല. അതിനാൽ, രാജരാജന്റെ മകനായ ഞാൻ, രാജേന്ദ്ര, നിങ്ങളിരുവർക്കും വാക്ക് നൽകുന്നു. നിങ്ങളുടെ പ്രതിമകൾ അതേ രൂപത്തിൽ കൊത്തിയെടുത്ത് ബൃഹദീശ്വര ക്ഷേത്രത്തിന്റെ ഉൾസമുച്ചയത്തിൽ, ചോള രാജവംശത്തിലെ അംഗങ്ങളുടെ പ്രതിമകൾക്ക് സമീപം സ്ഥാപിക്കും. ആ ശിൽപങ്ങളിലൂടെ, നിങ്ങളിരുവരും മഹാദേവന്റെ ദിവ്യരൂപം അനന്തകാലം ദർശിക്കട്ടെ.'

ഭോജദേവ് പർമർ കൂട്ടിച്ചേർത്തു, 'പർമർ രാജവംശത്തിന് വേണ്ടി, ഈ ദൗത്യത്തിന് പോകുന്ന എല്ലാ സൈനികർക്കും സമാനമായ ഒരു സഹായം ഞാനും വാഗ്ദാനം ചെയ്യുന്നു. പർമർ കുലം ജീവിച്ചിരിക്കുന്ന കാലത്തോളം, ഈ സൈനികർക്കോ അവരുടെ പിൻഗാമികൾക്കോ ഒന്നിനും ഒരു കുറവും വരില്ല.' സോമേശ്വറിനും ഇഖ്ബാലിനും നേരെ തിരിഞ്ഞ് ഭോജദേവ് തുടർന്നു, 'ബഹുമാന്യ വ്യാപാരികളേ, ഞാൻ ഭോജ്പൂരിൽ ഒരു പുതിയ ക്ഷേത്രം പണിയുന്നുണ്ട്. അതിന് ഭോജേശ്വർ ക്ഷേത്രം എന്ന് പേരിടും. ആ നിർമ്മിതി പൂർത്തിയാകുമ്പോൾ, നിങ്ങളുടെ പ്രതിമകൾ, അതേ രൂപത്തിൽ, ആ ക്ഷേത്രത്തിന്റെ ഉൾസമുച്ചയത്തിലും സ്ഥാപിക്കുമെന്ന് ഞാൻ പ്രതിജ്ഞ ചെയ്യുന്നു.'

വികാരഭരിതരായ സോമേശ്വറും ഇഖ്ബാലും രാജേന്ദ്ര ചോളന്റെയും ഭോജദേവ് പർമറിന്റെയും കാൽ തൊടാനായി കുനിഞ്ഞു. എന്നാൽ ചക്രവർത്തിമാർ ഉടൻ പിന്നോട്ട് മാറി. 'നിങ്ങൾ ഞങ്ങളെക്കാൾ പ്രായമുള്ളവരാണ്. ദയവായി ഇത് ചെയ്യരുത്.'

'ഒരു കാര്യം കൂടി, സേനാധിപാ,' ഭോജദേവ് പർമർ നരസിംഹനോട് പറഞ്ഞു, 'എനിക്കവിടെ ഗസ്നിയിൽ വിശ്വസ്തനായ ഒരു ചാരനുണ്ട്. ഒരു ദീർഘകാല ദൂതൻ. ലക്ഷ്യങ്ങൾ വ്യത്യസ്തമാണെങ്കിലും, പ്രതികാരത്തിനുള്ള ആ വ്യക്തിയുടെ ആഗ്രഹം നമ്മുടേതിനേക്കാൾ ഒട്ടും കുറവല്ല. അവരിൽ നിന്ന് നിങ്ങൾക്ക് വേണ്ട സഹായം ലഭിക്കും.'

'ഞാൻ എങ്ങനെയാണ് അയാളെ അല്ലെങ്കിൽ അവരെ ബന്ധപ്പെടേണ്ടത്?'

'നിങ്ങൾക്ക് കഴിയില്ല. ശരിയായ സമയത്ത് ആ പ്രതിനിധി നിങ്ങളെ ബന്ധപ്പെട്ടുകൊള്ളും. ഒരു സന്ദേശം ഇതിനകം അയച്ചിട്ടുണ്ട്. നിങ്ങൾ ആ വ്യക്തിയുടെ ദൗത്യത്തിനായുള്ള പേര് അറിഞ്ഞിരുന്നാൽ മതി. കോക്കേഷ്യൻ.'

'കോക്കേഷ്യൻ?'

'അതെ. ഞാൻ ഒരിക്കൽ അയാളുടെ ജീവൻ രക്ഷിച്ചിട്ടുണ്ട്. എന്നെ വിശ്വസിക്കൂ, ആ വ്യക്തിയിൽ നിന്നുള്ള ഏത് സഹായവും അമൂല്യമായിരിക്കും.'

നരസിംഹൻ ഭോജദേവിനെ നോക്കി തലയാട്ടി. 'നന്ദി, മഹാരാജൻ.'

രാജേന്ദ്രചോളൻ തന്റെ സിംഹാസനത്തിൽ നിന്ന് ഉയർന്നപ്പോൾ മറ്റെല്ലാവരും എഴുന്നേറ്റുനിന്നു.

തമിഴ് ചക്രവർത്തിയുടെ അവസാനത്തെ ഉത്തരവ് ലളിതമായിരുന്നു. 'പോകൂ, എന്റെ പുലികളേ. അവനെ പിടികൂടൂ. ഗസ്നി ദൗത്യം ഇന്ന് ആരംഭിക്കുന്നു.'

അദ്ധ്യായം 7

തന്ത്രവും തീർത്ഥാടകരും

ചേര ദേശം, കേരളം, ഇന്ത്യ

ചേരദേശത്തെ ശബരിമലകളിലെ പുണ്യവനങ്ങളുടെ ചെരിവുകളിലൂടെ നരസിംഹനും വിജയനും നഗ്നപാദരായി മലകയറുകയായിരുന്നു. ആ സംഘത്തിന് രാജേന്ദ്ര ചോളൻ അന്തിമമായ അനുമതി നൽകിയിട്ട് രണ്ടാഴ്ച തികഞ്ഞിരുന്നില്ല. നരസിംഹന്റെ നേതൃത്വത്തിൽ, വിജയൻ ഉപസേനാപതിയായും, കൂടെ സോമേശ്വരും ഇഖ്ബാലും, പിന്നെ സാമഗ്രികൾ വിതരണം ചെയ്യുന്നവരുമായി അമ്പതോളം വരുന്ന സൈനികരും ഉടനടി യാത്ര തിരിച്ചിരുന്നു. അത് മകരസംക്രാന്തിയുടെ രാത്രിയായിരുന്നു. സൂര്യദേവൻ മകര രാശിയിലേക്ക് സംക്രമിച്ച് തന്റെ ഉത്തരായന യാത്ര ആരംഭിച്ചിരുന്നു. ഹിന്ദുമതത്തിനും ബുദ്ധമതത്തിനും ജൈനമതത്തിനും ഏറ്റവും പുണ്യമായ സമയം.

ഇരുവരും മുന്നോട്ട് നടക്കുമ്പോൾ, സന്ധ്യാകാശത്തിലെ മങ്ങിയ വെളിച്ചം പൂങ്കാവനത്തിന്റെ ഇടതൂർന്ന മരങ്ങൾക്കിടയിലൂടെ അരിച്ചിറങ്ങാൻ പാടുപെട്ടു. നാരകവും പ്ലാവും വാഴകളും നിറഞ്ഞ കാടുകൾക്കിടയിലൂടെ ഭക്തരുടെ ചെറുസംഘങ്ങൾ കൂട്ടംകൂട്ടമായി നടന്നുപോയി. രുദ്ര ഭഗവാന്റെയും മോഹിനി ദേവിയുടെയും പുത്രനായ അയ്യപ്പസ്വാമിയുടെ സന്നിധി ലക്ഷ്യമാക്കി ഒരു വലിയ ജനാവലി സ്വയം സംഘടിതരായി നീങ്ങുന്നതുപോലെ തോന്നി. ആ നിത്യബ്രഹ്മചാരിയായ ദൈവം വളരെക്കാലം മുൻപ് ശബരിമലയിൽ കുടിയിരുന്നതാണ്.

'എനിക്കിത് വിശ്വസിക്കാൻ പറ്റുന്നില്ല. കൊല്ലം വരെ കുതിരയോടിച്ച് പോയത് വീണ്ടും ഉൾനാട്ടിലേക്ക് തിരികെ വരാനായിരുന്നല്ലോ!' വിജയൻ ഉള്ളിൽ പുകയുകയായിരുന്നു. ആ ദേഷ്യത്തിനിടയിലും, പൊതുസ്ഥലങ്ങളിൽ വെച്ച് തന്നെ സൈന്യാധിപൻ എന്ന് വിളിക്കരുതെന്ന നരസിംഹന്റെ നിർദ്ദേശം അയാൾ മറന്നില്ല. തോളിൽ തൂക്കിയിരുന്ന ആവനാഴിയുടെ വാർ അവൻ ദേഷ്യത്തോടെ വലിച്ചു മുറുക്കി. 'ആ കിഴവൻ രാജസിംഹൻ കൊല്ലത്ത് ഒരു കപ്പൽ തയ്യാറാക്കി നിർത്തേണ്ടതായിരുന്നു! ചേര തുറമുഖ തലസ്ഥാനത്തായിരുന്നു നമ്മൾ! നമുക്ക് അപ്പോൾത്തന്നെ ഗസ്നിയിലേക്ക് കപ്പൽ കയറാമായിരുന്നു. അതിന് പകരം നമ്മളിപ്പോൾ ഒരു തീർത്ഥയാത്രയിലും! അയ്യപ്പസ്വാമീ, എന്നോട് ക്ഷമിക്കണേ!'

തീർത്ഥാടകരുടെ കറുത്ത വേഷമണിഞ്ഞ ഇരുണ്ട രൂപങ്ങൾ, അയ്യപ്പസ്വാമിക്കുള്ള സ്തുതിഗീതങ്ങൾ ഭക്തിയോടെ ഉറക്കെച്ചൊല്ലി, ഒരു പറ്റം ആത്മാക്കളെപ്പോലെ വനത്തിലൂടെ നീങ്ങിക്കൊണ്ടിരുന്നു.

സ്വാമിയേ ശരണം അയ്യപ്പാ! അയ്യപ്പസ്വാമിയിൽ ശരണം തേടുന്നേ!

'രാജസിംഹ രാജാവ്, വിജയൻ. നീ സംസാരിക്കുന്നത് ചേരരാജാവിനെക്കുറിച്ചാണ്, രാജേന്ദ്ര ചോളന്റെ വിശ്വസ്തനായ തോഴൻ,' നരസിംഹൻ തിരുത്തി. 'മാത്രമല്ല, ഇവിടേക്ക് വരാനുള്ള തീരുമാനം എന്റേതായിരുന്നു. രാജസിംഹ രാജാവിന്റെ ന്യായവാദങ്ങളിൽ കഴമ്പുണ്ടായിരുന്നു.'

തന്റെ ചോള സൈനികസംഘത്തെ ശബരി കുന്നുകളിലേക്ക് തിരിച്ചുവിടാൻ രാജസിംഹൻ നരസിംഹനെ പ്രേരിപ്പിച്ചിരുന്നു. അതിന് അദ്ദേഹം പറഞ്ഞ കാരണങ്ങൾ വൈവിധ്യമാർന്നതെങ്കിലും പ്രധാനപ്പെട്ടതായിരുന്നു.

പശ്ചിമതീരത്തുള്ള ചേര രാജാവിന് പല അറബികളുമായും വ്യാപാരബന്ധമുണ്ടായിരുന്നു. അവർ തങ്ങളുടെ കപ്പലുകളുടെ സുരക്ഷയ്ക്കായി തുർക്കി സൈനികരെ നിയമിച്ചിരുന്നു. തുർക്കികൾ മികച്ച യോദ്ധാക്കളായിരുന്നെങ്കിലും വളരെ മോശം നാവികരായിരുന്നു. താൻ കണ്ടിടത്തോളം, സോമേശ്വരിനും ഇഖ്ബാലിനും മുസ്ലീം സംസ്കാരത്തെക്കുറിച്ചും തുർക്കികളുടെ

ജീവിതരീതിയെക്കുറിച്ചും നല്ല അറിവുണ്ടെന്ന് രാജസിംഹൻ സമ്മതിച്ചു. എന്നാൽ വ്യാപാരികൾക്ക് ഒന്നും ചെയ്യാൻ കഴിയാത്ത കാര്യത്തിൽ ആ അറിവ് പ്രയോജനപ്പെടുത്തുന്നതിൽ അവർക്ക് പരിമിതികളുണ്ടായിരുന്നു. അവരുടെ രൂപത്തിൽനിന്ന് ഒറ്റനോട്ടത്തിൽ ഭാരതീയരാണെന്ന് വ്യക്തമായിരുന്നു. കറുത്ത തൊലിയുള്ളവരോട് തുർക്കികൾക്ക് വലിയ മുൻവിധികളുണ്ടായിരുന്നു. മുസ്ലീങ്ങളാണെങ്കിൽ പോലും അവർ ആഫ്രിക്കൻ മുസ്ലീങ്ങളെ 'അബ്ദ്' എന്ന് വിളിച്ചു, അതിനർത്ഥം ദാസൻ അല്ലെങ്കിൽ അടിമ എന്നായിരുന്നു. ഭാരതീയരായ മുസ്ലീങ്ങളെയാവട്ടെ, 'പാശ്മന്ദാസ്' എന്ന് വിളിച്ച് പരിഹസിച്ചു, അതായത് തള്ളപ്പെടേണ്ടവർ. വെളുത്ത തൊലിയുള്ള പേർഷ്യൻ, അറബ് മുസ്ലീങ്ങൾക്ക് മാത്രമേ തുർക്കികളുടെ സദസ്സുകളിൽ ഉയർന്ന പദവികളിൽ എത്താൻ കഴിഞ്ഞിരുന്നുള്ളൂ. കറുത്ത തൊലിയുള്ള മറ്റു മുസ്ലീങ്ങൾ, മികവുറ്റ യോദ്ധാക്കളല്ലെങ്കിൽ, സാധാരണയായി കക്കൂസ് വൃത്തിയാക്കൽ, അഴുക്കുചാൽ അറ്റകുറ്റപ്പണി, റോഡ് നിർമ്മാണം, തുടങ്ങിയ ജോലികൾക്കാണ് നിയോഗിക്കപ്പെട്ടിരുന്നത്.

അതുകൊണ്ട്, സോമേശ്വറിനും ഇഖ്ബാലിനും ശത്രുവിനെക്കുറിച്ച് എത്രയൊക്കെ ധാരണയുണ്ടെങ്കിലും, അവരുടെ ഉറച്ച ലക്ഷ്യം ഉണ്ടെങ്കിലും, പ്രതീക്ഷിക്കുന്നത്ര പ്രയോജനം അവരെക്കൊണ്ട് ഉണ്ടാകുമായിരുന്നില്ല. അതിനാൽ രാജസിംഹൻ, കാഴ്ചയിൽ തുർക്കിക്കാരനെപ്പോലിരിക്കുകയും എന്നാൽ ഹൃദയംകൊണ്ട് ഭാരതത്തോട് കൂറുള്ളവനുമായ ഒരാളുമായി ഒരു കൂടിക്കാഴ്ച ഏർപ്പാടാക്കിയിരുന്നു. ശബരി കുന്നുകളിലെ ഒരിടത്ത് വെച്ച് ആ വഴികാട്ടിയെ കാണാനായിരുന്നു പദ്ധതി.

നരസിംഹനും വിജയനും തങ്ങളുടെ സംഘത്തോടൊപ്പം ആ തീർത്ഥാടന കേന്ദ്രത്തിലേക്ക് യാത്ര തിരിച്ചു. സംഘത്തിലെ മറ്റുള്ളവരെ മലയടിവാരത്തുള്ള ഒരു സത്രത്തിൽ താമസിപ്പിച്ച്, അവർ മാത്രം ആ കൂടിക്കാഴ്ചയ്ക്കായി പുറപ്പെട്ടു. കരുത്തരും ആയുധധാരികളുമായ ഒരു വലിയ സംഘം തീർത്ഥാടന കേന്ദ്രത്തിൽ അനാവശ്യ ശ്രദ്ധ ക്ഷണിച്ചുവരുത്തുമായിരുന്നു.

ഇങ്ങനെയൊക്കെ പറഞ്ഞെങ്കിലും, വിജയന്റെ നിരാശയും മുന്നോട്ട് പോകാനുള്ള തിടുക്കവും നരസിംഹന് മനസ്സി-

ലാക്കാമായിരുന്നു. ദൗത്യത്തിന്റെ രഹസ്യസ്വഭാവവും അപകടസാധ്യതയും നിലനിൽക്കെത്തന്നെ, അദ്ദേഹം തന്റെ ഭാര്യ ഹരിണിയോട് ദൗത്യത്തെക്കുറിച്ച് പറഞ്ഞിരുന്നു. സോമനാഥിൽ നിന്നുള്ള ആ രണ്ടുപേരുമായി അവൾ ഇതിനകം ഒരു ആത്മബന്ധം സ്ഥാപിച്ചിരുന്നു. അതിനാൽ അവർ ഒരുമിച്ച് ഏറ്റെടുക്കാൻ പോകുന്ന ദൗത്യത്തെക്കുറിച്ച് അവളോട് പറയാൻ അദ്ദേഹത്തിന് തോന്നി. കണ്ണീരോടെയുള്ള ഒരു യാത്രയയപ്പിന്റെ അനുഗ്രഹം നരസിംഹന് ലഭിച്ചിരുന്നു. ദൗത്യം പൂർത്തിയാക്കാൻ പ്രതീക്ഷിച്ചതിലും കൂടുതൽ സമയമെടുത്താലും, സുരക്ഷിതനായി തിരിച്ചുവരുമെന്ന് അദ്ദേഹം ഭാര്യക്ക് വാക്ക് നൽകിയിരുന്നു.

എന്നാൽ, കുടുംബങ്ങൾ ചോള തലസ്ഥാനത്തുനിന്ന് ദൂരെ താമസിക്കുന്ന വിജയനെപ്പോലുള്ള സൈനികർക്ക് കാര്യം വ്യത്യസ്തമായിരുന്നു. വിടവാങ്ങലുകളോ രഹസ്യസ്വഭാവമുള്ള കത്തുകളുടെ കൈമാറ്റമോ സാധ്യമായിരുന്നില്ല. തങ്ങളെ ഏൽപ്പിച്ച മഹത്തായ കർത്തവ്യം വേഗത്തിൽ പൂർത്തിയാക്കാൻ അവർ തിടുക്കം കാട്ടി. കാരണം, അത് വീട്ടിലേക്ക് വേഗത്തിൽ മടങ്ങിയെത്താൻ സഹായിക്കുമായിരുന്നു.

ചേര ദേശത്തേക്കുള്ള ഈ വഴിമാറിയുള്ള യാത്രയിൽ വിജയൻ അപ്പോഴും അസംതൃപ്തനായിരുന്നു. ഇത് തികച്ചും അനാവശ്യമായ ഒരു ശ്രദ്ധാമാറ്റമാണെന്ന് അവൻ ആത്മാർത്ഥമായി കരുതി. പോരാത്തതിന്, ചോള ചക്രവർത്തിയോടുള്ള ചേര രാജാവിന്റെ കൂറിൽ അവന് എപ്പോഴും സംശയങ്ങളുണ്ടായിരുന്നു.

'ഈ അമാൽ എന്ന് പറയുന്നയാളെ എനിക്ക് അത്ര വിശ്വാസം പോരാ...'

രാജസിംഹൻ രാജാവ് നിർബന്ധമായും കൂടെ കൂട്ടണമെന്ന് പറഞ്ഞ 'കാഴ്ചയിൽ തുർക്കിക്കാരനും എന്നാൽ ഭാരതത്തോട് കൂറുള്ളവനുമായ' വ്യക്തിയായിരുന്നു അമാൽ. മാത്രമല്ല, തന്ത്രശാലിയായ ചേരരാജാവ്, കൊല്ലം പോലുള്ള ഒരു സൈനിക കപ്പൽശാലയിൽ നിന്ന് യാത്ര പുറപ്പെടുന്നതിലെ അപകടം തിരിച്ചറിഞ്ഞിരുന്നു. ഇപ്പോഴത്തെപ്പോലെ സമാധാനകാലത്ത് ആ കപ്പൽശാല വിജനവും ശൂന്യവുമായിരിക്കും. അവിടെനിന്ന് യാത്ര

തിരിച്ചാൽ ചോള സംഘം മറ്റുള്ളവരുടെ ശ്രദ്ധയിൽപ്പെടും. പകരം, തിരക്കേറിയതും സാധാരണയായി ജനനിബിഡവുമായ കൊച്ചി എന്ന വാണിജ്യ നഗരത്തിൽ നിന്ന്, ആരുടെയും ശ്രദ്ധയിൽപ്പെടാത്ത ഒരു സാധാരണ വ്യാപാരക്കപ്പലിൽ സൈനികരെ കൊണ്ടുപോകാൻ അദ്ദേഹം നരസിംഹനെ ഉപദേശിച്ചു. ബലൂചിസ്ഥാൻ, അറേബ്യൻ തീരങ്ങളോട് ചേർന്ന് അറബിക്കടലിൽ നിരീക്ഷണം നടത്തുന്ന അറബ് നാവികസേനയ്ക്കും ആ വ്യാപാരക്കപ്പൽ ഒരു സംശയവും ജനിപ്പിക്കില്ല. കൊച്ചിയിലേക്കുള്ള വഴിയിൽ ശബരി കുന്നുകളിൽ നിന്ന് രാജസിംഹൻ നിർദ്ദേശിച്ച പ്രതിനിധിയായ അമാലിനെ കൂടെക്കൂട്ടാൻ നരസിംഹൻ തീരുമാനിച്ചിരുന്നു.

'ഇങ്ങ് വാ, എന്റെ സുഹൃത്തേ.' നരസിംഹൻ തന്റെ ഉപസേനാപതിയോടൊപ്പം മലഞ്ചെരിവിലൂടെ വലിയ ചുവടുകൾ വെച്ച് കയറിക്കൊണ്ട് പ്രേരിപ്പിച്ചു. 'അമാലിനെക്കുറിച്ച് പറഞ്ഞ് രാജസിംഹൻ നമുക്കൊരു ഉപകാരമാണ് ചെയ്തത്. അയാൾ വാവർ പള്ളിയുടെ സൂക്ഷിപ്പുകാരിൽ ഒരാളാണ്. അയ്യപ്പസ്വാമി ക്ഷേത്രത്തിന്റെ സഹോദര സ്ഥാനമുള്ള ഇടമാണ് ആ പള്ളി എന്ന് നിനക്കറിയാമല്ലോ. അമാൽ ഒരു മുസ്ലീം പണ്ഡിതനും, ഗസ്നവിഡ് തുർക്കി ഭാഷയുൾപ്പെടെ പല ഭാഷകളിലും പ്രാവീണ്യമുള്ളവനുമാണത്രേ. ടിബറ്റൻ വംശജനായതുകൊണ്ട് അയാൾക്ക് ഒരു തുർക്കിക്കാരനായി എളുപ്പത്തിൽ കടന്നുപോകാനും സാധിക്കും. നമുക്ക് വിലമതിക്കാനാവാത്ത ഒരു മുതൽക്കൂട്ടുമായിരിക്കും.'

വിജയൻ തലയാട്ടി. അയാൾക്ക് അപ്പോഴും പൂർണ്ണമായി ബോധ്യമായിരുന്നില്ല. എന്നാൽ ഒരു നല്ല സൈനികനെപ്പോലെ, ഒരു പരിധിക്കപ്പുറം അദ്ദേഹം തന്റെ മേലുദ്യോഗസ്ഥനുമായി തർക്കിച്ചില്ല.

'ഇതൊരു ലളിതമായ കൂടിക്കാഴ്ചയായിരിക്കും.' നരസിംഹൻ പറഞ്ഞു. 'നീ അറിയുന്നതിന് മുൻപ് നമ്മൾ ഇവിടെ നിന്ന് പോയിരിക്കും. മാത്രമല്ല, മകര സംക്രാന്തി സമയത്ത് ഇവിടെ-യെത്താൻ കഴിഞ്ഞ നമ്മുടെ ഭാഗ്യത്തെ പ്രയോജനപ്പെടുത്താം. അതൊരു നല്ല ശകുനമാണ്. നമ്മുടെ വിജയത്തിനായി ഭഗവാനോട് പ്രാർത്ഥിക്കാനും ഞാൻ ആഗ്രഹിക്കുന്നു.'

ഇത്തവണ വിജയൻ കൂടുതൽ ബോദ്ധ്യപ്പെട്ട ഭാവത്തിൽ തലയാട്ടി. ഇരുവരും നിശ്ശബ്ദരായി മുന്നോട്ട് നീങ്ങി. മറ്റേതൊരു സൈനികനെയും പോലെ എപ്പോഴും ജാഗരൂകരായി, എന്നാൽ പുറമേ ശാന്തരായി, അവർ മറ്റ് തീർത്ഥാടകരോടൊപ്പം നടന്നു. പക്ഷെ എന്തെങ്കിലും പ്രശ്നമുണ്ടായാൽ ജനക്കൂട്ടത്തിനിടയിലൂടെ വേഗത്തിൽ നീങ്ങാൻ പാകത്തിന്, അടുത്തുള്ള ഭക്തരുടെ കൂട്ടവുമായി അവർ ആവശ്യത്തിന് അകലം പാലിച്ചു.

'നമ്മളെ ആരോ പിന്തുടരുന്നുണ്ട്,' വിജയൻ പെട്ടെന്ന് ഒരു ഭാവഭേദവുമില്ലാതെ, മുന്നോട്ട് നോക്കിക്കൊണ്ട്, കാലാവസ്ഥയെക്കുറിച്ച് സംസാരിക്കുന്ന ലാഘവത്തോടെ പറഞ്ഞു.

'ആരാണെന്ന് എനിക്കറിയാമെന്ന് തോന്നുന്നു.' നരസിംഹൻ മന്ത്രിച്ചു.'അവരുടെ വഴി നമ്മുടേതുമായി ചേരുന്നത് യാദൃശ്ചികമാകാൻ സാധ്യതയില്ലാത്തവിധം പലതവണ ആവർത്തിച്ചുകഴിഞ്ഞു.'

വിജയൻ സമ്മതഭാവത്തിൽ തലയാട്ടി. 'എനിക്കറിയാം. ഇന്ന് ഉച്ചയ്ക്ക് നമ്മൾ നമ്മുടെ ആളുകളോടൊപ്പം വിശ്രമകേന്ദ്രത്തിൽ എത്തിയപ്പോഴും അവരവിടെയുണ്ടായിരുന്നു.'

നരസിംഹൻ മറുപടി പറഞ്ഞില്ല. അദ്ദേഹം നേരെ നോക്കി മുന്നോട്ട് നടന്നു.

'രാജസിംഹൻ ആകുമോ?' ചേരന്മാരെക്കുറിച്ചുള്ള പാണ്ഡ്യനായ വിജയന്റെ സംശയം ആ ചോദ്യത്തിൽ പ്രകടമായിരുന്നു.

'അല്ല.' നരസിംഹന്റെ മറുപടി പെട്ടെന്നായിരുന്നു. 'അദ്ദേഹത്തിന് നമ്മളെ കൊല്ലണമെന്നുണ്ടായിരുന്നെങ്കിൽ അത് കടലിൽ വെച്ച് തന്നെ ചെയ്യാമായിരുന്നു. ഒരു സംശയവും അദ്ദേഹത്തിന്റെ മേൽ വീഴില്ലായിരുന്നു. സ്വന്തം രാജ്യത്ത് വെച്ച് അദ്ദേഹം ഇങ്ങനെയൊരു മണ്ടത്തരം കാണിക്കില്ല. ഇത് മറ്റാരോ ആണ്.'

ചോള സൈനികരെയെല്ലാം വിശ്രമകേന്ദ്രത്തിൽ നിർത്തിയിട്ട് വന്നത് വലിയൊരു അബദ്ധമായിപ്പോയെന്ന് വിജയന് തോന്നിത്തുടങ്ങിയിരുന്നു. നരസിംഹന്റെ യോദ്ധാ-വെന്ന നിലയിലുള്ള വീര്യം നിറഞ്ഞകഥകൾ പലതവണ കേട്ടിട്ടുണ്ടെങ്കിലും, ഗംഗൈകൊണ്ട ചോളപുരത്ത് വെച്ച് ഈ അടുത്ത കാലത്താണ് അദ്ദേഹം ആ സേനാധിപതിയെ കണ്ടുമുട്ടിയത്. അതുകൊണ്ടുതന്നെ ആ കേട്ടറിവ് യാഥാർത്ഥ്യവുമായി

എത്രത്തോളം പൊരുത്തപ്പെടുന്നുണ്ടെന്ന് വിജയന് മനസ്സിലാക്കാൻ കഴിഞ്ഞിരുന്നില്ല. യുദ്ധവും രക്തച്ചൊരിച്ചിലും മടുത്ത് ജീവിതത്തിൽ പൂർണ്ണമായ മാറ്റം വരുത്തി, അഹിംസയുടെ പാത സ്വീകരിച്ച് സസ്യാഹാരികളായി മാറിയ പല മഹായോദ്ധാക്കളെക്കുറിച്ചും വിജയൻ കേട്ടിട്ടുണ്ട്. ഒരിക്കൽ നരസിംഹൻ ഒരു പാറ്റയെ ചവിട്ടാൻ പോലും മടിക്കുന്നത് അദ്ദേഹം കണ്ടിട്ടുമുണ്ട്. എല്ലാ ഭാരതീയരെയും പോലെ വിജയനും അഹിംസയുടെ പാതയിലുള്ളവരെ ബഹുമാനിച്ചിരുന്നെങ്കിലും, തൊട്ടുമുന്നിലൊരു ഭീഷണി ഉയർന്നുവന്ന ഈ നിമിഷത്തിൽ, നരസിംഹന്റെ യോദ്ധാവായ അവതാരത്തെയായിരുന്നു അദ്ദേഹം അരികിൽ ആഗ്രഹിച്ചത്. ക്രൂരന്മാരായ തുർക്കികളെ നേരിടേണ്ടി വരുമ്പോൾ നരസിംഹന്റെ ആ പഴയ രൂപം തിരികെ വരുമെന്ന് വിജയന് അറിയാമായിരുന്നു. എന്നാൽ തങ്ങളെപ്പോലെ തന്നെയുള്ള ഭാരതീയർക്കെതിരെ? ഒരുപക്ഷേ അതുണ്ടായെന്നുവരില്ല. പക്ഷേ, ആ ചിന്തകൾ അദ്ദേഹം തന്നിൽത്തന്നെ ഒതുക്കി.

'കൽപന തന്നാലും, പ്രഭോ.' വിജയൻ പറഞ്ഞു. 'നമ്മൾ അവരെ നേരിടണോ?'

'വേണ്ട.' ചോളസേനാപതി ദൃഢമായി മറുപടി നൽകി. 'നമ്മളൊരു രഹസ്യദൗത്യത്തിലാണ്. ആരുടെയും ശ്രദ്ധ ആകർഷിക്കാൻ പാടില്ല. അവർ ചെയ്യുന്നതുപോലെ നമുക്കും ചെയ്യാം. അവർ ആക്രമിച്ചാൽ, നമ്മളും ആക്രമിക്കും.'

കുറച്ച് ദൂരം കൂടി ഇരുവരും നിശ്ശബ്ദരായി നടന്നു. പക്ഷേ അപ്രതീക്ഷിതമായി ഒന്നും സംഭവിച്ചില്ല. ഒടുവിൽ അവർ മലമുകളിലെത്തി, അയ്യപ്പസ്വാമി ക്ഷേത്രത്തിലേക്കുള്ള ഭീമാകാരമായ കവാടത്തിന് മുന്നിൽ നിന്നു. വലിയ കരിങ്കല്ലിൽ തീർത്ത ആ നിർമ്മിതിയുടെ ഇരുവശത്തുമായി ആനയുടെ ആകൃതിയിലുള്ള പീഠങ്ങളിൽ വലിയ തളികകളിൽ തീ ആളിക്കത്തുന്നുണ്ടായിരുന്നു. കവാടത്തിന് മുകളിൽ ക്ഷേത്രത്തിലെ പ്രധാന പ്രതിഷ്ഠയായ അയ്യപ്പസ്വാമിയുടെ മനോഹരമായ ഒരു ശിൽപം. തന്റെ വാഹനമായ ഗർജ്ജിക്കുന്ന കടുവയുടെ അരികിൽ, തലയുയർത്തി അഭിമാനത്തോടും നിശ്ചയദാർഢ്യത്തോടും കൂടി ഒരു കയ്യിൽ വില്ലും മറുകയ്യിൽ മൂന്ന് അമ്പുകളും പിടിച്ച് ഭഗവാൻ നിലകൊള്ളുന്നു.

ക്ഷേത്രസമുച്ചയത്തിന്റെ അതിർത്തിയിൽ ക്ഷേത്രത്തിലെ കാവൽക്കാർ കുതിരപ്പുറത്ത് നിലയുറപ്പിച്ചിരുന്നു. കാൽനടയായി ചുറ്റിനടക്കുന്ന കാവൽക്കാർ ഭക്തരെ ആദരവോടെ ഒരു നിരയിലേക്ക് നയിച്ചു. കവാടത്തിലൂടെ അകത്തേക്ക് കടത്തിവിടുന്നതിന് മുൻപ് അവർ ഭക്തരോട് വിവേകപൂർവ്വം കാര്യങ്ങൾ ചോദിച്ചറിയുന്നത് ചോള ദേശത്തുനിന്നുള്ള ആ രണ്ടുപേരും ശ്രദ്ധിച്ചു. കവാടത്തിനരികിൽ ഒരു ആന നില്പുണ്ടായിരുന്നു. പാപ്പാന്റെ നിർദ്ദേശപ്രകാരം, അത് തുമ്പിക്കൈ ഉയർത്തി അകത്തേക്ക് പ്രവേശിക്കുന്ന ഓരോ ഭക്തന്റെയും തലയിൽ മെല്ലെ വെച്ച് അവരെ അനുഗ്രഹിച്ചു.

'നമ്മൾ ഏതാണ്ട് എത്തി.' പുരാതനമായ ആ ക്ഷേത്രത്തിന്റെ പ്രവേശന കവാടത്തിൽ തിങ്ങിക്കൂടിയ ഭക്തരുടെ തിരക്കിനിടയിൽ ഒരിടം കണ്ടെത്താൻ ശ്രമിച്ചുകൊണ്ട് നരസിംഹൻ മന്ത്രിച്ചു. 'ആദ്യം നമുക്ക് അനുഗ്രഹം തേടാം. അതിനുശേഷം വാവർ നടയിലേക്ക് പോകാം.'

പിന്തുടരുന്നവർ പിന്നിലായിപ്പോയെന്ന് അവർക്ക് ഒരു നിമിഷത്തേക്ക് തോന്നി. ഒരുപക്ഷേ അതൊരു തെറ്റായ തോന്നലായിരിക്കാം. നരസിംഹന്റെ മനസ്സ് അദ്ദേഹത്തിന് മുന്നറിയിപ്പ് നൽകിക്കൊണ്ടേയിരുന്നു.

'പക്ഷേ നമുക്ക് പതിനെട്ടാം പടി കയറാൻ കഴിയില്ലല്ലോ.' വിജയൻ പറഞ്ഞു. കഠിനമായ നാല്പത്തിയൊന്ന് ദിവസത്തെ വ്രതം അനുഷ്ഠിച്ചവർക്ക് മാത്രമേ ശ്രീകോവിലിലേക്കുള്ള പതിനെട്ട് പടികൾ കയറാൻ അനുവാദമുണ്ടായിരുന്നുള്ളൂ. നരസിംഹനും വിജയനും ആ വ്രതം എടുത്തിരുന്നില്ല. കടന്നുപോകുമ്പോൾ തിളങ്ങുന്ന ഒരു ചെമ്പ് തൂൺ വിജയന്റെ ശ്രദ്ധയിൽപ്പെട്ടു.

'വേണ്ട, നമ്മൾ പടികൾ കയറുന്നില്ല.' അതേ ചെമ്പ് തൂണിലേക്ക് നോക്കിക്കൊണ്ട് നരസിംഹൻ പറഞ്ഞു. പിന്നിലെ ദൃശ്യം വ്യക്തമായി പ്രതിഫലിക്കാൻ തക്ക തിളക്കം അതിനുണ്ടായിരുന്നു. 'നമ്മുടെ സുഹൃത്തുക്കൾക്ക്...'

'...കുറച്ച് കൂട്ടുകാരെ കൂടി കിട്ടിയെന്ന് തോന്നുന്നു.' പിന്തുടരുന്നവരുടെ എണ്ണം പെട്ടെന്ന് കണക്കുകൂട്ടിക്കൊണ്ട് നരസിംഹന്റെ വാചകം വിജയൻ പൂർത്തിയാക്കി. 'അവർ ഒത്ത് കൂടിയിരിക്കുന്നു. പതിനാല് പേർ.'

'മ്മ്...' നരസിംഹൻ മൂളി.

വിജയൻ കണ്ണുകൾ കൂർപ്പിച്ചു. 'ഈ ജനക്കൂട്ടത്തിനിടയിൽ, കുറ്റന്മാരായ ഈ ക്ഷേത്ര കാവൽക്കാരുടെ മുന്നിൽ വെച്ച് അവർ നമ്മളെ ആക്രമിക്കുമെന്ന് എനിക്ക് തോന്നുന്നില്ല.' അദ്ദേഹം പെട്ടെന്ന് നിവർന്നുനിന്നു. 'അവരിൽ ഒരാൾ അമാൽ ആണെങ്കിലോ? നമ്മൾ തേടുന്നയാൾ നമ്മളെ തേടി വന്ന് പരീക്ഷിക്കുന്നതാണെങ്കിലോ?'

'സാധ്യതയുണ്ട്...' നരസിംഹൻ സമ്മതിച്ചു. 'പക്ഷേ വാവർ നടയിൽ വെച്ച് കാണാമെന്നാണല്ലോ അയാൾ പറഞ്ഞിരുന്നത്, ഇവിടെ വെച്ചല്ല. അതുകൊണ്ട് നമുക്ക് ജാഗ്രത കൈവിടാതിരിക്കാം...'

'ശരി, പ്രഭോ.'

ജനക്കൂട്ടത്തിൽ അലിഞ്ഞുചേർന്ന് എന്തെങ്കിലും സംഭവിക്കാൻ വേണ്ടി കാത്തിരിക്കുന്നതിനോട് വിജയന് യോജിപ്പുണ്ടായിരുന്നില്ല. പക്ഷേ അവർക്ക് മറ്റ് വഴികളില്ലായിരുന്നു.

ഇരുവരും തീർത്ഥാടകരുടെ വളഞ്ഞുപുളഞ്ഞ നിരയിലേക്ക് തള്ളിക്കയറി ക്ഷേത്രകവാടം ലക്ഷ്യമാക്കി പതുക്കെ മുന്നോട്ട് നീങ്ങി. കടുവകളും പുള്ളിപ്പുലികളും മറ്റ് ഇരപിടിയൻ മൃഗങ്ങളും നിറഞ്ഞ, ഇടതൂർന്ന വനപ്രദേശമായതുകൊണ്ട് പല ഭക്തരുടെയും കയ്യിലെ ആയുധങ്ങൾ ഒരു സാധാരണ കാഴ്ചയായിരുന്നു.

നമ്മൾ ഒരു കെണിയിൽ ചെന്നുപെട്ടോ? നരസിംഹൻ തലയാട്ടി. അദ്ദേഹം രാജസിംഹനെ വിശ്വസിച്ചു. അതിനൊരു ലളിതമായ കാരണമുണ്ടായിരുന്നു. രാജേന്ദ്ര ചോളൻ ആ ചേര രാജാവിനെ വിശ്വസിച്ചിരുന്നു. ചോള ചക്രവർത്തി മനുഷ്യരെ തിരിച്ചറിയുന്നതിൽ അസാമാന്യ കഴിവുള്ളയാളായിരുന്നു. പോരാത്തതിന്, എല്ലാവർക്കും അറിയാവുന്നതുപോലെ രാജസിംഹൻ ഒരു വലിയ ശിവഭക്തനായിരുന്നു. ഗസ്നിയിലെ മഹ്മൂദിനെ ലക്ഷ്യം വെക്കുന്ന ഈ ദൗത്യത്തെ സ്വാഭാവികമായും അദ്ദേഹം പിന്തുണയ്ക്കും. ഏറ്റവും ഉറപ്പിച്ച കാര്യം, ഭാരതത്തിലെ സാധാരണക്കാരായ മതവിശ്വാസികൾക്കിടയിൽ നിലനിന്നിരുന്ന സൗഹൃദത്തിന്റെയും ഐക്യത്തിന്റെയും സാഹോദര്യത്തിന്റെയും പ്രതീകമായിരുന്നു അമാലിന്റെ ജോലി എന്നതാണ്. തലമുറകളായി അയ്യപ്പസ്വാമിയെ അതീവ വിശ്വസ്തതയോടും അർപ്പണബോധത്തോടും കൂടി സേവിച്ചിരുന്ന മുസ്ലീങ്ങളുടെ ഒരു പരമ്പരയിൽ നിന്നാണ് അദ്ദേഹം

വരുന്നത്. ശബരിമലനാഥന്റെ പ്രശസ്തനായ മുസ്ലീം ഭക്തൻ വാവരുടെ പിൻഗാമിയായിരുന്നു അദ്ദേഹം. മുന്നൂറ് വർഷങ്ങൾക്ക് മുൻപ് നടന്ന ഭീകരമായ അറബ് നാവിക ആക്രമണത്തിൽ നിന്നും ഈ ക്ഷേത്രത്തെ സംരക്ഷിച്ചത് വാവരായിരുന്നു. സ്വന്തം ഇസ്ലാമിക വിശ്വാസം മുറുകെ പിടിക്കുമ്പോൾ തന്നെ, ഹൈന്ദവ ധർമ്മത്തെ സംരക്ഷിക്കാൻ സത്യപ്രതിജ്ഞയെടുത്ത ഒരു വംശത്തിൽ നിന്നാണ് അമാൽ വരുന്നത്. ശത്രുവിന്റെ അതേ വിശ്വാസമായിരിക്കാം അമാലിന്റേതും. പക്ഷേ അയാൾ ഭാരതപുത്രനായിരുന്നു.

ഒരുപക്ഷേ ഇത് മറ്റെന്തെങ്കിലും ആവാം...

'സ്വാമിയേ ശരണം അയ്യപ്പാ! സ്വാമിയേ ശരണം അയ്യപ്പാ!' ജനക്കൂട്ടം ഭക്തിയുടെ നിറവിലായിരുന്നു. കവാടത്തിലെ കാവൽക്കാർ അപ്പോഴും കുറേ വാര അകലെയായിരുന്നു.

'ഈ വർഷം അൽപം പതുക്കെയാണല്ലോ, അല്ലേ?' അവരുടെ പിന്നിൽ നിന്ന് ശാന്തമായ ഒരു ശബ്ദം കേട്ടു. ചോളപുരത്തുനിന്നുള്ള ആ പുരുഷന്മാർ പേശികൾ വലിഞ്ഞുമുറുക്കി തോളുകൾക്ക് മുകളിലൂടെ തിരിഞ്ഞുനോക്കി. അവരുടെ പിന്നിൽ, ഒരു വഷളൻ ചിരിയുടെ വക്കോളമെത്തുന്ന മനോഹരമായ പുഞ്ചിരിയോടെ ഉയരമുള്ള, തടിച്ച ഒരു ഭക്തൻ നിൽക്കുന്നുണ്ടായിരുന്നു. അവരെ പിന്തുടർന്ന സംഘത്തിൽപ്പെട്ട ആളായിരുന്നില്ല അയാൾ. താടി വടിച്ച അയാളുടെ മുഖം വെയിലും കാറ്റുമേറ്റ് വാടിയിരുന്നു. ഏതാണ്ട് നരസിംഹന്റെയത്രയും ഉയരമുണ്ടായിരുന്ന ആ മനുഷ്യൻ കറുത്ത ധോത്തിയും കഴുത്തിൽ മറ്റ് തീർത്ഥാടകരെപ്പോലെ രുദ്രാക്ഷ മാലകളും ധരിച്ചിരുന്നു.

'സാധാരണയായി കവാടങ്ങളിൽ കാവൽക്കാരെ കാണാറില്ല.' ആഗതൻ ആവശ്യപ്പെടാതെ തന്നെ ഒരു വിശദീകരണം നൽകി. അസ്വസ്ഥതയുളവാക്കുന്നത്ര സൗഹൃദത്തോടെയായിരുന്നു അയാളുടെ സംസാരം. 'ആളുകൾ ഇഷ്ടം പോലെ വരികയും പോകുകയുമാണ് പതിവ്.'

നരസിംഹൻ സൗമ്യമായി അയാളുടെ കണ്ണുകളിലേക്ക് നോക്കി പുഞ്ചിരിച്ചു, എന്നിട്ട് തിരിഞ്ഞുനിന്നു. ചോള യോദ്ധാക്കൾക്ക് ആസന്നമായ അപകടം മണത്തിരുന്നു. അവർ തങ്ങളുടെ വാളുകളുടെ പിടികളിൽ കൈകൾ വെച്ച് തയ്യാറെടുത്തു.

ഒരുപക്ഷേ ഈ മനുഷ്യനും അവരെ പിന്തുടരുന്നവരുമായി ചേർന്ന് പ്രവർത്തിക്കുന്നയാളാകാം. അങ്ങനെയെങ്കിൽ ഇപ്പോൾ പതിനഞ്ച് എതിരാളികളുണ്ടാകാം.

നരസിംഹൻ നെറ്റിചുളിച്ചു. ആ മനുഷ്യന്റെ സംസാരശൈലി എവിടെയോ കേട്ട് പരിചയമുള്ളതുപോലെ. അത് വിചിത്രമാംവിധം പരിചിതമായി തോന്നി. എന്നാൽ ആ നിഗൂഢനായ മനുഷ്യൻ അടുത്തതായി പറഞ്ഞ വാക്കുകൾ ആ രണ്ടുപേരെയും ഞെട്ടിച്ചു... തുളഞ്ഞുകയറുന്ന വാക്കുകൾ ഭയാനകവും എന്നാൽ ശാന്തവുമായ ശബ്ദത്തിൽ അയാൾ പറഞ്ഞു.

'നിങ്ങൾക്ക് ദേഷ്യം വരുന്നില്ലേ? രാജേന്ദ്ര ചോളന്റെ വേട്ടപ്പട്ടി നരസിംഹനെ ഒരു തെരുവുനായയെപ്പോലെ കാത്തുനിർത്താൻ ഈ കാവൽക്കാർക്ക് എങ്ങനെ ധൈര്യം വന്നു? നിങ്ങളുടെ കുപ്രസിദ്ധമായ കോപത്തിൽ മുന്നോട്ട് ചെന്ന് ഇവരെ വെട്ടിനുറുക്കിക്കളയുന്നില്ലേ?'

ആ രണ്ടുപേരും സ്തബ്ധരായിപ്പോയി. തങ്ങളുടെ മുഖംമൂടി അഴിഞ്ഞുവീണിരിക്കുന്നു.

വന്യമായ വേഗതയോട്ടും കൗശലത്തോടും കൂടി അവർ ഒരുമിച്ച് വെട്ടിത്തിരിഞ്ഞു. നരസിംഹൻ തന്റെ ശക്തമായ ഒരു കൈ ആ മനുഷ്യന്റെ തോളിലൂടെ ചുറ്റി. ആ സൗഹൃദപരമായ നീക്കത്തിൽ അപരിചിതന്റെ മുഖം വിളറിവെളുത്തു. അയാളുടെ വഷളൻ ചിരി മാഞ്ഞ് നെറ്റിയിൽ അത്ഭുതത്തിന്റെ ചുളിവുകൾ വീണു. അയാൾ തന്റെ അരപ്പട്ടയിൽ തിരുകിയിരുന്ന കഠാര വലിച്ചൂരിയതും, വിജയൻ അയാളുടെ കൈ പിടിച്ച് പൊടുന്നനെ തിരിച്ചു. കഠാരയുടെ പരന്ന ഭാഗം അതിക്രമിച്ചുകയറിയവന്റെ മുതുകിൽ അമർന്നു.

'പെരുമാൾ, എന്റെ സുഹൃത്തേ!' തിങ്ങിനിറഞ്ഞ ജനക്കൂട്ടത്തിൽ നിന്ന് ആ മനുഷ്യനെ വലിച്ചുമാറ്റിക്കൊണ്ട് വായിൽ വന്നൊരു പേരും വിളിച്ച് നരസിംഹൻ ചിരിച്ചഭിനയിച്ചു. 'എത്രയോ വർഷങ്ങൾക്ക് ശേഷമാണ് കാണുന്നത്. വരൂ, നമുക്ക് പഴയ കാര്യങ്ങളൊക്കെ ഒന്ന് സംസാരിക്കാം!'

തങ്ങളുടെ കള്ളത്തരം പൊളിഞ്ഞെങ്കിൽ, അതെങ്ങനെയെന്നും ആരാണ് ഉത്തരവാദിയെന്നും അദ്ദേഹത്തിന് അറിയണമായിരുന്നു.

'അതെ, പെരുമാൾ,' ആ മനുഷ്യന്റെ കൈത്തണ്ടയിലെ പിടി മുറുക്കി അത് തിരിച്ചുകൊണ്ട് വിജയൻ പല്ലിറുമ്മി. കഠാര താഴെ

വീണതും വിജയൻ അത് തന്റെ കാൽകൊണ്ട് നനഞ്ഞ മണ്ണിലേക്ക് ചവിട്ടിത്താഴ്ത്തി.

ആൾക്കൂട്ടത്തിനിടയിലൂടെ തെന്നിത്തെറിച്ച്, തങ്ങളുടെ ബന്ധിയുടെ കൂട്ടാളികൾക്ക് മുന്നിൽ പെടാതെ അവർ നീങ്ങി. ഒടുവിൽ അവർ ആ ജനസഞ്ചയത്തെ പിന്നിലാക്കി ഇടതൂർന്ന വനത്തിലേക്ക് കയറി. അവർക്ക് പിന്നിലായി, പിന്തുടർന്ന് വന്നവർ അവരുടെ കൂട്ടാളിക്കായി ജനക്കൂട്ടത്തിന് നടുവിലേക്ക് ഒഴുകിയിറങ്ങി. പക്ഷെ അപ്പോഴേക്കും ആ യോദ്ധാക്കൾ ബന്ദിയെയും കൊണ്ട് ഇരുളിലേക്ക് മറഞ്ഞിരുന്നു.

അദ്ധ്യായം 8

കുറ്റബോധം എന്ന വാൾ

പൂങ്കാവനം, ചേര ദേശം

ക്ഷേത്രത്തിലെ വിളക്കുകളുടെ നേരിയ വെളിച്ചവും തീർത്ഥാടകരുടെ ഒറ്റയടിപ്പാതയും വിട്ട്, ഇടതൂർന്ന മരങ്ങൾക്കിടയിലൂടെ ചന്ദ്രരശ്മിയുടെ കീറുകൾ അരിച്ചിറങ്ങുന്ന ഒരു പുൽമേട്ടിൽ അവർ നിന്നു. വിജയൻ അയാളുടെ അംഗവസ്ത്രം ഊരിയെടുത്ത്, ഉയരം കുറഞ്ഞ ഒരു മുട്ടിപ്പഴമരത്തിൽ അയാളുടെ കൈകൾ പിന്നിലേക്ക് ചേർത്ത് ബന്ധിച്ചു. ആ മരത്തിന്റെ തടിയിൽ പറ്റിപ്പിടിച്ചിരുന്ന ഇളംചുവപ്പ് നിറത്തിലുള്ള കായകളുടെ കയ്ക്കുന്ന നീര് നുഴഞ്ഞുകയറ്റക്കാരന്റെ ധോത്തിയിൽ പടർന്നു. അത് അയാളുടെ കാലുകളിൽ നിന്ന് രക്തം ഒലിച്ചിറങ്ങുകയാണെന്ന പ്രതീതി ജനിപ്പിച്ചു. നിരായുധനാക്കപ്പെട്ടിട്ടും അയാൾ പോരാടിയ രീതി കണ്ടപ്പോൾത്തന്നെ അയാൾ പരിശീലനം സിദ്ധിച്ച ഒരു സൈനികനാണെന്ന് നരസിംഹനും വിജയനും വ്യക്തമായിരുന്നു. പക്ഷേ, അയാൾ ഒരു ചോള സൈനികനല്ലെന്ന് ഉറപ്പായിരുന്നു. ജീവിച്ചിരിക്കുന്ന ഏറ്റവും കരുത്തനായ യോദ്ധാക്കളിലൊരാളായ നരസിംഹന് അയാൾ ഒരു എതിരാളിയേ ആയിരുന്നില്ല. പ്രത്യേകിച്ചും ചോള സേനാപതി തന്റെ പോരാട്ടവീര്യം വീണ്ടെടുത്ത ആ നിമിഷത്തിൽ.

നരസിംഹൻ തന്റെ കരുത്തുറ്റ കൈമുട്ട് നുഴഞ്ഞുകയറ്റക്കാരന്റെ നെഞ്ചിൽ അമർത്തി അയാളെ മരത്തടിയിൽ ചേർത്തുനിർത്തി. കൈകൾ പിന്നിൽ മരത്തോട് ചേർത്തുകെട്ടിയതിനാൽ ആ ശത്രുവിന് അനങ്ങാൻ കഴിഞ്ഞില്ല. ചോള സേനാപതി തന്റെ

പോർക്കത്തി വലിച്ചൂരി അയാളുടെ കഴുത്തിൽ വെച്ചു. അതേസമയം വിജയൻ ആവനാഴിയിൽ നിന്ന് ഒരമ്പെടുത്ത് വില്ലിന്റെ ഞാണിൽ കോർത്ത് തിരിഞ്ഞുനിന്ന്, ശത്രുവിന്റെ കൂട്ടാളികൾക്കായി വനത്തിലേക്ക് കണ്ണോടിച്ചുകൊണ്ട് കാവൽ നിന്നു.

'പറയെടാ.' നരസിംഹൻ ഭീഷണിയുടെ സ്വരത്തിൽ പറഞ്ഞു. 'ആരാണ് നീ? നിനക്കെങ്ങനെ എന്റെ പേര് അറിയാം? നീയും നിന്റെ ആളുകളും എന്തിനാ ഞങ്ങളെ പിന്തുടർന്നത്? നീയാണോ അമാൽ ? അമാലിന് വേണ്ടിയാണോ നീ പണിയെടുക്കുന്നത്?'

തടവുകാരൻ ധിക്കാരത്തോടെ പുച്ഛിച്ചു ചിരിച്ചു. 'ഏത് കോപ്പിലെ അമാൽ?'

നരസിംഹൻ കത്തിയുടെ പിടി കൊണ്ട് അയാളുടെ മുഖത്ത് പുറംകയ്യാൽ ഒരടി കൊടുത്തു. 'നിനക്കെന്റെ പേരെങ്ങനെ അറിയാം?'

അയാൾ വായിൽ നിറഞ്ഞ ചോര തുപ്പിക്കളഞ്ഞു. അയാളുടെ ശരീരത്തിലെ ഓരോ രോമകൂപത്തിൽ നിന്നും വെറുപ്പും അടങ്ങാത്ത രോഷവും പ്രവഹിക്കുന്നതുപോലെ അയാൾ നരസിംഹനെ തുറിച്ചുനോക്കി. 'ആർക്കാ നിന്റെ പേരറിയാത്തത്? നിന്റെ ക്രൂരമായ രക്തദാഹത്തെയും ക്രൂരതയെ കുറിച്ചും ആർക്കാണറിയാത്തത്?'

വിജയൻ തടവുകാരനെ തിരിഞ്ഞുനോക്കിയില്ല. അദ്ദേഹത്തിന്റെ കണ്ണുകൾ മുന്നോട്ട് തന്നെയായിരുന്നു, ശത്രുവിന്റെ കൂട്ടാളികൾ എവിടെ നിന്നാണ് ആക്രമിക്കുക എന്നറിയാൻ. പക്ഷെ നരസിംഹൻ ഒരുകാലത്ത് ചെയ്യാൻ പ്രാപ്തമായിരുന്ന ക്രൂരതയുടെ കഥകൾ അദ്ദേഹം കേട്ടിരുന്നു. എങ്കിലും, സേനാപതിയെ പരിചയപ്പെട്ടതിന് ശേഷം അതൊന്നും അദ്ദേഹത്തിൽ കണ്ടിരുന്നില്ല.

നരസിംഹൻ തന്റെ ശത്രുവിനെത്തന്നെ ഉറ്റുനോക്കി. ആ കണ്ണുകൾ അയാളിൽ തറഞ്ഞുനിന്നു. അതിൽ ക്രൗര്യം നിറഞ്ഞിരുന്നു. സ്വരം ഭീഷണമായിരുന്നു. 'നിന്റെ അധിക്ഷേപങ്ങൾ ഇവിടെ ഏശില്ല. ഞങ്ങൾ ചോദിക്കുന്നതിന് മറുപടി കിട്ടിയില്ലെങ്കിൽ ഒരു പെരുച്ചാഴിയെ കൊല്ലുന്നതുപോലെ നിന്നെ ഞാൻ കൊത്തി നുറുക്കും.'

വിജയന്റെ രക്തം തണുത്തുറഞ്ഞു. വെറും വാക്കുകൾ കേട്ടിട്ടായിരുന്നില്ല അത്. ആ സ്വരമായിരുന്നു കാരണം. അദ്ദേഹം തന്റെ സേനാപതിയെ അത്തരമൊരു സ്വരത്തിൽ മുൻപ് മുൻപ്

കേട്ടിട്ടില്ല. ചോളരുടെ ശത്രുക്കൾ എന്തിനാണ് നരസിംഹനെ ഇത്രയധികം ഭയക്കുന്നതെന്ന് ഇപ്പോൾ മനസ്സിലായി. എന്നാൽ ഒരു മികച്ച സൈനികനെപ്പോലെ, അദ്ദേഹം തന്റെ കണ്ണുകൾ ശരിയായ ദിശയിൽ തന്നെ ഉറപ്പിച്ചുനിർത്തി. മുന്നിലുള്ള മരങ്ങൾക്കിടയിലേക്ക്. അവിടെ നിന്നായിരിക്കും തടവുകാരന്റെ കൂട്ടാളികൾ അവനെ തിരഞ്ഞുവരുന്നത്.

ആക്രമിച്ചയാൾ തുടർന്നു, 'നീ ഇന്നിവിടെ മരിക്കും, നരസിംഹാ. വാതാപി ഭരിക്കും! സത്യാശ്രയക്ക് വേണ്ടി പ്രതികാരം നടന്നിരിക്കും!'

നരസിംഹൻ ഞെട്ടിത്തരിച്ചുപോയി.

സത്യാശ്രയ... ചാലൂക്യർ... നമ്മുടെ നാടിന്റെ ഇത്രയും ഉള്ളിലോ?!

ചോളന്മാരും ചാലൂക്യരും രണ്ട് പതിറ്റാണ്ടിലേറെയായി ഇടവിട്ട യുദ്ധത്തിലായിരുന്നു. പോരാട്ടങ്ങൾ തുടങ്ങിയത് ക്രിസ്തുവർഷം ആയിരത്തി എട്ടിൽ ആയിരുന്നു. അന്നത്തെ കിരീടാവകാശിയായ രാജേന്ദ്ര ചോളൻ, ചാലൂക്യ ചക്രവർത്തിയായ സത്യാശ്രയയുമായി ആ വർഷം മുഴുവൻ ഘോരമായ യുദ്ധങ്ങൾ നടത്തി. അതിൽ അവസാനത്തേത് കൃഷ്ണ നദിയുടെ തീരത്തുള്ള തോന്നൂരിൽ വെച്ചായിരുന്നു. നേർക്കുനേർ നടന്ന പോരാട്ടത്തിൽ രാജേന്ദ്ര ചോളൻ സത്യാശ്രയയെ വധിച്ചു. അതോടെ ആ പ്രദേശത്തെ പിടിച്ചുകുലുക്കിയ ഏറ്റവും അക്രമാസക്തമായ പോരാട്ടങ്ങളിലൊന്ന് ചാലൂക്യരുടെ പരാജയത്തിൽ അവസാനിച്ചു. ഒരു ദശാബ്ദത്തിലേറെക്കാലം തങ്ങളുടെ മുറിവുകൾ നക്കിത്തുടച്ച അവർ ആയിരത്തി തൊള്ളായിരത്തി പത്താം ആണ്ടിൽ വീണ്ടും ചോളന്മാരെ ആക്രമിച്ചു. രാജേന്ദ്ര ചോളൻ കഠിനമായി പോരാടി. അദ്ദേഹത്തിന്റെ സേനാപതി, ചാലൂക്യ ദേശത്തിന്റെ തെക്കൻ ഭാഗങ്ങളിലൂടെ അതിക്രൂരമായ ഒരു തേർവാഴ്ച നടത്തി. രക്തരൂക്ഷിതമായ ആ മുന്നേറ്റം ശത്രുവിനെ ഞെട്ടിച്ചും ഭയപ്പെടുത്തിയും ഒരിക്കൽ കൂടി കീഴടങ്ങാൻ നിർബന്ധിതരാക്കി. അന്ന് ചാലൂക്യ രാജ്യത്തിന്റെ വലിയൊരു ഭാഗം ചോളന്മാർ പിടിച്ചടക്കി. അതോടെ ചാലൂക്യർ വാതാപിയിലുള്ള അവരുടെ തലസ്ഥാനത്തേക്ക് പിൻവാങ്ങി. പിന്നീട് ഒരു ദശാബ്ദത്തോളം സമാധാനം നിലനിന്നു.

ഈ യുദ്ധപരമ്പരകൾ ഇന്ത്യൻ ഉപഭൂഖണ്ഡത്തിന്റെ ദക്ഷിണ മേഖലയിൽ ചോളന്മാരുടെ നിർണ്ണായകമായ ആധിപത്യം ഉറപ്പിച്ചു.

നരസിംഹൻ എന്ന ചെറുപ്പക്കാരനായ, കരുത്തനായ ചോള യോദ്ധാവിന്റെ ഉദയത്തിനും അത് വഴിവെച്ചു. ചാലൂക്യർക്കെതിരെ അയാൾ ധീരമായും ക്രൂരമായും പോരാടി. ആദ്യ യുദ്ധത്തിൽ ഒരു സാധാരണ സൈനിക ഉദ്യോഗസ്ഥൻ മാത്രമായിരുന്നപ്പോൾ നരസിംഹൻ രാജേന്ദ്ര ചോളന്റെ ശ്രദ്ധയിൽപ്പെട്ടു. പിന്നീട്, ഒരു ദശാബ്ദത്തിനിപ്പുറം നടന്ന രക്തരൂക്ഷിതമായ മുന്നേറ്റത്തിൽ സേനാപതിയായി ചോളസൈന്യത്തെ നയിച്ചപ്പോൾ ഒരിക്കൽക്കൂടി. അവർ നരസിംഹനെ വെറുത്തതിൽ അതിശയിക്കാനില്ല.

നരസിംഹന്റെ മനസ്സിൽ ഒരു ചിന്ത മിന്നിമറഞ്ഞു. *അവരുടെ അവസാന പരാജയത്തിന് ശേഷം ഒരു ദശാബ്ദം കഴിഞ്ഞിരിക്കുന്നു. ചാലൂക്യർ നമുക്കെതിരെ മറ്റൊരു യുദ്ധത്തിന് കോപ്പുകൂട്ടുകയാണോ? ആരാണ് എന്റെ സംഘത്തെക്കുറിച്ച് അവരോട് പറഞ്ഞത്? ഞങ്ങളുടെ ഇടം വെളിപ്പെടുത്തിയത് ആരാണ്?*

ചാലൂക്യ സൈനികൻ നരസിംഹന്റെ ചോദ്യങ്ങളിലൊന്നിന് സ്വയം ഉത്തരം നൽകി. 'കൊല്ലത്ത് വെച്ച് നിന്നെ കാണാൻ കഴിഞ്ഞത് അയ്യപ്പ ഭഗവാന്റെ അനുഗ്രഹം. നിന്റെ മുഖം ഒരിക്കലും മറക്കാനാവില്ല. നീ എന്റെ എല്ലാ സുഹൃത്തുക്കളെയും മൃഗീയമായി കൊന്നു. ഒടുവിൽ ഒരു പരിഹാസത്തോടെ എന്നെ ജീവനോടെ വിട്ടു...'

എനിക്കോർമ്മയുണ്ട്...

'അതെ...' നരസിംഹൻ മുരണ്ടുകൊണ്ട് ഇടയിൽ കയറി. കുറ്റബോധത്തിന്റെയും പശ്ചാത്താപത്തിന്റെയും പാളികൾക്കടിയിൽ ആഴത്തിൽ കുഴിച്ചുമൂടപ്പെട്ട രക്തദാഹിയായ യോദ്ധാവ് വീണ്ടും പതുക്കെ പുറത്തുവരികയായിരുന്നു. കാരണം, ഏറെ നാളുകൾക്ക് ശേഷം, കൊല്ലാൻ യോഗ്യനെന്ന് താൻ വിശ്വസിക്കുന്ന ഒരുവൻ തന്റെ മുന്നിൽ നിൽക്കുന്നു. 'എനിക്കോർമ്മയുണ്ട്... ഞാൻ പറഞ്ഞത് ഇങ്ങനെയാണെന്നാണ് എന്റെ ഓർമ്മ, കിടക്കയിൽ മുള്ളുന്ന എലികളെ ഞാൻ കൊല്ലാറില്ലെന്ന്... ഒരുപക്ഷേ നിന്നെയിപ്പോൾ കൊല്ലാൻ കൊള്ളാമായിരിക്കും.'

ചാലൂക്യ സൈനികൻ കോപം കൊണ്ട് പല്ലിറുമ്മി. *അവനിപ്പോൾ ഓർമ്മവന്നിരിക്കുന്നു... കൊല്ലാനുള്ള സമയമിതാണ്.*

അതേ നിമിഷം, നരസിംഹൻ ചാലൂക്യന്റെ തൊണ്ടമുഴയിൽ ആഞ്ഞിടിച്ചു. തന്റെ കത്തിയുടെ പിടികൊണ്ട് നിഷ്കരുണമായ ഒരിടി.

തൊണ്ടയിൽ പുറത്തേക്ക് തള്ളിനിൽക്കുന്ന ആ ഭാഗം തരുണാസ്ഥി കൊണ്ടാണ് നിർമ്മിച്ചിരിക്കുന്നത്. അത് തൊണ്ടയുടെ ഭിത്തികളെയും മുൻഭാഗത്തെയും, ഏറ്റവും പ്രധാനമായി സ്വര നാളികളെയും സംരക്ഷിക്കുന്നു. അതെല്ലാം ആ ഇടിയിൽ നിഷ്ഠൂരം തകർന്നുപോയിരുന്നു.

'നീ നിന്റെ കൂട്ടാളികളെ വിളിച്ചുകൂവാനൊരുങ്ങുകയായിരുന്നല്ലേ?' നരസിംഹൻ ക്രൂരമായി പുഞ്ചിരിച്ചു.

വേദനകൊണ്ട് പുളയുകയായിരുന്ന ആ സൈനികൻ ശബ്ദമുണ്ടാക്കാൻ പാടുപെട്ടു. പക്ഷെ തകർന്ന ശബ്ദപേടകത്തിന് ഒന്നും ചെയ്യാൻ കഴിഞ്ഞില്ല.

'ഇവനെ കൊല്ലൂ, സേനാധിപൻ,' വിജയൻ പതിഞ്ഞ ശബ്ദത്തിൽ ചീറ്റി. 'കൊല്ലത്തുവെച്ച് നമ്മളെ കണ്ടത് അയ്യപ്പസ്വാമിയുടെ അനുഗ്രഹം കൊണ്ടാണെന്നാണ് അവൻ പറഞ്ഞത്. അതൊരു യാദൃശ്ചികത മാത്രമായിരുന്നു. നമ്മുടെ സംഘത്തെപ്പറ്റി അവർക്ക് ഒരു രഹസ്യവിവരവുമില്ല. നമ്മുടെ ദൗത്യം സുരക്ഷിതമാണ്. ഇവനെ വേഗം കൊന്ന് നമുക്കിവിടെ നിന്ന് പോകാം.'

'ഒരുപക്ഷേ...' നരസിംഹൻ മന്ത്രിച്ചു. ഒരു നിമിഷം പോലും ആ ചാലൂക്യനിൽ നിന്ന് അദ്ദേഹം കണ്ണെടുത്തില്ല.

'സേനാധിപൻ...'

'ഈ പുഴുവിന് എന്തായാലും ഇനി സംസാരിക്കാൻ കഴിയില്ല.' നരസിംഹൻ പറഞ്ഞു.

നരസിംഹൻ തന്റെ കൂറ്റൻ ഇടതുകൈകൊണ്ട് ആ ചാലൂക്യന്റെ നെറ്റി മരത്തിലേക്ക് തള്ളിപ്പിടിച്ചു, തടസ്സങ്ങളില്ലാതെ വെട്ടാൻ പാകത്തിന് സ്ഥലം ഉണ്ടാക്കി. പിന്നീട്, വളരെ പതുക്കെ, ഒരു ശസ്ത്രക്രിയാ വിദഗ്ധന്റെ വൈദഗ്ധ്യത്തോടെ, അദ്ദേഹം തന്റെ കത്തികൊണ്ട് ആ ശത്രുവിന്റെ കഴുത്തറുത്തു. കഴുത്തിന്റെ വലത്തേ അറ്റത്തുനിന്ന് ഇടത്തേയറ്റം വരെ വൃത്താകൃതിയിലുള്ള ഒരു മുറിവ്. ആഴത്തിലുള്ളത്. കണ്ഠസിരകൾ മാത്രമല്ല, തലച്ചോറിലേക്കും കഴുത്തിലേക്കുമുള്ള ധമനികളും മുറിച്ചുമാറ്റാൻ തക്ക ആഴത്തിൽ.

രക്തം ഒരു നീരുറവപോലെ ചീറ്റിത്തെറിച്ചു, നരസിംഹന്റെ മുഖം രക്തത്തിൽ കുതിർന്ന് ചുവന്നു.

വിജയൻ തിരിഞ്ഞുനോക്കിയപ്പോൾ ആ ഭീകരദൃശ്യം കണ്ടു. രക്തക്കറ പുരണ്ട, അല്ല, ചോരയിൽ കുളിച്ചുനിൽക്കുന്ന നരസിംഹൻ. ജീവിതത്തിലാദ്യമായി അയാൾക്ക് വല്ലാത്ത ഭയം തോന്നി. 'സേനാധിപൻ... നമുക്ക് ഇവിടെ നിന്ന് പോകാം...'

നരസിംഹൻ തന്റെ അംഗവസ്ത്രം അഴിച്ചു. ചാലൂക്യനെ കെട്ടിയിടാൻ ഉപയോഗിച്ച അതേ തുണി. ജീവനറ്റ ശരീരം നിലത്തേക്ക് ഊർന്നു വീണു. ശേഷം, അതേ അംഗവസ്ത്രം കൊണ്ട് അദ്ദേഹം തന്റെ മുഖവും കത്തിയും തുടച്ചു. അദ്ദേഹത്തിന്റെ ശബ്ദം ശാന്തമായിരുന്നു. 'ഇല്ല. ബാക്കിയുള്ളവരെയും നമ്മൾ വേട്ടയാടിപ്പിടിക്കണം. നമുക്ക് ഉത്തരങ്ങൾ വേണം. അവർക്ക് എത്രത്തോളം അറിയാം?'

'സേനാധിപൻ...'

നരസിംഹൻ വിജയനെ രൂക്ഷമായി ഒന്നുനോക്കി.

'അങ്ങയുടെ കല്പന പോലെ, പ്രഭോ.' വിജയൻ പറഞ്ഞു.

അവർ മൂന്ന് മണിക്കൂറിലധികമായി വേട്ട തുടരുകയായിരുന്നു. ക്ഷേത്രത്തിലെ വരിയിൽ വെച്ച് നരസിംഹനെ സമീപിച്ചവനടക്കം പതിനഞ്ച് സൈനികർ അടങ്ങുന്ന സംഘമാണ് ചോള സംഘത്തെ പിന്തുടർന്നത്. അവരിൽ രണ്ടുപേർ മാത്രമാണ് ഇപ്പോൾ ജീവനോടെയുള്ളത്.

നരസിംഹൻ പതിമൂന്ന് പേരെയും ഓരോരുത്തരെ ആയി, വളരെ ആസൂത്രിതമായി വീഴ്ത്തി. മൃഗങ്ങളുടെ ശബ്ദങ്ങളും അപായസൂചനകളും ഉണ്ടാക്കി ഒരു ആട്ടിൻകൂട്ടത്തെപ്പോലെ അവരെ ഒന്നൊന്നായി വേർപെടുത്തി. ശരിയായ സമയത്ത്, ചീറ്റയുടെ വേഗതയും കരിമ്പുലിയുടെ നിശ്ശബ്ദതയുമായി അദ്ദേഹം അവരുടെ ഇടയിലേക്ക് നീങ്ങി ഓരോരുത്തരെയായി കൊന്നു. എന്നിട്ട് ഇരുട്ടിലേക്ക് പിൻവാങ്ങി. തന്റെ സേനാധിപൻ ആവശ്യപ്പെട്ടതനുസരിച്ച് വിജയൻ ചിലതിൽ സഹായിച്ചു. എന്നാൽ മിക്കപ്പോഴും, വിജയൻ ആദരവോടെയും പേടിയോടെയും നരസിംഹനെ നോക്കി

നിഴലുകളിൽ പതുങ്ങി നിൽക്കുകയായിരുന്നു. ഒരു കലാസൃഷ്ടിയെന്ന് വിളിക്കാവുന്ന തരത്തിൽ, ഇത്രയും കുറ്റമറ്റ കൊലപാതക വൈദഗ്ധ്യം അയാൾ മറ്റാരിലും കണ്ടിട്ടേയില്ലായിരുന്നു.

'സേനാധിപൻ...' വിജയൻ പതിയെ പറഞ്ഞു.

'മ്മ്.'

'ജീവനോടെയുള്ള ആ രണ്ട് സൈനികർ മുന്നിലുണ്ട്.'

'ഞാനവരെ കാണുന്നുണ്ട്.'

'സേനാധിപൻ, ഞാൻ ഒന്ന് ചോദിച്ചോട്ടെ...'

'മ്മ്.'

'നമ്മൾ അവരോടൊന്നും ചോദിച്ചില്ല, ആദ്യത്തെയാളോടല്ലാതെ. നമ്മളെല്ലാവരെയും കൊന്നുകൊണ്ടിരിക്കുന്നു. എന്താണിതിന്റെ-യൊക്കെ അർത്ഥം? പതിമൂന്ന് പേർ മരിച്ചുകഴിഞ്ഞു. ഇപ്പോഴും നമുക്കവരെപ്പറ്റി കൂടുതലായൊന്നും അറിയില്ല... ഞാൻ ഉദ്ദേശിച്ചത്...'

'പിന്നിൽ നിന്ന് ആരെങ്കിലും നമ്മളെ അമ്പെയ്ത് വീഴ്ത്താൻ സാധ്യതയുണ്ടെന്ന് അറിയുമ്പോൾ ചോദ്യങ്ങൾ ചോദിക്കാൻ കഴിയില്ല. അവരെല്ലാവരുടെയും കയ്യിൽ വില്ലും അമ്പുമുണ്ട്.'

വിജയൻ നിശ്ശബ്ദനായി.

'ഇങ്ങനെയൊരു സാഹചര്യത്തിൽ,' നരസിംഹൻ മന്ത്രിച്ചു, 'ഒന്നുകിൽ ആദ്യത്തെയാളോട് ചോദ്യങ്ങൾ ചോദിക്കാം, മറ്റുള്ളവർക്ക് നമ്മൾ എവിടെയാണെന്ന് അറിയാതിരുന്നപ്പോൾ. അല്ലെങ്കിൽ എല്ലാവരെയും കൊന്നശേഷം, അവസാനത്തെയാളോട് ചോദിക്കാം.'

വിജയൻ തലയാട്ടി.

'ഞാൻ ഇടത്തോട്ട് അൽപം മാറുകയാണ്. ഞാൻ ഒരു പക്ഷിയുടെ ശബ്ദമുണ്ടാക്കുമ്പോൾ, വലതുവശത്തുള്ള ചാലൂക്യനെ അമ്പെയ്യണം. കഴുത്തിൽത്തന്നെ.'

'ശരി, പ്രഭോ.' വിജയൻ പറഞ്ഞു. മങ്ങിയ നിലാവെളിച്ചത്തിൽ, ഇടതുവശത്തുള്ള ചാലൂക്യനാണ് നിർദ്ദേശങ്ങൾ നൽകുന്നതെന്ന് അവന് കാണാമായിരുന്നു. അതുകൊണ്ട് വലതുവശത്തുള്ളവനെ കൊല്ലുന്നത് യുക്തിസഹമായി തോന്നി. കാരണം അവന് ഒന്നുമറിയാൻ ഇടയില്ല.

നരസിംഹൻ ശബ്ദമുണ്ടാക്കാതെ തെന്നിമാറി. തന്റെ സേനാധിപനെപ്പോലെ ഇത്രയും വലിയൊരു മനുഷ്യന് എങ്ങനെ ഇത്ര കൗശലത്തോടെ നീങ്ങാൻ കഴിയുന്നുവെന്ന് വിജയൻ അത്ഭുതപ്പെട്ടു. അയാൾ ശബ്ദമുണ്ടാക്കാതെ തന്റെ ആവനാഴിയിൽ നിന്ന് ഒരമ്പെടുത്ത് വില്ലിൽ തൊടുത്ത് ലക്ഷ്യത്തിലേക്ക് ചൂണ്ടി കാത്തിരുന്നു.

അപ്പോഴത് മുഴങ്ങി. പക്ഷിയുടെ ശബ്ദം. പക്ഷേ അത് വളരെ സ്വാഭാവികമായി തോന്നി. ഒരുപക്ഷേ അതൊരു യഥാർത്ഥ പക്ഷിയായിരിക്കാം. വിജയൻ ആശയക്കുഴപ്പത്തിലായി. അയാൾ അൽപം കൂടി കാത്തു. തന്റെ സേനാധിപൻ ശരിയായ സ്ഥാനത്ത് എത്തിയിട്ടില്ലെങ്കിലോ? അവൻ കൂടുതൽ ശ്രദ്ധയോടെ കാതോർത്തു. മങ്ങിയ നിലാവിൽ ചാലൂക്യർ പരസ്പരം നോക്കുന്നത് അവന് കാണാമായിരുന്നു. ഇടതുവശത്തുള്ളവൻ വലതുവശത്തുള്ള സൈനികനോട് എന്തോ മന്ത്രിക്കുന്നുണ്ടായിരുന്നു. അവർ നീങ്ങാൻ തയ്യാറെടുക്കുന്നതുപോലെ തോന്നി. അതാ വീണ്ടും പക്ഷിയുടെ ശബ്ദം, ഇത്തവണ കഴിഞ്ഞതിനേക്കാൾ അക്ഷമ ഉള്ളത് പോലെ. ഉടൻതന്നെ വിജയൻ ഞാൺ വലിച്ചുവിട്ടു. അമ്പിന്റെ പിന്നിലെ തൂവൽ ചെറുതായൊന്ന് വിറച്ചു. ആ അമ്പ് കറങ്ങിക്കൊണ്ട് പിഴയ്ക്കാതെ നേർരേഖയിൽ പാഞ്ഞുചെന്ന് വലതുവശത്തുണ്ടായിരുന്ന ചാലൂക്യ സൈനികന്റെ കഴുത്തിൽ തറച്ചു. അമ്പിന്റെ മുന ആ പാവത്തിന്റെ കഴുത്തിലൂടെ കയറി പുറത്തുവന്നു. ആ സൈനികൻ കഴുത്തിൽ പിടിച്ചുകൊണ്ട് സ്വന്തം രക്തത്തിൽ മുങ്ങിമരിക്കാനായി നിലംപതിച്ചു.

ഇടതുവശത്തുണ്ടായിരുന്ന ചാലൂക്യ സൈനികൻ ഉടൻതന്നെ നിലത്ത് അമർന്നിരുന്നു. ശത്രുക്കളുടെ അമ്പുകൾക്കെതിരെയുള്ള പ്രതിരോധമെന്ന നിലയിൽ അവൻ തന്റെ വലതുകൈയ്യിൽ കത്തി ഉയർത്തിപ്പിടിച്ചു. ശത്രുവിന് ചെറിയൊരു ലക്ഷ്യം നൽകുക. ഒപ്പം കാലുകളും കൈകളും കൊണ്ട് പ്രധാനപ്പെട്ട അവയവങ്ങളെ മറച്ചുപിടിക്കുക.

വളരെ യുക്തിസഹം.

എന്നാൽ കത്തിയുമായി അടുത്തേക്ക് വരുന്ന ഒരു ശത്രുവിനെതിരെ അത്ര യുക്തിസഹമല്ല.

കാഴ്ച്ചയിൽ പതിയാത്ത വേഗതയിൽ നരസിംഹൻ മുന്നോട്ട് കുതിച്ചു. രണ്ട് കൈകളിലും കത്തികളുമായി.

തെക്കുകിഴക്കൻ ഏഷ്യയിൽ, കത്തികൊണ്ടുള്ള പോരാട്ടത്തിൽ 'പാമ്പിന്റെ വിഷപ്പല്ല് പറിക്കുക' എന്നൊരു തന്ത്രമുണ്ട്. അതിനർത്ഥം, എതിരാളിയുടെ അവയവത്തെ ലക്ഷ്യം വെച്ച് അതിന്റെ പ്രവർത്തനം നിലപ്പിക്കുക എന്നതാണ്. പ്രതീകാത്മകമായി, ആയുധം 'വിഷപ്പല്ലും' അത് പിടിച്ചിരിക്കുന്ന കൈ 'പാമ്പു'മാണ്. പാമ്പിൽ നിന്ന് വിഷപ്പല്ല് നീക്കം ചെയ്യുന്നത് പ്രധാന ഭീഷണി ഇല്ലാതാക്കുന്നു.

മിന്നൽവേഗത്തിൽ വന്ന നരസിംഹൻ ഒറ്റവെട്ടിന് ചാലൂക്യന്റെ വലതുകൈയിലെ വിരലുകളെയും പേശികളെയും ബന്ധിപ്പിക്കുന്ന നാഡികൾ ഛേദിച്ചു. ചാലൂക്യന്റെ കയ്യിലെ വിരലുകൾ നിശ്ചലമാക്കുകയും കത്തി താഴെ വീഴ്ത്തുകയും ചെയ്ത ലളിതമായ ഒരു ആക്രമണം. ആ പാമ്പിന്റെ വിഷപ്പല്ല് പിഴുതെടുക്കപ്പെട്ടിരുന്നു. ആക്രമണം എവിടെ നിന്നാണ് വന്നതെന്ന് ആ ശത്രുവിന് മനസ്സിലാക്കാൻ കഴിയുന്നതിന് മുൻപ് തന്നെ.

അതേ ചലനത്തിൽ തന്നെ, നരസിംഹൻ നിലത്തുകൂടി ഉരുണ്ട് ആ ചാലൂക്യനെ ചുമലുകൊണ്ട് ഉയർത്തിയെറിഞ്ഞു. ആ സൈനികൻ കഠിനമായ വേദനയിൽ അലറിവിളിക്കുമ്പോൾ, നരസിംഹൻ തന്റെ ഇടതുകൈകൊണ്ട് വെട്ടി കാൽമുട്ടുചിരട്ടയെ കണങ്കാലുമായി ബന്ധിപ്പിക്കുന്ന നാഡിയും മുറിച്ചു. ചാലൂക്യൻ ദയനീയമായി അലറിക്കൊണ്ടിരിക്കെ, നരസിംഹൻ യാതൊരു ഭാവവ്യത്യാസവുമില്ലാതെ മറ്റേ കാലിലെയും ബാന്ധവം മുറിച്ചു. കത്തിപ്പോരിൽ 'തളക്കൽ' എന്ന് വിളിക്കാവുന്ന തന്ത്രമാണ് ഒരു നിമിഷം കൊണ്ട് നരസിംഹൻ നടപ്പിലാക്കിയത്.

തുടയിലെ പേശികളിൽ നിന്ന് കാലിന്റെ താഴേക്കുള്ള ബന്ധം വിച്ഛേദിക്കപ്പെട്ടതിനാൽ ആ സൈനികന് ചലിക്കാൻ കഴിഞ്ഞില്ല. വലതുകൈയിലെ പേശികളും വിരലുകളും തമ്മിലുള്ള ബന്ധം മുറിഞ്ഞതിനാൽ കത്തി എടുക്കാനും കഴിയുന്നില്ല. ചെയ്യാൻ കഴിയുന്ന ഒരേയൊരു കാര്യം വേദനകൊണ്ട് പുളയുകയും നരസിംഹനെ അസഭ്യം പറയുകയും ചെയ്യുക എന്നതായിരുന്നു. അതയാൾ വൃത്തിയായി ചെയ്തു.

അവസാനത്തെ സൈനികനെ നരസിംഹൻ എത്ര വേഗത്തിലാണ് ഒരു മുടന്തനാക്കി മാറ്റിയതെന്ന് കണ്ട് വാ തുറന്ന അവസ്ഥയിലാണ് വിജയൻ ഓടി വന്നത്.

'അവനെ തീർക്ക്.' ഏതാനും നിമിഷങ്ങൾക്കുമുമ്പ് വിജയൻ അമ്പെയ്തുവീഴ്ത്തിയ സൈനികനെ ചൂണ്ടിക്കൊണ്ട് നരസിംഹൻ ശാന്തമായി ആജ്ഞാപിച്ചു.

വിജയൻ തന്റെ കഠാരയെടുത്ത് കുനിഞ്ഞ് ആ ചാലൂക്യൻ സൈനികന്റെ വാരിയെല്ലിൻകൂടിനുള്ളിലൂടെ ഹൃദയത്തിലേക്ക് കുത്തിയിറക്കി അയാളെ വേദനയിൽ നിന്ന് മോചിപ്പിച്ചു.

തന്റെ സേനാധിപന്റെ അടുത്തേക്ക് തിരിഞ്ഞപ്പോൾ, നരസിംഹൻ തന്റെ കത്തി തുടച്ചു വൃത്തിയാക്കുന്നതാണ് വിജയൻ കണ്ടത്. 'ഇവനെ മരത്തിൽ കെട്ടിയിടൂ, വിജയൻ.'

'ശരി, പ്രഭോ.'

'നിനക്ക് എത്ര വേണമെങ്കിലും അലറാം.' ഇനി അടക്കിപ്പിടിച്ച് സംസാരിക്കേണ്ട ആവശ്യമില്ലെന്ന് തോന്നിയതുകൊണ്ട് നരസിംഹൻ മുരണ്ടു. 'നിന്നെ രക്ഷിക്കാൻ ആരും വരാൻ പോകുന്നില്ല. നമ്മൾ ക്ഷേത്രത്തിൽ നിന്ന് ഒരുപാട് ദൂരെയാണ്. പക്ഷേ, നീ വേഗം വാ തുറന്നാൽ, ഞങ്ങൾ ഈ വേദന അവസാനിപ്പിച്ചു തരാം.'

വേദനകൊണ്ട് ആ ചാലൂക്യ സൈനികൻ അലറുകയും നിലവിളിക്കുകയും ചെയ്തുകൊണ്ടിരുന്നു. അവന്റെ അംഗവസ്ത്രം കൊണ്ടുതന്നെ അവന്റെ കൈകൾ പിന്നിലുള്ള അശോകമരത്തിൽ കെട്ടിയിരുന്നു. കാലുകൾക്ക് ചലനശേഷി നഷ്ടപ്പെട്ടതിനാൽ വീണുപോകാതിരിക്കാൻ, അവന്റെ സഹപ്രവർത്തകന്റെ അംഗവസ്ത്രമെടുത്ത് കക്ഷങ്ങളിലൂടെ കോർത്ത് മുകളിലുള്ള കൊമ്പിൽ കെട്ടിവെച്ചിരുന്നു. നരസിംഹന് നേരെ കണ്ണുകൾ വരത്തക്ക ഉയരത്തിലായിരുന്നു അയാളെ ബന്ധിച്ചിരുന്നത്.

ചാലൂക്യൻ ശപിക്കുകയും അലറുകയും ചെയ്തുകൊണ്ടേയിരുന്നു. പക്ഷേ, അവൻ പറഞ്ഞതൊന്നും വ്യക്തമായില്ല.

നരസിംഹൻ മുന്നോട്ട് ചെന്ന് ആ സൈനികന്റെ വലത് തോളിൽ കത്തി ആഴത്തിൽ കുത്തിയിറക്കി. ചാലൂക്യൻ വേദനകൊണ്ട് ഒരിക്കൽ കൂടി പുളഞ്ഞപ്പോൾ നരസിംഹൻ ഇടിമുഴക്കം പോലുള്ള ശബ്ദത്തിൽ അലറി. 'സംസാരിക്ക്! എങ്കിൽ ദയവുണ്ടാകും. ഞങ്ങളുടെ ദൗത്യത്തെക്കുറിച്ച് നിനക്കെന്തറിയാം? ഞാൻ ഇവിടെ വരുമെന്ന് നീയൊക്കെ എങ്ങനെ അറിഞ്ഞു?'

ചാലൂക്യൻ മറുപടി പറഞ്ഞില്ല. അവൻ ചോള സേനാപതിയെ ശപിച്ചുകൊണ്ടിരുന്നു.

നരസിംഹൻ വിജയന്റെ നേരെ തിരിഞ്ഞു. 'നമുക്ക് കുറച്ചുനേരം ഇരിക്കാം. ഇവനൊന്ന് ക്ഷീണിക്കട്ടെ. അപ്പോൾ അവൻ തന്നെ വാ തുറക്കും.'

'അതെ പ്രഭോ.'

'ഇവനെ ഉണർത്ത്,' നരസിംഹൻ ആജ്ഞാപിച്ചു.

രക്തം വാർന്നും കാലുകളിലെ ഗുരുതരമായ മുറിവുകൾ വകവെക്കാതെ നിൽക്കാൻ നിർബന്ധിതനായതിനാലും ചാലൂക്യൻ സൈനികന് ബോധം നഷ്ടപ്പെട്ടിരുന്നു. വിജയന്റെ ഏതാനും അടികളും മുഖത്ത് തളിച്ച വെള്ളവും കൊണ്ട് ആ സൈനികൻ ഉണർന്നു.

'വിജയൻ, പിന്നോട്ട് നിൽക്കൂ.'

വിജയൻ ആജ്ഞ അനുസരിച്ചു. അവൻ മുകളിലേക്ക് നോക്കി. നേരം പുലരുകയാണ്. പകൽ സമയമായാൽ ഈ മലനിരകളിൽ കൂടുതൽ യാത്രക്കാർ ഉണ്ടാകും, അതിനർത്ഥം തങ്ങളെ ആരെങ്കിലും കണ്ടെത്താൻ സാധ്യതയുണ്ടെന്നാണ്. എന്താണോ അറിയേണ്ടത്, അത് വേഗത്തിൽ കണ്ടെത്തണം.

'ഇപ്പോൾ സംസാരിക്കാൻ തോന്നുന്നുണ്ടോ?' നരസിംഹൻ ചോദിച്ചു.

കീഴടങ്ങിയവനെപ്പോലെ, വിഷാദത്തോടെ ചാലൂക്യൻ നോക്കി. 'അയാളുടെ പേര്... വിക്രം... എന്നായിരുന്നു.'

'ആരുടെ പേരായിരുന്നു വിക്രം എന്ന്?'

'ഞങ്ങളുടെ തലവൻ... ക്ഷേത്രത്തിൽ വെച്ച് നിങ്ങളെ തടഞ്ഞയാൾ... നിങ്ങൾ ആദ്യം കൊന്നയാൾ.'

നരസിംഹൻ നിശ്ശബ്ദനായി.

'അദ്ദേഹത്തിന്റെ എല്ലാ ചങ്ങാതിമാരെയും... ചാലൂക്യ-ചോള യുദ്ധത്തിൽ നിങ്ങൾ കൊന്നു.'

'അത് യുദ്ധമാണ്. നമ്മൾ സൈനികരാണ്. അതെങ്ങനെയാണെന്ന് നമുക്കറിയാം. ഞാനവരെ കൊന്നില്ലായിരുന്നെങ്കിൽ, അവർ എന്നെ കൊല്ലുമായിരുന്നു. അതൊക്കെ പഴയ കഥയാണ്. മുന്നോട്ട് പോകാൻ പഠിക്കണം.'

'ഒരു മനുഷ്യന്... അവന്റെ പ്രതികാരത്തിനുള്ള അവകാശം... നിങ്ങൾ നിഷേധിക്കുന്നുണ്ടോ?'

നരസിംഹൻ നിശ്ശബ്ദനായി. കാരണം ഗസ്നിയിലേക്കുള്ള അദ്ദേഹത്തിന്റെ ദൗത്യവും പ്രതികാരം തന്നെയായിരുന്നു.

'നിങ്ങൾ... നിഷേധിക്കുന്നുണ്ടോ?'

അതിനെക്കുറിച്ച് സംസാരിക്കാൻ നരസിംഹന് തോന്നിയില്ല. 'എന്റെ ദൗത്യത്തെക്കുറിച്ച് നീയൊക്കെ എങ്ങനെ അറിഞ്ഞു?'

'എന്ത്... ദൗത്യം...?'

നരസിംഹൻ ആ ചാലൂക്യൻ സൈനികന്റെ കണ്ണുകളിലേക്ക് തുറിച്ചുനോക്കി. അവൻ സത്യമാണ് പറയുന്നതെന്ന് അദ്ദേഹത്തിന് മനസ്സിലാക്കാൻ കഴിഞ്ഞു. 'പിന്നെ എങ്ങനെയാണ് നിങ്ങൾ ഞങ്ങളെ ഇവിടം വരെ പിന്തുടർന്നത്?'

'ഞങ്ങൾ ഇവിടെ... ഒരു വ്യാപാര സംഘത്തെ... സംരക്ഷിക്കുകയായിരുന്നു... ഞങ്ങൾ നിങ്ങളെ... കൊല്ലത്ത് വെച്ച് കണ്ടു. വിക്രം... ഞങ്ങളുടെ ദൗത്യത്തിന്റെ ലക്ഷ്യം മാറ്റി... നിങ്ങളെ പിന്തുടരാൻ തീരുമാനിച്ചു... ഒടുവിൽ... നിങ്ങളെ കൊല്ലാനും.'

നരസിംഹൻ വിജയനെ നോക്കി. തന്റെ ഉപസൈന്യാധിപൻ പറഞ്ഞത് ശരിയായിരുന്നു. ഇതൊരു യാദൃശ്ചികത മാത്രം.

ചാലൂക്യൻ വിജയനെ നോക്കി. 'ഞങ്ങൾക്ക് നിങ്ങളോട് ഒരു വിരോധവുമില്ല... ഞങ്ങൾക്ക് വേണ്ടത്... നരസിംഹന്റെ തല മാത്രം.'

'അത് കിട്ടാൻ പോകുന്നില്ല,' നരസിംഹൻ പറഞ്ഞു.

'ഞങ്ങൾ കുറച്ച്... അറബ് കൂലിപ്പടയാളികളെ... വാടകയ്ക്കെടുത്തിരുന്നു... കടലിൽ വെച്ച് നിങ്ങളെ വേട്ടയാടി

കൊല്ലാൻ... ഒരുപക്ഷേ ഞങ്ങൾക്ക് നിങ്ങളെ നഷ്ടപ്പെട്ടാലോ എന്ന് കരുതി... പക്ഷേ നിങ്ങളും നിങ്ങളുടെ സംഘവും... കരയിലേക്ക് തിരിഞ്ഞപ്പോൾ... ഞങ്ങൾക്ക് ഭാഗ്യമുണ്ടെന്ന് കരുതി. ഇവിടെ വെച്ച് നിങ്ങളെ പിടികൂടാനായിരുന്നു... ഞങ്ങളുടെ പദ്ധതി.'

വിജയൻ ഒരു ദീർഘനിശ്വാസമെടുത്തു. *അറബ് കൂലിപ്പടയാളികൾ. കടലിൽ. ഞങ്ങളെ വേട്ടയാടാൻ കൂലിക്കെടുത്തവർ... നാശം.*

ചാലൂക്യൻ തളർന്നു വീഴുന്നതുപോലെ തോന്നി. അവൻ എന്തോ പിറുപിറുത്തു. വളരെ പതിഞ്ഞ സ്വരത്തിൽ.

കൂടുതൽ വ്യക്തമായി കേൾക്കാൻ നരസിംഹൻ മുന്നോട്ട് കുനിഞ്ഞു. അതായിരുന്നു ആ രാത്രി ചോള സേനാപതിക്ക് പറ്റിയ ആദ്യത്തെ തെറ്റ്. ഒരു വിലയേറിയ തെറ്റ്.

ചലനഞരമ്പുകളിലെ, പ്രത്യേകിച്ച് കൈത്തണ്ടയിലെ, ആഴത്തിലുള്ള മുറിവുകളുടെ ഒരു പ്രശ്നമെന്തെന്നാൽ, രക്തം വേഗത്തിൽ കട്ടപിടിക്കില്ല എന്നതാണ്. മുറിവിൽ നിന്ന് തുടർച്ചയായി രക്തം വാർന്നുകൊണ്ടിരിക്കും. ആ രക്തം, ചാലൂക്യന്റെ കൈകൾ മരത്തിന് പിന്നിൽ കെട്ടാനുപയോഗിച്ച അംഗവസ്ത്രത്തിലേക്ക് ഇറ്റിറ്റുവീഴുന്നുണ്ടായിരുന്നു. രക്തം ഒഴുകിയിറങ്ങിയപ്പോൾ അത് തുണിയെ വഴുവഴുപ്പുള്ളതാക്കി. അതിന്റെ ഫലമായി, രാത്രി മുഴുവൻ പതുക്കെ പരിശ്രമിച്ച്, പരിക്കേൽക്കാത്ത തന്റെ ഇടതുകൈ ചാലൂക്യന് മോചിപ്പിക്കാൻ കഴിഞ്ഞിരുന്നു. ആ കയ്യിലെ വിരലുകൾക്ക് അപ്പോഴും ചലനശേഷിയുണ്ടായിരുന്നു. അവയ്ക്ക് പിടിക്കാനും മുറുക്കാനും കഴിയുമായിരുന്നു.

നരസിംഹൻ അടുത്തേക്ക് കുനിഞ്ഞതും, ചാലൂക്യൻ അതേ നിമിഷം തന്നെ അരപ്പട്ടയിൽ നിന്ന് ഒരു അമ്പെടുത്ത്, ഇടതുകൈ വലിച്ചൂരി നരസിംഹന്റെ വയറിന് നേരെ നേരെ കുത്താനാഞ്ഞു. നരസിംഹൻ അത് ശ്രദ്ധിച്ച നിമിഷാർദ്ധത്തിൽ തന്നെ ഒഴിഞ്ഞുമാറാൻ ശ്രമിച്ചു. താഴേക്ക് വഴുതി ഇടത്തേക്ക് വെട്ടിമാറി. പക്ഷേ, ഏറെ വൈകിപ്പോയിരുന്നു. ആ വരവ് പൂർണ്ണമായി ഒഴിവാക്കാൻ അദ്ദേഹത്തിനായില്ല. അമ്പുമുന അദ്ദേഹത്തിന്റെ വലത് തോളിന്റെ പേശിയിലേക്ക്, അതായത് പുറത്തിന്റെ മുകൾഭാഗത്തും വലത് തോളിലുമായി, ആഴത്തിൽ തുളച്ചുകയറി.

വിജയൻ ഭയത്തോടെ നിലവിളിച്ചുകൊണ്ട് മുന്നോട്ട് കുതിച്ച് ചാലൂക്യന്റെ കൈയ്യിൽ പിടിച്ചു.

'തലൈവാ!'

അതൊരു നിസ്സാര മുറിവാണെന്ന് തോന്നി. കരുത്തനായ നരസിംഹൻ പുറത്തേറ്റ ഒരു ചെറിയ അമ്പുമുനിയുടെ പരിക്ക് കൊണ്ട് വീഴില്ലെന്ന് ഉറപ്പായിരുന്നു.

ചാലൂക്യൻ അപ്പോൾ ഉറക്കെ ചിരിക്കുകയായിരുന്നു. 'തലവൻ വിക്രം! എനിക്കവനെ കിട്ടി! ആ തെമ്മാടിയെ ഞാൻ പിടിച്ചു! നമ്മൾ പ്രതികാരം ചെയ്തിരിക്കുന്നു!'

രോഷാകുലനായ വിജയൻ തന്റെ വാൾ ഊരി ചാലൂക്യന്റെ ഹൃദയത്തിലേക്ക് ആഴത്തിൽ കുത്തിയിറക്കി അവനെ തൽക്ഷണം കൊന്നു.

'തലൈവാ!'

മഹാനായ നരസിംഹൻ, വേരറുക്കപ്പെട്ട ഒരു കൂറ്റൻ തേക്ക് മരം പോലെ നിലംപതിച്ചു. ആ വീരയോദ്ധാവിന് ചുറ്റുമുള്ള ലോകം ഇരുട്ടിന്റെ അഗാധഗർത്തത്തിലേക്ക് ആണ്ടു.

'തലൈവാ!'

വിജയൻ നരസിംഹനെ എഴുന്നേൽപ്പിക്കാൻ ശ്രമിച്ചു. എന്നാൽ ആ മെലിഞ്ഞ പാണ്ഡ്യന്, തടിമിടുക്കുള്ള അദ്ദേഹത്തെ താങ്ങാൻ കഴിഞ്ഞില്ല. അമ്പിന്റെ മുനയിൽ അതിവീര്യമുള്ള വിഷം പുരട്ടിയിട്ടുണ്ടാവുമെന്ന് അവൻ ഊഹിച്ചു.

'ഉറങ്ങരുത്, സൈന്യാധിപാ! കണ്ണുതുറക്കൂ!'

വിഷമേറ്റാൽ ഉറങ്ങുന്നത് ഏറ്റവും വലിയ ആപത്താണെന്ന് അവനറിയാമായിരുന്നു. പ്രത്യേകിച്ച് മണമില്ലാത്ത വിഷം ആണെങ്കിൽ. അയാൾ ആശയറ്റ് തന്റെ മേധാവിയെ കുലുക്കിക്കൊണ്ടിരുന്നു, ഉള്ളിൽ പരിഭ്രാന്തി ആളിക്കത്തുന്നത് അയാളറിഞ്ഞു.

'ജീവനോടെയിരിക്കൂ, സൈന്യാധിപാ. ദയവായി ജീവനോടെ-യിരിക്കൂ.'

അപ്പോഴാണ് അവനത് കേട്ടത്. നിരവധി കുതിരക്കുളമ്പടികൾ മൃദുവായ മണ്ണിൽ പതിക്കുന്ന ശബ്ദം. മീനാക്ഷി ദേവീ, കാത്തോളണേ. ആളുകൾ തങ്ങൾക്ക് നേരെ കുതിരയോടിച്ച് വരികയാണ്.

വിജയൻ വാളൂരി പുതിയ ഭീഷണിയെ നേരിടാനായി തിരിഞ്ഞ് ആക്രമണത്തിന് തയ്യാറായി. അവൻ തന്റെ ജനതയുടെ യുദ്ധകാഹളം മന്ത്രിച്ചു. 'മധുര മീനാക്ഷിയാണെ...'

സൂര്യനുദിച്ചുയർന്നതോടെ കാട്ടിലെ വെളിച്ചം പതുക്കെ വർദ്ധിച്ചുവന്നു.

മരങ്ങൾക്കിടയിലൂടെ സൈനികവസ്ത്രം ധരിച്ച കുതിരപ്പടയാളികളെ വിജയന് വ്യക്തമായി കാണാമായിരുന്നു. ക്ഷേത്രത്തിലെ കാവൽക്കാർ. അവൻ തളർച്ചയോടെ ഒരു ദീർഘനിശ്വാസം വിട്ടു.

'സഹായിക്കൂ! ഇവിടെ! സഹായിക്കൂ!'

കുതിരപ്പുറത്തുള്ളസൈനികർക്ക്താൻഒരുഅപകടകാരിയല്ലെന്ന് സൂചന നൽകാനായി വിജയൻ തന്റെ വാളിന്റെ മുന ചെളിയിൽ കുത്തിനിർത്തി മുട്ടുകുത്തിയിരുന്നു. അടുത്തേക്ക് വരുന്ന കാവൽക്കാരെ നോക്കി അവൻ കൈവീശി.

'ഇവിടെ!' വിജയൻ അലറി. 'ഇവിടെ! ഇദ്ദേഹത്തിന് സഹായം വേണം!'

സാധാരണ വസ്ത്രം ധരിച്ച, മെലിഞ്ഞ, നേർത്ത ശരീരമുള്ള ഒരു കുതിരക്കാരനായിരുന്നു ആ സംഘത്തെ നയിച്ചിരുന്നത്. മുഖംമൂടി പോലെ കെട്ടിയ ഒരു തുണി തൂങ്ങിക്കിടക്കുന്ന അസാധാരണമായ ശിരോവസ്ത്രം അയാളുടെ മുഖത്തിന്റെ ഭൂരിഭാഗവും മറച്ചിരുന്നു. വിജയന്റെ അടുത്തെത്തിയപ്പോൾ നേതാവ് തന്റെ കുതിരയുടെ കടിഞ്ഞാൺ വലിച്ചുനിർത്തി.

ആ പാണ്ഡ്യ സൈനികൻ മുട്ടുകുത്തിത്തന്നെയിരുന്നു. വാളിന്റെ പിടിയിൽ നിന്ന് കൈകൾ ഉയർത്തി അകറ്റിപ്പിടിച്ചു. താൻ ഒരു ദോഷവും വരുത്തില്ലെന്ന് ഉറപ്പാക്കാനായിരുന്നു അത്. കാരണം, കാവൽക്കാർ ഇതിനകം തന്നെ നിരവധി മൃതദേഹങ്ങൾ കണ്ടിട്ടുണ്ടാവാം.

മെലിഞ്ഞ നേതാവിന്റെ കുതിരയ്ക്കരികിൽ നിന്ന മറ്റൊരു കാവൽക്കാരൻ, മറച്ചുവെക്കാനാവാത്ത ദേഷ്യത്തോടെ സംസാരിച്ചു. 'ഈ പുണ്യഭൂമിക്ക് ചുറ്റും ഇത്രയധികം കൊലപാതകങ്ങളോ! ഇത് അസംബന്ധമാണ്, ബഹുമാന്യ അമാൽ! ഇതെങ്ങനെ

അനുവദിക്കാനാകും? ഇവർ നിങ്ങളുടെ അതിഥികളാണെന്നല്ലേ പറഞ്ഞത്?!'

കൂട്ടത്തിലെ മെലിഞ്ഞ നേതാവായ അമാൽ, തന്റെ കൂട്ടാളിയോട് ശാന്തനാകാൻ ആംഗ്യം കാണിച്ചു.

'കേൾക്കൂ, എന്റെ സേനാധിപതി നരസിംഹന് സഹായം വേണം,' വിജയൻ തന്റെ സേനാപതിയെ ചൂണ്ടിക്കൊണ്ട് നിലവിളിച്ചു. 'അദ്ദേഹത്തിന് വിഷം പുരട്ടിയ അമ്പേറ്റിട്ടുണ്ട്. അദ്ദേഹത്തിന് ഉടൻ വൈദ്യസഹായം വേണം. മഹാനായ ചോള ചക്രവർത്തിയുടെ നാമത്തിൽ, ഞാൻ ആവശ്യപ്പെടുന്നു...'

'നിങ്ങളൊന്നും ആവശ്യപ്പെടേണ്ട!' ദേഷ്യംകൊണ്ട് വിറച്ച ആ കാവൽക്കാരൻ അലറി. 'നിങ്ങളും നിങ്ങളുടെ സേനാപതിയും ഇവിടുത്തെ നിയമങ്ങൾ ലംഘിച്ചിരിക്കുന്നു. ഞങ്ങൾ ക്ഷേത്രത്തിലെ കാവൽക്കാരാണ്. ഞങ്ങൾ ചക്രവർത്തിയോടല്ല ഉത്തരം പറയേണ്ടത്. ഞങ്ങളുടെ ദൈവങ്ങളോടാണ്.'

'അദ്ദേഹത്തെ സഹായിക്കേണ്ടത് നിങ്ങളുടെ കടമയാണ്!' തന്റെ സൈന്യാധിപനെ രക്ഷിക്കാൻ അധികം സമയമില്ലെന്ന് വിജയനറിയാമായിരുന്നു.

'മിണ്ടരുത്!' കുതിരപ്പുറത്തിരുന്ന, അമാൽ എന്ന് മറ്റുള്ളവർ അഭിസംബോധന ചെയ്ത ആൾ അലറി.

വിജയൻ നിശ്ശബ്ദനായി. അതിന് പല കാരണങ്ങളുണ്ടായിരുന്നു. മെലിഞ്ഞുണങ്ങിയ ആ നേതാവിന്റെ, അമാലിന്റെ, അധികാര സ്വരമായിരുന്നു ഒന്നാമത്തെ കാരണം. എന്നാൽ അതിലുപരി, ആ നേതാവിന്റെ സ്ത്രീ ശബ്ദമായിരുന്നു അയാളെ നിശ്ശബ്ദനാക്കിയത്.

വാവർ നടയുടെ നിലവിലെ സൂക്ഷിപ്പുകാരനായ അഹമ്മദുള്ളയുടെ മുതിർന്ന സന്താനം, ഉപമേധാവി, അമാൽ. അത് മകനായിരുന്നില്ല, മകളായിരുന്നു.

നേതാവിന്റെ മുഖം മറച്ചിരുന്ന തുണി അഴിഞ്ഞുവീണപ്പോൾ, ലോലമായ, വിളറിയ മുഖവും ചെറിയ കണ്ണുകളും തുടുത്ത മൂക്കും അതിരാവിലത്തെ സൂര്യരശ്മിയിൽ തിളങ്ങുന്ന നേർത്ത ചുണ്ടുകളും വെളിപ്പെട്ടു. തോൾവരെ വീണുകിടക്കുന്ന പട്ടുപോലുള്ള നേരെയുള്ള മുടി ആ മുഖത്തിന് തിലകം ചാർത്തി. കേരളീയനായ മുസ്ലീം അഹമ്മദുള്ളയുടെയും ടിബറ്റൻ ബുദ്ധമതവിശ്വാസിയായ

താഷിയുടെയും മകൾ, അമാൽ. അവളുടെ രൂപത്തിൽ ടിബറ്റൻ പാരമ്പര്യം വ്യക്തമായി മുന്നിട്ടുനിന്നു.

'ഇതിനെല്ലാം ഞാൻ ആത്മാർഥമായി ക്ഷമ ചോദിക്കുന്നു, കാവൽ തലവാ.' അമാൽ ക്ഷേത്രത്തിലെ കാവൽക്കാരനോട് വിനയത്തോടെ പറഞ്ഞു. 'അങ്ങേയ്ക്കുണ്ടായ വേദനയ്ക്കും വിഷമത്തിനും അങ്ങേയറ്റം വിഷമമുണ്ട്. ദയവായി ഈ സാഹചര്യം കൈകാര്യം ചെയ്യാൻ എന്നെ അനുവദിക്കണം.'

വ്യക്തമായും, അമാലിനെ മാനിക്കുന്നവർ ആയിരുന്നു ചുറ്റിനും. പ്രധാന കാവൽക്കാരൻ തന്റെ രോഷം അടക്കാൻ ഒരു ദീർഘശ്വാസമെടുക്കുകയും സാഹചര്യം കൈകാര്യം ചെയ്യാൻ അമലിനെ അനുവദിക്കുകയും ചെയ്തു.

അദ്ധ്യായം 9

നാട്യക്കാരന്റെ ഉപജാപം

ഗസ്നി, അഫ്ഗാനിസ്ഥാൻ

ഇസ്മായിൽ വൃത്താകൃതിയിലുള്ള ആ കണ്ണാടിയിലേക്ക് നോക്കി ഇരുവശത്തേക്കും തിരിഞ്ഞു. മിനുക്കിയെടുത്ത ചെമ്പുകൊണ്ട് നിർമ്മിച്ച ആ കണ്ണാടിയിൽ മനോഹരമായ ഒരു പ്രതിബിംബം തെളിഞ്ഞു. അയാൾ തന്റെ താടി ഉയർത്തിപ്പിടിച്ച് സ്വയം ഉറിച്ചുനോക്കി. രൂക്ഷമായിത്തന്നെ. മുഖത്ത് പുഞ്ചിരിയില്ലാതെ.

ഒരു ഭൃത്യൻ പയ്യൻ വലിയൊരു രോമക്കുപ്പായം അയാളുടെ തോളുകളിലും വിടർത്തിയ കൈകളിലുമായി ഇട്ടുകൊടുത്തു.

മോശമില്ല. ഒട്ടും മോശമില്ല.

മുഫ്തിയുടെ മാളികയിലെ ആഡംബരം നിറഞ്ഞ ശയനഗൃഹത്തിലേക്ക് അയാൾ കണ്ണോടിച്ചു, ഒടുവിൽ ആ മുഖത്തൊരു പുഞ്ചിരി വിടർന്നു. അയാളുടെ അകമ്പടിക്കാരും വേലക്കാരും തലകുനിച്ച് പിൻവാങ്ങി. അയാൾ വീണ്ടും കണ്ണാടിയിലേക്ക് ശ്രദ്ധ തിരിച്ചു.

കഷ്ടമാണ് ഗസ്നിയുടെ കാര്യം! ഇക്കണ്ട വർഷമത്രയും ദൈവമാണെന്ന മിഥ്യാബോധമുള്ള ഒരു ചെകുത്താനെ സഹിക്കേണ്ടി വന്നു... അതും, ഈ കുലീനനായ വ്യക്തിയെ ഭരണാധികാരിയായി ഒരിക്കൽ അനുഭവിച്ചറിഞ്ഞ ജനത.

സാരമില്ല... ഞാനിപ്പോൾ തിരിച്ചെത്തിയിരിക്കുന്നു...

ഇസ്മായിൽ ഇവിടെയെത്തിയിട്ട് ഒരു മാസത്തിലേറെയായിരുന്നു. അയാൾ പെട്ടെന്നുതന്നെ അവിടെ ഇണങ്ങിച്ചേർന്നു. പ്രൗഢിയിൽ

സുൽത്താന്റെ കൊട്ടാരത്തിന് തൊട്ടുപിന്നിലായിരുന്ന ഗസ്നി രാജകുടുംബത്തിലെ രണ്ടാമത്തെ ഏറ്റവും മുതിർന്ന അംഗത്തിന്റെ ആ ക്ഷുറ്റൻ മാളിക. ഗവർണർ മുഫ്തി കഴിഞ്ഞ ഒരു മാസം ആ സുഖസൗകര്യങ്ങളും പുതുതായി ലഭിച്ച സ്വാതന്ത്ര്യവും ആസ്വദിക്കുകയായിരുന്നു.

ഉണർന്നിരിക്കുന്ന സമയങ്ങളിൽ ഇസ്മായിൽ വീടിനുള്ളിൽ ചിലവഴിച്ചത് വളരെ കുറവായിരുന്നു. ഗ്സ്ഗാനിലെ അടഞ്ഞ മതിലുകളും ഇടുങ്ങിയ സ്ഥലങ്ങളും മതിയായിരുന്നു. എല്ലാ ദിവസവും സൂര്യോദയത്തിന് വളരെ മുൻപേ ഉണർന്ന്, പുറത്തിറങ്ങാൻ അയാൾ തിടുക്കം കൂട്ടി. എല്ലാ പ്രഭാതത്തിലും കുളിച്ച് വൃത്തിയായി, പ്രഭാതഭക്ഷണം കഴിച്ച്, പ്രഭാത പ്രാർത്ഥനയ്ക്കായി വിശ്വാസികളെ ക്ഷണിച്ചുകൊണ്ട് ജമാ മസ്ജിദിലെ മിനാരത്തിൽ കയറി ഫജ്ർ നമസ്കാരത്തിനുള്ള ബാങ്ക് വിളി അയാൾ വ്യക്തിപരമായിത്തന്നെ നിർവ്വഹിച്ചു. ദിവസത്തിന്റെ ബാക്കി സമയം ആളുകളെയും സ്ഥലങ്ങളെയും സന്ദർശിക്കാനായി ഉപയോഗിച്ചു. ചിലപ്പോൾ അയാൾ പ്രഭുക്കന്മാർ സ്ഥിരമായി സന്ദർശിക്കുന്ന ജന്നത്ത്-ഇ-അദൻ ഉദ്യാനത്തിൽ പോകും. മറ്റ് ചിലപ്പോൾ ദിവസം മുഴുവൻ വിലപേശുന്ന സാധാരണക്കാരായ കർഷകരെക്കൊണ്ട് സൂചി കുത്താനിടമില്ലാത്ത വിധം തിങ്ങിനിറഞ്ഞ ഖാലിദ് ബസാർ തിരഞ്ഞെടുക്കും. എന്നെങ്കിലും താൻ ഭരിക്കാൻ തീരുമാനിച്ചുറപ്പിച്ച സാധാരണ ജനങ്ങളുമായി ഇസ്മായിൽ പതുക്കെപ്പതുക്കെ പരിചയത്തിലാവുകയും അവരുടെ പ്രിയങ്കരനാവുകയും ചെയ്തു. അത് എളുപ്പമായിരുന്നു.

മറുവശത്ത്, പ്രഭുക്കന്മാരെ പ്രീതിപ്പെടുത്താൻ കൂടുതൽ പ്രയാസമായിരുന്നു. ഗസ്നിയിലെ ഒരു പുതിയ അധികാര കേന്ദ്രമായി അയാളെ അംഗീകരിക്കാൻ അവർക്ക് അത്ര താൽപര്യം ഉണ്ടായിരുന്നില്ല.

ജമാ മസ്ജിദിൽ നിന്നുള്ള ബാങ്ക് വിളിക്ക് കുറച്ച് വിശ്വാസികൾ മാത്രമേ എത്തിയിരുന്നുള്ളൂ. അവിശ്വസനീയമായ സമയപരിധിക്കുള്ളിൽ തിടുക്കത്തിൽ അറ്റകുറ്റപ്പണി തീർത്ത ആ കെട്ടിടം എപ്പോൾ വേണമെങ്കിലും തകർന്നുവീഴുമെന്ന് ഭയന്ന് മിക്കവരും മാറിനിന്നു. മൂന്ന് വർഷം മുൻപുണ്ടായ ഭയാനകമായ

ഭൂകമ്പത്തിൽ പഴയ പള്ളി രണ്ടായി പിളർന്നുപോയിരുന്നു. വാസ്തവത്തിൽ, ആ പ്രദേശം മുഴുവനായി തന്നെ കീറിമുറിഞ്ഞിരുന്നു.

അശുഭകരമായ ഒരു ദിവ്യഫലിതമെന്നോണം, മാർബിളും മറ്റ് വിലകൂടിയ കല്ലുകളും കൊണ്ട് നിർമ്മിച്ച സമ്പന്നരുടെയും ശക്തരുടെയും മനോഹരമായ കെട്ടിടങ്ങൾ സുൽത്താന്റെ കൊട്ടാരത്തിനൊപ്പം പൊടിഞ്ഞുപോയപ്പോൾ, ദരിദ്രരുടെ മണ്ണും കണ്ണീരും കൊണ്ട് നിർമ്മിച്ച കുടിലുകൾ പ്രകൃതിയുടെ ക്രോധത്തിൽ നിന്ന് രക്ഷപ്പെട്ടു. ഈ പ്രകൃതി ദുരന്തത്തിന് ശേഷം, നഗരത്തിലെ കർഷകരിൽ നിന്ന് തുച്ഛമായ വേതനം നൽകി തൊഴിലാളികളെ ഉപയോഗിച്ച് തങ്ങളുടെ ആഡംബര ഭവനങ്ങൾ പുനർനിർമ്മിച്ചുകൊണ്ട് സമ്പന്നർ ദൈവഹിതത്തെ ക്രൂരമായി പുച്ഛിച്ച് തള്ളി.

ഭൂകമ്പം കാരണം ദരിദ്രരായിരുന്നിട്ടും അവർക്ക് ന്യായമായ വേതനം കിട്ടിയില്ല. കാരണം അവർക്ക് പകരം വെക്കാനായി മഹ്മൂദ് ഇന്ത്യയിൽ നിന്ന് പിടിച്ചുകൊണ്ട് വന്ന എണ്ണമറ്റ ഹിന്ദു-ബുദ്ധ അടിമകൾ ധാരാളം ഉണ്ടായിരുന്നു. അവർ സൗജന്യമായും കഷ്ടിച്ച് ജീവൻ നിലനിർത്താനാവശ്യമായ ഭക്ഷണത്തിനും ജോലി ചെയ്യുമായിരുന്നു. അതുകൊണ്ട്, വിരോധാഭാസമെന്നു പറയട്ടെ, അനധികൃത കുടിയേറ്റക്കാരുടെ കാര്യത്തിലെന്നപോലെ, അടിമകളുടെ സാന്നിധ്യം പ്രഭുക്കന്മാരെ സമ്പന്നരാക്കുകയും ഗസ്നിയിലെ സാധാരണ പൗരന്മാരെ ദരിദ്രരാക്കുകയും ചെയ്തു.

സുൽത്താൻ ആണ് അതിന് വഴികാട്ടിയത്. സ്വന്തം ആവശ്യങ്ങൾക്കും ആഡംബരങ്ങൾക്കുമായി രാജ്യത്തിന്റെ വിഭവങ്ങളെയും ജനങ്ങളെയും അയാൾ ആദ്യം ഉപയോഗിച്ചു.

സുൽത്താന്റെ പ്രതിനിധികൾ തൊട്ടുപിന്നാലെയുണ്ടായിരുന്നു. പിന്നെ അവരുടെ കീഴുദ്യോഗസ്ഥർ. അധികാരശ്രേണി പടിപടിയായി താഴേക്ക് നീണ്ടു. അവസാനം, ഉപജീവനമാർഗ്ഗം നഷ്ടപ്പെട്ട് പുനർനിർമ്മാണ ശ്രമങ്ങളുടെ ചുഴിയിലേക്ക് വലിച്ചിഴക്കപ്പെട്ട തൊഴിലാളികൾ ആ മഹാവിപത്തിനെ അതിജീവിച്ച ദിവസത്തെ ശപിച്ചു.

ഈ നിർബന്ധിത പുനർനിർമ്മാണത്തിന്റെ ഫലമായി ഗസ്നിയിലെ ഉന്നതരുടെ വാസസ്ഥലങ്ങൾക്ക് രണ്ട് വർഷത്തിനു-ള്ളിൽ പഴയ പ്രൗഢി വീണ്ടെടുക്കാൻ കഴിഞ്ഞു. അതിന്റെ

അടിസ്ഥാന സൗകര്യങ്ങളിൽ ഭൂരിഭാഗവും പുനഃസ്ഥാപിക്കപ്പെട്ടു. വിരോധാഭാസമെന്നു പറയട്ടെ, ജമാ മസ്ജിദ് ഒഴികെ. ഗസ്നിയിലെ മഹ്മൂദിന്റെ പുറമേക്കുള്ള ഭക്തി ഉണ്ടായിരുന്നിട്ടും, ശക്തരുടെയും സമ്പന്നരുടെയും മാളികകളെക്കാൾ മുൻഗണന നേടാൻ അതിന് കഴിഞ്ഞില്ല.

തീവ്രഭക്തനായ വയസൻ ഗ്രാൻഡ് മുഫ്തിക്ക്, പള്ളിയുടെ മോശം പുനർനിർമ്മാണത്തിനും വന്ന താമസത്തിനും, സ്വന്തം ജീവൻ വിലയായിനൽകേണ്ടിവന്നുവെന്നാണ്കേട്ടുകേൾവി.ആർഭാടത്തിൽ മുഴുകിയ സുൽത്താനെ രഹസ്യമായി കുറ്റപ്പെടുത്തിക്കൊണ്ട്, ഭയന്നുവിറച്ച ജനക്കൂട്ടം മഹ്മൂദിന്റെ ഭക്തിയില്ലായ്മയോടും ദുർവൃത്തികളോടുമുള്ള അവജ്ഞ തുറന്നു പ്രകടിപ്പിക്കുന്നതിൽ നിന്ന് വിട്ടുനിന്നു. എന്നാൽ, ഗസ്നി നഗരത്തിന്റെ ഗവർണർ കൂടിയായ പുതിയ ഗ്രാൻഡ്മുഫ്തി ഇസ്മായിലിന്റെ പുറമേക്കെങ്കിലും കർശനമായ വിശ്വാസത്തോട് അവർ പെട്ടെന്ന് ഇണങ്ങി.

ജനങ്ങളെ ഇസ്മായിൽ തന്റെ കൈപ്പിടിയിലാക്കിയിരുന്നു. ഇനി പ്രഭുക്കന്മാരെ കൂടി തന്റെ പക്ഷത്തേക്ക് മാറ്റിയാൽ മതി. എന്നാൽ രണ്ടും ഒരേ സമയം നേടുന്നത് എളുപ്പമായിരുന്നില്ല. തന്റെ പിന്നിൽ നിന്ന് പ്രഭുക്കന്മാർ തന്നെ അധിക്ഷേപിക്കുന്നുണ്ടെന്ന് അയാൾക്കറിയാമായിരുന്നു.

'അതിഥികൾ എത്തിയിട്ടുണ്ട്, പ്രഭോ.' ഇസ്മായിലിന്റെ ചിന്തകളെ തടസ്സപ്പെടുത്തിക്കൊണ്ട്, തന്റെ വിശ്വസ്തനായ പ്രധാന വേലക്കാരൻ താലിബ് വാതിൽക്കൽ നിന്ന് മന്ത്രിച്ചു. 'പ്രധാനമന്ത്രി ഖ്വാജ ഹസ്സന്റെ നേതൃത്വത്തിലുള്ള സുൽത്താന്റെ സഭ അക്ഷമരായിക്കൊണ്ടിരിക്കുകയാണ്. തനിക്ക് ഉടൻ കൂടിക്കാഴ്ചയ്ക്ക് അനുവാദം ലഭിക്കുമോ എന്ന് പ്രധാനമന്ത്രിക്ക് അറിയണം. അതിന് ശേഷം അദ്ദേഹത്തിന് മറ്റ് ചുമതലകളിലേക്ക് പോകാനുള്ളതാണ്.'

'അവന്റെ ചുമതലകൾ', കണ്ണാടിയിൽ തന്റെ പ്രതിബിംബത്തെ ആരാധിക്കുന്നത് തുടർന്നുകൊണ്ട് ഇസ്മായിൽ പുച്ഛിച്ചു. 'ആ തടിച്ചുകൊഴുത്ത, ഒന്നിനും കൊള്ളാത്തവൻ ആദ്യം ചെയ്യുന്നത് വീട്ടിൽ തിരിച്ചെത്തി, ഒരു കുടം വീഞ്ഞും മോന്തി ഏതെങ്കിലും വേശ്യകളുടെ കൂടെ കിടക്കയിലേക്ക് വീഴുകയായിരിക്കും. അവരെ കാത്തിരിക്കാൻ അനുവദിക്കു, താലിബ്. ഇത് സുൽത്താനോ

അല്ലെങ്കിൽ രാജ്ഞി പോലുമോ ആയിരുന്നെങ്കിൽ അവർ പരാതിയില്ലാതെ ക്ഷമയോടെ കാത്തിരിക്കുമായിരുന്നില്ലേ?'

'തീർച്ചയായും, പ്രഭോ! അവർ കാത്തിരിക്കട്ടെ.'

ഇസ്മായിൽ തന്റെ ഉുവൽ പിടിപ്പിച്ച ശിരോവസ്ത്രം എടുത്ത് ഭംഗിയായി ചീകിയൊതുക്കിയ നരച്ച മുടിയിൽ മെല്ലെ വെച്ചു. അയാൾ കണ്ണാടിയിൽ തന്റെ പല്ലുകൾ പരിശോധിച്ചു. 'ഇന്ന്, അവർ എനിക്കുവേണ്ടി കാത്തിരിക്കാൻ പഠിക്കും. നാളെ, അവർ എന്നെ സേവിക്കും.' അയാൾ പിറുപിറുത്തു.

'അങ്ങനെതന്നെ സംഭവിക്കട്ടെ, പ്രഭോ,' തന്റെ യജമാനനെ അഭിവാദ്യം ചെയ്ത് തലകുനിച്ച് പിൻവാങ്ങിക്കൊണ്ട് താലിബ് പറഞ്ഞു. ഇസ്മായിൽ ചുവരോട് ചേർന്നുള്ള ഒരു ദിവാനിലേക്ക് നടന്നു. അതിൽ ഇരുന്നുകൊണ്ട്, അടുത്തുള്ള ഒരു ചെറിയ പീഠത്തിൽ വെച്ചിരുന്ന പുകവലിക്കാനുള്ള ഒരു കുഴൽ കൈയിലെടുത്തു. ചുണ്ടോടടുപ്പിച്ച്, ഞരമ്പുകളെ ശാന്തമാക്കാൻ കറുപ്പിന്റെ കനത്ത പുക അയാൾ ആഴത്തിൽ ഉള്ളിലേക്ക് എടുത്തു. താൻ സംഘടിപ്പിച്ച ആ ഗൗരവമേറിയ യോഗത്തിൽ ചർച്ച ചെയ്യാനുദ്ദേശിക്കുന്ന വിഷയങ്ങൾ ഗവർണ്ണർ-മുഫ്തിയുടെ മനസ്സിലൂടെ കടന്നുപോയി.

ഇരുപത് മിനിറ്റുകൾക്ക് ശേഷം അദ്ദേഹം രാജസഭാ-മണ്ഡപത്തിലേക്ക് നടന്നു. അവിടേക്ക് അടുക്കുന്തോറും, സുൽത്താന്റെ ആറ് മുതിർന്ന ഉപദേഷ്ടാക്കളുടെയും, അവരുടെ നേതാവായ ഏഴാമൻ ഖ്വാജ ഹസ്സന്റെയും സംസാരം അദ്ദേഹത്തിന് കേൾക്കാമായിരുന്നു. ഏറ്റവും ക്രൂരമായ വാക്കുകൾ ഉപയോഗിച്ച് അവർ അദ്ദേഹത്തെ പരിഹസിച്ച് ചിരിക്കുകയായിരുന്നു.

ഇസ്മായിൽ നേർത്ത ഇളംചുവപ്പ് നിറത്തിലുള്ള തിരശ്ശീല വകഞ്ഞുമാറ്റിയതും അവിടെ പെട്ടെന്ന് ഒരു നിശ്ശബ്ദത പരന്നു. അദ്ദേഹം കൈകൾ പിന്നിൽ പിണച്ച് അറയിലേക്ക് കാലെടുത്ത് വെച്ചു. ഗവർണർ മുഫ്തിക്ക് മുന്നിൽ, അദ്ദേഹം ക്ഷണിച്ച ഏഴ് പേർ ഒരു അർദ്ധചന്ദ്രാകൃതിയിൽ ഇരിപ്പുണ്ടായിരുന്നു. ചിലർ ഷീർ ചായ നിറച്ച പാത്രങ്ങൾ പിടിച്ചിരുന്നു. മറ്റുചിലർ അവർക്കായി ഒരുക്കിവെച്ചിരുന്ന ഹുക്ക വലിക്കുകയായിരുന്നു.

ബഹുമാനസൂചകമായി ആരും എഴുന്നേറ്റില്ല. നിമിഷങ്ങൾ കടന്നുപോയി. ഒടുവിൽ ഒരാൾ എഴുന്നേറ്റു: ഖ്വാജ ഹസ്സൻ. അയാൾ

യാന്ത്രികമായി തലകുനിച്ചു. പിന്നെ ശരിയായി ഉണ്ടാക്കാത്ത, പേർഷ്യൻ മധുരപലഹാരമായ മസ്ഗതി പോലെയുള്ള തന്റെ തടിച്ച ശരീരം കുലുക്കിക്കൊണ്ട് ഉരുണ്ടുരുണ്ട് മുന്നോട്ട് നീങ്ങി. നാട്ടുവാഴി-മുഫ്തിയുടെ അടുത്തെത്തി നിന്ന്, നാടകീയമായി അദ്ദേഹത്തിന്റെ കയ്യിൽ ചുംബിച്ച ശേഷം അയാൾ ഇസ്മായിലിനെ ആലിംഗനം ചെയ്തു.

ആലിംഗനത്തിൽ നിന്ന് പിരിഞ്ഞ് ഇരുവരും പരസ്പരം കൈമുട്ടുകളിൽ പിടിച്ചു. ഹസ്സനാണ് ആദ്യം സംസാരിച്ചത്.

'അങ്ങയെ ഒട്ടും പ്രതീക്ഷിക്കാത്ത സ്ഥലങ്ങളിൽ വെച്ചല്ലാതെ, വീട്ടിൽ വെച്ചുതന്നെ കാണാൻ കഴിഞ്ഞതിൽ സന്തോഷമുണ്ട്, പ്രഭോ,' വ്യക്തമായ ധാർഷ്ട്യത്തോടെ അയാൾ പറഞ്ഞു. 'ഞങ്ങളിൽ ചിലർ കരുതിത്തുടങ്ങിയിരുന്നു, അങ്ങയുടെ ദയ സാധാരണക്കാർക്ക് വേണ്ടി മാത്രം നീക്കിവെച്ചതാണെന്ന്.'

ഇസ്മായിൽ സ്നേഹത്തോടെ പുഞ്ചിരിച്ചുകൊണ്ട് മറ്റുള്ളവരെ നോക്കി. എഴുന്നേൽക്കാതെ തന്നെ, അവർ മടിയോടെ കൈകൾ നെറ്റിയിൽ വെച്ച് വന്ദനം ചെയ്തു. ആരും മര്യാദ കാണിച്ചില്ല. അപമാനിതനായെങ്കിലും, പതിറ്റാണ്ടുകളായി തന്റെ സഹോദരൻ തന്നോട് കാണിക്കുന്ന കടുത്ത അവഗണനയുടെ പ്രതിഫലനം മാത്രമാണ് സുൽത്താന്റെ ആളുകളിൽ കാണുന്നതെന്ന് ഇസ്മായിലിന് അറിയാമായിരുന്നു. പ്രധാനമന്ത്രി തന്റെ ദിവാനിലേക്ക് തപ്പിത്തടഞ്ഞ് നടന്നുപോയി ഇരുന്നപ്പോൾ ഗവർണ്ണർ-മുഫ്തി തന്റെ ഇരിപ്പിടത്തിൽ ഇരുന്നു. അയാൾ തന്റെ മുത്തുപോലുള്ള കണ്ണുകളാൽ ഇസ്മായിലിനെ നോക്കിക്കൊണ്ട്, നീണ്ട നഖങ്ങളുള്ള വിരലുകൾ കോർത്ത് തന്റെ തടിച്ച വയറിന് മുകളിൽ വെച്ചു.

'പ്രഭോ,' ഖ്വാജ ഹസ്സൻ പറഞ്ഞു. 'ഞങ്ങളെ ക്ഷണിച്ചതിന് നന്ദി. ഗസ്നവിഡ് സുൽത്താനേറ്റിന്റെ പ്രധാനമന്ത്രി എന്ന നിലയിലും ഈ മാന്യന്മാരുടെ നേതാവെന്ന നിലയിലും, ഈ സദസ്സിനെ ഞാൻ പരിചയപ്പെടുത്തട്ടെ.'

വിധേയത്വത്തോട് അടുത്തുനിൽക്കുന്ന കൃത്രിമമായ വിനയം ശ്രദ്ധയോടെ സ്വീകരിക്കുമ്പോഴും, ഗവർണ്ണർ-മുഫ്തിക്ക് മുന്നിൽ തന്റെ അധികാരം പ്രകടിപ്പിക്കാൻ ഹസ്സന് ഒരു ബുദ്ധിമുട്ടും ഉണ്ടായില്ല.

'ഇത് ഫർസാദ്, ഖജനാവിന്റെ അധിപൻ,' ഖ്വാജ ഹസ്സൻ തന്റെ തടിച്ച വിരൽ ഇസ്മായിലിന്റെ ഇടതുവശത്തിരുന്ന, കുറിയ,

തടിയനായ, കഷണ്ടി കയറിയ മധ്യവയസ്കന് നേരെ ചൂണ്ടി പറഞ്ഞു. ഖജനാവ് സൂക്ഷിപ്പുകാരനായ ഫർസാദ്, അലക്ഷ്യമായി തലയാട്ടി കാണിച്ച ശേഷം, തന്റെ നോട്ടം ബഹുമാനപൂർവ്വം പ്രധാനമന്ത്രിക്ക് നേരെ മാറ്റി. കൈയടക്കമുള്ള ഒരു തട്ടിപ്പുകാരന്റെ ലാഘവത്തോടെ ഇസ്മായിൽ തന്റെ കോപം മറച്ചുവെച്ചു. ഓർമ്മവെച്ച കാലം മുതൽ തന്നെ കളിയാക്കുകയും ചെറുതാക്കുകയും ചെയ്തിരുന്ന ജ്യേഷ്ഠനായ മഹ്മൂദിനെതിരെയുള്ള പ്രതിരോധമെന്ന നിലയിൽ, ആവശ്യമുള്ളപ്പോൾ വികാരങ്ങളെയും രോഷത്തെയും മറച്ചുവെക്കാനുള്ള കഴിവ് അദ്ദേഹം സ്വായത്തമാക്കിയിരുന്നു.

കറുപ്പും അതിന് സഹായിക്കുന്നുണ്ട്, ഇസ്മായിൽ ഓർത്തു.

'പ്രഭോ,' ഖ്വാജ ഹസ്സൻ ഫർസാദിന്റെ അടുത്തുള്ള ആളെ ചൂണ്ടിക്കാട്ടി തുടർന്നു. 'ഇത് ജലീൽ, സുൽത്താന്റെ പ്രധാന നയതന്ത്രജ്ഞൻ. അദ്ദേഹത്തിന്റെ അടുത്തിരിക്കുന്നത് കഹാർ, പരമോന്നത ന്യായാധിപൻ.'

ഓരോരുത്തരും ഗവർണ്ണർ-മുഫ്തിയുടെ നേർക്ക് ക്ഷണികമായി തലയാട്ടി.

'യസ്ദാൻ നഗര കാവൽസേനയുടെ തലവനാണ്. ബാഗിഷ് വ്യാപാര വാണിജ്യങ്ങളുടെ നിയന്ത്രകനും. പിന്നെ...' ഹസ്സൻ ഒന്ന് പതറി. കണ്ണുകളിറുക്കി, അയാൾ തന്റെ ഇടതുവശത്തിരിക്കുന്ന ആളെ തിരിച്ചറിയാനാവാതെ നോക്കി. ലജ്ജിതനായ ആ ചെറുപ്പക്കാരൻ പ്രധാനമന്ത്രിയുടെ ചെവിയിൽ എന്തോ മന്ത്രിച്ചു.

'ബാദിദ്, കലാകാര്യ മന്ത്രി!' ഖ്വാജ ഹസ്സൻ ആവേശത്തോടെ പ്രഖ്യാപിച്ചു. കലയെ പ്രോത്സാഹിപ്പിക്കുന്നതിലൂടെ, അല്ലെങ്കിൽ അങ്ങനെ നടിക്കുന്നതിലൂടെയെങ്കിലും, പേർഷ്യക്കാരെയും അറബികളെയും പോലെ തങ്ങളും സംസ്കാരസമ്പന്നർ ആണെന്ന് കാണിക്കാൻ തുർക്കികൾ ശ്രമിക്കുകയായിരുന്നു.

ബാദിദ് ഇസ്മായിലിനെ നോക്കി തലകുനിച്ചു. 'ക്ഷമിക്കണം, പ്രഭോ,' അയാൾ ബഹുമാനത്തോടെ പറഞ്ഞു. 'ഞാൻ ഈ സഭയിൽ പുതിയതാണ്.'

ഇസ്മായിലിന്റെ മുഖം മയപ്പെട്ടു. അദ്ദേഹം ആ ചെറുപ്പക്കാരനെ നോക്കി പുഞ്ചിരിച്ചു.

ഖ്വാജ ഹസ്സൻ പ്രതീക്ഷയോടെ ഗവർണ്ണർ-മുഫ്തിയെ നോക്കി.

'നിങ്ങൾക്കെല്ലാവർക്കും സ്വാഗതം.' ഇസ്മായിൽ സൗഹാർദ്ദ-പരമായി പുഞ്ചിരിച്ചു, തന്റെ കണ്ണുകൾ പ്രധാനമന്ത്രിയിൽ ഉറപ്പിച്ചു. 'നിങ്ങളുടെ സാന്നിധ്യത്തിൽ ഞാൻ സന്തുഷ്ടനാണ്.'

'ഓ, പ്രഭോ! അതൊന്നും പറയേണ്ട!' ഖ്വാജ ഹസ്സൻ ഗർവ്വോടെ കൈവീശി മൃദുവായി പറഞ്ഞു. അയാൾ പിന്നിലെ മൃദുവായ തലയണയിലേക്ക് ചാരിയിരുന്നു. 'എന്റെ എല്ലാ ഉപദേഷ്ടാക്കളും ഇവിടെ ഇല്ലാത്തതിൽ ഞാൻ ക്ഷമ ചോദിക്കുന്നു. ഒരാളെ കാണാനില്ല...' അയാൾ പെട്ടെന്ന് ആ സംഘത്തെ നോക്കി. 'ആഹ്! അതെ! അഷ്താഖ് ഇവിടെയില്ല, മതകാര്യ മന്ത്രി.'

ഇസ്മായിലിന്റെ കണ്ണുകൾ കൂർത്തു.

'അതൊരു ക്ഷമിക്കാവുന്ന തെറ്റാണ്, എനിക്കുറപ്പുണ്ട്,' ഖ്വാജ ഹസ്സൻ നിസ്സാരമായി തുടർന്നു. 'അങ്ങ് അവസാനമായി ഗസ്നിയിലെ കാര്യങ്ങൾ നിയന്ത്രിച്ചതിന് ശേഷം ഇവിടുത്തെ ഉദ്യോഗസ്ഥ തലത്തിൽ ഒരുപാട് മാറ്റങ്ങൾ വന്നിട്ടുണ്ട്, പ്രഭോ.' അയാൾ സൗമ്യമായി പുഞ്ചിരിച്ചു.

ഗവർണ്ണർ-മുഫ്തി ആ പുഞ്ചിരി തിരികെ നൽകിയില്ല. അത് പ്രധാനമന്ത്രിയെ മൃദുവായ തലയണയുടെ സുഖം ഉപേക്ഷിച്ച് നിവർന്നിരിക്കാൻ പ്രേരിപ്പിച്ചു.

'നമുക്ക് അഷ്താഖിന്റെ കാര്യത്തിലേക്ക് ഉടൻ വരാം,' ഇസ്മായിൽ ഉറപ്പുനൽകി. ഖ്വാജ ഹസ്സന്റെ മുഖത്ത് മിന്നിമറഞ്ഞ ആശയക്കുഴപ്പം അദ്ദേഹം ആസ്വദിച്ചു. നേർത്ത ശരീരമുള്ള ഒരു പരിചാരകൻ തളികയിൽ നീട്ടിയ വീഞ്ഞുപാത്രത്തിനായി അദ്ദേഹം കൈനീട്ടി. അതിൽ നിന്നൊരു കവിൾ എടുത്ത് വായിൽ കുലുക്കി.

'നിങ്ങൾ പറഞ്ഞത് ശരിയാണ്,' ഇസ്മായിൽ തുടർന്നു. 'ഒരുപാട് മാറ്റങ്ങൾ വന്നിരിക്കുന്നു. ഒരുപാട് മാലിന്യങ്ങൾ വൃത്തിയാക്കേണ്ടതുണ്ട്. തകർന്ന പലതും നന്നാക്കേണ്ടതുണ്ട്.'

ഖ്വാജ ഹസ്സൻ പുരികമുയർത്തി.

'പറയൂ, പ്രധാനമന്ത്രീ,' ഇസ്മായിൽ സാവധാനം പറഞ്ഞു. 'മൂന്ന് വർഷം മുൻപ് ഗസ്നിയുടെ ഹൃദയം പിളർത്തിയ ആ ഭൂകമ്പത്തെ നിങ്ങളെല്ലാവരും അതിജീവിച്ചുവല്ലോ, അല്ലേ?'

'അങ്ങനെത്തന്നെയാണല്ലോ കാണുന്നത്.' ഹസ്സൻ പുഞ്ചിരിച്ചു-കൊണ്ട് ചുറ്റും നോക്കി. 'തീർച്ചയായും, ഞങ്ങൾ ഇവിടെ പുനർജീവിച്ച ശവങ്ങളല്ലല്ലോ!'

ചാവി കൊടുത്ത പാവകളെപ്പോലെ ആ മനുഷ്യർ ചിരിച്ചു. ഒരാളൊഴികെ.

'കാര്യമായി പറയട്ടെ,' ഹസ്സൻ തുടർന്നു. 'അതെ, അള്ളാഹുവിന്റെ കൃപയാൽ ഞങ്ങൾ രക്ഷപ്പെട്ടു. അല്ലാത്തവർ... അവരെ സുൽത്താൻ വേഗത്തിൽ മാറ്റി നിയമിച്ചു. അങ്ങ് എന്തിനാണ് ഇത് ചോദിക്കുന്നത്?'

'ഞാൻ ചിലതൊക്കെ വായിക്കുകയായിരുന്നു,' ഇസ്മായിൽ പറഞ്ഞു. 'ഞാൻ ആളുകളുമായി സംസാരിക്കുകയും ചെയ്തു. ഏറ്റവും വലിയ കെട്ടിടങ്ങൾക്കാണ് കൂടുതൽ നാശനഷ്ടമുണ്ടായതെന്നും അവ പുനർനിർമ്മിക്കാൻ ഏറ്റവും കൂടുതൽ സമയമെടുത്തുവെന്നും അവർ പറഞ്ഞു. ഔദ്യോഗിക രേഖകളിൽ ആ സംഭവവും തുടർന്നുള്ള പുനർനിർമ്മാണ ശ്രമങ്ങളും വിശദീകരിക്കുന്നുണ്ട്.'

'ക്ഷമിക്കണം, പ്രഭോ,' പ്രധാനമന്ത്രി പറഞ്ഞു. 'ഈ ചോദ്യം ചെയ്യൽ എങ്ങോട്ടാണ് പോകുന്നതെന്ന് എനിക്ക് വ്യക്തമാകുന്നില്ല. അങ്ങയുടെ കൂടെയിരിക്കുന്നത് ഞങ്ങൾ ആസ്വദിക്കുന്നുണ്ടെങ്കിലും, എനിക്കും എന്റെ ആളുകൾക്കും ചില ചുമതലകൾ നിർവഹിക്കാനുണ്ട്. ഞങ്ങളുടെ സമയത്തിന് വലിയ വിലയുണ്ട്. പക്ഷേ ഞാൻ ഉറപ്പുതരുന്നു, ഏറ്റവും വലിയ കെട്ടിടങ്ങൾ പുനർനിർമ്മിക്കാൻ തന്നെയാണ് ഏറ്റവും കൂടുതൽ സമയമെടുത്തത്. സുൽത്താന്റെ കൊട്ടാരം പൂർണ്ണമായി നന്നാക്കാൻ രണ്ടര വർഷമെടുത്തു. തലസ്ഥാനത്തെ പകുതിയോളം പ്രജകൾ അതിനായി പണിയെടുത്തു.'

'കൊള്ളാം,' ഇസ്മായിൽ അഭിപ്രായപ്പെട്ടു, എന്നിട്ട് സാവധാനം പറഞ്ഞു. 'സുൽത്താന്റെ കൊട്ടാരം നന്നാക്കാൻ രണ്ടര വർഷമെടുത്തു. ജുമാ മസ്ജിദും എന്റെ സഹോദരന്റെ വീടും ഏകദേശം ഒരേ വലുപ്പമാണ്. ആറുമാസം കൊണ്ട് അതിന്റെ പഴയ പ്രതാപം വീണ്ടെടുക്കാൻ അദ്ദേഹം എന്നോട് കൽപ്പിച്ചതിന്റെ കാരണമെന്താണെന്ന് ഞാൻ അത്ഭുതപ്പെടുന്നു. ചെറിയ അതിമോഹമായി തോന്നുന്നില്ലേ?'

'ക്ഷമിക്കണം പ്രഭോ, എനിക്കതിൽ ഒരു അഭിപ്രായം പറയാൻ കഴിയില്ല,' ഖ്വാജ ഹസ്സൻ മധുരമായി മറുപടി നൽകി. 'അങ്ങയുടെ സഹോദരനുമായി കൂടുതൽ അടുപ്പം അങ്ങേക്കാണല്ലോ.'

ഇസ്മായിലിന്റെ മുഖഭാവം മരവിച്ചു.

'എന്റെ സഹോദരന്റെ തലയിൽ ഈ വിഡ്ഢിത്തം കുത്തിവെച്ചത് നിങ്ങളാണോ?' ഗവർണ്ണർ-മുഫ്തി നേരെ കാര്യത്തിലേക്ക് കടന്നു. 'മസ്ജിദ് പുനർനിർമ്മാണത്തിന് സുൽത്താൻ നൽകിയ സമയപരിധിയെക്കുറിച്ചുള്ള കത്ത് നിങ്ങളുടെ മുദ്രയോടുകൂടി നിങ്ങളുടെ വിഭാഗത്തിൽനിന്നാണ് എനിക്ക് ലഭിച്ചത്.'

ഖ്വാജ ഹസ്സന്റെ മുഖം ചുവന്നു. 'ഞാൻ ചെയ്യാത്ത ഒരു കാര്യത്തിന് അങ്ങ് എന്നെ കുറ്റപ്പെടുത്തുകയാണ്,' വിറയലോടെ അയാൾ മറുപടി പറഞ്ഞു. ശബ്ദത്തിൽ കാർക്കശ്യം വരുത്താൻ ശ്രമിച്ചെങ്കിലും അത് നേർത്തുപോയിരുന്നു. 'അങ്ങ് കുറ്റപ്പെടുത്തുന്നത് അങ്ങയുടെ സഹോദരനെ, സാക്ഷാൽ സുൽത്താനെത്തന്നെയാണ്. ക്ഷമിക്കണം, പ്രഭോ, ഈ സംഭാഷണം ഇവിടെ നിർത്താൻ ഞാൻ നിർബന്ധിതനാകുന്നു.'

അയാളുടെ വലുപ്പമുള്ള ഒരാൾക്ക് അസാധ്യമായ വേഗതയോടെ അയാൾ ദിവാനിൽ മുന്നോട്ടാഞ്ഞിരുന്നു.

'ഓ, പിന്നെ,' പ്രധാനമന്ത്രി തുടർന്നു, 'നമ്മൾ സംസാരിക്കുമ്പോഴും മണൽ ഘടികാരത്തിലെ മണൽത്തരികൾ താഴേക്ക് വീണുകൊണ്ടിരിക്കുകയാണ്, പ്രഭോ. ഞാൻ അങ്ങയുടെ സ്ഥാനത്തായിരുന്നെങ്കിൽ, ഉടൻ തന്നെ ജോലി തുടങ്ങുമായിരുന്നു. മുൻ ഗ്രാൻഡ് മുഫ്തിയെ വിധി എങ്ങനെ ശിക്ഷിച്ചുവെന്ന് അങ്ങേയ്ക്ക് അറിയാമല്ലോ...'

ഖ്വാജ ഹസ്സൻ ദിവാനിൽ നിന്ന് എഴുന്നേൽക്കാൻ തുടങ്ങി-യെങ്കിലും ഇടറിപ്പോയി. കഴുത്തിലെ ഭാരമേറിയ സ്വർണ്ണമാലകൾ അയാളുടെ തല കൂടുതൽ താഴേക്ക് വലിച്ചു. തനിക്ക് സാധ്യമായ എല്ലാ ആഭിജാത്യത്തോടും കൂടി അയാൾ നിവർന്നുനിന്നു. മറ്റുള്ളവർ പെട്ടെന്ന് അവരുടെ ഹുക്കകളും വീഞ്ഞുപാത്രങ്ങളും മാറ്റിവെച്ചു. അവർ പാവകളെപ്പോലെ അയാളെ അനുഗമിച്ച് എഴുന്നേറ്റുനിന്നു.

ഇസ്മായിൽ ഒരു കൂസലുമില്ലാതെ ഇരിപ്പു തുടർന്നു.

'നിൽക്കൂ, പ്രഭുക്കന്മാരേ.' അദ്ദേഹം ശബ്ദമധുരമായി മൂളി. ചുണ്ടിലൊരു ക്ഷമാപണച്ചിരിയുണ്ടായിരുന്നു. 'നിങ്ങൾക്ക് വിഷമമമായോ? ഈ ദുഷ്കരമായ ജോലിയിലുള്ള എന്റെ നിരാശ പ്രകടിപ്പിക്കുക മാത്രമായിരുന്നു. ഞാൻ സുഹൃത്തുക്കളുടെ ഇടയിലാണെന്നാണ് വിശ്വസിക്കുന്നത്. അങ്ങനെയല്ലേ?'

'വിട, പ്രഭോ,' ഖ്വാജ ഹസ്സൻ പരുഷമായി പറഞ്ഞു. 'അങ്ങേയ്ക്ക് നന്നായി അറിയാമല്ലോ, മസ്ജിദ് പുനർനിർമ്മാണത്തിന് എന്തെങ്കിലും സഹായം വേണമെങ്കിൽ, അങ്ങ് എന്റെ ഉപമേധാവി അഷ്താഖുമായി ചർച്ച ചെയ്യേണ്ടി വരും. നിങ്ങളുടെ മതകാര്യ വകുപ്പിന്റെ ചുമതലകൾക്ക് വേണ്ട എല്ലാ ഭരണപരമായ പിന്തുണയും നൽകുന്നത് അയാളാണ്. ഈ ചെറിയ പ്രഭാത വിരുന്നിലേക്ക് നിങ്ങൾ ക്ഷണിക്കാത്തതും അയാളെത്തന്നെയാണ്.'

ഖ്വാജ ഹസ്സൻ തിരിഞ്ഞുനടക്കാൻ തുടങ്ങി. കോഴിക്കുഞ്ഞുങ്ങളെപ്പോലെ മറ്റു മന്ത്രിമാരും അദ്ദേഹത്തിന് പിന്നാലെ വരിവരിയായി നീങ്ങി.

ഇസ്മായിൽ തന്റെ വീഞ്ഞുപാത്രം അടുത്തുള്ള മേശയിൽ വെച്ച് എഴുന്നേറ്റുനിന്നുകൊണ്ട് വഷളായി ചിരിച്ചു. 'പക്ഷേ പ്രിയ പ്രധാനമന്ത്രീ, അഷ്താഖിനെക്കൊണ്ട് എനിക്കിനി വലിയ സഹായമുണ്ടാകുമെന്ന് തോന്നുന്നില്ല. ഗസ്നിയിലെ മുഖ്യ മുഫ്തിയുടെ നേരിട്ടുള്ള സേവനത്തിലുള്ള മതകാര്യ സേനയായ ജുൻദീൻ-ഉൽ-ദിൻ അയാളെ പിടികൂടിയിരിക്കുന്നു എന്ന് പറയുന്നതിൽ എനിക്ക് ഖേദമുണ്ട്...' അദ്ദേഹത്തിന്റെ ശബ്ദം സൗമ്യവും മധുരവുമായിരുന്നെങ്കിലും, അതിലെ ഭീഷണി വ്യക്തമായിരുന്നു.

ഖ്വാജ ഹസ്സൻ നിന്നയിടത്ത് നിശ്ചലനായി. അദ്ദേഹത്തിന് പിന്നിലുണ്ടായിരുന്നവരും.

'എനിക്ക് തോന്നുന്നത്,' ഗവർണ്ണർ-മുഫ്തി തുടർന്നു, 'അവർ സുഖകരമല്ലാത്ത ചില തെളിവുകൾ കണ്ടെടുത്തു എന്നാണ്. അഷ്താഖ് ജസിയയായി പിരിച്ചെടുത്ത പണം തട്ടിയെടുക്കുകയായിരുന്നു. അതായത്, നമ്മുടെ ഇസ്ലാമിക രാഷ്ട്രത്തിന് അമുസ്ലീങ്ങൾ നൽകുന്ന മതപരമായ കപ്പമാണ് ജസിയ. അതുകൊണ്ടുതന്നെ അത് മതകാര്യ പോലീസിന്റെ അധികാരപരിധിയിൽ വരും. നമ്മളെപ്പോലുള്ള

മാന്യരും ദൈവഭക്തരുമായ ആളുകൾക്ക് ഇത് കണ്ടില്ലെന്ന് നടിക്കാനാവില്ലെന്ന് നിങ്ങൾക്കറിയാമല്ലോ.'

ഗവർണ്ണർ-മുഫ്തിയുടെ വാക്കുകൾ ആ മുറിയുടെ ഭാവം പാടെ മാറ്റി. സഭയിലെ അംഗങ്ങൾ നിന്നയിടത്ത് വേരറ്റുപോയതുപോലെ നിന്നു. തളർന്നുപോയവർ. ചിലരുടെ മുഖത്ത് പരിഭ്രാന്തി വ്യക്തമായി കാണാമായിരുന്നു. മതകാര്യ പോലീസിന് അവരിൽ ഒരാളുടെ നേരെ തിരിയാൻ ഇന്നുവരെ ധൈര്യമുണ്ടായിരുന്നില്ല. അവർ ലക്ഷ്യമിട്ടിരുന്നത് അധികാരമില്ലാത്തവരെ മാത്രമായിരുന്നു. ഖ്വാജ ഹസ്സൻ പുറമേ ശാന്തനായി ഇസ്മായിലിനെത്തന്നെ നോക്കിനിന്നു. നിയന്ത്രണം വിട്ട് അനാവശ്യമായി പ്രതികരിക്കാതിരിക്കാൻ മാത്രം അനുഭവപരിചയമുള്ള ഒരു രാജസദസ്യനായിരുന്നു അദ്ദേഹം. പക്ഷേ, അദ്ദേഹത്തിന്റെ ചെന്നിയിൽ വിയർപ്പിന്റെ ഒരു നേരിയ തിളക്കം കാണാമായിരുന്നു.

ഇസ്മായിൽ അത് ശ്രദ്ധിക്കുകയും ആ നിമിഷം ആസ്വദിക്കുകയും ചെയ്തു. *ഈ തടിയനും നല്ലപോലെ കൈയിട്ടു വാരുന്നുണ്ടെന്ന് തോന്നുന്നു... ഒരു ചുറ്റിക അടിക്കുള്ള സമയമായി...*

'നിങ്ങൾ രാവിലെ കിടക്കവിരിയിൽ നിന്ന് എഴുന്നേൽക്കുന്നതിന് മുൻപ് തന്നെ എന്റെ ആളുകൾ തെളിവുകൾ സുൽത്താന് മുന്നിൽ ഹാജരാക്കിയിരുന്നു,' ഇസ്മായിൽ പറഞ്ഞു. 'അഷ്താഖിന്റെ ജീവൻ ഇപ്പോൾ എന്റെ പ്രിയ സഹോദരന്റെ മികവുറ്റ കൈകളിലാണ്. ഈ പണത്തട്ടിപ്പ് വിഷയത്തെക്കുറിച്ച് കൂടുതൽ അന്വേഷിക്കാൻ അദ്ദേഹം എന്നോട് ആവശ്യപ്പെടുമെന്ന് തോന്നുന്നു. അതിൽ നിന്ന് നേട്ടമുണ്ടാക്കിയ എല്ലാവരെക്കുറിച്ചും.'

ഖ്വാജ ഹസ്സൻ വികാരരഹിതമായ മുഖഭാവത്തോടെ ഇസ്മായിലിനെത്തന്നെ നോക്കിനിന്നു. എന്നാൽ അദ്ദേഹത്തിന്റെ ചെന്നിക്ക് ചുറ്റും കൂടുതൽ വിയർപ്പുകണങ്ങൾ പ്രത്യക്ഷപ്പെട്ടു.

'ഒരുപക്ഷേ ഫർസാദ്, നിങ്ങൾക്ക് എന്നെ സഹായിക്കാൻ കഴിഞ്ഞേക്കും. നമുക്ക് ഒരുമിച്ച് ഈ കേസിന്റെ അറ്റം കാണാം, അല്ലേ?' ഗവർണ്ണർ-മുഫ്തി ഖജനാവിന്റെ അധിപനെ നോക്കി ഒരു കുസൃതിച്ചിരി ചിരിച്ചു. അയാൾ നോട്ടം തറയിലേക്ക് മാറ്റി. 'ഈ പ്രശ്നങ്ങൾ എത്രത്തോളം ആഴത്തിലുണ്ടെന്ന് നമുക്ക് നോക്കാം.

അതോ എത്രത്തോളം ഉയരത്തിലുണ്ടെന്നാണോ ഞാൻ പറയേണ്ടത്?'

'പ്രഭോ...' ഖ്വാജ ഹസ്സൻ പതുക്കെ സംസാരിച്ചു. അദ്ദേഹത്തിന്റെ തുടുത്ത മുഖം ചുവന്നിരുന്നു. ദേഷ്യവും പരിഭ്രമവും കലർന്ന ഒരു വിചിത്രമായ ഭാവമായിരുന്നു ആ മുഖത്ത്. 'ഇതിനെക്കുറിച്ച് എനിക്കൊന്നും അറിയില്ലായിരുന്നു. എന്റെ മൂക്കിന് താഴെ ഇങ്ങനെയൊക്കെ നടന്നുവെന്നോ! ആ പന്നി, അഷ്താഖ്! ഞാൻ അവനെ വിശ്വസിച്ചു, സദസ്സിൽ അവനൊരു അവസരം നൽകി! ഈ വഴുവഴുപ്പൻ അറബികളെ നമുക്ക് ഒരിക്കലും വിശ്വസിക്കാൻ കഴിയില്ല. വെട്ടുകിളിതീനികൾ, ഞാൻ പറയുവാ. അവന്റെ ശിക്ഷ ഏറ്റവും കഠിനമായിരിക്കണം. അവന് ഒരൊറ്റ ശിക്ഷയേ നൽകാവൂ. അത്...'

'മരണം,' ഇസ്മായിൽ അശുഭകരമായി പൂർത്തിയാക്കി. 'സുൽത്താനിൽ നിന്ന് എന്ത് തട്ടിയെടുത്താലും ശിക്ഷ മരണമാണ്. അതുപോലെതന്നെ, രാഷ്ട്രത്തിന് നൽകേണ്ട നികുതി നൽകാതെ അവിശ്വാസികളായ അടിമകളെ രഹസ്യ കമ്പോളത്തിൽകടത്തുന്നതിനുള്ള ശിക്ഷയും അതുതന്നെ. ഇപ്പോൾ ഞാനാലോചിക്കുന്നത്, പ്രിയ പ്രധാനമന്ത്രീ, ഇതെങ്ങനെ നിങ്ങളുടെ മൂക്കിന് താഴെ നടന്നു എന്നാണ്? ശരിക്കും, വേറെയും ഒരുപാട് തട്ടിപ്പുകൾ ഓർമ്മ വരുന്നു... യുദ്ധത്തിൽ പിടിച്ചെടുത്ത മുതൽ വിതരണം ചെയ്തത്... സൈന്യത്തിനുള്ള സാധനങ്ങൾ വാങ്ങിയത്... തജിക്കിസ്ഥാനിൽ നിന്ന് കുതിരകളെ വാങ്ങിയത്... ആ പട്ടിക അങ്ങനെ നീണ്ടുപോകുന്നു. ചിലപ്പോൾ എനിക്ക് തോന്നാറുണ്ട്, ഇവിടെ ഒരുപാട് തട്ടിപ്പുകൾ നടക്കുന്നുണ്ട്. ഒരുപക്ഷേ മഹാനായ ഖ്വാജാ, നിങ്ങൾക്കുപോലും അതിനെക്കുറിച്ചൊന്നും അറിയില്ലായിരിക്കും. അതോ അറിയുമോ?' അവസാനത്തെ ആ വാചകം ഗവർണ്ണർ-മുഫ്തി തികഞ്ഞ പാകതയോടെയാണ് പറഞ്ഞത്. പതുക്കെയും കണിശമായും.

അദ്ദേഹത്തിന്റെ ആക്രമണം ഉദ്ദേശിച്ച ഫലം കണ്ടു. താൻ പരാജയപ്പെട്ടെന്ന് മനസ്സിലാക്കാൻ മാത്രം ബുദ്ധിയുള്ളവനായിരുന്നു ഖ്വാജ ഹസ്സൻ. മുഖത്ത് വിരിഞ്ഞ ഞെട്ടൽ അദ്ദേഹം നിയന്ത്രിച്ചു.

ഇത്ര കുറഞ്ഞ സമയം കൊണ്ട് ഇയാൾ ഇത്രയധികം കാര്യങ്ങൾ എങ്ങനെ അറിഞ്ഞു? പ്രഭുക്കന്മാരിൽ ആരാണ് ഇയാൾക്ക് വിവരം ചോർത്തി നൽകുന്നത്?

ആ മുറിയിലെ പിരിമുറുക്കം തൊട്ടറിയാമായിരുന്നു. ശാന്തനായ ഗവർണ്ണർ-മുഫ്തിയൊഴികെ മറ്റെല്ലാവർക്കും അത് ശ്വാസം മുട്ടിക്കുന്നതായിരുന്നു.

ഖ്വാജ ഹസ്സന് അറിയാമായിരുന്നു. തന്റെ തടിച്ച ശരീരം രക്ഷിക്കാൻ താൻ വെളിപ്പെടുത്തേണ്ട വിവരങ്ങൾ അദ്ദേഹത്തിന് അറിയാമായിരുന്നു.

'മസ്ജിദ് പുനർനിർമ്മിക്കാൻ ആറുമാസത്തെ സമയപരിധി നൽകിയത് എന്റെ ആശയമായിരുന്നില്ല, പ്രഭോ.' പ്രധാനമന്ത്രി അറക്കാൻ കൊണ്ടുപോകുന്ന ആട്ടിൻകുട്ടിയെപ്പോലെ കരഞ്ഞുകൊണ്ട് കുനിഞ്ഞു വണങ്ങി. അദ്ദേഹത്തിന്റെ തത്വം വ്യക്തമായിരുന്നു: കീഴടങ്ങുമ്പോൾ പൂർണ്ണമായി കീഴടങ്ങുക, എങ്കിലേ ശത്രു കരുണ കാണിക്കൂ. 'എനിക്കതിൽ ഒരു പങ്കുമില്ല. ഞാൻ ഒരു ദൂതൻ മാത്രമായിരുന്നു, പ്രഭോ. തൊടുത്തുവിട്ട ഒരു അമ്പ് മാത്രമായിരുന്നു ഞാൻ.'

ഗവർണ്ണർ-മുഫ്തി ഖ്വാജ ഹസ്സന്റെ അടുത്തേക്ക് നടന്നുചെന്ന് അദ്ദേഹത്തിന്റെ തോളിൽ കൈവെച്ചു. 'അതെ, നിങ്ങൾ ഒരു അമ്പായിരുന്നു,' ഇസ്മായിൽ പറഞ്ഞു. 'എന്റെ സഹോദരൻ വില്ലും. ആരായിരുന്നു ആ വില്ലാളി?'

പ്രധാനമന്ത്രി യാചനയോടെ, മുങ്ങിത്താഴുന്നവന്റെ കണ്ണുകളോടെ തന്റെ ആളുകളെ നോക്കി. അവർ തറയിലേക്കോ ഭിത്തിയിലേക്കോ നോട്ടം മാറ്റി.

ഭീരുക്കൾ!

ഖ്വാജ ഹസ്സൻ ഇസ്മായിലിന്റെ നേരെ തിരിഞ്ഞു.

'ആ വില്ലാളി ഒരു സ്ത്രീയാണ്, പ്രഭോ,' പ്രധാനമന്ത്രി മന്ത്രിച്ചു.

ഞാൻ കരുതിയത് തന്നെ! ഇസ്മായിൽ മനസ്സിലോർത്തു, പക്ഷേ നിശബ്ദനായി നിന്നു. ആ പേര് ഉറക്കെ പറയുന്നത് കേൾക്കാൻ അദ്ദേഹം ആഗ്രഹിച്ചു. അത് പ്രധാനമന്ത്രിയുടെ സമ്പൂർണ്ണ കീഴടങ്ങലിന്റെ അടയാളമായിരിക്കും.

'റാണി, കൗസരി ജഹാൻ...' ഖ്വാജ ഹസ്സൻ തുടർന്നു, ഭിത്തികൾ കേൾക്കുമോ എന്ന് ഭയന്നപോലെ കൂടുതൽ പതിഞ്ഞ സ്വരത്തിൽ. 'അവർ നാലാഴ്ച മുൻപ് ഒരു ദിവസം രാവിലെ എന്നെ സുൽത്താന്റെ ശീതകാല കൊട്ടാരത്തിലേക്ക് വിളിപ്പിച്ചു. സുൽത്താൻ ഉറക്കത്തിലായിരുന്നു, പക്ഷേ റാണി ശയ്യാഗൃഹത്തിന്റെ മുൻമുറിയിൽ എനിക്കായി കാത്തിരിക്കുകയായിരുന്നു.'

ഈ വെളിപ്പെടുത്തൽ തന്റെ പീഡകനെ തൃപ്തിപ്പെടുത്തുമെന്ന് കരുതി പ്രധാനമന്ത്രി നിർത്തി. അയാൾ ഇതിനോടകം ഒരുപാട് കാര്യങ്ങൾ വെളിപ്പെടുത്തിക്കഴിഞ്ഞിരുന്നു. രണ്ട് മദയാനകൾ പോരടിക്കുമ്പോൾ കീഴിലെ പുല്ലാണ് സാധാരണയായി ആദ്യം ചതഞ്ഞരയുന്നത്.

'തുടരൂ,' ഗവർണ്ണർ-മുഫ്തി പ്രേരിപ്പിച്ചു. 'നിന്റെ ജീവൻ ഈ വിവരത്തെ ആശ്രയിച്ചിരിക്കുന്നു,' അദ്ദേഹം ഭീഷണിയുടെ സ്വരത്തിൽ കൂട്ടിച്ചേർത്തു.

ശിക്ഷ വിധിക്കപ്പെട്ടവൻ തുടർന്നു.

'കുടുംബത്തോടുള്ള അങ്ങയുടെ വിശ്വാസവും ഭക്തിയും പരീക്ഷിക്കാനുള്ള സുൽത്താന്റെ ആഗ്രഹം അവർ എന്നെ അറിയിച്ചു, പ്രഭോ. മസ്ജിദിന്റെ അറ്റകുറ്റപ്പണികൾ പൂർത്തിയാക്കാൻ അങ്ങേക്ക് ആറുമാസത്തെ സമയമുണ്ടെന്ന് അറിയിക്കാൻ അവർ ആവശ്യപ്പെട്ടു. ആ ഉത്തരവ് അന്നുതന്നെ തയ്യാറാക്കാൻ ഞാൻ എന്റെ ആളുകളോട് പറഞ്ഞിരുന്നു, പക്ഷേ അത് അങ്ങേക്ക് എത്തിച്ചുകൊടുക്കുന്ന കാര്യം ഞാൻ വിട്ടുപോയി. എന്റെ വീഴ്ച ഓർത്തയുടൻ ഞാൻ ആ അറിയിപ്പ് അയച്ചുവെന്ന് ഉറപ്പാണ്, പ്രഭോ.'

'അത് നാല് ദിവസം മുൻപായിരുന്നു,' ഇസ്മായിൽ തണുപ്പൻ മട്ടിൽ ഓർമ്മിപ്പിച്ചു. 'എനിക്ക് കിട്ടേണ്ടിയിരുന്ന ഒരു സമയബന്ധിതമായ ഉത്തരവ് ഏതാണ്ട് ഒരു മാസത്തിന് ശേഷമാണ് എന്റെ കയ്യിലെത്തുന്നത്. ഇപ്പോൾ ആറുമാസത്തിന് പകരം അഞ്ചുമാസം കൊണ്ട് എനിക്കീ ജോലി തീർക്കണം.'

പ്രധാനമന്ത്രി തലകുനിച്ചു. 'ക്ഷമിക്കണം, പ്രഭോ. അതൊരു അശ്രദ്ധയായിരുന്നു. ഞാൻ...'

'തിരക്കിലായിരുന്നിരിക്കുമല്ലോ, സംശയമില്ല.' ഇസ്മായിൽ പുഞ്ചിരിച്ചുകൊണ്ട് സൗഹൃദഭാവത്തിൽ ഹസ്സന്റെ തോളിൽ തട്ടി.

'നിങ്ങൾക്കും നിങ്ങളുടെ ആളുകൾക്കും കുറച്ചുകൂടി തിരക്കുകൾ വരാൻ പോവുകയാണെന്ന് ഞാൻ ഭയക്കുന്നു. നിങ്ങൾക്കറിയാമല്ലോ, ഈ ദൗത്യം ഏറ്റെടുക്കാൻ എന്റെ കയ്യിൽ... കുറഞ്ഞ വിഭവങ്ങളേ ഉള്ളൂ. ജുൻദീൻ-ഉൽ-ദിൻ വിശുദ്ധ നിയമങ്ങൾ നടപ്പാക്കുന്നതിൽ മിടുക്കരാണ്, പക്ഷേ അവർ മോശം കൽപ്പണിക്കാരാണ്. എനിക്ക് ചുറ്റും പണിത ഈ കെണിയിൽനിന്ന് പുറത്തുകടക്കാൻ എനിക്ക് സഹായം വേണ്ടിവരും.'

ആ വാക്കുകൾ പറയുമ്പോൾ ഇസ്മായിൽ മുറിയിലുള്ള ഓരോരുത്തരെയും നോക്കി. നിമിഷങ്ങൾക്ക് മുൻപ്, അവർ അദ്ദേഹത്തോട് തീരെ ബഹുമാനമില്ലാതെയാണ് പെരുമാറിയത്. ഇപ്പോഴവർ ഭയത്തോടെയും വിധേയത്വത്തോടെയും ശരീരം കുനിച്ച് നിൽക്കുന്നു. പൂർണ്ണമായും വിധേയരായി.

'എനിക്ക് നിങ്ങളുടെ സഹായം വേണം, സുഹൃത്തേ,' ഇസ്മായിൽ വീണ്ടും ഖ്വാജ ഹസ്സന്റെ കണ്ണുകളിലേക്ക് നോക്കിക്കൊണ്ട് പറഞ്ഞു. 'നിങ്ങളും നിങ്ങളുടെ മിടുക്കന്മാരും ചേർന്ന് പണവും തൊഴിലാളികളെയും കണ്ടെത്തി മസ്ജിദിന്റെ അറ്റകുറ്റപ്പണികൾ ഉടൻ ആരംഭിക്കണം.'

'അങ്ങ് പറയുന്നതെന്തും ചെയ്യാം, പ്രഭോ.' കിട്ടിയ തൽക്കാലാശ്വാസത്തിൽ ഖ്വാജ ഹസ്സൻ ആവേശത്തോടെ ചാടിവീണു. 'ഞാൻ എന്താണ് ചെയ്യേണ്ടത്?'

'വാസ്തുശില്പികൾ, നിർമ്മാണ വിദഗ്ധർ, കൽപ്പണിക്കാർ, വെള്ളം ചുമക്കുന്നവർ, എന്നിങ്ങനെ ആവശ്യമായ എല്ലാ പണിക്കാരെയും കണ്ടെത്തുക... ഈ ഉദ്യമത്തിന് വേണ്ട എല്ലാവരെയും എല്ലാത്തിനെയും. മസ്ജിദിന് ചുറ്റും എനിക്കൊരു തൊഴിലാളി നഗരം പണിതുതരണം. നമ്മൾ രാവും പകലും അധികസമയം ജോലി ചെയ്യുന്നുണ്ടെന്ന് ഉറപ്പുവരുത്തണം. ഞാൻ സുൽത്താന് കൊടുത്ത വാക്ക് പാലിക്കും. നമ്മുടെയെല്ലാം കൂട്ടായ നന്മ അതിനെ ആശ്രയിച്ചിരിക്കുന്നു, അല്ലേ?'

'തീർച്ചയായും, പ്രഭോ,' ഖ്വാജ ഹസ്സൻ ഒരു കുട്ടി ആനയെപ്പോലെ തലയാട്ടിക്കൊണ്ട് ആവേശത്തോടെ പറഞ്ഞു. 'എന്നെക്കൊണ്ട് കഴിയുന്നതെല്ലാം ഞാൻ ചെയ്യാം, ഉറപ്പ്. ഉടൻ തന്നെ.'

'ഉടൻ തന്നെ,' ഒരു അധ്യാപകനെപ്പോലെ ചൂണ്ടുവിരൽ ചലിപ്പിച്ചുകൊണ്ട് ഇസ്മായിൽ ആവർത്തിച്ചു. 'ഇനി മുതൽ, സുൽത്താന്റെയും റാണിയുടെയും അടുത്ത് നിങ്ങൾ എന്റെ താല്പര്യങ്ങൾ സംരക്ഷിക്കുമെന്ന് ഞാൻ പ്രതീക്ഷിക്കുന്നു. നിങ്ങൾ റാണിയുമായി വളരെ അടുത്ത ബന്ധത്തിലാണെന്ന് ഞാൻ മനസിലാക്കുന്നു. രാജദമ്പതികളുമായുള്ള നിങ്ങളുടെ കൂടിക്കാഴ്ചകളിൽ നടക്കുന്ന എന്തിനെക്കുറിച്ചും എനിക്ക് നേരിട്ടുള്ള വിവരം ലഭിക്കണം. എല്ലാ കാര്യങ്ങളെക്കുറിച്ചും എല്ലാ സമയത്തും ഞാൻ അറിഞ്ഞിരിക്കണം. മനസ്സിലായോ?'

ഇസ്മായിലിന്റെ പുതിയ ചരടുവലികളുടെ വ്യാപ്തി മനസ്സിലായപ്പോൾ പ്രധാനമന്ത്രിക്ക് വാക്കുകൾ കിട്ടാതെ വിഷമിച്ചു. പക്ഷേ, താൻ പരാജയപ്പെട്ടെന്ന് അദ്ദേഹത്തിന് അറിയാമായിരുന്നു.

'പ്രഭോ...' പ്രധാനമന്ത്രി മന്ത്രിച്ചു. 'അങ്ങ് കൽപ്പിക്കുന്നതുപോലെ...'

പിന്നീട് പിന്മാറാൻ എത്രയോ അവസരങ്ങളുണ്ടാകും. ജീവിതം ഇനിയും ഒരുപാട് മുന്നിലുണ്ടല്ലോ... ഖ്വാജ ഹസ്സൻ തന്റെ ചിന്തകൾ ഉള്ളിലൊതുക്കി, ഇസ്മായിൽ നീട്ടിയ വലതുകൈയുടെ പുറകിൽ ചുംബിക്കാനായി മുന്നോട്ട് കുനിഞ്ഞു. സഭയിലെ മറ്റ് അംഗങ്ങളും ഓരോരുത്തരായി വരിനിന്ന് ഇസ്മായിലിന്റെ കയ്യിൽ ചുംബിച്ചു.

താൻ ആഗ്രഹിച്ചത് നേടിയെടുത്ത ശേഷം, ഇസ്മായിൽ പെട്ടെന്ന് തിരിഞ്ഞ് സ്വകാര്യ അറകളിലേക്കുള്ള തിരശ്ശീലയ്ക്ക് നേരെ നടന്നു. കീഴടക്കപ്പെട്ട പ്രധാനമന്ത്രിയും അദ്ദേഹത്തിന്റെ പ്രതിനിധികളും ജീവനറ്റ പ്രതിമകളെപ്പോലെ നിശ്ചലരായി നിന്നു.

'നിങ്ങൾക്ക് പോകാം,' തിരശ്ശീലയ്ക്ക് പിന്നിലേക്ക് മറയുന്നതിനിടയിൽ അദ്ദേഹം ഗർജ്ജിച്ചു. 'നിങ്ങളുടെ ജോലികളിൽ നിന്ന് ഞാൻ നിങ്ങളെ തടസ്സപ്പെടുത്തുന്നില്ല.'

ഗവർണ്ണർ-മുഫ്തിയുടെ ശബ്ദം ആ കനത്ത അന്തരീക്ഷത്തിൽ പതുക്കെ അലിഞ്ഞുചേർന്നു.

'അത് ഗംഭീരമായി, പ്രഭോ.' താലിബിന്റെ മുഖം സന്തോഷം കൊണ്ട് വിടർന്നു. ആ മാളികയിൽ ഇസ്മായിൽ സ്ഥാപിച്ചിരുന്ന

രഹസ്യ ദ്വാരത്തിലൂടെ അയാൾ സംഭാഷണം ശ്രദ്ധയോടെ കേൾക്കുകയായിരുന്നു. ഈ കൂടിക്കാഴ്ചയുടെ ആശയം താലിബിന്റേതായിരുന്നെങ്കിലും, നാട്ടുവാഴി-മുഫ്തിയുടെ നടത്തിപ്പ് കുറ്റമറ്റതായിരുന്നു. ആ വേലക്കാരൻ പുഞ്ചിരിച്ചു. ഇതായിരുന്നു അദ്ദേഹത്തിന്റെ യജമാനന്റെ തട്ടകം. കൊട്ടാര ഉപജാപങ്ങൾ. അദ്ദേഹം അതിനായി ജനിച്ചവനാണ്. യുദ്ധത്തിനും അക്രമത്തിനും വേണ്ടിയല്ല. ആ കാര്യത്തിൽ അദ്ദേഹത്തിന്റെ സഹോദരൻ മഹ്മൂദ് എത്രയോ മികച്ചവനായിരുന്നു. അവിടെ തന്റെ യജമാനൻ തോറ്റുപോയതിൽ അതിശയിക്കാനൊന്നുമില്ല.

താലിബ് സന്തോഷവാനായിരുന്നു. കാരണം യജമാനന് നല്ലകാലം വരുമ്പോൾ, വിശ്വസ്തരായ സേവകർക്കും അഭിവൃദ്ധിയുണ്ടാകും.

ഇസ്മായിൽ ആ പുകഴ്ത്തലിനോട് പ്രതികരിച്ചില്ല. 'കൗസരി ജഹാൻ... ആ കശ്മീരി ആഭിചാരക... അവളത് ചെയ്യിപ്പിച്ചതാണ്.'

പക്ഷേ എന്റെ യജമാനന്റെ പരിഭ്രാന്തി ഇപ്പോഴും മാറിയിട്ടില്ലല്ലോ.

'അങ്ങ് ആ പ്രശ്നം പരിഹരിച്ചല്ലോ, പ്രഭോ,' താലിബ് ആശ്വസിപ്പിച്ചുകൊണ്ട് പറഞ്ഞു. 'ഖ്വാജ ഹസ്സൻ സമർത്ഥനാണ്, ഈ പേർഷ്യൻ ഉദ്യോഗസ്ഥരിൽ മിക്കവരെയും പോലെ. കൃത്യസമയത്ത് മസ്ജിദ് പൂർത്തിയാക്കാൻ ആവശ്യമായ എല്ലാ വിഭവങ്ങളും അദ്ദേഹം കണ്ടെത്തും.'

'പക്ഷേ കൗസരിക്ക് എത്രത്തോളം അറിയാം?' ഇസ്മായിൽ തുളഞ്ഞുകയറുന്ന സ്വരത്തിൽ ചോദിച്ചു. ഉത്കണ്ഠ കൂടുമ്പോൾ അദ്ദേഹത്തിന്റെ ശബ്ദം നേർത്തു കൂർത്ത് വരാറുണ്ടായിരുന്നു. 'നമ്മൾ അയച്ച കത്തുകളെക്കുറിച്ച് അവൾക്ക് അറിയാമെന്ന് നീ കരുതുന്നുണ്ടോ?'

'ഇല്ല, പ്രഭോ. അവൾക്കറിയില്ല. നമ്മുടെ ആളുകൾ വിശ്വസ്തരാണ്. സുൽത്താന്റെ മേലുള്ള അവളുടെ നിയന്ത്രണത്തിന് ഏറ്റവും വലിയ ഭീഷണി അങ്ങാണെന്ന് അവൾക്കറിയാം. അതുകൊണ്ട് അവൾ അവളുടെ സ്ഥിരം പെൺ അടവുകൾ കളിക്കുകയാണെന്നാണ് എനിക്ക് തോന്നുന്നത്. സുൽത്താൻ മഹ്മൂദുമായുള്ള ബന്ധം മാത്രമാണ് അവളുടെ അധികാരത്തിന്റെ ഒരേയൊരു ഉറവിടം. മുറിവേറ്റ ഒരു ചെന്നായയെപ്പോലെ അവളതിനെ സംരക്ഷിക്കും.'

'അവളിൽ ഒരു കണ്ണ് വേണം. അവൾ ചെയ്യുന്ന ഓരോ കാര്യത്തെക്കുറിച്ചും എനിക്കറിയണം.'

'പക്ഷേ പ്രധാനമന്ത്രി പറഞ്ഞല്ലോ അദ്ദേഹം...'

'ഖ്വാജ ഒരു മയിൽ മാത്രമാണ്. അയാളെ അവർ കേൾക്കാൻ അനുവദിക്കുന്നത് മാത്രമേ അവൻ അറിയൂ. അവരുടെ ഉത്തരവുകൾ നടപ്പിലാക്കാൻ വേണ്ടി മാത്രമാണ് അവരവനെ ഉപയോഗിക്കുന്നത്. ഖ്വാജ ഹസ്സൻ എനിക്ക് തരുന്ന വിവരങ്ങൾ എപ്പോഴും മറ്റാരോ പറഞ്ഞ് കിട്ടുന്നതായിരിക്കും. എനിക്ക് കൂടുതൽ വേണം. അകത്തുള്ള ഒരാൾക്ക് മാത്രം അറിയാവുന്ന കാര്യങ്ങൾ എനിക്കറിയണം.'

'പ്രഭോ, അതിൽ അപകടസാധ്യതയുണ്ട്... ഞാനാണെങ്കിൽ ആ വഴി എടുക്കില്ല...'

'എനിക്കവളെ നിരീക്ഷിക്കണം! നീ അവനോട് പറ. അവൻ എന്നോട് ഒരിക്കലും ഇല്ല എന്ന് പറയില്ല!'

താലിബ് തലയാട്ടി. ആരോടാണ് സംസാരിക്കേണ്ടതെന്ന് അവനറിയാമായിരുന്നു.

അദ്ധ്യായം 10

രക്തവും ബന്ധവും

അറബിക്കടലിൽ ഒരിടത്ത്

കൊച്ചിയിൽ നിന്ന് ഏകദേശം മുപ്പത് മൈൽ തെക്കുള്ള തീരദേശ ഗ്രാമമായ ആലപ്പുഴയിൽ നിന്നും ഒരു ചെറിയ പായ്ക്കപ്പൽ കടലിലേക്ക് നീങ്ങുമ്പോൾ വിജയൻ അതിന്റെ മേൽത്തട്ടിൽ നിൽക്കുകയായിരുന്നു. തടി കൊണ്ടുള്ള കൈവരിയിൽ കൈകളമർത്തി, അയാൾ കറുത്ത വെൽവെറ്റ് വിരിച്ചതുപോലുള്ള ആകാശത്ത് തിളങ്ങിനിൽക്കുന്ന ധ്രുവനക്ഷത്രത്തെ നോക്കി.

ഗസ്നിയിലേക്കുള്ള ഘാതകസംഘത്തിന്റെ ഉപമേധാവി കണ്ണുകളടച്ചു. ഏകദേശം രണ്ടാഴ്ച മുൻപ്, പുണ്യസ്ഥലമായ ശബരിമലക്ക് ചുറ്റുമുള്ള കാടുകളിൽ വെച്ച് നടന്ന സംഭവങ്ങളുടെ ഓർമ്മ കൊടുങ്കാറ്റായി അയാളുടെ മനസ്സിൽ ആഞ്ഞടിച്ചു. ആ ആക്രമണത്തിലാണ് നരസിംഹന് മാരകമായി പരിക്കേറ്റത്.

ഭാഗ്യവശാൽ, വിഷം പുരട്ടിയ അമ്പ് ആ ധീരനായ സേനാപതിയുടെ പ്രധാന അവയവങ്ങളിൽ ഒന്നിലും തുളച്ചുകയറിയിരുന്നില്ല. പക്ഷേ മുറിവ് ആഴത്തിലുള്ളതായിരുന്നു. അമാലിന്റെ സൈന്യം അദ്ദേഹത്തെ അവരുടെ ആശുപത്രിയിൽ എത്തിച്ചപ്പോഴേക്കും ശ്വാസം നേർത്ത്, നാഡിമിടിപ്പ് വളരെ കുറഞ്ഞിരുന്നു. ശരീരം തണുത്തു മരവിച്ച്, വിയർപ്പിൽ കുതിർന്നിരുന്നു. മുറിവിന് ചുറ്റുമുള്ള പേശികൾ, പ്രത്യേകിച്ച് മുതുകിലും തോളിലും, കോച്ചി വലിക്കുന്നുണ്ടായിരുന്നു. കൺപോളകൾ അസ്വസ്ഥമായി വിറയ്ക്കുന്നുണ്ടെങ്കിലും കണ്ണുകൾ അടഞ്ഞുതന്നെയിരുന്നു.

നരസിംഹനെപ്പോലെ ഒരാൾ മുതുകിൽ ഏറ്റ ഒരൊറ്റ അമ്പുകൊണ്ട് അബോധാവസ്ഥയിലാകുകയും ഇത്ര ഗുരുതരമായ ലക്ഷണങ്ങൾ കാണിക്കുകയും ചെയ്യുന്നത് അസാധാരണമായിരുന്നു. വിഷത്തിന് അതികഠിനമായ വീര്യമുണ്ടായിരുന്നു എന്നത് വ്യക്തമായിരുന്നു.

എന്നാൽ അമാൽ, പുരോഹിതരുടെയും അതീന്ദ്രിയ വൈദ്യന്മാരുടെയും നീണ്ട പരമ്പരയിൽ നിന്നുള്ളയാളായിരുന്നു. മറ്റാരേക്കാളും നന്നായി അവർക്ക് ആയുർവേദ രഹസ്യങ്ങൾ അറിയാമായിരുന്നു. അതുകൊണ്ട് തന്നെ ക്ഷേത്രത്തിലെ ആശുപത്രിയിൽ വെച്ച്, പെട്ടെന്നുതന്നെ വിഷം തിരിച്ചറിയാനും നരസിംഹന്റെ ജീവൻ രക്ഷിക്കാനും കഴിഞ്ഞു. എന്നിരുന്നാലും, വിഷത്തിന്റെ ആഘാതം വളരെ രൂക്ഷമായിരുന്നു. അത് ചോള സേനാപതിയുടെ വലത് തോളും കൈയും ഫലത്തിൽ തളർത്തിക്കളഞ്ഞു. അദ്ദേഹത്തിന്റെ വാളേന്തുന്ന കൈ. ഒരു യോദ്ധാവിനെ സംബന്ധിച്ചിടത്തോളം അത് മരണത്തേക്കാൾ ഭയാനകമായിരുന്നു. ഒപ്പം അദ്ദേഹത്തിന്റെ ആരോഗ്യം വല്ലാതെ ക്ഷയിക്കുകയും കിടപ്പിലാവുകയും ചെയ്തു.

വിജയൻ ആ ദുർദിനത്തിന്റെ ഓർമ്മകളിൽ നിന്ന് ഞെട്ടിയുണർന്ന് കണ്ണുതുറന്നു. അയാൾ തിരിഞ്ഞ് പായ്ക്കപ്പലിന്റെ തടി കൊണ്ടുള്ള കൈവരിയിൽ ചാരി, ദൂരെ മറയുന്ന ആലപ്പുഴ തീരത്തെ വിളക്കുകളെ നിർവികാരനായി നോക്കിനിന്നു.

പക്ഷെ മനസ്സ് വീണ്ടും ആ സംഭവത്തിന് ശേഷമുള്ള കാര്യങ്ങളിലേക്ക് മടങ്ങി. അമാലിന്റെ സഹായത്തോടെ അവർ ചോളഘാതകസംഘത്തിലെ ബാക്കിയുള്ളവരുമായി വീണ്ടും ചേർന്ന് ആരുടെയും കണ്ണിൽപ്പെടാതെ ഒളിവിൽ കഴിഞ്ഞു. കടലിൽ വെച്ച് തങ്ങൾക്ക് നേരെ ഒരു ആക്രമണം ഉണ്ടാകില്ലെന്ന് ഉറപ്പാക്കാൻ, കൊല്ലത്ത് ചാലൂക്യർ വിലക്കെടുത്ത അറബ് കൂലിപ്പടയാളികളെ, അമാൽ തന്റെ വിശ്വസ്തരായ ആളുകളുടെ സഹായത്തോടെ പിടികൂടി കൊന്നുകളഞ്ഞിരുന്നു. എന്നാൽ ചാലൂക്യരും, അറബ് കൂലിപ്പടയാളികളും വേറെ ആരൊക്കെയായി ഗൂഢാലോചന നടത്തിയിട്ടുണ്ടെന്ന് ഉറപ്പിച്ചു പറയാൻ കഴിയില്ലായിരുന്നു. ചോള സംഘത്തിന്റെയും അവരുടെ ദൗത്യത്തിന്റെയും രഹസ്യസ്വഭാവം നിലനിർത്തേണ്ടത് പരമപ്രധാനമായിരുന്നതിനാൽ, ചോളന്മാർ

താമസിച്ചിരുന്ന ശബരി മലനിരകളുടെ താഴ്‌വാരത്തുള്ള വിശ്രമകേന്ദ്രം 'അബദ്ധത്തിൽ കത്തിച്ചാമ്പലായി'. വാവർ നടയിലെ ഖജനാവിൽ നിന്നുള്ള പണം ഉപയോഗിച്ച് അമാൽ ആ വിശ്രമകേന്ദ്രം വിലയ്ക്ക് വാങ്ങിയിരുന്നു. എന്നിട്ട് മരിച്ച ചാലൂക്യരുടെയും ശ്മശാനത്തിൽ നിന്ന് അവകാശികളില്ലാത്ത മൃതദേഹങ്ങളും അതിനുള്ളിൽ നിറച്ചു. അവകാശികളില്ലാത്ത ആ ശരീരങ്ങളെ ചോള കവചങ്ങൾ അണിയിച്ച്, ഒടുവിൽ ആ കെട്ടിടത്തിന് തീയിട്ടു. അങ്ങനെ, സമർത്ഥമായ ഒരു പുകമറ സൃഷ്ടിക്കപ്പെട്ടു. പ്രതികാരത്തിന്റെ രക്തച്ചൊരിച്ചിലിൽ ചോളന്മാരും ചാലൂക്യരും പരസ്പരം പോരടിച്ച് ഇല്ലാതായെന്ന് തോന്നിപ്പിക്കുന്ന ഒരു നാടകം.

അമാല്യംസോമേശ്വറുംവിജയനുംചേർന്ന്,ഈതന്ത്രത്തെക്കുറിച്ചും തങ്ങളുടെ ആളുകൾ സുരക്ഷിതരാണെന്ന കാര്യത്തെക്കുറിച്ചും ചേര, ചോള ആസ്ഥാനങ്ങളിൽ അറിയിക്കേണ്ടതില്ലെന്ന് തീരുമാനിച്ചു. തങ്ങളുടെ രക്ഷാധികാരികളുടെ മനസമാധാനത്തേക്കാൾ എത്രയോ വലുതായിരുന്നു സന്ദേശം വഴിയിൽ വെച്ച് പിടിക്കപ്പെടാനുള്ള സാധ്യത. നരസിംഹനും രാജേന്ദ്ര ചോളനും മാത്രം അറിയാവുന്ന ഒരു സ്വകാര്യഭാഷയിൽ, ഒരൊറ്റ ഗൂഢസന്ദേശം മാത്രം ചക്രവർത്തിയെ നേരിട്ട് കാര്യങ്ങൾ അറിയിക്കാനായി ഉപയോഗിച്ചു. സേനാപതി വിജയന് അതിനെക്കുറിച്ച് വിശദീകരിച്ച് കൊടുത്തിരുന്നു. ആ ലളിതമായ കുറിപ്പ് ഇതായിരുന്നു: *ദൗത്യം തുടരുന്നു. ഉചിതമായ സമയത്ത് കൂടുതൽ വിവരങ്ങൾ അറിയിക്കാം.* നരസിംഹന് ഗുരുതരമായി പരിക്കേറ്റ വാർത്ത രാജേന്ദ്ര ചോളനെ അറിയിച്ചിരുന്നില്ല. അത് ചക്രവർത്തിക്ക് അനാവശ്യമായ ഭാരമാകുമെന്ന് നരസിംഹനും വിജയനും തോന്നി.

ഇത്രയധികം മുൻകരുതലുകൾ എടുത്തിട്ടും, എപ്പോഴും സംശയാലുവായ വിജയൻ, എല്ലാവർക്കും സുപരിചിതമായ കൊച്ചി വ്യാപാര തുറമുഖത്ത് നിന്ന് കപ്പൽ കയറേണ്ടെന്ന് തീരുമാനിച്ചു. പകരം, യഥാർത്ഥത്തിൽ പുറപ്പെടേണ്ടിയിരുന്ന തുറമുഖത്തുനിന്ന് മൈലുകൾ തെക്കുള്ള, അത്രയൊന്നും പ്രശസ്തമല്ലാത്ത ആലപ്പുഴയിൽ നിന്ന് യാത്ര തിരിച്ചു. ആലപ്പുഴയിലെ കായൽപ്പരപ്പുകളിൽ നിന്ന് പുറംകടലിലേക്ക് വഴിയുണ്ടായിരുന്നു.

ആ ഗ്രാമത്തിൽ അമാലിന്റെ കുടുംബക്കാർക്ക് ഒരു ചെറിയ മീൻപിടുത്ത പായ്ക്കപ്പൽ സ്വന്തമായി ഉണ്ടായിരുന്നു. അവരുടെ ലക്ഷ്യം കാണാൻ അത് മതിയാകുമായിരുന്നു. അങ്ങനെ അതീവരഹസ്യമായി, അവർ ബലൂചിസ്ഥാൻ തീരത്തേക്ക് യാത്ര തിരിച്ചു.

'വലീദ്?'

വശത്തുനിന്നും അമാലിന്റെ മധുര ശബ്ദം ഒഴുകിയെത്തി. വിജയൻ തിരിഞ്ഞ്, നിലാവിൽ മങ്ങിത്തിളങ്ങുന്ന അവളുടെ ഹൃദയാകൃതിയുള്ള മുഖത്തേക്ക് നോക്കി. ഗസ്നിയിൽ എത്തുമ്പോൾ അവിടുത്തെ ജീവിതവുമായി ഇഴുകിച്ചേരാൻ വേണ്ടി വിജയൻ സ്വീകരിച്ചിരിക്കുന്ന പേരായിരുന്നു വലീദ്. ആ വേഷപ്പകർച്ചയിൽ വിശ്വസനീയമായി ഒതുങ്ങാൻ വിജയന് കഴിയണമെങ്കിൽ, ആ പേര് ഉപയോഗിച്ച് ശീലിക്കണമെന്ന് അമാൽ നിർദ്ദേശിച്ചിരുന്നു.

'എന്താ അമാൽ ?' വിജയൻ ചോദിച്ചു.

'നമസ്കാരത്തിനുള്ള സമയമായി,' അമാൽ അയാളെ സൗമ്യമായി ഓർമ്മിപ്പിച്ചു. 'ഗസ്നവിഡ് ദേശങ്ങളിൽ ആർക്കും നിങ്ങളെ സംശയം തോന്നാതിരിക്കാൻ അതെല്ലാം നിങ്ങൾക്ക് സ്വാഭാവികമായി വരണം. പിന്നെ, തീർച്ചയായും, നിങ്ങൾക്ക് വേണ്ടി അറബി പാഠങ്ങൾ ഏർപ്പാടാക്കണം. അതിനുശേഷം തുർക്കിഷ് മര്യാദകളിലും പരിശീലനം വേണം. വരൂ. എല്ലാവരും കാത്തിരിക്കുകയാണ്.'

വിജയൻ നിശ്ശബ്ദനായിരുന്നു. അമാൽ ഒരു സ്ത്രീയാണെന്ന യാഥാർത്ഥ്യവുമായി അയാൾക്ക് ഇപ്പോഴും പൊരുത്തപ്പെടാനായിരുന്നില്ല. ഭരണത്തിലും, തന്ത്രങ്ങൾ മെനയുന്നതിലും, കപ്പൽയാത്ര നിയന്ത്രിക്കുന്നതിലും കഴിവുള്ള ഒരു സ്ത്രീ. അതിലും ഞെട്ടിക്കുന്നത്, ആവശ്യമെങ്കിൽ അക്രമത്തിനും മടിക്കില്ല എന്നതാണ്.

അമാൽ വിജയനെത്തന്നെ നോക്കി. അവൾ നെഞ്ചിൽ കൈകൾ പിണച്ചുകെട്ടി മുന്നോട്ട് ഒരു ചുവടുവെച്ചു.

'കേൾക്കൂ... വലീദ്,' വിജയന്റെ പുതിയ പേരിന് ഊന്നൽ നൽകിക്കൊണ്ട് അവൾ ആവർത്തിച്ചു. 'ഞാനിവിടെ വന്നത് ചക്രവർത്തിയുടെ കല്പനപ്രകാരമല്ല, ചേര ദേശത്തെ രാജാവ് ആവശ്യപ്പെട്ടതുകൊണ്ടുമല്ല. ഞാനിവിടെ നിൽക്കുന്നത് എന്റെ

നാടിനോടും എന്റെ വിശ്വാസത്തോടുമുള്ള കടമയുടെ ഭാഗമായാണ്. ഞാൻ നിങ്ങളോട് എന്തെങ്കിലും ചെയ്യാൻ പറയുമ്പോൾ, എന്റെ മനസ്സിലുള്ള ഒരേയൊരു ലക്ഷ്യം ഈ ദൗത്യം മാത്രമാണ്.'

വിജയൻ ഉടൻതന്നെ ഖേദം പ്രകടിപ്പിച്ചു. 'ക്ഷമിക്കണം അമാൽ. നിങ്ങൾ തെറ്റിദ്ധരിച്ചതാണ്...'

'എന്റെ ഉത്തരവാദിത്തമാണ് നിങ്ങളെ എല്ലാവരെയും സുരക്ഷിതമായി ഗസ്നിയിൽ എത്തിക്കുക എന്നത്. മുന്നിലുള്ള ദൗത്യത്തിനായി നിങ്ങളെ കൂടുതൽ നന്നായി ഒരുക്കാനും ഞാൻ ശ്രമിക്കും. അതുകൊണ്ട്, നമ്മൾ നിർബന്ധിതരാകുന്ന യുദ്ധങ്ങളൊഴികെ മറ്റെല്ലാ സാഹചര്യങ്ങളിലും നിങ്ങൾ എന്റെ നിർദ്ദേശങ്ങൾ പാലിക്കണം. ഞാനൊരു സ്ത്രീയായിരിക്കാം, പക്ഷേ ഈ കപ്പലിൽ നിങ്ങൾ എന്റെ നിർദ്ദേശങ്ങൾ അനുസരിച്ചേ മതിയാവൂ.'

'ക്ഷമിക്കണം,' വിജയൻ പറഞ്ഞു. 'ഞാൻ നിങ്ങളെ അനാദരവോടെ കണ്ടതല്ല. സത്യം പറഞ്ഞാൽ, അമാൽ ഒരു പുരുഷനായിരിക്കുമെന്നാണ് ഞങ്ങൾ കരുതിയത്.'

'അല്ല, അമാൽ ഒരു സ്ത്രീയാണ്,' അവൾ പറഞ്ഞു. 'അതുമായി പൊരുത്തപ്പെട്ടോളൂ.'

'ശരി അമാൽ.'

അമാൽ തിരിഞ്ഞ് കപ്പലിലെ കൈവരിയിൽ പിടിച്ചുകൊണ്ട് ദൂരേക്ക് നോക്കി നിന്നു. അവളുടെ ദേഷ്യം അപ്പോഴും അടങ്ങിയിരുന്നില്ല.

ആ അസുഖകരമായ നിശ്ശബ്ദത അവസാനിപ്പിക്കാൻ വിജയൻ വിഷയം മാറ്റി. 'എന്തുകൊണ്ടാണ് ഇത് നിങ്ങളുടെ നാടിനോടും വിശ്വാസത്തോടുമുള്ള കടമയാകുന്നത്?'

അമാൽ സംശയത്തോടെ നെറ്റിചുളിച്ച് വിജയനെ നോക്കി.

വിജയൻ ഒന്നുകൂടി വിശദീകരിച്ചു, 'നിങ്ങളുടെ നാടിനോടും വിശ്വാസത്തോടുമുള്ള കടമ കാരണമാണ് ഈ ദൗത്യത്തിന് സമ്മതിച്ചതെന്ന് നിങ്ങൾ പറഞ്ഞു... എനിക്കത് മനസ്സിലായില്ല.'

'നിങ്ങൾക്ക് മനസ്സിലായില്ല, കാരണം... എന്റെ വിശ്വാസം ഇസ്ലാം ആയതുകൊണ്ടല്ലേ? ആ കാട്ടാളനായ തുർക്കി മഹ്മൂദിന്റെ അതേ വിശ്വാസം തന്നെയാണല്ലോ എന്റേതും, അല്ലേ?'

'അതെ.'

അമാൽ ഒരു ദീർഘനിശ്വാസമെടുത്തു. 'നിങ്ങൾക്കറിയുമോ... വർഷങ്ങൾക്ക് മുൻപ് സോമനാഥ് ക്ഷേത്രം തകർക്കപ്പെട്ട വാർത്ത ഞങ്ങളുടെ നാട്ടിലെത്തുന്നത് ഒരു മകര സംക്രാന്തി ദിനത്തിലാണ്. ഏതാനും ആഴ്ചകൾക്ക് മുൻപ് നിങ്ങളും നിങ്ങളുടെ ആളുകളും ശബരിമല സന്ദർശിച്ച അതേ ദിവസം... കുട്ടിക്കാലം മുതൽ മറ്റെന്തിനേക്കാളും, മറ്റാരേക്കാളും ഞാൻ ആരാധിച്ചത് അയ്യപ്പനെയാണ്... എന്റെ മാതാപിതാക്കളെക്കാളേറെ ഞാൻ അവിടുത്തെ ആരാധിച്ചിട്ടുണ്ട്. വാവർ നടയിലെ വിശ്വാസികളായ ഞങ്ങൾ അങ്ങനെയാണ്. അതെ, ഞങ്ങൾ മുസ്ലീങ്ങളാണ്. പക്ഷേ ഞങ്ങൾ അയ്യപ്പ ഭഗവാന്റെ മുസ്ലീം ഭക്തരാണ്. അതിൽ ഒരു വൈരുദ്ധ്യവുമില്ല.'

വിജയൻ തലയാട്ടി. അയാൾക്ക് മനസ്സിലായി. അയാൾ മീനാക്ഷി ദേവിയുടെ ഭക്തനായിരുന്നു. അയാളുടെ സഹോദരി ഒരു ബുദ്ധമതവിശ്വാസിയാണ്. അമ്മ ജൈനമതവിശ്വാസിയും. അച്ഛനാകട്ടെ, അരൂപിയായ നിർഗുണ നിരാകാരത്തിന്റെ അനുയായിയും. ഭാരതീയർക്ക് എന്നും ഇത് ഇങ്ങനെയായിരുന്നു. ദൈവത്തിന്റെ എല്ലാ രൂപങ്ങളോടുമുള്ള ബഹുമാനം.

അമാലിന്റെ ശബ്ദമിടറി. 'അയ്യപ്പ ഭഗവാന്റെ പിതാവാണ് അധിക്ഷേപിക്കപ്പെട്ടത്... അതും എത്ര ക്രൂരമായ രീതിയിൽ...'

അയ്യപ്പ ഭഗവാന്റെ എല്ലാ ഭക്തർക്കും അറിയാവുന്നതുപോലെ, ആ മഹാനായ നിത്യബ്രഹ്മചാരിയായ ദൈവം ശിവഭഗവാന്റെയും മോഹിനി ദേവിയുടെയും പുത്രനായിരുന്നു.

'അന്ന് ഞാൻ ക്ഷേത്രത്തിലെ ഭക്തർക്ക് വെള്ളം വിതരണം ചെയ്യുകയായിരുന്നു,' അവൾ തുടർന്നു. 'മകര സംക്രാന്തിയായിരുന്നു അന്ന്. ശബരിമലയിലെ തീർത്ഥാടന കാലത്തിന്റെ പാരമ്യം. അന്ന് എത്ര ഭക്തർ വന്നെന്നറിയാമോ നിങ്ങൾക്ക്?'

വിജയൻ ഇല്ലെന്ന് തലയാട്ടി.

'പതിനഞ്ച് തീർത്ഥാടകർ!' അമാൽ തന്റെ മിനുസമുള്ള നീണ്ട മുടിയിഴകൾ ദേഷ്യത്തോടെ ചെവിക്ക് പിന്നിലേക്ക് ഒതുക്കിക്കൊണ്ട് പറഞ്ഞു. 'വെറും പതിനഞ്ച് പേർ! സോമനാഥ് ക്ഷേത്രത്തിൽ, എന്റെ അയ്യപ്പ ഭഗവാന്റെ പിതാവായ ശിവഭഗവാന്റെ ക്ഷേത്രത്തിൽ, എന്താണ് സംഭവിച്ചതെന്ന് ദക്ഷിണേന്ത്യയിൽ

അപ്പോഴും കേട്ടിട്ടില്ലാത്ത ഒരേയൊരു കൂട്ടം ആളുകളായിരിക്കാം ആ പതിനഞ്ചുപേർ. എന്റെ അമ്മൂമ്മ പണ്ട് പറഞ്ഞിട്ടുണ്ട്, കുടുംബത്തിൽ ഒരു മരണം സംഭവിച്ചാൽ കുറച്ചുകാലത്തേക്ക് ഹിന്ദുക്കൾ ക്ഷേത്രങ്ങളിൽ പോകാറില്ലെന്ന്. അന്ന് സ്വന്തം കുടുംബത്തിലെ ഒരു മരണമാണ് സംഭവിച്ചത്... അന്ന് ജനങ്ങൾ വിലപിച്ചു, വലീദ്. നമ്മുടെ ദൈവത്തിന്റെ മഹത്വത്തെയും, നമ്മുടെ അഭിമാനത്തെയും, നമ്മുടെ യശസ്സിനെയും, ഭാരതമാതാവിന്റെ മഹത്തായ മണ്ണിന്റെ പുത്രീപുത്രന്മാർ എന്ന നിലയിലുള്ള നമ്മുടെ ഐക്യത്തെയും കൊന്നൊടുക്കി അപമാനിച്ചതിൽ അവർ വിലപിച്ചു.'

'മധുരയിലും ഇതുതന്നെയായിരുന്നു അവസ്ഥ,' വിജയൻ പറഞ്ഞു. 'മീനാക്ഷി ക്ഷേത്രത്തിലെ മണികൾ ദുഃഖാചരണമായി ദിവസങ്ങളോളം മുഴങ്ങിയില്ല.'

'ഞാൻ എന്റെ മാതാപിതാക്കളുടെ കൂടെയായിരുന്നു ആ വാർത്ത കേട്ടപ്പോൾ,' അമാൽ പറഞ്ഞു. 'തെരുവുകൾ ദിവസങ്ങളോളം വിജനമായിരുന്നു. ഒരേ വീട്ടിൽ താമസിക്കുന്നവർ പോലും അന്ന് പരസ്പരം സംസാരിച്ചില്ല. നമ്മുടെ പഴയ യുദ്ധങ്ങളിൽ, ജയിക്കുന്നവർ കീഴടക്കിയ ആരാധനാലയങ്ങളുടെ ഭരണം ഏറ്റെടുക്കുക മാത്രമേ ചെയ്തിരുന്നുള്ളൂ. എന്നാൽ നൂറ്റാണ്ടുകൾക്ക് മുൻപ് ഹൂണന്മാർ ആക്രമിച്ചപ്പോൾ കണ്ട ആ കാടത്തത്തിന്റെ തിരിച്ചുവരവ്... അത് ഞങ്ങളുടെ ആത്മാവിനെ തകർത്തു...'

'പക്ഷേ, ആളുകൾ എത്ര പെട്ടെന്നാണ് സാധാരണ ജീവിതത്തിലേക്ക് മടങ്ങിയതെന്നോർത്ത് ഞാൻ അത്ഭുതപ്പെട്ടു...' വിജയൻ പതിയെ പറഞ്ഞു. 'ഏതാനും മാസങ്ങൾക്കുള്ളിൽത്തന്നെ.'

അമാൽ മൂർച്ചയുള്ള ശ്വാസമെടുത്തു. 'അതെ... ഭാരതീയരായ നമുക്ക് ഒരു ശക്തിയുണ്ട്, അത് നമ്മുടെ ദൗർബല്യവുമാണ്. നമ്മൾ പഴയ പകയും ദുഃഖവും ഉപേക്ഷിക്കുന്നു. ഗൗതമ ബുദ്ധൻ നമ്മെ ഉപദേശിച്ചതുപോലെ. നമ്മൾ മുന്നോട്ട് പോകുന്നു...'

'ചരൈവേതി, ചരൈവേതി.' ഐതരേയ ഉപനിഷത്തിലെ പ്രശസ്തമായ ഒരു മന്ത്രം വിജയൻ ഉദ്ധരിച്ചു. അതിന്റെ അർത്ഥം, മുന്നോട്ട് നടക്കുക, മുന്നോട്ട് നടക്കുക എന്നാണ്. ചുരുക്കത്തിൽ, ഭൂതകാലത്തിൽ നിന്ന് മുന്നോട്ട് പോകണം. എങ്കിലേ പുനർനിർമ്മാണം സാധ്യമാകൂ.

'പലപ്പോഴും ഈ മനോഭാവം നല്ലതാണ്...' അമാൽ പറഞ്ഞു. 'ഞാനത് നിഷേധിക്കുന്നില്ല. നമ്മൾ പഴയ ശത്രുതയിലും ദുഃഖത്തിലും മുഴുകിയിരിക്കാറില്ല. നമ്മൾ സ്വയം ഉണർന്ന് മുന്നോട്ട് പോകുന്നു. എന്നാൽ മറ്റ് രാജ്യങ്ങളിലെ പലരും നമ്മളെപ്പോലെയല്ല. അവർ മുന്നോട്ട് പോകാൻ കൂട്ടാക്കുന്നില്ല. അതുകൊണ്ടാണ് ലോകമെമ്പാടുമുള്ള പല സമൂഹങ്ങളും അവരുടെ പൂർവ്വികരെ അടിച്ചമർത്തിയവരുടെ പിൻതലമുറയെ ഇപ്പോഴും കുറ്റപ്പെടുത്തുന്നത്. കുറ്റകൃത്യങ്ങൾ നടന്ന് നൂറ്റാണ്ടുകൾക്ക് ശേഷവും അവർക്ക് നഷ്ടപരിഹാരവും പ്രതികാരവും വേണം. മറുവശത്ത്, നമ്മൾ ഭാരതീയർ സാധാരണയായി എല്ലാം മറന്ന് ജീവിതം പുനർനിർമ്മിക്കുന്നു. അതുകൊണ്ടാണ് നമ്മൾ എപ്പോഴും തിരിച്ചുവരുന്നത്. അതുകൊണ്ടാണ് നമ്മൾ എപ്പോഴും വിജയിക്കുന്നത്. നമ്മൾ ഭൂതകാലത്തിന്റെ തടവുകാരാകുന്നില്ല.'

'സത്യം.'

'പക്ഷേ...' അമാൽ പറഞ്ഞു. ഒരു ജ്ഞാനി ഒരിക്കൽ പറഞ്ഞതുപോലെ, ഒരു ദീർഘമായ സംഭാഷണത്തിൽ ഏറ്റവും പ്രധാനം 'പക്ഷേ' എന്ന വാക്കിന് ശേഷം വരുന്നതാണ്. 'പക്ഷേ, നമ്മളിൽ പല ഭാരതീയരും മറന്നാലും, ചിലരെങ്കിലും ഓർമ്മിക്കേണ്ടതുണ്ട്. നമ്മൾ ഓർക്കണം, നമ്മൾ പ്രതികാരം ചെയ്യണം. അങ്ങനെ നമ്മുടെ ശത്രുക്കൾ ഒരു പാഠം പഠിക്കണം. നമുക്കെതിരെകുറ്റകൃത്യങ്ങൾചെയ്തിട്ട്ഒന്നുംസംഭവിക്കാത്തതുപോലെ നടിക്കാൻ അവർക്ക് കഴിയരുത്. നമ്മുടെ പല ശത്രുക്കൾക്കും നമ്മളുമായി വ്യാപാരം നടത്തി നമ്മുടെ സമ്പദ്‌വ്യവസ്ഥയിൽ നിന്ന് പണമുണ്ടാക്കണം. അതിനാൽ പഴയ ക്രൂരതകൾ തൽക്കാലം മറന്നേക്കാൻ അവർ പറയും. അങ്ങനെ നമ്മുടെ ശത്രുക്കൾ രണ്ട് രീതിയിലും വിജയിക്കുന്നു. അവർക്ക് താൽപ്പര്യമുള്ളപ്പോൾ നമ്മളെ ആക്രമിക്കാം, അതേസമയം നമ്മളിൽ നിന്ന് പണമുണ്ടാക്കുകയും ചെയ്യാം. അവർക്ക് ഭാരതീയരെ ഇഷ്ടമല്ല, പക്ഷേ ഭാരതത്തിന്റെ പണം ഇഷ്ടമാണ്. അത് തുടരാൻ അനുവദിച്ചുകൂടാ. അതുകൊണ്ടാണ് നമ്മളിൽ ചില ഭാരതീയരെങ്കിലും ഓർമ്മിക്കേണ്ടത്. ആവശ്യമെങ്കിൽ നമ്മൾ സമയം നോക്കി കാത്തിരിക്കണം. പക്ഷേ നമ്മൾ ഓർക്കണം. എന്നിട്ട് തിരിച്ചടിക്കണം. ഒരുപക്ഷേ ഉടനടിയല്ല,

കുറച്ചുകാലം കഴിഞ്ഞ്. ഒരുപക്ഷേ അഞ്ഞൂറ് വർഷങ്ങൾക്ക് ശേഷം. പക്ഷേ നമ്മൾ തിരിച്ചടിക്കണം. അങ്ങനെ നമ്മുടെ ശത്രുക്കൾക്ക് വ്യക്തമായ ഒരു സന്ദേശം നൽകണം: ഞങ്ങളോട് കളിക്കാൻ വരുന്നുണ്ടെങ്കിൽ, ഞങ്ങളുടെ ഉറപ്പായ പ്രതികാരത്തെക്കൂടി നിങ്ങളുടെ കണക്കുകൂട്ടലുകളിൽ ഉൾപ്പെടുത്തിക്കോളൂ. കാരണം ഞങ്ങൾ തിരിച്ചടിച്ചിരിക്കും. അതിശക്തമായി.' അമാൽ വിജയന്റെ കണ്ണുകളിലേക്ക് നേരിട്ട് നോക്കി. 'പക്ഷേ, മറക്കാൻ കൂട്ടാക്കാത്ത ഈ വാശിക്കും പ്രതികാരത്തിനുള്ള ആഗ്രഹത്തിനും, ഏകാഗ്രതയും അച്ചടക്കവും ആവശ്യമാണ്.'

വിജയൻ ചിരിക്കാൻ തുടങ്ങി. 'അതുതന്നെയാണ് ഞങ്ങളിൽ പല ഹിന്ദുക്കൾക്കും ഇല്ലാത്തത്. ഞങ്ങൾക്ക് മറ്റ് പല കഴിവുകളുമുണ്ട്, സർഗ്ഗാത്മകത, അഭിനിവേശം, ക്ഷമിക്കാനും മുന്നോട്ട് പോകാനുമുള്ള കഴിവ്... പക്ഷേ അതെ, ഞങ്ങൾക്ക് ഏകാഗ്രതയും അച്ചടക്കവുമില്ല. കുറഞ്ഞപക്ഷം, ഞങ്ങളിൽ ഭൂരിഭാഗം പേർക്കും...'

അമാൽ പുഞ്ചിരിച്ചു. 'ഞാൻ സമ്മതിക്കുന്നു... അതുകൊണ്ടാണ് നിങ്ങൾക്ക് ഞങ്ങളെപ്പോലുള്ള ഇന്ത്യൻ മുസ്ലീങ്ങളെ ആവശ്യം. കാരണം ഞങ്ങൾ ഏകാഗ്രതയും അച്ചടക്കവുമുള്ളവരാണ്. നിങ്ങൾ ഹിന്ദുക്കൾക്കുള്ള ചില കഴിവുകൾ ഞങ്ങൾക്കില്ല. പക്ഷേ ഞങ്ങൾക്ക് മറ്റ് ശക്തികളുണ്ട്... അവയിൽ ഉറപ്പായും ഏകാഗ്രതയും അച്ചടക്കവുമുണ്ട്.'

വിജയൻ പുഞ്ചിരിച്ചു.

അമാൽ തുടർന്നു, 'അതുതന്നെയാണ് ശിവഭഗവാന്റെ ഇന്ത്യൻ മുസ്ലീം ഭക്തരുടെ ഉത്തരവാദിത്തവും... ശ്രദ്ധയിലും അച്ചടക്കത്തിലും നിലനിൽക്കുക. നമ്മളത് മറക്കാൻ പാടില്ല. ഈ വിദേശികളെ അവരുടെ ക്രൂരതകളുടെ രുചി എന്താണെന്ന് അറിയിക്കണം. ഇനിയൊരിക്കലും അങ്ങനെയൊന്ന് ചെയ്യാൻ അവർ ധൈര്യപ്പെടരുത്. അതിനുവേണ്ടിയാണ് ഞാൻ പോരാടുന്നത്. അയ്യപ്പസ്വാമിക്കും അദ്ദേഹത്തിന്റെ പിതാവായ മഹാദേവനും വേണ്ടി.'

വിജയൻ തലയാട്ടി. അവന്റെ മുഷ്ടികൾ മുറുകിയിരുന്നു. 'മധുര മീനാക്ഷിയാണെ സത്യം, അതുതന്നെയാണ് എന്റെയും പോരാട്ടത്തിന് കാരണം.'

'എന്റെ മാതൃഭൂമിക്കുവേണ്ടി ഒരു കൈ സഹായിക്കാൻ സാക്ഷാൽ അള്ളാഹു തന്നെ ഈ അവസരം തന്നതിൽ ഞാൻ നന്ദിയുള്ളവളാണ്. എന്റെ കടമ ഞാൻ നിറവേറ്റും,' അമാൽ പറഞ്ഞു.

'നിങ്ങൾ അത് ചെയ്യുമെന്ന് എനിക്കറിയാം,' വിജയൻ പുഞ്ചിരിച്ചു.

അമാൽ പുഞ്ചിരിച്ചുകൊണ്ട് വിജയന്റെ തോളിൽ തമാശയായി ഒന്ന് ഇടിച്ചു. 'ഇനി നിങ്ങൾ വലീദിന്റെ രീതികൾ പഠിക്കണം. എന്നാലേ ഗസ്നിയിൽ എത്തുമ്പോൾ നമുക്ക് അവിടുത്തെ ആളുകളുമായി ഇടകലർന്ന് പോകാൻ സാധിക്കൂ.'

'ഞാനൊരു കാര്യം തുറന്നു പറയട്ടേ?' വിജയൻ ചോദിച്ചു.

'തീർച്ചയായും,' അമാൽ പറഞ്ഞു.

'ഭാഷകൾ പഠിക്കാൻ എനിക്കത്ര കഴിവില്ല. എത്ര ശ്രമിച്ചാലും കുറച്ച് ദിവസങ്ങൾ കൊണ്ടോ ആഴ്ച കൊണ്ടോ ഒരു അന്യഭാഷ പഠിച്ചെടുക്കാൻ എന്നെക്കൊണ്ട് സാധിക്കില്ല,' വിജയൻ തുറന്നുപറഞ്ഞു.

'നിങ്ങൾ ശ്രമം ചെയ്യാത്തതുകൊണ്ടാണ്,' പിന്നിൽ നിന്ന് ഒരു നേർത്ത ശബ്ദം കേട്ടു. അത് സോമേശ്വരന്റെ കൂടെ സാധാരണ നിശ്ശബ്ദനായി കാണാറുള്ള സുഹൃത്ത് ഇഖ്ബാൽ ആയിരുന്നു. അദ്ദേഹം ആരുമറിയാതെ പിന്നിൽ എത്തിയിരുന്നു. ചോളന്മാരിൽ നിന്ന് പഠിച്ചെടുത്ത തമിഴ് കലർന്ന മലയാളത്തിൽ സംസാരിക്കാൻ ശ്രമിക്കുകയായിരുന്നു അദ്ദേഹം.

'നമസ്കാരം,' വിജയൻ ആ പ്രായമായ മനുഷ്യന്റെ മുന്നിൽ തലകുനിച്ച്, ആദരവോടെ കൈകൾ കൂപ്പി.

'ഞാൻ നീങ്കളുടെ ഭാഷ പഠിച്ചു. കുറച്ച് കുറച്ച്. ഒത്തിരി ചെറിയ നേരത്തിനുള്ളിൽ,' താൻ ചുരുങ്ങിയ സമയം കൊണ്ട് എത്രമാത്രം പഠിച്ചുവെന്ന് കാണിക്കാൻ വിരലുകൾ കൊണ്ട് ആംഗ്യം കാണിച്ച് ഇഖ്ബാൽ തുടർന്നു. 'നിങ്ങൾക്കും പഠനം ചെയ്യാൻ പറ്റും. പക്ഷേ നീങ്കൾ ശ്രമം ചെയ്യുന്നില്ല.'

'ഞാൻ കൂടുതൽ പരിശ്രമിക്കാം,' വിജയൻ വഴങ്ങിക്കൊണ്ട് ഉറപ്പുനൽകി.

'നല്ലത്, വലീദ്,' വിജയന്റെ ദൗത്യത്തിനായുള്ള പേര് ഉപയോഗിച്ച് ഇഖ്ബാൽ പറഞ്ഞു. 'പുതിയ വ്യക്തിത്വവുമായി പൊരുത്തപ്പെടുക. എങ്കിലേ ഗസ്നിയിലെ നമ്മുടെ ദൗത്യം പൂർത്തിയാക്കാൻ സാധിക്കൂ.'

'ശരി... ഞാൻ വാക്ക് തരുന്നു,' തന്റെ സേനാപതിയില്ലാതെ എങ്ങനെ ദൗത്യം പൂർത്തിയാക്കുമെന്ന് ഒരു പിടിയുമില്ലായിരുന്നെങ്കിലും വിജയൻ പറഞ്ഞു. 'സേനാപതി നരസിംഹന് എങ്ങനെയുണ്ട്?'

ഇഖ്ബാൽ പുഞ്ചിരിച്ചുകൊണ്ട് തലയാട്ടി. 'നിങ്ങളുടെ ആ സേനാപതി ഒരു വിശേഷപ്പെട്ട മനുഷ്യൻ തന്നെയാണ്.'

'ഇപ്പോഴും പരിശീലനത്തിലാണോ?' വിജയൻ ചോദിച്ചു.

കടലിലെത്തിയപ്പോൾ നരസിംഹന്റെ ക്ഷീണം കുറയുകയും ആരോഗ്യം അൽപം വീണ്ടെടുക്കുകയും ചെയ്തിരുന്നു. അത് അദ്ദേഹത്തെ ചലിക്കാൻ സഹായിച്ചു. പക്ഷേ, അദ്ദേഹത്തിന്റെ വലത് തോളും കയ്യും തളർന്നുതന്നെയിരുന്നു. അമാലിനും അവളുടെ കഴിവുറ്റ വൈദ്യന്മാർക്കും അമ്പിന്റെ മുനയുടെ ചില ഭാഗങ്ങൾ മാത്രമേ പുറത്തെടുക്കാൻ സാധിച്ചുള്ളൂ. മുറിവിൽ ആഴ്ന്നിറങ്ങിയ ചില ചീളുകൾ എടുത്തുമാറ്റൽ അസാധ്യമായിരുന്നു. ചാലൂക്യ സൈനികൻ കുത്തിയപ്പോൾ ആ അമ്പ് നരസിംഹന്റെ മുതുകിൽക്കിടന്ന് എങ്ങനെയോ തകർന്നുപോയിരുന്നു. പലതരം ലോഹങ്ങളുടെ ഒരു വിചിത്രമായ സങ്കരമായിരുന്നു അത്. ഒരുപക്ഷേ, അത്യാധുനികവും പരീക്ഷണാത്മകവുമായ സാങ്കേതികവിദ്യ ഉപയോഗിച്ച് നിർമ്മിച്ചതാവാം. ഒരർത്ഥത്തിൽ, അതൊരു ശാസ്ത്രീയ ദുരന്തം എന്ന് വിളിക്കാവുന്ന ലോഹസങ്കരമായിരുന്നു. തട്ടിയുടൻ തരിപ്പണമാവുന്ന ഒരു ലോഹവും പരമ്പരാഗത ഉപയോഗങ്ങൾക്ക് യോജിച്ചതല്ല. എന്നാൽ ഒരു അമ്പിന്റെ മുനയ്ക്ക് അത് വളരെ ഗുണം ചെയ്തു. കാരണം, അത് മുറിവിൽ നിന്ന് അമ്പ് നീക്കം ചെയ്യുന്നത് അങ്ങേയറ്റം ദുഷ്കരമാക്കി. ആ ലോഹം നരസിംഹന്റെ ശരീരത്തിൽ പതുക്കെ വിഷം പടർത്തിക്കൊണ്ടിരുന്നു.

പക്ഷേ ചാലൂക്യരുമായുള്ള ഏറ്റുമുട്ടൽ ആ ചോള സേനാപതിയിലെ യോദ്ധാവിന്റെ ആത്മാവിനെ വീണ്ടും ഉണർത്തിയിരുന്നു. ഒരു യോദ്ധാവിനെ സംബന്ധിച്ചിടത്തോളം, തളർവാതം എന്നത് തരണം ചെയ്യേണ്ട ഒരു തടസ്സം മാത്രമാണ്, വിരമിക്കാനുള്ള കാരണമല്ല. നരസിംഹൻ എല്ലാ ദിവസവും കപ്പലിന്റെ താഴത്തെ തട്ടിൽ ചോള സൈനികർക്കൊപ്പം പരിശീലനം നടത്തുന്നുണ്ടായിരുന്നു. ഇടതുകൈകൊണ്ട് വാൾ വീശാൻ പഠിക്കുകയായിരുന്നു അദ്ദേഹം.

അക്ഷരാർത്ഥത്തിൽ ആദ്യം മുതൽ തുടങ്ങുകയായിരുന്നുവെങ്കിലും, അദ്ദേഹം ഇതിനകം മികച്ച പുരോഗതി കൈവരിച്ചിരുന്നു.

'അതെ, അദ്ദേഹം ഇപ്പോഴും പരിശീലനത്തിലാണ്,' വിജയന്റെ ചോദ്യത്തിന് മറുപടിയായി ഇഖ്ബാൽ പറഞ്ഞു. 'സേനാപതി നരസിംഹനെപ്പോലെ കഴിവുള്ള ഒരു സൈനികനെ ഞാൻ കണ്ടിട്ടില്ല.'

'ഇനിമുതൽ നരസിംഹന്റെ പേര് നസ്റുള്ള എന്നാണ്, ഇഖ്ബാൽ അവർകൾ' അമാൽ പറഞ്ഞു. 'ഞാനോർമ്മിപ്പിക്കട്ടെ, സോമേശ്വർ ഇനി സൽമാൻ ആണ്, താങ്കൾ... താങ്കൾ തീർച്ചയായും ഇഖ്ബാൽ ആയിത്തന്നെ തുടരും. ഞാൻ ഇവിടെ വലീദിനോട് വിശദീകരിച്ചതുപോലെ'. അവൾ വിജയനെ നോക്കിക്കൊണ്ട് തുടർന്നു, 'നമ്മൾ നമ്മുടെ പുതിയ വ്യക്തിത്വങ്ങളുമായി പൂർണ്ണമായി ഇഴുകിച്ചേരണം. മതഭ്രാന്തന്മാരുടെ ഒരു നാട്ടിലേക്കാണ് നമ്മൾ പോകുന്നത്. ഗ്വാദറിൽ എത്തുമ്പോൾ നമ്മുടെ പ്രകടനം കുറ്റമറ്റതായിരിക്കണം. ചെറിയ തെറ്റുകൾക്ക് പോലും വലിയ വില കൊടുക്കേണ്ടി വരും. ഉദാഹരണത്തിന്, ആരെങ്കിലും നിങ്ങളുടെ ദൗത്യത്തിലെ പേര് വിളിക്കുമ്പോൾ, അത് നിങ്ങളുടെ പേരാണെന്ന് നിങ്ങൾ പ്രതികരിക്കാതിരുന്നാൽ പോലും മതി.'

'നസ്റുള്ള, സൽമാൻ, പിന്നെ ഞാൻ ഇഖ്ബാൽ,' ആ യുവതിയോട് സ്നേഹത്തോടെ പുഞ്ചിരിച്ചുകൊണ്ട് ഇഖ്ബാൽ പറഞ്ഞു.

'ക്ഷമിക്കണം, മര്യാദ വിട്ട് സംസാരിക്കണമെന്ന് വിചാരിച്ചിട്ടല്ല,' വിജയൻ പറഞ്ഞു. 'പക്ഷേ എന്റേതല്ലാത്ത ഒരു പേരിൽ നിങ്ങൾ എന്നെ വിളിക്കുമ്പോൾ വല്ലാത്തൊരു അസ്വസ്ഥത തോന്നുന്നു. എന്റെ വ്യക്തിത്വവും വിശ്വാസവും എനിക്ക് പവിത്രമാണ്. ഓരോ തവണയും 'വലീദ്' എന്ന് വിളിക്കപ്പെടുമ്പോൾ, എന്റെ വിശ്വാസത്തിന് അന്യമായ ആചാരങ്ങൾ പിന്തുടരാൻ നിർബന്ധിക്കപ്പെടുമ്പോൾ, ഞാൻ ഉള്ളിൽ പിടഞ്ഞുപോവുകയാണ്.'

അമാൽ അയാളുടെ അടുത്തേക്ക് നടന്നുവന്ന് നേരെ കണ്ണുകളിലേക്ക് നോക്കി. 'വലീദ്... അല്ലെങ്കിൽ താങ്കൾക്ക് അതാണ് ഇഷ്ടമെങ്കിൽ, വിജയൻ,' അവൾ പറഞ്ഞുതുടങ്ങി. 'ഞാൻ നിങ്ങളെ മതം മാറ്റാൻ ശ്രമിക്കുകയല്ല. നിങ്ങളുടെ സ്വന്തം

വിശ്വാസത്തിന് വിരുദ്ധമല്ലാത്ത ആചാരങ്ങൾ മാത്രമേ നിങ്ങൾ പിന്തുടരേണ്ടതുള്ളൂ. അതിൽ കൂടുതലൊന്നും വേണ്ട. നിങ്ങൾ ഒരു പുതിയ ഭാഷയിൽ പ്രാവീണ്യം നേടേണ്ടതുമില്ല. കുറച്ച് പ്രധാനപ്പെട്ട വാക്കുകളും ശൈലികളും പഠിക്കുക. ചില അനുഷ്ഠാനങ്ങൾ പരിശീലിക്കുക. തുർക്കികളുടെ ആചാരങ്ങൾ കുറച്ചുകാലത്തേക്ക്... വളരെ കുറച്ചുകാലത്തേക്ക് മാത്രം സ്വീകരിക്കുക. ഈ ദൗത്യം നമ്മൾ ആരാണെന്നത് മാറ്റുന്നതിനെക്കുറിച്ചല്ല. മറിച്ച്, നിങ്ങളും ഞങ്ങളും നമ്മുടെ ജീവിതകാലം മുഴുവൻ മുറുകെ പിടിച്ച വിശ്വാസങ്ങൾക്കുവേണ്ടി പോരാടാനാണ്. ഈ കാര്യത്തിൽ എന്നെ വിശ്വസിക്കണം. ഞാൻ നിങ്ങളോട് അപേക്ഷിക്കുകയാണ്.'

ഇഖ്ബാൽ സന്തോഷത്തോടെ, തമിഴ് കലർന്ന മലയാളത്തിൽ ഇടക്കുകയറി, 'പുതിയ പേരും മൊഴിയും പഠിക്കുന്നത് പെരിയ കാര്യമൊന്നുമില്ല. ലക്ഷ്യത്തിലേക്കുള്ള ഒരു പാലം മാത്രം. പാലം കടന്നാൽ മറുപടിയും പഴയ ആളാകാം.'

'പിന്നെ, താടി വളർത്തിയതിന് നന്ദി. അതിനെ ലിഹിയ എന്നാണ് പറയുന്നത്,' കളിയായ ആനന്ദത്തോടെ അവളുടെ ശബ്ദം നേർത്തു. 'അത് നിങ്ങൾക്ക് നന്നായി ചേരുന്നുണ്ട്.'

അതും പറഞ്ഞ് അവൾ തിരിഞ്ഞുനടന്നു.

വിജയന്റെ മുഖത്തേക്ക് രക്തം ഇരച്ചുകയറുന്നത് അവനറിഞ്ഞു. അവൻ തന്റെ താടിയിലെ കുറ്റിരോമങ്ങളിൽ പതുക്കെ തലോടി. എന്നിട്ട് വളരെ ചെറുതായി ഒന്ന് പുഞ്ചിരിച്ചു.

അദ്ധ്യായം 11

അപരിചിതർക്കിടയിൽ

ഗസ്നി, അഫ്ഗാനിസ്ഥാൻ

ആ അടിമപ്പെൺകുട്ടി അമീറിന്റെ ശയ്യാഗൃഹത്തിൽ നിന്നും വേച്ചു വേച്ച് പുറത്തേക്ക് വന്നു. അവൾക്ക് നേരെ നടക്കാൻ പോലും കഴിയുന്നുണ്ടായിരുന്നില്ല. അവളുടെ അഴിഞ്ഞുലഞ്ഞ മുടിയിഴകൾക്ക് വീങ്ങിയ ചുണ്ടുകളെയും ചതഞ്ഞ താടിയെല്ലിനെയും മറയ്ക്കാൻ കഴിഞ്ഞില്ല. അവളുടെ നേർത്ത ചർമ്മത്തിനടിയിൽ കട്ടപിടിച്ച രക്തം, കരിനീലിച്ച ഇടത് കണ്ണിൽ നിന്ന് തുടങ്ങി മുടിയിഴകളിലേക്ക് അപ്രത്യക്ഷമാകുന്ന ഒരു രക്തപടം പോലെ തെളിഞ്ഞുനിന്നു. അവളുടെ ഉള്ളിൽ നിന്ന് നേർത്ത, എന്നാൽ ഹൃദയഭേദകമായ ഒരു തേങ്ങലുയർന്നു.

അവളുടെ പീഡനങ്ങളുടെ ഈ പുതിയ അദ്ധ്യായം ജീവനെത്തന്നെ ഭയപ്പെടുത്തിയിരുന്നു. ആകെ ഭയന്ന് കിലുകിലാ വിറയ്ക്കുന്ന ദേഹത്തോടെ അവൾ പുറത്തേക്ക് നടന്നു.

ഇടനാഴിയിലൂടെ താലിബ് തന്റെ നേർക്ക് വരുന്നത് കണ്ട്, അവൾ തന്റെ മേൽവസ്ത്രം നെഞ്ചിലേക്കും മുഖത്തേക്കും വലിച്ചിട്ടു. നാണക്കേടും കുറ്റബോധവും കൊണ്ട് അവൾ കണ്ണുകളടച്ചു.

താലിബ് അടുത്തേക്ക് വന്നു. അയാൾ ആ അടിമപ്പെൺകുട്ടിയെ പെട്ടെന്ന് തിരിച്ചറിഞ്ഞു. യസാദെ. പതിമൂന്നോ, കൂടിപ്പോയാൽ പതിന്നാലോ വയസ്സുള്ള ഒരു പെൺകുട്ടി. യസീദി ഗോത്രത്തിൽ നിന്നുള്ളവൾ. അവളുടെ അച്ഛനും ഗവർണ്ണർ-മുഫ്തി ഇസ്മായിലിന്റെ ഒരു അടിമയായിരുന്നു.

താലിബ് താഴേക്ക് നോക്കി. അവിടെ നടന്നുകൊണ്ടിരിക്കുന്നതൊന്നും കണ്ടില്ലെന്ന് നടിച്ചാൽ ആ കുറ്റകൃത്യം ഇല്ലാതായിപ്പോകുമെന്ന് അയാൾ വെറുതെ ആശിച്ചു. ഒരു കൊച്ചുകുട്ടി. ഒരു കുട്ടി. ഒരു കുട്ടിയും അനുഭവിക്കാൻ പാടില്ലാത്ത ദുരിതത്തിലൂടെ കടന്നുപോയിരിക്കുന്നു.

താലിബ് ഒന്ന് വിറച്ചു. എന്നാൽ വർഷങ്ങളായി തന്റെ യജമാനന്റെ ക്രൂരതകൾ കണ്ടില്ലെന്ന് നടിച്ച് നാവടക്കിപ്പിടിക്കാൻ അയാൾ പഠിച്ചിരുന്നു. അയാൾ താഴേക്ക് തന്നെ നോക്കി തുടർന്നു. 'പോയ്ക്കോളൂ... ദയവായി... രേഷ്മയുടെ അടുത്തേക്ക് പോകൂ...'

യസാദെ എന്ന ആ കൊച്ചുകുട്ടി മറുപടി പറഞ്ഞില്ല. അവൾ ഭയത്തോടെ ഭിത്തിയിലേക്ക് നോക്കിനിന്നു.

'പ്രധാന ദാസിയുടെ മുറിയിലേക്ക് പോകൂ,' പെൺകുട്ടിയുടെ മുഖത്ത് നോക്കാതെ, നിലത്തേക്ക് തന്നെ മിഴിയൂന്നി താലിബ് പറഞ്ഞു. 'രേഷ്മ... രേഷ്മ നിന്റെ മുറിവുകൾ വെച്ചുകെട്ടാൻ സഹായിക്കും...'

മുഫ്തിയുടെ കാര്യസ്ഥന്റെ മുഖത്ത് നോക്കുന്നത് ഒഴിവാക്കി, ആ പെൺകുട്ടി പ്രയാസപ്പെട്ട് തലയാട്ടി. വിറയ്ക്കുന്ന വിരൽകൊണ്ട് അവൾ തന്റെ മേൽച്ചുണ്ടിൽ നിന്നും ഒരു തുള്ളി രക്തം തുടച്ചുനീക്കി. എന്നിട്ട് ഇടനാഴിയിലൂടെ ഓടിമറഞ്ഞു.

'താലിബ്?' ശയ്യാഗൃഹത്തിനുള്ളിൽ നിന്ന് ഇസ്മായിലിന്റെ ശബ്ദം കേട്ടു. 'അത് നീയാണോ?'

താലിബ് ഒരു ദീർഘനിശ്വാസമെടുത്ത് വീണ്ടും വിറച്ചു. പക്ഷെ, അതിജീവനത്തിനുള്ള ഒരു ശക്തമായ വാസന അയാൾക്കുണ്ടായിരുന്നു. അതു കൊണ്ടുമാത്രമാണ് ഇത്രയും കാലം അയാൾക്ക് പിടിച്ചുനിൽക്കാൻ കഴിഞ്ഞത്. അയാൾ മുഖത്തൊരു ചിരി വരുത്തി തന്റെ യജമാനന്റെ ശയ്യാഗൃഹത്തിലേക്ക് പ്രവേശിച്ചു.

ഉള്ളിലെ വായുവിൽ കറുപ്പിന്റെ അതിമധുരമുള്ള ഗന്ധം തങ്ങിനിന്നിരുന്നു. ചുമച്ചുകൊണ്ട്, ആ ഗന്ധം അകറ്റാനുള്ള ഒരു ശ്രമമെന്നോണം താലിബ് തന്റെ മൂക്കിന് മുന്നിൽ കൈ വീശി.

മുറിയുടെ ഇടത് കോണിലുള്ള വിലകൂടിയ മെത്തയിൽ അർദ്ധനഗ്നനായി ഇരിക്കുകയായിരുന്നു ഇസ്മായിൽ. ഒരു

സർപ്പാകൃതിയിലുള്ള കുഴലിൽ നിന്നും അയാൾ പുകയെടു-ക്കുന്നുണ്ടായിരുന്നു. 'വരൂ, സുഹൃത്തേ. ഇരിക്കൂ.'

താലിബ് കുനിഞ്ഞുവണങ്ങി യജമാനന്റെ അടുത്തേക്ക് നടന്നു. അയാൾ മുട്ടുകുത്തി, ഗവർണ്ണർ-മുഫ്തിയുടെ കയ്യിൽ ആചാരപരമായി ചുംബിച്ച്, യജമാനന് സമീപത്തായി ലളിതമായ ഒരു മെത്തയിൽ ഇരുന്നു.

'ഇന്ന് നിന്നെ കാണാൻ ഒരു ക്ഷീണം പോലുണ്ടല്ലോ,' ഇസ്മായിൽ ഉല്ലാസത്തോടെ പറഞ്ഞു. 'കുഴപ്പമൊന്നുമില്ലല്ലോ?'

'അങ്ങേക്ക് എന്നെ ഒരു തുറന്ന പുസ്തകം പോലെ വായിച്ചെടുക്കാമല്ലോ, പ്രഭോ,' താലിബ് മറുപടി നൽകി. 'ഗ്വസ്ഗാനിൽ ഉണ്ടായിരുന്നതിനേക്കാൾ എത്രയോ അധികം വേലക്കാരെയാണ് ഇവിടെ നോക്കേണ്ടത്. പിന്നെ ആ രാജസദസ്സും...'

ഇസ്മായിൽ തലയാട്ടി. 'അതെ, ആ സദസ്സ്... അത് ശരിക്കും ഒരാളുടെ ഊർജ്ജം മുഴുവൻ ചോർത്തിക്കളയും.'

'അതെ, പ്രഭോ. ഒരുപാട് കാര്യങ്ങൾ ഒരേ സമയം നോക്കി നടത്തണം. അതെല്ലാം വളരെ ശ്രദ്ധയോടെ ചെയ്യുകയും വേണം.'

'ഞാൻ നിന്നോട് ചെയ്യാൻ പറയുന്നത് ചെയ്യുക, താമസിയാതെ നമുക്ക് പൂർണ്ണ നിയന്ത്രണം ലഭിക്കും. അപ്പോൾ എന്റെ വീട് നോക്കിനടത്തുന്നതുപോലെ അനായാസം നമുക്ക് രാജസദസ്സും നിയന്ത്രിക്കാം.' ഇസ്മായിൽ ചിരിച്ചു.

താലിബ് മര്യാദയ്ക്ക് വേണ്ടി അയാളോടൊപ്പം ചിരിച്ചു.

'നമുക്ക് ഇന്ന് ആഘോഷിക്കണം. എനിക്കൊരു സന്തോഷ-വാർത്ത കിട്ടിയിട്ടുണ്ട്,' ഒരു കത്ത് ഉയർത്തിക്കാണിച്ചുകൊണ്ട് ഇസ്മായിൽ പറഞ്ഞു.

താലിബ് അതിന്റെ താഴെ പതിച്ചിരുന്ന വൃത്താകൃതിയിലുള്ള കറുത്ത മുദ്രയിലേക്ക് നോക്കി. മുദ്ര പൊട്ടിച്ചിരുന്നു.

ഇസ്മായിൽ തുടർന്നു, 'ഖിലാഫത്ത്, യഥാർത്ഥ ഖിലാഫത്ത്, അതിലും പ്രധാനമായി, അവരുടെ പേർഷ്യൻ ബുയിദ് സഖ്യകക്ഷികളും, സുൽത്താനെ കൈകാര്യം ചെയ്യാൻ കടൽമാർഗ്ഗം ആളുകളെ അയച്ചിട്ടുണ്ട്. ഞാൻ ഉദ്ദേശിച്ചത് നിനക്ക് മനസ്സിലായല്ലോ.' ഇസ്മായിൽ കണ്ണടച്ച് കാണിച്ചു. 'എന്റെ കൂടെ കുടിക്കോ. ആസ്വദിക്കൂ!'

ഗവർണ്ണർ-മുഫ്തി തന്റെ ഇടതുവശത്തുള്ള ഒരു ഹുക്കയ്ക്ക് നേരെ ആംഗ്യം കാണിക്കുകയും പുകവലിക്കാൻ തന്റെ ദാസനോട് ആവശ്യപ്പെടുകയും ചെയ്തു.

'നന്ദി, പ്രഭോ,' താലിബ് പറഞ്ഞു. 'തീർച്ചയായും ഇതൊരു സന്തോഷവാർത്തയാണ്... അങ്ങ് ആസൂത്രണം ചെയ്തതുപോലെ തന്നെയാണ് കാര്യങ്ങൾ പോകുന്നത്. പൊങ്ങച്ചക്കാരായ, ദുർബലരായ ഈ പേർഷ്യക്കാരെക്കൊണ്ട് സിംഹതുല്യരായ തുർക്കികൾക്കെതിരെ എന്തെങ്കിലും പ്രയോജനമുണ്ടാകുമെന്ന് ആരാണ് കരുതിയത്...'

ഇസ്മായിൽ പതുക്കെ ചിരിച്ചു. 'ചിലപ്പോൾ, വെള്ളം കൊണ്ട് കല്ല് വരെ പൊടിക്കാൻ കഴിയും.'

'ഒരു സംശയവുമില്ല. ഗസ്സിക്ക് ലഭിക്കാവുന്ന ഏറ്റവും വിവേകിയായ ഭരണാധികാരി അവിടുന്നാണ്, പ്രഭോ.'

'സത്യം,' ഇസ്മായിൽ സമ്മതിച്ചു.

'പ്രഭോ,' താലിബ് ജാഗ്രതയോടെ തുടർന്നു, 'അങ്ങ് എപ്പോഴും ശ്രദ്ധാലുവാണെന്ന് എനിക്കറിയാം. രാജസദസ്സിന്റെ നിയന്ത്രണം ഏറ്റെടുക്കാൻ പുറമേക്ക് ചിലതൊക്കെ നമ്മൾ കാണിക്കേണ്ടതുണ്ട്. പക്ഷേ അങ്ങയുടെ ചില ശീലങ്ങൾ ഈ വീടിന്റെ നാല് ചുമരുകൾക്കുള്ളിൽ ഒതുക്കുന്നതാണ് നല്ലത്, ഇവിടെയാണെങ്കിൽ കാര്യങ്ങൾ നിയന്ത്രിക്കാനാകും.' സ്ത്രീകളെ അടിക്കുന്ന ഇസ്മായിലിന്റെ സ്വഭാവത്തെക്കുറിച്ച്, അതീവ ശ്രദ്ധയോടെയാണ് താലിബ് സംസാരിച്ചത്. 'പുറത്തുനിന്ന് ആരെങ്കിലും വന്നാൽ, വിവരങ്ങൾ ചോരുന്നത് തടയാൻ എനിക്ക് ബുദ്ധിമുട്ടായേക്കും.'

യസാദെയോടുള്ള തന്റെ ആഗ്രഹം തീർത്തതിന് ശേഷം നല്ല മാനസികാവസ്ഥയിലായിരുന്നതിനാൽ ഇസ്മായിൽ അത് കേൾക്കാൻ തയ്യാറായിരുന്നു. 'ശരി, സമ്മതിച്ചു! അങ്ങാടിയിൽ നിന്ന് ആ സുന്ദരിയായ ആഫ്രിക്കൻ അടിമപ്പെണ്ണിനെ ഇങ്ങോട്ട് കൊണ്ടുവരണ്ട! ഇപ്പോൾ സന്തോഷമായോ?'

താലിബ് കുനിഞ്ഞു വണങ്ങി. 'അങ്ങയുടെ വിജയമാണ് എന്റെ ഏക ലക്ഷ്യം, എന്റെ യജമാനനേ. അങ്ങയുടെ വിജയം മാത്രമാണ് എന്റെ ജീവിതത്തിലെ ഒരേയൊരു ലക്ഷ്യം...'

‘എനിക്കറിയാം, എനിക്കറിയാം...’ ഇസ്മായിൽ വലിയ സന്തോഷത്തിലായിരുന്നു. ‘ഈ യസാദെ പെണ്ണ് അല്പമെങ്കിലും എന്നെ എതിർത്തിരുന്നെങ്കിൽ എന്ന് ഞാൻ ആഗ്രഹിച്ചു. അപ്പോൾ എനിക്ക് അവളെ കുറച്ചുകൂടി കീഴടക്കാമായിരുന്നു. അവൾക്കൊരുന്മേഷവുമില്ല... എന്റെ തീവ്രവും ആഴത്തിലുള്ളതുമായ സ്നേഹത്തോട് ഒരു പ്രതികരണവുമില്ല.’

‘ഞാൻ യസാദെയെ കാര്യങ്ങൾ പറഞ്ഞ് പഠിപ്പിക്കാൻ ശ്രമിക്കാം, പ്രഭോ,’ താലിബ് പറഞ്ഞു. ‘അല്ലെങ്കിൽ നമുക്ക് മറ്റാരെയെങ്കിലും കൊണ്ടുവന്നാലോ? കുറച്ചുകൂടി പ്രായമുള്ള ആരെയെങ്കിലും?’

‘വേണ്ട. നീ ആ യസാദെ പെണ്ണിനോട് സംസാരിക്ക്. അല്ലെങ്കിൽ... നിനക്കറിയാമല്ലോ എനിക്ക് കറുത്ത തൊലിയോട് ഒരു പ്രത്യേക ഇഷ്ടമുണ്ടെന്ന്. വേറെ ആരെങ്കിലുമുണ്ടോ?’

‘ഇനി ഏതാനും മാസങ്ങളുടെ കാര്യം കൂടിയേയുള്ളൂ... താമസിയാതെ ഗസ്നിയുടെ സിംഹാസനം അങ്ങയുടെ കൈപ്പിടിയിലൊതുങ്ങും. അപ്പോൾ അങ്ങേക്ക് അവകാശപ്പെട്ടത് എടുക്കുന്നതിൽ നിന്നും തടയാൻ ആരുമുണ്ടാകില്ല. നമ്മൾ തൽക്കാലം ഒന്ന് ശ്രദ്ധിച്ചാൽ മാത്രം മതി.’

‘ശരി... ശരി... പക്ഷെ ഇപ്പോഴേ ആഘോഷം തുടങ്ങണ്ട,’ ഇസ്മായിൽ പറഞ്ഞു, അയാളുടെ മുഖഭാവം ഗൗരവമായി. ‘ആ ഭ്രാന്തി കൗസരി ജഹാൻ, പള്ളിയുടെ പുനർനിർമ്മാണം പൂർത്തിയാക്കുന്നത് എനിക്ക് വളരെ ബുദ്ധിമുട്ടാക്കിത്തീർക്കുകയാണ്. ആദ്യം അവൾ നഗരത്തിൽ നിന്ന് ജോലിക്കാരെ എടുക്കുന്നതിൽ നിന്നും എന്നെ തടയാൻ ശ്രമിച്ചു. അതുകൊണ്ട് എനിക്ക് ഹസ്സന്റെ അടിമകളെ ഏറ്റെടുക്കേണ്ടി വന്നു. പിന്നീട് കെട്ടിട നിർമ്മാണ സാമഗ്രികൾ വാങ്ങാനുള്ള തുകയുടെ ഒരു ഭാഗം അവൾ തടഞ്ഞു... ആരാച്ചാരുടെ വാൾ കഴുത്തിനു നേരെ വരുന്നതുപോലെ സമയപരിധി അടുത്തു വരികയാണ്.’

ഇത്തവണ താലിബ് ഗൗരവത്തോടെ തലയാട്ടി.

‘നീ എന്റെ മകനെ കണ്ടോ?’ ഇസ്മായിൽ ചോദിച്ചു. ‘അവന് മാത്രമേ ഈ പണത്തിന്റെ പ്രശ്നം പരിഹരിക്കാൻ കഴിയൂ.’

ആർക്കും അറിയാത്ത ഒരു രഹസ്യമായിരുന്നു ഇസ്മായിലിന് ഒരു മകനുണ്ടെന്നുള്ളത്. സത്യം പറഞ്ഞാൽ, അടുത്ത കാലം വരെ

ഇസ്മായിലിൽ നിന്ന് പോലും അവന്റെ അസ്തിത്വം ഒരു രഹസ്യമാക്കി വെച്ചിരിക്കുകയായിരുന്നു. ഭാഗ്യവശാൽ, ഇസ്മായിലിനെ സഹായിക്കാൻ ഏറ്റവും ഉചിതമായ ഒരു സ്ഥാനത്തായിരുന്നു അയാളുടെ മകൻ.

'ഞാനൊരു കൂടിക്കാഴ്ചയ്ക്ക് ആവശ്യപ്പെട്ടിട്ടുണ്ട്, പ്രഭോ. ഞാനിന്ന് അദ്ദേഹവുമായി സംസാരിക്കുന്നതായിരിക്കും.'

'ഓരോ നിമിഷവും വൈകുന്നത് നമുക്ക് അപകടമാണ്.'

'എനിക്ക് മനസ്സിലായി, പ്രഭോ.'

'കൂടാതെ, വേഗം ഗ്വാദറിലേക്ക് പോകാൻ തയ്യാറെടുക്കുക. അബ്ബാസിദ് ഖലീഫയുടെ ദൂതന്മാരെ സ്വാഗതം ചെയ്യാൻ എനിക്കൊരു വിശ്വസ്തനെ വേണം.'

ബലൂചിസ്ഥാനിലെ പ്രധാന തുറമുഖമായിരുന്നു ഗ്വാദർ. പ്രധാനമായും കരയെ ആശ്രയിച്ചിരുന്ന ഗസ്നവിഡ് സാമ്രാജ്യത്തിന്റെ നാവിക വ്യാപാര കേന്ദ്രമായി അത് പ്രവർത്തിച്ചു.

'തീർച്ചയായും, പ്രഭോ.'

ഇസ്മായിൽ വൈകുന്നേരം ഗസ്നിയിലെ വലിയ പള്ളിയുടെ പൂമുഖത്ത് വന്ന് നിന്നു. യസാദെയും താലിബും അൽപം മാറി പിന്നിലായി നിന്നിരുന്നു. യസാദെയെ പൊതുസ്ഥലത്ത് പ്രദർശിപ്പിക്കരുതെന്ന താലിബിന്റെ ആവർത്തിച്ചുള്ള ഉപദേശം അവഗണിച്ച്, അവളെ പള്ളി നിർമ്മാണ സ്ഥലത്തേക്ക് കൊണ്ടുവരണമെന്ന് ഇസ്മായിൽ നിർബന്ധം പിടിച്ചിരുന്നു. തന്റെ യജമാനനായ ഇസ്മായിലിന് ആ യസീദി അടിമപ്പെൺകുട്ടിയോട് അടങ്ങാത്ത അഭിനിവേശം തോന്നുന്നുണ്ടെന്ന് താലിബ് തിരിച്ചറിഞ്ഞിരുന്നു.

അറുന്നൂറ് അടിമത്തൊഴിലാളികളെ ജുൻദീൻ-ഉൽ-ദിൻ ചാട്ടവാറുകൊണ്ട് അടിച്ച്, അച്ചടക്കമുള്ള നിരയാക്കി നിർത്തുന്നത് ഇസ്മായിൽ നോക്കിനിന്നു. ഭീതിപ്പെടുത്തുന്ന ആ മതകാര്യ സേന കൃത്യതയോടെ നടന്ന്, ചാട്ടവാർ വലിച്ചടിക്കുകയും ദണ്ഡ് ആസ്വദിച്ച് വീശുകയും ചെയ്തു.

കുറച്ചകലെയായി കുട്ടികളെയും പ്രായമായവരെയും കുത്തിനിറച്ച ഒരു കൂട്ടം അഴികൾ കൊണ്ടുണ്ടാക്കിയ അറകൾ ഉണ്ടായിരുന്നു. ഇസ്മായിലിന്റെ ഉത്തരവ് പ്രകാരം, വൃത്തിയാക്കൽ, കല്ലുകൾ നനയ്ക്കൽ, പ്രധാന തൊഴിലാളികൾക്ക് ഭക്ഷണം നൽകൽ, തുടങ്ങിയ കഠിനാധ്വാനം കുറഞ്ഞ ജോലികൾക്കായി കുട്ടികളെയും പ്രായമായവരെയും ഉപയോഗിച്ചു. ജുൻദീൻ-ഉൽ-ദിനിലെ കുറച്ച് അംഗങ്ങളുടെ കാവലിൽ, തടവുകാർ അഴികളിൽ പറ്റിപ്പിടിച്ച്, പ്രതീക്ഷയും ജീവിക്കാനുള്ള ഇച്ഛാശക്തിയും വറ്റിയ കണ്ണുകളോടെ തങ്ങളുടെ പ്രിയപ്പെട്ടവരെ നോക്കി.

കഴിഞ്ഞ ഒരാഴ്ച കൊണ്ട് അവിശ്വാസികളായ അടിമകളുടെ ജീവിതത്തിൽ അപ്രതീക്ഷിതമായ ഒരു വഴിത്തിരിവ് സംഭവിച്ചിരിക്കുന്നു. ഖ്വാജ ഹസ്സൻ നഗരത്തിന്റെ പ്രാന്തപ്രദേശത്തുള്ള തടവറയിൽ നിന്ന് ആ ആയിരം പുരുഷന്മാരെയും സ്ത്രീകളെയും കുട്ടികളെയും, ഗസ്നിയിലെ കരിഞ്ചന്തയിലേക്ക് കൊണ്ടുവന്നതുമുതൽ അവർ മൃഗങ്ങളെപ്പോലെ തടവിൽ കഴിയുകയായിരുന്നു.

ഗസ്നവിഡ് രാജ്യത്തിനകത്തും ചുറ്റുമുള്ളതുമായ ദേശങ്ങളിൽ വ്യാപിച്ചുകിടന്ന വിവിധ മതങ്ങളിൽപ്പെട്ടവരായിരുന്നു ആ അടിമകൾ. ആ പ്രദേശങ്ങൾ ഇപ്പോൾ നിയന്ത്രിക്കുന്ന ശത്രു-ശക്തികൾക്ക് മുന്നിൽ, ശ്രദ്ധേയമായ നിശ്ചയദാർഢ്യത്തോടെ തങ്ങളുടെ ആചാരങ്ങളിൽ മുറുകെ പിടിച്ച വിശ്വാസികളായിരുന്നു അവർ. അവരിൽ യസീദികളും യഹൂദരും സൊറോസ്ട്രിയൻ മതവിശ്വാസികളും ക്രിസ്ത്യാനികളും ഉണ്ടായിരുന്നു... എന്നാൽ അടിമകളിലെ ഏറ്റവും വലിയ സംഘം, ജനസംഖ്യയുടെ വലിപ്പം കാരണം, ഹിന്ദുക്കളും ബുദ്ധമതവിശ്വാസികളുമായിരുന്നു.

ഗവർണ്ണർ-മുഫ്തിയുടെ അന്ത്യശാസനം ലഭിച്ചതിന് ശേഷം, ഖ്വാജ ഹസ്സൻ താൻ വിറ്റഴിച്ച അടിമകളെ തിരികെ വാങ്ങാൻ നിരാശയോടെ ശ്രമിച്ചു. ദുഃഖിതരായ ഉടമകൾക്ക് താൻ വാങ്ങിയതിന്റെ ഇരട്ടിയും ചിലപ്പോൾ മൂന്നിരട്ടിയും വില അയാൾ വാഗ്ദാനം ചെയ്തു. അങ്ങനെ ലഭ്യമായ എല്ലാ തൊഴിലാളികളെയും ജമാ മസ്ജിദിന്റെ അറ്റകുറ്റപ്പണികൾക്കുള്ള അടിയന്തിര ദൗത്യത്തിലേക്ക് കൊണ്ടുവന്നു.

പുതിയ അടിമകളിലൊരാളെപ്പോലും തന്റെ സ്വന്തം പരിചാരകനായി നിയമിക്കാൻ ഗവർണ്ണർ-മുഫ്തി സമ്മതിച്ചില്ല. വർഷങ്ങളായി ഗ്രസ്ഗാനിൽ തന്നെ സേവിച്ചവർ മാത്രം തന്റെ ഗൃഹത്തിൽ മതിയെന്നായിരുന്നു അദ്ദേഹത്തിന്റെ നിലപാട്. തടവുകാലത്ത് അവർ ഒരുമിച്ച് അനുഭവിച്ച ദുരിതങ്ങൾ, സുൽത്താനെതിരെ ആ ഭവനത്തിൽ നടക്കുന്ന ഗൂഢാലോചനകളെ ഒറ്റിക്കൊടുക്കാത്ത വിശ്വസ്തരുടെ ഒരു സംഘത്തെ സൃഷ്ടിച്ചിരുന്നു. തീർച്ചയായും, തനിക്ക് അധിക സഹായം ആവശ്യമില്ലെന്നും, എല്ലാ മനുഷ്യശേഷിയും പള്ളിയുടെ പുനർനിർമ്മാണത്തിനായി വിനിയോഗിക്കണമെന്നുമാണ് പുറമേ പറഞ്ഞിരുന്ന കാരണം. ഈ പ്രവൃത്തി ഇസ്മായിലിന്റെ പൊതുജനമധ്യത്തിലുള്ള പ്രതിച്ഛായ കൂടുതൽ മിനുക്കുകയേ ചെയ്യുള്ളൂ.

'ഈ ദൗത്യം ഏതാണ്ട് അസാധ്യമാണ്, അങ്ങുന്നേ. പഴയതും ഭാഗികമായി കേടുപാടുകൾ തീർത്തതുമായ പള്ളിയുടെ അവശിഷ്ടങ്ങൾ നീക്കം ചെയ്ത് ഇത്രയും കുറഞ്ഞ സമയത്തിനുള്ളിൽ ഒരു പുതിയ കെട്ടിടം പണിയാൻ നമുക്ക് കഴിയില്ല.' ഭീമാകാരമായ ആ പുനർനിർമ്മാണ ശ്രമത്തിന്റെ ചുമതല ഗവർണ്ണർ-മുഫ്തി ഏൽപ്പിച്ചിരുന്ന ക്രിസ്ത്യൻ അടിമയായ ബുത്രൂസ് വിശദീകരിച്ചു. അടിമയാക്കപ്പെടുന്നതിന് മുൻപ് അയാൾ ഒരു വാസ്തുശില്പിയും നിർമ്മാണവിദഗ്ധനും ആയിരുന്നു. 'വിള്ളലുകൾ ഉള്ള ഭാഗങ്ങൾ കൂട്ടിച്ചേർക്കേണ്ടിവരും. അതായത് മേൽക്കൂരയിലെയും തറയിലെയും വലിയ പിളർപ്പുകൾ.' ബുത്രൂസ് പറഞ്ഞു.

ഇസ്മായിൽ ശ്രദ്ധയോടെ കേട്ടു.

'അതിനായി, പൊളിഞ്ഞ ഭാഗങ്ങളിലെ ഇളകിയ കഷണങ്ങൾ കൊത്തിയെടുത്ത് ഉരുക്കിയ ഇരുമ്പ് കൊണ്ട് നിറയ്ക്കണം. അത് ഘടനയെ ബലപ്പെടുത്തും. തുടർന്ന്, നിറത്തിലും രൂപത്തിലും തുടർച്ച നൽകുന്നതിനായി ബാക്കിയുള്ള അപൂർണ്ണതകൾ ചാന്ത് ഉപയോഗിച്ച് അടയ്ക്കും. ഇത് ഒരു തുടക്കം മാത്രമായിരിക്കും...'

പെട്ടെന്ന് പള്ളിയുടെ പരിസരത്ത് ഒരു ബഹളമുണ്ടായി. ജ്ഞാനിയായ ആ ക്രിസ്ത്യാനി നൽകിക്കൊണ്ടിരുന്ന വിശദീകരണത്തിൽ നിന്ന് അത് ഗവർണ്ണർ-മുഫ്തിയുടെ ശ്രദ്ധ തെറ്റിച്ചു. മോസസിന് മുന്നിൽ കടൽ പിളർന്നതുപോലെ ആൾക്കൂട്ടം

വഴിമാറുന്നത് അദ്ദേഹം നോക്കി. സുൽത്താനും രാജ്ഞിയും എത്തിച്ചേർന്നിരുന്നു.

ഇസ്മായിൽ അവരെ പ്രതീക്ഷിച്ചിരുന്നു. അദ്ദേഹം ആ ക്രിസ്ത്യാനിയെ കൈവീശി മാറ്റിയ ശേഷം, രാജദമ്പതികളെ വലയം ചെയ്ത മഹ്മൂദിന്റെ സ്വകാര്യ അംഗരക്ഷകരെയും കൗസരിയുടെ ഷണ്ഡരായ പടയാളികളെയും നോക്കി. അവർ പള്ളിയുടെ പടികളുടെ താഴെവെച്ച് മാത്രമാണ് പിരിഞ്ഞുമാറിയത്. മഹ്മൂദ് ദേഷ്യത്തോടെ മുന്നോട്ട് നടന്നപ്പോൾ, അദ്ദേഹത്തിന്റെ ഭാര്യ ആ വിശാലമായ ചവിട്ടുപടികളിലൂടെ മനോഹരമായി ഒഴുകി നീങ്ങി. രാജദമ്പതികൾക്ക് പിന്നിൽ, ജോർജിയക്കാരനായ മുൻ അടിമയും, ലാഹോറിലെ രാജാവും, അതിലുപരി സുൽത്താന്റെ കാമുകനുമായ മാലിക് അയാസ് ഉണ്ടായിരുന്നു.

രാജദമ്പതികളെ സ്വാഗതം ചെയ്തുകൊണ്ട് ഇസ്മായിൽ കുമ്പിട്ടു. ബുത്രൂസ് പിന്നോട്ട് മാറി യസാദെയുടെയും താലിബിന്റെയും അടുത്തേക്ക് ചെന്നു. ആ രണ്ട് അടിമകളും തല താഴ്ത്തി മുട്ടുകുത്തി. എന്നാൽ താലിബ് നിവർന്നുതന്നെ നിന്നു.

പൂമുഖത്തെത്തിയപ്പോൾ, അംഗരക്ഷകരും ഷണ്ഡന്മാരും ആ സംഘത്തിന് ചുറ്റും ഒരു വലയം തീർത്തു. ഇസ്മായിൽ കൈകൾ വിരിച്ച് മഹ്മൂദിന്റെ അടുത്തേക്ക് നടന്നു. മഹ്മൂദ് പുഞ്ചിരിച്ചുകൊണ്ട് തന്റെ സഹോദരനെ ആലിംഗനം ചെയ്തു. ഇസ്മായിൽ ആ ആലിംഗനത്തിൽ നിന്ന് വേർപ്പെട്ട് സഹോദരന്റെ കവിളുകളിലും തുടർന്ന് വലതുകൈയിലും ചുംബിച്ചു. ഗവർണ്ണർ-മുഫ്തി രാജ്ഞിയെ നോക്കി, ശരീരം വളയ്ക്കാതെ ചെറുതായി തലകുനിച്ചു. കൗസരി ജഹാൻ യസാദെയെയും ബുത്രൂസിനെയും ശ്രദ്ധയോടെ നോക്കി. അവരുടെ മുഖത്ത് മൂർച്ചയേറിയ, പുഞ്ചിരിയില്ലാത്ത ഭാവമായിരുന്നു. അവരുടെ കണ്ണുകൾ യസാദെയുടെ മേൽ തങ്ങിനിന്നു, എന്നിട്ട് വീണ്ടും ഇസ്മായിലിലേക്ക് മാറി. അവർ താലിബിനെ ശ്രദ്ധിച്ചതേയില്ല.

ഇസ്മായിൽ ആ നോട്ടം തിരികെ നൽകി. നേർത്ത സ്വർണ്ണ-വെള്ളി നൂലുകളാൽ തുന്നിയ, അതിമനോഹരമായ ഞൊറികളുള്ള രാജ്ഞിയുടെ കുപ്പായം അവരുടെ ഒതുങ്ങിയ അരക്കെട്ടിന് ചുറ്റും ഒരു വെള്ളി പട്ടുനൂൽ അരപ്പട്ടകൊണ്ടാണ് ഉറപ്പിച്ചിരുന്നത്. അവരുടെ നീണ്ട, കളങ്കമില്ലാത്ത കഴുത്തിന് ചുറ്റുമുള്ള നേർത്ത മഞ്ഞപ്പട്ടുനൂലിൽ

കോർത്ത ഒരു വലിയ കറുത്ത കല്ല് ആ മാറിടത്തിൽ തിളങ്ങി. അവരുടെ തുളച്ചുകയറുന്ന നീലകലർന്ന പച്ച കണ്ണുകൾ രാജകീയമായ, എന്നാൽ വ്യക്തമായ ശത്രുതയോടെ അയാളെ തുറിച്ചുനോക്കി.

'എന്തിനാണ് ആ കുട്ടികളെയും പ്രായമായവരെയും കൂടുകളിലടച്ച് പ്രദർശിപ്പിച്ചിരിക്കുന്നത്?' രാജ്ഞി ധാർഷ്ട്യത്തോടെ ചോദിച്ചു. 'വൃത്തികെട്ട പന്നികളെപ്പോലെ അവർ രക്തത്തിലും മലത്തിലും കിടന്നുരുളുന്നു. ഇത് ഞാൻ പഠിച്ച ഇസ്ലാമിന് വിരുദ്ധമാണ്.'

'അടിമകൾ ഞങ്ങളുടെ സ്വത്താണ്, കുലീനയായ രാജ്ഞീ,' ഇസ്മായിൽ പുച്ഛത്തോടെ പുഞ്ചിരിച്ചു. മഹ്മൂദ് തന്റെ ഭാര്യയുടെ നേരെ നോക്കി കണ്ണുരുട്ടുന്നത് അദ്ദേഹം ശ്രദ്ധിക്കാതിരുന്നില്ല. 'ഞങ്ങളുടെ ഇഷ്ടം പോലെ ചെയ്യാൻ... കൂടുതൽ കരുത്തുള്ളവർ ഉണർന്നിരിക്കുന്ന ഓരോ നിമിഷവും ജോലി ചെയ്യുന്നു. ദുർബലരായവരെ വൃത്തിയാക്കൽ ജോലികൾക്കും മറ്റ് സഹായ ജോലികൾക്കും പുറത്തെടുക്കുന്നതുവരെ കൂടുകളിൽ സൂക്ഷിക്കുന്നു. അവർക്ക് ഭേദമാണ്... അവർ കുറച്ച് ജോലിയേ ചെയ്യുന്നുള്ളൂ. ഞങ്ങൾ തുർക്കികളുടെ കാരുണ്യം ലോകത്തിനറിയാവുന്നതുപോലെ, അതിരുകളില്ലാത്തതാണ്. പിന്നെ... രക്തത്തിലും മലത്തിലും കിടന്നുരുളുന്നു എന്നോ? ആ അതിശയോക്തി കൊണ്ട് അങ്ങ് എന്നോട് കടുത്ത അനീതിയാണ് ചെയ്യുന്നത്, തമ്പുരാട്ടീ. എന്റെ ആളുകൾ എല്ലാ ദിവസവും രാവിലെ, സൂര്യോദയത്തിന് മുൻപ്, തൊട്ടിക്കണക്കിന് വെള്ളമൊഴിച്ച് അടിമകളെയും അവരുടെ അറകളും കഴുകാറുണ്ട്.'

'ആഹ്, തീർച്ചയായും! ഗസ്നിയിലെ മഞ്ഞുമൂടിയ ഓരോ പ്രഭാതത്തിലും പോഷകാഹാരക്കുറവുള്ള ഈ പ്രായമായവരുടെയും കുട്ടികളുടെയും മേൽ തൊട്ടിക്കണക്കിന് തണുത്തുറഞ്ഞ വെള്ളം ഒഴിക്കുന്നു.' രാജ്ഞി സന്തോഷമില്ലാതെ ചിരിച്ചു. 'തണുത്തുറഞ്ഞ് മരിക്കുന്നത് ചിലപ്പോൾ ഒരു ദയയാണെന്ന് ഞാൻ സമ്മതിക്കുന്നു.'

'നിർത്തു, നിങ്ങൾ രണ്ടാളും!' സുൽത്താൻ ചാടിക്കടിച്ചു. അവരെ പിടിച്ചുമാറ്റുന്നതുപോലെ, ഉള്ളംകൈകൾ പുറത്തേക്ക് കാണിച്ച് അദ്ദേഹം കൈകൾ നീട്ടി. 'അടിമകൾക്ക് കാരുണ്യത്തിന്റെ ഒരു സന്ദേശം നൽകാൻ ഗവർണ്ണർ-മുഫ്തിയുടെ അഭ്യർത്ഥനപ്രകാരമാണ് ഞാൻ ഇവിടെ വന്നിരിക്കുന്നത്. ഈ ജോലി കൃത്യസമയത്ത് പൂർത്തിയാക്കാൻ അവരെ പ്രചോദിപ്പിക്കണം. എങ്കിലേ

കൂടുതൽ പ്രധാനപ്പെട്ട കാര്യങ്ങൾ ചെയ്യാൻ സാധിക്കൂ.' അദ്ദേഹം ഇസ്മായിലിനെ തുറിച്ചുനോക്കി, ചുട്ടുപൊള്ളുന്ന വെയിലിൽ ഊർജ്ജം ചോർന്നുപോയപ്പോൾ നിലത്തേക്ക് നീട്ടി തുപ്പി. 'ഈ അടിമകൾ ദിവസവും ഈച്ചകളെപ്പോലെ ചത്തുവീഴുന്നു. ജോലിയാണെങ്കിൽ ക്ഷീണിപ്പിക്കുന്ന വേഗതയിലും.'

തുളച്ചുകയറുന്ന തണുപ്പുള്ള രാത്രികളും ചുട്ടുപൊള്ളുന്ന പകലുകളും മാറിമാറി വരുന്നത് അവരെ തളർത്തിയിരുന്നു. മഹ്മൂദിന് അടിമകളുടെ സൗകര്യത്തെക്കുറിച്ച് ഒരു ആശങ്കയും ഉണ്ടായിരുന്നില്ല. എന്നാൽ മരിച്ചുപോയ അടിമകൾക്ക് പള്ളി പണി പൂർത്തിയാക്കാൻ കഴിയില്ലല്ലോ. കൗസരി അദ്ദേഹത്തെ ഓർമ്മിപ്പിച്ചത് അതായിരുന്നു. ഒരുപക്ഷേ, ഭയത്തിനും കാളച്ചാട്ടയ്ക്കും കഴിയാത്തിടത്ത് പ്രചോദനം ഫലം കണ്ടേക്കാം.

'കഴിഞ്ഞ ആഴ്ച എത്ര പേർ മരിച്ചു, ഇസ്മായിൽ?' മഹ്മൂദ് ചോദിച്ചു. 'ഇരുപതോ?'

'ഇരുപത്തിരണ്ട്,' ഇസ്മായിൽ വിഷാദത്തോടെ തിരുത്തി. 'അതെ, പ്രഭോ, അങ്ങ് ആ പ്രഖ്യാപനം നടത്തി നമ്മൾ അടുത്തിടെ ചർച്ച ചെയ്ത കാര്യത്തിന് പൂർണ്ണത നൽകിയാൽ അത് തീർച്ചയായും സഹായകമാകും. അങ്ങയുടെ വാക്കുകൾ അടിമകളുടെ ഇച്ഛാശക്തിയും ജോലി ചെയ്യാനുള്ള ആവേശവും നിലനിർത്തും.'

മുഖസ്തുതിയിൽ സന്തോഷവാനായ മഹ്മൂദ് പുഞ്ചിരിച്ചുകൊണ്ട് സഹോദരന്റെ കവിളിൽ തട്ടി.

'നമ്മൾ ഈ ലോകം പിടിച്ചെടുത്ത് ഒരുമിച്ച് ഭരിക്കും, എന്റെ സഹോദരാ,' അദ്ദേഹം പറഞ്ഞു. 'എന്റെ സ്ഥാനം ഔദ്യോഗികമാക്കാൻ എന്നെ സഹായിക്കൂ, നമ്മൾ എല്ലാവരെയും... എല്ലാവരെയും ഗസ്നിക്കും ഏക സത്യവിശ്വാസത്തിനും കീഴിൽ കൊണ്ടുവരും.'

ഇസ്മായിൽ രാജ്ഞിയെ ഒളികണ്ണിട്ട് നോക്കി വിനയത്തോടെ തല താഴ്ത്തി. അവർ നോട്ടം മാറ്റിയപ്പോൾ, അവരുടെ കണ്ണുകൾ വീണ്ടും മുട്ടുകുത്തി നിൽക്കുന്ന അടിമപ്പെൺകുട്ടിയായ യസാദെയിൽ പതിച്ചു. എന്തോ തിരിച്ചറിഞ്ഞതുപോലെ കൗസരിയുടെ കണ്ണുകൾ കുറുകി.

മഹ്മൂദ് ആദ്യത്തെ പടിയുടെ അരികിലേക്ക് നീങ്ങി, തൊണ്ട ശരിയാക്കി, സദസ്സിനോട് സംസാരിക്കാൻ തുടങ്ങി.

'ഏറ്റവും കാരുണ്യവാനും ദയാപരനുമായ അള്ളാഹുവിന്റെ കൃപയാൽ,' സുൽത്താൻ ഗംഭീരമായി പറഞ്ഞു, 'ഞാൻ നിങ്ങൾക്ക് അതുല്യമായ ഒരു അവസരം നൽകുന്നു. ദൈവനിന്ദയിലും പാപത്തിലും ജീവിക്കുന്ന നിങ്ങൾക്ക് ജന്നത്തിൽ എത്താൻ ഈ അവസരം ലഭിക്കുന്നത് വലിയ ഭാഗ്യമാണ്. വളരെ വലിയ ഭാഗ്യം.'

അടിമകളും അവരുടെ മേൽനോട്ടക്കാരും സുൽത്താനെ ഇമവെട്ടാതെ നോക്കി. മരണാനന്തരം മുസ്ലീങ്ങൾക്ക് വാഗ്ദാനം ചെയ്യപ്പെട്ട സ്വർഗ്ഗമാണ് ജന്നത്തെന്ന് അവർക്കറിയാമായിരുന്നു. എന്നാൽ തങ്ങൾ അവിശ്വാസികളായതുകൊണ്ട് സ്വർഗ്ഗത്തിൽ പോകാൻ സാധ്യതയില്ലെന്നും നരകാഗ്നിക്കായി തയ്യാറെടുക്കണമെന്നും അവർക്ക് അറിയാമായിരുന്നു. കുറഞ്ഞപക്ഷം, അവരുടെ ഇസ്ലാമിക മേലാളന്മാർ അവരോട് പറഞ്ഞിരുന്നത് അതായിരുന്നു.

'നിങ്ങളെ കശാപ്പ് ചെയ്യാൻ ഉത്തരവാദിത്തപെട്ടവൻ ആണെങ്കിലും, ആവശ്യമുള്ളപ്പോൾ കരുണയും പ്രതിഫലവും നൽകാനും എന്റെ മഹത്തായ വിശ്വാസം എന്നെ പഠിപ്പിക്കുന്നു,' സുൽത്താൻ തെളിഞ്ഞ നീലാകാശത്തേക്ക് കൈകൾ ഉയർത്തിക്കൊണ്ട് പറഞ്ഞു. 'ആനന്ദിക്കൂ, കാരണം ഞാൻ ഒരു സമ്മാനവുമായാണ് വന്നിരിക്കുന്നത്... നിങ്ങളുടെ ഗുണകർത്താവായ, എന്റെ സഹോദരനായ ഗവർണ്ണർ-മുഫ്തി, നിർബന്ധം പിടിച്ച ഒരു സമ്മാനം!'

മഹ്മൂദ് ഒരു നാടകീയമായ ആംഗ്യത്തോടെ തന്റെ സഹോദരന് നേരെ വിരൽ ചൂണ്ടി. ഇസ്മായിൽ വിനയത്തോടെ തലകുനിച്ചു. സുൽത്താൻ ഒരു ചുരുൾ നിവർത്തി അത് ഉയർത്തിപ്പിടിച്ചു.

'ഗസ്നിയിലെ സുൽത്താനായ ഞാൻ, മഹ്മൂദ്, ഈ ലോകത്തിലെ ഏക സത്യവിശ്വാസത്തിന്റെ തിരഞ്ഞെടുക്കപ്പെട്ട സംരക്ഷകനും പ്രചാരകനുമെന്ന നിലയിലുള്ള എന്റെ അവകാശം ഉപയോഗിച്ച് ഇന്ന് നിങ്ങളുടെ മുന്നിൽ ഈ വാഗ്ദാനം ചെയ്യുന്നു.'

മഹ്മൂദിന്റെ ശബ്ദം ഉച്ചസ്ഥായിയിലെത്തിയപ്പോൾ അടിമകൾ ശ്രദ്ധയോടെ കേൾക്കാൻ ആഞ്ഞു.

'നിങ്ങളുടെ പുണ്യകർമ്മം കൃത്യസമയത്ത് പൂർത്തിയാക്കിയാൽ, നിങ്ങളെഅടിമത്തത്തിന്റെബന്ധനങ്ങളിൽനിന്ന്മോചിപ്പിക്കുകയും

സുൽത്താനേറ്റിന്റെ വിശ്വാസത്തിലേക്ക് പ്രവേശിപ്പിക്കുകയും ചെയ്യുമെന്ന് ഞാൻ ഇന്നിവിടെ പ്രഖ്യാപിക്കുന്നു. ഇന്നേക്ക് നാല് മാസത്തിനുള്ളിൽ നിങ്ങൾക്ക് അതിന് മതിയായ പ്രതിഫലവും നൽകും.'

സുൽത്താൻ മഹ്മൂദ് ചുരുൾ ചുരുട്ടി ഉയർത്തിപ്പിടിച്ചു. ജനക്കൂട്ടം മരണതുല്യമായ നിശബ്ദതയിൽ നിന്നു.

'കഠിനാധ്വാനം ചെയ്യൂ, കാഫിറുകളേ, കാരണം നിങ്ങൾക്ക് വീണ്ടെടുപ്പിനുള്ള ഒരപൂർവ്വ അവസരമാണ് ലഭിച്ചിരിക്കുന്നത്,' മഹ്മൂദ് ഒരു പുഞ്ചിരിയോടെ പ്രേരിപ്പിച്ചു. 'ഈ ഔദ്യോഗിക കൽപ്പന ഞാൻ എന്റെ സഹോദരന്റെ കയ്യിൽ ഏൽപ്പിക്കുന്നു.'

കുറച്ചുപേർ വ്യർത്ഥമായ പ്രതീക്ഷയോടെ ആർപ്പുവിളിച്ചു. ഭൂരിഭാഗം പേരും അസ്വസ്ഥരും വിഷാദചിത്തരുമായി നിശ്ചലരായി നിന്നു. ആ ദൗത്യം ഏതാണ്ട് അസാധ്യമാണെന്ന് എല്ലാവർക്കും അറിയാമായിരുന്നു. അവർ നശിക്കാൻ വിധിക്കപ്പെട്ടവരായിരുന്നു. മരണം ഒരു ശിക്ഷയായിരുന്നില്ല, അത് സ്വാതന്ത്ര്യമായിരുന്നു. അവർ യഥാർത്ഥത്തിൽ ഭയന്നത് മരണത്തെയല്ല, മറിച്ച് ജീവിച്ചിരിക്കുമ്പോൾ അനുഭവിക്കേണ്ടിവരുന്ന നിരന്തരമായ പീഡനങ്ങളെയായിരുന്നു.

'എന്തു കോപ്പാണിത്...' തന്റെ ഔദാര്യത്തോടുള്ള അടിമകളുടെ ഉത്സാഹക്കുറവിൽ ദേഷ്യം കയറിയ സുൽത്താൻ മുരണ്ടു.

'സുൽത്താൻ നീണാൽ വാഴട്ടെ!' സദസ്സിൽ നിന്ന് തിടുക്കത്തിലുള്ള ഒരു ശബ്ദം മുഴങ്ങി. പ്രോത്സാഹനങ്ങളെക്കാൾ എത്രയോ ഫലപ്രദമാണ് ഭയം. 'ഗസ്നിയിലെ മഹ്മൂദ് നീണാൽ വാഴട്ടെ!'

'നീണാൽ വാഴട്ടെ! നീണാൽ വാഴട്ടെ! നീണാൽ വാഴട്ടെ!' അടിമകൾ തങ്ങളുടെ ഉത്സാഹം പ്രകടിപ്പിച്ചുകൊണ്ട് ആർത്തുവിളിച്ചു, തങ്ങളുടെ ജീവൻ അതിനെ ആശ്രയിച്ചിരിക്കുന്നു എന്ന മട്ടിൽ കൈയ്യടിച്ചു.

ഒരു വഷളൻ ചിരിയോടെ കൗസരിയെ പാളി നോക്കിക്കൊണ്ട് മഹ്മൂദ് ആ ചുരുൾ തന്റെ സഹോദരന് കൈമാറി.

'സന്തോഷമായോ?' സുൽത്താൻ ചോദിച്ചു. 'സമയപരിധിക്കുള്ളിൽ പണി തീർക്കാൻ ഈ തെമ്മാടികളെ പ്രേരിപ്പിക്കാൻ ഇതിന്

കഴിഞ്ഞില്ലെങ്കിൽ, മറ്റൊന്നിനും കഴിയില്ല. ഈ ദൗത്യത്തിൽ നീ വിജയിക്കണമെന്ന് ഞാൻ ആഗ്രഹിക്കുന്നു, സഹോദരാ.'

'ഞാൻ എന്നേക്കും കടപ്പെട്ടവനായിരിക്കും, പ്രഭോ,' ഇസ്മായിൽ പറഞ്ഞു.

'അങ്ങനെത്തന്നെ വേണം. പരാജയം ഒരുത്തരമല്ല.'

ഗവർണ്ണർ-മുഫ്തി വിധേയത്വവും ദാസ്യഭാവവും നിറഞ്ഞ മുഖത്തോടെ തലകുനിച്ചു. തലയുയർത്തിയപ്പോൾ, മഹ്മൂദിന്റെ ലക്ഷ്യത്തിനായി താൻ കണ്ടെത്താൻ തുടങ്ങിയ മതഗ്രന്ഥപരമായ ന്യായീകരണങ്ങൾ അദ്ദേഹം വിശദീകരിക്കാൻ തുടങ്ങി. കൗസരിയും അത് ശ്രദ്ധയോടെ കേട്ടു.

രാജദമ്പതികൾ കാണാതെ മാലിക് അയാസ്, താലിബിന്റെ അടുത്തേക്ക് നടന്നുചെന്നിരുന്നു. അവർ രണ്ടുപേരും മുന്നിലുള്ള ഗസ്നി രാജകുടുംബത്തിനും പിന്നിലുള്ള അടിമകൾക്കും കേൾക്കാൻ കഴിയാത്തത്ര ദൂരത്തിലായിരുന്നു.

തറ പഠിക്കുകയാണെന്ന മട്ടിൽ താഴേക്ക് നോക്കി, അയാസ് പതിയെ മന്ത്രിച്ചു. അദ്ദേഹത്തിന്റെ ശബ്ദം വ്യക്തവും ദൃഢവും ഗാംഭീര്യമുള്ളതുമായിരുന്നു, ആ കാമദേവന്റെ ശൈലിക്ക് തികച്ചും വിപരീതമായി. 'കാര്യം നടന്നിട്ടുണ്ട്.'

'നന്ദി, പ്രഭോ,' താലിബ് മന്ത്രിച്ചു. 'ഞാൻ ഗവർണ്ണർ-മുഫ്തിയെ അറിയിച്ചുകൊള്ളാം.'

'പതിനായിരം സ്വർണ്ണ ദിനാറുകൾ.'

ഒരു നിമിഷത്തേക്ക് താലിബ് അത്ഭുതപ്പെട്ടുപോയി. ഉൾപ്പെട്ടിരിക്കുന്ന ബന്ധം കണക്കിലെടുക്കുമ്പോൾ, മാലിക് അയാസിന് കുറച്ചുകൂടി പണം സംഘടിപ്പിക്കാൻ കഴിയുമായിരുന്നുവെന്ന് അയാൾ കരുതി. സത്യത്തിൽ, അതിലും വളരെ കൂടുതൽ. പക്ഷേ, സംശയങ്ങൾക്കിട നൽകാതിരിക്കാൻ ഇത് പതുക്കെ ചെയ്യേണ്ടതുണ്ടായിരിക്കാം എന്ന് താലിബ് സ്വയം ന്യായീകരിച്ചു.

കൈയിലുള്ള ജോലി വളരെ പ്രയാസമേറിയതും അപകടകരവുമായിരുന്നു. അതിന്റെ പ്രാധാന്യം എത്രത്തോള-മുണ്ടെന്ന് താലിബിന് അറിയാമായിരുന്നു. ഈ വിഷയത്തിൽ

ഇസ്മായിലിന് വേണ്ടി തീരുമാനങ്ങളെടുക്കാൻ തനിക്ക് അധികാരമുണ്ടെന്നും അയാൾക്കറിയാമായിരുന്നു.

'ഇപ്പോൾ ഇത് മതി, പ്രഭോ,' താലിബ് പറഞ്ഞു.

മാലിക് അയാസ് താലിബിനെ നോക്കി. അദ്ദേഹത്തിന്റെ പതിവ് അലസനായ കാമുകന്റെ ഭാവം തിരിച്ചുവന്നിരുന്നു. അദ്ദേഹം അല്പം വികാരഭരിതമായി ഇടറിയ ശബ്ദത്തിൽ മന്ത്രിച്ചു, 'എന്റെ അച്ഛനോട് എനിക്ക് സ്നേഹമാണെന്ന് പറയണം.'

ഇതും പറഞ്ഞ് അയാസ് നടന്നുപോയി.

താലിബിന്റെ മുഖത്ത് ഒരു ഭാവഭേദവും പ്രകടമായില്ല. അയാൾ ദൂരെ നിൽക്കുന്ന ഇസ്മായിലിനെ നോക്കി, പിന്നെ കണ്ണുകൾ വീണ്ടും നിലത്തേക്ക് താഴ്ത്തി. വിശ്വസ്തനായ ആ പുരുഷ വേലക്കാരന് ലാഹോറിലെ രാജാവായ, സുൽത്താന്റെ കാമുകനായ മാലിക് അയാസിനെ ഇഷ്ടപ്പെട്ടു തുടങ്ങിയിരുന്നു... പക്ഷേ, ഒരു ജോർജിയൻ അടിമ സ്ത്രീയുടെ മകനായ, എന്നാൽ സ്വന്തം അച്ഛൻ...

നഷ്ടപ്പെട്ടുപോയ മകൻ തന്നെ എത്രമാത്രം സ്നേഹിക്കുന്നു എന്നതിലുപരി, അവൻ എത്രത്തോളം ഉപയോഗപ്രദനാണെന്ന് മാത്രം കാണുന്ന ഒരച്ഛൻ.

അദ്ധ്യായം 12

രക്ഷപെടലിന്റെ വില

ചോളരുടെ പട്ടക്കുറ്റൻ പടക്കപ്പലായ ചന്ദ്രഹാസയുടെ കപ്പലിന്റെ മുൻഭാഗത്ത് നരസിംഹൻ നിന്നു. അദ്ദേഹത്തിന്റെ സൈനികർ ഒരു ദയയുമില്ലാതെ, നിർത്താതെ കവണകൾ പോലെയുള്ള കൽപീരങ്കികൾ വീണ്ടും നിറയ്ക്കുകയും വെടിയുതിർക്കുകയും ചെയ്തുകൊണ്ടിരുന്നു.

ഒരു ദയയുമില്ലാതെ.

മലേഷ്യ, ഇന്തോനേഷ്യ, തുടങ്ങിയ തെക്കുകിഴക്കൻ ഏഷ്യൻ രാജ്യങ്ങളിലെ ഭൂരിഭാഗം കരഭൂമിയും തുറമുഖങ്ങളും നിയന്ത്രിച്ചിരുന്ന ശക്തമായ സാമ്രാജ്യത്തിന്റെ കപ്പലുകളായ ശ്രീവിജയ നാവികവ്യൂഹം ചിതറിപ്പോയിരിക്കുന്നു.

ചോള സേനാപതി തന്റെ വാളുയർത്തിക്കൊണ്ട് ആജ്ഞാപിച്ചു, 'നിറയ്ക്കൂ!' രാജകീയ നാവികർ എണ്ണയിൽ മുക്കിയ കുന്താകൃതിയിലുള്ള അസ്ത്രങ്ങൾ യുദ്ധയന്ത്രങ്ങളുടെ കവണകളിൽ വെച്ചു.

'തീ കൊളുത്തൂ!'

അവർ നിറച്ച തെറ്റാലികൾക്ക് തീകൊളുത്തി.

'തൊടുക്കൂ!' നരസിംഹൻ വാൾ ഒരു അർദ്ധവൃത്തത്തിൽ വീശിക്കൊണ്ട് അലറി. അഞ്ച് നീണ്ട യന്ത്രക്കൈകൾ അവയുടെ തീഗോളങ്ങളെ രാത്രിയുടെ ആകാശത്തിലേക്ക് എറിഞ്ഞു. മറ്റു ചോളക്കപ്പലുകളും പ്രധാന പടക്കപ്പലിനെ പിന്തുടർന്ന് അഗ്നി ശരങ്ങൾ തൊടുത്തുവിട്ടു. അവരുടെ പുക നിറഞ്ഞ വാലുകൾ കറുത്തിരുണ്ട ആകാശത്ത് കരിമ്പാമ്പുകളെപ്പോലെ പുളഞ്ഞു.

ശത്രുക്കപ്പലുകൾ പരിഭ്രാന്തരായി പിൻവാങ്ങി.

'സേനാപതി!'

നരസിംഹൻ വലത്തേക്ക് തിരിഞ്ഞു. അതൊരു രാജകീയ ദൂതനായിരുന്നു. യുദ്ധത്തിന്റെ കോലാഹലങ്ങൾക്കിടയിൽ, അതും നിലാവെളിച്ചത്തിൽ നടക്കുന്ന ഒരു നാവികയുദ്ധത്തിൽ, വിവരങ്ങൾ കൈമാറുക എന്നത് അതീവ ദുഷ്കരമായിരുന്നു. ആശയവിനിമയം ശരിയായി കൈകാര്യം ചെയ്യാത്ത നാവികസേനകൾ പലപ്പോഴും ഒരു അഭേദ്യമായ പടക്കപ്പൽ വ്യൂഹത്തിന്റെ ഭാഗമായി പോരാടുന്നതിനു പകരം, ഒറ്റപ്പെട്ട കപ്പലുകളായി പോരാടി അവസാനിക്കാറുണ്ട്. ദീർഘകാലമായി പ്രഗത്ഭ യോദ്ധാക്കളായ നാവികർ എന്നറിയപ്പെട്ടിരുന്ന ചോളർക്ക്, കപ്പലുകൾക്കിടയിൽ ആശയവിനിമയം നടത്താൻ സങ്കീർണ്ണമായ ഒരു സംവിധാനമുണ്ടായിരുന്നു. പ്രധാന പായ്മരത്തിൽ ഉയർത്തുന്ന സൂചന പതാകകളും, നിരീക്ഷണത്തട്ടിൽ നിന്ന് മുഴക്കുന്ന കാഹള സന്ദേശങ്ങളും ഇതിന് സഹായിച്ചു. അതിന്റെ സ്വഭാവം കൊണ്ടുതന്നെ, സൂചന പതാകകളിലൂടെയോ കാഹള സന്ദേശങ്ങളിലൂടെയോ നൽകുന്ന ആജ്ഞകൾ 'ഇടതുവശം ആക്രമിക്കുക' അല്ലെങ്കിൽ 'വലതുവശത്തുകൂടി കപ്പലിൽ കയറുക' എന്നിങ്ങനെ ലളിതമായവയായിരിക്കണം. സങ്കീർണ്ണമായ സന്ദേശങ്ങൾ കൈമാറാൻ ദൂതന്മാർ വേഗതയേറിയ ചെറുതോണികളിൽ തുഴഞ്ഞുവരേണ്ടിയിരുന്നു. ഒരു നാവികയുദ്ധത്തിനിടയിൽ അങ്ങനെയൊന്ന് ചെയ്യുന്നതിലെ അപകടസാധ്യത കാരണം ഈ സംവിധാനം അപൂർവ്വമായി മാത്രമേ ഉപയോഗിച്ചിരുന്നുള്ളൂ.

അതുകൊണ്ടുതന്നെ, ഒരു ദൂതനെ, പ്രത്യേകിച്ചും ഒരു രാജകീയ ദൂതനെ അയക്കുമ്പോൾ, ആ സന്ദേശം അതീവ പ്രാധാന്യമുള്ളതായി കണക്കാക്കപ്പെട്ടിരുന്നു.

'അടുത്തേക്ക് വരൂ,' നരസിംഹൻ ആജ്ഞാപിച്ചു.

ദൂതൻ മുന്നോട്ട് നടന്ന്, അഭിവാദ്യം ചെയ്ത്, തോളിൽ തൂക്കി ഇട്ടിരുന്ന സഞ്ചിയിൽ കയ്യിട്ട് മുദ്രവെച്ച ഒരു ചുരുൾ പുറത്തെടുത്തു. 'ഇത് ചക്രവർത്തിയിൽ നിന്നാണ്, മഹാനായ സേനാപതി.'

യുദ്ധത്തിന്റെ നടുവിൽ ഒരു രാജകീയ ദൂതൻ മറ്റാരിൽ നിന്നാണ് സന്ദേശം കൊണ്ടുവരിക എന്ന വളരെ വ്യക്തമായ കാര്യം

പറഞ്ഞതിന് നരസിംഹൻ ദേഷ്യത്തോടെ ദൂതനെ തുറിച്ചുനോക്കി. ചക്രവർത്തിയുടെ സുരക്ഷയ്ക്കായി നാവികവ്യൂഹത്തിന്റെ പിന്നിൽ നിർത്താൻ ആവശ്യപ്പെട്ട രാജേന്ദ്ര ചോളന്റെ കപ്പലിന്റെ ഭാഗത്തേക്ക് നരസിംഹൻ നോക്കി.

അദ്ദേഹം തന്റെ ഉപസേനാപതിക്ക് നേരെ തിരിഞ്ഞു. 'ഒരു വട്ടം കൂടി!'

അദ്ദേഹത്തിന്റെ യോദ്ധാക്കൾ നിസ്സഹായരായ ശ്രീവിജയക്കാരുടെ മേൽ ഒരു കൂട്ടം അസ്ത്രങ്ങൾ കൂടി വർഷിക്കാൻ തയ്യാറെടുക്കുമ്പോൾ, നരസിംഹൻ മുദ്ര പൊട്ടിച്ച് ചുരുൾ വായിച്ചു.

'നരസിംഹാ, എന്റെ സിംഹമേ, ഗംഭീരമായിരുന്നു. എണ്ണത്തിൽ കൂടുതലായിരുന്നിട്ടും ശ്രീവിജയൻ നാവികസേന ചിതറിപ്പോയിരിക്കുന്നു. അഗ്നിദേവന്റെ ജ്വാലകൾ അവരുടെ പായ്മരങ്ങളെ ഭക്ഷിക്കുന്നു. യുദ്ധം കഴിഞ്ഞു, എന്റെ സുഹൃത്തേ. ആക്രമണം നിർത്തുക.'

നരസിംഹൻ ദേഷ്യത്തിൽ ശ്വാസമടക്കിപ്പിടിച്ച് വായന നിർത്തി, പക്ഷേ തന്റെ യജമാനനോടും പ്രഭുവിനോടുമുള്ള വിയോജിപ്പ് മറ്റുള്ളവരുടെ മുന്നിൽ കാണിക്കാതിരിക്കാൻ ശ്രദ്ധിച്ചു. ചൈനയിലെ സോങ് രാജകുടുംബത്തിലെ രാജകുമാരിയായ ഫെയ് ലിൻ ദേവി, ഈ സൈനികനീക്കത്തിന് തന്റെ ചക്രവർത്തിയെ പ്രേരിപ്പിച്ചവരിൽ ഒരാളാണെന്നും, അവർ രാജേന്ദ്ര ചോളനെ തന്റെ സ്വന്തം ലക്ഷ്യങ്ങൾക്കായി സ്വാധീനിക്കുകയാണെന്നും അദ്ദേഹം വിശ്വസിച്ചു. ചോളർ ആക്രമിക്കുമ്പോൾ ശ്രീവിജയൻ കപ്പൽവ്യൂഹം സാമ്രാജ്യത്തിലെ രണ്ടാമത്തെ വലിയ തുറമുഖ നഗരമായ പണൈ ഉൾക്കടലിലേക്ക് പിൻവാങ്ങുകയായിരുന്നു. ശ്രീവിജയക്കാർ പിടിച്ചെടുക്കുന്നതിന് മുൻപ്, ഇന്ത്യൻ വ്യാപാരി സംഘങ്ങൾ നിയന്ത്രിച്ചിരുന്ന തെക്കുകിഴക്കൻ ഏഷ്യയിലെ ഏറ്റവും വലിയ വ്യാപാര കൂട്ടായ്മകളുടെ താവളമായിരുന്നു പണൈ തുറമുഖം. പഴയ വ്യാപാര ശൃംഖലകൾ പുനഃസ്ഥാപിക്കാൻ സോങ്ങുകൾ ചോളരുമായി സഖ്യത്തിലേർപ്പെട്ടിരുന്നു. എന്നാൽ ചൈനയുടെ കളി അവർ അവകാശപ്പെടുന്നത്ര സുതാര്യമല്ലെന്ന് നരസിംഹൻ വിശ്വസിച്ചു.

സേനാപതി തന്റെ ചക്രവർത്തിയുടെ കത്ത് വായന തുടർന്നു.

'നമ്മൾ അവരെയെല്ലാം കൊല്ലേണ്ട ആവശ്യമില്ല. നമ്മൾ യുദ്ധം ജയിച്ചു. ഇനി സമാധാനവും കൈവരിക്കണം. നമുക്ക് ചർച്ചകൾ നടത്തേണ്ടതുണ്ട്. അതിനായി, മറുഭാഗത്ത് ചർച്ച ചെയ്യാൻ എനിക്കൊരാൾ വേണം. നീ തകർത്തുകൊണ്ടിരിക്കുന്ന ആ കപ്പലുകളിലൊന്നിൽ ശ്രീവിജയ ചക്രവർത്തി രാമ വിജയവർമ്മൻ ഉണ്ട്. ധീരരായ മനുഷ്യർ യുക്തിസഹമായതിനും അപ്പുറം പോരാട്ടം തുടരും. വിജയവർമ്മൻ ധീരനാണ്, അതിൽ സംശയമില്ല. വെള്ളക്കൊടി കാണിക്കേണ്ട ശരിയായ സമയം എപ്പോഴാണെന്ന് അയാൾക്ക് തനിയെ മനസ്സിലാവില്ല. ഓർക്കുക, തദ്ദേശീയർ യഥാർത്ഥ ഭരണാധികാരികളായി അംഗീകരിക്കുന്നവരുമായി ഒരു ഉടമ്പടിയില്ലാതെ എനിക്ക് ഈ ദ്വീപുകളിൽ എന്റെ ഭരണം നിയമവിധേയമാക്കാൻ കഴിയില്ല. നമ്മുടെ ലക്ഷ്യം ഈ പ്രദേശത്ത് ശാശ്വതമായ സമാധാനവും സ്ഥിരതയും കൊണ്ടുവരലാണ്, അല്ലാതെ അരാജകത്വവും പ്രക്ഷോഭവും വളർത്തലല്ല. നീ നന്നായി പ്രവർത്തിച്ചു, പടയാളീ. ഇനി, എന്നെ അനുവദിക്കൂ. ഒരു രാജാവെന്ന നിലയിൽ എന്റെ കടമ ഞാൻ നിർവഹിക്കട്ടെ. വിജയവർമ്മനെ എനിക്ക് മുന്നിലെത്തിക്കൂ. ജീവനോടെ കിട്ടിയാൽ അത്രയും നല്ലത്.'

'സേനാപതീ, ഞാൻ ചക്രവർത്തിയെ എന്താണ് അറിയിക്കേണ്ടത്?' ദൂതൻ ചോദിച്ചു.

'ശ്രീവിജയ ചക്രവർത്തിക്ക് വേണമെങ്കിൽ വെള്ളക്കൊടി കാണിക്കാമായിരുന്നു. നമ്മൾ ഹിന്ദുക്കളാണ്. അദ്ദേഹവും ഒരു ഹിന്ദുവാണ്. കീഴടങ്ങാൻ തയ്യാറായാൽ നമ്മൾ യുദ്ധ നിയമങ്ങൾ പാലിക്കുമെന്ന് അദ്ദേഹത്തിനറിയാമായിരിക്കും.'

രാജകീയ ദൂതൻ ഒന്നും മിണ്ടിയില്ല. സേനാപതിയുടെ ആക്രമണോത്സുകമായ യുദ്ധരീതിയെക്കുറിച്ച് അയാൾക്ക് നല്ല ബോധ്യമുണ്ടായിരുന്നു. ഈ യുദ്ധം പൂർണ്ണമായി അവസാനിപ്പിക്കാനായിരിക്കും അദ്ദേഹം ആഗ്രഹിക്കുക. അദ്ദേഹം പലപ്പോഴും പറയാറുള്ളതുപോലെ, ശത്രുവിന്റെ അവസാന കപ്പലും കടലിന്റെ അടിത്തട്ടിൽ എത്തുന്നതുവരെ ഒരു നാവികയുദ്ധം അവസാനിക്കുന്നില്ല. എന്നാൽ രാജേന്ദ്ര ചോളന്റെ നേരിട്ടുള്ള ഒരു കൽപ്പന നരസിംഹൻ അപൂർവ്വമായേ അനുസരിക്കാതിരുന്നിട്ടുള്ളൂ എന്നും ആ ദൂതന് അറിയാമായിരുന്നു.

'ചക്രവർത്തിയുടെ കൽപ്പന ഞാൻ പാലിക്കുമെന്ന് അദ്ദേഹത്തെ അറിയിക്കുക.'

'ശരി, സേനാപതീ.' ദൂതൻ ഒരു സൈനിക അഭിവാദ്യം നൽകി തന്റെ വേഗപ്പടകിലേക്ക് തിരികെ പാഞ്ഞു.

നരസിംഹൻ അമരക്കാരനെ നോക്കി.

'പടക്കപ്പലുകളോട് വെടിനിർത്താൻ ആജ്ഞാപിക്കു,' അദ്ദേഹം കൽപ്പിച്ചു. 'ശ്രീവിജയരുടെ പ്രധാന പടക്കപ്പലിനടുത്തേക്ക് നീങ്ങുക. കൊളുത്തുകളും കൈയ്യാങ്കളിക്കുള്ള ആയുധങ്ങളും തയ്യാറാക്കി വെക്കുക.'

'പ്രഭോ, ആ പ്രധാന പടക്കപ്പൽ പുറംകടലിലേക്ക് പോവുകയാണ്,' അമരക്കാരൻ മറുപടി നൽകി. 'അവർ രക്ഷപ്പെടാൻ ശ്രമിക്കുന്നു.'

'അവനെ നമ്മൾ ജീവനോടെ പിടിക്കും,' നരസിംഹൻ ഗർജ്ജിച്ചു. ശത്രുവിന്റെ പ്രധാന പടക്കപ്പലിൽ തീവ്രമായി ദൃഷ്ടിയൂന്നിയപ്പോൾ അദ്ദേഹത്തിന്റെ കണ്ണുകൾ ഇടുങ്ങി. കാറ്റ് അദ്ദേഹത്തിന്റെ സിംഹസമാനമായ ജടയെ വായുവിൽ പാറിപ്പറത്തി. 'മുഴവൻ പായകളും വിരിക്കു. ഇടിച്ചു തകർക്കാനുള്ള വേഗതയിൽ.'

'മുഴവൻ പായകളും,' അമരക്കാരൻ ആവർത്തിച്ചു. 'മുഴവൻ പായകളും! ഇടിച്ചു തകർക്കാനുള്ള വേഗതയിൽ!'

ആ കൽപ്പന സംഘത്തലവന്മാർക്ക് കൈമാറാനായി അയാൾ ഓടി.

'മുഴവൻ പായകളും! ശത്രുവിന്റെ പ്രധാന പടക്കപ്പലിനെ പിന്തുടരാൻ സേനാപതി ആജ്ഞാപിച്ചിരിക്കുന്നു. ശ്രീവിജയ ചക്രവർത്തി ഓടി രക്ഷപ്പെടുകയാണ്!'

കപ്പലിൽ ആഞ്ഞടിച്ച ശക്തമായ തിരമാലകളിൽ അത് പെട്ടെന്ന് ആടിയുലഞ്ഞപ്പോൾ സ്വപ്നങ്ങളുടെ ചങ്ങല പൊട്ടി. നരസിംഹൻ വീണ്ടും കടലിലായിരുന്നു. പക്ഷേ, ഇത്തവണ അദ്ദേഹം പഴയതുപോലെ ശക്തനായിരുന്നില്ല. വലതുകൈയും തോളും തളർന്നുപോയിരുന്നു. പഴയ കരുത്തിന്റെ അടുത്തൊന്നുമില്ലാതെ, അദ്ദേഹം ഇപ്പോഴും ക്ഷീണിതനായിരുന്നു. കപ്പലിലെ ആശുപത്രിയിൽ മയക്കം വരാനുള്ള മരുന്നുകളും കഴിച്ച് തനിച്ചു കിടക്കുകയായിരുന്നു അദ്ദേഹം. മുകൾത്തട്ടിൽ, വരാനിരിക്കുന്ന ഒരു മഹാവിപത്തിനെ നേരിടാനായി ജീവനക്കാർ

ഒത്തുകൂടിയിരിക്കുമ്പോൾ നടക്കുന്നതൊന്നും അദ്ദേഹം അറിഞ്ഞിരുന്നില്ല.

സ്വപ്നത്തിൽ, കഴിഞ്ഞുപോയ കാലത്തിന്റെ ഓർമ്മയിൽ, നരസിംഹൻ വേട്ടക്കാരനായിരുന്നു. എന്നാൽ ഈ നിമിഷം, അദ്ദേഹം ഇരകളിലൊരാളായിരുന്നു.

ചോളന്മാരുടെ പായ്ക്കപ്പൽ കനത്ത കടൽമഞ്ഞിനാൽ ചുറ്റപ്പെട്ട്, ഏതാനും അടി ദൂരത്തിനപ്പുറം കാഴ്ചയില്ലാത്ത വെള്ളത്തിലൂടെ, കഴിയുന്നത്ര വേഗത്തിൽ നീങ്ങിക്കൊണ്ടിരുന്നു. എന്നാൽ പതിയിരിക്കുന്ന അപകടത്തിൽ നിന്ന് ഒളിക്കാൻ അതൊന്നും മതിയായിരുന്നില്ല. ഒരു അപരിചിതമായ കപ്പൽ രാത്രിയുടെ ഭൂരിഭാഗം സമയവും അവരെ പിന്തുടർന്നിരുന്നു.

നേരം പുലരാറായിരുന്നു.

ഒരു ദ്രാവകം പോലെ ഘനീഭവിച്ച, പ്രവചനാതീതമായ രീതിയിൽ ഒഴുകിനീങ്ങുന്ന മഞ്ഞിനാൽ, എന്തെങ്കിലും തടസ്സത്തിൽ ചെന്നിടിക്കുമോ എന്ന ഭയത്താൽ കപ്പലിന്റെ വേഗത കുറയ്ക്കാൻ ജീവനക്കാരെ നിർബന്ധിതരാക്കിയിരുന്നു. എന്നാൽ അതേസമയം, ശത്രുവിന്റെ കണ്ണിൽ നിന്ന് കപ്പലിനെ മറച്ചുകൊണ്ട് അത് അവരെ സംരക്ഷിക്കുകയും ചെയ്തു.

'ആ പായ്ക്കപ്പൽ വീണ്ടും വെടിയുതിർത്തിയിരിക്കുന്നു!' കനത്ത, വെളുത്ത മഞ്ഞിനെ കീറിമുറിച്ച് ഒരു അഗ്നി അമ്പ് പാഞ്ഞുവന്നപ്പോൾ വിജയൻ തിടുക്കത്തിൽ പറഞ്ഞു. 'താഴെ! ഇപ്പോൾത്തന്നെ!'

തട്ടിലുണ്ടായിരുന്ന ചോള സൈനികർ ഉടൻതന്നെ പതുങ്ങി. ആ തീപിടിച്ച ലോഹ അമ്പ് തലയ്ക്ക് മുകളിലൂടെ താഴ്ന്ന് പറന്ന് തടികൊണ്ടുള്ള കൈവരിയിൽ ചെന്നിടിച്ചു. അത് കൈവരിയെ ചീളുകളാക്കി കടലിൽ പതിച്ചു.

തലനാരിഴയ്ക്ക് രക്ഷപ്പെട്ടു.

'നമുക്കിത് അധികനേരം തുടരാനാവില്ല,' സോമേശ്വർ മന്ത്രിച്ചു. ഉപ്പുവെള്ളം അദ്ദേഹത്തെ നനച്ചുകുതിർത്തു. 'ശബ്ദം കേട്ട് ഉന്നം വെക്കാൻ കഴിവുള്ള ആരോ അവരുടെ കൂട്ടത്തിലുണ്ട്. അല്ലെങ്കിൽ ഇത്രയും കാഴ്ച കുറഞ്ഞ ഒരവസ്ഥയിൽ അവർക്ക് ഇത്ര കൃത്യത കിട്ടാൻ വേറെ വഴിയില്ല!'

വിജയൻ ഒന്നും പറഞ്ഞില്ല. പക്ഷെ സോമേശ്വർ പറഞ്ഞത് ശരിയാണെന്ന് അദ്ദേഹത്തിനറിയാമായിരുന്നു. അതുകൊണ്ടാണ് അദ്ദേഹം ശബ്ദം താഴ്ത്തി സംസാരിച്ചത്. എന്നാൽ ഒരു പരിധിക്കപ്പുറം ഈ തന്ത്രം പ്രയോജനരഹിതമാണെന്നും അദ്ദേഹത്തിനറിയാമായിരുന്നു. കടലിലുള്ള ഒരു കപ്പൽ സ്വാഭാവികമായും ശബ്ദമുണ്ടാക്കും. ശബ്ദം കേട്ട് ഉന്നം വെക്കുന്ന, പരിശീലനം ലഭിച്ച ഒരു അമ്പെയ്ത്തുകാരന് അത് തിരിച്ചറിയാൻ സാധിക്കും.

സോമേശ്വർ തുടർന്നു, 'ഏതു നിമിഷവും ആ അമ്പുകളിലൊന്ന് നമ്മുടെ കപ്പലിന്റെ അടിഭാഗം ഒരു മുട്ടത്തോട് പോലെ തകർക്കും.'

ആലപ്പുഴയിൽ വെച്ച്, ചോള സംഘം ഒരു വ്യാപാര പായ്ക്കപ്പലിൽ യാത്ര ചെയ്യണമെന്ന് അമാൽ തീരുമാനിച്ചിരുന്നു. ആയുധപ്പുരകളും കവണകളുമുള്ള ഒരു സൈനികക്കപ്പൽ പശ്ചിമ സമുദ്രത്തിലെ വഴികളിൽ ആധിപത്യം പുലർത്തുന്ന അറബ് നാവികസേനയുടെ ശ്രദ്ധ ആകർഷിക്കുമെന്നുറപ്പായിരുന്നു. നരസിംഹനെ കൊല്ലാൻ കരാറെടുത്തിരുന്ന അറബ് കൂലിപ്പടയാളികളെ അവർ കൈകാര്യം ചെയ്തുവെന്നാണ് അവൾ കരുതിയിരുന്നത്. എന്നാൽ അങ്ങനെയല്ല സംഭവിച്ചതെന്ന് തോന്നി. കേരളത്തിൽ വെച്ച് അവർ കൊന്ന അറബികൾക്ക് പുറമെ ഒരുപക്ഷേ മറ്റൊരു സംഘം കൂടിയുണ്ടായിരിക്കാം. ഇപ്പോൾ ചോള സംഘം അവരുടെ ഉന്നത്തിലായിരുന്നു.

'ഈ അപകടം പിടിച്ച മഞ്ഞുനിറഞ്ഞ കടൽഭാഗത്തേക്ക് കയറിയാൽ അവരെ തെറ്റിദ്ധരിപ്പിച്ച് രക്ഷപ്പെടാമെന്നാണ് ഞാൻ കരുതിയത്, പക്ഷേ നമ്മുടെ കള്ളത്തരം അവർ മനസ്സിലാക്കി,' അമാൽ ശബ്ദം താഴ്ത്തി മന്ത്രിച്ചു. കാരണം ഉച്ചത്തിലുള്ള ശബ്ദങ്ങൾ ശത്രുക്കൾക്ക് മുതലെടുക്കാൻ കഴിയുമായിരുന്നു. 'അവർ നമ്മളെ പിന്തുടർന്നു... ഇപ്പോൾ ഈ അമ്പുകൾക്കും ഇല്ലാത്ത കാഴ്ചയ്ക്കും ഇടയിൽ, നമ്മൾ ശരിക്കും ചെകുത്താനും കടലിനും നടുവിലാണ്. നമ്മൾ എന്തെങ്കിലും ചെയ്തേ പറ്റൂ.'

കാറ്റിന്റെ വേഗത പെട്ടെന്ന് കൂടി. തിരമാലകൾ ഉന്മാദികളായ കാമുകരെപ്പോലെ കൈകൾ വിരിച്ച് പരസ്പരം പുണർന്നു തകർന്നു.

ആ ചെറിയ ചോള പായ്ക്കപ്പൽ ഉപേക്ഷിക്കപ്പെട്ട ഒരു പൂജാപുഷ്പം പോലെ ആടിയുലഞ്ഞു.

വിജയൻ പല്ലിറുമ്മി. ഒരു കൊടുങ്കാറ്റ് നമുക്കിപ്പോൾ താങ്ങാൻ കഴിയില്ല. *മീനാക്ഷി ദേവീ, കാത്തോളണേ.*

'നമുക്കെന്തു ചെയ്യാൻ കഴിയും?' വിജയൻ ചോദിച്ചു. 'തിരിഞ്ഞുനിന്ന് നമ്മുടെ അമ്പും വില്ലും വെച്ച് പോരാടാനോ?! അവരുടെ കയ്യിൽ അതിശക്തമായ നാവികായുധങ്ങളാണ്.'

അമാൽ നിശ്ശബ്ദയായി. തീർച്ചയായും അതിന് കഴിയില്ല. അത് ആത്മഹത്യാപരമായിരിക്കും.

വിജയൻ തന്റെ ആളുകളോട് ആജ്ഞാപിച്ചു, 'വെള്ളക്കൊടി ഉയർത്തി, കീഴടങ്ങലിന്റെ സൂചനയായി സാധാരണ രീതിയിൽ കാഹളം മുഴക്കുക.' എന്നിട്ട് അദ്ദേഹം സോമേശ്വറിന്റെ മാറ്റപ്പേര് ഉപയോഗിച്ചു. 'സൽമാൻ, അറബികൾ കപ്പലിൽ കയറുമ്പോൾ നിങ്ങൾ സംഭാഷണം നയിക്കണം. അവരുടെ ഭാഷ ഏറ്റവും നന്നായി അറിയാവുന്നത് നിങ്ങൾക്കാണല്ലോ.'

'ശരി, വലീദ്,' സോമേശ്വർ മറുപടി നൽകി.

'നല്ലത്,' വിജയൻ പറഞ്ഞു. 'നിങ്ങളുടെ സംരക്ഷണത്തിനായി ഞാനും മറ്റ് കുറച്ചുപേരും അടുത്തുതന്നെ നിൽക്കാം. ഏത് രീതി വേണമെങ്കിലും ഉപയോഗിച്ചോളൂ, പക്ഷേ നരസിംഹൻ എന്ന് പേരുള്ള ഒരു ചോള സേനാധിപൻ ഈ കപ്പലിൽ ഇല്ലെന്ന് അവരെ ബോധ്യപ്പെടുത്തേണ്ടത് നിങ്ങളുടെ ജോലിയാണ്. നമ്മൾ ഗസ്നി ദേശത്തേക്ക് പോകുന്ന സാധാരണക്കാരായ വ്യാപാരികളാണ്.'

ഊഷ്!

മറ്റൊരു അമ്പ് തലയ്ക്ക് മുകളിലൂടെ പറന്ന് പായകളിലൊന്നിൽ ഒരു തുള വീഴ്ത്തി. മഴ ശക്തിയായി പെയ്തു, കപ്പലിലുണ്ടായിരുന്ന പുരുഷന്മാരും ഏക സ്ത്രീയും നനഞ്ഞുകുതിർന്നു.

'എനിക്കൊരു ആശയം കൂടിയുണ്ട്, സേനാധിപൻ,' അമാലിന്റെ സഹോദരൻ അൻസാർ ആത്മവിശ്വാസത്തോടെ പറഞ്ഞു. അമാലിന്റെ മൂന്ന് അനുജന്മാരും ഈ ദൗത്യത്തിൽ അവളെ അനുഗമിച്ചിരുന്നു. അൻസാർ ആയിരുന്നു അവരിൽ ഏറ്റവും ഇളയവൻ.

ചേര നാവിക പര്യവേഷണങ്ങളിൽ അൻസാർ സേവനമനുഷ്ഠിച്ചിട്ടുണ്ടെന്ന് വിജയന് അറിയാമായിരുന്നു. കടൽയുദ്ധ തന്ത്രങ്ങളിൽ അയാൾക്ക് പരിചയമുണ്ടായിരുന്നു.

'ആശയങ്ങളെ എപ്പോഴും സ്വാഗതം ചെയ്യുന്നു,' വിജയൻ പറഞ്ഞു.

'നമ്മുടെ വലതുവശത്ത് തൂക്കിയിട്ടിരിക്കുന്ന രക്ഷാബോട്ട് താഴെയിറക്കാമെന്ന് ഞാൻ നിർദ്ദേശിക്കുന്നു,' അൻസാർ പറഞ്ഞു. 'അതൊരു ചെറിയ പടകാണ്. ഞാൻ അതിൽ കയറാം. ഈ മഞ്ഞിലും പുലർകാലത്തെ മങ്ങിയ വെളിച്ചത്തിലും ശത്രുക്കൾ കാണാതെ എനിക്ക് അവരുടെ കപ്പലിന് ചുറ്റും വലംവെക്കാൻ സാധിക്കും. നമ്മുടെ കപ്പലിൽ കയറാൻ തയ്യാറെടുക്കുമ്പോൾ അവരുടെ കപ്പലിന്റെ വേഗത കുറയും. അത് എന്റെ ജോലി എളുപ്പമാക്കും. ശത്രുക്കളുടെ പടക്കപ്പലിന്റെ ചുക്കാനും പിന്നിലെ ഭാരക്കല്ലുകളും മറ്റും എനിക്ക് കേടാക്കാൻ കഴിയും.'

'അവരെ നിർത്താൻ മാത്രം കേടുപാടുകൾ വരുത്താൻ അതിന് കഴിയുമോ?' സോമേശ്വർ ചോദിച്ചു.

'കൂർത്ത അണിയവും വലിയ പായകളുമുള്ള ഒരു കപ്പലിന് അതിന്റെ ചുക്കാൻ ഇല്ലാതെ ഉദ്ദേശിച്ച ദിശയും നിലയും നിലനിർത്താൻ കഴിയില്ല,' അൻസാർ വിശദീകരിച്ചു. 'പ്രത്യേകിച്ച് കാറ്റും മഴയും ശക്തിപ്പെട്ടാൽ. അത് മിക്കവാറും മറിഞ്ഞുപോകും.'

'പക്ഷേ കപ്പൽ കടലിൽ സഞ്ചരിക്കുമ്പോൾ ഇത് ചെയ്യുന്നത് എളുപ്പമല്ല,' വിജയൻ പറഞ്ഞു. 'ഒരുപക്ഷെ അസാധ്യം എന്ന് തന്നെ ചിലർ കരുതുന്നത്ര ദുഷ്കരം'

'ഇത് ബുദ്ധിമുട്ടാണ്, പക്ഷേ അസാധ്യമല്ല. കുറഞ്ഞത് എനിക്കെങ്കിലും.'

വിജയൻ പുഞ്ചിരിച്ചു. 'അപ്പോൾ അത് തീരുമാനിച്ചു. ഇത് വളരെ വളരെ വേഗത്തിൽ, നമ്മളെല്ലാവരും തമ്മിൽ കുറ്റമറ്റ ഒത്തൊരുമയോടെ നടക്കണം. നമ്മൾ ആ ചെറിയ പടക് അഴിച്ചുവിടും. നീയും മറ്റ് രണ്ട് പേരും അതിൽ കയറി മഞ്ഞിലേക്ക് അപ്രത്യക്ഷരാകും. കടൽ പ്രക്ഷുബ്ധമായിക്കൊണ്ടിരിക്കുകയാണ്. ഞങ്ങൾ ഇരയിട്ട് ആ പായ്ക്കപ്പലിനെ ആകർഷിക്കുമ്പോൾ നിങ്ങളുടെ ദിശ നിലനിർത്തുക. അതിനുശേഷം, പിന്നിലേക്ക് വളഞ്ഞെത്തി അവരുടെ കപ്പൽ അട്ടിമറിക്കുക.'

'ഞാൻ പരാജയപ്പെട്ടില്ല, സേനാധിപൻ!' അൻസാർ പറഞ്ഞു.

വിജയൻ തന്നോടൊപ്പം ഉണ്ടായിരുന്ന രണ്ട് സൈനികർക്ക് നേരെ തിരിഞ്ഞു. 'അൻസാറിനെ അനുഗമിക്കുക. നിങ്ങളുടെ വില്ലും അമ്പും കൊണ്ട് അവന് സംരക്ഷണം നൽകുക. അവൻ ജീവനോടെയിരിക്കണം. കാരണം അറബികൾ അറിയാതെ അവരുടെ കപ്പലിന് കേടുപാടുകൾ വരുത്താൻ അവനേ കഴിയൂ.'

'ശരി, സേനാപതീ!' പർമർ സൈന്യത്തിലെ ഒരു നായകനായ ദസർണയും ഒരു ചോള സൈനികനും ഒരേ സ്വരത്തിൽ തലകുനിച്ച് പറഞ്ഞു.

'ഞാനും എന്റെ സഹോദരനോടൊപ്പം പോകും,' അമാൽ പറഞ്ഞു.

വിജയന്റെ മുഖത്ത് ഒരേസമയം ആശങ്കയും ആശ്വാസവും നിഴലിച്ചു. ചെറിയ പടകിലുള്ള ദൗത്യം. അതൊരു വലിയ സാഹസം തന്നെയായിരുന്നു. ഈ ഭാഗങ്ങളിൽ സാധാരണ സംഭവിക്കാറുള്ളതുപോലെ കടൽ കൂടുതൽ പ്രക്ഷുബ്ധമായാൽ, ഏറ്റവും മികച്ച നീന്തൽക്കാർ പോലും ഒഴുക്കിൽപ്പെട്ട് താഴേക്ക് വലിക്കപ്പെടും. എന്നാൽ അതേസമയം, വിജയന് ആശ്വാസം തോന്നി. കാഫിറുകളായ സ്ത്രീകളെ ബലാത്സംഗത്തിനും ആക്രമണത്തിനും ഇരയാക്കാവുന്ന വെറും വസ്തുക്കളായാണ് തുർക്കി പടയാളികൾ കണക്കാക്കിയിരുന്നതെന്ന് അയാൾക്ക് അറിയാമായിരുന്നു. ഇന്ത്യയിൽ നിന്നുള്ള മുസ്ലീങ്ങളെപ്പോലും തുർക്കികൾ കാഫിറുകളായാണ് കണക്കാക്കിയിരുന്നത്. ഇസ്ലാമിക വിഭാഗങ്ങളിൽ ഏറ്റവും മികച്ച യോദ്ധാക്കൾ തുർക്കികളായതിനാൽ അറബികളുടെ കപ്പലിൽ അവർ ഉണ്ടാകാൻ നല്ല സാധ്യതയുണ്ടായിരുന്നു. അങ്ങനെയെങ്കിൽ, അമാൽ കപ്പലിൽ വെച്ച് പിടിക്കപ്പെടാതിരിക്കുന്നതാണ് നല്ലതെന്ന് അയാൾക്ക് തോന്നി.

വിജയൻ ഒന്നും മിണ്ടിയില്ല. എന്നാൽ അയാളുടെ മുഖം എല്ലാം വിളിച്ചു പറയുന്നുണ്ടായിരുന്നു.

അമാൽ ചെറുതായൊന്ന് പുഞ്ചിരിച്ചു. പുരുഷന്മാരെക്കാൾ എത്രയോ മികച്ച ഉൾക്കാഴ്ചയാണ് സർവ്വശക്തൻ സ്ത്രീകൾക്ക്

നൽകിയിരിക്കുന്നത്. അവർക്ക് കാര്യങ്ങൾ മനസ്സിലാക്കാൻ വാക്കുകളുടെ ആവശ്യമില്ല. മുഖം കണ്ടാൽ മാത്രം മതി.

വിജയൻ നോട്ടം മാറ്റിയപ്പോൾ അവൾ അയാളെ സൂക്ഷിച്ചുനോക്കി. ആ രംഗം അൻസാറിന്റെ ശ്രദ്ധയിൽപ്പെടാതെ പോയില്ല. അവൻ ഗൂഢമായി ചിരിച്ചുകൊണ്ട് തൊണ്ടയനക്കി.

'നമുക്ക് പോകാം, ചേച്ചീ,' ആ ചെറുപ്പക്കാരൻ അവളുടെ കയ്യിൽ പിടിച്ചുകൊണ്ട് പറഞ്ഞു.

'ആരുടെയും കണ്ണിൽപ്പെടാതെ ദൗത്യം പൂർത്തിയാക്കണം,' വിജയൻ പറഞ്ഞു, '...എനിക്ക് നിങ്ങളെ ജീവനോടെ തിരിച്ചുകിട്ടണം. ഗസ്നിയിൽ എത്തുമ്പോഴേക്കും എല്ലാവരും സജ്ജരായിരിക്കണം.'

'എന്നെ അത്ര എളുപ്പത്തിലൊന്നും നഷ്ടപ്പെടില്ല, വലീദ്,' അമാൽ പറഞ്ഞു. 'ഞങ്ങൾ തിരിച്ചുവരും, ഞങ്ങൾ നാലുപേരും.'

ജോലിക്കാർ ശബ്ദവും സഹജവാസനയും കൊണ്ട് വെള്ളം എത്ര താഴെയാണെന്ന ഊഹത്തിൽ പടകിനെ മഞ്ഞിലേക്ക് ഇറക്കി. എന്നിട്ടവർ തങ്ങളുടെ ധീരയോദ്ധാക്കളെ അതിൽ കയറാൻ സഹായിച്ചു. വിജയൻ തന്റെ സൈനികരുടെ നേരെ തിരിഞ്ഞു. 'പായ്മരത്തിൽ വെള്ളക്കൊടി ഉയർത്തു,' അയാൾ പറഞ്ഞു. 'കീഴടങ്ങലിന്റെ സൂചനയായി കാഹളം മുഴക്കു. സേനാപതിയുടെ *അറയിലേക്ക് ഒരു കാവൽക്കാരനെ അയക്കു. ഒരു പോരാട്ടമുണ്ടായാൽ,* നമ്മൾ തോൽക്കുമെന്ന ഘട്ടം വന്നാൽ നസ്റുള്ളയുടെ ഹൃദയത്തിലേക്ക് ഒരു കഠാരി കുത്തിയിറക്കാൻ അവനോട് നിർദ്ദേശിക്കണം.' വിജയൻ നരസിംഹന്റെ മാറ്റപ്പേരാണ് ഉപയോഗിച്ചത്.

'അദ്ദേഹവും മാന്യമായി മരിക്കണം. അമാലിന്റെ മറ്റു രണ്ട് സഹോദരന്മാരെയും താഴേക്ക് അയക്കണം. സൈനികർ മാത്രം തട്ടിൽ നിന്നാൽ മതി.'

വിജയന്റെ വ്യക്തമായ ഉത്തരവുകൾ സൈനികർ കാര്യക്ഷമമായി നടപ്പിലാക്കി. അമാലിന്റെ സഹോദരന്മാരായ ആമിറും അൽത്താഫും ഒരു കാവൽക്കാരനോടൊപ്പം താഴത്തെ തട്ടുകളിലേക്ക് പോയി.

അതേസമയം താഴെ കടലിൽ, അമലും അവളുടെ മൂന്ന് കൂട്ടാളികളും ഇടതൂർന്ന താഴ്ന്നുനിന്ന മൂടൽമഞ്ഞിനും ആഞ്ഞടിക്കുന്ന കാറ്റിനും താഴെക്കൂടി നിശ്ശബ്ദമായി നീങ്ങുകയായിരുന്നു. അവരുടെ

ുഴകൾ ഇരുവശത്തുനിന്നും അവരെ മുന്നോട്ട് നയിച്ചപ്പോൾ ആ ചെറിയ വഞ്ചി ഉലയാതെ നിന്നു.

'കപ്പൽ നിർത്തൂ.'

ആജ്ഞ മുഴങ്ങി. പായകൾ താഴ്ത്തി. ചോള കപ്പൽ കാറ്റിന് അഭിമുഖമായി നിർത്തി. അതിന്റെ വേഗത കുറഞ്ഞു.

കപ്പലിലെ ജോലിക്കാർ തയ്യാറായി നിന്നു.

കാഹളം മുഴങ്ങിയ ഉടൻ തന്നെ പായ്ക്കപ്പൽ വെടിനിർത്തിയിരുന്നു. മഞ്ഞുണ്ടായിരുന്നിട്ടും ഒരുപക്ഷേ അവർ വെള്ളക്കൊടി കണ്ടിരിക്കാം. എന്തായാലും കാഹളത്തിൽ നിന്നുള്ള സന്ദേശം വ്യക്തമായിരുന്നു.

ഞങ്ങൾ കീഴടങ്ങുന്നു.

പായ്ക്കപ്പൽ പതുക്കെ അടുത്തുവന്ന്, കൂട്ടിയിടി ഒഴിവാക്കാൻ തങ്ങളുടെ കപ്പലിന്റെ അരികിൽ നിന്ന് അൽപം ദൂരെയായി നിർത്തുന്നത് വിജയൻ നോക്കിനിന്നു.

തന്റെ കപ്പൽ ഇടത്തേക്ക് ചരിയുന്നത് വിജയന് അനുഭവപ്പെട്ടു. ചെറുതായി തെളിഞ്ഞ മഞ്ഞിലൂടെ അയാൾ കണ്ണുകളിറുക്കി മറുകപ്പലിലേക്ക് നോക്കി. ആ അറബ് കപ്പലിന്റെ തട്ടിലെ കൈവരികളോട്ടുചേർന്ന് ആളുകൾ വളഞ്ഞ വാളുകളും മഴവാളുകളും മറ്റും ഉയർത്തിപ്പിടിച്ച് നിൽക്കുന്നുണ്ടായിരുന്നു. കുറച്ചുകൂടി അടുത്തായപ്പോൾ, കപ്പലിന്റെ പായ്മരത്തിലെ കൊടി വിജയന് കാണാമായിരുന്നു. അയാൾ അത് പെട്ടെന്നുതന്നെ തിരിച്ചറിഞ്ഞു. അതൊരു സാധാരണ അറബ് കപ്പലായിരുന്നില്ല. അതൊരു അബ്ബാസിദ് കപ്പലായിരുന്നു! ഖലീഫയുടെ ഭരണകൂടം വാടകയ്ക്കെടുത്തത്.

ഇവർ സേനാപതിയെ കൊല്ലാൻ കരാറെടുത്ത അറബ് കൂലിപ്പടയാളികളല്ല. ഇത് മറ്റെന്തോ ആണ്. എന്തായിരിക്കാം അത്? മീനാക്ഷി ദേവീ, കാത്തോളണേ.

അറബികളുടെ ഉച്ചത്തിലുള്ള മന്ത്രോച്ചാരണം പ്രകൃതിയുടെ ശബ്ദകോലാഹലത്തിന് മാറ്റുകൂട്ടി.

'അല്ലാഹു അക്ബർ!'

'എന്താ അവർ പറയുന്നത്?' വിജയൻ ചോദിച്ചു.

'അതൊരു അറബ് പ്രാർത്ഥനയാണ്. ദൈവം മഹാനാണ് എന്ന് പ്രഖ്യാപിക്കുകയാണ് അവർ,' സോമേശ്വർ പറഞ്ഞു.

'എല്ലാ ദൈവങ്ങളും മഹാൻമാരാണ്, പക്ഷേ ഇവരുടെ ഈ ആഘോഷം അൽപം നേരത്തെയായിപ്പോയി എന്ന് എനിക്ക് തോന്നുന്നു.' വിജയൻ പുഞ്ചിരിച്ചു. അവനിലെ യോദ്ധാവ് ഉണർന്നിരുന്നു.

സോമേശ്വറും തിരികെ പുഞ്ചിരിച്ചു.

അറബികൾ രണ്ട് കൊളുത്തുകൾ തങ്ങളുടെ കപ്പലിലെ കയറുകളിലേക്ക് ചുഴറ്റിയെറിഞ്ഞു. രണ്ടും കൃത്യമായി കൊളുത്തി. സോമേശ്വർ മുന്നോട്ട് നീങ്ങി, ഇഖ്ബാൽ അദ്ദേഹത്തിന്റെ അരികിലുണ്ടായിരുന്നു.

'വലീദ്, നിങ്ങൾ പിന്നോട്ട് മാറി ആളുകളുടെ കൂട്ടത്തിൽ പോയി നിൽക്കുന്നതാണ് നല്ലത്,' സോമേശ്വർ പറഞ്ഞു. 'ഓർമ്മ വേണം, നിങ്ങൾ വെറുമൊരു കൂലിക്കാരനാണ്. അതിൽ കൂടുതലുമില്ല, കുറവുമില്ല. നിങ്ങളോട് ചോദിക്കാതെ ഒന്നും മിണ്ടരുത്. വെറുതെ അഭിനയിച്ച് കുളമാക്കരുത്. ആവശ്യം വരുമ്പോൾ സ്വന്തം ഭാഷയിൽ 'അതെ' എന്നോ 'അല്ല' എന്നോ പറഞ്ഞാൽ മതിയാകും.'

'മനസ്സിലായി.' വിജയൻ തലയാട്ടി.

'അമാൽ നമുക്ക് തന്ന പേരുകൾ ഓർത്തുവെക്കണം,' സോമേശ്വർ കൂട്ടിച്ചേർത്തു. 'ഞാൻ നിങ്ങളെ 'വലീദ്' എന്നു മാത്രമേ വിളിക്കൂ. ജാഗ്രതയോടെ ഇരിക്കണം. ഇതൊരു അഗ്നിപരീക്ഷയാണ്. തീയെ നേരിട്ട് പൊരുതിയിട്ടല്ല നമ്മൾ ജയിക്കുന്നത്. തീയെ നമ്മളിൽ നിന്ന് അകറ്റി നിർത്തിയാണ്.'

വിജയൻ തലയാട്ടി പിൻവാങ്ങി, നയതന്ത്രപരമായ കാര്യങ്ങൾ പ്രായമായ വ്യാപാരികളെ ഏൽപ്പിച്ചു.

ആറ് അറബികൾ ഒന്നിനുപുറകെ ഒന്നായി ആ കൊളുത്തുകളുള്ള കയറുകളിലൂടെ ഊർന്നിറങ്ങി. നേതാവ് ഏറ്റവും അവസാനമാണ് എത്തിയത്. അയാൾ ഇടതൂർന്ന താടിയും, കണ്ണുകളിലേക്ക് വീഴാറായ കനത്ത പുരികങ്ങളുമുള്ള ഒരു തടിമാടനായിരുന്നു. അവ കാറ്റിലെ ഈർപ്പം തട്ടി തിളങ്ങുന്നുണ്ടായിരുന്നു. അയാൾക്ക് മീശയുണ്ടായിരുന്നില്ല.

രണ്ട് കപ്പലുകളുടെയും പായകൾ താഴ്ത്തിയിരുന്നു. കാറ്റ് ശക്തമായിരുന്നു. സ്വന്തം കപ്പലിൽ തങ്ങൾക്കാണ് അംഗബലമെന്ന് വിജയൻ ശ്രദ്ധിച്ചു.

അവരുടെ കയ്യിൽ ഭാരമേറിയ ആയുധങ്ങളുണ്ട്. പക്ഷെ അവരുടെ ഭൂരിഭാഗം സൈനികരും സ്വന്തം കപ്പലിൽ തന്നെയാണ്. ദൂരെനിന്ന് അവർക്ക് മുൻതൂക്കമുണ്ട്. എന്നാൽ നേർക്കുനേർ പോരാട്ടത്തിൽ, സ്വന്തം കപ്പലായതുകൊണ്ട് കൂടുതൽ സൈനികരുള്ള നമുക്കാണ് മുൻതൂക്കം.

അയാൾ അരികിൽ ഒഴുകിയടുക്കുന്ന ശത്രു കപ്പലിലേക്ക് പാളിനോക്കി. അതിന്റെ കൈവരികളിൽ നിറയെ ആളുകൾ ജാഗരൂകരായി കാര്യങ്ങൾ നിരീക്ഷിക്കുന്നുണ്ടായിരുന്നു.

നല്ലത്. അവരുടെ ശ്രദ്ധ നമ്മുടെ മേലാണ്. ഇത് അൻസാറിനും അമാലിനും സഹായകമാകും.

നൂറ് വാര അകലെ, അൻസാർ ബോട്ട് തിരിക്കാനുള്ള സൂചന നൽകി. ആരുടെയും ശ്രദ്ധയിൽപ്പെടാതെ അറബ് പായ്ക്കപ്പലിന്റെ പിൻഭാഗത്തേക്ക് തിരിച്ചെത്താൻ മാത്രം ദൂരം അവർ പിന്നിട്ടിരുന്നു.

'പിൻഭാഗത്തേക്ക് തുഴയൂ,' അൻസാർ തുഴച്ചിൽക്കാരോട് മന്ത്രിച്ചു. 'വേഗം.'

കടൽത്തിരകൾക്ക് ശക്തി കൂടി, വെള്ളം പെട്ടെന്ന് പ്രക്ഷുബ്ധമായി. കാറ്റ് ഒരു കൊടുങ്കാറ്റുപോലെ ആഞ്ഞടിക്കാൻ തുടങ്ങി.

ആ ചെറിയ വഞ്ചിയുടെ മുന്നിലുള്ള വെല്ലുവിളി കൂടുതൽ കഠിനമായി.

'ശക്തിയായി തുഴയുന്നതിനെക്കുറിച്ച് പേടിക്കേണ്ട,' ദസർണ ചിരിച്ചുകൊണ്ട് പറഞ്ഞു. 'നമ്മളുണ്ടാക്കുന്ന ഏത് ശബ്ദവും ഈ ചെറിയ കൊടുങ്കാറ്റിൽ മുങ്ങിപ്പോകും.'

മരണത്തെ മുഖാമുഖം കാണുമ്പോൾ ചിരിക്കുന്നത് ധീരതയുടെ ലക്ഷണമായാണ് സൈനികർ കണക്കാക്കിയിരുന്നത്.

ആ ചെറിയ പടക് മുന്നോട്ട് കുതിച്ചപ്പോൾ അമാൽ പിടിച്ചിരുന്നു.

സോമേശ്വർ ആണ് നേതാവെന്ന് കരുതി, ആ അറബ് നേതാവ് ചോള-പർമർ കപ്പലിന്റെ തട്ടിലേക്ക് നടന്നുചെന്നു.

അയാളുടെ കാൽവെപ്പുകൾക്ക് ഭാരമുണ്ടായിരുന്നു. നനഞ്ഞ തറപ്പലകകൾ അതിനടിയിൽ ഞരങ്ങി.

'അസ്സലാമു അലൈക്കും!' ആ വലിയ മനുഷ്യൻ അറബിയിൽ അഭിവാദ്യം ചെയ്തു. താരതമ്യേന ചെറിയ ശരീരമുള്ള ആ രണ്ട് പ്രായമായ വ്യാപാരികൾക്ക് മുന്നിൽ അയാൾ ഒരു മലപോലെ നിന്നു.

കടലിന്റെ മണമുള്ള, ഭാരമേറിയ പട്ടുകൊണ്ടുള്ള കുപ്പായം ധരിച്ച ആ അറബി തന്നെ ശ്രദ്ധിക്കാത്തപ്പോഴും ഇഖ്ബാൽ അയാളെ സൂക്ഷിച്ചുനോക്കി. അയാളുടെ കഴുത്തിൽ അബ്ബാസിദ് ഖിലാഫത്തിന്റെ വൃത്താകൃതിയിലുള്ള കറുത്ത മുദ്ര പതിപ്പിച്ച ഒരു സ്വർണ്ണ പതക്കം തൂങ്ങിക്കിടന്നിരുന്നു. അയാളുടെ ലളിതമായ ശിരോവസ്ത്രം, മുഷിഞ്ഞതും എന്നാൽ വിലകൂടിയതുമായ വസ്ത്രത്തിനും ആഭരണങ്ങൾക്കും ചേരാത്തതായിരുന്നു.

'അങ്ങേയ്ക്കും സമാധാനമുണ്ടാകട്ടെ, പ്രഭോ,' സോമേശ്വർ മറുപടി പറഞ്ഞു, ബഹുമാനം പ്രകടിപ്പിക്കാനായി അയാൾ നന്നായി കുനിഞ്ഞു. ഇഖ്ബാലും അത് ആവർത്തിച്ചു. 'എന്റെ പേര് സൽമാൻ ഷാ, ഇത് എന്റെ സുഹൃത്ത് ഇഖ്ബാൽ,' സോമേശ്വർ സ്വയം പരിചയപ്പെടുത്തി. 'ഞങ്ങൾ ഇന്ത്യയിലെ ഗുജറാത്ത് പ്രദേശത്തുനിന്നുള്ള വ്യാപാരികളാണ്. അങ്ങയുടെ ഈ സന്ദർശനത്തിന് എന്താണ് കാരണം?'

'അപ്പോൾ നിങ്ങൾ ദീനിൽപ്പെട്ടവരാണല്ലേ?' ആ ചെറിയ ഭാരതീയന്റെ ശുദ്ധമായ അറബി കേട്ട് അത്ഭുതപ്പെട്ടുകൊണ്ട് അറബി ചോദിച്ചു. ദീൻ എന്നത് അവരുടെ മതത്തെക്കുറിച്ചുള്ള അറബി വാക്കാണ്.

'അതെ, പ്രഭോ,' ഇഖ്ബാൽ ഉത്സാഹത്തോടെ മറുപടി നൽകി. 'ഞങ്ങളുടെ അറബിയോട് ക്ഷമിക്കണം, അത് ഞങ്ങളുടെ മാതൃഭാഷയല്ല. ഞങ്ങളുടെ ജോലിക്കാരെല്ലാം മോമിനുകളാണ്. അവരിൽ ഭൂരിഭാഗവും ദാസന്മാരും കൂലിക്കാരുമാണ്, അടുത്തിടെ വിജാതീയ മതങ്ങളിൽ നിന്ന് പരിവർത്തനം ചെയ്തവർ.'

മതപരിവർത്തനങ്ങളെക്കുറിച്ച് കേട്ടപ്പോൾ സന്തോഷിച്ച ആ അറബ് നേതാവ്, തന്റെ ഇടതൂർന്ന താടിയിൽ തലോടിക്കൊണ്ട് പുഞ്ചിരിച്ചു. അയാൾ തന്റെ കപ്പലിൽ പാറിപ്പറക്കുന്ന അറബി അക്ഷരങ്ങളുള്ള ആ കറുത്ത കൊടി ചൂണ്ടിക്കാണിച്ചു.

'താങ്കൾക്ക് ആ കൊടി തിരിച്ചറിയാമല്ലോ, അല്ലേ?' അയാൾ കൗതുകത്തോടെ ചോദിച്ചു. 'എന്തിനാണ് നിങ്ങൾ ഞങ്ങളിൽ നിന്ന് ഓടി രക്ഷപ്പെടാൻ ശ്രമിച്ചത്?'

'പ്രഭോ, ഞങ്ങളോട് ക്ഷമിക്കണം, ഞങ്ങൾ പേടിച്ചുപോയിരുന്നു,' സോമേശ്വർ ഒരു വളിച്ച ചിരിയോടെ വിശദീകരിച്ചു. 'ഇരുണ്ട രാത്രിയും കനത്ത മൂടൽമഞ്ഞും കാരണം ഞങ്ങൾക്ക് താങ്കളുടെ കൊടി തിരിച്ചറിയാൻ കഴിഞ്ഞില്ല. നിങ്ങൾ കടൽക്കൊള്ളക്കാരാണെന്ന് ഞങ്ങൾ കരുതി ജീവഭയത്താൽ രക്ഷപ്പെടാൻ ശ്രമിച്ചു. എന്നാൽ നിങ്ങളുടെ കൊടി വ്യക്തമായി കണ്ടമാത്രയിൽ, ഞങ്ങൾ കീഴടങ്ങാനുള്ള കാഹളം മുഴക്കുകയും പായകൾ താഴ്ത്താൻ കൽപ്പിക്കുകയും ചെയ്തു. നിങ്ങൾ ഞങ്ങളുടെ പ്രഭുവും യജമാനനുമായ ഖലീഫയുടെ ഭരണകൂടത്തിൽ നിന്നുള്ളവരാണെന്ന് അറിഞ്ഞപ്പോൾ ഞങ്ങൾക്ക് വലിയ ആശ്വാസമായി!'

വായുവിൽ ഒരു നേരിയ പിരിമുറുക്കം വിജയൻ തിരിച്ചറിഞ്ഞു. ആ രണ്ട് വൃദ്ധന്മാരുമായി അവരുടെ നേതാവ് സംസാരിക്കുമ്പോൾ, മറ്റ് അഞ്ച് അറബികളും അവരെ ഓരോരുത്തരെയായി സംശയത്തോടെ നോക്കി.

ഏകദേശം നൂറ് വാര അകലെ, അവരുടെ ചെറിയ വഞ്ചി ഖിലാഫത്തിന്റെ കപ്പലിന്റെ പിൻഭാഗത്ത് എത്തിയിരുന്നു. കനത്ത മൂടൽമഞ്ഞ് കാരണം ഒന്നും ഉറപ്പിച്ചു പറയാൻ കഴിയില്ലെങ്കിലും കപ്പലിന്റെ പിൻഭാഗത്തെ തട്ട് വിജനമായി കാണപ്പെട്ടു.

'മൂടൽമഞ്ഞ് നമ്മുടെ ഭാഗത്താണ്, അൻസാർ,' ദസർണ പതുക്കെ പറഞ്ഞു. 'ഖിലാഫത്തിന്റെ സൈനികർ പിൻഭാഗത്തുണ്ടെങ്കിൽ പോലും അവർക്ക് നമ്മളെ കാണാൻ കഴിയില്ല. അതൊരു ചെറിയ ആശ്വാസം. ഞങ്ങൾ മൂന്നുപേരും ഈ വഞ്ചി അനങ്ങാതെ

പിടിച്ചോളാം. ആ ചുക്കാൻ ചങ്ങല മുറിക്കാൻ നിനക്ക് എത്ര സമയമെടുക്കും?'

അൻസാർ തന്റെ കാലിനടുത്തുള്ള സഞ്ചിയിൽ നിന്ന് ഒരുപകരണം ശ്രദ്ധയോടെ പുറത്തെടുക്കുമ്പോൾ വിഷാദത്തോടെ ചിരിച്ചു. മരം അറുക്കാൻ പറ്റിയ മൂർച്ചയേറിയ ഒരു വലിയ ഈർച്ചവാൾ അവൻ പുറത്തെടുത്തു. 'എനിക്ക് ഉറപ്പില്ല, സഹോദരാ. അതൊരു കയറായിരുന്നുവെങ്കിൽ വേഗത്തിലും എളുപ്പത്തിലും മുറിക്കാമായിരുന്നു. പക്ഷേ നിങ്ങൾ കാണുന്നതുപോലെ, അതൊരു കയറല്ല, ചുക്കാനിലേക്ക് പോകുന്ന കട്ടിയുള്ള ഇരുമ്പുചങ്ങലയാണ്.'

'ഇത് മുറിക്കാൻ പറ്റില്ല,' അമാൽ ആശങ്കയോടെ പറഞ്ഞു. 'നമുക്ക് തിരിച്ചുപോകാം.'

മൂത്ത സഹോദരിയുടെ സംരക്ഷണമനോഭാവം മുന്നോട്ടുവന്നു.

'ഇല്ല,' അവളുടെ സഹോദരൻ ഉറച്ച സ്വരത്തിൽ പറഞ്ഞു. 'നമ്മൾ ഇതിനൊരു പോംവഴി ഉണ്ടാക്കും. നമ്മുടെ സുഹൃത്തുക്കളുടെയും സഹോദരങ്ങളുടെയും ജീവൻ... നമ്മുടെ രാജ്യത്തിന്റെ മാനം നമ്മളെ ആശ്രയിച്ചാണ് ഇരിക്കുന്നത്, ആപ്പാ,' അൻസാർ തന്റെ മൂത്ത സഹോദരിയോട് പറഞ്ഞു. 'ഞാൻ ചുക്കാന്റെ തണ്ട് തന്നെ അറുത്തുമാറ്റാം. ഇരുമ്പിനെക്കാൾ എളുപ്പത്തിൽ മരം മുറിക്കാം. മാത്രമല്ല, ഞാൻ ഉദ്ദേശിക്കുന്ന രീതിയിൽ ചെയ്താൽ, കപ്പലിന്റെ അടിത്തട്ടുമായുള്ള ബന്ധവും വിച്ഛേദിക്കപ്പെടും, അത് ഈ അബ്ബാസിദ് കപ്പലിന്റെ ഒടുക്കം വേഗത്തിലാക്കും. ചുക്കാന്റെ ഭൂരിഭാഗവും വെള്ളത്തിനടിയിലായതുകൊണ്ട് എനിക്ക് മുങ്ങേണ്ടിവരും. അത് സാരമില്ല. എനിക്കത് ചെയ്യാൻ കഴിയും.'

അൻസാർ ഏറ്റെടുക്കുന്ന ഭീമാകാരമായ അപകടസാധ്യത മനസ്സിലാക്കാൻ മാത്രം നാവിക തന്ത്രങ്ങളെക്കുറിച്ച് ദസർണയ്ക്ക് അറിയാമായിരുന്നു. അവൻ ആ ചെറുപ്പക്കാരന്റെ തോളിൽ പിടിച്ചുകൊണ്ട് മന്ത്രിച്ചു, 'അള്ളാഹുവും ശിവനും തുണയ്ക്കട്ടെ, എന്റെ സഹോദരാ.' അവന്റെ ശബ്ദം ആരാധനകൊണ്ട് വിറച്ചിരുന്നു.

അമാലിന്റെ മുഖത്ത് വേദന നിഴലിച്ചു. സഹോദരന്റെ ആശയം അവൾക്കിഷ്ടപ്പെട്ടില്ല. പക്ഷേ അവൾ നിശ്ശബ്ദയായി നിന്നു.

അൻസാർ സംസാരിച്ചു. 'ഈ ദൗത്യം നമ്മൾ പ്രതീക്ഷിച്ചതിലും കൂടുതൽ സമയമെടുക്കുമെന്നതിനാൽ, നിങ്ങൾ നമ്മുടെ കപ്പലിന്റെ

കാഴ്ചയെത്താത്ത ഭാഗത്തേക്ക് തിരികെ തുഴഞ്ഞുപോയി അതിൽ കയറുന്നതാണ് നല്ലത്.' അവൻ അമാലിനെ സൂക്ഷിച്ചുനോക്കി. 'ഞാൻ ഈ ജോലി പൂർത്തിയാക്കി നിങ്ങളിലേക്ക് തിരിച്ചെത്താനുള്ള വഴി കണ്ടെത്തും, ആപ്പാ. പക്ഷേ നിങ്ങളുടെ സുരക്ഷയെക്കുറിച്ച് ഞാൻ ആശങ്കപ്പെട്ടാൽ എനിക്ക് എന്റെ ജോലിയിൽ ശ്രദ്ധിക്കാൻ കഴിയില്ല. ദയവായി ഞാൻ പറയുന്നത് കേൾക്കൂ. നമ്മുടെ കപ്പലിൽ നിങ്ങൾ കൂടുതൽ സുരക്ഷിതരായിരിക്കും. ഇവിടെ നിങ്ങൾ എല്ലാവരും തുറന്ന സ്ഥലത്ത് അപകടത്തിലായിരിക്കും.'

അൻസാർ കൈനീട്ടി അമാലിന്റെ കവിളിൽ സ്നേഹത്തോടെ തലോടി. അവൾ അവന്റെ കൈ തട്ടിമാറ്റി.

'അൻസാർ,' അമാൽ ചീറ്റി. 'നമ്മളെല്ലാവരും ഇതിൽ ഒരുമിച്ചാണ്. നമ്മൾ ഒരുമിച്ച് വന്നു, ജോലി കഴിഞ്ഞതിന് ശേഷം ഒരുമിച്ച് തന്നെ തിരിച്ചുപോകും.'

'ആപ്പാ, ഇത് വളരെ അപകടം പിടിച്ചതാണ്,' സഹോദരൻ ശാഠ്യത്തോടെ മറുപടി പറഞ്ഞു. അവൻ എഴുന്നേറ്റുനിന്ന് ഒരു പരുത്തിക്കോണകം മാത്രം ധരിച്ച് ബാക്കി വസ്ത്രങ്ങളെല്ലാം അഴിച്ചുമാറ്റി. 'ആരും കാണാതെ ഇവിടെയെത്താൻ കഴിഞ്ഞത് നമ്മുടെ ഭാഗ്യം. പക്ഷേ ആ ഭാഗ്യം അധികം പരീക്ഷിക്കരുത്. ഇത് ചെറുതും വേഗത്തിലുള്ളതുമായ ഒരു ദൗത്യമാകുമെന്നാണ് കരുതിയത്. വ്യക്തമായും അങ്ങനെയല്ല. എനിക്ക് വെള്ളത്തിനടിയിൽ ഒളിക്കാൻ കഴിയും. എന്നാൽ ഈ വഞ്ചി കൂടുതൽ നേരം ഇവിടെ നിന്നാൽ എളുപ്പത്തിൽ കണ്ണിൽ പെടും.'

അൻസാറിന്റെ യുക്തി ശരിയായിരുന്നു. എന്നാൽ അവന്റെ സഹോദരിയുടെ ഹൃദയത്തിന് അത് അംഗീകരിക്കാൻ സമയം വേണ്ടിവന്നു. ദസർണ ക്ഷമയോടെ കാത്തുനിന്നു.

ധീരരായ മനുഷ്യർക്ക് മറ്റ് ധീരന്മാരിൽ നിന്ന് ക്ഷമ ലഭിക്കാൻ അർഹതയുണ്ട്.

ഒരു സൈനികയായ അമാലിന് ആ യുക്തി മനസ്സിലായി. എന്നാൽ ഒരു സഹോദരിയായ അമാൽ അവളുടെ സഹോദരനെ മാത്രമാണ് കണ്ടത്. ഒടുവിൽ അവൾ ഒരു ദീർഘനിശ്വാസമെടുത്ത് എഴുന്നേറ്റുനിന്ന് അൻസാറിനെ ആലിംഗനം ചെയ്തു. അവളുടെ

ഹൃദയം ഒരു കൽച്ചുറ്റിക കണക്കെ മിടിച്ചു. അവൾ കണ്ണുകളടച്ച് അവന്റെ പേര് മന്ത്രിച്ചു.

'ഞാനൊരു മികച്ച നീന്തൽക്കാരനാണെന്ന് നിനക്കറിയാമല്ലോ, ആപ്പാ,' അവൻ സഹോദരിയുടെ കാതിൽ മൃദുവായി പറഞ്ഞു. 'നീ ആ സുന്ദരമായ കണ്ണൊന്നു ചിമ്മിത്തുറക്കും മുൻപ് ഞാൻ കപ്പലിന്റെ വലതുഭാഗത്ത് എത്തും! എന്നെ മുകളിലേക്ക് വലിച്ചുകയറ്റാൻ അവിടെയുണ്ടാകണം!'

'ഞാൻ കാത്തിരിക്കും, അൻസാർ... എന്നെ നിരാശപ്പെടുത്തരുത്.'

അൻസാർ ഒരു പുരികം ഉയർത്തി, മുഖത്ത് ഒരു കുനിഷ്ട് പിടിച്ച പുഞ്ചിരിയോടെ ചോദിച്ചു, 'ഞാൻ എപ്പോഴെങ്കിലും അങ്ങനെ ചെയ്തിട്ടുണ്ടോ, ആപ്പാ?'

അമാൽ അവന്റെ മുടിയിൽ തലോടി. 'എനിക്ക് നിന്നെ ഒരുപാടിഷ്ടമാണ്, കുഞ്ഞേ.'

'എനിക്കും.'

ആ ചെറുപ്പക്കാരൻ ആലിംഗനത്തിൽ നിന്ന് വേർപെട്ട് വഞ്ചിയുടെ അരികിലേക്ക് നീങ്ങി കാൽവിരൽ കൊണ്ട് വെള്ളം പരീക്ഷിച്ചു. പിന്നെ, വലതുകൈയിൽ ഈർച്ചവാൾ മുറുകെപ്പിടിച്ച് അവൻ വെള്ളത്തിലേക്ക് ഊളിയിട്ടു.

'നമ്മൾ തിരിച്ചുപോവുകയാണ്,' ദസർണ തുഴകൾ കയ്യിലെടുത്തുകൊണ്ട് പ്രഖ്യാപിച്ചു. അവൻ വഞ്ചിയുടെ പിൻഭാഗത്തുനിന്ന് തുഴഞ്ഞു. അമാലും മറ്റേ ചോള യോദ്ധാവും മുൻഭാഗത്തുനിന്നും തുഴഞ്ഞ്, കനത്ത മൂടൽമഞ്ഞിലൂടെ അവരുടെ കപ്പലിലേക്ക് തിരികെ യാത്രയായി.

ഒരു തുള്ളി കണ്ണുനീർ അമാലിന്റെ ഇടതുകണ്ണിൽ നിന്ന് അടർന്നുവീണ് അവളുടെ മുഖത്തെ തണുത്ത നനവിൽ അലിഞ്ഞുചേർന്നു. അവൾ തിരിഞ്ഞുനോക്കി.

അൻസാറിന്റെ പൊടിപോലുമില്ല.

ചോള-പർമർ കപ്പലിന്റെ തട്ടിൽ, അറബ് നേതാവ് ആ രണ്ട് വൃദ്ധന്മാരോട് സംസാരിച്ചു.

'ഞാൻ സ്വയം പരിചയപ്പെടുത്താം. ഞാൻ സയ്യിദ് അൽ നഭാനി, ബാഗ്ദാദിലെ ഖലീഫയുടെ സൈന്യത്തിലെ ഒരു സൈന്യാധിപനാണ്.' അയാൾ പറഞ്ഞു. 'ഭാരതത്തിലെ സൽമാൻ ഷാ, നിങ്ങളും നിങ്ങളുടെ ആളുകളും ഈ പുറംകടലിൽ എന്തുചെയ്യുകയാണെന്ന് പറയൂ.'

'പ്രഭോ, ഞങ്ങൾ ഒരു തീർത്ഥാടനത്തിലാണ്,' സോമേശ്വർ ഒരു മടിയും കൂടാതെ മറുപടി നൽകി. 'ഞങ്ങളുടെ ലക്ഷ്യസ്ഥാനം മക്കയാണ്.'

'അങ്ങനെയെങ്കിൽ നിങ്ങൾ തെറ്റായ ദിശയിലാണ് സഞ്ചരിക്കുന്നത്,' സയ്യിദിന്റെ ശബ്ദത്തിൽ സംശയം നിറഞ്ഞിരുന്നു. 'മക്ക പടിഞ്ഞാറ് ഭാഗത്താണ്,' അയാൾ തള്ളവിരൽ കൊണ്ട് ചൂണ്ടിക്കാണിച്ചുകൊണ്ട് കൂട്ടിച്ചേർത്തു. 'ഞങ്ങൾ നിങ്ങളെ കണ്ടുമുട്ടുമ്പോൾ നിങ്ങൾ വടക്കോട്ടാണ് സഞ്ചരിച്ചിരുന്നത്. ഈ കാലാവസ്ഥയിൽ നിങ്ങൾക്ക് വഴിതെറ്റാൻ സാധ്യതയുണ്ട്. അല്ലെങ്കിൽ നിങ്ങൾ മനഃപൂർവ്വം എന്നെ തെറ്റിദ്ധരിപ്പിക്കുകയായിരിക്കാം.'

ഇഖ്ബാലിന്റെ ഉള്ളിൽ ഭയം കൊണ്ട് ഒരു കൊളുത്തി-വലിവുണ്ടായി, പക്ഷേ സോമേശ്വർ മനസ്സാന്നിധ്യം കൈവിട്ടില്ല.

'മഹാനായ പ്രഭോ, എന്റെ വാക്കുകളിലെ അപൂർണ്ണതയ്ക്ക് പരിഹാരം ചെയ്യാൻ എന്നെ അനുവദിച്ചാലും,' അവൻ തന്റെ വാക്കുകളെ അതിവിദഗ്ധമായി അലങ്കരിച്ചു. 'മക്ക ഞങ്ങളുടെ അന്തിമ ലക്ഷ്യസ്ഥാനമാണ്. ഞങ്ങൾ തീർത്ഥാടകരാണെന്ന് ഞാൻ ഉറപ്പുനൽകുന്നു. ഗ്വാദറിൽ ഇറങ്ങി മൃഗങ്ങളുടെ പുറത്ത് ചുമടേറ്റി യാത്ര തുടരാമെന്നാണ് ഞങ്ങൾ പ്രതീക്ഷിക്കുന്നത്. വഴിയിൽ ഞങ്ങൾ പല പുണ്യസ്ഥലങ്ങളിലും നിർത്തും. ഇൻഷാ അള്ളാ, സുൽത്താൻ യമീൻ-ഉദ്-ദൗള അബുൽ-ഖാസിം മഹ്മൂദ് ഇബ്ൻ സെബുക്തെഗിൻ ഗസ്നിയിൽ നിർമ്മിച്ച ഗംഭീരമായ ജമാ മസ്ജിദിൽ നിന്നായിരിക്കും ഞങ്ങൾ തുടങ്ങുക. പിന്നീട് ഞങ്ങൾ പേർഷ്യയിലേക്കും അവിടെനിന്ന് അറേബ്യയിലേക്കും പോകും. ഞങ്ങളുടെ വിശ്വാസത്തിന്റെ ഉറവിടത്തിലേക്ക്. അതിന്റെ കാൽപ്പാടുകൾ പിന്തുടർന്ന് ഞങ്ങൾ യാത്ര ചെയ്യുകയാണ്.'

വിജയന് ചില വാക്കുകൾ മനസ്സിലായി: സുൽത്താൻ, മഹ്മൂദ്, ഗസ്നി...

നമ്മൾ എവിടേക്കാണ് പോകുന്നതെന്ന് അയാൾ അറബികളോട് പറഞ്ഞിട്ടില്ലെന്ന് ഞാൻ പ്രതീക്ഷിക്കുന്നു. അവർ ഞങ്ങളോടൊപ്പം യാത്ര ചെയ്യാമെന്ന് വാഗ്ദാനം ചെയ്യുന്നത് ആകെ കുഴപ്പത്തിലാക്കും.

'അപ്പോൾ നിങ്ങൾ ഗ്വാദറിൽ ഇറങ്ങും,' സയ്യിദ് തന്റെ കട്ടിയുള്ള പുരികങ്ങൾ ഉയർത്തി സന്തോഷത്തോടെ പുഞ്ചിരിച്ചുകൊണ്ട് പറഞ്ഞു. 'എന്നിട്ട് ഗസ്നിയിലേക്ക് യാത്ര ചെയ്യും. ഞങ്ങളും അങ്ങോട്ടാണ് പോകുന്നത്. നമ്മുടെ കപ്പലുകൾക്ക് ഒരുമിച്ച് യാത്ര ചെയ്യാം. നിങ്ങൾക്ക് ഞങ്ങളുടെ സംരക്ഷണം പ്രയോജനപ്പെടുമെന്ന് എനിക്കുറപ്പുണ്ട്. തീർച്ചയായും, ഞങ്ങളുടെ സഹായത്തിന് നിങ്ങൾക്ക് പണം നൽകാം. ഭാരതത്തിലെ മുസ്ലീങ്ങൾ കാഫിറുകൾ അല്ലാത്തതിനാൽ ജസിയ നൽകേണ്ടതില്ലെങ്കിലും, അവർ ഖിലാഫത്തിന് സംഭാവന നൽകുകയും അറബ് സംരക്ഷണത്തിന്റെ ബഹുമതിക്ക് പണം നൽകുകയും വേണം.'

സോമേശ്വറും ഇഖ്ബാലും അസ്വസ്ഥതയോടെ കാലുകൾ നിലത്തിട്ടുരച്ചു. നിശ്ശബ്ദരായി. ഇതിൽ നിന്ന് എങ്ങനെ രക്ഷപ്പെടും? പണം നൽകാൻ അവർ തയ്യാറായിരുന്നു, പക്ഷേ അറബികൾ തങ്ങളെ അനുഗമിക്കുന്നത് അവർക്ക് താൽപ്പര്യമില്ലായിരുന്നു.

'പക്ഷേ...' അബ്ബാസിദ് നേതാവ് തുടർന്നു, വിജയനെയും മറ്റുള്ളവരെയും സൂക്ഷിച്ചുനോക്കിയ ശേഷം സോമേശ്വറിലേക്ക് ശ്രദ്ധ തിരിച്ചു, 'നിങ്ങൾ എന്നോട് ചോദിക്കുകയാണെങ്കിൽ, ഗസ്നിയും പേർഷ്യയും വെറുതെ സമയം കളയലാണ്. നിങ്ങൾ നേരെ മക്കയിലേക്ക് പോകണം. അവിടെ നിങ്ങൾക്ക് യഥാർത്ഥ മുസ്ലീങ്ങളെ കാണാം. മറ്റുള്ളവർ വേഷംകെട്ടുകാരാണ്, അവർ അർഹിക്കുന്ന രീതിയിൽ കൈകാര്യം ചെയ്യപ്പെടും. തീർച്ചയായും, ഒരു തടസ്സവുമില്ലാതെ നേരെ മക്കയിലേക്ക് പോകാൻ നിങ്ങൾക്ക് എന്റെയൊരു അനുമതി പത്രം വേണ്ടിവരും.'

സയ്യിദ് ക്രൂരമായി പുഞ്ചിരിച്ചു, 'രസീത് ഇല്ലാത്ത പണത്തിന്' എന്ന വ്യവസ്ഥ പറയാതെ പറഞ്ഞു.

അറബിക്കാരൻ തന്നെ തങ്ങളുടെ പ്രതിസന്ധിയിൽ നിന്ന് ഒരു വഴി കാണിച്ചുതന്നതിൽ ആശ്വാസം പൂണ്ട് ഇഖ്ബാൽ സോമേശ്വറിന് നേരെ തിരിഞ്ഞു.

'കണ്ടോ, സൽമാൻ സഹോദരാ!' ഇഖ്ബാൽ സന്തോഷം അഭിനയിച്ചുകൊണ്ട് പറഞ്ഞു. 'ഞാൻ നിങ്ങളോട് പറഞ്ഞതല്ലേ, നേരെ മക്കയിലേക്ക് പോകാമെന്ന്. ഇപ്പോഴിതാ ഈ ഉപദേശം വന്നിരിക്കുന്നത് ഖലീഫയുടെ സൈന്യത്തിൽ നിന്നാണ്! ഇത് അല്ലാഹുവിൽ നിന്നുള്ള ഒരു സന്ദേശമാണ്. നമ്മുടെ കപ്പലിന്റെ ഗതി മാറ്റി ആ പുണ്യ നഗരത്തിലേക്ക് നേരിട്ട് പോകാനുള്ള വിഭവങ്ങൾ നമ്മുടെ കൈവശമുണ്ട്.'

ഇഖ്ബാലിന്റെ ആ അപ്പപ്പോഴത്തെ കൗശലം കേട്ട്, സോമേശ്വർ അതിനെക്കുറിച്ച് മനസ്സില്ലാമനസ്സോടെ ആലോചിക്കുകയാണെന്ന് നടിച്ച് താടി ചൊറിഞ്ഞു.

ദസർണയും അമാലും ചോള സൈനികനും ഉണ്ടായിരുന്ന വഞ്ചി പായ്ക്കപ്പലിന്റെ ഇടതുവശത്തേക്ക് തിരിച്ചെത്തി. അത് കപ്പലിന്റെ കാഴ്ചയെത്താത്ത ഭാഗമായിരുന്നു. താഴെ വെള്ളത്തിൽ ഒരു കണ്ണ് വേണമെന്ന് വിജയൻ തന്റെ ആളുകൾക്ക് വ്യക്തമായ നിർദ്ദേശം നൽകിയിരുന്നു. കപ്പലിന്റെ വലതുവശത്ത് അരങ്ങേറുന്ന നാടകീയ സംഭവങ്ങൾക്കിടയിൽ നിന്നും മാറി, അവർ മൂന്നുപേരെയും ശബ്ദമുണ്ടാക്കാതെ കപ്പലിലേക്ക് കയറാൻ സഹായിച്ചു.

'അൻസാർ എവിടെ?' ഒരു കപ്പൽ ജീവനക്കാരൻ ചോദിച്ചു.

'അവൻ ഉടനെ വരും,' ദസർണ ഗൗരവത്തിൽ മറുപടി നൽകി. അയാൾ അമാലിനെ സഹതാപത്തോടെ നോക്കി. 'തമ്പുരാട്ടീ, താഴെയുള്ള മുറികളിലേക്ക് പോകാൻ സൈന്യാധിപൻ നിർദ്ദേശിച്ചിട്ടുണ്ട്. നമ്മുടെ ആളുകൾ മറുഭാഗത്ത് അറബികളുമായി പോരാട്ടത്തിലാണെന്ന് തോന്നുന്നു.'

അമാൽ ഒരു യന്ത്രത്തെപ്പോലെ തലയാട്ടി. അവളുടെ കണ്ണുകൾ കടലിൽ തന്നെ ഉറപ്പിച്ച്, സുരക്ഷിതമായ അറയിലേക്ക് തന്നെ കൂട്ടിക്കൊണ്ടുപോകാൻ അവൾ അനുവദിച്ചു.

അൻസാർ...

തട്ടിൽ, ഖലീഫയുടെ ആളുകളുടെ പിടിയിൽ നിന്ന് രക്ഷപ്പെടാനുള്ള ശ്രമത്തിൽ സോമേശ്വർ തന്റെ അഭിനയം തുടർന്നു. കൂടാതെ, അട്ടിമറിക്കാർ അവരുടെ ദൗത്യത്തിൽ വിജയിച്ചാൽ, തളർന്നുപോയ അറബ് കപ്പലിന് അവരെ എവിടെയും പിന്തുടരാൻ കഴിയില്ലായിരുന്നു.

'ഞാൻ ആയിരുന്നു നിങ്ങളുടെ സ്ഥാനത്തെങ്കിൽ നിങ്ങളുടെ ആളിനെ അനുസരിക്കുമായിരുന്നു,' സയ്യിദ് പറഞ്ഞു. 'എനിക്ക് ചില കച്ചവട കാര്യങ്ങൾക്കായി ഗസ്നിയിലേക്ക് പോകേണ്ടതുണ്ട്, പക്ഷേ എത്രയും പെട്ടെന്ന് ഞാൻ അവിടം വിടും. അതൊരു ആഡംബരക്കാരനായ സ്വേച്ഛാധിപതി ഭരിക്കുന്ന തരിശുഭൂമിയാണ്. ഞാൻ നിങ്ങളോട് പറയാം, ഈ ലോകത്ത് മഹാനായ ഖലീഫയെ മറികടക്കാൻ ഒരു ഭരണാധികാരിയുമില്ല. എല്ലാ ഭൗമിക മണ്ഡലങ്ങളിലും അദ്ദേഹത്തിന് ദൈവദത്തമായ അധികാരമുണ്ട്. അദ്ദേഹത്തിന്റെ പ്രതിനിധിയായ എന്നെ വിശ്വസിക്കൂ, ഭാരതത്തിലെ ജനങ്ങളേ. നിങ്ങൾ നേരെ മക്കയിലേക്ക് പോകണം.'

'അങ്ങയുടെ നല്ല ഉദ്ദേശത്തോടെയുള്ള ഉപദേശം കേട്ടില്ലെങ്കിൽ ഞാൻ ഒരു വിഡ്ഢിയായിപ്പോകും പ്രഭോ.' സോമേശ്വർ പരിഭ്രമത്തോടെ ചിരിച്ചു. 'ഒരുപക്ഷേ നമ്മൾ വഴിതിരിച്ചു വിടേണ്ടി വരും.' എന്നിട്ട് അയാൾ വിലപേശൽ ആരംഭിച്ചു. 'അങ്ങയുടെ മഹത്തായ...'

ആ വാക്കുകൾ വായിൽ നിന്ന് പുറത്തുവന്നതും സയ്യിദ് സോമേശ്വരിന്റെ നേരെ ചാടിവീണ് അയാളുടെ തോളിൽ പിടിച്ചു. അയാൾ ആ വൃദ്ധന്റെ കാത് പിടിച്ചെടുത്തു. ആഴ്ചകൾക്ക് മുൻപ് വീട്ടിൽ നിന്നിറങ്ങിയപ്പോൾ സോമേശ്വർ തന്റെ വജ്രക്കമ്മലുകൾ ഊരിവെച്ചിരുന്നു, പക്ഷേ ജീവിതകാലം മുഴുവൻ ആഭരണങ്ങൾ അണിഞ്ഞതും പ്രായവും കാരണം വലുതായ ആ കാതിലെ തുള മറയ്ക്കാൻ അയാൾക്ക് കഴിഞ്ഞില്ല.

'നിന്റെ കാതുകൾ കുത്തിയിട്ടുണ്ടല്ലോ!' ആ അറബി അലറി. 'നീ ദീനിനെ പിന്തുടരുന്നവനല്ല! നീ ഒരു കാഫിറാണ്, കള്ളം പറയുന്ന വൃത്തികെട്ട കിഴവൻ!'

'പ്രഭോ, ഞാൻ ഈയിടെ മതം മാറിയ ആളാണ്,' സോമേശ്വർ യാചിച്ചു. 'എന്റെ കുത്തിയ കാതുകൾ എന്റെ പഴയ ജീവിതത്തിന്റെ ഒരു തിരുശേഷിപ്പാണ്.'

'നീ കള്ളം പറയുകയാണ്!' സയ്യിദ് ഗർജ്ജിച്ചു.

'ഇല്ല, പ്രഭോ! ഞാൻ എന്തിന് കള്ളം പറയണം? അങ്ങ് എന്നെ വിശ്വസിക്കണം. ഭാരതീയർക്ക് മുസ്ലീങ്ങളായി ജനിക്കാൻ കഴിയില്ലല്ലോ. വ്യക്തമല്ലേ. ഞങ്ങൾക്ക് മതം മാറാനേ സാധിക്കൂ. ജീവിതത്തിൽ വൈകി മതം മാറിയതിന് നിങ്ങൾക്ക് ഞങ്ങളെ ശിക്ഷിക്കാൻ കഴിയില്ല.'

ആ അറബിക്ക് ഒരുറപ്പില്ലായിരുന്നു. ആ ഭാരതീയൻ സത്യമാണോ പറയുന്നതെന്ന് അയാൾക്ക് മനസ്സിലായില്ല. കപ്പലിൽ എന്തെങ്കിലും ചതിപ്രയോഗം നടക്കുന്നുണ്ടോ എന്നും. എന്നാൽ ചതിപ്രയോഗം തീർച്ചയായും അറബ് കപ്പലിന്റെ തട്ടിൽ ആരംഭിച്ചതായി തോന്നി. അത് ചോള-പർമർ പായ്ക്കപ്പലിലുണ്ടായിരുന്ന എല്ലാവരുടെയും ശ്രദ്ധ തിരിച്ചു. ഖിലാഫത്തിന്റെ കപ്പലിലെ ആളുകൾ പരിഭ്രാന്തരായി അലക്ഷ്യമായി ഓടുകയായിരുന്നു. താമസിയാതെ അവർ കാഴ്ചയിൽ നിന്ന് മറഞ്ഞു. വഞ്ചനയെക്കുറിച്ച് അലറിവിളിച്ചുകൊണ്ട് അവർ തങ്ങളുടെ കപ്പലിന്റെ പിൻഭാഗത്തേക്ക് ഓടി.

വില്ലുകളേന്തി, അവർ കപ്പലിന്റെ പിൻഭാഗത്തെ ഇരമ്പുന്ന ജലപ്പരപ്പിലേക്ക് അമ്പുകൾ വർഷിച്ചു. ചോള പായ്ക്കപ്പലിലുണ്ടായിരുന്ന അറബികൾ ആശയക്കുഴപ്പത്തിൽ സ്വന്തം കപ്പലിലേക്ക് നോക്കിനിന്നു. സോമേശ്വരിന്റെ മേലുള്ള സയ്യിദിന്റെ പിടി അയഞ്ഞു.

'ആക്രമിക്കൂ!' ആ അവസരം മുതലെടുത്ത് വിജയൻ തന്റെ വാൾ ഊരിയെടുത്തുകൊണ്ട് ഗർജ്ജിച്ചു. 'വെട്ടിനുറുക്കൂ അവരെ. കൊളുത്തുകളുടെ കയറുകൾ മുറിക്കൂ!'

ചോള-പർമർ സൈനികർ തൽക്ഷണം വാളൂരുകയും ആക്രമണത്തിലേക്ക് കുതിക്കുകയും ചെയ്തു.

സയ്യിദ് സ്തബ്ധനായി തിരിഞ്ഞു. ഇഖ്ബാലും സോമേശ്വരും പിന്നിലേക്ക് പിൻവാങ്ങിയിരുന്നു. അതേസമയം, ചോളരുടെ

ധീരനായ ഉപസൈന്യാധിപൻ തന്റെ കപ്പലിന്റെയും ആജ്ഞയുടെയും നിയന്ത്രണം തിരിച്ചുപിടിച്ചിരുന്നു. ആ പാണ്ഡ്യൻ അറബി നേതാവിന്റെ മേൽ ചാടിവീഴുകയും അവന്റെ കഴുത്തിൽ നിന്ന് മാല വലിച്ചുപൊട്ടിക്കുകയും ചെയ്തു. സയ്യിദിന് കാൽ വഴുതി, അവൻ അപകടകരമായി ആടിയുലഞ്ഞു.

'എടാ തടിയാ, നിനക്ക് ചേർന്ന ആളോട് പോയി ഗർജ്ജിക്കെടാ.' വിജയൻ ഇടിമുഴക്കത്തോടെ പറഞ്ഞു. അവൻ സയ്യിദിന്റെ കഴുത്തിൽ പിടിക്കുകയും തന്റെ വാൾ ആ അറബിയുടെ വയറ്റിലേക്ക് കുത്തിയിറക്കുകയും ചെയ്തു.

ഖിലാഫത്ത് കപ്പലിന്റെ സൈന്യാധിപൻ വേദനകൊണ്ട് അലറി. എന്നാൽ അതിജീവിക്കാനുള്ള അസാധാരണമായ ഇച്ഛാശക്തി പ്രകടിപ്പിച്ചുകൊണ്ട് അവൻ വിജയന്റെ തൊണ്ടയിൽ പിടിക്കുകയും അപ്രതീക്ഷിത ശക്തിയോടെ അയാളെ പിന്നോട്ട് തള്ളുകയും ചെയ്തു. ആ ഭാരതീയൻ, ഒരു കയ്യിൽ അറബിയുടെ പൊട്ടിയ മാലയും മറുകയ്യിൽ രക്തം പുരണ്ട വാളുമായി തറപ്പലകയിൽ ശക്തിയായി വീണു. സയ്യിദ് അലറിക്കൊണ്ട് തിരിഞ്ഞ്, കൊളുത്തുകളുടെ കയറുകൾക്ക് നേരെ ആടിയാടി നടന്നു. ആ അടിപിടിക്കിടയിൽ അവയൊന്നും മുറിച്ചുമാറ്റിയിരുന്നില്ല.

ഒരു ചോള യോദ്ധാവ് സോമേശ്വരിനെയും ഇഖ്ബാലിനെയും താഴത്തെ തട്ടിലേക്ക് കൊണ്ടുപോയിരുന്നു. അതേസമയം ബാക്കിയുള്ളവർ ശത്രു കപ്പലിൽ നിന്ന് ഇരച്ചെത്തുന്ന അറബ് സൈനികരുമായി പോരാടുകയായിരുന്നു. ഏതാനും ഭാരതീയർ രണ്ട് കപ്പലുകൾക്കുമിടയിലുള്ള കൊളുത്തുകളുടെ കയറുകൾ അരിശത്തോടെ മുറിച്ചുമാറ്റുന്നുണ്ടായിരുന്നു. കൊടുങ്കാറ്റിലെ മഴത്തുള്ളികൾ പോലെ ഖിലാഫത്തിന്റെ കപ്പലിന്റെ തട്ടിൽ അമ്പുകൾ പതിച്ചു.

നരകം ഇളകിവന്നിരുന്നു.

വലിയ തോതിലുള്ള രക്തനഷ്ടം കാരണം ശക്തി ക്ഷയിച്ചുകൊണ്ടിരുന്ന സയ്യിദ്, തന്റെ കപ്പലിലേക്ക് തിരികെ പോകാൻ ശ്രമിച്ചു.

'സൈന്യാധിപൻ!' ഒരു അറബി വിളിച്ചുപറഞ്ഞു.

അവൻ കൈവരിയിൽ പിടിക്കുകയും തനിക്കെതിരെ എറിഞ്ഞ കയറിൽ പിടുത്തമിടുകയും ചെയ്തു.

'കാഫിറുകൾ!' സയ്യിദ് ശപിച്ചു, കടുത്ത രക്തനഷ്ടത്തിനിടയിലും കോപം കൊണ്ട് അലറിക്കൊണ്ട്, മറ്റേ കപ്പലിലുള്ള തന്റെ ആളുകൾക്ക് കേൾക്കാൻ പാകത്തിൽ അവൻ ഗർജ്ജിച്ചു. 'പീരങ്കി നിറയ്ക്കൂ! കപ്പൽ... തകർക്കൂ!'

നിർഭാഗ്യവശാൽ അബ്ബാസിദ് സൈന്യാധിപന് വേണ്ടി, വിജയന്റെ പക്കൽ മറ്റു പദ്ധതികളുണ്ടായിരുന്നു. ചോളരുടെ സൈന്യാധിപൻ തന്റെ വാൾ വലിച്ചെറിഞ്ഞ് വില്ലെടുത്തു. അവൻ അമ്പ് ഞാണിൽ തൊടുക്കുകയും ആ അമ്പ് തൊടുത്തുവിടുകയും ചെയ്തു.

ഠപ്പ്.

അത് അറബി സൈന്യാധിപന്റെ കഴുത്തിലെ അസ്ഥി തകർത്തു. അവന്റെ തല മുന്നോട്ട് തൂങ്ങി, സ്വന്തം രക്തത്തിൽ മുങ്ങിമരിക്കാൻ തുടങ്ങി. സയ്യിദിന്റെ കണ്ണുകൾ അടഞ്ഞു, അവന്റെ ശരീരം കടലിലേക്ക് മറിഞ്ഞുവീണു.

അതേസമയം, ചോള സൈനികർ എല്ലാ കൊളുത്തുകളുടെ കയറുകളും മുറിച്ചുമാറ്റിയിരുന്നു. അവരുടെ പായ്ക്കപ്പൽ സ്വതന്ത്രമായിരുന്നു!

ഒരു മിന്നൽപ്പിണർ മേഘങ്ങളെ പ്രേതസമാനമായ തിളക്കത്തോടെ പ്രകാശിപ്പിച്ചു.

വിജയൻ തന്റെ ആളുകളെ നോക്കി. 'പായ ഉയർത്തൂ!'

രണ്ട് ചോള സൈനികർ അവശേഷിക്കുന്ന പായകൾ ഉയർത്തി. മറ്റുള്ളവർ തങ്ങളുടെ കപ്പലിൽ ബാക്കിയുണ്ടായിരുന്ന അറബികളുമായി തീവ്രമായി പോരാടി.

അമാൽ തട്ടിലേക്ക് ഓടിവന്നു.

'അൻസാർ!'

വിജയൻ അവളെ തന്റെ കൈകളിൽ പിടിച്ചു.

'എന്നെ വിടൂ! എന്നെ വിടൂ!' അവൾ നിസ്സഹായയായി അവന്റെ ശക്തമായ ആലിംഗനത്തിൽ കിടന്ന് പിടഞ്ഞു. 'അൻസാർ!'

'ശ്ശ്, അമാൽ!' അവളെ കണ്ടപ്പോൾ ആശ്വാസം കൊണ്ട് ഹൃദയം കുതിച്ചുയർന്ന വിജയൻ അവളെ സമാധാനിപ്പിച്ചു.

അവൾ വ്യാകുലയായിരുന്നു. അവൾ ശാന്തയാകുമായിരുന്നില്ല.

'അമാൽ!' ഭ്രാന്തമായി പുളയുന്ന അവളെ നോക്കി വിജയൻ വിളിച്ചു. എന്നാൽ ആ കണ്ണുകൾ ശത്രു കപ്പലിൽ തറച്ചുപോയിരുന്നു.

ശക്തമായ ഒരു കാറ്റ് പായകളെ പൂർണ്ണമായി വിടർത്തി. അറബ് പായ്ക്കപ്പലിന്റെ പിടിയിൽ നിന്ന് രക്ഷപ്പെട്ട് ചോള പായ്ക്കപ്പൽ അതിവേഗം നീങ്ങാൻ തുടങ്ങി.

എന്നാൽ അമാൽ വിജയന്റെ കൈകളിൽ കിടന്ന് പിടയുന്നത് തുടർന്നു, സ്വതന്ത്ര്യയാകാൻ ശ്രമിച്ചുകൊണ്ട്.

'അമാൽ !' അവളെ സമാധാനിപ്പിക്കാൻ ശ്രമിച്ചുകൊണ്ട് വിജയൻ അലറി. 'എന്താണ് കാര്യം? നമ്മൾ സുരക്ഷിതരാണ്...'

അമാൽ മറുപടിയായി വിലപിച്ചു. ദൂരെ മാഞ്ഞുപോകുന്ന ശത്രു കപ്പലിന് നേരെ അവൾ വിരൽ ചൂണ്ടി. ഖിലാഫത്തിന്റെ പായ്ക്കപ്പലും അതിന്റെ പായകൾ വിടർത്തിയിരുന്നു. പിന്തുടരാൻ തയ്യാറായി. ചോള പായ്ക്കപ്പലിന് ശക്തി പകർന്ന അതേ ശക്തമായ കാറ്റ് അറബ് കപ്പലിന്റെ പായകളിലും നിറഞ്ഞു. പെട്ടെന്ന്, ഇരമ്പുന്ന കടലിന് നടുവിൽ ആ ഖിലാഫത്ത് കപ്പൽ ഒരു പാവക്കുട്ടിയെപ്പോലെ വിറച്ചു.

കപ്പലിന്റെ നിയന്ത്രണം നഷ്ടപ്പെട്ടിരുന്നു. ചുക്കാൻ മാത്രമല്ല, കപ്പലിന്റെ അടിത്തട്ടുപോലും വിച്ഛേദിക്കപ്പെട്ടതായി തോന്നി. ഒരു അപ്രതീക്ഷിത കൂറ്റൻ തിരമാല വലതുവശത്ത് വന്നിടിച്ചു, കപ്പൽ കാറ്റിന് കുറുകെ തിരിഞ്ഞ് നിയന്ത്രണം നഷ്ടപ്പെട്ടപ്പോൾ അത് ശക്തമായി ചരിഞ്ഞു. കാറ്റ് പായകളിലേക്ക് ആഴത്തിൽ അലറിയടിച്ചപ്പോൾ തന്നെ ക്രൂരമായ മറ്റൊരു ശക്തമായ തിരമാലയും ആഞ്ഞടിച്ചു. ലളിതമായി പറഞ്ഞാൽ, ചുക്കാൻ നിയന്ത്രണമില്ലാത്ത ഒരു കപ്പലിന് അതൊരു തികഞ്ഞ കൊടുങ്കാറ്റ് ആയിരുന്നു. ആ വലിയ പായ്ക്കപ്പൽ ഒരു വശത്തേക്ക് ചരിഞ്ഞ് മറിഞ്ഞുപോയി. മിന്നൽ വെട്ടി.

അദ്ധ്യായം 13

തലയിണയ്ക്കടിയിലെ പാമ്പ്

ഗസ്നി, അഫ്ഗാനിസ്ഥാൻ

നക്ഷത്രങ്ങളില്ലാത്ത ആ കറുത്ത രാത്രി, ഉറക്കമില്ലാത്ത ശബ്ദങ്ങളാൽ സജീവമായിരുന്നു. അടിമകൾ ഉണർന്നിരുന്നു, തൊഴിൽ പാളയം പ്രവർത്തനങ്ങളാൽ മുഖരിതമായിരുന്നു. ഗസ്നിയിലെ ജമാ മസ്ജിദ് നടുവിൽ തലയുയർത്തി നിന്നു. ചുറ്റുമുള്ള കൂടാരങ്ങളിൽ നിന്നുള്ള പന്തങ്ങളുടെ വെളിച്ചം ആ പ്രാർത്ഥനാലയത്തിന് ഒരു പ്രേതസമാനമായ തിളക്കം നൽകി.

ഭൂമി തണുത്തുവിറയ്ക്കുന്നതുപോലെ തോന്നി. ചൂടുകിട്ടാതെ അത് ഉഗ്രമായ കാറ്റൂതി വിട്ട്, വെട്ടിപ്പിളരുന്നതുപോലെ തോന്നി. പിന്നെയും. പിന്നെയും ഒന്ന്. യസാദെ ആശ്വാസത്തിനായി തന്റെ പിഞ്ഞിക്കീറിയ പുതപ്പിൽ അള്ളിപ്പിടിച്ചിരുന്നു. അലറിക്കരഞ്ഞുകൊണ്ട് പുരുഷന്മാരും സ്ത്രീകളും കുട്ടികളും ഭയന്ന് നാലുപാടും ചിതറിയോടുമ്പോൾ ഭൂചലനത്തിന്റെ ശക്തി കൂടിവന്നു.

ഉം!

ആ പ്രാർത്ഥനാലയത്തിനടിയിൽ ഭൂമി രണ്ടായി പിളർന്നു.

വലുതായി വരുന്ന ആ പിളർപ്പിൽ നിന്ന് രക്ഷപ്പെടാനായി ആളുകൾ പല ദിശകളിലേക്കും ഓടി. യസാദെ എഴുന്നേറ്റ് അനങ്ങാതെ അവിടെത്തന്നെ നിന്നു. ആഴത്തിൽ നിന്ന് മങ്ങിയ നീല വെളിച്ചം പുറത്തേക്ക് വന്നു. മയക്കത്തിലകപ്പെട്ടപോലെ അവൾ അതിനടുത്തേക്ക് നീങ്ങി. യസാദെ ആ ഗർത്തത്തിന്റെ വക്കിൽ നിന്ന് ഇരുട്ടിലേക്ക് എത്തിനോക്കി. അവൾ

ശ്വാസമടക്കിപ്പിടിച്ചു. ബദാം ആകൃതിയിലുള്ള ഭീമാകാരമായ മൂന്ന് നീല വിടവുകൾ അവളെ നോക്കുന്നുണ്ടായിരുന്നു... കണ്ണുകൾ. രണ്ട് കണ്ണുകൾ തിരശ്ചീനമായി അടുത്തടുത്തായിരുന്നു. മൂന്നാമത്തേത് അവയ്ക്ക് മുകളിൽ, ലംബമായിട്ടായിരുന്നു. അവ മനോഹരവും വശീകരിക്കുന്നതുമായിരുന്നു. യസാദെ ആടിയുലഞ്ഞു...

'എഴുന്നേൽക്ക്, മോളേ!'

ആരോ അടിച്ചതുപോലെ യസാദെ നിലവിളിച്ചു.

'എഴുന്നേൽക്കാൻ!'

അവൾ പരുക്കൻ പായയിൽ ഉരുണ്ട് കണ്ണുതുറന്നു. നേർത്ത പുതപ്പിനിടയിലൂടെ അരിച്ചെത്തിയ തണുത്ത കാറ്റിനെ പ്രതിരോധിച്ച് അവൾ ഞെട്ടിയെഴുന്നേറ്റു. പതിവുപോലെ അവളുടെ നെഞ്ചൊന്ന് കാളി.

നേരം പുലർന്നിരുന്നു. രാത്രി അവസാനിച്ചു. ആ ഒരൊറ്റ സമയത്തുമാത്രമാണ് അവളുടെ ആളുകൾക്ക് അവരുടെ സാഹചര്യങ്ങളുടെ ക്രൂരതയിൽ നിന്ന് മോചനം ലഭിച്ചിരുന്നത്. അതും ഒരു പരിധിവരെ മാത്രം. കാരണം, വിശന്ന ചെന്നായ്ക്കളുടെ കൂട്ടത്തെപ്പോലെ ജുൻദീൻ-ഉൽ-ദിൻ രാത്രി മുഴുവൻ അടിമ പാളയങ്ങളിൽ റോന്തുചുറ്റുമായിരുന്നു.

ഗസ്നിയിലെ വലിയ പള്ളിയുടെ പണിക്ക് നിയോഗിക്കപ്പെട്ട അടിമകളുടെ വാസസ്ഥലം ആട്ടിൻ തൊഴുത്തുകളായിരുന്നു. 'കാരുണ്യവാനായ' വലിയ മുഫ്തിയുടെ കൽപ്പനപ്രകാരം, അവയ്ക്ക് മുകളിൽ പരുക്കൻ തുണികൊണ്ടുള്ള മേൽക്കൂരകൾ കെട്ടിയിരുന്നു, കാറ്റിൽ നിന്നും മഴയിൽ നിന്നും സംരക്ഷണം നൽകുന്നുവെന്ന വ്യാജേന. ദ്വാരങ്ങൾ നിറഞ്ഞ പരുക്കൻ കിടക്കകളും പുതപ്പുകളും അവർക്ക് നൽകി.

കുറച്ച് ആഴ്ചകൾക്ക് മുൻപാണ് ഇസ്മായിൽ അവളെയും അവളുടെ അച്ഛനെയും ഇവിടേക്ക് മാറ്റിയത്. ഗവർണർ മുഫ്തി തന്റെ സ്വന്തം അടിമകളെ പള്ളി പുനർനിർമ്മാണ പദ്ധതിയിലേക്ക് സംഭാവന ചെയ്യുന്നതായാണ് ഇത് പരസ്യമായി അവതരിപ്പിക്കപ്പെട്ടത്. അത് ഇസ്മായിലിന്റെ പ്രതിച്ഛായ കൂടുതൽ മെച്ചപ്പെടുത്തിയ ത്യാഗമായിരുന്നു. എന്നാൽ ഇസ്മായിൽ ആവശ്യപ്പെടുമ്പോഴെല്ലാം, കുറച്ചു ദിവസങ്ങൾ കൂടുമ്പോൾ മുഫ്തിയുടെ ആളുകൾ യസാദെയെ

കൊണ്ടുപോകുമായിരുന്നു. പള്ളിയിലെ പണി തീരുമ്പോൾ വൈകുന്നേരത്തോടെ അവളെ ആളുകളുടെ അടുത്തേക്ക് തിരിച്ചെത്തിക്കും. യസാദെ സ്വന്തം അവസ്ഥയെ വെറുത്തെങ്കിലും തങ്ങൾ ഒരു അവകാശവുമില്ലാത്ത അടിമകളാണെന്ന് അവൾ മനസ്സിലാക്കിയിരുന്നു. അവരുടെ ഗ്രാമം കൊള്ളയടിക്കപ്പെട്ട ദിവസം മുതൽ അവർ കൊള്ളക്കാരായ ഗസ്നവിഡ് അടിമക്കച്ചവടക്കാരുടെ സ്വകാര്യ സ്വത്തായി മാറിയിരുന്നു.

അവൾ കണ്ണുചിമ്മി. പരിഭ്രാന്തരായ അടിമകളുടെ ഭ്രാന്തമായ ചവിട്ടടികളാൽ ഭൂമി പ്രകമ്പനം കൊള്ളുകയായിരുന്നു. അലർച്ചകൾ അന്തരീക്ഷത്തിൽ ഉയർന്നു.

'എന്താ സംഭവിക്കുന്നത്, വാപ്പാ?' യസാദെ അലറിക്കരഞ്ഞു.

'കുറച്ചാളുകൾ ജുൻദീൻ-ഉൽ-ദിന്നിനെ ആക്രമിച്ചു!' ആ വൃദ്ധൻ പറഞ്ഞു. 'അവർ പൂട്ടുകൾ തകർക്കുകയും പരസ്പരം ബന്ധിച്ചിരുന്ന ചങ്ങലകൾ വെട്ടിമാറ്റുകയും ചെയ്തു. വേഗം, മോളേ, ഈ ദുഃസ്വപ്നം അവസാനിച്ചു! എഴുന്നേൽക്ക്, എഴുന്നേൽക്ക്! നമ്മൾ ഇവിടെ നിന്ന് രക്ഷപ്പെടുകയാണ്!'

സ്തബ്ധയായിപ്പോയ യസാദെ പിടഞ്ഞെഴുന്നേറ്റു. അച്ഛനും മകളും പരസ്പരം ചേർത്തുപിടിച്ച് തൊഴുത്തിലെ വേലി പൊളിച്ചുണ്ടാക്കിയ വഴിയിലൂടെ ഓടി. ജുൻദീൻ-ഉൽ-ദിന്നിനെ അപ്രതീക്ഷിതമായി ആക്രമിച്ച് കീഴടക്കിയ ആ വിമത അടിമസംഘം വേലിയുടെ ഇരുവശത്തുമായി നിലയുറപ്പിച്ചിരുന്നു.

'വേഗം, വേഗം പോകൂ!' ഒരാൾ ആജ്ഞാപിച്ചു. അടിമകളുടെ ധീരമായ രക്ഷപ്പെടലിന് അയാൾ നേതൃത്വം നൽകുന്നതായി തോന്നി. ആഴ്ചകളായി കഴുകാത്ത പൊടിപിടിച്ച് ജടയായി മാറിയ ചുരുണ്ട മുടിയുള്ള ആ പൊക്കമുള്ള മനുഷ്യൻ, വേലിയിലെ വിടവിലൂടെ പുറത്തേക്ക് കുതിക്കുന്ന തടവുകാരുടെ പ്രവാഹത്തെ തിടുക്കപ്പെടുത്തി. അച്ഛനോടൊപ്പം ആ വിടവിലൂടെ സ്വാതന്ത്ര്യത്തിലേക്ക് കുനിഞ്ഞിറങ്ങുമ്പോൾ യസാദെ അയാൾക്ക് നന്ദിസൂചകമായ ഒരു നോട്ടം നൽകി.

'വേഗം!' പിന്നിൽ നിന്ന് ആ വിമത നേതാവ് വിളിച്ചുപറഞ്ഞു. 'എല്ലാവരും ഒരുമിച്ച് നിൽക്കണം!'

ആകെ വ്യാകുലനായ ഇസ്മായിൽ ഗസ്നി കൊട്ടാരത്തിലെ മൂലമുറിയിലേക്ക് ഇരച്ചുകയറി. മഹ്മൂദ് ഒരു അടിയന്തര സ്വകാര്യ യോഗം വിളിച്ചിരുന്നു. ഇസ്മായിൽ ആ മുറിയിലൊന്ന് കണ്ണോടിച്ചു. ഖ്വാജ ഹസ്സനെ അദ്ദേഹത്തിന്റെ മന്ത്രിമാരും ഭീകരനായ ജനറൽ അബു ഖാസിമും വളഞ്ഞിരുന്നു. സുൽത്താന്റെ ഒഴിഞ്ഞ ഇരിപ്പിടത്തിന് ഇടതുവശത്തായി ബദ്ധശത്രുവായ കൗസരി ജഹാൻ റാണി ഇരിക്കുന്നുണ്ടായിരുന്നു. ഒരു മദമിളകിയ കാട്ടാനയെപ്പോലെ സുൽത്താൻ മുറിയുടെ ഒരറ്റം മുതൽ മറ്റേ അറ്റം വരെ അസ്വസ്ഥനായി നടക്കുന്നുണ്ടായിരുന്നു. വഴിയിൽ കാണുന്ന ആരെയും ആക്രമിക്കാൻ തയ്യാറായി നിൽക്കുന്നതുപോലെ.

തന്റെ പേപ്പട്ടിയുടേതുപോലുള്ള കണ്ണുകൾ സഹോദരനിൽ ഉടക്കിയ ഉടൻ മഹ്മൂദ് അലറി, 'ഇസ്മായിൽ!'

സഹോദരന്റെ ശബ്ദം കേട്ട് ഇസ്മായിലിന്റെ രക്തം തണുത്തുറഞ്ഞുപോയി. അവൻ മഹ്മൂദിന്റെ കാൽക്കലേക്ക് വീണു.

'സഹോദരാ!' മഹ്മൂദിന്റെ കാലുകളിൽ പിടിച്ചുകൊണ്ട് ഇസ്മായിൽ കരഞ്ഞു. 'എന്റെ ആളുകൾ രാവും പകലും ഓരോ മണിക്കൂറും കാവലുണ്ടായിരുന്നു,' അയാൾ ആത്മാർത്ഥമായി വിലപിച്ചു. 'പുറത്തുനിന്നുള്ള സഹായമില്ലാതെ ഇത് സംഭവിക്കില്ല. ഒരു വഴിയുമില്ല!'

'എന്നിട്ടും നിന്റെ മുപ്പത് ആളുകൾ മരിച്ചു, മൂന്ന് പേർക്ക് ഗുരുതരമായി പരിക്കേറ്റു,' ഒരു തെരുവുനായയെ എന്നപോലെ സഹോദരനെ ചവിട്ടിത്തെറിപ്പിച്ചുകൊണ്ട് മഹ്മൂദ് ചീറി. 'വെറും നിരായുധരായ അടിമകൾ, എങ്ങനെ നിന്റെ കാവൽക്കാരെ കീഴടക്കി ഇതുപോലെ രക്ഷപ്പെട്ടു?'

ഇസ്മായിൽ കാലുറപ്പിക്കാൻ പാടുപെട്ട് എഴുന്നേറ്റ്, മറുപടി പറയാനാവാതെ നിന്നു. സഹോദരന്റെ കോപം അവനെ തളർത്തിക്കളഞ്ഞിരുന്നു. ഗർവ്വോടെയും നിർവികാരതയോടെയും ഇരിക്കുന്ന കൗസരി ജഹാനെ അയാൾ ഒളികണ്ണിട്ട് നോക്കി.

ലാഹോറിൽ വളരെ കുറച്ച് സമയം മാത്രം ചിലവഴിക്കുന്ന ലാഹോറിലെ രാജാവായ മാലിക് അയാസ് അല്പം ദൂരെയായി, മുഖത്ത് ഒരു വിരസഭാവത്തോടെ ഇരിക്കുന്നുണ്ടായിരുന്നു.

'ഗ്രസ്ഗാനിലെ ആ എലിമടയിൽ നിന്ന് നിന്നെ മോചിപ്പിച്ച് ഇവിടെ കൊണ്ടുവന്നതിന് നീ ഇങ്ങനെയാണോ പ്രത്യുപകാരം ചെയ്യുന്നത്?' മഹ്മൂദ് ചോദിച്ചു. 'ഇങ്ങോട്ട് വന്നപ്പോൾ തന്നെ ഈ വഞ്ചന നിന്റെ മനസ്സിലുണ്ടായിരുന്നോ, അതോ എനിക്ക് ചുറ്റുമുള്ള ഈ മുഖസ്തുതിക്കാരോടൊപ്പം ചേർന്ന് നീ ഇത് ആസൂത്രണം ചെയ്തതാണോ?'

സുൽത്താൻ ഖ്വാജ ഹസ്സനെ നോക്കി മുഖം ചുളിച്ചു. മോരിൽ പിരിഞ്ഞ പാൽക്കട്ട പോലെ അയാൾ വിയർത്ത് ചുരുങ്ങിപ്പോയി.

'തടിയൻ കോമാളീ, നിനക്ക് ഇതിൽ എന്തെങ്കിലും പങ്കുണ്ടോ?' മഹ്മൂദ് തന്റെ കോപം ഇപ്പോൾ ഖ്വാജ ഹസ്സന്റെ നേരെ തിരിച്ചു. 'എന്നെയും എന്റെ സഹോദരനെയും തമ്മിലടിപ്പിച്ച്, ആ വൃത്തികെട്ട അവിശ്വാസികളായ അടിമകളുടെ മേലുള്ള നിയന്ത്രണം തിരിച്ചുപിടിക്കാൻ നീയാണോ ഈ ഒളിച്ചോട്ടം സംഘടിപ്പിച്ചത്?'

'പ്രഭോ, ഇല്ല!' പ്രധാനമന്ത്രി കിതച്ചു. 'അള്ളാഹു എന്നെ ഇടിത്തീ വീഴ്ത്തി കൊല്ലട്ടെ, ഞാൻ...'

'നിന്റെ രഹസ്യ ഇടപാടുകളെയും നികുതി വെട്ടിപ്പിനെയും കുറിച്ച് ഇസ്മായിൽ എന്നോട് പറഞ്ഞപ്പോൾ തന്നെ നിന്നെ വധിക്കേണ്ടതായിരുന്നു, ഒരു വിലയുമില്ലാത്ത നീചാ!' മഹ്മൂദ് അലറി.

'പ്രഭോ!' ഖ്വാജ ഹസ്സൻ കിതച്ചുകൊണ്ട് നിലത്തേക്ക് വീണു. 'ഞാൻ അങ്ങയോട് ഉറപ്പുതരുന്നു, ഇതിൽ എനിക്കൊരു പങ്കുമില്ല! തീർച്ചയായും ഇല്ല. അങ്ങേക്ക് ഈ ലോകത്ത് അർഹമായ സ്ഥാനം എത്രയും പെട്ടെന്ന് ലഭിക്കുന്നതിനായി പള്ളിയുടെ അറ്റകുറ്റപ്പണികൾ വേഗത്തിൽ പൂർത്തിയാക്കാൻ സഹായിക്കണമെന്ന ഉറച്ച തീരുമാനത്തിലായിരുന്നു ഞാൻ. ഇത് നമുക്കെല്ലാവർക്കും അഭിമാനിക്കാനുള്ള ഒരു കാര്യമാണല്ലോ!'

'ഖ്വാജ ഹസ്സൻ പറയുന്നത് സത്യമാണ്, പ്രഭോ.' കൗസരി ജഹാന്റെ ശബ്ദം പട്ടുപോലെ നേർത്തതും മധുരവുമായിരുന്നു. അവർ എഴുന്നേറ്റ്, ഭർത്താവിന്റെ അടുത്തേക്ക് ഒഴുകിനീങ്ങി അദ്ദേഹത്തിന്റെ നെഞ്ചിൽ കൈവെച്ചു. മഹ്മൂദിന്റെ പ്രവചനാതീതമായ കോപം അതോടെ വെറും ദേഷ്യമായി അടങ്ങുന്നതുപോലെ തോന്നി.

കൗസരി മഹ്മൂദിനെ സമാധാനിപ്പിക്കുന്നത് തുടർന്നു. 'മഹാനായ സുൽത്താൻ, വിനയപൂർവ്വം ഞാനൊന്ന് പറഞ്ഞുകൊള്ളട്ടെ,

അങ്ങും അങ്ങയുടെ സഹോദരനും കരുണ നിറഞ്ഞ ഹൃദയമുള്ളവരായതുകൊണ്ട്, അടിമകളുടെ കൂറ് അളക്കുന്നതിൽ ഗുരുതരമായ ഒരു പിഴവ് വരുത്തി. എന്തായാലും അവർ തടവുകാരാണ്. പ്രതീക്ഷിച്ചത് തന്നെ അവർ ചെയ്തു. തങ്ങളെ പിടികൂടിയവരിൽ നിന്ന് അവർ ഓടി രക്ഷപ്പെട്ടു.'

'മഹാറാണീ, നിങ്ങൾ അടിമകളുടെ പക്ഷം ചേരുകയാണോ?' മാലിക് അയാസ് ചോദിച്ചു.

'അയാസ്, നീ ഇതിൽ ഇടപെടേണ്ട,' മാലിക് അയാസിനെ തുറിച്ചുനോക്കിക്കൊണ്ട് മഹ്മൂദ് പറഞ്ഞു. കൗസരിയും അയാസും തമ്മിലുള്ള ശത്രുതയെക്കുറിച്ച് അദ്ദേഹത്തിന് അറിയാമായിരുന്നു. അസൂയാലുക്കളായ കാമുകരെപ്പോലെ അവർ തനിക്ക് വേണ്ടി പോരടിക്കുന്നത് കാണാൻ ഇപ്പോൾ അദ്ദേഹത്തിന് ഒട്ടും താല്പര്യമുണ്ടായിരുന്നില്ല. മറ്റൊരു പോര് കാണാൻ അദ്ദേഹം ഒരുക്കമല്ലായിരുന്നു.

'പ്രഭോ,' ഇസ്മായിൽ സംസാരിച്ചു. അദ്ദേഹത്തിന്റെ ശബ്ദം അപ്പോഴും ഭയം കൊണ്ട് വിറയ്ക്കുന്നുണ്ടായിരുന്നു. 'കൃത്യമായി ഒന്നും പറയാൻ സമയമായിട്ടില്ലെങ്കിലും ആ കാഫിറുകൾ അപ്രത്യക്ഷരായതിനെക്കുറിച്ച് ഞാൻ ഒരു പ്രാഥമിക അന്വേഷണം നടത്തി. എന്റെ ജുൻദീൻ-ഉൽ-ദിൻ സേനാംഗങ്ങൾക്കെതിരെ പതിയിരുന്ന് ആക്രമണം നടന്നതായി സൂചിപ്പിക്കുന്ന കാൽപ്പാടുകൾ മഞ്ഞുമൂടിയ ചെളിയിൽ ഞങ്ങൾ കണ്ടെത്തിയിട്ടുണ്ട്. അടിമ പാളയത്തിന് പുറത്തുനിന്നാണ് അവർ ആദ്യം ആക്രമിക്കപ്പെട്ടത്, അതിനുശേഷമാണ് അടിമകൾ രക്ഷപ്പെട്ടത്.'

'അത് സത്യമാണോ?' മഹ്മൂദ് ഒരു പുരികം ഉയർത്തി. 'നിനക്ക് എങ്ങനെ അത്ര ഉറപ്പിച്ചു പറയാൻ കഴിയും?'

'നന്നായി ആയുധം ധരിച്ച അമ്പതിലധികം ആളുകൾ ആ തൊഴിലാളികളുടെ കാവൽ ഏറ്റിരുന്നു,' ഇസ്മായിൽ പറഞ്ഞു. 'ഇപ്പോൾ മുപ്പതുപേർ മരിച്ചു, മൂന്നുപേർക്ക് പരിക്കേറ്റു, ബാക്കിയുള്ളവരെ കാണാനില്ല...'

'നീയെന്താണ് പറഞ്ഞു വരുന്നത്?' മഹ്മൂദ് ക്ഷമയില്ലാതെ തന്റെ അനിയന്റെ സംസാരം മുറിച്ചു. 'കടങ്കഥ പറയരുത്. നിന്റെ ജുൻദീൻ-ഉൽ-ദിൻ ഒരു പ്രയോജനവുമില്ലാത്ത പോരാളികളാണ്. അവർക്ക്

സ്ത്രീകളെയും കുട്ടികളെയും ഭീഷണിപ്പെടുത്താനേ അറിയൂ. അല്ലാതെ ശരിക്കുള്ള പുരുഷന്മാരോട് പോരാടാൻ അറിയില്ല. അതെല്ലാം എനിക്കിതിനകം അറിയാം. പുറത്തുനിന്ന് ആരോ അടിമകളെ രക്ഷപ്പെടാൻ സഹായിച്ചെന്ന് കരുതുന്നത് എന്തുകൊണ്ടാണെന്ന് പറ. ചെളിയിലെ കാൽപ്പാടുകൾ ഒരു നിർണ്ണായക തെളിവല്ല.'

'പ്രഭോ, എന്റെ സഹോദരാ,' സുൽത്താന് അധികം ക്ഷമ ബാക്കിയില്ലെന്ന് ഭയന്ന് ഇസ്മായിൽ തിടുക്കത്തിൽ പറഞ്ഞു. 'അടിമകൾക്ക് തനിച്ച് ഞങ്ങളുടെ ആളുകളെ കീഴ്പ്പെടുത്താൻ കഴിയില്ല. എന്റെ ആളുകളുടെ കയ്യിൽ ആയുധങ്ങളുണ്ടായിരുന്നു. അടിമകളുടെ കയ്യിൽ അതുണ്ടായിരുന്നില്ല. എന്നിട്ടും ഈ അടിമകൾ എന്റെ ആളുകളെ കൂട്ടക്കൊല ചെയ്യുകയും കാര്യമായ പരിക്കുകളൊന്നും കൂടാതെ രക്ഷപ്പെടുകയും ചെയ്തു. അതെങ്ങനെ?'

വാതിൽക്കൽ മരവിച്ചുനിന്ന ഒരു വേലക്കാരനെ ഇസ്മായിൽ തിടുക്കത്തിൽ ആംഗ്യം കാണിച്ചു വിളിച്ചു. ആ വൃദ്ധൻ രണ്ടു കൈകളിലും ആയി ചേർത്തുപിടിച്ച ഒരു വാളുമായി അകത്തേക്ക് ഓടിവന്നു. അയാൾ മുട്ടുകുത്തി നിന്ന് മഹ്മൂദിന് പരിശോധിക്കാനായി വാൾ ഉയർത്തിപ്പിടിച്ചു.

സുൽത്താൻ ആ ആയുധത്തിന്റെ പിടിയിൽ പിടിച്ചു. തന്റെ തല വെട്ടാൻ കൊണ്ടുപോകുന്നതുപോലെ ആ വേലക്കാരൻ ഭയന്നുവിറച്ചു. മഹ്മൂദ് കണ്ണുകൾ ഇറുക്കി തുരുമ്പിച്ച വാൾ പരിശോധിച്ചു. അദ്ദേഹം ഞെട്ടലോടെ ഇസ്മായിലിനെ നോക്കി.

'ഇതെന്താണ്?' അദ്ദേഹം ചോദിച്ചു. 'ഇതെങ്ങനെ സംഭവിച്ചു? ഇത് നഗര കാവൽക്കാരുടെ ഔദ്യോഗിക ആയുധമാണല്ലോ. ജുൻദീൻ-ഉൽ-ദിൻ ഇത് ഉപയോഗിക്കാറില്ലല്ലോ!'

'അതുതന്നെയാണ് പ്രഭോ!' ഇസ്മായിൽ ആവേശത്തോടെ പറഞ്ഞു. അദ്ദേഹം വേലക്കാരനോട് പോകാൻ ആംഗ്യം കാണിച്ചു. 'അടിമകളെ സഹായിച്ചത് നഗരത്തിലെ ഔദ്യോഗിക സംവിധാനമാണെന്ന് എനിക്കുറപ്പുണ്ട്!' ഗവർണ്ണർ-മുഫ്തി പ്രഖ്യാപിച്ചു. അദ്ദേഹം മുറിയിലുള്ള എല്ലാവരെയും നോക്കിയെങ്കിലും, അദ്ദേഹത്തിന്റെ നോട്ടം കൗസരി ജഹാനിൽ അല്പം കൂടുതൽ നേരം തങ്ങിനിന്ന ശേഷം സുൽത്താനിലേക്ക് തിരിഞ്ഞു. 'പ്രഭോ, എന്റെ ആളുകളെ ആക്രമിച്ചത് നഗര കാവൽക്കാരിലെ വഴിപിഴച്ച ഒരു

വിഭാഗം തന്നെയെന്ന് ഞാൻ വാദിക്കുന്നു! ഒരുപക്ഷേ, അവരെ ആരോ പ്രേരിപ്പിച്ചിട്ടുണ്ടാവാം...'

രാജ്ഞിയുടെ മുഖത്തുനിന്ന് രക്തം വാർന്നുപോയപ്പോൾ അവരുടെ നിറം ഒരു പടി കൂടി വിളറി വെളുത്തു. അവരുടെ ക്ഷണികമായ അസ്വസ്ഥത ഇസ്മായിലിന്റെ ശ്രദ്ധയിൽ നിന്ന് രക്ഷപ്പെട്ടില്ല.

'അതെ, പ്രഭോ,' ഗവർണ്ണർ-മുഫ്തി രാജ്ഞിയിൽ നിന്ന് കണ്ണെടുക്കാതെ കൂട്ടിച്ചേർത്തു. 'നമ്മുടെ കൂട്ടത്തിൽ ഒരു രാജ്യദ്രോഹിയുണ്ട്. തീർച്ചയായും, ഈ നിമിഷം ഈ മുറിയിൽ എന്നല്ല, പക്ഷേ ആരോ അങ്ങയുടെ പദ്ധതികൾ അട്ടിമറിക്കാൻ ശ്രമിക്കുന്നുണ്ട്. ജമാ മസ്ജിദിന്റെ പുനർനിർമ്മാണം വൈകിപ്പിക്കാൻ. അങ്ങ് ഖലീഫയാവുന്നതിനോട് വിമുഖതയുള്ള ആരെങ്കിലും അങ്ങയുടെ അറിവിലുണ്ടോ, പ്രഭോ? അങ്ങ് ജനിച്ചുവീണ പുണ്യസിംഹാസനത്തിലേക്ക് ഉയരുന്നത് തടയാൻ മാത്രം ധാർഷ്ട്യത്തോടെ ഈയറ്റം വരെ പോകുന്ന ആരെങ്കിലും?'

'ഇത് അസംബന്ധമാണ്!' രാജ്ഞി തണുപ്പൻ മട്ടിൽ പറഞ്ഞു. അവർ കഴുത്തിൽ തൂങ്ങിക്കിടന്ന കറുത്ത പതക്കത്തിൽ ചെറുതായി തൊട്ടു. ' ഒരു കഴിവുകെട്ട മനുഷ്യൻ തന്റെ പരാജയം ഒരു പരിഹാസ്യമായ ഗൂഢാലോചനാ സിദ്ധാന്തം കൊണ്ട് മറയ്ക്കാൻ ശ്രമിക്കുന്നു. ഈ രാജ്യത്ത് അങ്ങേക്കെതിരെ നിൽക്കാൻ ധൈര്യമുള്ള ആരെങ്കിലുമുണ്ടോ, പ്രഭോ?' അവർ മഹ്മൂദിന് നേരെ തിരിഞ്ഞ് ചോദിച്ചു.

സുൽത്താൻ തന്റെ ഭാര്യയെ നേരെ നോക്കി.

'ഇതൊരു ധീരമായ രക്ഷപ്പെടലായിരുന്നു, യഥാർത്ഥത്തിൽ എന്താണ് സംഭവിച്ചതെന്ന് പറയാൻ ജീവനോടെ ഒരു സാക്ഷി പോലുമില്ല,' കൗസരി ജഹാൻ തുടർന്നു. 'മാത്രമല്ല, ഗവർണ്ണർ-മുഫ്തി തന്നെ പറഞ്ഞതുപോലെ, അമ്പത് ജുൻദീൻ-ഉൽ-ദിൻ സൈനികർ ഉണ്ടായിരുന്നു. മുപ്പത്തിമൂന്ന് പേരുടെ കണക്കേ കിട്ടിയിട്ടുള്ളൂ— അവരാണെങ്കിൽ ഒന്നുകിൽ മരിച്ചു, അല്ലെങ്കിൽ സംസാരിക്കാൻ കഴിയാത്തവിധം ഗുരുതരമായി പരിക്കേറ്റിരിക്കുന്നു. ബാക്കിയുള്ള പതിനേഴ് ജുൻദീൻ-ഉൽ-ദിൻ ഭടന്മാർ എവിടെ? അവരെ കാണാതായത് വളരെ സൗകര്യപ്രദമായിപ്പോയി, അല്ലേ?'

മഹ്മൂദ് ചുണ്ടുകൾ കൂട്ടിപ്പിടിച്ചു. പക്ഷേ ഒന്നും പറഞ്ഞില്ല. തന്റെ ഭർത്താവിന്റെ മടി മനസ്സിലാക്കിയ രാജ്ഞി കൂടുതൽ ശക്തമായി വാദിച്ചു.

'മാത്രമല്ല, നഗര കാവൽക്കാരുടെ ആയുധങ്ങൾ കൈക്കലാക്കാൻ അസാധ്യമൊന്നുമല്ല,' അവർ കൂടുതൽ ആത്മവിശ്വാസത്തോടെ പറഞ്ഞു. 'പല സൈനികരും കാവൽക്കാരും നഗരത്തിലെ വേശ്യാലയങ്ങളിലും അനധികൃത മദ്യശാലകളിലും പോകാറുണ്ട്.

ഒരു ജുൻദീൻ-ഉൽ-ദിൻ ഭടന് പോലും അബദ്ധത്തിൽ ഈ ആയുധം കണ്ടെടുക്കാനും മോഷ്ടിക്കാനും കഴിഞ്ഞേക്കാം. ഈ വാൾ ഗവർണ്ണർ-മുഫ്തിയുടെ അടുത്ത് എത്തിച്ചയാൾ, തന്റെ യജമാനനെ തെറ്റിദ്ധരിപ്പിച്ച് ഒരു സഹപ്രവർത്തകന്റെ കഴിവുകേട് മറച്ചുവെക്കാൻ ശ്രമിക്കുന്നതാവാനാണ് സാധ്യത.'

'ഈ വാൾ എന്റെ അടുത്ത് കൊണ്ടുവരുമ്പോൾ അത് രക്തത്തിൽ കുളിച്ചിരുന്നു,' ഇസ്മായിൽ ദേഷ്യവും നിസ്സഹായതയും തോന്നി പ്രതിഷേധിച്ചു.

'ഒരു മനുഷ്യന്റെ രക്തമോ അതോ ആടിന്റേയോ? ഈ വാൾ എവിടെയായിരുന്നു എന്ന് ആർക്കാണ് ഉറപ്പിച്ചു പറയാൻ കഴിയുക...'

'മതി!' തന്റെ ഭാര്യയെ തടസ്സപ്പെടുത്തിക്കൊണ്ട് മഹ്മൂദ് അലറി. 'ഇസ്മായിൽ, നീ ഈ വിഷയം അന്വേഷിച്ച് നിന്റെ വാദങ്ങൾ തെളിയിക്കണം. ഗൂഢാലോചനാക്കാർക്കെതിരെ തെളിവുകളുണ്ടെങ്കിൽ അതുമായി എന്റെ അടുത്തേക്ക് മടങ്ങി വരൂ.'

'ഉറപ്പായും പ്രഭോ,' ഇസ്മായിൽ പറഞ്ഞു.

'ഇതുതന്നെ നിനക്കും ബാധകമാണ്, കൗസരി,' സുൽത്താൻ ഭാര്യക്ക് നേരെ തിരിഞ്ഞു. 'എന്റെ സഹോദരൻ ഗുരുതരമായ ചില ആരോപണങ്ങൾ ഉന്നയിക്കുന്നുണ്ടെന്ന് എനിക്കറിയാം, പക്ഷേ കുറച്ച് നഗര കാവൽക്കാർ വഴിപിഴച്ചു പോകാനുള്ള സാധ്യത തള്ളിക്കളയാനാവില്ല. നീയും ഖ്വാജ ഹസ്സനുമാണ് നഗര കാവൽക്കാരെ നിയന്ത്രിക്കുന്നത്. അവരെ നിലയ്ക്ക് നിർത്തണം. അവർ ജുൻദീൻ-ഉൽ-ദിനെ ആക്രമിക്കാൻ ആയുധങ്ങൾ നൽകിയിട്ടുണ്ടോ എന്ന് എനിക്കറിയണം. പള്ളിയുടെ പണി പുനരാരംഭിക്കാൻ നീ ഇസ്മായിലിനെ സഹായിക്കുകയും വേണം.

ഈദ്-ഉൽ-ഫിത്തറിന് മുമ്പ് എന്നെ ഖലീഫയായി പ്രഖ്യാപിക്കണം. നമുക്ക് സമയം തീർന്നുകൊണ്ടിരിക്കുകയാണ്.'

രാജ്ഞി തലയാട്ടി പ്രധാനമന്ത്രിയുമായി പെട്ടെന്നൊരു നോട്ടം കൈമാറി. ഖ്വാജ ഹസ്സൻ ആദരവോടെ കുനിഞ്ഞു.

മഹ്മൂദ് കർട്ടന് സമീപം നിഴലിൽ നിന്നിരുന്ന ആ കാടൻ മനുഷ്യനെ നോക്കി. അയാളുടെ മുഖത്ത് ഒരു ചെറിയ അമ്പിളി പിന്നൽ പോലെ ഒരു മുറിപ്പാടുണ്ടായിരുന്നു. അതൊരു പഴയ തെരുവുയുദ്ധത്തിൽ നിന്ന് കിട്ടിയതായിരുന്നു.

അയാൾ അറിയപ്പെട്ടിരുന്നത് തുർക്ക് കസപ്-ഇ-ഹിന്ദ് എന്നായിരുന്നു. ഇന്ത്യയുടെ തുർക്കി കശാപ്പുകാരൻ.

'അബു ഖാസിം,' മഹ്മൂദ് പറഞ്ഞു. 'മുന്നോട്ട് വരൂ.'

അബു ഖാസിം തന്റെ യജമാനന്റെ അടുത്തേക്ക് നടന്നുചെന്ന് ഒരു കാൽമുട്ടിൽ കുത്തിയിരുന്നു. ആത്മാവിന് സംതൃപ്തി നൽകുന്ന ഒരു ദൗത്യം പ്രതീക്ഷിച്ച അയാളുടെ നട്ടെല്ലിലൂടെ ഒരു കോരിത്തരിപ്പ് പാഞ്ഞുപോയി.

'ആ അടിമകളെ കണ്ടെത്തുക,' സുൽത്താൻ കൽപ്പിച്ചു. 'എന്റെ വിശിഷ്ട സേനാവിഭാഗത്തിൽ നിന്ന് ഇരുനൂറ് കുതിരപ്പടയാളികളെ കൊണ്ടുപോകൂ. ആ കാഫിറുകളെ വേട്ടയാടുക. പള്ളിയുടെ മുന്നിൽ തലകൾ കൊണ്ട് ഒരു പിരമിഡ് പണിയണം. എന്റെ പ്രതിഷ്ഠാ ചടങ്ങിനുള്ള അലങ്കാരങ്ങൾ.'

'അങ്ങയുടെ ആഗ്രഹം പോലെ, പ്രഭോ!' ഖാസിം തുർക്ക് തന്റെ കൈ നെഞ്ചിൽ ഉറപ്പിച്ചുകൊണ്ട് മുഴക്കി.

'എല്ലാവരെയും കൊല്ലുക!' മഹ്മൂദ് കോപത്തോടെ അലറി. 'പുരുഷന്മാർ, സ്ത്രീകൾ, കുഞ്ഞുങ്ങൾ. ഗസ്നിയിലെ മഹ്മൂദിൽ നിന്ന് ആരും രക്ഷപ്പെടരുത്! നിന്റെ സോമനാഥിലെ പുണ്യപ്രവൃത്തി പോലെ ഈ സന്ദേശവും ലോകമെമ്പാടും മുഴങ്ങട്ടെ!'

'പിന്നെ... സൈന്യാധിപൻ!' ഇസ്മായിൽ അബു ഖാസിമിനോട് പറഞ്ഞു. 'എനിക്ക് ഒരു അടിമപ്പെൺകുട്ടിയെ ജീവനോടെ വേണം. സാധ്യമെങ്കിൽ കേടുപാടുകൾ കൂടാതെ... അവളുടെ പേര് യസാദെ എന്നാണ്. അവളെ തിരിച്ചറിയാൻ പ്രയാസമുണ്ടാവില്ല. അവൾക്ക് ഒരു പതിനാല് വയസ്സ് പ്രായം വരും. നീണ്ട തവിട്ടുനിറത്തിലുള്ള ചുരുണ്ട മുടിയും പച്ചക്കണ്ണുകളുമാണ്. ആ വൃത്തികെട്ട മൃഗങ്ങളുടെ

കൂട്ടത്തിൽ ഏറ്റവും സുന്ദരി അവളായിരിക്കും.' അദ്ദേഹത്തിന്റെ വാക്കുകൾ എല്ലാവരെയും അത്ഭുതപ്പെടുത്തി. സഹോദരന്റെ മുഖത്തെ ആശയക്കുഴപ്പം കണ്ട ഇസ്മായിൽ ക്ഷമാപണം നടത്തി, 'പ്രഭോ, ഈ കാര്യത്തിൽ അങ്ങയെ ബുദ്ധിമുട്ടിച്ചതിന് ക്ഷമിക്കണം. ആ പെൺകുട്ടിയെ അവളുടെ ഇഷ്ടത്തിന് വിരുദ്ധമായാണ് കൊണ്ടുപോയതെന്ന് എനിക്കുറപ്പുണ്ട്. പ്രഭോ, അങ്ങയുടെ ദയ യാചിക്കുന്നു, എനിക്കവളെ ജീവനോടെ തിരികെ വേണം. അവൾ എന്റെ സ്വകാര്യ പരിചാരികയാണ്.'

മാലിക് അയാസ് ഇടയ്ക്ക് കയറി പറഞ്ഞു, 'മഹാനായ സുൽത്താൻ, എന്റെ അറിവിൽ ഗവർണ്ണർ-മുഫ്തി ഇസ്മായിൽ തന്റെ ഗൃഹജോലിക്കാരിൽ നിന്ന് നിരവധി അടിമകളെ പള്ളി പുനർനിർമ്മാണ പദ്ധതിയിലേക്ക് സഹായിക്കാൻ മാറ്റിയിട്ടുണ്ട്.' കൗസരി ജഹാനെ തുറിച്ചുനോക്കിക്കൊണ്ട് ലാഹോറിലെ രാജാവ് തുടർന്നു, 'പള്ളിയുടെ പുനർനിർമ്മാണത്തിന് സഹായിക്കാൻ വ്യക്തിപരമായ ത്യാഗങ്ങൾ ചെയ്യാൻ എല്ലാവരും അങ്ങനെ തയ്യാറല്ല, പ്രഭോ.'

കൗസരി ജഹാനോടുള്ള പൊതുവായ വെറുപ്പിൽ ഇസ്മായിലും മാലിക് അയാസും സഖ്യകക്ഷികളായി മാറിയിരിക്കാമെന്ന് സംശയിച്ച മഹ്മൂദ് കണ്ണുകൾ മുകളിലേക്ക് ഉരുട്ടി. 'ഞാൻ നേരത്തെ പറഞ്ഞതാണ്, അയാസ്. നീ ഇതിൽ ഇടപെടേണ്ട.'

'ഇസ്മായിൽ,' മഹ്മൂദ് പറഞ്ഞു, 'നിന്റെ ത്യാഗങ്ങളൊന്നും ഇങ്ങനെ കൊട്ടിഘോഷിക്കേണ്ട. ഏൽപ്പിച്ച ജോലി തീർത്താൽ മതി.'

ഒടുവിൽ, സുൽത്താൻ അബു ഖാസിമിനെ നോക്കി. 'അങ്ങനെ തന്നെയാവട്ടെ, ഖാസിം! മറ്റുള്ളവരെ കൊന്നേക്കു. പക്ഷേ ആ പെണ്ണിനെ ജീവനോടെ, ഒരു പോറൽ പോലുമേൽപ്പിക്കാതെ ഇങ്ങെത്തിക്കണം. എന്റെ സഹോദരന് അവന്റെ വീട്ടിലെ ജോലികൾക്ക് അവളെ ആവശ്യമുണ്ടെന്ന് തോന്നുന്നു.'

അവസാനത്തെ വാചകം പറയുമ്പോൾ മഹ്മൂദിന്റെ ശബ്ദത്തിൽ നിറഞ്ഞുകവിഞ്ഞ പരിഹാസം കേട്ടിട്ടും ഇസ്മായിൽ നിശ്ശബ്ദനായിരുന്നു.

ഒരു ദുഷ്ടചിരി മുഖത്തൊട്ടിച്ചുവെച്ച് അബു ഖാസിം എഴുന്നേറ്റു.

'ഞാൻ അങ്ങയെ നിരാശപ്പെടുത്തില്ല, പ്രഭോ,' ആ ഭീകരനായ മനുഷ്യൻ വാക്കു കൊടുത്തു. അയാൾ തന്റെ യജമാനനെ വണങ്ങി മുറിക്ക് പുറത്തേക്ക് നടന്നു. അയാളുടെ ശരീരവലിപ്പത്തിന് ചേരാത്ത ഒരുന്മേഷം ആ നടപ്പിലുണ്ടായിരുന്നു. കളിക്കാൻ പുറത്തേക്ക് ഓടുന്ന ഒരു കുട്ടിയുടെ ഭാവമായിരുന്നു അയാൾക്ക്.

മഹ്മൂദ് തന്റെ സഹോദരനെ രൂക്ഷമായി നോക്കി. 'ഇസ്മായിൽ, നിന്റെയാ കളിപ്പാട്ടം ഒഴികെ ബാക്കിയെല്ലാ അടിമകളും മരിച്ചുതന്നെ. പക്ഷേ, പള്ളിയുടെ പണി മുന്നോട്ട് പോകണം. ഇനി എന്നെ നിരാശപ്പെടുത്തരുത്.'

സുൽത്താൻ മറുപടിക്ക് കാത്തുനിൽക്കാതെ വാതിലിനടുത്തേക്ക് നടന്നു. റാണി തൊട്ടുപിന്നാലെയും. മാലിക് അയാസും അവരെ അനുഗമിച്ചു.

'ശരി, പ്രഭോ.' നടന്നകലുന്ന രൂപങ്ങളെ നോക്കി ഇസ്മായിൽ തലകുനിച്ചു.

അവർ പോയ ഉടൻ അയാൾ ഖ്വാജ ഹസ്സന്റെ നേരെ തിരിഞ്ഞു. പ്രധാനമന്ത്രി അപ്പോൾത്തന്നെ ബോധംകെട്ട് വീഴുമെന്ന മട്ടിലായിരുന്നു. ഇസ്മായിൽ അദ്ദേഹത്തിന്റെ അടുത്തേക്ക് നടന്നുചെന്ന് മുഖത്തോട് മുഖം ചേർത്തുനിന്നു.

'ഹസ്സൻ...' അയാൾ ചീറ്റി. തങ്ങൾ തനിച്ചാണോ എന്ന് ഉറപ്പിക്കാൻ അയാൾ പിന്നോട്ട് നോക്കി. എന്നിട്ട് വിറകൊള്ളുന്ന ആ തടിയനിലേക്ക് കണ്ണുകൾ തറപ്പിച്ചു. 'അടിമകൾക്ക് ഉള്ളിൽ നിന്ന് സഹായം കിട്ടിയിട്ടുണ്ടെന്ന് ഞാൻ പറഞ്ഞു. നിനക്ക് അത് മനസ്സിലായോ?'

'മനസ്സിലായി, പ്രഭോ,' തലയാട്ടിക്കൊണ്ട് ഹസ്സൻ പറഞ്ഞു. 'പുനർനിർമ്മാണം പരാജയപ്പെടുത്താനും, കോപാകുലനായ സുൽത്താൻ നമ്മളെ വധിക്കാനും ആരോ ആഗ്രഹിച്ചു. തല പോകാതെ തലനാരിഴക്കാണ് ഞാൻ രക്ഷപ്പെട്ടത്.' പ്രധാനമന്ത്രി ഒരു നാടകീയതയോടെ ചൂണ്ടുവിരലും തള്ളവിരലും ചേർത്തുകാണിച്ച് നിലവിളിച്ചു.

'ഞാനും,' ഇസ്മായിൽ പറഞ്ഞു. 'ആ "ആരോ" ആരാണെന്ന് നമുക്ക് രണ്ടുപേർക്കും അറിയാം. ഈ വിഷയം അന്വേഷിച്ച് തെളിവ് ഹാജരാക്കാൻ സുൽത്താൻ എന്നോട് കൽപ്പിച്ചിട്ടുണ്ട്.

അതുതന്നെയാണ് ഞാൻ ചെയ്യാൻ ഉദ്ദേശിക്കുന്നതും. അതേസമയം, കൗസരി ജഹാൻ ഇപ്പോൾ നമ്മുടെ ജോലിക്ക് ആവശ്യമായ തൊഴിലാളികളെ നൽകാൻ ബാധ്യസ്ഥയാണ്. അടിമകളുടെ സുരക്ഷയുടെ ചുമതല ഞാൻ അവൾക്ക് നൽകും. ഇനിയെന്തെങ്കിലും അനിഷ്ട സംഭവങ്ങളുണ്ടായാൽ അതിന്റെ പൂർണ്ണ ഉത്തരവാദിത്തം അവളുടെ ചുമലിലായിരിക്കും.'

'നല്ല ആശയം, പ്രഭോ.'

'എനിക്ക് കൂടുതൽ പണം വേണം. അത് ഏർപ്പാടാക്കണം.'

'ചെയ്യാം, പ്രഭോ. ഞാൻ ചെയ്യാം,' പ്രധാനമന്ത്രി കുനിഞ്ഞു വണങ്ങിക്കൊണ്ട് ഉറപ്പുനൽകി.

അദ്ധ്യായം 14

ശത്രുവിന്റെ മടയിൽ

അറബിക്കടലിൽ ഒരിടത്ത്

'കണ്ടിട്ട് വിശ്വസിക്കാൻ പറ്റുന്നില്ല!' പടികൾ ഓടിക്കയറി പ്രധാന മേൽത്തട്ടിലേക്ക് വന്നുകൊണ്ട് വിജയൻ അത്ഭുതത്തോടെ പറഞ്ഞു. അമാലും തൊട്ടുപിന്നാലെയുണ്ടായിരുന്നു.

അതാ അദ്ദേഹം പ്രധാന മേൽത്തട്ടിന്റെ അണിയത്ത് നിൽക്കുന്നു. തളർന്നുപോയ വലതുകൈ ഒരു തോൾകെട്ട് ഉപയോഗിച്ച് ഉടലിനോട് ചേർത്ത് മുറുക്കിക്കെട്ടിയിരുന്നു. ആ കെട്ട് ഒരു പ്ലാസ്റ്റർ പോലെ പ്രവർത്തിച്ചു. പ്രവർത്തനരഹിതമായ ആ കൈ ഇപ്പോൾ ഉപയോഗശൂന്യമായതിലും കഷ്ടമായിരുന്നു. അതിന് ആയുധം പിടിക്കാൻ കഴിയില്ലെന്ന് മാത്രമല്ല, ശരീരം ചലിക്കുമ്പോൾ ഒരു നിയന്ത്രണവുമില്ലാതെ അത് വെറുതെ ആടിക്കൊണ്ടിരുന്നു. അത് പരിക്ക് പറ്റാനുള്ള സാധ്യത വർദ്ധിപ്പിച്ചു. സത്യത്തിൽ, ആ കൈയ്ക്ക് മുറിവേറ്റാൽ പോലും അദ്ദേഹമത് അറിയുമായിരുന്നില്ല. ഒരു യോദ്ധാവിന് അവന്റെ പ്രധാന ആയുധമായ വാളേന്തിയ കൈയില്ലാത്തത്, ഒരു കുതിരയ്ക്ക് അതിന്റെ ശക്തിയുടെ പ്രധാന സ്രോതസ്സായ പിൻകാലുകളില്ലാത്തതുപോലെയാണ്.

എന്നാൽ ഇത് ഒരു സാധാരണ യോദ്ധാവായിരുന്നില്ല. ഇത് നരസിംഹനായിരുന്നു. അവരുടെ സൈന്യാധിപൻ.

അദ്ദേഹം തന്റെ ചലനമറ്റ വലതുകൈയുടെ മുൻഭാഗത്ത് ഒരു പരിചയും വലത് തോളിന്മേൽ ഒരു വലിയ ലോഹ കവചവും ഘടിപ്പിച്ചിരുന്നു. ആ പരിചയും തോൾ കവചവും രണ്ട് കാര്യങ്ങൾ

ചെയ്തു. ഒന്ന്, തളർന്ന കൈക്ക് പരിക്ക് പറ്റാതെ സംരക്ഷിച്ചു. രണ്ട്, ഒരു വാൾപ്പയറ്റുകാരന് പരിചയേന്തുന്ന കൈ എങ്ങനെയാണോ, അതുപോലെ അതിനെ ഉപയോഗപ്രദമാക്കി. ചലനമില്ലാത്ത ആ പരിചയേന്തുന്ന കൈ, നരസിംഹൻ വെട്ടുകൾ തടുക്കാൻ സമർത്ഥമായി ഉപയോഗിക്കുന്നുണ്ടായിരുന്നു.

അതിലും പ്രധാനമായി, ചികിത്സാ മുറിയിലെ ആ കിടപ്പിൽ ഉടനീളം അദ്ദേഹം കഠിനമായി പരിശീലിച്ചിരുന്നു. വാൾപ്പയറ്റിൽ തന്റെ ഇടതുകൈ വലതുകൈയ്യോളം തന്നെ മികച്ചതാണെന്ന് അദ്ദേഹം ഉറപ്പുവരുത്തി.

ഇപ്പോൾ അണിയത്തെ മേൽത്തട്ടിൽ പർമർ സൈന്യത്തിലെ നായകനായ ദസർണയുമായി അദ്ദേഹം പോരാടുകയായിരുന്നു. ധിക്കാരപരമായിഅവർപരിശീലനത്തിനുള്ളമരവാളുകളായിരുന്നില്ല ഉപയോഗിച്ചിരുന്നത്, യഥാർത്ഥ ആയുധങ്ങളായിരുന്നു. മനുഷ്യന് അറിയുന്നതിൽ വെച്ച് ഏറ്റവും മികച്ച ഉരുക്കിൽ തീർത്ത മൂർച്ചയേറിയ വാളുകൾ—ദക്ഷിണേന്ത്യയിൽ നിന്നുള്ള വൂട്ട്സ് ഉരുക്ക്. നേർത്ത പട്ടുതുണിയെ രണ്ടായി മുറിക്കാനും അത്രതന്നെ സുഗമമായി മനുഷ്യാസ്ഥിയിലൂടെ തുളച്ചുകയറാനും കഴിയുന്ന ഉരുക്ക്.

നരസിംഹനും ദസർണയും പത്ത് മിനിറ്റിലേറെയായി കുത്തിയും തട്ടിത്തും പയറ്റുകയായിരുന്നു.

ചോള സൈന്യാധിപൻ പോരാടിയിരുന്നത് ഇരുകൈകളും ഉപയോഗിക്കാൻ കഴിയുന്ന ഒരു എതിരാളിയോടായിരുന്നു. ദസർണ ഇടതുകൈയിൽ പരിചയും വലതുകൈയിൽ വാളും പിടിച്ചിരുന്നു. വർഷങ്ങളുടെ പരിശീലനം കൊണ്ട്, അദ്ദേഹത്തിന്റെ എല്ലാ ചലനങ്ങളും പേശീ ഓർമ്മയായി സുരക്ഷിതമായി സംഭരിക്കപ്പെട്ടിരുന്നു. പരിശീലനത്തിലൂടെ അദ്ദേഹത്തിന്റെ കഴിവുകൾ സഹജവാസനയായി മൂർച്ചപ്പെടുത്തിയിരുന്നു. എന്നാലിപ്പോൾ നരസിംഹൻ പോരാട്ടത്തെ ഒരു നേട്ടമാക്കി മാറ്റിയിരുന്നു.

കണക്കുകൾ പ്രകാരം പത്തിൽ ഒരാൾ മാത്രമാണ് ഇടംകൈയ്യൻ. സമൂഹത്തിലെ അനുപാതം തന്നെ യോദ്ധാക്കളും പിന്തുടരുന്നു എന്ന് അനുമാനിച്ചാൽ, പത്തിൽ ഒമ്പത് യോദ്ധാക്കളും വലതുകൈകൊണ്ട് യുദ്ധം ചെയ്യാൻ പരിശീലിച്ചവരായിരിക്കും.

ദസർണ അവരിലൊരാളായിരുന്നു. ഇടതുകൈകൊണ്ട് പോരാടുന്ന പത്ത് ശതമാനം വാൾപ്പയറ്റുകാർക്ക് അസാധാരണമായ കോണുകളിൽ നിന്ന് ആക്രമിക്കാനുള്ള മുൻതൂക്കമുണ്ടായിരുന്നു. എന്നാൽ വലതുകൈയ്യൻമാരായ വാൾപ്പയറ്റുകാർ എങ്ങനെയാണ് പോരാടുന്നതെന്ന് ആഴത്തിൽ അറിയാൻ അവർക്ക് ഒരിക്കലും കഴിയില്ലായിരുന്നു.

ശത്രുവിന്റെ നീക്കങ്ങൾ മുൻകൂട്ടി അറിയുന്നതാണ് വിജയത്തിലേക്കുള്ള വഴി.

വലതുകൈയ്യനായതുകൊണ്ട് നരസിംഹന് അതറിയാമായിരുന്നു.

എന്നാൽ ഇപ്പോൾ അദ്ദേഹം ഇടതുകൈകൊണ്ടാണ് പോരാടുന്നത്.

നരസിംഹനുമായുള്ള പരമ്പരാഗത വാൾപ്പയറ്റ് ഒരു തീരുമാനത്തിലെത്താത്തതുകൊണ്ട്, വ്യത്യസ്തമായ എന്തെങ്കിലും പരീക്ഷിക്കാൻ ദസർണ തീരുമാനിച്ചു. പുതുതായി പരിശീലിച്ച ഇടതുകൈ കൊണ്ട് സൈന്യാധിപൻ അതിശയകരമാംവിധം വാൾ പ്രയോഗത്തിൽ പ്രാവീണ്യം നേടിയിരുന്നു.

ദസർണ വശത്തേക്ക് വെട്ടിത്തിരിഞ്ഞ്, തന്റെ ഇടതുകൈ മുന്നോട്ട് തള്ളി, പരിചകൊണ്ട് ആഞ്ഞടിച്ചു. ഒരു മുഷ്ടിഗുസ്തിക്കാരൻ ഇടതുകൈകൊണ്ട് മുന്നോട്ട് ഇടിക്കുന്നതുപോലെ. അയാൾ തന്റെ പ്രതിരോധ കവചം ഒരു ആയുധമായി ഉപയോഗിച്ചു. നരസിംഹന്റെ ദുർബലവും തളർന്നതുമായ വലതുകൈയെ ആക്രമിച്ച് സൈന്യാധിപനെ പ്രതിരോധത്തിലാക്കാനും വശത്തുനിന്നുള്ള വെട്ടിന് ഇടം കണ്ടെത്താനുമായിരുന്നു അത്. അതൊരു മാരക പ്രഹരമാകുമായിരുന്നു.

വൈകല്യത്തിന്റെ ഒരു ദയയും കാണിക്കരുത്. അതായിരുന്നു സൈന്യാധിപൻ നൽകിയ ഉത്തരവ്.

ദസർണയുടെ പരിച തന്റേതിൽ ഉഗ്രമായി വന്നിടിക്കുന്നത് അറിഞ്ഞപ്പോൾ നരസിംഹൻ പിന്നോട്ട് മാറി. വ്യക്തമായ അസ്വസ്ഥതയോടെ അദ്ദേഹം മുഖം ചുളിച്ചു. ഒരു നിമിഷം ദസർണ ഒരു നിമിഷത്തേക്ക് മടിച്ചു. പിന്നെ വലതുവശത്തുനിന്ന് വാൾ വീശി.

അയാൾ സൈന്യാധിപന്റെ ഉത്തരവുകൾ പാലിക്കുകയായിരുന്നു. ഒരു ദയയും കാണിക്കരുത്. കാരണം ഒരു യഥാർത്ഥ ശത്രുവും അത് കാണിക്കില്ല.

എന്നാൽ തനിക്കുവേണ്ടി ഒരു കെണി ഒരുങ്ങുന്നുണ്ടായിരുന്നു എന്ന് ദസർണ അറിഞ്ഞില്ല.

നരസിംഹൻ പെട്ടെന്ന് പിന്നോട്ട് മാറി, തന്റെ വലത് തോളിനെ ദസർണയിൽ നിന്ന് വേർപെടുത്തി. ഒന്ന് പകച്ച ദസർണ മുന്നോട്ട് വേച്ചുവീണു. അയാളുടെ വശത്തുനിന്നുള്ള ആക്രമണത്തിന് ദിശയില്ലാതായി. നരസിംഹൻ ലാഘവത്തോടെ വെട്ടിത്തിരിഞ്ഞ് ഒഴിഞ്ഞുമാറി തന്റെ ഇടതുകൈ അതിശക്തമായ ഒരു കുത്തിനായി ഉയർത്തി. തികച്ചും അപ്രതീക്ഷിതമായ ഒരു നീക്കം. വലംകൈയ്യനായ ഒരാൾ ഒട്ടും പ്രതീക്ഷിക്കാത്ത ഒരു കോണിലായിരുന്നു ആ ആക്രമണം. ആ ഭാഗത്ത് പരിചയില്ലാത്തതുകൊണ്ട് അത് തടുക്കുക ഏതാണ്ട് അസാധ്യവുമായിരുന്നു.

കൃത്യസമയത്ത് നരസിംഹൻ നിർത്തി. അദ്ദേഹത്തിന്റെ വാളിന്റെ മുന ദസർണയുടെ അരക്കെട്ടിന് താഴെയുള്ള തുകൽ കവചത്തിൽ സ്പർശിക്കുന്നുണ്ടായിരുന്നു. അദ്ദേഹം നിർത്തിയിരുന്നില്ലെങ്കിൽ, നരസിംഹന്റെ വാൾ ദസർണയുടെ വയറ്റിലൂടെ തുളച്ചുകയറി ഉദരത്തിലെ അവയവങ്ങളെ കീറിമുറിച്ച് ദസർണയുടെ ജീവനെടുക്കുമായിരുന്നു.

'എന്താണിത്...' അമാൽ അത്ഭുതത്തോടെ നോക്കിനിന്നു.

വാളേന്തുന്ന കൈ തളർന്നുപോയ ഒരാൾ കാഴ്ചവെച്ച അസാധാരണമായ വാൾപ്പയറ്റ് കണ്ട് വിജയനും സ്തബ്ധനായിപ്പോയി. 'മധുര മീനാക്ഷിയാണെ, സൈന്യാധിപൻ ഇതെങ്ങനെ ചെയ്തു?'

ഇതുകണ്ടുനിന്ന സൈനികർ സ്വയമേവ കൈയടിച്ചുപോയി. അത് അവരുടെ മേലുദ്യോഗസ്ഥനോടുള്ള മുഖസ്തുതിയായിരുന്നില്ല, മറിച്ച് ഒരു അസാമാന്യ യോദ്ധാവിന്റെ അപൂർവ്വമായ കഴിവുകളോടുള്ള ആത്മാർത്ഥമായ ആദരവായിരുന്നു.

നരസിംഹൻ തന്റെ വാൾ താഴെയിട്ടു, ഇടതുകൈ മുറുക്കിപ്പിടിച്ച് ശക്തിയായി നെഞ്ചിലിടിച്ചു. വരണ്ട പുഴയിലേക്ക് പുതിയൊരു മലവെള്ളപ്പാച്ചിൽ എത്തുമ്പോഴുള്ള ആവേശത്തോടെ അദ്ദേഹം ഇടിമുഴക്കം പോലെ ഗർജ്ജിച്ചു, 'സേനാനി സ്കന്ദൻ!'

ശിവഭഗവാന്റെയും പാർവതി ദേവിയുടെയും പുത്രനായ കാർത്തികേയ ഭഗവാന്റെ മറ്റൊരു പേരായിരുന്നു സ്കന്ദൻ. ദേവസേനയുടെ സർവ്വസൈന്യാധിപനായിരുന്നു സ്കന്ദൻ. ഭാരതത്തിന്റെ പുണ്യഭൂമിയിൽ ജീവിച്ച ഏറ്റവും മഹാനായ യോദ്ധാവ്. ധീരതയുടെയും വീര്യത്തിന്റെയും നിമിഷങ്ങളിൽ ആ മഹായോദ്ധാവിനെ ഓർക്കുന്നത് ഏതൊരു ഭാരതീയ സൈനികനും ഏറ്റവും സ്വാഭാവികമായ കാര്യമായിരുന്നു. ഒരു വീരനായ സൈനികന് ഏറ്റവും കൂടുതൽ വേണ്ടത് പ്രചോദനമാണ്.

ചുറ്റുമുണ്ടായിരുന്ന എല്ലാ സൈനികരും തങ്ങളുടെ വാളുകൾ ഊരിയെടുത്ത് വായുവിലുയർത്തി ഉറക്കെ അലറി, 'സേനാനി സ്കന്ദൻ!'

വിജയനും അമലും വാളുകളൂരി വായുവിൽ വീശി. ദസർണയും അവരോടൊപ്പം ചേർന്നു. 'സേനാനി സ്കന്ദൻ!'

വിജയൻ തന്റെ വാൾ ഉറയിലിട്ട് നരസിംഹന്റെ അടുത്തേക്ക് ഓടിച്ചെന്നു. സൈന്യാധിപന്റെ വാൾ നിലത്തുനിന്നെടുത്ത്, ഇരുകൈകളാലും ഉയർത്തിപ്പിടിച്ച്, ആദരവോടെ തന്റെ സൈന്യാധിപന് തിരികെ നൽകി. നരസിംഹൻ പുഞ്ചിരിച്ചുകൊണ്ട് വാൾ തിരികെ വാങ്ങി അനായാസം ഉറയിലിട്ടു.

വിജയൻ വികാരാധീനനായി. അയാൾ മുന്നോട്ട് ചെന്ന് നരസിംഹനെ ആലിംഗനം ചെയ്തു. നരസിംഹൻ സ്നേഹത്തോടെ വിജയനെ തിരിച്ചും കെട്ടിപ്പിടിച്ചു.

'തിരിച്ചുവരവിന് സ്വാഗതം.' വിജയൻ പിന്നോട്ട് മാറി നിറഞ്ഞ പുഞ്ചിരിയോടെ പറഞ്ഞു.

'തിരിച്ചുവന്നതിൽ എനിക്കും സന്തോഷമുണ്ട്, എന്റെ സുഹൃത്തേ,' നരസിംഹൻ പറഞ്ഞു.

ദ്വന്ദ്വയുദ്ധത്തിന്റെ ആവേശം അടങ്ങിയപ്പോൾ നരസിംഹൻ തളർന്നുപോയിരുന്നു. വിജയൻ അദ്ദേഹത്തെ തട്ടിന് താഴെയുള്ള മുറിയിലേക്ക് കൂട്ടിക്കൊണ്ടുപോയി. കിടക്കയിലെത്തിയ ഉടൻ സൈന്യാധിപൻ ഉറങ്ങിപ്പോയി.

'സൈന്യാധിപൻ ഇന്ന് മുഴുവൻ വിശ്രമിക്കണം,' അമാലിന്റെ സഹോദരനായ ആമിർ പറഞ്ഞു. 'അദ്ദേഹത്തിന് നൽകിയ സത്ത് വേദന കുറയ്ക്കുകയും കൂടുതൽ ഉന്മേഷവാനാക്കുകയും ചെയ്തിട്ടുണ്ട്. എന്നാൽ ഇനിയും അത് നൽകുന്നത് അദ്ദേഹത്തിന്റെ ഹൃദയത്തിന് നല്ലതല്ല. ആരോഗ്യം വീണ്ടെടുക്കാൻ അദ്ദേഹം വിശ്രമിച്ചേ മതിയാവൂ. വിഷത്തിന്റെ ഫലം നിലനിൽക്കുന്നിടത്തോളം കാലം, ഒരു പരിധിക്കപ്പുറം സ്വയം സമ്മർദ്ദം ചെലുത്തരുത്.'

'ഈ സമയത്തിനകം വിഷം അദ്ദേഹത്തിന്റെ ശരീരത്തിൽ നിന്ന് പുറത്തുപോകേണ്ടതല്ലേ?' വിജയൻ ചോദിച്ചു. മുറിയുടെ അങ്ങേയറ്റത്ത് ഉറങ്ങുന്ന നരസിംഹനെ അവൻ ആശങ്കയോടെ നോക്കി. 'ആ അമ്പ് ഇപ്പോഴും അദ്ദേഹത്തെ എങ്ങനെയാണ് ബാധിക്കുന്നതെന്ന് എനിക്ക് മനസ്സിലാകുന്നില്ല.'

'നിങ്ങൾക്കറിയാമല്ലോ, ശബരിമലയിൽ വെച്ച് ഞങ്ങൾ അമ്പുമുനയുടെ തകർന്ന കഷണങ്ങളിൽ പലതും പുറത്തെടുത്തിരുന്നു. പക്ഷേ അത് പൂർണ്ണമായിരുന്നില്ല,'

ആമിർ പറഞ്ഞു. 'ചെറിയ പല കഷണങ്ങളും ഉള്ളിൽ തങ്ങിയിരുന്നു. ആ ചീളുകൾ ഒരുപക്ഷേ ഇപ്പോഴും വേദനയുണ്ടാക്കുന്നുണ്ടാവാം. ഒരുപക്ഷേ ആ ലോഹക്കഷണങ്ങളിൽ പതുക്കെ പുറത്തുവരുന്ന തരം വിഷം പുരട്ടിയിട്ടുണ്ടാകാം. അത് നമ്മൾ സൈന്യാധിപന് നൽകുന്ന മരുന്നുകളുടെ ഫലം ഇല്ലാതാക്കിക്കൊണ്ടിരിക്കുന്നു.'

'ബാക്കിയുള്ള കഷണങ്ങൾ നിങ്ങൾക്കെടുത്തു മാറ്റിക്കൂടെ?' വിജയൻ ചോദിച്ചു.

'അന്ന് ഞങ്ങൾക്ക് അത് കണ്ടെത്താനായില്ല. അവ വളരെ ചെറുതാണ്. തീരെ ചെറുത്. മുറിവ് ഉണങ്ങിവരുന്ന ഈ സമയത്ത് ഒരു അപകടസാധ്യത എടുക്കാൻ ഞാനിപ്പോൾ ആഗ്രഹിക്കുന്നില്ല. കൂടാതെ, പ്രതിവിഷങ്ങളുടെ ശക്തിയും സൈന്യാധിപന്റെ സ്വന്തം പ്രതിരോധശേഷിയും കാരണം അദ്ദേഹം ആ വീര്യമേറിയ വിഷത്തോട് ശക്തമായി പോരാടി ജീവനോടെയിരിക്കുന്നു. നമുക്ക് സൂക്ഷ്മത പാലിക്കേണ്ടതുണ്ട്. മരുന്നുകൾ അദ്ദേഹത്തിന് വിഷത്തിനെതിരെ പ്രതിരോധം നൽകുന്നുണ്ട്. പക്ഷേ മരുന്നിന്റെ അളവ് കൂടിയാൽ അത് ഹൃദയാഘാതത്തിന് കാരണമായേക്കാം.

ആത്യന്തികമായി, ആ ലോഹക്കഷണങ്ങളിലെ വിഷം തീരുമെന്ന് നമുക്ക് പ്രതീക്ഷിക്കാം. അല്ലെങ്കിൽ ഗംഗൈകൊണ്ട ചോളപുരത്ത് തിരിച്ചെത്തുമ്പോൾ മികച്ച ഉപകരണങ്ങൾ ഉപയോഗിച്ച് ഒരു ശസ്ത്രക്രിയ നടത്തി ബാക്കിയുള്ള ആ കഷണങ്ങൾ എടുത്തുമാറ്റാം... അതു മാത്രമാണ് ദീർഘകാലത്തേക്കുള്ള ഒരേയൊരു പരിഹാരം. ഇപ്പോഴത്തേക്ക്, വിഷം അദ്ദേഹത്തിന്റെ ശരീരത്തിൽ ഉള്ളതു-കൊണ്ട് ദിവസവും അതിനെതിരെ പോരാടിക്കൊണ്ടേയിരിക്കണം.'

'ശരി,' വിജയൻ പറഞ്ഞു. തന്റെ സൈന്യാധിപൻ തിരിച്ചെത്തിയിരിക്കുന്നു, പക്ഷേ പൂർണ്ണമായിട്ടില്ല.

വിജയൻ സൈന്യാധിപന്റെ മുന്നിൽ മുട്ടുകുത്തി അദ്ദേഹത്തിന്റെ കണ്ണുകളിലേക്ക് നോക്കി.

'നോക്കൂ, അങ്ങെത്ര മെച്ചപ്പെട്ടിരിക്കുന്നു,' വിജയൻ പറഞ്ഞു. അവന്റെ ശബ്ദത്തിൽ സന്തോഷം നിറഞ്ഞിരുന്നു.

നേരം വൈകിയിരുന്നു. നരസിംഹൻ കിടക്കയിൽ കിടക്കുകയായിരുന്നു. അന്നത്തെ ദ്വന്ദ്വയുദ്ധത്തിന് ശേഷം അദ്ദേഹത്തിന്റെ ക്ഷീണം മാറിയിരുന്നില്ല. വിജയൻ മാത്രമേ അടുത്തുണ്ടായിരുന്നുള്ളൂ. മറ്റുള്ളവർ മുറിയുടെ അങ്ങേയറ്റത്ത് വാതിലിനടുത്തായി നിന്നു.

'എത്ര...' നരസിംഹൻ മുരണ്ട ശബ്ദത്തിൽ പറഞ്ഞു. അദ്ദേഹം തൊണ്ട ശരിയാക്കി തുടർന്നു, 'അബ്ബാസിദ് ആക്രമണത്തിൽ നമുക്ക് പന്ത്രണ്ട് പേരെ നഷ്ടപ്പെട്ടുവെന്ന് കേട്ടു?'

'അതെ, സൈന്യാധിപൻ,' വിജയൻ ഗൗരവത്തോടെ പറഞ്ഞു. 'പന്ത്രണ്ടുപേർ.'

'നസ്റുള്ള ഒരു സൈന്യാധിപനല്ല,' നരസിംഹൻ തിരുത്തി.

'തീർച്ചയായും. ഞാൻ ഉദ്ദേശിച്ചത് നസ്റുള്ള അണ്ണൻ എന്നാണ്,' വിജയൻ പറഞ്ഞു.

'എല്ലാ അന്ത്യകർമ്മങ്ങളും ശരിയായി നടത്തിയോ?'

'ഉവ്വ്. എല്ലാ ആചാരങ്ങളോടും കൂടി അവരെ കടലിൽ സംസ്കരിച്ചു. ധീരനായ അൻസാറിനെയും നമുക്ക് നഷ്ടപ്പെട്ടു. അമാലിന്റെയും

ആമിറിന്റെയും സഹോദരൻ. അവനാണ് ആ അബ്ബാസിദ് കപ്പൽ നശിപ്പിച്ചത്.'

ആമിറിന്റെ കണ്ണുകൾ നിറഞ്ഞു. മറ്റുള്ളവർ നോട്ടം മാറ്റി. തങ്ങളുടെ കൂട്ടാളിയുടെ കണ്ണുനീരിന് സാക്ഷിയായി അവനെ കൂടുതൽ വിഷമിപ്പിക്കാൻ അവർ ആഗ്രഹിച്ചില്ല.

'ഇന്നാലില്ലാഹി വ ഇന്നാ ഇലൈഹി റാജിഊൻ,' നരസിംഹൻ പറഞ്ഞു. വിശുദ്ധ ഖുർആനിലെ ഒരു അറബി വാക്യമാണ് അത്. എല്ലാ മുസ്ലീങ്ങളും അള്ളാഹുവിന്റേതാണ്, അവനിലേക്ക് തന്നെ അവർ മടങ്ങിച്ചെല്ലും എന്നായിരുന്നു അതിന്റെ അർത്ഥം. ധീരനായ അൻസാറിനോടും അവൻ പിന്തുടർന്ന വിശ്വാസത്തോടുമുള്ള ആദരസൂചകമായ പ്രാർത്ഥന.

മറ്റെല്ലാവരും ആവർത്തിച്ചു, *'ഇന്നാലില്ലാഹി വ ഇന്നാ ഇലൈഹി റാജിഊൻ.'*

സോമേശ്വറും ഇഖ്ബാലും ആമിറിന്റെ തോളിൽ തൊട്ടു. തങ്ങളുടെ സുഹൃത്തിന്റെ നഷ്ടത്തിൽ പങ്കുചേർന്നുകൊണ്ട്.

അവിടെ നിശ്ശബ്ദത തളംകെട്ടി.

'എന്റെ ശരീരം കത്തുന്ന പന്തം പോലെ എരിയുന്നു.' ആമിറിന്റെ അസ്വസ്ഥത കുറയ്ക്കാൻ വിഷയം മാറ്റിക്കൊണ്ട് നരസിംഹൻ നിശ്ശബ്ദത ഭേദിച്ചു. 'എന്റെ പുറം വേദനകൊണ്ട് പിളരുകയാണ്. എപ്പോഴും ഓക്കാനം വരുന്നു. ഒരുപക്ഷേ ഞാൻ ഇതിനോടൊപ്പം ജീവിക്കാൻ പഠിക്കുമായിരിക്കും, ഒരു ഭാര്യയോടൊപ്പം ജീവിക്കാൻ പഠിക്കുന്നതുപോലെ.'

അവരെല്ലാവരും ഒരുമിച്ച് ചിരിച്ചു.

പുരുഷന്മാർ ലളിതരായ ജീവികളാണ്.

തങ്ങൾക്ക് ഒന്നും ചെയ്യാൻ കഴിയാത്തതും സഹിക്കാനാവാത്തതുമായ വേദനയും ദുഃഖവും നേരിടേണ്ടി വരുമ്പോൾ, സ്ത്രീകൾ തങ്ങളുടെ സുഹൃത്തുക്കളോട് അതിനെക്കുറിച്ച് സംസാരിക്കാൻ ഇഷ്ടപ്പെടുന്നു. വേദന പങ്കുവെക്കുന്നത് ഭാരം കുറയ്ക്കുന്നു. എന്നാൽ പുരുഷന്മാരാകട്ടെ, തങ്ങളുടെ ദുഃഖത്തെയും വേദനയെയും കുറിച്ച് ചിന്തിക്കാതിരിക്കാനാണ് ഇഷ്ടപ്പെടുന്നത്. പകരം പലപ്പോഴും നർമ്മത്തെ ഒരു പരിചയായി ഉപയോഗിച്ച് അവർ വിഷയം മാറ്റുന്നു. അതുകൊണ്ടാണ് 'തൂക്കുമരത്തിലെ തമാശ'

എന്നറിയപ്പെടുന്ന തമാശകൾ കൂടുതലും പുരുഷന്മാർക്കിടയിൽ പ്രചാരത്തിലുള്ളത്. ശൂക്കിലേറ്റാൻ കൊണ്ടുപോകുമ്പോഴും, സ്വന്തം അവസ്ഥയുടെ വിരോധാഭാസത്തിലും നർമ്മത്തിലും ചിരിക്കുന്നത് ഏറ്റവും പുരുഷസഹജമായ സ്വഭാവങ്ങളിലൊന്നാണ്.

പുരുഷന്മാർ ലളിതരായ ജീവികളാണ്.

'നമ്മൾ മാതൃഭൂമിയിൽ കാലുകുത്തുമ്പോൾ ഞാൻ ആദ്യം ഹരിണി അണ്ണിയോട് പറയാൻ പോകുന്നത് ഇതായിരിക്കും, നസ്റുള്ള അണ്ണാ,' വിജയൻ മുന്നറിയിപ്പ് നൽകി. ഏടത്തിയമ്മ, ജ്യേഷ്ഠൻ എന്നീ അർത്ഥം വരുന്ന തമിഴ് വാക്കുകൾ ഉപയോഗിച്ച് അയാൾ പൊട്ടിച്ചിരിച്ചു.

നരസിംഹനും മറ്റുള്ളവരും അതുകേട്ട് സ്നേഹത്തോടെ ചിരിച്ചു.

'അങ്ങ് ഇപ്പോൾ നേതൃത്വം തിരിച്ചെടുക്കണം.' വിജയൻ പറഞ്ഞു.

'ഇപ്പൊഴില്ല, വലീദ്,' എഴുന്നേൽക്കാൻ പ്രയാസപ്പെട്ടുകൊണ്ട് നരസിംഹൻ പറഞ്ഞു. 'ഇപ്പൊഴില്ല...'

വിജയൻ നരസിംഹനെ എഴുന്നേൽപ്പിക്കാൻ സഹായിക്കാൻ ശ്രമിച്ചു.

'നീ ചെറുപ്പക്കാരനായ ആമിർ പറഞ്ഞത് കേട്ടല്ലോ,' തന്റെ ബ്രിഗേഡ് മേധാവി സഹായിക്കാൻ വരുന്നത് കൈപ്പത്തി ഉയർത്തി തടഞ്ഞുകൊണ്ട് നരസിംഹൻ തുടർന്നു. 'കുറച്ച് സമയത്തേക്ക് എന്നെ ഉണർന്നിരിക്കാൻ സഹായിക്കുന്ന എന്തോ ഒരു സസ്യത്തിന്റെ സ്വാധീനത്തിലാണ് ഞാൻ. അത് നല്ലതാണ്. പക്ഷെ വേദന കുറയുമെന്ന് ആ പയ്യൻ അതിശയോക്തി പറയുന്നതാണ്. എന്നെ വിശ്വസിക്കൂ. എന്റെ പുറകിൽനിന്ന്, ആ മുറിവിൽ നിന്ന്, ഉരുക്കിയ ഇരുമ്പ് ഞരമ്പുകളിലൂടെ ഒഴുകുന്നതുപോലെയാണ് എനിക്ക് തോന്നുന്നത്. ആ വേദന...അത് പെട്ടെന്ന് തന്നെ നിയന്ത്രണത്തിലാകുമെന്ന് എനിക്ക് ഉറപ്പുണ്ട്. പക്ഷേ, ഒരുപക്ഷേ എനിക്ക് കുറച്ചുകൂടി സമയം വേണ്ടിവന്നേക്കാം. തൽക്കാലം, ഞാൻ താങ്കൾക്ക് ഒരു ഉപദേശകനായി തുടരാം. പക്ഷേ, നേതൃത്വം നിങ്ങൾക്കാണ്.'

'അങ്ങ് പറയുന്നതുപോലെ, പ്രഭോ,' വിജയൻ പറഞ്ഞു. 'തൽക്കാലത്തേക്ക് ഞാൻ നേതൃത്വം ഏറ്റെടുക്കാം... പക്ഷേ, തൽക്കാലത്തേക്ക് മാത്രം...'

നരസിംഹൻ പുഞ്ചിരിച്ചു.

സോമേശ്വറിന്റെ നേരെ തിരിഞ്ഞുകൊണ്ട് വിജയൻ പറഞ്ഞു, 'ഞങ്ങൾക്കെല്ലാം തന്നതുപോലെ നസ്റുള്ള അണ്ണനും ഒരു കഫ്താൻ സംഘടിപ്പിക്കാമോ?'

'തീർച്ചയായും,' സോമേശ്വർ പറഞ്ഞു. 'സത്യത്തിൽ, നസ്റുള്ള അണ്ണന്റെ കഫ്താൻ തയ്യാറാണ്.'

'വളരെ നല്ലത്. അദ്ദേഹത്തിന്റെ ലിഹ്യാ നമ്മൾ വെട്ടിയൊതുക്കണം, എന്റേതുപോലെ.' വിജയൻ നരസിംഹന്റെ നേരെ തിരിഞ്ഞു തുടർന്നു, 'അതിനർത്ഥം താടി എന്നാണ്. ഒരു യാഥാസ്ഥിതിക മുസ്ലീം പുരുഷന് അത് നിർബന്ധമാണെന്ന് തോന്നുന്നു.'

'ലിഹ്യാ,' നരസിംഹൻ പതുക്കെ ആവർത്തിച്ചു. 'മ്ം, നിന്റേത് വളരെ ഭംഗിയായി വെട്ടിയൊതുക്കിയിട്ടുണ്ട്. കാണാൻ നല്ല ഭംഗിയുണ്ട്. നമ്മുടെ പൂർവ്വികർക്ക് ഭംഗിയായി വെട്ടിയൊതുക്കിയ താടിയും മീശയുമുണ്ടായിരുന്നു. നമ്മളിൽ പലരും ഇന്ന് താടി വടിക്കാത്തവരാണല്ലോ. ഒരുപക്ഷേ നമ്മൾ താടിയും മീശയും വീണ്ടും കാലത്തിനനുസരിച്ച് മാറ്റണം.'

'അങ്ങനെയാണ് തോന്നുന്നത്,' വിജയൻ തന്റെ കുറ്റിത്താടിയിൽ തലോടിക്കൊണ്ട് പുഞ്ചിരിച്ചു.

നരസിംഹൻ ഇടതുകൈകൊണ്ട് കണ്ണ് മറച്ചുപിടിച്ചു. അന്ന് സൂര്യൻ ശക്തിയോടെ കത്തിജ്ജ്വലിച്ചു നിന്നു. ആകാശത്ത് മേഘത്തിന്റെ ഒരു തുണ്ടുപോലും ഉണ്ടായിരുന്നില്ല. പക്ഷേ, കാറ്റ് ദയയുള്ളതായിരുന്നു. അത് ശക്തമായും തണുപ്പോടെയും ഈർപ്പത്തോടെയും വീശി ചുട്ടുപൊള്ളുന്ന ചൂടിന്റെ ശക്തി കുറച്ചു.

'വലീദും അമാലും,' അദ്ദേഹം പറഞ്ഞു, 'നിങ്ങൾക്ക് അറിയാമോ എന്നെനിക്കറിയില്ല. ഇന്ത്യയുടെ ഏറ്റവും തെക്കേയറ്റത്തുള്ള മൂന്ന് രാജവംശങ്ങളുടെ, ചോളർ, പാണ്ഡ്യർ, ചേരർ, എന്നിവരുടെ തലവന്മാർ മൂവേന്തർ, അതായത് മൂന്ന് രാജാക്കന്മാർ എന്നാണ് അറിയപ്പെടുന്നത്.'

നരസിംഹനും വിജയനും അമാലും കപ്പലിന്റെ പ്രധാന തട്ടിൽ കൈവരിയിൽ ചാരി നിൽക്കുകയായിരുന്നു. നേരം ഉച്ചയോടടുത്തിരുന്നു. ബലൂചിസ്ഥാന്റെ തീരം അധികം ദൂരെയായിരുന്നില്ല.

'അതെ, പ്രഭോ,' വിജയൻ പറഞ്ഞു. 'എനിക്കറിയാം.'

നരസിംഹൻ തുടർന്നു, 'ആ മൂന്ന് രാജവംശങ്ങളുടെയും പ്രതിനിധികൾ ഇന്ന് ഈ കപ്പലിലുണ്ട്. ഞാൻ ചോള ദേശത്തുനിന്നാണ്. വലീദ് പാണ്ഡ്യ തലസ്ഥാനമായ മധുരയിൽ നിന്നാണ്. അമാൽ ശബരിമല ഉൾപ്പെടുന്ന ചേര മലയോരത്തുനിന്നും. ഈ രാജവംശങ്ങൾ ശിവഭഗവാന്റെ മൂന്ന് കണ്ണുകളെയാണ് പ്രതിനിധീകരിക്കുന്നത്. നമ്മുടെ ഭഗവാനേറ്റ അപമാനത്തിന് പ്രതികാരം ചെയ്യാൻ പോകുകയാണ് നമ്മൾ.'

'അതെ, നമ്മൾ ചെയ്യും,' വിജയൻ പറഞ്ഞു. 'ഹർ ഹർ മഹാദേവ്.' ശിവഭഗവാനോട് കൂറുള്ളവരെല്ലാം മുഴക്കുന്ന ഒരു മുദ്രാവാക്യമായിരുന്നു അത്. 'നാമെല്ലാവരും മഹാദേവന്മാരാണ്, നാമെല്ലാവരും ദൈവങ്ങളാണ്' എന്നായിരുന്നു അതിന്റെ അർത്ഥം.

'ഹർ ഹർ മഹാദേവ്,' നരസിംഹനും അമലും ആവർത്തിച്ചു.

ആ മൂവർസംഘം പുഞ്ചിരിച്ചുകൊണ്ട് ദൂരേക്ക് നോക്കി. ഇപ്പോൾ കര കാണാമായിരുന്നു. വിശാലമായ ഗസ്നവിഡ് സാമ്രാജ്യം ആ തീരങ്ങളിൽ നിന്നാണ് ആരംഭിക്കുന്നത്.

'മഹ്മൂദിന്റെ തലസ്ഥാന നഗരമായ ഗസ്നി, മലനിരകളിലെ കാണ്ഡഹാർ ദേശത്താണെന്നാണ് പറഞ്ഞിട്ടുള്ളത്,' അമാൽ പറഞ്ഞു.

നരസിംഹനും വിജയനും തലയാട്ടി.

അമാൽ തുടർന്നു, 'പക്ഷേ, തുർക്കികൾ ഈ ദേശങ്ങളിൽ വന്നിട്ട് കുറച്ച് ദശാബ്ദങ്ങളേ ആയിട്ടുള്ളൂ. അവരുടെ യഥാർത്ഥ മാതൃഭൂമി ഇതിലും എത്രയോ വടക്ക്, മധ്യ ഏഷ്യയിലെ വിശാലമായ പുൽമേടുകളിലാണ്. നാടോടികളായ കാട്ടാളന്മാരുടെ ഭാഷയായ തുർക്കി ഭാഷയ്ക്ക് പരിമിതമായ ഉച്ചാരണ സാധ്യതകളും വാക്യഘടനയുമേ ഉള്ളൂ എന്ന് നമുക്കെല്ലാവർക്കും അറിയാം. ഒരുപക്ഷേ കാലക്രമേണ അവരുടെ ഭാഷ മെച്ചപ്പെട്ടേക്കാം. തൽക്കാലം, നമ്മുടെ ഭാഷയിലെ 'ഗ' എന്ന അക്ഷരം അവരുടെ

ഭാഷയിൽ "ക" എന്നാണ് ഉച്ചരിക്കുന്നത്. അതുകൊണ്ട് നമ്മൾ പോകുന്ന ഈ നാടിന്റെ യഥാർത്ഥ പേര് കാണ്ഡഹാർ എന്നായിരുന്നില്ല, ഗാന്ധാരം എന്നായിരുന്നു.'

വിജയൻ ഞെട്ടലോടെ ഒന്നുകൂടി ചോദിച്ചു. 'ഇത് മാതാ ഗാന്ധാരിയുടെ നാടാണോ? മഹാഭാരതത്തിലെ?'

'അതെ,' അമാൽ മറുപടി നൽകി.

'ശകുനിയുടെയും,' നരസിംഹൻ പുഞ്ചിരിച്ചുകൊണ്ട് കൂട്ടിച്ചേർത്തു.

അമാൽ തോളനക്കി. 'അതും ശരിയാണ്. ഏതാണ്ടെല്ലാ കുടുംബത്തിലും ലജ്ജിക്കാൻ വക നൽകുന്ന ഒരാൾ കാണുമല്ലോ...'

നരസിംഹനും വിജയനും മെല്ലെ ചിരിച്ചു.

'നമ്മൾ ഭാരതീയർക്ക് ഒരുപാട് നഷ്ടപ്പെട്ടു. ഒരുകാലത്ത് മാതാ ഗാന്ധാരിയുടെ നാടായിരുന്നത് ഇന്ന് ആ കാട്ടാളനായ മഹ്മൂദ് ഭരിക്കുന്നു,' വിജയൻ പറഞ്ഞു.

'മ്ം...' നരസിംഹൻ ദുഃഖത്തോടെ മൂളി.

'നസ്റുള്ള അണ്ണൻ നേരത്തെ പറഞ്ഞ ആ കാര്യം,' അമാൽ പറഞ്ഞു, 'മൂന്ന് മഹത്തായ രാജവംശങ്ങൾ മഹാദേവന്റെ മൂന്ന് കണ്ണുകൾ പോലെ പ്രവർത്തിക്കുന്നു എന്നത്...'

'അതെ?'

'ശിവഭഗവാന്റെ ചിഹ്നങ്ങളിൽ,' അമാൽ തുടർന്നു, 'അദ്ദേഹത്തിന്റെ മൂന്ന് കണ്ണുകൾ മാത്രമല്ല, ചന്ദ്രക്കലയുമുണ്ട്.'

'അതെ. അതുകൊണ്ടാണല്ലോ അദ്ദേഹത്തെ ചന്ദ്രശേഖർ എന്നും വിളിക്കുന്നത്. ചന്ദ്രനെ ശിരസ്സിൽ ചൂടുന്നവൻ.'

'ചന്ദ്രക്കല ഞങ്ങൾ മുസ്ലീങ്ങൾക്കും ഒരു പുണ്യചിഹ്നമാണെന്ന് നിങ്ങൾക്കറിയാമോ?' അമാൽ ചോദിച്ചു.

'അങ്ങനെയാണോ? എനിക്കത് അറിയില്ലായിരുന്നു.'

'അതെ, ആണ്.'

നരസിംഹൻ പുഞ്ചിരിച്ചു.

അമാൽ തുടർന്നു, 'ഞങ്ങളും അദ്ദേഹത്തിന്റേതാണ്. അദ്ദേഹവും ഞങ്ങളുടേതാണ്. ശിവഭഗവാൻ ഹിന്ദുക്കൾക്ക് മാത്രമല്ല ദിവ്യനായവൻ. നമ്മൾ എല്ലാ ഭാരതീയർക്കും അദ്ദേഹം ദിവ്യനാണ്.'

'അതാണ് ഭാരതീയമായ മതബോധം,' നരസിംഹൻ പറഞ്ഞു. 'പരസ്പരം ഓരോരുത്തരുടെയും വിശ്വാസങ്ങളെ

ബഹുമാനിക്കുന്നതിൽ കെട്ടിപ്പടുത്തത്. മഹ്മൂദ് ഗസ്നിയെപ്പോലുള്ള മൃഗങ്ങൾക്ക് മനസ്സിലാകാത്ത ഒന്ന്.'

വിജയൻ അമാലിനെ നോക്കി മൃദുവായി പുഞ്ചിരിച്ചു. ആ നോട്ടത്തിലെ ആർദ്രത നരസിംഹൻ ശ്രദ്ധിച്ചു.

'ഒരുമിക്കുമ്പോൾ നമ്മൾ കൂടുതൽ ശക്തരാണ്,' അമാൽ തുടർന്നു.

'ഒരുമിക്കുമ്പോൾ കൂടുതൽ ശക്തർ,' നരസിംഹൻ പറഞ്ഞു.

'ഒരുമിക്കുമ്പോൾ കൂടുതൽ ശക്തർ,' വിജയൻ ആവർത്തിച്ചു.

ഗ്വാദർ തുറമുഖ നഗരം കണ്മുന്നിൽ തിളക്കമുള്ള ഒരു മായികപ്രഭയോടെ തെളിഞ്ഞുവന്നു.

ഭാരതീയർ വരികയായിരുന്നു. ഒറ്റക്കെട്ടായി.

തുർക്കി വംശജനായ ആ മാലിന്യം, മഹ്മൂദ്, ഭരിക്കുന്ന നാട്ടിലേക്ക്.

ഭാരതീയർ വരികയായിരുന്നു. അവർ പ്രതികാരം ചെയ്യുക തന്നെ ചെയ്യും.

'ഞങ്ങളുടെ കൂടെ തിരിച്ചുവാ, ചേച്ചി,' വാവർ സഹോദരങ്ങളിൽ ഏറ്റവും ഇളയവനായ അൽത്താഫ് തന്റെ ജ്യേഷ്ഠസഹോദരിയോട് അഭ്യർത്ഥിച്ചു. ആമിർ ഒന്നും മിണ്ടാതെ സഹോദരിയെ നോക്കി. അവന്റെ ഭാവം അൽത്താഫിന്റെ വാക്കുകളെ പ്രതിധ്വനിപ്പിച്ചു.

അമാൽ ആൺകുട്ടികളെ നോക്കി പുഞ്ചിരിച്ചിട്ട് കടലിന് നേരെ തിരിഞ്ഞു. ചോളക്കപ്പലിന്റെ മുകൾത്തട്ടിൽ തിരക്കിട്ട് നടക്കുന്ന ആളുകളെ ഉന്നംവെച്ച് കരയുന്ന കടൽക്കാക്കകൾ മുകളിലൂടെ തെന്നിനീങ്ങി.

അവരുടെ പായ്ക്കപ്പൽ ഗ്വാദർ തുറമുഖത്ത് അടുക്കാറായിരുന്നു.

വായുവിൽ തങ്ങിനിന്ന തണുപ്പിന് പകരം ഉച്ചവെയിലിൽ നേർത്തൊരു ചൂട് പടർന്നു. അബ്ബാസിദ് നാവികരുമായുള്ള ഏറ്റുമുട്ടലിനെ അതിജീവിച്ച മുപ്പത്തിയെട്ട് ചോള-പർമർ സൈനികർ, അവരുടെ സൈന്യാധിപന്മാർക്കൊപ്പം കൈവരികളിൽ നിന്ന് കപ്പൽത്തട്ടിലേക്ക് നീണ്ടുകിടക്കുന്ന കയർ ഏണികളിലൂടെ താഴെയിറങ്ങാൻ തയ്യാറെടുത്തു.

'ഈ ദൗത്യത്തിൽ നമ്മുടെ നാട്ടുകാർക്ക് വേണ്ട വഴിയൊരുക്കി നിങ്ങളുടെ പങ്ക് നിങ്ങൾ വഹിച്ചുകഴിഞ്ഞു,' അൽത്താഫ് പറഞ്ഞു.

'നിങ്ങളുടെ ജോലി കഴിഞ്ഞു. ഞങ്ങളുടെ കൂടെ മടങ്ങിവരൂ, ചേച്ചി. അച്ഛന് നിന്നെ വേണം... അൻസാറിന്...'

വികാരങ്ങൾക്ക് അടിമപ്പെട്ട അൽത്താഫിന്റെ ശബ്ദമിടറി.

'എനിക്ക് നിങ്ങളുടെ കൂടെ മടങ്ങിവരാൻ കഴിയില്ല, അനിയാ.' അമാൽ സ്നേഹത്തോടെ ഇളയ സഹോദരന്റെ കവിളിൽ തൊട്ടു. 'ഞാനിവിടെ വന്നത് ചോളന്മാരെയും പർമർമാരെയും പരിശീലിപ്പിക്കാനും വഴികാട്ടാനും വേണ്ടി മാത്രമല്ല. നമ്മുടെ രാജ്യത്തിന്റെ പ്രതികാരത്തിൽ എനിക്കും പങ്കാളിയാകണം. അതിൽ ഞാൻ പ്രധാന പങ്ക് വഹിക്കുമോ ഇല്ലയോ എന്ന് കാലം തീരുമാനിക്കും. പക്ഷേ ആ സ്വേച്ഛാധിപതിക്ക് അർഹിക്കുന്ന ശിക്ഷ കിട്ടിക്കഴിയുമ്പോൾ മാത്രമേ ഞാൻ മടങ്ങുകയുള്ളൂ.'

അൽപ്പം ദൂരെയായി നിന്നിരുന്ന വിജയൻ അവളെ നോക്കി. പരസ്പരവിരുദ്ധമായ വികാരങ്ങൾ അവന്റെ ഹൃദയം കീറിമുറിക്കുകയായിരുന്നു. അവൾ ഈ ദൗത്യത്തിന്റെ ഭാഗമല്ലാ-യിരുന്നെങ്കിൽ, ദീർഘകാലം ജീവിക്കുമെന്ന് അവനറിയാമായിരുന്നു. മറിച്ച്, അവൾ ഇതിന്റെ ഭാഗമായി തുടർന്നാൽ, അവർ ഒരുപക്ഷേ ഈ ചെറുപ്പത്തിൽ മരിച്ചേക്കാം, പക്ഷേ ഒരുമിച്ച് മരിക്കാം. എന്നിരുന്നാലും, ശാന്തമായി ചിന്തിച്ചപ്പോൾ, പറയേണ്ട ശരിയായ കാര്യം എന്താണെന്ന് അവനറിയാമായിരുന്നു.

'നീ തിരിച്ചുപോകണം, അമാൽ,' പാണ്ഡ്യൻ അവൾക്കരികിലേക്ക് നടന്നുകൊണ്ട് പറഞ്ഞു. 'നമ്മൾ ഇതിനകം രണ്ട് അപകടകരമായ ഏറ്റുമുട്ടലുകൾ നേരിട്ടുകഴിഞ്ഞു. നമുക്ക് പന്ത്രണ്ട് പേരെ നഷ്ടപ്പെട്ടു, നമ്മുടെ നേതാവിന് പരിക്കേറ്റു. ഇപ്പോഴിതാ നമ്മൾ ശത്രുവിന്റെ മടയിലുമാണ്. അൽത്താഫ് പറഞ്ഞതാണ് ശരി. നിന്റെ സഹോദരന്മാർക്കൊപ്പം തിരിച്ചുപോകൂ. നിന്റെ ഉദ്ദേശ്യം നിറവേറ്റപ്പെട്ടു കഴിഞ്ഞു.'

അമാൽ വിജയന് നേരെ പൂർണ്ണമായി തിരിഞ്ഞു.

'ഞാൻ നിങ്ങളുടെ കൂടെ വരുന്നു, വലീദ്,' അവൾ ദൃഢമായി പറഞ്ഞു. 'ആവശ്യമുള്ളപ്പോൾ നിങ്ങൾ എന്നെ സംരക്ഷിക്കുമെന്ന കാര്യത്തിൽ എനിക്ക് ഒരു സംശയവുമില്ല.'

വിജയൻ പുഞ്ചിരിച്ചു. 'സത്യത്തിൽ നിങ്ങൾ എന്നെ സംരക്ഷിക്കുമെന്നാണ് ഞാൻ കരുതിയത്.'

അമാൽ മറുപുഞ്ചിരി നൽകി. അതോടെ വിജയന്റെ മുഖം പ്രകാശിച്ചു. ആ നിമിഷം അമാലിന്റെ സഹോദരന്മാരുടെ ശ്രദ്ധയിൽപ്പെടാതെ പോയില്ല.

'അവളെ ശ്രദ്ധിക്കണം സുഹൃത്തേ,' ആമിർ പറഞ്ഞു. 'ഞങ്ങൾ സഹോദരന്മാരുടെ ലോകം തന്നെ അവളാണ്. അവൾ ഞങ്ങളുടെയെല്ലാം കണ്ണിലുണ്ണിയാണ്.'

'എനിക്കറിയാം...'

ആമിർ മെല്ലെ ചിരിച്ചുകൊണ്ട് വിജയനെ ആലിംഗനം ചെയ്തു.

'സുരക്ഷിതമായി തിരികെ കപ്പലോടിച്ച് കൊച്ചി തുറമുഖത്തേക്ക് പോകുക,' വിജയൻ പറഞ്ഞു. 'തീരത്തോട് ചേർന്ന്, നമ്മുടെ രാജ്യത്തിന്റെ കൈയെത്തും ദൂരത്ത് തന്നെ സഞ്ചരിക്കണം.'

ആമിർ സമ്മതഭാവത്തിൽ തലയാട്ടി.

നരസിംഹൻ ആ സംഘത്തിനടുത്തേക്ക് നടന്നുചെന്നു. അദ്ദേഹം മുദ്രവെച്ച ഒരു ചുരുൾ ആമിറിന് കൈമാറി.

'ആമിർ, നീ ഇത് വാങ്ങി ഗംഗൈകൊണ്ടന്റെ പക്കൽ എത്തിക്കണം. നമ്മൾ ശത്രുവിന്റെ പടിവാതിൽക്കൽ സുരക്ഷിതരായി എത്തിയിട്ടുണ്ടെന്നും, വിജയിക്കാൻ തന്നെയാണ് വന്നിരിക്കുന്നതെന്നും അദ്ദേഹത്തെ അറിയിക്കണം.'

ആമിർ മുദ്രവെച്ച ആ ചുരുൾ വാങ്ങി തന്റെ തുക്കസഞ്ചിയിൽ വെച്ചു. അവൻ നെഞ്ചിൽ കൈവെച്ച് നരസിംഹനെ വന്ദിച്ചു.

'കൂടാതെ ആമിർ, നിന്റെ കപ്പൽ കൃത്യം നാലാഴ്ച കഴിഞ്ഞ് ഗ്വാദറിലേക്ക് തിരികെ കൊണ്ടുവരണം,' വിജയൻ കൂട്ടിച്ചേർത്തു. 'അവിടെ ഒരു നാലാഴ്ച കൂടി കാത്തുനിൽക്കണം. അപ്പോഴേക്കും ഞങ്ങൾ മടങ്ങിയെത്തിയില്ലെങ്കിൽ ഞങ്ങളെ നഷ്ടപ്പെട്ടതായി കണക്കാക്കി നിങ്ങൾ തിരികെ യാത്ര തുടങ്ങിക്കോളൂ.'

ചക്രവർത്തിയുടെ ധീരയോദ്ധാക്കളിൽ അവസാനമായി താഴെയിറങ്ങി തുറമുഖത്തുള്ള തങ്ങളുടെ കൂട്ടാളികളോടൊപ്പം ചേർന്നത് നരസിംഹനും വിജയനും അമാലും ആയിരുന്നു. താഴെയിറങ്ങുമ്പോൾ ആരുടെയും സഹായം വേണ്ടെന്ന് നരസിംഹൻ

ആവർത്തിച്ച് പറഞ്ഞിരുന്നു. തന്റെ കരുത്തുറ്റ ഇടതുകൈയുടെ ബലത്തിൽ അദ്ദേഹം സ്വയം താങ്ങിയിറങ്ങി. രാവിലെ ശക്തി കിട്ടാനായി അദ്ദേഹം ചില ഔഷധസസ്യങ്ങൾ കഴിച്ചിരുന്നു. കപ്പലിന്റെ തട്ടിൽ നിന്നിരുന്ന ആളുകൾക്ക് നേരെ കൈവീശിയ ശേഷം അവർ ചുറ്റുമുള്ള തിരക്കിലേക്ക് കണ്ണോടിച്ചു.

ഇന്ത്യൻ ഉപഭൂഖണ്ഡത്തിലെ മറ്റു ഭാഗങ്ങളിലുള്ള തുറമുഖങ്ങളെപ്പോലെ അത്ര വലുതായിരുന്നില്ല അത്. പക്ഷെ ആവശ്യത്തിന് വലുപ്പമുണ്ടായിരുന്നു. രണ്ട് ജെട്ടികൾ, അവയുടെ ഇരുവശത്തും കപ്പലുകൾക്ക് നങ്കൂരമിടാൻ സൗകര്യം. പടിഞ്ഞാറ് ഭാഗത്തുള്ള പാറക്കെട്ടുകൾക്ക് സമീപം ഒരു കപ്പലടുക്കുന്ന സ്ഥലം. അവിടെ ഒരു വശത്ത് മാത്രമേ കപ്പലടുപ്പിക്കാൻ സാധിക്കുമായിരുന്നുള്ളൂ. ആകെ മൊത്തം ഈ രണ്ട് ജെട്ടികളിലും കപ്പലടുക്കുന്ന സ്ഥലത്തുമായി ഏകദേശം പതിനഞ്ച് കപ്പലുകൾക്ക് ഒരേസമയം നങ്കൂരമിടാൻ കഴിയുമായിരുന്നു. ആ പാറക്കെട്ടുകൾ ഒരു പുലിമുട്ടുപോലെ പ്രവർത്തിച്ച് തുറമുഖത്തെ തിരമാലകളുടെ ശക്തി കുറച്ചു. കൂടാതെ, കപ്പലുകൾക്ക് കടലിലേക്ക് പോകാനായി ഒരു കപ്പൽ ഇറക്കുന്ന വഴിയും അവിടെയുണ്ടായിരുന്നു. തുറമുഖത്തിന് കിഴക്കായി, രാത്രിയിൽ ഗ്വാദർ തുറമുഖത്തേക്ക് കപ്പലുകളെ നയിക്കാൻ ഉയരമുള്ള ഒരു വിളക്കുമാടവും കാണാമായിരുന്നു. തുറമുഖത്തിന്റെ അറ്റം വരെ നീണ്ടുകിടക്കുന്ന സംഭരണശാലകളും. ഉള്ളിലേക്കുള്ള നീളുന്ന ചില തെരുവുകളിലും അവിടെയുണ്ടായിരുന്നു.

നരസിംഹൻ ഇതിലും വലിയ തുറമുഖങ്ങൾ കണ്ടിട്ടുണ്ട്. എന്നാലും ഇതിന് തരക്കേടില്ലാത്ത വലുപ്പമുണ്ടായിരുന്നു. സൈന്യാധിപൻ തന്റെ സൈനികരെ ചുറ്റും നോക്കി. അദ്ദേഹം ഒന്നും പറഞ്ഞില്ല. പറയേണ്ട ആവശ്യവുമില്ലായിരുന്നു. അദ്ദേഹത്തിന്റെ കണ്ണുകളിൽ ആ സന്ദേശം വ്യക്തമായിരുന്നു. *നമ്മളിപ്പോൾ ശത്രുവിന്റെ മടയിലാണ്. സദാ ജാഗരൂകരായിരിക്കണം.*

കപ്പലുകളിൽ നിന്ന് ചരക്കുകൾ കയറ്റുകയും ഇറക്കുകയും ചെയ്യുന്ന വ്യാപാരികളുടെയും നാവികരുടെയും ബഹളം അന്തരീക്ഷത്തിൽ നിറഞ്ഞു.

സോമേശ്വർ തന്റെ അങ്കിയുടെ ഉള്ളിൽ ഭദ്രമായി കെട്ടിവെച്ചിരുന്ന സഞ്ചിയിൽ പരതി. അബ്ബാസിദ് കപ്പിത്താന്റെ ആ പതക്കം

അതിലുണ്ടായിരുന്നു. സൂക്ഷിക്കാനായി വിജയനാണ് അത് സോമേശ്വറിനെ ഏൽപ്പിച്ചത്. അതൊരു വിലപ്പെട്ട വസ്തുവായിരുന്നു. കുഴപ്പം പിടിച്ച സാഹചര്യങ്ങളിൽ അത് വളരെ ഉപകാരപ്പെട്ടേക്കാം.

നരസിംഹൻ തന്റെ കണ്ണുകൾ കൊണ്ട് ഇടത്തേക്ക് ഒരു സൂചന നൽകി. സോമേശ്വർ ആ സൂചന പിന്തുടർന്നതും, ചില ആളുകൾ തങ്ങളുടെ നേർക്ക് വേഗത്തിൽ നടന്നു വരുന്നത് അദ്ദേഹം കണ്ടു. തുറമുഖ ഉദ്യോഗസ്ഥർ.

മൂന്നുപേർ അവരുടെ അടുത്തേക്ക് നടന്നു വന്നു. അവരുടെ വസ്ത്രധാരണവും രൂപവും തങ്ങളുടേതിന് സമാനമാണെന്ന് വിജയൻ ശ്രദ്ധിച്ചു. അദ്ദേഹത്തിന് അതിയായ സംതൃപ്തി തോന്നി. അമാൽ അവളുടെ ജോലി ഭംഗിയായി ചെയ്തിരിക്കുന്നു. അവർ നാട്ടുകാരുമായി പൂർണ്ണമായും ഇഴുകിച്ചേർന്നിരുന്നു.

'അസ്സലാമു അലൈക്കും,' പ്രായമായ ഒരു തുറമുഖ ഉദ്യോഗസ്ഥൻ സോമേശ്വറിനെ സമീപിച്ചുകൊണ്ട് പറഞ്ഞു. അദ്ദേഹത്തിന്റെ സംസാരശൈലിയിൽ നിന്ന് അദ്ദേഹം ഒരു പേർഷ്യക്കാരനാണെന്ന് വ്യക്തമായിരുന്നു. അദ്ദേഹത്തിന് പിന്നിൽ, മെലിഞ്ഞ ഒരു ചെറുപ്പക്കാരൻ ഒരു കയ്യിൽ തോൽച്ചുരുളും മറുകയ്യിൽ തൂവൽ പേനയുമായി നിന്നിരുന്നു, ഒരു രേഖ സൂക്ഷിപ്പുകാരൻ. മൂന്നാമത്തെയാൾ, പ്രായമുള്ളയാൾ തന്നെ, കുറച്ചുമാറി നിന്ന് ആ സംഘത്തെ നിരീക്ഷിച്ചു.

'വ അലൈക്കുമുസ്സലാം,' സോമേശ്വർ സന്തോഷത്തോടെ മറുപടി നൽകി. അദ്ദേഹത്തിന് പിന്നിൽ, നടപ്പാതയിൽ, ഭക്ഷണം, ആയുധങ്ങൾ, വസ്ത്രങ്ങൾ, മറ്റ് സാധനങ്ങൾ എന്നിവയടങ്ങിയ പെട്ടികൾ അടുക്കിവെക്കുകയായിരുന്നു മറ്റുള്ളവർ. തുറമുഖ ഉദ്യോഗസ്ഥൻ തിരക്കിട്ട് ജോലി ചെയ്യുന്നവരെ കൗതുകത്തോടെ നോക്കി.

'ഗ്വാദറിൽ എന്താണ് നിങ്ങളുടെ ആഗമനോദ്ദേശ്യം?' അയാൾ ചോദിച്ചു. 'ആ പെട്ടികളിൽ എന്താണ്?'

സോമേശ്വർ അലസമായി പിന്നോട്ട് നോക്കിയിട്ട് അയാളുടെ നേരെ തിരിഞ്ഞു. 'അങ്ങനെ വലുതായൊന്നുമില്ല,' അദ്ദേഹം പറഞ്ഞു. 'ഭക്ഷണവും വസ്ത്രങ്ങളുമാണ്. ഞങ്ങൾ ഗസ്നിയിലെ വലിയ പള്ളിയിലേക്ക് ഒരു തീർത്ഥാടനത്തിന് പോവുകയാണ്. ഞങ്ങൾ

അവിശ്വാസികളുടെ നാടായ ഇന്ത്യയിൽ നിന്നും പുതുതായി ഇസ്ലാം മതം സ്വീകരിച്ചവരാണ്.' തന്റെ കാതിലെ തുളകൾ വിശദീകരിക്കാൻ വേണ്ടിയാണ് സോമേശ്വർ ഇങ്ങനെ പറയാൻ തീരുമാനിച്ചത്.

തുറമുഖ ഉദ്യോഗസ്ഥൻ മുഖം ചുളിച്ചു. പക്ഷെ അയാളുടെ കണ്ണുകളിൽ വ്യക്തമായ ആർത്തി നിഴലിച്ചിരുന്നു. കാലക്രമേണ അയാൾ ഒരു കാര്യം പഠിച്ചിരുന്നു, ഭാരതീയർ പൊതുവെ വളരെ സമ്പന്നരാണ്. ഇസ്ലാം മതം പുതുതായി സ്വീകരിച്ചവർ തങ്ങളുടെ കൂറ് തെളിയിക്കാൻ അതീവ താല്പര്യം കാണിക്കുകയും ചെയ്യും. അതുകൊണ്ട് അവരിൽ നിന്ന് നല്ലൊരു തുക സമ്പാദിക്കാം. 'എന്താ നിങ്ങളുടെ പേര്, ഇന്ത്യക്കാരാ?'

'എന്റെ പേര് സൽമാൻ,' സോമേശ്വർ നെഞ്ചിൽ കൈവെച്ചുകൊണ്ട് മറുപടി നൽകി. 'ഇഖ്ബാലും നസ്റുള്ളയും, എന്റെ സഹായികളാണ്.' അദ്ദേഹം ഇഖ്ബാലിനെയും നരസിംഹനെയും ചൂണ്ടി. 'ഇവൻ വലീദ്, എന്റെ മരുമകൻ, ഇത് അമാൽ, അവന്റെ ഭാര്യ,' വിജയനെയും ശബരിമലയിലെ വാവരുടെ പിൻഗാമിയെയും ചൂണ്ടി അദ്ദേഹം സംഭാഷണം അവസാനിപ്പിച്ചു.

അപ്രതീക്ഷിതമായ ആ പരിചയപ്പെടുത്തലിൽ അമാലിന്റെ ഹൃദയമിടിപ്പ് ഒരു നിമിഷം നിന്നുപോയി. അവൾ രഹസ്യമായി വിജയനെ നോക്കി പുഞ്ചിരിച്ചു.

'ഞങ്ങളുടെ ഉദ്ദേശ്യത്തെക്കുറിച്ച് പറയുകയാണെങ്കിൽ,' സോമേശ്വർ തുടർന്നു, 'സുൽത്താൻ മഹ്മൂദ് ഇബ്ൻ സെബുക്തെഗിൻ തന്റെ വിജയസ്മാരകമായി പണികഴിപ്പിച്ച ആ വലിയ പള്ളി കാണണമെന്നാണ് ഞങ്ങളുടെ ആഗ്രഹം. ഞങ്ങൾ അവിടെ പ്രാർത്ഥനകൾ അർപ്പിച്ച ശേഷം കരമാർഗ്ഗം മക്കയിലേക്ക് പോകും. ഒട്ടകങ്ങളെയും കുതിരകളെയും വാങ്ങാൻ നിങ്ങൾ ഞങ്ങളെ സഹായിക്കുമോ എന്ന് ചിന്തിക്കുകയായിരുന്നു ഞാൻ... പിന്നെ, ഞങ്ങളുടെ സാധനങ്ങൾ കൊണ്ടുപോകാൻ രണ്ട് വണ്ടികളും?'

ചൂണ്ടയിൽ ഇര കോർക്കുകയോ നൂലെറിയുകയോ ചെയ്യാതെ സൗജന്യമായി മീൻ കിട്ടിയ ഒരു മീൻപിടുത്തക്കാരനെപ്പോലെ തുറമുഖ ഉദ്യോഗസ്ഥൻ ഊഷ്മളമായി പുഞ്ചിരിച്ചു. അയാൾ തിരിഞ്ഞ്, പിന്നിൽ കൗതുകത്തോടെ നിന്നിരുന്ന പ്രായമായ മനുഷ്യനുമായി വേഗത്തിൽ എന്തോ സംസാരിച്ചു. അയാൾ നിരാശയോടെ

തലയാട്ടി നെടുവീർപ്പിട്ടു. സോമേശ്വർ തന്റെ സൗഹൃദപരമായ പുഞ്ചിരി മായ്ക്കാതെ ശ്രദ്ധയോടെ അത് കേട്ടു. പതിറ്റാണ്ടുകളായി ലോകമെമ്പാടുമുള്ള തുറമുഖങ്ങളിൽ അദ്ദേഹം വ്യാപാരം നടത്തിയിട്ടുണ്ട്. ഈ കളി എങ്ങനെയാണ് കളിക്കേണ്ടതെന്ന് അദ്ദേഹത്തിന് കൃത്യമായി അറിയാമായിരുന്നു.

തുറമുഖ ഉദ്യോഗസ്ഥൻ ഒടുവിൽ സോമേശ്വറിനെ നോക്കി. 'ഇന്ത്യയിൽ നിന്നുള്ള സൽമാൻ. നമുക്ക് ഒരു നിമിഷം മാറിനിന്ന് സംസാരിക്കാമോ? രേഖകളെക്കുറിച്ച് ചർച്ച ചെയ്യാനാണ്.'

'തീർച്ചയായും, പ്രഭോ,' സോമേശ്വർ വിധേയത്വത്തോടെ തലകുനിച്ച് പറഞ്ഞു. എന്ത് 'രേഖകളാണ്' ചർച്ച ചെയ്യേണ്ടതെന്ന് അദ്ദേഹത്തിന് കൃത്യമായി അറിയാമായിരുന്നു.

കുറച്ച് സമയത്തിന് ശേഷം സോമേശ്വർ മടങ്ങിയെത്തി. തുറമുഖ ഉദ്യോഗസ്ഥർ വളരെ സംതൃപ്തരായി നടന്നകലുന്നത് നരസിംഹന് കാണാമായിരുന്നു.

'എല്ലാം ശരിയായോ, അങ്ങുന്നേ?' സോമേശ്വറിന്റെ ജോലിക്കാരനെന്ന വേഷം അഭിനയിച്ചുകൊണ്ട് നരസിംഹൻ ചോദിച്ചു.

'ഉവ്വ്, നസ്റുള്ള,' സോമേശ്വറും തന്റെ വേഷം ഭംഗിയാക്കി. എന്നിട്ട് അദ്ദേഹം ഇഖ്ബാലിന്റെ നേരെ തിരിഞ്ഞ്, സന്തോഷത്തോടെയുള്ള ഒരു പുഞ്ചിരിയോടെ മന്ത്രിച്ചു, 'ലളിതമായ നിയമങ്ങളെ ഒരിക്കലും ചോദ്യം ചെയ്യരുത്. ലളിതമായ നിയമങ്ങൾ എപ്പോഴും പാലിക്കുക!'

ഇഖ്ബാൽ പതിയെ ചിരിച്ചു. 'ലളിതമായ നിയമങ്ങൾ എപ്പോഴും പാലിക്കുക.'

നരസിംഹൻ നെറ്റിചുളിച്ചു. 'എന്താണ് ഈ ലളിതമായ നിയമങ്ങൾ?'

സോമേശ്വർ വിശദീകരിച്ചു, 'അതായത് നസ്റുള്ള, സംഭവം ഇതാണ്. അഴിമതിക്കാരായ ഉദ്യോഗസ്ഥർക്ക് കൈക്കൂലി കൊടുക്കുമ്പോൾ നമ്മൾ ഈ ലളിതമായ നിയമങ്ങൾ പാലിക്കണം. അവ എപ്പോഴും വിജയിക്കാറുണ്ട്. ഒന്നാമതായി, ഉദ്യോഗസ്ഥനെ

നന്നായി മനസ്സിലാക്കണം. അവർക്ക് നീരസം തോന്നുന്ന അത്ര കുറഞ്ഞ തുക വാഗ്ദാനം ചെയ്യരുത്. അതേസമയം, നിങ്ങളുടെ യഥാർത്ഥ ലക്ഷ്യമെന്താണെന്ന് അവർക്ക് സംശയം തോന്നുന്ന അത്ര വലിയ തുകയും ആകരുത്. നിങ്ങൾ ആദ്യം പറയുന്ന തുകയിൽ നിന്ന് വിലപേശി ജയിക്കാനുള്ള സന്തോഷം അവർക്ക് നൽകുക. ഏറ്റവും പ്രധാനമായി, അവരോട് സംസാരിക്കുമ്പോൾ എപ്പോഴും വിനയാന്വിതനായിരിക്കണം. അവരുടെ അഹംഭാവം അവർക്ക് അത്രയേറെ പ്രിയപ്പെട്ടതാണ്.'

സ്വയം ഒരു സർക്കാർ ഉദ്യോഗസ്ഥനായിരുന്ന, സത്യസന്ധനായ നരസിംഹന് അത് കേട്ട് നീരസം തോന്നി. അതെന്തിനാണാവോ ചോദിക്കാൻ പോയതെന്ന് അദ്ദേഹം സ്വയം ശപിച്ചു. പക്ഷെ സോമേശ്വറിന്റെ തന്ത്രം സുഗമമായി വിജയിച്ചതുകൊണ്ട് അദ്ദേഹം കൂടുതൽ ഒന്നും പറഞ്ഞില്ല.

'നമ്മൾ ഇനി എവിടേക്കാണ് പോകേണ്ടത്, അങ്ങുന്നേ?' നരസിംഹൻ ചോദിച്ചു.

'ഈ പട്ടണത്തിന്റെ മറ്റേ അറ്റത്തേക്ക്. വളരെ വിശേഷപ്പെട്ട ഒരു വ്യാപാരിയെ കാണാൻ.'

സോമേശ്വർ തന്റെ ഉള്ളങ്കിയോട് ചേർന്നുള്ള സഞ്ചിയിൽ നിന്ന് ഒരു കടലാസ് പുറത്തെടുത്തു. അത് കീറിപ്പോയ, വെറും ഒരു രൂപയുടെ ഒരു കടപ്പത്രമായിരുന്നു. സോമേശ്വറിന്റെ കയ്യിലെ ചെറിയ മൂല്യമുള്ള ആ കടപ്പത്രം കണ്ട് നരസിംഹൻ നെറ്റിചുളിച്ചു. എല്ലാ കടപ്പത്രങ്ങളിലുമുള്ള തനതായ തിരിച്ചറിയൽ നമ്പറും കീറിപ്പോയതിനാൽ അതിന് കേടുപാടുകൾ സംഭവിച്ചിരുന്നു. ഈ കടപ്പത്രത്തിന് ഇപ്പോൾ നിയമസാധുതയില്ല. അതുകൊണ്ട് ഒരു പ്രയോജനവുമില്ല.

സോമേശ്വർ വിശദീകരിച്ചു: 'അതിന്റെ മറുപാതി അയാളുടെ കയ്യിലുണ്ട്.'

അപ്പോൾ അത്ര നിസ്സാരമല്ല.

നരസിംഹൻ പുഞ്ചിരിച്ചു. *ഈ ഗുജറാത്തി വ്യാപാരി വളരെ തന്ത്രശാലിയാണ്. കുറച്ചുകൂടി ചെറുപ്പമായിരുന്നെങ്കിൽ, നമ്മുടെ ചോള സൈന്യത്തിൽ ഇയാൾക്ക് ഒരിടം കിട്ടുമായിരുന്നു.*

'നമുക്ക് പോകാം.'

'അങ്ങ് പറയുന്നതുപോലെ,' നരസിംഹൻ പറഞ്ഞു.

സോമേശ്വർ ചോള-പർമർ സൈനികരുടെ നേരെ തിരിഞ്ഞ്, തൊഴിലാളികൾക്ക് നിർദ്ദേശം നൽകുന്ന വ്യാപാരിയുടെ വേഷം തുടർന്നു. അദ്ദേഹം തലയാട്ടിയതും ആളുകൾ പെട്ടികൾ ഉയർത്താൻ തുടങ്ങി.

അദ്ധ്യായം 15

ഒരേയൊരു പ്രതീക്ഷ

ഹിന്ദു കുഷ് പർവതനിരകൾ, അഫ്ഗാനിസ്ഥാൻ

'പുലാ, നമ്മുടെ ആളുകൾ വല്ലാതെ പിന്നോട്ട് പോകുന്നു. ഈ ഒളിച്ചോട്ടം കൊണ്ടുവന്ന കഷ്ടപ്പാടുകളെ നേരിടാൻ നമ്മൾ തയ്യാറായിട്ടില്ല. ആദ്യം വിശപ്പും ദാഹവും, ഇപ്പോഴിതാ ഈ കാലാവസ്ഥയും.'

രക്ഷപ്പെട്ട അടിമകളുടെ സംഘത്തിന്റെ നേതാവായ പുല നടത്തം നിർത്താതെ പിന്നോട്ട് നോക്കി. അടിമത്തത്തിൽ നിന്ന് രക്ഷപ്പെട്ട് ഒളിച്ചോടുന്നവരുടെ ആ നീണ്ട നിര ഒരു സർപ്പത്തെപ്പോലെ വളഞ്ഞുപുളഞ്ഞ് അദ്ദേഹത്തിന് പിന്നാലെ നിശ്ശബ്ദമായി കാലുകൾ വലിച്ചുവെച്ച് നീങ്ങുന്നുണ്ടായിരുന്നു. അവരുടെയെല്ലാം തലകൾ കുനിഞ്ഞിരുന്നു. ഇടയ്ക്കിടെയുള്ള പരുക്കൻ ചുമയും നിരാശ നിറഞ്ഞ ഞരക്കങ്ങളും, മഞ്ഞുവീഴ്ചയുടെ തണുത്ത നിശ്ശബ്ദതയെ ഭേദിച്ചു.

'ഈ അകാലത്തെ മഞ്ഞുവീഴ്ച തീർത്തും അപ്രതീക്ഷിതമാണ്,' പുല പറഞ്ഞു.

വെളുത്ത മഞ്ഞുമൂടിയ പർവതങ്ങൾക്ക് പിന്നിൽ സൂര്യൻ അസ്തമിച്ചിരുന്നു. ഇരുമ്പുചാരനിറമുള്ള മേഘങ്ങൾ വിഷാദ ആകാശത്തെ മൂടി. കഴിഞ്ഞ കുറേ ദിവസങ്ങളായി ഒരു അപ്രതീക്ഷിത ഹിമക്കാറ്റ് ഗസ്നവിഡ് സുൽത്താനേറ്റിന്റെ മധ്യഭാഗങ്ങളെ തകർത്തെറിഞ്ഞിരുന്നു.

'നമുക്ക് ഒരുപക്ഷേ രോഗങ്ങളെയും നേരിടേണ്ടി വന്നേക്കാം,' ഉപനേതാവ് തുടർന്നു. അയാൾ ചൂടിനായി കൈപ്പത്തികളിലേക്ക് ഊതി. 'ഈ മഞ്ഞുവീഴ്ച പനിയും മഞ്ഞുകടിയും കൊണ്ടുവന്നിട്ടുണ്ട്.'

'എത്ര പേരെയാണ് നമുക്ക് ഇതുവരെ നഷ്ടപ്പെട്ടത്, ധ്രുവ്?' പുല തന്റെ താൽക്കാലിക ഉപനേതാവിനോട് ചോദിച്ചു.

'നമ്മളെപ്പോലുള്ള നാല് മുൻ സൈനികർ,' ധ്രുവ് തന്റെ പുതപ്പ് തോളിലൂടെ മുറുക്കി വലിച്ചുകൊണ്ട് പറഞ്ഞു. 'പിൻനിരയിലെ കാവൽക്കാർ ഇതുവരെ ആളപായമൊന്നും അറിയിച്ചിട്ടില്ല, പക്ഷേ അങ്ങനെയൊന്ന് സംഭവിക്കാൻ അധികം സമയമെടുക്കില്ലെന്നാണ് എനിക്ക് തോന്നുന്നത്. ക്ഷീണം, പട്ടിണി, പരിക്കുകൾ, എന്നിവ കാരണം മരണങ്ങളുണ്ടാകും. ഭക്ഷണം തേടിപ്പോകുന്ന നമ്മുടെ സംഘങ്ങൾ ഓരോ ദിവസവും കുറഞ്ഞ ആഹാരവുമായാണ് മടങ്ങിവരുന്നത്. ഈ തണുത്ത, വരണ്ട ഭൂമി അത്ര ഫലഭൂയിഷ്ഠമല്ല, പുലാ. പ്രത്യേകിച്ചും നമ്മളെപ്പോലെ ശരിയായ സജ്ജീകരണങ്ങളില്ലാത്ത ഒരു ആൾക്കൂട്ടത്തിന്.'

'സമയം എന്നൊരു ആർഭാടം നമുക്കില്ല,' പുല പറഞ്ഞു. 'ആരെങ്കിലും മരിച്ചാൽ, അന്ത്യകർമ്മങ്ങൾ നടത്തി നമ്മളെത്തന്നെ ഭാരപ്പെടുത്താനോ, മരിച്ചവരെ ചുമലിലേറ്റി നടക്കാനോ നമുക്ക് കഴിയില്ല. പക്ഷേ, ആ ജഡങ്ങൾ നമ്മളെ പിന്തുടരുന്നവർക്ക് വഴി കണ്ടെത്താനുള്ള അടയാളങ്ങൾ പോലെയാകും...'

തന്റെ നേതാവിനൊപ്പം നടക്കുമ്പോൾ ധ്രുവ് പിരിമുറുക്കത്തോടെ നിശ്ശബ്ദനായി അത് കേട്ടു.

പുല തന്റെ വാളിന്റെ പിടിയിൽ മുറുകെ പിടിച്ചു. 'സുൽത്താൻ നമുക്ക് പിന്നാലെ ഒരു വേട്ടസംഘത്തെ അയച്ചിട്ടുണ്ടെന്ന് എനിക്കുറപ്പാണ്. ഞാനാലോചിക്കുകയാണ്...' പുലയുടെ വാക്കുകൾ പാതിയിൽ മുറിഞ്ഞു. തന്റെ ഉപനേതാവിനെ ആശങ്കപ്പെടുത്താൻ അയാൾ ആഗ്രഹിച്ചില്ല.

ആ രാത്രി ആരോ ഒരാൾ പുലയ്ക്കും കൂട്ടർക്കും ആയുധങ്ങൾ രഹസ്യമായി എത്തിച്ചുകൊടുത്തിരുന്നു. ഗസ്നിയിൽ ആരോ തങ്ങളെ സഹായിക്കാൻ ആഗ്രഹിക്കുന്നു എന്നായിരുന്നു ആദ്യം അയാൾ കരുതിയത്. ദാനം കിട്ടിയ കുതിരയുടെ പല്ല് എണ്ണരുത് എന്നാണല്ലോ. പുല ഉടൻതന്നെ ആ ആയുധങ്ങൾ ഉപയോഗിച്ച് തന്റെ

അനുയായികളുടെയും മറ്റ് അടിമകളുടെയും രക്ഷപ്പെടൽ ആസൂത്രണം ചെയ്യു. എന്നാൽ ഇപ്പോൾ ഇതെല്ലാം വളരെ വിപുലമായ ഒരു കെണിയായിരുന്നോ എന്ന് അയാൾ സംശയിച്ചു തുടങ്ങിയിരുന്നു. *ആരാണ് ഞങ്ങളെ ഗസ്നിയിൽ സഹായിച്ചത്? എന്തിന്?*

'എല്ലാ ബഹുമാനത്തോടും കൂടി ചോദിക്കുകയാണ്...' പുലയുടെ ചിന്തകളെ ഭേദിച്ച് ധ്രുവ് പറഞ്ഞു. 'നമ്മൾ...'

'അതൊരിക്കലും നടക്കില്ല,' പുല തടസ്സപ്പെടുത്തി. 'നമ്മൾ ഭാരതീയർ അങ്ങനെയല്ല. ആ കാട്ടാളന്മാരായ തുർക്കികളെക്കാൾ മികച്ചവരാണ് നമ്മൾ. മരണശേഷം നമ്മുടെ ദൈവങ്ങളെയും പൂർവ്വികരെയും നമ്മൾ എങ്ങനെ അഭിമുഖീകരിക്കും, ധർമ്മത്തോടെ പ്രവർത്തിച്ചില്ലെങ്കിൽ?'

ധ്രുവ് നിശ്ശബ്ദനായി. അയാൾ പറയാൻ ആഗ്രഹിച്ച നിർദ്ദേശം വ്യക്തമായിരുന്നു. രക്ഷപ്പെടുന്ന സംഘം പിരിയണമെന്നായിരുന്നു അത്. പുലയുടെ കീഴിൽ ഏകദേശം അമ്പതോളം പോരാളികളുണ്ടായിരുന്നു. അതോടൊപ്പം പല മതങ്ങളിലും രാജ്യങ്ങളിലും പെട്ട നൂറുകണക്കിന് അടിമകളും. ഹിന്ദുക്കൾ, ബുദ്ധമതവിശ്വാസികൾ, ജൈനന്മാർ, ക്രിസ്ത്യാനികൾ, സൊറോസ്ട്രിയൻ മതവിശ്വാസികൾ, യസീദികൾ എന്നിങ്ങനെ. ഇതരവിശ്വാസികളായ സഹഭാരതീയരെ ഉപേക്ഷിക്കാൻ വിസമ്മതിച്ച കുറച്ച് ഇന്ത്യൻ മുസ്ലീങ്ങളും കൂട്ടത്തിലുണ്ടായിരുന്നു. ഈ അടിമകൾക്ക് സ്വയം പ്രതിരോധിക്കാനോ ഭക്ഷണം കണ്ടെത്താനോ പോലും കഴിഞ്ഞിരുന്നില്ല. ഗസ്നവിഡ് സൈനികർ പിടികൂടിയാൽ, സംരക്ഷിക്കേണ്ട കുറെ ശരീരങ്ങളും ഭക്ഷണം നൽകേണ്ട കുറെ വയറുകളും മാത്രമായിരുന്നു അവർ. യുക്തിപൂർവ്വം ചിന്തിച്ചാൽ ചെയ്യേണ്ടിയിരുന്നത് സംഘം പിരിയുകയായിരുന്നു. അമ്പത് ഇന്ത്യൻ സൈനികർക്ക് ഗസ്നവിഡ് ദേശത്തുനിന്നും വേഗത്തിൽ രക്ഷപ്പെടാം. പിന്നീട് കൂടുതൽ കരുത്താർജ്ജിച്ച് യുദ്ധം ചെയ്യാൻ തിരിച്ചുവരാം. ഓരോ അടിമയും സ്വന്തം കാര്യം നോക്കട്ടെ.

അടിമകളെ ഉപേക്ഷിക്കുന്നത് ഒരുപക്ഷേ വിവേകപൂർണ്ണമായ കാര്യമായിരിക്കാം. എന്നാൽ അത് ധാർമ്മികമായ പ്രവൃത്തിയായിരുന്നില്ല. അതുകൊണ്ട് തന്നെ അത് ചെയ്യാൻ

സാധിക്കുമായിരുന്നില്ല. പ്രത്യേകിച്ച് ധർമ്മത്തിന്റെ പാത പിന്തുടരുന്ന ഒരാൾക്ക്.

ധ്രുവ് ഒരു നല്ല സൈനികനായിരുന്നു. അവൻ തന്റെ മേധാവിയെ കൂടുതൽ ചോദ്യം ചെയ്തില്ല.

'പുലാ!' ഒരു ചെറുപ്പക്കാരൻ മുന്നിൽ നടക്കുകയായിരുന്ന ആ രണ്ടുപേരുടെ അടുത്തേക്ക് ഓടിയെത്തിക്കൊണ്ട് വിളിച്ചു. 'പുലാ! നിൽക്കൂ!'

പുലയും ധ്രുവും നിന്നു തിരിഞ്ഞു. അതോടെ ദുരിതമനുഭവിക്കുന്ന ആ മനുഷ്യരുടെ നീണ്ട നിരയിലും ഒരു ചലനമുണ്ടായി, അവരെല്ലാം പെട്ടെന്ന് നിന്നു. ചിലർ നിലത്തേക്ക് ഊർന്നിരുന്നു, മറ്റുചിലർ നിരതെറ്റി അലഞ്ഞുനടന്നു. ആ യാത്രാസംഘത്തിന്റെ അവസാന ഭാഗത്ത് എവിടെയോ, രക്ഷപ്പെട്ട അടിമപ്പെൺകുട്ടിയായ യസാദെ, തന്റെ അച്ഛനായ ആരിഫിനെ ഒരു കൂട്ടം പുരുഷന്മാർക്ക് സമീപം ഇരിക്കാൻ സഹായിച്ചു.

'എന്താ സെയ്ൻ?' പുല ഒരു പുരികമുയർത്തി ചോദിച്ചു. 'ആർക്കെങ്കിലും അസുഖം വന്നോ?'

'അത്ര നിസ്സാരമായിരുന്നെങ്കിൽ കൊള്ളാമായിരുന്നു,' സെയ്ൻ ഹുസൈൻ കിതച്ചുകൊണ്ട് മറുപടി പറഞ്ഞു. 'ഏകദേശം പത്തോളം പുരുഷന്മാരും സ്ത്രീകളുമടങ്ങുന്ന ഒരു സംഘം നമ്മളെ വിട്ടുപോയിരിക്കുന്നു. അവർ നമ്മളെ ഉപേക്ഷിച്ചുപോയി.'

'ഉപേക്ഷിച്ചെന്നോ?!' ധ്രുവ് അവിശ്വസനീയതയോടെ ആവർത്തിച്ചു. 'അവരുടെ സംരക്ഷകരായ നമ്മളെ ഉപേക്ഷിച്ചെന്നോ? ഭ്രാന്തുപിടിച്ച, അക്രമം നിറഞ്ഞ ഈ നാട്ടിൽ വെച്ചോ?'

'നമ്മൾ അവരിൽ ചിലരുടെ മേൽ സ്വാതന്ത്ര്യം അടിച്ചേൽപ്പിക്കുകയായിരുന്നുവെന്ന് തോന്നുന്നു, ധ്രുവ്,' സെയ്ൻ പറഞ്ഞു. 'അവരുടെ സുഖവാസത്തിൽനിന്ന് നമ്മളവരെ പുറത്തിറക്കി. അവർക്കത് വേണ്ടിയിരുന്നില്ല. ആ ക്രിസ്ത്യൻ നിർമ്മാണവിദഗ്ധൻ ബുത്രൂസും, അയാളുടെ കുടുംബവും സുഹൃത്തുക്കളുമുണ്ട് ആ കൂട്ടത്തിൽ. തന്റെ മക്കൾക്ക് കഴിക്കാൻ ആവശ്യത്തിന് ഭക്ഷണമില്ലെന്ന് ബുത്രൂസ് എപ്പോഴും പരാതി പറയുമായിരുന്നു. അവരുടെ മെച്ചപ്പെട്ട ജീവിതത്തിനുള്ള അവസരം ഞങ്ങൾ നശിപ്പിച്ചു എന്ന് അവരെല്ലാം നിർത്താതെ പരാതിപ്പെടുന്നുണ്ടായിരുന്നു. പള്ളിയുടെ പണി

പൂർത്തിയായാൽ അവർക്ക് പൗരത്വം നൽകാമെന്ന് സുൽത്താൻ വാഗ്ദാനം ചെയ്തിരുന്നുവത്രേ.'

'തീർച്ചയായും, അതിനിടയിൽ അവർക്ക് അവരുടെ വിശ്വാസങ്ങളും പാരമ്പര്യങ്ങളും ഉപേക്ഷിക്കേണ്ടി വരും. അവരുടെ യേശുവിനെയും,' പുല പുച്ഛത്തോടെ പറഞ്ഞു. 'ഒരിക്കലും തങ്ങൾക്ക് ലഭിക്കില്ലെന്ന് അവർക്കറിയാവുന്ന സ്വാതന്ത്ര്യത്തിനും അന്തസ്സിനും പകരമായി സ്വന്തം ആത്മാവിനെ ബലി കൊടുക്കുക.'

'അവർക്ക് അവരുടെ സ്വാതന്ത്ര്യവും അന്തസ്സും ഒരുപാട് കാലം മുൻപേ നഷ്ടപ്പെട്ടതാണ്, പുലാ.' സെയ്ൻ തോളനക്കി. 'പലർക്കും ഒരു രണ്ടാംതരം പൗരൻ ആയി ജീവിക്കുന്നത് ഈ തുർക്കിക് മൃഗങ്ങളാൽ ബലാത്സംഗം ചെയ്യപ്പെടുകയോ കൊല്ലപ്പെടുകയോ ചെയ്യുന്നതിനേക്കാൾ ഭേദമാണ്.'

പുല തലയാട്ടി. *രക്ഷപ്പെടാൻ ആഗ്രഹിക്കാത്ത ആളുകളെ എങ്ങനെയാണ് രക്ഷിക്കുക?*

പക്ഷേ പ്രശ്നം ആ അടിമകളെ രക്ഷിക്കുന്നതിൽ മാത്രമായിരുന്നില്ല.

'നിന്റെയറിവില്ലാതെ അവരെങ്ങനെ കടന്നുകളഞ്ഞു?' പുല സെയ്നോട് ചോദിച്ചു. 'എല്ലാവരെയും നിരീക്ഷിക്കാനും ആരും വഴിതെറ്റിപ്പോകാതെ നോക്കാനുമായിരുന്നില്ലേ നിന്നെ ചുമതലപ്പെടുത്തിയിരുന്നത്.'

'കരുണ കാണിക്കണം, പുലാ. ഞങ്ങൾ വെറും അമ്പത് സൈനികർ, ക്ഷീണിതരും വിശന്നവരുമാണ്. ഭയന്നുവിറച്ച തൊള്ളായിരം പുരുഷന്മാർക്കും സ്ത്രീകൾക്കും കുട്ടികൾക്കുമാണ് നമ്മൾ കാവലിരിക്കുന്നത്. ഇത് അസാധ്യമായ ഒരു ജോലിയാണ്. ബുത്രൂസും അവന്റെ അനുയായികളും പോയി. മഞ്ഞ് അവരെ അപ്രത്യക്ഷരാകാൻ സഹായിച്ചിരിക്കാം. നമുക്കത് അംഗീകരിക്കാം.'

'കൂറുമാറിയവർക്ക് അല്പമെങ്കിലും നാണമുണ്ടെങ്കിൽ അവർ ഗസ്നിയുടെ ദിശയിലേക്ക് തിരിച്ചുപോവില്ലെന്ന് ഞാൻ പ്രതീക്ഷിക്കുന്നു,' ധ്രുവ് ആശങ്കയോടെ പറഞ്ഞു. 'മഞ്ഞ് നമുക്കൊരു ശാപമായിരുന്നെങ്കിലും അത് നമ്മുടെ കാൽപ്പാടുകളെ മറച്ചിട്ടുണ്ട്. ഈ കൂറുമാറിയവർക്ക് നമ്മുടെ ആനുകൂല്യം ഇല്ലാതാക്കാനും വേട്ടക്കാരെ നേരെ നമ്മുടെ അടുത്തേക്ക് അയക്കാനും കഴിയും.'

'നമ്മൾ വേഗത കൂട്ടണം,' പുല കൽപ്പിച്ചു. 'ഇനി വിശ്രമിക്കാൻ സമയമില്ല. നമ്മുടെ കയ്യിൽ ആവശ്യത്തിന് ഭക്ഷണമുണ്ടോ, സെയ്ൻ? കുറച്ചുകാലം കൂടി അത് തികയുമോ?'

'അതെ, തികയണം,' സെയ്ൻ പറഞ്ഞു. 'നമുക്ക് കിട്ടുന്ന ചെറിയ സഹായം വെച്ച് ജോൺ ഭക്ഷണം കണ്ടെത്തുന്ന ജോലി നന്നായി ചെയ്യുന്നുണ്ട്.' ജോൺ പുലയുടെ കീഴിലുള്ള മറ്റൊരു ഇന്ത്യൻ സൈനികനായിരുന്നു. 'പക്ഷേ കുടിക്കാനുള്ള വെള്ളം തീർന്നുകൊണ്ടിരിക്കുകയാണ്.'

'സാരമില്ല, മഞ്ഞ് പെയ്യുന്നുണ്ടല്ലോ,' ധ്രുവ് ഓർമ്മിപ്പിച്ചു. 'ആവശ്യമെങ്കിൽ എല്ലാവരും നാവ് പുറത്തേക്കിട്ട് മഞ്ഞുകണങ്ങൾ പിടിച്ചു നടക്കട്ടെ. പുല പറഞ്ഞത് ശരിയാണ്. നമ്മൾ മുന്നോട്ട് പോയേ തീരൂ.'

സെയ്ൻ ഹുസൈൻ തലയാട്ടി തിരിഞ്ഞു.

'എഴുന്നേൽക്ക്!' അയാൾ നിരയുടെ താഴേക്ക് വളഞ്ഞുപുളഞ്ഞു നടന്നുകൊണ്ട് അലറി. തമ്പടിക്കാൻ തയ്യാറെടുക്കുകയായിരുന്ന അടിമകൾ അതുകേട്ട് ഞെട്ടി. 'എല്ലാവരും എഴുന്നേൽക്ക്! ശത്രുക്കൾ നമ്മുടെ തൊട്ടുപിന്നിലുണ്ട്. നമുക്ക് മുന്നോട്ട് പോയേ പറ്റൂ. വിശ്രമമില്ല! മുന്നോട്ട് നടക്ക്!'

നിരയുടെ അവസാന ഭാഗത്ത്, യസാദെ എഴുന്നേറ്റു, നീങ്ങാൻ തൽക്ഷണം തയ്യാറായി. 'എഴുന്നേൽക്കൂ, അച്ഛാ. വരൂ...'

'മെലക് താവൂസ്, കരുണ തോന്നണേ...' ആരിഫ് തന്റെ യസീദി ദൈവത്തെ വിളിച്ചുകൊണ്ട് ഞരങ്ങി. അയാൾ എഴുന്നേൽക്കാൻ പാടുപെട്ടു. 'നമ്മളിപ്പോൾ ഇരുന്നതല്ലേയുള്ളൂ...'

യസാദെ പിന്നോട്ട് നോക്കി. അവൾ വിറച്ചുപോയി.

'ഹക്കീം, എനിക്ക് രാജ്ഞിയെ ഒരു അഞ്ച് മിനിറ്റ് കണ്ട് സംസാരിക്കണം. ഒരുപക്ഷേ അതിലും കുറച്ചുനേരം മതിയാകും. ദയവുചെയ്ത്, എന്റെ സഹോദരാ, സഹായിക്കണം,' ഖ്വാജ ഹസ്സൻ കെഞ്ചി.

കൗസരി ജഹാന്റെ അംഗരക്ഷക സേനയുടെ തലവൻ നിർവികാരനായി പ്രധാനമന്ത്രിയെ നോക്കി. രാജ്ഞിയുടെ സ്വകാര്യ

അറകളുടെ പ്രവേശനകവാടത്തിൽ ഒരു വലിയ തേക്ക് മരം പോലെ അയാൾ നിന്നു. വികാരരഹിതനായി. അനങ്ങാതെ.

ഖ്വാജ ഹസ്സൻ ദയനീയമായി യാചിച്ചു. അയാളുടെ കണ്ണുകൾ നിറഞ്ഞിരുന്നു.

'രാജ്ഞിയെ ഇപ്പോൾ ശല്യപ്പെടുത്താൻ സാധിക്കില്ല,' ആ ഷണ്ഡൻ ഉറച്ച ശബ്ദത്തിൽ പറഞ്ഞു. 'അവർ വിശ്രമിക്കുകയാണ്.'

ഖ്വാജ ഹസ്സൻ പിന്മാറാൻ കൂട്ടാക്കിയില്ല. 'ദയവായി, ഹക്കീം... ദയവായി...'

'ഹസ്സൻ, നിങ്ങൾക്ക് ഭ്രാന്താണോ?' ഒടുവിൽ ക്ഷമ നശിച്ച് ഹക്കീം ചോദിച്ചു. ശക്തയായ രാജ്ഞിയുടെ വിശ്വസ്തനായ ആ ഷണ്ഡ യോദ്ധാവിന്, പേർഷ്യൻ പ്രധാനമന്ത്രിയോട് പ്രത്യേക മര്യാദ കാണിക്കേണ്ട ആവശ്യമൊന്നും തോന്നിയില്ല. 'എന്തിനാണ് നിങ്ങൾ എപ്പോഴും ഈ അസമയത്ത് വരുന്നത്? സൂര്യനുദിക്കാൻ ഇനിയും മൂന്ന് മണിക്കൂറുണ്ട്!'

'ഈ സമയത്ത് മാത്രമേ എനിക്ക് പൂർണ്ണമായ രഹസ്യസ്വഭാവം ഉറപ്പാക്കാൻ കഴിയൂ,' ഖ്വാജ ഹസ്സൻ പറഞ്ഞു. 'അത് നിങ്ങൾക്കറിയാം. രാജ്ഞിക്കും അറിയാം. സിംഹാസനത്തിന്റെ ഒരു യഥാർത്ഥ വിശ്വസ്തനെന്ന നിലയിൽ എനിക്ക് അവരെ സഹായിക്കാൻ കഴിയും!'

ഹക്കീം താൽപര്യമില്ലായ്മയോടെ അയാളെ പാളിനോക്കി. അർദ്ധരാത്രി കഴിഞ്ഞ് മൂന്ന് മണിക്കൂറും സൂര്യോദയത്തിന് മൂന്ന് മണിക്കൂർ മുൻപുമായി, രാജ്ഞിയോട് സംസാരിക്കണമെന്ന ഖ്വാജ ഹസ്സന്റെ ധാർഷ്ട്യം നിറഞ്ഞ അപേക്ഷകൾ നിരസിക്കാൻ തുടങ്ങിയിട്ട് ഒരാഴ്ചയായിരുന്നു. വിചിത്രമെന്ന് പറയട്ടെ, പകൽ സമയത്ത് കൂടിക്കാഴ്ചയ്ക്ക് അയാൾ ശ്രമിച്ചതുമില്ല.

ഒന്നുകിൽ ഒരു ഗൂഢാലോചന നടക്കുന്നുണ്ട്. അല്ലെങ്കിൽ ഖ്വാജ ഹസ്സൻ പങ്കുവെക്കാൻ ശ്രമിക്കുന്നത് യഥാർത്ഥത്തിൽ ഭയാനകമായ ഒരു രഹസ്യമാണ്.

'എനിക്കിപ്പോൾ രാജ്ഞിയെ ശല്യപ്പെടുത്താൻ കഴിയില്ല,' ആ ഷണ്ഡൻ ഉറച്ച ശബ്ദത്തിൽ പറഞ്ഞു. 'രാജ്ഞി വിശ്രമത്തിലാണ്. ഒന്നുകിൽ സന്ദേശം എന്നെ ഏൽപ്പിക്കുക, അല്ലെങ്കിൽ എന്നെ

മറികടന്നുപോകേണ്ട ആവശ്യമില്ലാത്ത ഒരു സമയത്ത് തിരികെ വരിക.'

'സന്ദേശം നിങ്ങളെ ഏൽപ്പിക്കാനോ?' ഖ്വാജ ഹസ്സൻ മുഖം ചുളിച്ചു. 'ഒരിക്കലുമില്ല! ഇക്കാര്യം അതീവ രഹസ്യമാണ്, അത് രാജ്ഞിയുമായി മാത്രമേ സംസാരിക്കാൻ കഴിയൂ. അവർ വിശ്രമിക്കുകയാണെന്ന് നിങ്ങൾക്ക് ഉറപ്പാണോ? തിരശ്ശീലകൾക്കപ്പുറത്തുനിന്ന് അവരുടെ ശബ്ദം എനിക്ക് കേൾക്കാം. അവർ അറയിൽ ആരോടോ സംസാരിക്കുന്നത് പോലെ തോന്നുന്നു,' മുറിക്കുള്ളിലേക്ക് തന്റെ ശബ്ദം എത്തുമെന്ന പ്രതീക്ഷയിൽ അയാൾ ഉച്ചത്തിൽ പറഞ്ഞു.

അതിനൊരു മറുപടി എന്നോണം, മുറിക്കുള്ളിൽ നിന്നുള്ള നേർത്ത ശബ്ദം പെട്ടെന്ന് നിലച്ചു. ഭീകരമായ ഒരു നിശ്ശബ്ദത അവിടെ വ്യാപിച്ചു.

'നമ്മുടെ ഈ വർത്തമാനം കാരണം അവിടുന്ന് ഉറക്കത്തിൽ എന്തെങ്കിലും പിറുപിറുത്തതായിരിക്കാം,' ഹക്കീം പല്ലിറുമ്മി. 'അല്ലെങ്കിൽ അവർ പ്രാർത്ഥിക്കുകയാവാം. അതൊന്നും നിങ്ങളുടെ വിഷയമല്ല! നിങ്ങൾക്ക് സന്ദേശം എന്നെ ഏൽപ്പിക്കുകയോ അല്ലെങ്കിൽ പോകുകയോ ചെയ്യാം. ഇഷ്ടംപോലെ.'

'ശരി!' പ്രധാനമന്ത്രി തോൽവി സമ്മതിച്ചു. 'ശരി! ഞാൻ പോകുന്നു. പക്ഷേ ഞാൻ തിരികെ വരും, ഉറപ്പ്. ഈ രാത്രികളിൽ എന്നെങ്കിലും ഒരിക്കൽ നിങ്ങൾ എന്നെ അകത്തേക്ക് കടത്തിവിടും. ഞാൻ ഇവിടെ അവരെ കാണാൻ വരുന്നുണ്ടെന്ന് നിങ്ങൾ രാജ്ഞിയോട് പറഞ്ഞിട്ടുപോലുമില്ലെന്ന് എനിക്കുറപ്പുണ്ട്. പറഞ്ഞിരുന്നെങ്കിൽ, അവർ സാഹചര്യത്തിന്റെ ഗൗരവം മനസ്സിലാക്കി എന്നെ കാണുമായിരുന്നു.'

ഖ്വാജ ഹസ്സൻ തിരിഞ്ഞു, തന്റെ സാധാരണയുള്ള കടൽസിംഹത്തെപ്പോലെയുള്ള പതിഞ്ഞ നടത്തത്തിന് പകരം, ഒരു പെൻഗ്വിനെപ്പോലെ ചെറിയ ചുവടുകൾ വെച്ച് കഴിയുന്നത്ര വേഗത്തിൽ മുൻമുറിയിൽ നിന്ന് പുറത്തേക്ക് നടന്നു. ഹക്കീം കണ്ണുരുട്ടി, ഒരു നെടുവീർപ്പോടെ തലയാട്ടി.

'അയാൾ പോയി,' തിരശ്ശീലയിട്ട വാതിൽപ്പഴുതിലൂടെ അയാൾ മന്ത്രിച്ചു.

തിരശ്ശീലകൾ വകഞ്ഞുമാറ്റി രാജ്ഞി പുറത്തേക്ക് വന്നു. ചുവപ്പുകലർന്ന തവിട്ട് നിറത്തിലുള്ള അവരുടെ ചുരുണ്ട മുടി മുഖത്തിന് ചുറ്റുമായി വീണ് അരക്കെട്ടോളം താഴേക്ക് കിടന്നിരുന്നു. ഇളംചുവപ്പ് നിറത്തിലുള്ള ഒരു രാത്രി കുപ്പായം ധരിച്ച്, ശരീരത്തിൽ കമ്പിളി ഷാൾ പുതച്ചിരുന്നു. തന്റെ നട്ടെല്ലിലൂടെ ഒരു വിറയൽ പാഞ്ഞുപോകുന്നത് അവൾ അറിഞ്ഞു. ഇടത് പുരികത്തിന് മുകളിൽ തുടങ്ങി മുടിയിഴകൾക്കിടയിൽ മറഞ്ഞുപോയ ചുവന്ന കല മാറ്റിനിർത്തിയാൽ ആ മുഖം വിളറിയിരുന്നു.

'എന്തുകൊണ്ടാണ് അയാൾക്ക് കാര്യം മനസ്സിലാവാത്തത്?' അവൾ ആശങ്കയോടെ മന്ത്രിച്ചു. 'എന്തിനാണ് അയാൾ ഈ സമയത്ത് ഇങ്ങോട്ട് വന്നുകൊണ്ടിരിക്കുന്നത്? എല്ലാ ദിവസവും രാത്രിയിൽ, പ്രത്യേകിച്ച് ഈ സമയത്ത് തന്നെ! ഒരുപക്ഷേ അത്...'

'അയാൾ ഒരു വിഡ്ഢിയാണ്, തമ്പുരാട്ടീ,' ആ ഷണ്ഡൻ അവളെ ആശ്വസിപ്പിച്ചു. 'അയാൾക്ക് ഒന്നും അറിയില്ല. ഒരുപക്ഷേ അയാളുടെ ഉദ്ദേശ്യങ്ങൾ ആത്മാർത്ഥമായിരിക്കാം, അയാൾ... പക്ഷം മാറിയെന്നുള്ള അഭ്യൂഹങ്ങൾ നിലനിൽക്കുന്നുണ്ടെങ്കിൽ പോലും.'

'അതെനിക്കറിയാം,' തന്റെ ഷാൾ ദേഹത്ത് മുറുക്കി കൗസരി ജഹാൻ മറുപടി പറഞ്ഞു. 'അതുകൊണ്ടാണ് രാത്രികൾ തോറും ഞാൻ അയാളെ കാണാൻ വിസമ്മതിക്കുന്നത്. ഈ പക്ഷി ആരുടെ കൂട്ടിൽ നിന്നാണ് ചാടിപ്പോകുന്നതെന്ന് എനിക്കറിയാം.'

'പക്ഷേ അയാൾ നമ്മളെ സഹായിക്കാൻ ശ്രമിക്കുകയാണെങ്കിലോ, തമ്പുരാട്ടീ...' ഹക്കീം അഭിപ്രായപ്പെട്ടു. 'ഒരുപക്ഷേ ആ പക്ഷി അതിന്റെ അടിമത്തത്തെ വെറുക്കുകയും സ്വാതന്ത്ര്യം വിലയ്ക്ക് വാങ്ങാൻ ശ്രമിക്കുകയുമാണെങ്കിലോ?'

'ഈ പക്ഷി ഏത് പാട്ട് പാടാൻ ഉദ്ദേശിച്ചാലും, ഞാൻ അതിനെ വിശ്വസിക്കില്ല, ഹക്കീം,' രാജ്ഞി ഉറച്ച ശബ്ദത്തിൽ പറഞ്ഞു. 'ഖ്വാജ ഹസ്സൻ ഒരു പെരുച്ചാഴിയാണ്. നിങ്ങളും ഞാനും ഈ ചിത്രത്തിലേക്ക് വരുന്നതിന് മുൻപേ അയാൾ ഇവിടെയുണ്ടായിരുന്നു, നമ്മളെല്ലാം പോയിക്കഴിഞ്ഞും അയാൾ ഇവിടെത്തന്നെ കാണും. സ്വന്തം തടി രക്ഷിക്കാൻ അയാൾ ആരെയും ഒറ്റിക്കൊടുക്കും. ആരെയും.'

രണ്ട് അടിമകളുടെ സഹായത്തോടെ ഖ്വാജ ഹസ്സൻ തന്റെ കുതിരപ്പുറത്ത് കയറി. മറ്റൊരു കുതിരപ്പുറത്തിരുന്ന മൂന്നാമൻ അക്ഷമനായി കാത്തുനിൽക്കുന്നുണ്ടായിരുന്നു. അസാമാന്യ തടിയനായ പ്രധാനമന്ത്രിയെ കുതിരപ്പുറത്ത് വലിഞ്ഞുകയറ്റാൻ ആ രണ്ട് അടിമകൾ എടുക്കുന്ന സമയവും അവരുടെ നടുവൊടിക്കുന്ന പ്രയത്നവും അയാൾ ശ്രദ്ധിക്കുകയായിരുന്നു.

ഒടുവിൽ ഖ്വാജ ഹസ്സൻ അമിതഭാരം ചുമക്കുന്ന തന്റെ കുതിരപ്പുറത്ത് ഇരിപ്പുറപ്പിച്ചു. എന്നിട്ട് കൊട്ടാരത്തിന്റെ രണ്ടാം നിലയിലെ രാജ്ഞിയുടെ ജനലിൽ നിന്ന് പുറത്തേക്ക് വന്ന മഞ്ഞവെളിച്ചത്തിന്റെ മങ്ങിയ പ്രഭയിലേക്ക് തിരിഞ്ഞുനോക്കി. ഇരുട്ടിൽ അയാൾ വിറച്ചു.

കൗസരി ജഹാൻ ഉണർന്നിരിക്കുകയായിരുന്നു.

പേർഷ്യൻ പ്രധാനമന്ത്രിയുടെ പല്ലുകൾ തണുപ്പുകൊണ്ട് ഒരു താളത്തിൽ കൂട്ടിയിടിക്കാൻ തുടങ്ങി. അയാൾ തന്റെ രോമ മഫ്ളർ ചെവികൾക്ക് ചുറ്റും മുറുക്കി, കുതിരയുടെ വയറ്റിൽ ഉപ്പൂറ്റികൊണ്ട് അമർത്തി. മൂന്നുപേർ അയാളോടൊപ്പം യാത്ര ചെയ്തു, ഒരാൾ മുന്നിലും മറ്റൊരാൾ പിന്നിലും.

മൂന്നാമൻ തൊട്ടടുത്ത്, അയാളുടെ അടുത്ത് തന്നെ സഞ്ചരിച്ചു. ഗവർണ്ണർ-മുഫ്തി, ഇസ്മായിൽ.

'എന്തൊക്കെയാണ് കണ്ടതും കേട്ടതും?' ഇസ്മായിൽ ചോദിച്ചു.

'പ്രഭോ, ഞാൻ വീണ്ടും പരാജയപ്പെട്ടു,' കുതിരപ്പുറത്ത് കയറിയതിന്റെ കിതപ്പ് മാറാതെ ഖ്വാജ ഹസ്സൻ മന്ത്രിച്ചു. 'ആ വൃത്തികെട്ട ഷണ്ഡൻ ഒരടിപോലും മാറാൻ കൂട്ടാക്കുന്നില്ല.' അയാൾ നിവർന്നിരുന്നു. അമിതവണ്ണമുള്ളവർക്ക് കഠിനമായ നടുവേദന സാധാരണമാണ്. കുതിരസവാരി അതിന് ഒട്ടും സഹായകമായിരുന്നില്ല. 'ആ ഭീകരനായ ആണല്ലാത്ത ഹക്കീം എന്നെ എന്തിന് സഹായിക്കണം? ഈ സമയത്ത് രാജ്ഞിയെ കാണാൻ ശ്രമിക്കുന്നത് വിഡ്ഢിത്തമാണ്, അപകടം പിടിച്ചതുമാണ്. അർദ്ധരാത്രിയിൽ നമ്മൾ അദ്ദേഹത്തിന്റെ ഭാര്യയെ ശല്യപ്പെടുത്തുകയാണെന്ന് സുൽത്താൻ അറിഞ്ഞാൽ നമ്മുടെ തോലുരിക്കും.'

'ഹസ്സൻ,' ഇസ്മായിൽ പറഞ്ഞു, 'കഴിഞ്ഞ ഒരാഴ്ചയായി നമ്മൾ ഒരുപാട് കാര്യങ്ങൾ മനസ്സിലാക്കി. രാത്രിയിലെ ഈ സമയത്ത് കൗസരി ജഹാന്റെ ശയ്യാഗൃഹത്തിൽ എന്തോ പന്തികേടുണ്ട്. നിങ്ങൾ അവളുടെ ശബ്ദം വീണ്ടും കേട്ടോ?'

'മറ്റുള്ള രാത്രികളിലെപ്പോലെ വ്യക്തമായി കേട്ടു,' ഖ്വാജ ഹസ്സൻ പറഞ്ഞു. 'അവൾ എന്ത് ചെയ്യുകയാണെന്നാണ് അങ്ങ് കരുതുന്നത്, പ്രഭോ? ഉറക്കത്തിൽ പിറുപിറുക്കുകയാണെന്നാണ് ആ ഷണ്ഡൻ പറയുന്നത്. അല്ലെങ്കിൽ അവൾ പ്രാർത്ഥിക്കുകയാവാം... ഈ സമയത്തോ പ്രാർത്ഥന?! അവൾ യഥാർത്ഥത്തിൽ എന്താണ് ചെയ്യുന്നത്? ഒരു ചാരനെ കാണുകയാണോ? ഗൂഢാലോചനക്കാരനെയോ? അതോ കാമുകനെയോ?'

'ഇത് പ്രാർത്ഥനയ്ക്കുള്ള സമയമല്ല,' ഇസ്മായിൽ പറഞ്ഞു. 'അവൾ എന്തുതന്നെ ചെയ്യുകയാണെങ്കിലും, അതിൽ ദുരൂഹതയുണ്ട്. ആ ദുർമന്ത്രവാദിനിയെ താഴെയിറക്കാനുള്ള ശരിയായ അവസരമാണിത്. രാജ്ഞിയുടെ അർദ്ധരാത്രിയിലെ ചെയ്തികൾ എന്റെ ശ്രദ്ധയിൽപ്പെടുത്തിയതിലൂടെ നിങ്ങൾ വളരെ നല്ല കാര്യമാണ് ചെയ്തത്, ഹസ്സൻ. വളരെ നന്നായി.'

'അങ്ങയുടെ അഗാധവും സൂക്ഷ്മവുമായ ജ്ഞാനമാണ് അവളുടെ ചെയ്തികളിലെ ദുരൂഹത എനിക്ക് വെളിപ്പെടുത്തിത്തന്നത്, പ്രഭോ,' അടിമയെപ്പോലെയുള്ള ബഹുമാനത്തെ പൂർണ്ണമാക്കാൻ എന്നോണം, മുഖത്തും ശബ്ദത്തിലും കൃത്രിമമായ വിനയം വരുത്തി ഹസ്സൻ പറഞ്ഞു.

പക്ഷേ അത് അത്ര പൂർണ്ണമായിരുന്നില്ല.

ഒരു വിഡ്ഢിക്ക് പോലും തിരിച്ചറിയാൻ കഴിയുന്നത്ര പ്രകടമായ അവന്റെ മുഖസ്തുതി കേട്ട് ഇസ്മായിലിന് ദേഷ്യം വന്നുതുടങ്ങിയിരുന്നു. 'എന്റെ അഗാധമായ ജ്ഞാനത്തെക്കുറിച്ചുള്ള ഈ മണ്ടത്തരം നിർത്ത്,' ഇസ്മായിൽ അലറി.

'നിർത്തിക്കഴിഞ്ഞു, പ്രഭോ.'

'എല്ലാ ദിവസവും രാത്രി ഈ സമയത്ത് അവളുടെ അറയിൽ എന്താണ് നടക്കുന്നതെന്ന വിവരം എനിക്ക് കിട്ടിയാൽ മതി.'

'അതെങ്ങനെ ചെയ്യണമെന്ന് മഹാനായ ഗവർണർ ഒന്ന് പറഞ്ഞുതന്നാൽ ഉപകാരപ്പെട്ടേനെ. ഞാൻ എന്റെ അടവുകൾ എല്ലാം എടുത്തിട്ടും തോറ്റു നിൽക്കുകയാണ്.'

ഇസ്മായിലിന് ഒരുത്തരം ഉണ്ടായിരുന്നില്ല. അയാൾ ദൂരേക്ക് നോക്കി കൂടുതൽ അസ്വസ്ഥനായി കടിഞ്ഞാൺ ഒന്നുകൂടി മുറുക്കി.

ഖ്വാജ ഹസൻ ആ അവസരം മുതലെടുത്തു. ബുദ്ധിയുള്ള ഒരു മൃഗത്തിന് വേട്ടയാടപ്പെടുമ്പോൾ ചെയ്യാൻ കഴിയുന്ന ഏറ്റവും നല്ല കാര്യം വേട്ടമൃഗത്തിന്റെ ശ്രദ്ധ തിരിക്കലാണ്.

'ഒരുപക്ഷെ, അവിടെയൊരു രഹസ്യ വാതിലുണ്ടാകുമോ...' ഖ്വാജ ഹസൻ സ്വയം സംസാരിക്കുന്നതുപോലെ പിറുപിറുത്തു.

ശേഷം തന്റെ കടക്കണ്ണിലൂടെ പാളിനോക്കി, ആ തന്ത്രം ഫലിച്ചുവെന്ന് ഉറപ്പുവരുത്തി. അയാൾ പറഞ്ഞതിനെപ്പറ്റി ഇസ്മായിൽ ചിന്തിക്കുകയാണെന്ന് വ്യക്തമായിരുന്നു. ഇനി ശ്രദ്ധ മറ്റാരുടെയെങ്കിലും അടുത്തേക്ക് മാറിക്കോളും.

ഖ്വാജ ഹസൻ ചെറുതായൊന്ന് പുഞ്ചിരിച്ചു. *പടച്ചോന് നന്ദി.*

അദ്ധ്യായം 16

ന്യായത്തിന്റെ വില

ഹിന്ദു കുഷ് പർവതനിരകളിൽ എവിടെയോ, അഫ്ഗാനിസ്ഥാൻ

ബുത്രൂസ്, തന്റെ മക്കളാൽ ചുറ്റപ്പെട്ട് പിന്നാലെ വരുന്ന ഭാര്യയെ നോക്കി. കനത്ത മഞ്ഞുവീഴ്ചയിൽ പുതഞ്ഞുകിടന്ന നിലത്തുകൂടി കാലുകൾ വലിച്ചിഴച്ച്, തീർത്തും അവശരായ അവർ നീങ്ങി. മഞ്ഞുരുകുന്നതും വീണ്ടും കട്ടപിടിക്കുന്നതുമായ തുടർപ്രക്രിയയിൽ പലയിടത്തും മഞ്ഞുപാളികൾ രൂപപ്പെട്ടിരുന്നു. വായുവിൽ മരവിപ്പിക്കുന്ന തണുപ്പ് നിറഞ്ഞു.

'വേഗം! വേഗം വാ!' ബുത്രൂസ് തന്റെ സുഹൃത്തുക്കളെയും കുടുംബാംഗങ്ങളെയും ധൃതിപ്പെടുത്തി. 'മഞ്ഞുവീഴ്ച നിന്നിരിക്കുന്നു. ദൈവം തുണച്ചു! വേഗം!'

രക്ഷപ്പെട്ട അടിമകളുടെ കൂട്ടത്തിൽനിന്ന് കൂറുമാറിയ ആ പത്തുപേരടങ്ങുന്ന സംഘം ഗസ്നിയിലേക്ക് തിരികെ പോവുകയായിരുന്നു. അപകടകരമാണെങ്കിലും, ഈ മടക്കയാത്രയ്ക്കുള്ള ഫലം വിലപ്പെട്ടതായിരിക്കുമെന്ന് ബുത്രൂസ് അവരെ പറഞ്ഞ് വിശ്വസിപ്പിച്ചിരുന്നു. എന്തായാലും പള്ളി പുനർനിർമ്മിച്ചുകഴിഞ്ഞാൽ മഹ്മൂദ് അവർക്ക് സ്വാതന്ത്ര്യം വാഗ്ദാനം ചെയ്തിട്ടുണ്ടല്ലോ. തിരികെപ്പോയി ഗവർണ്ണർ-മുഫ്തിക്ക് മുന്നിൽ കീഴടങ്ങുന്നതാണ് നല്ലത്. ഗവർണ്ണർ-മുഫ്തിയുടെ മുന്നിൽ താൻ നേടിയെടുത്ത നല്ല പേരായിരുന്നു ബുത്രൂസിന്റെ പ്രേരണ. പള്ളി പണിയാനുള്ള ആ ഉത്തരവാദിത്തം സ്വർഗ്ഗത്തിൽ നിന്നുള്ള മന്ന പോലെയാണ് തനിക്ക് കിട്ടിയത്. സ്വാതന്ത്ര്യം കൊതിക്കുന്ന

കുറച്ച് മനോരോഗികളുടെ എടുത്തുചാട്ടത്തിന്റെ പേരിൽ തന്റെ മക്കളുടെ ഭാവിയും സ്ഥിരതയുള്ള ജീവിതവും നശിപ്പിക്കാൻ അവൻ തയ്യാറായിരുന്നില്ല. ആ ഭ്രാന്തൻ കൂട്ടത്തിന്റെ വാക്കുകേട്ട് ഇസ്മായിലിന്റെ സുരക്ഷിതത്വത്തിൽ നിന്ന് ഓടിപ്പോന്നതിൽ അവന് വലിയ ഖേദം തോന്നി.

പള്ളിയുടെ വാസ്തുവിദ്യാ രൂപകല്പനകൾ കൃത്യവും അനുയോജ്യവുമാണെന്ന് ഉറപ്പാക്കാൻ ഗവർണ്ണർ-മുഫ്തിക്ക് എന്നെ വേണം. അദ്ദേഹം എന്നെ സംരക്ഷിക്കും.

'മുന്നിൽ ഒരു ഗ്രാമം കാണുന്നുണ്ടെന്ന് തോന്നുന്നു. നമുക്ക് ഉടൻ തന്നെ കുറച്ച് ഭക്ഷണവും വിശ്രമവും ലഭിക്കും,' ബുത്രൂസ് പറഞ്ഞു.

ആ സംഘം വേഗത കൂട്ടി. പെട്ടെന്ന്, ചക്രവാളത്തിൽ നിന്ന് ഒരു ചാരനിറം ഉയർന്നുവരുന്നത് അവർ കണ്ടു.

കുതിരപ്പടയാളികൾ.

അതിവേഗത്തിൽ പാഞ്ഞുവരുന്നു.

അവർ നേരെ വരുന്നത് ആ ചെറിയ സംഘത്തിന് നേരെയായിരുന്നു.

ബുത്രൂസിന്റെ ഭാര്യ അവനടുത്തേക്ക് ഓടിച്ചെന്ന് അവന്റെ കയ്യിൽ മുറുകെ പിടിച്ചുകൊണ്ട് ഉറക്കെ കരഞ്ഞു, 'എന്റെ കർത്താവേ! ഞങ്ങളെ രക്ഷിക്കണേ. യേശുവേ, ഞങ്ങളെ രക്ഷിക്കണേ.'

ബുത്രൂസ് കൈ വലിച്ചെടുത്ത്, സൂര്യരശ്മികളെ തടുക്കാനായി കണ്ണുകൾക്ക് മുകളിൽ കൈപ്പത്തി വെച്ച് മുന്നോട്ട് നോക്കി.

കുതിരകൾ അതിവേഗം അടുത്തുകൊണ്ടിരുന്നു. കുതിരപ്പടയാളികൾ ധരിച്ചിരുന്ന വസ്ത്രങ്ങളുടെ നിറങ്ങൾ ഇപ്പോൾ വ്യക്തമായി കാണാമായിരുന്നു.

'ബുത്രൂസ്!' ആ വാസ്തുശില്പിയുടെ ഭാര്യ നിലവിളിച്ചുകൊണ്ട് മുട്ടുകുത്തി വീണു. ഭയപ്പെടുത്തുന്ന ആ നിറങ്ങളിലേക്ക് ഉറ്റുനോക്കിയപ്പോൾ അവളുടെ ഹൃദയത്തിൽ പരിഭ്രാന്തി നിറഞ്ഞു. അവൾ തന്റെ ഇരട്ടകളെ തന്നിലേക്ക് വലിച്ചടുപ്പിച്ചു. ഏഴുവയസ്സുകാരായ ആ കുട്ടികൾ അവളുടെ നെഞ്ചിൽ ഒതുങ്ങിക്കൂടി. അവൾ തലകുനിച്ച് തീവ്രമായി പ്രാർത്ഥിക്കാൻ തുടങ്ങി. വേദനയില്ലാത്ത, പെട്ടെന്നുള്ള ഒരു മരണത്തിനായി പ്രാർത്ഥിച്ചു.

ബ്യത്രൂസിന്റെ സംഘത്തിലെ കൂടുതൽ പേർക്ക് ഇപ്പോൾ ആ യോദ്ധാക്കൾ ധരിച്ചിരുന്ന നിറങ്ങൾ കാണാമായിരുന്നു.

ആളുകൾക്കിടയിൽ നിന്ന് ഒരു കൂട്ടക്കരച്ചിലുയർന്നു. 'ഓടിക്കോ!'

പക്ഷേ ആരും അനങ്ങിയില്ല.

വിചിത്രമെന്നു പറയട്ടെ, ബ്യത്രൂസ് പുഞ്ചിരിക്കുകയായിരുന്നു.

അവനും ആ നിറങ്ങൾ തിരിച്ചറിയാൻ കഴിഞ്ഞിരുന്നു. ഗസ്നി സൈന്യത്തിലെ സാധാരണ സൈനികർ പച്ച കുപ്പായങ്ങളാണ് ധരിച്ചിരുന്നത്. എന്നാൽ കുതിരപ്പുറത്തുള്ള ഈ യോദ്ധാക്കൾ വ്യത്യസ്തരായിരുന്നു. സമാധാനകാലത്ത് അവർ സാധാരണയായി വെള്ള വസ്ത്രമാണ് ധരിക്കാറ്. എന്നാൽ യുദ്ധത്തിന് പോകുമ്പോൾ, അവർ കറുത്ത വസ്ത്രം ധരിക്കും, അതിന്റെ കൈകളിൽ വെളുത്ത നൂലുകൊണ്ട് അലറുന്ന സിംഹത്തിന്റെ ചിത്രം തുന്നിച്ചേർത്തിട്ടുണ്ടാകും.

അവർ സുൽത്താൻ മഹ്മൂദിന്റെ സ്വകാര്യ അംഗരക്ഷകരായിരുന്നു, അദ്ദേഹം നേരിട്ട് തിരഞ്ഞെടുത്ത വിശിഷ്ട യോദ്ധാക്കൾ. അവർ രക്ഷപ്പെട്ട അടിമകളെ പിന്തുടരുകയായിരുന്നു.

ബ്യത്രൂസ് മെല്ലെ മന്ത്രിച്ചു: 'അബു ഖാസിം.'

തുർക്ക് കസപ്-ഇ-ഹിന്ദ്. ഇന്ത്യയുടെ തുർക്കി കശാപ്പുകാരൻ.

ബ്യത്രൂസിന്റെ ഭാര്യ അപ്പോൾ ഉറക്കെ അലറിക്കരയുകയായിരുന്നു. 'ആ കശാപ്പുകാരൻ നമ്മളെ കണ്ടെത്തി, ബ്യത്രൂസ്! നമ്മൾ മരിച്ചു! എന്റെ മക്കൾ മരിച്ചു!'

കീറിപ്പറിഞ്ഞ വസ്ത്രം ധരിച്ച ആ ക്ഷുറുമാറിയവരുടെ സംഘം ഭയത്താൽ തളർന്നു നിന്നുപോയി. 'ഓടിക്കോ!' രക്ഷപ്പെടാനായി ആളുകൾ പരസ്പരം അലറുന്നുണ്ടായിരുന്നു. പക്ഷെ ആരും അനങ്ങുന്നുണ്ടായിരുന്നില്ല. എവിടേക്ക് ഓടാനാണ്? തളർന്നു വിശന്ന ഈ അടിമകൾക്ക് കുതിരകളെ ഓടിത്തോൽപ്പിക്കാൻ ഒരു വഴിയുമില്ല. ഇനി ഓടിയാൽത്തന്നെ, ഒളിക്കാൻ ഒരിടവുമില്ല.

'ബ്യത്രൂസ്!' അവന്റെ ഭാര്യ നിലവിളിച്ചു. 'ബ്യത്രൂസ്! നമ്മൾ മരിച്ചു!'

'മിണ്ടാതിരിക്ക്, ജെസ്സിക്ക.' ഒട്ടും പതറാതെ ബ്യത്രൂസ് ഭാര്യയെ സമാധാനിപ്പിക്കാൻ ശ്രമിച്ചു. 'നിനക്ക് കാണുന്നില്ലേ? നമ്മൾ രക്ഷപ്പെട്ടു! നമ്മൾ ഒരിക്കലും രക്ഷപ്പെടാൻ ആഗ്രഹിച്ചിരുന്നില്ലെന്ന് സുൽത്താന്റെ ആളുകളോട് പറയും. ഞങ്ങളെ നിർബന്ധിച്ചതാണെന്ന്

പറയും. അവർക്ക് നമ്മളെ വിശ്വസിച്ചേ പറ്റൂ! നമ്മൾ ഗസ്നിയിലേക്കല്ലേ നടന്നുപോകുന്നത്?'

തീർച്ചയായും, ഗവർണ്ണർ-മുഫ്തി ഇസ്മായിൽ എന്റെയും കുടുംബത്തിന്റെയും സുരക്ഷ ഉറപ്പാക്കാൻ അവർക്ക് നിർദ്ദേശം നൽകിയിട്ടുണ്ടാകും. ഞാൻ മറ്റ് രക്ഷപ്പെട്ട അടിമകളോടൊപ്പം ഇല്ലാത്തത് നന്നായി. ഇസ്മായിലിനോടുള്ള എന്റെ കൂറ് തെളിയിക്കാൻ എനിക്കിത് കൊണ്ട് സാധിക്കും.

അവന്റെ ഭാര്യക്ക് വിശ്വാസം വന്നില്ല. അവൾ അപ്പോഴും അസ്വസ്ഥയായിരുന്നു. 'ഒരുപക്ഷേ നമ്മുടെ ജീവൻ നിലനിർത്താൻ അവരെ നമുക്ക് സമ്മതിപ്പിക്കാൻ കഴിഞ്ഞേക്കാം, പക്ഷേ അവർ മറ്റുള്ളവരെക്കുറിച്ച് നമ്മളോട് ചോദിക്കും. അപ്പോൾ നീ എന്തു ചെയ്യും? നീ അവരെ ഒറ്റിക്കൊടുക്കുമോ? തങ്ങളെ പീഡിപ്പിച്ചവരുടെ കൈകളിൽ വീണ്ടും അകപ്പെടുന്നതിനേക്കാൾ മരിക്കാൻ ആഗ്രഹിക്കുന്ന ഒരുപാട് പേരുണ്ട് ആ കൂട്ടത്തിൽ.'

ബുത്രൂസ് തലയാട്ടി. 'ആ വിഡ്ഢികൾ രക്ഷപ്പെടാൻ ഒരു സാധ്യതയുമില്ല. പൂല ധൈര്യം കാണിക്കുന്നുണ്ടെങ്കിലും അത് വിഡ്ഢിത്തമാണ്... പക്ഷേ ഞാൻ ഒരിക്കലും അവരെ ഒറ്റിക്കൊടുക്കില്ല. യേശുക്രിസ്തു എന്നെ കാണുന്നുണ്ട്. ഞാൻ അവരെ ഒരിക്കലും ഒറ്റിക്കൊടുക്കില്ല.'

ആ വാസ്തുശില്പി ഗസ്നവിഡ് കുതിരപ്പടയാളികൾക്ക് നേരെ ഭ്രാന്തമായി കൈവീശി. ചുറ്റുമുള്ള ചിലരും ദയനീയമായ പ്രതീക്ഷയോടെ അവനോടൊപ്പം കൈവീശാൻ തുടങ്ങി. ബാക്കിയുള്ളവർ പരാജയം സമ്മതിച്ച് നിലത്തേക്ക് ഇരുന്നു. ബുത്രൂസിന്റെ ഭാര്യ തന്റെ ഇരട്ടകളായ പെൺകുട്ടിയെയും ആൺകുട്ടിയെയും ചേർത്തുപിടിച്ച് കർത്തൃപ്രാർത്ഥന ചൊല്ലി.

ഇരുന്നൂറ് ഗസ്നവിഡ് കുതിരപ്പടയാളികൾ വേഗത കുറച്ച്, ആ കീറിപ്പറിഞ്ഞ വസ്ത്രം ധരിച്ച കൂട്ടത്തെ സമീപിച്ചപ്പോൾ രണ്ട് കൃത്യമായ നിരകളായി പിരിഞ്ഞു. അവർ ഭയന്നുവിറച്ച ആ ഒളിച്ചോട്ടക്കാരെ രണ്ട് വലയങ്ങളിലാക്കി, സുൽത്താന് സ്തുതി പാടിക്കൊണ്ട് ഒരു താഴ്ന്ന മുരൾച്ചയോടെ മുന്നോട്ട് നീങ്ങി. രണ്ട് വലിയ അണലികൾ ഒരു ഇരക്ക് ചുറ്റും പിണയുന്നതുപോലെ അവർ പരസ്പരം എതിർദിശയിലുള്ള വൃത്തങ്ങളിൽ കളിയായി ഓടിച്ചുകൊണ്ടിരുന്നു.

ബ്യത്രൂസും അവന്റെ ആളുകളും പൂർണ്ണമായ വിധേയത്വത്തോടെ അത് നോക്കിനിന്നു.

മൂന്ന് കുതിരപ്പടയാളികൾ ആ വലയങ്ങളിൽ നിന്ന് വേർപെട്ട് സംഘത്തിന് നേരെ കുതിരയെ ഓടിച്ചു. ബ്യത്രൂസ് ആത്മവിശ്വാസത്തോടെയുള്ള ഒരു പുഞ്ചിരിയോടെ തന്റെ സ്ഥാനത്ത് ഉറച്ചുനിന്നു. അവൻ തുർക്കി കുതിരപ്പടയാളികളുടെ ആ മൃഗീയനായ നേതാവിനെ അഭിസംബോധന ചെയ്തു.

'വന്ദനം, പ്രഭോ!' അവൻ നിലവിളിച്ചുകൊണ്ട് മുട്ടുകുത്തി, കുതിരപ്പുറത്തിരിക്കുന്ന ആ ഭീമാകാരന് മുന്നിൽ സാഷ്ടാംഗം പ്രണമിച്ചു. ദയനീയമായ കീഴടങ്ങലോടെ, അവന്റെ ഭാര്യയും രണ്ട് മക്കളും അവനെ അനുകരിച്ചു.

'എഴുന്നേൽക്ക്, പന്നികളേ!' അബു ഖാസിം അലറി.

ആ വാസ്തുശില്പിയും കൂട്ടാളികളും യാചനയോടെ കൈകൾ കൂപ്പിക്കൊണ്ട് പെട്ടെന്ന് ചാടിയെഴുന്നേറ്റു.

'നിങ്ങൾ ഓടിപ്പോയ അടിമകളാണ്,' ഖാസിം പരിഹസിച്ചു. 'പക്ഷേ എന്താ ഇത്ര കുറച്ചുപേർ? ആയിരത്തിനടുത്ത് പേരുണ്ടെന്നാണല്ലോ ഞാൻ കേട്ടത്.'

'ഞങ്ങൾ ആ വിമതരിൽ നിന്ന് രക്ഷപ്പെട്ടതാണ്, പ്രഭോ,' ബ്യത്രൂസ് ആ മനുഷ്യനെ ഭയത്തോടെ സമീപിച്ചുകൊണ്ട് നേർത്ത ശബ്ദത്തിൽ പറഞ്ഞു. 'ഇനിയും ഒരുപാട് പേരുണ്ട്. അവർ ഞങ്ങളെ കൂടെ നിൽക്കാൻ നിർബന്ധിച്ചു. പക്ഷേ ഞങ്ങൾ രക്ഷപ്പെട്ട് ഗസ്നിയിലേക്ക് മടങ്ങുകയായിരുന്നു. തൊഴിൽ ക്യാമ്പിൽ വെച്ച് ജുൻദീൻ-ഉൽ-ദിൻ അംഗങ്ങളെ കൂട്ടക്കൊല ചെയ്തതിൽ ഞങ്ങൾക്ക് ഒരു പങ്കുമില്ല, പ്രഭോ,' അവൻ ശക്തമായി പറഞ്ഞു. 'ഞങ്ങളെ ഞങ്ങളുടെ ഇഷ്ടത്തിന് വിരുദ്ധമായി കൊണ്ടുപോയതാണ്.'

'നാശംപിടിച്ച ഭീരു,' ഖാസിം തുപ്പിക്കൊണ്ട് തന്റെ ചുറ്റുമുള്ള ആളുകളുമായി പരിഹാസത്തോടെ നോട്ടം കൈമാറി. 'ഈ വിഡ്ഢിക്കഥ പറഞ്ഞ് മരണത്തിൽ നിന്ന് രക്ഷപ്പെടാമെന്നാണ് അവൻ കരുതുന്നത്. ഹിമക്കാറ്റിൽ വഴിതെറ്റി പിന്നിലായിപ്പോയവരാകണം ഇവർ.'

തുർക്കി യോദ്ധാക്കൾ ആഹ്ളാദത്തോടെ ചിരിച്ചു.

ബുത്രൂസിന്റെ ഹൃദയം ഭയത്തോടെ ഇടിക്കാൻ തുടങ്ങി. *തന്റെ തീരുമാനം വലിയൊരു തെറ്റായിപ്പോയോ.* 'ദയവായി, പ്രഭോ,' അവൻ യാചിച്ചു. 'ഞങ്ങളുടെ ഉദ്ദേശ്യം നല്ലതാണെന്ന് ഞാൻ ഉറപ്പുതരുന്നു. ഞാൻ ബുത്രൂസാണ്. ഗസ്നിയിൽ തിരിച്ചെത്തുമ്പോൾ നിങ്ങൾക്ക് ഗവർണ്ണർ-മുഫ്തിയോട് ചോദിക്കാം. അദ്ദേഹത്തിന് എന്നെ നന്നായി അറിയാം. ജമാ മസ്ജിദിന്റെ അറ്റകുറ്റപ്പണികളുടെ പ്രധാന വാസ്തുശില്പി ഞാനാണ്. സുൽത്താനോടുള്ള എന്റെ കൂറ് അചഞ്ചലമാണ്! ഞാൻ ഇതിനകം ഇസ്ലാം മതം സ്വീകരിച്ചുകഴിഞ്ഞു. ഞാനിപ്പോൾ ഏക സത്യവിശ്വാസത്തിന്റെ ഭാഗമാണ്.'

ഞാൻ രഹസ്യമായി യേശുക്രിസ്തുവിനെ ആരാധിക്കുന്നുണ്ടെന്ന് ഈ തുർക്കികൾ എങ്ങനെ അറിയാനാണ്? യേശുദേവൻ അത് മനസ്സിലാക്കുമെന്ന് എനിക്കുറപ്പുണ്ട്. എന്റെ കുടുംബത്തിനുവേണ്ടിയാണല്ലോ ഞാനിത് ചെയ്യുന്നത്.

'മിണ്ടാതിരിക്ക്, നായേ!' അബു ഖാസിം കുതിരപ്പുറത്തുനിന്ന് ചാടിയിറങ്ങിക്കൊണ്ട് അലറി. അവന്റെ നിരവധി സൈനികരും അവനെ പിന്തുടർന്ന് കുതിരപ്പുറത്തുനിന്ന് ഇറങ്ങി.

അബു ഖാസിം അലസമായി ബുത്രൂസിന്റെ അടുത്തേക്ക് നടന്നു. അവൻ തന്റെ സഹസൈനികരെ നോക്കി അമർത്തിച്ചിരിച്ചു. ആ ക്രിസ്ത്യാനിയുടെ അടുത്തെത്തിയപ്പോൾ, അബു ഖാസിം പെട്ടെന്ന് കൈനീട്ടി അവന്റെ കഴുത്തിൽ പിടിച്ചു. വാസ്തുശില്പിയുടെ ഭാര്യ തേങ്ങിക്കരഞ്ഞുകൊണ്ട് നിശ്ശബ്ദയായി. അവൾ തന്റെ മക്കളുടെ മുഖങ്ങൾ ശരീരത്തിലേക്ക് അമർത്തി, അവരെ ശ്വാസം മുട്ടിക്കുന്നതുപോലെ. അവർ ഞെരുങ്ങി. അവൾ കൂടുതൽ ശക്തിയായി അമർത്തി.

'ആരാണ് യസാദെ?' അബു ഖാസിം മുരണ്ടു. 'അവൾ ഇവിടെയുണ്ടോ?' അവൻ വിറയ്ക്കുന്ന ആ ജനക്കൂട്ടത്തെ വന്യമായ കണ്ണുകളോടെ നോക്കി. 'ഞാനൊരു സുന്ദരിയായ പെണ്ണിനെ കാണുന്നില്ലല്ലോ.' അവൻ ബുത്രൂസിന്റെ ഭാര്യയെ നോക്കി നിലത്തേക്ക് തുപ്പി.

'ഇല്ല...' ബുത്രൂസ് ശ്വാസം കിട്ടാതെ പിടഞ്ഞു. അവന്റെ മുഖം നീലിച്ചിരുന്നു. അബു ഖാസിം പിടിവിട്ടു. 'യസാദെ... ഞങ്ങളുടെ കൂടെയില്ല... പ്രഭോ!'

'എങ്കിൽ പിന്നെ നിന്നെക്കൊണ്ട് എനിക്ക് ഒരുപയോഗവുമില്ല, നീചാ,' ആ ഗസ്നവിഡ് സേനാപതി പുച്ഛിച്ചു.

ആ വാസ്തുശില്പി പ്രാണവേദനയോടെ അലറിവിളിക്കുമ്പോൾ, ഇന്ത്യയിലെ തുർക്കിക് കശാപ്പുകാരൻ നിർദ്ദയമായി ബുത്രൂസിന്റെ കൈ പിടിച്ചുതിരിച്ചു. അമാനുഷികമെന്ന് തോന്നുന്ന ശക്തിയോടെ അബു ഖാസിം ബുത്രൂസിന്റെ കൈ അതിശക്തമായി പിടിച്ചുവലിച്ച് തിരിച്ചപ്പോൾ, ആ പാവം ക്രിസ്ത്യാനിയുടെ കൈ തോളിലെ സന്ധിയിൽ നിന്നും വേർപെട്ടുപോയി.

ബുത്രൂസ് നിലത്തേക്ക് തളർന്നുവീണു. അയാളുടെ വലതുകൈ, അസ്വാഭാവികമായ രീതിയിൽ തൂങ്ങിയാടുന്ന പോലെ കിടന്നു. ബോധം മറയുന്നതിന്റെ വക്കിലെത്തിയ അയാൾ വേദനകൊണ്ട് എന്തൊക്കെയോ പുലമ്പിക്കൊണ്ട് നിലവിളിച്ചു. അയാൾ ഒരു സാധാരണ ബുദ്ധിജീവിയായിരുന്നു. ഒരു യോദ്ധാവായിരുന്നില്ല. വേദന സഹിക്കാൻ തക്ക കരുത്ത് അയാൾക്ക് ദൈവം നൽകിയിരുന്നില്ല. അയാളുടെ ഭാര്യ ജെസ്സിക്ക, ഭർത്താവിന് കുറച്ചുപിന്നിലായി മുട്ടുകുത്തിയിരുന്ന് ഭ്രാന്തമായി അലറിവിളിക്കുകയായിരുന്നു.

അബു ഖാസിം ജെസ്സിക്കയെ നോക്കി. എന്നിട്ട് തന്റെ സൈനികർക്ക്നേരെ തിരിഞ്ഞു. 'ആ സ്ത്രീയെ ഇങ്ങോട്ട് കൊണ്ടുവരൂ.'

ഭാര്യയ്ക്കും മക്കൾക്കും നേരെയുണ്ടായ ഭീഷണി പെട്ടെന്ന് ബുത്രൂസിനെ യാഥാർത്ഥ്യത്തിലേക്ക് തിരികെ കൊണ്ടുവന്നു. മിക്ക പുരുഷന്മാരും തങ്ങളുടെ ജീവിതത്തിൽ ചെയ്യുന്നതെല്ലാം അവരുടെ ഭാര്യമാർക്കും മക്കൾക്കും വേണ്ടിയാണ്. അവർ എല്ലാം ത്യജിക്കും, തങ്ങളുടെ ഭാര്യമാർക്കും മക്കൾക്കും വേണ്ടി മാത്രം. അവരുടെ ആരോഗ്യം, ശരീരം, മനസ്സ്, ആത്മാവ്, എന്തിന്, സ്വന്തം ധാർമ്മികത പോലും. അവർ എല്ലാം ബലികഴിക്കും. തങ്ങളുടെ ഭാര്യമാർക്കും മക്കൾക്കും വേണ്ടി മാത്രം.

'എന്റെ... ഭാര്യയെയും മക്കളെയും... പോകാൻ അനുവദിക്കൂ... പ്രഭോ,' ബുത്രൂസ് യാചിച്ചു. 'ഞാൻ... അവർ എവിടെയാണെന്ന് പറയാം... യസാദെ... ഗവർണറുടെ പെണ്ണ്... എവിടെയാണെന്ന്...'

ഗസ്നവിഡ് സേനാപതിയുടെ മുഖത്ത് ഒരു ചിരി വിടർന്നു. 'ഒടുവിൽ.' അയാൾ തന്റെ കീഴുദ്യോഗസ്ഥരെ നോക്കി. 'ഈ

കാഫിറുകളെക്കുറിച്ച് ഞാൻ നിങ്ങളോടെന്താ പറഞ്ഞത്? ഒരു ശക്തിയുമില്ല. രണ്ട് തല്ല് കിട്ടിയാൽ മതി, പൂർണ്ണമായി കീഴടങ്ങും. ഇവരൊക്കെ അടിമകളായി ജനിച്ചവരാണ്. ഈ ലോകത്തിലെ ശരിക്കും പുരുഷന്മാർ നമ്മൾ മോമിനുകൾ മാത്രമാണ്.' പേടിച്ച് വിറച്ചുനിൽക്കുന്ന ബുത്രൂസിന് നേരെ തിരിഞ്ഞ് അബു ഖാസിം തുടർന്നു, 'അപ്പൊ പറയ്. അവർ ഏത് വഴിയാണ് പോയത്? എത്ര ദൂരെ എത്തിയിട്ടുണ്ടാകും? അവരിൽ എത്രപേർ പരിശീലനം കിട്ടിയ സൈനികരാണ്? എല്ലാം പറയ്.'

'പടിഞ്ഞാറോട്ട്...' ആ വാസ്തുശില്പി, കേട്ടുപറ്റാത്ത തന്റെ ഇടതുകൈകൊണ്ട് ചൂണ്ടിപ്പറഞ്ഞു. 'അവർ പേർഷ്യയിലേക്കാണ് പോകുന്നത്... ഒരുപക്ഷേ അവർ... ചെറിയ സംഘങ്ങളായി... പിരിഞ്ഞിട്ടുണ്ടാവാം... ഏകദേശം പത്തുപേർ മാത്രമേ... മുൻ സൈനികരായുള്ളൂ... പ്രഭോ.'

വാസ്തുശില്പിയുടെ ഭാര്യ ആശ്വാസത്തോടെ ഒരു നെടുവീർപ്പിട്ടു. അവളുടെ ഹൃദയം നിശബ്ദമായ അഭിമാനത്താൽ വിങ്ങി. തന്റെ ഭർത്താവ് ഒരു നല്ല മനുഷ്യനാണ്. അവൾക്കത് എപ്പോഴും അറിയാമായിരുന്നു. അദ്ദേഹം ഒരു മാന്യനായിരുന്നു. അദ്ദേഹം ചെയ്തതെല്ലാം മക്കൾക്ക് വേണ്ടിയായിരുന്നു. മക്കൾക്ക് വേണ്ടി മാത്രം. എന്നാൽ ഈ നിർണ്ണായക നിമിഷത്തിൽ അദ്ദേഹം സത്യം വെളിപ്പെടുത്തിയില്ല. രക്ഷപ്പെട്ടവർ തെക്കോട്ടാണ്, ഇന്ത്യയിലേക്കാണ് പോയതെന്ന സത്യം.

അദ്ദേഹം വിശ്വസ്തത കാണിച്ചിരിക്കുന്നു. ഒരു നല്ല മനുഷ്യൻ.

ജെസ്സിക്ക നിശ്ശബ്ദമായി നെടുവീർപ്പിട്ടു. അവർ അഭിമാനത്തോടെ മരിക്കും. തങ്ങളുടെ രക്ഷകൻ തിരിച്ചുവരുമ്പോൾ അവർക്ക് ലജ്ജിക്കേണ്ടി വരില്ല. യേശുക്രിസ്തു അവരെ സ്നേഹത്തോടെ സ്വീകരിക്കും.

അബു ഖാസിം ബുത്രൂസിനെത്തന്നെ തുറിച്ചുനോക്കി കുറച്ചുനേരം നിശ്ശബ്ദനായിരുന്നു. അയാൾ സംസാരിച്ചപ്പോൾ, ശബ്ദത്തിൽ ഭയപ്പെടുത്തുന്ന ശാന്തതയുണ്ടായിരുന്നു. 'നീ ഈ പറഞ്ഞതിൽ ഉറച്ചുനിൽക്കുകയാണോ?'

'അതാണ് സത്യം... പ്രഭോ...'

കശാപ്പുകാരൻ ഉറയിൽ നിന്ന് തന്റെ വളഞ്ഞ വാൾ വലിച്ചൂരി. 'കഷ്ടം,' അയാൾ ഒരു നാടകീയ ഭാവത്തോടെ തുപ്പി. 'നിന്റെ അവസാന നിമിഷങ്ങളിലും നീ കള്ളം പറയുന്നു എന്നത് കഷ്ടം തന്നെ. നിന്റെ ക്രിസ്തു നിന്നോട് ക്ഷമിക്കുമായിരിക്കും. പക്ഷെ എന്റെ അള്ളാഹു ക്ഷമിക്കില്ല.'

ബുത്രൂസ് കണ്ണുകളടച്ച് അനിവാര്യമായതിനായി കാത്തുനിന്നു.

'നീ കള്ളമാണ് പറഞ്ഞതെന്ന് എനിക്കെങ്ങനെ മനസ്സിലായി എന്നറിയണോ നിനക്ക്?' അബു ഖാസിം ചോദിച്ചു.

ബുത്രൂസ് നിശ്ശബ്ദനായിരുന്നു. അയാൾ കിതച്ചുകൊണ്ടിരുന്നു. വേദന അയാളുടെ ഇന്ദ്രിയങ്ങളെ കീഴടക്കിയിരുന്നു.

'ബുത്രൂസെന്നോ പുത്രനെന്നോ എന്തോ കോപ്പാണ് നിന്റെ പേര്, നീ ഒരു വാസ്തുശില്പിയൊക്കെ ആയിരിക്കാം, പക്ഷെ നിനക്ക് അത്ര ബുദ്ധിയില്ല. നീയും നിന്റെ കൂട്ടാളികളും മഞ്ഞിൽ അവശേഷിപ്പിച്ച കാൽപ്പാടുകൾ വരുന്നത് തെക്ക് നിന്നാണ്. സ്വാഭാവികമായും, നീ യാത്ര തുടങ്ങിയ ആളുകൾക്ക് പടിഞ്ഞോട്ട് പോകാൻ കഴിയില്ല. നീയും നിന്റെ ഈ കൂട്ടംതെറ്റിയവരും, കൂറുമാറിയവരും, ഒളിച്ചോടിയവരുമെല്ലാം എന്നെ സഹായിക്കുകയാണ് ചെയ്തത്. ഈ ശപിക്കപ്പെട്ട മഞ്ഞുവീഴ്ച നിങ്ങളുടെ കാൽപ്പാടുകളെല്ലാം മായ്ച്ചുകളഞ്ഞിരുന്നു. ഇപ്പോൾ ഈ പുതിയ പാടുകൾക്ക് ഞാൻ നിന്നോട് നന്ദി പറയുന്നു. അവ എന്നെ എന്റെ ഇരയുടെ അടുത്തേക്ക് നയിക്കും.'

ബുത്രൂസ് കൊടുംഭയത്താൽ വിറയ്ക്കുകയായിരുന്നു.

'നിനക്ക് എന്നോട് കള്ളം പറയാൻ ധൈര്യമായോ? തുർക്ക് കസപ്-ഇ-ഹിന്ദിനോട് കള്ളം പറയാൻ?'

അബു ഖാസിം തന്റെ വാൾ സർവ്വശക്തിയുമെടുത്ത് വീശി. ആ പ്രഹരം അത്രയ്ക്ക് ഭീകരമായിരുന്നു അത് ബുത്രൂസിനെ തോളിൽ നിന്ന് അരക്കെട്ടിന്റെ താഴെ വരെ ഏതാണ്ട് രണ്ടായി പിളർന്നു. ഭയവിഹ്വലമായ അലർച്ചകൾ അന്തരീക്ഷത്തിൽ മുഴങ്ങുമ്പോഴേക്കും, ഖാസിം തന്റെ വാൾ ഊരിയെടുത്ത് വീണ്ടും വെട്ടി. പിന്നെയും. പിന്നെയും. പിന്നെയും. ഒരു ഇറച്ചിവെട്ടുകാരൻ ശ്രദ്ധയോടെ മാംസം കൊത്തിയരിയുന്നതുപോലെ. ബുത്രൂസിന്റെ ഭാര്യയുടെയും നിസ്സഹായരായ മറ്റ് ആളുകളുടെയും നിലവിളികൾക്ക്,

ആർപ്പുവിളിക്കുന്ന തുർക്കികളുടെ വിജയഭേരി ഭീകരമായ പ്രതിധ്വനി നൽകി. ചില തടവുകാർ ഭ്രാന്തമായി ഓടി കുതിരപ്പടയാളികളുടെ വലയത്തിലേക്ക് ചെന്ന് വീണു. മറ്റുള്ളവർ തങ്ങളുടെ ഭയാനകമായ അന്ത്യവും കാത്ത് കാലുറച്ച നിന്നുപോയി.

എന്നാൽ അബു ഖാസിം നിർത്തിയില്ല. രക്തദാഹത്തിന്റെ ഭ്രാന്തമായ ആവേശത്തിൽ അയാൾ ആ വാസ്തുശില്പിയുടെ ശരീരത്തിൽ വെട്ടിക്കൊണ്ടേയിരുന്നു. മറ്റ് ഗസ്നവിഡ് സൈനികർ കുതിരപ്പുറത്ത് നിന്നിറങ്ങി പേടിച്ച് വിറങ്ങലിച്ച നിന്ന സ്ത്രീപുരുഷന്മാർക്ക് നേരെ നടന്നു. തങ്ങളുടെ വാളുകൾ ഊരിയെടുത്ത് വഴിയിൽ കണ്ടവരെയെല്ലാം അവർ വെട്ടിവീഴ്ത്തി. ബാക്കിയുള്ളവർ മഞ്ഞിന്റെയും ഇടിമുഴക്കം പോലുള്ള കുളമ്പടികളുടെയും പശ്ചാത്തലത്തിൽ ഒരു വൃത്തത്തിൽ കുതിച്ചുപാഞ്ഞു. കൂട്ടക്കൊലയുടെ ലഹരിയിൽ ആഘോഷിക്കുമ്പോൾ ചെയ്യാറുള്ളതുപോലെ അവർ ഉച്ചത്തിൽ ആർത്തുവിളിച്ചു.

ബുത്രൂസിന്റെ ഭാര്യ ജെസ്സിക്ക, തന്റെ മക്കളെ നിലത്ത് ചേർത്തുപിടിച്ച് ഒരു പാവം പരിചപോലെ അവരുടെ ശരീരത്തിന് മുകളിൽ കമഴ്ന്ന കിടന്നു. ക്രൂരമായി കുത്തുകയും വെട്ടുകയും ചെയ്തിട്ടും അവൾ അനങ്ങിയില്ല. അവസാന ശ്വാസം വരെ അവൾ തന്റെ കുഞ്ഞുമക്കളെ സംരക്ഷിച്ചു.

താമസിയാതെ എല്ലാം അവസാനിച്ചു. ഒരുകാലത്ത് ബുത്രൂസ് ആയിരുന്ന, മാംസത്തിന്റെയും എല്ലുകളുടെയും കൂട്ടം, ചുവന്ന മഞ്ഞിനാൽ അതിരിട്ട ഒരു വലിയ രക്തക്കുളത്തിൽ നിശ്ചലമായപ്പോൾ വെട്ടുകൾ നിന്നു. അബു ഖാസിം ആ വികൃതമായ ജഡം ഒരുവശത്തേക്ക് തള്ളിമാറ്റി. അയാൾ ചുറ്റും നോക്കി. പ്രായപൂർത്തിയായ എല്ലാ അടിമകളും മരിച്ചിരുന്നു. അവരിൽ ഭൂരിഭാഗവും തിരിച്ചറിയാനാവാത്ത വിധം വെട്ടിനുറുക്കപ്പെട്ടിരുന്നു.

ഭീകരമായ ആ മാംസത്തിന്റെയും, എല്ലുകളുടെയും, രക്തത്തിന്റെയും കൂമ്പാരത്തിനിടയിൽ, ഭയന്നുവിറച്ച ആ ഇരട്ടക്കുട്ടികൾ കിടന്നിരുന്നു. ഏഴ് വയസ്സ് പ്രായം. വെറും ഏഴ് വയസ്സ്.

ആ ആൺകുട്ടിയും പെൺകുട്ടിയും ഭയന്നു മരവിച്ച കണ്ണുകളോടെ അബു ഖാസിമിനെ നോക്കി. കണ്ണുനീരില്ല. കരച്ചിലില്ല. അവർ കണ്ട കാഴ്ചകൾ ഭാവനയുടെ എല്ലാ അതിരുകൾക്കും അപ്പുറമായിരുന്നു.

സാധ്യമായ ഏതൊരു പ്രതികരണത്തിനും അപ്പുറം. ആ കുഞ്ഞുമക്കൾ ചലനമറ്റ് ഇരുന്നു. ഭയത്താൽ തളർന്നുപോയിരുന്നു.

ആ തുർക്കി സേനാപതി അവരുടെ നിഷ്കളങ്കമായ മുഖങ്ങളിലെ ഭീകരത ആസ്വദിച്ചു. അയാൾക്കത് വല്ലാതെ ഇഷ്ടപ്പെട്ടു. അയാൾ കുനിഞ്ഞ്, രക്തത്തിൽ കുളിച്ച പൂച്ചക്കുഞ്ഞുങ്ങളെപ്പോലെ അവരുടെ പിടലിക്ക് പിടിച്ച് മുകളിലേക്കുയർത്തി.

'നോക്കൂ!' മുഖം നിറയെ ഒരു ചിരി വിടർത്തി അയാൾ ആർത്തുവിളിച്ചു. 'അവർ നമുക്ക് ചെറിയ കളിപ്പാട്ടങ്ങളെ തന്നിട്ടുപോയിരിക്കുന്നു! വന്ന് നിങ്ങളുടെ അവകാശങ്ങൾ വാങ്ങിക്കൊള്ളൂ, എന്റെ സഹോദരന്മാരേ. ഓർക്കുക, ഒരു കാഫിറിനോടാണ് ചെയ്യുന്നതെങ്കിൽ അത് പാപമല്ല. കാഫിറുകളുമായുള്ള യുദ്ധത്തിൽ എല്ലാം ന്യായമാണ്. എല്ലാം!'

ഗസ്നി, അഫ്ഗാനിസ്ഥാൻ

'ഗവർണർ അയാസ്, ഒരു നിമിഷം ഒന്ന് നിൽക്കൂ,' ഇസ്മായിൽ പറഞ്ഞു.

ഖ്വാജ ഹസ്സനും മറ്റ് ഉപമന്ത്രിമാരും ഉൾപ്പെട്ട ഭരണസമിതി പള്ളിയുടെ പുനർനിർമ്മാണ പുരോഗതി വിലയിരുത്താനായി ഗവർണ്ണർ-മുഫ്തിയുടെ മാളികയിൽ ഒത്തുകൂടിയിരുന്നു. യോഗം കഴിഞ്ഞതേയുണ്ടായിരുന്നുള്ളൂ. പുരോഗതിയിൽ എല്ലാവരും സംതൃപ്തരായിരുന്നു. കൗസരി ജഹാൻ പോലും കൂടുതൽ അടിമകളെ ഏർപ്പാടാക്കാൻ പോകുന്നുണ്ടായിരുന്നു. അതിനാൽ പുലയുടെ നേതൃത്വത്തിൽ കുറച്ച് അടിമകൾ രക്ഷപ്പെട്ടിട്ടും, പള്ളിയുടെ നിർമ്മാണ പ്രവർത്തനങ്ങൾ അതിവേഗം മുന്നോട്ട് പോവുകയായിരുന്നു. വാസ്തുവിദ്യാപരവും ഘടനാപരവുമായ രൂപകൽപ്പനകൾ മാത്രമായിരുന്നു ഏക പ്രശ്നം. പള്ളിയുടെ രൂപകൽപ്പനകൾ കൃത്യവും അനുയോജ്യവുമാണെന്ന് ഉറപ്പാക്കാൻ ബുത്രൂസിനെ ആവശ്യമാണെന്ന് ഇസ്മായിലിന് അറിയാമായിരുന്നു. അറേബ്യ, പേർഷ്യ, തുടങ്ങിയ ഇസ്‌ലാം ലോകത്തെ കൂടുതൽ വിദ്യാസമ്പന്നമായ ഭാഗങ്ങളിൽ നിന്നുള്ള വാസ്തുശില്പികളും

എൻജിനീയർമാരും ഇപ്പോൾ തുർക്കികളുടെ ഗസ്നിയിലേക്ക് വരാതായിരിക്കുന്നു. ഇസ്‌ലാം ലോകത്തെ ഈ രണ്ട് ഭാഗങ്ങൾ, അതായത് ഒരു വശത്ത് അറബികളും പേർഷ്യക്കാരും, മറുവശത്ത് തുർക്കികളും, തമ്മിലുള്ള പിരിമുറുക്കം എല്ലാവർക്കും വ്യക്തമായിക്കൊണ്ടിരുന്നു. പോരാത്തതിന്, തുർക്കികൾക്കിടയിൽ നല്ല വാസ്തുശില്പികളെയും എൻജിനീയർമാരെയും കണ്ടെത്താൻ പ്രയാസമായിരുന്നു. കാരണം അവർ പ്രധാനമായും കൊലയുടെ ലളിതകലയിൽ മാത്രമായിരുന്നു വൈദഗ്ധ്യം നേടിയിരുന്നത്. വാസ്തുവിദ്യയിലും മറ്റുമുള്ള വിദ്യാഭ്യാസം, തുർക്കികൾ ആണും പെണ്ണും കെട്ടവർ എന്ന് കണക്കാക്കിയിരുന്നവർക്കായി വിട്ടുകൊടുത്തിരുന്നു. ഇപ്പോൾ ബുത്രൂസ് പോയതോടെ, പള്ളി കുറച്ച് വർഷമെങ്കിലും നിലനിന്നാൽ അതുതന്നെ ധാരാളമാണെന്ന് ഇസ്മായിൽ തീരുമാനിച്ചു. അപ്പോഴേക്കും അയാൾ മഹ്മൂദിനെ ഇല്ലാതാക്കിയിട്ടുണ്ടാകും. ബുത്രൂസ് ഉണ്ടായാലും ഇല്ലെങ്കിലും, പള്ളിയുടെ നിർമ്മാണം അതിവേഗം മുന്നോട്ട് പോകുന്നുണ്ടായിരുന്നു.

ഇസ്മായിൽ ദീർഘകാലത്തേക്കാൾ അടിയന്തിര കാര്യങ്ങളി-ലാണ് ശ്രദ്ധ കേന്ദ്രീകരിച്ചിരുന്നത്.

'നിൽക്കാനോ? എന്തിന്?' മാലിക് അയാസ് ചോദിച്ചു.

'മറ്റ് ചില അടിയന്തിര കാര്യങ്ങളെക്കുറിച്ച് സംസാരിക്കാനു-ണ്ടായിരുന്നു, മഹാനായ ലാഹോറിലെ രാജാവേ,' ഇസ്മായിൽ വിനയത്തോടെയും സൗമ്യതയോടെയും പറഞ്ഞു.

അയാസ് കണ്ണുരുട്ടി, ഒരു ദീർഘനിശ്വാസത്തോടെ വീണ്ടും ഇരിപ്പിടത്തിലേക്ക് ചാരി. 'ആയിക്കോട്ടെ.'

പുറത്തേക്ക് നടന്നുപോയ മറ്റ് മന്ത്രിമാരാരും ഇതിൽ അസ്വാഭാവികമായി ഒന്നും കണ്ടില്ല. എന്നാൽ ഖ്വാജ ഹസ്സൻ അയാസിനെ നോക്കി തന്നത്താൻ ഒന്ന് പുഞ്ചിരിച്ചു.

ഇസ്മായിൽ തന്നോട് കുറച്ചുകൂടി പണത്തിനുവേണ്ടി യാചിക്കാൻ മാത്രമാണ് വരുന്നതെന്നാണ് ആ കാമദേവൻ കരുതുന്നത്. എന്നാൽ ലാഹോറിലെ രാജാവിന് അറിയില്ലല്ലോ, ആവശ്യപ്പെടാൻ പോകുന്നത് അതിലും വളരെ ബുദ്ധിമുട്ടുള്ള ഒരു കാര്യമാണെന്ന്... കൗസരി ജഹാൻ...

ഖ്വാജ ഹസ്സൻ തന്റെ ചിന്തകൾ മനസ്സിലൊതുക്കി. അയാൾ ആ പ്രശ്നം തന്നിൽ നിന്ന് മാലിക് അയാസിലേക്ക് കൈമാറിയിരുന്നു. *ദൈവം ദയാലുവാണ്. സത്യത്തിൽ, ദൈവം ഒരു പേർഷ്യക്കാരനായിരിക്കണം, കാരണം ഈ ലോകത്തിലെ ബുദ്ധിയത്രയും ഞങ്ങൾക്ക് തന്നാണല്ലോ അയച്ചിരിക്കുന്നത്.*

എല്ലാവരും പോയതിനുശേഷം അയാസ് കുറച്ച് നിമിഷങ്ങൾ കാത്തുനിന്നു. പ്രത്യേകിച്ച് ആ വിഷപ്പാമ്പ് ഖ്വാജ ഹസ്സൻ പോകുന്നത് വരെ. താനും ഇസ്മായിലും മാത്രമാണ് അവിടെയുള്ളതെന്ന് ഉറപ്പായപ്പോൾ അയാസിന്റെ മുഖഭാവം മാറി. അതുവരെ മുഖത്തുണ്ടായിരുന്ന ആ താൽപര്യമില്ലാത്ത, അലസനായ ചെറുപ്പക്കാരന്റെ ഭാവം പാടേ മാഞ്ഞു. അവന്റെ മുഖം പെട്ടെന്ന് ഊഷ്മളവും സൗമ്യവുമായി, അതിൽ ഒരു വലിയ പുഞ്ചിരി വിടർന്നു. എഴുന്നേറ്റ് ഇസ്മായിലിന്റെ അടുത്തേക്ക് നടക്കുമ്പോൾ അവന്റെ ശബ്ദം കൂടുതൽ ഗാഢമായി. 'വാപ്പാ.'

അയാസ് തന്നെ ആശ്ലേഷിച്ചപ്പോൾ ഇസ്മായിൽ പുഞ്ചിരിച്ചുകൊണ്ട് കൈകൾ വിടർത്തി. വ്യക്തമായ കാരണങ്ങളാൽ അവരുടെ ബന്ധം എല്ലാവരിൽ നിന്നും ഒരു രഹസ്യമായി സൂക്ഷിച്ചിരിക്കുകയായിരുന്നു. മാലിക് അയാസ് എന്ന പേരിൽ പരസ്യമായി അംഗീകരിക്കപ്പെട്ട ഒരു അവകാശി ഇസ്മായിലിനുണ്ടെങ്കിൽ, സ്വന്തം പുത്രന്മാരുടെ സിംഹാസനാരോഹണം സംരക്ഷിക്കാൻ മഹ്മൂദ് ലാഹോറിലെ രാജാവിനെ കൊല്ലുമെന്ന് ഉറപ്പായിരുന്നു. തുർക്കിക് രാജകുടുംബങ്ങൾ പിന്തുടർന്നിരുന്നത് അധികാരത്തിനുവേണ്ടി നായയെപ്പോലെ തമ്മിൽക്കടിച്ച് മത്സരിക്കുന്ന പാരമ്പര്യമായിരുന്നു.

മാലിക് അയാസിന്റെ അവകാശവാദമനുസരിച്ച്, അവനെ ജനിപ്പിച്ച ജോർജിയൻ അടിമ സ്ത്രീയെക്കുറിച്ച് തനിക്ക് യാതൊരു ഓർമ്മയുമില്ലെന്ന് ഇസ്മായിൽ തന്റെ വേലക്കാരനായ താലിബിനോട് സമ്മതിച്ചിരുന്നു. കുട്ടിക്കാലത്തെ ആവേശത്തോടെ മകനായ അയാസ്, കാലങ്ങൾക്കു മുൻപ് നഷ്ടപ്പെട്ട അച്ഛന് തന്റെ അമ്മയുടെ ചിത്രങ്ങൾ കാണിച്ചുകൊടുത്തിട്ടുപോലും അതായിരുന്നു അവസ്ഥ. പക്ഷേ ആ ചിത്രത്തിലെ സ്ത്രീയെ ഇസ്മായിൽ സത്യമായും ഓർത്തില്ല. അങ്ങനെയെത്രയോ പേരുണ്ടായിരുന്നു. എത്രയോ കാലമായി. ഇസ്മായിൽ പിന്നീട് താലിബിനോട് ചോദിച്ചതുപോലെ,

താൻ ബലമായി പിടിച്ചെടുത്ത സ്ത്രീകളെയെല്ലാം എങ്ങനെ ഓർത്തുവെക്കാനാണ്? അങ്ങനെ ഓർക്കണമെന്ന് പറയുന്നത് ന്യായവും യുക്തിസഹവുമല്ല.

എന്തായാലും, മാലിക് അയാസ് ഇപ്പോൾ ശക്തനും ഉപകാരപ്രദനമായ ഒരു മനുഷ്യനാണ്. അതിനാൽ ഇസ്മായിൽ ബുദ്ധിപരമായി കാലങ്ങൾക്കു മുൻപ് നഷ്ടപ്പെട്ട മകനെയും അവന്റെ അമ്മയെയും താൻ ഓർത്തിരിക്കുന്നതായി നടിച്ചു. അവളെ താൻ ഇപ്പോഴും ഓർക്കാറുണ്ടെന്നും, മഹ്മൂദിന്റെ തടവുകാരനായതുകൊണ്ട് അവരിൽ നിന്ന് വേർപിരിഞ്ഞ് നിൽക്കാൻ നിർബന്ധിതനായതിനെക്കുറിച്ചും അയാൾ പരാതിപ്പെട്ടു.

സ്നേഹം യുദ്ധത്തിലേക്ക് നയിക്കുമെന്നാണ്. എന്നാൽ, ആസന്നമായ ഒരു യുദ്ധത്തിന് സ്നേഹത്തിലേക്കും നയിക്കാനാകും. അല്ലെങ്കിൽ കുറഞ്ഞപക്ഷം, സ്നേഹപ്രഖ്യാപനങ്ങളിലേക്കെങ്കിലും.

'എന്റെ മോനേ,' മാലിക് അയാസിനെ മുറുകെ പുണർന്നുകൊണ്ട് ഇസ്മായിൽ മന്ത്രിച്ചു.

'പണം വരാൻ അല്പം വൈകിയെന്ന് എനിക്കറിയാം, അച്ഛാ,' മാലിക് അയാസ് പറഞ്ഞു. 'പക്ഷേ സുൽത്താന് ഇപ്പോൾ സംശയം വളരെ കൂടിയിട്ടുണ്ട്. എനിക്ക് കുറച്ച് ദിവസങ്ങൾ തരൂ. പള്ളിയുടെ നിർമ്മാണത്തിന് ഒരു തടസ്സവും വരാതെ ഞാൻ നോക്കിക്കോളാം. അത് അച്ഛന് എത്രത്തോളം പ്രധാനപ്പെട്ടതാണെന്ന് എനിക്കറിയാം.'

'എന്റെ മോനിൽ നിന്ന് ഇതിൽ കുറഞ്ഞതൊന്നും ഞാൻ പ്രതീക്ഷിക്കുന്നില്ല,' ഇസ്മായിൽ പറഞ്ഞു. 'നമ്മൾ ഒരുമിച്ച് ഗസ്നി ഭരിക്കും.'

'നമ്മൾ ഒരുമിച്ച്... ദൈവം മഹാനാണ്.'

'പക്ഷേ ഇന്നത്തെ എന്റെ അഭ്യർത്ഥന പണത്തെക്കുറിച്ചല്ല...'

'അല്ലേ? മറ്റെന്തെങ്കിലും അച്ഛനെ അലട്ടുന്നുണ്ടോ?'

'ഉവ്വ്... കൗസരി ജഹാൻ...'

മാലിക് അയാസ് ദേഷ്യത്തോടെ ശ്വാസം വിട്ടു. 'ആ പിശാചിനിക്ക് സുൽത്താന്റെ മേൽ ഒരു പൈശാചികമായ സ്വാധീനമുണ്ട്. അതിൽ നിന്ന് അദ്ദേഹത്തെ മോചിപ്പിക്കാൻ എനിക്ക് കഴിയുന്നില്ല. ഞാൻ എന്തുചെയ്യണമെന്നറിയാത്ത അവസ്ഥയിലാണ്. അവൾ എന്റെ

എല്ലാ പദ്ധതികളും തടയുന്നു. ലാഹോറിൽ ചില പരിഷ്കാരങ്ങൾ കൊണ്ടുവരാൻ ഞാൻ ആഗ്രഹിച്ചിരുന്നു...'

'അവൾ ഒരു പിശാചിനിയാണ്, മോനേ, അതിൽ സംശയമില്ല,' ഇസ്മായിൽ ഇടയ്ക്ക് കയറി പറഞ്ഞു. മാലിക് അയാസിന് ലാഹോറിനെക്കുറിച്ച് ഉണ്ടായിരുന്ന പദ്ധതികളിൽ അയാൾക്ക് ഒട്ടും താൽപര്യമുണ്ടായിരുന്നില്ല. 'പക്ഷേ അവളെ രംഗത്തുനിന്ന് ഒഴിവാക്കാൻ നമ്മളെ സഹായിച്ചേക്കാവുന്ന എന്തോ ഒന്ന് എന്റെ ശ്രദ്ധയിൽപ്പെട്ടിട്ടുണ്ടെന്ന് തോന്നുന്നു.'

'സത്യമാണോ?' മാലിക് അയാസ് ആകാംക്ഷയോടെ ചോദിച്ചു. അച്ഛൻ പറയുന്നത് കേൾക്കാനായി അവൻ കൂടുതൽ അടുത്തേക്ക് ചാഞ്ഞു. തന്നിൽ നിന്ന് എന്താണ് പ്രതീക്ഷിക്കുന്നതെന്ന് കേൾക്കാൻ.

ഇസ്മായിൽ സ്ഥാപിച്ചിരുന്ന രഹസ്യ ദ്വാരത്തിലൂടെ താലിബ് ആ കൂടിക്കാഴ്ച മുഴുവനും കാണുകയും കേൾക്കുകയും ചെയ്യുകയായിരുന്നു. എല്ലാ കൂടിക്കാഴ്ചകളും കണ്ട് അഭിപ്രായങ്ങളും ഉപദേശങ്ങളും നൽകണമെന്ന് യജമാനൻ ആവശ്യപ്പെട്ടിരുന്നു. ഇത് ആദ്യമായിട്ടല്ലെങ്കിലും അവന് മാലിക് അയാസിനോട് പാവം തോന്നി. ലാഹോറിലെ രാജാവിനെ അവന് ശരിക്കും ഇഷ്ടപ്പെട്ടു തുടങ്ങിയിരുന്നു. ഒരുകാലത്ത് താൻ അനാഥനാണെന്ന് വിശ്വസിച്ചിരുന്ന, കാലങ്ങൾക്കു മുൻപ് നഷ്ടപ്പെട്ട അച്ഛന്റെ സ്നേഹത്തിനും അംഗീകാരത്തിനും വേണ്ടി കൊതിക്കുന്ന ഒരുവൻ. തന്റെ അച്ഛൻ, താൻ ഉപയോഗിച്ച് വലിച്ചെറിഞ്ഞ അവന്റെ പെറ്റമ്മയെ ഓർക്കുന്നതുപോലുമില്ലെന്നറിയാതെ. ലാഭകരമായതുകൊണ്ട് മാത്രം അച്ഛൻ തന്നെ ഉപയോഗിക്കുകയാണെന്നറിയാതെ. താൻ ഉപകാരമില്ലാതായാൽ അച്ഛൻ തന്നെ അതേ വേഗത്തിൽ ഉപേക്ഷിക്കുമെന്നും അറിയാതെ.

ഒരു അടിമയുടെ സ്ഥാനത്തുനിന്ന് സാമ്രാജ്യത്തിലെ ഏറ്റവും ശക്തരായ മനുഷ്യരിൽ ഒരാളായി മാലിക് അയാസ് ഉയർന്നുവന്നുവെന്ന വസ്തുത താലിബിന് അവനോട് ഒരു താദാത്മ്യം നൽകി.

പക്ഷേ താലിബ് ഒരു വേലക്കാരൻ മാത്രമായിരുന്നു. അവന്റെ ജോലി യജമാനനായ ഇസ്മായിലിനെ സേവിക്കുക എന്നതായിരുന്നു.

ഇസ്മായിലിന്റെ വളർച്ചയിലായിരുന്നു അവന്റെ അതിജീവനം. അവൻ തന്റെ വികാരങ്ങളെ അതിന് തടസ്സമാകാൻ അനുവദിക്കില്ല. അവൻ തലയൊന്ന് കുലുക്കി വീണ്ടും സംഭാഷണത്തിൽ ശ്രദ്ധ കേന്ദ്രീകരിച്ചു.

അദ്ധ്യായം 17

വഴിയിലെ നിഴലുകൾ

പനൈയിലെ രാജകൊട്ടാരത്തിലെ നല്ല വെളിച്ചമുള്ള സ്വകാര്യ ദർബാർ അറയിൽ, പച്ചയും ചുവപ്പും കലർന്ന രാജകീയ സിംഹാസനത്തിൽ രാജേന്ദ്ര ചോളൻ ഇരുന്നു. ശ്രീവിജയ സാമ്രാജ്യത്തിന്റെ തലസ്ഥാന നഗരം കൂടുതൽ തെക്കുകിഴക്കായി സ്ഥിതി ചെയ്യുന്ന പാലെംബാങ് ആയിരുന്നു. എന്നിരുന്നാലും, സാമ്രാജ്യത്തിലെ രണ്ടാമത്തെ വലിയ തുറമുഖ നഗരമായിരുന്ന പനൈ എന്നതിനാൽ ശ്രീവിജയ രാജകുടുംബാംഗങ്ങൾ സന്ദർശിക്കുമ്പോഴെല്ലാം ഒരു അതിഥി മന്ദിരമായി ഉപയോഗിക്കാൻ അവിടെയും ഒരു രാജകൊട്ടാരം പണിതിരുന്നു.

രാജേന്ദ്ര ചോളന്റെ ഇടതുവശത്തായി, അദ്ദേഹത്തിന്റെ മഹാനായ സഖ്യകക്ഷിയും അടുത്ത സുഹൃത്തും മാൾവയുടെ ഭരണാധികാരിയുമായ ഭോജദേവ് പർമർ ചക്രവർത്തി, തന്റേതായ സഞ്ചരിക്കുന്ന രാജകീയ സിംഹാസനത്തിൽ ഇരുന്നു.

രാജേന്ദ്രചോളന് എതിർവശത്തായി കീഴടങ്ങിയ ശ്രീവിജയയുടെ അഭിമാനിയായ രാജാവ്, രാമ വിജയവർമ്മൻ ചക്രവർത്തി തന്റെ പരമ്പരാഗത സിംഹാസനത്തിൽ ഇരുന്നു. പരാജിതനായ രാജാവെന്ന നിലയിൽ, വിജയവർമ്മൻ ഒരു സിംഹാസനത്തിനു പകരം ഒരു ചെറിയ കസേരയിൽ ഇരിക്കണമെന്നാണ് ഉപദേഷ്ടാക്കൾ നിർദ്ദേശിച്ചത്. എന്നാൽ രാജേന്ദ്ര ചോളൻ ധർമ്മിഷ്ഠനായിരുന്നു. പരാജയപ്പെടുമ്പോൾ ധീരതയോടെ നിലകൊള്ളണമെന്നും, എന്നാൽ വിജയത്തിൽ ഉദാരമനസ്കനും

മാന്യനമായിരിക്കണമെന്നും അദ്ദേഹം വിശ്വസിച്ചു. വിജയവർമ്മനും സ്വന്തം സിംഹാസനത്തിൽ തന്നെ ഇരിക്കണമെന്ന് അദ്ദേഹം നിർബന്ധം പിടിച്ചു. ഉദ്യോഗസ്ഥർ ക്രമീകരണങ്ങളിൽ മാറ്റങ്ങൾ വരുത്തുന്നതുവരെ അദ്ദേഹം ക്ഷമയോടെ കാത്തിരുന്നു.

ഭരണാധികാരികൾക്ക് ഇരുവശത്തുമായി, അവരുടെ ഇടത്തും വലത്തുമായി, രണ്ട് സൈന്യങ്ങളിലെയും സേനാപതിമാരും തലവന്മാരും അണിനിരന്നു. ശ്രീവിജയക്കാരുടെ സംഘം, സഖ്യകക്ഷികളോടുകൂടിയ ചോള സംഘത്തിന്റെ മൂന്നിലൊന്നിൽ താഴെയായിരുന്നു. നിർണ്ണായകമായ ഈ പരാജയത്തിൽ അവർക്ക് ധീരരായ നിരവധി സൈനിക നേതാക്കന്മാരെ നഷ്ടപ്പെട്ടിരുന്നു.

ആൾനാശവും ആയുധനഷ്ടവും അത്ര കഠിനമായിരുന്നതിനാൽ, കുറഞ്ഞത് ഒന്നോ രണ്ടോ തലമുറയിലേക്കെങ്കിലും ശ്രീവിജയക്കാർക്ക് ചോളന്മാർക്കെതിരെ ഉയർത്തെഴുന്നേൽക്കാൻ കഴിയില്ലായിരുന്നു.

ചോള സേനാപതിയായ നരസിംഹൻ, രാജേന്ദ്ര ചോളന്റെ വലതുവശത്ത്, തനിക്ക് അർഹമായ ബഹുമാനസൂചകമായ സ്ഥാനത്ത് ഇരുന്നു. മൂന്ന് രാജാക്കന്മാരുടെയും സിംഹാസനങ്ങളെക്കാൾ പ്രകടമായി ചെറുതാണെങ്കിലും, ഗംഭീരമായ ഒരു കസേരയിൽ.

ഭോജദേവ് പർമറിന്റെ ഇടതുവശത്ത്, രാജേന്ദ്ര ചോളനിൽ നിന്ന് രണ്ട് സ്ഥാനങ്ങൾ ഇടത്തേക്ക് മാറി, ചെറിയ ഒരു സ്ത്രീ മടിയിൽ ലോലമായി കൈകൾ വെച്ച് ഇരിപ്പുണ്ടായിരുന്നു. അവളുടെ കറുത്തിരുണ്ട മുടി പിന്നോട്ട് കർശനമായി ചീകി കഴുത്തിന് താഴെ വൃത്തിയായി കെട്ടിവെച്ചിരുന്നു. ഒരു നിര മുടി നെറ്റിക്ക് മുകളിലൂടെ ഭംഗിയായി വീണുകിടന്ന്, വില്ലുപോലെ വളഞ്ഞ പുരികങ്ങൾക്ക് മുകളിൽവെച്ച് മുറിച്ചിരുന്നു. അവളുടെ ചെറിയ കണ്ണുകൾക്ക് മുകളിൽ ചുളിവുകളില്ലാത്ത കൺപോളകളും, നേർത്ത മേൽചുണ്ടിന് മുകളിലായി ഭംഗിയുള്ള ചെറിയ മൂക്കും. അതിന് താഴെ തുടുത്ത കീഴ്ചുണ്ട്. ഈ മനോഹരമായ ഭാവങ്ങളെല്ലാം ഒത്തുചേർന്നത് ഹൃദയാകൃതിയിലുള്ള വെൺകൽ മുഖത്തായിരുന്നു. രാജേന്ദ്ര ചോളന്റെ നിഗൂഢയായ ചൈനീസ് സഖ്യകക്ഷി, ഫെയ് ലിൻ രാജകുമാരി അറയിലെ പുരുഷന്മാരെ സൂക്ഷ്മമായ വിജയഭാവത്തോടെ നിരീക്ഷിച്ചു.

രാജേന്ദ്ര ചോളന്റെ പാളയത്തിലെ ഭാരതീയർക്ക് ഫെയ് ലിന്നിനെക്കുറിച്ച് സംശയങ്ങളുണ്ടായിരുന്നു. ശ്രീവിജയക്കാരെ ആക്രമിക്കാൻ രാജേന്ദ്ര ചോളനെ പ്രോത്സാഹിപ്പിച്ചത് അവളാണെന്ന് അവർക്കറിയാമായിരുന്നു. ഭാരതീയ വ്യാപാര സംഘങ്ങളുടെ സ്വത്തുക്കൾ കണ്ടുകെട്ടി ചൈനക്കാർക്ക് കൈമാറിയ ശ്രീവിജയക്കാരുടെ അവസ്ഥയ്ക്ക് ഒരുപക്ഷേ ഒരു നയതന്ത്രപരമായ പരിഹാരം കണ്ടെത്താൻ കഴിയുമായിരുന്നു. സമീപകാലത്ത് നടന്ന ചൈനീസ് ആഭ്യന്തരയുദ്ധത്തിൽ പരാജയപ്പെട്ട രാജകുടുംബത്തിലെ ശാഖയിൽപ്പെട്ടവളാണ് ഫെയ് ലിൻ എന്ന് അവർക്കറിയാമായിരുന്നു. ഒരുപക്ഷേ, സ്വന്തം സാമ്രാജ്യത്തിനുള്ളിലെ ശത്രുക്കളെ രാജേന്ദ്ര ചോളന്റെ കൈകളാൽ ദുർബലപ്പെടുത്താൻ അവൾ ആഗ്രഹിച്ചിരിക്കാം.

ചൈനക്കാർക്ക് ഭാരതീയരെപ്പോലെ തന്നെ സങ്കീർണ്ണമായ ഒരു സംസ്കാരമുണ്ടായിരുന്നു. പക്ഷേ അവരുടെ ഉള്ളിലിരുപ്പ് മനസ്സിലാക്കുക അവിശ്വസനീയമാംവിധം ദുഷ്കരമായിരുന്നു. അവരുടെ യഥാർത്ഥ ലക്ഷ്യമെന്താണെന്ന് ആർക്കും ഉറപ്പിച്ചു പറയാൻ കഴിഞ്ഞില്ല. ഭാഗ്യവശാൽ, നരസിംഹന്റെ ധീരതയും നിർദയത്വവും കാരണം യുദ്ധം ചോളസാമ്രാജ്യത്തിന് അനുകൂലമായി നീങ്ങി, അതിനാൽ ഈ സൈനിക മുന്നേറ്റത്തിൽ സ്ഥിരമായ നഷ്ടങ്ങളൊന്നും സംഭവിച്ചില്ല.

രാജേന്ദ്ര ചോളൻ തന്റെ എതിരാളിയെ ദയാവായ്പുള്ള ഒരു പുഞ്ചിരിയോടെ നോക്കി.

ഇന്തോനേഷ്യയിലെ ശ്രീവിജയ ചക്രവർത്തിയായ രാമ വിജയവർമ്മൻ, അറുപതിനോടടുക്കുന്ന രാജേന്ദ്ര ചോളന്റെ അതേ പ്രായക്കാരനായിരുന്നു. ചക്രവർത്തിയെപ്പോലെത്തന്നെ അദ്ദേഹവും നല്ല ആരോഗ്യദൃഢഗാത്രനായിരുന്നു. എങ്കിലും, ആ സമയത്ത്, ചെറുതായി കുനിഞ്ഞ്കൂടി, തല അൽപം കുനിച്ചാണ് അദ്ദേഹം ഇരുന്നത്.

'എന്റെ പ്രഭോ, എന്റെ യജമാനനേ, ഞാൻ ഉടമ്പടിയിൽ എന്റെ മുദ്ര പതിപ്പിച്ചിരിക്കുന്നു.'

ഏതാണ്ട് പൂർണ്ണമായ വിജയം നേടിയിട്ടും രാജേന്ദ്ര ചോളൻ അങ്ങേയറ്റം ഔദാര്യം കാണിച്ചിരുന്നു. രാമ വിജയവർമ്മൻ രാജേന്ദ്ര ചോളന്റെ മേൽക്കോയ്മ അംഗീകരിക്കുകയും, എല്ലാ

വർഷവും നാമമാത്രമായ ഒരു ലക്ഷം സ്വർണ്ണനാണയങ്ങൾ ചോള സദസ്സിലേക്ക് കപ്പമായി അയക്കുകയും ചെയ്യുന്നിടത്തോളം കാലം, ശ്രീവിജയത്തിന്റെ ചക്രവർത്തി എന്ന പദവി നിലനിർത്താമെന്ന് ചോള ചക്രവർത്തി ശഠിച്ചു. മലാക്കാ കടലിടുക്കിലെ വ്യാപാരം നിയന്ത്രിക്കുന്ന ഏതാനും തുറമുഖങ്ങൾ ഒഴികെ, ശ്രീവിജയക്കാരിൽ നിന്ന് പിടിച്ചെടുത്ത പല പ്രദേശങ്ങളും അദ്ദേഹം തിരികെ നൽകിയിരുന്നു. ആ തുറമുഖങ്ങൾ ചോള ഭരണകൂടം നിയന്ത്രിക്കുകയും അതിന് ന്യായമായ വാടക ശ്രീവിജയക്കാർക്ക് നൽകുകയും ചെയ്യും. ശ്രീവിജയക്കാർ ഭാരതീയ വ്യാപാര സംഘങ്ങളിൽ നിന്ന് പിടിച്ചെടുത്ത ഈ തുറമുഖങ്ങളിലെ സംഭരണശാലകളും വ്യാപാര സംവിധാനങ്ങളും കപ്പലടുക്കാനുള്ള സ്ഥലങ്ങളും ഭാരതീയ വ്യാപാരികൾക്ക് തിരികെ നൽകിയിരുന്നു. ശ്രീവിജയൻ ഉദ്യോഗസ്ഥവൃന്ദം ഇന്ത്യക്കാർക്കും അവരുടെ സഖ്യകക്ഷികളായ വ്യാപാര സംഘങ്ങൾക്കും മേൽ ചുമത്തിയിരുന്ന നിയന്ത്രണങ്ങളും നീക്കം ചെയ്തിരുന്നു. എന്നാൽ, ചൈനയിലെ സോങ് ചക്രവർത്തിക്ക് പണമൊന്നും അയക്കുന്നില്ലെങ്കിൽ, ഭാരതീയ വ്യാപാര സംഘങ്ങൾ ശ്രീവിജയന് ന്യായമായ നികുതികളും ചുങ്കങ്ങളും നൽകുമെന്നും രാജേന്ദ്ര ചോളൻ വാഗ്ദാനം ചെയ്തിരുന്നു.

ചോള വിജയത്തിന്റെ വ്യാപ്തി കണക്കിലെടുക്കുമ്പോൾ, ഇത് അമ്പരപ്പിക്കുന്നത്ര ഉദാരമായ ഒരു സമാധാന ഉടമ്പടിയായിരുന്നു. കയ്യിൽ ഭയപ്പെടുത്തുന്ന ഒരു വലിയ വടി പിടിച്ചുകൊണ്ട്, ദയയോടെയും സൗമ്യതയോടെയും സംസാരിക്കുന്നത് ഏറ്റവും മികച്ച ഫലം നൽകുമെന്ന് രാജേന്ദ്ര ചോളൻ വിശ്വസിച്ചു. അത് വീണ്ടും വീണ്ടും ശരിയാണെന്ന് തെളിയിക്കപ്പെടുകയും ചെയ്തിരുന്നു.

അതുകൊണ്ടുതന്നെ, വിജയവർമ്മൻ ഏറെ ദുഃഖിതനായി കാണപ്പെട്ടു എന്നതാണ് രാജേന്ദ്ര ചോളനെ അത്ഭുതപ്പെടുത്തിയത്. അദ്ദേഹം യുദ്ധക്കളത്തിൽ പരാജയപ്പെട്ടു, പക്ഷേ യഥാർത്ഥത്തിൽ, തന്ത്രപരമായ തലത്തിൽ അദ്ദേഹത്തിന് വലിയ നഷ്ടമൊന്നും സംഭവിച്ചിരുന്നില്ല. ഫലത്തിൽ, ചൈനയിലേക്ക് പൊയ്ക്കൊണ്ടിരുന്ന പണം ഇനി ഇന്ത്യയിലേക്ക് പോകുമെന്നേയുള്ളൂ. ശ്രീവിജയക്കാർ അതുകൊണ്ട് കൂടുതൽ ദരിദ്രരാവുകയില്ല.

'അതിന് ഞാൻ അങ്ങയോട് നന്ദി പറയുന്നു, മഹാനായ ചക്രവർത്തീ,' രാജേന്ദ്ര ചോളൻ തലയാട്ടി പുഞ്ചിരിച്ചുകൊണ്ട് പറഞ്ഞു. 'എന്നെ ഒരു യജമാനനായിട്ടല്ല, മറിച്ച് അങ്ങയുടെ ജ്യേഷ്ഠസഹോദരനായി കരുതുക.'

വിജയവർമ്മൻ തലകുനിച്ച് കൈകൾ കൂപ്പി നമസ്തേ പറഞ്ഞു. വിജയത്തിൽ രാജേന്ദ്ര ചോളൻ അസാധാരണമാംവിധം ഔദാര്യം കാണിച്ചിരുന്നുവെന്ന് അദ്ദേഹത്തിനുപോലും അറിയാമായിരുന്നു. പക്ഷേ അദ്ദേഹം പുഞ്ചിരിച്ചില്ല. 'അങ്ങ് ഒരു മഹാനാണ്, ചക്രവർത്തി രാജേന്ദ്ര ചോളൻ. ഗൗതമ ബുദ്ധൻ സാക്ഷിയായി, ശാക്യമുനിയുടെ അനുയായിയും ശ്രീവിജയത്തിന്റെ ചക്രവർത്തിയുമായ ഞാൻ, വിജയവർമ്മൻ, ഞാനോ എന്റെ പിൻഗാമികളോ ഒരു ചോള ചക്രവർത്തിക്കെതിരെയും ഒരിക്കലും കലാപക്കൊടി ഉയർത്തുകയില്ലെന്ന് പരസ്യമായി സത്യം ചെയ്യുന്നു.'

ശ്രീവിജയ ചക്രവർത്തിയും അദ്ദേഹത്തിന്റെ കുടുംബവും ബുദ്ധമത വിശ്വാസികളായിരുന്നു. ഹിന്ദുമതത്തോടും ജൈനമതത്തോടുമൊപ്പം അതും ധാർമ്മിക് മതവിഭാഗത്തിൽപ്പെട്ടതായിരുന്നു. ശ്രീവിജയയിലെ അദ്ദേഹത്തിന്റെ സാധാരണ പ്രജകളിൽ ഭൂരിഭാഗവും ഹിന്ദുക്കളായിരുന്നു, എന്നാൽ ഉന്നതരിൽ, പ്രത്യേകിച്ച് വ്യാപാര പ്രമുഖരിൽ ഭൂരിഭാഗവും ബുദ്ധമതക്കാരായിരുന്നു.

'മഹാദേവൻ സാക്ഷിയായി,' രാജേന്ദ്ര ചോളൻ പറഞ്ഞു. 'ശിവഭഗവാന്റെ ദാസനും അതുല്യനായ രാജരാജന്റെ പുത്രനുമായ ഞാൻ, രാജേന്ദ്ര, അങ്ങയുടെ മകൾ ഒനാങ് കിയുവിനെ എന്റെ പ്രധാന ഭാര്യമാരിൽ ഒരാളായി ബഹുമാനിക്കുകയും പരിപാലിക്കുകയും ചെയ്യുമെന്ന് പരസ്യമായി സത്യം ചെയ്യുന്നു.'

വിജയവർമ്മൻ അത്ഭുതത്തോടെ രാജേന്ദ്ര ചോളനെ നോക്കി. ഭാവിയിൽ യുദ്ധം ഒഴിവാക്കുന്നതിനായി ഇരു രാജകുടുംബങ്ങളും തമ്മിൽ വൈവാഹിക ബന്ധങ്ങൾ സ്ഥാപിക്കുക എന്നത് ഉടമ്പടിയിലെ ഒരു വ്യവസ്ഥയായിരുന്നു. അതിനായി, വിജയവർമ്മന്റെ മകൾ ഒനാങ് കിയുവിനെ രാജേന്ദ്ര ചോളന് വിവാഹം ചെയ്തു കൊടുക്കണമായിരുന്നു. അത് തീരുമാനിക്കപ്പെട്ട കാര്യമായിരുന്നു. എന്നാൽ രാജേന്ദ്ര ഒനാങ് കിയുവിനെ

തന്റെ പ്രധാന ഭാര്യമാരിൽ ഒരാളായി ബഹുമാനിക്കുമെന്നത് തീരുമാനിച്ചിട്ടില്ലാത്ത കാര്യമായിരുന്നു.

വിജയവർമ്മൻ നന്ദിയോടെ തലയാട്ടി. എന്നിട്ടും അദ്ദേഹം പുഞ്ചിരിച്ചില്ല. അദ്ദേഹത്തിന്റെ കണ്ണുകളിൽ അടക്കാനാവാത്ത ദുഃഖവും വേദനയും തളംകെട്ടി നിന്നിരുന്നു. ഇത് ഒരു സൈനിക പരാജയത്തിന്റെ മാത്രം കാര്യമായിരുന്നില്ല. മറ്റെന്തോ ഒരു കാരണം കൂടിയുണ്ടായിരുന്നു.

ശ്രീവിജയൻ ചക്രവർത്തിയുടെ മനസ്സിലിരുപ്പ് എന്താണെന്ന് ഊഹിക്കാൻ ശ്രമിച്ചുകൊണ്ട് രാജേന്ദ്ര അദ്ദേഹത്തിന്റെ മുഖത്തേക്ക് ശ്രദ്ധയോടെ നോക്കി. സമാധാന ഉടമ്പടിയുടെ ദീർഘകാല സ്ഥിരതയ്ക്ക്, വിജയവർമ്മൻ പുതിയ ക്രമീകരണം പൂർണ്ണ സംതൃപ്തിയോടെ അംഗീകരിക്കേണ്ടത് അത്യാവശ്യമായിരുന്നു. അത് ഉറപ്പാക്കാൻ തനിക്കിനി എന്ത് ചെയ്യാൻ കഴിയുമെന്ന് അദ്ദേഹത്തിന് മനസ്സിലായില്ല.

അപ്പോൾ വിജയവർമ്മൻ തന്നെ ഒരു കാര്യം മുന്നോട്ട് വെച്ചു. 'പ്രഭോ രാജേന്ദ്ര ചോള, അങ്ങയുടെ അനുവാദത്തോടെ, എനിക്ക് ഇനിയും ചിലത് നൽകാനുണ്ട്.'

എങ്ങനെ പ്രതികരിക്കണമെന്ന് രാജേന്ദ്ര ചോളന് അറിയില്ലായിരുന്നു. ഇത് അസാധാരണമായിരുന്നു. എല്ലാം ഇതിനകം തീരുമാനിക്കുകയും അവസാനിപ്പിക്കുകയും ചെയ്തതാണ്. ഉടമ്പടിയിൽ ഇരുപക്ഷവും മുദ്ര ചാർത്തുകയും ചെയ്തിരുന്നു. പക്ഷേ അദ്ദേഹം ഒരു എതിർപ്പും കാണിച്ചില്ല. രാജേന്ദ്ര വികാരരഹിതമായ മുഖത്തോടെ നിന്നു. അദ്ദേഹം സമ്മതഭാവത്തിൽ തലയാട്ടി.

വിജയവർമ്മൻ തന്റെ പുരോഹിതന്റെ നേരെ തിരിഞ്ഞു. അദ്ദേഹം വാതിൽക്കൽ ക്ഷമയോടെ കാത്തുനിൽക്കുകയായിരുന്നു. തന്റെ രാജാവിൽ നിന്നുള്ള ഒരു തലയാട്ടലിൽ, ആ പണ്ഡിറ്റ് തിരിഞ്ഞു. രണ്ട് കാവൽക്കാർ കൂറ്റൻ വാതിലുകൾ തുറന്നു. പുറത്ത് ഒരു മനുഷ്യൻ നിൽക്കുന്നുണ്ടായിരുന്നു. പൂർണ്ണമായും സ്വർണ്ണത്തിൽ നിർമ്മിച്ച, സാധാരണ വലുപ്പമുള്ള ഒരു ആഭരണപ്പെട്ടി അയാൾ പിടിച്ചിരുന്നു. അയാളുടെ പിന്നിൽ, മനോഹരമായി കൊത്തുപണികൾ ചെയ്ത ഒരു വലിയ പെട്ടി ചുമന്നുകൊണ്ട് ആറ് പുരുഷന്മാരുടെ ഒരു സംഘം. അവർ അറയുടെ മധ്യഭാഗത്തേക്ക് നടന്നു തുടങ്ങി. അവർ വളരെ

സൗമ്യമായി എന്തോ മന്ത്രിക്കുന്നുണ്ടായിരുന്നു. പുരോഹിതനും അവരോടൊപ്പം മന്ത്രിച്ചു.

ആ സ്തുതിഗീതങ്ങൾ രാജേന്ദ്ര ചോളൻ തൽക്ഷണം തിരിച്ചറിഞ്ഞു. അവ ഗരുഡപുരാണത്തിൽ നിന്നുള്ളതായിരുന്നു. സാധാരണയായി ധാർമ്മിക മാർഗ്ഗം പിന്തുടരുന്നവർ, ഹിന്ദുക്കളും ബുദ്ധമതക്കാരും ജൈനമതക്കാരും, ശവസംസ്കാര ചടങ്ങുകളിൽ പാടുന്ന സ്തുതിഗീതങ്ങൾ!

രാജേന്ദ്ര തന്റെ വാളിന്റെ പിടിയിൽ മെല്ലെ തൊട്ടു. ഭോജദേവ് പർമറും അതുതന്നെ ചെയ്തു. ഉടമ്പടിയിലെ വ്യവസ്ഥകൾ അനുസരിച്ച്, ചോള പക്ഷത്തിന് മാത്രമേ ആയുധം ധരിക്കാൻ അവകാശമുണ്ടായിരുന്നുള്ളൂ. ശ്രീവിജയ പക്ഷത്തിന് അവരുടെ ആയുധങ്ങളൊന്നും അറയ്ക്കുള്ളിലേക്ക് കൊണ്ടുവരാൻ അനുവാദമുണ്ടായിരുന്നില്ല. രാജേന്ദ്ര ചോളൻ ദയാലുവായിരുന്നു, പക്ഷേ വിഡ്ഢിയായിരുന്നില്ല.

വിജയവർമ്മൻ തന്റെ സിംഹാസനത്തിൽ നിന്ന് എഴുന്നേറ്റ് നരസിംഹനെ നോക്കി. 'ധീരനായ സേനാപതീ, അങ്ങേക്കുവേണ്ടി എനിക്കൊരു സമ്മാനമുണ്ട്.'

നരസിംഹൻ ഉടൻ എഴുന്നേറ്റുനിന്നു. അദ്ദേഹത്തിന് അത് ചെയ്യേണ്ടിയിരുന്നു. അദ്ദേഹം ഒരു സേനാപതി മാത്രമായിരുന്നു. ഇപ്പോൾ തന്റെ ചക്രവർത്തിയുടെ സഖ്യകക്ഷിയായ ഒരു രാജാവ് അദ്ദേഹത്തോട് സംസാരിക്കാനായി എഴുന്നേറ്റ് നിൽക്കുകയാണ്.

'ചക്രവർത്തീ...' രാജേന്ദ്ര ചോളൻ പറഞ്ഞു, അദ്ദേഹവും എഴുന്നേറ്റു. ഭോജദേവ് പർമറും എഴുന്നേറ്റുനിന്നു.

'ഈ പെട്ടികളിൽ ശരീരത്തിന് അപകടകരമായ യാതൊന്നും തന്നെയില്ല, അങ്ങുന്നേ,' വിജയവർമ്മൻ പറഞ്ഞു. 'ഞാൻ അങ്ങേയ്ക്ക് വാക്ക് തരുന്നു. പക്ഷേ ഇത്, എന്റെ സൈന്യത്തെയും നാവികസേനയെയും നശിപ്പിച്ച സേനാപതിക്ക് ഞാൻ നൽകേണ്ട ഒന്നാണ്. ഇതിൽ അദ്ദേഹം അർഹിക്കുന്നത് മാത്രമേയുള്ളൂ.'

എങ്ങനെ പ്രതികരിക്കണമെന്ന് നരസിംഹന് അറിയില്ലായിരുന്നു. സമാധാന ഉടമ്പടി അപകടത്തിലാക്കാൻ ആഗ്രഹിക്കാത്തതിനാൽ, ശ്രീവിജയൻ ചക്രവർത്തിയോട്

ബഹുമാനം പ്രകടിപ്പിച്ചുകൊണ്ട് അദ്ദേഹം കൈകൾ കൂപ്പി നമസ്തേ പറഞ്ഞു.

'യുദ്ധസമയത്ത് ഞാൻ നാവിക മേധാവിയുടെ കപ്പലിലായിരുന്നു, സേനാപതി,' വിജയവർമ്മൻ പറഞ്ഞു.

നരസിംഹൻ ആശയക്കുഴപ്പത്തിലായി. അങ്ങനെയെങ്കിൽ, രാജകീയ പതാകകൾ ഉയരത്തിൽ പറത്തിക്കൊണ്ട് രാജകീയ പതാകവാഹകക്കപ്പലിൽ ആരായിരുന്നു?

ശ്രീവിജയൻ ചക്രവർത്തി അതിലുണ്ടെന്നും ഒരു ഭീരുവിനെപ്പോലെ രക്ഷപ്പെടുകയാണെന്നും കരുതി നരസിംഹൻ ആ രാജകീയ പതാകവാഹകക്കപ്പലാണ് ആക്രമിച്ചത്. ഓടിപ്പോകുന്ന തന്റെ ചക്രവർത്തിയെ രക്ഷിക്കാൻ, സ്വന്തം ജീവൻ പണയപ്പെടുത്തിക്കൊണ്ട്, ആക്രമണങ്ങളെ തന്നിലേക്ക് ആകർഷിക്കുന്ന ഒരു ധീരനായ നാവിക സൈന്യാധിപനാണ് നാവിക മേധാവിയുടെ കപ്പലിൽ നിന്ന് ആക്രമണം നടത്തുന്നതെന്നും അദ്ദേഹം അനുമാനിച്ചിരുന്നു.

എന്നാൽ വാസ്തവത്തിൽ, വിജയവർമ്മൻ ചക്രവർത്തി തന്നെയായിരുന്നു ആ നാവിക മേധാവിയുടെ കപ്പലിലുണ്ടായിരുന്നത്. രാജകീയ പതാകവാഹകക്കപ്പലിന് രക്ഷപ്പെടാനായി, ചോളന്മാരുടെ ആക്രമണങ്ങളെ തന്നിലേക്ക് ആകർഷിച്ചുകൊണ്ട് അദ്ദേഹം സ്വന്തം ജീവൻ പണയപ്പെടുത്തുകയായിരുന്നു. പക്ഷേ എന്തിന്?

ആദ്യം കാര്യം മനസ്സിലാക്കിയത് രാജേന്ദ്ര ചോളനായിരുന്നു. ഹേ മഹാദേവാ!

ഒരു നല്ല മനുഷ്യൻ തന്റെ കുടുംബത്തിനുവേണ്ടി എന്തും ചെയ്യും, സ്വന്തം ജീവൻ പോലും ത്യജിക്കും, പ്രത്യേകിച്ച് സ്വയം പ്രതിരോധിക്കാൻ കഴിവില്ലാത്തവർക്കുവേണ്ടി.

വിജയവർമ്മൻ ആ സംശയം സ്ഥിരീകരിച്ചു. 'ആ രാത്രിയിൽ എനിക്ക് എന്റെ കുടുംബത്തിലെ വിലപ്പെട്ടവരെ നഷ്ടപ്പെട്ടു.'

നരസിംഹൻ വിജയവർമ്മന്റെ സിംഹാസനത്തിന് വലതുവശത്ത് ഇരിക്കുന്ന, അദ്ദേഹത്തിന്റെ മുതിർന്ന മകന്റെ നേർക്ക് ഒരു നിമിഷം നോക്കി. അതെ, അദ്ദേഹത്തിന് രണ്ട് പുത്രന്മാരെ നഷ്ടപ്പെട്ടിരുന്നു, പക്ഷേ ഒരാൾ ഇപ്പോഴും ജീവിച്ചിരിപ്പുണ്ടായിരുന്നു.

അദ്ദേഹത്തിന്റെ അവകാശി ജീവനോടെയുണ്ടായിരുന്നു. മറ്റ് പുത്രന്മാർ മരിച്ചതിനെക്കുറിച്ച്... ഏതൊരു യോദ്ധാവും ചിന്തിക്കുന്നതുപോലെത്തന്നെയാണ് നരസിംഹനും ചിന്തിച്ചത്. ഇത് യുദ്ധമാണ്... മനുഷ്യർ കൊല്ലുന്നു... മനുഷ്യർ മരിക്കുന്നു... ഇതിനിറങ്ങിപ്പുറപ്പെട്ടപ്പോൾ എന്തിനാണ് തയ്യാറാകേണ്ടതെന്ന് ഞങ്ങൾക്കെല്ലാം അറിയാമായിരുന്നു.

നരസിംഹൻ ഊഹിക്കാത്ത കാര്യം രാജേന്ദ്ര ചോളന് ഇതിനകം വ്യക്തമായിരുന്നു.

അത് വിജയവർമ്മന്റെ രണ്ടാം ഭാര്യയെക്കുറിച്ചായിരുന്നു.

ശ്രീവിജയൻ ചക്രവർത്തി തന്റെ നാവികസേനയുടെ ഭൂരിഭാഗവും കൊണ്ട് നിക്കോബാർ ദ്വീപുകളിലെ ചോള നാവിക താവളത്തിൽ നിന്ന് അധികം ദൂരെയല്ലാത്ത, സുമാത്ര ദ്വീപിന്റെ വടക്കേ അറ്റത്തുള്ള ഇളമുറിദേശത്തേക്ക് പോയിട്ടുണ്ടെന്ന് ചോളന്മാർക്ക് രഹസ്യാന്വേഷണ റിപ്പോർട്ടുകൾ ലഭിച്ചിരുന്നു. സുമാത്ര ദ്വീപിന്റെ കൂടുതൽ തെക്കുകിഴക്കായി സ്ഥിതി ചെയ്യുന്ന വലിയ തുറമുഖ നഗരമായ പണൈയിൽ വെച്ച് ശ്രീവിജയക്കാരുമായി യുദ്ധം ചെയ്യാനാണ് ചോളന്മാർ പ്രതീക്ഷിച്ചിരുന്നത്.

ശ്രീവിജയക്കാർക്ക് കൂടുതൽ സുരക്ഷിതമായ ഒരു തുറമുഖമായിരുന്നു അത്. എന്നാൽ ചോളന്മാരുടെ ആക്രമണം സൃഷ്ടിച്ച ആശയക്കുഴപ്പം മുതലെടുത്ത് ഇളമുറിദേശത്തെ പ്രാദേശിക നാട്ടുവാഴി സ്വന്തമായി ഒരു കലാപം ആരംഭിക്കാൻ ശ്രമിക്കുന്നു എന്നൊരു രഹസ്യവിവരം അവർക്ക് ലഭിച്ചിരുന്നു. ഒരുപക്ഷേ ആ കലാപം അടിച്ചമർത്താനാവാം വിജയവർമ്മൻ അങ്ങോട്ട് പോയത്. ഈ പുതിയ സാഹചര്യത്തിന്റെ വെളിച്ചത്തിൽ ചോളന്മാർ അവരുടെ യുദ്ധതന്ത്രങ്ങൾ ആസൂത്രണം ചെയ്തുകൊണ്ടിരിക്കുമ്പോഴാണ്, വിജയവർമ്മൻ തിടുക്കത്തിൽ ഇളമുറിദേശം വിട്ടു എന്ന അപ്രതീക്ഷിത വിവരം അവർക്ക് ലഭിക്കുന്നത്. ശ്രീവിജയ ചക്രവർത്തി കടലിലായിരിക്കുമ്പോൾ തന്നെ അദ്ദേഹത്തെ പിന്തുടരാൻ ചോളന്മാർ തീരുമാനിച്ചു. സമുദ്രത്തിലെ കാറ്റുകളുടെ ഗതിയറിയാൻ നരസിംഹന് ഒരു പ്രത്യേക കഴിവുണ്ടായിരുന്നു. അതോടൊപ്പം, നാവിക ആക്രമണങ്ങൾ തന്ത്രപരമായി സംഘടിപ്പിക്കുന്നതിൽ അദ്ദേഹം ഒരു അസാമാന്യ പ്രതിഭയായിരുന്നു. ചോളന്മാരുടെ

മുന്നേറ്റത്തിന്റെ വേഗത കൊണ്ട് അദ്ദേഹം ശ്രീവിജയക്കാരെ അത്ഭുതപ്പെടുത്തി. പനൈ തുറമുഖത്തിന്റെ സുരക്ഷിതത്വത്തിലേക്ക് രക്ഷപ്പെടുന്നതിന് മുൻപ് തന്നെ വിജയവർമ്മന്റെ കപ്പൽ വ്യൂഹത്തെ പിടികൂടാൻ അദ്ദേഹത്തിന് കഴിഞ്ഞു. അതോടെ ശ്രീവിജയക്കാരുടെ വിധി നിർണ്ണയിക്കപ്പെട്ടു.

എന്തിനാണ് വിജയവർമ്മൻ നേരിട്ട് ഇളമുറിദേശത്തേക്ക് കലാപം അടിച്ചമർത്താൻ പോയതെന്ന് രാജേന്ദ്ര ചോളൻ എപ്പോഴും അത്ഭുതപ്പെട്ടിരുന്നു. അദ്ദേഹത്തിന് തന്റെ നാവിക മേധാവികളിൽ ഒരാളെ അയക്കാമായിരുന്നല്ലോ.

ഞാൻ കേട്ടതനുസരിച്ച്, അദ്ദേഹത്തിന്റെ രണ്ടാം ഭാര്യ ഇളമുറിദേശത്ത് നിന്നുള്ളതാണ്. ഒരുപക്ഷേ, അതൊരു കലാപം അമർച്ച ചെയ്യാനുള്ള സൈനിക നീക്കമായിരുന്നില്ല, മറിച്ച് ഒരു രക്ഷാദൗത്യമായിരുന്നിരിക്കാം, രാജേന്ദ്ര ചോളൻ ഓർത്തു.

'മഹാനായ സേനാപതീ, രാജകീയ കപ്പലിൽ പതാകകൾ തലകീഴായാണ് കെട്ടിയിരുന്നത്,' വിജയവർമ്മൻ പറഞ്ഞു.

അതിന്റെ അർത്ഥം നരസിംഹന് അറിയാമായിരുന്നു. ആ കപ്പലിൽ ഒരു കുടുംബമുണ്ട്. അതിനാൽ ആക്രമിക്കരുത്.

പക്ഷേ അത് രാത്രിയായിരുന്നു... കാഴ്ച വളരെ കുറവായിരുന്നു... പതാകകൾ എങ്ങനെയാണ് കെട്ടിയിരുന്നതെന്ന് ഞങ്ങൾക്ക് ഉറപ്പിക്കാൻ കഴിഞ്ഞില്ല... *അദ്ദേഹം നിസ്സഹായനായി ചിന്തിച്ചു.*

ആദ്യത്തെ ചെറിയ ആഭരണപ്പെട്ടി പിടിച്ചിരുന്ന സേവകനെ വിജയവർമ്മൻ ആംഗ്യം കാട്ടി വിളിച്ചു. പുരോഹിതൻ ആ സേവകന്റെ കൂടെ മുന്നോട്ട് വന്ന് പെട്ടി തുറന്നു.

'മഹാനായ സേനാപതീ, താങ്കളുടെ യന്ത്രങ്ങൾ കൊണ്ട് ആക്രമണം നടത്തിയ ആ രാജകീയ കപ്പലിൽ നിന്നുള്ളതാണിത്.'

'ചക്രവർത്തീ... എനിക്ക് തോന്നുന്നത്...' രാജേന്ദ്ര ചോളൻ ഇടപെടാൻ ശ്രമിച്ചു.

'എന്റെ പ്രഭോ, എന്റെ യജമാനനേ, ദയവായി എന്നെ ഇതിന് അനുവദിക്കണം,' വിജയവർമ്മൻ രാജേന്ദ്ര ചോളനോട് നിർബന്ധം പിടിച്ചു. 'ഇനിയൊരിക്കലും ഞാൻ താങ്കളോട് മറ്റൊന്നും ആവശ്യപ്പെടില്ല. ഞാനെന്നും താങ്കളുടെ വിശ്വസ്തനായ സേവകനായിരിക്കും. പക്ഷേ ദയവായി, എന്നെ ഇതിന് അനുവദിക്കൂ.'

രാജേന്ദ്ര ചോളൻ അസ്വസ്ഥനായി നിശ്ശബ്ദനായി.

നരസിംഹൻ തുറന്ന ആഭരണപ്പെട്ടിയിലേക്ക് നോക്കി. അതിനുള്ളിൽ ഒരു സ്വർണ്ണ വളയമുണ്ടായിരുന്നു. കൃത്യമായ വട്ടത്തിലല്ലാതെ, അല്പം ദീർഘവൃത്താകൃതിയിലുള്ള ഒന്ന്. ഒരു മോതിരമായി ധരിക്കാൻ അത് വളരെ വലുതായിരുന്നു, എന്നാൽ പ്രായപൂർത്തിയായ ഒരു സ്ത്രീയുടെ വളയാകാൻ മാത്രം വലുപ്പമുണ്ടായിരുന്നില്ല.

ചോള സേനാപതി കൂടുതൽ ആശയക്കുഴപ്പത്തിലായി.

രാജേന്ദ്ര ചോളനും അത് കണ്ടു... ഓ മഹാദേവാ... കരുണയുണ്ടാകണേ... അദ്ദേഹത്തിന് രണ്ടാം ഭാര്യയിൽ ഒരു കുട്ടിയുണ്ടായിരുന്നു...

വിജയവർമ്മന്റെ ഇടതുകണ്ണിൽ നിന്ന് ഒരൊറ്റ തുള്ളി കണ്ണുനീർ അടർന്നുവീണു. അദ്ദേഹത്തിന്റെ ഹൃദയം സ്ഥിതി ചെയ്യുന്ന ശരീരത്തിന്റെ ഭാഗത്തുനിന്ന്. 'ഇതെന്റെ മകളുടെ പാദസരമാണ്. എന്റെ മകൾ ഒടിരതയുടെ പാദസരം.'

നരസിംഹൻ ഞെട്ടലോടെ വാ തുറന്നുപോയി. മഹാദേവാ! എന്നോട് ക്ഷമിക്കൂ... എന്നോട് ക്ഷമിക്കൂ...

പ്രായപൂർത്തിയായ ഒരു സ്ത്രീക്ക് ചേരുന്നതായിരുന്നില്ല ആ പാദസരം. അതിന്റെ വലുപ്പം വെച്ച് നോക്കിയാൽ, ആ വളയപ്പാദസരം ധരിച്ചിരുന്ന കുട്ടിക്ക് നാലോ അഞ്ചോ വയസ്സിൽ കൂടുതൽ പ്രായമുണ്ടാകില്ല.

ഞാനൊരു കുഞ്ഞിനെ കൊന്നുകളഞ്ഞല്ലോ... എന്റെ ഭഗവാനേ...

രാജേന്ദ്ര ചോളൻ വീണ്ടും ഇടപെടാൻ ശ്രമിച്ചു. 'കുലീനനായ ചക്രവർത്തീ, താങ്കൾക്ക് എന്നോട് എന്തുവേണമെങ്കിലും ആവശ്യപ്പെടാം,' അദ്ദേഹം തന്റെ ഇന്തോനേഷ്യൻ പ്രതിരൂപത്തോട് പറഞ്ഞു. 'ഞാൻ ഇല്ല എന്ന് പറയില്ല. പക്ഷെ എന്റെ സേനാപതിയുടെ ജീവൻ ആവശ്യപ്പെടരുത്. അദ്ദേഹത്തിന് അറിയില്ലായിരുന്നു... ഞങ്ങളാർക്കും അറിയില്ലായിരുന്നു...'

'മഹാനായ ചക്രവർത്തീ...' ഭോജദേവ് പർമർ പറഞ്ഞു. 'ദയവായി ഞാൻ പറയുന്നത് കേൾക്കൂ... ഇതൊരു ഭീകരമായ തെറ്റായിരുന്നു... പക്ഷെ അത് മനഃപൂർവ്വമായിരുന്നില്ല...'

ഇതുവരെ പ്രതികരിക്കാനാവാത്ത വിധം സ്തബ്ധനായിരുന്നു നരസിംഹൻ. എന്നാൽ രാജേന്ദ്ര ചോളന്റെയും ഭോജദേവ് പർമറിന്റെയും വാക്കുകൾ കേട്ടപ്പോൾ അദ്ദേഹം സംസാരിച്ചു. 'ചക്രവർത്തി വിജയവർമ്മൻ, ഈ ഹീനമായ കുറ്റകൃത്യത്തിന് ഞാൻ എന്റെ ജീവൻ നൽകാം. എന്റെ വധശിക്ഷ ആവശ്യപ്പെടാൻ താങ്കൾക്ക് അവകാശമുണ്ട്.'

'എനിക്ക് നിങ്ങളുടെ ജീവൻ വേണ്ട,' വിജയവർമ്മൻ നരസിംഹനോട് പറഞ്ഞു. 'നിങ്ങളൊരു തുർക്കിയല്ല.' കാരണം ധർമ്മം തന്നെ പഠിപ്പിച്ച പാഠം ശ്രീവിജയയുടെ ഭരണാധികാരിക്ക് അറിയാമായിരുന്നു. കുട്ടികളെപ്പോലും ദ്രോഹിക്കുന്നതിൽ ഒരു കുറ്റബോധവും തോന്നാത്ത ഗസ്നിയിലെ തുർക്കികളെപ്പോലുള്ള അധാർമ്മിക ജീവികൾക്കുള്ള ഏറ്റവും നല്ല ശിക്ഷ മരണമാണ്. മരണഭയം അവരെ മര്യാദ പഠിപ്പിക്കും. എന്നാൽ, ഒരു കുട്ടിയെ കൊന്നാൽ സ്വാഭാവികമായും കടുത്ത ഖേദം തോന്നുന്ന, ഇന്ത്യയിൽ നിന്നുള്ള തന്റെ എതിരാളികളെപ്പോലുള്ള നാഗരികരായ മനുഷ്യർക്ക്, പെട്ടെന്നുള്ള മരണത്തേക്കാൾ വലിയ ശിക്ഷ കുറ്റബോധം നിറഞ്ഞ ഒരു ദീർഘായുസ്സായിരിക്കും. 'എനിക്ക് ഈ പാദസരം താങ്കൾക്ക് തരണമെന്ന് മാത്രമേയുള്ളൂ. ഓടിരത്നയുടെ പാദസരം.'

നരസിംഹൻ ശ്വാസമടക്കിപ്പിടിച്ചു. അദ്ദേഹത്തിന്റെ കൈകൾ വിറയ്ക്കുന്നുണ്ടായിരുന്നു. ഇതിഹാസമായ മഹാഭാരതത്തിൽ, കുട്ടികളെ കൊന്ന കുറ്റത്തിന് യോദ്ധാവായ അശ്വത്ഥാമാവിനെ, അദ്ദേഹത്തിന്റെ നെറ്റിയിലെ ദിവ്യരത്നം കാരണമുണ്ടാകുന്ന ഒരിക്കലും അവസാനിക്കാത്ത വേദന നിറഞ്ഞ ജീവിതം നൽകിയാണ് കൃഷ്ണഭഗവാൻ ശിക്ഷിച്ചത്. നരസിംഹനെ സംബന്ധിച്ചിടത്തോളം, ഈ പാദസരം ആ ദിവ്യരത്നം പോലെയാകും. അത്, ഒരിക്കലും അവസാനിക്കാത്ത വേദനയിൽ, അദ്ദേഹത്തിന്റെ പഴുത്തുപൊട്ടിയൊലിക്കുന്ന ആത്മാവിൽ നിന്ന് നിരന്തരം ചലവും ചോരയും വാർന്നൊഴുകാൻ കാരണമാകും.

'ശാശ്വതമായ ധമ്മയുടെ നാമത്തിൽ,' ധർമ്മം എന്ന വാക്കിന്റെ പാലി രൂപം ഉപയോഗിച്ച് വിജയവർമ്മൻ പറഞ്ഞു, 'സേനാപതി നരസിംഹൻ, എന്റെ മകളുടെ പീഡിപ്പിക്കപ്പെട്ട ആത്മാവ് നിങ്ങളോട് ക്ഷമിക്കുന്ന നിമിഷം വരെ, നിങ്ങൾ ഈ പാദസരം

എല്ലായ്പ്പോഴും നിങ്ങളുടെ ശരീരത്തിൽ സൂക്ഷിക്കുമെന്ന് എനിക്ക് നിങ്ങളുടെ വാക്ക് വേണം.'

താൻ അറിഞ്ഞുകൊണ്ടല്ലെങ്കിലും ചെയ്ത കുറ്റകൃത്യത്തിന്റെ ഭീകരതയിൽ തളർന്നുപോയ നരസിംഹൻ, സമ്മതം മൂളാനുള്ള ശക്തി കണ്ടെത്തി. തന്റെ ശിക്ഷ സ്വീകരിക്കാനുള്ള പൗരുഷം അദ്ദേഹത്തിന് കാണിക്കേണ്ടിയിരുന്നു.

വിജയവർമ്മൻ പാദസരം എടുത്ത് നരസിംഹന്റെ തുറന്ന വലതുകൈവെള്ളയിൽ വെച്ചു. ആ വളയപ്പാദസരം തന്റെ ശരീരത്തെയും,മനസ്സിനെയും,ആത്മാവിനെയും പൊള്ളിക്കുന്നതായി തോന്നി വിറച്ചുകൊണ്ട് ചോള സേനാപതി ഒന്നു പിൻവാങ്ങി. ശത്രുക്കളുടെ ഏറ്റവും കരുത്തുറ്റ വാളുകൾ തട്ടിയപ്പോൾ പോലും പതറാത്ത ഒരു മനുഷ്യൻ, ഒരു കുട്ടിയുടെ ആഭരണത്തിന് മുന്നിൽ എല്ലാവരുടെയും മുൻപിൽ തളർന്നുവീഴുകയായിരുന്നു.

പക്ഷേ വിജയവർമ്മൻ നിർത്തിയില്ല. അദ്ദേഹത്തിന്റെ ദുഃഖം അപ്പോഴും ആളിക്കത്തുകയായിരുന്നു. വലിയ പെട്ടി പിടിച്ചുകൊണ്ട് പിന്നിൽ നിന്നിരുന്ന ആളുകളോട് മുന്നോട്ട് വരാൻ അദ്ദേഹം ആംഗ്യം കാണിച്ചു. അവർ വന്നു. വിജയവർമ്മൻ തന്റെ പുരോഹിതനോട് പെട്ടിയുടെ അടപ്പ് തുറക്കാൻ ആംഗ്യം കാണിച്ചു, എന്നിട്ട് നരസിംഹനെ നോക്കി മന്ത്രിച്ചു, 'സേനാപതീ, ഈ വിജയം അതിന് തക്ക മൂല്യമുള്ളതായിരുന്നു എന്ന് ഞാൻ പ്രതീക്ഷിക്കുന്നു.'

ഏറ്റവും വലിയ അപകടങ്ങളിൽ നിന്നുപോലും പിന്മാറാത്ത ധീരനായ നരസിംഹൻ, ഭയന്നുവിറച്ച് പിന്നോട്ട് മാറി. കാരണം ആ പെട്ടിക്കുള്ളിൽ എന്തായിരിക്കുമെന്ന് അദ്ദേഹത്തിന് ഊഹിക്കാമായിരുന്നു.

രാജേന്ദ്ര ചോളനും ഭോജദേവ് പർമറും കണ്ണീർ വാർക്കുന്നുണ്ടായിരുന്നു.

പെട്ടിയുടെ അടപ്പ് പൂർണ്ണമായും തുറന്നു.

നരസിംഹൻ തന്റെ തലയുടെ ഇരുവശങ്ങളിലും കൈകൾ അമർത്തി നെഞ്ച് പൊട്ടുന്ന ദുഃഖത്തിൽ അലറിവിളിച്ചു. തന്റെ ഹൃദയവും ആത്മാവും അമരരായ പൂർവ്വികരും താൻ ചെയ്ത പ്രവൃത്തിക്ക് തന്നെ ശപിക്കുന്നത് അദ്ദേഹത്തിന് കേൾക്കാമായിരുന്നു.

അതിനുള്ളിൽ ഒരു കുട്ടിയുടെ പൂർണ്ണമായും കരിഞ്ഞ ജഡമായിരുന്നു. വലുപ്പം വെച്ച് നോക്കിയാൽ, നാലോ അഞ്ചോ വയസ്സിൽ കൂടുതൽ പ്രായമുണ്ടാകില്ല. കുന്താകൃതിയിലുള്ള ഒരു അസ്ത്രത്തിന്റെ അവശിഷ്ടം അവളുടെ ശരീരത്തിൽ തറച്ചിരുന്നു. ആ കൂർത്ത അസ്ത്രം ആ പിഞ്ചുകുഞ്ഞിന്റെ മുതുകിൽ, അരക്കെട്ടിന് മുകളിലായി, അതിക്രൂരമായി തുളച്ചുകയറിയിരുന്നു എന്ന് വ്യക്തമായിരുന്നു. അത് അവളുടെ ശരീരം കീറിമുറിച്ച് മുൻഭാഗത്തുകൂടി, കുടൽമാലകളുണ്ടായിരുന്ന ഭാഗത്തുകൂടി, പുറത്തേക്ക് വന്നിരുന്നു. നരസിംഹൻ നന്നായി ഓർക്കുന്നുണ്ടായിരുന്നു. ഈ കുന്താകൃതിയിലുള്ള അസ്ത്രങ്ങൾ എണ്ണയിൽ മുക്കി യുദ്ധ യന്ത്രങ്ങളുടെ കവണകളിൽ വെച്ച്, തീകൊളുത്തിയ ശേഷം ഓടിപ്പോകുന്ന ശ്രീവിജയൻ രാജകീയ കപ്പലിന് നേരെ നിർത്താതെ വിക്ഷേപിച്ചിരുന്നു. ഈ അഗ്നിശരങ്ങളിലൊന്ന് ആ നിരപരാധിയായ പിഞ്ചുകുഞ്ഞിനെ അതിക്രൂരമായി തകർത്തിരിക്കുന്നു. അത് അവളുടെ വയറിലൂടെ തുളച്ചുകയറിയിരുന്നു.

അതൊരു പെട്ടെന്നുള്ള മരണമായിരുന്നിരിക്കില്ല. അത് അവളുടെ ഹൃദയത്തിലോ തലയിലോ ആണ് കൊണ്ടിരുന്നതെങ്കിൽ, ആ കൊച്ചു രാജകുമാരി തൽക്ഷണം മരിക്കുമായിരുന്നു. പക്ഷേ ഇത്... ഈ പൈശാചികമായ അസ്ത്രം... അത് അവളെ കത്തിക്കുന്നതിനൊപ്പം ധാരാളം രക്തം വാർന്നുപോകാനും കാരണമായിട്ടുണ്ടാകും. മിനിറ്റുകളോളം അവൾ ജീവനോടെ കത്തിയെരിഞ്ഞിട്ടുണ്ടാകും, ഒപ്പം രക്തം വാർന്നും പോയിട്ടുണ്ടാകും. പ്രായപൂർത്തിയായ, ശക്തനായ ഒരു യോദ്ധാവിന് പോലും അതൊരു ഭയാനകവും വേദനാജനകവുമായ മരണമാകുമായിരുന്നു. ഇതൊരു കൊച്ചുകുട്ടിയാണ്. വെറുമൊരു കൊച്ചുകുട്ടി.

ഇനി വയ്യ! *നരസിംഹന്റെ മനസ്സ് വേദനകൊണ്ട് അലറി.* ഇനി കൊലപാതകങ്ങൾ വേണ്ട!

നരസിംഹൻ പെട്ടെന്ന് ഞെട്ടിയുണർന്നു. തലയ്ക്ക് ഒരു മന്ദതയോടെ അദ്ദേഹം ചുറ്റും നോക്കി. നാല് ചോള സൈനികർ ചുമക്കുന്ന ഒരു പല്ലക്കിലായിരുന്നു അദ്ദേഹം. അദ്ദേഹത്തിന്റെ ഇടതുകൈ ആ വളയപ്പതക്കത്തെ മുറുകെ പിടിച്ചിരുന്നു. അത് അദ്ദേഹത്തിന്റെ കൈകളെയും മനസ്സാക്ഷിയെയും ആത്മാവിനെയും

പൊള്ളിക്കുന്നുണ്ടായിരുന്നു. അദ്ദേഹം വീണ്ടും കണ്ണുകളടച്ചു. *ഒടിരത്താ, എന്നോട് ക്ഷമിക്കൂ. എനിക്ക് നിന്നോട് അതിയായ ഖേദമുണ്ട്.*

'നസ്റുള്ളാ, നിങ്ങൾക്ക് കുഴപ്പമൊന്നുമില്ലല്ലോ?' വിജയൻ ചോദിച്ചു.

നരസിംഹനെ ചുമന്നിരുന്ന, ഒരു കിടക്കപോലുള്ള ആ മഞ്ചലിന് തൊട്ടരികിലായി കുതിരപ്പുറത്ത് സഞ്ചരിക്കുകയായിരുന്നു വിജയൻ. ഈ പ്രദേശങ്ങളിലെ കാലാവസ്ഥയുടെ സ്വഭാവം, അതായത് പകൽ സമയത്തെ കടുത്ത ചൂടും രാത്രിയിലെ മരവിപ്പിക്കുന്ന തണുപ്പും, നരസിംഹനെ ക്ഷീണിതനാക്കിയിരുന്നു. അമാൽ അദ്ദേഹത്തിന് മരുന്നുകൾ നൽകുന്നുണ്ടായിരുന്നു, പക്ഷേ വിശ്രമം അത്യാവശ്യമാണെന്ന് ഉപദേശിച്ചിരുന്നു.

നരസിംഹൻ തലയാട്ടി. 'എനിക്ക് കുഴപ്പമില്ല.'

ഗ്വാദറിനും ഗസ്നിക്കും ഇടയിലുള്ള നാലിലൊന്ന് ദൂരത്തിലുള്ള ഖുസ്ദാറിലേക്കുള്ള വഴിയിലായിരുന്നു ചോള-പർമർ സൈനിക സംഘം. കുറച്ച് ദിവസങ്ങൾക്ക് മുൻപ്, സോമേശ്വർ ഗ്വാദറിലെ തന്റെ വിശ്വസ്തനായ വ്യാപാരിയെ കണ്ടിരുന്നു. ആ ഗുജറാത്തി വ്യാപാരി തന്റെ കൈവശമുണ്ടായിരുന്ന കീറിയ ഒരു രൂപയുടെ ഹുണ്ടി നോട്ട് കാണിച്ചു. അദ്ദേഹത്തിന്റെ പ്രതിരൂപമായ പ്രാദേശിക വ്യാപാരി, തന്റെ കൈവശമുള്ള കീറിയ മറുപാതിയും കാണിച്ചു. അത് കൃത്യമായി യോജിച്ചു. ഖുസ്ദാർ പട്ടണത്തിലായിരിക്കും തന്റെ അടുത്ത ഇടത്താവളമെന്നും, അവിടെ ഫിർദൗസ് എന്ന് പേരുള്ള ഒരാളെ കാണണമെന്നും ഗ്വാദറിലെ ആ പ്രാദേശിക വ്യാപാരി സോമേശ്വറിനെ അറിയിച്ചിരുന്നു.

ഫിർദൗസിനെക്കുറിച്ച് സോമേശ്വർ ഇതിനോടകം കേട്ടിരുന്നു. ഗസ്നിയിലെ രാജകൊട്ടാരത്തിലുള്ള തന്റെ വിശ്വസ്തനാണ് ഫിർദൗസുമായി ബന്ധപ്പെടണമെന്ന് അദ്ദേഹത്തെ അറിയിച്ചത്. എന്നാൽ ഫിർദൗസിനെ എവിടെ വെച്ച് കാണാനാകും, അല്ലെങ്കിൽ സുരക്ഷിതമായി ബന്ധം സ്ഥാപിക്കാനുള്ള രഹസ്യവാക്ക് എന്തായിരിക്കും എന്നൊന്നും അദ്ദേഹത്തിന് അറിയില്ലായിരുന്നു. ഇപ്പോൾ അദ്ദേഹത്തിനറിയാം.

ഭാരതീയർ ഖുസ്ദാറിലേക്കുള്ള യാത്രയിലായിരുന്നു. ദുർഘടമായ കുന്നിൻപ്രദേശങ്ങളിലൂടെ ഒരു സർപ്പത്തെപ്പോലെ അവർ സാവധാനം മുന്നോട്ട് നീങ്ങി.

ഒരിടത്തുമല്ലാത്ത ഒരു വിജനമായ സ്ഥലത്തെ പൊടിപിടിച്ച ഒരു കൊച്ചുപട്ടണമായിരുന്നു ഖുസ്ദാർ. നാലായിരത്തിലധികം അടി ഉയരത്തിൽ, ശാഷൻ പർവതനിരകളാൽ ചുറ്റപ്പെട്ട ആ പട്ടണത്തിന് ഒരേയൊരു പ്രസക്തിയേ ഉണ്ടായിരുന്നുള്ളൂ: ക്വറ്റയിലേക്കുള്ള വഴിയിലെ ഒരു ഇടത്താവളം. ഗസ്നിക്കും ഗ്വാദർ തീരത്തിനും ഇടയിലുള്ള ഏറ്റവും വലിയ നഗരമായിരുന്നു ക്വറ്റ. ഗസ്നിയിലേക്കുള്ള യാത്രയിലെ ഒരു പ്രധാന താവളമായും അത് വർത്തിച്ചു.

ഗസ്നവിഡ് സാമ്രാജ്യത്തിനുള്ളിൽ എല്ലാവരുടെയും കൺമുന്നിൽ ഒളിക്കാൻ ഒരാൾ ആഗ്രഹിക്കുന്നുവെങ്കിൽ, ഖുസ്ദാറിനേക്കാൾ മികച്ച ഒരിടമില്ലായിരുന്നു. പ്രമുഖരായ ആരും അവിടെ താമസിച്ചിരുന്നില്ല. എന്നാൽ ഗസ്നിയിലേക്കോ അവിടെ നിന്നോ യാത്ര ചെയ്യുന്ന പ്രധാനപ്പെട്ട ആളുകൾക്കെല്ലാം ആ സ്ഥലത്തുകൂടി കടന്നുപോകേണ്ടി വന്നു. ചുരുക്കത്തിൽ, നിങ്ങൾ ഖുസ്ദാറിലാണ് ജീവിക്കുന്നതെങ്കിൽ, നിങ്ങൾ ഒരിക്കലും അധികാരികളുടെ കണ്ണിൽപ്പെടില്ലെന്നതിനാൽ നിങ്ങൾ സുരക്ഷിതനാണ്. എന്നാൽ ഖുസ്ദാറിലെ സത്രങ്ങളിലും, ചായക്കടകളിലും, പള്ളികളിലും വെച്ച് നിങ്ങൾക്ക് എല്ലായ്പ്പോഴും അധികാരികളുടെ സംഭാഷണങ്ങൾ ഒളിഞ്ഞുകേൾക്കാം, അതുവഴി എന്താണ് സംഭവിക്കുന്നതെന്ന് കണ്ടെത്താനും കഴിയും.

ഒരു ചാരന് ആൾക്കൂട്ടത്തിൽ അലിഞ്ഞുചേർന്ന് ഒളിക്കാൻ ഇതിലും പറ്റിയ ഒരിടമുണ്ടായിരുന്നില്ല.

ഫിർദൗസിന്റെ സ്ഥലം കണ്ടെത്താൻ സോമേശ്വറിന് അധികം സമയം വേണ്ടിവന്നില്ല. നൽകിയ വഴികൾ കുറ്റമറ്റതായിരുന്നു. ഖുസ്ദാറിന് കുറച്ച് കിലോമീറ്റർ വടക്ക്, പട്ടണത്തിന് പുറത്ത്, ഗസ്നിയിലേക്കുള്ള വഴിയിലായിരുന്നു ആ ഒറ്റപ്പെട്ട കൃഷിയിടം. ഖുസ്ദാറിലെ മിക്ക ആളുകൾക്കും അങ്ങോട്ട് വരാൻ തോന്നാത്തത്ര ദൂരത്ത് ആ സ്ഥലം ഒറ്റപ്പെട്ട് നിന്നു. എന്നാൽ ആവശ്യം വന്നാൽ

പട്ടണത്തിലേക്ക്പാഞ്ഞെത്താൻഫിർദൗസിന്മാത്രംഎളുപ്പമുള്ളത്ര അടുത്തുമായിരുന്നു അത്. ഖുസ്ദാറിൽ ഉണക്കപ്പഴങ്ങളുടെ ഒരു വ്യാപാരി എന്നതായിരുന്നു അദ്ദേഹത്തിന്റെ മറ.

ഗംഭീരം.

ഗസ്നവിഡ് രാജകീയ വിമതന്റെ ചാരനായ ഫിർദൗസിന് പ്രായമേറെയുണ്ടായിരുന്നു. അദ്ദേഹത്തിന് അൻപത്തിയഞ്ചിനും അറുപത്തിനും ഇടയിൽ പ്രായമുണ്ടാകുമെന്ന് സോമേശ്വർ കണക്കാക്കി. ഫിർദൗസ് ദുർബലനും ദുശാഠ്യക്കാരനുമായിരുന്നു. അദ്ദേഹത്തിന്റെ തലമുടി അങ്ങിങ്ങായി നരച്ച് നേർത്തിരുന്നു. എന്നാൽ നരച്ച താടി ഇടതൂർന്ന് നീണ്ടുകിടന്നു. അദ്ദേഹത്തിന്റെ ദുശാഠ്യ സ്വഭാവത്തിന് ചേർന്നതുപോലെ, ആ പ്രായം ചെന്ന മുഖത്ത് ചുളിവുകൾ വീണിരുന്നു. ചുണ്ടുകളുടെ കോണുകളിൽ താഴേക്ക് ആഴത്തിലുള്ള വരകൾ. കണ്ണുകൾക്ക് സമീപം ചിരിയുടെ അടയാളങ്ങളൊന്നും ഉണ്ടായിരുന്നില്ല. അദ്ദേഹത്തിന്റെ നെറ്റിയിലെ ചുളിവുകൾക്ക് അത്രയേറെ ആഴവും പരപ്പുമുണ്ടായിരുന്നു. സർവ്വശക്തൻ നേരിട്ടൊരു ചുറ്റികയും ഉളിയുമെടുത്ത് ആ മുഖത്ത് കൊത്തിവെച്ചതാണോ എന്ന് തോന്നിപ്പോകും. തന്റെ ഉള്ളിലെ പിശാചുക്കളുമായി നിരന്തരം പോരാടുന്നതുപോലെ, ഫിർദൗസ് എപ്പോഴും മുഖം കറുപ്പിച്ചിരിക്കുന്നതായി തോന്നി.

'അപ്പോൾ, നിങ്ങൾ മറുപടി പറയുന്നുണ്ടോ?' ഫിർദൗസ് പരുഷമായി ചോദിച്ചു. 'എന്താണ് വേണ്ടത്?'

ഫിർദൗസ്, സോമേശ്വറിനെയും ഇഖ്ബാലിനെയും മാത്രം തന്റെ വിനയമാർന്നതും എന്നാൽ അതിശയകരമാംവിധം വൃത്തിയുള്ളതുമായ കുടിലിലേക്ക് കടത്തിവിട്ടു. ബാക്കിയുള്ളവരോട് ഒരു ദാക്ഷിണ്യവുമില്ലാതെ പുറത്തുനിൽക്കാൻ ആവശ്യപ്പെട്ടു. ചുമരിൽ പണിത വൃത്തിയുള്ള ഒരു തട്ടിൽ ഒരു നിസ്കാര പായ ഭംഗിയായി ചുരുട്ടിവെച്ചിരിക്കുന്നത് ആ ഗുജറാത്തി വ്യാപാരി ശ്രദ്ധിച്ചു.

'ഞാൻ ഗ്വാദറിൽ നിന്നാണ് വരുന്നത്, സുഹൃത്തേ,' സോമേശ്വർ പറഞ്ഞു.

'ഞാൻ നിങ്ങളുടെ സുഹൃത്തല്ല. പിന്നെ, തെക്ക് നിന്ന് ഇവിടെ വരുന്നവരെല്ലാം ഗ്വാദറിൽ നിന്നാണ് വരുന്നത്. വരാൻ വേറെ സ്ഥലമില്ലല്ലോ. വന്ന കാര്യം പറയൂ.'

ഫിർദൗസിന്റെ സംസാരശൈലി എവിടുത്തേതാണെന്ന് സോമേശ്വറിന് പിടികിട്ടിയില്ല. അത് ഭാരതീയമാണെന്ന് തോന്നി, പക്ഷേ മുമ്പെങ്ങും കേട്ടിട്ടില്ലാത്ത ഒന്നായിരുന്നു അത്. ആ ഗുജറാത്തി മുഖവുരകളില്ലാതെ നേരെ കാര്യത്തിലേക്ക് കടന്നു.

'ഞാൻ വരുന്നത് ഭൂമിയിലെ സ്വർഗ്ഗത്തിൽ നിന്നാണ്.'

ഫിർദൗസിന്റെ മുഖം പെട്ടെന്ന് ശാന്തമായി, കുറച്ചുനേരം അദ്ദേഹം നിശ്ശബ്ദനായി. 'എല്ലാവരും കരുതുന്നത് അവരുടെ നാടാണ് സ്വർഗ്ഗമെന്നാണ്.'

രഹസ്യസന്ദേശത്തിലെ അടുത്ത വരി പറഞ്ഞുകൊണ്ട് സോമേശ്വർ തുടർന്നു, 'അല്ല, ഞാൻ പറയുന്നത് സത്യമാണ്. എന്റെ നാട്ടിൽ എല്ലാമുണ്ട്. സമ്പത്തും സൗന്ദര്യവും ബുദ്ധിയും ധൈര്യവും അഭിനിവേശവും.'

ആദ്യമായി ഫിർദൗസിന്റെ മുഖത്ത് ഒരു പുഞ്ചിരി വിടർന്നു. 'ക്ഷമിക്കണം, എന്റെ സുഹൃത്തേ, പക്ഷേ നിങ്ങൾ പറയുന്നത് നുണയാണ്. ഒരുപക്ഷേ അറിയാതെയാകാം, എന്നാലും നിങ്ങൾ നുണയാണ് പറയുന്നത്. കാരണം, തങ്ങളുടെ നാടാണ് സ്വർഗ്ഗമെന്ന് പറയുമ്പോൾ സത്യം പറയുന്നത് എന്റെ ആളുകൾ മാത്രമാണ്.'

സോമേശ്വർ വിശാലമായി പുഞ്ചിരിച്ചു. 'എന്നെങ്കിലും ഒരിക്കൽ നിങ്ങളുടെ നാട് സന്ദർശിക്കാൻ എനിക്ക് ആഗ്രഹമുണ്ട്, സുഹൃത്തേ.'

ഫിർദൗസ് നെറ്റിചുളിച്ചു. 'ആ വരി ഇതിന്റെ ഭാഗമല്ല.'

'എനിക്കറിയാം. ഞാനത് വെറുതെ പറഞ്ഞെന്നേയുള്ളൂ. നിങ്ങളുടെ നാട് സന്ദർശിക്കാൻ എനിക്ക് ശരിക്കും ആഗ്രഹമുണ്ട്.'

ഇത്തവണ വിശാലമായി പുഞ്ചിരിച്ചുകൊണ്ട് ഫിർദൗസ് സോമേശ്വറിനെ ആലിംഗനം ചെയ്തു. 'അവസാനം, നമ്മൾ ആ രാക്ഷസന്മാർക്കെതിരെ പോരാടാൻ പോകുന്നു.'

'തീർച്ചയായും, എന്റെ സുഹൃത്തേ.'

'നിങ്ങളുടെ പേരെന്താണ്?'

'സൽമാൻ.'

ഫിർദൗസ് സോമേശ്വറിനെ തുറിച്ചുനോക്കി. അദ്ദേഹത്തിന്റെ ഇടത് പുരികം ഉയർന്നു. 'സത്യം?'

സോമേശ്വർ നിശ്ശബ്ദനായിരുന്നു.

'ഞാൻ നിങ്ങളെ വിശ്വസിക്കണോ? എങ്കിൽ നിങ്ങൾ എന്നെയും വിശ്വസിക്കണം. ഒന്നുകൂടി ചോദിക്കുന്നു, എന്താണ് നിങ്ങളുടെ പേര്?'

'സോമേശ്വർ.'

ഫിർദൗസ് പുഞ്ചിരിച്ചു. 'ഇപ്പോൾ നിങ്ങൾ സത്യം പറഞ്ഞു.'

'അപ്പോൾ താങ്കളുടെ പേരെന്താണ്?' സോമേശ്വർ ചോദിച്ചു.

ഫിർദൗസ് നെറ്റിചുളിച്ചു. 'ഫിർദൗസ്. ഞാനെന്തിന് നിങ്ങളോട് കള്ളം പറയണം?'

സോമേശ്വർ പതിയെ ചിരിച്ചു.

ഫിർദൗസ് ജനലിലൂടെ പുറത്തേക്ക് നോക്കി, ഭാരതീയ സൈനികർ ഒത്തുകൂടിയിരുന്ന തുറന്ന സ്ഥലത്തേക്ക്. 'നിങ്ങളുടെ കയ്യിൽ ആവശ്യത്തിന് ആളുകളില്ലെന്ന് തോന്നുന്നു, സോമേശ്വർ.'

'സൽമാൻ. സൽമാൻ എന്ന് മാത്രം ഉപയോഗിക്കുക,' സോമേശ്വർ പറഞ്ഞു. 'അബദ്ധത്തിൽ പോലും ഒരു പിഴവ് എനിക്ക് താങ്ങാനാവില്ല.'

'നിങ്ങൾ പറഞ്ഞത് ശരിയാണ്. ഞാൻ ക്ഷമ ചോദിക്കുന്നു,' ഫിർദൗസ് പശ്ചാത്താപത്തോടെ പറഞ്ഞു. 'പക്ഷേ എന്റെ ചോദ്യം ഇപ്പോഴും ബാക്കിയാണ്. നിങ്ങളുടെ കയ്യിൽ ആവശ്യത്തിന് ആളുകളില്ല, സൽമാൻ.'

'ഞങ്ങളുടെ കയ്യിൽ കൃത്യം ആളുകളുണ്ട്. വളരെ കുറവുമല്ല, എന്നാൽ ഒരുപാട് കൂടുതലുമല്ല. ഞങ്ങളൊരു തുറന്ന യുദ്ധത്തിനല്ല പോകുന്നത്. ഞങ്ങൾ അവനെ വധിക്കാൻ പോകുകയാണ്.'

'നിങ്ങളുടെ സൈനികർ... ആ സ്ത്രീ ഒഴികെ അവരിൽ മിക്കവരെയും കണ്ടാൽ തുർക്കികളാണെന്ന് തോന്നുന്നില്ല. അവൾ അവരെ നന്നായി പരിശീലിപ്പിച്ചിട്ടുണ്ടെന്നും അവർക്ക് തുർക്കിക് ഭാഷ മനസ്സിലാകുമെന്നും ഞാൻ പ്രതീക്ഷിക്കുന്നു.'

സോമേശ്വർ സമ്മതഭാവത്തിൽ തലയാട്ടി.

'അവർ ആരാണ്? എവിടെ നിന്നാണ് അവർ വരുന്നത്?'

'അക്കാര്യം നിങ്ങൾ തൽക്കാലം അറിയാതിരിക്കുന്നതാണ് നല്ലത്, ഫിർദൗസ്,' സോമേശ്വർ പറഞ്ഞു.

ഫിർദൗസ് കുറച്ചുനേരം സോമേശ്വറിനെ തുറിച്ചുനോക്കി. എന്നിട്ട് തോളൊന്ന് കുലുക്കി. 'ശരി, എന്റെ ജീവൻ പോലും

ഞാൻ ആർക്കുവേണ്ടി നൽകുമോ, അയാൾക്ക് നിങ്ങളെ വിശ്വാസമാണെങ്കിൽ, നിങ്ങൾ ചെയ്യുന്നതെന്താണെന്ന് നിങ്ങൾക്കറിയാമെന്ന് ഞാനും വിശ്വസിക്കുന്നു. എന്റെ കൂടെ വരൂ.'

ഫിർദൗസിന്റെ കുടിലിൽ നിന്ന് മൂവരും പുറത്തിറങ്ങിയപ്പോൾ സോമേശ്വർ ചോദിച്ചു, 'നമ്മൾ എവിടേക്കാണ് പോകുന്നത്?'

ഉയർന്ന മലനിരകൾക്ക് പിന്നിൽ സൂര്യൻ സാവധാനം അസ്തമിക്കുമ്പോൾ ഒരു റാന്തൽ വിളക്കും പിടിച്ച് ഫിർദൗസ് മുന്നിൽ നടന്നു. 'പ്രാവിൻ കൂട്ടിലേക്ക്.'

സോമേശ്വർ പുഞ്ചിരിച്ചു. ഫിർദൗസിനെ അദ്ദേഹത്തിന് ഇഷ്ടപ്പെട്ടു തുടങ്ങിയിരുന്നു. ഒട്ടും സമയം പാഴാക്കുന്നില്ല. ഗസ്നിയിലുള്ള തന്റെ ആൾക്ക് ഉടൻതന്നെ പക്ഷിദൂത് വഴി സന്ദേശം അയക്കും. മഹ്മൂദിനെയും അദ്ദേഹത്തിന്റെ കുടുംബത്തെയും ആക്രമിക്കാൻ അയാൾ ഒരുപാട് നാളായി പദ്ധതിയിടുന്നുണ്ടാവണം. ഒടുവിൽ ആ സമയം വന്നെത്തിയിരിക്കുന്നു.

'ഗസ്നിയിലുള്ള നിങ്ങളുടെ ആൾ ഉടൻ പ്രതികരിക്കാറുണ്ടോ?' സോമേശ്വർ നിരുപദ്രവമെന്ന് തോന്നുന്ന ഒരു ചോദ്യം ചോദിച്ചു.

കണ്ണുകളിൽ ഒരു കുസൃതിയുടെ തിളക്കത്തോടെ ഫിർദൗസ് തിരിഞ്ഞുനോക്കി. ഈ മിടുക്കനായ ഗുജറാത്തിയെ അദ്ദേഹത്തിനും ഇഷ്ടപ്പെട്ടു തുടങ്ങിയിരുന്നു. മറ്റൊരാളെക്കുറിച്ച് അശ്രദ്ധമായി മറുപടി പറഞ്ഞാൽ, ആദ്യം വെളിവാകുന്നത് ആ വ്യക്തിയുടെ ലിംഗഭേദമായിരിക്കും. മിക്ക ഭാഷകളിലും മറ്റൊരാളെക്കുറിച്ച് സംസാരിക്കുമ്പോൾ ലിംഗഭേദം വാക്കുകളിൽ ഉൾച്ചേർന്നിട്ടുള്ളതുകൊണ്ട് അശ്രദ്ധമായി സംസാരിച്ചാൽ 'അവൻ' എന്നോ 'അവൾ' എന്നോ അല്ലെങ്കിൽ അതിന്റെ ഏതെങ്കിലും വകഭേദമോ ഉപയോഗിച്ചുപോകും. കൊട്ടാരത്തിലെ ഉന്നതതലത്തിലുള്ള ആ ബന്ധത്തിന്റെ ലിംഗഭേദത്തെക്കുറിച്ച് സോമേശ്വറിന് ഒരു സൂചന ലഭിച്ചാൽ, ആ വിമതനെ തിരിച്ചറിയാനുള്ള സാധ്യതകളുണ്ടാകും. 'കൊള്ളാം, നല്ല ശ്രമം,' ഫിർദൗസ് മറുപടി നൽകി.

സോമേശ്വർ ഒന്നും മിണ്ടാതെ പുഞ്ചിരിച്ചു. ശ്രദ്ധ തെറ്റിയെന്ന് തോന്നുമ്പോഴും ഫിർദൗസ് എത്രമാത്രം ജാഗ്രത പുലർത്തുന്നു എന്നതിൽ അദ്ദേഹത്തിന് മതിപ്പ് തോന്നി.

ദൂരെ നിന്നിരുന്ന ഭാരതീയരുടെ നേരെ തിരിഞ്ഞ് ഫിർദൗസ് ഉറക്കെ വിളിച്ചുപറഞ്ഞു, 'നിങ്ങൾക്ക് കളപ്പുരയിൽ തങ്ങാം. നിങ്ങൾക്കെല്ലാവർക്കും താമസിക്കാൻ അവിടെ ഇഷ്ടംപോലെ സ്ഥലമുണ്ട്.'

വിജയൻ സ്ഥിരീകരണത്തിനായി സോമേശ്വറിനെ നോക്കി. സംഘത്തലവന്റെ വേഷം ഭംഗിയായി അഭിനയിച്ചുകൊണ്ട് സോമേശ്വർ തലയാട്ടി. ഉടൻതന്നെ വിജയൻ ഫാമിലെ വലിയ കളപ്പുരയ്ക്കുള്ളിൽ ഒരു ക്യാമ്പ് സ്ഥാപിക്കാനുള്ള ഒരുക്കങ്ങൾ തുടങ്ങി.

ഫിർദൗസിന് പിന്നിലായി സോമേശ്വറും ഇഖ്ബാലും വേഗത്തിൽ മുന്നോട്ട് നടന്നു. 'നിങ്ങളുടെ ചോദ്യത്തിന് മറുപടി പറയാം, ഞാൻ ഗസ്നിയിലേക്ക് ഒരു സന്ദേശം അയക്കുമ്പോൾ, അവർക്ക് കഴിയുമ്പോൾ അവർ പ്രതികരിക്കും. ചിലപ്പോൾ ഒരു ദിവസം മതിയാകും. ചിലപ്പോൾ, ഏതാനും ആഴ്ചകൾ പോലും എടുത്തെന്നിരിക്കും.'

'അവരോ?!' സോമേശ്വർ ആ നിർണ്ണായകമായ വിവരം പിടിച്ചെടുത്തു, കുറഞ്ഞപക്ഷം അദ്ദേഹത്തിന്റെ കാഴ്ചപ്പാടിൽ. അദ്ദേഹം അത്ഭുതപ്പെട്ടു.

ഫിർദൗസ് നിശ്ശബ്ദനായി നടത്തം തുടർന്നു.

'ഗസ്നി കൊട്ടാരത്തിലെ ഉന്നതതലങ്ങളിൽ ഒന്നിലധികം വിമതരുണ്ടോ?' സോമേശ്വർ ചോദിച്ചു.

'ഞാൻ എപ്പോഴാണ് അങ്ങനെ പറഞ്ഞത്?'

'നിങ്ങൾ ഇപ്പോൾ 'അവർ' എന്ന് പറഞ്ഞല്ലോ.'

'അതെ, അവർ സ്വയം വിശേഷിപ്പിക്കുന്നത് 'അവർ' എന്നാണ്. പക്ഷേ, ഒരാളേയുള്ളൂ.'

സോമേശ്വറിന് ആകെ ആശയക്കുഴപ്പമായി. 'എനിക്ക് മനസ്സിലാകുന്നില്ല.'

'നിങ്ങൾ അത് മനസ്സിലാക്കേണ്ടതില്ല.'

മെലിഞ്ഞ് വേഗതയേറിയ ഫിർദൗസിനൊപ്പം എത്താൻ പാടുപെട്ട്, ചെറുതായി കിതച്ചുകൊണ്ട് സോമേശ്വർ നടന്നു.

'കുറച്ച് ആഴ്ചകളായി ഗ്വാദറിൽ നിന്ന് എനിക്ക് വിവരങ്ങളൊന്നും ലഭിച്ചിട്ടില്ല,' ഫിർദൗസ് യാതൊരു ഭാവവ്യത്യാസവുമില്ലാതെ പറഞ്ഞു.

'മ്മ്,' സോമേശ്വർ മൂളി.

'അബ്ബാസിദ് ഖിലാഫത്തിന്റെ ഒരു കപ്പൽ അവിടെ തുറമുഖത്ത് വന്നതായി നിങ്ങൾ കേട്ടിട്ടില്ലല്ലോ, അല്ലേ? അതിൽ ഖലീഫയുടെ പതാകകൾ ഉണ്ടാകുമെന്നാണ് കേൾക്കുന്നത്.'

സോമേശ്വർ ഒട്ടും സംശയിച്ചില്ല. 'ഇല്ല, ഞാൻ കേട്ടിട്ടില്ല.'

അബ്ബാസിദ് കപ്പലിനെക്കുറിച്ച് പിന്നീട് ഫിർദൗസിനോട് പറയാമെന്ന് അവൻ തീരുമാനിച്ചു. അയാളെ പൂർണ്ണമായി വിശ്വസിക്കാമെന്ന് ഉറപ്പായ ശേഷം. പക്ഷേ, ഗസ്നിയിലെ രാജകൊട്ടാരവുമായി ബന്ധപ്പെട്ട ഏതോ ദൗത്യത്തിനാണ് ഖിലാഫത്തിൽ നിന്നുള്ള ആ കപ്പൽ വരുന്നതെന്ന് വ്യക്തമായിരുന്നു. ഗസ്നിയിലുള്ള ഫിർദൗസിന്റെ ആൾ അവനെ വിവരമറിയിച്ചിരിക്കാം. സോമേശ്വർ ഇഖ്ബാലിനെ തിരിഞ്ഞുനോക്കി. തന്റെ സുഹൃത്തിന്റെ മുഖഭാവത്തിൽ നിന്ന്, അവനും ഇതേ നിഗമനത്തിൽ എത്തിയിട്ടുണ്ടെന്ന് സോമേശ്വറിന് മനസ്സിലായി.

അവർ ലക്ഷ്യസ്ഥാനത്തെത്തിയിരുന്നു. ഫിർദൗസ് പ്രാവിൻ കൂടിന്റെ തടിവാതിൽ തള്ളിത്തുറന്നു. അകത്ത് ഇരുട്ടായിരുന്നു. ഫിർദൗസിന്റെ കയ്യിലുണ്ടായിരുന്ന റാന്തൽ ഇവിടെ പ്രത്യേകിച്ച് ഉപകാരപ്പെട്ടു. 'വരൂ, നമ്മുടെ സന്ദേശ കേന്ദ്രത്തിലേക്ക്.'

സൂര്യൻ എപ്പോഴോ അസ്തമിച്ചിരുന്നു. നല്ല കനത്ത ഇരുട്ടാകേണ്ടതാണ്. പക്ഷേ, അങ്ങനെയല്ലായിരുന്നു. കാരണം, ചന്ദ്രൻ അതിന്റെ നേർത്ത വെളിച്ചം എല്ലായിടത്തും പരത്തിയിരുന്നു.

മാത്രമല്ല, മഞ്ഞുമലകളുടെ ഒരു പ്രത്യേകത, അവ ധാരാളം പ്രകാശം പ്രതിഫലിപ്പിക്കും എന്നതാണ്. അതിന്റെ ഫലമായി, അപ്പോഴും അവിടമാകെ നല്ല വെളിച്ചമുണ്ടായിരുന്നു.

തങ്ങളുടെ പാളയം ഒരുക്കിയിരുന്നത് ഒരു കളപ്പുരയിലായിരുന്നു. നിലവിലെ സാഹചര്യങ്ങൾ വെച്ചുനോക്കുമ്പോൾ അത് വളരെ

സൗകര്യപ്രദമായിരുന്നു. എല്ലാവരും വയറുനിറയെ അത്താഴം കഴിച്ചിരുന്നു. വൈക്കോലും ചണവും കൊണ്ട് താരതമ്യേന മൃദുവായ കിടക്കകൾ ഒരുക്കിയിരുന്നു. കഴിഞ്ഞയാഴ്ച മരവിച്ച, പാറക്കെട്ടുകൾ നിറഞ്ഞ കുന്നിൻചെരിവുകളിൽ തുറന്ന സ്ഥലത്ത് ഉറങ്ങിയതുമായി താരതമ്യം ചെയ്യുമ്പോൾ അത് സ്വർഗ്ഗമായിരുന്നു. ഭാരതീയരെല്ലാം നേരത്തെ തന്നെ ഉറങ്ങാൻ കിടന്നിരുന്നു. സൈനിക നീക്കങ്ങൾക്കിടയിലെ ഒരു സുവർണ്ണ നിയമമുണ്ട്, എപ്പോൾ ഭക്ഷണം കഴിക്കാനും ഉറങ്ങാനും അവസരം കിട്ടിയാലും അത് പാഴാക്കരുത്. കാവൽ ജോലികളും അതിന്റെ സമയക്രമവും നിശ്ചയിച്ചിരുന്നു. നിയോഗിക്കപ്പെട്ട കാവൽക്കാരെ ഓരോ രണ്ട് മണിക്കൂറിലും മാറ്റും. ഇങ്ങനെ എല്ലാവർക്കും ഉറങ്ങാൻ കൃത്യമായ അവസരം ലഭിക്കും, പാളയത്തിന്റെ സുരക്ഷയും ഉറപ്പാക്കാം.

തന്റെ കീഴിലുള്ള എല്ലാ യോദ്ധാക്കൾക്കും സൗകര്യവും സുരക്ഷയും ഉറപ്പുവരുത്തിയിരിക്കുന്നു. ഒരു സൈന്യമേധാവിക്ക് ഇതിൽ കൂടുതൽ എന്താണ് വേണ്ടത്?

വിജയന് ഇപ്പോൾ ഒരല്പം വിശ്രമിക്കാമായിരുന്നു. ആ വലിയ തോട്ടത്തിന്റെ അറ്റത്ത്, വടക്കേ വേലിക്കരികിലായി, നിലത്ത് വിരിച്ച രോമ പരവതാനിയിൽ അവനിരുന്നു. ദൂരെ ഉയർന്നുനിൽക്കുന്ന മഞ്ഞുമൂടിയ മലനിരകളും, അകലെ കേൾക്കുന്ന വെള്ളച്ചാട്ടത്തിന്റെ ശബ്ദവും, ഇടതൂർന്ന പച്ചപ്പും നിറഞ്ഞ ആ ഭൂപ്രകൃതിയുടെ ഭംഗിയിൽ അവൻ ലയിച്ചുപോകേണ്ടതായിരുന്നു. വരണ്ട തവിട്ടുനിറവും മരവിപ്പിക്കുന്ന വെളുപ്പും ആധിപത്യം പുലർത്തുന്ന ഒരു ദേശത്തെ, ജലസമൃദ്ധിയുള്ള ചുരുക്കം ചില താഴ്‌വരകളിലൊന്നായിരുന്നു ഖുസ്ദാർ. പച്ചപ്പിന്റെ ഒരു തുരുത്ത്.

ദിവ്യം. ആകർഷകം. മനോഹരം.

എന്നാൽ വിജയന്റെ ശ്രദ്ധ കവർന്നത്, അരികിലിരിക്കുന്ന അതീന്ദ്രിയ സൗന്ദര്യമായിരുന്നു.

അമാൽ .

ആ പാണ്ഡ്യ യോദ്ധാവ് ഒരു നിമിഷം അവളുടെ കൈയ്യിൽ പിടിച്ചു, പിന്നെ വിട്ടു. അവൻ കൈപ്പത്തികൾ കൂട്ടിത്തിരുമ്മി അതിലേക്ക് ഊതി.

തന്റെ അരികിലിരിക്കുന്ന, കരുത്തുറ്റ ശരീരവും എന്നാൽ അവിശ്വസനീയമായ ലജ്ജയുമുള്ള ആ പുരുഷനെ നോക്കി അമാൽ പുഞ്ചിരിച്ചു. എന്നിട്ട് എണ്ണമറ്റ നക്ഷത്രങ്ങൾ ചിതറിക്കിടക്കുന്ന ആകാശത്തേക്ക് നോക്കി.

'ശ്വാസം നിലച്ചുപോകുന്ന ഭംഗി,' അവൾ മന്ത്രിച്ചു. 'ജീവിതത്തിൽ ഞാനിതുവരെ ഇതുപോലൊന്ന് കണ്ടിട്ടില്ല. ഈ തണുത്തുറഞ്ഞ മരുഭൂമി എങ്ങനെയോ ആകാശത്തിന്റെ ഭംഗി കൂട്ടുന്നു.'

'അതെ,' വിജയൻ പറഞ്ഞു. 'ഞാനിതുവരെ മഞ്ഞ് കണ്ടിട്ടില്ലായിരുന്നു. രാത്രിയിൽ ഇത് ഭൂമിയെ ആകാശത്തേക്കാൾ തിളക്കമുള്ളതാക്കുന്നു.'

'എനിക്കും ഇത് ആദ്യത്തെ അനുഭവമാണ്, വലീദ്,' അമാൽ പറഞ്ഞു. അവൾ വിരലുകൾ കൊണ്ട് മുടി കോതി, മുടിയിഴകൾ ചെവിക്ക് പിന്നിലേക്ക് ഒതുക്കിവെച്ചു. മഞ്ഞിനാൽ വർധിച്ച ചന്ദ്രപ്രകാശം അവളുടെ കളങ്കമില്ലാത്ത മുഖത്ത് തട്ടി പ്രതിഫലിച്ചു. ആ മുഖം തിളങ്ങി. സർവ്വശക്തൻ ഒരു കളങ്കവുമേൽപ്പിക്കാതെ മെനഞ്ഞെടുത്ത ആ സുന്ദരമായ മുഖം. 'നമ്മൾ നേരിടുന്ന അപകടങ്ങളെല്ലാം മാറ്റിവെക്കാൻ പ്രകൃതി മാതാവ് നമ്മളെ പ്രേരിപ്പിക്കുകയാണ്. എല്ലാം മാറ്റിവെച്ച്... ഈ നിമിഷം ആസ്വദിക്കാൻ...'

അമാൽ വിജയനെ നോക്കി നാണത്തോടെ പുഞ്ചിരിച്ചു.

എന്നിട്ടും, അവൻ മടിച്ചുനിന്നു.

അവന്റെ ആ ഉൾവലിയൽ അത്രയ്ക്ക് അലോസരപ്പെടുത്തുന്നതായിരുന്നില്ലെങ്കിൽ, ഒരുപക്ഷേ വേദനയോടെയാണെങ്കിലും ആകർഷകമായി തോന്നിയേനെ.

'വലീദ്...' അമാൽ മന്ത്രിച്ചു.

'മ്മ്?'

'വിജയൻ...'

അമാൽ തന്റെ പേര് ഉച്ചരിക്കുന്നത് കേട്ടപ്പോൾ വിജയന്റെ ശരീരത്തിലൂടെ ഒരു മിന്നൽപ്പിണർ പാഞ്ഞുപോയി. ഒരുപാട് നാളുകൾക്കു ശേഷമാണ് അവൾ അങ്ങനെ വിളിക്കുന്നത്. ഇത്രയും കാലം അവൾ അവനെ വലീദ് എന്നായിരുന്നു വിളിച്ചിരുന്നത്. മറ്റാരെങ്കിലും ആ മാറ്റപ്പേര് ഉപയോഗിക്കുന്നതിൽ അവന്

വിരോധമില്ലായിരുന്നു. പക്ഷേ അവളുടെ ചുണ്ടുകളിൽ നിന്ന്, അവൻ കേൾക്കാൻ ആഗ്രഹിച്ചത് സ്വന്തം പേരായിരുന്നു. *അവളുടെ ചുണ്ടുകൾ...*

അവൻ മുന്നോട്ടാഞ്ഞു. ചെറുതായി. ഇപ്പോഴും മടിയോടെ.

അമാൽ പിന്നോട്ട് മാറിയില്ല. തണുപ്പിൽ വിറയ്ക്കുന്ന ചുണ്ടുകളോടെ അവൾ പുഞ്ചിരിച്ചു. അവളുടെ കണ്ണുകൾ ആർദ്രമായി അവനെ നോക്കി. ചിരപുരാതനമായ അഗ്നിയാൽ ആ കണ്ണുകൾ അവന് ചൂടുപകർന്നു. പ്രതീക്ഷയോടെ അവൾ മുഖമുയർത്തി, അവളുടെ ഹൃദയം പടപടാ ഇടിച്ചു.

വിജയൻ സൗമ്യമായി അവളുടെ മുഖം കൈയ്യിലെടുത്ത് തന്നിലേക്ക് കൂടുതൽ അടുപ്പിച്ചു. ദൈവത്തിന് മാത്രമേ അറിയൂ, അവൻ എന്തിനാണ് കാത്തുനിന്നതെന്ന്.

അമാലിന് ആ കളി മതിയായിരുന്നു. അവൾ ആ അകലം ഇല്ലാതാക്കി വിജയനെ ചുംബിച്ചു. മൃദുവായി. പിന്നെ, അവന്റെ അധരങ്ങളെ വേർപെടുത്താൻ പ്രേരിപ്പിച്ചുകൊണ്ട്, തീവ്രമായി. ഒരു നേർത്ത സീൽക്കാരത്തോടെ അവൾ അവനെ ഇറുകെപ്പുണർന്ന്, തന്നിലേക്ക് കൂടുതൽ ചേർത്തണച്ചു.

വിജയൻ അസ്വസ്ഥതയോടെ പിൻവാങ്ങി. അവൻ നോട്ടം മാറ്റി. അമാൽ നേരെയിരുന്നു, അവളുടെ നോട്ടവും മറ്റൊരിടത്തേക്ക് പായിച്ചു. അവൾ തന്റെ ചുട്ടുപൊള്ളുന്ന കവിളുകളിൽ തൊട്ടു.

'ക്ഷമിക്കണം... ക്ഷമിക്കണം...' ആ പാണ്ഡ്യൻ പിറുപിറുത്തു.

'എനിക്ക് ക്ഷമയൊന്നും ചോദിക്കാനില്ല, വിജയൻ,' അമാൽ വ്യക്തതയോടെ പറഞ്ഞു. അവൻ ഇഷ്ടപ്പെടുന്ന പേര് തന്നെ അവൾ വിളിച്ചു.

വിജയൻ ഒന്നും ചെയ്യാനാവാതെ അവളെ തുറിച്ചുനോക്കി. പക്ഷേ അവന്റെ മുഖത്ത് വിശാലമായ ഒരു പുഞ്ചിരി വിടർന്നു. സ്വർഗ്ഗത്തിൽ ഒരു നിമിഷം തൊട്ടതുപോലെ അവന് തോന്നി. അവൻ തല അവളുടേതിലേക്ക് കൂടുതൽ അടുപ്പിച്ചു. എന്നിട്ട് വീണ്ടും മടിച്ചു.

തനിക്ക് അർഹതപ്പെട്ടതിലും നല്ലൊരു സ്ത്രീയെ കിട്ടിയെന്ന് കരുതുന്ന ഏതൊരു പുരുഷന്റെയും സാധാരണ ഭയം... *ഉണരുമ്പോൾ ഇതെല്ലാം ഒരു സ്വപ്നമായിരുന്നു എന്ന് ഞാൻ തിരിച്ചറിയും.*

ഇത്രയധികം ഉൾവലിയലും പരിഭ്രമവുമുള്ള ഒരു പുരുഷനോട് മിക്ക സ്ത്രീകൾക്കും കലശലായ ദേഷ്യം തോന്നും. പക്ഷേ അമാൽ അങ്ങനെയല്ലായിരുന്നു. അരോചകമാണെങ്കിലും, താൻ തന്നെ മുൻകൈയെടുക്കണമെന്ന് അവൾക്കറിയാമായിരുന്നു. ഈ മനുഷ്യൻ അതിന് അർഹനായിരുന്നു. അവന്റെ ലാളിത്യം അതിന് അർഹമായിരുന്നു.

'വിജയൻ, ഇത് എല്ലാവർക്കും വ്യക്തമാണ്. എനിക്ക് വ്യക്തമാണ്. നിങ്ങൾക്കും വ്യക്തമാണ്. പക്ഷേ ആരെങ്കിലും ഒരാൾ അത് പറയണമല്ലോ.'

വിജയൻ അവളെത്തന്നെ നോക്കിക്കൊണ്ടിരുന്നു. ഒരേ സമയം ഒന്നിലധികം ശത്രുക്കളോട് പോരാടാൻ കഴിയുന്ന ആ മഹാനായ യോദ്ധാവ്, വ്യക്തമായ ആ വാക്കുകൾ പറയാനുള്ള ധൈര്യം കണ്ടെത്താൻ പാടുപെടുന്നതുപോലെ തോന്നി.

'അതുകൊണ്ട്, വ്യക്തമായ ആ കാര്യം ഞാൻ പറയാം,' അമാൽ പുഞ്ചിരിച്ചുകൊണ്ട് പറഞ്ഞു. 'ഞാൻ നിങ്ങളെ സ്നേഹിക്കുന്നു. നിങ്ങൾക്കെന്നെ ഇഷ്ടമാണെന്നും എനിക്കറിയാം.'

വിജയന്റെ മുഖം ചുവന്നുതുടുത്തു, അവന്റെ ഇരുണ്ട ചർമ്മത്തിലും അത് വ്യക്തമായി കാണാമായിരുന്നു.

'അപ്പോൾ,' അമാൽ ചിരിയടക്കാൻ പാടുപെട്ടുകൊണ്ട് തുടർന്നു. 'നിങ്ങൾക്ക് എന്തെങ്കിലും പറയാനുണ്ടോ?'

'ഞാൻ നിന്നെ സ്നേഹിക്കുന്നു!' വിജയന് പെട്ടെന്ന് സംസാരിക്കാനുള്ള ധൈര്യം കിട്ടി. ആ ധൈര്യം വീണ്ടും നഷ്ടപ്പെടുന്നതിന് മുൻപ് അവനെല്ലാം പറയണമായിരുന്നു. 'ഞാൻ നിന്നെ ഒരുപാട് സ്നേഹിക്കുന്നു... എനിക്ക് നിന്നെ നോക്കിനിൽക്കുന്നത് നിർത്താനാവുന്നില്ല. നിന്നെ നോക്കുമ്പോൾ എന്റെ ശ്വാസം നിലച്ചുപോകുന്നതുപോലെ തോന്നും. നിന്നെ കാണാതിരിക്കുമ്പോൾ ഞാൻ ശ്വാസമെടുക്കുന്നില്ല എന്ന് തോന്നും... ഈ ഭ്രാന്തൻ ദൗത്യം നമ്മൾ രണ്ടുപേരും അതിജീവിച്ചാൽ, നിനക്ക്... അതായത്... നീ സമ്മതിക്കുമെങ്കിൽ... ഞാൻ ചോദിക്കുന്നത്... എന്നെ വിവാഹം കഴിക്കാമോ?'

അമാൽ അതിരില്ലാതെ അത്ഭുതപ്പെട്ടു. ആദ്യം അവൻ ഒന്നും മിണ്ടുന്നില്ലായിരുന്നു. ഇപ്പോഴിതാ, ഇത്രയധികം കാര്യങ്ങൾ പറഞ്ഞിരിക്കുന്നു!

'ഞാൻ നിങ്ങളെ വിവാഹം കഴിക്കാം, എന്റെ നാണക്കാരൻ യോദ്ധാവേ,' അവൾ ചിരിച്ചുകൊണ്ട് പറഞ്ഞു.

വിജയന് തന്റെ കാതുകളെ വിശ്വസിക്കാനായില്ല. അവന്റെ മുഖം സന്തോഷം കൊണ്ട് വിടർന്നു. പാലുകുടിച്ച പൂച്ചയെപ്പോലെ. 'ഞാൻ... ഹൊ... ഞാൻ... അതായത്... അത്... അത്... ഗംഭീരം...'

അമാൽ സ്വയം നിയന്ത്രിക്കാനാവാതെ ചിരിക്കുകയായിരുന്നു. അവൾ അവന്റെ നെഞ്ചിൽ തട്ടി. അവനപ്പോൾ ജീവനുണ്ടെന്ന് തോന്നി. ജീവിതത്തിൽ മുമ്പൊരിക്കലും തോന്നിയിട്ടില്ലാത്തത്രയും ജീവസ്സുറ്റതായി. അവൻ അവൾക്കരികിലേക്ക് നീങ്ങാൻ ശ്രമിച്ചു, പിന്നെ പെട്ടെന്ന് നിശ്ചലനായി. അവൻ കണ്ണുകൾ ഇറുക്കി ദൂരേക്ക് നോക്കി. അമാലിന്റെ കാതുകളും കൂർത്തു. അവർ പരസ്പരം നോക്കി. വടക്കുനിന്ന് അവ്യക്തമായ ഒരു മുരൾച്ച അവർ കേട്ടു. മങ്ങിയ ഒരു രൂപം ദൃഷ്ടിയിൽപ്പെട്ടു. മാഞ്ഞുപോകുന്ന വെളിച്ചത്തിൽ അത് കഷ്ടിച്ചേ കാണാമായിരുന്നുള്ളൂ. വളരെ ദൂരെ. ദൂരെയുള്ള മലമുകളിൽ നിന്ന് ഉദിച്ചുയരുന്നു. ഒരു ഭീമാകാരമായ തിരമാല പോലെ അത് അവർക്ക് നേരെ നീങ്ങുകയായിരുന്നു.

അപ്പോഴും അത് വളരെ ദൂരെയായിരുന്നു. കുറഞ്ഞത് അര മണിക്കൂർ മുതൽ നാൽപ്പത്തിയഞ്ച് മിനിറ്റ് വരെയുള്ള ദൂരത്ത്. രാത്രിയുടെ ആ ഭയാനകമായ നിശ്ശബ്ദതയിൽ, മലനിരകളിലെ നിശ്ചലത ആ ശബ്ദത്തെ വളരെ ദൂരത്തേക്ക് എത്തിച്ചു.

വിജയനും അമലും ഉടൻതന്നെ എഴുന്നേറ്റുനിന്നു.

'അതെന്താണ്?' അമാൽ ചോദിച്ചു. 'ഏതെങ്കിലും മൃഗക്കൂട്ടമാണോ?'

ആ നിമിഷം, പ്രണയവിവശനായിരുന്ന പരിഭ്രാന്തനായ ആ മനുഷ്യൻ അപ്രത്യക്ഷനായി. പകരം, സൂക്ഷ്മബുദ്ധിയും ശൗര്യവുമുള്ള യോദ്ധാവായ വിജയൻ വീണ്ടും പ്രത്യക്ഷപ്പെട്ടു.

'അത്രയും ദൂരേക്ക് കാണാൻ മാത്രം വെളിച്ചമില്ല,' വിജയൻ ഉറച്ച ശബ്ദത്തിൽ പറഞ്ഞു. 'എനിക്ക് പറയാൻ കഴിയുന്നില്ല. നീ വേഗം കളപ്പുരയിലേക്ക് ഓടൂ. നമ്മുടെ സൈനികരെ ഒരുമിപ്പിക്കൂ. വടക്കുനിന്ന് ഏതോ ഒരു പട വരുന്നുണ്ട്.'

'നിൽക്കൂ!' അമാൽ പറഞ്ഞു. അവൾ വലതുകൈ ചെവിക്ക് പിന്നിൽ വെച്ച് കൂർപ്പിച്ചു. 'നിങ്ങൾക്ക് അത് കേൾക്കാമോ? തീർച്ചയായും അവർ മനുഷ്യരാണ്.'

'അവർ അലറുന്നതുപോലെ തോന്നുന്നു,' വിജയൻ പറഞ്ഞു. 'അമാൽ, നമുക്ക് അധികം സമയമില്ല. നീ ഓടിച്ചെന്ന് മറ്റുള്ളവർക്ക് മുന്നറിയിപ്പ് കൊടുക്ക്. ആ ആളുകൾ ഉടൻ തന്നെ നമ്മുടെ അടുത്തെത്തും. സോമേശ്വറിനും ഇഖ്ബാലിനും ഫിർദൗസിനും കൂടി മുന്നറിയിപ്പ് നൽകണം. അവർ പ്രാവിൻ കൂട്ടിലാണ്.'

ഫിർദൗസ് ഗസ്നിയിലുള്ള തന്റെ വിശ്വസ്തന് അയക്കാനുള്ള കത്ത് എഴുതിത്തീർത്തതേ ഉണ്ടായിരുന്നുള്ളൂ. കത്ത് രഹസ്യഭാഷയിലാക്കേണ്ടിയിരുന്നതുകൊണ്ട് ഒരുപാട് സമയമെടുത്തു. രാജകുടുംബങ്ങൾ ഉപയോഗിക്കുന്ന രഹസ്യവാക്കുകളെക്കാൾ ശക്തമായിരുന്നു അത്. അങ്ങനെയൊന്ന് സോമേശ്വർ ഇതിനുമുൻപ് കണ്ടിട്ടുപോലുമില്ലായിരുന്നു. ഫിർദൗസും അയാളുടെ വിശ്വസ്തനും രഹസ്യഭാഷ പതിവായി മാറ്റുമായിരുന്നു. എല്ലാ മാസത്തിലെയും ആദ്യ വെള്ളിയാഴ്ച, ഒരു പുതിയ രഹസ്യഭാഷാ ചുരുൾ കൃത്യമായി എത്തുമായിരുന്നു.

ഗസ്നിയിലെ മഹ്മൂദിനെതിരായ ഗൂഢാലോചനക്കാരായ അവർ വളരെ ശ്രദ്ധാലുക്കളായ ഒരു സംഘമായിരുന്നു. അതുകൊണ്ടുതന്നെയാണ് അവർ ഇതുവരെ പിടിക്കപ്പെടുകയോ കണ്ടെത്തപ്പെടുകയോ ചെയ്യാതിരുന്നത്.

ഫിർദൗസ് ആ കത്ത് സോമേശ്വറിനെയും ഇഖ്ബാലിനെയും കാണിച്ചു. അവർക്കും അതിൽ സന്തോഷം തോന്നി. ചെറിയ അക്ഷരങ്ങളിൽ സന്ദേശം എഴുതിയ ആ കുഞ്ഞു തോൽച്ചുരുൾ

അയാൾ ശ്രദ്ധയോടെ ചുരുട്ടി, ഒരു കുഴലിനുള്ളിലേക്ക് തിരുകിവെച്ചു. ശേഷം അതെടുത്ത് ഒരു പ്രാവിന്റെ കാലിൽ ബന്ധിച്ചു.

പക്ഷിയെ കയ്യിലെടുത്തുകൊണ്ട് ഫിർദൗസ് വാതിലിനടുത്തേക്ക് തലയാട്ടി. സോമേശ്വർ വാതിൽ വലിച്ചുതുറന്നു.

'യാത്ര മംഗളകരമാകട്ടെ, കുലീന പക്ഷി,' രാത്രിയുടെ ആകാശത്തിലേക്ക് ആ പക്ഷിയെ പറത്തിവിട്ടുകൊണ്ട് ഫിർദൗസ് പറഞ്ഞു. 'ഞങ്ങളുടെ സന്ദേശം ഗസ്നിയിൽ എത്തിക്കുക.'

'യാത്ര വിജയിക്കട്ടെ,' സോമേശ്വർ പറഞ്ഞു. 'ഞങ്ങളുടെ സന്ദേശം അവർക്ക് എത്തിക്കു.'

ഇഖ്ബാലും ഫിർദൗസും സോമേശ്വറിനെ നോക്കി പുഞ്ചിരിച്ചു. പിന്നീട് അവർ മൂവരും, ഇരുട്ടിൽ അലിഞ്ഞുചേർന്ന ഒരു ചെറിയ ചാരനിറത്തിലുള്ള പന്തുപോലെ ഉയർന്നുയർന്നുപോകുന്ന ആ പക്ഷിയെ നോക്കിനിന്നു.

അപ്പോഴാണ് കളപ്പുര ലക്ഷ്യമാക്കി പാഞ്ഞുവരുന്ന അമാലിനെ അവർ കണ്ടത്. അവൾ തിടുക്കത്തിൽ ആംഗ്യം കാണിച്ച് അവരോട് കൂടെച്ചേരാൻ ആവശ്യപ്പെട്ടു.

അദ്ധ്യായം 18

പ്രഹരത്തിന് മുൻപുള്ള കൊടുങ്കാറ്റ്

ഖുസ്ദാറിന് പുറത്ത്, അഫ്ഗാനിസ്ഥാൻ

ചോള-പർമർ സൈനികർ അതിവേഗം യുദ്ധത്തിന് തയ്യാറെടുത്തു. അവർ മുണ്ടുകൾ സൈനികരീതിയിൽ മുറുക്കിയുടുത്തു. ഉടൽ കവചങ്ങൾ അണിഞ്ഞു. കൈകൾക്കും കണങ്കാലുകൾക്കും സംരക്ഷാ കവചങ്ങൾ ഘടിപ്പിച്ചു. അവർ തങ്ങളുടെ ആയുധങ്ങളും ഹെൽമെറ്റുകളും ധരിച്ചു. വാളുകളുടെയും കത്തികളുടെയും മൂർച്ച പരിശോധിച്ചു. പരിചകൾ പുറകിലെ പിടികളിൽ ഉറപ്പിച്ചു. വില്ലുകളിൽ ഞാൺ വലിച്ചുകെട്ടി. എന്നിട്ട് കളപ്പുരയ്ക്കുള്ളിൽ അവർ യുദ്ധസജ്ജരായി അണിനിരന്നു.

ഒരുമിച്ചുകൂടിയ യോദ്ധാക്കളുടെ അടുത്തേക്ക് നരസിംഹൻ നടന്നു. അമാലിന്റെ ഉപദേശം വകവെക്കാതെ, വേദന കുറയ്ക്കുകയും ഊർജ്ജം നൽകുകയും ചെയ്യുന്ന മരുന്നിന്റെ ഇരട്ടി അളവ് അദ്ദേഹം കഴിച്ചിരുന്നു. അദ്ദേഹത്തിന്റെ തളർന്ന വലതുകൈ, ഒരു താങ്ങ് ഉപയോഗിച്ച് ഉടലിനോട് ചേർത്ത് മുറുക്കിക്കെട്ടിയിരുന്നു. ആ താങ്ങ് ഒരു കട്ടിയുള്ള തുണികൊണ്ടുള്ള കെട്ട് പോലെയും പ്രവർത്തിച്ചു. അദ്ദേഹത്തിന്റെ പരിച, കെട്ടിവെച്ച ആ കൈയുടെ മുൻഭാഗത്തായി ഉറപ്പിച്ചിരുന്നു, കൂടാതെ വലിയൊരു ലോഹ നിർമ്മിത തോൾകവചം വലത് തോളിലും ഘടിപ്പിച്ചിരുന്നു. കണങ്കാൽ കവചങ്ങൾ രണ്ട് കാലുകളിലും, ഒരു കവചം പ്രവർത്തനക്ഷമമായ ഇടതുകൈയിലും ഉറപ്പിച്ചു. അദ്ദേഹത്തിന്റെ വാളുറ വലതുവശത്ത് കെട്ടിയിരുന്നു. അദ്ദേഹം അനായാസം വാൾ ഉറയിൽനിന്നൂരി, അത് പരിശോധിച്ച്

തിരികെ ഉറയിലിട്ടു. കണങ്കാൽ കവചങ്ങളിൽ ഉറപ്പിച്ചിരുന്ന നാല് കത്തികളും അദ്ദേഹം പരിശോധിച്ചു. അരയുടെ ഇടതുവശത്ത് ചെറിയ ഉറകളിൽ വെച്ചിരുന്ന രണ്ട് കത്തികളും നോക്കി ഉറപ്പുവരുത്തി.

തുടർന്ന് അദ്ദേഹം തന്റെ സൈനികരെ പരിശോധിക്കാൻ തുടങ്ങി.

താമസിയാതെ, പുറത്ത് നിന്ന് ഉച്ചത്തിലുള്ള ശബ്ദങ്ങൾ അവർ കേട്ടുതുടങ്ങി.

'നസ്റുള്ള!'

അത് വിജയന്റെ ശബ്ദമായിരുന്നു.

നരസിംഹൻ തലയാട്ടിയതും അദ്ദേഹത്തിന്റെ സൈനികരിൽ ഒരാൾ കളപ്പുരയുടെ വാതിൽ തുറന്നു. നരസിംഹനും അമാലും പുറത്തേക്ക് കാലെടുത്തുവെച്ചു.

വിജയൻ മുന്നോട്ട് നടന്നു. വിശന്നും തളർന്നും അലങ്കോലപ്പെട്ട വസ്ത്രങ്ങളോടെ പരിഭ്രാന്തരായ, ആയിരത്തിൽ താഴെ വരുന്ന സ്ത്രീകളും പുരുഷന്മാരും കുട്ടികളുമടങ്ങുന്ന ഒരു വലിയ ആൾക്കൂട്ടം ഒരു പ്രവാഹം പോലെ അദ്ദേഹത്തെ പിന്തുടർന്നു. എന്നാൽ അവരെല്ലാവരും പരിഭ്രാന്തരായിരുന്നില്ല. അവരിൽ അമ്പതോളം പേർ അച്ചടക്കം പാലിച്ച്, ആ ആൾക്കൂട്ടത്തെ സംഘടിപ്പിച്ചും നയിച്ചുകൊണ്ടുമിരുന്നു.

'എന്താണിവിടെ നടക്കുന്നത്, വലീദ്?' വിജയന്റെ മാറ്റപ്പേര് ഉപയോഗിച്ച് നരസിംഹൻ ചോദിച്ചു.

'ഗസ്നിയിൽ നിന്ന് രക്ഷപ്പെട്ട അടിമകളാണ്,' വിജയൻ മറുപടി നൽകി. 'അവരിൽ ആഫ്രിക്കക്കാരും, യസീദികളും, ക്രിസ്ത്യാനികളും, സൊറോസ്ട്രിയൻ പേർഷ്യക്കാരുമുണ്ട്. പക്ഷേ ഭൂരിഭാഗവും നമ്മുടെ സഹ ഭാരതീയരാണ്. ഹിന്ദുക്കളും, ബുദ്ധമതവിശ്വാസികളും, മുസ്ലീങ്ങളും. അവർ എങ്ങനെയോ അവിടെനിന്ന് രക്ഷപ്പെട്ട് ഓടിപ്പോന്നതാണ്. ഏതാണ്ട് തൊള്ളായിരം അടിമകളുണ്ട്. കൂട്ടത്തിൽ പോരാളികളായ അമ്പത് പേരുമുണ്ട്, അവരെല്ലാം ഇന്ത്യക്കാരാണ്. അവരെ മഹ്മൂദിന്റെ പട പിന്തുടരുന്നുണ്ട്.'

'മഹ്മൂദിന്റെ പോരാളികൾ ഇവിടേക്ക് കുതിരപ്പുറത്ത് വരുന്നുണ്ടെന്നോ?'

'അങ്ങനെയാണ് തോന്നുന്നത്.'

'അവർ എത്ര ദൂരെയാണ്?'

'ഒരുപക്ഷേ ആറോ ഏഴോ മണിക്കൂർ ദൂരെ. നാളെ പുലർച്ചയോടെ അവർ ഇവിടെയെത്താൻ സാധ്യതയുണ്ട്.'

'അത്രയും പിന്നിലോ?' നരസിംഹൻ ചോദിച്ചു. 'പിന്നെങ്ങനെയാണ് ഇവർ അവരെ കണ്ടത്?'

'ഞാനും ഇതേ ചോദ്യം ചോദിച്ചതാണ്.'

'എന്തായിരുന്നു മറുപടി?'

'നിങ്ങൾ ഉയരത്തിലാണെങ്കിൽ, പർവ്വതത്തിൽനിന്ന് ഒരു കുതിര നിങ്ങളുടെ അടുത്തെത്തുന്നതിന് മണിക്കൂറുകൾക്ക് മുൻപേ അതിനെ കാണാൻ കഴിയും. ഒരു മലയിറങ്ങി അടുത്ത മല കയറാൻ എടുക്കുന്ന സമയം കാരണമാണിത്. കൂടാതെ, സന്ധ്യാസമയത്ത് അവർക്ക് അധികം വേഗതയെടുക്കാൻ കഴിയില്ല, അല്ലെങ്കിൽ തെന്നിവീണ് മരിക്കും.'

'എത്ര പേരുണ്ട്?'

'ഇരുന്നൂറ് ഗസ്നി കുതിരപ്പടയാളികൾ,' വിജയൻ പറഞ്ഞു.

നരസിംഹൻ കണ്ണുകൾ കൂർപ്പിച്ചു. *വെറും ഇരുന്നൂറു പേർ. നമ്മളാകട്ടെ ആയിരത്തോളം വരും. അതിൽ നൂറോളം പേർ പരിശീലനം ലഭിച്ച യോദ്ധാക്കളാണ്. ഇതൊരു അവസരമാണ്.*

'അബു ഖാസിം എന്ന് പേരുള്ള ഒരാളാണ് അവരെ നയിക്കുന്നത്,' വിജയൻ തുടർന്നു, 'അയാൾ സ്വയം വിശേഷിപ്പിക്കുന്നത് തുർക്ക് കസപ്-ഇ-ഹിന്ദ് എന്നാണ്. ഇന്ത്യയുടെ തുർക്കി കശാപ്പുകാരൻ.'

'എങ്കിൽ പിന്നെ ആ കശാപ്പുകാരന്റെ കത്തി അവനുനേരെത്തന്നെ തിരിക്കണം,' അമാൽ പറഞ്ഞു.

വിജയൻ അതിനോട് യോജിച്ചു. 'മധുര മീനാക്ഷിയാണെ, ആ കാട്ടാളന്മാരെ കൊല്ലുന്നതിനേക്കാൾ നല്ലൊരു കാര്യം ജീവിതത്തിൽ വേറെയില്ല.'

'നിങ്ങളിൽ ആരാണ് നേതാവ്?' നരസിംഹൻ അടിമകളോട് ചോദിച്ചു.

'ഞാനാണ്,' പുല മറുപടി നൽകി.

പുലയെ നരസിംഹൻ നോക്കി. ചോള സേനാപതിയോളം തന്നെ ഉയരമുള്ള ഒരു മനുഷ്യൻ. ഇരുണ്ട നിറം, താടിവെച്ച സുന്ദരമായ മുഖം. പുലയുടെ ശരീരം പേശികളുള്ളതും, മെയ്‌വഴക്കമുള്ളതും ആയിരുന്നു.

എന്നാൽ അയാളുടെ ചർമ്മത്തിലെ വലിഞ്ഞ പാടുകൾ, മുൻപ് അയാളുടെ പേശികൾ ഇതിലും ഗംഭീരമായിരുന്നു എന്ന് കാണിച്ചു. പോഷകാഹാരക്കുറവ് അയാളുടെ ശരീരത്തെ ദുർബലമാക്കിയിരുന്നു. എന്നാൽ ആ ക്ഷീണിച്ച അവസ്ഥയിലും, തന്റെ സഹജമായ പോരാട്ട വൈദഗ്ദ്ധ്യം പ്രകടിപ്പിച്ചുകൊണ്ട് പുല ചടുലമായാണ് നീങ്ങിയത്. പ്രായം നോക്കിയാൽ, അയാൾക്ക് ഇരുപതുകളുടെ മദ്ധ്യമോ അവസാനമോ തോന്നിക്കുമായിരുന്നു.

അടിമത്തത്തിൽ വർഷങ്ങൾ കഴിച്ചുകൂട്ടിയിട്ടും, അദ്ദേഹത്തിന്റെ മുഖത്ത് ഒരു സഹജമായ തേജസ്സുണ്ടായിരുന്നു. നേതൃത്വം നൽകി ശീലിച്ച ഒരു വ്യക്തിയായിരുന്നു അത്. ചുറ്റുമുള്ള ദുർബലർക്ക് വേണ്ടി ഉത്തരവാദിത്തങ്ങൾ ഏറ്റെടുത്ത് പരിചയമുള്ള ഒരാൾ.

'എന്താണ് സുഹൃത്തേ താങ്കളുടെ പേര്?' നരസിംഹൻ ചോദിച്ചു.

'ഞാൻപുല. വേണമെങ്കിൽ പുലകിത് എന്ന് വിളിക്കാം,' പുലമറുപടി നൽകി. 'ഞാൻ വാതാപിയിലെ സത്യാശ്രയയുടെ മകനും, ചാലൂക്യ ചക്രവർത്തിയായ ജയസിംഹയുടെ ഇളയ സഹോദരനുമാണ്. വർഷങ്ങൾക്ക് മുൻപ്, സോലങ്കികൾക്കും മറ്റ് ഭാരതീയ രാജവംശങ്ങൾക്കുമൊപ്പം സോമനാഥനെ പ്രതിരോധിക്കാൻ എന്റെ ജ്യേഷ്ഠൻ എന്നെ കുറച്ച് സൈനികരോടൊപ്പം അയച്ചു. ഞാനും എന്റെ പടയാളികളും, നഗരത്തെ പ്രതിരോധിച്ച മറ്റനേകം പേരും ഗസ്നവികളുടെ പിടിയിലായി. അന്നുമുതൽ ഞങ്ങൾ അടിമകളാണ്.'

സ്തബ്ധരായ വിജയനും അമാലും അവിശ്വസനീയതയോടെ പരസ്പരം നോക്കി. അവർ തങ്ങളുടെ സേനാപതിയായ നരസിംഹനെ നോക്കി, പിന്നെ വീണ്ടും പുലകിതിനെയും.

ഒരു ചാലൂക്യ രാജകുമാരൻ!

ചരിത്രപ്രസിദ്ധമായ ചോള-ചാലൂക്യ ശത്രുതയെക്കുറിച്ച് അവർക്ക് നന്നായി അറിയാമായിരുന്നു. അവർ തമ്മിൽ നിരവധി യുദ്ധങ്ങൾ നടന്നിട്ടുണ്ട്. വർഷങ്ങൾക്ക് മുൻപ്, നരസിംഹന്റെ യജമാനനായ രാജേന്ദ്ര ചോളൻ, പുലകിതിന്റെ അച്ഛനായ സത്യാശ്രയയെ ഒരു നേർക്കുനേർ പോരാട്ടത്തിൽ വധിച്ചതാണ്. അന്ന് പുലകിത് ഒരു കൊച്ചുകുട്ടിയായിരുന്നിരിക്കണം.

ഏറ്റവും അവിശ്വസനീയമായ കാര്യം, നരസിംഹന്റെ വലതുകൈ തളർന്നുപോകാൻ കാരണമായ ആക്രമണത്തിന് പിന്നിൽ ഒരു ചാലൂക്യ ഒളിപ്പോരാളി സംഘമായിരുന്നു എന്നതാണ്.

തുർക്കികൾ തങ്ങളുടെ അടുത്തേക്ക് എത്തുന്നതിന് മുൻപ് അവർക്ക് ഒരു ചെറിയ ഇടവേളയുണ്ടായിരുന്നു. സമയം പാഴാക്കാൻ നരസിംഹൻ ആഗ്രഹിച്ചില്ല. 'താങ്കൾക്ക് എന്നെ മനസ്സിലായോ, പുലകിത് രാജകുമാരാ?'

പുല തലയാട്ടി. 'നസ്റുള്ള എന്നത് താങ്കളുടെ യഥാർത്ഥ പേരല്ലെന്ന് എനിക്കറിയാം.'

നരസിംഹൻ ഒരു നിമിഷം ഒന്ന് മടിച്ചശേഷം പറഞ്ഞു. 'താങ്കളുടെ പിതാവ് ഒരു മഹാനായ മനുഷ്യനായിരുന്നു. ഞാൻ ഇപ്പോഴും എന്റെ ചക്രവർത്തിയോട് കൂറുള്ളവനാണ്. പക്ഷേ, അത് താങ്കളുടെ പിതാവ് ഒരു മഹാനായിരുന്നു എന്ന സത്യത്തെ ഇല്ലാതാക്കുന്നില്ല. സംഭവിച്ചതിൽ എനിക്ക് ഖേദമുണ്ട്.'

പുല ഒരു ദീർഘനിശ്വാസമെടുത്തു. 'അത് യുദ്ധമാണ്. യുദ്ധത്തിൽ അങ്ങനെയൊക്കെ സംഭവിക്കും.'

അടുത്തത് വിജയനാണ് സംസാരിച്ചത്. 'മഹാഭാരതത്തിലെ ആ മഹായുദ്ധത്തിൽ, പാണ്ഡവരുടെ പക്ഷത്തും കൗരവരുടെ പക്ഷത്തും നല്ലവരായ മനുഷ്യരുണ്ടായിരുന്നു.'

പുലകിത് വിജയനെ നോക്കി, പിന്നെ വീണ്ടും നരസിംഹനെയും. അദ്ദേഹത്തിന്റെ വാക്കുകൾ സൗമ്യമായിരുന്നെങ്കിലും വ്യക്തമായിരുന്നു. 'കൗരവർ നൂറുപേരുണ്ടായിരിക്കാം. പാണ്ഡവർ അഞ്ചുപേരും. പക്ഷെ പുറത്തുനിന്നൊരു ശത്രു ആക്രമിച്ചാൽ, അവർ നൂറ്റഞ്ചു പേരായിരുന്നു...'

ധർമ്മത്തിന്റെ പ്രഭു എന്നറിയപ്പെടുന്ന മഹാനായ യുധിഷ്ഠിര മഹാരാജാവിനെയാണ് പുലകിത് ഉദ്ധരിച്ചത്. ലളിതമായി പറഞ്ഞാൽ, കാട്ടാളനായ ഒരു പുറംനാട്ടുകാരൻ ആക്രമിക്കുമ്പോൾ, ധർമ്മത്തിന്റെ പക്ഷത്തുള്ളവരെല്ലാം ഒന്നിക്കണം എന്നതായിരുന്നു ആ സന്ദേശം.

നരസിംഹൻ പുഞ്ചിരിച്ചുകൊണ്ട് സൗഹൃദത്തിന്റെ സൂചനയായി തന്റെ ഇടതുകൈ മുന്നോട്ട് നീട്ടി. 'നമ്മൾ നൂറ്റഞ്ചുപേർ!'

'നമ്മൾ നൂറ്റഞ്ചുപേർ!' പുലകിത് തന്റെ വലതുകൈ കൊണ്ട് നരസിംഹന്റെ ഇടതുകൈയ്യിൽ പിടിച്ചുകൊണ്ട് പറഞ്ഞു. യോദ്ധാക്കളായ സഹോദരങ്ങൾ പരസ്പരം പിടിക്കുന്ന രീതിയിലായിരുന്നു അത്.

'നമ്മൾ നൂറ്റഞ്ചുപേർ!' വിജയൻ തന്റെ കൈകൂടി ആ ബാന്ധവത്തിലേക്ക് ചേർത്തുകൊണ്ട് ആവർത്തിച്ചു.

അമാൽ മുന്നോട്ട് വന്ന് ആ മൂന്നുപേരുടെയും കൈകളിൽ പിടിച്ചു. 'നമ്മൾ നൂറ്റഞ്ചുപേർ!'

'സേനാധിപൻ, എന്റെ സൈന്യത്തിന്റെ നേതൃത്വം താങ്കൾക്കാണ്,' പുലകിത് നരസിംഹനോട് പറഞ്ഞു. ആരാണ് കൂടുതൽ അനുഭവസമ്പന്നനും കരുത്തനുമായ പോരാളി എന്ന് അദ്ദേഹത്തിന് അറിയാമായിരുന്നു. അദ്ദേഹത്തിന് നേതൃത്വം കൈമാറുന്നതിൽ ഒരു കുറച്ചിലുമില്ലായിരുന്നു.

നരസിംഹൻ തലകുനിച്ച് സമ്മതിച്ചു. 'അപ്രതീക്ഷിതമായി ആക്രമിക്കാനുള്ള അവസരം നമ്മുടെ കയ്യിലുണ്ട്. തളർന്നും വിശന്നും നിരാശരായ തൊള്ളായിരം അടിമകളെയും അമ്പത് സൈനികരെയുമാണ് അവർ പിന്തുടരുന്നതെന്നാണ് അവരുടെ വിചാരം. നമ്മൾ ഭക്ഷണം കഴിച്ചിട്ടുണ്ടാകുമെന്ന് അവർ പ്രതീക്ഷിക്കുന്നില്ല, പക്ഷേ നമ്മൾ കഴിച്ചിരിക്കും. പരിശീലനം ലഭിച്ച നാൽപ്പത് യോദ്ധാക്കൾ കൂടി നമ്മുടെ കൂടെയുണ്ടാകുമെന്ന് അവർ പ്രതീക്ഷിക്കുന്നില്ല, പക്ഷേ ഉണ്ടാകും. ആയിരത്തോളം വരുന്ന നമ്മളെല്ലാവരും ആയുധധാരികളായിരിക്കുമെന്ന് അവർ പ്രതീക്ഷിക്കുന്നില്ല, പക്ഷേ ആയിരിക്കും. കാരണം ഫിർദൗസിന്റെ കയ്യിൽ ആയുധങ്ങളുടെ ഒരു വലിയ ശേഖരമുണ്ട്. കെണികളും വ്യാജ നീക്കങ്ങളുമായി നമ്മൾ അവർക്കായി തയ്യാറായിരിക്കുമെന്ന് അവർ പ്രതീക്ഷിക്കുന്നില്ല. ഇരച്ചുകയറി നമ്മളെയെല്ലാം കൂട്ടക്കൊല ചെയ്യാമെന്നാണ് അവർ കരുതുന്നത്. നമ്മൾ തിരിച്ചടിക്കുമെന്ന് അവർ പ്രതീക്ഷിക്കുന്നില്ല. അപ്രതീക്ഷിതമായി ആക്രമിക്കാനുള്ള ഈ അവസരം നമ്മൾ മുതലെടുക്കണം.'

പുലകിതും വിജയനും അമലും തലയാട്ടി.

'അപ്പോൾ, നമ്മൾ ചെയ്യാൻ പോകുന്നത് ഇതാണ്.'

രാത്രി ഏറെ വൈകിയിരുന്നു. രക്ഷപ്പെട്ട അടിമകളും സൈനികരും നരസിംഹൻ തയ്യാറാക്കിയ പദ്ധതികൾ നടപ്പിലാക്കുന്ന തിരക്കിലായിരുന്നു. എല്ലാവർക്കും ഉറങ്ങാൻ സമയം കിട്ടത്തക്കവണ്ണം ഊഴമനുസരിച്ചായിരുന്നു അവർ ജോലി ചെയ്തിരുന്നത്. കൂടാതെ, ഫിർദൗസ് തന്റെ വ്യാപാരത്തിനായി സൂക്ഷിച്ചിരുന്ന ഉണക്കപ്പഴങ്ങളുടെ വലിയ ശേഖരം എല്ലാവർക്കുമായി തുറന്നുകൊടുത്തു. അത് വളരെ ഉചിതമായിരുന്നു. ഉണക്കപ്പഴങ്ങൾ എളുപ്പത്തിൽ കേടുവരികയില്ല. അതിനാൽ പഴയ ശേഖരം പോലും പൂർണ്ണമായും ഭക്ഷ്യയോഗ്യമായിരുന്നു. അവ ശരീരത്തിന് വലിയ ഊർജ്ജം നൽകുകയും ചെയ്യും. പ്രതിരോധിക്കാൻ തയ്യാറെടുക്കുന്നവർക്ക് അപ്പോൾ അതായിരുന്നു ഏറ്റവും ആവശ്യം.

പലരും ഉറങ്ങിക്കിടന്ന വലിയ കളപ്പുരയുടെ ഉള്ളിൽ തീ എരിഞ്ഞിരുന്നു. എന്നാൽ, രാത്രിയിൽ തുർക്കികൾക്ക് തങ്ങളെ കണ്ടെത്താൻ ഒരു അടയാളവിളക്ക് കത്തിച്ചുവെക്കേണ്ടെന്ന് കരുതി അവർ പുറത്ത് ഒരിടത്തും തീ കത്തിച്ചില്ല.

മുൻവാതിലിലെ പ്രതിരോധത്തിനുള്ള തയ്യാറെടുപ്പുകളുടെ ചുമതല ധ്രുവിനായിരുന്നു. സോമേശ്വർ ആകട്ടെ, ഫിർദൗസിനൊപ്പം കളപ്പുരയുടെ പിന്നിലായി തോട്ടത്തിന്റെ മറ്റേ അറ്റത്ത് ഭക്ഷണവും ആയുധങ്ങളും കൈകാര്യം ചെയ്യുകയായിരുന്നു. അതുകൊണ്ടാണ് അവർ പരസ്പരം കാണാതിരുന്നത്. സത്യം പറഞ്ഞാൽ, ആയിരത്തിൽ താഴെ ആളുകൾ അപ്പോൾ ആ തോട്ടത്തിലുണ്ടായിരുന്നു. എന്നാൽ സോമേശ്വറിന്റെ ജോലി കഴിഞ്ഞിരുന്നു, അദ്ദേഹം മുൻവാതിലിനടുത്തുള്ള വേലിക്കരികിലേക്ക് വന്നു. അവിടെവെച്ചാണ് അദ്ദേഹം അവനെ കണ്ടത്, അല്ലെങ്കിൽ കണ്ടെന്ന തോന്നലുണ്ടായത്. കാരണം വർഷങ്ങളുടെ അടിമത്തവും കഠിനാധ്വാനവും ആ ചെറുപ്പക്കാരന്റെ രൂപം മാറ്റിയിരുന്നു.

'ധ്രുവ്?!' സോമേശ്വർ അവിശ്വസനീയതയോടെ ചോദിച്ചു.

വെളിച്ചക്കുറവും ക്ഷീണവും കാരണം തന്റെ മനസ്സ് തന്നെ കളിയാക്കുകയാണോ എന്ന് സോമേശ്വറിന് തോന്നി. പക്ഷേ അദ്ദേഹത്തിന് ചോദിക്കാതിരിക്കാൻ കഴിഞ്ഞില്ല. ചോദിച്ചേ മതിയാകൂ...

ആ ചെറുപ്പക്കാരൻ തിരിഞ്ഞ് സോമനാഥിലെ വ്യാപാരിയെ നോക്കി. കരുവാളിച്ച, എന്നാൽ യൗവ്വനം തുളുമ്പുന്ന ആ മുഖത്ത് ഞെട്ടൽ നിഴലിച്ചു. 'അച്ഛാ?!'

'ധ്രുവ്!!'

സോമനാഥ ക്ഷേത്രത്തിലെ ആക്രമണത്തിനിടയിൽ തനിക്ക് നഷ്ടപ്പെട്ടുപോയെന്ന് കരുതിയ മകൻ. മഹാദേവനെ സംരക്ഷിക്കുന്നതിനിടയിൽമരിച്ചുപോയെന്ന്താൻവിശ്വസിച്ചിരുന്ന മകൻ.

എന്റെ കുഞ്ഞ് ജീവനോടെയുണ്ടോ?

അവനെ കാണാൻ വ്യത്യസ്തനായിരുന്നു, ഈ കുറച്ച് വർഷങ്ങൾക്കുള്ളിൽ അവന്റെ മുഖത്തിന് പത്തു വയസ്സ് കൂടിയതുപോലെ. എന്നാൽ വർഷങ്ങളുടെ യുദ്ധവും കഠിനാധ്വാനവും കാരണം, ഇടത്തരം ഉയരമുള്ള അവന്റെ മെലിഞ്ഞ ശരീരത്തിൽ ഇപ്പോൾ പേശികൾ തെളിഞ്ഞുകാണാമായിരുന്നു. അവന്റെ ഇടത് കവിളിലൂടെ അഭിമാനകരമായ ഒരു യുദ്ധമുറിപ്പാട് നീണ്ടുകിടന്നു. മറ്റൊന്ന് നെഞ്ചിൽ നിന്ന് തുടങ്ങി ശരീരത്തിന്റെ വലതുഭാഗത്തേക്ക് പടർന്നിരുന്നു. തന്റെ മകൻ ഒരു പുരുഷനായി മാറിയെന്ന് വിളിച്ചോതുന്ന കുലീനമായ അടയാളങ്ങൾ.

എന്റെ മോൻ ജീവനോടെയുണ്ട്!

രാത്രിയുടെ നിശബ്ദതയിൽ സോമേശ്വറിന്റെ ശബ്ദം ഒരു ക്ഷേത്രമണിനാദം പോലെ മുഴങ്ങി. 'ധ്രുവ്! എന്റെ മോനേ! ധ്രുവ്!'

പ്രയാഗ്രാജ് സംഗമത്തിൽ ഗംഗയും യമുനയും ഒന്നായിച്ചേരുന്നതുപോലെ അവർ പരസ്പരം കെട്ടിപ്പുണർന്നു. വിധി ഒരു ഗൂഢാലോചന നടത്തിയതുപോലെ, ധ്രുവിനെ സ്വർഗ്ഗത്തിൽ നിന്ന് തിരികെ വലിച്ചുകൊണ്ടുവന്നതായിരുന്നു. ഐതിഹ്യങ്ങളിൽ പറയുന്നതുപോലെ, ഭഗീരഥ മഹാരാജാവ് പുണ്യനദിയായ ഗംഗയെ സ്വർഗ്ഗത്തിൽ നിന്ന് ഭൂമിയിലേക്ക് കൊണ്ടുവന്നതുപോലെ. കണ്ണുനീർ ഒരു പ്രളയം പോലെ ഒഴുകി.

ഉച്ചത്തിലുള്ള ശബ്ദം കേട്ട്, എന്താണ് സംഭവിക്കുന്നതെന്ന് കാണാൻ മറ്റുള്ളവർ ഒത്തുകൂടി. പുല തന്റെ വിശ്വസ്തനായ ഉപസേനാധിപനെ കൗതുകത്തോടെ നോക്കി. നരസിംഹനും

വിജയനും തങ്ങളുടെ സൗമ്യനായ സുഹൃത്ത് ഒരു രണ്ടാം ജന്മം കിട്ടിയതുപോലെ കരയുന്നത് നോക്കിനിന്നു.

അദ്ദേഹത്തിന്റെ മകൻ ജീവനോടെയുണ്ട്. മഹാദേവന് സ്തുതി. അദ്ദേഹത്തിന്റെ മകൻ ജീവനോടെയുണ്ട്.

നരസിംഹൻ തന്റെ സംഘത്തോടും രക്ഷപ്പെട്ട അടിമകളോടുമൊപ്പം രാത്രി മുഴുവൻ പ്രവർത്തിച്ചു, അവരെ ഊഴമനുസരിച്ച് കാവൽ നിർത്തിയും ഉറങ്ങാൻ അനുവദിച്ചും.

തന്റെ പ്രധാന ഉപസേനാധിപന്മാരായ പുലകിത്, വിജയൻ, അമാൽ എന്നിവരിലൂടെ സേനാധിപൻ നരസിംഹൻ തന്റെ പദ്ധതികൾ അതിവേഗം നടപ്പിലാക്കുന്നുണ്ടെന്ന് ഉറപ്പുവരുത്തി.

ആദ്യം, ഫിർദൗസിന്റെ തോട്ടത്തിന് രണ്ട് കിലോമീറ്റർ വടക്കായി ഒരു സുരക്ഷാ വലയം സ്ഥാപിച്ചു. ശത്രുവിന്റെ വരവിനെക്കുറിച്ച് വിവരം കൈമാറാനുള്ള ഒരു സംവിധാനവും ഒരുക്കി, അതുവഴി തന്റെ സൈന്യത്തെ അപ്രതീക്ഷിതമായി ആക്രമിക്കാൻ ശത്രുക്കൾക്ക് കഴിയില്ലെന്ന് ഉറപ്പാക്കി.

ഫിർദൗസിന്റെ വലിയ ആയുധപ്പുരയും തുറന്നു. ഗസ്നവികൾക്കെതിരായ ഒരു പോരാട്ടത്തിന് അദ്ദേഹം വളരെക്കാലമായി തയ്യാറെടുക്കുകയായിരുന്നു. തൊണ്ണൂറ് സൈനികരും അടിമുടി ആയുധമണിഞ്ഞു. വാളുകൾ, പരിചകൾ, ഓരോരുത്തർക്കും കുറഞ്ഞത് അഞ്ച് കത്തികൾ. ഏറ്റവും പ്രധാനമായി, എല്ലാവർക്കും അമ്പും വില്ലുമുണ്ടായിരുന്നു. അവർക്ക് ദൂരെ നിന്നുതന്നെ തുർക്കികളെ അമ്പെയ്ത്ത് വീഴ്ത്താൻ കഴിയും.

മോചിതരായ അടിമകൾക്കും ആയുധങ്ങൾ നൽകി. അടുത്തുവരുമ്പോൾ കുത്താൻ കത്തികളും, ദൂരെനിന്ന് തുർക്കികളെ ആക്രമിക്കാൻ നീളമുള്ള കുന്തങ്ങളും മുൾക്കരണ്ടികളും നൽകി. തുർക്കികളുടെ കുതിരകളെ ദൂരെനിന്ന് ആക്രമിക്കുക എന്നതാണ് അടിമകളുടെ പ്രധാന ദൗത്യമെന്ന് അവരോട് പറഞ്ഞിരുന്നു. കുതിരപ്പുറത്തുനിന്ന് വീണാൽ തുർക്കികൾ എളുപ്പമുള്ള ഇരകളായി മാറും.

ചോള-പർമർമാർ ഗ്വാദറിൽ നിന്ന് വാങ്ങിയ നാൽപ്പതോളം കുതിരകളുമായാണ് വന്നത്. സൈനികരിൽ നിന്നും പുലകിതിന്റെ ആളുകളിൽ നിന്നും തിരഞ്ഞെടുത്ത ഒരു സംയുക്ത സൈന്യത്തോട് ആ കുതിരപ്പുറത്ത് കയറി ആട്ടിൻതൊഴുത്തിനും വലിയ കുടിലിനും പിന്നിലായി തയ്യാറായി നിൽക്കാൻ ഉത്തരവിട്ടു. തുർക്കികൾ കൃഷിയിടത്തിൽ വെച്ചുള്ള ഒരു പോരാട്ടത്തിൽ കുടുങ്ങിക്കഴിഞ്ഞാൽ, ഈ സംഘം പാർശ്വഭാഗങ്ങളിൽ നിന്ന് ആക്രമിച്ച്, ശത്രുവിന് എന്തുസംഭവിക്കുന്നു എന്ന് മനസ്സിലാക്കുന്നതിന് മുൻപ് പരമാവധി തുർക്കികളെ വകവരുത്തും. ഓടിവന്ന അടിമകൾക്ക് വേണ്ടി കുതിരപ്പട വരുമെന്ന് ഗസ്നവിഡുകൾ ഒരിക്കലും പ്രതീക്ഷിക്കില്ല.

ഒരു പ്രസംഗത്തിന്റെ ആവശ്യം അവിടെയുണ്ടായിരുന്നില്ല. രക്ഷപ്പെട്ട അടിമകളുടെ പോരാട്ടവീര്യം ഇനിയും ഒരിഞ്ച് പോലും ഉയരാനില്ല. ഓടിരക്ഷപ്പെടാൻ ഒരിടവുമില്ലാതെ ഒരു കോണിൽ ഒതുക്കപ്പെട്ട ഇര, തങ്ങൾക്ക് ഒന്നും നഷ്ടപ്പെടാനില്ലാത്തതുകൊണ്ട് അതിക്രൂരരായ പോരാളികളായി മാറും.

എല്ലാം തയ്യാറായിരുന്നു.

ഇനി അവർക്ക് കാത്തിരുന്നാൽ മാത്രം മതി.

കൂട് തകർത്ത് പുറത്തുചാടാൻ വെമ്പുന്ന ഒരു വന്യമൃഗത്തെപ്പോലെ സോമേശ്വറിന്റെ ഹൃദയം അദ്ദേഹത്തിന്റെ നെഞ്ചിലിരുന്ന് ശക്തിയായി ഇടിച്ചു. അദ്ദേഹത്തിന് ഉറങ്ങാനേ കഴിഞ്ഞില്ല. ആവേശത്തോടെ അദ്ദേഹം ആ രംഗം നോക്കിക്കണ്ടു.

അദ്ദേഹം തന്റെ സുഹൃത്തിന് നേരെ തിരിഞ്ഞു. 'ഇഖ്ബാൽ, എന്റെ മകൻ ജീവനോടെയുണ്ട്...'

നിലവിലെ സാഹചര്യങ്ങൾ കാരണം ഇഖ്ബാൽ അദ്ദേഹത്തെ മാറ്റപ്പേരിൽ തന്നെ വിളിച്ചുകൊണ്ട് പുഞ്ചിരിച്ചു. സോമേശ്വറിന്റെ തോളിൽ തട്ടിക്കൊണ്ട് അയാൾ പറഞ്ഞു, 'സൽമാൻ ഭായ്, കണ്ടിട്ട് നിങ്ങളുടെ മകൻ ഇപ്പോൾ പുലകിത് രാജകുമാരന്റെ വിശ്വസ്തനായ ഒരു ഉദ്യോഗസ്ഥനാണെന്ന് തോന്നുന്നു.'

സോമേശ്വർ അഭിമാനം മുഖത്ത് നിറച്ച് ശക്തിയായി തലയാട്ടി.

രക്ഷപ്പെട്ട അറബി അടിമയായ സെയ്ൻ ഹുസൈനോടൊപ്പം ധ്രുവ്, നരസിംഹന്റെയും പുലകിതിന്റെയും നിർദ്ദേശപ്രകാരം പ്രവേശനകവാടത്തിനടുത്തുള്ള വേലിക്കെട്ടുകൾക്കരികിൽ

ജോലിയിലായിരുന്നു. നീണ്ടതും വളഞ്ഞുപുളഞ്ഞതുമായ ആ പാതയുടെ ഇരുവശത്തും നിന്നിരുന്ന ഉയരമുള്ള ആ വേലിച്ചെടികൾ, കവാടത്തിൽ നിന്ന് കൃഷിയിടത്തിന്റെ ഉൾഭാഗത്തേക്ക് സ്വാഭാവികമായ ഒരു ഇടുങ്ങിയ വഴി സൃഷ്ടിച്ചു. മാത്രമല്ല, ഒരു വലിയ ചരക്കുവണ്ടിക്ക് കടന്നുപോകാൻ മാത്രം വീതിയേ ആ പാതയ്ക്കുണ്ടായിരുന്നുള്ളൂ. തുർക്കികൾക്ക് ഈ വഴിയിലൂടെ, രണ്ട് കുതിരകൾ വീതമുള്ള നിരകളായി വരേണ്ടിവരും. അല്ലെങ്കിൽ, ഒരുപക്ഷേ ഞെരുങ്ങിയാണെങ്കിൽ മൂന്ന് കുതിരകൾക്ക് ഒരേസമയം വരാം. എങ്ങനെയായാലും, ഇടത്തും വലതുമുള്ള, ഏകദേശം രണ്ട് മീറ്ററോളം ഉയരമുള്ള വേലിക്കെട്ടുകൾക്കിടയിൽ അവർ കുടുങ്ങും. അത് അവർക്ക് അപ്പുറത്തേക്കുള്ള കാഴ്ച മറയ്ക്കുകയും ചെയ്യും. അവരുടെ കുതിരകളെ മുടന്തരാക്കാനോ കൊല്ലാനോ പറ്റിയ ഏറ്റവും മികച്ച സ്ഥലമായിരുന്നു അത്. വേലിക്കെട്ടുകളുടെ ഇരുവശത്തും ചെറിയ വിടവുകൾ ഉണ്ടാക്കിയിരുന്നു, അതിലൂടെ രക്ഷപ്പെട്ട അടിമകൾക്ക് അവരുടെ കുന്തങ്ങളും മുൾക്കരണ്ടികളും ഉപയോഗിച്ച് കുത്താൻ സാധിക്കും. വരാനിരിക്കുന്ന പോരാട്ടത്തിൽ ഈ ഭാഗത്തിന്റെ മേൽനോട്ടച്ചുമതല ധ്രുവിനായിരുന്നു.

സോമേശ്വറിന്റെ നെഞ്ചിൽ അഭിമാനം നിറഞ്ഞു.

ഒരുപക്ഷേ, ഒരു മനുഷ്യന് ജീവിതത്തിൽ നേരിടേണ്ടിവരുന്ന ഏറ്റവും വലിയ ദുഃഖം തനിക്ക് മുൻപേ തന്റെ മക്കൾ മരിക്കുന്നത് കാണുന്നതായിരിക്കും. സോമേശ്വർ അത് അദ്ദേഹത്തിന്റെ ഏതാണ്ടെല്ലാ കുടുംബാംഗങ്ങളുടെ കാര്യത്തിലും അനുഭവിച്ചതാണ്.

എന്നാൽ, ഏറ്റവും വലിയതും അപ്രതീക്ഷിതവുമായ സന്തോഷങ്ങളിലൊന്നാണ് മരിച്ചുപോയെന്ന് കരുതിയ സ്വന്തം കുഞ്ഞ് തിരിച്ചുവരുന്നത് കാണുന്നത്. ആ രാത്രി സോമേശ്വർ അത് അനുഭവിച്ചറിഞ്ഞു.

അതിനേക്കാളൊക്കെ വലിയ സന്തോഷമായിരുന്നു, കഴിവുറ്റ മറ്റുള്ളവർ തന്റെ മകനെ ബഹുമാനിക്കുകയും വിശ്വസിക്കുകയും ചെയ്യുന്നത് കാണുന്നത്.

സോമേശ്വറിന് ഇതിൽ കൂടുതൽ അഭിമാനിക്കാൻ കഴിയില്ലായിരുന്നു.

'ആര് വിചാരിച്ചു, ഇഖ്ബാൽ,' സോമേശ്വർ പറഞ്ഞു, 'ഒരു ഉറുമ്പിനെപ്പോലും നോവിക്കാത്ത, അഹിംസാവാദിയും സസ്യാഹാരിയുമായ എന്നെപ്പോലൊരു ഗുജറാത്തി വ്യാപാരിക്ക്, തുർക്കികളോട് പോരാടുന്ന ഒരു യോദ്ധാവിന് ജന്മം നൽകാൻ കഴിയുമെന്ന്!'

ഇഖ്ബാൽ പതിയെ ചിരിച്ചു. അയാൾ തമാശ പറഞ്ഞു, 'എനിക്ക് തോന്നുന്നത് ധ്രുവിന് അവന്റെ അമ്മ ഹേതൽ ബെഹന്റെ സ്വഭാവമാണ് കിട്ടിയതെന്നാണ്.'

സോമേശ്വർ ഉറക്കെ ചിരിച്ചുകൊണ്ട് ഇഖ്ബാലിന്റെ പുറത്ത് സ്നേഹത്തോടെ അടിച്ചു.

ഇഖ്ബാൽ പുഞ്ചിരി തുടർന്നുകൊണ്ട് തന്റെ ഹൃദയത്തിലുള്ളത് പറഞ്ഞു, 'ഒടുവിൽ, ഒടുവിൽ, ആ ഭീകരന്മാരായ തുർക്കികളിൽ ചിലർ കൊല്ലപ്പെടുന്നത് നമുക്ക് കാണാം. നമ്മുടെ പ്രതികാരം ഇപ്പോൾ തുടങ്ങുന്നു. നിങ്ങളുടെ മകൻ ഭാരതത്തിന്റെ പ്രതികാരദാഹികളിൽ ഒരാളായിരിക്കും.'

'ഹർ ഹർ മഹാദേവ്,' സോമേശ്വർ മന്ത്രിച്ചു.

'ഹർ ഹർ മഹാദേവ്,' ഇഖ്ബാൽ ആവർത്തിച്ചു.

അപ്പോൾ അവിടെ വെളിച്ചം പരന്നു.

ഖുസ്ദാർ പർവതനിരകൾക്ക് കിഴക്ക്, സൂര്യൻ പതുക്കെ തലയുയർത്തി ലോകത്തെ സൗമ്യമായി നോക്കുന്നത് സോമേശ്വർ കണ്ടു. ഏറ്റവും ഉയരമുള്ള പർവതത്തിന്റെ കൊടുമുടിയെ അത് പ്രകാശിപ്പിച്ചു. ആകാശങ്ങൾ തങ്ങളുടെ ജ്വലിക്കുന്ന നക്ഷത്രത്തെ കടുംചുവപ്പ് നിറത്തിൽ തുടുത്തുകൊണ്ട് സ്വാഗതം ചെയ്തു.

ഒരു ഒറ്റുകാരൻ കുതിരയോടിച്ച് വന്നു. അതിന്റെ അർത്ഥമെന്താണെന്ന് സോമേശ്വറിന് അറിയാമായിരുന്നു. ഖുസ്ദാർ താഴ്വരയ്ക്ക് മുൻപുള്ള അവസാനത്തെ മലമ്പാത കടന്ന് ശത്രുക്കളുടെ കുതിരപ്പടയെ കണ്ടിരിക്കുന്നു. അവർ ഏകദേശം ഒരു മണിക്കൂർ ദൂരത്തിലാണ്.

സമയമായിരിക്കുന്നു.

പോരാട്ടത്തിന്റെ സമയം.

'നാശം...' വിജയൻ മന്ത്രിച്ചു.

അദ്ദേഹം ക്ഷമയോടെ കാത്തിരിക്കുകയായിരുന്നു. കൃഷിയിടത്തിന് കിഴക്കുള്ള ഒരു മരത്തിൽ കയറിയ അദ്ദേഹത്തിന്, കുറച്ചകലെയുള്ള വേലിക്കെട്ടുകളുടെയും കൃഷിയിടത്തിന്റെ പ്രവേശന കവാടത്തിന്റെയും വ്യക്തമായ കാഴ്ചയുണ്ടായിരുന്നു. അമ്പെയ്യാൻ സാധിക്കുന്ന ദൂരപരിധിക്കുള്ളിലായിരുന്നു അദ്ദേഹം. അമാൽ അദ്ദേഹത്തിന് മുകളിലുള്ള ഒരു കൊമ്പിൽ നിലയുറപ്പിച്ചിരുന്നു. അയൽപ്പക്കത്തെ മരങ്ങളിലായി മറ്റ് പത്ത് ചോള സൈനികരും കാഴ്ചയിൽ നിന്ന് മറഞ്ഞ് നിലയുറപ്പിച്ചിരുന്നു. അമ്പും വില്ലുമേന്തി ഉയർന്ന സ്ഥലത്തിരിക്കുന്നതിന്റെ തന്ത്രപരമായ മുൻതൂക്കവും അവർക്കുണ്ടായിരുന്നു. വേലിക്കെട്ടുകളിൽ നിന്നുള്ള ആക്രമണം കാരണം തുർക്കികളുടെ മുന്നേറ്റം മന്ദഗതിയിലാകുമ്പോൾ, അവരിൽ പരമാവധി പേരെ അമ്പെയ്ത് വീഴ്ത്തുക എന്നതായിരുന്നു അവരുടെ ദൗത്യം. പുലകിതിന്റെ നേതൃത്വത്തിൽ നാൽപ്പത് കുതിരപ്പടയാളികൾ, ആട്ടിൻതൊഴുത്തിനും കുടിലിനും പിന്നിലായി കൃഷിയിടത്തിന് പടിഞ്ഞാറുള്ള മരങ്ങൾക്കിടയിൽ ഒളിച്ചിരുന്നു. ശരിയായ സമയത്ത് തുർക്കികളുടെ പാർശ്വഭാഗത്തുനിന്ന് ആക്രമിക്കാൻ അവർ കുതിച്ചെത്തും.

നാൽപ്പത് ഭാരതീയ സൈനികരും, നാനൂറ് ആയുധധാരികളായ അടിമകളും നരസിംഹന്റെ നേതൃത്വത്തിൽ കളപ്പുരയ്ക്കുള്ളിൽ കാത്തിരുന്നു. ചാവുനിലം.

തുർക്കികൾ കളപ്പുരയിലെത്തുന്നതിന് മുൻപ് അവരിൽ പരമാവധി പേരെ വധിക്കുക, അല്ലെങ്കിൽ കുതിരപ്പുറത്തുനിന്ന് താഴെയിറക്കുക, എന്നതായിരുന്നു ധ്രുവിനും പുലകിതിനും വിജയനും നൽകിയിരുന്ന ദൗത്യം. അതിനുശേഷം അവരെയെല്ലാം കൊന്നൊടുക്കേണ്ടത് നരസിംഹന്റെയും കൂട്ടാളികളുടെയും ചുമതലയായിരുന്നു.

'മഞ്ഞാണോ?' വിജയന്റെ 'നാശം' എന്ന വാക്കിന് മറുപടിയായി അമാൽ മന്ത്രിച്ചു.

പുതുതായി മഞ്ഞുവീഴ്ച തുടങ്ങിയിരുന്നു.

'മ്മ്,' വിജയൻ മൂളി.

'അതൊരു പ്രശ്നമല്ല,' അമാൽ പറഞ്ഞു. 'അത് നമ്മുടെ കാൽപ്പാടുകളെയും നമ്മൾ രാത്രി ചെയ്ത ജോലികളെയും മറയ്ക്കും. മഞ്ഞിൽ പുരണ്ട ചെളി കണ്ടാൽ കള്ളി വെളിച്ചത്താകും.'

'അത് ശരിയാണ്. പക്ഷേ പുതിയ മഞ്ഞുതുള്ളികൾ വേലിക്കെട്ടുകളെ വഴവഴപ്പുള്ളതാക്കും. അത് നമ്മുടെ പോരാളികൾക്ക് കുന്തങ്ങളും കരണ്ടികളും കൊണ്ട് കുത്തുന്നത് കൂടുതൽ ബുദ്ധിമുട്ടാക്കും. അടിമകൾ പരിശീലനം ലഭിച്ച സൈനികരല്ല. കുതിരപ്പുറത്തിരിക്കുന്ന തുർക്കികൾ നമുക്ക് ഏറ്റവും അപകടകാരികളായിരിക്കും. ആ കുതിരകളെ മുടന്തരാക്കുകയോ കൊല്ലുകയോ ചെയ്യേ പറ്റൂ.'

അമാൽ തലയാട്ടി. 'നമുക്കത് ധ്രുവിന് വിടാം. അവന്റെ കൂടെ ഇരുനൂറ് പേരുണ്ട്. ആവശ്യത്തിലധികം ആളുകൾ. അവൻ അത് ഭംഗിയായി ചെയ്യുമെന്ന് എനിക്കുറപ്പുണ്ട്.'

'വിധി ധ്രുവിന്റെ ദൗത്യത്തിനെതിരെ ഗൂഢാലോചന നടത്തിയിട്ടില്ലെന്ന് ഞാൻ ആശിക്കുന്നു, അത്രമാത്രം.'

'എനിക്ക് അള്ളാഹുവിൽ വിശ്വാസമുണ്ട്,' അമാൽ പറഞ്ഞു. 'അവൻ തുർക്കികളെ ഇവിടെ എത്തിച്ചത് നമ്മളാൽ കൊല്ലപ്പെടാനാണ്. എല്ലാം ശരിയാകും.'

'ഇൻഷാ അള്ളാഹ്,' വിജയൻ പറഞ്ഞു.

അള്ളാഹുവിന്റെ ഇച്ഛയുണ്ടെങ്കിൽ എന്നർത്ഥം വരുന്ന ഒരു അറബി പ്രയോഗമായിരുന്നു ഇൻഷാ അള്ളാഹ്.

'കൂടെ ശിവഭഗവാന്റെ അനുഗ്രഹവും,' അമാൽ കൂട്ടിച്ചേർത്തു.

അദ്ധ്യായം 19

ഖുസ്ദാർ യുദ്ധം

ഫിർദൗസിന്റെ തോട്ടം, ഖുസ്ദാറിനടുത്ത്, അഫ്ഗാനിസ്ഥാൻ

'ആആആഹ്! തുർക്കികൾ! അരുതേ!!!'

ഒരു കുട്ടി അലറിവിളിച്ചു. ഏതാണ്ട് നാടകീയമായി. ഒരു സൂചന കിട്ടിയതുപോലെ, മറ്റ് കുട്ടികളും കരയാൻ തുടങ്ങി. അവരോടൊപ്പമുണ്ടായിരുന്ന ഒരേയൊരു മുതിർന്ന സ്ത്രീ, അവരെ നിസ്സഹായയായി കൃഷിയിടത്തിന്റെ പ്രവേശന കവാടത്തിലേക്ക് ഓടിച്ചു.

'കുറച്ച് നാടകീയത കൂടിപ്പോയി,' വിജയൻ മന്ത്രിച്ചു. മരത്തിന് മുകളിലിരുന്ന് അദ്ദേഹത്തിന് എല്ലാം വ്യക്തമായി കാണാമായിരുന്നു. 'അവർ തുർക്കികളുടെ ശ്രദ്ധ ആകർഷിച്ച് ആക്രമിക്കാൻ പ്രേരിപ്പിക്കണം. പക്ഷേ ഇത് കുറച്ച് കൂടുതലായിപ്പോയെന്ന് തോന്നുന്നു.'

കുട്ടികൾ കൃഷിയിടത്തിന്റെ കവാടം കടന്ന് വേലിക്കെട്ടുകൾക്കിടയിലൂടെയുള്ള പാതയിലൂടെ അതിവേഗം ഓടി. അവരുടെ മേൽനോട്ടക്കാരിയായ സ്ത്രീ ഉറക്കെ അലറിക്കൊണ്ട് അവർക്ക് പിന്നാലെ ഓടി, 'ഓടിക്കോ, മക്കളേ! ഓടിക്കോ!'

'ഈ നാടകാഭിനയത്തിന് ഇവറ്റകളുടെ വിഹിതം കുറച്ച് കുറയ്ക്കണം,' അമാൽ കണ്ണുരുട്ടിക്കൊണ്ട് പറഞ്ഞു.

ഓട്ടത്തിനിടയിൽ കുട്ടികൾ ചിരിക്കുകയും പൊട്ടിച്ചിരിക്കുകയും ചെയ്യുന്നുണ്ടായിരുന്നു. ആ ഇളം പ്രായത്തിൽ, ഇത്രയധികം അനുഭവിച്ചിട്ടും, അവർക്കിത് ഒരു കളിയായി തോന്നി. പലരും

നിലംപറ്റിനിന്ന രാവിലത്തെ കനത്ത മൂടൽമഞ്ഞിനെ, മേഘങ്ങളെ തൊട്ടു കളിക്കുന്നതുപോലെ കൈകൾ കൊണ്ട് വകഞ്ഞുമാറ്റുന്നുണ്ടായിരുന്നു.

വിജയൻ തന്റെ വലതുകൈ ചൂണ്ടിപ്പറഞ്ഞു: 'അങ്ങോട്ട് നോക്ക്.'

വിജയൻ ചൂണ്ടിയ ദിക്കിലേക്ക് അമാൽ നോക്കി. തുർക്കികൾ ദൂരെയുള്ള കുന്നിൻ മുകളിൽ പ്രത്യക്ഷപ്പെട്ടു തുടങ്ങുന്നത് അവൾക്ക് കാണാമായിരുന്നു. മുന്നിൽ ഒറ്റയ്ക്ക് ഒരു ഭീമാകാരനായ കുതിരപ്പടയാളി. അയാൾക്ക് പിന്നാലെ, കുന്നിൻമുകളിൽ കറുത്ത നിഴലുകൾ പോലെ രൂപങ്ങൾ. പ്രേതങ്ങളെപ്പോലെ കനത്ത കോടമഞ്ഞിൽ നിന്ന് കുതിരപ്പടയാളികൾ ഉയർന്നുവന്നു. രാവിലത്തെ മൂടൽമഞ്ഞ് ഒരു മായക്കാഴ്ച സൃഷ്ടിച്ചു. മഞ്ഞിൻ മറയിൽ നിന്നും ഉയർന്നുവരുന്ന അമാനുഷിക പ്രേതങ്ങളുടെ അവസാനമില്ലാത്ത ഒരു നിരയെപ്പോലെ ആ ശത്രുനിര തോന്നിപ്പിച്ചു.

മുന്നിലുണ്ടായിരുന്ന ആ ഭീമാകാരനായ തുർക്കിക് കുതിരപ്പടയാളി തന്റെ വളഞ്ഞ വാൾ ഉറയിൽ നിന്നൂരി ഉയർത്തിപ്പിടിക്കുന്നത് വിജയനും അമലും കണ്ടു.

കുട്ടികളുടെ അലർച്ച ഫലം കണ്ടിരുന്നു. ആ ശബ്ദം മലകളിലേക്ക് മാറ്റൊലിക്കൊള്ളാൻ തക്ക ഉച്ചത്തിലായിരുന്നു. തങ്ങളുടെ വരവു കാണുമ്പോൾ തന്നെ ആളുകൾ ഭയന്നുവിറയ്ക്കുന്നത് തുർക്കികൾക്ക് ഒരു ശീലമായിരുന്നു.

അബു ഖാസിം തന്റെ ആളുകളുടെ നേരെ തിരിഞ്ഞു. 'ഗവർണ്ണർ-മുഫ്തിക്ക് വേണ്ട ആ പെൺകുട്ടിയെ ശ്രദ്ധിച്ചോണം,' അയാൾ മുന്നറിയിപ്പ് നൽകി. 'അവൾക്ക് ഒരു പോറൽ പോലും ഏൽക്കരുത്. മറ്റുള്ളവരുടെ കാര്യത്തിൽ... ഒരു ദയയും വേണ്ട!' അയാൾ തന്റെ വാൾ മുന്നോട്ട് ചൂണ്ടി അലറി. 'വിശ്വാസത്തിനുവേണ്ടി! സുൽത്താനുവേണ്ടി!'

'വിശ്വാസത്തിനുവേണ്ടി! സുൽത്താനുവേണ്ടി!' ഗസ്നവിഡ് സൈനികർ മുഴക്കി.

'എല്ലാവരെയും കൊല്ലൂ!' എന്ന് അബു ഖാസിം അലറിക്കൊണ്ട് തന്റെ കുതിരയെ മുന്നോട്ട് കുതിപ്പിച്ചു.

അബു ഖാസിമിന്റെ കുതിര ശക്തിയായി തലയുയർത്തി പിൻകാലുകളിൽ പൊങ്ങിനിന്നു. മുൻകുളമ്പുകൾ നിലത്ത് ആഞ്ഞിടിച്ച്, ആ മൃഗം ഭയാനകമായി ചാടി കുതിച്ചു. അതിവേഗം,

തുർക്കിക് കുതിരപ്പടയാളികൾ തങ്ങളുടെ നേതാവിനെ പിന്തുടർന്ന് ഇരമ്പിയാർത്തു.

'എല്ലാവരെയും കൊല്ലൂ!'

അവർ ആ കൃഷിയിടത്തിന് നേരെ പാഞ്ഞു. ഒരുപക്ഷേ അഞ്ചോ പത്തോ മിനിറ്റ് കുതിരപ്പുറത്ത് യാത്ര ചെയ്യാനുള്ള ദൂരമേ അവർക്കുണ്ടായിരുന്നുള്ളൂ.

തുർക്കികൾ ചൂണ്ടയിൽ കൊത്തിയിരിക്കുന്നു.

വിജയൻ ഉച്ചത്തിൽ ഒരു പക്ഷിവിളി മുഴക്കി. *അവർ വരുന്നു.*

വേലിക്കെട്ടുകൾക്കരികിൽ നിന്നും ധ്രുവ് മറ്റൊരു പക്ഷിവിളി മുഴക്കി. *ഞങ്ങൾ തയ്യാറാണ്.*

ധ്രുവിന് എതിർവശത്തുള്ള വേലിക്കെട്ടിന് പിന്നിൽ നിന്നും സെയ്ൻ ഹുസൈനും വിസിലടിച്ച് മറുപടി നൽകി.

പടിഞ്ഞാറ് ആട്ടിൻ തൊഴുത്തിനും വലിയ കുടിലിന് പിന്നിൽ ഒളിച്ചിരുന്ന പുലകിതും അതുപോലെ പ്രതികരിച്ചു. *ഞങ്ങൾ തയ്യാറാണ്.*

കളപ്പുരയിൽ നിന്ന് നരസിംഹൻ ഗാംഭീര്യമുള്ള ഒരു പക്ഷിവിളി മുഴക്കി. ജീവിച്ചിരിക്കുന്നതിൽ വെച്ച് ഏറ്റവും വലിയ വേട്ടപ്പക്ഷിയായ പരുന്തിന്റെ അലർച്ച പോലെ. ഗാംഭീര്യമുള്ള ഒരു പുരുഷശബ്ദത്തിൽ. *അവർകൾ വരട്ടും!*

നരസിംഹന്റെ സന്ദേശം ഇന്ത്യയുടെ പടനിലങ്ങളിലാകെ സുപരിചിതമായ ഒന്നാണ്. കെണി വിരിച്ച്, ഇരകൾക്കായി കാത്തിരിക്കുമ്പോൾ കൈമാറുന്ന സന്ദേശം. ഹിന്ദിയിൽ ആരോ ആനെ ദോ എന്ന് അലറി. പഞ്ചാബിൽ ആരോ ആൻ ദെയോ എന്നും.

അവർ വരട്ടെ!

—◦◦—

തുർക്കികൾ കവാടത്തിന് നേരെ പാഞ്ഞു. പെട്ടെന്നുതന്നെ അവർ ആ ഇടുങ്ങിയ വഴിയിൽ കുടുങ്ങി.

അടിമക്കുട്ടികളും അവരുടെ മേൽനോട്ടക്കാരനും ഫാമിന്റെ തെക്കേയറ്റത്തുള്ള കളപ്പുരയിലേക്ക് എപ്പോഴേ ഓടിപ്പോയിരുന്നു. നരസിംഹൻ കൽപ്പിച്ചതുപോലെ, ദസർണ കുട്ടികളെ കളപ്പുരയുടെ

മറ്റേ അറ്റത്തേക്ക് നയിച്ചു. അവിടെ കാഴ്ചയിൽ നിന്ന് മറഞ്ഞ്, അവർ കളപ്പുരയുടെ പിൻവാതിലിലൂടെ പുറത്തുകടന്നു. കുറച്ച് സ്ത്രീകൾ അവിടെ അവരെ കാത്തുനിന്നിരുന്നു. അവർ കുട്ടികളെ കളപ്പുരയുടെയും തെക്കുഭാഗത്തായി സ്ഥിതിചെയ്യുന്ന ഇടതൂർന്ന കാട്ടിലേക്ക് കൊണ്ടുപോയി. നൂറുകണക്കിന് കുട്ടികളും വൃദ്ധന്മാരും പോരാളികളല്ലാത്ത സ്ത്രീകളും അവിടെ ഒളിച്ചിരുന്നു. സോമേശ്വറും ഇഖ്ബാലും അവരോടൊപ്പമുണ്ടായിരുന്നു. അവർക്ക് വ്യക്തമായ നിർദ്ദേശങ്ങൾ നൽകിയിരുന്നു. ഭാരതീയർ യുദ്ധത്തിൽ തോൽക്കുകയാണെന്ന് തോന്നിയാൽ, തുർക്കികളുടെ പിടിയിലാവാതിരിക്കാൻ അവർ പട്ടണത്തിലേക്ക് ഓടിപ്പോയി അവിടെയുള്ളവരുമായി ഇടകലരാൻ ശ്രമിക്കണം.

അതേസമയം, ആ ഇടുങ്ങിയ വഴിയിൽ എത്തിയപ്പോൾ, അബു ഖാസിം തന്റെ സൈനികരോട് മൂന്ന് കുതിരപ്പടയാളികൾ വീതമുള്ള നിരകളായി വേലിക്കെട്ടുകൾക്കിടയിലൂടെയുള്ള പാതയിലേക്ക് പ്രവേശിക്കാൻ ഉത്തരവിട്ടു.

തുർക്കികൾ അവരുടെ തുകൽ കൊണ്ടുള്ള ഉടൽ കവചങ്ങൾ ധരിച്ചിട്ടില്ലെന്ന് വിജയനും അമലും ശ്രദ്ധിച്ചിരുന്നു. അവർ വില്ലുകളിൽ ഞാൺ കെട്ടിയിട്ടുമില്ലായിരുന്നു. യുദ്ധം ഉറപ്പില്ലെങ്കിൽ യോദ്ധാക്കൾ അങ്ങനെ ചെയ്യാറില്ല, കാരണം വില്ലിൽ ഇപ്പോഴും ഞാൺ കെട്ടിവെക്കുന്നത് അതിന്റെ വളവുകളെയും ഞാണിനെയും ഒരുപോലെ ദുർബലമാക്കും.

തുർക്കികൾ ഗൗരവമേറിയ ഒരു പോരാട്ടമല്ല, മറിച്ച് എളുപ്പമുള്ള ഏകപക്ഷീയമായ ഒരു കൂട്ടക്കൊലയാണ് പ്രതീക്ഷിച്ചതെന്ന് വ്യക്തമായിരുന്നു. തളർന്നുപോയ, ഭീരുക്കളായ അടിമകളുടെ ഈ ആൾക്കൂട്ടത്തിന് തങ്ങളുടെ വാളുകളും കത്തികളും തന്നെ ധാരാളമാണെന്ന് അവർ കരുതി.

പടയാളികളുടെ ഏറ്റവും വലിയ ശത്രുക്കളിലൊന്ന് അമിതമായ ആത്മവിശ്വാസമാണ്. അതുമൂലം പല യുദ്ധങ്ങളും പരാജയപ്പെട്ടിട്ടുണ്ട്.

'അയാൾ പതുക്കെയാണ് നീങ്ങുന്നത്,' അമാൽ മന്ത്രിച്ചു. 'വേലിക്കെട്ടുകൾക്കിടയിലൂടെയുള്ള പാതയിലൂടെ കുതിച്ചുപായുന്നില്ല.'

രാവിലത്തെ കനത്ത മൂടൽമഞ്ഞ് ഒരു തടസ്സമായി പ്രവർത്തിക്കുന്ന വേലിക്കെട്ടുകളിലെ സമൃദ്ധമായ ഇലകളും കുറ്റിച്ചെടികളും കാരണം

പാത അവ്യക്തമായിരുന്നു. ഒരു മേഘം തന്നെ പാതയിലേക്ക് ഇറങ്ങിവന്നതുപോലെ മഞ്ഞ് അത്രയ്ക്ക് കനത്തിരുന്നു. ഇത് കാരണം, പാത ഉപയോഗിക്കുന്നവർക്ക് നിലത്തുനിന്ന് രണ്ടടി ഉയരം വരെ ഒന്നും കാണാൻ കഴിയുമായിരുന്നില്ല.

തുർക്കികൾക്ക് വേഗത കുറയ്ക്കേണ്ടി വന്നു. ഈ വഴിയിലൂടെ അവർക്ക് കുതിച്ചുപായുന്നതിനെക്കുറിച്ച് ചിന്തിക്കാൻ പോലും കഴിഞ്ഞില്ല. തങ്ങളുടെ കുതിരകൾ നിലത്ത് തെന്നിവീണാലോ തട്ടിത്തടഞ്ഞാലോ? ഫലത്തിൽ, തുർക്കിക് കുതിരകൾ ഇടത്തും വലത്തുമുള്ള വേലിക്കെട്ടുകളാൽ ഞെരുങ്ങി, മൂന്നുപേർ വീതമുള്ള നിരയായി, പതുക്കെയും ശ്രദ്ധയോടെയും മുന്നോട്ട് നീങ്ങി.

ഗംഭീരം.

ഇപ്പോൾ കുത്താൻ വളരെ എളുപ്പമായിരിക്കും.

അമാൽ പുഞ്ചിരിച്ചു. അള്ളാഹു നമ്മോടൊപ്പമുണ്ട്.

വിജയൻ മരങ്ങളിലുള്ള തന്റെ ആളുകൾക്ക് ഒരു പക്ഷിവിളിയിലൂടെ സൂചന നൽകി. *കാത്തിരിക്കുക. ഇപ്പോൾ അമ്പെയ്യരുത്.*

അവസാനത്തെ തുർക്കിയും ഗേറ്റിനുള്ളിൽ കടന്നതിന് ശേഷം മാത്രം ആക്രമണം തുടങ്ങാനാണ് അവൻ ആഗ്രഹിച്ചത്. എങ്കിലേ ആർക്കും രക്ഷപ്പെടാൻ കഴിയാതിരിക്കുകയുള്ളൂ.

ധ്രുവിനും ഇതേ ആശയം തന്നെയായിരുന്നു. തന്നിൽ നിന്ന് ഉത്തരവ് കേൾക്കുന്നതുവരെ ഒരു ശബ്ദവും ഉണ്ടാക്കുകയോ കുന്തങ്ങളോ മുൾക്കരണ്ടികളോ ഉപയോഗിച്ച് കുത്തുകയോ ചെയ്യരുതെന്ന് അവൻ അടിമകൾക്ക് കർശന നിർദ്ദേശം നൽകിയിരുന്നു. ആക്രമണം ആരംഭിക്കുമ്പോൾ തുർക്കികളിൽ ആരെങ്കിലും പിന്നിലൂടെ കുതിരയോടിച്ച് രക്ഷപ്പെടാനുള്ള അവസരം നൽകാൻ അവൻ ആഗ്രഹിച്ചില്ല.

വേലിക്കെട്ടിന് പിന്നിൽ ഒളിച്ചിരിക്കുന്ന ധ്രുവിന് തുർക്കികളെ ഒട്ടും കാണാൻ കഴിഞ്ഞില്ല. അവന് കുതിരകളുടെ ശബ്ദം മാത്രമേ കേൾക്കാൻ കഴിഞ്ഞുള്ളൂ. അവൻ വിജയന്റെ ഉച്ചത്തിലുള്ള പക്ഷിവിളിക്കായി കാത്തിരുന്നു.

മരങ്ങൾക്ക് മുകളിൽ നിന്ന് തുർക്കികളെ വ്യക്തമായി കാണാമായിരുന്ന വിജയൻ, അവസാനത്തെ നിര തുർക്കിക് പടയാളികളും പ്രധാന കവാടം കടന്ന്, വളഞ്ഞൊഴുകി ഫിർദൗസിന്റെ

വിശാലമായ തുറന്ന കൃഷിയിടത്തിലേക്ക് പ്രവേശിക്കുന്ന പാതയിലേക്ക് കടക്കുന്നത് കണ്ടു. കുതിരപ്പുറത്തുള്ള തുർക്കിക് പടയാളികളുടെ ആദ്യ നിര, വളഞ്ഞ വേലിക്കെട്ട് പാതയുടെ മറ്റേ അറ്റത്ത് നിന്ന് അധികം ദൂരെയല്ലാതെ എത്തിയിരുന്നു.

അവരെല്ലാവരും അകത്തായിരിക്കുന്നു.

കെണിയിൽ വീണിരിക്കുന്നു.

സമയമായി.

വിജയൻ തന്റെ ദേവിയെ സ്മരിച്ചുകൊണ്ട് മന്ത്രിച്ചു, 'മധുര മീനാക്ഷിയാണെ.'

തുടർന്ന് ആ പാണ്ഡ്യൻ, ഒരു മയിലിന്റെ ഇണചേരാനുള്ള കരച്ചിലിനെ അനുകരിച്ച്, വേലിക്കെട്ടുകൾക്ക് പിന്നിലുള്ള തന്റെ കൂട്ടാളികൾക്കായി ഉച്ചത്തിൽ ഒരു പക്ഷിവിളി മുഴക്കി.

തുർക്കികൾ വ്യക്തമായ ആ ചോദ്യം ചോദിക്കേണ്ടതായിരുന്നു: ഈ പ്രദേശത്ത് ഒരു മയിലിന് എന്ത് കോപ്പാണ് കാര്യം?!

എന്നാൽ രക്തദാഹവും അമിത ആത്മവിശ്വാസവും അവരുടെ ചിന്തയെ മറച്ചിരുന്നു.

'ആക്രമിക്കൂ!' ധ്രുവ് അലറി. അവന്റെ ഉത്തരവ് ഉച്ചത്തിലും വ്യക്തവുമായിരുന്നു.

ഏതാണ്ട് അതേ നിമിഷം, പാതയുടെ എതിർവശത്തുള്ള വേലിക്കെട്ടിന് പിന്നിൽ നിന്ന് സെയ്ൻ ഹുസൈനും ഉഗ്രമായി അലറി, 'ആക്രമിക്കൂ!'

അടിമകൾ തങ്ങളുടെ കുന്തങ്ങൾ കൊണ്ട് മുന്നോട്ട് നിർദയമായി കുത്താൻ തുടങ്ങി. തുർക്കികൾ സഞ്ചരിച്ചിരുന്ന പടക്കുതിരകളുടെ വയറുകളിലേക്ക് ആഴത്തിൽ. അടിമകൾ ഇതിനുമുമ്പ് ആരെയും കൊന്നിട്ടില്ല എന്ന് അനുമാനിച്ചതുകൊണ്ട് അവർ അൽപം മടിച്ചുനിൽക്കുമെന്ന് ധ്രുവ് കരുതിയിരുന്നു. പ്രത്യേകിച്ച്, ആ ഭീകരന്മാരായ തുർക്കികളുടെ ഭാരം ചുമന്നു എന്ന ഒരൊറ്റ കുറ്റം മാത്രം ചെയ്ത നിരപരാധികളായ കുതിരകളെ കുത്തുമ്പോൾ.

അതുകൊണ്ടാണ് ഓരോ കുതിരയ്ക്കും ഓരോ കൊലയാളിയെ എന്ന കണക്കിൽ അവൻ ഇരുന്നൂറ് അടിമകളെ ഈ ദൗത്യമേൽപ്പിച്ചത്.

എന്നാൽ മോചിതരായ അടിമകൾ ഒട്ടും മടിച്ചില്ല. വർഷങ്ങളായി അടിച്ചമർത്തപ്പെട്ട ക്രോധം ഒടുവിൽ ഒരു വഴി കണ്ടെത്തിയിരുന്നു.

അവർ ആവർത്തിച്ച് കുത്തിക്കൊണ്ടേയിരുന്നു. അതിവേഗത്തിലുള്ള ക്രൂരമായ പ്രഹരങ്ങൾ.

കുന്തങ്ങളും മുൾക്കരണ്ടികളും വയറുകളിലേക്ക് ക്രൂരമായി തുളച്ചുകയറിയപ്പോൾ കുതിരകൾ വേദനകൊണ്ട് ഉച്ചത്തിൽ ചിനച്ചു. ആ മൃഗങ്ങൾ ഭ്രാന്തമായി കുതറാൻ തുടങ്ങി. അവയുടെ പുറത്തിരുന്ന തുർക്കികൾ പിടിച്ചുനിൽക്കാൻ തീവ്രമായി ശ്രമിച്ചു.

'ഒളിപ്പോര്!'

'ഒളിപ്പോര്!'

തുർക്കികളിൽ നിന്ന് ആ അലർച്ചകൾ ഉയർന്നു. എന്നാൽ സമയം വൈകിപ്പോയിരുന്നു. അവർ കെണിയിൽ അകപ്പെട്ടിരുന്നു. ധ്രുവ് ഇതിനകം കുതിരകളെ കൊന്നിരുന്നു, കവാടത്തിനരികിൽ വെച്ച് തന്നെ തുർക്കികൾ നിലംപതിച്ചിരുന്നു. ആ ഇടുങ്ങിയ വഴിയിൽ നിന്ന് രക്ഷപ്പെടാനുള്ള എല്ലാ മാർഗ്ഗവും അടഞ്ഞു.

'നിർത്താതെ കുത്ത്! കുത്തിക്കൊല്ലുവരെ!' ധ്രുവ് ഇടിമുഴക്കം പോലെ ആക്രോശിച്ചു.

തങ്ങളെ ക്രൂരമായും നിർദ്ദയമായും കുത്തിക്കീറുന്ന കൂർത്തമുനകളിൽ നിന്ന് ഒഴിഞ്ഞുമാറാൻ കുതിരകൾ വെപ്രാളത്തോടെ ശ്രമിച്ചു. എന്നാൽ രക്ഷപ്പെടാൻ അവയ്ക്ക് ഒരിടവും ഉണ്ടായിരുന്നില്ല. ആ ഇടുങ്ങിയ വഴിയിൽ ആ മൃഗങ്ങൾ അപകടകരമാംവിധം തിങ്ങിഞെരുങ്ങിയിരുന്നു. മൂന്നു നിരകളായി വന്ന കുതിരപ്പടയുടെ ഇടത്തും വലത്തുമുള്ള നിരകളിലെ കുതിരകൾക്ക് ഒരു സാധ്യതയുമുണ്ടായിരുന്നില്ല. അടിമകൾ അത്രയും വെറിയോടെ മുന്നോട്ട് കുന്തം ആഞ്ഞാഞ്ഞു കുത്തിയതുകൊണ്ട് പല മൃഗങ്ങളുടെയും വയറുകൾ കീറിപ്പിളർന്നു, അവയുടെ കുടൽമാലകൾ പുറത്തേക്ക് വഴുതിവീണു. ചില അടിമകൾ കുന്തങ്ങൾ മുകളിലേക്ക് ചൂണ്ടി, തുർക്കികളെത്തന്നെ കുത്തി മുറിവേൽപ്പിച്ചു.

തുർക്കികൾക്ക് ഒരവസരവും കിട്ടിയില്ല. കുറഞ്ഞത് ഒരു കുന്തത്തിന്റെയത്രയും ദൂരെയുള്ള അടിമകളുടെ അടുത്തേക്ക് എത്താൻ അവരുടെ വാളുകൾക്ക് കഴിഞ്ഞില്ല. പല തുർക്കികളും ഭ്രാന്തമായോടുന്ന കുതിരകളുടെ പുറത്തുനിന്ന് നിലത്തുവീഴുകയും അവയുടെ കുളമ്പുകൾക്കടിയിൽ ഞെരിഞ്ഞമരുകയും ചെയ്തു. മൃഗങ്ങളും മനുഷ്യരും ഒരുപോലെ നിലംപതിച്ചപ്പോൾ നാലുപാടും

ചോര തെറിച്ചു. ആ ചോര വെളുത്ത മഞ്ഞുമൂടിയ ഭൂമിയെ പതിയെ ചെഞ്ചായം പൂശി.

നിരവധി യുദ്ധങ്ങൾ കണ്ട, അനുഭവസമ്പന്നനായ അബു ഖാസിമിന്, കളിയുടെ പോക്ക് മാറ്റിയെടുക്കാൻ അധികം സമയമില്ലെന്ന് മനസ്സിലായി. താൻ ഒരു കെണിയിലേക്ക് എടുത്തുചാടിയിരിക്കുന്നു.

അമിതമായ ആത്മവിശ്വാസം. പല പോരാളികളുടെയും പതനത്തിന് കാരണമായ വികാരം.

'മുന്നോട്ട്!' കോപാകുലനായ ഖാസിം അലറി. 'രക്ഷപ്പെടാനുള്ള ഒരേയൊരു വഴി ഇത് ഭേദിച്ച് മുന്നോട്ട് പോവുക എന്നതാണ്!'

'രക്ഷപ്പെടാനുള്ള ഒരേയൊരു വഴി മുന്നോട്ട് മാത്രം!'

ആ ഉത്തരവ് കുതിരപ്പടയിലുടനീളം തൽക്ഷണം പടർന്നു. ഓരോ പടയാളിയും അത് ഉറക്കെ വിളിച്ചുപറഞ്ഞു. തുർക്കികളുടെ മികച്ച പരിശീലനം അവിടെ പ്രകടമായി.

'മുന്നോട്ട്!'

നടുവിലെ നിരയിലുണ്ടായിരുന്ന തുർക്കി പടയാളികൾ തങ്ങളുടെ കുതിരകളെ ആഞ്ഞു ചവിട്ടി മുന്നോട്ട് കുതിച്ചു, ഇടത്തും വലത്തുമുള്ള തങ്ങളുടെ കൂട്ടരെ മരണത്തിന് വിട്ടുകൊടുത്ത് അവർ ചോര തെറിച്ച വഴിയിലൂടെ പാഞ്ഞു. കനത്ത മൂടൽമഞ്ഞിനെ അവർ ഗൗനിച്ചില്ല. അവരുടെ സേനാപതി ഉത്തരവിട്ടു. അവർ അനുസരിച്ചു.

തുർക്കികൾ രാക്ഷസന്മാരായിരുന്നു. പക്ഷേ, അവർ ധീരരായ രാക്ഷസന്മാരായിരുന്നു.

'മുന്നോട്ട്!'

തുർക്കികളുടെ കുതിരപ്പടയുടെ മൂന്നിൽ രണ്ട് ഭാഗവും ആ വേലിക്കെട്ടുകൾക്കിടയിലെ ഇടുങ്ങിയ വഴിയിൽ നാമാവശേഷമായി. പക്ഷേ, ബാക്കിയുള്ളവർ, ഏകദേശം എഴുപതിൽ പരം വരുന്ന അവർ, വളപ്പിലെ തുറന്ന സ്ഥലത്തേക്ക് ഇരച്ചുകയറി.

'അണിനിരക്കുക!' അബു ഖാസിം ആക്രോശിച്ചു.

എന്നാൽ മുന്നോട്ട് കുത്തിക്കയറുന്ന അടിമകളുടെ നിലവിളിയിൽ ആ ശബ്ദം മുങ്ങിപ്പോയതുകൊണ്ട് എല്ലാ തുർക്കികൾക്കും അദ്ദേഹത്തിന്റെ കൽപ്പന കേൾക്കാനായില്ല. മുന്നിലെ നിരയിലുണ്ടായിരുന്ന ചില തുർക്കികൾ സഹജവാസനയാൽ

പച്ച വേലിക്കെട്ടിന് പിന്നിൽ നിന്ന് തങ്ങളെ ആക്രമിക്കുന്നവരെ കൊല്ലാനായി കുതിരകളെ തിരിച്ചു. കുതിരപ്പുറത്ത് പാഞ്ഞുവരുന്ന പടയാളികൾക്കെതിരെ ഒരവസരവും കിട്ടാതെ കുറച്ച് അടിമകൾ അവിടെ വെട്ടേറ്റു വീണു.

'അണിനിരക്കുക!' അബു ഖാസിം വീണ്ടും ഗർജ്ജിച്ചു.

അയാൾ കൂടുതൽ കെണികൾ പ്രതീക്ഷിച്ചു. അയാളുടെ കണക്കുകൂട്ടൽ ശരിയായിരുന്നു.

തുർക്കികൾക്ക് അണിനിരക്കാൻ കഴിയുന്നതിന് മുൻപ്, കിഴക്കുഭാഗത്തുള്ള മരങ്ങളിൽ നിന്ന് മാരകമായ അമ്പുകളുടെ വർഷം അവരുടെ മേൽ പതിച്ചു.

വിജയനും അമാലും, കൂടെ പത്ത് ചോള-പർമർ സൈനികരും.

'അമ്പ് പെയ്യട്ടെ!' വിജയൻ ആക്രോശിച്ചു.

മരക്കൊമ്പുകളിലിരുന്ന വില്ലാളികൾക്ക് ഉയർന്ന സ്ഥലത്തിരിക്കുന്നതിന്റെ മുൻതൂക്കമുണ്ടായിരുന്നു. അത് അവരുടെ ഉന്നം കൃത്യവും സൂക്ഷ്മവുമാക്കി.

അവർ തുടർച്ചയായി, നിർദ്ദയമായി അമ്പെയ്തു.

ഓരോ അമ്പും ലക്ഷ്യം കണ്ടു. സാധാരണ കവചങ്ങളോ പ്രതിരോധിക്കാനുള്ള അവസരമോ ഇല്ലാതെ നിന്ന തുർക്കികൾക്ക് തുടർച്ചയായി പ്രഹരമേറ്റു. മൂർച്ചയേറിയ ആ അസ്ത്രങ്ങൾ ഗസ്നവിഡുകളുടെ കണ്ണുകളിലും കവിളുകളിലും കഴുത്തിലും നെഞ്ചിലും കാലിലുമെല്ലാം ആഴത്തിൽ തറച്ചുകയറി. പല തുർക്കികൾക്കും ഒന്നിലധികം തവണ അമ്പേറ്റു. അവർ കാഴ്ച്ചയിൽ മനുഷ്യരൂപമുള്ള മുള്ളൻപന്നികളെപ്പോലെ തോന്നിച്ചു.

തുർക്കികൾ സഹജമായി തിരിഞ്ഞ് വളപ്പിന്റെ പടിഞ്ഞാറ് ഭാഗത്തേക്ക് കുതിരകളെ ഓടിച്ചു. എന്നാൽ അവരുടെ ദുരിതം അവസാനിച്ചിരുന്നില്ല. അവർ നേരെ ചെന്നുപെട്ടത് മറ്റൊരു അമ്പെയ്ത്ത് പടയുടെ മുന്നിലേക്കായിരുന്നു.

പുലകിത് തന്റെ നാൽപ്പത് കുതിരപ്പടയാളികളെയും നയിച്ച് യുദ്ധത്തിലേക്ക് കുതിച്ചു. ആട്ടിൻ തൊഴുത്തിനും കുടിലിനും പിന്നിൽ ഒളിച്ചിരുന്ന അവർ, പുതിയ ഉന്മേഷത്തോടെയും കൊല്ലാനുള്ള ആവേശത്തോടെയുമാണ് വന്നത്. കുതിരപ്പുറത്തിരുന്ന് അവർ

തുർക്കികൾക്ക് നേരെ ഒന്നിന് പുറകെ ഒന്നായി അമ്പുകളുടെ വർഷം ചൊരിഞ്ഞു. കൂടുതൽ ഗസ്നവിഡുകൾ കൊല്ലപ്പെട്ടു.

ഇതിനോടകം പരിഭ്രാന്തരും ധൈര്യം ചോർന്നവരുമായ തുർക്കികൾ, ഓരോ തിരിവിലും തങ്ങളെ കാത്തിരിക്കുന്ന കെണികൾ കണ്ട് വീണ്ടും കുതിരകളുടെ കടിഞ്ഞാൺ വലിച്ച് ദിശ മാറ്റി, നിരാശയോടെ തെക്ക് ഭാഗത്തേക്ക് പാഞ്ഞു. ആ വളപ്പിൽ ആക്രമണം ഉണ്ടാവാത്ത ഒരേയൊരു ദിശ അതായിരുന്നു.

മരങ്ങൾക്ക് മുകളിലുള്ള വിജയന്റെ സൈന്യവും തുർക്കികളെ പിന്തുടരുന്ന പുലകിതിന്റെ കുതിരപ്പടയാളികളുടെ സൈന്യവും അമ്പുകൾ ആ കാട്ടാളന്മാരുടെ മേൽ വർഷിച്ചുകൊണ്ടേയിരുന്നു. അമ്പുകൾ നിർദ്ദയമായി തറച്ചുകയറി കൂടുതൽ ഗസ്നവിഡ് സൈനികർ നിലംപതിച്ചു.

'കളപ്പുരയിലേക്ക്!' തുർക്കി പടയാളികൾക്കിടയിൽ നിന്ന് ഒരു നിലവിളി ഉയർന്നു.

കളപ്പുര ശൂന്യമാണെന്ന് തോന്നി. വാതിൽക്കൽ ആരുമില്ലായിരുന്നു. ഉള്ളിൽ നിന്ന് ഒരു ശബ്ദവും കേട്ടില്ല. അത് സുരക്ഷിതമായി തോന്നി. എന്നാൽ കാഴ്ചകൾ ചിലപ്പോൾ ചതിക്കുന്നവയാണ്.

'കളപ്പുരയിലേക്ക്!' ഗസ്നവിഡുകൾ വീണ്ടും അലറി.

വളപ്പിൽ അലയടിച്ച ബഹളത്തിലും ആശയക്കുഴപ്പത്തിലും, അവരുടെ സേനാപതി അബു ഖാസിമിന്റെ ഉത്തരവ് വളരെ കുറച്ചുപേർ മാത്രമേ കേട്ടുള്ളൂ.

'കളപ്പുരയിലേക്ക് പോകരുത്! ചുറ്റിപ്പോകൂ! ചുറ്റിപ്പോകൂ!'

ഖാസിം പറഞ്ഞത് ശരിയായിരുന്നു. ഈ കെണി കൃത്യമായി ആസൂത്രണം ചെയ്ത ഒരു മികച്ച സൈനിക ബുദ്ധിയെയാണ് തങ്ങൾ നേരിടുന്നതെന്ന് അപ്പോഴേക്കും അദ്ദേഹം തിരിച്ചറിഞ്ഞിരുന്നു. കളപ്പുരയിൽ ഇതിലും വലിയൊരു കെണി തങ്ങളെ കാത്തിരിക്കുന്നുണ്ടെന്ന് അദ്ദേഹം ഊഹിച്ചു. അതിനുചുറ്റും ഓടിച്ചുപോകാനാണ് അദ്ദേഹം ആഗ്രഹിച്ചത്.

എന്നാൽ അദ്ദേഹത്തിന്റെ രണ്ട് സൈനികർ മാത്രമേ ആ കൽപ്പന കേട്ട് അനുസരിച്ചുള്ളൂ.

അവശേഷിച്ച നാൽപ്പതോളം ഗസ്നവിഡ് സൈനികർ നേരെ കളപ്പുരയിലേക്ക് ഓടിക്കയറി.

നേരെ നരസിംഹന്റെ മടയിലേക്ക്. അവിടെ അദ്ദേഹത്തിന്റെ നാൽപ്പത് സൈനികരും ആയുധധാരികളായ നാനൂറ് അടിമകളും അവർക്കായി കാത്തുനിൽപ്പുണ്ടായിരുന്നു.

അവർകൾ വരട്ടും!

അവർ വരട്ടെ!

അവർ വരട്ടെ! കാരണം ജീവനോടെ അവർ തിരിച്ചുപോകില്ല!

കളപ്പുരയിലേക്ക് ഓടിക്കയറിയ നാൽപ്പത് ഗസ്നവിഡുകൾക്ക് ഒരു സാധ്യതയുമുണ്ടായിരുന്നില്ല. മുന്നിലും വശങ്ങളിലുമായി നരസിംഹന്റെ സൈനികർ അവർക്കായി കാത്തിരിപ്പുണ്ടായിരുന്നു. എളുപ്പത്തിൽ വലിച്ചെടുക്കാനായി നിരവധി അമ്പുകൾ നിലത്ത് കുത്തിനിർത്തി അവർ തയ്യാറായിരുന്നു. ഒരു അമ്പ് ഇതിനകം തന്നെ തൊടുത്തിരുന്നു.

അകത്തേക്ക് കയറിയ ഉടൻ തന്നെ തുർക്കികളെ വരവേറ്റത് അമ്പുകളുടെ ഒരു പെരുമഴയായിരുന്നു. അവർക്ക് പ്രതികരിക്കാൻ കഴിയുന്നതിന് മുൻപ്, ഓരോ ഭാരതീയ സൈനികനും നിലത്തുനിന്ന് അടുത്ത അമ്പെടുത്ത് വീണ്ടും വീണ്ടും എയ്തു.

'പിൻവാങ്ങുക!'

തുർക്കികൾ കുതിരകളെ തിരിക്കാൻ തുടങ്ങിയപ്പോഴേക്കും, പുലകിതും അദ്ദേഹത്തിന്റെ കുതിരപ്പടയും അവരുടെ പിന്നിലായി കളപ്പുരയിലേക്ക് ഇരച്ചെത്തി. കളപ്പുരയുടെ പ്രവേശന കവാടത്തിൽ നിന്ന് ഭാരതീയ സൈനികർ സമയമെടുത്ത് നന്നായി ഉന്നം പിടിച്ച് ഗസ്നവിഡുകളുടെ അവസാന നിരയിലേക്ക് കൃത്യമായി അമ്പെയ്തു. അവരുടെ പിരടിയിൽ, മുടിയിഴകൾ തുടങ്ങുന്ന ഭാഗത്തേക്ക് തന്നെ. ഓരോ അമ്പും അതിന്റെ ലക്ഷ്യം കണ്ടു. അവസാന നിരയിലെ എല്ലാ തുർക്കികളും കഴുത്തിൽ അമ്പുകൾ തുളച്ചുകയറി നിലംപതിച്ചു.

ഭാരതീയർ സാധാരണയായി ശത്രുവിനെ പിന്നിൽ നിന്ന് ആക്രമിക്കാറില്ല. കാരണം അത് അധാർമ്മികമായി

കണക്കാക്കപ്പെട്ടിരുന്നു. എന്നാൽ തുർക്കികൾ മറ്റുള്ളവരോട് എങ്ങനെ പെരുമാറിയോ, അതേ രീതിയിൽത്തന്നെ അവരോടും പെരുമാറേണ്ടിയിരുന്നു.

മഹാഭാരത ഇതിഹാസത്തിലെ ജ്ഞാനിയായ വിദുരർ പറഞ്ഞതുപോലെ, 'ശഠേ ശാഠ്യം സമാചരേത്.' ദുഷ്ടനോട് കടുത്ത ദുഷ്ടത തന്നെ പ്രയോഗിക്കണം.

മിക്ക തുർക്കികളും ഇതിനകം മരിച്ചിരുന്നു. രക്ഷപ്പെട്ട ചുരുക്കം ചിലർ കുതിരപ്പുറത്തുനിന്ന് വീണിരുന്നു. അടിമകൾ കുന്തങ്ങളും മുൾക്കരണ്ടികളുമായി മുന്നോട്ട് പാഞ്ഞടുത്തു. അവർ ഗസ്നവിഡുകളെ വീണ്ടും വീണ്ടും കുത്തി. അവരിൽ ചിലർ പുറത്തേക്ക് ഓടി, നിലത്ത് കിടക്കുന്ന തുർക്കികളെ കണ്ടെത്തി. ചിലർക്ക് പരിക്കേറ്റിരുന്നു, ചിലർ മരിച്ചിരുന്നു. അടിമകൾ അവരെയെല്ലാം കുത്തി. ആവർത്തിച്ച്. എന്നിട്ട് അവർ തുർക്കികളുടെ മൃതദേഹങ്ങൾ വികൃതമാക്കാൻ തുടങ്ങി.

അതേസമയം, ധ്രുവ് തന്റെ രക്ഷപ്പെട്ട അടിമകളുടെ സംഘത്തെയും നയിച്ച് ആ ഇടുങ്ങിയ വഴിയിലേക്ക് കടന്നു, അവിടെ പരിക്കേറ്റ് കിടന്ന എല്ലാ തുർക്കികളെയും അവർ വീണ്ടും വീണ്ടും കുത്തിക്കൊന്നു. അവർ മരിച്ചുവെന്ന് ഉറപ്പാക്കി. ധ്രുവിന്റെ നിർദ്ദേശങ്ങൾ വകവെക്കാതെ, ഇവിടേയും ചില അടിമകൾ തുർക്കികളുടെ ശവശരീരങ്ങൾ വികൃതമാക്കാൻ തുടങ്ങി.

എന്നിരുന്നാലും, നരസിംഹന്റെ സൈനികർ അദ്ദേഹത്തോടൊപ്പം അച്ചടക്കത്തോടെ നിന്നു. അവർ ഭാരതീയ സൈനികരായിരുന്നു. അവർക്ക് ദുഷ്ടരാകാൻ കഴിഞ്ഞേക്കും, പക്ഷേ ഒരിക്കലും കാട്ടാളന്മാരാകാൻ കഴിയില്ല. അവർ ശത്രുക്കളുടെ മൃതദേഹങ്ങളെ വികൃതമാക്കുകയില്ല.

ഭാരതീയ സൈനികർ അടുത്ത ഉത്തരവുകൾക്കായി കാത്തുനിന്നു. അവരുടെ സേനാപതി വിജയസൂചകമായി മുഷ്ടി ചുരുട്ടി ഉയർത്തിയിരുന്നില്ല. സേനാപതി യുദ്ധം അവസാനിച്ചുവെന്ന് പ്രഖ്യാപിക്കുന്നതുവരെ അത് അവസാനിക്കുന്നില്ല.

നരസിംഹൻ ചുറ്റും നോക്കി. എന്തോ ഒരു പന്തികേട് അദ്ദേഹത്തിന് തോന്നി. അദ്ദേഹത്തിന്റെ ഉള്ളിലിരുന്ന് ആരോ മുന്നറിയിപ്പ് നൽകിക്കൊണ്ടേയിരുന്നു.

പുലകിത് കുതിരയെ കളപ്പുരയ്ക്കുള്ളിലേക്ക് ഓടിച്ചുകയറ്റി താഴെയിറങ്ങി.

'ആ തുർക്കി സൈന്യാധിപൻ എവിടെ?' നരസിംഹൻ ചോദിച്ചു.

'എനിക്കും അദ്ദേഹത്തെ കണ്ടെത്താനായില്ല, സൈന്യാധിപൻ. അയാൾ കളപ്പുരയുടെ നേർക്കാണ് കുതിരയോടിച്ചത്. ഞാൻ കണ്ടതാണ്. അയാൾ ഇവിടെത്തന്നെ കാണണം...'

നരസിംഹൻ തിടുക്കത്തിൽ പറഞ്ഞു, 'അടിമകളെ തിരികെ കളപ്പുരയിലേക്ക് കയറ്റൂ. അതുവരെ അവർ സുരക്ഷിതരല്ല...'

അപ്പോഴാണ് അവർ ആ ഉച്ചത്തിലുള്ള അലർച്ചകൾ കേട്ടത്. കളപ്പുരയുടെ പിന്നിൽ നിന്ന്. തെക്കുഭാഗത്തേക്ക് മാറി.

നരസിംഹനും മറ്റ് ഭാരതീയ യോദ്ധാക്കളും ഉടൻതന്നെ തങ്ങളുടെ കുതിരപ്പുറത്ത് കയറി ആ ബഹളത്തിന്റെ ദിശയിലേക്ക് കുതിച്ചു. തെക്ക് ദിശയിലേക്ക്.

കുറച്ചുമുമ്പ്, കളപ്പുരയിൽ യുദ്ധം കൊടുമ്പിരിക്കൊള്ളുകയും, രക്ഷപ്പെട്ട തുർക്കികളെ കൃഷിയിടത്തിലെ ഇടനാഴിയിൽ വെച്ച് കൂട്ടക്കൊല ചെയ്യുകയും ചെയ്യുമ്പോൾ, അബു ഖാസിം തന്റെ രണ്ട് സൈനികരോടൊപ്പം കളപ്പുരയെ ചുറ്റി പിന്നിലേക്ക് കുതിരയോടിച്ചു. തെക്ക് ദിശയിലേക്ക്. അവിടെ മരങ്ങൾ ഇടതൂർന്നു വളർന്നുനിൽക്കുന്ന ഒരു തോപ്പ് അയാൾ കണ്ടെത്തി. അയാൾ കുതിരപ്പുറത്തുനിന്നിറങ്ങി, ഒളിക്കാനായി കുതിരയെക്കൂടി തന്നോടൊപ്പം താഴേക്ക് വലിച്ച് ചത്തതുപോലെ അനങ്ങാതെ കിടന്നു. തന്റെ സൈനികരോടും അതുപോലെ ചെയ്യാൻ അയാൾ കൽപ്പിച്ചു. എന്നിട്ട് അവരിലൊരാളോട് നിശ്ശബ്ദമായി തോപ്പിലേക്ക് നുഴഞ്ഞുകയറി എന്തെങ്കിലും കെണികളുണ്ടോയെന്ന് നോക്കി അറിയിക്കാൻ ആവശ്യപ്പെട്ടു.

പ്രധാന ഖുസ്ദാർ പട്ടണത്തിലേക്ക് രക്ഷപ്പെട്ട്, അവിടുത്തെ പ്രാദേശിക സൈനികവിഭാഗത്തിന്റെ നിയന്ത്രണം ഏറ്റെടുത്ത്, തിരികെ കൃഷിയിടത്തിലെത്തി എല്ലാം ചുട്ടെരിക്കാനായിരുന്നു അയാളുടെ പദ്ധതി. എന്നാൽ ആ തോപ്പിലും ഒരു കെണി-

യുണ്ടാകുമെന്ന് അയാൾ പ്രതീക്ഷിച്ചു. അതുകൊണ്ട് അയാൾ സ്വാഭാവികമായും ജാഗ്രത പാലിച്ചു.

ഇരുട്ടുനിറഞ്ഞ ആ തോപ്പിനുള്ളിൽ, ഭയന്നുവിറച്ച യസാദെയ്ക്ക് വെളിച്ചം കൂടുതലുള്ള മരക്കൂട്ടങ്ങളുടെ അരികിൽ നിൽക്കുന്ന മൂന്ന് തുർക്കികളെ കാണാമായിരുന്നു. ഇന്ത്യയുടെ തുർക്കി കശാപ്പുകാരനായ അബു ഖാസിമിന്റെ ആ രാക്ഷസതുല്യമായ ഭീമാകാരരൂപം അവൾ തിരിച്ചറിഞ്ഞു.

മെലിഞ്ഞുണങ്ങിയ ആ പെൺകുട്ടി നിസ്സഹായയായി തേങ്ങിക്കരഞ്ഞു. ഭയം ഹൃദയത്തെ പിടിമുറുക്കിയപ്പോൾ അവളുടെ ശരീരം വിറകൊണ്ടു. പരിഭ്രാന്തമായ സ്വരത്തിൽ അവൾ അച്ഛനോട് മന്ത്രിച്ചു, 'എനിക്ക് തിരിച്ചുപോകാൻ കഴിയില്ല! ഞാൻ തിരിച്ചുപോകില്ല. ആ രാക്ഷസൻ... ആ ഭരണാധികാരി-മുഫ്തി... അയാൾ എന്നെ അടിക്കും! കടിക്കും! എന്നോട് വൃത്തികെട്ട കാര്യങ്ങൾ ചെയ്യും... എന്റെ കുടലെല്ലാം വേദനിക്കുന്നു... എനിക്ക് ജീവനോടെ തിരിച്ചുപോകാൻ കഴിയില്ല, അച്ഛാ. അച്ഛൻ എന്നെ കൊല്ല്! ഇപ്പോൾത്തന്നെ എന്നെ കൊല്ല്!'

'ശ്ശ്... യസാദെ!' മകളെ ആലിംഗനം ചെയ്തുകൊണ്ട് ആരിഫ് മന്ത്രിച്ചു. ഒരു കണ്ണുനീർത്തുള്ളി അയാളുടെ കവിളിലൂടെ ഒലിച്ചിറങ്ങി. 'ആ കശാപ്പുകാരൻ കേൾക്കും. പക്ഷെ ഞാൻ നിനക്ക് വാക്ക് തരുന്നു, നമ്മളെ ജീവനോടെ പിടികൂടാൻ അവർക്ക് കഴിയില്ല. ഞാൻ വാക്ക് തരുന്നു, എന്റെ പൊന്നുമോളേ.'

അതിനിടെ, തുർക്കി ചാരൻ തോപ്പിൽ നിന്ന് അബു ഖാസിമിന്റെ അടുത്തേക്ക് തിരിച്ചെത്തി.

'അവിടെ സൈനികരില്ല, പ്രഭോ,' ചാരൻ മന്ത്രിച്ചു. 'കെണികളുമില്ല. രക്ഷപ്പെട്ട ഏതാനും നൂറ് അടിമകൾ മാത്രം.'

'അടിമകളുടെ കയ്യിൽ ആയുധങ്ങളുണ്ടോ?' അബു ഖാസിം പിറുപിറുത്തു.

'ഇല്ല. സ്ത്രീകളും കുട്ടികളും മാത്രം. പിന്നെ പ്രായമായ കുറച്ച് പുരുഷന്മാരും.'

'ശരി. നമുക്ക് ചുറ്റിവളഞ്ഞ് തെക്കോട്ട് നീങ്ങാം.'

സമ്പൂർണ്ണ സൈനിക പരാജയത്തിനിടയിലും അബു ഖാസിമിന്റെ അഹംഭാവം മാത്രം തോൽക്കാതെ നിന്നു. തന്റെ പ്രവൃത്തിയെ അവൻ

സ്വയം വിശേഷിപ്പിച്ചത് 'നീങ്ങുക' എന്നായിരുന്നു, 'ഓടിപ്പോകുന്നു' എന്നല്ല. 'നമ്മൾ ഖുസ്ദാറിലേക്ക് പോയി അവിടുത്തെ പ്രാദേശിക സൈനികവിഭാഗവുമായി തിരിച്ചുവരും.'

'പ്രഭോ,' ചാരൻ മന്ത്രിച്ചു. 'ഞാൻ ആ സുന്ദരിയായ അടിമപ്പെൺകുട്ടിയെ അവിടെ കണ്ടു. യസാദെ. ഗസ്നിയിലേക്ക് തിരികെ കൊണ്ടുവരാൻ നമ്മളോട് ആവശ്യപ്പെട്ടവൾ.'

പരാജയപ്പെടുന്നത് തിരിച്ചറിയാൻ കഴിയണം മനുഷ്യർക്ക്. കാരണം അപ്പോൾ അവൻ കൂടുതൽ വിവേകപൂർണ്ണമായ തീരുമാനങ്ങൾ എടുക്കും. കനത്ത പരാജയത്തിൽ, മെച്ചപ്പെട്ട ഒരു അവസരം ഉറപ്പിക്കുന്നതിനേക്കാൾ പ്രധാനം അതിജീവിക്കുക എന്നതാണ്. എന്നാൽ തന്റെ അഹംഭാവത്തെ നിയന്ത്രിച്ച് താൻ പരാജയപ്പെട്ടുവെന്ന് സമ്മതിക്കാൻ കൂട്ടാക്കാത്ത ഒരാൾക്ക് എങ്ങനെ ആ തിരഞ്ഞെടുപ്പ് നടത്താൻ കഴിയും?

'അങ്ങനെയാവട്ടെ,' അബു ഖാസിം ശബ്ദം താഴ്ത്തി പറഞ്ഞു. പല സാധ്യതകളും അയാളുടെ ചിന്തയെ മഥിച്ചു. ഗസ്നവിദ് സൈനികരുടെ നഷ്ടത്തിന് പരിഹാരമായി സുൽത്താന്റെ മുന്നിൽ കാഴ്ചവെക്കാൻ എന്തെങ്കിലും. തന്റെ കാമം തീർക്കാൻ ഒരു പെൺകുട്ടി. രക്ഷപ്പെടുന്നതിന് മുൻപ് ശത്രുക്കൾക്ക് ഒരു തിരിച്ചടി നൽകാനുള്ള അവസരം. ഏത് ചിന്തയാണ് അയാളുടെ തീരുമാനത്തിന് പിന്നിലെന്ന് ആർക്കറിയാം, പക്ഷേ തന്റെ ഭാഗ്യം ഒന്നുകൂടി പരീക്ഷിക്കാൻ അബു ഖാസിം തയ്യാറായി. 'നമ്മൾ അകത്തു കയറി അവളെയും പിടിച്ചെടുത്ത് കുതിച്ചുപായും.'

അബു ഖാസിം തോപ്പിലേക്ക് കുതിരയെ ഓടിച്ചുകയറിയ ഉടൻതന്നെ അടിമകൾ ഭയവും പരിഭ്രാന്തിയും കാരണം അലറിവിളിക്കാൻ തുടങ്ങി. കളപ്പുരയിലെ യുദ്ധം അപ്പോഴും തുടരുകയായിരിക്കുമെന്നാണ് അയാൾ കരുതിയത്. അവിടെയുണ്ടായിരുന്ന തന്റെ എല്ലാ സൈനികരും ഏതാണ്ട് തൽക്ഷണം കൊല്ലപ്പെട്ടുവെന്ന് അയാൾ അറിഞ്ഞിരുന്നില്ല. തന്റെ ശത്രുവായ നരസിംഹൻ ആ

അവസരം മുതലെടുത്ത് കുതിരകളുമായി തനിക്ക് പിന്നാലെ പാഞ്ഞെത്തിയെന്നും അയാൾ അറിഞ്ഞില്ല.

'ഒരു തുർക്കി സൈനികൻ പോലും ജീവനോടെ രക്ഷപ്പെടരുത്!' തന്റെ കുതിരപ്പടയുടെ തലപ്പത്ത് കുതിച്ചുകൊണ്ട് നരസിംഹൻ ഗർജ്ജിച്ചു. 'ഇവിടെ സംഭവിച്ചതിനെക്കുറിച്ച് മറ്റുള്ളവർക്ക് മുന്നറിയിപ്പ് നൽകാൻ ഒരു ഗസ്നവിഡും രക്ഷപ്പെടരുത്!'

തങ്ങളുടെ സൈന്യാധിപന് പിന്നാലെ പാഞ്ഞപ്പോൾ സൈനികർക്ക് അവരുടെ ഉത്തരവ് തികച്ചും വ്യക്തമായിരുന്നു.

ഇടതൂർന്ന മരങ്ങൾക്കിടയിലെ ഇടുങ്ങിയ വഴികളിലൂടെ സമർത്ഥമായി കുതിരയെ പായിച്ച്, ഓടി രക്ഷപ്പെടുകയായിരുന്ന യസാദെയുടെ നേർക്ക് അബു ഖാസിം കുതിച്ചു. അയാളുടെ ഇരുണ്ട കണ്ണുകൾ പൈശാചികമായ വിജയത്തിലും കാമത്തിലും തിളങ്ങി. അയാൾ കുതിരപ്പുറത്തിരുന്ന് താഴേക്ക് കുനിഞ്ഞ്, അവളെ ഒറ്റ വലിക്ക് കുതിരയുടെ ജീനിയിലേക്ക് കയറ്റാനായി, ഒഴുകിപറക്കുന്ന അവളുടെ മുടിയിൽ പിടിക്കാൻ ശ്രമിച്ചു. യസാദെ തല വെട്ടിച്ചു. അയാളുടെ പിടി വഴുതി. അവൾ അലറിക്കൊണ്ട് ഒരു മരത്തിനെതിരെ പന്തുപോലെ ചുരുണ്ടുകൂടി.

'എന്റെ മകളെ കൊണ്ടുപോകാൻ ഞാൻ നിന്നെ അനുവദിക്കില്ല, രാക്ഷസാ!' ആരിഫ് ഗത്യന്തരമില്ലാത്ത ധൈര്യത്തോടെ ദുർബലമായ മുഷ്ടികൾ വായുവിലിടിച്ച് അലറി.

മറ്റുള്ള അടിമകൾ ദിക്കറിയാതെ ഓടുകയായിരുന്നു.

അബു ഖാസിം കുതിരയെ നിർത്തി താഴേക്ക് കൈനീട്ടി. ഒറ്റക്കൈകൊണ്ട് ആരിഫിന്റെ കഴുത്തിൽ പിടിച്ച്, ബലഹീനനായ ഒരു മുയൽക്കുഞ്ഞിനെപ്പോലെ അയാളെ മുകളിലേക്ക് വലിച്ചു. തന്റെ ചെറിയ വാൾ ആ വൃദ്ധന്റെ വയറ്റിലേക്ക് ആഴത്തിൽ കുത്തിയിറക്കി, നട്ടെല്ല് തുളച്ച്, അയാളുടെ ശരീരം ഒരുവശത്തേക്ക് വലിച്ചെറിഞ്ഞു.

യസാദെ ഭയന്ന് നിലവിളിച്ചുകൊണ്ട് എഴുന്നേൽക്കാൻ ശ്രമിച്ചു. 'അച്ഛാ!'

ആരിഫ് അവളുടെ നീട്ടിയ കൈകളിലേക്ക് വീണു, ആ പെൺകുട്ടി വീണ്ടും മലർന്നടിച്ചു വീണു, അച്ഛന്റെ ശവശരീരം അവളെ അനങ്ങാനാവാതെ അമർത്തിക്കിടത്തി.

'നാശം!' അബു ഖാസിം വാൾ തിരികെ ജീനിയിലെ ഉറയിലേക്ക് വെച്ചുകൊണ്ട് അലറി. 'എനിക്ക് കവചം തീർക്ക്!'

കശാപ്പുകാരൻ കുതിരപ്പുറത്തുനിന്ന് ഇറങ്ങിയപ്പോൾ അബു ഖാസിമിന്റെ സൈനികർ അയാളുടെ മുന്നിൽ കയറിനിന്ന് സംരക്ഷണം നൽകി. യസാദെയെ കുതിരപ്പുറത്തേക്ക് ഉയർത്തണമെങ്കിൽ ആരിഫിന്റെ മൃതദേഹം അവളുടെ മുകളിൽ നിന്ന് വലിച്ചുമാറ്റണമായിരുന്നു.

തുർക്കി സൈനികരിലൊരാൾ ഭയത്തോടെ തന്റെ സൈന്യാധിപനെതിരിഞ്ഞുനോക്കി. *ഇത് ഒരുപാട് സമയമെടുക്കുന്നു!*

അബു ഖാസിം നിഷ്പ്രയാസം ആരിഫിനെ പൊക്കിയെടുത്ത് ഒരു പാവക്കുട്ടിയെപ്പോലെ ആ ജഡം വലിച്ചെറിഞ്ഞു. ഈ സമയം, സോമേശ്വർ ഒരു മരത്തിന്റെ പിന്നിൽ നിന്ന് ഊർന്നിറങ്ങി യസാദെയുടെ അടുത്തേക്ക് നീങ്ങി.

യസാദെയെ പൊക്കിയെടുക്കുന്നതിൽ ശ്രദ്ധ കേന്ദ്രീകരിച്ചിരുന്ന അബു ഖാസിം സോമേശ്വറെ കണ്ടില്ല. ആ ഗുജറാത്തി വ്യാപാരി ഒരു കത്തിയുയർത്തി സർവ്വശക്തിയുമെടുത്ത് താഴേക്ക് കുത്തി. അത് ആ തുർക്കി സൈന്യാധിപന്റെ തുടയിൽ ആഴ്ന്നിറങ്ങി. അബു ഖാസിം വേദനകൊണ്ട് അലറി, യസാദെയെ വിട്ടു. അയാൾ കുനിഞ്ഞ്, ദുർബലനായ സോമേശ്വറിന്റെ അടുത്ത വെട്ടിൽ നിന്ന് ഒഴിഞ്ഞുമാറി.

സോമേശ്വറിന്റെ ധീരമായ പ്രവൃത്തിയിൽ നിന്ന് പ്രചോദനം ഉൾക്കൊണ്ട്, മറ്റ് ചില അടിമകൾ ഒത്തുകൂടി അബു ഖാസിമിന്റെ പാർശ്വഭാഗങ്ങൾ സംരക്ഷിച്ചുനിന്ന രണ്ട് കുതിരപ്പടയാളികളുടെ നേർക്ക് കല്ലെറിയാൻ തുടങ്ങി.

'നീ ഈ കൊച്ചുകുട്ടിയെ കൊണ്ടുപോകില്ല!' പ്രായമായ ആ ഗുജറാത്തി വ്യാപാരി അലറി.

അബു ഖാസിം മുന്നോട്ട് ചെന്ന് സോമേശ്വറിന്റെ നാഭിക്ക് ചവിട്ടി. ആ വൃദ്ധൻ വേദനകൊണ്ട് ഞരങ്ങിക്കൊണ്ട് മുട്ടുകുത്തി വീണു. അദ്ദേഹത്തിന്റെ കത്തി നിലത്തേക്ക് വീണു.

അബു ഖാസിം തന്റെ വളഞ്ഞ വാൾ ഊരിയെടുത്ത് ഇരുകൈകളാലും ഉയർത്തിപ്പിടിച്ചു. ഒറ്റ വെട്ടിന് അയാൾ അത് താഴേക്ക് വീശി. ക്രൂരമായ ഒരു പ്രഹരം. ആ വളഞ്ഞ വാൾ സോമേശ്വറിന്റെ തലയോട്ടി തകർക്കുകയും, ഏകദേശം വായ വരെ

അതിനെ രണ്ടായി പിളർക്കുകയും, തൽക്ഷണം അദ്ദേഹത്തെ കൊല്ലുകയും ചെയ്തു.

ഗസ്നി ദൗത്യത്തിന്റെ സൂത്രധാരന്റെ വികൃതമാക്കപ്പെട്ട ശരീരത്തിൽ നിന്ന് തന്റെ ആയുധം വലിച്ചൂരാൻ ആ തുർക്കി കശാപ്പുകാരൻ ശ്രമിച്ചു. പക്ഷെ അത് കട്ടിയുള്ള തലയോട്ടിയുടെ എല്ലിൽ കുടുങ്ങിപ്പോയിരുന്നു. കടുത്ത ഭയത്തിൽ കണ്ണുകൾ തുറിച്ചുപോയ, തളർന്നുപോയ യസാദെയെ നോക്കി അയാൾ ചിരിച്ചു. 'ഒരു നിമിഷം, വേശി. എനിക്കുവേണ്ടി കാത്തിരിക്ക്.'

സോമേശ്വറിന്റെതലയോട്ടിയിൽനിന്ന്വാൾമോചിപ്പിക്കാനായി കവിളുകൾ കീറിമുറിച്ച് അയാൾ വാൾ വശത്തേക്ക് തിരിച്ചപ്പോൾ ആ കശാപ്പുകാരന്റെ കണ്ണുകൾ രക്തദാഹത്താൽ നൃത്തം ചെയ്തു. ആ വളഞ്ഞ വാൾ അബു ഖാസിമിന് പ്രധാനപ്പെട്ടതായിരുന്നു. ഒടുവിൽ തന്റെ വാൾ വലിച്ചെടുത്ത് അയാൾ അത് ഉറയിലേക്ക് തിരികെയിട്ടു.

അയാൾ തിരിഞ്ഞ് യസാദെയെ പൊക്കിയെടുത്തു.

അതേ നിമിഷം, നിരവധി അമ്പുകൾ അബു ഖാസിമിന്റെ കൂടെയുണ്ടായിരുന്ന രണ്ട് തുർക്കി സൈനികരുടെ ശരീരത്തിൽ തറച്ചുകയറി. അവർ കുതിരപ്പുറത്തുനിന്ന് വീണു. മരിച്ചു. കുതിരപ്പട രക്ഷയ്ക്കെത്തിയിരുന്നു.

അബു ഖാസിം ഒരു മുരൾച്ച കേട്ടു. താഴ്ന്ന, ചുഴറ്റുന്ന ഒരു ഗർജ്ജനം. ഇടിമുഴക്കം പോലെ. ഉണരുന്ന ഒരു സിംഹത്തിന്റെ ചുട്ടുപൊള്ളുന്ന, ഭീഷണിപ്പെടുത്തുന്ന മുരൾച്ച പോലെ. അബു ഖാസിമിന്റെ പുറത്തെ രോമങ്ങൾ മുള്ളുപോലെ എഴുന്നുനിന്നു.

ഉയർന്നു നിൽക്കുന്ന ഒരു പർവ്വതത്തിന് മുകളിലെ കാട്ടുതീ നാളങ്ങൾ പോലെ ഭ്രാന്തുപിടിച്ച രണ്ട് കണ്ണുകൾ ജ്വലിച്ചു.

നരസിംഹൻസോമേശ്വറിന്റെവികൃതമാക്കപ്പെട്ടശരീരത്തിലേക്ക് നോക്കി. തന്റെ സുഹൃത്ത്. അയാൾ ആ കൊച്ചുകുട്ടിയെ നോക്കി. അവളുടെ മുഖത്ത് രക്തം.

അയാളുടെ വളയപ്പതക്കം തൊലിയെ പൊള്ളിക്കുന്നതുപോലെ തോന്നി.

അത് നീതിക്കായി കേണു.

ചിലപ്പോഴൊക്കെ, ക്രൂരമായ കൊല മാത്രമാണ് ഒരേയൊരു നീതി.

കെണിയിൽപ്പെട്ട ഒരു മൃഗത്തെപ്പോലെ അബു ഖാസിം വെട്ടിത്തിരിഞ്ഞു. മരണം തൊട്ടടുത്തെത്തിയെന്ന് അവന് തോന്നി. അവനിൽ അന്യമായ ഒരു വികാരം ഉടലെടുത്തു.

ഭയം. കൊടിയ ഭയം.

നരസിംഹൻ കാലുകൾ വീശി കുതിരപ്പുറത്തുനിന്ന് അനായാസം താഴെയിറങ്ങി. അബു ഖാസിമിൽ നിന്ന് കണ്ണെടുക്കാതെ അദ്ദേഹം തന്റെ വാൾ ഊരിയെടുത്തു. അദ്ദേഹം തലതിരിച്ച്, തളർന്നുകിടന്ന വലതുതോളിൽ ഘടിപ്പിച്ചിരുന്ന കട്ടിയുള്ള ഇരുമ്പ് കവചം പിന്നോട്ട് തള്ളിമാറ്റി. ആ തളർന്ന വലതുകൈയിൽ പരിച ഭദ്രമായി മുറുക്കിക്കെട്ടിയിരുന്നു. തന്റെ ഇടതുകൈയുടെ ഒരു തുടർച്ചയെന്നോണം അദ്ദേഹം വാൾ ശരീരത്തിൽ നിന്ന് അല്പം അകറ്റിപ്പിടിച്ചു.

അദ്ദേഹത്തിന് പിന്നിൽ അണിനിരന്ന പുലകിതും ദസർണയും മറ്റ് ഭാരതീയ യോദ്ധാക്കളും നെഞ്ചിലിടിച്ച് ആക്രോശിച്ചു.

'കൊല്ല്! കൊല്ല്! കൊല്ല്!'

അബു ഖാസിമിന് അനങ്ങാനായില്ല. അവൻ ഒരു പ്രതിമയെപ്പോലെ നിശ്ചലനായി. ആ മരക്കൂട്ടത്തിനുള്ളിൽ, ആർപ്പുവിളികൾ അതിന്റെ ഉച്ചസ്ഥായിയിലെത്തി.

നരസിംഹൻ ആ മൃഗീയനായ തുർക്കിയുടെ മുന്നിൽ നിന്നു. യസാദെയെ ഒരു ഉണക്കച്ചുള്ളിപോലെ താഴെയിട്ടുകൊണ്ട് അബു ഖാസിം അതേ നിമിഷം തന്നെ വാൾ വീശി. ഇടതുവശത്തുനിന്നായിരുന്നു ആ വീശൽ. ഭീമാകാരനായ നരസിംഹനെ അദ്ദേഹത്തിന്റെ തളർന്ന വലതുവശത്തേക്ക് തള്ളിമാറ്റാമെന്ന് അവൻ വ്യാമോഹിച്ചു. എന്നാൽ അവസാന നിമിഷം, നരസിംഹൻ തന്റെ വലതുവശം മുന്നോട്ട് തള്ളി ഖാസിമിന്റെ ആ ഭീകരമായ വെട്ട് ഉറപ്പിച്ചു നിർത്തിയ പരിച കൊണ്ട് തട്ടിത്തെറിപ്പിച്ചു. അതേസമയം, സ്വന്തം വാൾകൊണ്ട് മുകളിലേക്ക് വെട്ടി. ആ വെട്ടിന്റെ തുടർച്ചയിൽ നരസിംഹന്റെ വാൾ ഗസ്നവിഡ് യോദ്ധാവിന്റെ വലതുകൈത്തണ്ടയിൽ കൊണ്ടു.

അവന്റെ കൈയിലെ പേശികളെ ക്രൂരമായി മുറിച്ചുമാറ്റിക്കൊണ്ട് ആ പ്രഹരം കൈയെ നിശ്ചലമാക്കി. കൈയുടെ നിയന്ത്രണം നഷ്ടപ്പെട്ട തുർക്കിയുടെ വാളേന്തിയ കയ്യിൽ നിന്ന് വളഞ്ഞ വാൾ ഒരു മിന്നൽ പോലെ തെറിച്ചുപോയി. മുറിഞ്ഞ പേശികളിൽ നിന്ന് രക്തം ചീറ്റിത്തെറിച്ചു.

ഖാസിം പിന്നോട്ട് മാറി. അവന്റെ മുഖത്ത് കനത്ത ഭയം നിഴലിച്ചു. ശത്രുവിന്റെ വെട്ട് എവിടെ നിന്നാണ് വന്നതെന്ന് കാണാൻ പോലും അവന് കഴിഞ്ഞിരുന്നില്ല. എന്നിട്ടും, അവന്റെ വാളേന്തിയ കയ്യിലെ മുൻകൈ പൈശാചികമായി മുറിക്കപ്പെട്ടിരിക്കുന്നു. താൻ നേരിടുന്നത് അസാമാന്യനായ ഒരു യോദ്ധാവിനെയാണെന്ന് അവൻ അറിഞ്ഞു. മനുഷ്യരുടെ ഇടയിലെ ഒരു സിംഹം.

താൻ മരിച്ചതിന് തുല്യമാണെന്ന് അവനറിയാമായിരുന്നു. പിന്നിൽ കാത്തുനിന്ന ഭാരതീയർ നെഞ്ചിലിടിച്ച് ആക്രോശിച്ചുകൊണ്ടിരുന്നു, 'കൊല്ല്! കൊല്ല്! കൊല്ല്!'

ഖാസിം തന്റെ ഇടതുകൈകൊണ്ട് അരയിലെ ഉറയിലുണ്ടായിരുന്ന കത്തിക്ക് വേണ്ടി വേഗത്തിൽ പരതി. എന്നാൽ അത് ഊരിയെടുത്ത് ഒരു പോരിന് തയ്യാറാകുന്നതിന് മുൻപ് തന്നെ, മനുഷ്യസാധ്യമെന്ന് തോന്നാത്തത്ര വേഗത്തിൽ മുന്നോട്ട് കുതിച്ച നരസിംഹൻ തന്റെ തോളിലെ കവചം ഖാസിമിന് നേരെ ലക്ഷ്യം വെച്ചു. ദൂരെ ഒരു യന്ത്രവില്ലിൽ നിന്ന് തൊടുത്തുവിട്ട പാറക്കഷ്ണം പോലെ അത് പാഞ്ഞുവന്നു. ആ കവചം തുർക്കിയുടെ ഇടത് തോളിൽ ആഞ്ഞിടിച്ചു. നരസിംഹന്റെ തോളിലെ കനത്ത ഇരുമ്പ് കവചം ഖാസിമിന്റെ തോൾസന്ധിയുടെ ഏറ്റവും ദുർബലമായ ഭാഗത്ത് ഇടിച്ച്, തടിച്ച തോളെല്ലിനെ അതിന്റെ കുഴിയിൽ നിന്നും തള്ളിപ്പുറത്താക്കി. ആ തുർക്കി കശാപ്പുകാരന്റെ സ്ഥാനം തെറ്റിയ തോൾ, മരത്തിൽ നിന്ന് അടർന്നു തൂങ്ങിയാടുന്ന ഒരു കൊമ്പുപോലെയായി.

അബു ഖാസിം ഇപ്പോൾ വേദനകൊണ്ട് അലറിവിളിക്കുകയായിരുന്നു.

'കൊല്ല്! കൊല്ല്! കൊല്ല്!'

തന്നെ വേട്ടയാടിയിരുന്ന ഓർമ്മകളുടെ ചാരത്തിൽ നിന്ന് പ്രഭ ചൊരിയുന്ന ഒരു ഫീനിക്സ് പക്ഷിയെപ്പോലെ ഉയിർത്തെഴുന്നേറ്റ

ആ കരുത്തനായ ചോള യോദ്ധാവിനെ തുരത്താനുള്ള ഒരു പാഴ്ശ്രമമെന്നോണം അവൻ തന്റെ വലതുകൈ ഭ്രാന്തമായി വീശി.

നിരപരാധികളുടെ രക്തക്കറ കഴുകിക്കളയാനുള്ള ഏറ്റവും നല്ല മാർഗ്ഗം ദുഷ്ടന്മാരുടെ രക്തം ചിന്തുന്നതാണ്.

മുറിവേറ്റ ഒരു കുട്ടിയുമായി ഭീകരമായ ഒരു യുദ്ധക്കളിയിൽ ഏർപ്പെട്ടതുപോലെ നരസിംഹൻ ആ പ്രഹരങ്ങളെല്ലാം ഒഴിവാക്കി. സിംഹം ഇരയെ വെച്ച് കളിക്കുകയായിരുന്നു. കളി കഴിഞ്ഞെന്ന് ആ തുർക്കിക്ക് മനസ്സിലായി. മൂലയിലൊതുക്കപ്പെട്ട ഒരു മൃഗത്തെപ്പോലെ അവൻ പിന്നോട്ട് നീങ്ങി.

കൊലവെറിയോടെ അബു ഖാസിം നരസിംഹനെ നോക്കി. അവൻ ഒടിഞ്ഞ കൈ ചേർത്തുപിടിച്ച് ആ സേനാപതിയെ അവ്യക്തമായ തെറികൾ വിളിച്ചു. എന്നാൽ ഒരു വാക്ക് മാത്രം വ്യക്തമായിരുന്നു.

കാഫിർ.

കാഫിർ.

കാഫിർ.

ആ ചോള കരുത്തൻ തന്റെ ഭീമാകാരമായ വാൾ നിർദയം വീശി, തുർക്കിയുടെ വലതുകൈമുട്ടിന് തൊട്ടുമുകളിൽ വെച്ച് വൃത്തിയായി വെട്ടിമാറ്റി. വെട്ടിപിളർന്ന മുറിവിലൂടെ രക്തം ഒരു പ്രവാഹമായി പുറത്തേക്ക് ചാടി, ഖാസിം വേദനകൊണ്ട് അലറി. നരസിംഹൻ ഗസ്നവിഡിന്റെ അരക്കെട്ടിൽ ആഞ്ഞുചവിട്ടി ആ തുർക്കിയെ നിലത്തേക്ക് വീഴ്ത്തി.

നരസിംഹൻ ഒരു കാൽമുട്ടിൽ ഊന്നിനിന്ന് ഖാസിമിന്റെ കഴുത്തിന് നേരെ വാൾ താഴ്ത്തി. ആ കശാപ്പുകാരന്റെ തലയറുക്കുമായിരുന്ന ഒരു വെട്ട്. എന്നാൽ നിസ്സഹായനായ ആ തുർക്കിയുടെ തൊട്ടടുത്ത്, രണ്ട് ഇഞ്ച് മാത്രം അകലെ വെച്ച് ആ ചോള സേനാപതി വാൾ നിർത്തി. എന്നിട്ട് അദ്ദേഹം താഴേക്ക് നോക്കി. സ്വന്തം മകനെ കൊല്ലാൻ ശ്രമിച്ച ഹിരണ്യകശിപു എന്ന നീചനായ അസുരനെ ഇതിഹാസപുരുഷനായ നരസിംഹഭഗവാൻ എങ്ങനെയാണ് വധിച്ചതെന്ന് അദ്ദേഹം ഓർത്തു.

നരസിംഹൻ. തനിക്ക് പേര് ലഭിച്ച ആ ദൈവം.

മനുഷ്യനായ നരസിംഹൻ തന്റെ വാൾ കുത്തനെ പിടിച്ച് ആ തുർക്കിയുടെ വയറ്റിലേക്ക് നിർദാക്ഷിണ്യം കുത്തിയിറക്കി. ആ കുത്ത് അത്രയ്ക്ക് ശക്തമായിരുന്നു, വാൾ അവന്റെ ശരീരം തുളച്ച് പുറത്തുവന്ന് കാട്ടിലെ മണ്ണിൽ ആഴ്ന്നുപോയി.

ചുറ്റും നിന്നവരെല്ലാം ആ ഭീകരദൃശ്യം കണ്ട് ചലനമറ്റ് നിന്നുപോയി.

നരസിംഹൻ ഉഗ്രമായി ഗർജ്ജിച്ചു. അദ്ദേഹം തന്റെ കൈയിലെ പേശികൾ മുറുക്കി, ഏതാണ്ട് ദൈവികമായ കോപത്തോടെ വാൾ ഒന്നുകൂടി ആഴത്തിലേക്ക് തള്ളി. വാളിന്റെ പിടി തുർക്കിയുടെ വയറ്റിൽ വന്നിടിക്കുന്നതുവരെ. വാളിന് അക്ഷരാർത്ഥത്തിൽ അതിൽ കൂടുതൽ താഴേക്ക് പോകാൻ കഴിയില്ലായിരുന്നു.

ഖാസിമിന്റെ വയറിലൂടെ തുളഞ്ഞിറങ്ങി മണ്ണിൽ ആഴത്തിൽ പുതഞ്ഞുകിടന്ന ആ വാൾ, കൂടാരം ഉറപ്പിക്കാൻ കുറ്റിയടിക്കുന്നതുപോലെ ആ പിശാചിനെ ഭൂമിയിൽ തളച്ചിട്ടു.

ചോള സേനാപതി ചുറ്റും നോക്കി ഇടിമുഴക്കത്തോടെ പറഞ്ഞു, 'ഇവൻ രക്തം വാർന്ന് മരിക്കും! ആരും കരുണ കാണിക്കരുത്! ആരും!'

ഇന്ത്യയിലെ തുർക്കി കശാപ്പുകാരനായ അബു ഖാസിം വേദനകൊണ്ട് അലറിക്കരഞ്ഞുകൊണ്ടിരുന്നു. ഒരു മണിക്കൂറോളം അവനങ്ങനെ അലറേണ്ടി വരും, അതിനുശേഷം രക്തം വാർന്ന് മരണത്തിന്റെ കാരുണ്യപൂർണ്ണമായ മോചനം അവനെ തേടിയെത്തും.

ഫിർദൗസിന്റെ കൃഷിയിടത്തിൽ നിന്ന് തെക്കോട്ട് പോകുമ്പോൾ നിലം ഒരു കുന്നിലേക്ക് ഉയർന്നുപോയിരുന്നു. അവിടെനിന്ന് ഖുസ്ദാർ പട്ടണത്തിലേക്ക് ഒരു നീണ്ട പാതയുണ്ടായിരുന്നു.

താലിബ് ആ പ്രഭാതം മുഴുവൻ ആ കുന്നിന്മുകളിലായിരുന്നു. രാത്രി വൈകിയാണ് അവൻ അവിടെയെത്തിയത്. കുന്നിനെ മൂടിനിന്ന കാട്ടിലേക്ക് കയറി അവൻ തന്റെ കുതിരയെ ഒരു മരത്തിൽ കെട്ടി. എന്നിട്ട് കൃഷിയിടം വ്യക്തമായി കാണാൻ വേണ്ടി ഉയരമുള്ള ഒരു മരത്തിൽ കയറി.

സോമേശ്വറിനെ സഹായിച്ച ഗ്വാദറിലെ ആ പ്രാദേശിക വ്യാപാരി താലിബിന്റെ ആളായിരുന്നു. എന്തിന്? ഗ്വാദറിലെ ഭൂരിഭാഗം പേരും ഗസ്നിയിലെ മഹ്മൂദിനെ വെറുത്തിരുന്നു. അവർക്ക് അവന്റെ സാമ്രാജ്യത്തിന്റെ ഭാഗമാകാൻ താല്പര്യമില്ലായിരുന്നു. ഗ്വാദറിലെ ഭൂരിപക്ഷ സമുദായമായ ബലോചികൾക്ക് സ്വാതന്ത്ര്യം വേണമായിരുന്നു. ഈ പ്രാദേശിക വ്യാപാരിയാകട്ടെ, തന്റെ വിശ്വാസങ്ങൾക്കനുസരിച്ച് പ്രവർത്തിക്കുന്ന ഒരാളായിരുന്നു. അതുകൊണ്ട്, മഹ്മൂദിനെതിരെ പ്രവർത്തിക്കുന്നവരെ അയാൾ സാധാരണയായി പിന്തുണച്ചിരുന്നു. തീർച്ചയായും, കാര്യങ്ങൾ എളുപ്പമാക്കാൻ കുറച്ച് പണം നൽകുന്നത് എപ്പോഴും സഹായകമായിരുന്നു.

അതിന്റെ ഫലമായി സോമേശ്വറിന്റെ പദ്ധതികളെക്കുറിച്ച് താലിബിന് അറിയാൻ കഴിഞ്ഞു. ശത്രുവിന്റെ ശത്രു മിത്രം എന്ന തത്വമനുസരിച്ച്, മഹ്മൂദിനെതിരെ ഒന്നിൽ കൂടുതൽ പേരുണ്ടാകുന്നത് നല്ലതാണെന്ന് ആ ഗ്വാദർ വ്യാപാരി അനുമാനിച്ചു. അയാളുടെ അനുമാനം ശരിയായിരുന്നു.

ഗ്വാദരി വ്യാപാരിയെ കാണിക്കാനായി സോമേശ്വർ ഉപയോഗിച്ച അബ്ബാസിദ് പതക്കത്തെക്കുറിച്ചും താലിബിന് വിവരം ലഭിച്ചിരുന്നു. തന്നോടൊപ്പമുള്ള സംഘത്തിന്റെ കഴിവുകൾ ബോധ്യപ്പെടുത്തി കൂടുതൽ ആയുധങ്ങൾ സംഘടിപ്പിക്കാനായിരുന്നു അത്. അത് ആ വ്യാപാരിയെ കാര്യങ്ങൾ ബോധ്യപ്പെടുത്തി. താലിബിനെയും. അങ്ങനെയാണ് ഫിർദൗസിന്റെ കൃഷിയിടത്തിലേക്ക് യാത്ര ചെയ്യാനും ഭാരതീയരുമായി സഖ്യമുണ്ടാക്കാനും അവൻ തീരുമാനിച്ചത്.

താലിബിനെ സംബന്ധിച്ചിടത്തോളം, സുൽത്താൻ കൊല്ലപ്പെടണം എന്നതായിരുന്നു പ്രധാനം. അത് അറബികളായാലും ഭാരതീയരായാലും അവന് പ്രശ്നമായിരുന്നില്ല.

കൊല്ലപ്പെടാതെ ഭാരതീയരെ എങ്ങനെ സമീപിക്കാമെന്ന് പദ്ധതിയിട്ട് മരക്കൊമ്പിലിരിക്കുമ്പോഴാണ് താഴ്‌വരയുടെ മറുവശത്ത് നിന്ന്, ദൂരെയായി ഒരു കുതിരപ്പട സംഘം വരുന്നത് കണ്ടത്. ആ കുതിരപ്പട കൃഷിയിടത്തിലെത്തിയപ്പോഴേക്കും, അബു ഖാസിമിന്റെ വ്യതിരിക്തമായ രൂപം അവന് തിരിച്ചറിയാൻ കഴിഞ്ഞു.

താലിബ് തന്റെ ദുർവിധിയെ ശപിച്ചു. തന്റെ വീരന്മാരായ അറബ് സഖ്യകക്ഷികളെപ്പോലെ ഈ ഭാരതീയരും വിധിക്ക് ഇരയാകുമെന്ന് തോന്നി. കാരണം, തുർക്ക് കസപ്-ഇ-ഹിന്ദ്, ഇന്ത്യയുടെ തുർക്കി കശാപ്പുകാരന്റെ ആക്രമണത്തെ ആർക്കാണ് അതിജീവിക്കാൻ കഴിയുക?

അപ്പോഴാണ്, അവനൊരിക്കലും സങ്കൽപ്പിക്കാൻ കഴിയാത്തത്ര സമർത്ഥമായി നടപ്പിലാക്കിയ ഒരു ഒളിപ്പോര് അവൻ കണ്ടത്. ഇടുങ്ങിയ വഴിയിലെ ആക്രമണം, മരങ്ങളിലെ വില്ലാളികൾ, ആട്ടിൻതൊഴുത്തിന് പിന്നിൽ നിന്നുള്ള കുതിരപ്പടയുടെ പാർശ്വാക്രമണം, തുടർന്ന് കളപ്പുരയിലെ കൂട്ടക്കൊല.

താലിബ് അത്ഭുതസ്തബ്ധനായി നിന്നു. ഇത്രയും കഴിവുള്ള യോദ്ധാക്കളെ അവൻ മുൻപ് കണ്ടിട്ടില്ല. തന്റെ യജമാനനായ ഇസ്മായിലിന്റെ ലക്ഷ്യത്തിന് അവർ തികച്ചും അനുയോജ്യ-രായിരുന്നു.

അള്ളാഹ ഒരു വാതിൽ അടക്കുമ്പോൾ, മറ്റൊന്ന് തുറക്കും.

താലിബ് തന്റെ ദൈവത്തിന് നന്ദി പറയാൻ മുകളിലേക്ക് നോക്കി. അവൻ മന്ത്രിച്ചു, 'മഹ്മൂദേ, നിന്റെ നാളുകൾ എണ്ണപ്പെട്ടു...'

ഇനി അവന് ചെയ്യാനുണ്ടായിരുന്നത് ഒന്നേയുള്ളൂ. ഭയങ്കരന്മാരായ ഈ ഭാരതീയരെ എങ്ങനെ സമീപിക്കണമെന്നും, അവരുടെ കരുത്തിനെ തന്റെ യജമാനന്റെ ലക്ഷ്യത്തിനായി എങ്ങനെ പ്രയോജനപ്പെടുത്തണമെന്നും പദ്ധതിയിടുക.

അദ്ധ്യായം 20

പഴയ പാപങ്ങളുടെ കടം

ഗസ്നി, അഫ്ഗാനിസ്ഥാൻ

'എന്റെ മോനേ!' ഗസ്നിയിലെ മഹ്മൂദ് അഭിമാനത്തോടെ ആർത്തുവിളിച്ചു. 'എന്റെ യുവസിംഹം! ഇന്ത്യയെ കീഴടക്കിയവൻ!'

'അമ്മാവാ!' സുൽത്താന്റെ മരുമകനായ സലാർ മഖ്സൂദ് തിരിച്ച് മഹ്മൂദിനെ വിളിച്ചു.

ജമാ മസ്ജിദിന്റെ പുനർനിർമ്മിച്ച തറയിലൂടെ അയാൾ മഹ്മൂദിന്റെ അടുത്തേക്ക് വേഗത്തിൽ നടന്നു. ആദരവോടും ഊഷ്മളതയോടും കൂടി അവർ ഇരുവരും പരസ്പരം ആലിംഗനം ചെയ്തു. മഹ്മൂദ്, മഖ്സൂദിന്റെ ഇരു കവിളുകളിലും ആവർത്തിച്ച് ചുംബിച്ചു. അദ്ദേഹം അവനെ നോക്കി പുഞ്ചിരിച്ചു.

'അമ്മാവാ, അങ്ങാണ് ഇന്ത്യയെ കീഴടക്കിയവൻ!' സലാർ മഖ്സൂദ് വിനയത്തോടെ മറുപടി പറഞ്ഞു. 'അടിയൻ അങ്ങയുടെ സേവകൻ മാത്രം. കാഫിറുകളുടെ നാട്ടിൽ അങ്ങേയ്ക്കുവേണ്ടി നിയന്ത്രണത്തിന്റെ നുകം നിലനിർത്തുന്നവൻ.'

'അടങ്ങിയിരിക്കാത്ത ആ ഭാരതീയരെ നിയന്ത്രിക്കാനുള്ള ഒരേയൊരു മാർഗ്ഗം അവരെ അടിച്ചു ഒതുക്കിക്കൊണ്ടേയിരിക്കുക എന്നതാണ്! വൃത്തികെട്ട പാറ്റകളെപ്പോലെ അവർ വീണ്ടും വീണ്ടും തലപൊക്കിക്കൊണ്ടിരിക്കും. അവർ പേർഷ്യക്കാരെ പോലെയല്ല... ഒരിക്കൽ തോൽപ്പിച്ചാൽ അടങ്ങിക്കഴിയുന്ന കൂട്ടരുമല്ല...'

'ശരിയാണ്... ദുഃഖകരമാണെങ്കിലും അത് സത്യമാണ്. എനിക്കൊരു നിയമമുണ്ട്. ഇന്ത്യയിലായിരിക്കുമ്പോൾ, എല്ലാ

ദിവസവും രാവിലെ എഴുന്നേറ്റ് ഒരു കാരണവുമില്ലാതെ കുറച്ച് ഇന്ത്യക്കാരെ തല്ലിച്ചതയ്ക്കും. നമ്മുടെ കാൽക്കീഴിൽ ഒതുങ്ങിക്കഴിയാൻ പഠിക്കുന്നതുവരെ അവരെ തല്ലിക്കൊണ്ടേയിരിക്കും.'

മഹ്മൂദ് അവനെ സൂക്ഷിച്ചുനോക്കി. 'അവിശ്വാസികളുടെ ഇടയിൽ വീണ്ടും പ്രശ്നങ്ങൾ പുകയുന്നുണ്ടെന്ന് ഞാൻ കേൾക്കുന്നുണ്ടല്ലോ?'

'അതത്ര ഗൗരവമുള്ള കാര്യമല്ല... എനിക്കത് കൈകാര്യം ചെയ്യാൻ കഴിയും,' സലാർ മഖ്സൂദ് മറുപടി നൽകി. 'ശ്രാവസ്തിയിൽ നിന്നുള്ള താഴ്ന്നകുലജാതനായ ഒരു ഹിന്ദു രാജകുമാരൻ ഒരുപറ്റം കൊള്ളക്കാരുമായി കറങ്ങിനടക്കുന്നുണ്ട്. ഒരു ചെറിയ ശല്യം. ഒരു ഈച്ചയെപ്പോലെ ഞാനവനെ തട്ടിക്കളയും, അമ്മാവാ! ഇവിടത്തെ ആഘോഷങ്ങൾ കഴിഞ്ഞാൽ ഉടൻ ഞാൻ ഇന്ത്യയിലേക്ക് മടങ്ങും.'

'മ്മ്...' മഹ്മൂദ് ഒന്ന് മൂളി. 'അവന്റെ പേരെന്താണ്?'

'സുഹേൽദേവ്. അങ്ങ് വിഷമിക്കേണ്ട. ലോകത്തിന്റെ സുൽത്താൻ. ഉടൻ ഖലീഫയാകാൻ പോകുന്ന താങ്കൾ അത്തരം നിസ്സാര കാര്യങ്ങളെക്കുറിച്ച് ചിന്തിക്കേണ്ടതില്ല. ഈ സുഹേൽദേവിന്റെ കാര്യം ഞാൻ നോക്കിക്കൊള്ളാം.'

മഹ്മൂദ് തന്റെ വശത്തേക്ക് നോക്കി. 'നിന്നെ ഞാൻ ഒറ്റയ്ക്ക് തട്ടിയെടുക്കുകയാണെന്ന് തോന്നുന്നു! നിന്റെ അമ്മായി നിന്നോടൊന്ന് സംസാരിക്കാൻ അക്ഷമയോടെ കാത്തിരിക്കുന്നു. പിന്നെ തീർച്ചയായും, നിന്റെ അമ്മാവൻ, എന്റെ സഹോദരൻ, ഗസ്നിയിലെ ഗവർണ്ണർ-മുഫ്തി!'

'തമ്പുരാട്ടീ,' സലാർ മഖ്സൂദ് ഒരു സൈനികന്റെ ഗാംഭീര്യത്തോടെ അഭിവാദ്യം ചെയ്ത് കൗസരി ജഹാന് മുന്നിൽ കുനിഞ്ഞു വണങ്ങി. രാജ്ഞി തന്റെ രാജകീയ മുഖത്ത് വിദഗ്ധമായി മെനഞ്ഞെടുത്ത ഒരു ഊഷ്മളമായ പുഞ്ചിരിയോടെ സൗമ്യമായി തലയാട്ടി. സലാർ മഖ്സൂദ്, സുൽത്താന്റെ വലതുവശത്ത് നിന്നിരുന്ന ഇസ്മായിലിന്റെ നേരെ തിരിഞ്ഞു. ഇതുവരെ നേരിൽ കണ്ടിട്ടില്ലാത്ത ആ അമ്മാവന്റെ മുന്നിൽ അയാൾ ആഴത്തിൽ കുനിഞ്ഞു.

'അമ്മാവാ! ഒടുവിൽ ഗുസ്ഗാനിൽ നിന്ന് മടങ്ങിയെത്തിയല്ലേ. താങ്കൾക്ക് അവിടെ സുഖമായിരുന്നു എന്ന് കരുതുന്നു.' ആ യുവ ഗസ്നവിഡ് സേനാപതി കപടമായ സൗഹൃദത്തോടെ പുഞ്ചിരിച്ചു.

'ഓ, മരുമകനേ, നീയൊന്ന് അവിടേക്ക് വന്നിരുന്നെങ്കിൽ എന്ന് ഞാനും ആഗ്രഹിച്ചുപോവുകയാണ്. എന്റെ ആ "ആർഭാടത്തിൽ" നിനക്ക് ആതിഥ്യമരുളാൻ ഒരവസരം കിട്ടുമായിരുന്നു,' ഒരു ചിരിയോടെ ഇസ്മായിൽ പറഞ്ഞു. അദ്ദേഹം ഊഷ്മളതയോടെ ഇരുകൈകളും വിടർത്തി. സലാർ മഖ്സൂദ് ആ ആലിംഗനത്തിലേക്ക് നടന്നുചെന്നു.

'എന്റെ സഹോദരൻ നിന്നെ വാനോളം പുകഴ്ത്തുന്നുണ്ട്, മരുമകനേ,' ഇസ്മായിൽ പറഞ്ഞു. 'ഗസ്നവിഡ് സുൽത്താനേറ്റ് ഇന്ത്യയിലെ നിന്റെ വീരകൃത്യങ്ങളുടെ കഥകളാൽ മുഖരിതമാണ്. എന്റെ സഹോദരന്റെ ഹൃദയത്തിൽ നിനക്കുള്ള സ്ഥാനം സുൽത്താന്റെ സ്വന്തം പുത്രന്മാർക്കുപോലുമില്ല.'

'അങ്ങ് വളരെ ദയാലുവാണ് പ്രഭോ, ഗവർണർ-മുഫ്തീ,' സലാർ മഖ്സൂദ് വിനയത്തോടെ മറുപടി പറഞ്ഞു.

തന്റെ പിന്നിൽ രണ്ട് ചുവട് മാറി വിവേകത്തോടെ നടന്നിരുന്ന ലജ്ജാശീലനായ ഒരു യുവാവിനോട് അടുത്തേക്ക് വരാൻ സലാർ മഖ്സൂദ് ആംഗ്യം കാണിച്ചു.

'അമ്മാവാ, എന്റെ വലംകൈയായ കെരിമിനെ അങ്ങേയ്ക്ക് ഓർമ്മയുണ്ടാകുമല്ലോ. ഇന്ത്യയിലെ വിജയങ്ങൾക്ക് അവനും തുല്യ ഉത്തരവാദിയാണ്.'

മഹ്മൂദ് ഒരു പൊട്ടിച്ചിരിയോടെ പറഞ്ഞു, 'തീർച്ചയായും! സലാർ മഖ്സൂദിനെക്കുറിച്ച് പറയുമ്പോൾ കെരിമിനെ പരാമർശിക്കാതിരിക്കാൻ പ്രയാസമാണ്,' അദ്ദേഹം കണ്ണുചിമ്മി. 'കെരിം, നീ ശരിക്കും ഒരു നല്ല ചെറുപ്പക്കാരനാണ്,' ഉയരം കൂടിയ, മെലിഞ്ഞ, അസ്വാഭാവികമായി വെളുത്ത നിറമുള്ള കെരിമിനെ അദ്ദേഹം അടിമുടി ഉഴിഞ്ഞുനോക്കിക്കൊണ്ട് കൂട്ടിച്ചേർത്തു. 'ശരിക്കും കൊള്ളാം.'

കെരിം നാണത്താൽ ചുവന്നു.

ഇസ്മായിൽ അസ്വസ്ഥതയോടെ രാജ്ഞിയെ നോക്കി അവരുടെ കണ്ണുകളിൽ അസാധാരണമായ ഒരു യോജിപ്പ് കണ്ടെത്തി. ഇസ്‌ലാമിനെക്കുറിച്ചുള്ള അവരുടെ ധാരണയിൽ സ്വവർഗ്ഗരതി അനുവദനീയമായിരുന്നില്ല.

'തീർച്ചയായും, പ്രഭോ,' സലാർ മഖ്സൂദ് പറഞ്ഞു. 'നല്ല ആളുകളെക്കുറിച്ച് പറയുമ്പോൾ, ഞാൻ പോകുന്നതിന് മുൻപ് അബു ഖാസിമിനെ കാണാൻ കഴിയുമെന്ന് പ്രതീക്ഷിക്കുന്നു. അദ്ദേഹം ഒരു വേട്ടയ്ക്ക് പോയിരിക്കുകയാണെന്ന് കേട്ടു.'

'അതെ,' സുൽത്താൻ പറഞ്ഞു. 'എന്റെ കൂടെ വരൂ, മരുമകനേ.'

അവർ ഇരുവരും ജമാ മസ്ജിദിന്റെ പ്രധാന ഹാളിലേക്ക് സാവധാനം നടന്നു നീങ്ങി. മറ്റുള്ള മൂന്നുപേരും പിന്നിൽ നിന്നു.

'ആ അടിമകൾ എങ്ങനെയാണ് രക്ഷപ്പെട്ടത്, അമ്മാവാ?' സലാർ മഖ്സൂദ് ചോദിച്ചു.

'അതൊരു മോശം കാര്യമായിപ്പോയി, മഖ്സൂദ്,' മഹ്മൂദ് പറഞ്ഞു. 'ചടങ്ങുകൾക്ക് മുൻപായി പള്ളി പുനരുദ്ധരിക്കാൻ എന്റെ സഹോദരൻ കുറച്ച് കാഫിറുകളെ നിയമിച്ചിരുന്നു. ഒരു രാത്രി അവർ അങ്ങ് രക്ഷപ്പെട്ടു. ആ അടിപിടിയിൽ നിരവധി കാവൽക്കാർ മരിച്ചു. ഉള്ളിൽ നിന്നുള്ള ചതിയാണെന്നാണ് ഇസ്മായിൽ സംശയിക്കുന്നത്. അതൊരു അസംബന്ധമാണെന്നാണ് കൗസരി കരുതുന്നത്. എനിക്ക് എന്റെ ഭാര്യയെയും സഹോദരനെയും ഒരുപോലെ ഇഷ്ടമാണ്, പക്ഷേ അവർ തമ്മിൽ ഒട്ടും ചേരില്ല എന്നത് ഉറപ്പാണ്.'

'അതൊരു രഹസ്യമല്ല, അമ്മാവാ. രാജ്ഞിയും ഗവർണ്ണർ-മുഫ്തിയും തമ്മിലുള്ള ഏറ്റുമുട്ടലിനെക്കുറിച്ച് ഈ നഗരത്തിനാകെ അറിയാം.'

'ഞാൻ ആരുടെ പക്ഷം ചേരണം?'

'അക്കാര്യത്തിൽ അങ്ങയെ സഹായിക്കാൻ എനിക്കാവില്ല, അമ്മാവാ.' സലാർ മഖ്സൂദ് പുഞ്ചിരിച്ചു. അയാൾ മഹ്മൂദിനെ നോക്കി ഗൗരവത്തോടെ കൂട്ടിച്ചേർത്തു, 'പക്ഷേ, അവരുടെ തമ്മിൽത്തല്ല് കാരണം ഭരണകൂടം ആകെ താറുമാറായിരിക്കുന്നു എന്നത് ഒരു സത്യമാണ്.'

'ഇതിനെല്ലാമിടയിലും നമ്മളിത് നേടിയെടുത്തു!' മഹ്മൂദ് ആഹ്ലാദത്തോടെ കൈ വിടർത്തി ആ ഗംഭീരമായ മസ്ജിദ് കാണിച്ചു. 'ഇവിടെ വെച്ചാണ് ഞാൻ എന്റെ പുതിയ പദവിയിലേക്ക് ചുവടുവെക്കാൻ പോകുന്നത്. പരമോന്നതനിൽ നിന്ന് എനിക്ക് ലഭിക്കുന്ന പദവി. ഞാൻ ഖലീഫയായിക്കഴിഞ്ഞാൽ, മറ്റൊരു ജിഹാദിനായി ഇന്ത്യയിലേക്ക് മടങ്ങും. നീ പറഞ്ഞ ആ

പുതുപ്പണക്കാരൻ രാജകുമാരനെ നമ്മൾ അമർച്ച ചെയ്യും. ആ നാട്ടിലെ ഹിന്ദു-ബുദ്ധ രാജാക്കന്മാരെ നമ്മൾ നശിപ്പിക്കും. അവരെയെല്ലാം നമ്മൾ മതം മാറ്റുകയോ കൊല്ലുകയോ ചെയ്യും. ഗസ്വാ-ഇ-ഹിന്ദ് എന്ന പ്രവചനം ഞാൻ പൂർത്തീകരിക്കും, ഇന്ത്യയെ കീഴടക്കി കാഫിറുകളെ ഉന്മൂലനം ചെയ്യുമെന്നുള്ള പ്രവചനം! നമ്മൾ ഇന്ത്യ എന്നെന്നും ഭരിക്കും!'

'അല്ലെങ്കിൽ തൽക്കാലം ഉത്തരേന്ത്യ ഭരിക്കും. അവരുടെ രാജ്യങ്ങളെ നമുക്ക് ഓരോന്നായി കൊത്തിയെടുക്കാം. അവർ ജാതിയുടെ പേരിൽ ആഴത്തിൽ ഭിന്നിച്ചിരിക്കുകയാണ്, അവരിൽ പലരും അഹിംസയിൽ വിശ്വസിക്കുന്നവരുമാണ്!' ഇത് പറയുമ്പോൾ സലാർ മഖ്സൂദ് പുച്ഛത്തോടെ ഒന്ന് മൂളി. 'കൂടാതെ, മിക്ക ബുദ്ധമതവിശ്വാസികളും കരുതുന്നത് നമ്മൾ അവരോട് ദയ കാണിക്കുമെന്നാണ്. കാരണം നമ്മൾ തന്നെ ഈയടുത്ത കാലം വരെ ബുദ്ധമതക്കാരായിരുന്നവല്ലോ.'

മഹ്മൂദ് കൂടെ ചിരിച്ചു. 'അവർ വിഡ്ഢികളാണ്. അവർക്ക് കാര്യം മനസ്സിലായിട്ടില്ല. നമ്മുടെ പുതിയ വിശ്വാസത്തോടുള്ള കൂറ് നമ്മൾ തെളിയിക്കുന്നത് നമ്മുടെ പൂർവ്വികരെ നശിപ്പിച്ചുകൊണ്ടാണ്. നമുക്ക് മുൻപുള്ളവർ പ്രാകൃതമായ അജ്ഞതയുടെ കാലഘട്ടമായ ജാഹിലിയ്യയിലായിരുന്നു. ഏക സത്യവിശ്വാസം സ്വീകരിച്ചതിനാൽ നമ്മൾ ഇപ്പോൾ ശുദ്ധരാണ്. നമ്മുടെ പൂർവ്വികരുടെ മതത്തെ എല്ലായിടത്തും തകർത്തുകൊണ്ട് നമ്മൾ നല്ല മുസ്ലീങ്ങളാണെന്ന് തെളിയിക്കും. ബുദ്ധമതത്തെ ഒരിടത്തും അതിജീവിക്കാൻ അനുവദിക്കില്ല.'

'ശരിയാണ്... പക്ഷേ ദക്ഷിണേന്ത്യ കുറച്ചുകൂടി കഠിനമായിരിക്കും,' സലാർ മഖ്സൂദ് തുടർന്നു. 'അവർ ഇപ്പോഴും തീവ്ര ഹിന്ദുക്കളാണ്... സത്യത്തിൽ, വളരെ തീവ്രമായിത്തന്നെ. അവർ മൃഗബലി പോലും നടത്തുന്നു. പിന്നെ രാജേന്ദ്ര ചോളൻ വളരെ ശക്തനുമാണ്.'

'അടുത്ത തലമുറയ്ക്കായി എനിക്കെന്തെങ്കിലും ബാക്കി-വെക്കണമല്ലോ.'

'അതും ശരിയാണ്, അമ്മാവാ. എന്നിരുന്നാലും, ഇന്ത്യയിലേക്ക് ഏക സത്യവിശ്വാസം എത്തിക്കേണ്ടത് ഗസ്നിയുടെ ഉത്തര-വാദിത്തമാണ്. അവർ ഇസ്ലാം മതം സ്വീകരിക്കുകയോ, അല്ലെങ്കിൽ

തങ്ങളുടെ താഴ്ന്ന ദിമ്മി പദവി അംഗീകരിച്ച് പണമായും സ്ത്രീകളായും നമുക്ക് ജസിയ നൽകുകയോ ചെയ്യുന്നതുവരെ, അവരുടെ രക്തത്തിൽ ആ അവിശ്വാസികളുടെ മണ്ണിനെ നമ്മൾ കുതിർക്കും.'

'ആമീൻ...' ഒരു പ്രാർത്ഥനയുടെ അവസാനം വിശ്വാസി തന്റെ ദൈവത്തോട് അത് നിറവേറ്റാൻ ആവശ്യപ്പെട്ടുകൊണ്ട് പറയുന്നതുപോലെ, അറബി വാക്ക് ഉപയോഗിച്ച് മഹ്മൂദ് പറഞ്ഞു.

'സുമ്മ ആമീൻ,' സലാർ മഖ്സൂദ് മറുപടി നൽകി.

മസ്ജിദിന്റെ പ്രവേശന കവാടത്തിനടുത്ത് ഇസ്മായിലും കൗസരിയും മ്ലാനവദനരായി പരസ്പരം അടുത്തടുത്ത് നിന്നു. സുന്ദരനായ ആ ചെറുപ്പക്കാരൻ, കെരിം, വിനാശകാരികളായ ഇരുവരെയും ഉപേക്ഷിച്ച് പരിസരം ചുറ്റി കാണാനായി പോയിരുന്നു.

രാജ്ഞി പുച്ഛം നിറഞ്ഞ കണ്ണുകളോടെ ഇസ്മായിലിന്റെ നേരെ തിരിഞ്ഞു. ആ കണ്ണുകളിലെ കോപാഗ്നി വ്യക്തമായിരുന്നു. ഇസ്മായിലിനെപ്പോലെ സൂക്ഷ്മതകൾ ശ്രദ്ധിക്കാൻ കഴിവുള്ള ഒരാൾക്ക് അത് വ്യക്തമായി കാണാമായിരുന്നു.

'ഒരു തടിച്ച കൊഴുപ്പ് വീപ്പ എല്ലാ രാത്രിയും വന്ന് എന്റെ മുറിയുടെ പുറത്ത് കാത്തുനിൽക്കുന്നുണ്ട്...' സംഭാഷണ രൂപേണയും മര്യാദയോടെയുമായിരുന്നു അവർ അത് പറഞ്ഞത്.

ഇസ്മായിൽ അവരെ നോക്കി, മുഖത്തൊരു കൗതുകഭാവം നിറഞ്ഞു, രാജ്ഞി ആരെക്കുറിച്ചാണ് സംസാരിക്കുന്നതെന്ന് അയാൾക്ക് കൃത്യമായി അറിയാമായിരുന്നെങ്കിലും. 'തടിച്ച കൊഴുപ്പ് വീപ്പയോ?'

തള്ളിക്കളയുന്ന കണ്ണുകളോടെ ഇസ്മായിലിനെ തുറിച്ചുനോക്കിയ രാജ്ഞിയുടെ മുഖത്ത് ഒരു നേർത്ത പുച്ഛച്ചിരിയുണ്ടായിരുന്നു. 'ആളുകൾ പറയുന്നത്ര ബുദ്ധിയൊന്നും താങ്കൾക്കില്ലെന്ന് തോന്നുന്നല്ലോ.'

പുറമേക്ക് നോക്കുന്ന ഒരു സാധാരണക്കാരന്, റാണി ഗവർണ്ണർ-മുഫ്തിയുമായി സൗഹൃദപരമായി കാലാവസ്ഥയെക്കുറിച്ച്

സംസാരിക്കുകയാണെന്നേ തോന്നൂ. എന്നാൽ ആ സംഭാഷണം ഒരു വാൾപ്പയറ്റിൽ ഒട്ടും കുറഞ്ഞതായിരുന്നില്ല.

'ഓഹ്,' ഇസ്മായിൽ നാടകീയമായി നെടുവീർപ്പിട്ടു, എന്നിട്ട് പതിയെ ചിരിച്ചു. 'ആ തടിച്ച കൊഴുപ്പുവീപ്പ... മഹാറാണിയ്ക്ക് നല്ല നർമ്മബോധമുണ്ട്. ഞാൻ അയാൾക്ക് ആ വിവരണം തന്നെ ഉപയോഗിച്ചോളാം.'

'ആ കുലുങ്ങിയാടി നടക്കുന്ന പേർഷ്യൻ നീർക്കുതിര എന്റെ അറയ്ക്ക് പുറത്ത് എന്തുചെയ്യുകയായിരുന്നു എന്ന് താങ്കളിതുവരെ പറഞ്ഞില്ല.'

ഇസ്മായിൽ ഉച്ചത്തിൽ ചിരിച്ചു. 'കുലുങ്ങിയാടി നടക്കുന്ന നീർക്കുതിര. അതും ഞാൻ ഉപയോഗിക്കാൻ പോകുന്നു... പക്ഷെ താങ്കളുടെ ചോദ്യത്തിന്, എനിക്കൊരു ധാരണയുമില്ല. ആ നീർക്കുതിരയ്ക്ക് അവന്റേതായ ഒരു മനസ്സുണ്ട്. ഈ പേർഷ്യക്കാരുടെ തലച്ചോറ് എങ്ങനെയാണ് പ്രവർത്തിക്കുന്നതെന്ന് ആർക്ക് പറയാൻ കഴിയും?'

റാണിയുടെ ഭാവം ഗൗരവമുള്ളതായി. 'നീർക്കുതിരകൾക്ക് ഏത് ദിശയിലേക്കും കുലുങ്ങിയാടി നടക്കാൻ കഴിയും... ആരാണ് കൂടുതൽ ശക്തിയോടെ ചാട്ടവാറടിക്കുന്നത് എന്നതിനെ ആശ്രയിച്ചിരിക്കും.'

'ശരിയാണ്. എന്റെ തൊഴിലാളികൾ രക്ഷപ്പെട്ടപ്പോൾ ഞാനത് അനുഭവിച്ചതാണ്. അതിൽ താങ്കൾക്ക് ഒരു പങ്കുമില്ലെന്ന് എനിക്കുറപ്പുണ്ട്.'

'താങ്കൾക്ക് ഉറപ്പുണ്ടെന്ന കാര്യത്തിൽ എനിക്കും ഉറപ്പുണ്ട്.'

ഇസ്മായിൽപുഞ്ചിരിച്ചു.'എന്നിട്ടും,ആപള്ളിപുനർനിർമ്മിക്കപ്പെട്ടു.'

'കാരണം ഞാൻ സഹായിച്ചു.'

'താങ്കൾ സഹായിച്ചുവെന്ന് എനിക്കുറപ്പാണ്.'

'ഒരിക്കൽ കൂടി, താങ്കൾക്ക് ഉറപ്പുണ്ടെന്ന കാര്യത്തിൽ എനിക്കുറപ്പുണ്ട്.'

ഇസ്മായിൽ മറുപടിയായി ചിരിച്ചുകൊണ്ട് മുഖം തിരിച്ചു, പ്രതികരിക്കാൻ മെനക്കെടാതെ.

കൗസരിയുടെ കണ്ണുകളിൽ ഒരു നിമിഷം തീപാറി. 'താങ്കൾ മടങ്ങിയെത്തിയിട്ട് വളരെ കുറച്ച് സമയമേ ആയിട്ടുള്ളൂ... സൂക്ഷിക്കുക, കുലീനനായ ഗവർണ്ണർ-മുഫ്തി.'

'ഞാൻ ജനിച്ചതേ സൂക്ഷിച്ചാണ്, മഹാറാണി. പക്ഷെ താങ്കളുടെ അധികാരകേന്ദ്രം സൂക്ഷിക്കുന്നുണ്ടെന്ന് താങ്കൾ ഉറപ്പാക്കുന്നുണ്ടോ?'

കൗസരി നിശ്ശബ്ദയായി. ഒരു പൊതുസ്ഥലത്ത് വെച്ച് സുൽത്താനെക്കുറിച്ച് വളരെ വ്യക്തമായ ഒരു പരാമർശം നടത്തിയതിൽ അവർക്ക് കടുത്ത ദേഷ്യം തോന്നി. പക്ഷെ അവർ തന്റെ കോപം നന്നായി മറച്ചുവെച്ചു. ഇത്ര ധാർഷ്ട്യത്തോടെ സംസാരിക്കാൻ കഴിയുംവിധം ഇസ്മായിൽ ശരിക്കും ശക്തനായിക്കൊണ്ടിരിക്കുകയാണ്.

ഇസ്മായിൽതന്റെഅയഞ്ഞ,നീണ്ടകൈക്കുപ്പായത്തിനുള്ളിലേക്ക് കൈകൾ തിരുകി. 'സുന്ദരിയായ രാജ്ഞീ, ഞാൻ കാര്യങ്ങൾ വ്യക്തമായിത്തന്നെ സംസാരിക്കട്ടെ. തിരഞ്ഞെടുക്കപ്പെട്ട പാത അപകടകരമാണെന്ന് താങ്കൾക്കറിയാം. ഒരു തുർക്കിക്കാരനും, അറബിയല്ലാത്ത ഒരാൾക്കും, ആ പദവിയിൽ അംഗീകാരം ലഭിക്കാൻ പോകുന്നില്ല. താങ്കൾ അദ്ദേഹത്തെ പിന്തിരിപ്പിക്കാൻ ശ്രമിച്ചിട്ടുണ്ടെന്ന് എനിക്കറിയാം, പക്ഷെ താങ്കളുടെ അധികാരകേന്ദ്രം അത് ചെവിക്കൊണ്ടില്ല. ഇനി അനിഷ്ടമായ എന്തെങ്കിലും സംഭവിച്ചാൽ, താങ്കൾക്ക് ആരുണ്ടാകും? എനിക്കിപ്പോൾ സാമ്രാജ്യത്തിലുടനീളം വിശ്വസ്തരുണ്ട്. താങ്കൾക്ക് എന്നെ ആശ്രയിക്കാം... പക്ഷെ അതിനായി, താങ്കൾ ശരിയായത് തിരഞ്ഞെടുക്കണം.'

കൗസരി ജഹാൻ കണ്ണുകൾ ഇടുക്കി. ആ തുറന്ന സംസാരത്തിൽ അവർ സ്തബ്ധയായിപ്പോയി. ആരും കേൾക്കാൻ പാകത്തിൽ അടുത്തില്ലെന്ന് ഉറപ്പാക്കാൻ അവർ ചുറ്റുമൊന്ന് നോക്കി. അങ്ങനെ ചെയ്തതിൽ അവർക്ക് പെട്ടെന്ന് ഖേദം തോന്നി. താൻ ബലഹീനത കാണിച്ചുപോയി. ആരെങ്കിലും കേൾക്കാൻ ദൂരത്തുണ്ടായിരുന്നെങ്കിൽ ഇസ്മായിൽ ഒരിക്കലും ഈ വാക്കുകൾ പറയില്ലായിരുന്നു എന്ന് അവർക്കറിയാമായിരുന്നു.

'താങ്കൾ ഇപ്പോൾ സൂചിപ്പിക്കുന്നതിന് എനിക്ക് താങ്കളുടെ തലയെടുപ്പിക്കാൻ കഴിയും,' കൗസരി പതുക്കെ, ഏതാണ്ട് ഒരു മന്ത്രണം പോലെ ചീറ്റി.

'ഞാൻ എന്താണ് സൂചിപ്പിച്ചത്, തമ്പുരാട്ടീ?' ഇസ്മായിൽ കളിയാക്കി, പള്ളിയുടെ ചുമരുകളിലെ ചിത്രകല കാണിക്കുന്നതു-

പോലെ കൈകൾ ഉയർത്തി. 'ദയവായി അല്ലാഹുവിന്റെ ഭവനത്തെ അശുദ്ധമായ ചിന്തകൾ കൊണ്ട് മലിനമാക്കരുത്... പക്ഷെ നമുക്ക് കൂടുതൽ അനുയോജ്യമായ ഒരിടത്ത് വെച്ച് ഇതിലും സ്വതന്ത്രമായി സംസാരിക്കാം. വേണമെങ്കിൽ എന്റെ കൊട്ടാരത്തിൽ. നമ്മൾ ഒരുമിച്ച് പ്രവർത്തിച്ചാൽ നമുക്ക് പരസ്പരം ശക്തിയാകാൻ കഴിയുമെന്ന് എനിക്ക് തോന്നുന്നു. ഞാൻ കേൾക്കും, നിങ്ങൾക്കറിയാമല്ലോ. ആ ആളെപ്പോലെയല്ല... എനിക്ക് താങ്കളെ കൂടുതൽ നന്നായി അറിയാൻ മാത്രമാണ് ആഗ്രഹം. വളരെ നന്നായി അറിയാൻ. എങ്കിലും എനിക്കിപ്പോൾ തന്നെ ഒരുപാട് കാര്യങ്ങൾ അറിയാം.'

അവന്റെ ധിക്കാരം കണ്ട് റാണി അമ്പരന്നു. കോപം കൊണ്ട് അവർ മുഖം തിരിച്ചു. അപ്പോൾ സുൽത്താനും സലാർ മഖ്സൂദും തങ്ങളുടെ അടുത്തേക്ക് നടന്നു വരുന്നത് അവർ കണ്ടു.

അവർ പുഞ്ചിരിച്ചുകൊണ്ട് ഇസ്മായിലിന്റെ നേരെ തിരിഞ്ഞു. 'ഗവർണ്ണർ-മുഫ്തി, താങ്കൾ ഓരോ ദിവസം കഴിയുന്തോറും കൂടുതൽ ധൈര്യശാലിയാവുകയാണല്ലോ,' അവർ ശ്വാസമടക്കിപ്പറഞ്ഞു. 'ധീരതയ്ക്കും വിഡ്ഢിത്തത്തിനും ഇടയിൽ വളരെ നേർത്ത ഒരു വരയുണ്ട്.'

സുൽത്താന് സംശയം തോന്നാതിരിക്കാൻ ഇസ്മായിൽ ഊഷ്മളമായി പുഞ്ചിരിച്ചു. പക്ഷെ അവന്റെ സ്വരം ഉറച്ചതായിരുന്നു. 'ഞാനൊരിക്കലും ആ വര കടക്കില്ല.'

കൗസരി ഇസ്മായിലിനെ നോക്കി. 'താങ്കൾ അത് ചെയ്യുമെന്ന് ഞാൻ പ്രാർത്ഥിക്കുന്നു.'

സൂര്യോദയത്തിന് ഏതാനും നാഴികകൾ മാത്രം ബാക്കി. സുൽത്താന്റെ കൊട്ടാരത്തിലെ വേലക്കാരുടെ മുറികളിൽ നിന്ന് പുറത്തുവന്ന യാലൻ ഇടനാഴിയിലൂടെ ശബ്ദമുണ്ടാക്കാതെ മെല്ലെ നടന്നു. അവൻ പാദരക്ഷകൾ ധരിച്ചിരുന്നില്ല. ആ ചുവടുകൾ തൂവൽ പോലെ ഭാരം കുറഞ്ഞതായിരുന്നു. അവന്റെ പരിഭ്രാന്തമായ ഹൃദയമിടിപ്പ് സ്വന്തം കാതുകളിൽ മുഴങ്ങിക്കേൾക്കാമായിരുന്നു.

അവൻ വർഷങ്ങളായി സുൽത്താന്റെ അടുക്കളയിലെ ജോലിക്കാരനായിരുന്നു. അത്രയൊന്നും മാന്യമല്ലാത്ത

പശ്ചാത്തലമുണ്ടായിട്ടും ഖ്വാജ ഹസ്സന്റെ ശുപാർശയിലാണ് അവന് നിയമനം ലഭിച്ചത്. ആ ഉപകാരത്തിന് എന്നെങ്കിലും പ്രത്യുപകാരം ചെയ്യേണ്ടി വരുമെന്ന് അവനറിയാമായിരുന്നു. അവൻ മതകാര്യ പോലീസായ ജൂൻദീൻ-ഉൽ-ദിനിന് വേണ്ടി രഹസ്യപ്രവർത്തനങ്ങൾ ചെയ്തിരുന്നു. അത് മതിയാകുമെന്ന് അവൻ ആശിച്ചു. പക്ഷെ, താൻ ചെയ്യുന്ന ജോലി പ്രധാനമന്ത്രിയോടുള്ള കടം വീട്ടാൻ മാത്രം അപകടകരമല്ലെന്ന് അവന്റെ ഹൃദയത്തിന്റെ അടിത്തട്ടിൽ അവനറിയാമായിരുന്നു. ഒടുവിൽ തന്നോട് ആവശ്യപ്പെട്ട കാര്യത്തിലെ കനത്ത അപകടസാധ്യതയ്ക്ക് അവൻ തയ്യാറായിരുന്നില്ല. എന്നിരുന്നാലും, അവന് വേറെ വഴിയില്ലായിരുന്നു.

ദൗത്യത്തിനുള്ള തയ്യാറെടുപ്പിന്റെ ഭാഗമായി, കഴിഞ്ഞയാഴ്ച അവനെ സുൽത്താന്റെ സ്വകാര്യ ജോലിക്കാരുടെ കൂട്ടത്തിലേക്ക് മാറ്റിയിരുന്നു.

പുറത്ത് കാവൽ നിൽക്കുന്ന കാവൽക്കാർ ഒഴികെ കൊട്ടാരം മുഴുവൻ ഉറക്കത്തിൽ ആണ്ടിരുന്നു. അവൻ നക്ഷത്രങ്ങൾ നിറഞ്ഞ ആകാശത്തേക്ക് നോക്കി ഇടനാഴിയുടെ അറ്റത്തേക്ക് നടന്നു. കൈവരിയിൽ കൈകൾ വെച്ച് അവൻ താഴേക്ക് നോക്കി. മഞ്ഞുകട്ടകൾ പോലെ തണുത്ത കാറ്റ് മുഖത്ത് വന്ന് തറച്ചു. രണ്ട് കാവൽക്കാർ കൊട്ടാരത്തിന്റെ ഒരു വശം ചുറ്റി വലത്തോട്ട് തിരിയുന്നത് അവൻ കണ്ടു.

ആറ് മിനിറ്റ് സമയം.

കാവൽക്കാർ വീണ്ടും വലത്തോട്ട് തിരിഞ്ഞ് അവനിൽ നിന്ന് അകലെയുള്ള മറുവശത്തേക്ക് നടക്കും. യാലൻ പുറത്തേക്ക് ചാഞ്ഞ് തല മുകളിലേക്ക് തിരിച്ചു. മുകളിലെ ജനലിൽ നിന്ന് മങ്ങിയ മഞ്ഞ വെളിച്ചം വരുന്നുണ്ടായിരുന്നു. അവന്റെ ലക്ഷ്യം ഉറങ്ങുന്ന, അല്ലെങ്കിൽ ഉണർന്നിരിക്കുന്ന, ആ അറയുടെ ജനലായിരുന്നു.

യാലൻ കൈവരിയിൽ കയറി ഒരു തൂണിൽ പിടിച്ചു. അവൻ ഇടത് കാൽ നീട്ടി മണൽക്കല്ലുകൾക്കിടയിലെ ഒരു വിടവിൽ ചവിട്ടി ഇടത് കൈ നീട്ടി ഇടുങ്ങിയ ഓവുചാലിന്റെ തട്ടിൽ പിടിച്ചു. അവന്റെ വലതു കൈയും പിന്നാലെ വലതു കാലും അവിടെയെത്തി. ഇനി വരാനിരിക്കുന്നത് പ്രയാസമേറിയ ഭാഗമാണ്. അവൻ തന്റെ

ഇടത് കാൽ ഭിത്തിയിലെ ഇടുങ്ങിയ വിടവിൽ വെച്ച്, ഇടതുകൈ കഴിയുന്നത്ര വിരിച്ച് തൂണിന്റെ താങ്ങിൽ പിടിച്ച് നല്ലൊരു പിടി ഉറപ്പാക്കി. എന്നിട്ട് മുകളിലേക്ക് കയറാൻ തുടങ്ങി. മുതുകിലും വിരലുകളിലും കാലുകളിലും വലിയ ഭാരം അനുഭവപ്പെട്ടു. തോളെല്ലുകൾ വേദനകൊണ്ട് നീറിപ്പുകഞ്ഞെങ്കിലും ലക്ഷ്യമിട്ട തട്ടിൽ എത്തും വരെ കയറ്റം തുടർന്നു. കിതച്ചുകൊണ്ട്, അവൻ തന്റെ മുൻകൈ തട്ടിന്റെ മുകളിൽ പിടിച്ച് ശരീരം മുകളിലേക്ക് വലിച്ചു. അവൻ ജനൽത്തട്ടിന് മുകളിൽ പതുങ്ങിയിരുന്നു. മൂന്ന് എണ്ണിയപ്പോൾ അവൻ പാതി എഴുന്നേറ്റ് ജനൽ ചട്ടക്കൂടിൽ പിടിച്ച് സമനില കണ്ടെത്തി. അവൻ ഇടത് കൈ അയച്ച് പിരിമുറുക്കം കുറച്ച് വീണ്ടും ചട്ടക്കൂടിൽ പിടിച്ചു.

ഒരു സ്ത്രീയുടെ താഴ്ന്ന ശബ്ദത്തിലുള്ള അറബി മന്ത്രോച്ചാരണത്തിന്റെ ഈണം അവൻ കേട്ടു. അവൻ പതുക്കെ എഴുന്നേറ്റ് മുറിക്കുള്ളിലേക്ക് എത്തിനോക്കി. ആഡംബരപൂർണ്ണമായ രാജകീയ ശയ്യാഗൃഹത്തിന്റെ അങ്ങേയറ്റത്ത് നേർത്ത തിരശ്ശീലകൾക്ക് പിന്നിലായി ആ സ്ത്രീ ഇരിക്കുന്നുണ്ടായിരുന്നു. അവൻ കാലുകൾ കൂടുതൽ നിവർത്തി അടുത്തുനോക്കി.

രാത്രിയിലെ കാറ്റിൽ തിരശ്ശീല പാറി, രാജ്ഞിയെ വെളിപ്പെടുത്തി. അവർ ജനലിന് പുറംതിരിഞ്ഞ് തറയിലിരിക്കുകയായിരുന്നു.

തലയിൽ ഒന്നും മൂടാതെ, അവരുടെ ചുവപ്പ് കലർന്ന തവിട്ടുനിറമുള്ള മുടി കടലിലെ കൊടുങ്കാറ്റുള്ള തിരമാലകൾ പോലെ മുതുകിലൂടെ താഴേക്ക് ഒഴുകി തറയിൽ തിളങ്ങുന്ന ഒരു കൂമ്പാരമായി വീണുകിടന്നു. അവരുടെ ശരീരം, അവർ ശ്രദ്ധയോടെ നോക്കിക്കൊണ്ടിരുന്ന, പ്രകാശം വരുന്ന ഉറവിടത്തെ മറച്ചിരുന്നു.

മൃദുവായി മുഴങ്ങുന്ന മന്ത്രോച്ചാരണങ്ങൾ അവനരികിലെത്തിയപ്പോഴേക്കും ഏതാണ്ട് നിശ്ശബ്ദമായി മാറിയിരുന്നു. അത് അറബിയിലാണെന്ന് അവന് മനസ്സിലാക്കാൻ കഴിഞ്ഞു. പക്ഷെ വാക്കുകൾ എന്താണെന്ന് അവന് ഉറപ്പില്ലായിരുന്നു. അതിന് ഉത്തരം നൽകേണ്ടതുണ്ടെന്ന് അവനറിയാമായിരുന്നു.

ഈ അസമയത്ത് താങ്കൾ എന്താണ് മന്ത്രിക്കുന്നത്, രാജ്ഞീ?

യാലൻ പെട്ടെന്ന് ഞെട്ടി.

ഒരു ഒച്ച് അവന്റെ വലത് മുൻകൈയിലൂടെ തണുത്ത, വഴുവഴുപ്പുള്ള ഒരു പാത തീർക്കുന്നത് അവൻ അറിഞ്ഞു. അവൻ ചീറ്റിക്കൊണ്ട്

കൈ കുടഞ്ഞു, ജനൽച്ചട്ടക്കൂടിലെ പിടി ഏതാണ്ട് നഷ്ടപ്പെട്ടു. ഒച്ച് തട്ടിലേക്ക് തെറിച്ചുവീണു. വീണ ഒച്ച് ജനൽത്തട്ടിന്റെ മറ്റേ അറ്റത്ത് നിശ്ശബ്ദമായി ഇരുന്നിരുന്ന ഒരു ചെറിയ പക്ഷിയെ ഭയപ്പെടുത്തി. ആ ഉുവലുള്ള ജീവി കൂവിക്കൊണ്ട് ചിറകുകൾ വിരിച്ച് പറന്നുപോയി.

യാലൻ മനസ്സിൽ പ്രാർത്ഥിച്ചുകൊണ്ട് മുകളിലേക്ക് നോക്കി. എന്നിട്ട് മരവിച്ചുപോയി.

അവന്റെ കണ്ണുകൾ ഇപ്പോൾ ജനലിനരികിൽ നിൽക്കുന്ന റാണിയുടെ ക്രോധം നിറഞ്ഞ നോട്ടത്തിൽ ഉടക്കി. അവരുടെ ഷണ്ഡനായ അംഗരക്ഷകൻ അവർക്കരികിൽ ഭീകരരൂപിയായി നിന്നിരുന്നു.

ഭയം. പരിഭ്രമം. തേങ്ങുന്ന ഒരു മുയലിനെപ്പോലെ അവൻ കെണിയിൽപ്പെട്ടു.

യാലൻ തിടുക്കത്തിൽ വഴുതിമാറാൻ ശ്രമിച്ചെങ്കിലും ഹക്കീം അവന്റെ രണ്ട് കൈത്തണ്ടയിലും പിടികൂടി. അയാൾ തന്റെ കൈകൾ ആ ചാരന്റെ കക്ഷത്തിനടിയിലൂടെയിട്ട് ഒരു ചെറിയ പട്ടിക്കുട്ടിയെപ്പോലെ അവനെ മുകളിലേക്ക് വലിച്ചെടുത്തു.

കൗസരി ജഹാൻ അവനെ തുറിച്ചുനോക്കി. അവർ ഹക്കീമിന് നേരെ തിരിഞ്ഞ് മന്ത്രിച്ചു, 'പുണ്യ തടാകത്തെയും പുണ്യ പർവ്വതത്തെയും സാക്ഷിയാക്കി ഞാൻ പറയുന്നു, സമയം കൃത്യമായിരുന്നു.'

ഹക്കീമിന്റെ ഇരുമ്പുപിടിയിൽ കിടന്ന് യാലൻ രക്ഷപ്പെടാനായി വെപ്രാളപ്പെട്ടുകൊണ്ട് പിടയുകയായിരുന്നു.

ഹക്കീം തന്റെ ഭീമാകാരമായ ഇടംകൈ കൊണ്ട് വായ പൊത്തിപ്പിടിച്ചതിനാൽ യാലന് പിന്നീട് ശബ്ദമൊന്നും പുറപ്പെടുവിക്കാൻ കഴിഞ്ഞില്ല. പക്ഷേ, പ്രധാനപ്പെട്ട വിവരം അവന്റെ കാതുകളിലെത്തി. 'സമയം കൃത്യമായിരുന്നു.' അവൾ എന്നെ പ്രതീക്ഷിച്ചിരിക്കുകയായിരുന്നോ? ഞാൻ ഒരു കെണിയിൽപ്പെട്ടതാണോ?

'ശബ്ദമുണ്ടാക്കിയാൽ, നീ മരിക്കും,' ഹക്കീം മന്ത്രിച്ചു.

യാലൻ തലയാട്ടി. ആ വാക്കുകൾ അവന് മനസ്സിലായി.

ആ ഷണ്ഡനായ അംഗരക്ഷകൻ ചാരന്റെ കയ്യിൽ നിന്നും പെഷ്കാബ്സ് എന്ന മാരകമായ പേർഷ്യൻ കഠാരി പിടിച്ചുവാങ്ങി.

എന്നിട്ട് അവനെ നിലത്തേക്ക് തള്ളിത്താഴെയിട്ടു. കൗസരി ജഹാൻ യാലന്റെ അടുത്തേക്ക് നടന്നുചെന്ന് അവന്റെ അരികിൽ കുനിഞ്ഞിരുന്നു. അവൻ അവളെത്തന്നെ തുറിച്ചുനോക്കി. അവളുടെ അതീന്ദ്രിയ സൗന്ദര്യത്തിൽ സ്തബ്ധനായും കണ്ണുകളിലെ ഭീഷണിയിൽ തളർന്നും അവൻ കിടന്നു.

'എനിക്ക് നിന്നെ മനസ്സിലായി,' അവൾ മന്ത്രിച്ചു. 'നീ ജുൻദീൻ-ഉൽ-ദിന്നിന് വേണ്ടിയല്ലേ ജോലി ചെയ്യുന്നത്. ആ പാമ്പ് ഇസ്മായിൽ ഇപ്പോൾ ശരിക്കും അതിരു കടന്നിരിക്കുന്നു...'

ഗവർണ്ണർ-മുഫ്തി ഇസ്മായിൽ അല്ല, പ്രധാനമന്ത്രി ഖ്വാജ ഹസ്സനാണ് തന്നെ ഇവിടേക്ക് വരാൻ കൽപ്പിച്ചതെന്ന് പറയാൻ യാലൻ തുനിഞ്ഞതാണ്. എന്നാൽ മിണ്ടാതിരിക്കാൻ മാത്രം ജീവനിൽ കൊതിയുള്ളതുകൊണ്ട് അവൻ നിശ്ശബ്ദത പാലിച്ചു. വലിയവരുടെ കളികൾ പൂർണ്ണമായി മനസ്സിലാക്കാൻ തങ്ങളെപ്പോലുള്ള ചെറിയ മനുഷ്യർക്ക് കഴിയില്ലെന്ന് അവനറിയാമായിരുന്നു.

'എന്നോട് ക്ഷമിക്കണം, മഹാറാണി. ഞാൻ കൽപ്പനകൾ അനുസരിക്കുക മാത്രമാണ് ചെയ്തത്. ഇനി മുതൽ ഞാൻ അങ്ങയെ അനുസരിക്കാം. ഞാൻ എന്തുചെയ്യണമെന്ന് ദയവായി പറയൂ.'

കൗസരി പുഞ്ചിരിച്ചു. 'വിഡ്ഢിയായ മനുഷ്യാ, നീ എനിക്കുവേണ്ടി എന്തുചെയ്യും?'

'അങ്ങ് ആഗ്രഹിക്കുന്നതെന്തും, മഹാറാണി.'

കൗസരി പുരികമുയർത്തി മൃദുവായി ചിരിച്ചു. സാധാരണക്കാരനായ ഒരു പുരുഷനിൽ തനിക്ക് ചെലുത്താൻ കഴിയുന്ന, ഒരു യക്ഷിക്കഥയിലെന്നപോലുള്ള വശീകരണ ശക്തിയെക്കുറിച്ച്, അതിസുന്ദരിയായ ഏതൊരു സ്ത്രീയെയും പോലെ അവൾക്കും അറിയാമായിരുന്നു. പക്ഷേ, അതിന് ശബ്ദവും വാക്കുകളും കൃത്യമായ അളവിലായിരിക്കണം.

'പറയൂ, വിഡ്ഢിയായ മനുഷ്യാ,' കൗസരി ചോദിച്ചു. 'എന്റെ അറയ്ക്ക് പുറത്തുനിന്ന് നീ എന്താണ് കേട്ടത്?'

അറിയാതെയാണെങ്കിലും, യാലന്റെ നോട്ടം ഒരു നിമിഷം രാജ്ഞിയുടെ മാറിടത്തിലേക്ക് പാളിപ്പോയി. അവളുടെ സാന്നിധ്യത്തിൽ പല പുരുഷന്മാർക്കും സ്വയം നിയന്ത്രിക്കാൻ

കഴിഞ്ഞിരുന്നില്ല. അവൾ അതിനെ മറക്കാൻ എന്തോ ഒന്ന് തന്റെ നെഞ്ചോട് ചേർത്തുപിടിച്ചിരുന്നു.

'ഞാനൊന്നും കേട്ടില്ല, മഹാറാണി. അങ്ങ് അറബിയിൽ പ്രാർത്ഥിക്കുകയായിരുന്നു എന്ന് എനിക്ക് മനസ്സിലായി. പക്ഷേ വാക്കുകൾ തിരിച്ചറിയാൻ കഴിഞ്ഞില്ല.'

'മ്മ്...'

ആ 'മ്മ്' കേട്ടപ്പോൾ യാലന് കൂടുതൽ പരിഭ്രമമായി. താൻ പ്രയോജനപ്പെടുമെന്ന് തെളിയിക്കാനായി അവൻ വെപ്രാളപ്പെട്ട് തുടർന്നു: 'പക്ഷേ എനിക്ക് അങ്ങയുടെ ചാരനാകാൻ കഴിയും, മഹാറാണി. അങ്ങ് ആഗ്രഹിക്കുന്ന ഏത് വാർത്തയും ഞാൻ കൊണ്ടുവന്നുതരാം.'

കൗസരി യാലനെ നോക്കി. അവളുടെ മുഖത്തൊരു പുഞ്ചിരിയുണ്ടായിരുന്നു. അവൾ താല്പര്യം കാണിക്കുന്നതായി ഭാവിച്ചു. 'വാർത്തയോ?'

'അതെ, മഹാറാണി. സുൽത്താനെക്കുറിച്ചുള്ള വാർത്തകൾ. പ്രധാനമന്ത്രിയെക്കുറിച്ചുള്ളത്. ഗവർണ്ണർ-മുഫ്തിയെക്കുറിച്ചുള്ളത്. അതെല്ലാം ഞാൻ അങ്ങേയ്ക്ക് കൊണ്ടുവന്നു തരാം.'

രാജ്ഞി പുഞ്ചിരിച്ചു. താൻ സ്നേഹിക്കുന്ന ഒരാൾക്ക് വേണ്ടി, അല്ലെങ്കിൽ ഒരു പുരുഷന് തലച്ചോറുണ്ടെന്ന കാര്യം മറപ്പിച്ച് താൻ പറയുന്നതെന്തും ചെയ്യിപ്പിക്കേണ്ടി വരുമ്പോൾ മാത്രം എടുക്കാനായി നീക്കിവെച്ചിട്ടുള്ള ആ അതിമനോഹരമായ പുഞ്ചിരി.

ആ പുഞ്ചിരിക്ക് അതിൻ്റേതായ ഫലമുണ്ടായി. വ്യക്തമായും.

'ഞാൻ അങ്ങയോട് അനശ്വരമായ കൂറ് വാഗ്ദാനം ചെയ്യുന്നു, മഹാറാണി,' യാലൻ ധൈര്യം സംഭരിച്ച്, അവളുടെ മാറിടത്തിലേക്ക് വീണ്ടും നോക്കിക്കൊണ്ട് പറഞ്ഞു. 'അങ്ങ് എന്നോട് എന്തുചെയ്യാൻ പറഞ്ഞാലും ഞാനത് ചെയ്യും.'

കൗസരി ജഹാൻ തലയാട്ടി. എന്നിട്ട് ഹക്കീമിന് നേരെ തിരിഞ്ഞു. 'ഈ നല്ല മനുഷ്യന്റെ നാവ് മുറിച്ചുമാറ്റുക. അവന്റെ എല്ലുകൾ തകർക്കുക, പക്ഷേ മുഖം കേടുവരുത്തരുത്. ഇവന്റെ കുടുംബത്തെ പോയി കൂട്ടിക്കൊണ്ടുവരിക. അവർ നമ്മുടെ സുരക്ഷിത താവളത്തിൽ അതിഥികളായിരിക്കും. അവർക്കായി ആയിരം സ്വർണ്ണ നാണയങ്ങൾ മാറ്റിവെക്കുക. ഒരു ജുൻദീൻ-ഉൽ-ദിൻ

ചാരനെ ഉപയോഗിച്ച് ഗസ്റ്റിയിലെ രാജ്ഞിയെ വധിക്കാൻ ശ്രമിച്ചതിന് ഗവർണ്ണർ-മുഫ്തിക്കെതിരെ ഔദ്യോഗികമായി കുറ്റം ചുമത്തിക്കൊണ്ട് ഈ പ്രഭാതത്തെ വരവേൽക്കാൻ തയ്യാറെടുക്കുക.'

യാലൻ നിശ്ശബ്ദനായിരുന്നു. തനിക്ക് ലഭിക്കാൻ പോകുന്ന ശിക്ഷയെക്കുറിച്ചോർത്ത് അവൻ സ്തബ്ധനായിപ്പോയി. ഒരു പുരുഷനും തന്റെ നാവ് നഷ്ടപ്പെടാൻ ആഗ്രഹിക്കില്ല. എന്നാൽ ആയിരം സ്വർണ്ണ നാണയങ്ങൾ എന്നതിനർത്ഥം അവന്റെ കുടുംബം എന്നെന്നേക്കുമായി സുരക്ഷിതരായിരിക്കുമെന്നാണ്.

അങ്ങനെയൊരു അവസരം ഒരു പുരുഷനും പാഴാക്കുകയുമില്ല.

പക്ഷേ ആ വാഗ്ദാനത്തെക്കുറിച്ച് കൂടുതൽ ചിന്തിക്കാനോ, അതിന്റെ ഗുണദോഷങ്ങൾ വിലയിരുത്താനോ അവന് സമയം കിട്ടിയില്ല. കാരണം അതൊരു വാഗ്ദാനമായിരുന്നില്ല. അതൊരു അന്ത്യശാസനമായിരുന്നു. ഹക്കീം തന്റെ ഭീമാകാരമായ മുഷ്ടികൊണ്ട് അവനെ ശക്തിയായി ഇടിച്ച് ബോധം കെടുത്തിയപ്പോൾ അവന്റെ ചിന്തകൾ മുറിഞ്ഞുപോയതുകൊണ്ടും അവന് കൂടുതൽ സമയം ലഭിച്ചില്ല.

രാജ്ഞി എഴുന്നേറ്റ് ജനലിനടുത്തേക്ക് നടന്നു. അവൾ ആകാശത്തേക്ക് നോക്കി ചന്ദ്രനെ കണ്ടു. അവൾ തലയാട്ടി പുഞ്ചിരിച്ചു. അവളുടെ കണ്ണുകൾ ആ ഒച്ചിൽ പതിഞ്ഞു. ഖെപെർ എന്ന ഈജിപ്ഷ്യൻ ചാണകവണ്ടിനെപ്പോലെ, അത് കഠിനാധ്വാനം ചെയ്ത് ജനൽപ്പാളിയുടെ നടുവിലേക്ക് വീണ്ടും ഇഴഞ്ഞെത്തിയിരുന്നു.

അവൾ തന്റെ വലത് ചൂണ്ടുവിരലിന്റെ അഗ്രത്തിൽ ആ ഒച്ചിനെ എടുത്ത്, ആദരവോടെ നെറ്റിക്ക് നേരെ കൊണ്ടുവന്ന് കണ്ണുകളടച്ചു.

അദ്ധ്യായം 21

എല്ലാം തുടങ്ങിയ മനുഷ്യൻ

ഫിർദൗസിന്റെ തോട്ടം, ഖുസ്ദാറിനടുത്ത്, അഫ്ഗാനിസ്ഥാൻ

ഫിർദൗസിന്റെ പുരയിടത്തിന്റെ അറ്റത്ത് ധ്രുവ് മഞ്ഞിലിരുന്നു. ആ തണുപ്പൊന്നും അവൻ അറിഞ്ഞില്ല. ഏകനായിത്തീർന്ന ആ ചെറുപ്പക്കാരന്റെ പരുക്കനും മഞ്ഞിൽ തണുത്തുറഞ്ഞതുമായ മുഖത്ത്, ചൂടുള്ള കണ്ണുനീർ നേർത്ത് മിനുസമുള്ള ചാലുകൾ തീർത്തിരുന്നു.

രക്ഷപ്പെട്ട അടിമകളെ പിന്തുടർന്ന തുർക്കിക് വേട്ടസംഘത്തെ പൂർണ്ണമായി ഇല്ലാതാക്കിയിട്ട് ഇരുപത്തിനാല് മണിക്കൂർ കഴിഞ്ഞിരുന്നു. ഒരുകാലത്ത് എല്ലാവരും ഭയപ്പെട്ടിരുന്ന ഇന്ത്യയുടെ തുർക്കി കശാപ്പുകാരൻ ഉൾപ്പെടെ, അവസാനത്തെയാൾ വരെ വേട്ടയാടപ്പെട്ടു.

വിജയം കൈവരിച്ചെങ്കിലും, അതിന് വലിയ വില നൽകേണ്ടി വന്നു.

കഴിഞ്ഞ ദിവസം വൈകുന്നേരം, ഹൃദയം തകർന്ന ധ്രുവ് തന്റെ കുലീനനായ അച്ഛൻ സോമേശ്വറിനെ വേദപരമായ ആചാരങ്ങളോടെ ദഹിപ്പിച്ചപ്പോൾ, ആ സൗമ്യനായ ഗുജറാത്തി വ്യാപാരിക്ക് വേണ്ടി എല്ലാ ഭാരതീയരും ആദരവോടെ ദുഃഖിച്ചുനിന്നു. സാധാരണയായി ശവസംസ്കാര ചടങ്ങുകളിൽ ഉരുവിടാറുള്ള ഗരുഡപുരാണത്തിലെ മന്ത്രങ്ങൾ ആ ശോകമൂകമായ ചടങ്ങിന് അകമ്പടിയായി. എപ്പോഴും തങ്ങളുടെ മുസ്ലീം വ്യക്തിത്വം മുന്നിൽ നിർത്തണമെന്ന ദൗത്യത്തിലെ രീതി, ആ ദുഃഖകരമായ അവസരത്തിൽ ഒരു നിമിഷത്തേക്ക്

ഉപേക്ഷിക്കപ്പെട്ടു. പക്ഷേ ശബ്ദം ദൂരേക്ക് പോകാതിരിക്കാൻ മന്ത്രോച്ചാരണം കഴിയുന്നത്ര പതിഞ്ഞ സ്വരത്തിലായിരുന്നു.

യുദ്ധത്തിന് തലേദിവസം രാത്രി, വിധി തന്നെ അച്ഛനുമായി വീണ്ടും ഒന്നിപ്പിച്ചുവെന്ന് ധ്രുവ് വിശ്വസിച്ചിരുന്നു. പക്ഷേ, വിധിക്ക് എങ്ങനെ ഇത്ര ക്രൂരയാകാൻ കഴിഞ്ഞു? നഷ്ടപ്പെട്ടുപോയ സ്വർഗ്ഗം ഒരു നിമിഷത്തേക്ക് അവന് കാണിച്ചുകൊടുത്തിട്ട്, ഇത്രയും നിർദയമായി അത് വീണ്ടും തട്ടിപ്പറിച്ചു കളയാനോ?

യസാദെയുടെ പ്രിയപ്പെട്ട അച്ഛൻ ആരിഫിനുവേണ്ടി യസീദി ആചാരപ്രകാരം ഒരു ശവക്കുഴി കുഴിച്ച് അദ്ദേഹത്തെ അടക്കം ചെയ്തപ്പോൾ അവൾ നിർത്താതെ കരഞ്ഞു. ആ ദുരിത സമയത്ത് എല്ലാ ഭാരതീയരും മോചിപ്പിക്കപ്പെട്ട അടിമകളും അവൾക്ക് താങ്ങായി നിന്നു. അമാൽ ഒരു അമ്മയെപ്പോലെ, ആ യസീദി പെൺകുട്ടിയെ തന്റെ ചിറകിൻകീഴിലാക്കി.

ഗസ്നിയിലെ രാജ്യദ്രോഹിയുടെ ബന്ധുവായിരുന്ന, ധീരനായ തോട്ടമുടമ ഫിർദൗസും കൊല്ലപ്പെട്ടിരുന്നു. ഒരു അടിമയെ രക്ഷിക്കാൻ ധൈര്യപൂർവ്വം ശ്രമിക്കുന്നതിനിടെ ഖാസിമിന്റെ ആളുകളിലൊരാൾ ഫിർദൗസിന്റെ തലയറുത്തു. പോരാട്ടത്തിൽ ഇഖ്ബാലിനും പരിക്കേറ്റിരുന്നു, പക്ഷേ അത്ര ഗുരുതരമായിരുന്നില്ല. എല്ലാവരും പങ്കെടുത്ത, ഇസ്ലാമികമായ അന്ത്യകർമ്മങ്ങളോടെ ഫിർദൗസിനെ ആ മണ്ണിൽത്തന്നെ അടക്കം ചെയ്തു.

ഏകദേശം അറുപതോളം അടിമകൾ മരിച്ചു, അവരിൽ ഭൂരിഭാഗവും ഇടനാഴിയിലെ ഏറ്റുമുട്ടലിലാണ് മരിച്ചത്. പുലകിതിന്റെയും ചോളന്മാരുടെയുമായി എട്ട് സൈനികർ പരമമായ ത്യാഗം ചെയ്തു. മരിച്ചവരുടെ പരമ്പരാഗത വിശ്വാസങ്ങൾക്കനുസരിച്ച് അവർക്കെല്ലാം അന്ത്യകർമ്മങ്ങൾ നടത്തിയെന്ന് നരസിംഹനും വിജയനും പുലകിതും ഉറപ്പുവരുത്തി.

ഇരുനൂറ് ഗസ്നി സൈനികരുടെ മൃതദേഹങ്ങൾ കളപ്പുരയ്ക്ക് പിന്നിൽ കൂട്ടിയിട്ടു, അവയ്ക്ക് മുകളിൽ മഞ്ഞ് പെയ്തുകൊണ്ടിരുന്നു. ആ രാക്ഷസന്മാർക്ക് വേണ്ടി അന്ത്യകർമ്മങ്ങൾ ചെയ്യാൻ ആർക്കും ഊർജ്ജമോ, താല്പര്യമോ, പ്രചോദനമോ ഉണ്ടായിരുന്നില്ല. ആ മൃതദേഹങ്ങൾ അടുത്തുള്ള ഒരു മലഞ്ചെരുവിൽ നിന്ന് താഴേക്ക് വലിച്ചെറിയണമെന്നും, വന്യമൃഗങ്ങൾ തിന്നുകയും ശവംതീനി

പക്ഷികൾ കൊത്തിവലിക്കുകയുമാണ് വേണ്ടതെന്ന് ചിലർ ആഗ്രഹിച്ചു. മുൻ അടിമകളിലെ മുസ്ലീങ്ങളും, അമാൽ പോലും നരസിംഹനോട് പറഞ്ഞത്, അവരെ സംബന്ധിച്ചിടത്തോളം ആ ആളുകൾ മുസ്ലീങ്ങളായിരുന്നില്ല എന്നായിരുന്നു. വാസ്തവത്തിൽ, അവർ ഇസ്ലാമിന്റെ സൽപ്പേരിന് ഒരു കളങ്കമായിരുന്നു. എന്നിട്ടും ഗസ്നവിഡ് തുർക്കികളുടെ ജഡങ്ങൾ എന്തുചെയ്യണമെന്ന് നരസിംഹൻ ഒരു തീരുമാനമെടുത്തിരുന്നില്ല. മരവിപ്പിക്കുന്ന തണുപ്പ് കാരണം മൃതദേഹങ്ങൾ അത്ര പെട്ടെന്ന് അഴുകിതുടങ്ങില്ല. അത് അദ്ദേഹത്തിന് അല്പം സമയം നൽകി.

തുർക്കികളുടെ കവചങ്ങളും ആയുധങ്ങളും ജീവനോടെ ശേഷിച്ച കുതിരകളുമെല്ലാം ഭാരതീയർക്ക് ഉപയോഗിക്കാനായി പിടിച്ചെടുത്തു.

തന്റെ കീഴിലുള്ള വലിയ സൈന്യത്തിന് രാവിലത്തെ ഭക്ഷണത്തിനുള്ള ഏർപ്പാടുകൾക്ക് മേൽനോട്ടം വഹിക്കുകയായിരുന്നു നരസിംഹൻ. അപ്പോഴാണ് തോട്ടത്തിന്റെ ഒരു വിദൂര കോണിൽ ധ്രുവ് തനിച്ചിരിക്കുന്നത് അദ്ദേഹത്തിന്റെ ശ്രദ്ധയിൽപ്പെട്ടത്.

വിജയം കൈവരിച്ചിരുന്നു. പക്ഷെ, അതിന് വലിയ വില കൊടുക്കേണ്ടി വന്നു.

നരസിംഹൻ ദുഃഖിതനായ ആ ചെറുപ്പക്കാരന്റെ അടുത്തേക്ക് നടന്നുചെന്ന് അവനരികിലിരുന്നു. 'ധ്രുവ്, അവിശ്വസനീയമായ സുകൃതവും ലക്ഷ്യബോധവുമുള്ള ഒരു മനുഷ്യനായിരുന്നു നിന്റെ അച്ഛൻ. അദ്ദേഹം മഹാദേവന്റെ ഒരു യഥാർത്ഥ ഭക്തനായിരുന്നു. ഭാരതമാതാവിന്റെ ഒരു മഹാനായ പുത്രൻ.'

പ്രഭാതസൂര്യന്റെചൂടിൽമഞ്ഞ്ചെറുതായിഉരുകിത്തുടങ്ങിയിരുന്നു. സേനാപതിയോടുള്ള ബഹുമാനസൂചകമായി ധ്രുവ് കൈകൾ കൂപ്പി.

നരസിംഹൻ ധ്രുവിന്റെ തോളിൽ കൈവെച്ചു.

ധ്രുവ് കൺകോണിൽ നിന്ന് പൊടിഞ്ഞ ഒരു കണ്ണുനീർത്തുള്ളി തുടച്ചുനീക്കി. 'സേനാപതി, ഇതെന്തുതരം പരീക്ഷണമാണ്... കുറച്ചു നേരത്തേക്കാണെങ്കിലും ഞാൻ എന്റെ അച്ഛനെ കണ്ടു. അദ്ദേഹത്തെ ആശ്ലേഷിച്ചു. അനുഗ്രഹം വാങ്ങി. എന്റെ ഭാഗ്യം, ഒടുവിൽ ദൈവങ്ങൾ എനിക്കെതിരല്ലെന്ന് ഞാൻ സമാധാനിച്ചു. എന്നിട്ടോ, പിറ്റേന്ന് രാവിലെ ഞാൻ കാണുന്നത് അദ്ദേഹത്തിന്റെ വികൃതമാക്കപ്പെട്ട

ശരീരമാണ്... ഞാൻ കണ്ടിട്ടുള്ളതിൽ വെച്ച് ഏറ്റവും നല്ല മനുഷ്യൻ... അദ്ദേഹം ഇങ്ങനെ മരിക്കുന്നത് കാണേണ്ടി വരുന്നു... സത്യത്തിൽ, എന്റെ അച്ഛനെ ഈ വിധിയിലേക്ക് നയിച്ച ഭഗവാൻ വളരെ ക്രൂരനാണ്. അദ്ദേഹം ഇന്ത്യയിൽ തന്നെ നിന്നിരുന്നെങ്കിൽ ഇപ്പോഴും ജീവനോടെയുണ്ടാകുമായിരുന്നു.'

'പക്ഷേ, അങ്ങനെയെങ്കിൽ ഒരുപക്ഷേ നീ മരിച്ചുപോകുമായിരുന്നു, ധ്രുവ്,' നരസിംഹൻ സൗമ്യമായി പറഞ്ഞു. 'നീ ഗസ്നിയിൽ നിന്ന് ഈ സാഹസികമായ രക്ഷപ്പെടൽ നടത്തിയിരുന്നെങ്കിൽ പോലും, തുർക്കികൾ ഇപ്പോൾ വന്നതുപോലെ നിന്റെ പിന്നാലെ വരുമായിരുന്നു. നിന്റെ അച്ഛൻ കാരണമാണ് ഞങ്ങൾ ഇവിടെയെത്തിയത്. സൈനികരുടെ സമയോചിതമായ ഇടപെടൽ ഇല്ലായിരുന്നെങ്കിൽ, സംശയമില്ല, നീയും നിന്റെ കൂടെയുള്ള എല്ലാവരും ഇതിനോടകം മരിച്ചിട്ടുണ്ടാകുമായിരുന്നു.'

അതുകേട്ട് ധ്രുവ് ഒന്ന് സ്തംഭിച്ചു. അവൻ ഒരിക്കലും ഇങ്ങനെ ചിന്തിച്ചിരുന്നില്ല.

'ഒരുപക്ഷേ നിന്നെ ജീവനോടെ നിലനിർത്താൻ വേണ്ടിയാവാം നിന്റെ അച്ഛനെ ഞങ്ങളോടൊപ്പം ഇവിടേക്ക് അയച്ചതെന്ന് ചിന്തിച്ചുകൂടേ നിനക്ക്? അബു ഖാസിമിന്റെ ആക്രമണത്തിൽ നിന്ന് തന്റെ മകൻ രക്ഷപ്പെടാനായി നിന്റെ അച്ഛൻ ഞങ്ങളെ എല്ലാവരെയും ഇവിടെയെത്തിച്ചു. എന്നിട്ട്, നിന്റെ വിധി മാറ്റിയെഴുതിയ ശേഷം അദ്ദേഹം യാത്രയായി...'

ധ്രുവ് നിശ്ശബ്ദനായി തുടർന്നു. അവന്റെ കവിളുകളിലൂടെ കണ്ണുനീർ ധാരധാരയായി ഒഴുകുന്നുണ്ടായിരുന്നു.

'ചോദ്യം ഇതാണ്, അച്ഛന്റെ ത്യാഗത്തിന്റെ ഫലമായി നിനക്ക് ദാനമായി ലഭിച്ച ഈ രണ്ടാം ജന്മം കൊണ്ട് നീ എന്തു ചെയ്യാൻ പോകുന്നു?'

ധ്രുവ് ഒരു ദീർഘനിശ്വാസമെടുത്ത് താഴേക്ക് നോക്കി.

'എന്റെ ചക്രവർത്തി രാജേന്ദ്ര ചോളൻ, ഒരിക്കൽ എന്നോട് വളരെ മനോഹരമായ ഒരു കാര്യം പറഞ്ഞിട്ടുണ്ട്...'

ധ്രുവ് നരസിംഹനെ നോക്കി.

നരസിംഹൻ തുടർന്നു, 'നഷ്ടപ്പെട്ടുമെന്ന് നീ ഒരിക്കലും കരുതാത്ത ഒന്ന് നിന്നിൽ നിന്ന് എടുത്തുമാറ്റാൻ മഹാദേവന് കഴിയുമെങ്കിൽ,

ലഭിക്കുമെന്ന് നീ ഒരിക്കലും കരുതാത്ത ഒന്ന് നൽകി നിന്നെ അനുഗ്രഹിക്കാനും അദ്ദേഹത്തിന് കഴിയും. നീ ചെയ്യേണ്ടത് ഇത്രമാത്രം, ജീവിച്ചുകൊണ്ടേയിരിക്കുക, നടന്നുകൊണ്ടേയിരിക്കുക. ഐതരേയ ഉപനിഷത്തിൽ പറയുന്നതുപോലെ, 'ചരൈവേതി, ചരൈവേതി.' മുന്നോട്ട് നടക്കുക, മുന്നോട്ട് നടക്കുക.'

ധ്രുവ് കണ്ണീരോടെ താഴേക്ക് നോക്കി. 'എന്റെ അച്ഛനും ഒരിക്കൽ എന്നോട് ഇതുപോലെന്തോ പറഞ്ഞിട്ടുണ്ട്. ഞാൻ ശ്രദ്ധിച്ചില്ല... എനിക്കന്ന് മനസ്സിലായില്ല...'

സോമേശ്വർ അവരുടെ പുരാതന സംസ്കാരത്തെക്കുറിച്ച് ധ്രുവിന് ആവർത്തിച്ച് വിശദീകരിച്ച് കൊടുക്കാറുണ്ടായിരുന്നു. എന്നാൽ അതൊന്നും ശ്രദ്ധയോടെ കേൾക്കാൻ കൂട്ടാക്കാത്തത്ര ചെറുപ്പവും ധിക്കാരവുമായിരുന്നു അവന്. *അച്ഛാ, നിങ്ങൾ പറഞ്ഞത് ഞാൻ കുറച്ചുകൂടി കേൾക്കേണ്ടിയിരുന്നു... നിങ്ങളുടെ കൂടെ ഞാൻ കുറച്ചുകൂടി സമയം ചെലവഴിക്കേണ്ടിയിരുന്നു.*

'എങ്കിൽ ഇപ്പോൾ നിന്റെ അച്ഛനെ കേൾക്കൂ.'

ധ്രുവ് തലയാട്ടി.

'അതുകൊണ്ട് എഴുന്നേൽക്ക്,' നരസിംഹൻ ഉറച്ച സ്വരത്തിൽ പറഞ്ഞു. 'ജീവിച്ചിരിക്കുന്നവരുടെ ലോകത്തേക്ക് മടങ്ങിവരൂ. നിന്റെ അച്ഛനെ ബഹുമാനിക്കൂ, അദ്ദേഹത്തിന്റെ ഓർമ്മകളെ ആദരിക്കൂ. നിന്റെ അച്ഛൻ നിന്നെ എങ്ങനെ കാണാൻ ആഗ്രഹിച്ചുവോ, ആ മനുഷ്യനായി ജീവിച്ചുകൊണ്ട്.'

ധ്രുവിന്റെ കണ്ണുനീർ ഇപ്പോൾ കുത്തിയൊഴുകുകയായിരുന്നു.

'നിന്റെ അച്ഛന്റെ ആത്മാവ് ഇപ്പോഴും ഇവിടെയുണ്ട്. അദ്ദേഹം നിന്നെ കാണുന്നുണ്ട്. അദ്ദേഹത്തിന് അഭിമാനം കൊടുക്കൂ.'

നരസിംഹനും ധ്രുവും ഇപ്പോൾ തോട്ടത്തിന്റെ പ്രധാന കെട്ടിടങ്ങൾക്ക് നേരെ നടക്കുകയായിരുന്നു.

ധ്രുവ് ഒരു ദീർഘനിശ്വാസമെടുത്ത് മന്ത്രിച്ചു, 'സേനാപതി, ഞാൻ ഇന്ത്യയിലേക്ക് മടങ്ങിപ്പോകുന്നില്ല. ഞാൻ അങ്ങയോടൊപ്പം ഗസ്നിയിലേക്ക് വരുന്നു. എന്റെ അച്ഛനാണ് അങ്ങയെ ഇവിടം വരെ എത്തിച്ചത്. ഞാൻ അദ്ദേഹത്തിന്റെ ഉത്തരവാദിത്തം നിറവേറ്റും. മഹാനായ മഹാദേവനോടും ശിവഭഗവാനോടുമുള്ള അദ്ദേഹത്തിന്റെ

ആത്മീയമായ കടം ഞാൻ വീട്ടും... അതായത്, അങ്ങയുടെ സൈന്യത്തിൽ ചേരാൻ എന്നെ അനുവദിക്കുകയാണെങ്കിൽ.'

നരസിംഹൻ പുഞ്ചിരിച്ചുകൊണ്ട് ധ്രുവിന്റെ തോളിൽ തട്ടി. 'നിങ്ങൾ ഞങ്ങളുടെ സൈന്യത്തിൽ ചേരുന്നത് എനിക്കൊരു ബഹുമതിയായിരിക്കും.'

ധ്രുവ് നിന്നിട്ട് നരസിംഹന് ഔദ്യോഗികമായി അഭിവാദ്യം ചെയ്തു.

നരസിംഹൻ തലയാട്ടി. അദ്ദേഹത്തിന്റെ സ്വരത്തിൽ ഒരു സേനാധിപന്റെ ഗാംഭീര്യം നിറഞ്ഞു. 'വിശ്രമിക്കുക, സൈനികാ.' നരസിംഹൻ തിരിഞ്ഞപ്പോൾ ഇഖ്ബാലും വിജയനും പുലകിതും അടുത്തേക്ക് വരുന്നത് കണ്ടു.

ഇടത് കൈത്തണ്ടയിലും വലത് തുടയിലും മുറിവേറ്റതിനാൽ വളരെ പതുക്കെ നടന്നിരുന്ന പ്രായമായ ഇഖ്ബാലിനെ വിജയനും പുലകിതും താങ്ങിയിരുന്നു. സേനാപതിയുടെ അരികിൽ നിന്ന് മാറി ധ്രുവ് തന്റെ അച്ഛന്റെ സുഹൃത്തിനടുത്തേക്ക് നീങ്ങി. ആ ചെറുപ്പക്കാരനെ കണ്ടപ്പോൾ വൃദ്ധന്റെ കണ്ണുകൾ തിളങ്ങി. ക്ഷീണിച്ച മുഖത്ത് ഒരു കുട്ടിയുടെ നിഷ്കളങ്കമായ പുഞ്ചിരിയോടെ അദ്ദേഹം നിന്നു. എന്നിട്ട് കൈകൾ വിടർത്തി. കണ്ണുനീർ കുത്തിയൊഴുകി.

ഒരു വാക്കുപോലും പറയാതെ അവർ പരസ്പരം മുറുകെപ്പുണർന്നു നിന്നു.

വിജയനും ചെറുപ്പക്കാരനായ പുലകിതും നരസിംഹന്റെ അടുത്തേക്ക് നടന്നുചെന്ന് നിന്നു. സേനാപതി തന്റെ ഇടത് മുഷ്ടി നെഞ്ചോട് ചേർത്തുവെച്ച് ഒരു സല്യൂട്ട് നൽകി. ഒരുകാലത്ത് ശത്രുക്കളായിരുന്ന, തങ്ങളുടെ നാട്ടിൽ പരസ്പരം പോരടിച്ചിരുന്ന രാജ്യങ്ങളിൽ നിന്നുള്ളവരായിരുന്നെങ്കിലും, നരസിംഹനും പുലകിതും ഇപ്പോൾ പരസ്പരം ബഹുമാനത്തോടെ നോക്കി. ഇരുവരും ധൈര്യത്തോടും വൈദഗ്ധ്യത്തോടും കൂടി അതിഗംഭീരമായി പോരാടിയിരുന്നു.

'നമസ്തേ, സേനാപതി,' പുലകിത് കൈകൾ കൂപ്പി തലകുനിച്ച് ആ മഹാനായ യോദ്ധാവിനെ അഭിവാദ്യം ചെയ്തു.

'നമസ്തേ, പുലകിത് രാജകുമാരൻ,' നരസിംഹൻ പറഞ്ഞു.

പുലകിത് വിജയനെ നോക്കിയ ശേഷം വീണ്ടും നരസിംഹനെ നോക്കി. 'അങ്ങ് രാജ്യം വിടുന്നതിന് മുൻപ് എന്റെ ആളുകളുമായി അങ്ങേയ്ക്കുണ്ടായ... അസുഖകരമായ ഏറ്റുമുട്ടലിനെക്കുറിച്ച് സൈന്യാധിപൻ എന്നോട് പറഞ്ഞു.'

നരസിംഹൻ പുഞ്ചിരിച്ചു. 'ബഹുമാന്യരായ ഏതൊരു കൂട്ടം പുരുഷന്മാരും ചെയ്യുന്നതുതന്നെയാണ് നിങ്ങളുടെ സൈനികരും ചെയ്തത്. അവരുടെ രാജാവിന്റെ മരണത്തിന് പ്രതികാരം ചെയ്യുക. ഞാൻ വീണ്ടും പറയുന്നു, നിങ്ങളുടെ അച്ഛൻ ഒരു മഹാനായ മനുഷ്യനായിരുന്നു. അദ്ദേഹം അഭിമാനത്തോടും ധർമ്മത്തോടും കൂടിയാണ് പോരാടിയത്. നമ്മൾ എതിർചേരിയിലായിപ്പോയത് നിർഭാഗ്യകരമായിപ്പോയി.'

'നമ്മളിപ്പോൾ എതിർചേരിയിലല്ല...'

'തീർച്ചയായും അല്ല, കുലീനനായ രാജകുമാരാ. നിങ്ങളെ എന്റെ സഖാവെന്ന് വിളിക്കുന്നതിൽ ഞാൻ അഭിമാനിക്കുന്നു.'

'അങ്ങയെ എന്റെ സഖ്യകക്ഷിയും സൈന്യാധിപനുമായി കരുതുന്നതിൽ ഞാനും അഭിമാനിക്കുന്നു. അങ്ങേക്ക് സമ്മതമാണെങ്കിൽ.'

നരസിംഹൻ അത്ഭുതപ്പെട്ടു. 'ഞങ്ങളോടൊപ്പം ഗസ്നിയിലേക്ക് മടങ്ങിവരാൻ നിങ്ങൾ ഉദ്ദേശിക്കുന്നുണ്ടോ?'

'അതെ.'

'പക്ഷേ നിങ്ങൾ രക്ഷപ്പെട്ടതല്ലേയുള്ളൂ? എന്തിനാണ് കഴുതപ്പുലിയുടെ മടയിലേക്ക് തിരികെ പോകുന്നത്?'

'അടിമകളെ രക്ഷിക്കാനും അവരെ സ്വാതന്ത്ര്യത്തിലേക്ക് നയിക്കാനുമാണ് ഞാൻ രക്ഷപ്പെട്ടത്. പക്ഷേ എനിക്ക് ആ കഴുതപ്പുലിയുടെ മടയിലേക്ക് തിരികെ പോകണം. പോയേ തീരൂ. എന്തുകൊണ്ടെന്നാൽ, ഓക്കാനം വരുത്തുന്ന ആ ജന്തു ഇപ്പോഴും ജീവനോടെയുണ്ട്. സിംഹങ്ങൾക്ക് കഴുതപ്പുലികളെ വേട്ടയാടാൻ വലിയ ഇഷ്ടമാണ്!'

നരസിംഹൻ പുഞ്ചിരിച്ചു. 'നിങ്ങളിൽ ഞാൻ അങ്ങയുടെ മഹാനായ പിതാവിനെ കാണുന്നു... രാജകുമാരാ, നിങ്ങളെ ഞങ്ങളുടെ സംഘത്തിൽ ലഭിക്കുന്നത് എന്റെ ബഹുമതിയായിരിക്കും.'

'എങ്കിൽ, ഞാനും എന്റെ കൂടെ യാത്ര ചെയ്യുന്ന സൈനികരും അങ്ങയുടെ കൽപ്പനകൾക്കായി ഇതാ തയ്യാർ.'

'രാജകുമാരാ, നിങ്ങളുടെ സേവനം സ്വീകരിക്കുന്നത് എന്റെ ഭാഗ്യമാണ്.'

'പുലകിത്...' പുലകിത് തിരുത്തി.

നരസിംഹൻ നെറ്റിചുളിച്ചു.

'സേനാപതി, ഞാനിപ്പോൾ അങ്ങയുടെ സൈനികനാണ്. അങ്ങ് എന്നെ അഭിസംബോധന ചെയ്യുമ്പോൾ ഞാൻ രാജകുമാരനല്ല. ഞാൻ അങ്ങയുടെ സൈനികനാണ്.'

നരസിംഹൻ പുഞ്ചിരിച്ചു. 'ശരി, പുലകിത്.'

'എങ്കിലും എനിക്കൊരു അഭ്യർത്ഥനയുണ്ട്.'

'പറയൂ?'

പുലകിത് തുടർന്നു, 'രക്ഷപ്പെട്ട അടിമകളെ ഞാൻ ഇന്ത്യയിലെത്തിക്കാമെന്ന് വാക്ക് കൊടുത്തിരുന്നു. ഞാൻ നിങ്ങളോടൊപ്പം ഗസ്നിയിലേക്ക് മടങ്ങുകയാണെങ്കിൽ, ഞാൻ അവർക്ക് കൊടുത്ത വാക്ക് ലംഘിക്കും. ഞങ്ങൾ ചാലൂക്യർ സൂര്യവംശികളാണ്, ശ്രീരാമന്റെ വംശം. കൊടുത്ത വാക്ക് ലംഘിക്കുന്നതിനേക്കാൾ ഭേദം മരിക്കുന്നതാണ് ഞങ്ങൾക്ക്. അങ്ങേക്ക് എന്നെ സഹായിക്കാൻ കഴിയുമോ?'

'പുലകിത്, ഞാൻ സഹായിക്കാനുള്ളിടത്തോളം കാലം ഒരു ചാലൂക്യനും തന്റെ വാക്ക് ലംഘിക്കേണ്ടി വരില്ല. ഒരു സംഘത്തെ ഞാൻ അവരെ ഗ്വാദർ തുറമുഖത്തേക്ക് നയിക്കാനായി ഏർപ്പാടാക്കാം. നമ്മുടെ കപ്പൽ രണ്ടാഴ്ചയ്ക്കുള്ളിൽ അവിടെയെത്തും. അതിനാൽ ധാരാളം സമയമുണ്ട്. കപ്പലുകൾ അവരെ സുരക്ഷിതമായി ഇന്ത്യയിലെത്തിക്കും.'

വിജയൻ ഇടയ്ക്ക് കയറി പറഞ്ഞു, 'എന്റെ ഒരഭിപ്രായത്തിൽ, ഇഖ്ബാലിനെ അവരുടെ വഴികാട്ടിയും നേതാവുമായി കൂടെ അയക്കാം. അദ്ദേഹത്തിന് പരിക്കേറ്റിട്ടുണ്ട്, വീട്ടിലേക്ക് അയക്കേണ്ടതാണ്. അദ്ദേഹത്തിന്റെ സാന്നിധ്യം, മോചിപ്പിക്കപ്പെട്ട അടിമകളെ തിരിച്ചറിയാനും അവരെ കപ്പലിൽ കയറ്റാൻ അനുവദിക്കാനും സഹായിക്കും. അതിനുശേഷം നമുക്ക് ഒരു ചെറിയ സംഘവുമായി ഗസ്നിയിലേക്ക് യാത്ര ചെയ്യാം.'

അവർ ഇഖ്ബാലിനെ നോക്കി. അദ്ദേഹത്തിന് എതിർപ്പൊന്നും ഉണ്ടായിരുന്നില്ല.

'നല്ല ആശയം,' നരസിംഹൻ പറഞ്ഞു. പെട്ടെന്ന്, അടങ്ങാത്ത വേദന മൂർച്ഛിച്ചപ്പോൾ അദ്ദേഹം മുഖം ചുളിച്ചു, തളർന്നുകിടന്ന തന്റെ വലതുകൈ ഇടതുകൈ കൊണ്ട് നേരെയാക്കാൻ ശ്രമിച്ചു.

പുലകിത് ഉത്കണ്ഠയോടെ അദ്ദേഹത്തെ നോക്കി. 'താങ്കൾക്ക് വിരോധമില്ലെങ്കിൽ ഞാനൊന്ന് ആ മുറിവ് പരിശോധിച്ചോട്ടെ? എന്റെ ആൾക്കാർ ഏത് തരം ആയുധമാണ് താങ്കൾക്കെതിരെ പ്രയോഗിച്ചിരിക്കാൻ സാധ്യതയെന്ന് എനിക്കൊരു ഊഹമുണ്ട്.'

നരസിംഹൻ തലയാട്ടി. അവർ ഫിർദൗസിന്റെ കുടിലിലേക്ക് നടന്നു.

നരസിംഹന്റെ വലതുകൈയിലെ കൈപ്പട്ട അഴിച്ചുമാറ്റിയിരുന്നു. കെട്ടുകളും അഴിച്ചിരുന്നു. ചോള സേനാപതി തിരിഞ്ഞുനിന്ന്, തന്റെ പുറംഭാഗം പരിശോധിക്കാൻ പുലകിതിനെ അനുവദിച്ചു. വാതാപിയിലെ രാജകുമാരൻ, വിഷം പുരട്ടിയ അമ്പേറ്റ് കറുത്ത്, പാതി ഉണങ്ങിയ ആ മുറിവിന് മുകളിലൂടെ കൈയോടിച്ചു.

'ഈ മുറിവേറ്റതിന് ശേഷം താങ്കൾക്ക് എങ്ങനെയുണ്ട്, സേനാപതി?' പുലകിത് കണ്ണുകളിടുക്കി ചർമ്മത്തിലെ ആ പച്ചയായ മുറിവിലേക്ക് സൂക്ഷിച്ചുനോക്കിക്കൊണ്ട് ചോദിച്ചു. 'എല്ലാ ലക്ഷണങ്ങളെക്കുറിച്ചും എന്നോട് പറയണം.'

'വളരെ ഭയാനകം,' നരസിംഹൻ സംക്ഷിപ്തമായി മറുപടി നൽകി. 'എന്റെ ഞരമ്പുകളിലൂടെ അഗ്നിനദികൾ പോലെ പായുന്ന ഈ ഉത്തേജക സസ്യങ്ങൾ ശരീരത്തിൽ കയറിയില്ലെങ്കിൽ, ഓക്കാനം വരുന്നതുപോലെയുള്ള ബലഹീനതയാണ്. ആ സസ്യങ്ങൾ എനിക്ക് ഉണർവ്വ് നൽകുന്നുണ്ട്, പക്ഷേ പഴയ വേദന മറക്കാൻ പുതിയൊരെണ്ണം തരികയും ചെയ്യുന്നു. മുറിവുള്ള ഭാഗത്ത് ആഴത്തിലുള്ള, വിട്ടുമാറാത്ത ഒരു വേദനയുണ്ട്... ഉരുക്കിയ ഉരുക്ക് മുറിവിൽ നിന്ന് പുറത്തേക്ക് ഒഴുകുന്നതുപോലെയാണ് തോന്നുന്നത്. എന്നാൽ ചിലപ്പോൾ, പുതിയതും പെട്ടെന്നുള്ളതുമായ ഒരു വേദന കുതിച്ചുകയറും.'

'മനംപുരട്ടലുണ്ടോ?' പുലകിത് ചോദിച്ചു.

'ധാരാളം,' നരസിംഹൻ നെടുവീർപ്പിട്ടുകൊണ്ട് പറഞ്ഞു. 'രാവിലെ മുതൽ ഞാൻ മൂന്ന് തവണ ഛർദ്ദിച്ചു.'

'ചുമയോ?'

'ഉണ്ട്. പ്രത്യേകിച്ചും...'

'രാത്രിയിലാണോ?' പുലകിത് നരസിംഹന്റെ വാചകം പൂർത്തിയാക്കിക്കൊണ്ട് ചോദിച്ചു.

നരസിംഹൻ അത്ഭുതത്തോടെ തിരിഞ്ഞു. 'രാജകുമാരാ, താങ്കൾക്ക് ഇതിന്റെ ലക്ഷണങ്ങൾ കൃത്യമായി അറിയാമെന്ന് തോന്നുന്നല്ലോ.'

'പുലകിത്.'

നരസിംഹൻ പുഞ്ചിരിച്ചു. 'ക്ഷമിക്കണം... പുലകിത്. പക്ഷേ എന്നെ അലട്ടുന്നതെന്താണെന്ന് താങ്കൾക്ക് കൃത്യമായി അറിയാമെന്ന് തോന്നുന്നു.'

'അതെ, എനിക്കറിയാമെന്ന് തോന്നുന്നു.'

നരസിംഹൻ ഗൗരവത്തിലായി. 'ഞാൻ പതുക്കെ മരിക്കുകയാണോ?'

'അല്ല, എനിക്കങ്ങനെ തോന്നുന്നില്ല,' പുലകിത് പറഞ്ഞു. 'ഈ പ്രത്യേക വിഷം ഇതിനോടകം താങ്കളെ കൊല്ലേണ്ടതായിരുന്നു. ഇത്രയും കാലം താങ്കൾ അതിജീവിച്ചത് അവിശ്വസനീയമാണ്. അതിലുപരി, താങ്കൾ വെറുതെ നടക്കുക മാത്രമല്ല, പോരാടാൻ പോലും കഴിവുള്ളവനായിരിക്കുന്നു.'

'എന്താണ് ഈ വിഷം?'

'ഞാൻ വാതാപിയിൽ ഉണ്ടായിരുന്നപ്പോൾ എന്റെ ആൾക്കാർ ഒരു പുതിയ വിഷം വികസിപ്പിച്ചെടുക്കുന്നുണ്ടായിരുന്നു. 'കുനാതി' എന്ന് വിളിക്കുന്ന ഒരുതരം ചാരനിറത്തിലുള്ള വസ്തു. അത് പൊട്ടുന്ന ഇരുമ്പിന്റെ അമ്പുമുനയിലോ കത്തിയിലോ ചേർത്താണ് ഉപയോഗിക്കുന്നത്. അതിന്റെ ചെറിയൊരു അംശം മതി ഒരാളെ വേദനകൊണ്ട് പുളയിക്കാൻ. കൂടിയ അളവ് തൽക്ഷണം കൊല്ലുകയും ചെയ്യും. എന്റെ ആൾക്കാർ ഇപ്പോൾ അതിന്റെ ശരിയായ അളവ് ഉപയോഗിക്കാൻ പഠിച്ചുവെന്ന് തോന്നുന്നു. അതുവഴി ഒരാൾ മരിക്കുന്നതിന് മുൻപ് അവന്റെ വേദനയുടെ നാളുകൾ

നീട്ടിക്കൊണ്ടുപോകാൻ സാധിക്കും. താങ്കളുടെ ശരീരത്തിൽ പ്രവേശിച്ചത് ഈ വിഷം തന്നെയാണെന്ന് എനിക്ക് ഏതാണ്ട് ഉറപ്പാണ്. ലക്ഷണങ്ങൾ കൃത്യമായി ചേരുന്നുണ്ട്.'

'ശരി,' നരസിംഹൻ ഗൗരവത്തോടെ പറഞ്ഞു. 'അമ്പുമുന തൊലി തുളച്ചുകയറിയ നിമിഷം ഞാൻ ബോധരഹിതനായി വീണു എന്നാണ് എന്നോട് പറഞ്ഞത്.'

പുലകിത് ചുണ്ടുകൾ കൂർപ്പിച്ചു. 'അത് തികച്ചും ശരിയാണ്.' പുലകിത് അവരോടൊപ്പം ചേർന്ന അമാലിന്റെ നേരെ തിരിഞ്ഞു. 'അമാൽ , മുറിവിൽ നിന്ന് പുറത്തെടുക്കുന്നതിന് മുൻപ് അമ്പുമുന പൊട്ടി ഉള്ളിൽ ചിതറിയിരുന്നോ?'

'ഉവ്വ്,' അമാൽ പറഞ്ഞു. 'അതുകൊണ്ടാണ് അമ്പുമുനയുടെ വലിയൊരു ഭാഗം ഞങ്ങൾക്ക് അദ്ദേഹത്തിന്റെ ശരീരത്തിൽ നിന്ന് പുറത്തെടുക്കാൻ കഴിയാഞ്ഞത്. അവ വളരെ ചെറുതായിരുന്നു, പുറത്തെടുക്കാൻ ശ്രമിക്കുന്നത് കൂടുതൽ അപകടമുണ്ടാക്കുമായിരുന്നു.'

'മ്മ്...' പുലകിത് മൂളി, 'അതാണ് എന്റെ ആൾക്കാർ വികസിപ്പിച്ചുകൊണ്ടിരുന്ന പുതിയ സാങ്കേതികവിദ്യ. കുനാതി പുരട്ടിയ അമ്പുമുനയല്ല, കുനാതികൊണ്ട് തന്നെ നിർമ്മിച്ച അമ്പുമുന! ഇപ്പോൾ സേനാപതിയുടെ മാംസത്തിൽ വിഷത്തിന്റെ ഒരു സംഭരണിതന്നെയുണ്ട്. നമ്മൾ സംസാരിക്കുമ്പോഴും അദ്ദേഹത്തിന്റെ രക്തം അതിന്റെ അംശങ്ങളെ ശരീരത്തിന്റെ എല്ലാ ഭാഗത്തേക്കും തുടർച്ചയായി എത്തിച്ചുകൊണ്ടിരിക്കുന്നു. ഇത് സാവധാനം പുറത്തുവിടുന്ന വിഷമാണ്. അതായത് പതുക്കെ ശരീരത്തിൽ വ്യാപിക്കുന്ന തരം. മനുഷ്യന് അറിയാവുന്നതിൽ വെച്ച് ഏറ്റവും മാരകമായ വിഷങ്ങളിൽ ഒന്നാണിത്.' പുലകിത് നരസിംഹന്റെ നേരെ തിരിഞ്ഞു. 'താങ്കൾ ഇപ്പോഴും ജീവനോടെയുണ്ടെന്നതിൽ ഞാൻ സത്യമായും അത്ഭുതപ്പെടുന്നു, സേനാപതി.'

'താങ്കൾ നിരാശനായെന്ന് തോന്നുന്നല്ലോ!' നരസിംഹൻ അമർത്തിച്ചിരിച്ചു.

പുലകിത് ചിരിച്ചു, 'ഇപ്പോൾ ഏറെ വൈകിപ്പോയി!'

നരസിംഹൻ ഉറക്കെ പൊട്ടിച്ചിരിച്ചു.

'പക്ഷേ കാര്യമായി പറയുകയാണ്, ആ അമ്പുമുനയുടെ കഷണങ്ങൾ താങ്കളുടെ ശരീരത്തിൽ നിന്ന് പുറത്തെടുക്കണം.

അവ എത്രത്തോളം കാലം ഉള്ളിലിരിക്കുന്നോ, അത്രത്തോളം ലക്ഷണങ്ങൾ വഷളാകും. എനിക്കത് പുറത്തെടുക്കാൻ കഴിയും. പക്ഷേ അമ്പുമുന എവിടെയാണ് തറച്ചിരിക്കുന്നത് എന്നതിനെ ആശ്രയിച്ച്, ആ ശസ്ത്രക്രിയ ഒരുപക്ഷേ വളരെ ആഴത്തിലുള്ളതും വേദന നിറഞ്ഞതുമായിരിക്കും. ഇനി അല്ലെങ്കിൽ...'

'അല്ലെങ്കിൽ?' നരസിംഹൻ ഒരു പുരികമുയർത്തി.

'താങ്കളുടെ തൊലിയും ചുറ്റുമുള്ള മാംസവും ആവശ്യത്തിന് കീറിയ ശേഷം ആ കഷണങ്ങളെ പുറത്തേക്ക് വലിച്ചെടുക്കാൻ കഴിയുന്ന ഒരു കാന്തക്കല്ല് നമ്മുടെ കയ്യിലുണ്ടെങ്കിൽ,' പുലകിത് പറഞ്ഞു.

'ഒരു കാന്തക്കല്ലോ?' വിജയൻ ചോദിച്ചു.

'അതെ, ഒരു കാന്തക്കല്ല്. കാന്തിക ശക്തിയുള്ള ഒരു വസ്തു. വിഷം ഒരു ഇരുമ്പിന്റെ ലോഹസങ്കരം വഴിയാണ് നൽകിയിരിക്കുന്നത് എന്നതുകൊണ്ട്, അത് കുനാതിയെ ആകർഷിച്ച് പുറത്തേക്ക് വലിച്ചെടുക്കും. പക്ഷേ ഇത് വാതാപിയല്ല. അവിടെയായിരുന്നെങ്കിൽ നമുക്ക് ആവശ്യമായ എല്ലാ ഉപകരണങ്ങളും ലഭിക്കുമായിരുന്നു. എന്നാൽ ദൈവം കൈവിട്ട ഈ നാട്ടിൽ നിന്ന് നമുക്ക് എവിടെനിന്നാണ് ഒരു കാന്തക്കല്ല് കിട്ടാൻ പോകുന്നത്?'

വിജയൻ സന്തോഷത്താൽ വിടർന്ന കണ്ണുകളോടെ നരസിംഹനെ നോക്കി. *ആ അത്ഭുതം നമ്മുടെ കൂടെത്തന്നെയാണ് ഇത്രയും നാൾ യാത്ര ചെയ്തിരുന്നത്. നമ്മളത് അറിഞ്ഞില്ലെന്ന് മാത്രം.*

കാന്തക്കല്ല്... സോമനാഥ ശിവലിംഗം ശക്തിയേറിയ, അന്തരീക്ഷത്തിൽ തങ്ങിനിൽക്കുന്ന ഒരു കാന്തക്കല്ലായിരുന്നു.

'എന്താ?' നരസിംഹനും വിജയനും അമാല്യം പരസ്പരം പങ്കുവെച്ച ആവേശഭരിതമായ നോട്ടം ശ്രദ്ധിച്ചുകൊണ്ട് പുലകിത് ചോദിച്ചു.

'നമ്മുടെ കയ്യിലൊരു കാന്തക്കല്ലുണ്ട്... സത്യത്തിൽ, ആ കാന്തക്കല്ല് തന്നെ നമ്മുടെ കയ്യിലുണ്ട്...'

പുലകിത് അത്ഭുതാദരങ്ങളോടെ മിഴിച്ചുനോക്കി.

പ്രാവിൻകൂടിനടുത്തുള്ള ചെറിയ മുറിയിൽ അമാലിനും ഇഖ്ബാലിനുമൊപ്പമായിരുന്നു അയാൾ. അവിടെ, ഒരു ചെറിയ

അറയിൽ ഒളിപ്പിച്ചുവെച്ച നിലയിൽ, അതീവ സുരക്ഷിതമായി സൂക്ഷിച്ചിരുന്ന അമൂല്യമായ ഒരു പെട്ടിയുണ്ടായിരുന്നു. അമാലും ഇഖ്ബാലും ആ മുറിയിലേക്ക് കടക്കുന്നതിന് മുൻപ് തങ്ങളുടെ ചെരിപ്പുകൾ ഊരിവെച്ചിരുന്നു. അതെന്താണെന്ന് മനസ്സിലാക്കിയ ഉടൻ പുലകിതും തന്റെ പാദരക്ഷകൾ ഊരിമാറ്റി.

അവന്റെ കണ്ണുകൾ അറിയാതെ നിറഞ്ഞുപോയി. 'ഇത്...'

'അതെ, അതുതന്നെയാണ്,' അമാൽ മറുപടി നൽകി.

ഇഖ്ബാൽ അതീവ ബഹുമാനത്തോടെ ഇരുകൈകൾകൊണ്ടും ആ അമൂല്യമായ തിരുശേഷിപ്പ് പെട്ടിയിൽ നിന്നെടുത്തു. പുലകിത് പ്രാർത്ഥിക്കുന്നതുപോലെ ആദരവോടെ തലകുനിച്ച് കൈകൾ കൂപ്പി. ഇഖ്ബാൽ ആ പുണ്യവസ്തു അവന്റെ കൈകളിൽ വെച്ചുകൊടുത്തു.

പുലകിതിന്റെ ശരീരത്തിലൂടെ ഒരു വൈദ്യുത പ്രവാഹം കടന്നുപോയി. അവൻ കരയാൻ തുടങ്ങി. 'ഓം നമഃ ശിവായ... ഓം നമഃ ശിവായ...'

'ജയ് സോമനാഥ്,' ഇഖ്ബാൽ പറഞ്ഞു.

'ജയ് സോമനാഥ്,' അമാൽ ആവർത്തിച്ചു.

പുലകിത് സോമനാഥ ശിവലിംഗത്തിന്റെ ആ ശകലം മുഷ്ടിയിൽ മുറുകെപ്പിടിച്ചു, അവന്റെയുള്ളിൽ ക്രോധം ആളിക്കത്തി. 'മഹ്മൂദ് മരിക്കണം.'

അമാൽ പുലകിതിന്റെ തോളിൽ കൈവെച്ചു. 'അവൻ മരിക്കും. ഒരു പട്ടിയെപ്പോലെ അവൻ ചാവും.'

'തുർക്കിക്കാരനായ കുതിരപ്പടയാളിയോ?' നരസിംഹൻ ചോദിച്ചു. അദ്ദേഹത്തിന്റെ വലതുകൈ വീണ്ടും കൈപ്പട്ടയിൽ കെട്ടിവെച്ചിരുന്നു.

വിശ്വസ്തനായ പർമർ തലവൻ ദസർണ ഇപ്പോൾ നൽകിയ വാർത്ത കേട്ട് സേനാപതി അത്ഭുതപ്പെട്ടു. താലിബ് എന്ന് സ്വയം പരിചയപ്പെടുത്തിയ ഒരു തുർക്കിക്കാരൻ, നേതാവിനെ കാണണമെന്ന് ആവശ്യപ്പെട്ടുകൊണ്ട് തോട്ടത്തിലേക്ക് കുതിരയോടിച്ച് വന്നിരിക്കുന്നു.

'അയാൾ സൽമാനെയാണ് പ്രത്യേകം ചോദിച്ചത്, സേനാപതി,' ദസർണ പറഞ്ഞു.

ഗസ്നവിഡ് ദേശത്ത് താമസിക്കുമ്പോൾ പരേതനായ സോമേശ്വർ സ്വീകരിച്ചിരുന്ന മുസ്ലീം പേരായിരുന്നു സൽമാൻ. നരസിംഹൻ സംശയത്തോടെ വിജയനെ നോക്കി.

'ഇതെന്തിനാണെന്ന് ഒരു പിടിയുമില്ല, സേനാപതി,' വിജയൻ പറഞ്ഞു. 'പക്ഷേ അയാൾക്ക് സൽമാൻ എന്ന പേര് അറിയാമെങ്കിൽ, നമ്മൾ അയാളെ കാണേണ്ടതുണ്ട്.'

'ഞാനും യോജിക്കുന്നു,' നരസിംഹൻ ദസർണയുടെ നേരെ തിരിഞ്ഞുകൊണ്ട് പറഞ്ഞു. 'ആ തുർക്കിക്കാരനെ കളപ്പുരയിലേക്ക് കൊണ്ടുവരൂ. പക്ഷേ ആദ്യം അയാളെ നിരായുധനാക്കണം. ഒളിപ്പിച്ചുവെച്ച ആയുധങ്ങളുണ്ടോ എന്നും പരിശോധിക്കണം.'

'ശരി സേനാപതി,' ദസർണ അഭിവാദ്യം ചെയ്തുകൊണ്ട് പറഞ്ഞു.

കളപ്പുരയിൽ നിന്ന് ആളുകളെ മാറ്റിയിരുന്നു. വിജയനും നരസിംഹനും മാത്രം അവിടെയുണ്ടായിരുന്നു.

അവർക്ക് മുന്നിൽ താലിബും.

എല്ലാവരും അത്ര സൗകര്യമില്ലാത്ത ഇരിപ്പിടങ്ങളിലിരുന്നു. എന്തായാലും അതൊരു കളപ്പുരയാണല്ലോ.

നരസിംഹൻ താലിബിനെ ഉറ്റുനോക്കി. അയാൾ വ്യക്തമായും ഒരു തുർക്കിക്കാരനായിരുന്നു. പ്രായം ചെന്ന, കൂനുള്ള ശരീരം, ചെറിയ കറുത്ത കണ്ണുകൾ. പക്ഷേ ശാന്തവും പ്രസന്നവുമായ ഒരു പെരുമാറ്റം.

ആ തുർക്കിക്കാരൻ അധികം സംസാരിക്കുന്നില്ല എന്നത് നരസിംഹന് ഇഷ്ടപ്പെട്ടു. ഒരു വിഡ്ഢി മറ്റുള്ളവരുടെ മതിപ്പ് പിടിച്ചുപറ്റാനായി എപ്പോഴും അമിതമായി സംസാരിക്കും. എന്നാൽ ഒരു ജ്ഞാനി, തന്റെ വാക്കുകൾ ആവശ്യമുള്ളപ്പോൾ മാത്രം വായ് തുറക്കും.

ഈ ഗസ്നിക്കാരൻ ബുദ്ധിയും സാമർത്ഥ്യവുമുള്ള ഒരുവനാണെന്ന് നരസിംഹന്റെ ഉൾവിളി പറഞ്ഞു. അവൻ ശത്രുവാണോ മിത്രമാണോ എന്ന് ഇനിയും തീരുമാനിക്കേണ്ടിയിരുന്നു.

സംഭാഷണം തുടങ്ങാൻ നരസിംഹൻ വിസമ്മതിച്ചപ്പോൾ, താലിബ് ഒടുവിൽ സംസാരിച്ചു. 'ശത്രുവിന്റെ ശത്രു മിത്രമാണെന്ന്

നൂറ്റാണ്ടുകൾക്ക് മുൻപ് പറഞ്ഞത് നിങ്ങളുടെ നാട്ടുകാരനായ ചാണക്യനാണെന്നാണ് എന്റെ വിശ്വാസം.'

നരസിംഹൻ നിശ്ശബ്ദനായി തുടർന്നു. പക്ഷേ, ചാണക്യനെക്കുറിച്ചുള്ള ആ പരാമർശം അദ്ദേഹത്തെ അത്ഭുതപ്പെടുത്തി.

'ഞാൻ പറയാൻ പോകുന്ന കാര്യങ്ങളെല്ലാം നിങ്ങളുടെ തോട്ടത്തിൽ വെച്ച് ഞാൻ കണ്ട യസാദെയുമായി നിങ്ങൾക്ക് ഒത്തുനോക്കാവുന്നതാണ്. ഞാൻ ആരാണെന്ന് അവൾക്കറിയാം. എന്റെ വ്യക്തിത്വം അവൾക്ക് സ്ഥിരീകരിക്കാനും കഴിയും.'

'നിങ്ങൾക്ക് യസാദെയെ എങ്ങനെ അറിയാം?' നരസിംഹൻ ചോദിച്ചു.

'അതൊരു വിഷയമല്ല. എനിക്ക് സൽമാനെയും അറിയാം.'

'ഞാൻ കേട്ടു. പക്ഷേ അതുകൊണ്ടൊന്നും ഒരർത്ഥവുമില്ല.'

'ഒരുപക്ഷേ സോമേശ്വർ എന്ന പേരിന് കൂടുതൽ അർത്ഥമുണ്ടാകുമോ?'

ഇത്തവണ നരസിംഹൻ ശരിക്കും ഞെട്ടിപ്പോയി. വിജയനും അങ്ങനെത്തന്നെ. പക്ഷേ അവർ തങ്ങളുടെ മുഖഭാവങ്ങളിൽ ഒരു മാറ്റവും വരുത്തിയില്ല.

'നിങ്ങൾക്ക് എന്താണ് വേണ്ടത്?' നരസിംഹൻ ചോദിച്ചു.

'എന്തുകൊണ്ട് നിങ്ങൾക്ക് സോമേശ്വറിനെ വിളിച്ചുകൂടാ?'

'നിങ്ങൾക്ക് എന്താണ് വേണ്ടത്?' നരസിംഹൻ ആവർത്തിച്ചു.

താലിബ് ശ്വാസമടക്കിപ്പിടിച്ചു. 'അദ്ദേഹം യുദ്ധത്തെ അതിജീവിച്ചില്ല, അല്ലേ?'

നരസിംഹന്റെയും വിജയന്റെയും മുഖത്തെ ഭാവം കണ്ടപ്പോൾ താൻ പറഞ്ഞത് ശരിയാണെന്ന് താലിബിന് മനസ്സിലായി.

'അത് നിർഭാഗ്യകരമായിപ്പോയി. ഗ്വാദറിലെ വ്യാപാരിക്ക് സോമേശ്വറിനെ വളരെ ഇഷ്ടമായിരുന്നു.' അതോടെ കാര്യം പിടികിട്ടി. താലിബിന്റെ വിവരങ്ങളുടെ ഉറവിടം നരസിംഹനും വിജയനും മനസ്സിലാക്കി.

'ഞാൻ അവസാനമായി ഒന്നുകൂടി ചോദിക്കാം,' നരസിംഹൻ പറഞ്ഞു. 'നിങ്ങൾക്ക് എന്താണ് വേണ്ടത്?'

'നിങ്ങൾക്ക് വേണ്ടതുതന്നെ,' താലിബ് മറുപടി നൽകി. 'സുൽത്താന്റെ മരണം.'

നരസിംഹനും വിജയനും താല്പര്യത്തോടെ മുന്നോട്ടാഞ്ഞു.

'എന്റെ പേര് താലിബ്. ഞാൻ ഗസ്നിയിലെ ഗവർണ്ണർ-മുഫ്തിയും സുൽത്താൻ മഹ്മൂദിന്റെ അനുജനമായ ഇസ്മായിലിന്റെ സേവകനാണ്. മഹ്മൂദ് സിംഹാസനത്തിൽനിന്ന് പുറന്തള്ളുന്നതിന് മുൻപ് യഥാർത്ഥ രാജാവ് ഇസ്മായിൽ പ്രഭുവായിരുന്നു. സുൽത്താനെ വധിക്കാൻ ഞങ്ങളെ സഹായിക്കേണ്ടിയിരുന്ന അബ്ബാസിദ് ഖിലാഫത്തിൽ നിന്നുള്ള അറബ് സ്ഥാനപതികളെ സ്വീകരിക്കാനാണ് ഞാൻ ഗ്വാദറിലേക്ക് വന്നത്. അവർക്ക് എന്ത് സംഭവിച്ചുവെന്ന് എനിക്കറിയാം.'

വിജയൻ ഭാവം മാറ്റമില്ലാതെ നിലനിർത്തിയെങ്കിലും ഉള്ളിൽ ഞെട്ടിയിരുന്നു. *ഈ പഹയന് എത്രത്തോളം അറിയാം?*

'തുടരൂ,' നരസിംഹൻ പറഞ്ഞു.

'നിങ്ങളെല്ലാവരും വളരെ കഴിവുള്ളവരാണെന്ന് ഗ്വാദറിലെ വ്യാപാരി എനിക്ക് ഉറപ്പ് നൽകിയിരുന്നു. അതിന്റെ തെളിവ് ഞാൻ ഇന്നലെ കണ്ടതാണ്.'

'തുടരൂ.'

'ആരാണ് കൊല്ലുന്നതെന്ന കാര്യത്തിൽ എന്റെ യജമാനന് ഒരു താല്പര്യവുമില്ല. അത് അദ്ദേഹമോ അദ്ദേഹത്തിന്റെ കീഴിലുള്ള ആരെങ്കിലുമോ ആകരുതെന്ന് മാത്രം. അത് അറബികളാകാം അല്ലെങ്കിൽ ഭാരതീയരാകാം. ലക്ഷ്യം ഒന്നുതന്നെയായിരിക്കുന്നിടത്തോളം കാലം ആയുധത്തിന്റെ ഉറവിടത്തെക്കുറിച്ച് ഞങ്ങൾ ചിന്തിക്കുന്നില്ല. നമുക്കിടയിൽ ഒരു താൽക്കാലിക സഖ്യം സാധ്യമാണെന്ന് തോന്നുന്നു,' താലിബ് പറഞ്ഞു.

'ഞങ്ങൾ എന്തിന് നിങ്ങളെ വിശ്വസിക്കണം?'

'ഞാൻ നിങ്ങളെ വിശ്വസിക്കുന്ന അതേ കാരണത്താൽത്തന്നെ. നമുക്ക് മറ്റ് വഴികളില്ല.'

നരസിംഹൻ ഒന്നും ഉറപ്പു പറയാതെ ഒന്നു മൂളി. എന്നാൽ അദ്ദേഹത്തിന്റെ മനസ്സിൽ ഒരു ചിന്ത വർദ്ധിച്ചുവരികയായിരുന്നു. അതെ, തീർച്ചയായും, ഈ മനുഷ്യനെ വിശ്വസിക്കാൻ കൊള്ളില്ല. *ഒരുപക്ഷേ നമ്മൾ ഒരു കെണിയിലേക്കാവാം നടന്നു കയറുന്നത്. പക്ഷേ നമുക്ക് വേറെ എന്ത് വഴിയാണുള്ളത്? സോമേശ്വരിന്റെയും*

ഫിർദൗസിന്റെയും മരണശേഷം, നമുക്ക് ഒരു മുൻതൂക്കവുമില്ല. ഇതാണ് നമ്മുടെ ഒരേയൊരു പ്രതീക്ഷ. ഒരുപക്ഷേ ഫിർദൗസ് ഏർപ്പാടാക്കിയിരുന്ന രാജകീയ ബന്ധം ഈ ഗവർണ്ണർ-മുഫ്തി തന്നെയായിരിക്കാം.

'കൂടാതെ, ഞാൻ ശരിക്കും മറുപക്ഷത്തായിരുന്നെങ്കിൽ, എന്റെ യജമാനന്റെ അധികാരം ഉപയോഗിച്ച് ഇവിടുത്തെ ഖുസ്ദാർ പടയുമായി എനിക്ക് ഇങ്ങോട്ട് പടയോട്ടം നടത്താമായിരുന്നു. നിങ്ങളൊക്കെ എത്ര കഴിവുള്ളവരാണെങ്കിലും, പരിശീലനം ലഭിച്ച രണ്ടായിരം തുർക്കി കുതിരപ്പടയാളികളോട് നിങ്ങൾക്ക് പിടിച്ചുനിൽക്കാൻ കഴിയുമെന്ന് ശരിക്കും കരുതുന്നുണ്ടോ? ഞാൻ അങ്ങനെ ചെയ്തില്ല എന്നതുതന്നെ എന്റെ ഉദ്ദേശ്യശുദ്ധിയുടെ തെളിവാണ്,' താലിബ് പറഞ്ഞു.

നരസിംഹൻ നിശ്ശബ്ദനായിരുന്നു. *പറഞ്ഞതിൽ കാര്യമുണ്ട്.*

'സുൽത്താനെയും അദ്ദേഹത്തിന്റെ പ്രധാന ലെഫ്റ്റനന്റുമാരെയും നിങ്ങൾ കൊല്ലണമെന്നേ ഞങ്ങൾക്കാവശ്യമുള്ളൂ. അവരിലൊരാളായ അബു ഖാസിമിനെ നിങ്ങൾ ഇതിനകം തീർത്തുകഴിഞ്ഞു. അദ്ദേഹത്തിന്റെ ഇരട്ട പുത്രന്മാരെയും കൊല്ലേണ്ടതുണ്ട്.'

വിജയന് അവരുടെ ഭാഗ്യം വിശ്വസിക്കാനായില്ല. സോമേശ്വറിന്റെയും ഫിർദൗസിന്റെയും മരണത്തോടെ ദൗത്യം പ്രതിസന്ധിയിലായെന്ന് തോന്നിയതാണ്. കാരണം ഗസ്നി രാജകുടുംബത്തിലെ രാജ്യദ്രോഹിയുമായി ബന്ധപ്പെടാൻ ആർക്കും കഴിഞ്ഞിരുന്നില്ല. എന്നാൽ ദൈവങ്ങൾ, ആ രാജ്യദ്രോഹിയുടെ കീഴിൽ ജോലി ചെയ്യുന്ന മറ്റൊരുവനെ, നേരിട്ട് അവരുടെ മുന്നിലെത്തിച്ചിരിക്കുന്നു.

'സുൽത്താനെ കൊല്ലുന്നത് അത്ര എളുപ്പമാണെന്ന് നിങ്ങൾ കരുതുന്നുണ്ടോ?' നരസിംഹൻ ചോദിച്ചു.

'ഉവ്വ്. അതെ. അല്ലാഹു നമ്മളെ ഒരുമിപ്പിച്ചിരിക്കുകയാണെന്ന് തോന്നുന്നു. സുൽത്താന്റെ സഹോദരൻ തന്നെ നിങ്ങളെ സഹായിക്കാൻ തയ്യാറാണെങ്കിൽ നിങ്ങളുടെ ദൗത്യം വളരെ എളുപ്പമാകും... ഞാൻ നിങ്ങളെ ഒളിപ്പിച്ച് ഗസ്നിയിലേക്ക് കൊണ്ടുപോകാം. ഞങ്ങൾ നിങ്ങളെ ഒരു സുരക്ഷിത താവളത്തിൽ പാർപ്പിക്കുകയും, ആക്രമിക്കാൻ ശരിയായ സമയത്ത് ശരിയായ

സ്ഥലത്ത് എത്തിക്കുകയും ചെയ്യും. ഇതിന് പകരമായി... നിങ്ങൾക്ക് എന്താണ് വേണ്ടത്?'

'ഞങ്ങൾക്ക് സുൽത്താന്റെ മരണം വേണം. പിന്നെ നിങ്ങളുടെ ആളുകൾ പ്രധാന മോസ്കിന്റെ പടിക്കെട്ടിനടിയിൽ കുഴിച്ചിട്ടിട്ടുണ്ടെന്ന് പറയുന്ന സോമനാഥ ശിവലിംഗത്തിന്റെ കഷണങ്ങളും.'

താലിബ് അത്ഭുതപ്പെട്ടു. 'അത്രയേയുള്ളൂ? സ്വർണ്ണം വേണ്ടേ ? വിലപിടിപ്പുള്ള രത്നങ്ങൾ വേണ്ടേ? ഭൂമി വേണ്ടേ?'

'ലോകത്തിലെ എല്ലാ സമ്പത്തിനേക്കാളും വിലപ്പെട്ടതാണ് സോമനാഥ ശിവലിംഗം.'

താലിബ് നെറ്റിചുളിച്ചു. *ഈ മനുഷ്യർ വിചിത്രരാണ്.*

അവന്റെ സംശയങ്ങൾ തീർക്കുമായിരുന്ന വിജയന്റെ ചിന്തകൾ അവന് കേൾക്കാൻ കഴിഞ്ഞില്ല. *ഞങ്ങൾ ഭാരതീയർ സ്വത്ത് സമ്പാദിക്കുന്നവരാണ്. കൊള്ളയടിക്കുന്നവരല്ല.*

'അപ്പോൾ നമ്മുടെ കരാർ ഉറപ്പിക്കാമോ?' നരസിംഹൻ ചോദിച്ചു.

'തീർച്ചയായും, ഉറപ്പിക്കാം. പക്ഷേ...'

'പക്ഷേ, എന്ത്?'

'ഞങ്ങൾക്ക് ഒരു അധിക ആവശ്യം കൂടിയുണ്ട്. അതിൽ ഒരു വിട്ടുവീഴ്ചയുമില്ല.'

'എന്ത് ആവശ്യം?'

'ആ അടിമപ്പെൺകുട്ടി, യസാദെ.'

നരസിംഹൻ വിജയനെ നോക്കി. ഇത് തികച്ചും അപ്രതീക്ഷിതമായിരുന്നു.

വിശദീകരിക്കേണ്ടതുണ്ടെന്ന് താലിബിന് തോന്നി. 'ഇതൊരു വ്യക്തിപരമായ അഭ്യർത്ഥനയായി കണക്കാക്കണം. എന്റെ യജമാനന്... അദ്ദേഹത്തിന് അവളോട് ഒരു പ്രത്യേക അനുരാഗം തോന്നിയിട്ടുണ്ട്.'

നരസിംഹൻ ഞെട്ടിത്തരിച്ചു. 'പക്ഷേ അവളൊരു കുട്ടിയല്ലേ! പതിമൂന്നോ പതിനാലോ വയസ്സിൽ കൂടുതൽ പ്രായമുണ്ടാകില്ല.'

'ഇതിൽ ഒരു വിട്ടുവീഴ്ചയുമില്ല. ഇതിനെക്കുറിച്ച് ഒന്നാലോചിക്കൂ.'

ഫിർദൗസിന്റെ കുടിൽ അണുവിമുക്തമാക്കി ഒരു താൽക്കാലിക ശസ്ത്രക്രിയാ സംവിധാനമാക്കി മാറ്റിയിരുന്നു.

നരസിംഹന്റെ വലതുകയ്യിലെ കെട്ടുകൾ അഴിച്ചുമാറ്റി, അദ്ദേഹത്തിന്റെ പുറം ശുദ്ധജലത്തിൽ കഴുകി, നാടൻ ഔഷധസസ്യങ്ങൾ കൊണ്ട് കഴിയുന്നത്ര നന്നായി അണുവിമുക്തമാക്കി. ശസ്ത്രക്രിയ നടത്തേണ്ട പുറംഭാഗം മരവിപ്പിക്കാനായി ഭാരതീയർ കൂടെക്കൊണ്ടുവന്ന ചില മരുന്നുകൾ അദ്ദേഹത്തിന് നൽകി. ശരിയായ മയക്കം ഉറപ്പാക്കാൻ ആവശ്യമായ മരുന്നുകൾ തങ്ങളുടെ കയ്യിലില്ലെന്നും വേദന സഹിക്കേണ്ടി വരുമെന്നും പുലകിത് അദ്ദേഹത്തിന് മുന്നറിയിപ്പ് നൽകിയിരുന്നു. ആ സമയത്ത് ദസർണ ഒരു തമാശ പറഞ്ഞു, പ്രത്യേകിച്ച് ഉത്തരേന്ത്യൻ നാടോടി നാടകങ്ങളിൽ പ്രശസ്തമായ ഒരു അനശ്വര വാചകം: *'മർദ് കോ ദർദ് നഹി ഹോത്താ!'* യഥാർത്ഥ പുരുഷൻ വേദന അറിയില്ല..

ആ തമാശ കേട്ട് നരസിംഹൻ പതിയെ ചിരിച്ചു. അദ്ദേഹം കമിഴ്ന്ന് കിടക്കുകയായിരുന്നു. മയക്കം കൂടിവരുന്നതായി അദ്ദേഹത്തിന് തോന്നി. എങ്കിലും, പുലകിത് തനിക്ക് എന്ത് തോന്നുന്നുവെന്ന് ചോദിക്കുമ്പോൾ മറുപടി നൽകേണ്ടതുള്ളതുകൊണ്ട് ഉണർന്നിരിക്കാൻ സ്വയം നിർബന്ധിച്ചു.

'ഞാൻ അത്ഭുതപ്പെടുകയാണ്...' നരസിംഹൻ പറഞ്ഞു.

'എന്താണ് അത്ഭുതപ്പെടുന്നത്, സൈന്യാധിപാ?' അമാൽ ചോദിച്ചു. ചാലൂക്യ രാജകുമാരൻ കൈ കഴുകുമ്പോൾ, ദസർണയോടും സെയ്ൻ ഹുസൈനോടുമൊപ്പം അണുവിമുക്തമാക്കിയ ശസ്ത്രക്രിയാ ഉപകരണങ്ങൾ ഒരു പാത്രത്തിൽ വെക്കുകയായിരുന്നു അവൾ.

'ഞാൻ അത്ഭുതപ്പെടുകയാണ്... ഒരുപക്ഷേ... എന്റെ പാപങ്ങൾക്ക് പ്രായശ്ചിത്തമായിട്ടായിരിക്കില്ല... എനിക്ക് ആ ചാലൂക്യ അമ്പേറ്റത്...'

'അങ്ങ് എന്താണ് ഉദ്ദേശിക്കുന്നത്, സൈന്യാധിപാ?' വിജയൻ ചോദിച്ചു. ശസ്ത്രക്രിയ തുടങ്ങുമ്പോൾ വേദനകൊണ്ട് പെട്ടെന്നുള്ള ചലനങ്ങൾ ഉണ്ടാകാതിരിക്കാനായി അദ്ദേഹം നരസിംഹന്റെ കൈകാലുകൾ മൃദുവായ പരുത്തിത്തുണി കൊണ്ട് കട്ടിലിൽ കെട്ടുകയായിരുന്നു.

'ഒരുപക്ഷേ... ഒരുപക്ഷേ മഹ്മൂദിന് അവന്റെ പാപങ്ങളുടെ ഫലം നൽകാനുള്ള വിഷം എന്റെ ശരീരത്തിലൂടെ കടത്തിക്കൊണ്ടുവരാനായിരിക്കാം എനിക്ക് അമ്പേറ്റത്...'

'അതെങ്ങനെ?' കട്ടിലിനരികിൽ വന്നുനിന്ന പുലകിത് ചോദിച്ചു.

'മഹ്മൂദാണ് നമ്മുടെ വിശാലക്ഷിതഃ... വിഷം നൽകേണ്ടയാൾ... നിങ്ങൾ എന്നിൽ നിന്ന് പുറത്തെടുക്കുന്ന അമ്പിൻ കഷണങ്ങൾ വലിച്ചെറിയരുത്... നമ്മൾ അവ ഉപയോഗിക്കും... മഹ്മൂദിനെതിരെ അവ ഉപയോഗിക്കും...'

പുലകിത് പുഞ്ചിരിച്ചുകൊണ്ട് വിജയനെയും അമലിനെയും നോക്കി, എന്നിട്ട് നരസിംഹന്റെ നേരെ തിരിഞ്ഞു. 'അങ്ങ് കൽപ്പിക്കുന്നതുപോലെ. ഞങ്ങൾ തുടങ്ങുകയാണ്. തയ്യാറായിക്കോളൂ.'

നരസിംഹൻ ഒന്ന് പുഞ്ചിരിച്ചു. 'ഞാൻ ജനിച്ചപ്പോഴേ തയ്യാറായിരുന്നു.'

ആപൽഘട്ടങ്ങളിൽ നിസ്സാരമായ തമാശകൾ പറഞ്ഞ് ധൈര്യം പ്രകടിപ്പിക്കുന്നത് യഥാർത്ഥ പുരുഷന്മാരുടെ ലക്ഷണമാണ്. അങ്ങനെയുള്ള സമയങ്ങളിൽ കൂടെനിന്ന് ചിരിച്ച് ആ സൗഹൃദബന്ധം ഊട്ടിയുറപ്പിക്കാൻ മറ്റ് യഥാർത്ഥ പുരുഷന്മാർക്കും അറിയാം. പുലകിതും വിജയനും, അവർക്ക് പിന്നിൽ നിന്നിരുന്ന ദസർണയും സെയ്ൻ ഹുസൈനും നരസിംഹന്റെ തമാശ കേട്ട് ചിരിച്ചു. അമാൽ അതുകണ്ട് കണ്ണുരുട്ടി, എന്നിട്ട് വാത്സല്യത്തോടെ നരസിംഹന്റെ തലയുടെ പുറകിൽ മെല്ലെ തലോടി. ശസ്ത്രക്രിയയ്ക്കിടയിൽ അദ്ദേഹം സ്വന്തം നാവ് കടിച്ചു മുറിക്കാതിരിക്കാനായി അവൾ ഒരു ചെറിയ കയർ അദ്ദേഹത്തിന്റെ പല്ലുകൾക്കിടയിൽ വെച്ചുകൊടുത്തു. എന്നിട്ട് അവൾ അദ്ദേഹത്തിന്റെ തല മെല്ലെ താഴ്ത്തിപ്പിടിച്ചു. വേദന ഉടൻ തുടങ്ങും.

പൂർണ്ണമായും ഉണങ്ങിയിട്ടില്ലാത്ത ആ മുറിവിലേക്ക് പുലകിത് മുറിവ് ചുരുക്കുന്ന ദ്രാവകം തളിച്ചു. ഫിർദൗസിന്റെ ശേഖരത്തിൽ നിന്ന് ഇഖ്ബാലാണ് അത് കണ്ടെത്തിയത്. ചൂടാക്കി ശുദ്ധീകരിച്ചെടുത്തതായിരുന്നു അത്. പാതി തുറന്നിരുന്ന ആ വ്രണകലയിൽ തട്ടിയപ്പോൾ അത് അതികഠിനമായി നീറി.

നരസിംഹന്റെ ശരീരം ഒന്ന് വിറങ്ങലിച്ചു. പക്ഷേ, അദ്ദേഹം ഒരു ശബ്ദം പോലും പുറപ്പെടുവിച്ചില്ല.

'സൈന്യാധിപൻ, ഞാൻ മുറിക്കാൻ പോവുകയാണ്.'

നരസിംഹൻ ശ്വാസമടക്കിപ്പിടിച്ചു.

പുലകിത് തന്റെ ശസ്ത്രക്രിയാ കത്തികൊണ്ട് വ്രണകലയും ചർമ്മവും അതിനടിയിലെ കോശങ്ങളും കീറിമുറിച്ചു. പല്ലുകൾക്കിടയിലെ കയറിൽ ശക്തിയായി കടിച്ചുപിടിച്ച് നരസിംഹൻ ആഴത്തിൽ ശ്വാസമെടുക്കാൻ തുടങ്ങി. വിഷം പുരണ്ട്, ഉണങ്ങാത്ത മാംസത്തിലേക്ക് പുലകിത് ആഴത്തിൽ, കൂടുതൽ ആഴത്തിൽ തുരന്നിറങ്ങാൻ തുടങ്ങിയപ്പോൾ അദ്ദേഹം ഒരു സിംഹത്തെപ്പോലെ മുരണ്ടു. കുനാതി അമ്പിന്റെ ചീളുകൾക്കായി അയാൾ ശ്രദ്ധയോടെ തിരഞ്ഞു.

ഒടുവിൽ, പുറത്തേക്കൊഴുകുകയായിരുന്ന, വിഷം കലർന്ന് നീലിച്ച സൈന്യാധിപന്റെ രക്തത്തിൽ കറുത്ത ഇരുമ്പിന്റെ ആദ്യത്തെ അംശം അയാൾ കണ്ടെത്തി. മാംസം രണ്ടുവശത്തേക്കും പിളർത്തിപ്പിടിച്ച് അയാൾ വലതുകൈ നീട്ടി. ദസർണ ആ പുണ്യ കാന്തക്കല്ലിന്റെ തിരുശേഷിപ്പ് പുലകിതിന് കൈമാറി. ആ ചാലൂക്യ രാജകുമാരൻ അതിന്റെ കൂർത്ത അഗ്രം നരസിംഹന്റെ മുറിവിലേക്ക് തിരുകിക്കയറ്റി.

എന്റെ മഹാദേവാ, അങ്ങയെ ഇങ്ങനെ ഉപയോഗിക്കുന്നതിൽ എന്നോട് ക്ഷമിക്കേണമേ. പക്ഷേ, അങ്ങ് സാഗരമന്ഥന സമയത്ത് ചെയ്തതുപോലെ ഈ വിഷം പുറത്തെടുക്കാൻ അങ്ങേക്ക് മാത്രമേ കഴിയൂ.

അതിശക്തമായ കാന്തികഗുണങ്ങളുള്ള ആ കാന്തക്കല്ല്, കുനാതി വിഷം പുരണ്ട ഇരുമ്പ് ചീളുകളെ തന്നിലേക്ക് ആകർഷിക്കാൻ തുടങ്ങി.

ആ മഹാനായ ചോള യോദ്ധാവ് ഉച്ചത്തിൽ അലറിവിളിച്ചു. അദ്ദേഹത്തിന്റെ ജീവിതത്തിലെ അതിക്രൂരമായ രംഗങ്ങൾ മനസ്സിന്റെ ഭിത്തിയിൽ മിന്നിമറഞ്ഞു. തന്റെ എല്ലാ ദുഷിച്ച ഊർജ്ജവും, എല്ലാ വേദനയും, താൻ ചെയ്ത എല്ലാ അതിക്രമങ്ങളുടെയും കുറ്റബോധവും തന്നിൽ നിന്ന് പുറത്തേക്ക് വലിച്ചെടുക്കപ്പെടുന്നത് പോലെ അദ്ദേഹത്തിന് തോന്നി. മുതുകിലെ ആ തുറന്ന മുറിവിലൂടെ അതെല്ലാം പുറത്തേക്ക് ഒഴുകിപ്പോകുന്നു. അതിരറ്റ കൃപയുടെയും

കാരുണ്യത്തിന്റെയും ഒരു ദിവ്യപ്രവൃത്തിയിലൂടെ അതെല്ലാം തന്നിൽ നിന്ന് വലിച്ചെടുക്കപ്പെടുകയായിരുന്നു.

നരസിംഹന്റെ മനസ്സ് ശൂന്യമായി. അദ്ദേഹം അബോധാവസ്ഥയുടെ ഇരുട്ടിലേക്ക് ആണ്ടുപോയി.

യുഗങ്ങൾ കടന്നുപോയതുപോലെ തോന്നിയ ഒരു നിമിഷത്തിനു ശേഷം, വിജയനും സെയ്ലും തോളുകളിലും കൈകളിലുമുള്ള പിടി ചെറുതായി അയച്ചു. പുലകിത് ആ ശിവലിംഗത്തിന്റെ കഷണം ഉയർത്തിപ്പിടിച്ചു. അതിൽ രക്തവും ലോഹച്ചീളുകളും പറ്റിപ്പിടിച്ചിരുന്നു. അയാൾ ആ ശിവലിംഗ കാന്തക്കല്ല് ദസർണയ്ക്ക് കൈമാറി. ആ പുണ്യ തിരുശേഷിപ്പ് ഏറ്റുവാങ്ങാനായി പുതിയ, ശുദ്ധമായ ഒരു തുണിയുമായി കാത്തുനിൽക്കുകയായിരുന്നു ദസർണ. പിന്നീട് അത് കഴുകി വൃത്തിയാക്കും. കുനാതി വിഷം പുരണ്ട അമ്പിൻ ചീളുകൾ മഹ്മൂദിനെതിരെ ഉപയോഗിക്കാനായി സൂക്ഷിച്ചുവെച്ച് രൂപമാറ്റം വരുത്തും. പുണ്യ തിരുശേഷിപ്പ് ഈ രീതിയിൽ ഉപയോഗിച്ചതിന് മാപ്പപേക്ഷിക്കാനായി ശിവലിംഗത്തിന്റെ ആ കാന്തക്കല്ല് വെച്ച് പൂജകളും നടത്തും.

'സൈന്യാധിപൻ... സൈന്യാധിപൻ...' പുലകിത് നരസിംഹനെ ഉണർത്താൻ ശ്രമിച്ചു.

എന്നാൽ നരസിംഹൻ ഒന്നും മിണ്ടിയില്ല. അദ്ദേഹത്തിന്റെ ശരീരം ചെറുതായി കോച്ചി വലിക്കുന്നുണ്ടായിരുന്നു.

'സൈന്യാധിപൻ, വേദനയുണ്ടാകും. പക്ഷേ, നിങ്ങളുടെ മുതുകിലും തോളിലും ഉരുക്കിയ ഉരുക്ക് ഒഴുകുന്നതുപോലെയുള്ള ആ തോന്നൽ മാറിയോ?'

പുലകിത് അമാലിനെ നോക്കി. അവൾ കൂടുതൽ ചൂടുള്ള, ശുദ്ധീകരിച്ച മുറിവ് ചുരുക്കുന്ന ദ്രാവകം ആ തുറന്ന മുറിവിൽ ഒഴിച്ച് അതിനെ കൂടുതൽ അണുവിമുക്തമാക്കിയ ശേഷം പഞ്ഞി കൊണ്ട് ചുറ്റും തുടച്ചു.

ആ ദ്രാവകത്തിന്റെ ചുട്ടുനീറ്റൽ നരസിംഹനെ ഉണർത്തിയതുപോലെ തോന്നി. അദ്ദേഹത്തിന്റെ തല ചെറുതായി ഒന്നിളകി.

'സൈന്യാധിപൻ...' പുലകിത് ആവർത്തിച്ചു. 'നിങ്ങളുടെ മുതുകിനുള്ളിലെ ആ ഉരുക്ക് ഒഴുകുന്ന തോന്നൽ മാറിയോ?'

'അത്... പോയി...' നരസിംഹന്റെ വാക്കുകൾ മുറിഞ്ഞു. 'ആ... തോന്നൽ... പോയി...'

പുലകിത് ചുറ്റുമുള്ളവരെ നോക്കി വിജയഭാവത്തിൽ പുഞ്ചിരിച്ചു. എന്നിട്ട് നരസിംഹന് നേരെ തിരിഞ്ഞു. 'വിഷം പുരണ്ട ചീളുകൾ പുറത്തെടുത്തു കഴിഞ്ഞു. നീലകണ്ഠൻ ഒരിക്കൽ കൂടി വിഷം പുറത്തെടുത്തിരിക്കുന്നു.'

'ഒരിക്കൽ കൂടി' എന്ന് പുലകിത് പറഞ്ഞത് ഭാരതീയ ഇതിഹാസങ്ങളിലെ സാഗര മന്ഥനത്തെക്കുറിച്ചായിരുന്നു. ദേവന്മാരും അസുരന്മാരും ചേർന്ന് കടൽ കടഞ്ഞപ്പോൾ, ആ ഇളകിമറിയുന്ന ജലത്തിൽ നിന്ന് പ്രപഞ്ചത്തെ മുഴുവൻ നശിപ്പിക്കാൻ ശേഷിയുള്ള വിഷം ഉയർന്നുവന്നു. അന്ന് ആ വിഷം പാനം ചെയ്ത് ലോകത്തെ രക്ഷിച്ചത് മഹാദേവനായിരുന്നു. ആ വിഷത്തിന്റെ കാഠിന്യത്താൽ അദ്ദേഹത്തിന്റെ കണ്ഠം നീലനിറമായി. അങ്ങനെയാണ് അദ്ദേഹത്തിന് നീലകണ്ഠൻ എന്ന പേര് ലഭിച്ചത്.

പുലകിത് വളരെ വേഗത്തിൽ ഗുഡൂചി തുന്നലുകൾ ഉപയോഗിച്ച് മുറിവ് തുന്നിച്ചേർത്തു. യുദ്ധസമയത്ത് ഈ സസ്യനാരുകൾ കൂടെ കൊണ്ടുനടക്കുന്ന എല്ലാ ഭാരതീയ യോദ്ധാക്കൾക്കും അറിയാവുന്ന ഒരു വിദ്യയായിരുന്നു അത്. ഈ ഔഷധസസ്യത്തിൽ നിന്നുണ്ടാക്കുന്ന തുന്നലുകൾക്ക് അണുക്കളെ നശിപ്പിക്കാനുള്ള കഴിവുണ്ടായിരുന്നു. കാലക്രമേണ അവ സ്വാഭാവികമായി അലിഞ്ഞുചേരുകയും ചെയ്യുമായിരുന്നു. ശേഷം പുലകിത് മുറിവ് വൃത്തിയായി കെട്ടുകെട്ടി.

സ്വയം ഒരു വൈദ്യയായ അമാൽ, പുലകിതിനെ ആദരവോടെ നോക്കി. 'നിങ്ങൾ വളരെ നന്നായി ചെയ്തു.'

'നന്ദി,' പുലകിത് പറഞ്ഞ് നരസിംഹനെ നോക്കി.

സൈന്യാധിപൻ ചലനമറ്റിരുന്നു. കോച്ചി വലിവ് നിന്നിരിക്കുന്നു. സെയ്ൻ മെല്ലെ നരസിംഹന്റെ വായിൽ നിന്ന് കയറെടുത്തു. അവർ അദ്ദേഹത്തെ ഉറങ്ങാൻ വിട്ടു. അപകടഘട്ടം കഴിഞ്ഞിരുന്നു. ഇനി സുഖം പ്രാപിക്കാനുള്ള സമയമാണ്.

അധ്യായം 22

അപ്രതീക്ഷിത സഖ്യകക്ഷികൾ

ഫിർദൗസിന്റെ തോട്ടം, ഖുസ്ദാറിനടുത്ത്, അഫ്ഗാനിസ്ഥാൻ

നരസിംഹന്റെ മുതുകിൽ നിന്ന് കുനാതി വിഷം പുരട്ടിയ അമ്പിന്റെ ചീളുകൾ ശസ്ത്രക്രിയയിലൂടെ പുറത്തെടുത്തിട്ട് രണ്ട് ദിവസങ്ങൾ കഴിഞ്ഞിരുന്നു. അദ്ദേഹം അതിശയകരമാംവിധം വേഗത്തിൽ സുഖം പ്രാപിച്ചുവരികയായിരുന്നു. വേദന ഗണ്യമായി കുറഞ്ഞിരുന്നു. വലതുകൈ അല്പം ചലിപ്പിക്കാനും അദ്ദേഹത്തിന് കഴിഞ്ഞു. ഒന്നോ രണ്ടോ ആഴ്ചകൾക്കുള്ളിൽ നരസിംഹന് തന്റെ വലതുകൈയും തോളും പൂർണ്ണമായി ഉപയോഗിക്കാൻ കഴിയുമെന്ന് പുലകിത് വിശ്വസിച്ചു. പർവതങ്ങളിലെ തണുത്തതും വരണ്ടതുമായ അന്തരീക്ഷം സുഖപ്രാപ്തിയുടെ വേഗത കൂട്ടുകയേയുള്ളൂ.

ഇഖ്ബാലിന്റെ നേതൃത്വത്തിലുള്ള മുൻ അടിമകളുടെ യാത്രാസംഘം ഗ്വാദറിലേക്ക് പുറപ്പെടാൻ തയ്യാറായിക്കഴിഞ്ഞിരുന്നു. കപ്പലുകളിൽ കയറി ഇന്ത്യയിലേക്ക് രക്ഷപ്പെടാൻ അവർക്ക് കൃത്യസമയത്ത് തന്നെ തുറമുഖ നഗരത്തിൽ എത്താൻ സാധിക്കും. അടിമകൾക്ക് വസ്ത്രങ്ങളും ചെരിപ്പുകളും പോലുള്ള സാധനങ്ങൾ നൽകിയിരുന്നു. സാധാരണ പൗരന്മാരെപ്പോലെ തോന്നിക്കാൻ വേണ്ടി അവരെയെല്ലാം കുളിപ്പിച്ച്, വൃത്തിയാക്കി, ക്ഷൗരം ചെയ്യിച്ചു. പ്രധാന ജനവാസ കേന്ദ്രങ്ങൾ ഒഴിവാക്കിയുള്ള ഒരു യാത്രാ വഴിയാണ് അവർക്കായി ഒരുക്കിയിരുന്നത്.

യസാദെയെ ഗസ്നിയിലേക്ക് തിരികെ കൊണ്ടുപോകാനുള്ള പദ്ധതിയിൽ പുലകിത് അങ്ങേയറ്റം അസന്തുഷ്ടനായിരുന്നു.

മുൻ അടിമകളിൽ അവൾ മാത്രമായിരിക്കും ഇന്ത്യയിലേക്ക് രക്ഷപ്പെടാത്തത്. പക്ഷേ, തങ്ങൾക്ക് വേറെ വഴിയില്ലെന്ന് നരസിംഹൻ അദ്ദേഹത്തെ പറഞ്ഞ് മനസ്സിലാക്കി. മഹ്മൂദിനെ വധിച്ച ശേഷം ഗസ്നിയിൽ നിന്ന് രക്ഷപ്പെടുമ്പോൾ യസാദെയെയും കൂടെ കൂട്ടുമെന്ന് അദ്ദേഹം പുലകിതിന് ഉറപ്പുനൽകി. സ്വന്തം ജീവൻ വെച്ചാണ് നരസിംഹൻ ആ വാക്ക് നൽകിയത്. ഇന്തോനേഷ്യൻ രാജകുമാരിയായ ഒടിരത്തയെക്കുറിച്ചും, ഇനി ഒരിക്കൽക്കൂടി താൻ കാരണം ഒരു പെൺകുട്ടിക്കും വേദനിക്കാൻ ഇടവരില്ലെന്നും അദ്ദേഹം പുലകിതിനോട് പറഞ്ഞു. തന്റെ സ്വന്തം അനിയത്തിയെപ്പോലെ യസാദെയെ നോക്കിക്കൊള്ളാമെന്ന് അമാലും പുലകിതിന്റെ മുന്നിൽ വെച്ച് രക്തം തൊട്ട് സത്യം ചെയ്തു. ദൗത്യം കഴിഞ്ഞ് ഗസ്നിയിൽ നിന്ന് രക്ഷപ്പെടുമ്പോൾ യസാദെ തങ്ങളോടൊപ്പം ഉണ്ടാകുമെന്ന് അവൾ ഉറപ്പുനൽകി. ഒരുപാട് നിർബന്ധിച്ചതിന് ശേഷം ഒടുവിൽ പുലകിത് സമ്മതിച്ചു.

പുലകിതിനെ കാര്യങ്ങൾ പറഞ്ഞു മനസ്സിലാക്കാൻ എളുപ്പമാക്കിയത് യസാദെയുടെ തിരികെ പോകാനുള്ള ആഗ്രഹം കൂടിയായിരുന്നു. അവൾക്ക് ഒരേയൊരു നിർബന്ധമേ ഉണ്ടായിരുന്നുള്ളൂ. ഒരു ചെറിയ അവസരമെങ്കിലും കിട്ടിയാൽ നരസിംഹൻ ഗവർണ്ണർ-മുഫ്തി ഇസ്മായിലിനെയും വധിക്കണം. ഒരു കൊച്ചുകുട്ടിയായ യസാദെയുടെ ഈ ആവശ്യം കേട്ട് നരസിംഹൻ അത്ഭുതപ്പെട്ടു. പക്ഷേ, കൺമുന്നിലിട്ട് പ്രിയപ്പെട്ട അച്ഛൻ തന്നെ രക്ഷിക്കാൻ ശ്രമിക്കുന്നതിനിടയിൽ കൊല്ലപ്പെടുന്നത് കണ്ടാൽ, ഒരു മകൾ പൂർണ്ണമായും മാറിപ്പോകുമെന്ന് അമാൽ പിന്നീട് ആ സേനാപതിയോട് വിശദീകരിച്ചു. സഹതാപം തേടി തോളിൽ ചാരി കരയുന്ന ഒരു അബലയായി അവൾ മാറില്ല. പകരം, ധാർമ്മികമായ പ്രതികാരം തേടുന്ന ദുർഗ്ഗാദേവിയായി മാറും. സത്യത്തിൽ, കത്തി ഉപയോഗിച്ച് കുത്തേണ്ട അടിസ്ഥാന പാഠങ്ങൾ പഠിപ്പിച്ചു തരാൻ യസാദെ അമാലിനോട് ആവശ്യപ്പെട്ടിരുന്നു. ഗസ്നി അവർക്കെല്ലാവർക്കും അപകടം പിടിച്ച സ്ഥലമായതുകൊണ്ട്, അവളെ അത് പഠിപ്പിക്കാൻ അമാലിന് സന്തോഷമേ ഉണ്ടായിരുന്നുള്ളൂ.

യാത്രയ്ക്കുള്ള ഒരുക്കങ്ങൾക്കിടയിൽ ഇഖ്ബാൽ തന്റെ സുഹൃത്തിന്റെ മകനായ ധ്രുവിനെ കാണാൻ ചെന്നു. 'ഇത് നിന്റെ കയ്യിൽ വെച്ചോ,' മുദ്രവെച്ച ഒരു കത്ത് അവന് നൽകിക്കൊണ്ട് ഇഖ്ബാൽ പറഞ്ഞു. 'ഇതിൽ നിന്റെ അച്ഛന്റെ ലോകമെമ്പാടുമുള്ള സ്വത്തുക്കളുടെ പൂർണ്ണമായ വിവരങ്ങളുണ്ട്. സ്വർണ്ണത്തിലും വിലയേറിയ രത്നങ്ങളിലുമുള്ള നിധികൾ കൂടാതെ, സ്വത്തിന്റെ ഉടമസ്ഥാവകാശ രേഖകൾ സൂക്ഷിച്ചിരിക്കുന്ന രഹസ്യ സ്ഥലവും ഇതിലുണ്ട്. പണ്ടത്തേക്കാൾ ഒരുപാട് കുറവാണിത്. കാരണം, അദ്ദേഹത്തിന്റെ സമ്പത്തിന്റെ വലിയൊരു ഭാഗം ഈ ദൗത്യത്തിനുവേണ്ടി ചെലവഴിച്ചു... എന്നാലും ഇത് ഇപ്പോഴും വലിയൊരു തുകയാണ്. നാട്ടിൽ തിരിച്ചെത്തുമ്പോൾ നിനക്കിത് നോക്കിനടത്തേണ്ടി വരും.'

ധ്രുവ് പുഞ്ചിരിച്ചു. 'ഇഖ്ബാൽ മാമൻ ഇത് സൂക്ഷിച്ചുവെച്ചോളൂ. ഞാൻ തിരിച്ചുവന്നില്ലെങ്കിലോ?'

ഇഖ്ബാൽ ധ്രുവിന്റെ ചെവിയിൽ പിടിച്ചു. 'ശ്ശെ! വിഡ്ഢിത്തരം പറഞ്ഞ് വിധിയെ പരീക്ഷിക്കരുത്. നിനക്കൊന്നും സംഭവിക്കില്ല. നീ തിരിച്ചുവരും. വരുമ്പോൾ, നിന്റെ അച്ഛന്റെ സ്വത്തുക്കളുടെയും കച്ചവടങ്ങളുടെയും ഉത്തരവാദിത്തങ്ങളുടെയും നിയന്ത്രണം നീ ഏറ്റെടുക്കും. ഞാൻ നിന്റെ അച്ഛന്റെ ഇളയ പങ്കാളി ആയിരുന്നതു- പോലെ, എന്റെ മകൻ നിന്റെ ഇളയ പങ്കാളിയായിരിക്കും.'

ധ്രുവ് സന്തോഷത്തോടെ ഇഖ്ബാലിനെ കെട്ടിപ്പിടിച്ചു. 'ഞാൻ തിരിച്ചുവരുമ്പോൾ എന്നെ പരിശീലിപ്പിക്കാൻ മാമൻ വേണം. അതുവരെ, എനിക്കുവേണ്ടി ഈ പട്ടിക ശ്രദ്ധയോടെ സൂക്ഷിക്കാമോ?'

കണ്ണുനിറഞ്ഞുകൊണ്ട് ഇഖ്ബാൽ ധ്രുവിന്റെ കവിളിൽ തൊട്ടു. 'മോനേ, നിന്റെ അച്ഛന്റെ അമരമായ ആത്മാവ് നിനക്ക് തുണയായുണ്ടാകും. ഞാൻ നിനക്കായി കാത്തിരിക്കും. നമുക്ക് ഒരുമിച്ച് ഇതിലും വലിയ വ്യാപാരം കെട്ടിപ്പടുക്കാം.'

കുറച്ചുകഴിഞ്ഞ്, ഇഖ്ബാൽ മുൻ അടിമകളുടെ വലിയ യാത്രാസംഘത്തോടൊപ്പം യാത്ര തിരിച്ചു. നരസിംഹനും സംഘത്തിനും മടങ്ങിവരാൻ കാലതാമസമുണ്ടാകാൻ സാധ്യതയുണ്ടെന്ന് ചോളക്കപ്പലുകളിലെ കപ്പിത്താന്മാരെ അറിയിക്കാൻ അദ്ദേഹത്തോട് ആവശ്യപ്പെട്ടിരുന്നു. അതിനാൽ,

അവർ അടിമകളെ ഇന്ത്യയിലെത്തിച്ച ശേഷം എത്രയും പെട്ടെന്ന് ഗ്വാദറിലേക്ക് മടങ്ങിയെത്തണം. ഇതേ നിർദ്ദേശങ്ങളടങ്ങിയ, നരസിംഹൻ ഒപ്പിട്ട കത്ത് അവരെ കാര്യങ്ങൾ ബോധ്യപ്പെടുത്താൻ സഹായിക്കും. അതുകൂടാതെ, ദൗത്യത്തിന്റെ പുതിയ വിവരങ്ങൾ ചോള ചക്രവർത്തിയെ അറിയിക്കാൻ കപ്പലിലെ പ്രാവുകളെ ഉപയോഗിക്കാനും ഇഖ്ബാലിനോട് ആവശ്യപ്പെട്ടിരുന്നു.

പിറ്റേന്ന് അതിരാവിലെ, താലിബും നരസിംഹനും പരേതനായ ഫിർദൗസിന്റെ തോട്ടത്തിന്റെ കവാടത്തിനരികിൽ കുതിരപ്പുറത്ത് നിലയുറപ്പിച്ചു. നരസിംഹൻ പിന്നോട്ട് നോക്കി. അടിമുടി ആയുധമണിഞ്ഞ്, നല്ല ഭക്ഷണവും വിശ്രമവും ലഭിച്ച് ഉന്മേഷവാന്മാരായ എൺപതോളം കുതിരപ്പടയാളികൾ അവിടെയുണ്ടായിരുന്നു. കൂട്ടക്കൊല ചെയ്യപ്പെട്ട തുർക്കി സൈനികരുടെ കുതിരകളും ആയുധങ്ങളും നല്ല രീതിയിൽ ഉണ്ണം ചെയ്തു. യാത്രയ്ക്ക് ആവശ്യമായത്ര ഉണങ്ങിയ പഴങ്ങളും ഭക്ഷണവും അവർ കരുതിയിരുന്നു. ദൗത്യത്തിനായി അവർ തയ്യാറായിക്കഴിഞ്ഞു.

കുറച്ചുകൂടി പിന്നിലായി, വലിയ കളപ്പുര ആളിക്കത്തുന്നത് അദ്ദേഹത്തിന് കാണാമായിരുന്നു. ഇരുന്നൂറോളം വരുന്ന തുർക്കി സൈനികരുടെ ജഡങ്ങൾ ഒരു പാറക്കെട്ടിൽ നിന്ന് താഴേക്ക് വലിച്ചെറിയുന്നത് ഒരു മണ്ടത്തരമായിരിക്കുമെന്ന് താലിബ് നരസിംഹനെ ബോധ്യപ്പെടുത്തിയിരുന്നു. ആകാശത്ത് പതിവില്ലാത്തവിധം ശവംതീനി പക്ഷികളുടെ സാന്നിധ്യം ഖുസ്ദാർ പട്ടണത്തിൽ നിലയുറപ്പിച്ചിട്ടുള്ള സൈനിക വിഭാഗത്തിന്റെ ശ്രദ്ധ ആകർഷിച്ചേക്കാം. മൃതദേഹങ്ങൾ പരിശോധിക്കുകയും തിരിച്ചറിയുകയും ചെയ്തേക്കാം. തുർക്കികളുടെ കൂട്ടക്കൊലയെക്കുറിച്ചുള്ള വാർത്ത ഗസ്നിയിലെത്തും. അത് മഹ്മൂദിനെക്കൊണ്ട് സുരക്ഷ വർദ്ധിപ്പിക്കാനും ദൗത്യം കൂടുതൽ ദുഷ്കരമാക്കാനും ഇടയാക്കും. അബു ഖാസിം ഇപ്പോഴും അടിമകളെ വേട്ടയാടുകയാണെന്ന് മഹ്മൂദ് വിശ്വസിക്കുന്നതാണ് കൂടുതൽ നല്ലത്. അതുകൊണ്ട് ഭാരതീയർ തുർക്കികളുടെ മൃതദേഹങ്ങൾ കളപ്പുരയിൽ കൂട്ടിയിട്ട് തീവെച്ചു.

ആ നാടകം പൂർത്തിയാക്കാൻ, താലിബ് ഗസ്നിയിലെ മഹ്മൂദിന് അയക്കാനായി ഒരു സന്ദേശം തയ്യാറാക്കി. ഇന്ത്യയിലെ തുർക്കി

കശാപ്പുകാരൻ ഏകദേശം ഇരുന്നൂറ് അടിമകളെ കണ്ടെത്തി വധിച്ചെന്നും, അവരെ കണ്ടെത്തിയ സ്ഥലത്തുവെച്ചുതന്നെ മൃതദേഹങ്ങൾ കത്തിച്ചുകളഞ്ഞെന്നും ആ കത്തിൽ പറയും. അതോടൊപ്പം, താൻ കൊന്ന അടിമകളുടെ കൂട്ടത്തിൽ യസാദെ ഇല്ലായിരുന്നു എന്നും, മറ്റുള്ള അടിമകൾ പേർഷ്യൻ ദേശങ്ങളിലേക്ക് രക്ഷപ്പെട്ടിരിക്കാമെന്നും അവരെ വേട്ടയാടാനായി അബു ഖാസിം അങ്ങോട്ട് പോകുകയാണെന്നും കത്തിലുണ്ടാകും. അബു ഖാസിം ഇപ്പോൾ പേർഷ്യയിലെ ശത്രുരാജ്യത്തിന്റെ അതിർത്തിയിലാണെന്നതുകൊണ്ട്, സുരക്ഷാ കാരണങ്ങളാൽ ആശയവിനിമയം എന്തായാലും കുറവായിരിക്കുമല്ലോ. മഹ്മൂദിനെ കത്തിന്റെ ആധികാരികത ബോധ്യപ്പെടുത്താൻ, താലിബ് അബു ഖാസിമിന്റെ തണുത്തുമരവിച്ച വിരലിൽ നിന്ന് മോതിരം ഊരിയെടുത്ത് തോൽച്ചുരുളിൽ മുദ്രവെക്കാൻ ഉപയോഗിച്ചു. തുടർന്ന് ആ കത്ത് പക്ഷിദൂതൻ വഴി ഗസ്നിയിലേക്ക് അയച്ചു.

'നമുക്ക് പോകാം, നസ്റുള്ള?' നരസിംഹന്റെ കൈക്കൊണ്ട മുസ്ലിം പേര് ഉപയോഗിച്ച് താലിബ് ചോദിച്ചു. അദ്ദേഹത്തിന് നല്ല പരിശീലനം ലഭിച്ചിരുന്നു.

'പോകാം,' നരസിംഹൻ മറുപടി നൽകി. 'എന്റെ വാക്കുകൾ കുറിച്ചുവെച്ചോ, ആ സുൽത്താൻ താമസിയാതെ വല്ലാത്തൊരു ഗതികേടിലാകും.'

നരസിംഹന് തൊട്ടുപിന്നിൽ, കേൾക്കാൻ പാകത്തിലുള്ള ദൂരത്തുണ്ടായിരുന്ന വിജയൻ പുഞ്ചിരിച്ചുകൊണ്ട് പറഞ്ഞു. 'ഞാൻ സമ്മതിക്കുന്നു. മഹ്മൂദ് ഉടൻതന്നെ തൂക്കുകയറിൽ ആടുന്ന സുൽത്താനായി മാറും.'

പുലകിത് മെല്ലെ ചിരിച്ചുകൊണ്ട് തന്റെ കുതിരയെ മുന്നോട്ട് പായിച്ചു. 'ചിലപ്പോൾ, ഒരു നല്ല തമാശ പോലും എനിക്ക് വളരെ ദൂരെയാണ്. എനിക്കത് കാണാൻ പോലും കഴിയുന്നില്ല.'

നരസിംഹൻ പുലകിതിനെയും വിജയനെയും നോക്കി. 'അത് ശരിയാണ്, എന്റെ സഹപോരാളികളേ.'

'മതി!' അമാൽ ദേഷ്യത്തിൽ പറഞ്ഞു. 'നിശബ്ദമായി കുതിരയോടിക്കൂ!'

വിജയൻ മെല്ലെ മന്ത്രിച്ചു, 'നീ നിശ്ശബ്ദതയുടെ സംഗീതം കേട്ടിട്ടുണ്ടോ? ഗാർഫ് എന്നൊരു മാമൻ എഴുതിയതാണ്.'

എല്ലാവരും പൊട്ടിച്ചിരിച്ചപ്പോൾ, അമാൽ കൈനീട്ടി വിജയന്റെ തലയുടെ പിന്നിൽ ഒരടി കൊടുത്തു.

ഗസ്നി, അഫ്ഗാനിസ്ഥാൻ

'നീയെവിടെയായിരുന്നു ഇത്രയും നാൾ?' മാലിക് അയാസ് പല്ലിറുമ്മി.

ഇന്ത്യക്കാരെ ഒരു സുരക്ഷിത താവളത്തിലാക്കിയ ശേഷം താലിബ് ഗസ്നിയിലെ ഗവർണ്ണർ-മുഫ്തി ഇസ്മായിലിന്റെ കൊട്ടാരത്തിലേക്ക് അപ്പോൾ മടങ്ങിയെത്തിയതേ ഉണ്ടായിരുന്നുള്ളൂ. കൊട്ടാരത്തിൽ പ്രവേശിച്ചയുടൻ, അദ്ദേഹം അടിമപ്പെണ്ണായ രേഷ്മയെ കാണാൻ പോയി. ഏകദേശം മൂന്നാഴ്ച മുൻപ് രാജകീയ കാവൽക്കാർ ഇസ്മായിലിനെ അറസ്റ്റ് ചെയ്ത വിവരം അവൾ അവനെ അറിയിച്ചു.

കൗസരി ജഹാൻ റാണി അദ്ദേഹത്തിനെതിരെ ഗുരുതരമായ ആരോപണങ്ങൾ ഉന്നയിച്ചിരുന്നു. ചാരവൃത്തി മുതൽ രാജ്ഞിയെ വധിക്കാൻ ശ്രമിച്ചത് വരെയുള്ള, എന്തിന് ഇസ്‌ലാമികമല്ലാത്ത പെരുമാറ്റം വരെ നീളുന്ന ഘോരമായ കുറ്റങ്ങൾ അദ്ദേഹത്തിനുമേൽ ചുമത്തിയിരുന്നു. താലിബ് ആകെ സ്തബ്ധനായി.

അത്തരം ആരോപണങ്ങൾ നിലനിന്നതുപോലും അവനെ ഞെട്ടിച്ചു. കാരണം, രാജ്യത്തെ ശക്തനായ ഒരു ഗവർണ്ണർ-മുഫ്തിക്കെതിരെ വാറണ്ട് പുറപ്പെടുവിക്കണമെങ്കിൽ അത്രയധികം തെളിവുകൾ ആവശ്യമായി വരും. അതും, സുൽത്താൻ മഹ്മൂദിനെ ഖലീഫയായി അഭിഷേകം ചെയ്യുന്നതിന് കുറച്ച് ദിവസങ്ങൾക്ക് മുൻപ്.

താലിബ് ഈ വിവരങ്ങൾ പൂർണ്ണമായി മനസ്സിലാക്കുന്നതിന് മുൻപുതന്നെ, ഈ ആപൽഘട്ടത്തിൽ താലിബ് എവിടെയായിരുന്നു എന്നതിനെപ്പറ്റി ചോദ്യം ചെയ്യാനായി മാലിക് അയാസ് കൊട്ടാരത്തിൽ എത്തിയിരുന്നു. ലാഹോറിലെ രാജാവുമായുള്ള

സംഭാഷണം പരാജയപ്പെട്ടാൽ നഗരം വിട്ട് രക്ഷപ്പെടാൻ താലിബ് രേഷ്മയോട് പറഞ്ഞിരുന്നു.

'ഞാൻ തിരിച്ചെത്തിയെന്ന് അങ്ങ് എങ്ങനെ അറിഞ്ഞു, പ്രഭോ?' താലിബ് ചോദിച്ചു. പിടിച്ചുനിൽക്കാൻ പാകത്തിലുള്ള നുണകൾ മെനഞ്ഞെടുക്കാൻ സമയം കിട്ടാനായി അവൻ വ്യക്തമായ ചോദ്യങ്ങളെ വൈകിപ്പിക്കാൻ ശ്രമിച്ചു. അറബികളുമായുള്ള ഗൂഢാലോചനയെക്കുറിച്ച് ഒന്നും വെളിപ്പെടുത്താൻ അവൻ ആഗ്രഹിച്ചില്ല.

'ഞാനിവിടെ പുറത്ത് എന്റെ ആളുകളെ നിർത്തിയിരുന്നു.' അയാസ് കോപം കൊണ്ട് വിറയ്ക്കുന്നതുപോലെ തോന്നി. 'എന്റെ അച്ഛനെതിരെ തെളിവ് നൽകിയത് നീയാണോ?'

'അങ്ങനെയൊന്നും പറയരുതേ പ്രഭോ,' താലിബ് കേണു. 'അങ്ങേക്ക് അങ്ങനെയൊന്ന് ആരോപിക്കാൻ എങ്ങനെ കഴിയുന്നു?'

'എന്റെ അച്ഛന്റെ മേൽ ഈ കൊടുങ്കാറ്റ് വീശിയപ്പോൾ നീ സൗകര്യപൂർവ്വം അപ്രത്യക്ഷനായത് വളരെ, വളരെ സംശയാസ്പദമാണ്.'

അപ്പോഴേക്കും താലിബ് ഏറ്റവും മോശമായത് ഭയന്നുതുടങ്ങിയിരുന്നു. മാലിക് അയാസ് സ്വന്തം അച്ഛനായ ഇസ്മായിലിനെ രക്ഷിക്കാൻ തന്നെ ഒറ്റിക്കൊടുക്കുമോ? ഉന്നതങ്ങളിലുള്ളവരുടെ രാഷ്ട്രീയം എപ്പോഴും കടുത്ത നിർദ്ദ-യത്വത്തിന്റേതാണെന്ന് അവനറിയാമായിരുന്നു. തങ്ങളെയോ അല്ലെങ്കിൽ കൂടുതൽ പ്രധാനപ്പെട്ട കളിക്കാരെയോ രക്ഷിക്കാൻ എത്ര വിശ്വസ്തനായ ഒരു കരുവിനെയാണെങ്കിലും ബലികൊടുക്കാൻ അവർ ഒരിക്കലും മടിക്കില്ല.

'പ്രഭോ, ഗവർണ്ണർ-മുഫ്തി തന്നെയാണ് എന്നെ ഗ്വാദറിലേക്ക് അയച്ചത്,' താലിബ് കരഞ്ഞുകൊണ്ട് പറഞ്ഞു. രാജ്യത്തിന്റെ പ്രധാനപ്പെട്ട ചില അതിഥികളെ സ്വീകരിക്കാനായി ഗ്വാദർ തുറമുഖത്ത് കയറാൻ തന്ന ഇസ്മായിലിന്റെ മുദ്ര പതിപ്പിച്ച ഒരു രേഖ അവൻ പെട്ടെന്ന് പുറത്തെടുത്തു.

മാലിക് അയാസ് ആ കത്ത് പിടിച്ചുവാങ്ങി, അതിലൊന്ന് കണ്ണോടിച്ചു, എന്നിട്ട് ചുറ്റുമൊന്ന് നോക്കി. 'അപ്പോൾ, എവിടെയാണ് ആ പ്രധാനപ്പെട്ട രാജ്യത്തിന്റെ അതിഥികൾ?'

'അത്... പ്രഭോ...'

'ശരി. ഞാൻ ഒന്നുകൂടി വ്യക്തമാക്കാം. ആ അറബികൾ എവിടെ?'

താലിബ് ഞെട്ടിപ്പോയി. ആ അറബികളെക്കുറിച്ച് ആരോടും, മാലിക് അയാസിനോട് പോലും, സംസാരിക്കരുതെന്ന് അദ്ദേഹത്തിന് നിർദ്ദേശം ലഭിച്ചിരുന്നു. 'അത്... ഉം...'

'അവർ ഇവിടെത്തന്നെ ഉണ്ടാകണം, അല്ലെങ്കിൽ നിന്റെ കഥ കഴിഞ്ഞു, താലിബ്.'

കാര്യങ്ങൾ തുറന്നുപറയാനുള്ള സമയമായെന്ന് താലിബിന് മനസ്സിലായി. സ്വന്തം തല രക്ഷിക്കാൻ. ഒരുപക്ഷേ, ഇസ്മായിൽ തന്നെ അബ്ബാസിദുകളുമായുള്ള രഹസ്യ പദ്ധതിയെക്കുറിച്ച് മാലിക് അയാസിനോട് പറഞ്ഞിട്ടുണ്ടാവാം. അതുകൊണ്ട് താലിബ് എല്ലാം ഏറ്റുപറഞ്ഞു. ഇന്ത്യക്കാർ അറബികളെ കൊന്നതും, ഖുസ്ദാറിന് പുറത്തുള്ള തോട്ടത്തിൽ വെച്ച് അബു ഖാസിമിനെയും കൂട്ടാളികളെയും കൂട്ടക്കൊല ചെയ്തതും, ശേഷം ഇന്ത്യക്കാരെ തങ്ങളുടെ പക്ഷത്തേക്ക് ചേർത്തതുമെല്ലാം അയാൾ വിശദീകരിച്ചു.

'ഖുസ്ദാറിന് പുറത്തുള്ള തോട്ടമോ? എന്ത് തോട്ടം?' മാലിക് അയാസ് ചോദിച്ചു.

'ഫിർദൗസ് എന്ന് പേരുള്ള ഒരാളുടെ തോട്ടം ആയിരുന്നു അത്. ഒരുപക്ഷേ ഇന്ത്യക്കാർ ആ പാവത്തിനെ ഭീഷണിപ്പെടുത്തി അയാളുടെ സ്വത്ത് കൈക്കലാക്കിയതാവാം. ഞാൻ അവിടെ എത്തിയപ്പോഴേക്കും ഫിർദൗസ് കൊല്ലപ്പെട്ടിരുന്നു, അതുകൊണ്ട് എനിക്കൊന്നും ഉറപ്പിച്ച് പറയാൻ കഴിയില്ല.'

ഫിർദൗസിന്റെ പേര് കേട്ടപ്പോൾ മാലിക് അയാസ് ഒന്ന് ശ്വാസം വലിക്കുന്നത് പോലെ താലിബിന് തോന്നി, പക്ഷേ അയാൾ അതിനെക്കുറിച്ച് അധികം ചിന്തിച്ചില്ല. 'നമ്മൾ എന്തുചെയ്യും, പ്രഭോ?'

'ആ ഇന്ത്യക്കാർ എവിടെയുണ്ട്?'

'ഒരു സുരക്ഷിത താവളത്തിൽ.'

'ഗസ്നിയിലോ?'

'അതെ, പ്രഭോ.'

'ആ സ്ഥലം മറ്റാർക്കെങ്കിലും അറിയാമോ?'

'ഇപ്പോൾ അങ്ങേയ്ക്ക് അറിയാം, പ്രഭോ... അങ്ങയെയും എന്നെയും കൂടാതെ മറ്റാർക്കും അറിയില്ല.'

'പ്രധാനമന്ത്രി ഹസ്സന്റെ ചാരന്മാർ നിന്നെ പിന്തുടർന്നിരുന്നത് നീ അറിഞ്ഞോ?'

താലിബിന്റെ മുഖം വിളറി. 'ഗസ്നിയുടെ പ്രാന്തപ്രദേശത്ത് വെച്ച് ഞാൻ അവരെ കണ്ടിരുന്നു, പ്രഭോ. പക്ഷേ ഉൾമതിലുകൾക്ക് പുറത്തുള്ള നഗരപ്രാന്തത്തിൽ വെച്ച് അവർക്ക് എന്നെ കാണാതായി. എനിക്കുറപ്പുണ്ട്. മറ്റാരും എന്നെ കണ്ടിട്ടില്ല.'

മാലിക് അയാസ് താലിബിനെ നോക്കി തലയാട്ടി, എന്നിട്ട് ഭിത്തിക്ക് നേരെ തിരിഞ്ഞു. അയാൾ ഹുക്ക വലിച്ച് അതിലേക്ക് തുറിച്ചുനോക്കി നിന്നു.

'പ്രഭോ?'

'മിണ്ടരുത്! ഞാനൊന്ന് ചിന്തിക്കട്ടെ...'

'ശരി, പ്രഭോ. ക്ഷമിക്കണം...'

മാലിക് അയാസ് കുറച്ചുകൂടി നേരം നിശ്ശബ്ദനായി ഇരുന്ന ശേഷം ഒരു തീരുമാനമെടുത്തപോലെ അയാൾ താലിബിന് നേരെ തിരിഞ്ഞു. 'ഒരുപക്ഷേ, ഇതെല്ലാം നല്ലതിന് വേണ്ടിയായിരിക്കും. നമുക്ക് ഇപ്പോഴും എന്റെ അച്ഛനെ രക്ഷിക്കാൻ കഴിഞ്ഞേക്കും.'

തുടർന്ന് അയാസ് ആ പദ്ധതി താലിബിന് വിശദീകരിച്ചു-കൊടുത്തു. താലിബിന് നിരവധി സംശയങ്ങളുണ്ടായിരുന്നു. ഇസ്മായിലിനെപ്പോലെ ശക്തനായ ഒരാളെ തടവിലാക്കാനുള്ള തെളിവുകൾ അവർക്കെങ്ങനെ കിട്ടി? ഗസ്നിയിൽ എല്ലാവർക്കും റാണിയും ഗവർണ്ണർ-മുഫ്തിയും തമ്മിലുള്ള ശത്രുതയെക്കുറിച്ച് അറിയാമായിരുന്നു, പക്ഷേ ഇസ്മായിലിനോട് ചെയ്തത് അവിശ്വസനീയമായി തോന്നി.

തെളിവുകൾ അനിഷേധ്യമാണെന്ന് അയാസ് താലിബിനോട് പറഞ്ഞു. ജുൻദീൻ-ഉൽ-ദിൻ മതകാര്യ പോലീസിലെ യാലൻ എന്ന ഒരു രഹസ്യാംഗം അർദ്ധരാത്രിയിൽ റാണിയുടെ ശയ്യാഗൃഹത്തിലേക്ക് ഒളിഞ്ഞുനോക്കുന്നത് പിടിക്കപ്പെട്ടു. മതകാര്യ പോലീസിന്റെ തലവൻ ഇസ്മായിൽ ആണെന്ന് എല്ലാവർക്കും അറിയാമായിരുന്നു. അതിക്രമിച്ച് കടന്നതിനുള്ള ശിക്ഷയായി യാലന്റെ നാവ് മുറിച്ചുമാറ്റിയെങ്കിലും, ഈ വിചിത്രമായ ദൗത്യത്തിന്

അവനെ അയച്ചത് ആരാണെന്ന് ചോദിച്ചപ്പോൾ, കോടതിയിൽ വെച്ച് അയാൾ ആവർത്തിച്ച്, ശക്തമായി ഇസ്മായിലിന് നേരെ വിരൽ ചൂണ്ടി.

ആ പേര് കേട്ട് താലിബ് അത്ഭുതപ്പെട്ടു, അയാൾ തന്റെ സംശയം പ്രകടിപ്പിച്ചു: 'യാലൻ എന്നോ? അതെന്തുതരം പേരാണ്?'

'അതുതന്നെ!' അയാസ് പറഞ്ഞു. 'ആ പേര് തന്നെ എന്തോ കുഴപ്പമുണ്ടെന്നുള്ളതിന്റെ സൂചനയാണ്.'

തുടർന്ന്, കഴിഞ്ഞയാഴ്ചയാണ് യാലനെ സുൽത്താന്റെ ഗൃഹജോലിക്കാരനായി സ്ഥലംമാറ്റിയതെന്ന് മാലിക് അയാസ് വിശദീകരിച്ചു.

'പ്രധാനമന്ത്രി...' താലിബ് മന്ത്രിച്ചു.

'കൃത്യം, ഖ്വാജ ഹസ്സന് മാത്രമേ അങ്ങനെയൊരു ഉത്തരവ് പുറപ്പെടുവിക്കാൻ കഴിയൂ. പക്ഷേ, റാണിയെ വധിക്കാനോ അല്ലെങ്കിൽ അവർക്കെതിരെ വ്യാജ തെളിവുകൾ ഉണ്ടാക്കാനോ ഗവർണ്ണർ-മുഫ്തി തന്നെ നിർബന്ധിച്ചുവെന്ന് അദ്ദേഹം ആണയിട്ട് പറഞ്ഞു. ഗവർണ്ണർ-മുഫ്തിയും പ്രധാനമന്ത്രിയും റാണിയുടെ കൊട്ടാരത്തിന് പുറത്ത് വെച്ച് സ്ഥിരമായി കൂടിക്കാഴ്ച നടത്താറുണ്ടെന്ന് ചാരന്മാർ നേരത്തെ വിവരം നൽകിയിരുന്നത് ആ തെളിവിനെ കൂടുതൽ ശക്തമാക്കി!'

താലിബ് അമ്പരന്നുപോയി. 'എന്റെ ദൈവമേ! ആ മന്ത്രവാദിനി മാസങ്ങളായി ഇത് പദ്ധതിയിടുകയായിരുന്നു!'

അയാസ് തല ചെരിച്ച് താലിബിനെ തുറിച്ചുനോക്കി. ആ നിശ്ശബ്ദ സന്ദേശം പരോക്ഷമായിരുന്നെങ്കിലും വ്യക്തമായിരുന്നു. *അടിമേ, നിന്റെ സ്ഥാനം എന്താണെന്ന് മനസ്സിലാക്കുക. കൗസരി ജഹാൻ ഒരു മന്ത്രവാദിനിയാണെന്നത് സത്യമാണെങ്കിൽ പോലും, അതൊന്നും പറയാൻ നീ ആളായിട്ടില്ല.*

താലിബിന് ഉടൻതന്നെ തന്റെ തെറ്റ് മനസ്സിലായി. 'ക്ഷമിക്കണം, പ്രഭോ. ആത്മാർത്ഥമായി ക്ഷമ ചോദിക്കുന്നു.'

അയാസ് ഒരു ദീർഘനിശ്വാസമെടുത്തു, നിശ്ശബ്ദമായി താലിബിനോട് ക്ഷമിച്ചു. 'പക്ഷേ, ഇന്ത്യൻ കൊലയാളികളുമായി നിങ്ങൾ തിരിച്ചെത്തിയത് കളിയുടെ ഗതി മാറ്റിമറിച്ചു. ഒരുപക്ഷേ എന്റെ അച്ഛന്റെ പ്രായശ്ചിത്തം സഹായിച്ചിരിക്കാം.'

താലിബിന്റെ ആശയക്കുഴപ്പം നിറഞ്ഞ നോട്ടം കണ്ടപ്പോൾ അയാസ് വിശദീകരിച്ചു, തടവിലാക്കപ്പെട്ട ദിവസം മുതൽ ഇസ്മായിൽ മാംസവും വീഞ്ഞും സ്ത്രീകളെയും ഉപേക്ഷിക്കുമെന്ന് സത്യം ചെയ്തിരുന്നു. ഈ അന്യായമായ കുറ്റാരോപണങ്ങളിൽ നിന്ന് അള്ളാഹു തന്നെ മോചിപ്പിക്കുന്നത് വരെ പ്രായശ്ചിത്തമായി ഈ സ്വയം ഏർപ്പെടുത്തിയ നിയമങ്ങൾ പാലിക്കുമെന്ന് അദ്ദേഹം പ്രതിജ്ഞ ചെയ്തിരുന്നു.

'അങ്ങയുടെ അച്ഛനെതിരെ എല്ലാവരും തിരിഞ്ഞപ്പോൾ, ദൈവം അദ്ദേഹത്തെ രക്ഷിക്കാൻ വന്നതുപോലെ തോന്നുന്നു,' താലിബ് പറഞ്ഞു.

മാലിക് അയാസ് തലയാട്ടി. 'പക്ഷേ ആദ്യം, അദ്ദേഹത്തെ വധിക്കുന്നില്ലെന്ന് ഉറപ്പാക്കി ജയിലിൽ നിന്ന് പുറത്തിറക്കണം. എന്നിട്ട് നമുക്ക് പദ്ധതിയുടെ ബാക്കി ഭാഗം നടപ്പിലാക്കാം.'

'താലിബ് മറ്റൊരാളോടൊപ്പം നമ്മളെ കാണാൻ വന്നിട്ടുണ്ട്, സേനാപതി,' ദസർണ പറഞ്ഞു.

നരസിംഹനും അദ്ദേഹത്തിന്റെ ധീരരായ എൺപത് പേരും കഴിഞ്ഞ ദിവസം വൈകുന്നേരമാണ് ഗസ്നിയിൽ പ്രവേശിച്ചത്. താലിബ് അവരെ ഒരു വിചിത്രമായ സുരക്ഷിത താവളത്തിലേക്ക് നയിച്ചു. വളരെ പരസ്യമായ ഒരു രഹസ്യ സുരക്ഷിത താവളം.

അതൊരു ഉയർന്ന നിലവാരത്തിലുള്ള വേശ്യാലയമായിരുന്നു.

എല്ലാവരുടെയും കൺമുന്നിൽ ഒളിക്കുക. സമർത്ഥമായ നീക്കം.

ആ വേശ്യാലയം വളരെ ചെലവേറിയതായതിനാൽ സാധാരണക്കാർ ആരും അവിടെ സന്ദർശിച്ചിരുന്നില്ല. ധനികരായ പ്രഭുക്കന്മാർ സാധാരണയായി വീട്ടിൽ സേവനം ആവശ്യപ്പെടുന്നതിനാൽ അവരും ആ സ്ഥാപനത്തിൽ വരാറില്ലായിരുന്നു. ചുരുക്കം ചിലർക്കല്ലാതെ മറ്റാർക്കും അറിയാത്ത ഒരു കാര്യമുണ്ടായിരുന്നു, ഈ വേശ്യാലയത്തിന്റെ ഉടമ ഇസ്മായിൽ ആയിരുന്നു. തീർച്ചയായും അത് ഒരു മറവിൽ ആയിരുന്നു.

'ആരാണ് വന്നിരിക്കുന്നത്?' നരസിംഹൻ ചോദിച്ചു.

അനാവശ്യ ശ്രദ്ധ ഒഴിവാക്കാൻ അധികമാരും ഉപയോഗിക്കാത്തതും ദൈർഘ്യമേറിയതുമായ വഴികളിലൂടെ സഞ്ചരിച്ചതിനാൽ ഇന്ത്യക്കാർക്ക് ഗസ്നിയിലെത്താൻ ഒരുപാട് സമയമെടുത്തിരുന്നു.

ഈ ഒറ്റപ്പെട്ട വഴികളിലൂടെ പോകുമ്പോൾ, തുർക്കികളാൽ തകർക്കപ്പെട്ട പുരാതന നാഗരികതകളുടെ വാസ്തുവിദ്യയുടെ അവശേഷിപ്പുകളുള്ള, ആളൊഴിഞ്ഞ ഗംഭീരമായ പ്രേത നഗരങ്ങൾ അവർ ഇടയ്ക്കിടെ പിന്നിട്ടു. ഹിന്ദു ഷാഹി പത്താൻമാരും ബുദ്ധ-ഹിന്ദു ബലോചികളും നിർമ്മിച്ച മഹാനഗരങ്ങൾ. ആ നഗരങ്ങളിൽ വസിച്ചിരുന്ന ആളുകളെ ഒന്നുകിൽ കൂട്ടക്കൊല ചെയ്യുകയോ അല്ലെങ്കിൽ വംശീയമായി ഉന്മൂലനം ചെയ്യുകയോ ചെയ്തതിനാൽ അവ വളരെക്കാലം മുൻപേ ഉപേക്ഷിക്കപ്പെട്ടിരുന്നു.

ഉപരിസേന പർവതനിരകൾക്ക് ലഭിച്ച പുതിയ പേരായ ഹിന്ദു കുഷ് പർവതനിരകൾ എന്നതിനർത്ഥം 'ഹിന്ദുക്കളുടെ കൂട്ടക്കൊല നടന്ന സ്ഥലം' എന്നാണെന്ന് പല ആധുനിക ഇന്ത്യക്കാർക്കും അറിയില്ലായിരുന്നു. നസ്ൽകുഷ് എന്നാൽ വംശഹത്യ എന്നും ഖുദ്കുശി എന്നാൽ ആത്മഹത്യ എന്നും ആണ് അർത്ഥം.

'ലാഹോറിലെ രാജാവായ മാലിക് അയാസ് താലിബിനൊപ്പം വന്നിട്ടുണ്ടെന്നാണ് തോന്നുന്നത്,' ദസർണ പറഞ്ഞു. 'പക്ഷേ അദ്ദേഹത്തിന്റെ വലിയ സ്ഥാനപ്പേര് എന്തുതന്നെയായാലും, അദ്ദേഹം ഒരു ഗവർണറെപ്പോലെ, കൂടുതൽ സമയവും ഇവിടെ ഗസ്നിയിലാണ് ചെലവഴിക്കുന്നത്.'

വേശ്യാലയത്തിന്റെ ഉപയോഗിക്കാത്ത ഭാഗത്ത് താമസസൗകര്യം ഒരുക്കണമെന്ന് നരസിംഹൻ നിർബന്ധം പിടിച്ചിരുന്നു. അതുകൊണ്ട് ഒരു മുറിയിൽ ശരാശരി എട്ടുപേർ എന്ന കണക്കിൽ അവർക്ക് ഞെരുങ്ങി കഴിയേണ്ടി വന്നു. എന്നാൽ, അതുകൊണ്ടുതന്നെ അപരിചിതർ രാത്രിയിൽ ഒളിഞ്ഞിരുന്ന് ആക്രമിക്കുമെന്നോ, അല്ലെങ്കിൽ തന്റെ ആളുകളെ ഈ കെട്ടിടത്തിലെ സ്ഥിരം താമസക്കാർ വശീകരിച്ച് എല്ലാവരെയും അപകടത്തിലാക്കുന്ന എന്തെങ്കിലും ചെയ്യിക്കുമെന്നോ ഉള്ള അപകടസാധ്യത ഇല്ലായിരുന്നു.

'മ്മ്... ഒരു തുർക്കി പ്രഭു ഇത്ര രാവിലെ ഉണർന്നെണീറ്റ് നടക്കുന്നത് എന്തോ വിചിത്രമായിരിക്കുന്നല്ലോ...' തനിക്ക് സഹിക്കാൻ കഴിയാത്ത തണുപ്പായതുകൊണ്ട് നരസിംഹൻ തന്റെ കട്ടിയുള്ള രോമക്കുപ്പായം നേരെയിട്ടു. 'എന്തായാലും, നമുക്ക് അധികം വഴികളൊന്നും മുന്നിലില്ല... അദ്ദേഹത്തെ കാണാം.'

കുറച്ച് സമയത്തിന് ശേഷം, മാലിക് അയാസും താലിബും നരസിംഹൻ കാത്തുനിന്നിരുന്ന അറയിലേക്ക് നടന്നു വന്നു. നരസിംഹനൊപ്പം പുലകിത്, വിജയൻ, അമാൽ, ധ്രുവ്, സെയ്ൻ ഹുസൈൻ, എന്തിന്, യസാദെ പോലും ഉണ്ടായിരുന്നു.

മാലിക് അയാസ് യസാദെയെ നോക്കി തലയാട്ടി. ഗസ്നിയിൽ ഉണ്ടായിരുന്ന കാലത്ത് പുലകിതും ധ്രുവ് സെയ്നും താഴേക്കിടയിലുള്ള അടിമകളായിരുന്നതിനാൽ അയാൾക്ക് അവരെ തിരിച്ചറിയാൻ കഴിഞ്ഞില്ല. ബാക്കിയുള്ളവരെ അയാൾ ആദ്യമായി കാണുകയായിരുന്നു. ലാഹോറിലെ രാജാവ് നരസിംഹനെ ഒന്ന് നോക്കി വിലയിരുത്തി.

മാലിക് അയാസിന്റെ സാന്നിധ്യത്തിൽ യസാദെ അത്ര അസ്വസ്ഥയായിരുന്നില്ലെന്ന് നരസിംഹൻ ശ്രദ്ധിച്ചു. ദീർഘനേരത്തെ നിശ്ശബ്ദത ഭേദിച്ച്, മാലിക് അയാസ് സ്വയം ഇരുന്നുകൊണ്ട് പറഞ്ഞു, 'ദയവായി ഇരിക്കൂ.'

'നന്ദി,' നരസിംഹൻ ഇരുന്നുകൊണ്ട് പറഞ്ഞു. മാലിക് അയാസിന്റെ ശബ്ദം ആഴമുള്ളതും അളന്നുമുറിച്ചതും ശാന്തവുമാണെന്ന് അദ്ദേഹം ശ്രദ്ധിച്ചു. അദ്ദേഹം ഒരു ഗൗരവപ്രകൃതക്കാരനായിരുന്നു.

ബാക്കിയുള്ളവരെല്ലാം നിൽക്കുകയായിരുന്നു.

ലാഹോറിലെ രാജാവ് ചുറ്റും കണ്ണോടിച്ചു. അദ്ദേഹത്തിന്റെ കണ്ണുകൾ അമാലിന്റെ മേൽ പതിഞ്ഞപ്പോൾ, അദ്ദേഹം പുഞ്ചിരിച്ചു. ഒരു പുരുഷന്റെ കണ്ണുകളിൽ കാമവികാരത്തിന്റെ കലർപ്പുണ്ടോയെന്ന് തിരിച്ചറിയാൻ സ്ത്രീകൾക്ക് ഒരു പ്രത്യേക കഴിവുണ്ട്. മാലിക് അയാസിന്റെ കണ്ണുകൾ ശുദ്ധമായിരുന്നു. അത്തരം 'ശുദ്ധമായ' കണ്ണുകൾ അവർക്ക് സുരക്ഷിതത്വം നൽകുന്നു. 'എന്റെ ജന്മനാടായ ജോർജിയയിലും വനിതാ യോദ്ധാക്കളുണ്ട്. അവർ മഹതിയായ മദർ മേരിയുടെ പതാകയ്ക്ക് കീഴിലാണ് പോരാടുന്നത്.'

നരസിംഹൻ നെറ്റിചുളിച്ചു. 'താങ്കൾ ഒരു മുസ്ലീം ആണെന്നാണ് ഞാൻ കരുതിയത്?'

'എന്റെ പിതാവ് മുസ്ലീമാണ്. എന്റെ പരേതയായ അമ്മ ഒരു ക്രിസ്ത്യാനിയായിരുന്നു.'

'ചില ഭാരതീയർക്കും യേശുക്രിസ്തു വലിയ പ്രചോദനമാണ്. എല്ലാവരോടുമുള്ള സ്നേഹത്തെക്കുറിച്ചുള്ള അദ്ദേഹത്തിന്റെ സന്ദേശം, ജൈന തീർത്ഥങ്കരനായ മഹാവീര ഭഗവാൻ പറഞ്ഞതുപോലെയാണ്.'

മാലിക് അയാസ് പുഞ്ചിരിച്ചു. 'എനിക്കും ജൈനമതം വളരെ പ്രചോദനകരമായി തോന്നിയിട്ടുണ്ട്.'

'ഒരുപക്ഷേ ഞാനും ആ വഴി തിരഞ്ഞെടുത്തേക്കാം,' നരസിംഹൻ പറഞ്ഞു, 'ഈ യുദ്ധജീവിതമൊക്കെ കഴിയുമ്പോൾ. അഹിംസയും സസ്യാഹാരവും ആത്മാവിന് നല്ലതാണ്.'

'മ്ഹ്... പക്ഷെ ചില ആത്മാക്കൾ മറ്റുള്ളവർക്ക് വേണ്ടി സഹിക്കാൻ വിധിക്കപ്പെട്ടവരാണ്... കാരണം, നിങ്ങളെ സംരക്ഷിക്കാൻ വേണ്ടി ഹിംസയുടെ വഴി തിരഞ്ഞെടുക്കാൻ തയ്യാറുള്ള മറ്റൊരാൾ മുന്നിൽ നിൽക്കുമ്പോൾ മാത്രമേ നിങ്ങൾക്ക് അഹിംസാവാദിയാകാൻ കഴിയൂ.'

നരസിംഹൻ പുഞ്ചിരിച്ചു.

ചുറ്റും നിന്നവരാരും ഇത്തരമൊരു സംഭാഷണം ആ സമയത്ത് പ്രതീക്ഷിച്ചിരുന്നില്ല. മാലിക് അയാസ് കാര്യത്തിലേക്ക് കടന്നു. 'നമുക്കിനി യഥാർത്ഥത്തിൽ ഇവിടെ എത്തിച്ച കാര്യത്തെക്കുറിച്ച് സംസാരിക്കാം.'

'അതെ, തീർച്ചയായും,' നരസിംഹൻ പറഞ്ഞു.

'നിങ്ങൾ ഗവർണ്ണർ-മുഫ്തിയെക്കുറിച്ച് കേട്ടിരിക്കുമല്ലോ.'

'ഉവ്വ്.'

'അദ്ദേഹം നാളെ മോചിതനാകും. എന്നിട്ട് എന്റെ മാളികയിലേക്ക് വരും.'

നരസിംഹൻ അത്ഭുതപ്പെട്ടെങ്കിലും ഒന്നും പറഞ്ഞില്ല.

'യസാദെ നിങ്ങളുടെ കൂടെയുണ്ട്, അതുകൊണ്ട് അവളിൽ നിന്ന് നിങ്ങൾ എന്തായാലും കണ്ടെത്താൻ പോകുന്ന കാര്യങ്ങൾ

നിങ്ങളിൽ നിന്ന് മറച്ചുവെക്കുന്നതിൽ അർത്ഥമില്ല. ഗവർണ്ണർ-മുഫ്തി ഇസ്മായിൽ... എനിക്ക് വളരെ പ്രധാനപ്പെട്ട ആളാണ്.'

നരസിംഹൻ വിവേകപൂർവ്വം ഒരു അഭിപ്രായവും പറയാതെ തലയാട്ടി.

'നിങ്ങൾ ഒരാഴ്ചയോ പത്ത് ദിവസമോ ഇവിടെ അടങ്ങിയിരിക്കണം. സമയം ശരിയാകുമ്പോൾ സുൽത്താന്റെ അടുത്തെത്താൻ ഞാൻ വഴിയൊരുക്കിത്തരാം. അപ്പോൾ, നിങ്ങൾ അദ്ദേഹത്തെ വധിച്ച് നിങ്ങളുടെ സംഘത്തോടൊപ്പം ഇവിടെ നിന്ന് രക്ഷപ്പെടണം. എനിക്ക് നിങ്ങളെയോ നിങ്ങളുടെ ആളുകളെയോ കുറിച്ച് പിന്നീട് ഒരിക്കലും കേൾക്കാനിടവരരുത്.'

'തീർച്ചയായും.'

'പക്ഷേ... എനിക്കൊരു നിബന്ധനയുണ്ട്... നിങ്ങളാരും ഗവർണ്ണർ-മുഫ്തി ഇസ്മായിലിനെ കൊല്ലരുത്.' ഇത് പറയുമ്പോൾ മാലിക് അയാസ് ചുറ്റും നോക്കി, എന്നിട്ട് നരസിംഹന് നേരെ തിരിഞ്ഞു. 'നിങ്ങളുടെ ദൈവത്തിന്റെ നാമത്തിൽ എനിക്ക് വാക്ക് തരൂ. ദൈവനാമത്തിൽ സത്യം ചെയ്താൽ ഭാരതീയർ ആ വാക്ക് ഒരിക്കലും ലംഘിക്കില്ലെന്ന് എനിക്കറിയാം.'

പിന്നിൽ നിന്ന് താലിബ് മാലിക് അയാസിനെ ആരാധനയോടെ നോക്കി. സ്വന്തം പിതാവായ ഇസ്മായിൽ അദ്ദേഹത്തിന് പുല്ലുവില പോലും കൽപ്പിക്കുന്നില്ലെന്ന സത്യം ലാഹോറിലെ ഈ രാജാവിനോട് പറയാൻ കഴിയാത്തതിൽ അവന് ആദ്യമായിട്ടല്ല കുറ്റബോധം തോന്നിയത്.

നരസിംഹൻ തന്റെ കഠാരി പുറത്തെടുത്ത്, കൈപ്പത്തി മുറിച്ച്, താൻ സ്വീകരിച്ച മാറ്റപ്പേരിൽ അൽപം ഉറക്കെ ഒരു രക്തശപഥം ചെയ്തു. 'ഞാൻ, നസ്റുള്ള, സാക്ഷാൽ മഹാദേവന്റെ നാമത്തിൽ സത്യം ചെയ്യുന്നു. ഞാനോ എന്റെ സൈനികരിൽ ആരെങ്കിലുമോ ഗവർണ്ണർ-മുഫ്തി ഇസ്മായിലിനെ കൊല്ലുകയില്ല.'

മാലിക് അയാസ് സംതൃപ്തനായെന്ന് തോന്നി. അദ്ദേഹം യസാദെയ്ക്ക് നേരെ തിരിഞ്ഞു. 'എന്റെ അച്ഛൻ മടങ്ങിവരുമ്പോൾ ഞാൻ നിന്നെ എന്റെ മാളികയിലേക്ക് കൊണ്ടുപോകാൻ വരാം. വിഷമിക്കേണ്ട, നിനക്കൊരു ദോഷവും സംഭവിക്കില്ല. വധം നടക്കുന്നതുവരെ അദ്ദേഹത്തെ ശാന്തനായും സ്ഥിരതയോടെയും

നിലനിർത്താൻ എനിക്ക് നിന്നെ ആവശ്യമുണ്ട്. അതിനുശേഷം നിനക്കും രക്ഷപ്പെടാം.'

നരസിംഹനെ അത്ഭുതപ്പെടുത്തിക്കൊണ്ട് യസാദെ സമ്മതഭാവത്തിൽ തലയാട്ടി.

എന്നാൽ യസാദെ എന്താണ് ചിന്തിക്കുന്നതെന്ന് നരസിംഹൻ മനസ്സിലാക്കിയിരുന്നില്ല. അവൾ അദ്ദേഹത്തോട് കൂറ് വാഗ്ദാനം ചെയ്തിട്ടില്ലാത്തതുകൊണ്ട് ആ ശപഥം അവളെ ബാധിക്കുമായിരുന്നില്ല.

'അവളുടെ സംരക്ഷണത്തിനായി ഞാനും കൂടെ വരാം,' അമാൽ പറഞ്ഞു. യസാദെയെ സംരക്ഷിക്കുമെന്ന് അവൾ വ്യക്തിപരമായി ശപഥം ചെയ്തിരുന്നു.

മാലിക് അയാസ് സമ്മതഭാവത്തിൽ തലയാട്ടി. എന്നിട്ട് വിശദീകരിച്ചു, 'പക്ഷേ നിങ്ങൾക്ക് ഒരു വേലക്കാരിയായി വരേണ്ടിവരും. പിന്നെ നിങ്ങളുടെ സേനാപതി... എന്തായിരുന്നു ഞാൻ പറയേണ്ടിയിരുന്ന പേര്... നസ്റുള്ള?... അതെ... നിങ്ങളുടെ സേനാപതി നസ്റുള്ള ഇപ്പോൾ ചെയ്ത ശപഥം ഓർമ്മയുണ്ടാവണം.'

'നസ്റുള്ളയുടെ ശപഥം ഞാൻ മാനിക്കും,' അമാൽ പറഞ്ഞു.

അയാസ് സെയ്നിന്റെ നേരെ തിരിഞ്ഞു, പെട്ടെന്ന് അറബിയിൽ സംസാരിച്ചു. 'നിങ്ങൾ ഒരു അറബിയാണോ?'

'അതെ, പ്രഭോ,' തന്റെ മാതൃഭാഷയിൽ ചോദിച്ച ചോദ്യത്തിന് സെയ്ൻ തൽക്ഷണം തുർക്കിക് ഭാഷയിൽ മറുപടി നൽകി.

'എന്നിട്ട് ഈ ഭാരതീയരുടെ കൂടെയോ? എന്തുകൊണ്ട്?'

'ഞാനിവിടെ ഒരു അടിമയായിരുന്നു.'

അയാസ് ആത്മാർത്ഥമായി അത്ഭുതപ്പെട്ടു. ഒരു അറബ് അടിമയോ? അതിന് ഒരൊറ്റ അർത്ഥമേ ഉണ്ടാകാൻ സാധ്യതയുള്ളൂ. 'നിന്റെ പേരെന്താണ്?'

'എന്റെ പേര് സെയ്ൻ, പ്രഭോ.'

'നിന്റെ മുഴുവൻ പേര്.'

സെയ്ൻ ഒന്നു മുറുകി.

'അറേബ്യയിലെ സെയ്ൻ, നിനക്ക് ഒരു അപകടവുമില്ല,' മാലിക് അയാസ് പറഞ്ഞു. 'നിന്റെ മുഴുവൻ പേരെന്താണ്?'

'സെയ്ൻ ഹുസൈൻ.'

മാലിക് അയാസ് എന്തോ ആലോചിക്കുന്നതുപോലെ പിന്നോട്ട് ചാരി. നരസിംഹന് ഒന്നും മനസ്സിലായില്ല.

'നീ ഒരു ഷിയാ ആണ്,' അയാസ് പറഞ്ഞു.

സെയ്ൻ തലയാട്ടി.

'നിന്റെ അറബ് വ്യക്തിത്വം ഉപകാരപ്പെട്ടേക്കാം,' മാലിക് അയാസ് പറഞ്ഞു. 'പക്ഷേ ഞാൻ നിന്നെ അയക്കുന്നിടത്ത് ഒരു കാരണവശാലും മുഴുവൻ പേര് ഉപയോഗിക്കരുത്.'

'അതുപോലെ, പ്രഭോ,' സെയ്ൻ പറഞ്ഞു.

മാലിക് അയാസ് പെട്ടെന്ന് എഴുന്നേറ്റ് നരസിംഹനെ നോക്കി. 'നമ്മുടെ ഇടപാട് കഴിഞ്ഞിരിക്കുന്നു. നിങ്ങളെ എല്ലാവരെയും ഞാൻ ഉടൻ വീണ്ടും കാണാം.'

നരസിംഹനും എഴുന്നേറ്റു, പുഞ്ചിരിച്ചുകൊണ്ട് മാലിക് അയാസിനോട് ബഹുമാനത്തോടെ പറഞ്ഞു. 'തീർച്ചയായും, ലാഹോറിലെ രാജാവേ.'

അമാലിന്റെ ചെവിക്ക് പിന്നിലേക്ക് പാറിവീണ മുടിയിഴകൾ ഒതുക്കിവെക്കുമ്പോൾ വിജയൻ ആകെ വിഷാദത്തിലായിരുന്നു. 'എനിക്കിതിൽ ഒട്ടും സന്തോഷമില്ല.'

'വലീദ്,' അമാൽ പറഞ്ഞു, 'ദൗത്യത്തിൽ ഉള്ള നിങ്ങളെക്കാൾ സുരക്ഷിതയായിരിക്കും ഞാൻ അയാസ് രാജാവിന്റെ കൊട്ടാരത്തിൽ. നിങ്ങളുടെ കാര്യമോർത്ത് ഞാനാണ് വിഷമിക്കേണ്ടത്!'

വിജയൻ മൃദുവായി ചിരിച്ചു. ആപത്തിന് മുന്നിലും തമാശ കണ്ടെത്താനുള്ള കഴിവാണ് ധൈര്യത്തിന്റെ ആദ്യ ലക്ഷണം. തന്റെ പ്രിയപ്പെട്ട അമാലിന്റെ ആ വീര്യത്തെ അവൻ എപ്പോഴും ആരാധിച്ചിരുന്നു.

'വലീദ്, യസാദെയെ സംരക്ഷിക്കുമെന്ന് നമ്മൾ സത്യം ചെയ്തിട്ടുള്ളതാണ്,' അമാൽ തുടർന്നു. 'നമുക്ക് ആ വാക്കിൽ നിന്ന് പിന്മാറാൻ കഴിയില്ല. മഹ്മൂദിനെ വധിച്ചുകഴിഞ്ഞാൽ അവളെ സുരക്ഷിതമായി പുറത്തെത്തിക്കാൻ നമ്മളിലൊരാൾ അവിടെയുണ്ടെന്ന് ഞാൻ ഉറപ്പാക്കണം.'

വിജയൻ തലയാട്ടി.

'എനിക്ക് വേറെ വഴിയില്ല...'

'എനിക്കറിയാം,' വിജയൻ വിഷാദത്തോടെ പറഞ്ഞു. 'നീ പറയുന്നതിലെ ന്യായം എനിക്ക് മനസ്സിലാകുന്നുണ്ട്. പക്ഷേ എനിക്കത് ഇഷ്ടപ്പെടണമെന്ന് അതിനർത്ഥമില്ലല്ലോ.'

അമാൽ ചിരിച്ചു. 'എല്ലാം കഴിയുമ്പോൾ നഗരത്തിന് പുറത്തുള്ള സംഗമസ്ഥാനത്ത് വെച്ച് നമുക്ക് കാണാം. അതുവരെ ജീവനോടെയിരുന്ന് എന്നെ അവിടെ വന്നു കാണുമെന്ന് നിങ്ങൾ ഉറപ്പ് തരണം.'

'തീർച്ചയായും. കാരണം നിന്നെ കാണാൻ പറ്റിയില്ലെങ്കിൽ പിന്നെയാരാണ് എന്നെ രക്ഷിച്ച് ഇന്ത്യയിലേക്ക് തിരികെ കൊണ്ടുപോകുക!'

'അതുതന്നെ!'

വിജയനും അമലും ചിരിച്ചുകൊണ്ട് പരസ്പരം മുറുകെപ്പുണർന്നു. അവരുടെ ആശങ്കകളെല്ലാം ആ ശക്തമായ പ്രണയത്തിൽ അലിഞ്ഞില്ലാതായി.

അദ്ധ്യായം 23

മായയുടെ ദർബാർ

ഗസ്നി, അഫ്ഗാനിസ്ഥാൻ

ദർബാർ അറയുടെ നടുവിൽ സുൽത്താന് അഭിമുഖമായി ഇസ്മായിൽ നിന്നു. ഗസ്നിയിലെ മഹ്മൂദ് അറയുടെ തലപ്പത്തായി സിംഹാസനത്തിൽ ഇരുന്നു. അദ്ദേഹത്തിന്റെ അരികിലായി കൗസരി ജഹാൻ, മാലിക് അയാസ്, പേർഷ്യൻ പ്രധാനമന്ത്രിയായ ഖ്വാജ ഹസ്സൻ, എന്നിവരും ഉപവിഷ്ടരായിരുന്നു. ഗസ്നിയിലെ മറ്റു മുതിർന്ന പ്രഭുക്കന്മാരും സദസ്സിൽ സന്നിഹിതരായിരുന്നു.

ഗവർണ്ണർ-മുഫ്തിക്ക് വധശിക്ഷ ലഭിക്കുമെന്ന് എല്ലാവരും ഉറപ്പിച്ചിരുന്നു. അദ്ദേഹത്തിനെതിരെയുള്ള തെളിവുകൾ അത്യധികം ശക്തമായിരുന്നു. വധശിക്ഷ നടപ്പാക്കുന്ന തീയതിയെക്കുറിച്ചും അതിന്റെ രീതിയെക്കുറിച്ചും മാത്രമേ സംശയമുണ്ടായിരുന്നുള്ളൂ.

വധശിക്ഷ തന്നെയാണ് ലഭിക്കാൻ പോകുന്നതെന്ന് ഇസ്മായിലും കരുതി. മഹ്മൂദിനെ ഖലീഫയായി അഭിഷേകം ചെയ്തതിന് ശേഷമായിരിക്കും ശിക്ഷ നടപ്പാക്കുകയെന്നും അദ്ദേഹത്തിന് ഉറപ്പായിരുന്നു. ഇസ്മായിലിന് തന്റെ ജ്യേഷ്ഠനെ നന്നായി അറിയാമായിരുന്നു. തന്റെ ജീവിതത്തിലെ ഏറ്റവും ഉന്നതമായ ആ മുഹൂർത്തത്തിന്റെ ശോഭ കെടുത്തുന്ന ഒന്നിനും മഹ്മൂദ് ഇടനൽകില്ലെന്ന് അയാൾക്ക് ഊഹിക്കാമായിരുന്നു.

ഏറ്റവും മോശമായതിനെ നേരിടാൻ ഇസ്മായിൽ തന്റെ മനസ്സിനെയും ഹൃദയത്തെയും ഒരുക്കിയിരുന്നു. പക്ഷേ, അയാളെ

കാത്തിരുന്നത് ഒരു വലിയ ഞെട്ടലായിരുന്നു. അത് പുറപ്പെട്ടുവിച്ച വിധി കാരണമായിരുന്നില്ല, മറിച്ച് അത് വന്നത് എവിടെ നിന്നായിരുന്നു എന്നതുകൊണ്ടായിരുന്നു.

കൗസരി ജഹാൻ ഉറച്ച ശബ്ദത്തിൽ സംസാരിച്ചു. 'എന്റെ സുൽത്താൻ, എന്റെ രാജാവേ, ഈ ദുഷ്ടൻ കാരണം ഏറ്റവും കൂടുതൽ വേദനിച്ചത് ഞാനാണ്.'

ഇസ്മായിൽ ഒരു ഭാവഭേദവുമില്ലാതെ കൗസരിയെ നോക്കി. *അതെ, അതെ. ഈ നാടകം നിർത്തി കാര്യം പറയൂ.*

'അതുകൊണ്ട് ധാർമ്മികമായ പ്രതികാരത്തിനും നീതിക്കും വേണ്ടി ആവശ്യപ്പെടാൻ എനിക്ക് എല്ലാ അവകാശവുമുണ്ട്,' കൗസരി തുടർന്നു. 'പക്ഷേ...'

ഇസ്മായിൽ നെറ്റിചുളിച്ചു. പക്ഷേ?

'പക്ഷേ, ഗവർണ്ണർ-മുഫ്തി ഇസ്മായിലിനെ ഞാൻ എത്രയധികം വെറുക്കുന്നുവോ, അതിലേറെ ഞാൻ അങ്ങയെ സ്നേഹിക്കുന്നു, എന്റെ പ്രഭോ, ഗസ്നിയിലെ സുൽത്താൻ മഹ്മൂദ്. എന്റെ ജീവനേക്കാളേറെ ഞാൻ അങ്ങയെ സ്നേഹിക്കുന്നു.'

മഹ്മൂദ് തന്റെ ഭാര്യയെ വാത്സല്യത്തോടെ നോക്കി. എന്നിട്ട് അനിയനായ ഇസ്മായിലിനെ തുറിച്ചുനോക്കി.

അതുവരെ തന്റെ വലിയ കസേരയിൽ ചാഞ്ഞിരിക്കുകയായിരുന്ന അതിമനോഹരമായി വസ്ത്രം ധരിച്ച് മുടിയൊതുക്കിയ മാലിക് അയാസ്, പതിയെ പുച്ഛത്തോടെ ചിരിച്ചുകൊണ്ട് കണ്ണുകൾ മുകളിലേക്കുരുട്ടി.

ലാഹോറിലെ രാജാവിന്റെ ആ ആംഗ്യം മറ്റു ചില പ്രഭുക്കന്മാരും ശ്രദ്ധിച്ചു. അവരിൽ മിക്കവർക്കും ഒരേ ചിന്തയായിരുന്നു. *ആ പണക്കൊതിച്ചിയായ കശ്മീരി ദുർമന്ത്രവാദിനിക്ക് സുൽത്താനോട് സ്നേഹമുണ്ടത്രേ... ഏത് വിഡ്ഢിയാണ് ഇത് വിശ്വസിക്കാൻ പോകുന്നത്?*

ഒന്നും ശ്രദ്ധിക്കാത്ത മട്ടിൽ കൗസരി തുടർന്നു. 'അതുകൊണ്ട്, എന്റെ പ്രിയപ്പെട്ട ഭർത്താവേ, അങ്ങയോടുള്ള എന്റെ അതിരില്ലാത്ത സ്നേഹത്തിൽ, അങ്ങയുടെ അനിയൻ ഇസ്മായിലിനെ വധശിക്ഷയിൽ നിന്ന് ഒഴിവാക്കണമെന്ന് ഞാൻ യാചിക്കുന്നു.'

ഇസ്മായിൽ സ്തംഭിച്ചുപോയി. *എന്ത്?!?*

ഗവർണ്ണർ-മുഫ്തി തന്റെ രഹസ്യ അവിഹിത പുത്രനായ മാലിക് അയാസിനെ നോക്കി. മാലിക് അയാസിന്റെ മുഖത്തും ഞെട്ടൽ പ്രകടമായിരുന്നു. എന്നാൽ തന്റെ മകൻ എത്ര മികച്ച നടനാണെന്ന് ഇസ്മായിലിന് അറിയാമായിരുന്നു. *എന്റെ മകൻ എന്തെങ്കിലും ഇടപാട് ഒപ്പിച്ചോ?*

'പക്ഷേ അങ്ങയുടെ സുരക്ഷയ്ക്കോ എന്റെ സുരക്ഷയ്ക്കോ ഒരു ഭീഷണിയുമില്ലെന്ന് ഉറപ്പാക്കാൻ, ഗവർണ്ണർ-മുഫ്തിയെ കുറച്ചുകാലത്തേക്ക് വീട്ടുതടങ്കലിൽ പാർപ്പിക്കണമെന്നും ഞാൻ അങ്ങയോട് അഭ്യർത്ഥിക്കുന്നു,' കൗസരി പറഞ്ഞു.

'റാണി ദയാമതിയും ജ്ഞാനിയുമാണ്,' മഹ്മൂദ് ഉറക്കെ പ്രഖ്യാപിച്ചു.

'റാണി നീണാൽ വാഴട്ടെ! സുൽത്താൻ നീണാൽ വാഴട്ടെ!' തന്റെ ഞെട്ടൽ അടക്കിപ്പിടിക്കാൻ പാടുപെടുന്നതുപോലെ മാലിക് അയാസ് ഉച്ചത്തിൽ വിളിച്ചുപറഞ്ഞു. പെട്ടെന്ന് ഭാവം മാറുന്ന മഹ്മൂദിന്റെ അപ്രീതിക്ക് പാത്രമാകാൻ ആരും ആഗ്രഹിച്ചില്ല. ആ ദർബാർ മുഴുവൻ അതേ ആരവത്തിൽ മുഴങ്ങി.

'ഞാൻ റാണിയോട് യോജിക്കുന്നു,' മഹ്മൂദ് പറഞ്ഞു. 'ഗവർണ്ണർ-മുഫ്തിയെ ലാഹോറിലെ രാജാവായ മാലിക് അയാസിന്റെ കൊട്ടാരത്തിൽ വീട്ടുതടങ്കലിൽ പാർപ്പിക്കുന്നു. ഗവർണ്ണർ-മുഫ്തിയുടെ ഒരു ജോലിക്കാരെയും അദ്ദേഹത്തോടൊപ്പം അനുവദിക്കുന്നതല്ല. ഒരു മാസത്തിനുശേഷം നമ്മൾ ഈ വിഷയം വീണ്ടും പരിഗണിക്കും. ഇപ്രകാരം എഴുതപ്പെടട്ടെ, ഇപ്രകാരം നടപ്പാക്കപ്പെടട്ടെ.'

മഹ്മൂദ് കൈ ഉയർത്തി, അദ്ദേഹത്തിന്റെ എഴുത്തുകാരൻ എഴുതി തയ്യാറാക്കിയ ഒരു തോൽച്ചുരുളുമായി തിടുക്കത്തിൽ വന്നു. വിധി പ്രസ്താവിച്ചത് ഇപ്പോഴാണെന്നിരിക്കെ, ഇത് വിചിത്രമായി തോന്നി. മഹ്മൂദ് അതിൽ തന്റെ രാജമുദ്ര പതിപ്പിച്ച് അത് മാലിക് അയാസിന് നൽകി.

'ഇത് നടപ്പാക്കുക, അയാസ്.'

'അങ്ങയുടെ ഹിതം, പ്രഭോ,' മാലിക് അയാസ് തലകുനിച്ച് അഭിവാദ്യം ചെയ്തുകൊണ്ട് പറഞ്ഞു. പക്ഷേ അയാളുടെ മുഖഭാവം താൻ ചിന്തിക്കുന്നത് എന്താണെന്ന് എല്ലാവർക്കും വ്യക്തമാക്കിക്കൊടുത്തു. *ഇതെന്തിനാണ് ഇപ്പോൾ എന്റെ തലവേദനയായി മാറിയത്?!*

എന്നാൽ, മഹ്മൂദ് പറഞ്ഞ മറ്റൊരു കാര്യം ഇസ്മായിലിന്റെ ശ്രദ്ധയിൽപ്പെട്ടു. *ഒരു മാസത്തിനുശേഷം?* ഇനി രണ്ടാഴ്ചയ്ക്കുള്ളിൽ അവൻ ഖലീഫയാകും. ഒരു മാസം കഴിഞ്ഞ് അവനൊരു ഗ്രാൻഡ് മുഫ്തിയുടെ ആവശ്യമില്ല. ഖലീഫയെന്ന നിലയിൽ അവൻ ലോകത്തെവിടെയുമുള്ള ഏത് മുഫ്തിക്കും മുകളിലായിരിക്കും. *എന്നെ എന്തായാലും കൊല്ലും. ഖലീഫയാകുന്നതുവരെ മഹ്മൂദ് എന്നെ ജീവനോടെ വെച്ചേക്കും, അത്രമാത്രം. എന്റെ ദൈവമേ... ഞാൻ ഇപ്പോഴും സുരക്ഷിതനല്ല... ഞാൻ ഇപ്പോഴും സുരക്ഷിതനല്ല...*

അപ്പോഴേക്കും മാലിക് അയാസ് ഇസ്മായിലിന്റെ അടുത്തേക്ക് നടന്നുവന്നിരുന്നു. അയാസിന്റെ കീഴിലുള്ള പത്ത് സൈനികരും മുന്നോട്ട് നീങ്ങി.

ഒരുതരം സ്ത്രീസഹജമായ അക്ഷമ കലർന്ന ആലസ്യത്തോടെ അയാസ് സംസാരിച്ചു. 'എന്റെ കൂടെ വരൂ, ഗവർണ്ണർ-മുഫ്തി.'

അങ്ങനെ, അപ്രതീക്ഷിതമായത്രയും ഹ്രസ്വമായ ആ ദർബാർ നടപടികൾ അവസാനിച്ചു.

'ഇപ്പോൾ എന്താണ് സംഭവിച്ചത്?' ഇസ്മായിൽ ചോദിച്ചു. 'നീയാണോ ഇത് ചെയ്യിച്ചത്, എന്റെ മകനേ?'

തന്റെ മാളികയിലേക്ക് കടന്നുകൊണ്ട് മാലിക് അയാസ് പറഞ്ഞു, 'ഒരു ധാരണയിലെത്തിയിട്ടുണ്ട്, പിതാവേ.' ഇപ്പോൾ അദ്ദേഹത്തിന്റെ സ്വരവും ഭാവവും തികച്ചും വ്യത്യസ്തമായിരുന്നു.

'എങ്കിലും എന്നെ കൊല്ലും.' പരിഭ്രാന്തനാകുമ്പോഴെല്ലാം സംഭവിക്കുന്നതുപോലെ ഇസ്മായിലിന്റെ ശബ്ദം നേർത്തുപോയിരുന്നു. 'അവൻ ഖലീഫയാകാൻ വേണ്ടി കാത്തിരിക്കുകയാണ്.'

'താങ്കൾ ഇപ്പോൾ ജീവനോടെയുണ്ട്, പിതാവേ. അതിൽ ശ്രദ്ധിക്കൂ. ഒരു മാസത്തിനുള്ളിൽ ഒരുപാട് കാര്യങ്ങൾ സംഭവിക്കാം.'

'അതെ, ഒരുപാട് കാര്യങ്ങൾ സംഭവിക്കാം. ജമാ മസ്ജിദിലെ മുൻ ഗ്രാൻഡ് മുഫ്തിക്ക് എന്ത് സംഭവിച്ചുവെന്ന് താങ്കൾ ഓർക്കുന്നില്ലേ? അദ്ദേഹം പള്ളി മിനാരത്തിന്റെ പടികളിൽ നിന്ന് ആകസ്മികമായി വീണതാണെന്ന് താങ്കൾ ശരിക്കും വിശ്വസിക്കുന്നുണ്ടോ?'

'അങ്ങനെയെങ്കിൽ, തൽക്കാലം താങ്കൾ ഒരു മിനാരത്തിലും കയറരുതെന്ന് ഞാൻ നിർദ്ദേശിക്കട്ടെ?' മാലിക് അയാസ് പതിയെ ചിരിച്ചു.

'ഇത് തമാശ പറയാനുള്ള സമയമല്ല, അയാസ്!'

'ശാന്തനാകൂ, പിതാവേ. ഇവിടെ പള്ളി മിനാരങ്ങളൊന്നുമില്ല. താങ്കൾ ഇപ്പോൾ ജീവനോടെയുണ്ട്. ഒരു പദ്ധതി തയ്യാറാക്കാൻ നമുക്ക് ഒരു മാസമുണ്ട്.'

'നീയെന്ത് ധാരണയാണ് ഉണ്ടാക്കിയത്?'

'താങ്കൾ ചെയ്യാൻ പോയിരുന്നതല്ലാത്ത ഒരു കാര്യവുമല്ല. സുൽത്താൻ മഹ്മൂദ് നേടിയതുപോലെയുള്ള നേട്ടങ്ങൾ കൈവരിച്ചാൽ ഒരു അറബിയല്ലാത്തവനും ഖലീഫയാകാൻ കഴിയുമെന്ന് തെളിയിക്കാൻ, വിശുദ്ധ ഖുർആനിൽ നിന്നും ഹദീസുകളിൽ നിന്നും സാധ്യമായത്രയും ഉദ്ധരണികൾ സഹിതം താങ്കൾ ഒരു ഫത്വ നൽകണം.'

'എന്റെ അഭിപ്രായത്തിൽ അത് സാധ്യമല്ല. ഒരു അറബിക്ക് മാത്രമേ ഖലീഫയാകാൻ കഴിയൂ.'

'താങ്കൾക്ക് ജീവിക്കണോ, പിതാവേ?'

ഇസ്മായിൽ നിശ്ശബ്ദനായി.

'എങ്കിൽ ഒരു അറബിയല്ലാത്തവനും ഖലീഫയാകാമെന്ന് താങ്കൾ ഒരു ഫത്വ പുറപ്പെടുവിക്കുമെന്ന് ഉറപ്പാക്കുക. താങ്കൾ എന്തായാലും ഇതിന്റെ പണിപ്പുരയിലായിരുന്നുവെന്ന് എനിക്കറിയാം. കഴിഞ്ഞ മൂന്നാഴ്ചയായി താങ്കൾ അത് നിർത്തിവെച്ചുവെന്നേയുള്ളൂ. ആ ജോലി പുനരാരംഭിക്കുക, എന്റെ പിതാവ് എന്നോടൊപ്പം എന്നേക്കും ഉണ്ടാകുമെന്ന് ഞാൻ ഉറപ്പാക്കാം.'

ഇസ്മായിൽ ഒരു ദീർഘനിശ്വാസമെടുത്തു. 'എനിക്ക് എന്റെ കൊട്ടാരത്തിലേക്ക് തിരികെ പോകാൻ കഴിയില്ലേ?'

'അത് താങ്കളുടെ മോചനത്തിനുള്ള ഒരു വ്യവസ്ഥയാണ്, പിതാവേ. താങ്കൾക്ക് താങ്കളുടെ കൊട്ടാരത്തിലേക്ക് മടങ്ങാൻ കഴിയില്ല പഴയ ജോലിക്കാർക്കാർക്കും താങ്കളെ കാണാനും കഴിയില്ല. താങ്കൾ എന്റെ മാളികയിൽ താമസിക്കണം, എന്റെ വേലക്കാർ മാത്രമേ താങ്കളെ സേവിക്കാവൂ.'

ഇസ്മായിൽ ഒന്നു മുരണ്ടു. അയാളുടെ പരിഭ്രമം കുറഞ്ഞു-വരികയായിരുന്നു. അയാൾ വിലപേശാൻ തുടങ്ങിയിരുന്നു.

'ഞാൻ യസാദെയെ കണ്ടെത്തിയിട്ടുണ്ട്. ഞാൻ അവളെ ഇവിടെ കൊണ്ടുവരും.'

'നീ അവളെ കണ്ടെത്തിയോ!' ഇസ്മായിലിന്റെ മനോനില പെട്ടെന്ന് മെച്ചപ്പെട്ടു.

'താങ്കളുടെ ശപഥം ഓർമ്മയുണ്ടല്ലോ.'

'തീർച്ചയായും! ഈ നീചവും വ്യാജവുമായ ആരോപണങ്ങളിൽ നിന്ന് ഞാൻ പൂർണ്ണമായും മുക്തനാകുന്നതുവരെ എന്റെ ബ്രഹ്മചര്യവ്രതവും മദ്യവർജ്ജനവും ഞാൻ പാലിക്കും. പക്ഷേ യസാദെ അടുത്തുണ്ടാകുന്നത് നല്ലതാണ്. അവളെ ഒന്ന് കാണാൻ.'

മാലിക് അയാസ് പുഞ്ചിരിച്ചു.

ഗവർണ്ണർ-മുഫ്തി ഇസ്മായിലിനോട് കൂറുള്ള ജുൻദീൻ-ഉൽ-ദിനിലെ ഏതാനും ആളുകളുടെ കാവലിൽ, ആ ആർഭാടം നിറഞ്ഞ സുരക്ഷിത താവളത്തിൽ ഭാരതീയ യോദ്ധാക്കൾ മൂന്ന് ദിവസം മുഴുവൻ കാത്തിരുന്നു. നാലാം ദിവസം ഉച്ചതിരിഞ്ഞ്, മാലിക് അയാസും താലിബും അവരെ സന്ദർശിക്കാനെത്തി.

മാലിക് അയാസ് അകത്തേക്ക് കടന്നപ്പോൾ നരസിംഹൻ എഴുന്നേറ്റുനിന്ന് ലാഹോറിലെ രാജാവിനെ ആദരവോടെ സ്വാഗതം ചെയ്തു. തങ്ങളുടെ സേനാനിയെ പിന്തുടർന്ന് പുലകിത്, വിജയൻ, അമാൽ , ധ്രുവ്, സെയ്ൻ ഹുസൈൻ, യസാദെ എന്നിവരും എഴുന്നേറ്റു.

'സ്വാഗതം, കുലീനനായ രാജാവേ,' നരസിംഹൻ പറഞ്ഞു.

'നമസ്തേ,' മാലിക് അയാസ് പറഞ്ഞു.

തുർക്കി ചുവയിൽ ആ വാക്ക് കേട്ടപ്പോൾ നരസിംഹന് അത് മനസ്സിലാക്കാൻ ഒരു നിമിഷമെടുത്തു. കാര്യം പിടികിട്ടിയ ഉടനെ, ചോള സേനാനി ഊഷ്മളമായി പുഞ്ചിരിച്ചുകൊണ്ട് കൈകൾ കൂപ്പി നമസ്തേ പറഞ്ഞു.

'ദയവായി ഇരിക്കൂ... ഉം... താങ്കളുടെ പേരെന്തായിരുന്നു വെച്ചിരുന്നത്... നര... നരി... നരിമാൻ... അല്ല... ഓ അതെ, നസ്റുള്ള,' മാലിക് അയാസ് കുസൃതിയോടെ പുഞ്ചിരിച്ചുകൊണ്ട് ഇരുന്നു.

നരസിംഹൻ പുഞ്ചിരിച്ചുകൊണ്ട് ഇരുന്നു. 'ഗവർണ്ണർ-മുഫ്തിയുടെ മോചനത്തിന് അഭിനന്ദനങ്ങൾ.'

മാലിക് അയാസ് പുഞ്ചിരിച്ചുകൊണ്ട് തലയാട്ടി. 'പക്ഷേ അത് ആദ്യപടി മാത്രമാണ്.' അദ്ദേഹം അമാലിന്റെയും യസാദെയുടെയും നേരെ തിരിഞ്ഞു. 'ഗവർണ്ണർ-മുഫ്തി ഇസ്മായിലിന്റെ മോചന വ്യവസ്ഥകളിലൊന്ന് അദ്ദേഹത്തിന് എന്റെ മാളികയിൽ മാത്രമേ താമസിക്കാൻ കഴിയൂ എന്നതാണ്. ഗവർണറുടെ വീട്ടിലെ ജോലിക്കാരെ ആരെയും അദ്ദേഹത്തെ സേവിക്കാൻ അനുവദിക്കുകയുമില്ല. അതിനാൽ എന്റെ ജോലിക്കാർ മാത്രമേ മാളികയിലുണ്ടാകൂ. താലിബ് അവിടെയുണ്ടാവില്ല. നിങ്ങൾക്കത് പ്രശ്നമില്ലെന്ന് കരുതുന്നു.'

അമാൽ യസാദെയെ നോക്കി. ആ യസീദി പെൺകുട്ടി തലയാട്ടി. അവൾക്ക് വലിയ അസ്വസ്ഥതയുള്ളതായി തോന്നിയില്ല.

മാലിക് അയാസിന്റെ കണ്ണുകൾ ഒരു നിമിഷം അവളിൽ തങ്ങിനിന്നു, എന്നിട്ട് നരസിംഹന്റെ നേരെ തിരിഞ്ഞു. 'താങ്കളുടെ ആളുകൾ അവരുടെ ശപഥം ഓർക്കുമെന്ന് ഞാൻ പ്രതീക്ഷിക്കുന്നു.'

'അവരോർക്കും,' നരസിംഹൻ ഉറപ്പുനൽകി.

മാലിക് അയാസ് എന്തോ ആലോചിക്കുന്നതുപോലെ തലകുനിച്ച് മൂളി.

നരസിംഹൻ ചോദിച്ചു, 'എന്താണ് പദ്ധതി, പ്രഭോ?'

'ആര്...' മാലിക് അയാസ് ഒന്നു മടിച്ചു. അദ്ദേഹം ദീർഘമായി ശ്വാസമെടുത്ത് നരസിംഹനെ തുറിച്ചുനോക്കി. 'നിങ്ങളിൽ ആരാണ് യഥാർത്ഥത്തിൽ ആ കൊലപാതകം നടത്തുക? എനിക്ക് ശരിയായ സമയത്ത് ഒരാളിൽ കൂടുതൽ പേരെ അകത്ത് കടത്താൻ കഴിയില്ല.'

അതിന്റെ ഉള്ളിലിരുപ്പ് നരസിംഹന് മനസ്സിലായി. തീരുമാനം എടുക്കാൻ അദ്ദേഹത്തിന് കൂടുതൽ ആലോചിക്കേണ്ടി വന്നില്ല. 'അത് ഞാനായിരിക്കും.'

മാലിക് അയാസ് മുന്നോട്ടാഞ്ഞു. അദ്ദേഹം ഒരു ബുദ്ധിമാനായിരുന്നു, ലാഹോറിലെ രാജാവ്. ധീരനുമായിരുന്നു.

പക്ഷേ അദ്ദേഹത്തിന്റെ ധൈര്യം ബുദ്ധിയിലും കൊട്ടാര ഉപജാപങ്ങളിലും ഒതുങ്ങിനിന്നു. പോരാളികൾക്ക് മാത്രം ഉണ്ടാകുന്ന ശാരീരിക ധൈര്യം അദ്ദേഹത്തിന് ഇല്ലായിരുന്നു. തനിക്കില്ലാത്ത കഴിവുകളുള്ളവരെ ആദരിക്കുന്നത് ബുദ്ധിയും ആത്മവിശ്വാസവുമുള്ള ഏതൊരു മനുഷ്യന്റെയും സ്വഭാവമായിരുന്നു.

'താങ്കൾക്ക് ഉറപ്പാണോ, സേനാനീ?' മാലിക് അയാസ് ചോദിച്ചു.

'അതൊരുപക്ഷേ...'

'...ഒരു മടക്കമില്ലാത്ത യാത്രയാവാം,' അയാസിന്റെ വാചകം പൂർത്തിയാക്കിക്കൊണ്ട് നരസിംഹൻ പറഞ്ഞു.

'അങ്ങനെയാകണമെന്നില്ല, പക്ഷേ മിക്കവാറും അങ്ങനെയാകാനാണ് സാധ്യത...' മാലിക് അയാസ് മറുപടി നൽകി. 'താങ്കൾക്ക് ഉറപ്പാണോ?'

മുറിയിലുണ്ടായിരുന്ന എല്ലാവരുടെയും കണ്ണുകൾ സേനാനിയിലായിരുന്നു.

നരസിംഹന്റെ മുഖത്ത് ഒരു തണുത്ത ഭാവമായിരുന്നു. വികാരരഹിതമായ, ആർക്കും ഭേദിക്കാനാവാത്ത ഒന്ന്. ശബ്ദം നേർത്തൊരു മന്ത്രം പോലെ മൃദുവായിരുന്നെങ്കിലും, അതിന് ഉരുക്കിന്റെ കാഠിന്യമുണ്ടായിരുന്നു. പുരാതന റോമൻ യുദ്ധവീരനെക്കുറിച്ച് കവിതയെഴുതിയ, തനിക്കിഷ്ടപ്പെട്ട ബാബിംഗ്ടൺ എന്ന യൂറോപ്യൻ കവിയുടെ വരികൾ അദ്ദേഹം ഉദ്ധരിച്ചു. 'ഭയാനകമായ പ്രതിബന്ധങ്ങളെ നേരിട്ട് മരിക്കുന്നതിനേക്കാൾ നന്നായി ഒരു മനുഷ്യന് എങ്ങനെ ഒടുങ്ങാൻ കഴിയും? തന്റെ പിതാക്കന്മാരുടെ ചിതാഭസ്മത്തിനും ദൈവങ്ങളുടെ ക്ഷേത്രങ്ങൾക്കും വേണ്ടി.'

മാലിക് അയാസ് പുഞ്ചിരിച്ചു. അദ്ദേഹം ഒരുപാട് വായിക്കുന്നയാളായിരുന്നു. "ഹൊറേഷ്യസ് അറ്റ് ദി ബ്രിഡ്ജ്'...'

നരസിംഹൻ തലയാട്ടി. 'അതെ. ആ കവിതയിൽ നിന്നുള്ളതാണ്.'

'മിക്ക പുരുഷന്മാർക്കും ആ കവിത ഇഷ്ടമാകും. പക്ഷേ വളരെ കുറച്ചുപേർക്കേ അത് ജീവിക്കാൻ കഴിയൂ.'

'ആ വരികൾക്കനുസരിച്ച് ജീവിക്കുന്നതിനേക്കാൾ വലിയൊരു ബഹുമതിയില്ല...'

മാലിക് അയാസ് തലയാട്ടി. 'താങ്കൾ അസാധാരണനായ ഒരു മനുഷ്യനാണ്, സേനാനീ. ഞാൻ താങ്കളെ ശരിയായ സമയത്ത് ശരിയായ സ്ഥലത്ത് എത്തിക്കുന്നുണ്ടെന്ന് ഉറപ്പുവരുത്താം. ഇന്നേക്ക് ഏകദേശം പത്തു ദിവസത്തിനകം അത് നടക്കും.'

നരസിംഹൻ തലയാട്ടി.

'താങ്കളുടെ ആയുധം എന്താണ്?' മാലിക് അയാസ് ചോദിച്ചു.

നരസിംഹൻ പുലകിതിന്റെ നേരെ തിരിഞ്ഞു. ചാലൂക്യൻ രാജകുമാരൻ തന്റെ മേലങ്കിയുടെ മടക്കിൽ നിന്ന് ചെറുതും പരുക്കനുമായ ഒരു മത്സ്യം മുറിക്കുന്ന കത്തി പുറത്തെടുത്തു. കുനാതി ചേർത്ത ലോഹത്തിന്റെ ഒരു ചെറിയ കഷണത്തിൽ ഘടിപ്പിച്ച ഒരു മരപ്പിടിയായിരുന്നു അതിനുണ്ടായിരുന്നത്.

മാലിക് അയാസ് പുഞ്ചിരിച്ചു. 'ഇത് ഉള്ളിൽ വെച്ച് ചിതറുമോ?'

ഒരു പോരാളിയല്ലാതിരുന്നിട്ടും ആയുധത്തെക്കുറിച്ചുള്ള അയാസിന്റെ അനുമാനത്തിൽ നരസിംഹന് മതിപ്പുതോന്നി. 'അതെ.'

'നല്ല വിഷമാണോ?'

'ഏറ്റവും മികച്ചത്.'

'സുൽത്താന് ഏറ്റവും മികച്ചത് തന്നെ വേണം,' മാലിക് അയാസ് ചിരിച്ചു.

നരസിംഹനും മറ്റുള്ളവരും ചിരിച്ചു.

'നിങ്ങളുടെ കയ്യിൽ ഇതുപോലൊരു കത്തി വേറെയില്ല, അല്ലേ?' അയാസ് ചോദിച്ചു.

നരസിംഹൻ തലയാട്ടി. 'ഇല്ലെന്നു പറയുന്നതിൽ ഖേദമുണ്ട്.'

'അത് കഷ്ടമായിപ്പോയി. ഇതെനിക്ക് കൂടി ഉപകാരപ്പെട്ടേനെ...' മാലിക് അയാസ് സെയ്നിന്റെ നേരെ തിരിഞ്ഞു. 'ഈ പിടിയിൽ അറബിയിൽ ഇങ്ങനെ കൊത്തിവെക്കണം: 'ഒരു അറബി മാത്രം. എപ്പോഴും ഒരു അറബി മാത്രം'.'

സെയ്ൻ പുഞ്ചിരിച്ചു. 'ബുദ്ധിപരം.'

നരസിംഹൻ മാലിക് അയാസിനെ നോക്കി. 'തുർക്കികൾക്കു-പോലും ഒരു തുർക്കിക്കാരൻ ഒരിക്കലും ഖലീഫയാകരുതെന്ന വിശ്വാസമുണ്ടെന്ന് ഞാൻ കേട്ടിട്ടുണ്ട്... ഒരു അറബി മാത്രമേ ഖലീഫയാകാവൂ എന്ന്.'

'ശരിയാണ്. അറബികളും അവരോട് യോജിക്കുന്നുവെന്ന് അവർ കരുതട്ടെ.' അയാസ് വിജയന്റെ നേരെ തിരിഞ്ഞു, ആ സംഘത്തിലെ രണ്ടാമൻ അദ്ദേഹമാണെന്ന് വ്യക്തമായിരുന്നു.

'ബാക്കിയുള്ളവർക്ക്, പള്ളിയിൽ നിന്ന് നിങ്ങളുടെ ദൈവത്തിന്റെ തിരുശേഷിപ്പുകൾ എങ്ങനെ വീണ്ടെടുക്കാം എന്നതുൾപ്പെടെയുള്ള നിർദ്ദേശങ്ങൾ ഞാൻ വഴിയേ അയക്കാം.'

'നന്ദി,' വിജയൻ പറഞ്ഞു.

'തൽക്കാലം, നിങ്ങളെല്ലാവരും ഈ കെട്ടിടത്തിൽ തന്നെ കഴിയുക. നിങ്ങളിവിടെ സുരക്ഷിതരാണ്. ഞാൻ ഇനി ഇങ്ങോട്ട് വരില്ല. ഇനിമുതൽ എല്ലാ വിവരങ്ങളും താലിബ് വഴി വരും. അവൻ കൊണ്ടുവരുന്ന നിർദ്ദേശങ്ങൾ മാത്രം വിശ്വസിക്കുക.'

മാലിക് അയാസിന്റെ പിന്നിൽ നിന്നിരുന്ന താലിബ് പുഞ്ചിരിച്ചു. നരസിംഹനും കൂട്ടാളികളും തലയാട്ടി.

മാലിക് അയാസ് എഴുന്നേറ്റ് അമാലിന്റെയും യസാദെയുടെയും നേരെ തിരിഞ്ഞു. 'ഇനി, മഹതികളേ, എന്റെ മാളികയിലേക്ക് എന്നോടൊപ്പം വരാൻ നിങ്ങൾ തയ്യാറായിരിക്കുമെന്ന് കരുതുന്നു. സമയമായി.'

യസാദെയുടെ പരിഭ്രാന്തമായ ഹൃദയം വേഗത്തിൽ മിടിക്കാൻ തുടങ്ങി. അവൾ അമാലിനെ നോക്കി. അവരെ നേരത്തെ വിവരം അറിയിച്ചിരുന്നതനുസരിച്ച് തയ്യാറെടുപ്പുകൾ നടത്തിയിരുന്നു. എന്നാൽ എത്രയൊക്കെ തയ്യാറെടുത്താലും, യാഥാർത്ഥ്യത്തിന്റെ നിമിഷം എപ്പോഴും അല്പം ശങ്ക കൊണ്ടുവരും. ആ ശങ്കയെ തോൽപ്പിക്കാനുള്ള ഏറ്റവും നല്ല മാർഗ്ഗം, തീരുമാനമില്ലായ്മ മനസ്സിനെ മൂടുന്നതിന് മുൻപ് ഉടൻ മുന്നോട്ട് നീങ്ങുക എന്നതാണ്.

'നമുക്ക് പോകാം,' അമാൽ പറഞ്ഞു.

'അവസാനം, എന്റെ മോനേ... ഇത്രയും വർഷങ്ങൾക്ക് ശേഷം,' ഇസ്മായിൽ പറഞ്ഞു.

ഇസ്മായിൽ മാലിക് അയാസിന്റെ മാളികയിൽ എത്തിയിട്ട് കുറച്ച് ദിവസങ്ങളായിരുന്നു. തുടക്കത്തിൽ അദ്ദേഹത്തിന്

അസ്വസ്ഥതയുണ്ടായിരുന്നു... എന്തായാലും, അതൊരു പുതിയ സ്ഥലമായിരുന്നു, അപരിചിതരായ ഒരു കൂട്ടം വേലക്കാർ, വേറൊരു പാചകക്കാരൻ... എന്നാൽ മാലിക് അയാസ് തന്റെ അച്ഛന് സ്വന്തം വീട്ടിലെപ്പോലെ തോന്നിക്കാൻ ശ്രമിച്ചുകൊണ്ടിരുന്നു. ഗവർണ്ണർ-മുഫ്തിയുടെ കൊട്ടാരത്തിൽ നിന്നുള്ള ചില ഫർണിച്ചറുകൾ ഇസ്മായിലിന് ഒരു പരിചയഭാവം നൽകാനായി അയാസിന്റെ മാളികയിലേക്ക് കൊണ്ടുവന്നിരുന്നു. കഴിയുന്നത്ര അതിവിധേയത്വം കാണിക്കാൻ വേലക്കാർക്ക് നിർദ്ദേശം നൽകിയിരുന്നു. ഗവർണ്ണർ-മുഫ്തിക്ക് ഇഷ്ടപ്പെട്ട ഭക്ഷണങ്ങൾ പഠിച്ച് അതുപോലെ ഉണ്ടാക്കാൻ പ്രധാന പാചകക്കാരനും ആവർത്തിച്ച് നിർദ്ദേശം നൽകിയിരുന്നു. പ്രധാന പാചകക്കാരൻ വളരെ കഠിനമായി ശ്രമിക്കുന്നുമുണ്ടായിരുന്നു. കാരണം അത് തന്റെ യജമാനനായ ലാഹോറിലെ രാജാവിന് വളരെ പ്രധാനപ്പെട്ട കാര്യമാണെന്ന് വ്യക്തമായിരുന്നു.

എന്നാൽ മാലിക് അയാസ് തന്റെ അച്ഛന് കൂടുതൽ ആശ്വാസം നൽകാനായി മറ്റൊരു സമ്മാനവുമായി തിരിച്ചെത്തിയിരുന്നു. പക്ഷേ, ആ സമ്മാനം ഇതുവരെ വെളിപ്പെടുത്തിയിരുന്നില്ല. 'എനിക്കറിയാം, അച്ഛാ. ഒടുവിൽ, സുൽത്താൻ അങ്ങയോട് ചെയ്ത പാപങ്ങൾക്ക് വില നൽകും.'

'വിധി പ്രവർത്തിക്കുന്ന രീതി എന്നെ അത്ഭുതപ്പെടുത്തുന്നു.' ഇസ്മായിൽ സൗഹാർദ്ദപരമായി പുഞ്ചിരിച്ചു. 'നിഗൂഢം... എന്നിൽ നിന്ന് രക്ഷപ്പെട്ടോടിയ അടിമകൾ എന്റെ സഹോദരന്റെ ഘാതകരെ എന്റെ അടുത്തേക്ക് കൊണ്ടുവന്നിരിക്കുന്നു! ശരിക്കും അത്ഭുതം തന്നെ.'

'ദൈവത്തിന്റെ വഴികൾ നിഗൂഢമാണ്, അച്ഛാ.'

'അത് ശരിയാണ്,' ഇസ്മായിൽ പറഞ്ഞു. അദ്ദേഹം ഗൗരവത്തോടെ തുടർന്നു, 'പക്ഷേ... സുൽത്താന്റെ മക്കൾ... അവരെയും...'

'അതെ, അച്ഛാ. അതെല്ലാം ഏർപ്പാടാക്കിയിട്ടുണ്ട്. വിഷമിക്കേണ്ട.'

'ഒരു തെളിവും ഉണ്ടാകരുത്...'

'ഒരു തെളിവും ഉണ്ടാകില്ല.'

'നസ്റ്റുള്ള എന്തായാലും സുൽത്താനോടൊപ്പം മരിക്കും... അവന്റെ കൂട്ടാളികൾ നമ്മുടെ നിയന്ത്രണത്തിലുമാണ്,' ഇസ്മായിൽ കണ്ണിറുക്കിക്കൊണ്ട് പറഞ്ഞു. 'മഹ്മൂദ് വീണുകഴിഞ്ഞാൽ, നമ്മൾ ഈ

'പ്രതികളെ' വളഞ്ഞ് കൗസരി ജഹാൻ എന്റെ ആളോട് ചെയ്തത് അവരോടും ചെയ്യും.'

മാലിക് അയാസ് നിശ്ശബ്ദനായി പുഞ്ചിരിക്കുക മാത്രം ചെയ്തു.

ഇസ്മായിൽ ചിരിച്ചുകൊണ്ട് തുടർന്നു. അദ്ദേഹം സന്തോഷവാനും സംസാരപ്രിയനുമായിരുന്നു. 'എന്തായാലും, ഇന്ത്യക്കാർ എല്ലാ 'തെളിവുകളും' കൂടെക്കൊണ്ടുവന്നിട്ടുണ്ട്: അബു ഖാസിമിന്റെയും കൂട്ടാളികളുടെയും മോഷ്ടിച്ച വസ്ത്രങ്ങളും കവചങ്ങളും.'

'അച്ഛാ, ഈ കാര്യങ്ങളെക്കുറിച്ചൊന്നും സംസാരിക്കേണ്ട ആവശ്യമില്ല. ചുവരുകൾക്കും കാതുണ്ട്.'

'തീർച്ചയായും. നീ പറഞ്ഞത് ശരിയാണ്.'

'പക്ഷേ രാജ്ഞിയുടെ കാര്യത്തിൽ നമ്മൾ തീരുമാനിച്ചത് ഓർക്കണം. അവളുടെ കാര്യത്തിൽ പുരുഷന്മാർക്ക് എളുപ്പത്തിൽ കാലിടറും.'

'ഞാനങ്ങനെ ചെയ്യില്ല!' ഇസ്മായിൽ ദേഷ്യത്തോടെ പറഞ്ഞു. 'എനിക്ക് എന്റെ മേൽ ഒരു നിയന്ത്രണവുമില്ലെന്നാണ് നീ കരുതുന്നതെന്ന് തോന്നുന്നല്ലോ.'

പക്ഷേ, ഇസ്മായിൽ തന്റെ മനസ്സിലിരുപ്പ് പുറത്തുപറഞ്ഞില്ല. ചട്ടമ്പിയായ കൗസരി ജഹാനെ തന്റെ കിടപ്പറയിൽ മെരുക്കിയെടുക്കാൻ അയാൾ മറ്റെന്തിനെക്കാളും ആഗ്രഹിച്ചിരുന്നു. പക്ഷേ അതിന് ഇനിയും സമയമുണ്ടല്ലോ.

'എന്തായാലും, പിതാവേ, ഞാൻ നിങ്ങൾക്കായി ഒരു സമ്മാനം കരുതിയിട്ടുണ്ട്.'

ലാഹോറിലെ രാജാവ് കൈകൊട്ടിയതും അറയുടെ വാതിൽ തുറന്നു. അവിടെനിന്ന് യസാദെ അകത്തേക്ക് നടന്നുവരുമ്പോൾ, മുഖത്തൊരു പുണ്യവാളന്റെ ചിരിയുമായി ഇസ്മായിൽ ശ്വാസമടക്കിപ്പിടിച്ചു നിന്നു. അമാൽ കർട്ടന് പിന്നിൽ വാതിൽക്കൽ കാത്തുനിന്നു.

'ഈ സമ്മാനം പത്ത് ദിവസത്തിനുള്ളിൽ അങ്ങയുടേതാകും, അതുവരെ യസാദെയെ തൊടാൻ പോലും പാടില്ല,' മാലിക് അയാസ് പറഞ്ഞു. 'അന്ന് ഒരുപക്ഷേ മഹ്മൂദ് ഖലീഫയായി അഭിഷിക്തനായേക്കാം, പക്ഷേ സർവ്വശക്തന്റെ സമ്മാനങ്ങളെല്ലാം നിങ്ങൾക്കായി മാത്രം മാറ്റിവെച്ചിരിക്കുകയാണ്, പിതാവേ.'

തന്റെ ഏറ്റവും പ്രിയപ്പെട്ട കളിപ്പാട്ടം തിരികെ കിട്ടിയ ഒരു കൊച്ചുകുട്ടിയെപ്പോലെ ഇസ്മായിൽ കുണുങ്ങിച്ചിരിച്ചു.

'മഹ്മൂദിനെ വധിക്കാൻ ഞങ്ങളെ സഹായിക്കുന്നത് എന്തിനാണെന്ന് എനിക്ക് മനസ്സിലാക്കാം, സെയ്ൻ,' നരസിംഹൻ പറഞ്ഞു. 'അവന്റെ സൈന്യം നിങ്ങളെയും നിങ്ങളുടെ ഗോത്രത്തിലെ ചിലരെയും അടിമകളാക്കിയല്ലോ. പക്ഷേ ശിവലിംഗത്തിന്റെ തിരുശേഷിപ്പുകൾ വീണ്ടെടുക്കാൻ ഞങ്ങളെ സഹായിക്കുന്നതെന്തിനാണ്? ഇത് നിങ്ങളുടെ മതവിശ്വാസത്തിന് എതിരല്ലേ?'

സെയ്നും നരസിംഹനും ആ സുരക്ഷിത താവളത്തിലായിരുന്നു. പ്രഭാതഭക്ഷണം കഴിഞ്ഞിരുന്നു. അന്നത്തെ കായികാഭ്യാസങ്ങളും പൂർത്തിയാക്കിയിരുന്നു. അവർക്ക് പുറത്തിറങ്ങാൻ കഴിയുമായിരുന്നില്ല. സംസാരിക്കാൻ മാത്രമേ സാധിക്കുമായിരുന്നുള്ളൂ. അതുകൊണ്ട് അവരത് തന്നെ ചെയ്തു.

സെയ്ൻ പുഞ്ചിരിച്ചു. 'എന്റെ മുഴുവൻ പേര് എന്നെക്കുറിച്ച് എന്താണ് പറയുന്നതെന്ന് നിങ്ങൾക്കറിയാമോ?'

'അതെ, മാലിക് അയാസ് പറഞ്ഞത് ഞാനോർക്കുന്നു... നിങ്ങൾ ഒരു ഷിയാ മുസ്ലീം ആണെന്നല്ലേ അതിന്റെ അർത്ഥം?'

'അതെ. ഷിയ എന്നത് ഷിയാത്ത് അലി എന്നതിന്റെ ചുരുക്കമാണ്, അതായത് അലിയുടെ അനുയായികൾ. ഖലീഫ കൂടിയായിരുന്ന ഇമാം അലിയെ പിന്തുടരുന്നവരാണ് ഞങ്ങൾ. ഞങ്ങൾ സുന്നി മുസ്ലീങ്ങളിൽ നിന്ന് വ്യത്യസ്തരാണ്. തുർക്കികളെല്ലാം സുന്നികളാണ്.'

'അമാൽ എന്നോടത് പറഞ്ഞിരുന്നു. അവൾ ഒരു ഇന്ത്യക്കാരിയാണെങ്കിലും ഒരു സുന്നി മുസ്ലീം ആണെന്നും പറഞ്ഞു. നിങ്ങൾക്ക് അവളോട് വിരോധമൊന്നുമില്ലല്ലോ, അല്ലേ?'

'ഒരിക്കലുമില്ല. അമാൽ നല്ലവളും ദയയുള്ളവളുമായ ഒരു സ്ത്രീയാണ്. എന്തായാലും, ഷിയാക്കളും സുന്നികളും തമ്മിലുള്ള പ്രധാന വ്യത്യാസം, പ്രവാചകൻ മുഹമ്മദ് നബിയുടെ കുടുംബപരമ്പരയെയാണ് ഞങ്ങൾ ഷിയാക്കൾ പിന്തുടരുന്നത്, എന്നാൽ സുന്നികൾ പറയുന്നത്

അവർ പ്രവാചകന്റെ സുന്നത്തിനെ, അതായത് പാരമ്പര്യങ്ങളെയും മാതൃകകളെയും ആണ് പിന്തുടരുന്നതെന്നാണ്.'

'മനസ്സിലായി. പക്ഷേ അതെങ്ങനെ സുന്നികളുമായി ഒരു പ്രശ്നത്തിന് കാരണമാകും?'

'എനിക്ക് സുന്നികളോട് ഒരു പ്രശ്നവുമില്ല. നിങ്ങൾ ശത്രുവിന്റെ ശത്രുവായതുകൊണ്ടല്ല ഞാൻ ശിവലിംഗത്തിന്റെ തിരുശേഷിപ്പുകൾ കണ്ടെത്താൻ സഹായിക്കുന്നത്.'

'പിന്നെന്തിന് നിങ്ങൾ...?'

'അതൊരു വലിയ കഥയാണ്.'

നരസിംഹൻ ചിരിച്ചു. 'നിങ്ങൾക്ക് പോയിട്ടെന്തെങ്കിലും ചെയ്യാനുണ്ടോ?'

സെയ്ദും അതുകേട്ട് ചിരിച്ചു. 'ശരി, ഞാൻ ആ കഥ ചുരുക്കിപ്പറയാം. കർബല എന്നൊരു സ്ഥലത്താണ് അത് തുടങ്ങുന്നത്.'

'അതെവിടെയാണ്?'

'നമ്മുടെ പടിഞ്ഞാറ്, അറബ് നാട്ടുകളിലാണ്.'

'ശരി. അവിടെയെന്തുണ്ടായി?'

'മുന്നൂറിലധികം വർഷങ്ങൾക്കുമുൻപ് കർബലയിൽ ഒരു വലിയ യുദ്ധം നടന്നു. ആ യുദ്ധത്തിൽ ഞങ്ങളുടെ ഇമാം ഹുസൈനെ, അതായത് ഇമാം അലിയുടെ മകനും പ്രവാചകൻ മുഹമ്മദ് നബിയുടെ പേരക്കുട്ടിയുമായ അദ്ദേഹത്തെ, ഉമയ്യദ് രാജവംശത്തിലെ ഖലീഫ യസീദിന്റെ സൈനികർ അന്യായമായി വധിച്ചു.'

ഞെട്ടലോടെ നരസിംഹൻ വാ പൊളിച്ചുപോയി. 'എന്താണിത് നിങ്ങൾ പറയുന്നത്? നിങ്ങളുടെ പ്രവാചകന്റെ പിൻഗാമി? ഒരു ഇമാം? എന്നിട്ട് ഒരു അറബി മുസ്ലീം ഖലീഫ അദ്ദേഹത്തെ കൊല്ലിച്ചെന്നോ?'

'അതെ. ഇമാം ഹുസൈന്റെ വധം മനുഷ്യരാശിയുടെ ഏറ്റവും വലിയ ദുരന്തമായിട്ടാണ് ഞങ്ങൾ ഷിയാക്കൾ കണക്കാക്കുന്നത്.'

'ഇത് ഭയാനകമായിരിക്കുന്നു. ഒരു മുസ്ലീം ഭരണാധികാരി തന്നെ ഇത് ചെയ്യിച്ചു എന്നത് അവിശ്വസനീയമാണ്.'

'ഇമാം ഹുസൈന്റെ ആത്യാഗത്തിൽ ഞങ്ങൾ ഇന്നും വിലപിക്കുന്നു.'

നരസിംഹൻ സഹതാപത്തോടെ തലയാട്ടി.

സെയ്ൻ തുടർന്നു, 'ഇന്ത്യയിൽ അധികമാർക്കും അറിയാത്ത ഒരു കാര്യമുണ്ട്, മോഹ്യാൽ ബ്രാഹ്മണർ എന്ന് വിളിക്കപ്പെടുന്ന ഒരു ഇന്ത്യൻ ഗോത്രമുണ്ട്, അവർ...'

'മോഹ്യാൽ ബ്രാഹ്മണരോ?' നരസിംഹൻ ഇടയ്ക്ക് കയറി പറഞ്ഞു. 'ഞാൻ അവരെപ്പറ്റി കേട്ടിട്ടില്ല. അവർ എവിടുത്തുകാരാണ്?'

'ഇന്ത്യൻ ഉപഭൂഖണ്ഡത്തിന്റെ വടക്കൻ ഭാഗത്തുള്ള പഞ്ചാബ് പ്രദേശത്തുകാരാണ്.'

'ഓഹോ. അപ്പോൾ ഈ മോഹ്യാൽ ബ്രാഹ്മണർക്ക് ഈ കഥയുമായി എന്തു ബന്ധം?'

'ചരിത്രം പറയുന്നത്, കർബല യുദ്ധം നടക്കുമ്പോൾ കുറച്ച് മോഹ്യാൽ ബ്രാഹ്മണർ അറബ് നാട്ടുകളിൽ ഉണ്ടായിരുന്നു എന്നാണ്. അവർ ഞങ്ങളുടെ ഇമാം ഹുസൈനെ പ്രതിരോധിക്കാൻ വേണ്ടി പോരാടി. അവരിൽ പലരും ആ യുദ്ധത്തിൽ മരിച്ചുവീണു. അവർ അഭിമാനികളായ ഹിന്ദുക്കളായിരുന്നു, പക്ഷേ അവർ മരിച്ചത് ഞങ്ങളുടെ ഇമാമിനെ പ്രതിരോധിക്കാനായിരുന്നു.'

'എനിക്കിത് അറിയില്ലായിരുന്നു...'

'അതുമാത്രമല്ല, ഉമയ്യദ് ഖിലാഫത്തിന്റെ തുടർച്ചയായ ആക്രമണങ്ങൾ കാരണം പ്രവാചകന്റെ കുടുംബത്തിലെ ചില അംഗങ്ങൾക്ക് അവിടെനിന്ന് രക്ഷപ്പെടേണ്ടിവന്നു. അവർക്ക് അഭയം നൽകിയത് സിന്ധിലെ ഹിന്ദു രാജാവായിരുന്ന രാജാ ദാഹിർ ആയിരുന്നു.'

'എനിക്കിതിനെക്കുറിച്ചും ഒരു ധാരണയുമില്ലായിരുന്നു.'

'ഇതറിയാവുന്ന ഞങ്ങളിൽ പല ഷിയാക്കളും വിശ്വസിക്കുന്നത് ആ ഉപകാരം തിരിച്ചുനൽകേണ്ടത് ഞങ്ങളുടെ കടമയാണെന്നാണ്. ഞങ്ങളുടെ പ്രവാചകന്റെ കുടുംബത്തെ പ്രതിരോധിക്കാനും സംരക്ഷിക്കാനും ഹിന്ദുക്കൾ പൊരുതി. ആ ദയ തിരികെ നൽകിയില്ലെങ്കിൽ പിന്നെ ഞങ്ങളെന്ത് മുസ്ലീങ്ങളാണ്? അതുകൊണ്ട് ഹിന്ദു ദൈവങ്ങളെയും ഹിന്ദു വിശ്വാസങ്ങളെയും സംരക്ഷിക്കാൻ ഞങ്ങൾ പോരാടുന്നു. അങ്ങനെയാണ് നിങ്ങളുടെ സമൂഹത്തോടുള്ള ഞങ്ങളുടെ കടം ഞങ്ങൾ വീട്ടുന്നത്.'

നരസിംഹൻ പുഞ്ചിരിച്ചുകൊണ്ട് സെയ്നെ ആലിംഗനം ചെയ്തു. 'നന്ദിയുണ്ട്, എന്റെ സുഹൃത്തേ.'

അദ്ധ്യായം 24

പാതയിലെ വഴിത്തിരിവ്

ഗസ്നി, അഫ്ഗാനിസ്ഥാൻ

ഖലീഫയായി തന്നെ അഭിഷിക്തനാക്കുന്നതിനുള്ള ഈ അറബ് പിന്തുണയിൽ മഹ്മൂദ് അതീവ സന്തുഷ്ടനാകുമെന്നാണ് മാലിക് അയാസ് കരുതിയത്. എന്നാൽ സുൽത്താൻ സംശയാലുവായാണ് കാണപ്പെട്ടത്. തന്റെ ജീവിതത്തിലെ ഏറ്റവും വലിയ ദിവസം അടുത്തുവരുന്തോറും കരുത്തനായ മഹ്മൂദ് പോലും പരിഭ്രാന്തനാകാൻ തുടങ്ങിയിരുന്നു. അദ്ദേഹം എല്ലായിടത്തും ഭീഷണികൾ കാണാൻ തുടങ്ങിയിരുന്നു.

'മഹാരാജൻ,' മാലിക് അയാസ് ശാന്തമായും സൗമ്യമായും സംസാരിച്ചു, 'അബ്ബാസിദ് ദർബാറിൽ നിന്നുള്ള ഒരു അറബി അങ്ങയുടെ സ്ഥാനാരോഹണ സമയത്ത് ഇവിടെ സന്നിഹിതനാകുന്നത് തന്നെ ഒരു വലിയ കാര്യമാണ്. എന്നാൽ സുബൈർ ഉസ്മാൻ വാഗ്ദാനം ചെയ്യുന്നത്, ദിവസത്തിലെ അഞ്ചുനേരത്തെ പ്രാർത്ഥനകളും അദ്ദേഹം അങ്ങയുടെ നാമത്തിൽ നിർവ്വഹിക്കുമെന്നാണ്. അതും പുതുക്കിപ്പണിത ജമാ മസ്ജിദിൽ വെച്ച്. ഇത് അങ്ങ് പദവി ഏറ്റെടുക്കുന്നതിനുള്ള അറബികളുടെ ഒരു തുറന്ന പിന്തുണ പോലെയാണ്.'

സുബൈർ ഉസ്മാൻ എന്നത്, സെയ്ൻ ഹുസൈനെ മഹ്മൂദിന് പരിചയപ്പെടുത്താൻ ഉപയോഗിച്ച അനുയോജ്യമായ ഒരു സുന്നി മുസ്ലീം പേരായിരുന്നു. ഗസ്നിയിലെ സുൽത്താൻ ആ അറബിയെ കുറച്ചുനേരം കണ്ടിരുന്നു. ചടങ്ങിനിടെ അബ്ബാസിദുകളുടെ

ദർബാറിൽ നിന്നൊരാൾ ഉണ്ടാകുമെന്നറിഞ്ഞപ്പോൾ തുടക്കത്തിൽ അദ്ദേഹം അതീവ സന്തുഷ്ടനായിരുന്നു. അദ്ദേഹം ശ്രദ്ധാപൂർവ്വം സെയ്ഷിന്റെ കഴുത്തിൽ തൂങ്ങിക്കിടന്ന ആ പതക്കം പരിശോധിച്ചു. വൃത്താകൃതിയിലുള്ള ആ സ്വർണ്ണപ്പതക്കത്തിൽ അബ്ബാസിദ് ഖിലാഫത്തിന്റെ കറുത്ത രാജമുദ്ര പതിപ്പിച്ചിരുന്നു. അത് ധരിക്കുന്നയാൾ അബ്ബാസിദുകളുടെ ദർബാറിലെ ഒരു മുതിർന്ന ഉദ്യോഗസ്ഥനാണെന്നതിന്റെ വ്യക്തമായ തെളിവായിരുന്നു അത്. കടലിൽ വെച്ചുനടന്ന യുദ്ധത്തിൽ അറബി കപ്പലിന്റെ കപ്പിത്താനെ വധിക്കുമ്പോൾ വിജയൻ കൈക്കലാക്കിയ അതേ പതക്കമായിരുന്നു അത്.

എന്നാൽ ഏതാനും മണിക്കൂറുകൾ നീണ്ട ആലോചനകൾക്ക് ശേഷം, തന്റെ സ്വകാര്യ അറയിലിരുന്ന് മഹ്മൂദ് ആ തീരുമാനത്തെ പുനഃപരിശോധിക്കുകയായിരുന്നു. അയാൾക്ക് ഒരുറപ്പില്ലാത്തതുപോലെ തോന്നി.

'എന്റെ സുൽത്താൻ,' കൗസരി ജഹാൻ പറഞ്ഞു, 'സാധാരണഗതിയിൽ ഞാൻ ലാഹോറിലെ രാജാവിനോട് യോജിക്കാറില്ല. അങ്ങ് ഖലീഫയായി പ്രഖ്യാപിക്കപ്പെടുന്നതിലെ അപകടസാധ്യതകളെക്കുറിച്ച് എന്റെ കാഴ്ചപ്പാടുകൾ എന്താണെന്ന് അങ്ങേയ്ക്ക് അറിയാമല്ലോ. എന്നാൽ ഈ വിഷയത്തിൽ, ഞാൻ മാലിക് അയാസിനോടൊപ്പമാണ്. അബ്ബാസിദ് ദർബാറിൽ നിന്നൊരാളുടെ സാന്നിദ്ധ്യം, അങ്ങ് ഖലീഫയാകുന്നതിന് സാധാരണക്കാരുടെയും, അതിലുപരി പ്രഭുക്കന്മാരുടെയും കണ്ണിൽ കൂടുതൽ സ്വീകാര്യത നൽകുമെന്ന് ഞാൻ കരുതുന്നു. ഓർക്കുക, തുർക്കിക് പ്രഭുത്വത്തിലെ എല്ലാ അംഗങ്ങളും ഗോത്രത്തലവന്മാർ പോലും ഖലീഫയായ അങ്ങേക്ക് കൂറ് പ്രഖ്യാപിക്കണമെന്നാണ് നമ്മൾ ആഗ്രഹിക്കുന്നത്. അത് അങ്ങയുടെ പുതിയ പദവിയെ അരക്കിട്ടുറപ്പിക്കും. ഒരു അബ്ബാസിദ് പ്രതിനിധിയുടെ സാന്നിദ്ധ്യം അതിന് സഹായകമാവുകയേയുള്ളൂ.'

മാലിക് അയാസ് കൗസരിയെ നോക്കി. അവരുടെ കണ്ണുകൾക്ക് താഴെ കറുപ്പ് പടർന്ന് ക്ഷീണിതയായി കാണപ്പെട്ടു. ദിവസങ്ങളായി ഉറങ്ങിയിട്ടില്ലാത്തതുപോലെ. അതിന്റെ കാരണം അയാൾക്ക് ഊഹിക്കാമായിരുന്നു. 'അങ്ങയുടെ പിന്തുണയ്ക്ക് നന്ദി, മഹാറാണി.'

മഹ്മൂദ് ചിരിച്ചു. 'നിങ്ങൾ രണ്ടുപേരും ഒരു കാര്യത്തിൽ യോജിക്കുന്നത് കാണാൻ തന്നെ ഒരു കൗതുകം.'

'അയാസുമായി എനിക്ക് എന്ത് അഭിപ്രായവ്യത്യാസ-ങ്ങളുണ്ടെങ്കിലും,' കൗസരി ജഹാൻ പുഞ്ചിരിച്ചുകൊണ്ട് പറഞ്ഞു, 'ഞങ്ങൾ രണ്ടുപേരും ആഗ്രഹിക്കുന്നത് അങ്ങയുടെ നന്മയാണ്, ഭർത്താവേ. കാരണം, അങ്ങില്ലെങ്കിൽ ഞങ്ങളുമില്ലല്ലോ.'

മഹ്മൂദ് തലയാട്ടി. 'അത് ശരിയാണ്...'

മാലിക് അയാസ് പുഞ്ചിരിച്ചു.

'പക്ഷേ, പേർഷ്യൻ ബുയിദുകളുടെ പീഡനത്തിൽ നിന്ന് അബ്ബാസിദുകളെ മോചിപ്പിക്കാൻ സഹായിക്കണമെന്ന സുബൈറിന്റെ അഭ്യർത്ഥനയെക്കുറിച്ചെന്തു പറയുന്നു?' മഹ്മൂദ് ചോദിച്ചു. 'അതിനെപ്പറ്റി നിങ്ങൾ രണ്ടുപേരും എന്ത് കരുതുന്നു?'

'അതൊരു അവസരമാണെന്നാണ് ഞാൻ പറയുന്നത്, മഹാരാജൻ,' മാലിക് അയാസ് പറഞ്ഞു. 'അബ്ബാസിദ് ഖലീഫയുടെ, ഉടൻതന്നെ മുൻ ഖലീഫയാകാൻ പോകുന്ന ആളുടെ, ഒരു കത്ത് ആ അറബിയുടെ കയ്യിലുണ്ട്. പേർഷ്യൻ ബുയിദുകളെ പരാജയപ്പെടുത്താനും അവരുടെ പ്രദേശം ആക്രമിക്കാനും അങ്ങയെ ക്ഷണിച്ചുകൊണ്ടുള്ള കത്ത്. അവരുടെ നാടുകൾ ആക്രമിക്കാൻ ഇത് അങ്ങേക്ക് നിയമപരമായ ഒരു കാരണം നൽകുന്നു.'

അബ്ബാസിദുകളിൽ നിന്നുള്ളതെന്ന് കരുതുന്ന ആ കത്ത് ഒരു വ്യാജരേഖയാണെന്ന് ഉറപ്പായും മഹ്മൂദിന് അറിയില്ലായിരുന്നു.

'ആ ക്ഷണക്കത്ത് വെച്ച് എന്തുചെയ്യണമെന്ന് നമുക്ക് പിന്നീട് തീരുമാനിക്കാം, എന്റെ സുൽത്താൻ,' കൗസരി പറഞ്ഞു. 'ഞാനാണെങ്കിൽ ഇപ്പോൾ അറബികളെ ആക്രമിക്കില്ല. അവർക്ക് അവരുടെ പേർഷ്യൻ മേലാളന്മാരിൽ നിന്ന് മോചനം വേണം. അത് മനസ്സിലാക്കാവുന്നതേയുള്ളൂ. പക്ഷേ, അതുകൊണ്ട് നമുക്കെന്താണ് പ്രയോജനം? പേർഷ്യൻ ബുയിദുകൾ ശക്തരാണ്. നമ്മുടെ സ്വന്തം ഭരണകൂടത്തിൽ തന്നെ ധാരാളം പേർഷ്യക്കാരുണ്ട്, പ്രധാനമന്ത്രി ഖ്വാജ ഹസ്സൻ ഉൾപ്പെടെ. നമ്മൾ ബുയിദുകളെ ആക്രമിച്ചാൽ അവരുടെ കൂറ് നമുക്ക് ഒരിക്കലും പൂർണ്ണമായി വിശ്വസിക്കാൻ കഴിയില്ല. ഈ പേർഷ്യക്കാരെല്ലാം എപ്പോഴും ഒന്നിച്ചുനിൽക്കും.'

'മ്മ്,' മഹ്മൂദ് മൂളി. പേർഷ്യക്കാർക്കെതിരായ യുദ്ധത്തെ തന്റെ റാണി എതിർത്തപ്പോൾ മാലിക് അയാസിന്റെ മുഖത്ത് നിരാശ പടർന്നത് അയാളുടെ ശ്രദ്ധയിൽപ്പെടാതിരുന്നില്ല.

'അതിനെല്ലാമുള്ള സമയം വരും, എന്റെ ഭർത്താവേ,' കൗസരി ജഹാൻ തുടർന്നു. 'പക്ഷേ തൽക്കാലം, അങ്ങ് ഖലീഫയായി പ്രഖ്യാപിക്കപ്പെടുമ്പോൾ ജമാ മസ്ജിദിൽ വെച്ച് ആ അറബി അങ്ങയുടെ നാമത്തിൽ പ്രാർത്ഥനകൾ നടത്തുന്നത് അങ്ങേക്ക് ഗുണകരം മാത്രമായിരിക്കും.'

മഹ്മൂദ് ലാഹോറിലെ രാജാവിന്റെ നേരെ തിരിഞ്ഞു. 'അപ്പോൾ അയാസ്, എന്റെ ഭാര്യ നിങ്ങളുടെ ആശയവുമായി മുന്നോട്ട് പോകാൻ എന്നെ സമ്മതിപ്പിച്ചിരിക്കുന്നു. നിങ്ങൾ അവളോട് നന്ദിയുള്ളവനായിരിക്കുമെന്ന് ഞാൻ കരുതുന്നു.'

മാലിക് അയാസ് പൊട്ടിച്ചിരിക്കാൻ തുടങ്ങി. ഒരു കാമദേവന്റെ അലസമായ അഹങ്കാരം അയാളുടെ മുഖത്തുണ്ടായിരുന്നു. 'രാജ്ഞിയും ഞാനും തമ്മിൽ വഴക്കിടാൻ മറ്റ് കാരണങ്ങൾ ഉടൻ തന്നെ കണ്ടെത്തുമെന്ന് എനിക്കുറപ്പുണ്ട്. പക്ഷെ തൽക്കാലം, ഞങ്ങൾ രണ്ടുപേരും അങ്ങയെ ഖലീഫയായി അഭിഷേകം ചെയ്യുന്നതിൽ പ്രതിജ്ഞാബദ്ധരാണ്, എന്റെ സുൽത്താൻ.'

മഹ്മൂദ് ചിരിച്ചുകൊണ്ട് മാലിക് അയാസിന്റെ പുറത്ത് ശക്തിയായി തട്ടി. ആ അടിയിൽ മെലിഞ്ഞ അയാസിന് ഒരു നിമിഷത്തേക്ക് നിലതെറ്റി. അതുകണ്ട് മഹ്മൂദ് കൂടുതൽ ഉച്ചത്തിൽ ചിരിച്ചു. കൗസരിയും ആ ചിരിയിൽ പങ്കുചേർന്നു. ലാഹോറിലെ രാജാവും സൗഹൃദപരമായി ചിരിക്കുന്നതിന് മുൻപ്, കഷ്ടിച്ച് മറച്ചുവെച്ച ദേഷ്യത്തോടെ കൗസരിയെ തുറിച്ചുനോക്കുന്നത് മഹ്മൂദ് കണ്ടിരുന്നു.

'ഹാവൂ! വരാൻ നേരം വെളുത്തോ?' ജുൻദീൻ-ഉൽ-ദിൻ കാവൽക്കാരനായ ഫായിസ് ചീറ്റി. 'ഉച്ച മുതൽ ഞങ്ങൾ നിങ്ങളെയും കാത്തിരിക്കുകയായിരുന്നു!'

രാത്രി ഏറെ വൈകിയിരുന്നു. വേശ്യാലയം നിന്നിരുന്ന ആ വിജനമായ തെരുവ് പൂർണ്ണമായും ഉറക്കത്തിലാണ്ടിരുന്നു.

അവിടെ നിലയുറപ്പിച്ചിരുന്ന കാവൽക്കാരുടെ സ്ഥാനമേറ്റെടുക്കാൻ വന്ന പുതിയ കാവൽക്കാർ മറുപടി പറയാൻ പോലും കൂട്ടാക്കിയില്ല. അവരിലൊരാൾ അലസമായി കൈ നീട്ടി. ഫായിസ് തന്റെ സഹപ്രവർത്തകരെ നോക്കി എന്തോ പിറുപിറുത്തുകൊണ്ട് ഒപ്പിട്ട അധികാരപത്രം കൈമാറി. പകരക്കാരനായ കാവൽക്കാരൻ ആ രേഖ പരിശോധിച്ചു. എല്ലാം കൃത്യമായി തോന്നി. ഈ വേശ്യാലയത്തിലേക്ക് കടക്കാനോ പുറത്തുപോകാനോ ആഗ്രഹിക്കുന്ന ആരെയും പരിശോധിക്കാൻ അവർക്ക് ഈ അധികാരപത്രം ഉപയോഗിക്കാം.

ഫായിസും സഹപ്രവർത്തകരും ഉടൻ തന്നെ അവിടെ നിന്ന് തിരിച്ചുനടന്നു. വീട്ടിലെത്താനുള്ള തിടുക്കത്തിലായിരുന്നു അവർ. ഇതിനകം തന്നെ വൈകിയിരുന്നു.

ആ തെരുവിൽ നിന്ന് മാറിയുള്ള ഒരു ചെറിയ ഇടവഴിയിലേക്ക് തിരിഞ്ഞപ്പോൾ, ആഫ്രിക്കൻ വംശജനായ ഒരു ഭീമാകാരൻ അവരെ തടഞ്ഞു. കുറഞ്ഞത് ആറടി മൂന്നിഞ്ച് ഉയരം കാണും. അയാളുടെ ജുൻദീൻ-ഉൽ-ദിൻ കുപ്പായത്തിൽ പൊട്ടിത്തെറിക്കുമെന്ന മട്ടിൽ തുടിക്കുന്ന പേശികൾ നിറഞ്ഞുനിന്നിരുന്നു. യൂണിഫോമിലെ അടയാളങ്ങൾ അയാൾ ഒരു മേധാവിയാണെന്ന് വ്യക്തമായി കാണിച്ചു.

ഒരു ജുൻദീൻ-ഉൽ-ദിൻ മേധാവി ഇത്രയും രാത്രി വൈകി ഈ വിജനമായ ഇടവഴിയിൽ തനിച്ച് എന്തുചെയ്യുന്നു എന്ന സ്വാഭാവികമായ ചോദ്യം ചോദിക്കാനാവാത്ത വിധം അച്ചടക്കമുള്ള ഒരു സൈനികനായിരുന്നതുകൊണ്ട് ഫായിസ് സല്യൂട്ട് ചെയ്തു.

എന്നാൽ ആ ചോദ്യം മനസ്സിൽ ഉയരാൻ കൂടുതൽ സമയം കിട്ടിയില്ല. നിഴലുകളിൽ നിന്ന് ഭാരമേറിയ ഗദകളുമായി അഞ്ച് സൈനികർ ഉയർന്നുവന്നു. ഫായിസിനും സഹപ്രവർത്തകർക്കും പിന്നിൽ നിന്ന് തലയ്ക്ക് തന്നെ അതിശക്തമായ അടികിട്ടി. അവരുടെ തലയോട്ടികൾ ചിതറിത്തെറിച്ചു, തലച്ചോറിന്റെ കഷണങ്ങൾ പിങ്ക് കലർന്ന ചാരനിറത്തിലുള്ള കുഴമ്പുപോലെ പുറത്തേക്ക് ഒലിച്ചിറങ്ങി.

എല്ലാവരും മരിച്ചു. കുറഞ്ഞ രക്തച്ചൊരിച്ചിൽ. ഏതാണ്ട് ശബ്ദമേയില്ല.

'കൊള്ളാം, നന്നായി ചെയ്തു,' ആ ഭീമാകാരനായ ആഫ്രിക്കൻ വംശജനായ മേധാവി തന്റെ ആളുകളോട് മന്ത്രിച്ചു. തനിക്ക് തീരെ പാകമല്ലാത്ത, ഇറുകിപ്പിടിച്ച സൈനിക കുപ്പായം അയാൾ ഒന്നുകൂടി ശരിയാക്കി.

'നന്ദി, ക്യാപ്റ്റൻ ഹക്കീം.'

നരസിംഹനും സംഘവും ഒളിച്ചിരുന്ന വേശ്യാലയമെന്ന സുരക്ഷിത താവളത്തിന്റെ വാതിൽക്കലേക്ക് ഹക്കീം ഇടവഴിയുടെ മൂലയിൽ നിന്ന് എത്തിനോക്കി.

അസ്വാഭാവികമായി ഒന്നുമുണ്ടായിരുന്നില്ല. ശബ്ദങ്ങളില്ല. മോഷ്ടിച്ച ജുൻദീൻ-ഉൽ-ദിൻ യൂണിഫോം ധരിച്ച രാജ്ഞിയുടെ കാവൽക്കാരല്ലാതെ മറ്റാരും അവിടെയില്ലായിരുന്നു. ഇപ്പോൾ ആ സുരക്ഷിത താവളത്തിലേക്കുള്ള ഏക പ്രവേശന മാർഗ്ഗവും പുറത്തേക്കുള്ള വഴിയും അവർ നിയന്ത്രിച്ചിരുന്നു. ഒപ്പിട്ട അധികാരപത്രം രാജ്ഞിയുടെ കാവൽക്കാരുടെ കൈവശമായതിനാൽ, ഒരു ജുൻദീനും സുരക്ഷിത താവളത്തിലേക്ക് വരാൻ പുതിയ ഉത്തരവുകൾ ലഭിക്കില്ല. അതിനാൽ ഹക്കീമിന്റെ സൈനികർ തന്നെയായിരിക്കും പകരക്കാരായ കാവൽക്കാരായും ഊഴമനുസരിച്ച് വരുന്നത്. സമാനമായ തന്ത്രങ്ങൾ ഉപയോഗിച്ച്, അടിമ ക്യാമ്പിലെ പല ജുൻദീൻ സൈനികരെയും അവർ നേരത്തെ മാറ്റിയിരുന്നു. മതകാര്യ പോലീസിന്റെ നേതൃ സംവിധാനങ്ങൾ സൈന്യത്തിന്റെയോ രാജകീയ അംഗരക്ഷകരുടേതിന്റെയോ അത്ര മികച്ചതായിരുന്നില്ല.

ഹക്കീം വീണ്ടും തലയാട്ടി. 'കൊള്ളാം, നന്നായി ചെയ്തു.'

അയാൾ തന്റെ ആളുകളുടെ നേരെ തിരിഞ്ഞു മന്ത്രിച്ചു, 'ഇവരുടെ യൂണിഫോമുകൾ ഊരിയെടുക്കുക. മൃതദേഹങ്ങൾ ഉൾമതിലിന്റെ അരികിലുള്ള നഗരത്തിലെ ചൂളയിലേക്ക് വലിച്ചെറിയുക.'

അയാളുടെ സൈനികർ അത് അനുസരിച്ചപ്പോൾ, ഹക്കീം കൊട്ടാരത്തിലേക്ക് തിരികെ നടന്നു. തന്റെ യജമാനത്തിയായ കൗസരി ജഹാൻ രാജ്ഞിയെ ദൗത്യത്തിന്റെ വാർത്ത ഉടൻ അറിയിക്കാൻ.

'എല്ലാം ശരിയല്ലേ?' മാലിക് അയാസ് ചോദിച്ചു.

'അതെ, പ്രഭോ,' താലിബ് മന്ത്രിച്ചു.

ഗവർണ്ണർ-മുഫ്തി ഇസ്മായിലിനെ വീട്ടുതടങ്കലിലാക്കിയ മാളികയ്ക്കുള്ളിൽ ഇസ്മായിലിന്റെ സ്വകാര്യ ജീവനക്കാരിൽ ആരെയും പ്രവേശിപ്പിക്കരുതെന്ന സുൽത്താന്റെ കൽപ്പന കർശനമായി പാലിച്ചുകൊണ്ട്, താലിബും അയാസും അയാളുടെ മാളികയുടെ പുറംപണിപ്പുരയിലായിരുന്നു.

'എല്ലാം എത്തിച്ചോ?'

'ഉവ്വ്, പ്രഭോ.'

'അസ്വാഭാവികമായി എന്തെങ്കിലും?'

'ഇല്ല, മഹാനായ രാജാവേ,' താലിബ് പറഞ്ഞു. 'നസ്റുള്ളയും സംഘവും തങ്ങളുടെ ഒഴിവുസമയങ്ങളിൽ പരിശീലനം നടത്തിക്കൊണ്ട് സ്ഥിരതയോടെ നിലകൊള്ളുന്നു. ജുൻദീൻ-ഉൽ-ദിൻ കാവൽക്കാർ കൃത്യമായി ഊഴമനുസരിച്ച് മാറുന്നുണ്ട്. അവർ എപ്പോഴും ജാഗരൂകരാണ്.'

'നല്ലത്.'

'ഞാൻ സുബൈറിന് വേണ്ടി എന്തെങ്കിലും കൊണ്ടുവരേണ്ടതുണ്ടോ?' അറബിയായ സെയ്നിന്റെ മാറ്റപ്പേര് ഉപയോഗിച്ച് താലിബ് ചോദിച്ചു.

മഹ്മൂദിന്റെ നിർദ്ദേശപ്രകാരം സെയ്ൻ മാലിക് അയാസിന്റെ മാളികയിലായിരുന്നു താമസിച്ചിരുന്നത്.

'വേണ്ട,' മാലിക് അയാസ് മറുപടി നൽകി. 'ഇവിടെയെല്ലാം നിയന്ത്രണത്തിലാണ്.'

താലിബ് തലയാട്ടി പോകാനായി എഴുന്നേറ്റു.

'കൂടാതെ...' അയാസ് അലസമായി കൈ ഉയർത്തിക്കൊണ്ട് പറഞ്ഞു.

'അരുളിയാലും, പ്രഭോ?'

'നാളെ കഴിഞ്ഞ് രാവിലെ വരെ വീട്ടിൽ തന്നെ കഴിയുക,' മാലിക് അയാസ് പറഞ്ഞു. 'എല്ലാം കഴിയുന്നതുവരെ. ആരെയും കാണരുത്. ആരോടും സംസാരിക്കരുത്.'

താലിബ് ഒരു ബുദ്ധിമാനായിരുന്നു. അയാൾക്ക് കാര്യങ്ങൾ മനസ്സിലായി. എല്ലാം നടക്കുക അടുത്ത രാത്രിയിലായിരിക്കും.

അതുതന്നെയാണ് അതിന്റെ യുക്തിയും. അടുത്ത ദിവസം മഹ്മൂദ് ഖലീഫയായി അഭിഷേകം ചെയ്യപ്പെടും. വൈകുന്നേരത്തോടെ നഗരം മുഴുവൻ ആഘോഷത്തിമിർപ്പിലായിരിക്കും. കൂട്ടത്തിൽ ഏറ്റവും കൂടുതൽ ആഘോഷിക്കാൻ പോകുന്നത് സുൽത്താൻ തന്നെയായിരിക്കും. സുരക്ഷാ ക്രമീകരണങ്ങളിൽ വലിയ അയവുണ്ടാകും.

'പ്രഭോ, നാളെ അമാവാസിയുടെ തലേദിവസം കൂടിയാണ്,' താലിബ് പറഞ്ഞു. 'നല്ല ഇരുട്ടുള്ള രാത്രിയായിരിക്കും. സമയം ഇതിലും അനുയോജ്യമാകാനില്ല.'

മാലിക് അയാസ് പുഞ്ചിരിച്ചു. 'സൂക്ഷിക്കണം, താലിബ്.'

പരീക്ഷണം തുടങ്ങിക്കഴിഞ്ഞിരുന്നു. താലിബ് അതിൽ വിജയിക്കുമോ, അതോ ഒരു കെണിയിലേക്ക് നടന്നു കയറുമോ എന്ന് അടുത്ത ദിവസം ഉച്ചയോടെ അറിയാം. *നമുക്ക് നോക്കാം.*

അടുത്ത ദിവസം ഉച്ച കഴിഞ്ഞ് ഏറെ വൈകിയിരുന്നു.

മാലിക് അയാസിനൊപ്പം മാളികയിലേക്ക് ഇരച്ചുകയറുമ്പോൾ ഇസ്മായിൽ അലറി, 'നമ്മൾ തീർന്നു!' ആ ഗവർണ്ണർ-മുഫ്തി കോപം കൊണ്ട് ജ്വലിക്കുകയായിരുന്നു. കൂട്ടിലകപ്പെട്ട മൃഗത്തെപ്പോലെ പരിഭ്രാന്തനായി കാണപ്പെട്ടു.

മഹ്മൂദിന്റെ ഖലീഫയായുള്ള സ്ഥാനാരോഹണം ഒരു കുഴപ്പവുമില്ലാതെ നടന്നിരുന്നു. ഇസ്മായിൽ ചെയ്യേണ്ടിയിരുന്നതു-പോലെ, ജമാ മസ്ജിദ് ചത്വരത്തിൽ വെച്ച് തന്റെ ഫത്വ പ്രഖ്യാപിച്ചു. അറബിയല്ലാത്തവർക്കും ഖലീഫയാകാം എന്ന് അയാൾ പരസ്യമായി അഭിപ്രായപ്പെട്ടു. അതിനുശേഷം മറ്റ് ചടങ്ങുകളെല്ലാം അവിടെയുണ്ടായിരുന്ന പുരോഹിതന്മാരും ഗോത്രത്തലവന്മാരും ചേർന്ന് നടത്തി. അബ്ബാസിദ് ദർബാറിൽ നിന്നുള്ള അറബി, സുൽത്താന്റെ നാമത്തിൽ പ്രാർത്ഥനകൾ ചൊല്ലിയത് ജനങ്ങളിൽ വലിയ മതിപ്പുളവാക്കി. മഹ്മൂദ് അതിയായ സന്തോഷത്തിലായിരുന്നു. അയാളുടെ കൊട്ടാരത്തിൽ ആഘോഷങ്ങൾ തുടങ്ങിക്കഴിഞ്ഞിരുന്നു.

മാലിക് അയാസ് ഒട്ടും പ്രതികരിച്ചില്ല. അയാൾ തന്റെ വേലക്കാരെ രൂക്ഷമായി നോക്കി. അവർ തിടുക്കത്തിൽ മാളികയുടെ ഉൾമുറികളിലേക്ക് ഓടിമറഞ്ഞു. അയാസ് ശാന്തനായി ഇസ്മായിലിനെ തന്റെ സ്വകാര്യ അറയിലേക്ക് നയിച്ചു.

അതിനുശേഷം മാത്രമാണ് അയാൾ സംസാരിച്ചത്. 'വാപ്പ വികാരങ്ങളെ നിയന്ത്രിക്കാൻ പഠിക്കണം. ഞാൻ അങ്ങയോട് എത്രയോ തവണ പറഞ്ഞിട്ടുണ്ട്, ചുവരുകൾക്ക് പോലും കാതുണ്ട്.'

എന്നാൽ ഇസ്മായിൽ ഒരു ന്യായവും കേൾക്കാവുന്ന അവസ്ഥയിലായിരുന്നില്ല. 'നീ താലിബിന് കൃത്യമായ നിർദ്ദേശങ്ങൾ നൽകിയിരുന്നോ? ഇന്ത്യക്കാർക്കോ? നീ എല്ലാ കാര്യങ്ങളും ശരിയായി നോക്കിയോ എന്നെനിക്ക് സംശയമുണ്ട്. ഞാൻ പ്രത്യേകം പറഞ്ഞിരുന്നതാണ്...'

'ഞാൻ എല്ലാ നിർദ്ദേശങ്ങളും കൃത്യമായി നൽകിയിരുന്നു, വാപ്പാ,' ഇസ്മായിലിനെ തടസ്സപ്പെടുത്തിക്കൊണ്ട് അയാസ് ദൃഢമായി പറഞ്ഞു. 'ദേഷ്യത്തിൽ പിന്നീട് ഖേദിക്കേണ്ടി വരുന്ന കാര്യങ്ങൾ പറയുകയോ ചെയ്യുകയോ അരുത്. അങ്ങേയ്ക്ക് അങ്ങനെയൊരു സ്വഭാവമുണ്ട്.'

അയാസിന്റെ ശബ്ദത്തിലെ എന്തോ ഒന്ന് ഇസ്മായിലിനെ പിന്നോട്ട് വലിപ്പിച്ചു. അയാൾ ദീർഘമായി ശ്വാസമെടുക്കാൻ തുടങ്ങി. ഭയം അപ്പോഴും അയാളുടെ ഹൃദയത്തിൽ ശക്തമായി തങ്ങിനിന്നിരുന്നു.

'ക്ഷമിക്കണം, മകനേ. പക്ഷേ... പക്ഷേ നീ എന്നോട് പറഞ്ഞത് വധം ഇന്ന് ഉച്ചയ്ക്ക് പള്ളിക്ക് പുറത്തുവെച്ച് നടക്കുമെന്നല്ലേ... അയാളുടെ സുരക്ഷ ഏറ്റവും ദുർബലമായിരിക്കുന്ന സമയം... മഹ്മൂദ് ഇപ്പോൾ കൊട്ടാരത്തിൽ തിരിച്ചെത്തി... അയാൾ ഇപ്പോൾ ഖലീഫയാണ്... എന്ത്... എന്താണ് സംഭവിച്ചത്?'

'എനിക്കറിയില്ല. എനിക്കത് കണ്ടെത്തണം.'

'എനിക്കുറപ്പാണ്, അത് ആ താലിബിന്റെ തെറ്റാണ്! അവനൊരു വിഡ്ഢിയാണ്! ആ മണ്ടനെ ഒരിക്കലും വിശ്വസിക്കാൻ കൊള്ളില്ല!'

അയാസ് ദീർഘമായി ശ്വാസമെടുത്ത് വിട്ടു. കാരണം അയാൾക്കിപ്പോൾ ഉറപ്പായിരുന്നു. താലിബിനെ വിശ്വസിക്കാമെന്ന്.

കാരണം, ആ വിവരം അയാൾ കൈമാറിയിരുന്നില്ല. ‘അച്ഛാ, പതിറ്റാണ്ടുകളായി താലിബ് നിങ്ങളോട് വിശ്വസ്തത പുലർത്തുന്നവനാണ്.’

‘അവനൊരു വിഡ്ഢിയാണ്! ഞാൻ നിന്നോട് പറയുകയല്ലേ, അവനൊരു വിഡ്ഢിയാണ്!’

‘ജീവിതത്തിൽ ഉയർച്ച താഴ്ചകളുണ്ടാകും. അങ്ങ് ദീർഘമായി ശ്വസിക്കാനും ശാന്തനായിരിക്കാനും പ്രതിസന്ധികളെ സമചിത്തതയോടെ നേരിടാനും ശരിയായ സമയത്ത് തിരിച്ചടിക്കാനും പഠിക്കണം.’ മാലിക് അയാസ് തന്റെ പ്രിയപ്പെട്ട അമ്മ ഒരിക്കൽ പറഞ്ഞുകൊടുത്ത വാക്കുകൾ ഉദ്ധരിക്കുകയായിരുന്നു.

‘എനിക്കിപ്പോൾ സ്വയം-സഹായ പാഠങ്ങളൊന്നും ആവശ്യമില്ല, അയാസ്!’

‘ശാന്തനാകൂ, അച്ഛാ. എന്തുപറ്റിയെന്ന് ഞാൻ അന്വേഷിക്കട്ടെ.’

‘ഞാൻ മരിച്ചു... ഞാൻ നിന്നോട് പറയുകയാണ്... എന്റെ കഥ കഴിഞ്ഞു...’

‘വാപ്പയെ ആരും ഒന്നും ചെയ്യില്ല. ഞാൻ നിങ്ങളുടെ മുന്നിൽ നിൽക്കുന്നിടത്തോളം കാലം.’

‘എന്റെ കാര്യംകഴിഞ്ഞു...’

മാലിക് അയാസ് പോകാനായി തിരിഞ്ഞു.

‘നീ എവിടെപ്പോകുന്നു?’ ഇസ്മായിൽ പരിഭ്രാന്തനായി അലറി.

‘എനിക്ക് കൊട്ടാരത്തിൽ പോകണം, വാപ്പാ. സുൽത്താൻ എന്നെ അവിടെ പ്രതീക്ഷിച്ചിരിപ്പുണ്ടാകും.’

‘അതിനുമുൻപ് സുരക്ഷിത താവളത്തിലേക്ക് പോകൂ. ആ ഭീരുക്കളായ ഇന്ത്യക്കാരെവിടെയെന്ന് കണ്ടുപിടിക്ക്! ആ ഹിന്ദു ഷണ്ഡന്മാരെ വിശ്വസിക്കാൻ കൊള്ളില്ല! ജന്മനാ ഭീരുക്കളാണവർ. എന്തെങ്കിലും രഹസ്യം പുറത്തുവിടുന്നതിന് മുൻപ് അവരെ കൊന്നുകളയണം.’

‘എനിക്കിനി ആ സുരക്ഷിത താവളത്തിലേക്ക് പോകാൻ കഴിയില്ല. അങ്ങേയ്ക്കത് അറിയാമല്ലോ. ആരെങ്കിലും എന്നെ ചാരപ്രവൃത്തിയിലൂടെ പിടികൂടി ഞാനും കുഴപ്പത്തിലാകണമെന്ന് നിങ്ങൾ ആഗ്രഹിക്കുന്നുണ്ടോ?’

'ഇല്ല, ഇല്ല... തീർച്ചയായും ഇല്ല... എനിക്ക് വിശ്വസിക്കാൻ നീയൊരാൾ മാത്രമേയുള്ളൂ.'

'പക്ഷേ കൊട്ടാരത്തിലേക്ക് പോകുന്നതിന് മുൻപ് ഞാൻ താലിബിനെ കാണുന്നുണ്ട്.'

'അവനെ കൊല്ലൂ! ആ വിഡ്ഢിയെ കൊല്ലൂ! എല്ലാം അവന്റെ തെറ്റാണ്!'

മാലിക് അയാസ് തലയാട്ടി. താലിബിനെ എന്തുചെയ്യണമെന്ന് അയാൾക്ക് അറിയാമായിരുന്നു.

'എന്നെ ഗസ്നിയിൽ നിന്ന് പുറത്തെത്തിക്കൂ, എന്റെ മകനേ,' മകന്റെ കൈകളിൽ മുറുകെ പിടിച്ചുകൊണ്ട് ഇസ്മായിൽ യാചിച്ചു. 'ദയവായി... നാളെ സൂര്യനുദിക്കുന്നതിന് മുൻപ്... അല്ലെങ്കിൽ ഞാൻ മരിക്കും... ഞാൻ മരിച്ചുകഴിഞ്ഞു... മഹ്മൂദ് ഇപ്പോൾ ഖലീഫയാണ്. രാഷ്ട്രത്തിന്റെയും മതത്തിന്റെയും തലവൻ അവനാണ്. ഇപ്പോൾ ഇസ്‌ലാം ലോകത്ത് അവനെക്കാൾ ശക്തനായി മറ്റാരുമില്ല. അവനിനി ഒരു പ്രധാന മുഫ്തിയുടെ ആവശ്യമില്ല. ഞാൻ മരിച്ചു... ഞാൻ മരിച്ചു...'

'അങ്ങ് ഇതുവരെ മരിച്ചിട്ടില്ല. ശാന്തനായിരിക്കൂ. ഞാൻ ഉടൻ മടങ്ങിവരാം.'

'എന്നെ ഗസ്നിയിൽ നിന്ന് പുറത്തെത്തിക്കൂ, എന്റെ മകനേ. ദയവായി... ഞാൻ നിന്നോട് യാചിക്കുകയാണ്.'

'വാപ്പാ...'

'ദയവായി! എന്നെ ഇവിടെ നിന്ന് പുറത്തെത്തിക്ക്, ദയവായി...'

ഒടുവിൽ മാലിക് അയാസ് വഴങ്ങുന്നതായി തോന്നി. 'ഇരുട്ടും സുരക്ഷിതവുമാകുമ്പോൾ അങ്ങയെ നഗരത്തിന് പുറത്തേക്ക് കടത്താൻ കുറച്ച് സൈനികരെ ഏർപ്പാടാക്കാം. നമുക്ക് പുറത്തൊരു രഹസ്യ സങ്കേതത്തിൽ വെച്ച് കാണാം.'

ഇസ്മായിൽ ആശ്വാസത്തോടെ ചാടിയെഴുന്നേറ്റു. 'നന്ദി! ഒരുപാട് നന്ദി, എന്റെ മകനേ!'

മാലിക് അയാസ് പോകാനായി തിരിഞ്ഞു. 'ഇനി ഇവിടെത്തന്നെ നിൽക്കൂ. ഞാൻ എന്റെ മോതിരവുമായി ഒരാളെ അയക്കാം. അയാൾ അങ്ങയെ നഗരത്തിന് പുറത്തെത്തിക്കും.'

'യസാദെയെയും,' ഇസ്മായിൽ വിലപേശൽ തുടങ്ങി. തന്റെ കാഴ്ചപ്പാടിൽ അടിയന്തരമായ അപകടം നിയന്ത്രണത്തിലായല്ലോ.

മാലിക് അയാസ് നാടകീയമായി നെടുവീർപ്പിട്ടു. പക്ഷേ ഇത് സംഭവിക്കുമെന്ന് അയാൾക്കറിയാമായിരുന്നു. അയാൾക്ക് തന്റെ പിതാവിനെ അറിയാം. അതുകൊണ്ടാണ് അമാലിനെയും യസാദെയെയും മാളികയിലേക്ക് കൊണ്ടുവന്നത്. മാത്രമല്ല, അവരുടെ സ്വാർത്ഥ താല്പര്യങ്ങൾ തന്റേതുമായി ചേർന്നുപോകുന്നതായിരുന്നു. കാരണം, ഗസ്നിയിൽ കുടുംബമുള്ള ആരെയും പോലെയായിരുന്നില്ല അവർ. സുൽത്താനോട് കൂറുള്ള ആർക്കും അവരെ സ്വാധീനിക്കാൻ കഴിയില്ലെന്ന് മാലിക് അയാസിന് അറിയാമായിരുന്നു. താൻ ആഗ്രഹിക്കുന്നിടത്ത് അവർ തന്റെ അച്ഛനെ എത്തിക്കുകയും ചെയ്യും.

'യസാദെയെ മാത്രമല്ല, അമാലിനെയും കൊണ്ടുപോകാം. പക്ഷേ അങ്ങയെ ഗസ്നിയിൽ നിന്ന് കൊണ്ടുപോകാനുള്ള ആൾക്കാരെ ഞാൻ അയക്കുന്നത് വരെ ഇവിടെത്തന്നെ നിൽക്കണം.'

'ശരി. പക്ഷേ ഞാനിവിടെ തനിച്ചായിരിക്കും. ഇനി ആരെങ്കിലും...'

'ഞാൻ എന്റെ കാവൽക്കാരെ വാതിൽക്കൽ നിർത്തിയിട്ടാണ് പോകുന്നത്,' അച്ഛനെ തടസ്സപ്പെടുത്തിക്കൊണ്ട് മാലിക് അയാസ് പറഞ്ഞു. 'ഈ അറയിൽ നിന്ന് പുറത്തിറങ്ങരുത്. ഇവിടെ സുരക്ഷിതനായിരിക്കുക. എന്റെ ദൂതൻ വരുന്നതുവരെ സുരക്ഷിതനായിരിക്കുക.'

'അവനെ വേഗം അയക്കണം...'

'അയക്കാം. പക്ഷേ രാത്രിയാകുന്നതിന് മുൻപ് അത് നടക്കില്ല. എന്നെ ഇപ്പോൾ പോകാൻ അനുവദിക്കൂ.'

'എല്ലാം തയ്യാറാണോ, പ്രഭോ?'

ഈ കൂടിക്കാഴ്ചയിലേക്ക് തന്നെ വിളിച്ചതിൽ താലിബിന് അത്ഭുതം തോന്നി. മഹ്മൂദിനെ ഖലീഫയായി അഭിഷേകം ചെയ്തിട്ട് ഏതാനും മണിക്കൂറുകളേ ആയിരുന്നുള്ളൂ. സൂര്യൻ അസ്തമിച്ചിരുന്നില്ല. വധം രാത്രി വൈകി കൊട്ടാരത്തിൽ വെച്ചായിരിക്കും നടക്കുക എന്നായിരുന്നു താലിബിന്റെ ധാരണ.

'എല്ലാം തയ്യാറാണ്, താലിബ്,' തന്റെ സുഖപ്രദമായ ചാരുകസേരയിൽ വിശ്രമിച്ചുകൊണ്ട് മാലിക് അയാസ് മറുപടി നൽകി. 'ഇനി ഏതാനും മണിക്കൂറുകൾ മാത്രം.'

അപ്പോഴും നിന്നുകൊണ്ട് താലിബ് ചുറ്റും നോക്കി. പുറംമതിലിനോട് ചേർന്നുള്ള ആ വിശ്രമകേന്ദ്രം ചെറുതും അപ്രധാനവുമായിരുന്നു. ഒരു രഹസ്യ കൂടിക്കാഴ്ചയ്ക്ക് പറ്റിയ സ്ഥലം. ഈ വീട് മാലിക് അയാസിന്റെ രഹസ്യ ഉടമസ്ഥതയിലുള്ളതാണെന്ന് അയാൾക്കറിയില്ലായിരുന്നു. 'എന്തിനാണ് പ്രഭോ എന്നെ ഇവിടേക്ക് വിളിപ്പിച്ചത്? ഞാൻ എന്തെങ്കിലും ചെയ്യേണ്ടതുണ്ടോ?'

മാലിക് അയാസിന്റെ വാക്കുകൾ മൃദുവും ശാന്തവുമായിരുന്നു. 'നീ ഈ നഗരം വിട്ടുപോകണം.'

താലിബ് നെറ്റിചുളിച്ചു. അയാൾ എന്തോ ചോദിക്കാൻ തുടങ്ങിയെങ്കിലും മടിച്ചുനിന്നു.

'നീ ഒരു ബുദ്ധിമാനാണ്, താലിബ്. നല്ലതേതെന്ന് നിനക്കറിയാമല്ലോ.'

'അതെ... അതെ, പ്രഭോ.' താലിബ് അപ്പോഴും അതിന്റെ പ്രത്യാഘാതങ്ങളെക്കുറിച്ച് ചിന്തിക്കുകയായിരുന്നു. മഹ്മൂദ് വധിക്കപ്പെട്ടുമെന്ന് അയാൾക്ക് ഉറപ്പായിരുന്നു. അല്ലെങ്കിൽ, മാലിക് അയാസും, അതിനുമുൻപ് ഇസ്മായിലും നഗരം വിട്ട് ഓടിപ്പോകുമായിരുന്നു. മഹ്മൂദ് കൊല്ലപ്പെട്ടുമ്പോൾ, തനിക്ക് തീർച്ചയായും ഒരു പങ്കുണ്ടാകും. താൻ ഉപയോഗപ്രദമാകും. ഒരുപക്ഷേ...

മാലിക് അയാസ് പെട്ടെന്ന് എഴുന്നേറ്റ് താലിബിന് ഒരു സഞ്ചി കൈമാറി. ആ സഞ്ചി തുറക്കണമോ വേണ്ടയോ എന്നറിയാതെ ആ വേലക്കാരൻ അറച്ചുനിന്നു.

'എന്താണെന്ന് നോക്കൂ.' മാലിക് അയാസിന്റെ ശബ്ദം ദയവുള്ളതായിരുന്നു.

രാജാവിന്റെ ശബ്ദത്തിലെ ആ മാർദ്ദവം താലിബിന് കൗതുകമുണർത്തി. അയാൾ സഞ്ചി തുറന്നു, അതിനുള്ളിൽ ഒരു ഹുണ്ടി കണ്ടു. പണത്തിനുവേണ്ടിയുള്ള ഒരു വാഗ്ദാന പത്രം. അതിൽ എഴുതിയിരുന്ന സംഖ്യ അയാളെ സ്തബ്ധനാക്കി. അയാളുടെ ഭ്രാന്തമായ സ്വപ്നങ്ങളിൽ പോലും കാണാത്തത്ര സ്വർണ്ണമായിരുന്നു അത്.

താലിബിന്റെ വായ ഞെട്ടലിൽ തുറന്നുപോയി. 'പ്രഭോ?'

'എന്റെ ആളുകൾ പുറത്ത് കാത്തുനിൽക്കുന്നുണ്ട്,' മാലിക് അയാസ് പറഞ്ഞു. 'നിങ്ങൾ ഉടൻ പോകണം. ഒരു ദിവസത്തേക്ക് അവർ നിങ്ങളെ അനുഗമിക്കും. അതിനുശേഷം, നിങ്ങൾ ലാഹോറിലേക്ക് പോകണം. ആ ഹുണ്ടി അവിടെ പണമാക്കി മാറ്റാം. എന്നിട്ട് നിങ്ങൾ അപ്രത്യക്ഷനാകണം. പേരും രൂപവും മാറ്റുക. ഞാൻ നിങ്ങളെ പിന്നീട് ഒരിക്കലും കാണുകയോ നിങ്ങളെപ്പറ്റി കേൾക്കുകയോ ചെയ്യരുത്.'

ഈ ഔദാര്യം താലിബിന് മനസ്സിലാക്കാൻ കഴിഞ്ഞില്ല. ഇത് താൻ സങ്കൽപ്പിച്ചതിലും എത്രയോ വലിയ ഒരനുഗ്രഹമായിരുന്നു. *പക്ഷേ, ഒന്നൊഴികെ... അവളില്ലാതെ ജീവിക്കാൻ കഴിയുമോ...? പക്ഷേ തനിക്കൊരു തിരഞ്ഞെടുപ്പിന് അവകാശമുണ്ടോ?*

താലിബിന്റെ മനസ്സിലൂടെ നിശ്ശബ്ദമായി കടന്നുപോയ ചോദ്യങ്ങൾക്ക് മാലിക് അയാസ് മറുപടി നൽകി. ലാഹോറിലെ രാജാവിന്റെ ശബ്ദം ആർദ്രമായിരുന്നെങ്കിലും അദ്ദേഹത്തിന്റെ മുഖം നിർവികാരമായിരുന്നു. ഒരു ഭാവഭേദവുമില്ലാതെ. 'രേഷ്മ എന്റെ കുറച്ച് സൈനികരോടൊപ്പം നഗരകവാടത്തിൽ നിന്ന് ഒരു മണിക്കൂർ യാത്രാദൂരത്തിൽ കാത്തുനിൽക്കുന്നുണ്ട്. നിങ്ങൾ ഇപ്പോൾ പുറപ്പെട്ടാൽ, ഇരുട്ടുന്നതിന് മുൻപ് എളുപ്പത്തിൽ അവളുടെ അടുത്തെത്താം.'

വികാരഭരിതമായ താലിബിന്റെ ഹൃദയത്തിന് അത് താങ്ങാനായില്ല. തന്റെ എല്ലാ സ്വപ്നങ്ങളും, എന്തിന്, സങ്കൽപ്പങ്ങൾ പോലും ഒരൊറ്റ നിമിഷം കൊണ്ട് സഫലമായിരിക്കുന്നു. അയാൾ കരഞ്ഞുകൊണ്ട് മാലിക് അയാസിന്റെ കാൽക്കൽ വീണു.

അമിതമായ നന്ദിപ്രകടനം കാണുമ്പോൾ മിക്ക നല്ല മനുഷ്യർക്കും ഉണ്ടാകുന്നതുപോലൊരു കൃത്രിമമായ അതൃപ്തി മാലിക് അയാസിന്റെ മുഖത്തുണ്ടായിരുന്നു. അദ്ദേഹം താലിബിനെ പിടിച്ചെഴുന്നേൽപ്പിച്ചു. 'താലിബ്, നിങ്ങളെപ്പോലൊരു പ്രായമായ ആൾക്ക് അവൾ വളരെ ചെറുപ്പമാണ്. പക്ഷേ നിങ്ങൾ രണ്ടുപേരും സന്തോഷവാന്മാരാണെങ്കിൽ, പരാതി പറയാൻ ഞാനാരാണ്?'

താലിബ് അപ്പോഴും സ്തബ്ധനായിരുന്നു. രേഷ്മ എന്ന അടിമപ്പെണ്ണുമായി തനിക്കുള്ള പ്രണയത്തെക്കുറിച്ച് മാലിക്

അയാസ് എങ്ങനെ അറിഞ്ഞു? തന്റെ യജമാനനായ ഇസ്മായിൽ പോലും അത് കണ്ടെത്തിയിരുന്നില്ല. ലാഹോറിലെ രാജാവ് അവിശ്വസനീയമാംവിധം ഉൾക്കാഴ്ചയുള്ളവനായിരുന്നു. ആ രീതിയിൽ വളർത്തപ്പെട്ടതുപോലെ, അതിനായി പരിശീലിപ്പിക്കപ്പെട്ടതുപോലെ. അത് ഏതാണ്ട്...

അപ്പോൾ ആ മൂടുപടം നീങ്ങി.

താലിബിന് ഒടുവിൽ എല്ലാം മനസ്സിലായി.

തനിക്ക് എന്തുകൊണ്ട് നഗരത്തിൽ തുടരാൻ കഴിയില്ലെന്ന് അയാൾക്ക് മനസ്സിലായി. എന്തുകൊണ്ട് താൻ പോകണം. എന്തുകൊണ്ട് അത് കൃത്യം ഈ നിമിഷം തന്നെയാവണം.

മാലിക് അയാസ് എന്തിനാണ് ഇതൊക്കെ ചെയ്യുന്നതെന്ന് അയാൾ ഒടുവിൽ മനസ്സിലാക്കി.

യാ അള്ളാ...

താലിബിന്റെ കണ്ണുകൾ വീണ്ടും നിറഞ്ഞു. ഇപ്പോൾ കിട്ടിയ അനുഗ്രഹങ്ങൾക്കുള്ള നന്ദികൊണ്ടായിരുന്നില്ല അത്. മറിച്ച്, തന്റെ ഗുണകർത്താവിനോട് തോന്നിയ സഹതാപം കൊണ്ടായിരുന്നു. അയാൾ മുന്നോട്ട് ചെന്ന് ലാഹോറിലെ രാജാവിന്റെ കൈകളിൽ പിടിച്ചു. ദീർഘമായി ശ്വസിച്ചു. അനുകമ്പയോടെ തലയാട്ടി. എല്ലാം മനസ്സിലാക്കിയെന്ന ഭാവത്തിൽ.

ഇത് ചെയ്യുക തന്നെ വേണം. നീതിയിലേക്കുള്ള ഒരേയൊരു വഴി ഇതാണ്.

അസാമാന്യ ബുദ്ധിശക്തിയുള്ള രണ്ട് പുരുഷന്മാർ. സ്ത്രീസഹജമായ ജ്ഞാനദൃഷ്ടിയും, പുരുഷസഹജമായ നീതിക്കുവേണ്ടിയുള്ള അടങ്ങാത്ത ദാഹവും ഉള്ളവർ.

'പ്രഭോ...' താലിബ് കരഞ്ഞുകൊണ്ട് പറഞ്ഞു. 'ഞാൻ... അങ്ങ്...' സ്വയം നിയന്ത്രിക്കാൻ താലിബ് ഒരു നിമിഷമെടുത്തു. 'അങ്ങ് ചെയ്യുന്നത്... അങ്ങ് ചെയ്യാൻ പോകുന്നത് നീതിയാണ്. അത് നീതിയാണ്.'

മാലിക് അയാസ് ഒരു ദീർഘനിശ്വാസമെടുത്തു. എന്നിട്ട്, കണ്ണുകൾ നിറഞ്ഞൊഴുകവേ അദ്ദേഹം മന്ത്രിച്ചു, 'അവളുടെ പേര് സാറ എന്നായിരുന്നു.'

താലിബ് കൂടുതൽ ഉച്ചത്തിൽ കരഞ്ഞു. സാറ. അരമായ ഭാഷയിൽ കുലീനയായ സ്ത്രീ എന്നർത്ഥം.

'സാറ... അള്ളാഹു അവളെ അനുഗ്രഹിക്കട്ടെ... അള്ളാഹു അവളെ അനുഗ്രഹിക്കട്ടെ, പ്രഭോ.'

അദ്ധ്യായം 25

പുണ്യ ഉടമ്പടി

ഗസ്നി, അഫ്ഗാനിസ്ഥാൻ

മാലിക് അയാസ് കളിയായി ചിരിച്ചുകൊണ്ട്, ഉറപ്പില്ലാത്ത കയ്യിലെ വീഞ്ഞുകോപ്പയുമായി സുൽത്താന്റെ കിടക്കയിൽ നിന്ന് എഴുന്നേറ്റ് വേച്ചുപോയി. അയാളുടെ കാലുകൾക്ക് ഉറപ്പില്ലായിരുന്നു.

'അയ്യോ.' കുറച്ച് വീഞ്ഞ് വിലകൂടിയ പരവതാനിയിൽ വീണു.

അർദ്ധരാത്രിയാകാൻ ഒന്നര മണിക്കൂർ കൂടിയുണ്ടായിരുന്നു.

'തിരിച്ചു വാ... നീ... കള്ളാ...' മഹ്മൂദ് തന്റെ കാമുകനെ കളിയാക്കി. 'തിരിച്ചു... വാ...'

മാലിക് അയാസ് നിശ്ചലനായി നിന്നു. പെട്ടെന്ന് ജാഗരൂകനായി. അയാളുടെ മദ്യലഹരിയുടെ മയക്കം ഏതാണ്ട് തൽക്ഷണം അപ്രത്യക്ഷമായി.

'സുൽത്താൻ?' മാലിക് അയാസ് ചോദിച്ചു.

മഹ്മൂദ് ഉറക്കെ കൂർക്കം വലിച്ചു. മണിക്കൂറുകളായി അദ്ദേഹം മദ്യപിക്കുകയും നൃത്തം ചെയ്യുകയും ആസക്തികളിൽ മുഴുകുകയുമായിരുന്നു. മഹ്മൂദിനെപ്പോലെ അടങ്ങാത്ത ആഗ്രഹങ്ങളുള്ള ഒരു മനുഷ്യനെപ്പോലും സംതൃപ്തിയും മദ്യവും ക്ഷീണവും കൊണ്ട് മന്ദീഭവിപ്പിക്കാൻ കഴിയും. മാലിക് അയാസ് അദ്ദേഹത്തിന്റെ വീഞ്ഞിൽ കലക്കിയ മയക്കുമരുന്നിന്റെ ഗുണവും അളവും അദ്ദേഹത്തെ പൂർണ്ണമായും മയക്കത്തിലേക്ക് തള്ളിവിടാൻ പാകത്തിലുള്ളതായിരുന്നു.

'ഖലീഫാ?' അയാസ് ഇപ്പോൾ കൂടുതൽ ഉച്ചത്തിൽ വിളിച്ചു.

മഹ്മൂദിന്റെ കൂർക്കംവലി തടസ്സമില്ലാതെ തുടർന്നു. അദ്ദേഹം ബോധരഹിതനായിരുന്നു. മയക്കമരുന്നിന്റെ ഫലം കുറഞ്ഞത് രണ്ട് മണിക്കൂറെങ്കിലും നീണ്ടുനിൽക്കും.

ലാഹോറിലെ രാജാവ് തിടുക്കത്തിൽ വസ്ത്രം ധരിച്ചു. അദ്ദേഹം വേഗത്തിൽ ഉൾമുറിയുടെ വാതിലിനടുത്തേക്ക് നടന്നു ശബ്ദമുണ്ടാക്കാതെ അത് തുറന്ന് പുറത്തിറങ്ങി. തുടർന്ന് അദ്ദേഹം പ്രധാന അറയുടെ പ്രവേശന കവാടത്തിലേക്ക് നടന്ന് വാതിൽ തുറന്നു. കാവൽക്കാരെ അദ്ദേഹം തിരിച്ചറിഞ്ഞു. പുതിയ കാവൽക്കാർ. ഉയർന്നുവരുന്ന പുതിയ ഭരണകൂടത്തോട് തികച്ചും കൂറുള്ളവർ.

'നിങ്ങളിൽ രണ്ടുപേർ അകത്തെ വാതിലിനരികിൽ കാത്തുനിൽക്കുക. ബാക്കിയുള്ളവർ പ്രധാന അറയ്ക്ക് പുറത്തും.'

'അതുപോലെ, പ്രഭോ,' ആ പൊക്കമുള്ള സൈനികൻ മറുപടി പറഞ്ഞു.

'ആരും അകത്തേക്ക് പ്രവേശിക്കുകയോ പുറത്തുപോകുകയോ ചെയ്യരുത്. സുൽത്താൻ ഉണരുകയാണെങ്കിൽ, നിങ്ങളിലൊരാൾ ഓടിവന്ന് എന്നെ അറിയിക്കണം.'

'അതുപോലെ, പ്രഭോ.'

'അവർ എവിടെ?' അയാസ് ചോദിച്ചു.

'അവരുടെ അറയിലുണ്ട്.'

മാലിക് അയാസ് തലയാട്ടി, വേഗത്തിൽ നടക്കാൻ തുടങ്ങി. ഓരോ നിമിഷവും വിലപ്പെട്ടതായിരുന്നു.

അകലെ നിന്ന് മാലിക് അയാസ് തനിക്ക് നേരെ നടന്നു വരുന്നത് ഹക്കീം തിരിച്ചറിഞ്ഞു. അമാവാസിയോടടുത്ത ആ രാത്രിയിൽ ഇരുട്ട് കനത്തിരുന്നു. ഇടനാഴിയിലെ മാടങ്ങളിൽ ജ്വലിച്ചുനിന്ന പന്തങ്ങൾ കുറച്ച് വെളിച്ചം നൽകിയെങ്കിലും അത് മതിയായിരുന്നില്ല. എന്നിരുന്നാലും, മാലിക് അയാസിന്റെ നടത്തം ഒറ്റനോട്ടത്തിൽ തന്നെ തിരിച്ചറിയാമായിരുന്നു.

'പ്രഭോ,' വിശ്വസ്തനായ ഹക്കീം തലകുനിച്ച് പറഞ്ഞു.

മാലിക് അയാസ് മുഖത്ത് അത്ഭുതം കലർന്ന ഒരു അതൃപ്തിയോടെ നിന്നു. 'ഹക്കീം, ഇതിനുമുൻപ് നിങ്ങൾ എന്നെ അങ്ങനെയൊരിക്കലും വിളിച്ചിട്ടില്ലല്ലോ.'

ഹക്കീം ഒന്നുകൂടി തലകുനിച്ചു. 'ഇതുവരെ അതിനുള്ള സമയമായിരുന്നില്ല. ഇപ്പോൾ ആയിരിക്കുന്നു...'

'അവർ അകത്തുണ്ടോ?'

'ഉണ്ട്, പ്രഭോ. പ്രാർത്ഥിക്കുകയാണ്.'

മാലിക് അയാസ് തലയാട്ടി ഗസ്നിയിലെ റാണിയുടെ അറകളിലേക്ക് വേഗത്തിൽ നടന്നു.

കൗസരി ജഹാന്റെ അറയിലേക്ക് കടക്കുന്തോറും നേർത്ത ജപശബ്ദം മാലിക് അയാസിന് കേൾക്കാമായിരുന്നു. ഇതിനുമുൻപ് അദ്ദേഹം ഒരിക്കലും അകത്ത് വന്നിട്ടില്ല. വരാൻ ഒരു കാരണവുമുണ്ടായിരുന്നില്ല. പക്ഷേ ആ അറയുടെ ഘടനയും രൂപകൽപ്പനയും എങ്ങനെയെന്ന് അദ്ദേഹത്തിന് കൃത്യമായി അറിയാമായിരുന്നു. ഓരോ വിശദാംശവും. പലതവണ അതിനെക്കുറിച്ച് അദ്ദേഹത്തോട് വിവരിച്ചിട്ടുണ്ടായിരുന്നു. അതിനാൽ അദ്ദേഹത്തിന്റെ ചുവടുകൾ ആത്മവിശ്വാസമുള്ളതും ഉറച്ചതുമായിരുന്നു.

അദ്ദേഹം ഇരിപ്പിടങ്ങൾ കടന്ന്, ഉൾമുറിയുടെ ഒരു മൂലയിലുള്ള മറയിലേക്ക് നടന്നു. തെക്ക് വശത്തുള്ള ജനലിലൂടെ രാത്രിയിലെ തണുത്ത കാറ്റ് അകത്തേക്ക് വീശിയപ്പോൾ നേർത്ത സാറ്റിൻ ശീലകൾ ഇളകിയാടി മുറിക്ക് കൂടുതൽ തണുപ്പ് പകർന്നു.

ജപശബ്ദം വരുന്നതായി തോന്നിയ ആ മറയിലേക്ക് അയാസ് നടന്നു. സുന്ദരിയായ റാണി, ധ്യാനത്തിലെന്ന പോലെ നിലത്തിരിക്കുന്നത് അയാൾക്ക് കാണാമായിരുന്നു. അവരുടെ ചുവപ്പ് കലർന്ന തവിട്ട് നിറമുള്ള മുടിയിഴകൾ പുറകിലേക്ക് വെള്ളച്ചാട്ടം പോലെ ഒഴുകിക്കിടന്നു. വൃത്തിയായി ചുരുട്ടി ബഹുമാനപൂർവ്വം ചാരിവെച്ചിരിക്കുന്ന ഒരു നിസ്കാരപ്പായ അദ്ദേഹം ശ്രദ്ധിച്ചു. സുൽത്താൻ മഹ്മൂദിന്റെ ആർഭാടപൂർണ്ണവും സ്വർണ്ണം പതിച്ചതുമായ

നമസ്കാരപ്പായയിൽ നിന്ന് വ്യത്യസ്തമായി, റാണിയുടേത് ലളിതവും ആഡംബരരഹിതവുമായിരുന്നു. ഭക്തരായ കർഷകർ ഉപയോഗിക്കുന്നതുപോലൊന്ന്. കൗസരി ജഹാൻ അഭിമുഖമായി ഇരുന്നിരുന്നത് ഒരു അറയ്ക്ക് നേരെയായിരുന്നു. സാധാരണയായി അത് ഭിത്തിയോട് ചേർന്ന്, തിരിച്ചറിയാനാവാത്ത വിധം നീക്കാവുന്ന ഒരു ഭിത്തികൊണ്ട് മറച്ചിരിക്കും. അത് അടച്ചുകഴിഞ്ഞാൽ അവിടെയൊരു അറയുണ്ടെന്ന് കണ്ടെത്താൻ പോലും പ്രയാസമാണ്. എന്നാൽ ഇത്തവണ, ആ ഭിത്തി തുറന്നുവെച്ചിരുന്നു. അതിനു പിന്നിലെ ചെറിയ രഹസ്യ അറയിൽ ഒരു കുഞ്ഞു വിഗ്രഹം വെളിപ്പെട്ടു. തികച്ചും അനുയോജ്യമായി, തെക്കോട്ട് ദർശനമുള്ള ഒന്ന്.

ദക്ഷിണാമൂർത്തി. ദക്ഷിണദിക്കിലേക്ക് ദർശനമുള്ള വിഗ്രഹം.

കൗസരി തിരിഞ്ഞുനോക്കിയില്ല. പ്രാർത്ഥിക്കുമ്പോൾ ശല്യപ്പെടുത്തുന്നത് അവർ ഇഷ്ടപ്പെട്ടിരുന്നില്ല. മാലിക് അയാസ് വിനയത്തോടെ കാത്തുനിന്നു. ആ മൃദുമന്ത്രോച്ചാരണം ശ്രദ്ധിച്ചുകൊണ്ട്. അതിന്റെ അർത്ഥം അദ്ദേഹത്തിന് അറിയാമായിരുന്നു, പക്ഷേ അതിന്റെ പരമ്പരാഗതമായ ജപരീതി ഇതിനുമുൻപ് കേട്ടിരുന്നില്ല. കൗസരി തന്റെ ശബ്ദം ഒരു മന്ത്രണം പോലെ താഴ്ത്തിയിരുന്നു. അവർക്ക് അങ്ങനെയേ കഴിയുമായിരുന്നുള്ളൂ. പക്ഷേ ലാഹോറിലെ രാജാവിന് ആ ശബ്ദം വ്യക്തമായി കേൾക്കാമായിരുന്നു.

'ഓം... നമഃ... ശിവായ...'

'ഓം... നമഃ... ശിവായ...'

'ഓം... നമഃ... ശിവായ...'

നൂറ്റിയെട്ട് തവണ ആ ജപം പൂർത്തിയാക്കണമെന്ന് അദ്ദേഹത്തിന് അറിയാമായിരുന്നു. കാത്തിരുന്നേ മതിയാവൂ. അപ്പോഴാണ് മുറിയിലുണ്ടായിരുന്ന മറ്റൊരാളെ അദ്ദേഹം ശ്രദ്ധിച്ചത്. ഭീമാകാരമായ ഒരു സാന്നിദ്ധ്യം. ഇന്ത്യയുടെ തുർക്കി കശാപ്പുകാരനായ, ഭീകരരൂപിയായ അബു ഖാസിമിനേക്കാൾ അല്പം കൂടി വലുപ്പമുള്ള ഒരാൾ. ഒരു നിമിഷത്തേക്ക്, ഭയംകൊണ്ട് അയാസിന്റെ ഹൃദയമിടിപ്പ് നിലച്ചുപോയി. എന്നാൽ, തൊട്ടടുത്ത നിമിഷം തന്നെ അത് ആരാണെന്ന് തിരിച്ചറിഞ്ഞ് അദ്ദേഹം പുഞ്ചിരിച്ചു.

ആ ഭീമാകാരൻ പതിഞ്ഞ സ്വരത്തിൽ മന്ത്രിച്ചു, 'ലാഹോറിലെ രാജാവിന് അഭിവാദ്യങ്ങൾ.'

മാലിക് അയാസ് തലയാട്ടിക്കൊണ്ട് പിറുപിറുത്തു, 'നമസ്തേ, നസ്റുള്ള.'

ജുൻദീൻ-ഉൽ-ദിൻ ആയി വേഷം മാറി സുരക്ഷിത താവളത്തിൽ നിലയുറപ്പിച്ചിരുന്ന ഹക്കീമിന്റെ കാവൽക്കാരുടെ സഹായത്തോടെയാണ് നരസിംഹനെ കൊട്ടാരത്തിലെ കൗസരിയുടെ ഈ ഭാഗത്തേക്ക് രഹസ്യമായി എത്തിച്ചത്.

ആ മാടത്തിൽ നിന്ന് ഒരനക്കം കേട്ടപ്പോൾ അവർ നിശബ്ദരായി. കൗസരി ജഹാൻ മുന്നോട്ട് കുനിഞ്ഞ്, നിലത്ത് തലമുട്ടിച്ചു. കണ്ണുകൾ അപ്പോഴും അടച്ചുതന്നെ അവർ ആ വിഗ്രഹത്തിന്റെ പാദങ്ങളിൽ തൊട്ടു. ഒടുവിൽ, ഏതാനും നിമിഷങ്ങൾക്ക് ശേഷം, അവർ എഴുന്നേറ്റ് തിരിഞ്ഞു. എന്നിട്ട് ആ രണ്ട് പുരുഷന്മാരെയും നോക്കി പുഞ്ചിരിച്ചു.

'നമസ്തേ, ബെനിതത്ത്,' മാലിക് അയാസ് 'ജ്യേഷ്ഠസഹോദരി' എന്നതിനുള്ള കശ്മീരി പദം ഉപയോഗിച്ചു പറഞ്ഞു. അദ്ദേഹം കൗസരി ജഹാന്റെ അടുത്തേക്ക് നടന്നുചെന്ന്, കുനിഞ്ഞ് അവരുടെ പാദങ്ങളിൽ തൊട്ടു. രാജ്ഞിയുടെ ജന്മനാടായ കശ്മീരിലെ പാരമ്പര്യങ്ങളോടുള്ള ബഹുമാനം കാണിച്ചുകൊണ്ട്.

കൗസരി തന്റെ കൈ അയാസിന്റെ തലയിൽ വെച്ചു. 'ദീർഘായുസ്സോടെ ഐശ്വര്യവാനായിരിക്കു, ស്മാവോ'. 'സഹോദരൻ' എന്നർത്ഥം വരുന്ന ജോർജിയൻ വാക്ക് ഉപയോഗിച്ച് അവർ പറഞ്ഞു.

മാലിക് അയാസ് പുഞ്ചിരിച്ചു. 'ആ രാത്രി ഒടുവിൽ വന്നെത്തിയിരിക്കുന്നു...'

'ആ രാത്രി ഒടുവിൽ വന്നെത്തിയിരിക്കുന്നു...'

'ഇതിലും നല്ലൊരു രാത്രി കിട്ടാനില്ല,' നരസിംഹൻ പറഞ്ഞു. 'മാസ ശിവരാത്രി.'

ശിവഭഗവാന്റെ ഭക്തർക്കുള്ള ഏറ്റവും വലിയ ഉത്സവം നടക്കുന്നത് ഭാരതീയ ഫാൽഗുന മാസത്തിലെ കറുത്തപക്ഷത്തിലെ പതിനാലാം രാത്രിയിലാണ്. ആ രാത്രിയെ മഹാ ശിവരാത്രി എന്ന് വിളിക്കുന്നു. അക്ഷരാർത്ഥത്തിൽ, ശിവന്റെ മഹത്തായ രാത്രി. ഇത് എല്ലാവർക്കും അറിയാവുന്ന കാര്യമാണ്. എന്നാൽ അത്ര വ്യാപകമായി

അറിയപ്പെടാത്ത ഒന്നാണ് മാസ ശിവരാത്രി. എല്ലാ മാസത്തിലെയും കറുത്തപക്ഷത്തിലെ പതിനാലാം രാത്രി, മഹാദേവന്റെ തീവ്രഭക്തർ മാസ ശിവരാത്രിയായി ആഘോഷിക്കുന്നു.

മാലിക് അയാസ് താൻ എപ്പോഴും ചോദിക്കാനാഗ്രഹിച്ച ആ ചോദ്യം ചോദിച്ചു. ഈ രാത്രിക്ക് ശേഷം മറ്റൊരു അവസരം കിട്ടില്ലെന്നും അദ്ദേഹത്തിന് അറിയാമായിരുന്നു. 'മഹാറാണീ, താങ്കൾ ഒരു തികഞ്ഞ മുസ്ലീമാണ്. എനിക്കത് അറിയാം. പിന്നെന്തിന് താങ്കൾ ശിവനെയും ആരാധിക്കുന്നു?'

കൗസരി പുഞ്ചിരിച്ചു. 'എന്റെ മുഴുവൻ പേര് കൗസരി ജഹാൻ മട്ടു എന്നാണ്. എന്റെ അച്ഛൻ ഇസ്ലാം മതം സ്വീകരിച്ചതാണ്. പക്ഷേ, ഞങ്ങൾ കശ്മീരി മുസ്ലീങ്ങൾക്ക് ഒരു കാര്യത്തിൽ വ്യക്തതയുണ്ട്. ഞങ്ങൾ മതം മാറിയെന്നേയുള്ളൂ, ഞങ്ങളുടെ പൂർവ്വികരെ മാറ്റിയിട്ടില്ല. ഞാൻ അള്ളാഹുവിനെയും ശിവഭഗവാനെയും ആരാധിക്കുന്നു. ദൈവത്തിന്റെ എല്ലാ രൂപങ്ങളും ഒന്നുതന്നെയാണ്.'

'തുർക്കികൾ അതിനോട് യോജിക്കുന്നതായി തോന്നുന്നില്ല,' നരസിംഹൻ പറഞ്ഞു.

'ഈ തുർക്കികൾക്ക് ഇസ്ലാം എന്താണെന്ന് മനസ്സിലായിട്ടില്ല,' മാലിക് അയാസ് പറഞ്ഞു.

'നമ്മുടെ ആൾ ഉറങ്ങിയോ?' കയ്യിലുള്ള ജോലിയിൽ ശ്രദ്ധ കേന്ദ്രീകരിച്ചുകൊണ്ട് കൗസരി ജഹാൻ ചോദിച്ചു, കാരണം സമയം വളരെ കുറവായിരുന്നു.

'അതെ,' മാലിക് അയാസ് പറഞ്ഞിട്ട് നരസിംഹന്റെ നേരെ തിരിഞ്ഞു. 'നിങ്ങൾക്ക് ഉറപ്പാണോ?'

മാലിക് അയാസും നരസിംഹനും ഒരു പ്രത്യേക അടവിനെക്കുറിച്ച് ദീർഘമായി ചർച്ച ചെയ്തിരുന്നു. മഹ്മൂദ് മയങ്ങിക്കിടക്കുമ്പോൾത്തന്നെ അയാളെ കൊല്ലണമെന്ന് അയാസ് നിർദ്ദേശിച്ചു. നരസിംഹൻ അത് തറപ്പിച്ചു നിരസിച്ചു. ഒരു ധാർമ്മികനായ യോദ്ധാവ് എന്ന നിലയിൽ, ഉറങ്ങിക്കിടക്കുന്ന ശത്രുവിനെ അദ്ദേഹം ആക്രമിക്കില്ല. കൂടാതെ, എന്തിനാണ് കൊല്ലപ്പെടുന്നത് എന്നതിനെക്കുറിച്ച് മഹ്മൂദിന് ഒരു സന്ദേശം നൽകാൻ രാജേന്ദ്ര ചോളൻ നരസിംഹനോട് നിർദ്ദേശിച്ചിരുന്നു. അതിനാൽ സുൽത്താൻ ഉണർന്നിരിക്കണമായിരുന്നു.

'അതെ. പൂർണ്ണമായും ഉറപ്പാണ്.' നരസിംഹൻ വ്യക്തമായി പറഞ്ഞു. 'അയാൾ ഉണരുന്നതുവരെ ഞാൻ കാത്തിരിക്കും. രാത്രിയിൽ പലതവണ ശൗചാലയത്തിൽ പോകാനായി അയാൾ എഴുന്നേൽക്കാറുണ്ടെന്ന് നിങ്ങൾ പറഞ്ഞിരുന്നല്ലോ...'

'ശരി. കാവൽക്കാർ നിങ്ങളെ അകത്തേക്ക് കടത്തിവിടും.'

നരസിംഹൻ തലയാട്ടി.

'അയാൾ ഉച്ചത്തിൽ അലറിക്കരയുന്ന കൂട്ടത്തിലാണ്.'

പ്രത്യക്ഷത്തിൽ ഒരു പ്രയോജനവുമില്ലാത്ത ആ വിവരത്തിൽ നരസിംഹൻ നെറ്റിചുളിച്ചു.

'ആദ്യം അയാളുടെ താടിയെല്ല് തകർക്കാൻ ഉറപ്പാക്കണം,' മാലിക് അയാസ് വിശദീകരിച്ചു. 'ഈ അർദ്ധരാത്രിയിൽ അയാളുടെ ശബ്ദം ഒരുപാട് ദൂരം കേൾക്കും.'

നരസിംഹൻ ചെറുതായി പുഞ്ചിരിച്ചു. 'നിങ്ങൾ എല്ലാ ചെറിയ കാര്യങ്ങളും ശ്രദ്ധിക്കുന്നുണ്ട്.'

മാലിക് അയാസ് ചിരിച്ചു. 'ശാരീരിക ശക്തിയുള്ളവർക്ക് കാര്യങ്ങൾ അപ്പപ്പോൾ തോന്നുന്നതുപോലെ ചെയ്യാം. പക്ഷേ എന്നെപ്പോലെ ബുദ്ധിയിൽ ആശ്രയിക്കുന്നവർ ഓരോ വിശദാംശവും ചിന്തിച്ചുറപ്പിക്കണം. എങ്കിലേ നമ്മുടെ കഴിവിനപ്പുറമുള്ള ഒരു വെല്ലുവിളി നേരിടേണ്ടി വരാതിരിക്കൂ.'

നരസിംഹൻ ഇപ്പോൾ പൂർണ്ണമായി പുഞ്ചിരിച്ചു.

'നിങ്ങളുടെ ചക്രവർത്തി രാജേന്ദ്ര ചോളന്റെ സുഹൃത്തായ ഭോജദേവ് പർമർ ചക്രവർത്തിയോട് പറയണം,' മാലിക് അയാസ് തുടർന്നു, 'കോക്കേഷ്യൻ തന്റെ കടം വീട്ടിയെന്ന്.'

ഭോജദേവ് പർമറുടെ ഗസ്നിയിലെ വിശ്വസ്തൻ ആരായിരുന്നുവെന്ന് ഒടുവിൽ തിരിച്ചറിഞ്ഞ നരസിംഹൻ അമ്പരപ്പോടെ ചെറുതായി വാ തുറന്നുപോയി. കോക്കേഷ്യൻ... ഇതിനുമുൻപ് അദ്ദേഹത്തിന്റെ ചിന്തയിൽ അത് വന്നിട്ടേയില്ലായിരുന്നു. അത് വളരെ വ്യക്തമായിരുന്നു. ജോർജിയ കോക്കസസ് പർവതനിരകളുടെ പ്രദേശത്താണ്. നരസിംഹൻ പുഞ്ചിരിച്ചുകൊണ്ട് പറഞ്ഞു, 'നന്ദി, അയാസ് പ്രഭോ.'

'നന്ദി, സേനാപതി നരസിംഹൻ,' നസ്റുള്ളയുടെ യഥാർത്ഥ പേര് ഉപയോഗിച്ചുകൊണ്ട് മാലിക് അയാസ് ചിരിയോടെ പറഞ്ഞു.

നരസിംഹൻ മൃദുവായി ചിരിച്ചു. രണ്ടുപേരും ഗൗരവത്തോടെ കൗസരി ജഹാന്റെ നേരെ തിരിഞ്ഞു.

ഉത്തരം എന്തായിരിക്കുമെന്ന് മാലിക് അയാസിന് അറിയാമായിരുന്നു. പക്ഷേ അദ്ദേഹത്തിന് ചോദിച്ചേ മതിയാകുമായിരുന്നുള്ളൂ. ചോദിക്കണമായിരുന്നു. 'രാജ്ഞീ, അങ്ങേയ്ക്ക് ഉറപ്പാണോ? മറ്റ് വഴികളുണ്ട്...'

ലാഹോറിലെ രാജാവിനെ കൗസരി ജഹാൻ തടസ്സപ്പെടുത്തി. 'അയാസ്, വീണ്ടും ഇത് തുടങ്ങരുത്... എനിക്ക്... എനിക്കിനി തുടരാൻ താൽപ്പര്യമില്ല... എന്റെ മനസ്സും... ഹൃദയവും തീരുമാനമെടുത്തു കഴിഞ്ഞു.'

ഗസ്നിയിലെ മഹ്മൂദ് തട്ടിക്കൊണ്ടുപോകുമ്പോൾ കൗസരി ജഹാൻ മറ്റു വിവാഹിതയായിരുന്നു. കശ്മീരിൽ വെച്ച്, ഫിർദൗസ് മറ്റുവുമായി. അവൾക്ക് അവനെ ഒരിക്കലും മറക്കാൻ കഴിഞ്ഞില്ല. അവനും അവളെ മറക്കാൻ കഴിഞ്ഞില്ല. ഇന്ത്യയിലേക്കുള്ള ഒരു അധിനിവേശത്തിനിടെ കശ്മീരിലെ ലോഹ്കോട്ടിൽ നിന്ന് തുർക്കി ചക്രവർത്തി അവളെ തട്ടിക്കൊണ്ടുപോയപ്പോൾ, ഫിർദൗസ് ഗസ്നവിഡ് സൈന്യത്തെ അവരുടെ ജന്മനാട്ടിലേക്കുള്ള യാത്രയിൽ പിന്തുടർന്നു. ലോഹ്കോട്ടിലെ തന്റെ സ്വത്തുക്കൾ വിറ്റ് കിട്ടിയ പണം കൊണ്ട് ഖുസ്ദാറിനടുത്ത് കൃഷിഭൂമി വാങ്ങി അവിടെ താമസമാക്കി.

കൗസരിയും അവനും പ്രാവുകളിലൂടെ ഒരു രഹസ്യ ആശയവിനിമയ സംവിധാനം സ്ഥാപിച്ചു. കൗസരിക്ക് തന്റെ യഥാർത്ഥ പ്രണയത്തിലേക്ക് മടങ്ങിവരാൻ വേണ്ടി മഹ്മൂദിനെ വധിക്കാൻ കഴിയുന്ന യോദ്ധാക്കളെ കണ്ടെത്താൻ അവർ വർഷങ്ങളോളം സാവധാനം പ്രവർത്തിച്ചു. ഇതുകൊണ്ടാണ് കൗസരി സോമേശ്വറുമായി ഒരു രഹസ്യ സഖ്യം സ്ഥാപിച്ചത്. മഹ്മൂദിനെതിരായ പ്രതികാര ദൗത്യത്തിൽ ഗുജറാത്തി വ്യാപാരിയെ സഹായിക്കാമെന്ന് അജ്ഞാതമായി വാഗ്ദാനം ചെയ്ത 'രാജകുടുംബത്തിലെ രാജ്യദ്രോഹി' അവരായിരുന്നു. ഫിർദൗസിന്റെ അടുത്തേക്ക് മടങ്ങുക എന്നതായിരുന്നു കൗസരിയുടെ പ്രാരംഭ

ലക്ഷ്യമെങ്കിലും, ഗസ്നിയിൽ വെച്ച് അവർ തുർക്കികളെക്കുറിച്ച് ആഴത്തിൽ മനസ്സിലാക്കി. മഹ്മൂദിനെ മാത്രം ഒരു ഭീകരനായി കാണുന്നത് സാഹചര്യത്തെക്കുറിച്ചുള്ള അപൂർണ്ണമായ ധാരണയാണെന്ന് അവർ തിരിച്ചറിഞ്ഞു. ഗസ്നിയിൽ, പ്രത്യേകിച്ച് ഉന്നതർക്കിടയിൽ, അവനെപ്പോലെ മറ്റു പലരുമുണ്ടായിരുന്നു. കടിക്കാൻ മാത്രം അറിയാവുന്ന പേപ്പട്ടികളെപ്പോലെയായിരുന്നു അവർ. മഹ്മൂദിനെ കൊല്ലുന്നത് അവനെപ്പോലുള്ള മറ്റൊരു പേപ്പട്ടി അവന്റെ സ്ഥാനം ഏറ്റെടുക്കുന്നതിന് വഴിവെക്കും. വധത്തിന്റെ സംശയം കൗസരിയുടെ മേൽ പതിച്ചാൽ, ഗസ്നവിഡുകൾ പ്രതികാരമായി തങ്ങളുടെ പ്രിയപ്പെട്ട കശ്മീരിനെ ചുട്ടെരിക്കുമെന്ന് അവർക്കറിയാമായിരുന്നു. അതിനാൽ, സുൽത്താനോടൊപ്പം തന്നെയും വധിക്കപ്പെട്ട നിലയിൽ കണ്ടെത്തിയാൽ മാത്രമേ തന്റെ നാട് രക്ഷപ്പെടുകയുള്ളൂ എന്ന് അവരുടെ മനസ്സ് പറഞ്ഞു. ഏതാനും ദിവസങ്ങൾക്ക് മുൻപ് മാലിക് അയാസിൽ നിന്ന് ഫിർദൗസിന്റെ മരണവാർത്ത അറിഞ്ഞപ്പോൾ, വേദനിക്കുന്ന അവരുടെ ഹൃദയം കണക്കുകൂട്ടുന്ന അവരുടെ തലച്ചോറിനോട് യോജിച്ചു.

'ഇതാണ് ഏറ്റവും നല്ല വഴി... ഇതു മാത്രമാണ് ഏക വഴി... പേപ്പട്ടികളുമായി ചർച്ചകൾ സാധ്യമല്ല. പേപ്പട്ടികളിൽ ഭയം ജനിപ്പിക്കാൻ സാധ്യമല്ല. വിദ്യാഭ്യാസത്തിന്റെയും സംസ്കാരത്തിന്റെയും ഗുണങ്ങൾ നൽകി പേപ്പട്ടികളെ നാഗരികരാക്കാൻ സാധ്യമല്ല. അവ നിങ്ങളെ ആക്രമിക്കുന്നത് തടയാനുള്ള ഒരേയൊരു മാർഗ്ഗം അവരെ തമ്മിൽത്തല്ലിക്കുക എന്നതാണ്. അതുതന്നെയായിരുന്നു പദ്ധതി. ഒരു ആഭ്യന്തരയുദ്ധത്തിന് തിരികൊളുത്തുക.'

ജമാ മസ്ജിദിലെ മുൻ ഗ്രാൻഡ് മുഫ്തി, ഗസ്നവിഡുകളെക്കുറിച്ചുള്ള കൗസരിയുടെ വിശകലനത്തോട് യോജിച്ചിരുന്നു. അതുകൊണ്ടാണ് മഹ്മൂദിനെതിരായ ഗൂഢാലോചനയിൽ ചേരാൻ അദ്ദേഹം സമ്മതിച്ചത്. സോമേശ്വർ രാജേന്ദ്ര ചോളനെ കാണിച്ച കത്തിൽ, കൗസരി ആലേഖനം ചെയ്ത രാജമുദ്രയോടൊപ്പം അദ്ദേഹത്തിന്റെ മുദ്രയുമുണ്ടായിരുന്നു. മുൻ ഗ്രാൻഡ് മുഫ്തി കൊല്ലപ്പെടുകയും ഇസ്മായിൽ ആ സ്ഥാനത്ത് നിയമിക്കപ്പെടുകയും ചെയ്യുന്നതിന് മുൻപായിരുന്നു ഇത്.

'ഇതാണ് ഏറ്റവും നല്ല വഴി...' നരസിംഹൻ സമ്മതിച്ചു.

ആ മൂവർ സംഘം പരസ്പരം കൈകൾ കോർത്തു.

തങ്ങളുടെ ധാർമ്മികമായ പ്രതികാരം അവർ മൂവരും നടപ്പാക്കുന്ന രാത്രിയായിരിക്കും ഇത്.

ഒരു ഭാര്യ.

ഒരു മകൻ.

ഒരു ഭക്തൻ.

മൂന്നുപേർക്കും ഒടുവിൽ അവരുടെ നീതി ലഭിക്കാൻ പോവുകയായിരുന്നു.

'നമ്മൾ സർവ്വതും കീഴടക്കുന്ന തുർക്കികളാണ്,' ഗസ്നവിഡ് സൈനികൻ പിറുപിറുത്തു. 'ഈ വെട്ടുകിളിതീനികളായ അറബികൾ പറയുന്നത് നമ്മൾ എന്തിന് കേൾക്കണം?!'

ജമാ മസ്ജിദ് ഏതാണ്ട് വിജനമായിരുന്നു. അർദ്ധരാത്രിക്ക് ഒരു മണിക്കൂർ മുൻപായിരുന്നു സമയം. അന്നത്തെ ചടങ്ങുകളും അതിനെത്തുടർന്നു നടന്ന ആഘോഷങ്ങളും പള്ളിയിലെ ഭൂരിഭാഗം ജീവനക്കാരെയും ക്ഷീണിതരാക്കിയിരുന്നു. പേരിന് മാത്രമായി അഞ്ച് സൈനികർ അടങ്ങുന്ന ഒരു സുരക്ഷാ സംഘം അവിടെ ശേഷിച്ചു. പള്ളിയിൽ ചില പ്രാർത്ഥനകൾ നടത്തുന്ന അറബികളുടെ നേതൃത്വത്തിലുള്ള പ്രതിനിധി സംഘത്തെ സഹായിക്കാൻ അവർക്ക് കൽപ്പന ലഭിച്ചിരുന്നു. ഒരു ഖലീഫയെ അഭിഷേകം ചെയ്ത പള്ളിയിൽ ഇതൊരു സാധാരണ ആചാരമാണെന്ന് അറബികൾ അവകാശപ്പെട്ടു. ഒരു തുർക്കിക്കാരനും അവരോട് തർക്കിക്കാൻ കഴിഞ്ഞില്ല. കാരണം അറബികളുടെ ആചാരങ്ങൾ യഥാർത്ഥത്തിൽ എന്തൊക്കെയാണെന്ന് അവരിൽ ആർക്കും ഉറപ്പില്ലായിരുന്നു.

എന്നാൽ ഗസ്നവിഡുകൾക്കിടയിൽ ഇതിനോടുള്ള പ്രതികരണങ്ങൾ വ്യത്യസ്തമായിരുന്നു. അവരാണല്ലോ ആദ്യത്തെ മുസ്ലീങ്ങൾ. അതിനാൽ ആചാരങ്ങൾ നടത്താനുള്ള അറബികളുടെ അവകാശത്തെ ചിലർ ബഹുമാനിച്ചു. എന്നാൽ മറ്റുചിലർ, ഈ ഗസ്നവിഡ് സൈനികനെപ്പോലെ, അറബികൾക്ക് നൽകുന്ന

അനാവശ്യ ബഹുമാനത്തിൽ അമർഷം പൂണ്ടു. കാരണം അറബികൾ ഇപ്പോൾ ഒരു പോരാളി വർഗ്ഗമായിരുന്നില്ല. അവർക്ക് ശാസ്ത്രത്തിലും സംസ്കാരത്തിലുമായിരുന്നു കൂടുതൽ താല്പര്യം. എന്നാൽ ഗസ്നവിഡ് തുർക്കികളിൽ ഭൂരിഭാഗവും ഒരേയൊരു കാര്യത്തെ മാത്രം ബഹുമാനിച്ചു: കീഴടക്കലിന്റെയും കൊലയുടെയും മഹത്തായ കലയെ.

'മിണ്ടാതിരിക്ക്, ദാവൂദ്,' മറ്റൊരു സൈനികൻ മന്ത്രിച്ചു. 'അവർ കേൾക്കും.'

'അറബികളുടെ അമ്പത് സൈനികർ ഇവിടെയുണ്ട്,' ദാവൂദ് തന്റെ പിറുപിറുക്കൽ തുടർന്നു. 'അവർക്ക് നമ്മളെ എന്തിനാ? നമ്മളെ വീട്ടിൽ പോകാൻ വിടട്ടെ.'

'ദാവൂദ്!' നിശ്ശബ്ദമായ രാത്രിയിൽ ദൂരെ നിന്നൊരു കൽപ്പന അവരുടെ കാതുകളിൽ പതിച്ചു.

ദാവൂദ് ഒരു നെടുവീർപ്പോടെ സല്യൂട്ട് നൽകി അറബിയുടെ അടുത്തേക്ക് പതുക്കെ നടന്നു. മറ്റ് നാല് ഗസ്നവിഡ് സൈനികരും അവനെ പിന്തുടർന്നു.

'നിങ്ങളെ എല്ലാവരെയും എനിക്ക് ഉൾ അറകളിൽ വേണം,' അറബി പറഞ്ഞു. 'ഒരു ചടങ്ങിനായി ചില ഒരുക്കങ്ങൾ ചെയ്യാനുണ്ട്. ഇത് അവസാനത്തേതാണ്... അത് കഴിഞ്ഞാൽ നിങ്ങൾക്കെല്ലാവർക്കും പോകാം.'

'അങ്ങയുടെ ഹിതം പോലെ, സുബൈർ പ്രഭോ,' തനിക്കും കൂട്ടുകാർക്കും ഒടുവിൽ ജോലിയിൽ നിന്ന് മോചനം ലഭിച്ച് വീട്ടിലേക്ക് മടങ്ങാമല്ലോ എന്നോർത്ത് സന്തോഷത്തോടെ ദാവൂദ് പറഞ്ഞു.

സെയ്ൻ ഹുസൈൻ തലയാട്ടി. അയാൾ തിരിഞ്ഞ് തുർക്കികളെയും കൊണ്ട് പള്ളിയുടെ പ്രധാന കെട്ടിടത്തിന്റെ വശത്തുള്ള ഉൾ അറകളിലേക്ക് നടന്നു. അഭിഷേകത്തിനുള്ള ചടങ്ങുകൾ ഒരുക്കുന്നതിനിടയിൽ, അന്ന് കാലത്ത് മഹ്മൂദ് കാത്തിരുന്നത് ഇവിടെയായിരുന്നു. അതിനാൽ, ഒരുപക്ഷേ അറബികൾക്കും അവിടെ എന്തെങ്കിലും ജോലി കാണുമെന്ന് വിശ്വസിക്കാൻ ഗസ്നവിഡ് സൈനികർക്ക് കാരണം കിട്ടി.

വാതിൽ നേരത്തെ തന്നെ തുറന്നുകിടന്നിരുന്നു. അങ്ങേയറ്റത്തെ ഭിത്തിയിൽ ഒരു തീപ്പന്തം കത്തിക്കൊണ്ടിരുന്നു. സെയ്ൻ

വാതിലിന് പുറത്ത് വശത്തായി കാത്തുനിന്ന ഗസ്നവിഡ് സൈനികർ തന്നെ കടന്നുപോയി മുറിയിലേക്ക് പ്രവേശിക്കാൻ അനുവദിച്ചു.

അതായിരുന്നു ഗസ്നവിഡുകൾക്ക് പറ്റിയ ആദ്യത്തെ തെറ്റ്. അവർ സംശയിക്കേണ്ടതായിരുന്നു. ഒരു മാന്യൻ ആദ്യം വാതിൽ തുറന്നുതരാൻ അവർ സ്ത്രീകളായിരുന്നില്ല. അവർ തങ്ങളുടെ മേധാവിയെ അനുഗമിക്കുന്ന സൈനികരായിരുന്നു. ഒരു മേധാവി തന്റെ സൈനികർ കടന്നുപോകാൻ വേണ്ടി ഒരിക്കലും നിൽക്കില്ല. ഒരു നേതാവ് എപ്പോഴും മുന്നിൽ നിന്ന് നയിക്കുന്നു. പിന്നിൽ നിന്നുകൊണ്ട് നയിക്കാനാവില്ല.

ഗസ്നവിഡുകൾക്ക് പറ്റിയ രണ്ടാമത്തെ തെറ്റ്, അകത്ത് കടന്നപ്പോൾ ജാഗ്രത പാലിക്കാതെ വാതിലിന് പിന്നിലേക്ക് നോക്കിയില്ല എന്നതാണ്. ഒരു ഇരുണ്ട മുറിയിലേക്ക് പ്രവേശിച്ചാലുടൻ വാതിലുകൾക്ക് പിന്നിലെ സ്ഥലം പരിശോധിച്ച് സുരക്ഷിതമാക്കണമെന്ന് സാധാരണ സൈനിക പരിശീലനം അനുശാസിക്കുന്നു. അകത്തേക്ക് കയറിയ ശേഷം പിന്നിൽ നിന്ന് ആക്രമിക്കപ്പെടാൻ ആരും ആഗ്രഹിക്കില്ലല്ലോ.

അതുതന്നെയാണ് അവിടെ കൃത്യമായി സംഭവിച്ചതും. മിന്നൽ വേഗത്തിലുള്ള ഒരു ഒളിപ്പോര്. ഓരോ ഗസ്നവിഡ് സൈനികനെയും രണ്ട് ഭാരതീയ യോദ്ധാക്കൾ വീതം ലക്ഷ്യം വെച്ചു. വളരെ വേഗത്തിലും നിശ്ശബ്ദമായും ആ കൊലകൾ നടന്നു. ഒരു തടസ്സവുമില്ലാതെ, വളരെ എളുപ്പത്തിൽ.

വിജയൻ മുറിക്ക് പുറത്ത് കാത്തുനിൽക്കുകയായിരുന്ന സെയ്നിന്റെ നേരെ തിരിഞ്ഞ് മന്ത്രിച്ചു, 'കഴിഞ്ഞു.'

സെയ്ൻ ഉടൻതന്നെ അകത്തേക്ക് പ്രവേശിച്ച് തന്റെ മേലങ്കിയുടെ മടക്കുകളിൽ നിന്ന് ഒരു തോൽച്ചുരുൾ പുറത്തെടുത്തു. അതിലെ ഉള്ളടക്കം മാലിക് അയാസുമായും നരസിംഹനുമായും നേരത്തെ ചർച്ച ചെയ്തിരുന്നു. ആ രേഖ മുറിയുടെ അങ്ങേയറ്റത്തെ ഭിത്തിയിൽ പതിച്ചു. അറബിയിലും പേർഷ്യനിലുമായി ഒരു ലളിതമായ സന്ദേശം അതിൽ എഴുതിയിരുന്നു.

എപ്പോഴും ഒരു അറബി. ഒരു അറബി മാത്രം.

തുർക്കിയോ പേർഷ്യനോ അറബിയോ ആകട്ടെ, എല്ലാ യഥാർത്ഥ മുസ്ലീങ്ങൾക്കും ഇത് സത്യമാണെന്ന് അറിയാം.

വിയോജിക്കുന്നവർ മുർത്തദ് ആകുന്നു.

ഒരു മുർത്തദ് ഒരേയൊരു ശിക്ഷയേ അർഹിക്കുന്നുള്ളൂ.

മരണം. മരണം. മരണം.

ഇസ്ലാം പിന്തുടരുന്നവർ ഇസ്ലാമികമായതിന് വേണ്ടി കൊല്ലാനോ രക്തസാക്ഷിയാകാനോ തയ്യാറാണ്.

ഇസ്ലാമിക നീതിയുടെ തെളിവിന് സാക്ഷ്യം വഹിക്കുക.

'മുർത്തദ്' എന്നത് 'മതപരിത്യാഗി' എന്നതിനുള്ള അറബി വാക്കാണ്. എന്നാൽ ഈ പൊതു അറിയിപ്പിൽ ഉപയോഗിച്ച സമർത്ഥമായ വാക്ക് 'രക്തസാക്ഷി' എന്നായിരുന്നു. അറബിയിലും പേർഷ്യനിലും 'രക്തസാക്ഷി' എന്നതിന്റെ വാക്ക് 'ശഹീദ്' എന്നായിരുന്നു, അത് മഹ്മൂദിന്റെ ഇരട്ട പുത്രന്മാരിൽ മൂത്തവന്റെ പേരുമായിരുന്നു. രാജകുടുംബത്തിലെ ഏറ്റവും വലിയ മതവിശ്വാസി ശഹീദ് ആണെന്ന് എല്ലാവർക്കും അറിയാമായിരുന്നു.

ഇളയ ഇരട്ട സഹോദരൻ മുഹമ്മദ് തന്റെ അച്ഛൻ മഹ്മൂദിനെപ്പോലെ തന്നെയായിരുന്നു, അഭിരുചികളിലും ആസക്തികളിലും. അവൻ സുൽത്താനോടും അദ്ദേഹത്തിന്റെ രാജ്ഞിയായ കൗസരി ജഹാനോടും വിശ്വസ്തനാണെന്നും എല്ലാവർക്കും അറിയാമായിരുന്നു.

തികച്ചും അനുയോജ്യം.

തന്റെ ദുർവൃത്തനായ അച്ഛൻ ഖലീഫയാകാൻ ശ്രമിച്ചതിൽ പ്രകോപിതനായ, അങ്ങേയറ്റം മതവിശ്വാസിയും മതഭ്രാന്തനുമായ ശഹീദ്, മഹ്മൂദിനെ വധിക്കാൻ അറബ് അബ്ബാസിദുകളുമായി സഖ്യമുണ്ടാക്കിയെന്ന് ആളുകൾ വ്യാഖ്യാനിക്കട്ടെ. അറബിയിൽ 'ശഹീദ്' എന്ന വാക്കിന് രക്തസാക്ഷി എന്നതിനപ്പുറം 'സാക്ഷി' എന്നും അർത്ഥമുണ്ട്. പേർഷ്യനിൽ ഈ അർത്ഥമില്ലായിരുന്നു. അതിനാൽ, അവസാന വരിയിൽ 'സാക്ഷി' എന്ന വാക്ക് ഉപയോഗിച്ചത് ഗൂഢാലോചനയെ കൂടുതൽ വ്യക്തമാക്കുന്നതായിരുന്നു.

ശഹീദും അദ്ദേഹത്തിന്റെ ഇളയ ഇരട്ട സഹോദരൻ മുഹമ്മദും തമ്മിൽ ഒരു ആഭ്യന്തരയുദ്ധം തുടങ്ങിവെക്കുക എന്നതായിരുന്നു ലക്ഷ്യം.

'ഇനി, മഹാദേവനിലേക്ക്,' പുലകിത് മന്ത്രിച്ചു.

'അതെ,' വിജയൻ മൃദുവായി പറഞ്ഞു. 'പ്രഭുവിലേക്ക്...'

അദ്ധ്യായം 26

പ്രഭുവിനെ വീണ്ടെടുക്കൽ

ഗസ്നി, അഫ്ഗാനിസ്ഥാൻ

വിജയന്റെ കൽപ്പനപ്രകാരം, സെയ്റ്റിന്റെയും ദസർണയുടെയും നേതൃത്വത്തിൽ മുപ്പത് സൈനികർ ജമാ മസ്ജിദിന്റെ പ്രധാന പ്രവേശന കവാടത്തിൽ നിലയുറപ്പിച്ചു. വഴിയാത്രക്കാരെ ഓടിച്ചുവിടാൻ വേണ്ടിയായിരുന്നു അത്. എന്നാൽ രാത്രി ഇത്രയും വൈകി ആരും പള്ളിയിലേക്ക് വന്നില്ല. മിക്കവരും ഉറക്കത്തിലായിരുന്നു. ഉണർന്നിരുന്നവരാകട്ടെ, പള്ളിയുടെ നീണ്ട നിഴലുകൾക്ക് വളരെ ദൂരെ, ആഘോഷങ്ങളിലും തികച്ചും മതവിരുദ്ധമായ പ്രവർത്തനങ്ങളിലും ഏർപ്പെട്ടിരിക്കുകയായിരുന്നു.

വിജയനും പുലകിളും, ഇരുപത് സൈനികർക്കൊപ്പം പള്ളിയുടെ പ്രധാന നടുമുറ്റത്തായിരുന്നു. പ്രധാന പ്രാർത്ഥനാ മുറിയിലേക്ക് നയിക്കുന്ന കോണിപ്പടിയുടെ പടിഞ്ഞാറേ അറ്റത്ത്, ഭക്തർ അംഗശുദ്ധി വരുത്തുന്ന കുളത്തിന് തൊട്ടുമുന്നിലായി അവർ നിന്നു. മാലിക് അയാസിൽ നിന്നുള്ള നിർദ്ദേശങ്ങൾ വ്യക്തമായിരുന്നു. ഇസ്മായിൽ ആയിരുന്നു പുനർനിർമ്മാണ പദ്ധതിക്ക് മേൽനോട്ടം വഹിച്ചത്. എല്ലാ വാസ്തുവിദ്യാ രൂപകൽപ്പനകളും സൂക്ഷ്മമായ വിവരങ്ങളും അയാൾക്ക് അറിയാമായിരുന്നു. അയാസ് ആ വിവരങ്ങൾ ഇസ്മായിലിൽ നിന്ന് വാങ്ങി ഭാരതീയർക്ക് കൈമാറിയിരുന്നു.

'മുറ്റത്തുനിന്നുള്ള ആറാമത്തെ പടി,' വിജയൻ തന്റെ സംഘത്തെ നയിച്ചുകൊണ്ട് മന്ത്രിച്ചു.

അവർ ആറ് പടികൾ കയറി.

'വലത്തേക്ക് പതിനഞ്ച് ചുവട്.'

ചോള-പർമർ സംഘം ഹൃദയമിടിപ്പോടെ അദ്ദേഹത്തെ പിന്തുടർന്നു.

സൈനികർക്കിടയിൽ ഒരു താഴ്ന്ന മുരൾച്ച തുടങ്ങിയിരുന്നു.

'നമഃ ശിവായ...'

'നമഃ ശിവായ...'

'നമഃ ശിവായ...'

പുലകിതും വിജയനും എത്തേണ്ടിയിരുന്ന സ്ഥലത്തെത്തിയ ഉടൻ ഒരടി പിന്നോട്ട് വെച്ചു. ആ പുണ്യഭൂമിക്ക് മുകളിൽ നിൽക്കാൻ അവർക്ക് സാധിക്കുമായിരുന്നില്ല. പുലകിത് പിന്നിലേക്ക് കൈ നീട്ടി, ഒരു സൈനികൻ അദ്ദേഹത്തിന് ഉരുക്കിന്റെ ഒരു കമ്പിപ്പാര നൽകി. അദ്ദേഹം വിജയനെ നോക്കി. അദ്ദേഹത്തിന്റെ നനഞ്ഞ കണ്ണുകൾ വാക്കുകളേക്കാൾ വാചാലമായിരുന്നു. വിജയൻ തലയാട്ടി. പുലകിതും അദ്ദേഹവും ആ കമ്പിപ്പാരകൊണ്ട് മാർബിൾ പാളിയിൽ തൊട്ടു. താഴെനിന്ന് നേരിയ ഒരു കാന്തികമായ വലിവ് അവർക്ക് അനുഭവപ്പെട്ടു.

കാന്തക്കല്ല്...

വികാരങ്ങൾക്കടിപ്പെട്ട് പുലകിത് ഉച്ചത്തിൽ ശ്വാസമെടുത്ത് വാ പൊളിച്ചുപോയി. വിജയൻ മുട്ടുകുത്തി നിന്ന് ആദരവോടെ കൽപ്പാളിയിൽ കൈകൊണ്ട് തൊട്ടു.

കാന്തക്കല്ലുകൾ എപ്പോഴും ഉരുക്കിനെ ആകർഷിക്കും. മഹാദേവൻ എപ്പോഴും ഉരുക്കുമനുഷ്യരെയും ആകർഷിക്കും.

കണ്ണുനീർ നിറഞ്ഞ മിഴികളോടെ വിജയൻ തന്റെ ആളുകളെ നോക്കി.

'ഭഗവാൻ... അദ്ദേഹം ഇവിടെയുണ്ട്...'

'വേഗം,' പുലകിത് മന്ത്രിച്ചു.

ആ വലിയ മാർബിൾ പാളിയുടെയും അതിനെ താങ്ങിനിർത്തുന്ന പടിയുടെയും ഇടയിലുള്ള ചെറിയ വിടവുകളിലേക്ക് ഭാരതീയർ തങ്ങളുടെ ഉപകരണങ്ങൾ തിരുകിക്കയറ്റി. അവർ ശ്രദ്ധയോടെയും ഉത്സാഹത്തോടെയും പണിയെടുക്കുമ്പോൾ ആ മൃദുമന്ത്രോച്ചാരണം തുടർന്നു.

'നമഃ ശിവായ...'

'നമഃ ശിവായ...'

അടുത്തിടെ ഉറപ്പിച്ച കുമ്മായക്കൂട്ട് ഇളകിമാറി ആ പാളി അയഞ്ഞപ്പോൾ അതിനടിയിലെ ഇരുണ്ട പൊള്ളയായ ഭാഗം വെളിപ്പെട്ടു. വിജയൻ ആ ഇരുട്ടിലേക്ക് കൈകടത്തി. കണ്ണുനീർ ധാരധാരയായി ഒഴുകി അദ്ദേഹത്തിന്റെ കാഴ്ചയെ മറച്ചു. അദ്ദേഹ-ത്തിന്റെ വിരലുകൾക്ക് മിനുസമുള്ള ഒരു പ്രതലം അനുഭവപ്പെട്ടു. ഇരുകൈകളും ഉപയോഗിച്ച്, പേശികളിൽ ബലം കൊടുത്ത് അദ്ദേഹം ഒരു കറുത്ത കല്ല് പുറത്തേക്കെടുത്തു. സോമേശ്വറിന്റെ കൈവശമുണ്ടായിരുന്ന തിരുശേഷിപ്പിന് സമാനമായ ഘടനയുള്ളതായിരുന്നു അത്.

എല്ലാ സൈനികരും മുട്ടുകുത്തി ആ ദിവ്യമായ തിരുശേഷിപ്പിന്റെ തകർന്ന കഷ്ണത്തിന് മുന്നിൽ സാഷ്ടാംഗം പ്രണമിച്ചു. പക്ഷേ ഉടൻ തന്നെ കണ്ണു തുടച്ച് അവർ എഴുന്നേറ്റു നിന്നു. ഇനിയും ജോലികൾ ബാക്കിയുണ്ടായിരുന്നു.

കുറച്ചുപേർ പുതിയ തുണിസഞ്ചികൾ തുറന്നു. വിജയൻ ആ തിരുശേഷിപ്പ് ശ്രദ്ധയോടെ അതിനുള്ളിലേക്ക് വെച്ചു.

'നമഃ ശിവായ...' പുലകിത് ആദരവോടെ പറഞ്ഞു. അദ്ദേഹം ആ പൊള്ളയായ ഭാഗത്തുനിന്ന് ശിവലിംഗത്തിന്റെ മറ്റൊരു കഷ്ണം പുറത്തെടുത്ത് മൃദുവായി തുണിസഞ്ചിയിലേക്ക് വെച്ചു.

ജോലി തുടർന്നു. മൃദുമന്ത്രോച്ചാരണത്തിന്റെ ശബ്ദമല്ലാതെ മറ്റൊരു ഒച്ചയുമില്ലായിരുന്നു.

'നമഃ ശിവായ...'

'നമഃ ശിവായ...'

'നമഃ ശിവായ...'

താമസിയാതെ, എല്ലാ തിരുശേഷിപ്പുകളും സുരക്ഷിതമായി രണ്ട് തുണിസഞ്ചികളിലാക്കി. തുടർന്ന് ഭാരതീയർ നിശ്ശബ്ദമായി പണി തുടർന്നു. ആ ഇരുണ്ട പൊള്ളയായ ഭാഗം പഴയപടി മാർബിൾ പാളികൊണ്ട് മൂടി, കുമ്മായക്കൂട്ട് തിരികെ നിറച്ച്, ആ പടിക്ക് യാതൊരു ഇളക്കവും തട്ടിയിട്ടില്ലെന്ന മട്ടിൽ പൂർവ്വസ്ഥിതിയിലാക്കി.

'നമ്മൾ പള്ളിയിൽ നിന്ന് പുറത്തിറങ്ങി നഗരത്തിലേക്ക് നടക്കുമ്പോൾ ആരുടെയും ശ്രദ്ധ ആകർഷിക്കാൻ പാടില്ല.

മറ്റുള്ളവരിൽ നിന്ന് തിരിച്ചറിയാനാവാത്തവിധം, എന്തോ കൽപന നടപ്പാക്കുന്ന സാധാരണ സൈനികരെപ്പോലെ ആയിരിക്കണം നമ്മൾ. നിങ്ങളുടെ വികാരങ്ങളെല്ലാം ഉള്ളിലൊതുക്കുക. മനസ്സിനെ ശാന്തമാക്കുക. ഹൃദയത്തെ നിശ്ചലമാക്കുക. കണ്ണുനീർ പാടില്ല.' വിജയന്റെ കല്പന സൗമ്യമായിരുന്നെങ്കിലും ഉറച്ചതായിരുന്നു. കാരണം അവരുടെ മുഖത്തെ ഏതൊരു വികാരവും സംശയമുണർത്താൻ കാരണമായേനെ.

പുലകിത് രാജകുമാരൻ കൂട്ടിച്ചേർത്തു, 'നമ്മൾ ശിവന്റെ അനുയായികളാണ്. നമ്മൾ ആണുങ്ങളാണ്. നമ്മുടെ മുഖത്ത് ഒരു ബലഹീനതയും കാണിക്കരുത്.'

എല്ലാവരും തലയാട്ടി.

'പോകാം,' വിജയൻ ആജ്ഞാപിച്ചു.

അവർ ശാന്തരായി, ഉറച്ച കാൽവെപ്പുകളോടെ പള്ളിയിൽ നിന്ന് പുറത്തേക്ക് നടന്നു.

മാലിക് അയാസ് ഒരു മണിക്കൂറിലധികമായി കുതിരയെ അതിവേഗം പായിക്കുകയായിരുന്നു. ഏകദേശം അർദ്ധരാത്രിയായിരുന്നു. ഇപ്പോൾ അയാൾ നഗരത്തിന് പുറത്തായിരുന്നു. വർഷങ്ങളായി ഈ പ്രദേശത്തിലൂടെ അയാൾ സഞ്ചരിച്ചിട്ടുണ്ട്. അത്രയും കാലം തന്നെ ഈ കണ്ടുമുട്ടലിനുള്ള സ്ഥലവും മനസ്സിൽ കണ്ടുവെച്ചിരുന്നു. ചന്ദ്രന്റെ ഒരു നേർത്ത കീറ് മങ്ങിയ വെളിച്ചം മാത്രം നൽകുന്ന രാത്രിയിലും അയാൾക്ക് എളുപ്പത്തിൽ വഴി കണ്ടെത്താൻ കഴിഞ്ഞു.

പാറക്കെട്ടിലെ മുഴപ്പ് അയാൾ തിരിച്ചറിഞ്ഞു. രണ്ട് പാറക്കൂട്ടങ്ങൾക്കിടയിലുണ്ടായിരുന്ന ഇടുങ്ങിയ വഴിയിലൂടെ അതിനപ്പുറത്തേക്ക് കുതിരയെ നയിച്ചു. പകൽ സമയത്തുപോലും മിക്കവരുടെയും ശ്രദ്ധയിൽപ്പെടാത്ത അത്ര ഇടുങ്ങിയതും ചെറുതുമായിരുന്നു ആ വഴി. ആ വഴി കടന്നാൽ, ചുറ്റും ഉയരമുള്ളതും പരുക്കനായതുമായ മലനിരകളാൽ ചുറ്റപ്പെട്ട ഒരു വലിയ പരന്ന സ്ഥലത്തേക്ക് എത്തും. ഉയർന്ന കുന്നുകളാൽ ചുറ്റപ്പെട്ട ഒരു

തുറന്ന പ്രദേശം. അവിടെ അങ്ങനെയൊന്നുണ്ടെന്ന് മുൻകൂട്ടി അറിയാത്തവർക്ക് അത് കണ്ടെത്തുക ഏകദേശം അസാധ്യം.

തികച്ചും അനുയോജ്യം.

മാലിക് അയാസ് ചെയ്യാൻ ആഗ്രഹിച്ച കാര്യത്തിന് അത് തികച്ചും അനുയോജ്യമായിരുന്നു.

അവൻ കുതിരയുടെ കടിഞ്ഞാൺ വലിച്ച്, ചാടിയിറങ്ങി അതിന്റെ കാലുകൾ കൂട്ടിക്കെട്ടി. എന്നിട്ട് അവൻ നീട്ടി, വ്യക്തമായി, മൂർച്ചയോടെ ചൂളമടിച്ചു.

മറുപടിയായി മറ്റൊരു ചൂളംവിളി അവൻ കേട്ടു. ഏകദേശം തന്റേതിന്റെ തനിപ്പകർപ്പ്.

'അദ്ദേഹത്തെ കൊണ്ടുവരൂ.'

കൊണ്ടുവരപ്പെട്ടു.

ഇസ്മായിലിനെ. സുൽത്താൻ മഹ്മൂദിന്റെ അനിയൻ. ഗസ്നി തലസ്ഥാന നഗരിയിലെ മുൻ ഗവർണ്ണർ-മുഫ്തി.

മാലിക് അയാസിന്റെ അച്ഛൻ.

അമാലിന്റെ നേതൃത്വത്തിൽ ആറ് സൈനികർ അവരെ അനുഗമിച്ചു. സൈനികർക്ക് പിന്നാലെ യസാദെയും ഉണ്ടായിരുന്നു.

'എന്റെ മോനേ!' ഇസ്മായിൽ വിളിച്ചുപറഞ്ഞു. 'അള്ളാഹുവിന് സ്തുതി, നീ ഇവിടെയുണ്ടല്ലോ. ഈ മണ്ടി അമാൽ ഞാൻ പറയുന്നത് കേൾക്കുന്നില്ല! ഈ സൈനികരെല്ലാം എന്റെയല്ല, അവളുടെ കല്പനയാണ് കേൾക്കുന്നത്!'

മാലിക് അയാസ് അമാലിന്റെ നേർക്ക് തിരിഞ്ഞു. മഹ്മൂദിന്റെ കൊട്ടാരത്തിൽ വെച്ച് കേൾക്കുന്നതിനേക്കാൾ തികച്ചും വ്യത്യസ്തമായി, അവന്റെ ശബ്ദം ഉറച്ചതും ഗാംഭീര്യമുള്ളതുമായിരുന്നു. 'എന്തുപറ്റി?'

ഇസ്മായിൽ ഇടയ്ക്ക് കയറി മറുപടി പറഞ്ഞു. 'ഞാൻ ഈ മഠയയോട് പറഞ്ഞതാണ്, നമ്മൾ യാത്ര തുടരണമെന്ന്. ഇരുട്ടുള്ളപ്പോൾത്തന്നെ ഗസ്നിയിൽ നിന്ന് പരമാവധി ദൂരം പോകണം. എന്റെ അഭാവം ശ്രദ്ധയിൽപ്പെടുന്നതിന് മുൻപ്. ഞാൻ... ഞാൻ കരുതിയത്... അത് നിനക്ക് പ്രശ്നമുണ്ടാക്കിയാലോ എന്ന് കരുതിയാണ്.'

'എനിക്കറിയാം നിങ്ങൾക്ക് എന്നോട് എത്രമാത്രം സ്നേഹമുണ്ടെന്ന്,' മാലിക് അയാസ് പറഞ്ഞു.

അയാസിന്റെ ശബ്ദത്തിലെ മാറ്റം ഇസ്മായിലിനെ കൂടുതൽ പരിഭ്രാന്തനാക്കി. പരിഭ്രാന്തനാകുമ്പോഴെല്ലാം അയാളുടെ ശബ്ദം നേർത്തുപോകുകയും അമിതമായി സംസാരിക്കാൻ തുടങ്ങുകയും ചെയ്യും. ഭ്രാന്തമായ ഹൃദയത്തെ ശാന്തമാക്കാൻ വാചാലമായ ജൽപ്പനങ്ങളെ കൂട്ടുപിടിക്കും. ഇത്തവണയും അതിന് മാറ്റമൊന്നുമുണ്ടായില്ല.

'നിനക്ക് മനസ്സിലാവുന്നില്ല, എന്റെ മോനേ,' ഇസ്മായിൽ പറഞ്ഞു. 'ഈ വിഡ്ഢികൾ... അമാൽ ഒരു മണ്ടിയാണ്. അവളുടെ കല്പന കേൾക്കുന്ന ഈ സൈനികർ അതിലും വലിയ വിഡ്ഢികളാണ്... ഞാൻ നിന്നെക്കുറിച്ച് മാത്രമാണ് ചിന്തിച്ചത്... നിനക്കൊരു ബുദ്ധിമുട്ടുണ്ടാക്കാൻ ഞാൻ ആഗ്രഹിക്കുന്നില്ല, എന്റെ മോനേ... അതുകൊണ്ടാണ് നമ്മൾ യാത്ര തുടരണമെന്ന് ഞാൻ പറഞ്ഞത്... പക്ഷേ അവൾ വാശിപിടിച്ചുകൊണ്ടിരുന്നു, നമ്മൾ കാത്തുനിൽക്കണമെന്ന്... നിനക്കായി കാത്തുനിൽക്കണമെന്ന്... എനിക്കറിയാം... എനിക്കറിയാം, എന്നെ രക്ഷിക്കാനാണ് നീ തുർക്കി സൈനികരെ കൊണ്ടുവരാതിരുന്നതെന്ന്... മഹ്മൂദിനോടുള്ള കൂറ് കാരണം അവർ നമ്മളെ ഒറ്റിക്കൊടുത്തേക്കാം... പക്ഷേ ഇവർ...' കൂടെയുള്ള സൈനികരെ ചൂണ്ടി ഇസ്മായിൽ വെറുപ്പോടെ മുഖം ചുളിച്ചു. 'ഈ സൊറോസ്ട്രിയക്കാരും ഗ്രീക്കുകാരും അബ്ദികളും... അവർക്ക് ചിന്തിക്കാൻ കഴിവില്ല... ജനിതകപരമായിത്തന്നെ അവർ വിഡ്ഢികളാണ്... അതിലും മോശം, അവർ ഒരു പെണ്ണിന്റെ കല്പനയാണ് കേൾക്കുന്നത്... അവൾ ഒരു തുർക്കിയായിരിക്കാം, പക്ഷേ അവളൊരു വെറും പെണ്ണാണ്!'

അമാൽ ഒരു തുർക്കിക് സ്ത്രീയാണെന്നാണ് ഇസ്മായിൽ വിശ്വസിച്ചിരുന്നത്. കാരണം കാഴ്ചയിൽ അവൾ അങ്ങനെ-തന്നെയായിരുന്നു.

ഇസ്മായിലിന് കാവൽ നിന്ന ആറ് സൈനികരെ അയാസ് നോക്കി. അവരിൽ സൊറോസ്ട്രിയൻ പേർഷ്യക്കാരും, ക്രിസ്ത്യൻ ഗ്രീക്കുകാരും, ആഫ്രിക്കൻ മുസ്ലീങ്ങളും ഉണ്ടായിരുന്നു. ആഫ്രിക്കൻ മുസ്ലീങ്ങളെ തുർക്കികൾ അബ്ദികൾ എന്നാണ് വിളിച്ചിരുന്നത്. അടിമ എന്നർത്ഥം വരുന്ന അറബി വാക്കാണ് അബ്ദി. മാലിക് അയാസ് ആ വാക്കിനെ വെറുത്തിരുന്നു.

'ഈ പേർഷ്യക്കാരും ഗ്രീക്കുകാരും ആഫ്രിക്കക്കാരും നിങ്ങളെ ബുദ്ധിമുട്ടിക്കുന്നുണ്ടെങ്കിൽ, എന്റെ കയ്യിൽ മറ്റ് രാജ്യക്കാരും ഉണ്ട്,' ലാഹോറിലെ രാജാവ് പറഞ്ഞു. മാലിക് അയാസ് ഉച്ചത്തിൽ മൂന്ന് തവണ കുറിയ ചൂളമടിച്ചു. ആ ഇടുങ്ങിയ വഴിയുടെ പ്രവേശന കവാടത്തിൽ കാത്തുനിന്നതുപോലെ ഏകദേശം പത്തോളം സൈനികർ കുതിരപ്പുറത്ത് പാഞ്ഞെത്തി. 'ഇതാ ഭാരതീയർ വരുന്നു.'

സൈനികർ വേഗത്തിൽ കുതിരപ്പുറത്തുനിന്നിറങ്ങി, കുതിരകളെ മാറ്റിക്കെട്ടി മാലിക് അയാസിന് പിന്നിൽ അണിനിരന്നു.

'സ്വാഗതം, ധ്രുവ്,' മാലിക് അയാസ് പറഞ്ഞു. 'എനിക്കുള്ള അധിക വസ്തുങ്ങൾ നിങ്ങൾ കൊണ്ടുവന്നിട്ടുണ്ടോ?'

'ഉവ്വ് പ്രഭോ,' ധ്രുവ് തലകുനിച്ച് മറുപടി നൽകി. 'അങ്ങ് എല്ലാ കാര്യങ്ങളും മുൻകൂട്ടി കാണുന്നു.'

ഇസ്മായിൽ ആശയക്കുഴപ്പത്തിലായി. അയാളുടെ ഭയം കൂടിക്കൂടി വന്നു. 'എന്താണിവിടെ നടക്കുന്നത്, എന്റെ മോനേ?'

മാലിക് അയാസ് അച്ഛന് മറുപടി നൽകിയില്ല. അയാൾ അമാലിന്റെ നേർക്ക് തിരിഞ്ഞു. 'തനിക്ക് യസാദെയെയും കൂട്ടി ഇവിടെനിന്നും പോകാം.'

താൻ ചെയ്യാൻ പോകുന്നതെന്താണെന്ന് മാലിക് അയാസ് അമാലിനോട് പറഞ്ഞിരുന്നു. അയാളുടെ ഏറ്റവും ആഴത്തിലുള്ള, ഇരുണ്ട രഹസ്യം രണ്ട് സ്ത്രീകളെ മാത്രമേ വിശ്വസിച്ച് ഏൽപ്പിച്ചിരുന്നുള്ളൂ. കൗസരി ജഹാനെയും അമാലിനെയും. അയാൾക്കത് രണ്ടുപേരോടും പറയേണ്ടിവന്നതാണ്. കാരണം അവരുടെ സഹായം അയാൾക്ക് ആവശ്യമായിരുന്നു. കൗസരിയില്ലാതെ ഈ ഗൂഢാലോചന നടക്കുമായിരുന്നില്ല. തന്റെ അച്ഛനെ ഈ സ്ഥലത്ത് എത്തിക്കാൻ അമാലിനെ ആശ്രയിക്കാമെന്ന് അവനറിയാമായിരുന്നു. അവളുടെ സ്വാർത്ഥ താല്പര്യവും അവന്റേതുമായി ചേർന്നുപോകുന്നതായിരുന്നു. അവളുടെ പോരാട്ടവീര്യത്തെക്കുറിച്ച് അവൻ കേട്ടിരുന്നു.

താലിബിൽ നിന്നാണ് മാലിക് അയാസിന് യസാദെയെക്കുറിച്ച് അറിയാൻ കഴിഞ്ഞത്. അതുകൊണ്ടാണ് ഗസ്നിയിലെ ആ സുരക്ഷിത താവളത്തിൽ നിന്ന് അവളെ തന്റെ മാളികയിലേക്ക് കൊണ്ടുവരാൻ അയാൾ സമ്മതിച്ചതും.

മാലിക് അയാസ് എന്താണ് ചെയ്യാൻ പോകുന്നതെന്ന് അമാലിന് അറിയാമായിരുന്നു. യസാദെ എന്തായിരിക്കും ആഗ്രഹിക്കുകയെന്നും അവൾക്ക് ഊഹമുണ്ടായിരുന്നു. അവൾ ഉടൻ തന്നെ മറുപടി പറഞ്ഞു. 'അവൾ ഇവിടെത്തന്നെ നിൽക്കണം.'

അയാസ് എതിർത്തു, 'അവളൊരു കുട്ടിയാണ്. കുട്ടികൾ കാണാൻ പാടില്ലാത്ത ചിലതുണ്ട്.'

അമാൽ വിട്ടുകൊടുത്തില്ല. 'കുട്ടികളോട് ഒരിക്കലും ചെയ്യാൻ പാടില്ലാത്ത ചില കാര്യങ്ങളുണ്ട്. യസാദെയോട് എന്തെല്ലാം ക്രൂരതകളാണ് ചെയ്തിട്ടുള്ളതെന്ന് താങ്കൾക്ക് ഒരു ഊഹവുമില്ല, അയാസ് രാജാവേ. എന്നെ വിശ്വസിക്കൂ. അവളിത് കാണണം.'

'എന്ത് കാണാനെന്ന്?!' ഇസ്മായിൽ അലറി. താൻ അപകടത്തിലാണെന്ന് അയാൾക്ക് ഉറപ്പായി. ഗുരുതരമായ അപകടത്തിൽ. എന്നിട്ടും അയാൾ പ്രതീക്ഷ കൈവിട്ടില്ല. അതൊരു വിഡ്ഢിത്തമായിരുന്നെങ്കിൽ പോലും. 'എന്റെ മോനേ... എന്റെ മോനേ... നമുക്ക് വേഗം പോകാം... ഞാൻ ആവശ്യത്തിന് പണം സമ്പാദിച്ചു വെച്ചിട്ടുണ്ട്... നമുക്ക് ഒരുമിച്ച് സുരക്ഷിതരായിരിക്കാം...'

'അവരുടെ പേര് സാറ എന്നായിരുന്നു.' മാലിക് അയാസ് അത് പറയുമ്പോൾ അയാളുടെ കണ്ണുകൾ നിറഞ്ഞിരുന്നു, ശബ്ദം ഇടറുകയും വികാരഭരിതമാവുകയും ചെയ്തു. അയാൾ മുഷ്ടികൾ മുറുക്കിപ്പിടിച്ചിരുന്നു.

ഇസ്മായിൽ ആകെ ആശയക്കുഴപ്പത്തിലായി. 'എന്ത്? ആര്? ആരുടെ പേരായിരുന്നു സാറ?'

'ഞാൻ നിങ്ങളെ കാണിച്ച ആ ചിത്രം,' പല്ലിറുമ്മിക്കൊണ്ട് ചാട്ടവാറടി പോലെ അയാസിന്റെ വാക്കുകൾ പുറത്തുവന്നു. 'നിങ്ങൾ അതിമനോഹരമെന്ന് പറഞ്ഞ ആ ചിത്രം.'

'എന്റെ മോനേ... എനിക്ക്... നീയെന്താണ് പറയുന്നതെന്ന് എനിക്കറിയില്ല... നമുക്ക് പിന്നെ സംസാരിക്കാൻ എത്ര വേണമെങ്കിലും സമയമുണ്ട്... സാറയെക്കുറിച്ചാണെങ്കിൽ അങ്ങനെ... പക്ഷെ നമുക്കിവിടുന്ന് പോകാം...' ഇസ്മായിൽ മുന്നോട്ട് പോകാൻ ശ്രമിച്ചെങ്കിലും സൈനികർ അയാളെ തടഞ്ഞു.

'എനിക്കന്ന്കഷ്ടിച്ച്മൂന്ന്വയസ്സ്പ്രായംകാണും,'മാലിക്അയാസ് പറഞ്ഞു. 'ഒരു പിഞ്ചുകുഞ്ഞ്. അത്ര ചെറിയ പ്രായത്തിലുള്ളതൊന്നും

ആരും ഓർക്കാറില്ല... പക്ഷെ ഞാൻ ഓർക്കുന്നു... ഞാൻ ഓർക്കുന്നു... ഓരോ വിശദാംശവും എനിക്കോർമ്മയുണ്ട്...'

'മോനേ... നമുക്ക് സംസാരിക്കാം... പിന്നീട്... പക്ഷെ നമുക്കിവിടുന്ന് പോകാം...' ഇസ്മായിൽ അപ്പോഴും രക്ഷപ്പെടാനുള്ള ശ്രമത്തിലായിരുന്നു.

'മിണ്ടാതിരിക്ക്!' അമാൽ അലറി.

ഒടുവിൽ ഇസ്മായിൽ നിശ്ശബ്ദനായി.

മാലിക് അയാസ് വീണ്ടും സംസാരിച്ചു തുടങ്ങി. 'നാല് വർഷങ്ങൾക്ക് ശേഷം നീ തിലീസിയിൽ തിരിച്ചെത്തി... ഞാൻ നിങ്ങളുടെ രക്തത്തിൽ പിറന്നവനായതുകൊണ്ട് താനെന്നെ അംഗീകരിക്കുമെന്ന് എന്റെ അമ്മ വിശ്വസിച്ചു. അവരെ സ്വീകരിച്ചില്ലെങ്കിലും, സ്വന്തം കുഞ്ഞായ എന്നെയെങ്കിലും സ്വീകരിക്കുമെന്ന് അവർ കരുതി. നിങ്ങളങ്ങനെ ചെയ്താൽ എന്റെ ജീവിതം രക്ഷപ്പെടുമെന്നും. അതുകൊണ്ട് നിങ്ങളെ കാണാൻ നിഷ്കളങ്കമായി കൊട്ടാരത്തിലേക്ക് വന്നു. താൻ തന്റെ കൂട്ടുകാരുമായി സ്വകാര്യ ദർബാർ അറയിൽ ഇരിക്കുമ്പോഴായിരുന്നു അത്. പത്തുപേരുണ്ടായിരുന്നു അവർ, എനിക്കോർമ്മയുണ്ട്. ഞാൻ ആരാണെന്ന് അവർ നിന്നോട് പറഞ്ഞു. നിങ്ങളുടെ സ്വന്തം ചോര. അപ്പോൾ നിങ്ങൾ ചിരിച്ചു. എന്നിട്ട് അവരെ തല്ലി. എനിക്കോർമ്മയുണ്ട്... എനിക്കോർമ്മയുണ്ട്... ഞാൻ ദൂരെയുള്ള ഭിത്തിയോട് ചേർന്ന് ഭയന്നുവിറച്ച് നിൽക്കുകയായിരുന്നു. ചോര വരുന്നത് വരെ അമ്മയെ അടിച്ചു. എന്നിട്ട് അവളെ ബലാത്സംഗം ചെയ്തു. പിന്നെയും അവളെ തല്ലി. അതിനുശേഷം നിങ്ങളുടെ കൂട്ടുകാരെക്കൊണ്ട് അവരെ ബലാത്സംഗം ചെയ്യിപ്പിച്ചു... അവരെല്ലാവരും... ഊഴമിട്ട്... ഓരോ തവണയും നിങ്ങൾ അവരെ തല്ലിക്കൊണ്ടേയിരുന്നു. ഞാനതെല്ലാം കണ്ടു... ഞാൻ നിർത്താതെ കരയുകയായിരുന്നു... ഞാനതെല്ലാം കണ്ടു...'

ഇസ്മായിലിന് ആ സംഭവം സത്യമായും ഓർമ്മയുണ്ടായിരുന്നില്ല. അത്തരം കാര്യങ്ങൾ അയാൾ എത്രയോ തവണ ചെയ്തിരിക്കുന്നു. കാഫിർ സ്ത്രീകൾ അയാൾക്ക് വെറും ഇരകൾ മാത്രമായിരുന്നു. കാഫിർ സ്ത്രീകളെ ബലാത്സംഗം ചെയ്യുന്നതോ മർദ്ദിക്കുന്നതോ തെറ്റല്ലെന്ന് തന്റെ മതം അനുശാസിക്കുന്നതായി അയാൾ ആത്മാർത്ഥമായി

വിശ്വസിച്ചു. പക്ഷേ, അപ്പോൾ മിണ്ടാതിരിക്കാനുള്ള ബോധം അയാൾക്കുണ്ടായിരുന്നു.

യസാദെ ഇസ്മായിലിനെ തുറിച്ചുനോക്കുകയായിരുന്നു. അവളുടെ മുഷ്ടികൾ മുറുകിയിരുന്നു. ശരീരം കോപത്താൽ വിറച്ചു. അയാൾ അവളോടും ഇതുതന്നെയാണ് ചെയ്തിരുന്നത്. മർദ്ദിക്കുകയും പിന്നെ ബലാത്സംഗം ചെയ്യുകയും. പലതവണ.

'എന്റെ അമ്മ ആ രാത്രിയെ അതിജീവിച്ചു...' മാലിക് അയാസ് തുടർന്നു. 'അവരെന്നെ വളർത്തി... ഒന്നും എന്നിൽ നിന്ന് മറച്ചുവെച്ചില്ല... പകരം എന്നെ കരുത്തനാക്കി വളർത്തി... തനിക്കറിയാവുന്നതെല്ലാം അവരെന്നെ പഠിപ്പിച്ചു... എനിക്കുവേണ്ടി അമ്മ എല്ലാം ത്യജിച്ചു... ആ ഓർമ്മയാണ് എന്റെ ദൈവം.'

ഇസ്മായിൽ എന്തോ പറയാൻ ശ്രമിച്ചു. പക്ഷെ വാക്കുകൾ പുറത്തുവന്നില്ല.

മാലിക് അയാസ് തന്റെ കഴുത്തിൽ തൂങ്ങിക്കിടന്ന ക്രിസ്ത്യൻ കുരിശിന്റെ രൂപത്തിലുള്ള പതക്കത്തിൽ മുറുകെ പിടിച്ചിരുന്നു. അയാളുടെ വിരൽമടക്കുകൾ മുറുക്കത്താൽ വിളറിവന്നു. അത് അവളുടേതായിരുന്നു. അവന്റെ അമ്മയുടെ പതക്കം. 'അവളുടെ പേര് സാറ എന്നായിരുന്നു.'

അമാൽ കരയുകയായിരുന്നു. സഹതാപം കൊണ്ട്. എന്നാൽ അവൾക്ക് ചുറ്റുമുള്ള പുരുഷന്മാരുടെ മനസ്സിൽ ഒരേയൊരു വികാരം മാത്രമേ ഉണ്ടായിരുന്നുള്ളൂ. ഒരേയൊരു വികാരം. ക്രോധം. ശുദ്ധമായ, കളങ്കമില്ലാത്ത ക്രോധം. തന്നെ പ്രസവിച്ച സ്ത്രീക്ക് വേണ്ടി പ്രതികാരം ചെയ്യാൻ കഴിഞ്ഞില്ലെങ്കിൽ പിന്നെ ഒരു പുരുഷനായിട്ടെന്ത് കാര്യം? തന്നെ വളർത്തി വലുതാക്കിയ സ്ത്രീക്ക് നീതി നേടിക്കൊടുക്കാൻ കഴിഞ്ഞില്ലെങ്കിൽ പിന്നെ ഒരു പുരുഷനായിട്ടെന്ത് കാര്യം? താൻ അറിഞ്ഞിട്ടുള്ളതിൽ വെച്ച് ഏറ്റവും മഹതിയായ സ്ത്രീയുടെ അഭിമാനത്തിനുവേണ്ടി പോരാടാൻ കഴിഞ്ഞില്ലെങ്കിൽ പിന്നെ ഒരു പുരുഷനായിട്ടെന്ത് കാര്യം?

'ഞാൻ കാത്തിരിക്കുകയായിരുന്നു... പതിറ്റാണ്ടുകളായി... നിന്റെ എല്ലാ കൂട്ടുകാരും മരിച്ചു... നീയാണ് അവസാനത്തെയാൾ... മഹ്മൂദ് നിന്നെ സ്വയം മോചിപ്പിച്ചതല്ല... നിന്നെ വിട്ടയക്കാൻ അവനെ പ്രേരിപ്പിച്ചത് ഞാനാണ്...'

ഇസ്മായിലിന്റെ ഹൃദയം ശക്തിയായി മിടിച്ചു. എങ്ങനെയെങ്കിലും കരുണ ലഭിക്കുമെന്ന് അയാൾ അപ്പോഴും ആശിച്ചു. എന്നാൽ, തന്റെ കട്ടിയുള്ള തലയോട്ടിക്ക് പോലും ഉള്ളിലേക്ക് തുളച്ചുകയറുന്ന ആ ചിന്തയെ തടയാനായില്ല. *ഇതാണ് അവസാനം.*

മാലിക് അയാസ് ഉറയിൽ നിന്ന് ഒരു ചെറിയ വാൾ വലിച്ചെടുത്തു. അതിന് ക്രൂരവും ക്രമരഹിതവുമായ അരം പോലുള്ള മുനയുണ്ടായിരുന്നു. കഠിനമായ വേദനയുണ്ടാക്കുന്ന തരം വാൾ. 'നിനക്ക് എത്ര വേണമെങ്കിലും അലറാം. നമുക്ക് ചുറ്റുമുള്ള ഈ പാറക്കെട്ടുകളിൽ നിന്ന് ഒരു ശബ്ദവും പുറത്തുപോകില്ല.'

'അയാസ്...' ഇസ്മായിൽ ഒടുവിൽ മന്ത്രിച്ചു. 'ഞാൻ പറയുന്നത് കേൾക്ക്... ഞാൻ... നമുക്ക്... നീയെന്റെ മകനാണ്... ഞാൻ നിന്റെ അച്ഛനാണ്...'

'നീയെന്റെ അച്ഛനല്ല!' മാലിക് അയാസ് ഗർജ്ജിച്ചു. 'എന്റെ അമ്മയെ ബലാത്സംഗം ചെയ്ത ഒരുവൻ മാത്രമാണ് നീ! ഞാൻ നിന്റെ മകനല്ല! ഞാൻ എന്റെ അമ്മയുടെ മകനാണ്!'

ഇസ്മായിൽ വീണ്ടും ഓടാൻ ശ്രമിച്ചു. പക്ഷെ ചുറ്റും നിന്ന സൈനികർ അയാളെ പിടിച്ചുവെച്ചു.

ഒരു അമ്മയുടെ കടം വീട്ടാനുള്ള സമയമായിരുന്നു അത്. മാലിക് അയാസ് ആ കടം വീട്ടാൻ തുടങ്ങി. രക്തത്താലും വേദനയാലും.

അദ്ധ്യായം 27

പ്രതികാരം

മഹ്മൂദിന്റെ കൊട്ടാരം, ഗസ്നി, അഫ്ഗാനിസ്ഥാൻ

അർദ്ധരാത്രി കഴിഞ്ഞ് അര നാഴിക കഴിഞ്ഞിരുന്നു.

സുൽത്താന്റെ ശയ്യാഗൃഹത്തിൽ നരസിംഹൻ ക്ഷമയോടെ കാത്തിരിക്കുകയായിരുന്നു. മാറുതുറന്ന്, അയഞ്ഞ സിൽക്ക് പൈജാമ ധരിച്ച് മഹ്മൂദ് ഉറങ്ങുന്ന കട്ടിലിനടുത്തുള്ള ഉൾഭിത്തിയോട് ചേർന്നായിരുന്നു അദ്ദേഹം നിന്നിരുന്നത്.

ആ മാസത്തെ കാലാവസ്ഥ വെച്ച്, കിഴക്ക് ദിക്കിലെ ജാലകത്തിലൂടെ അകത്തേക്ക് വന്ന കാറ്റിന് നല്ല തണുപ്പുണ്ടായിരുന്നു. കട്ടിയുള്ള ലിനൻ ശീലകൾ കാറ്റിന്റെ ശക്തിയെ ഒരുവിധം തടഞ്ഞു. എങ്കിലും, തിരശ്ശീലകൾക്കിടയിലെ ചെറിയ വിടവിലൂടെ കുറച്ച് കാറ്റ് അകത്തേക്ക് കടന്ന് മുറിയിൽ തണുപ്പ് നിറച്ചു. എന്നാൽ, വളരെ കുറച്ച് വെളിച്ചം മാത്രമേ അകത്തേക്ക് അരിച്ചെത്തുന്നുണ്ടായിരുന്നുള്ളൂ. അന്ന് രാത്രി ആകാശത്ത് ഒരു നേർത്ത ചന്ദ്രക്കല മാത്രമേ ഉണ്ടായിരുന്നുള്ളൂ. പോരാത്തതിന്, അത് കൊട്ടാരത്തിന്റെ മറുവശത്തായിരുന്നു. അർദ്ധരാത്രി കഴിഞ്ഞതിനാൽ ചന്ദ്രൻ പടിഞ്ഞാറൻ ആകാശത്തേക്ക് നീങ്ങിയിരുന്നു, എന്നാൽ മഹ്മൂദിന്റെ അറയിലെ ജനലുകൾ കിഴക്കോട്ട് ദർശനമുള്ളവയായിരുന്നു. ഇതിനർത്ഥം, സുൽത്താന്റെ കട്ടിലിനരികിലുള്ള മേശയിലെ ചെറിയ ജ്വാലാവിളക്ക് ഒഴികെ അറയുടെ ആ ഭാഗത്ത് വെളിച്ചം തീരെയില്ലായിരുന്നു എന്ന് തന്നെ പറയാം. മഹ്മൂദിന്റെ കട്ടിലിൽ നിന്ന്

മാറി, ഇരിപ്പിടങ്ങൾ വെച്ചിരിക്കുന്ന പ്രധാന വാതിലിനടുത്തേക്ക് നീങ്ങിയാൽ, അവിടെയുള്ള വിളക്കുകൾ ആവശ്യത്തിന് വെളിച്ചം നൽകിയിരുന്നു.

നരസിംഹൻ മഹ്മൂദ് ഉറങ്ങുന്നതിനടുത്തായിരുന്നു ഇരുന്നത്. ആർക്കും കാണാൻ കഴിയാത്ത തരത്തിൽ. അദ്ദേഹം ഒരു യോഗിയെപ്പോലെ, അടുത്തുള്ള ഭിത്തിയിൽ ചാരി ചമ്രം പടിഞ്ഞ് നിലത്തിരിക്കുകയായിരുന്നു. കൈകൾ കാൽമുട്ടുകളിൽ വെച്ച്, ശാന്തമായും സാവധാനത്തിലും ശ്വാസമെടുത്ത്, ഉണർന്നും ജാഗരൂകനായും അയാൾ ഇരുന്നു. മദ്യലഹരിയിലാണ്ടു കിടക്കുന്ന മഹ്മൂദ് ആ ഗാഢനിദ്രയിൽ നിന്ന് ഒന്നിളകാൻ അയാൾ കാത്തിരുന്നു.

അർദ്ധരാത്രി കഴിഞ്ഞ് ഒരു മണിക്കൂറായിട്ടും മഹ്മൂദ് ഉണർന്നില്ലെങ്കിൽ, അയാളെ ഉണർത്തണമെന്ന് നരസിംഹൻ തീരുമാനിച്ചിരുന്നു. എന്നെന്നേക്കുമായി കാത്തിരിക്കാനാവില്ലല്ലോ. അർദ്ധരാത്രി കഴിഞ്ഞ് ഏകദേശം ആറ് മണിക്കൂറിനുള്ളിൽ സൂര്യനുദിക്കും.

നരസിംഹന്റെ ഭാഗ്യത്തിന്, അങ്ങനെയൊരു സാഹചര്യമുണ്ടായില്ല.

മഹ്മൂദ് ഉറക്കത്തിൽ ഒന്നിളകി. വന്യമായ ഒരു താഴ്ന്ന ശബ്ദം കേട്ടു. 'മ്മ്...'

നരസിംഹൻ തൽക്ഷണം എഴുന്നേറ്റുനിന്നു.

മഹ്മൂദിന്റെ കണ്ണുകൾ ചെറുതായി തുറന്നു. അപ്പോഴും മയക്കത്തിലായിരുന്നു. 'മ്മ്‌ം... വെള്ളം... അയാസ്...'

ഇരുട്ടുമായി കണ്ണുകൾ പൊരുത്തപ്പെട്ടുകഴിഞ്ഞിരുന്ന നരസിംഹൻ, ഭിത്തിയോടു ചേർന്നുള്ള വലിയ മാർബിൾ മേശയുടെ അടുത്തേക്ക് നടന്നു. തന്റെ ഭക്തൻ ചെയ്യാൻ പോകുന്നതിന് സാക്ഷിയായി, താൻ നേരത്തെ അവിടെ വെച്ച ശിവലിംഗത്തിന്റെ കഷണമായ ആ കാന്തക്കല്ല് അയാൾ കണ്ടു. ആ തിരുശേഷിപ്പിൽ തൊട്ട ശേഷം, അടുത്തുള്ള വെള്ളി മോന്തയിൽനിന്ന് അരികിലിരുന്ന വെള്ളി കോപ്പയിലേക്ക് വെള്ളം പകർന്നു. എന്നിട്ട് അയാൾ കട്ടിലിനടുത്തേക്ക് നടന്നു.

ഇരുട്ടിൽ തന്റെ നേർക്ക് നടന്നുവരുന്ന ഭീമാകാരനായ നരസിംഹന്റെ നേർക്ക് മയക്കം വിട്ടുമാറാത്ത കണ്ണുകളോടെ മഹ്മൂദ്

തല തിരിച്ചു. അയാളുടെ കൺപോളകൾ പാതിയടഞ്ഞിരുന്നു, കാഴ്ച മങ്ങിയിരുന്നു. 'മ്മ്? അബു ഖാസിം... നീ... നീ എപ്പോൾ തിരികെ വന്നു?'

നരസിംഹൻ കട്ടിലിനരികിൽ നിന്നു. അയാൾ മറുപടി പറഞ്ഞില്ല.

കൈമുട്ടുകളിൽ ഊന്നി പതുക്കെ എഴുന്നേറ്റിരുന്ന് മഹ്മൂദ് പറഞ്ഞു, 'എന്റെ തല പൊളിയുന്നല്ലോ...' അയാൾ വെള്ളത്തിനായി കൈ നീട്ടി.

നരസിംഹൻ മഹ്മൂദിന് ഗ്ലാസ് നൽകിയ ശേഷം പിന്നോട്ട്, നിഴലുകളിലേക്ക് മാറി. അയാൾ ഉടൻതന്നെ അരയിൽ കെട്ടിയിരുന്ന ചെറിയ തുണിക്കിഴിയിൽ കൈവെച്ചു. അതിൽനിന്ന് ഒരു വലിയ രത്നം പുറത്തെടുത്തു. പാറക്കഷണം പോലെ തോന്നിക്കുന്ന ഒന്ന്.

ഒരു വജ്രം.

ഗോൽക്കൊണ്ടയിലെ ഖനികളിൽ നിന്ന് കുഴിച്ചെടുത്തത്. കൗസരി ജഹാൻ നൽകിയ ഒരു സമ്മാനം. മഹ്മൂദിന് ഏറ്റവും മികച്ചതുതന്നെ വേണമല്ലോ.

മനുഷ്യന് അറിയാവുന്നതിൽ വെച്ച് ഏറ്റവും കഠിനമായ വസ്തുവാണ് വജ്രം. പാറകളെക്കാൾ എത്രയോ കരുത്തുറ്റത്.

ഈ വജ്രം വളരെ വലുതായിരുന്നു. മനോഹരമായി ചെത്തിമിനുക്കി, അതിന്റെ കൂർത്ത അഗ്രം പരന്ന ഒരു പ്രതലത്തിലേക്ക് ഒതുങ്ങിയിരുന്നു. പ്രപഞ്ചനാഥന്റെ പ്രതികാരത്തിനുള്ള ആയുധം.

അതേസമയം, മഹ്മൂദ് വെള്ളം ഒറ്റയടിക്ക് കുടിച്ചുതീർത്തിരുന്നു. അതിൽ ഭൂരിഭാഗവും വായിലൂടെ പുറത്തേക്കൊഴുകി അയാളുടെ കഴുത്തിലും നെഞ്ചിലും പടർന്നു. അയാൾ തലയിണയിലേക്ക് തലചായ്ച്ച് കണ്ണുകളടച്ചു. കയ്യിലിരുന്ന കോപ്പ തിരികെ വാങ്ങാനായി അവൻ കൈ നീട്ടി.

നരസിംഹൻ പ്രതികരിച്ചില്ല.

സുൽത്താൻ കൈ കുലുക്കി അക്ഷമയോടെ മുരണ്ടു. 'മ്ഹ്മം...'

നരസിംഹൻ അനങ്ങിയില്ല.

മഹ്മൂദ് കണ്ണുതുറന്ന് ദേഷ്യത്തോടെ അലറി. 'അബ്ബ! വാങ്ങ്!'

അവൻ ഉണർന്നിരിക്കുന്നു.

ഭീമാകാരമായ ശരീരമാണെങ്കിലും, നരസിംഹൻ ഒരു മിന്നൽപ്പിണർ പോലെ പാഞ്ഞു. കാൽവിരലുകളിൽ ഊന്നി, ഭാരമില്ലാതെ മുന്നോട്ട് കുതിച്ചു. ഇടതുകൈ കൊണ്ട് മഹ്മൂദിന്റെ വലതുകൈ തട്ടിമാറ്റിയപ്പോൾ ആ ചില്ലുകോപ്പ നിലത്തുവീണ് ചിതറി. ഏകദേശം അതേ നിമിഷം തന്നെ നരസിംഹൻ മുന്നോട്ടാഞ്ഞ്, തന്റെ കരുത്തുറ്റ തോളുകളും പുറവും ഉപയോഗിച്ച് വലതുകൈ അതിക്രൂരമായി താഴേക്ക് വീശി. ആ ഭീകരമായ പ്രഹരത്തിനായി കയ്യിലെ വജ്രം പാകമായിരുന്നു.

കൃത്യമായ ഒരിടി. താടിയെല്ലിന് തന്നെ. ഇതിലും നന്നായി ആ പ്രഹരം ഏൽപ്പിക്കാൻ നരസിംഹന് കഴിയുമായിരുന്നില്ല.

മുഷ്ടിഇഗുസ്തിക്കാരെ അവരുടെ പരിശീലകർ ആദ്യം പഠിപ്പിക്കുന്ന കാര്യങ്ങളിലൊന്ന് പോരാട്ടത്തിനിടയിൽ മുഖം എങ്ങനെ സംരക്ഷിക്കണമെന്നാണ്. താടി നെഞ്ചോട് ചേർത്ത് പിടിക്കുക, ഒരു കൈ പ്രതിരോധത്തിനായി ഉയർത്തിവെക്കുക, താടിയെല്ല് മുറുക്കിപ്പിടിക്കുക. ഇത് എതിരാളിയുടെ പ്രഹരത്തിൽ താടിയെല്ലിന്റെ ഘടനയിലെ ഏറ്റവും ദുർബലമായ ഭാഗത്ത് ഒടിവുണ്ടാകുന്നത് തടയും. മുറുകിയ പേശികൾ അതിനെ ഉറപ്പിച്ചു നിർത്തും.

മഹ്മൂദ് താടിയെല്ല് മുറുക്കിയിരുന്നില്ല. തനിക്ക് പ്രഹരമേൽക്കാൻ പോകുകയാണെന്ന് അയാൾ അറിഞ്ഞിരുന്നില്ല. അതിലും മോശമായി, അയാളുടെ നാവ് പല്ലുകൾക്കിടയിലായിരുന്നു.

നരസിംഹന്റെ ആ കിറുകൃത്യമായ പ്രഹരം മഹ്മൂദിന്റെ താടിയെല്ല് തകർക്കുക മാത്രമല്ല, അമർന്നുപോയ പല്ലുകൾക്കിടയിൽപ്പെട്ട് അവന്റെ നാവ് ഭംഗിയായി മുറിഞ്ഞുപോകാനും കാരണമായി.

അസഹനീയമായ വേദനയിൽ സുൽത്താന്റെ കൈകൾ വായിലേക്ക് പാഞ്ഞു. അയാൾ അലറാൻ ശ്രമിച്ചു. പക്ഷെ വ്യക്തമായ ഒരു ശബ്ദവും പുറത്തുവന്നില്ല. അവന്റെ നാവ് മുറിഞ്ഞിരുന്നു. താടിയെല്ല് തകർന്നിരുന്നു.

നരസിംഹൻ പിന്നോട്ട്, നിഴലുകളിലേക്ക് മാറി.

കഠിനമായ വേദനയിലായിരുന്നിട്ടും മഹ്മൂദ് കട്ടിലിൽ നിന്ന് ചാടിയെഴുന്നേറ്റു. നിഴലുകളിൽ നിന്ന് ഭയാനകമായ ഒരു മുരൾച്ച ഉയരുന്നത് അയാൾ കേട്ടു.

'നീ ഒരു പേപ്പട്ടിയാണ്,' നരസിംഹൻ പല്ലിറുമ്മി. 'പക്ഷേ ധൈര്യമുള്ള ഒരു പേപ്പട്ടി. ആ ബഹുമതി ഞാൻ നിനക്ക് തരുന്നു.'

വായിൽ നിന്ന് രക്തം ഒലിപ്പിച്ച്, കോപാകുലനായ മഹ്മൂദ് തലയിണയ്ക്കടിയിൽ കൈയിട്ട് ചെറിയ വാളുറ പുറത്തെടുത്തു. ഒരു യോദ്ധാവ് എപ്പോഴും യുദ്ധത്തിന് തയ്യാറാണ്.

നരസിംഹൻ സ്വന്തം അരയിൽ കെട്ടിയ വാളുറയിലേക്ക് നോക്കി, പിന്നെ മഹ്മൂദിനെ തുറിച്ചുനോക്കി. അയാൾ നിഴലുകളിലേക്ക് കൂടുതൽ പിൻവാങ്ങി. 'ഇതൊരു തുല്യപോരാട്ടമാക്കാം. ഞാൻ തൽക്കാലം എന്റെ കത്തി ഉപയോഗിക്കുന്നില്ല... ഞങ്ങൾ ധാർമ്മികരാണ്, മുന്നറിയിപ്പില്ലാതെ ആക്രമിക്കുന്ന നിന്നെപ്പോലുള്ള ഭീരുക്കളായ ജിഹാദി കഴുതപ്പുലികളല്ല. പക്ഷെ നീ അലറിവിളിച്ച് മറ്റുള്ളവരെ സഹായത്തിന് വിളിക്കാതിരിക്കാൻ തയ്യാറാവാതിരുന്നപ്പോൾ എനിക്ക് നിന്റെ താടിയെല്ല് തകർക്കേണ്ടി വന്നു. അതിന് പ്രായശ്ചിത്തമായി, ഞാൻ കത്തിയില്ലാതെയും നിനക്ക് കത്തിയോടുകൂടിയും പോരാടാം. ഞാൻ ആയുധമാക്കുന്നത്, ഞാൻ കണ്ടിട്ടുള്ളതിൽ വെച്ച് ഏറ്റവും മഹതികളായ സ്ത്രീകളിലൊരാൾ തന്ന സമ്മാനമാണ്.'

പിന്നിൽ നിന്നുള്ള എണ്ണവിളക്കുകളുടെ വെളിച്ചം തട്ടുന്ന ഒരിടത്തേക്ക് ആ ഭാരതീയൻ പിന്നോട്ട് നീങ്ങി. കൗസരി ജഹാൻ നൽകിയ വജ്രം അയാൾ ഉയർത്തിക്കാട്ടി. 'ഇത് ഓർമ്മയുണ്ടോ? സോമനാഥർ ക്ഷേത്രത്തിലെ ശ്രീകോവിലിന്റെ പ്രധാന ഭിത്തിയിൽ ഇത് അലങ്കാരമായിരുന്നു. പ്രതാപികളായ ചാലൂക്യർ മഹാദേവന് സമർപ്പിച്ച വജ്രമാണിത്. നീ ആ ക്ഷേത്രം അശുദ്ധമാക്കിയപ്പോൾ ഇത് മോഷ്ടിച്ചു. എന്നിട്ടത് കൊടുത്തത്...'

മഹ്മൂദ് മുന്നോട്ട് നീങ്ങിക്കൊണ്ടിരുന്നു. അടക്കാനാവാത്ത ക്രോധം അവനിലൂടെ പാഞ്ഞു. *കൗസരി... അവളെ ഞാൻ കൊല്ലും...*

'അതെ... നീ അത് നിന്റെ ഭാര്യക്ക് കൊടുത്തു... അവൾ അത് നിനക്കെതിരെ ഉപയോഗിക്കാൻ എനിക്ക് തന്നു.'

നരസിംഹൻ മഹ്മൂദിനെ കട്ടിലിനരികിൽ നിന്ന് അകറ്റിക്കൊണ്ട് പിന്നോട്ട് നീങ്ങി. കട്ടിലിനടിയിൽ മറ്റ് വാളുകൾ ഒളിപ്പിച്ചിട്ടുണ്ടെന്ന് ആ ചോള സേനാപതിക്ക് അറിയാമായിരുന്നു.

'ഞങ്ങളുടെ ശിവഭഗവാൻ എളുപ്പത്തിൽ പൊറുക്കുകയും മറക്കുകയും ചെയ്യും,' നരസിംഹൻ പറഞ്ഞു. 'പക്ഷേ അദ്ദേഹത്തിന്റെ ഭക്തർ അങ്ങനെയല്ല. ഞങ്ങൾ ഓർത്തിരിക്കും. ഞങ്ങൾ അവിടുത്തേക്ക് വേണ്ടി പ്രതികാരം ചെയ്യും.'

മഹ്മൂദ് തല ഇടത്തോട്ട് ചരിച്ച്, ഇടത്തേക്ക് നീങ്ങാനെന്ന മട്ടിൽ നിന്നു. എന്നിട്ട് പെട്ടെന്ന്, ഇടതുകാൽ ഉപയോഗിച്ച് മുന്നോട്ട് വലതുവശത്തേക്ക് കുതിച്ച് കത്തി വീശി.

അതൊരു നല്ല നീക്കമായിരുന്നു. ഏതൊരു നല്ല യോദ്ധാവിനും എതിരായി. അല്ലെങ്കിൽ ഒരു അസാധാരണ യോദ്ധാവിനെതിരെ പോലും.

പക്ഷേ നരസിംഹൻ ഒരു അസാധാരണ യോദ്ധാവ് മാത്രമായിരുന്നില്ല. കോടിയിലൊരാളായിരുന്നു അദ്ദേഹം.

നരസിംഹൻ ഇടത്തേക്ക് വെട്ടിത്തിരിഞ്ഞ് ആ പ്രഹരം അനായാസം ഒഴിവാക്കി. പിന്നോട്ട് മാറുമ്പോൾ അയാൾ പുച്ഛത്തോടെ ചിരിച്ചു. 'ഇങ്ങോട്ട് വാ... നീ പേരുകേട്ട ഗസ്നിയിലെ മഹ്മൂദല്ലേ. നിനക്ക് ഇതിലും നന്നായി ചെയ്യാൻ കഴിയും.'

മുന്നോട്ട് കുതിക്കുമ്പോൾ മഹ്മൂദ് ഗർജ്ജിക്കാൻ ശ്രമിച്ചു. പക്ഷേ അവന്റെ വായിൽ നിന്ന് വികൃതമായ, അവ്യക്തമായ ഒരു പുലമ്പൽ മാത്രമാണ് പുറത്തുവന്നത്. നരസിംഹൻ വീണ്ടും ആ പ്രഹരം അനായാസം ഒഴിവാക്കി പിന്നോട്ട് മാറി.

മഹ്മൂദ് മുന്നോട്ട് കുതിക്കുകയും വാൾ വീശുകയും ചെയ്തുകൊണ്ടിരുന്നു. നരസിംഹനെ അയാളുടെ മുറിയുടെ പ്രധാന വാതിലിന്റെ ദിശയിലേക്ക് തള്ളാൻ ശ്രമിച്ചു. നരസിംഹൻ ഓരോ പ്രഹരവും എളുപ്പത്തിൽ വെട്ടിമാറ്റി പിന്നോട്ട് നീങ്ങിക്കൊണ്ടേയിരുന്നു. അവർ പതുക്കെ ഒരു നിലവിളക്കിന്റെ വെളിച്ചത്തിലേക്ക് നീങ്ങി. ആദ്യമായി, മഹ്മൂദിന് നരസിംഹനെ വ്യക്തമായി കാണാൻ കഴിഞ്ഞു. അയാൾ ഒരു ഭാരതീയനാണെന്ന് മനസ്സിലാക്കാനും.

ഓരോ തവണയും പരാജയപ്പെട്ട് മുന്നോട്ട് കുതിക്കുമ്പോൾ മഹ്മൂദ് കിതച്ചു. അപ്പോഴാണ് നരസിംഹൻ ആ ശബ്ദം കേട്ടത്.

ഒരു ശക്തമായ ചീറ്റൽ. അയാൾ മഹ്മൂദിന്റെ നീല സിൽക്ക് പൈജാമയിലേക്ക് നോക്കി. അത് അരക്കെട്ടിൽ നിന്ന് താഴേക്ക് അതിവേഗം നനയുന്നുണ്ടായിരുന്നു. മൂത്രം ധാരയായി മഹ്മൂദിന്റെ കാലുകളിലൂടെ ഒഴുകിയിറങ്ങി.

നരസിംഹൻ ചിരിച്ചു. 'പേടിക്കേണ്ട... ഞാൻ ആരോടും പറയില്ല... എനിക്കറിയാം ഇത് നിന്റെ പ്രായം കൊണ്ടാണ്, ഭീരുത്വം കൊണ്ടല്ലെന്ന്...'

കോപാകുലനായ മഹ്മൂദ് ആ ഭീകരനായ ഭാരതീയ യോദ്ധാവിന്റെ മേൽ ഒരു പ്രഹരം ഏൽപ്പിക്കാൻ ആഗ്രഹിച്ച് ദേഷ്യത്തോടെ വെട്ടി. എന്നാൽ നരസിംഹൻ സുൽത്താനെ കളിപ്പിക്കുന്നത് തുടർന്നു. ഒരിക്കലും പിടികൊടുക്കാത്ത ഒരു മായാചിത്രശലഭം പോലെ അയാൾ വെട്ടിത്തിരിഞ്ഞ് ആ പ്രഹരങ്ങളെല്ലാം ഒഴിവാക്കിക്കൊണ്ടിരുന്നു.

എന്നാൽ ഈ നീക്കങ്ങൾക്കിടയിൽ, മഹ്മൂദിന് ഒരു മേശയുടെ അടുത്തേക്ക് എത്താൻ സാധിച്ചു. അയാൾ മനഃപൂർവം ഒരു പൂപ്പാത്രം തട്ടി താഴെയിട്ടു. അത് വലിയ ശബ്ദത്തോടെ നിലത്ത് വീണപ്പോൾ മഹ്മൂദ് വാതിലിലേക്ക് നോക്കി.

അത് കേട്ട് നരസിംഹൻ പൊട്ടിച്ചിരിച്ചു, 'അവിടെ നിന്ന് ആരും വരുന്നില്ല, വിഡ്ഢീ. നിന്റെ വാതിലിലെ കാവൽക്കാർ ഞങ്ങളുടെ ആളുകളാണ്... നിനക്ക് ഇതിലും വലിയ ശബ്ദമുണ്ടാക്കേണ്ടി വരും. ഒരുപക്ഷേ താഴെയുള്ള പൂന്തോട്ടത്തിൽ പാറാവ് ചുറ്റുന്ന കാവൽക്കാരെ ആകർഷിക്കാൻ... അവർ ഇപ്പോഴും നിന്റെ ആളുകളാണ്.'

മഹ്മൂദ് തന്റെ വലതുകൈ ഒരു വലിയ അർദ്ധവൃത്തത്തിൽ വീശി, നരസിംഹനെ ഇടത്തേക്ക് തള്ളിമാറ്റി ആ ഭാരതീയനെ മറികടന്ന് നിലവിളക്കുകളുടെ അടുത്തേക്ക് എത്താൻ ശ്രമിച്ചു. അവ തൂക്കുവിളക്കുകൾ പോലെ നിർമ്മിച്ചവയായിരുന്നു, വലിയ അളവിൽ ചില്ല് കൊണ്ട്. രണ്ട് നില താഴെയുള്ള കാവൽക്കാരുടെ അടുത്തേക്ക് എത്താൻ മാത്രം വലിയ ശബ്ദമുണ്ടാക്കാൻ തീർച്ചയായും അവയ്ക്ക് കഴിയുമായിരുന്നു. എന്നാൽ സുൽത്താനെക്കാൾ വേഗത നരസിംഹനായിരുന്നു. മഹ്മൂദിന്റെ ഏറ്റവും പുതിയ പ്രഹരം അനായാസം ഒഴിവാക്കി അയാൾ പിന്നോട്ട് ചാഞ്ഞു. ഒരേ സമയത്തുള്ള ഒരു ചലനത്തിൽ, നരസിംഹൻ അവിശ്വസനീയമായ വേഗതയിൽ തന്റെ ഇടതുകൈ ഉയർത്തി. ശരീരം വളയ്ക്കേണ്ടിയിരുന്ന

ആ കോണളവ് കാരണം മറ്റേതൊരു യോദ്ധാവിനും ആ നീക്കം ഏതാണ്ട് അസാധ്യമായിരുന്നു. കത്തി മുന്നോട്ട് പാഞ്ഞ് പോയ അതേ നിമിഷം, അമാനുഷികമായ കൃത്യതയോടെ അയാൾ മഹ്മൂദിന്റെ കൈത്തണ്ടയിൽ പിടിച്ചു. എന്നിട്ട് മുറുകെ പിടിച്ചു.

ആ ഭാരതീയന്റെ ഇരുമ്പുപിടിയിൽ നിന്ന് കൈ മോചിപ്പിക്കാൻ മഹ്മൂദ് പാടുപെട്ടു. ലോകമെമ്പാടും തന്റെ ശക്തിക്കും മൃഗീയതയ്ക്കും പേരുകേട്ട ആ ഭീകരനായ തുർക്കി യോദ്ധാവിന് വിജയിക്കാനായില്ല. നരസിംഹൻ മഹ്മൂദിന്റെ കൈ പിന്നോട്ട് വലിച്ചു. എന്നിട്ട് വലതുകൈ കൊണ്ട് വീണ്ടും ആഞ്ഞടിച്ചു, വജ്രം കൊണ്ട് അതിശക്തമായി പ്രഹരിച്ചു. തോളിന്റെ അസ്ഥിയുടെ സന്ധിയിൽ തന്നെ. കഴുത്തെല്ല് വൃത്തിയായി ഒടിഞ്ഞു, മുകളിലെ കയ്യിലെ അസ്ഥി സന്ധിയിൽ നിന്ന് സ്ഥാനം തെറ്റി. തകർന്ന താടിയെല്ലുമായി ഒരു മോശം ശ്രമം നടത്തിയെങ്കിലും, മഹ്മൂദ് ശബ്ദമില്ലാതെ അലറിവിളിച്ചുകൊണ്ട് താഴെ വീണു.

അവന്റെ കയ്യിൽ നിന്ന് കത്തി താഴെ വീണു. നരസിംഹൻ ആ കത്തി തട്ടിത്തെറിപ്പിച്ചു.

'സോമനാഥർ ശിവലിംഗത്തിനു നേരെ ചുറ്റികയെറിയാൻ നീ വളച്ച തോളാണിത് എന്ന് ഞാൻ കേട്ടിട്ടുണ്ട്.' മഹ്മൂദിന്റെ മുഖത്തേക്ക് സൂക്ഷിച്ചുനോക്കാനായി കുന്തിച്ചിരുന്നുകൊണ്ട് നരസിംഹൻ ഇരമ്പുന്ന ശബ്ദത്തിൽ പറഞ്ഞു. 'അത് തകർക്കണമായിരുന്നു. നിനക്ക് മനസ്സിലാകുന്നുണ്ടെന്ന് എനിക്കുറപ്പുണ്ട്.'

മഹ്മൂദ് തന്റെ കേടുപറ്റാത്ത ഇടതുകൈ ഉപയോഗിച്ച് പിന്നോട്ട് ഇഴഞ്ഞുനീങ്ങാൻ ശ്രമിച്ചു.

ഒരു പുള്ളിപ്പുലിയെപ്പോലെ വേഗതയിലും ഒരു കാളയെപ്പോലെ ഉറച്ച കാൽവെപ്പുകളോടെയും നരസിംഹൻ എഴുന്നേറ്റു. അയാൾ മലർന്നുകിടക്കുന്ന മഹ്മൂദിന്റെ ശരീരത്തിന് മുകളിലൂടെ ചുവടുവെച്ച് തിരിഞ്ഞുനിന്നു. അവന്റെ പാദങ്ങൾ മഹ്മൂദിന്റെ ഇടത് തോളിന്റെ അടുത്തായിരുന്നു.

ഗസ്നിയിലെ സുൽത്താന്റെ കണ്ണുകളിൽ അങ്ങേയറ്റത്തെ ഭീതി നിഴലിച്ചു. അവൻ നരസിംഹനെ തുറിച്ചുനോക്കി. ജീവിതത്തിൽ ഇന്നേവരെ അനുഭവിച്ചിട്ടില്ലാത്ത പരിഭ്രാന്തിയുടെ

തലങ്ങളിലൂടെയാണ് അവൻ കടന്നുപോയിക്കൊണ്ടിരുന്നത്. പച്ചയായ, ആദിമമായ ഭയം.

'ഈ കൈ,' നരസിംഹൻ തന്റെ കാൽമുട്ട് കൊണ്ട് മഹ്മൂദിനെ അമർത്തി അനങ്ങാൻ പറ്റാത്ത അവസ്ഥയിലാക്കിക്കൊണ്ട് പറഞ്ഞു. അയാൾ മഹ്മൂദിന്റെ ഇടതുകൈയിലേക്ക് വിരൽചൂണ്ടി. 'ഈ കൈകൊണ്ടല്ലേ നീ ആ ചുറ്റിക പിടിച്ചത്... അല്ലേ?'

എന്താണ് സംഭവിക്കാൻ പോകുന്നതെന്ന് ഊഹിക്കാൻ കഴിഞ്ഞതുകൊണ്ട്, മഹ്മൂദ് നിസ്സഹായനായി തലയാട്ടി. ഭയം കൊണ്ട് വിറച്ചുകൊണ്ട് അവന്റെ ശരീരം രക്ഷപ്പെടാനായി പിടഞ്ഞു.

നരസിംഹൻ തന്റെ കരുത്തുറ്റ ശരീരം വളച്ച്, ആ വജ്രം കൊണ്ട് മഹ്മൂദിന്റെ ഇടതുകൈയിൽ ആഞ്ഞടിച്ചു. ആവർത്തിച്ച്, നിർദയമായി. ഒരു കൊല്ലൻ ഇരുമ്പിൽ അടിക്കുന്നതുപോലെ. കൈക്കുഴയിലും, ഉള്ളംകയ്യിലും, വിരലുകളിലും അയാൾ ലക്ഷ്യം പിഴക്കാതെ ആഞ്ഞടിച്ചു. മനുഷ്യന്റെ കയ്യിൽ ഇരുപത്തിയേഴ് അസ്ഥികളുണ്ട്. മഹ്മൂദിന്റെ ഇടതുകയ്യിലെ ഓരോ അസ്ഥിയും നുറുങ്ങിയെന്ന് നരസിംഹൻ ഉറപ്പുവരുത്തി. ചിലതൊക്കെ പൊടിഞ്ഞ് തരിപ്പണമായി.

മഹ്മൂദിന്റെ ശരീരം ഭ്രാന്തമായി വിറയ്ക്കുകയും കോച്ചി വലിക്കുകയും ചെയ്യുന്നുണ്ടായിരുന്നു. അവന്റെ കവിളുകളിലൂടെ കണ്ണുനീർ ഒഴുകി. ആ വേദന സഹനത്തിന്റെ എല്ലാ അതിരുകളും ലംഘിച്ചിരുന്നു. നരസിംഹൻ മഹ്മൂദിന്റെ പേശികളെ മുറിക്കുകയായിരുന്നില്ല, മറിച്ച് അസ്ഥികൾ ഇടിച്ചുപൊട്ടിക്കുകയായിരുന്നു. അതുകൊണ്ട് അധികം രക്തം വന്നില്ല. മഹ്മൂദിന്റെ വായിൽ നിന്ന് കാര്യമായ ശബ്ദമൊന്നും പുറത്തുവരാത്തതുകൊണ്ട് വലിയ ബഹളവും ഉണ്ടായില്ല. അതൊരു നിശ്ശബ്ദമായ തകർക്കലായിരുന്നു.

നരസിംഹൻ പെട്ടെന്ന് എഴുന്നേറ്റു. 'ഓ... അതെ... നീ രണ്ട് കൈകൊണ്ടും കൂടിയല്ലേ ആ ചുറ്റിക പിടിച്ചത്... അല്ലേ?'

ആ ഭാരതീയൻ മറുഭാഗത്തേക്ക് ചുവടുവെച്ച്, മുൻപത്തെപ്പോലെ കുനിഞ്ഞ് മഹ്മൂദിന്റെ വലതുകൈയും ഇടിച്ചു ചതച്ചു.

'നിന്റെ വൃത്തികെട്ട ഇടതുകാൽ ഞങ്ങളുടെ പുണ്യമായ ശിവലിംഗത്തിന്റെ പീഠത്തിൽ വെച്ചുവെന്നും ഞാൻ കേട്ടിട്ടുണ്ട്... ആ നാറുന്ന പാദം തകർക്കുക തന്നെ വേണം... പക്ഷെ അമൂല്യമായ

ഈ വജ്രം നിന്റെ പാദങ്ങളിൽ തൊടാൻ ഞങ്ങൾ അനുവദിക്കില്ല. അതുകൊണ്ട് നിന്റെ ഇടതുകാൽമുട്ട് പകരം ഞാൻ തകർക്കും. അതൊരു ന്യായമായ കൈമാറ്റമല്ലേ, നിനക്കെന്തു തോന്നുന്നു? ഒരു പാദത്തിനു പകരം ഒരു കാൽമുട്ട്?'

നരസിംഹൻ മലർന്നുകിടക്കുന്ന മഹ്മൂദിന്റെ പാദങ്ങൾക്കരികിലേക്ക് നടന്നു. അപ്പോഴേക്കും സുൽത്താന്റെ ശരീരം പൂർണ്ണമായി കീഴടങ്ങിയിരുന്നു. പിന്നോട്ട് നീങ്ങാനോ രക്ഷപ്പെടാനോ അവൻ ശ്രമിച്ചതുപോലുമില്ല. അതുകൊണ്ട് ഒരു കാര്യവുമില്ലെന്ന് അവനറിയാമായിരുന്നു. അവൻ നിശ്ശബ്ദമായി ദയ യാചിച്ചുകൊണ്ട് തലയാട്ടിക്കൊണ്ടേയിരുന്നു. അവന്റെ തകർന്ന താടിയെല്ലും മുറിഞ്ഞ നാക്കും കാരണം അവൻ പറയാൻ ശ്രമിച്ചത് അവ്യക്തമായ ശബ്ദങ്ങളായി പുറത്തുവന്നു. മഹ്മൂദ് എന്താണ് പറയാൻ ശ്രമിക്കുന്നതെന്ന് മനസ്സിലാക്കാൻ നരസിംഹൻ താല്പര്യപ്പെട്ടതേ ഇല്ല.

ചോളയോദ്ധാവ് ഒരു കാൽമുട്ടിൽ കുത്തിയിരുന്ന് കൈ ഉയർത്തി, ആ വജ്രം മഹ്മൂദിന് വ്യക്തമായി കാണാവുന്ന രീതിയിൽ പിടിച്ചു. എന്നിട്ട് അയാൾ തന്റെ ജോലി തുടർന്നു. ഇടത് കാൽമുട്ടിൽ ആഞ്ഞടിച്ചു. ആദ്യത്തെ അടിയിൽത്തന്നെ കാൽമുട്ടുചിരട്ട പല കഷണങ്ങളായി നുറുങ്ങി. പക്ഷെ നരസിംഹൻ അവിടെ നിർത്തിയില്ല. അയാൾ മഹ്മൂദിന്റെ ഇടത് കാൽമുട്ടിലും അതിനുചുറ്റും ഇടിച്ച് ചതച്ചുകൊണ്ടേയിരുന്നു. വീണ്ടും. വീണ്ടും. വീണ്ടും. തുടയെല്ല്, കണങ്കാലിലെ വലിയ എല്ല്, ചെറിയ എല്ല്. തുടയിലെയും കണങ്കാലിലെയും വലുതും ശക്തവുമായ അസ്ഥികൾ. അവയെല്ലാം കാൽമുട്ടിൽ സന്ധിക്കുന്നവയാണ്. അവയെല്ലാം തകർന്നു. ചതഞ്ഞരഞ്ഞു. ചിന്നിച്ചിതറി.

ഒടുവിൽ, നരസിംഹൻ വിശ്രമിച്ചു. തന്റെ പ്രവൃത്തിയിൽ തൃപ്തനായതുപോലെ. അയാൾ മഹ്മൂദിനെ നോക്കി കണ്ണുരുട്ടി. സുൽത്താൻ ബോധരഹിതനായിരുന്നു.

മറ്റുള്ളവർക്ക് കൊടുത്തത് തിരികെ വാങ്ങാൻ ത്രാണിയില്ലാത്ത നട്ടെല്ലില്ലാത്തവൻ.

ആ ഭാരതീയൻ അടുത്തുള്ള മേശയ്ക്കരികിലേക്ക് നടന്ന് രക്തം പുരണ്ട വജ്രം അതിന്മേൽ വെച്ചു. അയാൾ വെള്ളിപ്പാത്രം

എടുത്ത് അവന്റെ തകർന്ന മുഖത്തേക്ക് കുറച്ച് വെള്ളം തളിച്ച്, അബോധാവസ്ഥയിൽ നിന്ന് അവനെ പുറത്തുകൊണ്ടുവന്നു.

പാത്രം നിലത്തുവെച്ച ശേഷം, നരസിംഹൻ കുന്തിച്ചിരുന്ന് മന്ത്രിച്ചു, 'നീ ഉണർന്നിരിക്കണം, സുൽത്താൻ. ഇത് എന്റെ ശിക്ഷ മാത്രമായിരുന്നു. ഇനി എന്റെ ചക്രവർത്തിയുടെ ശിക്ഷ നടപ്പാക്കാൻ പോവുകയാണ്.'

വെള്ളം കലർന്ന ചുടു കണ്ണുനീർ മുടിയിഴകളിലേക്ക് ഒഴുകിയിറങ്ങവേ, മഹ്മൂദ് നിലത്ത് കിടന്നു. നിശ്ശബ്ദമായ തേങ്ങലുകൾ. നിശ്ശബ്ദമായ അലർച്ചകൾ. നിശ്ശബ്ദമായ ഭീതി.

നരസിംഹൻ ഒരു ചെറിയ ഉറയിൽ നിന്ന് നേർത്ത ഒരു കത്തി ശ്രദ്ധയോടെ പുറത്തെടുത്തു.

'ഞങ്ങൾ ഹിന്ദുക്കൾ വിശ്വസിക്കുന്നത് കണ്ണുകൾ ആത്മാവിലേക്കുള്ള ജാലകമാണെന്നാണ്,' അവനെ പീഡിപ്പിച്ചുകൊണ്ട് നരസിംഹൻ തുടർന്നു. 'അതുകൊണ്ട് നിനക്ക് ഇപ്പോൾ സംഭവിക്കുന്നതെല്ലാം നീ കാണണം. നീ കണ്ണടച്ചാൽ, നിന്റെ ആത്മാവിന് അടുത്ത ജന്മത്തേക്കുള്ള പാഠം നഷ്ടമാകും.'

ഭയന്നുവിറച്ച മഹ്മൂദ് ഭീതിയോടെ തല ഇരുവശത്തേക്കും ആട്ടി. അവന്റെ കണ്ണുകൾ ഇറുകെ അടഞ്ഞു. വരാനിരിക്കുന്നത് എന്താണെന്ന് അവനൂഹിക്കാമായിരുന്നു. നരസിംഹൻ ദേഷ്യത്തോടെ നാക്കുകൊണ്ട് ഒരു ശബ്ദമുണ്ടാക്കി, തന്റെ ഭീമാകാരമായ ഇടതുകൈകൊണ്ട് മഹ്മൂദിന്റെ തലയിൽ മുറുകെ പിടിച്ചു. സുൽത്താൻ നിലവിളിച്ചു. ആ ശരീരം മരവിച്ചു. അയാൾ അവ്യക്തമായി ദയ യാചിച്ചുകൊണ്ടേയിരുന്നു.

നരസിംഹൻ തന്റെ ചെറുവിരൽ ഉയർത്തിപ്പിടിച്ച് ആ കത്തി ശ്രദ്ധയോടെ പിടിച്ചു. എന്നിട്ട് വളരെ സൂക്ഷ്മതയോടെ, ശസ്ത്രക്രിയയുടെ കൃത്യതയോടെ, മഹ്മൂദിന്റെ രണ്ട് കൺപോളകളും മുറിച്ച് അടർത്തിമാറ്റി. എന്നിട്ട് അയാൾ കത്തിയിൽ നിന്ന് ആ തൊലി തട്ടിക്കളഞ്ഞു. അയാൾ തന്റെ കരവിരുത് ഒന്ന് നോക്കി. അവിടെ കൺപോളകൾ ഉണ്ടായിരുന്നില്ല, പക്ഷെ കണ്ണുകൾക്ക് ഒരു കേടുപാടും സംഭവിച്ചിരുന്നില്ല.

ആ ഭാരതീയൻ തലയാട്ടി. 'ഇനി നിനക്ക് സത്യത്തിനു നേരെ കണ്ണടയ്ക്കാനാവില്ല.'

ചോള സേനാപതി ആ കത്തി മാറ്റിവെച്ച്, അരയുടെ മറുവശത്ത് ബന്ധിച്ചിരുന്ന കുനാതി ചേർത്ത വാൾ വലിച്ചെടുത്തു. തന്റെ ചക്രവർത്തിയിൽ നിന്നുള്ള സന്ദേശം അയാൾ ഹൃദിസ്ഥമാക്കിയിരുന്നു, നന്നായിത്തന്നെ. അത് ഉരുവിടാനുള്ള സമയം ഒടുവിൽ വന്നെത്തിയിരുന്നു.

'മഹ്മൂദ് ഇബ്ൻ സെബുക്തെഗിൻ,' നരസിംഹൻ ആ കാട്ടാളനോട് പറഞ്ഞു. 'വൃത്തികെട്ട മ്ലേച്ഛനായ നീചാ. എന്റെ ചക്രവർത്തി, രാജേന്ദ്ര ചോളനിൽ നിന്നുള്ള ഈ സത്യം കേൾക്കുക. തമിഴരുടെ അഭിമാനവും ഭാരതീയരുടെ രക്ഷകനുമായ രാജേന്ദ്ര ചോളനിൽ നിന്നുള്ള ഈ സത്യം ഓർക്കുക. ശിവഭഗവാന്റെ സേവകനായ രാജേന്ദ്ര ചോളനിൽ നിന്നുള്ള ഈ സത്യം അറിയുക. ഞങ്ങൾ ഹിന്ദുക്കൾക്ക് നല്ല ഓർമ്മശക്തിയാണ്. ഞങ്ങൾ ഓർക്കും. ഞങ്ങൾ കാത്തിരിക്കും. പക്ഷെ ഞങ്ങൾ പ്രതികാരം ചെയ്യും. സമയം ഞങ്ങൾ തീരുമാനിക്കും. സ്ഥലം ഞങ്ങൾ തീരുമാനിക്കും. നീ ഞങ്ങളുടെ ഭാരതമാതാവിനെ ആക്രമിച്ചാൽ പ്രതികാരം ഞങ്ങൾ ചെയ്തിരിക്കും. നീ ഞങ്ങളുടെ ദൈവങ്ങളെ അശുദ്ധമാക്കിയാൽ ഞങ്ങൾ പ്രതികാരം ചെയ്തിരിക്കും. നിനക്ക് ഒളിക്കാൻ ഈ ഭൂമിയിൽ ഒരിടവുമില്ല. നിനക്ക് രക്ഷപ്പെടാൻ ത്രിലോകങ്ങളിലും ഒരിടവുമില്ല. കാരണം ഞങ്ങൾ പ്രതികാരം ചെയ്യും. ഞങ്ങൾ ഹിന്ദുക്കൾ ഞങ്ങളുടെ കർമ്മ കടങ്ങൾ എപ്പോഴും വീട്ടാറുണ്ട്. നീ ഞങ്ങളെ സഹായിച്ചാൽ, ഞങ്ങൾ നിന്നെയും സഹായിക്കും. നീ ഞങ്ങളെ വേദനിപ്പിച്ചാൽ, നീ ചിന്തിച്ചിട്ടുപോലുമില്ലാത്ത രീതിയിൽ ഞങ്ങൾ നിന്നെ വേദന അറിയിക്കും. ഞങ്ങൾ ഹിന്ദുക്കൾ കർമ്മ നിയമമാണ് പിന്തുടരുന്നത്. കാരണം നീ ഞങ്ങൾക്ക് എന്ത് തരുന്നോ, അത് ഞങ്ങൾ നിനക്ക് തിരികെ നൽകും. ഈ സത്യത്തിന് നേരെ നിന്റെ കണ്ണുകൾ അടയ്ക്കരുത്.'

നരസിംഹൻ കുനാതി കത്തി മുറുകെ പിടിച്ചുകൊണ്ട് തന്റെ ഇരുകൈകളും ഉയർത്തി.

അയാൾ തന്റെ കുറ്റം ഓർത്തു. തന്റെ കർമ്മ കടം. ഓടിരത്ത രാജകുമാരിയോടുള്ളത്.

നിരപരാധികളുടെ രക്തക്കറ കഴുകിക്കളയാനുള്ള ഏറ്റവും നല്ല മാർഗ്ഗം ദുഷ്ടന്മാരുടെ രക്തം ചിന്തുന്നതാണ്.

നരസിംഹൻ തന്റെ പുറവും തോളുകളും വളച്ചു. അവന്റെ കൈകൾ ഒരു ചുറ്റിക പോലെ താഴേക്ക് പതിച്ചു. കത്തി ആഴ്ന്നിറങ്ങി. ആഴത്തിൽ. മഹ്മൂദിന്റെ വയറ്റിലേക്ക്. നേരെ കരളിലേക്ക്. പക്ഷെ അത്ര ആഴത്തിലായിരുന്നില്ല.

ആ ഇന്ത്യൻ ഭീമൻ വാൾ മാംസത്തിനുള്ളിലിട്ട് ഒരു വട്ടം തിരിച്ചു. മഹ്മൂദ് കാലിട്ടടിക്കുകയും പുളയുകയും ചെയ്തു. പക്ഷെ ഇപ്പോൾ അത്ര ശക്തിയോടെയല്ല, കാരണം ശക്തി അതിവേഗം ക്ഷയിക്കുകയായിരുന്നു. രക്തം കുതിച്ചൊഴുകി. നരസിംഹൻ ആ കത്തി വയറ്റിലൂടെ കീറിമുറിച്ച് അവിടെയുള്ള ഓരോ പ്രധാന അവയവങ്ങളെയും മുറിച്ചു. വൃക്കകൾ. ആമാശയം. കുടലുകൾ. കുനാതിയുടെ കഷണങ്ങൾ എല്ലായിടത്തും വ്യാപിക്കാൻ അനുവദിച്ചു. പ്രധാനപ്പെട്ട ഓരോ അവയവവും നിർദയമായി മുറിക്കപ്പെട്ടതോടെ, മഹ്മൂദിന് രക്ഷപ്പെടാനുള്ള ഒരു സാധ്യതയുമില്ലായിരുന്നു.

ചുറ്റും രക്തം തളംകെട്ടി നിൽക്കെ, പിടയുന്ന സുൽത്താന്റെ ശക്തി പതിയെ ക്ഷയിച്ചു.

നരസിംഹൻ കത്തി കൂടുതൽ ആഴത്തിലേക്ക് തള്ളിയിറക്കി, ഉള്ളിൽ തറച്ച കത്തിയുടെ പിടി ഒടിച്ചു.

മഹ്മൂദ് നിലത്ത് കിടന്നു. ബോധത്തോടെ. വിറച്ചുകൊണ്ട്. പുളഞ്ഞുകൊണ്ട്. കഠിനമായ വേദനയിൽ. അസഹനീയമായ പീഡനത്തിൽ.

'നീ രക്തം വാർന്നു മരിക്കും. പക്ഷേ പെട്ടെന്നല്ല. കുറച്ചുനേരം കൂടി നീ ജീവിക്കും. എന്നിട്ട് വേദനിക്കും. ആ വേദനയുടെ ഓരോ നിമിഷത്തിലും, ഗസ്നിയിലെ മഹ്മൂദേ, നീ ഒന്നോർക്കും, ഒരു ഹിന്ദു ഒരിക്കലും ഒന്നും മറക്കില്ലെന്ന്.'

നരസിംഹൻ എഴുന്നേറ്റു. അയാൾ മേശയ്ക്കരികിലേക്ക് നടന്ന് അവിടെയുണ്ടായിരുന്ന സഞ്ചിയിൽ നിന്ന് ഒരു തുണിയെടുത്ത് വസ്ത്രത്തിൽ പുരണ്ട രക്തം തുടച്ചുനീക്കി. എന്നിട്ട് തന്റെ ശരീരത്തിലെ രക്തവും കഴിയുന്നത്ര തുടച്ചു. അയാൾ ആ സഞ്ചി തോളിൽ നിന്ന് നെഞ്ചിന് കുറുകെയായി കെട്ടി. ശേഷം, മേശപ്പുറത്തിരുന്ന ശിവലിംഗത്തിന്റെ അംശമായ ആ കാന്തക്കല്ല് അയാൾ കയ്യിലെടുത്തു. അദ്ദേഹം ആദരവോടെ അത് നെറ്റിയിൽ മുട്ടിച്ചു,

എന്നിട്ട് സുരക്ഷിതമായി സഞ്ചിയിലേക്ക് തിരുകി. വൃത്തിയാക്കിയ ആ വജ്രവും അദ്ദേഹം വേഗത്തിൽ അതിനുള്ളിലേക്ക് വെച്ചു.

പിന്നീട് തന്റെ സഞ്ചിയിൽ നിന്ന് ഒരു തോൽച്ചുരുൾ പുറത്തെടുത്ത്, മരിച്ചുകൊണ്ടിരിക്കുന്ന മഹ്മൂദിന്റെ ശരീരത്തിനടുത്തുള്ള ഭിത്തിയിൽ പതിച്ചു.

അറബിയിലും പേർഷ്യനിലുമായി ഒരു ലളിതമായ സന്ദേശം ആ കടലാസിൽ എഴുതിയിരുന്നു.

ഒരു അറബി മാത്രം. എപ്പോഴും ഒരു അറബി മാത്രം.

നരസിംഹൻ ചുറ്റുമൊന്ന് നോക്കി. എല്ലാം വേണ്ടതുപോലെത്തന്നെ ഉണ്ടായിരുന്നു.

സുൽത്താന്റെ മുറിയിലെ കിഴക്കോട്ട് ദർശനമുള്ള ജനലിനടുത്തേക്ക് അദ്ദേഹം നടന്നു, അതിലൂടെ പുറത്തിറങ്ങി ഇരുട്ടിലേക്ക് ഊർന്നിറങ്ങി.

ഒരു പൂച്ചയെപ്പോലെ നിശ്ശബ്ദനായി നരസിംഹൻ നീങ്ങി. ദിവസത്തിന്റെ തുടക്കത്തിൽ നടന്ന സ്ഥാനാരോഹണച്ചടങ്ങിന്റെ ആഘോഷലഹരിയിൽ അശ്രദ്ധരായിരുന്ന കാവൽക്കാരെ വെട്ടിച്ച്, രാത്രിയിലെ പതിവ് പരിശോധനകൾക്കിറങ്ങിയ അവരെ ഒഴിവാക്കി, അവൻ രാജകീയ അങ്കണത്തിലൂടെ പാളിപ്പറന്നുപോയി. അതിർത്തി മതിലിനടുത്തെത്തി, ഉയർന്ന ഒരു തറയിൽ നട്ടുവളർത്തിയ ഡമാസ്ക് റോസാച്ചെടികളുടെ ഒരു കൂട്ടത്തിന് പിന്നിൽ അദ്ദേഹം തന്റെ ശരീരം മറച്ചു. അവിടെ ഒരു അടയാളം അദ്ദേഹം തിരിച്ചറിഞ്ഞു. അനായാസം ആ ഉയർന്ന മതിലിൽ കയറി അവിടെ വെച്ചിരുന്ന പ്രത്യേക രാസവസ്തുക്കൾ ചേർത്ത ഒരു മിശ്രിതം വെച്ചിരുന്ന വലിയ വളഞ്ഞ തട്ടം അദ്ദേഹം കണ്ടെത്തി. മാലിക് അയാസ് അതിന്റെ രസതന്ത്രം വിശദീകരിച്ചപ്പോൾ നരസിംഹന് അത് പൂർണ്ണമായി മനസ്സിലായിരുന്നില്ല. പക്ഷേ, അതിൽ റൂബിഡിയം ഉണ്ടെന്ന് അദ്ദേഹം ഓർത്തു. താൻ എന്താണ് ചെയ്യേണ്ടതെന്ന് അദ്ദേഹത്തിന് അറിയാമായിരുന്നു. തന്റെ സഞ്ചിയിൽ കരുതിയിരുന്ന ചെറിയ പാത്രത്തിനായി അദ്ദേഹം കൈ നീട്ടി. പിന്നോട്ട് നീങ്ങി, ആ രാസവസ്തുക്കളിലേക്ക് കുറച്ച് വെള്ളം ഒഴിച്ചു. എന്നിട്ട് അദ്ദേഹം കുറച്ചുകൂടി പിന്നോട്ട് മാറി കൊട്ടാരത്തിലേക്ക് നോക്കി. ഉയരത്തിൽ. ഒരു ജാലകത്തിലേക്ക്.

കൗസരി ജഹാൻ റാണിയുടെ പ്രകാശമുള്ള ജനലിലേക്ക്. നേർത്ത പ്രകാശത്തിനു മുന്നിൽ മെലിഞ്ഞ, ലോലമായ ഒരു രൂപം നിഴലായി കാണാമായിരുന്നു. ചുവന്ന പ്രഭാവലയമുള്ള ഒരു മാലാഖയെപ്പോലെ.

നരസിംഹൻ വെള്ളമൊഴിച്ച ആ താലത്തിൽ നിന്ന് കട്ടം വയലറ്റ് നിറത്തിലുള്ള പുക ഉയർന്നുതുടങ്ങി.

സൂചന നൽകിക്കഴിഞ്ഞിരുന്നു.

മഹ്മൂദ് മരിച്ചിരിക്കുന്നു.

ഇതിനോടകം റാണി തന്റെ അമൂല്യമായ ശിവഭഗവാന്റെ ദക്ഷിണാമൂർത്തി വിഗ്രഹവും നിസ്കാര പായയും അടുത്തുള്ള അർഘന്ദാബ് നദിയിൽ ഒഴുക്കാനായി വിശ്വസ്തനായ അംഗരക്ഷകൻ ഹക്കീമിന്റെ കയ്യിൽ കൊടുത്തുവിട്ടിട്ടുണ്ടാകുമെന്ന് അദ്ദേഹത്തിന് അറിയാമായിരുന്നു. എല്ലാ ഭാരതീയരും തങ്ങളുടെ പുണ്യവും പരിപാവനവുമായ വസ്തുക്കൾ, അവയെ ഇനി ഉപയോഗിക്കാൻ കഴിയില്ലെന്ന് വരുമ്പോൾ അങ്ങനെയാണ് ചെയ്യാറ്. റാണിക്ക് ഇപ്പോൾ പരിപാവനമായി മറ്റൊന്നും ഉണ്ടായിരുന്നില്ല. സ്വന്തം ജീവൻ പോലും.

'ധീരയായി മരിക്കു, തമ്പുരാട്ടീ,' നരസിംഹൻ മന്ത്രിച്ചു. റാണി തലയാട്ടുന്നത് താൻ കണ്ടുവെന്ന് അദ്ദേഹത്തിന് തോന്നി. പക്ഷേ ഈ ദൂരത്തുനിന്ന് അദ്ദേഹത്തിന് അത് ഉറപ്പിക്കാനായില്ല. അദ്ദേഹം തന്റെ ഹൃദയത്തിൽ തൊട്ട്, അവർക്ക് നേരെ തലകുനിച്ച്, തിരിഞ്ഞ് മതിലിൽ നിന്ന് താഴേക്കിറങ്ങി.

അദ്ദേഹം ഉറങ്ങിക്കിടന്ന നഗരത്തിലെ ഇരുണ്ട ഇടവഴികളിലൂടെ വേഗത്തിൽ നടന്നു നീങ്ങി. തനിക്ക് എവിടെയാണ് പോകേണ്ടതെന്ന് അദ്ദേഹത്തിന് അറിയാമായിരുന്നു. തന്റെ കൂട്ടാളികൾ എവിടെയാണ് തനിക്കായി കാത്തിരിക്കുന്നതെന്നും.

ഒരു വളവ് തിരിഞ്ഞപ്പോൾ അദ്ദേഹം പെട്ടെന്ന് നിന്നു. തെരുവിൽ ഉറങ്ങുന്ന യാചകർ. ഒരു സ്ത്രീയും ഒരു കുട്ടിയും. ആ കുട്ടിക്ക് നാലോ അഞ്ചോ വയസ്സിൽ കൂടുതൽ പ്രായം കാണില്ല. ആ അമ്മ ഞെട്ടിയുണർന്ന് തന്റെ കൊച്ചുമകളെ പിറകിലേക്ക് മാറ്റി സംരക്ഷിച്ചുനിന്നു. അതൊരു ക്രൂരമായ നഗരമായിരുന്നു. ദുഷ്ടന്മാരായ മനുഷ്യർ നിറഞ്ഞൊരിടം. അവരിൽ പലർക്കും കൊച്ചുകുട്ടികളോട് ഒരു പ്രത്യേക താല്പര്യമുണ്ടായിരുന്നു.

അമ്മമാർക്ക് അതൊരു കഠിനമായ നഗരമായിരുന്നു.

അവർ ആ ഭീമാകാരന്റെ കണ്ണുകളിലേക്ക് നോക്കി. വെല്ലുവിളിയോടെ. സംരക്ഷണമെന്നോണം.

നിരപരാധികളുടെ രക്തക്കറ കഴുകിക്കളയാനുള്ള ഏറ്റവും നല്ല മാർഗ്ഗം ദുഷ്ടന്മാരുടെ രക്തം ചിന്തുന്നതാണ്.

അല്ല...

അത് പകുതി സത്യം മാത്രം...

നിരപരാധികളുടെ രക്തക്കറ കഴുകിക്കളയാനുള്ള ഒരു മികച്ച മാർഗ്ഗം മറ്റൊരു നിരപരാധിയെ സംരക്ഷിക്കുന്നതാണ്...

അതെ, ഒരു ധാർമ്മികനായ യോദ്ധാവ് ദുഷ്ടന്മാരെ ശിക്ഷിക്കണം. എന്നാൽ അതിലും പ്രധാനമായി, അവൻ ദുർബലരെ സംരക്ഷിക്കണം.

കാരണം ധർമ്മം പറയുന്നു, അഗ്രഗണ്യനായ വേട്ടക്കാരനേക്കാൾ എത്രയോ വലുതാണ് അഗ്രഗണ്യനായ രക്ഷകൻ എന്ന്.

അഗ്രഗണ്യനായ വേട്ടക്കാരൻ ശക്തരിൽ നിന്ന് ഓടിയൊളിക്കുകയും ദുർബലരെ വേട്ടയാടുകയും ചെയ്യുന്നു.

അഗ്രഗണ്യനായ രക്ഷകൻ ദുഷ്ടരെ ശിക്ഷിക്കുകയും ദുർബലരെ സംരക്ഷിക്കുകയും ചെയ്യുന്നു.

മറ്റൊരു നിരപരാധിയെ സംരക്ഷിച്ച് നിരപരാധികളുടെ രക്തക്കറ കഴുകിക്കളയുക...

ആ സ്വർണ്ണ വളയപ്പതക്കം അദ്ദേഹത്തിന്റെ നെഞ്ച് പൊളിച്ചില്ല.

മഹാദേവൻ നിന്റെ കുലീനമായ ആത്മാവിനെ എപ്പോഴും അനുഗ്രഹിക്കട്ടെ, ഒടിരത്താ.

ചോള സേനാപതി കുന്തിച്ചിരുന്ന് കഴുത്തിൽ തൂങ്ങിക്കിടന്ന സ്വർണ്ണ വളയപ്പതക്കം പൊട്ടിച്ചെടുത്തു. അദ്ദേഹം അത് നീട്ടി.

'ഇത് വാങ്ങൂ,' അദ്ദേഹം മന്ത്രിച്ചു. 'ഇതെടുത്ത് നിന്റെ കുഞ്ഞിനെയും കൊണ്ട് ഈ തെരുവിൽ നിന്ന് പോകൂ.'

ആ യാചകിയായ സ്ത്രീ മടിച്ചു. എന്തായിരിക്കും ഇതിലെ ചതി എന്ന് അവർ അത്ഭുതപ്പെട്ടു. കാരണം വ്യക്തമായും അത് വലിയ അളവിൽ സ്വർണ്ണമുള്ള, വളരെ വിലപിടിപ്പുള്ള ഒരു വസ്തുവായിരുന്നു, 'ഇത് വാങ്ങി എന്നെ ഈ കുറ്റബോധത്തിൽ നിന്ന് മോചിപ്പിക്കൂ,'

നരസിംഹൻ പറഞ്ഞു. 'ദയവായി എന്റെ ഈ ദാനം സ്വീകരിച്ച് എന്നെ രക്ഷിക്കൂ...'

ആ സ്ത്രീക്ക് കാര്യം മനസ്സിലായെന്ന് തോന്നി. വിറയ്ക്കുന്ന കൈ നീട്ടി അവർ ആ സ്വർണ്ണ വളയം വാങ്ങി. അവർ പുഞ്ചിരിച്ചു.

'അള്ളാഹ് താങ്കളെ അനുഗ്രഹിക്കട്ടെ,' അവർ മൃദുവായി പറഞ്ഞു. അവരുടെ മുഖത്തിലൂടെ കണ്ണുനീർ ഒഴുകിയിറങ്ങി. 'താങ്കൾ ഒരു നല്ല മനുഷ്യനാണ്...'

അളവില്ലാത്ത ദയ നിറഞ്ഞ ആ വാക്കുകൾ കേട്ട്, കഠിനഹൃദയനായ യോദ്ധാവും, ദുഷ്ടരുടെ അന്തകനും, യുദ്ധക്കലകൾ നിറഞ്ഞ ഭീമാകാരനുമായ നരസിംഹൻ കരഞ്ഞു.

'താങ്കൾ ഒരു നല്ല മനുഷ്യനാണ്...'

നരസിംഹൻ കൈനീട്ടി ആ കുട്ടിയുടെ തലയിൽ മൃദുവായി തലോടി. എന്നിട്ട് വേഗം എഴുന്നേറ്റ് നടന്നുപോയി.

അദ്ദേഹം ഉപേക്ഷിച്ചുപോന്ന കൊട്ടാരസമുച്ചയത്തിൽ ഒരു കോലാഹലം ഉയരുന്നതായി തോന്നി. അദ്ദേഹം ആ ഉയരമുള്ള കൊട്ടാരത്തിലേക്ക് വീണ്ടും നോക്കി. നഗരത്തിന്റെ എല്ലാ ഭാഗത്തുനിന്നും കുന്നിൻ മുകളിലുള്ള ആ കൊട്ടാരം എളുപ്പത്തിൽ ദൃശ്യമായിരുന്നു. രാജ്ഞിയുടെ ആ വിദൂര ജനലിലേക്ക് അദ്ദേഹം ഉറ്റുനോക്കി. അവിടെ പല വർണ്ണങ്ങളിൽ പുകയുന്ന തീജ്വാലകൾ ആളിപ്പടരുകയായിരുന്നു. ഓറഞ്ച്. മഞ്ഞ. ചുവപ്പ്.

നരസിംഹൻ തന്റെ മുഷ്ടിചുരുട്ടി നെഞ്ചോട് ചേർത്തുപിടിച്ച്, ആ അതുല്യയായ സ്ത്രീയെ അവസാനമായി അഭിവാദ്യം ചെയ്തുകൊണ്ട് തലകുനിച്ചു. 'നന്നായി മരിക്കൂ, തമ്പുരാട്ടീ, കൗസരി ജഹാൻ...'

എന്നിട്ട് അദ്ദേഹം ചാട്ടുളിപോലെ തിരിഞ്ഞ് ഇരുട്ടിലേക്ക് പാഞ്ഞുപോയി.

അദ്ധ്യായം 28

പുനർനിർമ്മാണത്തിന്റെ സമയം

ഗ്വാദർ തുറമുഖം

തല മറച്ച ഒരാൾ കപ്പലിന്റെ മുൻവശത്തെ തട്ടിൽ നിന്ന് തൂങ്ങിക്കിടക്കുന്ന കയർ ഏണിയിലൂടെ മുകളിലേക്ക് കയറി. സൂര്യോദയത്തിന് ഒരു മണിക്കൂർ മുൻപായിരുന്നു അത്.

'അത് അദ്ദേഹമാണ്!' വിജയൻ ഉറക്കെ വിളിച്ചു പറഞ്ഞു. 'അത് സൈന്യാധിപനാണ്!'

നരസിംഹൻ അനായാസം മുകളിലേക്ക് കയറി. അദ്ദേഹത്തെ അനുഗമിച്ച് ഗസ്നിയിലെ നഗരകവാടങ്ങൾക്ക് പുറത്ത് വെച്ച് കണ്ടുമുട്ടി കൂടെ കുതിരയോടിച്ച് വന്ന പതിനഞ്ചോളം സൈനികരും കയറി.

'വരാൻ ഒരുപാട് വൈകിയല്ലോ സൈന്യാധിപതി!' വിജയൻ, ആ മനുഷ്യന് നേരെ കൈവരിക്ക് മുകളിലൂടെ കൈ നീട്ടിക്കൊണ്ട് പറഞ്ഞു. നരസിംഹൻ നീട്ടിയ കൈയിൽ പിടിച്ച് കപ്പലിലേക്ക് കയറി. അദ്ദേഹം തന്റെ മറ പിന്നോട്ട് മാറ്റി വിജയനെ മുറുകെ പുണർന്നു. ആശ്വാസവും സന്തോഷവും കൊണ്ട് ആ രണ്ടുപേരും പരസ്പരം പുറത്ത് തട്ടി.

'എന്നെ നഷ്ടപ്പെട്ടെന്ന് കരുതിയല്ലേ നീ ?' നരസിംഹൻ കണ്ണുകളിൽ ഒരു തിളക്കത്തോടെ ചോദിച്ചു.

'ഒരിക്കലുമില്ല,' ആ പാണ്ഡ്യൻ പറഞ്ഞു, അദ്ദേഹത്തിന്റെ ശബ്ദം തമാശ നിറഞ്ഞതായിരുന്നെങ്കിലും കണ്ണുകൾ വികാര-ഭരിതമായിരുന്നു. 'നിങ്ങൾ ഇതിലും മോശമായ അവസ്ഥകളെ

അതിജീവിച്ചിട്ടുണ്ട്. ആ കാട്ടാളനായ മഹ്മൂദിന് ഒരിക്കലും നിങ്ങളെ ഇല്ലാതാക്കാൻ കഴിയില്ല!'

'അതേ, അതേ!' അമാൽ ആ രണ്ടുപേരുടെയും അടുത്തേക്ക് നടന്നു. 'അദ്ദേഹം ഇപ്പോൾ എന്ത് ഉറപ്പോടെയാണ് സംസാരിക്കുന്നതെന്നോ! താങ്കൾ തിരികെ വരുന്നതിന്റെ എന്തെങ്കിലും ലക്ഷണം കാണുന്നുണ്ടോ എന്നറിയാൻ രാവും പകലും അദ്ദേഹം കപ്പലിന്റെ തട്ടിലൂടെ തുറമുഖത്തേക്ക് നോക്കി തെക്കുവടക്ക് നടക്കുന്നത് കാണണമായിരുന്നു. നിങ്ങളെ കാണാതെ വിജയൻ ഇവിടെ നിന്ന് ഉരുകുന്നത് കണ്ടിട്ട് എനിക്ക് അസൂയ തോന്നിപ്പോയി!'

വിജയൻ നാണത്തോടെ ചിരിച്ചപ്പോൾ നരസിംഹൻ സ്നേഹത്തോടെ പുഞ്ചിരിച്ചു. അദ്ദേഹം ചുറ്റും നോക്കി. അമാലിന്റെയും അവളുടെ സഹോദരന്മാരായ ആമിറിന്റെയും അൽത്താഫിന്റെയും സന്തോഷം നിറഞ്ഞ മുഖങ്ങൾ അദ്ദേഹം കണ്ടു. ഇഖ്ബാലിനെയും മുൻ അടിമകളെയും ഇന്ത്യയിൽ സുരക്ഷിതമായി എത്തിച്ച ശേഷം ഗ്വാദറിലേക്ക് മടങ്ങിയെത്തിയതായിരുന്നു അവർ. അപ്പുറത്ത്, പുലകിതും ധ്രുവും സെയ്നും ദസർണയും മുന്നോട്ട് ഓടിവന്നു. അവരുടെ മുഖങ്ങൾ ആനന്ദത്താൽ തുടുത്തിരുന്നു. അവരെല്ലാവരും ഊഴമനുസരിച്ച് ആ മഹാനായ ചോള വീരനെ അഭിവാദ്യം ചെയ്തു.

'ഞാനിപ്പോൾ വരാം,' അമാൽ പോകാനായി തിരിഞ്ഞുകൊണ്ട് പറഞ്ഞു.

'തീർച്ചയായും,' നരസിംഹൻ പറഞ്ഞു.

'അഭിനന്ദനങ്ങൾ, സൈന്യാധിപൻ!' പുലകിത് പറഞ്ഞു. 'ദൗത്യം ഗംഭീരമായി വിജയിച്ചു! നാടാകെ പലതരം കഥകൾ പരക്കുന്നുണ്ട്. ചിലർ പറയുന്നു, അറബികളുമായി ചേർന്ന് ശഹീദ് രാജകുമാരനാണ് സുൽത്താനെ കൊന്നതെന്ന്. മറ്റുചിലർ പറയുന്നത് എന്തോ വിചിത്രമായ അസുഖം വന്നാണ് സുൽത്താൻ മരിച്ചതെന്നാണ്.'

'വിചിത്രമായ അസുഖമോ?' നരസിംഹൻ അത്ഭുതപ്പെട്ടു. ഗസ്നിക്കും ഗ്വാദറിനും ഇടയിലുള്ള പ്രധാന ജനവാസ കേന്ദ്രങ്ങളെല്ലാം അതീവ ജാഗ്രതയോടെ ഒഴിവാക്കിയാണ് ചോള സേനാപതിയും കൂടെയുള്ള സംഘവും യാത്ര ചെയ്തിരുന്നത്. നാട്ടുകാരുമായി സംസാരിക്കുന്നതും അവർ ഒഴിവാക്കിയിരുന്നു. അതുകൊണ്ടുതന്നെ,

ഗസ്നവിഡ് സാമ്രാജ്യത്തിൽ പരക്കുന്ന കിംവദന്തികളൊന്നും അവർ കേട്ടിരുന്നില്ല. 'എന്ത് അസുഖം? പറങ്കിപുണ്ണോ?'

പുലകിതും വിജയനും ചിരിച്ചു. അത്തരം ദുർവൃത്തികൾക്ക് പോകുന്നവർക്ക് സാധാരണ വരുന്ന ഒരു ലൈംഗിക രോഗമാണല്ലോ പറങ്കിപുണ്ണ്. എല്ലാവർക്കും അറിയാവുന്നതുപോലെ, ഗസ്നവിഡ് തുർക്കികൾ അറപ്പുളവാക്കുന്ന തരത്തിൽ ദുർവൃത്തിക്കാരായിരുന്നു. ആ വൈകൃതങ്ങളുടെ പിരമിഡിന്റെ ഏറ്റവും മുകളിലുണ്ടായിരുന്നത് മഹ്മൂദ് തന്നെയായിരുന്നു.

'അല്ലല്ല,' വിജയൻ പറഞ്ഞു. 'ചിലർ പറയുന്നത് മലേറിയ ആണെന്നാണ്.'

'മലേറിയയോ? കാറ്റുവീശുന്ന കാണ്ഡഹാർ പർവതനിരകളിൽ വെച്ച് അയാൾക്ക് എങ്ങനെ മലേറിയ വരാനാണ്? ഈ കാലാവസ്ഥയിൽ അവിടെ കൊതുകുകളൊന്നും കാണില്ല.'

'ഗ്വാദറിലെ സംസാരം കേട്ടിട്ട്, ഈ മലേറിയയുടെ കഥ ശഹീദ് രാജകുമാരൻ തന്നെ പ്രചരിപ്പിക്കുന്നതാണെന്നാണ് തോന്നുന്നത്. കാരണം, ഇസ്ലാമിന്റെ തനതായ അറബി വ്യാഖ്യാനത്തേക്കാൾ മഹ്മൂദിനോട് കൂറുള്ളവർ തനിക്കെതിരെ തിരിയരുതെന്ന് അയാൾ ആഗ്രഹിക്കുന്നു. 'അറബ് ഗൂഢാലോചന' എന്ന ആശയം പ്രചരിപ്പിക്കുന്നത് മുഹമ്മദ് രാജകുമാരനാണ്. തുർക്കികളോടുള്ള 'അറബ് വർഗീയതയ്ക്കും വിദ്വേഷത്തിനും' എതിരെ തുർക്കികൾ ഒന്നിക്കണമെന്നാണ് അവന്റെ ആവശ്യം.'

'ഗംഭീരം... അപ്പോൾ ഗസ്നവിഡുകളിലെ മതഭ്രാന്തന്മാർ ശഹീദ് രാജകുമാരന്റെ പിന്നിലും, തുർക്കിക് വംശീയവാദികൾ മുഹമ്മദ് രാജകുമാരന്റെ പിന്നിലും അണിനിരക്കും.'

'അതെ,' സെയ്ൻ പറഞ്ഞു. 'ഈ ഫലത്തിൽ അറബികളും സന്തുഷ്ടരാണ്. കാരണം, കാടന്മാരായ ഗസ്നവിഡ് തുർക്കികളെ നേരിട്ട് ജയിക്കാനുള്ള ക്രൂരതയൊന്നും നമ്മുടെ ആളുകൾക്കില്ല. സത്യം പറഞ്ഞാൽ, തുർക്കികൾ ഞങ്ങളിൽ നിന്ന് ഇസ്ലാമിന്റെ നിയന്ത്രണം തട്ടിയെടുക്കുമോ എന്ന് ഞങ്ങളിൽ ചില അറബികൾക്ക് ഭയമുണ്ട്. അവർ തമ്മിൽത്തല്ലി ചാകട്ടെ, അതാണെന്റെ അഭിപ്രായം.'

'അത് ഇതിനകം സംഭവിച്ചുകൊണ്ടിരിക്കുന്നു,' പുലകിത് പറഞ്ഞു. 'ആദ്യത്തെ കൊലപാതകങ്ങൾ തുടങ്ങി. ഏതാനും ആഴ്ചകൾക്കുള്ളിൽ തുർക്കികൾക്കിടയിൽ ഒരു പൂർണ്ണ ആഭ്യന്തരയുദ്ധം പൊട്ടിപ്പുറപ്പെടും.'

വിജയൻ കൂട്ടിച്ചേർത്തു, 'സുൽത്താന്റെ മരുമകനായ സലാർ മഖ്സൂദ് ഉത്തരേന്ത്യയിൽ നിന്ന് തിടുക്കത്തിൽ മടങ്ങിവരുന്നുണ്ടെന്ന് കേൾക്കുന്നു. പേപ്പട്ടികൾ പരസ്പരം കടിച്ചു കീറാൻ തുടങ്ങിയിരിക്കുന്നു.'

നരസിംഹൻ പുഞ്ചിരിച്ചു. 'ഇവിടെ നമ്മുടെ ജോലി കഴിഞ്ഞു.'

'സൈന്യാധിപാ,' യസാദെയോടൊപ്പം തിരികെ നടന്നുവന്ന അമാൽ വിളിച്ചു. രണ്ട് സൈനികർ ഭാരമുള്ള ഒരു പെട്ടി ഡെക്കിലേക്ക് ചുമന്നുകൊണ്ടുവരുന്നുണ്ടായിരുന്നു. വെള്ളിയിൽ പൊതിഞ്ഞതായിരുന്നു ആ പെട്ടി. മൂന്നാമതൊരു സൈനികൻ മടക്കിവെക്കാവുന്ന ഒരു മേശ കപ്പലിന്റെ തട്ടിൽ സ്ഥാപിച്ചു.

ആ പെട്ടി അതിന്മേൽ വെച്ചു. പെട്ടിക്കുള്ളിൽ എന്താണെന്ന് നരസിംഹന് ഊഹിക്കാമായിരുന്നു. അദ്ദേഹം തന്റെ പാദരക്ഷകൾ അഴിച്ചുമാറ്റി.

അമാൽ ശ്രദ്ധയോടെ ആ പെട്ടി തുറന്നു. അതിനകത്ത്, കുങ്കുമനിറമുള്ള മിനുസമാർന്ന പട്ടുതുണി വിരിച്ചിരുന്നു. അതിനുമുകളിൽ, പൊട്ടിയ കഷണങ്ങളെല്ലാം വെച്ച് കഴിയുന്നത്ര കൃത്യമായി പുനഃസംഘടിപ്പിച്ച സോമനാഥ ശിവലിംഗം. നരസിംഹൻ തന്റെ സഞ്ചിയിൽ കൈയിട്ട് തന്റെ കൈവശമുണ്ടായിരുന്ന 'അംശം' പുറത്തെടുത്തു. ആ കഷണം എവിടെയാണ് വെക്കേണ്ടതെന്ന് അദ്ദേഹം പെട്ടെന്ന് കണക്കുകൂട്ടി, അത് യഥാസ്ഥാനത്ത് വെച്ചു. എന്നിട്ട് അദ്ദേഹം ആ കല്ലുകളിൽ കൈകൾ വെച്ച്, കൈകൾ കണ്ണുകളോട് ചേർത്തു. നരസിംഹൻ ഈറനണിഞ്ഞ കണ്ണുകളോടെ തന്റെ കൂട്ടാളികളെ നോക്കി. 'ഹർ ഹർ മഹാദേവ്.'

കാലത്തിന്റെ ഉദയം മുതൽ മുഴങ്ങുന്ന, പുരാതനമായ ഒരു ഭാരതീയ മുദ്രാവാക്യം. അവരുടെ സിരകളിൽ എപ്പോഴും ആവേശം നിറയ്ക്കുന്ന ഒന്ന്. *ഹർ ഹർ മഹാദേവ്... നാമെല്ലാവരും മഹാദേവന്മാരാണ്... നാമെല്ലാവരും ദൈവങ്ങളാണ്...*

അമാലും വിജയനും പുലകിതും ധ്രുവും ദസർണയും അവിടെയുണ്ടായിരുന്ന മറ്റുള്ളവരും ഒന്നടങ്കം ഏറ്റുചൊല്ലി, 'ഹർ ഹർ മഹാദേവ്.'

'അറിയാമോ,' സെയ്ൻ പറഞ്ഞു, 'മാലിക് അയാസിന്റെ നിർദ്ദേശങ്ങൾ വളരെ കൃത്യമായിരുന്നു. ഞങ്ങൾക്ക് ആ തിരുശേഷിപ്പുകൾ വളരെ എളുപ്പത്തിൽ കണ്ടെത്താനായി.'

'അദ്ദേഹം ഒരു നല്ല മനുഷ്യനാണ്. ഇപ്പോഴും ഗസ്നിയിലുണ്ടോ?'

'ഇല്ല,' പുലകിത് പറഞ്ഞു. 'അദ്ദേഹം ലാഹോറിലേക്ക് രക്ഷപ്പെട്ടുവെന്ന് ഞങ്ങൾ കേട്ടു. ആഭ്യന്തരയുദ്ധത്തിൽ ആര് ജയിക്കുമെന്നറിയാൻ കാത്തിരിക്കുകയാവാം.'

'ഒരുപക്ഷേ സ്വാതന്ത്ര്യം പ്രഖ്യാപിക്കാനും ആഗ്രഹിക്കുന്നുണ്ടാവാം...' നരസിംഹൻ പറഞ്ഞു. 'അദ്ദേഹം ഒരു നല്ല മനുഷ്യനാണ്. മിടുക്കനും.'

'കൗസരി ജഹാൻ റാണിയുടെ സഹായമില്ലായിരുന്നെങ്കിൽ നമുക്ക് ഇത് സാധിക്കുമായിരുന്നില്ല,' വിജയൻ പറഞ്ഞു. 'അങ്ങനെയൊന്ന് ഞങ്ങളാരും പ്രതീക്ഷിച്ചില്ല... അവർ നമ്മുടെ പക്ഷത്ത് ചേരുമെന്ന്. നിങ്ങൾ അയച്ച മുൻനിര ചാരനിൽ നിന്നാണ് അവരുടെ ത്യാഗത്തെക്കുറിച്ച് ഞങ്ങൾ അറിഞ്ഞത്.'

'അവരൊരു നല്ല സ്ത്രീയായിരുന്നു...' നരസിംഹൻ പറഞ്ഞു. 'അവരുടെ അടുത്ത ജന്മമെങ്കിലും ദുരന്തങ്ങളും ദുഃഖങ്ങളും നിറഞ്ഞതാവാതിരിക്കാൻ ദൈവങ്ങൾ അനുഗ്രഹിക്കട്ടെ.'

'ആമീൻ,' അമാൽ പറഞ്ഞു.

'സുമ്മ ആമീൻ,' വിജയൻ പറഞ്ഞു. 'അള്ളാഹുവും ശിവഭഗവാനും അവരുടെ ആത്മാവിന് ശാന്തി നൽകട്ടെ.'

'ഇഖ്ബാലും ബാക്കിയുള്ള മുൻ അടിമകളും സുരക്ഷിതമായി ഇന്ത്യയിലെത്തിയോ?' നരസിംഹൻ അമാലിന്റെ സഹോദരനായ അൽത്താഫിനോട് ചോദിച്ചു.

'ഉവ്വ് സൈന്യാധിപാ,' അൽത്താഫ് മറുപടി നൽകി. 'അവരെ സുരക്ഷിതമായി ഗുജറാത്തിൽ ഇറക്കിയ ശേഷം ഞങ്ങൾ ഉടൻ മടങ്ങി. എന്നിട്ട് അമാൽ ആപ്പയും വിജയനും തിരിച്ചുവരുന്നതും കാത്തിവിടെ നിന്നു.'

'പിന്നെ ഞങ്ങൾ യസാദെയോട് ഞങ്ങളോടൊപ്പം ചോള ദേശത്തേക്ക് വരാൻ ആവശ്യപ്പെടാനും തീരുമാനിച്ചു, സൈന്യാധിപാ,' വിജയൻ പറഞ്ഞു. 'ഒരുപക്ഷേ അവർക്ക് തമിഴ് ദേശത്ത് ഒരു യസീദി ക്ഷേത്രം സ്ഥാപിക്കാൻ കഴിഞ്ഞേക്കും.'

'എന്തുകൊണ്ടായിക്കൂടാ,' നരസിംഹൻ പുഞ്ചിരിച്ചുകൊണ്ട് പറഞ്ഞു. 'ഭാരതത്തെ ബഹുമാനിക്കുന്ന യസീദികൾ ഉൾപ്പെടെ എല്ലാവർക്കുമായി നമ്മുടെ ഹൃദയം എപ്പോഴും തുറന്നിരിക്കും.' എന്നിട്ട് ആ ചോള സേനാപതി ഒരു ദീർഘശ്വാസമെടുത്ത് ഉറക്കെ പറഞ്ഞു. 'ശരി, ചക്രവർത്തിയെ നമുക്ക് ഒരുപാട് നേരം കാത്തിരിപ്പിക്കാൻ കഴിയില്ല. നമ്മുടെ ലക്ഷ്യസ്ഥാനം നിങ്ങൾക്കെല്ലാവർക്കും അറിയാമല്ലോ. പോകാം! നങ്കൂരക്കയറുകൾ മുറിക്കൂ!'

സോമനാഥ്, ഗുജറാത്ത്, ഇന്ത്യ

മഹ്മൂദിന്റെ മരണത്തിന് ശേഷം ആറുമാസം കഴിഞ്ഞിരുന്നു. ഗസ്നിയിൽ ആഭ്യന്തരയുദ്ധം ഇപ്പോഴും കൊടുമ്പിരിക്കൊണ്ടിരുന്നു. സഹോദരൻ സഹോദരനോട് ഏറ്റുമുട്ടിയപ്പോൾ, തുർക്കികൾ രക്തച്ചൊരിച്ചിലിന്റെ ഭ്രാന്തിൽ ആറാടുകയായിരുന്നു. ഭാരതീയർ ഉൾപ്പെടെ അവർക്ക് ചുറ്റുമുള്ള മറ്റെല്ലാവർക്കും തുർക്കികളുടെ അടങ്ങാത്ത അക്രമങ്ങളിൽ നിന്ന് ഒരു ആശ്വാസകാലം ലഭിച്ചു.

ദൗത്യം അതിഗംഭീരമായി വിജയിച്ചിരുന്നു.

ഇന്ത്യൻ ഉപഭൂഖണ്ഡത്തിലെ മഹാനായ ചക്രവർത്തിമാർ സോമനാഥ ക്ഷേത്രത്തിൽ ഒത്തുകൂടി. ദക്ഷിണേന്ത്യയുടെയും കിഴക്കേ ഇന്ത്യയുടെയും തെക്കുകിഴക്കൻ ഏഷ്യയുടെയും ഭൂരിഭാഗവും ഭരിക്കുന്ന, ലോകത്തിലെ ഏറ്റവും ശക്തനായ മനുഷ്യനായ ചോള രാജവംശത്തിലെ രാജേന്ദ്ര ചോളൻ. മധ്യപ്രദേശിന്റെയും ഛത്തീസ്ഗഢ്, ഗുജറാത്ത്, രാജസ്ഥാൻ, മഹാരാഷ്ട്ര, എന്നിവയുടെ ഭാഗങ്ങളും ഉൾപ്പെടെ മധ്യ ഇന്ത്യയുടെ ഭൂരിഭാഗവും ഭരിച്ചിരുന്ന പർമർ വംശത്തിലെ ഭോജദേവ് ചക്രവർത്തി. കർണാടക, മഹാരാഷ്ട്ര, തെലങ്കാന എന്നിവയുടെ ഭൂരിഭാഗവും ഭരിച്ചിരുന്ന ചാലൂക്യ വംശത്തിലെ ജയസിംഹ ചക്രവർത്തി. പിന്നെ ഗുജറാത്തിന്റെ

ഭൂരിഭാഗവും രാജസ്ഥാന്റെ ചില ഭാഗങ്ങളും ഭരിച്ചിരുന്ന സോലങ്കി വംശത്തിലെ ഭീംദേവ് ചക്രവർത്തി. സോമനാഥ ക്ഷേത്രം സാങ്കേതികമായി സോലങ്കികളുടെ അധികാരപരിധിയിലായിരുന്നു.

ഈ സാമ്രാജ്യങ്ങളെല്ലാം ഭാരതീയമായിരുന്നെങ്കിലും, മുൻകാലങ്ങളിൽ പലപ്പോഴും അവർ പരസ്പരം യുദ്ധം ചെയ്തിട്ടുണ്ട്. അവർക്ക് പഴയ ശത്രുതകൾ ഉണ്ടായിരുന്നിരിക്കാമെങ്കിലും, ശിവഭഗവാനോടുള്ള ഭക്തി അവരെ ഒന്നിപ്പിച്ചു. ക്ഷേത്രം പുനർനിർമ്മിക്കാനുള്ള വിഭവങ്ങൾ നൽകാനും അന്തിമ പദ്ധതി തയ്യാറാക്കാനുമായി അവർ സോമനാഥ ക്ഷേത്രത്തിന്റെ അവശിഷ്ടങ്ങൾക്കിടയിൽ ഒത്തുചേർന്നു.

'നമ്മൾ ഒന്നായി നിന്നിരുന്നെങ്കിൽ,' രാജേന്ദ്ര ചോളൻ പറഞ്ഞു, 'ആ കാട്ടാളൻ മഹ്മൂദ് നമ്മുടെ ഭഗവാന്റെ ക്ഷേത്രത്തിൽ അവന്റെ വൃത്തികെട്ടകൈകൾവെക്കാൻഒരിക്കലുംധൈര്യപ്പെടുമായിരുന്നില്ല.'

എല്ലാ ചക്രവർത്തിമാരും അവരുടെ സാമ്രാജ്യങ്ങളും അവരവരുടെ രീതിയിൽ തുർക്കികളോട് പോരാടിയിരുന്നു. തങ്ങളുടെ നാടിനെയും ജനങ്ങളെയും ദൈവങ്ങളെയും സംരക്ഷിക്കാൻ. പക്ഷേ അവർ എപ്പോഴും ഒറ്റയ്ക്കൊറ്റയ്ക്കാണ് പോരാടിയത്. ഒരേ കൊടിക്കീഴിൽ ഒരിക്കലും ഒന്നിച്ചില്ല. ഒരിക്കലും.

'ഞാൻ യോജിക്കുന്നു,' ജയസിംഹ ചക്രവർത്തി പറഞ്ഞു. 'നമ്മുടെ പൂർവ്വികർ ഒന്നിച്ചുനിന്ന്, ഇന്ത്യൻ ഉപഭൂഖണ്ഡത്തിന്റെ അതിർത്തികൾ സംരക്ഷിച്ചിരുന്ന ഹിന്ദു ഷാഹി പത്താൻമാരെയും ബുദ്ധ-ഹിന്ദു ബലോചികളെയും പിന്തുണച്ചിരുന്നെങ്കിൽ, തുർക്കികൾക്ക് ഇങ്ങോട്ട് നുഴഞ്ഞുകയറാൻ ഒരു വഴി തുറന്നുകിട്ടുമായിരുന്നില്ല. പരസ്പരം പോരടിക്കുന്നതിന് പകരം നമ്മുടെ യഥാർത്ഥ ശത്രുവിനോടാണ് നമ്മൾ പോരാടേണ്ടത്.'

ഭോജദേവ് ചക്രവർത്തി മഹ്മൂദിനെതിരെ ഹിന്ദു ഷാഹി രാജാവായ ആനന്ദ്പാലിനെ പിന്തുണയ്ക്കാൻ സൈന്യത്തെ അയച്ചിരുന്നു. പക്ഷെ ആനന്ദ്പാലിന്റെ തൊട്ടയൽക്കാർ സഹകരിച്ചില്ല. സമാനമായ ഒരു പ്രതിസന്ധി ഗുജറാത്തിലെ സോലങ്കി രാജാക്കന്മാരെയും അലട്ടിയിരുന്നു. ചാലൂക്യ ചക്രവർത്തിയായ ജയസിംഹ, ഗസ്നിയുടെ സൈന്യത്തെ നേരിടാൻ സ്വന്തം പടയെ അയച്ചു. ചോളന്മാരും പർമറുകളും വേറൊരു ദൗത്യസംഘത്തെയും

നിയോഗിച്ചു. ഇതിൽ നിന്നെല്ലാം ഒരു കാര്യം വ്യക്തമായിരുന്നു. ഭാരതത്തിലെ രാജാക്കന്മാർക്ക് ലക്ഷ്യബോധമുണ്ടായിരുന്നു, പക്ഷേ അവർക്കിടയിൽ ഐക്യമില്ലായിരുന്നു. ഈ ദൗത്യങ്ങളൊന്നും ഒരുമിച്ചുള്ള ഒരു മുന്നേറ്റമായിരുന്നില്ല.

'സത്യമാണ്,' ഭീംദേവ് സോലങ്കി ചക്രവർത്തി സമ്മതിച്ചു. 'നമ്മുടെ ഐക്യമില്ലായ്മ നമ്മളെ ശത്രുക്കൾക്ക് എളുപ്പമുള്ള ഇരകളാക്കി മാറ്റുന്നു.'

വിവിധ ചക്രവർത്തിമാരുടെ കീഴിൽ ഗസ്നി ദൗത്യത്തിൽ പങ്കെടുത്ത് പരസ്പരം പരിചയക്കാരായ പലരും ആ ഒത്തുചേരലിൽ ഇതിനകം കണ്ടുമുട്ടിയിരുന്നു. നരസിംഹൻ, പുലകിത്, വിജയൻ, അമാൽ, ദസർണ, ധ്രുവ്, ഇഖ്ബാൽ, യസാദെ, തുടങ്ങിയവർ അവരിൽ ചിലരായിരുന്നു. അവർ പഴയ ഓർമ്മകൾ പുതുക്കി, കഴിഞ്ഞകാല ബന്ധങ്ങൾ ഊട്ടിയുറപ്പിച്ചു. അടുത്തിടെ വിവാഹിതരായ വിജയനെയും അമാലിനെയും എല്ലാവരും അഭിനന്ദിച്ചു. ധ്രുവ്, ഇഖ്ബാലിനും അദ്ദേഹത്തിന്റെ മകനുമൊപ്പം, തന്റെ ആദ്യത്തെ കച്ചവടയാത്രയ്ക്ക് തയ്യാറെടുക്കുകയായിരുന്നു. തന്റെ അനിയനായ പുലകിതിന്റെ ജീവൻ രക്ഷിച്ചതിന് ജയസിംഹ ചക്രവർത്തി, രാജേന്ദ്ര ചോളനോടും ഭോജദേവ് പർമറിനോടും നന്ദി അറിയിച്ചു.

പുതിയ സോമനാഥ ക്ഷേത്രത്തിന്റെ തറക്കല്ലിടൽ ചടങ്ങിനുള്ള ഒരുക്കങ്ങൾ പുരോഹിതന്മാരും അവരുടെ സഹായികളും ഏതാണ്ട് പൂർത്തിയാക്കിയിരുന്നു. പുരോഹിതരുടെ മാർഗ്ഗനിർദ്ദേശപ്രകാരം ചക്രവർത്തിമാരായിരുന്നു ആ കർമ്മങ്ങൾ നിർവഹിക്കേണ്ടിയിരുന്നത്.

'ഐക്യത്തിന്റെ കാര്യത്തിൽ ഞാൻ ഭാഗികമായി മാത്രമേ യോജിക്കുന്നുള്ളൂ,' ഭോജദേവ് ചക്രവർത്തി പറഞ്ഞു. എല്ലാവരും അദ്ദേഹത്തെ ശ്രദ്ധിച്ചു. കാരണം, ഭോജദേവ് പർമർ കൂടെയുണ്ടായിരുന്ന മറ്റ് മൂന്നുപേരെയും പോലെ ഒരു മഹാനായ ചക്രവർത്തിയും കരുത്തനായ യോദ്ധാവും മാത്രമല്ലായിരുന്നു. അദ്ദേഹം ഒരു പണ്ഡിതൻ കൂടിയായിരുന്നു. ജ്യോതിശാസ്ത്രം, വൈദ്യശാസ്ത്രം, രസതന്ത്രം, ലോഹശാസ്ത്രം, വാസ്തുവിദ്യ, തത്ത്വചിന്ത, കവിത, തുടങ്ങിയ വിവിധ വിഷയങ്ങളിൽ അദ്ദേഹം എൺപത്തിനാല് പുസ്തകങ്ങൾ രചിച്ചിരുന്നു. ഒരു യഥാർത്ഥ ബഹുമുഖപ്രതിഭയും

പ്രതിഭാശാലിയുമായിരുന്ന അദ്ദേഹം. 'നമ്മളെല്ലാവരും ഭാരതത്തിന്റെ ശത്രുക്കളായ തുർക്കികളോട് യുദ്ധം ചെയ്തിട്ടുണ്ട്. അതേ, നമ്മൾ പരസ്പരം പോരടിക്കാറുമുണ്ട്. അതുകൊണ്ട് നമ്മുടെ ഇടയിൽ ഐക്യമില്ലായ്മയുണ്ടെന്ന് പറയാം. എന്നാൽ തുർക്കികളും പരസ്പരം പോരടിക്കുന്നില്ലേ? അവരുടെ ആഭ്യന്തര കലഹങ്ങൾ നമുക്ക് ഇവിടെ ഭാരതത്തിൽ സങ്കൽപ്പിക്കാൻ പോലും കഴിയാത്ത തരത്തിൽ ക്രൂരത നിറഞ്ഞതാണ്. പുത്രന്മാർ പിതാക്കന്മാരെ പീഡിപ്പിച്ച് കൊല്ലുന്നു. സഹോദരങ്ങൾ പരസ്യമായി മറ്റ് സഹോദരങ്ങളുടെ തൊലിയുരിഞ്ഞെടുക്കുന്നു. പുരുഷന്മാർ സ്ത്രീകളെയും കുട്ടികളെയും, ചിലപ്പോൾ സ്വന്തം കുടുംബത്തിൽപ്പെട്ടവരെത്തന്നെ, കൊന്നൊടുക്കുന്നു. നമ്മുടെ ഇടയിൽ ഐക്യമില്ലായ്മ ഉണ്ടെങ്കിൽ, തുർക്കികൾക്കിടയിൽ അതിലും വലിയ ഐക്യമില്ലായ്മയുണ്ടെന്ന് വാദിക്കാം. എന്നിട്ടും അവർ പലപ്പോഴും നമ്മളെ, ഭാരതീയരെ, പരാജയപ്പെടുത്തുന്നു. നമ്മുടെ ഐക്യമില്ലായ്മയാണ് നമ്മുടെ പ്രധാന ദൗർബല്യം എന്ന് ഞാൻ കരുതുന്നില്ല. അതൊരു ദൗർബല്യമാണ്, സമ്മതിക്കുന്നു, പക്ഷേ പ്രധാനപ്പെട്ടത് അതല്ല.'

ആ മൂന്ന് ചക്രവർത്തിമാരും നിശ്ശബ്ദരായിരുന്നു. അവർ ഇതിനുമുൻപ് ഒരിക്കലും ഈ രീതിയിൽ ചിന്തിച്ചിരുന്നില്ല. ഭാരതീയർക്കിടയിലെ ഐക്യമില്ലായ്മയാണ് യുദ്ധങ്ങൾ തോൽക്കാൻ കാരണമെന്ന് അവർ എപ്പോഴും കരുതിയിരുന്നു. ചടങ്ങിനുള്ള ഒരുക്കങ്ങൾ പൂർത്തിയായെന്ന് അറിയിക്കാൻ ഒരു ഉദ്യോഗസ്ഥൻ രാജേന്ദ്ര ചോളന്റെ അടുത്തേക്ക് വന്നു. എന്നാൽ പ്രതാപിയായ ചോളൻ അദ്ദേഹത്തോട് കാത്തുനിൽക്കാനും ചക്രവർത്തിമാർക്ക് കുറച്ച് സ്വകാര്യത നൽകാനും ആംഗ്യം കാണിച്ചു.

'അങ്ങനെയെങ്കിൽ, നമ്മുടെ പ്രധാന ദൗർബല്യം എന്താണെന്നാണ് നിങ്ങൾ കരുതുന്നത്?' രാജേന്ദ്ര ചോളൻ ചോദിച്ചു.

'ശത്രുബോധ്,' ഭോജദേവ് പർമർ പറഞ്ഞു.

'ശത്രുബോധ്?' ഭീംദേവ് സോലങ്കി ചോദിച്ചു.

'അതെ. ശത്രുബോധ്. ശത്രുവിനെക്കുറിച്ചുള്ള അറിവ്. മഹാനായ ആചാര്യ ചാണക്യൻ ഇതിനെക്കുറിച്ച് സംസാരിച്ചിട്ടുണ്ട്. ഭോജ്പാൽ സർവകലാശാലയിൽ പഠിക്കുന്ന പങ്കജ് എന്ന യുവപണ്ഡിതനും ഇതേക്കുറിച്ച് എഴുതിയിട്ടുണ്ട്. ഞാൻ നിങ്ങളോട് പറയുന്നത്

അദ്ദേഹത്തിന്റെ സിദ്ധാന്തത്തെ അടിസ്ഥാനമാക്കിയാണ്. തുർക്കികളെ നമ്മൾ കരുതുന്നത് മന്ദബുദ്ധികളായ കാട്ടാളന്മാരായിട്ടാണ്. വെറും മൃഗങ്ങളെപ്പോലെ യുദ്ധം ചെയ്യാൻ മാത്രം കഴിവുള്ളവർ. അതിലപ്പുറം ഒന്നുമില്ല. എന്നാൽ ഞാൻ പറയുന്നു, ഒരു കാര്യത്തിൽ അവർ നമ്മളേക്കാൾ മിടുക്കരാണ്, ശത്രുബോധത്തിൽ. അവർക്ക് തങ്ങളുടെ ശത്രുക്കളെക്കുറിച്ചും അവരുടെ രീതികളെക്കുറിച്ചും പൂർണ്ണമായ വ്യക്തതയുണ്ട്. അവർ തങ്ങളുടെ ശത്രുക്കളെ നന്നായി മനസ്സിലാക്കുന്നു. നമ്മളെ എങ്ങനെ പരാജയപ്പെടുത്താമെന്ന് അറിയാനായി അവർ നമ്മുടെ ജീവിതരീതിയെക്കുറിച്ച് പഠിക്കുന്നു, ആ പരാജയത്തിൽ നിന്ന് നാം കരകയറില്ലെന്ന് ഉറപ്പാക്കുന്ന രീതിയിൽ.

ഭോജദേവ് പർമർ തുടർന്നു, 'എന്തുകൊണ്ടാണ് അവർ നമ്മുടെ ദൈവങ്ങളുടെ വിഗ്രഹങ്ങൾ, മോചനദ്രവ്യത്തിനായി മോഷ്ടിക്കുന്നതിന് പകരം നശിപ്പിക്കുന്നത്? പണമായിരുന്നു അവരുടെ ലക്ഷ്യമെങ്കിൽ മോചനദ്രവ്യം ആവശ്യപ്പെടുന്നതല്ലേ കൂടുതൽ ലാഭകരം, അല്ലേ? പക്ഷേ, അവർ ശത്രുബോധത്തിൽ അഗ്രഗണ്യരാണ്. നമ്മുടെ ആത്മവീര്യം തകർക്കാനാണ് അവർ നമ്മുടെ ദൈവങ്ങളുടെ വിഗ്രഹങ്ങൾ തകർക്കുന്നത്.'

'അവർക്ക് ശത്രുക്കളുടെ ഒരു ശ്രേണി തന്നെയുണ്ട്. ഏറ്റവും താഴേ-ത്തട്ടിൽ, അവരുടെ പ്രധാന ശത്രുക്കൾ ഹിന്ദുക്കളും, ബുദ്ധമതക്കാരും, ജൈനമതക്കാരും, എന്തിന് യസീദികളും സൊറോസ്ട്രിയന്മാരും വരെയാണ്. കാരണം നമ്മളെ അവർ വിഗ്രഹാരാധകരായി കാണുന്നു. അവരുടെ ശത്രുക്കളുടെ പട്ടികയിൽ ഏറ്റവും മോശം ജീവികൾ നമ്മളാണ്. അവരെക്കൊണ്ട് നമ്മളെ ശത്രുക്കളായി കാണാതിരിക്കാൻ നമുക്ക് ഒന്നും ചെയ്യാൻ കഴിയില്ല. നമ്മുടെ നിലനിൽപ്പ് തന്നെ അവർക്ക് അസഹനീയമാണ്. ഒരു പരിധി വരെ, ഇന്ത്യൻ മുസ്ലീങ്ങളെയും, യഹൂദരെയും ക്രിസ്ത്യാനികളെയും അവർ ശത്രുക്കളായി കാണുന്നു. കാരണം, ഭാരതീയ വംശത്തോട് അവർക്ക് വംശീയമായ വെറുപ്പുണ്ട്. കൂടാതെ തങ്ങളുടെ മതത്തെ 'ശരിയായ രീതിയിൽ' നവീകരിക്കാത്ത യഹൂദരെയും ക്രിസ്ത്യാനികളെയും അവർ അഗാധമായി വെറുക്കുന്നു. ഈ കൂട്ടരേക്കാൾ മെച്ചപ്പെട്ട സ്ഥാനത്താണ് പേർഷ്യൻ മുസ്ലീങ്ങൾ.

കാരണം അവർ ഇസ്ലാം പിന്തുടരുന്നു, പേർഷ്യൻ വംശം ഇന്ത്യൻ വംശത്തേക്കാൾ മികച്ചതാണെന്ന് തുർക്കികൾ വിശ്വസിക്കുന്നു. പേർഷ്യൻ മുസ്ലീങ്ങളേക്കാൾ അനുകൂലമായ സ്ഥാനത്തുള്ളത് അറബ് മുസ്ലീങ്ങളാണ്. കാരണം അവരാണ് ആദ്യകാല മുസ്ലീങ്ങളായി കണക്കാക്കപ്പെടുന്നത്. ഏറ്റവും മുകളിലുള്ളത് തുർക്കിക് മുസ്ലീങ്ങളാണ്. ഇതാണ്, ചുരുക്കത്തിൽ, തുർക്കികളുടെ കാഴ്ചപ്പാട്.'

'ഹ്മ്,' രാജേന്ദ്ര ചോളൻ മൂളി. 'അതൊരു രസകരമായ ഉൾക്കാഴ്ചയാണ്. ഒരുപക്ഷേ നമ്മുടെ തെറ്റ്, എല്ലാ മതങ്ങളും ഒന്നാണെന്നും, എല്ലാ സംസ്കാരങ്ങളും ഒന്നാണെന്നും, എല്ലാ മനുഷ്യരും പരസ്പരം സ്നേഹിക്കാൻ ആഗ്രഹിക്കുന്നുവെന്നും, രാഷ്ട്രീയം മാത്രമാണ് അവരെ ഭിന്നിപ്പിക്കുന്നതെന്നും നമ്മൾ ചിന്തിക്കുന്നതാണ്. മെച്ചപ്പെട്ട ഒരു ലോകത്തിന് സ്നേഹവും ശുദ്ധവായുവും മാത്രം മതിയെന്ന് കരുതുന്ന ഒരുതരം സ്വപ്നലോകത്താണ് നമ്മൾ ജീവിക്കുന്നത്. എന്നാൽ തുർക്കികൾക്ക് വ്യക്തതയുണ്ട്, അവർ നിർദയരാണ്, പ്രത്യേകിച്ചും സ്വന്തം പക്ഷത്തെയും ശത്രുക്കളെയും തിരിച്ചറിയുന്ന കാര്യത്തിൽ.'

'കൂടാതെ,' ഭോജദേവ് പർമർ തുടർന്നു, 'അവരുടെ ആഭ്യന്തര കലഹങ്ങളും യുദ്ധങ്ങളും എന്തുതന്നെയായാലും, അവർ ഒരിക്കലും സ്വന്തം പക്ഷത്തുള്ള ഒരാൾക്കെതിരെ ഒരു ശത്രുവിനെ പിന്തുണയ്ക്കില്ല. ഒരിക്കലുമില്ല. ഉദാഹരണത്തിന്, ഒരു ഭാരതീയൻ ഇസ്ലാം മതം സ്വീകരിച്ചാൽ പോലും, ഒരു തുർക്കിക്കെതിരെയുള്ള പോരാട്ടത്തിൽ അവർ ആ ഭാരതീയനെ പിന്തുണയ്ക്കില്ല. ആരാണ് തങ്ങളുടെ കൂട്ടത്തിലുള്ളതെന്നും ആരാണ് തങ്ങളുടെ ശത്രുക്കളെന്നും അവർക്ക് തികഞ്ഞ ഉറപ്പുണ്ട്. നമുക്കതില്ല. നമ്മൾ തുർക്കികളെ നമ്മളെപ്പോലെയുള്ള മറ്റൊരു കൂട്ടം ആളുകളായി മാത്രം കാണുന്നു. വസുധൈവ കുടുംബകം. മനുഷ്യരാശി മുഴുവൻ ഒരു കുടുംബമാണെന്ന് നമ്മൾ വിശ്വസിക്കുന്നു. ചില ഇന്ത്യൻ രാജാക്കന്മാർ ഒരു സഹ ഭാരതീയനെതിരെ ഒരു തുർക്കിയുമായി സഖ്യമുണ്ടാക്കുന്നതിൽ തെറ്റില്ലെന്ന് കരുതുന്നു. അത് ശത്രുബോധിന്റെ അഭാവമാണ് കാണിക്കുന്നത്. ആരാണ് നിങ്ങളുടെ യഥാർത്ഥ ശത്രു എന്നതിനെക്കുറിച്ചുള്ള ധാരണയില്ലായ്മ.'

'അപ്പോൾ എന്താണ് ഇതിനൊരു പരിഹാരമായി നിങ്ങൾ കരുതുന്നത്?' ജയസിംഹ ചാലൂക്യ ചോദിച്ചു.

'നമ്മൾ ശത്രുബോധിന്റെ ജ്ഞാനവും തത്ത്വചിന്തയും ആഴത്തിൽ പഠിക്കണം. ഞാൻ ഭോജേശ്വർ എന്ന പേരിൽ ഒരു വലിയ ക്ഷേത്ര സമുച്ചയം നിർമ്മിക്കുകയാണ്. അത് ലോകത്തിലെ ഏറ്റവും വലിയ ക്ഷേത്രങ്ങളിലൊന്നായിരിക്കും. അതിന്റെ ഹൃദയഭാഗത്ത് ശിവഭഗവാന് സമർപ്പിച്ച ഒരു കൂറ്റൻ ക്ഷേത്രമുണ്ടാകും. അതോടൊപ്പം, സ്വയംബോധ്, ശത്രുബോധ്, പരബോധ്, യുഗ്ബോധ് തത്ത്വചിന്തകൾ പഠിപ്പിക്കുന്ന ഒരു സ്ഥാപനവും ആ സമുച്ചയത്തിൽ നമ്മൾ സ്ഥാപിക്കും. ഇത് ലോകമെമ്പാടും വലിയ ഭൂരാഷ്ട്രീയപരമായ മാറ്റങ്ങൾ നടക്കുന്ന ഒരു കാലഘട്ടമാണ്. ഒരു അരാജകത്വത്തിന്റെ കാലം. ഈ കുഴപ്പങ്ങൾക്കിടയിൽ പഴയ ആഗോള ക്രമം തകരുകയും ഒരു പുതിയ ക്രമം ഉയർന്നുവരുകയും ചെയ്യും. ഈ നാല് നിർണായക മേഖലകളിൽ നമ്മൾ ഭാരതീയർ പ്രാവീണ്യമില്ലാത്തവരാണെങ്കിൽ, ഈ യുഗത്തിലെ പരാജിതരുടെ കൂട്ടത്തിൽ നമ്മളുമുണ്ടാകും,' ഭോജദേവ് പർമർ പറഞ്ഞു.

'നിങ്ങൾ ആ സമുച്ചയം നിർമ്മിക്കണം സുഹൃത്തേ,' രാജേന്ദ്ര ചോളൻ പറഞ്ഞു. 'അത് ഭാരതത്തിന് ഗുണകരമാകും.'

'ബഹ്റൈച്ച് എന്ന ചെറിയ രാജ്യത്തിലെ സുഹേൽദേവ് എന്ന് പേരുള്ള ഒരു രാജകുമാരന്റെ കാര്യങ്ങളും ഞാൻ ശ്രദ്ധിക്കുന്നുണ്ട്. വളരെ മിടുക്കനായ ചെറുപ്പക്കാരനാണ്. തുർക്കികളെക്കുറിച്ചുള്ള ശത്രുബോധത്തിൽ അദ്ദേഹത്തിന് നല്ല വ്യക്തതയുണ്ടെന്ന് തോന്നുന്നു.'

'സുഹേൽദേവ്,' ജയസിംഹ പറഞ്ഞു. 'ഞാൻ അദ്ദേഹത്തിന്റെ കഥ താല്പര്യത്തോടെ പിന്തുടരും. കാരണം, അവരുടെ ആഭ്യന്തരയുദ്ധം അവസാനിക്കുമ്പോൾ, തുർക്കികൾ വീണ്ടും നമ്മുടെ നേരെ തിരിയുമെന്ന് ഉറപ്പായും അനുമാനിക്കാം.'

'തീർച്ചയായും അവർ തിരിയും,' ഭോജദേവ് പർമർ പറഞ്ഞു. 'നമുക്ക് അവരുടെ ആക്രമണങ്ങളെ വൈകിപ്പിക്കാൻ മാത്രമേ കഴിയൂ, പൂർണ്ണമായും തടയാൻ കഴിയില്ല. കാരണം, അവസരം കിട്ടുമ്പോഴെല്ലാം അവർ നമ്മളെ ആക്രമിക്കും. അതാണ് അവരുടെ

സ്വഭാവം. അവരെപ്പോലുള്ള ശത്രുക്കൾക്കെതിരെ നമ്മൾ എപ്പോഴും ജാഗരൂകരായിരിക്കണം.'

ശിലാന്യാസ ചടങ്ങിനുള്ള ശുഭമുഹൂർത്തം അടുത്തുവെന്ന് ഒരു ചോള ഉദ്യോഗസ്ഥൻ മന്ത്രിച്ചു.

'മഹാരാജൻ...'

'ശരി, ശരി.' രാജേന്ദ്ര ചോളൻ തലയാട്ടി. 'വരൂ, സുഹൃത്തുക്കളേ. നമ്മുടെ പ്രഭുവിനായുള്ള മഹത്തായ ക്ഷേത്രത്തിന് നമുക്ക് ഒരുമിച്ച് തറക്കല്ലിടാം. അത് എന്നേക്കും നിലനിൽക്കട്ടെ.'

മഹാനായ ചാലൂക്യ ചക്രവർത്തി ജയസിംഹ സന്ധ്യാകാശത്തേക്ക് നോക്കി. സൂര്യൻ ചക്രവാളത്തിലേക്ക് പതുക്കെ താഴവേ, ആകാശത്ത് ഒരു ചുവപ്പുരാശി പടർന്നിരുന്നു.

അദ്ദേഹം യജുർവേദത്തിലെ ശ്രീ രുദ്രം സ്തുതിയിൽ നിന്ന് ഒരു ശ്ലോകം മൃദുവായി ചൊല്ലി. മഹാദേവന് സമർപ്പിച്ചതായിരുന്നു അത്, കാരണം രുദ്രൻ എന്നത് അവിടുത്തെ നാമങ്ങളിലൊന്നായിരുന്നു.

അസൗ യസ്താമ്രോ അരുണ ഉത ബഭ്രുഃ സുമംഗളഃ

യേ ചേമാം രുദ്രാ അഭിതോ ദിക്ഷു ശ്രിതാഃ സഹസ്രശോ

വൈഷാം ഹേഡ ഈമഹേ

ഉദിക്കുമ്പോൾ അവൻ ചുവപ്പാണ്, പിന്നീട് സ്വർണ്ണ-മഞ്ഞ നിറമാണ്,

അവൻ അന്ധകാരത്തെ അകറ്റുന്നു, മംഗളകരനാണ്,

അവന്റെ മറ്റ് രൂപങ്ങൾ പ്രകാശകിരണങ്ങൾ പോലെ എല്ലാ ദിശകളിലേക്കും വ്യാപിക്കുന്നു,

അവൻ രുദ്രനാണ്,

അവന്റെ ഒരു രൂപം മഹത്വപൂർണ്ണനായ സൂര്യനാണ്.

ഞങ്ങൾ അവനെ നമിക്കുന്നു.

ആ ശ്ലോകത്തിന്റെ സ്ഫുടമായ ഉച്ചാരണം കേട്ട് മറ്റ് മൂന്ന് ചക്രവർത്തിമാരും പുഞ്ചിരിച്ചു. എന്നിട്ട് ദൂരെ അസ്തമയ സൂര്യന്റെ സൗമ്യമായ കിരണങ്ങളിലേക്ക് അവർ നോക്കിനിന്നു.

സൂര്യൻ എല്ലാ ദിവസവും അസ്തമിക്കും. അത് പ്രപഞ്ചത്തിന്റെ സ്വാഭാവിക നിയമത്തിന്റെ ലംഘിക്കാനാവാത്ത ചക്രമാണ്. എന്നാൽ, അതേപോലെ തന്നെ ലംഘിക്കാനാവാത്ത മറ്റൊരു

നിയമം കൂടിയുണ്ട്. സൂര്യൻ എല്ലാ ദിവസവും വീണ്ടും ഉദിച്ചുയരുക തന്നെ ചെയ്യും.

ചില സമയങ്ങളിൽ ദൈവങ്ങൾ പിൻവാങ്ങിയേക്കാം. അത്തരം സന്ദർഭങ്ങളിൽ തങ്ങളുടെ ലോകം അവസാനിക്കുകയാണെന്നും, ദൈവങ്ങൾ തങ്ങളെ ഉപേക്ഷിച്ചുവെന്നും ഭക്തർക്ക് തോന്നിയേക്കാം. എന്നാൽ, ശരിയായ സമയം വരുമ്പോൾ ദൈവങ്ങൾ തീർച്ചയായും മടങ്ങിവരുമെന്നത് പ്രകൃതിയുടെ പവിത്രമായ നിയമമാണ്.

വിശ്വാസമുണ്ടായിരിക്കുക.

കാരണം, ദൈവങ്ങളില്ലാതെ ഭക്തരുടെ നിലനിൽപ്പിന് അർത്ഥമില്ല. എന്നാൽ അതുപോലെത്തന്നെ, ഭക്തരില്ലെങ്കിൽ ദൈവങ്ങൾക്കും അവരുടെ ലക്ഷ്യം നഷ്ടപ്പെടുന്നു. ഒരുപക്ഷേ, ലോകത്തിലെ ഏറ്റവും മഹത്തായ പ്രണയകഥ ഭക്തരും അവരുടെ ദൈവങ്ങളും തമ്മിലുള്ളതായിരിക്കാം.

ചക്രവർത്തിമാർ കൈകൾ കൂപ്പി സൂര്യനെ വണങ്ങി.

അവരുടെ ഏറ്റവും വലിയ സ്നേഹത്തെ, അവരുടെ പരമമായ ആരാധനാമൂർത്തിയെ, അവരുടെ ജ്ഞാനത്തിന്റെ ഉറവിടത്തെ, അവരുടെ ശക്തിയുടെ പാരമ്യത്തെ ഓർത്തുകൊണ്ട്.

ശിവൻ.

എന്നിട്ട് അവർ ആ ക്ഷേത്രത്തിന്റെ തകർന്നടിഞ്ഞ അവശിഷ്ടങ്ങളിലേക്ക് നോക്കി. ഇനിയുമേറെ കാര്യങ്ങൾ ചെയ്യാനുണ്ടായിരുന്നു.

അവസാന വാക്ക്

ഒരു പ്രവചനം

കാഞ്ചി, തമിഴ്‌നാട്, ഇന്ത്യ

മഹ്മൂദ് മരിച്ച് ഒരു വർഷം കഴിഞ്ഞിരുന്നു. ഗസ്നവിഡ് സാമ്രാജ്യം അപ്പോഴും ക്രൂരമായ ആഭ്യന്തരയുദ്ധത്തിന്റെ പിടിയിലമർന്ന് ആടിയുലയുകയായിരുന്നു. അതേസമയം, പടിഞ്ഞാറൻ ഇന്ത്യയിൽ സോമനാഥിലെ ക്ഷേത്രത്തിന്റെ പുനർനിർമ്മാണം വേഗത്തിലും ഭംഗിയായും മുന്നോട്ട് പോവുകയായിരുന്നു.

രാജേന്ദ്ര ചോളന്റെ മകനായ രാജാധിരാജ ചോളൻ രാജകുമാരനും, ഭോജദേവ് പർമറിന്റെ മകനായ ജയ രാജകുമാരനും ഒരു പ്രത്യേക ദൗത്യവുമായി കാഞ്ചിയിൽ എത്തിയിരുന്നു. സോമനാഥ ക്ഷേത്രവുമായി ബന്ധപ്പെട്ട അതീവ പ്രാധാന്യമുള്ള ഒരു കാര്യത്തിനായിരുന്നു അത്. ചാലൂക്യ രാജവംശത്തിലെ പുലകിത് രാജകുമാരനും സേനാപതി നരസിംഹനും അവരോടൊപ്പം ഉണ്ടായിരുന്നു.

'പക്ഷേ വന്ദ്യനായ ശങ്കരാചാര്യരേ, എനിക്കത് മനസ്സിലായില്ല,' രാജാധിരാജ ചോളൻ പറഞ്ഞു. 'താങ്കൾ പറയുന്നത്, തകർന്നുപോയ കാന്തശക്തിയുള്ള ശിവലിംഗത്തിന്റെ കഷണങ്ങൾ പുനർനിർമ്മിക്കുന്ന സോമനാഥ് ക്ഷേത്രത്തിൽ ഉപയോഗിക്കരുത് എന്നാണോ?'

ഏകദേശം മുന്നൂറ് വർഷങ്ങൾക്ക് മുൻപ് ജീവിച്ചിരുന്ന ആദി ശങ്കരാചാര്യർ, ധർമ്മത്തിന്റെ പല ശാഖകളെയും ഒരുമിപ്പിച്ചിരുന്നു.

ചിലരുടെ വാദം ആദി ശങ്കരാചാര്യർ അതിനും മുൻപ്, ഏകദേശം ആയിരത്തിനാനൂറ് വർഷങ്ങൾക്ക് മുൻപാണ് ജീവിച്ചിരുന്നത് എന്നാണ്. മഹാനായ ആദി ശങ്കരാചാര്യരുടെ യഥാർത്ഥ കാലഘട്ടം മുന്നൂറോ ആയിരത്തിനാനൂറോ വർഷം മുൻപാണോ എന്നത് മഹാദേവന് മാത്രമേ അറിയൂ. പക്ഷേ, എക്കാലത്തെയും ഏറ്റവും വലിയ ഹിന്ദുക്കളിൽ ഒരാളായും മികച്ച ഗുരുക്കന്മാരിൽ ഒരാളായും മിക്ക മനുഷ്യരുടെയും മനസ്സിൽ അദ്ദേഹം കണക്കാക്കപ്പെടുന്നു എന്നതിൽ സംശയമില്ല. ഇന്ത്യൻ ഉപഭൂഖണ്ഡത്തിലുടനീളം അദ്ദേഹം വിവിധ ശങ്കരാചാര്യ പീഠങ്ങൾ, അഥവാ മഠങ്ങൾ സ്ഥാപിച്ചിരുന്നു. പടിഞ്ഞാറ് ദ്വാരകയിലും, വടക്ക് ജോഷിമഠിലും, കിഴക്ക് പുരിയിലും, തെക്ക് ശൃംഗേരിയിലുമായിരുന്നു അവ. വൈദിക ജ്ഞാനം സംരക്ഷിക്കാനും പ്രചരിപ്പിക്കാനും, വെല്ലുവിളികൾ നിറഞ്ഞ കാലഘട്ടങ്ങളിൽ ധാർമ്മികമായ ജീവിതരീതിക്ക് വഴികാട്ടാനുമായിരുന്നു ഈ മഠങ്ങൾ സ്ഥാപിച്ചത്. എന്നാൽ പലരും പറഞ്ഞിരുന്നത്, അഞ്ചാമതൊരു പീഠം കൂടിയുണ്ടെന്നാണ്. ദക്ഷിണേന്ത്യയുടെ ഹൃദയഭാഗത്ത്, തമിഴ് ദേശത്ത്, പാലാർ നദിക്കരയിൽ, കാഞ്ചിയിൽ. അവിടെയാണ് ആദ്യത്തെ ശങ്കരാചാര്യർ തന്റെ ഭൗതിക ജീവിതത്തിന്റെ അവസാന നാളുകൾ ചെലവഴിച്ചതെന്ന് ഒരു ശ്രുതിയുണ്ടായിരുന്നു. എന്നാൽ ഇവിടെയും, ഒന്നിലധികം സത്യങ്ങളെ അംഗീകരിക്കുന്ന പരമ്പരാഗത ധാർമ്മികതയുടെ സൗകര്യം കാണാമായിരുന്നു. കാരണം, മറ്റ് ചിലർ അവകാശപ്പെട്ടത് ആദി ശങ്കരാചാര്യർ ശരീരം വെടിഞ്ഞത് ഉത്തരേന്ത്യയിൽ, ഹിമാലയത്തിലെ ഉയർന്ന ഭാഗങ്ങളിൽ സ്ഥിതി ചെയ്യുന്ന കേദാർനാഥിന് സമീപമാണെന്നാണ്. മരണത്തിൽ പോലും, ആദി ശങ്കരാചാര്യർ ഇന്ത്യൻ ഉപഭൂഖണ്ഡത്തിലെ വിവിധ പ്രദേശങ്ങളെ ഒന്നിപ്പിക്കാൻ ശ്രമിച്ചുവെന്ന് തോന്നിപ്പോകും.

ആദി ശങ്കരാചാര്യർ സ്ഥാപിച്ച ഈ ഓരോ മഠങ്ങളുടെയും തലവൻ ഒരു ശങ്കരാചാര്യരായിരുന്നു. അവരെ ആദ്യത്തെ ശങ്കരാചാര്യരുടെ പിൻഗാമികളായി കണക്കാക്കിയിരുന്നു. ജീവിച്ചിരിക്കുന്ന ഈ ശങ്കരാചാര്യരുടെ ആത്മീയ പദവി, മിക്ക ഹിന്ദുക്കളുടെയും, പ്രത്യേകിച്ച് ശിവഭഗവാനെ ആരാധിക്കുന്നവരുടെ ദൃഷ്ടിയിൽ, മറ്റാർക്കും മുകളിലായിരുന്നു.

'അരുത്, എന്റെ കുഞ്ഞേ,' കാഞ്ചിയിലെ ശങ്കരാചാര്യർ മറുപടി നൽകി.

'ബഹുമാന്യനായ ശങ്കരാചാര്യരേ, 'മഹാനിർവാണ തന്ത്ര'ത്തിലെ തത്വങ്ങൾ അനുസരിച്ച് ഖണ്ഡിത മൂർത്തികൾ, അതായത് തകർന്ന വിഗ്രഹങ്ങൾ, വെള്ളത്തിൽ നിമജ്ജനം ചെയ്യണമെന്നും ആരാധിക്കരുതെന്നും പറയുന്നുണ്ടെന്ന് എനിക്കറിയാം,' ജയ പർമർ പറഞ്ഞു, കാരണം പണ്ഡിതനായ തന്റെ അച്ഛനിൽ നിന്ന് തകർന്ന വിഗ്രഹങ്ങളെ സംബന്ധിച്ച ശരിയായ ആചാരങ്ങളെക്കുറിച്ച് അദ്ദേഹം പഠിച്ചിരുന്നു. 'എന്നാൽ പല ആചാരങ്ങളിലും പറയുന്നത്, യഥാർത്ഥ മൂർത്തി വളരെ ശക്തമായിരുന്നെങ്കിൽ, പുനഃസ്ഥാപിച്ച എല്ലാ കഷണങ്ങളും നന്നാക്കി വീണ്ടും ഒരു പ്രത്യേക പ്രാണ പ്രതിഷ്ഠ നടത്തി ഭക്തർക്ക് അതേ മൂർത്തിയെ ആരാധിക്കാമെന്നാണ്.' പ്രാണ പ്രതിഷ്ഠ എന്നത് ഒരു മൂർത്തിക്കുള്ളിൽ പ്രാണശക്തിയെ ആവാഹിച്ച് സ്ഥാപിക്കുന്ന ഒരു ചടങ്ങാണ്, അത് യഥാർത്ഥത്തിൽ ഒരു ദേവജീവൻ നൽകുന്നു.

'നിങ്ങൾക്ക് അങ്ങനെ ചെയ്യാം,' കാഞ്ചി ശങ്കരാചാര്യർ പറഞ്ഞു. 'പക്ഷേ നിങ്ങൾ അങ്ങനെ ചെയ്യരുത്.'

'അതെന്തുകൊണ്ടാണ്?' പുലകിത് ചാലൂക്യ ചോദിച്ചു.

ശങ്കരാചാര്യർ പിന്നോട്ട് ചാരി ഒരു ദീർഘനിശ്വാസമെടുത്ത്, തന്നെ കാണാനെത്തിയ നാലുപേരിലെ ഏറ്റവും പ്രായം കൂടിയ നരസിംഹനെ നോക്കി. ആ സേനാപതി ഒരുപാട് കാലം ജീവിച്ചിരുന്നു. വിജയത്തിന്റെ ഉയരങ്ങളും ദുഃഖത്തിന്റെ ആഴങ്ങളും കണ്ടിരുന്നു. ഓരോ വ്യക്തിയും അവരുടെ ജീവിതത്തിലെ ഏറ്റവും താഴ്ന്ന അവസ്ഥയായ അധഃപതനത്തിന്റെ പടുകുഴി അനുഭവിക്കും. എല്ലാം തെറ്റായി പോകുന്നുവെന്ന് തോന്നുമ്പോൾ. ആ ഭയാനകമായ അനുഭവങ്ങളെ നിങ്ങൾ അതിജീവിക്കുകയാണെങ്കിൽ, നിങ്ങൾ തികച്ചും വ്യത്യസ്തനായ ഒരു മനുഷ്യനായി മാറും. അടിസ്ഥാനപരമായിത്തന്നെ വ്യത്യസ്തൻ. ഇപ്പോഴത്തെ നരസിംഹനെപ്പോലെ. കാലത്തിനും ജീവിതത്തിനും ആഘാതങ്ങൾക്കും മാത്രം പഠിപ്പിക്കാൻ കഴിയുന്ന ചില കാര്യങ്ങളുണ്ട്. യൗവ്വനത്തിന്റെ ഊർജ്ജം, ജ്ഞാനത്തിന്റെ

പ്രഭയായി പക്വത പ്രാപിക്കാൻ വേദനയുടെ അഗ്നിയിൽ പാകപ്പെടേണ്ടതുണ്ട്.

മനുഷ്യരുടെ കാര്യത്തിലെന്നപോലെ, നാഗരികതകളുടെ കാര്യത്തിലും അങ്ങനെതന്നെയാണ്.

'മിക്ക നാഗരികതകളും കടന്നുപോകുന്ന ഒരു ചക്രമുണ്ട്, എന്റെ മക്കളേ,' വൃദ്ധനും ജ്ഞാനിയുമായ ശങ്കരാചാര്യർ ആ നാലുപേരോടുമായി പറഞ്ഞു. 'അവ ഉദിച്ചുയരുന്നു, ഉയരങ്ങളിലേക്ക് കുതിക്കുന്നു, ഇടറുന്നു, വീഴുന്നു. പലപ്പോഴും, അവ ഒരിക്കലും കരകയറുന്നില്ല. കാലത്തിന്റെ മണലാരണ്യത്തിൽ വീണ്ടെടുക്കാനാവാത്ത വിധം കുഴിച്ചുമൂടപ്പെട്ട്, അവസാനമില്ലാത്ത ജീർണ്ണതയിൽ അവ മരിക്കുന്നു. അവരുടെ നേട്ടങ്ങൾ എത്രത്തോളം വലുതായിരുന്നോ, അത്രത്തോളം ഭീമാകാരമായിരിക്കും നാശാവശിഷ്ടങ്ങളും. മിക്ക നാഗരികതകൾക്കും ഇത് സംഭവിക്കുന്നു. എന്നാൽ ചിലത് വ്യത്യസ്തമാണ്. അവ വീഴുന്നു, പക്ഷേ മരിക്കുന്നില്ല. അവ എഴുന്നേറ്റ്, പൊടിതട്ടി, വീണ്ടും ഉയിർത്തെഴുന്നേൽക്കുന്നു. യഥാർത്ഥത്തിൽ ശക്തരായവർ, ഒരു ചക്രത്തിന്റെ കൊടുമുടിയിൽ ഉയരങ്ങളിൽ പറക്കുകയും, എന്നെന്നേക്കുമായി ഒരു പീഠത്തിൽ തുടരാമെന്ന് പ്രതീക്ഷിക്കുകയും ചെയ്യുന്നവരല്ല. നിരാശയുടെയും നാശത്തിന്റെയും ആഴങ്ങളിൽ നിന്ന് മടങ്ങിവരുന്നവരാണ് യഥാർത്ഥത്തിൽ ശക്തരായവർ. മരണത്തിൽ നിന്ന് മടങ്ങിവരാൻ കഴിയുന്ന നാഗരികതകളാണ് യഥാർത്ഥത്തിൽ ശക്തരായവ. ഫറവോ ഓസിമാൻഡിയസ് രാജാക്കന്മാരുടെ രാജാവായിരുന്നിരിക്കാം, പക്ഷേ അദ്ദേഹത്തിന് അതറിയില്ലായിരുന്നു. അദ്ദേഹത്തിന്റെ മഹത്തായ സംസ്കാരമായ പുരാതന ഈജിപ്തിലെ ഖെമിത് ഒടുങ്ങിപ്പോയി. ഒരുപക്ഷേ ഇനി ഒരിക്കലും കരകയറുകയുമില്ല. എന്നാൽ നമ്മുടെ സംസ്കാരം, ഭാരതത്തിന്റെ സംസ്കാരം, ഇപ്പോഴും ഇവിടെയുണ്ട്. നമ്മുടെ സവിശേഷത നാം എത്ര ഉയരത്തിൽ പറക്കുന്നു എന്നതല്ല, മറിച്ച് നാം മരണത്തിൽ നിന്ന് കരകയറി പുനർജനിക്കുന്നു എന്നതാണ്. ഇത് പലതവണ സംഭവിച്ചിട്ടുണ്ട്. നമ്മുടെ നാടിന്റെ അവസാനത്തെ മരണം മഹാഭാരതത്തിലെ മഹായുദ്ധകാലത്തായിരുന്നു, അത്

നമ്മുടെ വേദ സംസ്കാരത്തിന്റെ ഔന്നത്യത്തിന് അന്ത്യം കുറിച്ചു. പക്ഷേ നമ്മൾ കരകയറി... നമ്മൾ മരണത്തിൽ നിന്ന് മടങ്ങിവന്നു... കഴിഞ്ഞ രണ്ടായിരത്തി അഞ്ഞൂറ് വർഷങ്ങൾക്കിടയിൽ, നമ്മുടെ വേദകാല പാരമ്പര്യത്തിൽ കെട്ടിപ്പടുത്ത, എന്നാൽ അതിലേറെ കൂട്ടിച്ചേർത്ത, അത്രതന്നെ അസാധാരണമായ മറ്റൊന്ന് നാം പടുത്തുയർത്തി... ചരിത്രത്തിലെ ഏറ്റവും മഹത്തായ സംസ്കാരമായി, ഭാരതം എന്ന മഹനീയമായ നാടായി ലോകം നമ്മെ ആരാധിക്കുന്നു.'

'പക്ഷേ ഇതിന് സോമനാഥ് ക്ഷേത്രവുമായി എന്ത് ബന്ധമാണുള്ളത്, മഹാനായ ശങ്കരാചാര്യരേ?' രാജാധിരാജ ചോളൻ ചോദിച്ചു.

നരസിംഹൻ ചോദ്യങ്ങളൊന്നും ചോദിക്കുന്നില്ലെന്ന് ശങ്കരാചാര്യർ ശ്രദ്ധിച്ചു. ആ സന്ദേശം അദ്ദേഹം ഇതിനകം മനസ്സിലാക്കിയിരുന്നു എന്നപോലെ. എന്നാൽ, വളർച്ച സാധ്യ-മാക്കുന്ന യുവത്വത്തിന്റെ ഊർജ്ജം നിറഞ്ഞ, എന്നാൽ എവിടെ എന്തിനുവേണ്ടി വളരണമെന്ന അറിവില്ലാത്ത ചെറുപ്പക്കാർക്ക് അവരുടെ ചോദ്യങ്ങൾക്ക് ഉത്തരം ആവശ്യമായിരുന്നു.

'സോമനാഥിന്റെ നാശം നമുക്കൊരു സന്ദേശമായിരുന്നു,' ശങ്കരാചാര്യർ പറഞ്ഞു. 'അതൊരു വീഴ്ചയെക്കാൾ ഒരു വ്യക്തമായ സന്ദേശമായിരുന്നു.'

മുപ്പത് വർഷം മുൻപ് മുഹമ്മദ് ബിൻ ഖാസിമിന്റെ കൈകളാൽ മുൾട്ടാനിലെ സൂര്യക്ഷേത്രം തകർന്നതുപോലെ.'

'എന്ത് സന്ദേശമാണ്, മഹാനായ ഗുരുവേ?' ജയ പർമർ ചോദിച്ചു.

'നമുക്ക് കഠിനമായ കാലമാണ് വരാനിരിക്കുന്നത്. നമ്മുടെ തകർച്ച ആരംഭിച്ചിരിക്കുന്നു.'

'പക്ഷേ നമ്മൾ ഇപ്പോൾ വിജയിച്ചതല്ലേയുള്ളൂ, പരിശുദ്ധാത്മാവേ,' പുലകിത് ചാലൂക്യ ആശയക്കുഴപ്പത്തോടെ പറഞ്ഞു. 'നമ്മൾ മഹ്മൂദിനെ വധിച്ചു, നമ്മുടെ പ്രതികാരം പൂർത്തിയായി. ഇനി തുർക്കികൾ വന്നാൽ, നമ്മൾ അവരെ വീണ്ടും തോൽപ്പിക്കും.'

'ചില സമയങ്ങളിൽ നമ്മൾ അവരെ തോൽപ്പിക്കും, പക്ഷേ മറ്റ് ചിലപ്പോൾ നമ്മൾ പരാജയപ്പെടുകയും ചെയ്യും,' ശങ്കരാചാര്യർ

പറഞ്ഞു. 'ഞാൻ നക്ഷത്രങ്ങളെ പഠിച്ചു. ഞാൻ ജാതകങ്ങളും അടയാളങ്ങളും പരിശോധിച്ചു. ഭാരതീയരായ നമുക്ക് മുന്നിൽ ദുർഘടമായ ആയിരം വർഷങ്ങളാണുള്ളത്. ഉദിച്ചുയരുന്ന ഏതൊരു സംസ്കാരവും ഈ തകർച്ചയെ അഭിമുഖീകരിക്കേണ്ടി വരും. ഞാൻ നിങ്ങളോട് പറഞ്ഞതുപോലെ, നമ്മൾ ഇതിനുമുൻപും പലതവണ ഈ ചാക്രിക ഘട്ടങ്ങളിലൂടെ കടന്നുപോയിട്ടുണ്ട്. ഈ പ്രത്യേക ചക്രത്തിന്റെ തകർച്ചയുടെ ഘട്ടത്തിലേക്കാണ് നമ്മൾ പ്രവേശിക്കുന്നത്. മൂന്ന് ഘട്ടങ്ങളിലായി ആയിരം വർഷം നീണ്ടുനിൽക്കുന്ന നിരന്തരമായ ആക്രമണങ്ങൾക്ക് നമ്മൾ സാക്ഷ്യം വഹിക്കും. ആദ്യ ഘട്ടം ഇതിനകം ആരംഭിച്ചുകഴിഞ്ഞു. തുർക്കികൾ വീണ്ടും വീണ്ടും വന്നുകൊണ്ടിരിക്കും. ഒരു കാലം വരും, അവർ ഭാരതത്തിന്റെ ഭൂരിഭാഗം പ്രദേശങ്ങളും കീഴടക്കുകയും ഭരിക്കുകയും ചെയ്യും. രണ്ടാം ഘട്ടത്തിൽ, അതിലും പടിഞ്ഞാറ് നിന്ന്, വെളുത്ത തൊലിയുള്ള യൂറോപ്പിൽ നിന്നുള്ള പുരുഷന്മാരുടെ ഒരു വർഗ്ഗം നമ്മെ ആക്രമിക്കുകയും കീഴടക്കുകയും ചെയ്യും.'

മൂന്ന് രാജകുമാരന്മാരും നിശ്ചലരായി. അവരുടെ മനസ്സിൽ, ഭാരതം ആർക്കും കീഴടക്കാനാവാത്തതായിരുന്നു. വിദേശികൾ ഭാരതം ഭരിക്കുന്നത് അവർക്ക് സങ്കൽപ്പിക്കാൻ പോലും കഴിഞ്ഞില്ല.

ശങ്കരാചാര്യർ തുടർന്നു, 'ഈ വിദേശികൾ ഏതാണ്ട് ആയിരം വർഷത്തോളം നമ്മെ ഭരിക്കും. ഉത്തരേന്ത്യ പോരാട്ടം തുടർന്നുകൊണ്ടേയിരിക്കും. വിദേശികൾക്കെതിരായ ഉത്തരേന്ത്യക്കാരുടെ ധീരത, ദക്ഷിണേന്ത്യക്കാരെ താരതമ്യേന സുരക്ഷിതരായി നിർത്താൻ സഹായിക്കും. കാരണം, വിദേശികൾ ഉത്തരേന്ത്യയിലെ പോരാട്ടങ്ങളിൽ വ്യാപൃതരാകുന്നതുകൊണ്ട്, അവർക്ക് ദക്ഷിണേന്ത്യയെ ആക്രമിച്ച് നശിപ്പിക്കാനുള്ള ശേഷിയുണ്ടാകില്ല. അടുത്ത ആയിരം വർഷങ്ങളിൽ, ഭാരതത്തിൽ നിങ്ങൾ എത്രത്തോളം തെക്കോട്ട് പോകുന്നുവോ, അത്രയധികം നമ്മുടെ പുരാതന സംസ്കാരം സജീവമായി നിലനിർത്താൻ നിങ്ങൾക്ക് സാധിക്കും.

വടക്കുള്ള നമ്മുടെ പുരാതന ക്ഷേത്രങ്ങളെല്ലാം പ്രായോഗികമായി നശിപ്പിക്കപ്പെട്ടും. എന്നാൽ തെക്കുള്ള ക്ഷേത്രങ്ങൾ നിലനിൽക്കും. അതിനാൽ, വരാനിരിക്കുന്ന ഈ ആയിരം വർഷത്തെ

അരാജകത്വത്തിന്റെയും അക്രമത്തിന്റെയും കാലഘട്ടത്തിൽ, തകർന്ന ശിവലിംഗത്തിന്റെ ശകലങ്ങൾ ഇവിടെ, കഴിയുന്നത്ര തെക്ക്, സുരക്ഷിതമായി സൂക്ഷിക്കണം. സോമനാഥർ ഭഗവാന്റെ ശിവലിംഗത്തിന്റെ ശകലങ്ങളിൽ ഊർജ്ജം ശക്തമായി നിലനിർത്തുന്നതിനാവശ്യമായ എല്ലാ അനുഷ്ഠാനങ്ങളും തുടർച്ചയായി നിർവഹിക്കുന്ന ഒരു കൂട്ടം തമിഴ് അഗ്നിഹോത്രികളായ പുരോഹിതരെക്കുറിച്ച് ഞാൻ നിങ്ങൾക്ക് പറഞ്ഞുതരാം.'

'എന്നാൽ തകർന്ന വിഗ്രഹങ്ങളെ ആരാധിക്കുന്നവർക്ക് ആത്മീയമായ ദുരിതങ്ങൾ ഉണ്ടാകുമല്ലോ,' രാജാധിരാജ ചോളൻ പറഞ്ഞു. 'തമിഴ് അഗ്നിഹോത്രികൾക്ക് ദുരിതമുണ്ടാവില്ലേ?'

'അതെ, അവർക്ക് ദുരിതങ്ങളുണ്ടാകും. അത് അവരുടെ സമൂഹം നൽകാൻ തയ്യാറുള്ള ഒരു വിലയാണ്. ശിവഭഗവാന് വേണ്ടി. ആയിരം വർഷങ്ങൾക്ക് ശേഷം, സമയം അനുകൂലമാകുമ്പോൾ, അവർ ഈ ശകലങ്ങൾ ശങ്കർ എന്ന് പേരുള്ള ഒരു തമിഴ് സന്യാസിയുടെ അടുത്തേക്ക് കൊണ്ടുപോകും. അദ്ദേഹം ആ ശിവലിംഗ ശകലങ്ങളെ വീണ്ടും പുനഃപ്രതിഷ്ഠിക്കും. അപ്പോഴാണ് സോമനാഥർ ക്ഷേത്രം യഥാർത്ഥത്തിൽ പുനഃസ്ഥാപിക്കപ്പെടുന്നത്. അപ്പോഴാണ് ഭാരതത്തിന്റെ തകർച്ച അവസാനിക്കുന്നത്. നമ്മൾ വീണ്ടും ഉയിർത്തെഴുന്നേൽക്കാൻ തുടങ്ങും. അതുവരെ, തകർന്ന ശിവലിംഗത്തിന്റെ ഒരു ചെറിയ കഷണം സോമനാഥറിൽ, ഒരു കൂവളമരത്തിനടിയിൽ കുഴിച്ചിട്ട് സൂക്ഷിക്കാം, അതുവഴി ക്ഷേത്രത്തിന്റെ ആവർത്തിച്ചുള്ള പുനരുജ്ജീവനത്തിന് അത് ആത്മീയമായ ഊർജ്ജം നൽകും.'

'സമയം അനുകൂലമായെന്ന് ഞങ്ങൾക്കെങ്ങനെ അറിയാൻ സാധിക്കും?' പുലകിത് ചാലൂക്യ ചോദിച്ചു.

'എപ്പോഴാണോ ശ്രീരാമൻ അയോധ്യയിലേക്ക് മടങ്ങിവരുന്നത്, അപ്പോൾ സമയം അനുകൂലമാകും.'

രാജകുമാരന്മാർക്ക് ആശയക്കുഴപ്പമായി. രാജാധിരാജ ചോളൻ ചോദിച്ചു, 'പക്ഷേ ശ്രീരാമൻ അയോധ്യയിലുണ്ടല്ലോ. അവിടുത്തെ ഏറ്റവും വലിയ ക്ഷേത്രമായ രാമജന്മഭൂമി ശക്തമായി നിലകൊള്ളുന്നുണ്ടല്ലോ.'

കാഞ്ചി ശങ്കരാചാര്യർ ദുഃഖത്തോടെ പുഞ്ചിരിച്ചു. 'എന്റെ മക്കളേ, നമുക്ക് ഇനിയും ഒരുപാട് സഹിക്കാനുണ്ട്. ശ്രീരാമൻ അയോധ്യ വിട്ടുപോകുന്ന ദിവസം നിങ്ങൾ കാണില്ല. പക്ഷേ നിങ്ങളുടെ പിൻഗാമികൾ അത് കാണും.'

രാജകുമാരന്മാർ നിശ്ശബ്ദരായി. ശ്രീരാമനില്ലാത്ത ഒരു അയോധ്യയെക്കുറിച്ച് അവർക്ക് ചിന്തിക്കാൻ പോലും കഴിഞ്ഞില്ല.

'പക്ഷേ അദ്ദേഹം മടങ്ങിവരും. രാം ലല്ല മടങ്ങിവരും.' കൊച്ചുകുട്ടിയായ രാമനെക്കുറിച്ച് സംസാരിക്കുമ്പോൾ കാഞ്ചി ശങ്കരാചാര്യരുടെ ശബ്ദം വികാരാധീനമായി, കാരണം രാമജന്മഭൂമി ക്ഷേത്രത്തിൽ അദ്ദേഹത്തിന്റെ മൂർത്തി പ്രതിഷ്ഠിച്ചിരുന്നത് ആ രൂപത്തിലായിരുന്നു. 'ഭാരതീയരായ നമ്മൾ അദ്ദേഹത്തെ തിരികെ കൊണ്ടുവരും. ആയിരം വർഷങ്ങൾക്ക് ശേഷം.'

'അത്രയും കാലം നമ്മൾ സഹിക്കണമെന്നാണോ?' ജയ പർമർ ചോദിച്ചു.

ഇരുണ്ട കാർമേഘത്തേക്കാളുപരി അതിലെ വെള്ളിരേഖ കാണാൻ തക്ക പ്രായമുള്ളവനായിരുന്നതിനാൽ ശങ്കരാചാര്യർ നെടുവീർപ്പിട്ടു. 'ഭാരതമാതാവ് സഹിക്കുക മാത്രമേയുള്ളൂ. എന്നാൽ മറ്റ് പുരാതന സംസ്കാരങ്ങളെല്ലാം ഇല്ലാതാകും. ആയിരം വർഷങ്ങൾക്ക് ശേഷം, വെങ്കലയുഗത്തിന് മുൻപുള്ള, അപ്പോഴും ജീവനോടെ ശേഷിക്കുന്ന ഏക സംസ്കാരം നമ്മുടേതായിരിക്കും.'

'നമ്മൾ പുനർനിർമ്മിച്ച സോമനാഥ ക്ഷേത്രം മറ്റേതെങ്കിലും ആക്രമണകാരികളാൽ വീണ്ടും നശിപ്പിക്കപ്പെടുമോ?' പുലകിത് ചാലൂക്യ ചോദിച്ചു. സോമനാഥ ക്ഷേത്രത്തിന്റെ 'ആവർത്തിച്ചുള്ള പുനരുജ്ജീവനത്തെ'ക്കുറിച്ച് ശങ്കരാചാര്യർ പറഞ്ഞത് അദ്ദേഹം ശ്രദ്ധിച്ചിരുന്നു.

'അതെ, നശിപ്പിക്കപ്പെടും.' ശങ്കരാചാര്യരുടെ കണ്ണുകൾ ചെറുതായി നനഞ്ഞിരുന്നു. 'പക്ഷേ നമ്മൾ അത് വീണ്ടും പുനർനിർമ്മിക്കും. പിന്നെയും പിന്നെയും. മറ്റ് ക്ഷേത്രങ്ങളും അങ്ങനെ തന്നെ. ഈ വിദേശികൾക്കെതിരെ തദ്ദേശീയരായ ഭാരതീയർ നടത്തുന്ന കടുത്ത ചെറുത്തുനിൽപ്പായിരിക്കും അത്. നമ്മൾ ദാരുണമായ പരാജയങ്ങൾ ഏറ്റുവാങ്ങും. എന്നിരുന്നാലും, നമ്മൾ പല യുദ്ധങ്ങളിലും വിജയിക്കുകയും ചെയ്യും. ഏറ്റവും പ്രധാനമായി,

നമ്മൾ ഒരിക്കലും കീഴടങ്ങില്ല. നമ്മുടെ മാതൃഭൂമി, നമ്മുടെ ധാർമ്മിക സംസ്കാരം, അത് നിലനിൽക്കും. ആയിരം വർഷങ്ങൾക്ക് ശേഷം, ഉയിർത്തെഴുന്നേൽപ്പ് ആരംഭിക്കും.'

നരസിംഹൻ ഒടുവിൽ മുന്നോട്ട് ചാഞ്ഞ് ആദ്യമായി ഒരു ചോദ്യം ചോദിച്ചു. 'മഹാനായ ഗുരു ശങ്കരാചാര്യരേ, തകർച്ചയുടെ ആയിരം വർഷക്കാലത്തെ മൂന്ന് ഘട്ടങ്ങളായുള്ള ആക്രമണങ്ങളെക്കുറിച്ച് താങ്കൾ തുടക്കത്തിൽ സംസാരിച്ചുവല്ലോ. ആദ്യത്തേത് തുർക്കികളിൽ നിന്നായിരിക്കും. രണ്ടാമത്തേത് വെളുത്ത തൊലിയുള്ള യൂറോപ്പിൽ നിന്നുള്ളവരിൽ നിന്നും. മൂന്നാം ഘട്ടത്തിൽ ആരാണ് നമ്മെ ആക്രമിക്കുക?'

ശങ്കരാചാര്യർ പുഞ്ചിരിച്ചു. ജീവിതത്തിൽ ദുരിതങ്ങൾ അനുഭവിച്ച, പ്രായമേറിയ ജ്ഞാനിയായ ഒരു മനുഷ്യന് ഏറ്റവും പ്രസക്തമായ ചോദ്യം ചോദിക്കാൻ കഴിയുമെന്ന് ഉറപ്പാണ്. 'മൂന്നാം ഘട്ടം ഏറ്റവും ഹൃദയഭേദകമായിരിക്കും. കാരണം, ആദ്യത്തെ രണ്ട് ഘട്ടങ്ങളിലും നമ്മെ ആക്രമിക്കുന്നത് വിദേശികളായിരിക്കും. എന്നാൽ മൂന്നാം ഘട്ടത്തിൽ, നമ്മുടെ സ്വന്തം ആളുകൾ, നമ്മുടെ സഹ ഭാരതീയരിൽ ചിലർ തന്നെയായിരിക്കും നമ്മെ ആക്രമിക്കുന്നത്.' ശങ്കരാചാര്യർ തന്റെ ഇടതുകൈ ഉയർത്തി. 'ഈ ആളുകൾ നമ്മുടേത് തന്നെയായിരിക്കും, പക്ഷേ അവർ മാനസികമായും വൈകാരികമായും ഭാരതത്തിൽ നിന്ന് വേർപെടും. നമ്മുടെ എല്ലാത്തിനെയും വെറുക്കുന്നവർ. എപ്പോഴും വിദേശികളുടെ പക്ഷം ചേരുന്നവർ. മറ്റെല്ലാ സംസ്കാരങ്ങളും തികഞ്ഞതാണെന്ന മട്ടിൽ, നമ്മുടെ സംസ്കാരത്തിലെ ഓരോ തെറ്റിനെയും നമ്മൾ മാത്രം കുഴപ്പക്കാരാണെന്ന രീതിയിൽ ആക്രമിക്കുന്നവർ. ഇതായിരിക്കും ഏറ്റവും ദുഷ്കരമായ ഘട്ടം.'

ശങ്കരാചാര്യർ തന്റെ വലതുകൈ ഉയർത്തി. 'കാരണം ഭാരതത്തെ സ്നേഹിക്കുന്ന ആളുകൾക്ക് ഈ സ്വയം വെറുക്കുന്നവരുമായി യുദ്ധം ചെയ്യാൻ കഴിയില്ല. ശരീരത്തിന്റെ ഒരു ഭാഗത്ത് എന്തെങ്കിലും അണുബാധയേറ്റാൽ സ്വന്തം ശരീരത്തെ ആരും അടിക്കാറില്ലല്ലോ. ഭാരതത്തെ സ്നേഹിക്കുന്നവർ ഭാരതത്തെ വെറുക്കുന്നവരെ ആക്രമിക്കുകയല്ല വേണ്ടത്, മറിച്ച് അവരെ മാതൃഭൂമിയെ സ്നേഹിക്കുന്നതിലേക്ക് തിരികെ ആകർഷിക്കുകയാണ് വേണ്ടത്.'

ശങ്കരാചാര്യർ തന്റെ ഇടതുകൈ വലതുകൈ കൊണ്ട് പിടിച്ചു, വലതുകൈ ഇടതുകൈയെ ആശ്വസിപ്പിക്കുന്നത് പോലെ. 'അപ്പുറത്തുള്ളവർ വഴിതെറ്റിപ്പോയവരാണെങ്കിലും, അവർ നമ്മുടെ സ്വന്തം ആളുകളാണ്. അവർ നമ്മളെ വെറുത്താലും നമ്മൾ അവരെ വെറുക്കരുത്. സ്നേഹത്തോടും ദയയോടും വിവേകത്തോടും കൂടി നാം അവരെ വീട്ടിലേക്ക് തിരികെ കൊണ്ടുവരണം. അത് കഠിനമായ ഒരു പോരാട്ടമായിരിക്കും, പക്ഷേ ഭാരതത്തെ സ്നേഹിക്കുന്നവർ ഒടുവിൽ വിജയിക്കും. ഭാരതത്തെ വെറുക്കുന്നവരെ കുടുംബത്തിലേക്ക് തിരികെ കൊണ്ടുവരും.'

'പക്ഷേ എന്തുകൊണ്ടാണ് നമ്മൾ ഈ തകർച്ചയിലൂടെ കടന്നുപോകേണ്ടി വരുന്നത്?' രാജാധിരാജ ചോളൻ ചോദിച്ചു.

'കാരണം അതാണ് പ്രകൃതിയുടെ നിയമം. ഉദിച്ചുയരുന്നതെന്തും ഒരുനാൾ വീഴും. അതിലും പ്രധാനമായി, വിജയങ്ങളിൽ നിന്നുള്ളതിനേക്കാൾ കൂടുതൽ നിങ്ങൾ പഠിക്കുന്നത് പരാജയ-ങ്ങളിൽ നിന്നാണ്. സന്തോഷത്തിലുള്ളതിനേക്കാൾ കൂടുതൽ നിങ്ങൾ വളരുന്നത് ദുഃഖത്തിലാണ്. ഇനി ആയിരം വർഷം കഴിഞ്ഞ് നമ്മുടെ നാട്ടിൽ ജീവിക്കുന്ന ഭാരതീയർ ഈ ആയിരം വർഷത്തെ തകർച്ചയെ വിശകലനം ചെയ്യണം. അവരുടെ പൂർവ്വികർ എങ്ങനെ പരാജയപ്പെട്ടു എന്ന് മനസ്സിലാക്കണം. എങ്കിലേ അവർ ആ തെറ്റുകൾ ആവർത്തിക്കാതിരിക്കുകയുള്ളൂ. ആയിരം വർഷത്തെ നിരന്തരമായ സൈനികവും ബൗദ്ധികവും സാമ്പത്തികവും സാംസ്കാരികവുമായ ആക്രമണങ്ങളെ അതിജീവിച്ച ഭാരതീയ സംസ്കാരത്തിന്റെ പ്രത്യേകത എന്താണെന്ന് അവർ പഠിക്കണം. അവർ ശരിയായ നിഗമനങ്ങളിൽ എത്തിച്ചേരുകയും ശരിയായ പാഠങ്ങൾ പഠിക്കുകയും ചെയ്യുമ്പോൾ, അടുത്ത ഉദയത്തെ അവർക്ക് കൂടുതൽ മികച്ച രീതിയിൽ കൈകാര്യം ചെയ്യാൻ കഴിയും.'

നരസിംഹൻ ചെറുതായി പുഞ്ചിരിച്ചു. 'അത് നമ്മുടെ പിൻഗാമികൾക്ക് വലിയൊരു ജോലിയാണല്ലോ.'

'അതെ, ആണ്.' കാഞ്ചി ശങ്കരാചാര്യർ പിന്നീട് ആയിരം വർഷങ്ങൾക്കപ്പുറമുള്ളസമയത്തേക്കുംദൂരത്തേക്കുംനോക്കി.അദ്ദേഹം മന്ത്രിച്ചു, 'ആയിരം വർഷങ്ങൾ ഏതാണ്ട് അവസാനിക്കാറായി, എന്റെ കുഞ്ഞേ. ഭാരതമാതാവിന് ഉയിർത്തെഴുന്നേൽക്കാനുള്ള

സമയമായി. ധർമ്മത്തിന് ഉയിർത്തെഴുന്നേൽക്കാനുള്ള സമയമായി... പ്രവൃത്തിയിലേക്ക് കടക്കൂ.'

ഓം നമഃ ശിവായ.

പ്രപഞ്ചം ശിവഭഗവാന് മുന്നിൽ നമിക്കുന്നു. ഞാൻ
ശിവഭഗവാന് മുന്നിൽ നമിക്കുന്നു.

അവലംബങ്ങൾ

ആമുഖം: സോമനാഥിലെ അവസാനത്തെ ചെറുത്തുനിൽപ്പ്

1. ഫിരിഷ്ത. 1829. താരിഖ്-ഇ-ഫിരിഷ്ത (ഗുൽഷൻ-ഇ-ഇബ്രാഹിമി). ഹിസ്റ്ററി ഓഫ് ദി റൈസ് ഓഫ് ദി മഹൊമദൻ പവർ ഇൻ ഇന്ത്യയിൽ. പരിഭാഷ: ജോൺ ബ്രിഗ്സ്. ലണ്ടൻ: ലോങ്മാൻ, റീസ്, ഓർമ്, ബ്രൗൺ, ഗ്രീൻ.
2. ഖുർആൻ.കോം വിതഫ്സീർ സൂറ അൽ അൻഫൽ - 41'. ലഭ്യമായത്: 30 ജൂലൈ 2025. https://quran.com/8:41/tafsirs/en-tafsir-maarif-ul-quran.
3. ഇസ്ലാംക്യൂ&എ.'അടിമസ്ത്രീകളുമായുള്ളലൈംഗികബന്ധത്തെക്കുറിച്ചുള്ള നിയമം എന്താണ്?' ലഭ്യമായത്: 30 ജൂലൈ 2025. https://islamqa.info/en/answers/13737/what-is-the-ruling-on-intimacy-with-slave-women.
4. ഓക്സ്ഫഡ് അവലംബം. 'ഗനിമ'. ലഭ്യമായത്: 30 ജൂലൈ 2025. https://www.oxfordreference.com/display/10.1093/oi/authority.20110803095850460.
5. 'ഗനീമ' (غنيمة) എന്ന അറബി വാക്കിൽ നിന്നാണ് ഉറുദു വാക്കായ 'ഗനിമത്ത്'' (غنيمت) ഉത്ഭവിച്ചത്. ഈ രണ്ടു വാക്കുകൾക്കും യുദ്ധത്തിൽ കൊള്ളയടിച്ച മുതൽ, കൊള്ളമുതൽ, യുദ്ധമുതൽ എന്നിവയുമായി ബന്ധപ്പെട്ട സമാനമായ അർത്ഥങ്ങളുണ്ട്. രേഖ്ത ഡിക്ഷണറി കാണുക: 'Maal-e-Ganiimat'. ലഭ്യമായത്: 30 ജൂലൈ 2025. https://www.rekhtadictionary.com/meaning-of-maal-e-ganiimat.
6. ജൂക്കോസ്കി ഇൻസ്റ്റിറ്റ്യൂട്ട് ഫോർ ആർക്കിയോളജി ആൻഡ് ദി ആൻഷ്യൻ്റ് വേൾഡ്, ബ്രൗൺ യൂണിവേഴ്സിറ്റി. ദാർ അൽ ഇസ്ലാം/ ദാർ അൽ ഹർബ്, ഇസ്ലാമിക് ആർക്കിയോളജി ഗ്ലോസറി 2007'. ലഭ്യമായത്: 30 ജൂലൈ 2025. https://www.brown.edu/Departments/Joukowsky_Institute/courses/islamicarchaeologyglossary2007/4005.html.

7. ഖുർആൻ.കോം. 'തഫ്സീർ സൂറ അൽ ബയ്യിന' - 98:6 മുതൽ 98:8 വരെ'. ലഭ്യമായത്: 30 ജൂലൈ 2025. https://quran.com/al-bayyinah/8/tafsirs.
8. ഫക്കീനെ, ടോം, സുഹൈർ അബ്ദുൽ റഹ്മാൻ. 'Why Idolatry Is The Greatest Evil'. Dogma Disrupted (podcast). 11 August 2023. യഖീൻ ഇൻസ്റ്റിറ്റ്യൂട്ട് ഫോർ ഇസ്ലാമിക് റിസർച്ച്. ലഭ്യമായത്: 30 ജൂലൈ 2025. https://yaqeeninstitute.org/watch/series/why-idolatry-is-the-greatest-evil-dogma-disrupted-podcast.
9. മുഹമ്മദ്, അബൂ സൽമാൻ, അദ്നാൻ ചിഷ്ടി അട്ടാരി മദനി. 'വാട്ട് ഈസ് ശിർക്ക്''. ഇസ്ലാമിക് ബിലീഫ്സ് ആൻഡ് ഇൻഫർമേഷൻ. സഫറുൽ മുസഫർ 1442, ഒക്ടോബർ 2020. ലഭ്യമായത്: 30 ജൂലൈ 2025. https://www.dawateislami.net/magazine/en/islamic-beliefs-and-information/what-is-shirk.
10. ഇസ്ലാം ക്യൂ&എ. 'വിഗ്രഹങ്ങൾ നശിപ്പിക്കാനുള്ള ബാധ്യത'. 2025 ജൂലൈ 30-ന് ലഭ്യമായത്. https://islamqa.info/en/answers/20894/obligation-to-destroy-idols.
11. നാസിം, മുഹമ്മദ്. 2014. സുൽത്താൻ മഹ്മൂദ് ഓഫ് ഗസ്നയുടെ ജീവിതവും കാലവും. കേംബ്രിഡ്ജ്: കേംബ്രിഡ്ജ് സർവകലാശാലാ പ്രസ്സ്. (യഥാർത്ഥത്തിൽ 1931-ൽ പ്രസിദ്ധീകരിച്ചത്.)
12 മുൻഷി, കനയ്യലാൽ മനേക്ലാൽ. 1952. സോംനാഥ്: നിത്യമായ പുണ്യസ്ഥലം. ബോംബെ: ഭാരതീയ വിദ്യാഭവൻ.
13. മജുംദാർ, അശോക് കുമാർ. 1956. ഗുജറാത്തിലെ ചൗലൂക്യർ: പത്താം നൂറ്റാണ്ടിന്റെ മധ്യം മുതൽ പതിമൂന്നാം നൂറ്റാണ്ടിന്റെ അവസാനം വരെയുള്ള ഗുജറാത്തിന്റെ ചരിത്രത്തിന്റെയും സംസ്കാരത്തിന്റെയും ഒരു സർവേ. ബോംബെ: ഭാരതീയ വിദ്യാഭവൻ.

അധ്യായം 5: രണ്ട് ചക്രവർത്തിമാരും അവരുടെ ഈശ്വരനും

1. ഇസ്ലാം ക്യൂ&എ. 'വിഗ്രഹങ്ങൾ നശിപ്പിക്കാനുള്ള ബാധ്യത'. 2025 ജൂലൈ 30-ന് ലഭ്യമായത്. https://islamqa.info/en/answers/20894/obligation-to-destroy-idols.
2. സൂറഖുർആൻ.കോം. 'സൂറ കാഫിറൂൻ ആയത്ത് 6, അർത്ഥത്തിന്റെ ഇംഗ്ലീഷ് വിവർത്തനം'. 2025 ജൂലൈ 30-ന് ലഭ്യമായത്. https://surahquran.com/english-aya-6-sora-109.html.

അധ്യായം 7: തന്ത്രവും തീർത്ഥാടകരും

1. ഘോസ, ആഷ. 'പസ്മന്ദകളെ പാർശ്വവൽക്കരിക്കുന്നതിൽ വിദേശ ഭരണാധികാരികളും ഉലമകളും സയ്യിദുകളും പ്രധാന പങ്ക് വഹിച്ചു'.

ആവാസ്: ശബ്ദം, 31 മെയ് 2023. 2025 ജൂലൈ 30-ന് ലഭ്യമായത്. https://www.awazthevoice.in/opinion-news/foreign-rulers-ulema-syed-played-key-role-in-keeping-pasmanda-on-the-margins-21774.html.

2. ഫൈസി, ഫയ്യാസ് അഹമ്മദ്. 'മധ്യകാല താലിബാനെ പ്രതിരോധിക്കുന്നവരെ നേരിടാൻ പസ്മന്ദ മുസ്ലീങ്ങൾ സോഷ്യൽ മീഡിയ ഉപയോഗിക്കുന്നു'. ദിപ്രിന്റ്, 14 ഒക്ടോബർ 2021. 2025 ജൂലൈ 30-ന് ലഭ്യമായത്. https://theprint.in/opinion/pasmanda-muslims-are-using-social-media-to-counter-those-defending-the-medieval-taliban/749708/.
3. സംഗം ടോക്ക്സ്. 'പസ്മന്ദ മുസ്ലീം വർഗീയത: ഒരു അഷ്രാഫിയ ഭീഷണി | ഫയ്യാസ് അഹമ്മദ് ഫൈസി |'. യൂട്യൂബ്, 30 സെപ്റ്റംബർ 2021. 2025 ജൂലൈ 30-ന് ലഭ്യമായത്. https://www.youtube.com/watch?v=TavDzjCus0o.

അദ്ധ്യായം 12: രക്ഷപ്പെടലിന്റെ വില

1. പുലിറ്റ്സർ പുരസ്കാര ജേതാവായ അമേരിക്കൻ ചരിത്രകാരനും തത്വചിന്തകനുമായ വിൽ ഡ്യൂറന്റ്, നാഗരികതയുടെ കഥ, വാല്യം 1 (നമ്മുടെ പൗരസ്ത്യ പൈതൃകം) (ന്യൂയോർക്ക്: സൈമൺ & ഷൂസ്റ്റർ, 1935), പേജ് 459–60-ൽ ഇങ്ങനെ എഴുതി: 'ഇന്ത്യയിലെ (തുർക്കിഷ്/പേർഷ്യൻ/അറബ്) മുഹമ്മദീയ അധിനിവേശം ഒരുപക്ഷേ ചരിത്രത്തിലെ ഏറ്റവും രക്തരൂക്ഷിതമായ കഥയാണ്. അതൊരു നിരാശാജനകമായ കഥയാണ്, കാരണം അതിന്റെ വ്യക്തമായ സന്ദേശം നാഗരികത എന്നത് എപ്പോൾ വേണമെങ്കിലും തകരാവുന്ന ദുർബലമായ ഒന്നാണെന്നാണ്. അതിന്റെ ക്രമവും സ്വാതന്ത്ര്യവും സംസ്കാരവും സമാധാനവും നിറഞ്ഞ സങ്കീർണ്ണമായ ഘടനയെ പുറത്തുനിന്നുള്ള കാട്ടാളന്മാരുടെ ആക്രമണത്താലോ അകത്തുനിന്നുള്ളവരുടെ പെരുപ്പത്താലോ എപ്പോൾ വേണമെങ്കിലും തകർത്തെറിയാം. ഇസ്ലാമിക ചരിത്രകാരന്മാരും പണ്ഡിതന്മാരും ഹിന്ദുക്കളുടെ കൂട്ടക്കൊല, നിർബന്ധിത മതപരിവർത്തനം, ഹിന്ദു സ്ത്രീകളെയും കുട്ടികളെയും തട്ടിക്കൊണ്ടുപോയി അടിമച്ചന്തകളിൽ വിൽക്കൽ, എ.ഡി. 800 മുതൽ 1700 വരെ ഇസ്ലാമിന്റെ യോദ്ധാക്കൾ നടത്തിയ ക്ഷേത്രധ്വംസനങ്ങൾ എന്നിവയെല്ലാം വളരെ സംതൃപ്തിയോടെയും അഭിമാനത്തോടെയും രേഖപ്പെടുത്തിയിട്ടുണ്ട്. ഈ കാലഘട്ടത്തിൽ ലക്ഷക്കണക്കിന് ഹിന്ദുക്കളെ വാളിനാൽ ഇസ്ലാമിലേക്ക് പരിവർത്തനം ചെയ്തു... അവിശ്വാസികളിൽ നിന്ന് പിരിച്ചെടുക്കുന്ന നികുതികൾ സുൽത്താന്മാർ ഇഷ്ടാനുസരണം

ചെലവഴിച്ചു... അതിജീവിച്ചവർ ദാരിദ്ര്യത്തിലും അപമാനത്തിലും നിരാശയിലും ഉപേക്ഷിക്കപ്പെട്ടു.'

ഇതേ ഭാഗത്ത്, പേജ് 459-ൽ പറയുന്നു: 'ആദ്യമായി, ലെയ്ൻ-പൂൾ പറയുന്നു, അമുസ്‌ലിംകളെ ആസൂത്രിതമായി അടിച്ചമർത്തിക്കൊണ്ട് സ്വയം നിലനിൽക്കുന്ന ഒരു മുഹമ്മദീയ ഭരണകൂടത്തെ നാം കാണുന്നു.' ഇത് സ്റ്റാൻലി ലെയ്ൻ-പൂളിന്റെ 1893-ൽ പുറത്തിറങ്ങിയ മുഹമ്മദീയ ഭരണത്തിൻ കീഴിലുള്ള മധ്യകാല ഇന്ത്യ (ലണ്ടൻ: മെഥുൻ & കോ.), പേജ് 205-ൽ ഉദ്ധരിച്ചിരിക്കുന്നു.

2. ബെൽജിയൻ ഭാരതപഠന വിദഗ്ധനും ചരിത്രകാരനുമായ കൂൻറാഡ് എൽസ്റ്റ്, ഇന്ത്യയിലെ നിഷേധവാദം: ഇസ്ലാമിന്റെ രേഖകൾ മറച്ചുവെക്കൽ (ഡൽഹി: വോയിസ് ഓഫ് ഇന്ത്യ, 1992) എന്ന പുസ്തകത്തിൽ വിദേശ ഇസ്ലാമിക (തുർക്കിഷ്, പേർഷ്യൻ, അറബ്) ആക്രമണകാരികളെക്കുറിച്ച് ഇപ്രകാരം പറയുന്നു: 'ഹിന്ദുക്കളുടെ കൂട്ടക്കൊല, ഹിന്ദു ക്ഷേത്രങ്ങളുടെ നശീകരണം, ഹിന്ദു സ്ത്രീകളെ തട്ടിക്കൊണ്ടുപോകൽ, നിർബന്ധിത മതപരിവർത്തനം എന്നിവയെക്കുറിച്ചുള്ള ഇസ്ലാമിക റിപ്പോർട്ടുകൾ സ്ഥിരമായി വലിയ ആനന്ദവും അഭിമാനവും പ്രകടിപ്പിക്കുന്നു. വിജാതീയതയെ എല്ലാ മാർഗ്ഗങ്ങളിലൂടെയും നശിപ്പിക്കുന്നത് (വിദേശ ആക്രമണകാരികളായ) മുസ്ലീം സമുദായത്തിന്റെ ദൈവികമായ കർത്തവ്യമായി കണക്കാക്കപ്പെട്ടിരുന്നു എന്നതിൽ അവർ ഒരു സംശയവും അവശേഷിപ്പിക്കുന്നില്ല... സ്ത്രീകളെയും കുട്ടികളെയും ബലാത്സംഗം ചെയ്യുകയും തട്ടിക്കൊണ്ടുപോകുകയും അവരുടെ വിഗ്രഹങ്ങൾ നശിപ്പിക്കുകയും ചെയ്ത പ്രവൃത്തികൾ, മുസ്ലീം ചരിത്രകാരന്മാർ വളരെ സന്തോഷത്തോടെ രേഖപ്പെടുത്തിയവ, സാമൂഹിക പദവിയിൽ ഒതുങ്ങിനിന്നില്ല; ഉയർന്ന ജാതിയിലുള്ള കാഫിറും താഴ്ന്ന ജാതിയിലുള്ള കാഫിറും ഒരുപോലെ അനുഭവിച്ചു.' ഹിന്ദുക്കളെ 'കാഫിറുകൾ' ആയി കാണുന്ന പ്രത്യയശാസ്ത്രം അത്തരം നശീകരണ പ്രവർത്തനങ്ങൾക്കും നിർബന്ധിത മതപരിവർത്തനത്തിനും അടിമത്തത്തിനും മതപരമായ ന്യായീകരണം നൽകിയെന്ന് എൽസ്റ്റ് വാദിക്കുന്നു. ഇത് അമുസ്‌ലിംകൾക്കെതിരായ അതിക്രമങ്ങളെ—വിജയികൾ സ്ത്രീകളെ ലൈംഗിക അടിമകളാക്കുന്നത് ഉൾപ്പെടെ—ഒറ്റപ്പെട്ട കുറ്റകൃത്യങ്ങളായി കാണാതെ, തന്ത്രത്തിന്റെ അംഗീകൃത ഘടകമാക്കി മാറ്റി.

അദ്ധ്യായം 16: ന്യായത്തിന്റെ വില

1. ബറാനി, സിയാവുദ്ദീൻ. 1867. താരീഖ്-ഇ ഫിറോസ് ഷാഹി. ഹെൻറി മിയേഴ്സ് എലിയറ്റും ജോൺ ഡോസണും വിവർത്തനം ചെയ്തു, സഫർ

ഹസൻ എഡിറ്റ് ചെയ്ത ഇന്ത്യയുടെ ചരിത്രം, അതിന്റെ സ്വന്തം ചരിത്രകാരന്മാർ പറഞ്ഞത് പോലെ എന്ന പുസ്തകത്തിൽ. ലണ്ടൻ: ട്രൂബ്നർ & കോ., പേജ് 105–10.

2. ബദായൂനി, അബ്ദുൽ ഖാദിർ. 1898. മുന്തഖബു-ത്-തവാരീഖ്, വാല്യം 2, ജോർജ്ജ് റാങ്കിംഗ് വിവർത്തനം ചെയ്തത്. കൽക്കട്ട: ഏഷ്യാറ്റിക് സൊസൈറ്റി, അദ്ധ്യായങ്ങൾ 10–12.
3. ഫിരിഷ്ത. 1829. താരീഖ്-ഇ-ഫിരിഷ്ത (ഗുൽഷൻ-ഇ-ഇബ്രാഹിമി). ജോൺ ബ്രിഗ്ഗ്സ് വിവർത്തനം ചെയ്ത ഇന്ത്യയിലെ മുഹമ്മദീയ ശക്തിയുടെ ഉദയത്തിന്റെ ചരിത്രം, വാല്യം 2 എന്ന പുസ്തകത്തിൽ. ലണ്ടൻ: ലോംഗ്മാൻ, റീസ്, ഓർം, ബ്രൗൺ, ആൻഡ് ഗ്രീൻ, പേജ് 80–85.

അദ്ധ്യായം 20: പഴയ പാപങ്ങളുടെ കടം

1. സുന്ന.കോം. '(41) അദ്ധ്യായം: ഇന്ത്യയുടെ യുദ്ധ പര്യവേഷണം'. സുനൻ അൻ-നസാഇ 3175, ജിഹാദിന്റെ പുസ്തകം. 2025 ജൂലൈ 30-ന് ലഭ്യമായത്. July 2025. https://sunnah.com/nasai:3175.
2. ഇസ്ലാം ക്യൂ&എ. 'ഇന്ത്യ കീഴടക്കുന്നതിനെക്കുറിച്ചുള്ള ഹദീസ്''. 2025 ജൂലൈ 30-ന് ലഭ്യമായത്. https://islamqa.info/en/answers/145636/hadith-about-the-conquest-of-india.
3. റെഖ്ത ഡിക്ഷണറി. 'ഗസ്വാ'. 2025 ജൂലൈ 30-ന് ലഭ്യമായത്. https://rekhtadictionary.com/meaning-of-gazva.
4. റെഖ്ത ഡിക്ഷണറി. 'ഹിന്ദ്''. 2025 ജൂലൈ 30-ന് ലഭ്യമായത്. https://rekhtadictionary.com/meaning-of-hind-1.

അദ്ധ്യായം 22: അപ്രതീക്ഷിത സഖ്യകക്ഷികൾ

1. 'ഹിന്ദു കുഷ്'' എന്ന വാക്കിന്റെ അർത്ഥത്തെക്കുറിച്ചുള്ള ഇബ്ന ബത്തൂത്തയുടെ പ്രസ്താവന എച്ച്.എ.ആർ. ഗിബ്ബിന്റെ ആധികാരിക ഇംഗ്ലീഷ് വിവർത്തനത്തിൽ കാണാം—ഇബ്ന ബത്തൂത്തയുടെ യാത്രകൾ, വാല്യം 3, ഹക്ലയിറ്റ് സൊസൈറ്റി പുറത്തിറക്കിയ കൃതികൾ, രണ്ടാം പരമ്പര, നമ്പർ 117 (കേംബ്രിഡ്ജ്: കേംബ്രിഡ്ജ് സർവകലാശാലാ പ്രസ്സ്, 1971), പേജ് 580:

   'ഇതിനുശേഷം ഞാൻ ബർവാൻ നഗരത്തിലേക്ക് യാത്രയായി, ആ വഴിയിൽ മഞ്ഞുമൂടിയതും അതിശൈത്യമുള്ളതുമായ ഒരു ഉയർന്ന പർവതമുണ്ട്; അവർ അതിനെ ഹിന്ദു കുഷ് എന്ന് വിളിക്കുന്നു, അതായത് ഹിന്ദുക്കളെ കൊല്ലുന്നവൻ (ഹിന്ദുക്കളെ കൊല്ലുന്നവൻ), കാരണം ഇന്ത്യയിൽ നിന്ന് അവിടേക്ക് കൊണ്ടുവരുന്ന മിക്ക അടിമകളും കഠിനമായ തണുപ്പ് കാരണം മരിക്കുന്നു.'

അമീഷിന്റെ മറ്റു പുസ്തകങ്ങൾ

ശിവത്രയം

ഇന്ത്യൻ പ്രസാധന ചരിത്രത്തിൽ
ഏറ്റവും വേഗം വിൽക്കപ്പെടുന്ന പുസ്തക പരമ്പര

മെലൂഹയിലെ ചിരഞ്ജീവികൾ

(ശിവത്രയത്തിന്റെ ആദ്യഭാഗം)

ബി.സി.ഇ 1900. ജീവിച്ചിരുന്നിട്ടുള്ളവരിൽ ഏറ്റവും വലിയ ചക്രവർത്തിമാരിലൊരാളായ ശ്രീരാമദേവൻ നൂറ്റാണ്ടുകൾക്കുമുമ്പു സൃഷ്ടിച്ചതാണ് മെലൂഹാരാജ്യമെന്ന് അക്കാലത്ത് അവിടെ അധിവസിച്ചവർ തിരിച്ചറിയുന്നു. ഇപ്പോൾ, അവരുടെ പ്രധാന നദിയായ സരസ്വതി വരണ്ടുകൊണ്ടിരിക്കയാണ്. കിഴക്കുമേഖലയിലുള്ള ശത്രുക്കളിൽ നിന്നുള്ള ഭീകരാക്രമണഭീഷണിയുമുണ്ട്. അവരുടെ ഇതിഹാസവീരനായകൻ തിന്മയെ നശിപ്പിക്കാൻ വേണ്ടി പ്രത്യക്ഷപ്പെടുമോ?

നാഗന്മാരുടെ രഹസ്യം

(ശിവത്രയത്തിന്റെ രണ്ടാം ഭാഗം)

ദുഷ്ടരൂപിയായ നാഗയോദ്ധാവ് ബൃഹസ്പതിയെ വധിച്ചുകഴിഞ്ഞു. ഇനി അയാൾ സതിയെ വേട്ടയാടിക്കൊണ്ടിരിക്കയാണ്. ദുഷ്ടസംഹാരകനെന്നു പ്രവചിക്കപ്പെട്ടിട്ടുള്ള ശിവന് തന്റെ പൈശാചിക പ്രതിയോഗിയെ കണ്ടുപിടിക്കുംവരെ വിശ്രമമില്ല. ശിവത്രയത്തിന്റെ രണ്ടാം ഭാഗമായ ഈ പുസ്തകത്തിൽ, ഘോരയുദ്ധങ്ങൾ നടക്കുകയും അവിശ്വസനീയ രഹസ്യങ്ങൾ വെളിപ്പെടുകയും ചെയ്യാൻ പോവുകയാണ്.

വായുപുത്രന്മാരുടെ ശപഥം

(ശിവത്രയത്തിന്റെ മൂന്നാം ഭാഗം)

ശിവൻ തന്റെ ശക്തി സമാഹരിച്ചുകൊണ്ടിരിക്കയാണ്. ശിവൻ നാഗരാജ്യത്തിന്റെ തലസ്ഥാനമായ പഞ്ചവടിയിലെത്തുന്നു. അവസാനം, തിന്മ പുറത്തുവരുന്നു. തന്റെ യഥാർത്ഥ ശത്രുവിനെതിരേ ഒരു വിശുദ്ധയുദ്ധത്തിനു തയ്യാറെടുക്കുന്ന നീലകണ്ഠൻ. അതിൽ വിജയിക്കുമോ? ഈ രഹസ്യങ്ങളുടെ ഉള്ളറിയാൻ ബസ്റ്റ് സെല്ലറായ ശിവത്രയത്തിന്റെ അവസാനഭാഗമായ ഈ പുസ്തകം വായിക്കുക.

രാമചന്ദ്രപരമ്പര

ഇന്ത്യൻ പ്രസാധന ചരിത്രത്തിൽ രണ്ടാമതായി ഏറ്റവും വേഗം വിൽക്കപ്പെടുന്ന പുസ്തകപരമ്പര

രാമൻ: ഇക്ഷ്വാകുവംശത്തിന്റെ യുവരാജാവ്

(പരമ്പരയിലെ ഒന്നാം പുസ്തകം)

ബി.സി.ഇ 3400. ഒരു കടന്ന യുദ്ധം കൊടുമ്പിരിക്കൊള്ളുകയും അയോദ്ധ്യ ദുർബ്ബലമാക്കയും ചെയ്തിരിക്കുന്നു. അതിന്റെ കേടുപാടുകൾ കാര്യമായി ബാധിക്കുന്നുണ്ട്. രാക്ഷസരാജാവായ രാവണൻ തോൽപിക്കപ്പെട്ട രാജ്യത്തിൽ തന്റെ ഭരണം അടിച്ചേൽപിക്കുന്നില്ല. മറിച്ച്, തന്റെ, വ്യാപാരം അടിച്ചേൽപിക്കുകയാണ്. സാമ്രാജ്യത്തിന്റെ ധനം മുഴുവൻ അയാൾ ഊറ്റിയെടുക്കുന്നു. യാതനകൾക്കിടയിൽ ജനങ്ങൾ തിരിച്ചറിയുന്നില്ല, ഒരു നേതാവ് തങ്ങളുടെ കൂട്ടത്തിലുണ്ടെന്ന്. സ്വയം ഒളിച്ചിരിക്കുന്ന ഒരു രാജകുമാരൻ. രാമൻ എന്ന രാജകുമാരൻ.

സീത: മിഥിലയിലെ വീരനായിക

(പരമ്പരയിലെ രണ്ടാം പുസ്തകം)

പാടത്ത് ഉപേക്ഷിക്കപ്പെട്ട നിലയിൽ ഒരു കുട്ടിയെ കണ്ടുകിട്ടുന്നു. ഏതാനും കൊലചെന്നായ്ക്കളുടെ പിടിയിൽനിന്ന് ഒരു കഴുകൻ സംരക്ഷിച്ച നിലയിലായിരുന്നു ആ കുട്ടി. എല്ലാവരാലും തഴയപ്പെട്ടതും ശക്തിഹീനവുമായ മിഥില എന്ന രാജ്യത്തിലെ രാജാവ് ആ കുട്ടിയെ ദത്തെടുക്കുന്നു. ഈ കുട്ടിക്ക് ഒത്തിരി പ്രാധാന്യമുണ്ടാകുമെന്ന് ആരും വിശ്വസിക്കുന്നില്ല. പക്ഷേ, അവർക്കു തെറ്റുപറ്റി. കാരണം ഒരു സാധാരണ പെൺകുട്ടിയല്ല അവൾ. അവൾ സീതയാണ്.

രാവണൻ: ആര്യാവർത്തത്തിന്റെ ശത്രു

(പരമ്പരയിലെ മൂന്നാം പുസ്തകം)

ഇരുളില്ലെങ്കിൽ വെളിച്ചത്തിനെന്തർഥം? പ്രതിനായകനില്ലെങ്കിൽ ദൈവങ്ങളെന്തുചെയ്യും? ഭാരതം, ബി.സി. 3500. അക്കാലത്തെ ഏറ്റവും പൂജനീയരായ മഹർഷിമാരിലൊരാളുടെ മകനായി പിറന്നയാളാണ് രാവണൻ. ദേവകൾ കഴിവുകൾ വാരിക്കോരി കൊടുത്തിട്ടുണ്ടയാൾക്ക്. രാവണനിൽ പാണ്ഡിത്യവും മൃഗീയമായ അക്രമവാസനയും ഉൾച്ചേർന്നിട്ടുണ്ട്. പ്രതിഫലമിച്ഛിക്കാതെ പ്രണയിക്കുന്നവനും പശ്ചാത്താപമില്ലാതെ കൊല്ലുന്നവനുമാണ് രാവണൻ. രാമചന്ദ്ര പരമ്പരയിലെ ത്രസിപ്പിക്കുന്ന ഈ മൂന്നാം പുസ്തകം ലങ്കാധിപനായ രാവണനിലാണ് വെളിച്ചം വീശുന്നത്.

ലങ്കായുദ്ധം

(പരമ്പരയിലെ നാലാം പുസ്തകം)

രാവണൻ സീതയെ തട്ടിക്കൊണ്ടുപോകുമ്പോൾ, രാമൻ കോപത്താലും ദുഃഖത്താലും പുകയുന്നു. ലങ്കായുദ്ധം ആസന്നമാണ്; എല്ലാത്തിനുമുപരി, അതൊരു ധർമ്മയുദ്ധമാണ്. ക്രൂരനും അജയ്യനുമെന്ന് തോന്നുന്ന രാവണനെ രാമന് പരാജയപ്പെടുത്താൻ കഴിയുമോ? അതോ, ഒളുക്കപ്പെട്ട ഒരു കടുവയെപ്പോലെ ലങ്ക തിരിച്ചടിക്കുമോ? ഏറ്റവും പ്രധാനമായി, യഥാർത്ഥ വിഷ്ണു ഉദയം ചെയ്യുമോ? രാമചന്ദ്ര പരമ്പരയിലെ ഈ നാലാമത്തെ പുസ്തകത്തിൽ, രാമൻ സീത, രാവണൻ എന്നിവരുടെ കഥാ ഇഴകൾ ഒന്നിച്ചുചേർന്ന് രക്തരൂക്ഷിതമായ ഒരു യുദ്ധത്തിൽ പൊട്ടിത്തെറിക്കുന്നു.

ഭാരതീയ ചരിത്രഗാഥകൾ

സുഹേൽദേവ്: ഇന്ത്യയെ രക്ഷിച്ച രാജാവിൻ്റെ ഇതിഹാസം

ഗസ്നിയിലെ മഹ്മൂദിന്റേയും അയാളുടെ കാടത്തമുള്ള തുർക്കി പടക്കൂട്ടത്തിന്റേയും ആവർത്തിച്ചുള്ള ആക്രമണങ്ങൾ ഇന്ത്യയുടെ വടക്കൻ പ്രദേശങ്ങളെ ദുർബലമാക്കി. കടന്നുകയറ്റക്കാർ ഉപഭൂഖണ്ഡത്തിൻ്റെ വിശാലമായ ഇടങ്ങളിൽ നാശം വിതച്ച കവർച്ച, കൊലപാതകം, ബലാത്സംഗം, കൊള്ള. പഴയ ഇന്ത്യൻ രാജഭരണ പ്രദേശങ്ങൾ തളരുകയും ഭിന്നിക്കുകയും അവർക്കു കീഴ്പ്പെടുകയും ചെയ്തു. പോരാടിയവർ, ധീരതയുടൈ പഴയ ചട്ടങ്ങളുമായി യുദ്ധം ചെയ്തു. അവർക്കു പക്ഷേ ജയിക്കാനായി എല്ലാ നിയമങ്ങളും ആവർത്തിച്ച ലംഘിക്കുന്ന ക്രൂരന്മാരായ തുർക്കികളെ തടയാനായില്ല. അപ്പോൾ തുർക്കികൾ രാജ്യത്തിലെ ഏറ്റവും പവിത്രമായ ക്ഷേത്രങ്ങളിലൊന്നിനെ ആക്രമിച്ച് നശിപ്പിച്ചു: സോംനാഥിലെ ഗംഭീരമായ ശിവഭഗവാന്റെ ക്ഷേത്രം. ഏറ്റവും നിരാശാപരമായ ഈ സമയങ്ങളിൽ, രാജ്യത്തിനെ പ്രതിരോധിക്കാനായി ഒരു യോദ്ധാവ് ഉയർന്നു വന്നു. സുഹേൽദേവ് രാജാവ്. ഒരു ചെറിയ നാട്ടുരാജ്യത്തിന്റെ ഭരണാധികാരി തന്റെ മാതൃഭൂമിക്കായി എന്താണു ചെയ്യേണ്ടതെന്നു കാണുകയും അതിനായി തന്റെ എല്ലാം ത്യജിക്കാൻ ആഗ്രഹിക്കുകയും ചെയ്തു. ഉഗ്രനായ വിപ്ലവകാരി. ഊർജ്ജമുള്ള നേതാവ്. രാജ്യസ്നേഹി. നെഞ്ചുറപ്പിന്റേയും നായകത്വത്തിന്റേയും ഈ തകർപ്പൻ സാഹസികതയുടെ ഇതിഹാസം വായിക്കുക. യഥാർഥ സംഭവങ്ങളിൽ അടിസ്ഥാനമാക്കിയുള്ള സാങ്കല്പിക കഥ. ആ ധീരനായ യോദ്ധാവിന്റേയും ബഹ്റൈച്ചിലെ ഗംഭീരമായ യുദ്ധത്തിന്റേയും കഥ ഓർമ്മിപ്പിച്ചെടുക്കുന്നു.

ചോളമഹാവീരർ: സോമനാഥരുടെ പ്രതികാരവാഞ്ഛ

സോമനാഥ് ക്ഷേത്രത്തിലെ ശിവലിംഗം തകർന്നുകിടക്കുന്നു. ആയിരക്കണക്കിന് ആളുകൾ വധിക്കപ്പെട്ടിരിക്കുന്നു. ഭാരതത്തിൻ്റെ മനോവീര്യം താൻ തകർത്തിരിക്കുന്നുവെന്ന ചിന്തയിൽ മഹ്മൂദ് ഗസ്നി അഭിരമിച്ചു. എന്നാൽ ആ ചാരത്തിന് നടുവിൽ നിന്നും ഒരു ശപഥം ജനിക്കുകയുണ്ടായി. അഞ്ചു പേർ, ഒരു തമിഴ് യോദ്ധാവ്, ഒരു ഗുജറാത്തി വ്യാപാരി, ഒരു അയ്യപ്പഭക്തൻ, മാൾവയിലെ പണ്ഡിത-ചക്രവർത്തി, പിന്നെ ലോകത്തിലെ ഏറ്റവും കരുത്തനായ മനുഷ്യൻ—രാജേന്ദ്ര ചോള ചക്രവർത്തിയും, അധിനിവേശസാമ്രാജ്യത്തിൻ്റെ ഹൃദയം ഭേദിക്കാനായി അതിവിപൽകരമായ ഒരു സാഹസത്തിന് കോപ്പുകൂട്ടുന്നു. പ്രൗഢപ്രതാപിയായ ചോളസാമ്രാജ്യം മുതൽ രക്തരൂക്ഷിതമായ ഗസ്നിയുടെ രാജസദസ് വരെ നീളുന്ന ചരിത്രഭൂമികകളിലൂടെ സഞ്ചരിക്കുന്ന ചോളമഹാവീരർ, യാതനകൾക്കൊടുവിൽ കൈവരുന്ന ഐക്യത്തിൻ്റെയും, ഹതാശയിൽ നിന്നും ഉയരുന്ന ധീരതയുടെയും, ധർമ്മമായിത്തീരുന്ന പ്രതികാരത്തിൻ്റെയും ഇതിഹാസങ്ങൾ പറയുന്നു.